பிரபஞ்சன் கதைகள்
தொகுதி - 2

பிரபஞ்சன்

டிஸ்கவரிபுக் பேலஸ்

கே.கே.நகர் மேற்கு, சென்னை - 600 078.
(பாண்டிச்சேரி கெஸ்ட் ஹவுஸ் அருகில்)
Ph: 044-4855 7525 Mobile: +91 87545 07070

பிரபஞ்சன் கதைகள் தொகுதி - 2
(சிறுகதைகள்)
ஆசிரியர்: பிரபஞ்சன்©

Prapanchan Kathaigal Part - 2
(Short Stories)
Author: Prapanchan©

1st Edition: Apr- 2017
2nd Edition: Feb- 2021

Pages: 546 - ISBN: 978-93-84302-30-6
Cover Design: Trotsky Marudu
Book Design: Discovery Team

Discovery Book Palace (P) Ltd,
6, Mahaveer Complex, Munusamy Salai,
K.K.Nagar West, Chennai-600 078.
Ph: +91- 44-4855 7525, Mobile: +91 87545 07070

E-mail: **discoverybookpalace@gmail.com,**
Website: **www.discoverybookpalace.com**

Rs. 1800 (மூன்று தொகுதிகளும்)

இந்த நூலில் பிரசுரமாகியுள்ள எந்த ஒரு பகுதியையும் பதிப்பாளரின் எழுத்து பூர்வமான முன்அனுமதி பெறாமல் எடுத்தாள்வதோ, மறுபிரசுரம் செய்வதோ, மொழியாக்கம் செய்வதோ, அச்சு மற்றும் மின்னணு ஊடகங்களில் மறுபதிப்பு செய்வதோ, காப்புரிமைச் சட்டப்படி தடை செய்யப்பட்டுள்ளது. இந்த நூலிலிருந்து குறிப்பிட்ட பகுதிகளை மேற்கோள்காட்டி புத்தக விமர்சனம் செய்ய, ஊடகங்களுக்கு மட்டும் அனுமதி உண்டு.

உங்கள் மொபைல் போனிலிருந்து ஸ்கேன் செய்து டிஸ்கவரி புக் பேலஸின் மொபைல் ஆப்பை டவுன்லோடு செய்து, புத்தகங்களை வாங்குங்கள்.

பொருளடக்கம்

76.	நான் இருக்கிறேன் - 1	5
77.	வாசனை - 1	15
78.	அமரத்துவம்	29
79.	பிறை	37
80.	ஒரு நெகடிவ் அப்ரோச்	43
81.	ஆகஸ்ட் 15	48
82.	சிறுமை கண்டு...	55
83.	பப்பா	63
84.	காக்கைச் சிறகு	69
85.	ஓர் ஏழை நாடும் ஒரு பரம ஏழையும்!	76
86.	சிக்கி	81
87.	கரிய முகம்	88
88.	உறை	93
89.	குமாரசாமியின் பகல் பொழுது	99
90.	வர்க்கம்	117
91.	இருட்டில் இருந்தவன்!	136
92.	சின்னஞ் சிறு வயதில்	151
93.	அவனும் அவளும்	158
94.	காக்கைச் சிறகு	164
95.	மோகனா	172
96.	வெளியேற்றம்	179
97.	கமலா டீச்சர்	191
98.	லச்சுமி	199
99.	மாற்றம்	206
100.	ஒரு சரிகைக் கனவு	211
101.	ஆயுள்	225
102.	சுந்தரன்	233
103.	இதுதான் அது	241
104.	கனவு	246
105.	தபால்காரர் பெண்டாட்டி	252
106.	கூண்டும் குழந்தையும்	259
107.	அம்மினி	266
108.	சனிக்கிழமை ஜீவிகள்	276
109.	இருபது ஆண்டுகள்	283
110.	காந்த வண்டி	289

111.	கடன்	295
112.	'வியாபாரம்'	300
113.	விளக்கு	307
114.	சம பந்தி	313
115.	சகோதரர் அன்றோ?	321
116.	மாப்பிள்ளை பொம்மை	326
117.	மாய வண்டி	332
118.	நீதி	338
119.	பதவி	344
120.	குயில்	352
121.	பண்பும் பயனும் அது	356
122.	இப்ராஹிம் என்கிற வள்ளல்	363
123.	யாசுமின் அக்கா	373
124.	கல்யாண அழைப்பும் கால் பவுன் காசும்	380
125.	சூலி	388
126.	மூவர்	495
127.	குருடட்சணை	402
128.	ஜப்தி	419
129.	வாசனை - 2	430
130.	சித்தன் போக்கு	439
131.	தோழமை	446
132.	பூக்களை மிதிப்பவர்கள்	453
133.	அவலம்	461
134.	பாயம்மா	469
135.	பிராந்து	476
136.	எலி, எருமை, வராத மழை!	483
137.	மனமயக்கம்	492
138.	பிணையாழி	501
139.	நான் இருக்கிறேன் - 2	508
140.	பாலர்	517
141.	கண்	528
142.	சுந்தா மாமா	533
143.	அம்மாவுக்கு மட்டும்	541

நான் இருக்கிறேன் - 1

அமிர்தா என்கிற பெயரில் அப்படியென்ன சுவை இருக்க முடியும்? ஆனால் சண்முகத்துக்கு இருந்தது. குழந்தைகள் சாக்லேட்டைக் கையில் எடுத்த பிறகு வாயில் வைத்துச் சுவைப்பதுபோல, மீண்டும் மீண்டும் அந்தப் பெயரைப் பல தொனிகளில் பல தினுசுகளில் உச்சரித்து அழைத்தான் சண்முகம்.

"அமிர்தா... அமிர்தா..."

முன் பெஞ்சில், ராஜேஸ்வரிக்குப் பக்கத்தில் அமர்ந்திருந்தாள், அமிர்தா என்று அழைக்கப்பட்ட அமிர்தலட்சுமி. இடம் வகுப்பறை. நீள வாக்கில், மூன்று பகுதியாக, இரண்டிரண்டு பேர் அமரத்தக்க பெஞ்சில் எங்களுக்கு முன்னால் அமர்ந்திருந்தார்கள் அவர்கள். நாங்கள் கடைசி பெஞ்சில் அமர்ந்திருந்தோம். நாங்கள் என்றால் நானும், சண்முகமும்.

அது சித்தாந்த வகுப்பு. வெள்ளிக் கிழமைகளில் முதல் வகுப்பு சித்தாந்த வகுப்பு இருக்கும். அப்போது சைவ சித்தாத்ததை எடுத்துக்கொண்டிருந்தார் பேராசிரியர். சரியாகப் பத்து மணிக்கு வகுப்பில் இருப்பார் அவர். என்ன காரணத்தினாலோ வரவில்லை.

அமிர்தாவுக்கு மட்டுமே கேட்கும் என்று நம்பிக்கையுடன் அமிர்தாவின் பக்கம் குனிந்து "அமிர்தா... அமிர்தா..." என்று ரகசியக் குரலில் அழைத்தான் சண்முகம். சண்முகத்துக்கு நேராக, முதுகைக் காட்டிக்கொண்டு அமர்ந்திருந்தாள் அவள்.

நான் எட்டிப் பார்த்தேன்.

மெய்கண்டாரின் பாடல்களைப் படித்துக் கொண்டிருந்தாள் அவள். சண்முகத்தின் காதில், "சைவ சித்தாந்தம் படிக்கிறாள்டா" என்றேன்.

சண்முகம் மீண்டும், குரலில் தேனைத் தடவிக்கொண்டு, "அமிர்தா... அமிர்தா" என்றான். அமிர்தாவுக்கு குதிரை வால்

மாதிரி கற்றைச் சடை. தினம் ஒரு பூ வைத்துக் கொள்வது அவள் வழக்கம். ஒரு நாளைக்கு மல்லிகை, ஒரு நாள் ரோஜா, ஒரு நாள் சம்பங்கி, ஒரு நாள் கனகாம்பரம், அன்று மல்லிகை வைத்துக்கொண்டு வந்திருந்தாள். அமிர்தா ஒரு அழகியா என்றால் என்னால் பதில் சொல்ல முடியாது. கல்லூரியில் எல்லாப் பெண்களுமே அழகிகளாகத்தான் எனக்குத் தோன்றினார்கள். எனக்கு இன்னும்கூட பெண்களில் பேதம் காண முடிவதில்லை. அமிர்தா அழகியென்றுதான் கல்லூரிக்குள் மதிக்கப்பட்டாள். மாணவர்கள் அவளிடம் சென்று பாட சம்பந்தமாகக்கூட அடிக்கடிச் சந்தேகம் கேட்டார்கள் என்றால், நிச்சயம் அவள் அழகியாகத்தான் இருக்க வேண்டும்.

அமிர்தா, சடையைச் சிலுப்பிக்கொண்டு, பக்கவாட்டில் திருப்பி, "ச்சூ" என்றாள். அதன் அர்த்தம் 'சும்மா இரு' அல்லது 'கம்னு கிட' என்பதாம். ஆனால் சண்முகத்தை அதுவே உசுப்பி விட்டது போலும்.

"என்ன படிக்கிறாய்?" என்றான்.

நான் இந்தச் சமயத்திலே உள்ளே புகுந்தேன். பொதுவாக இந்த மாதிரி சந்தர்ப்பங்களில் நான் ஜெயிப்பதில்லை. கூச்சம், பெருமிதம் காரணமாக இந்த விளையாட்டில் நான் ஒதுங்கிப் போவேன். என்ன காரணத்தினாலோ எனக்கும் இந்த விளையாட்டில் பங்கு கொள்ளத் தோன்றியது. ஒரு வகையான பெண் குரலில், கழுத்தை நொடித்துக்கொண்டு "சைவ சித்தாந்தம் படிக்கிறேன்" என்றேன்.

அமிர்தா, மேலும் தன்னை பெஞ்ச்சில் சாய்த்துக்கொண்டு தீவிரமாக படிப்பவள் போல் அபிநயத்தாள். ஆனால் அவள் பக்கத்தில் அமர்ந்திருந்த ராஜேஸ்வரி திரும்பி என்னைப் பார்த்து முறைத்தாள். 'நீகூடவா?' என்பது அவள் பார்வைக்கு பொருளாக இருக்க வேண்டும்.

சண்முகம் மேலும் கிசுகிசுப்பான குரலில், "சைவ சித்தாந்தம் படிக்கிற வயசா உனக்கு? அமிர்தா கலிங்கத்துப்பரணியை எடு, அதிலே கடை திறப்பு என்கிற பகுதியை எடுத்துக் காதல் கவிதைகளைப் படி கண்ணே" என்றான்.

அவ்வளவுதான், பட்பட்டென்று கால்களை உதைத்துக்கொண்டாள் அமிர்தா. புத்தகத்தை எடுத்து மூடி, கீழே அறைந்தாள். எழுந்து சண்முகத்தை முறைத்தாள். கையில் சிலம்பு மட்டும்தான் இல்லை. நேராக பூமி தேவியின் முகம் நோகும்படி நடந்தாள். எங்கள் வகுப்பிலிருந்து பார்த்தால் பிரின்ஸிபல் அறை தெரியும். பிரின்ஸிபல் என்று அறியப்படும் ராகவன் சார், கண்மண் தெரியாத முன் கோபத்துக்கு அறிமுகமானவர். அமிர்தா அவர் அறைக்குள் நுழைந்தாள்.

எனக்குக் கலங்கியது.

"என்னடா, அமிர்தா பிரின்ஸிபல் அறைக்குப் போறா? வம்பை விலைக்கு வாங்கிட்டே, பாரு" என்றேன்.

"காதல் பெண்கள் கடைக்கண் வீச்சுக்காய்
நோதலும் இன்பம், நோயும் ஓர் இன்பம்
ஆதலினால் காதல் செய்வோம்."

என்றான் தொடர்ந்து. ராஜேஸ்வரியிடம் குனிந்து, "தோழிக்கு சாட்சி சொல்லப் போகலையாம்மா?" என்றான்.

அவள் இவன் பக்கம் திரும்பி, "மூஞ்சியைப் பாரு" என்றாள்.

சண்முகம் முகத்தைத் தடவிக்கொண்டு, "மாசு மருவில்லாத முகம், உனக்குப் பிடிக்கவில்லையா ராஜேஸ்வரி! உனக்கு என்ன மாதிரி முகம் பிடிக்கும் என்று சொல், தேடிப் பிடித்துக்கொண்டு வர்றேன்" என்றான்.

ராஜேஸ்வரி மீண்டும் திரும்பி, "வவ்வவ்வே..." என்று உதட்டை முறுக்கி, முகத்தை நாலு கோணலாக்கிக்கொண்டு காட்டினாள்.

"ஓ... இப்படிப்பட்ட முகம்தான் வேண்டுமா? அது நல்லா இருக்காதே. பரவாயில்லை. உனக்குப் பிடித்திருந்தால் சரி" என்று சொல்லிக்கொண்டிருக்கும் போதே, பியூன் கந்தசாமி வகுப்புக்குள் தோன்றினார்.

"இன்னா சம்முவம், அந்தப் பெண்ணை இன்னாப்பா பண்ணே? வா, வா பிரின்ஸிபல் கூப்பிடறாரு. அவரண்டை அந்தப் பொண்ணு 'ஓ'ன்னு அழுவுது" என்றார் சண்முகத்தைப் பார்த்து.

சண்முகம் எழுந்து பிரின்ஸிபல் அறைக்குள் சென்றான்.

இப்படித்தான் ஏதாவது ஒரு வம்பில் தொடர்ந்தாற் போல் அகப்பட்டுக்கொண்டு அல்லல் படுவான்.

சுபாஷிணியிடம் கணேசன், ஏதோ எல்லை மீறி நடந்து கொள்ள, அவனைப் போய் உதைத்தவனும் இவன்தான். காரணம் கேட்டடதுக்குச் சொன்னான்.

"வைத்தி, நானும் பெண்களிடத்தில் குறும்பு செய்பவன்தான், இல்லை என்று சொல்லவில்லை. ஆனால், எதற்கும் ஓர் எல்லை இருக்கத்தானே செய்கிறது? அந்தச் சமயத்தில் கோபம் வந்தாலும், பிறகு நினைத்துச் சிரிக்கச் செய்யும் படியான காரியம் தானே குறும்புத்தனம்? அது தப்பில்லை. ஆனால், பின்னால் நினைத்து அருவருப்பு அடையும்படியான காரியத்தைச் செய்வது அசிங்கம் அல்லவா? அதை கணேசன் செய்தான். என்னால் தாங்க முடியவில்லை. சுபாஷிணியிடம், 'கொஞ்சம் நகர்ந்துக்கம்மா' என்றுவிட்டுக் கணேசனின் முன்னால் போய் நின்றுகொண்டு 'ம்... அந்த விளையாட்டை என்னிடம் செய்யேம்பா' என்றேன். அவனோ, 'நீ என்ன அவளுக்கு பாடிகார்டா? என்றான், என்னால் சும்மா இருக்க முடியுமா சொல், விட்டேன் இரண்டு அறை. அவனுக்குப் பரிந்துகொண்டு சில பையன்கள் வர எனக்கென்று சிலர் தாவ, அப்புறம் என்ன? ரகளைதான்"

சண்முகத்துக்கு இதன் விளைவாக, இரண்டு நாட்கள் 'சஸ்பென்ஷன்' கிடைத்தது.

எனக்கு ஆச்சரியமாக இருந்தது அவன் குணம். அவன் தன் அளவில், கல்லூரி மாணவிகளிடம் குறும்பு செய்து, வம்பு செய்கிறவன்தான் எனினும், கல்லூரி மாணவிகளிடம், வெளியாட்கள் வம்பு செய்கிறார்கள் என்று தெரிந்தாலோ, சக மாணவர்கள்கூட வரம்பு மீறுகிறார்கள் என்று தெரிந்தாலோ சும்மா இருப்பதில்லை. அந்தச் சந்தர்ப்பங்களில் நியாயத் தராசைத் தன் கையில் ஏந்தத் தயாராய் இருப்பான் அவன்.

கல்லூரி தொடங்கிய புதிதில் பெரிய ரகளைக்கே அவன் காரணமாக இருந்த நிகழ்ச்சி ஒன்று நடந்தது. கல்லூரியை அடுத்த நாற்சந்தியில் கடைத்தெரு ஒன்று அமைந்திருந்தது. வெண்ணாற்றங்கரைக்குப் போகும் பாதையும், குதிரை கட்டித் தெருவும் இணையும் சந்திப்பில் ஒரு சைக்கிள் கடை இருந்தது. சைக்கிள் கடையை ஒட்டிய நிழற்குடையில், டவுன் பஸ்ஸுக்கு ஒதுங்கி நிற்பார்கள் மாணவிகள். சைக்கிள் கடையில் இவர்களைப் பார்ப்பதற்கென்றே ஓர் இளைஞர் கூட்டம் நிற்கும். அது இயற்கைதான். ஆனால், அப்போதுதான் முதலாண்டு சேர்ந்திருந்த சுப்புலட்சுமியைப் பார்த்து, காகித அம்பெறிந்திருக்கிறான் ஒருவன். அதைக்கூட மன்னிக்கலாம்தான். மன்னித்தாள் சுப்புலட்சுமி. அதைத் தனக்குச் சாதகமாக எடுத்துக்கொண்ட அதே இளைஞன், அவள் பஸ்ஸில் ஏறுகிற நிலையில் — ஒரு கையில் புத்தகமும், மறுகையில், பஸ்ஸையும் பிடித்தபடி ஏறும் நிலையில்— வேண்டுமென்றே இடித்திருக்கிறான். புத்தகம் விழுந்து சிதறியது. புத்தகம் நோட்டுக்குள்ளே இருந்த காகிதங்கள் பறந்தன. அதற்கும் மேலே, அவனது இடியைத் தாங்க முடியாத அதிர்ச்சியில் நிலை குலைந்து போனாள் சுப்புலட்சுமி. அதே நேரம், வண்டியும் நகரத் தொடங்கவே, பிடிமானத்தையும் விட்டு விட்டாள். ஒரு மூட்டையைப் போல் தரையில் விழுந்தாள் அவள். அதிர்ச்சியுற்ற டிரைவரும் வண்டியை நிறுத்தினார். நிமிடத்தில் ஒரு பெரும் கூட்டம் அங்கே சேர்ந்து விட்டது. குன்றிப் போய், சமாளித்து எழுந்த அப்பெண், குனிந்து புத்தகங்களையும் நோட்டையும் ஒன்று சேர்த்தாள். பின்னால், நடந்ததைக் கேள்வியுற்ற சண்முகம் சுப்புலட்சுமியிடம் பேசியபோது, அவள் சொன்ன அந்தப் சொல் அவனை உலுக்கிவிட்டது.

"சிரித்தான், கலாட்டா செய்தான். அம்பெய்தான். ஏன் இடித்துத் தள்ளவும் செய்தான். பையன்களிடம் இதெல்லாம் சகஜம்தான். நான் இதைப் பெரிது பண்ணி எடுத்துக் கொள்ளவில்லை சண்முகம். பையன்கள் தங்களை இப்படித்தானே வெளிப்படுத்தி கொள்கிறார்கள். நான் கீழே விழுந்து, சிராய்த்துக்கொண்டு இரத்தம் வெளிப்பட, வலியோடு நிற்கையில், ஒரு மனிதன், இதற்கெல்லாம் காரணமான மனிதன் பதறியிருக்க வேண்டாமா. 'ஐயோ, சாரி!' என்று வருத்தம் தெரிவித்திருக்க வேண்டாமா? இல்லை சண்முகம், அவன் சிரித்தான். நான் ஏதோ தப்பு செய்தவள் மாதிரியும் அதற்கானத் தண்டனையை, நான் பெற்றேன் என்பது மாதிரியும், நான் கீழே விழுந்தது ஏதோ தமாஷ் என்பது மாதிரியும் அவன் சிரித்ததுதான் இப்போது நினைத்தாலும் மனம் வெறுத்துப் போகிறது. பிறர் படும் துன்பம், பார்ப்பவர் மனதை அறுக்கவில்லையென்றால், அது அரக்கத்தனம் இல்லியா?" என்று சொல்லிக்கொண்டே அவள் அழுதிருக்கிறாள்.

சண்முகம் பேசாமல் திரும்பியிருக்கிறான். இரவோடு இரவாக அவனைப் பற்றி விசாரித்து அவன் வீட்டு விலாசத்தைக் கண்டுபிடித்து, கதவைத் தட்டி, அவனை வெளியே தெருவுக்குக்கொண்டு வந்து, கடைவாயில் இரத்தம் வர உதைத்திருக்கிறான். சண்முகம் அதுவரையில்கூடப் பிரச்சினை இல்லை. அந்தப் பையன் ஒரு போலீஸ் இன்ஸ்பெக்டரின் பையனாக இருந்ததுதான் ஒரு பெரிய பிரச்சினையாயிற்று.

பிரின்ஸிபலின் அறையை விட்டு வெளியே வந்த சண்முகத்தைச் சுற்றிச் சூழ்ந்துகொண்டார்கள் மாணவர்களும், சில மாணவிகளும். பிரின்ஸிபல் என்னப்பா சொன்னார்?" என்றான் ஒருவன்.

“என்ன சொன்னார்? வழக்கம்போலத்தான். இந்த முறை நாலு நாள் சஸ்பென்ஷன்” என்று சிரித்துக்கொண்டே சொன்னான் சண்முகம்.

நடந்ததைத் தனியாக சண்முகம் என்னிடம் சொன்னான்.

பிரின்ஸிபல் அறைக்குள் நுழைந்திருக்கிறான் சண்முகம். இவனைப் பார்த்ததும் அவர், “உன் காலித்தனம் எப்போதுதான் அடங்கும்?” என்றிருக்கிறார்.

“என்ன சார்?”

“இந்தப் பூனையும் பால் குடிக்குமா என்கிறே... இந்தப் பெண்ணிடம் என்ன சொன்னே?”

என்ன சொன்னேன் என்று அமிர்தாவிடமே திரும்பிக் கேட்டானாம் சண்முகம். அவள் தலையைக் கவிழ்ந்துகொண்டு நின்றிருந்தாளாம்.

“சார், நான் என்ன சொன்னதாக இவங்க சொல்றாங்க சார்?”

“சைவ சித்தாந்தம் வேண்டாம் கலிங்கத்துப்பரணி படின்னு கொஞ்சம் தப்பான வார்த்தைகளையெல்லாம் சேர்த்துச் சொன்னியாமே?”

“ஐயோ சார்... நான் சொன்னது என்ன தெரியுமா? சைவ சித்தாந்தம் படிக்கிறீங்களா அமிர்தா, அடுத்த பிரியட் கலிங்கத்துப்பரணி இல்லியா? அதைப் படியுங்களேன்... அப்படீன்னு சொன்னேன் சார்.

இதைச் சொல்லும்போது அமிர்தாவின் முகத்தில் புன்னகை கோடு போட்டதாம்.

“அப்படியா சொன்னே? கண்ணே கிண்ணேன்னு எல்லாம் சொன்னியாமே?”

“அன்பாகச் சொல்றது இல்லியா சார்? இங்கிலீஷ்காரர்கள் ‘டியர்’னு சொல்றாங்களே சார், சார் மாதிரி தமிழ்லே சொல்ல முயற்சி பண்ணினேன் சார்.”

“உனக்கு அக்கா, தங்கச்சி இருக்காங்களா?”

“இருக்காங்க சார்”

“அவங்ககிட்டே போய் இந்த மாதிரிப் பேசுவியா?”

“சில விஷயங்களைச் சிலரிடம்தான் சார் பேச முடியும். அக்கா தங்கச்சிக்கிட்டேயெல்லாம் அதைப் பேச முடியாது, சார்.”

அமிர்தா அந்தச் சமயம் பார்த்துக் ‘களுக்’கென்று சிரித்திருக்கிறாள்.

என்ன பெண்கள் இவர்கள்! காய்த்தால் சுள்ளென்று காய்வது, பெய்தால் வெள்ளமாகப் பெய்வது, குளிர்ந்தால் ஐஸ் கட்டியாகவே ஆகிவிடுவது, சுட்டால், அக்னியாகவே சுடுவது.

அமிர்தா சிரித்தது, பிரின்ஸிபாலின் கோபத்தை அதிகப்படுத்தியிருக்கக் கூடும்.

வழக்கமாக இரண்டு நாள் சஸ்பென்ஷன் என்பவர், நாலு நாள் என்று சொல்லி விட்டார்.

ஆனால் விஷயம் அத்தோடு முடியவில்லை என்பதுதான் சுவாரஸ்யமான திருப்பம். நானும் சண்முகமும் தங்கியிருந்த குதிரைக் கட்டித் தெரு மாடிக்கு அமிர்தா அன்று மாலையே வந்தாள்.

வெளியே இருட்டு கவிழ்ந்துகொண்டிருந்த நேரம். வானம் விறகடுப்பு மாதிரி சிவந்துகொண்டிருந்தது. சண்முகம் சோப்புப் பெட்டி சகிதம் இடுப்பில் துண்டைக் கட்டிக்கொண்டு வெற்றுடம்போடு குளிக்கப் புறப்பட்டுக்கொண்டிருந்தான். கீழே, கொல்லைக் கிணற்றில்தான் நாங்கள் தண்ணீர் சேந்திக் குளிப்போம். நான் அப்போதுதான் குளித்துவிட்டு வந்து துண்டோடு நின்றுகொண்டு தலையைத் துவட்டிக்கொண்டிருந்தேன்.

பயங்கரம்தான்.

மெல்லிய, பிஞ்சு வெண்டைக்காய் விரலால் அறைக் கதவைத் தட்டும் சப்தம் கேட்டு, அப்படித் தட்டி அலார் செய்கிற கிருஷ்ணமூர்த்தியாகத்தான் இருக்க வேண்டும் என்று நினைத்து சண்முகம், "சும்மா உள்ளே வாடா கம்மினாட்டி. பெரிய வெள்ளைக்காரக் குஞ்சு மாதிரித்தான், கதவைத் தட்டிவிட்டு உள்ளே வருவியா?" என்றான். அமிர்தா தலையை உள்ளே நீட்டியவள், அரண்டு திடுக்கிட்டுத் தலையைப் பின்னுக்கு எடுத்துக்கொண்டாள். விநாடிகளில் நாங்கள் லுங்கி, சட்டைக்குள் புகுந்து விட்டோம்.

"வாங்க வாங்க அமிர்தா. உள்ளே வாங்க" என்று இருவருமே ஒன்றாகக் குரல் கொடுத்தோம், தடுமாற்றத்தோடு.

அமிர்தா, நேராக சண்முகத்தின் முகத்தைப் பார்த்துச் சொன்னாள், "கோயிலுக்கு வந்தேன், சண்முகம். அப்படியே உங்களையும் பார்த்துப் பேச வேண்டும் போல் தோன்றியது. என்னால் உங்களுக்கு நாலு நாள் சஸ்பென்ஷன் கிடைத்தது பற்றி எனக்கு மிகுந்த வருத்தம். என்னை மன்னித்து விடுங்கள். மாணவர்கள் மாணவிகளைப் பார்த்து குறும்பு செய்வது சகஜம்தான். அதை நானும் ரசித்து, சிரித்து, விளையாட்டாக எடுத்துக்கொள்ள வேண்டும் என்கிற அறிவு எனக்கு இல்லை சண்முகம். முட்டாள்தனமாக இதைப் பிரின்ஸிபலிடம் சொல்லி பெரிதுபடுத்தி விட்டேன். அதை நினைத்தால் எனக்கு வெட்கமாக இருக்கிறது. என்னை மன்னித்து விடுங்கள். இனி இம்மாதிரி குழந்தைத்தனமாக நடந்து கொள்ள மாட்டேன்" என்றவள் ஒரு நிமிடம் தயங்கினாள். பிறகு தொடர்ந்தாள், "வைத்தி இருக்கிறார் பரவாயில்லை, அவரும் எனக்கு நண்பர் தானே! அவர் முன்னால் பேசுவது எனக்குச் சங்கடமாக இல்லை. பிரின்ஸிபலிடம் அக்கா, தங்கையிடம் சில விஷயங்களைப் பேச முடியாது என்றீர்களே, அது உண்மைதானா? என்னைச் சகோதரியாகக் கருதாமல், வேறு மாதிரி கருதி அந்த வார்த்தைகளைச் சொல்லியிருக்கிறீர்கள். அப்படியென்றால் நான் அதை வரவேற்கிறேன். மீண்டும் அந்த வார்த்தையை என்னிடம் சொல்வீர்கள் என்றால், நான் ரொம்ப சந்தோஷப்படுவேன். அந்த வார்த்தைகளைச் சட்டம் போட்டு மனசுக்குள் மாட்டிக் கொள்வேன். வரட்டுமா? அம்மா கவலைப்படுவாள், இருட்டி விட்டது. வீட்டு முகவரி உங்களுக்குத் தெரியும்தானே? வாருங்கள், அவசியம் வீட்டுக்கு வாருங்கள். வைத்தியையும் அழைத்து வாருங்கள், வருகிறேன்."

அவள் போயே போய்விட்டாள்.

ஒரு நூறு மத்தாப்புக் கட்டுக்களைக் கொளுத்தி எங்கள் முகத்துக்கு முன் காட்டிய மாதிரி இருந்தது.

அடுத்த நாளே நாங்கள் அமிர்தா வீட்டுக்குப் போனோம்.

அமிர்தாவுக்கு அக்கா மாதிரி இருந்தாள் அவள் அம்மா. இரவு அவர்கள் வீட்டில் சாப்பிட்டோம். எங்களை வழியனுப்ப வெளியில் வந்து அமிர்தாவிடம், மிக மென்மையான குரலில் சண்முகம் சொன்னான்.

"என்னை மன்னிச்சிடுங்க அமிர்தா. நான் அப்படிச் சொன்னது சகோதர பாவத்தில் அல்ல, ஒரு மாணவர் குறும்பு மட்டும்தான். வேறு வர்ணம் அதில் இல்லை. உங்களை அப்படி என்னால் நினைக்க முடியாது. நீங்கள் புரிந்து கொள்ள முடியும், என்னை மன்னித்து விடுங்கள்"

பௌர்ணமி நிலவை மேகம் மறைத்தது மாதிரி சட்டென்று அமிர்தாவின் முகம் இருண்டது. ஒரு கணம்தான், சமாளித்துக்கொண்டாள் போலும். அவள் பல் வரிசை மிக அழகாக இருந்தது. கோடு போட்டு எழுதியது மாதிரி வரிசைப் பற்கள். அவள் சொன்னாள்:

"நல்லவேளை, சண்முகம் வீட்டைக் கட்டிய பிறகு இடிக்க வேண்டி நேரவில்லை. அந்த வகையில் திருப்திதான். அஸ்திவாரம் போடுவதற்கு முன்னாலேயே சொல்லிவிட்டீர்கள். உங்களுக்கு ரொம்ப நன்றி" என்றபடி சிரித்தாள்.

சே! இப்படிப்பட்ட ஒருத்தி சுவாசித்த காற்றைச் சுவாசிக்க, எனக்கு வாய்த்திருக்கிறதே என்று ஆனந்தம் அடைந்தேன், நான்.

அமிர்தாவை நான் வியந்தேன். ஆனால், அவளைக் காட்டிலும் பல படி மேல போனான் சண்முகம் என்பதை நான் அறிய நேர்ந்த சந்தர்ப்பம் எனக்கு விரைவில் வாய்த்தது. நாங்கள் இரண்டாம் ஆண்டு முடித்து மூன்றாம் ஆண்டு வகுப்புக்கு வந்தோம். முதலாண்டில் ராஜலட்சுமி என்கிற பெண் சேர்ந்தாள். முதன் முதலில் கல்லூரிக்கு வரும் பெண் யாரானாலும், அவளை "மணமகளே மணமகளே வா... வா... உன் வலது காலை எடுத்து வைத்து வா..." என்று வரவேற்பவன் சண்முகம். அந்த வழக்கப்படி ராஜலட்சுமியை அணுகியவன் ஏனோ ஸ்தம்பித்து, செயலற்று நின்றான்.

"என்னப்பா, என்னமோ மாதிரி ஆயிட்டே?" என்று கேட்டேன் நான்.

"எனக்குத் தெரியலே வைத்தி, அந்தப் பெண்ணைப் பார்த்து எனக்கு ஒன்றும் சொல்லத் தோன்றவில்லை. அவள் கண்களை பார்த்தாயா? ஏதோ மாதிரி இல்லை. நிச்சயமாக ஏதோ ஒன்று அவளிடம் இருக்கிறது. அது என்னவென்றுதான் எனக்கு விளங்கவில்லை" என்றான் சண்முகம்.

ராஜலட்சுமி எல்லோரையும்போலத்தான் இருந்தாள். உடுத்தினாள். அதிகம் பேசவில்லை. பேசாத டைப் பெண்கள் இருக்கத்தானே செய்கிறார்கள். அதுகூட விசேஷமாகத் தோன்றவில்லை. ஆனால், எப்பொழுதும் எதையோ பறிகொடுத்தவள் மாதிரி, தூக்கத்தில் எழுந்து நடப்பவள் மாதிரி அவள் இருந்தாள்.

அந்த ஒரு வாரத்தில் சண்முகம் என்னிடம் பலமுறை அது பற்றிக் கேட்டு விட்டான். எனக்கும் விளங்கத்தான் இல்லை. கல்லூரியில் முதல் ஆண்டு

சேர்ந்த பெண்களுக்கு இருக்கும் உற்சாகம், துள்ளல் எதுமே அவளிடம் இல்லை. கிராமத்துப் பெண்கள் உடுத்தும் உடைபோல மிகச் சாமானியமாக உடுத்தினாள். முகத்துக்கு பவுடரோ, கண்ணுக்கு மையோ இடுவது இல்லை. இத்தனைக்கும் அழகி இல்லை என்று கூறிவிட முடியாது.

ஒருநாள் கல்லூரி விட்டு ராஜலட்சுமி விடுதிக்குச் சென்றுகொண்டிருந்தபோது, பெட்டிக் கடையில் நின்று சிகரெட் பிடித்துக்கொண்டிருந்த எங்கள் கண்களில் அவள் தட்டுப்பட்டாள்.

"வா" என்று என்னிடம் சொல்லிவிட்டு, சண்முகம் விடுவிடுவென அவளை நோக்கி நடந்தான். அவள் அருகில் சென்று, "வணக்கம்" என்றான்.

திடுக்கிட்ட அவள் பதிலுக்கு "வணக்கம்" என்றாள்.

"நான் சண்முகம், மூன்றாம் ஆண்டு. இவர் வைத்தீஸ்வரன், இவரும் மூன்றாம் ஆண்டுதான். நான் உங்களிடம் ஒன்று கேட்க வேண்டும். பேசிக்கொண்டே நடக்கலாம்" என்றான்.

நடந்தோம்.

"ஏன் எப்பவுமே ஒரு மாதிரி இருக்கிறீர்கள்? இதைக் கேட்க எனக்கு என்ன உரிமை இருக்கிறதென்று கேட்காதீர்கள். தயவுசெய்து கேட்காதீர்கள். மனிதனாக இருப்பதால்தான் கேட்க வேண்டியிருக்கிறது. ஏன் எதையோ பறி கொடுத்த மாதிரி இருக்கிறீர்கள்? என்ன துக்கம் உங்களுக்கு? தயவுசெய்து என்னிடம் சொல்லுங்கள். என்னால் முடிந்ததை நான் உங்களுக்குச் செய்கிறேன். ராஜலட்சுமி, சத்தியமாகச் சொல்லுகிறேன். என்னை நம்புங்கள். உங்கள் துக்கம் எதுவானாலும் என்னிடம் சொல்லுங்கள்" என்றான் சண்முகம்.

நாங்கள் துக்காம்பாளையத் தெருவுக்கு வந்திருந்தோம். ஆள் அரவம் அற்ற தெரு அது. ராஜலட்சுமி நின்று அவனைப் பார்த்தாள். அவள் கண்கள் கலங்கியிருந்தன. கண்ணாடிப் பெட்டிக்குப் பின்னால் இருக்கிற காகிதப் பூச்செடி மாதிரியான ஜீவன்ற்ற சிரிப்பொன்று அவள் முகத்தில் தவழ்ந்தது.

"ஒன்றுமில்லை, உங்களுக்கு மிகுந்த நன்றி" என்றுவிட்டு அவள் வேகமாக நடக்கத் தொடங்கினாள். நாங்கள் அங்கேயே நின்றோம்.

எங்கள் அறையை ஒட்டி ஒரு மொட்டை மாடி இருந்தது. இரவு உண்டு முடித்து, உறக்கம் வரும் வரை மொட்டை மாடியில் சாய்வு நாற்காலியைப் போட்டுக்கொண்டு நாங்கள் பேசிக்கொண்டிருப்பது எங்கள் வழக்கம். கடந்த சில நாட்களாகச் சண்முகம் பாயில் படுத்து நான் பார்க்கவில்லை. சாய்வு நாற்காலியில் இருந்த படி சிகரெட்டுகளைப் புகைத்தவாறு இருந்தான். அதிலேயே தூங்கினான். அமிர்தா, சுப்புலட்சுமி இருவரும் சண்முகத்துக்காக ராஜலட்சுமியிடம் சென்று பேசிப் பார்த்தார்கள். சண்முகத்துக்குச் சொன்ன பதிலையே அவர்களுக்கும் சொன்னாள் ராஜலட்சுமி.

சண்முகம் காரியத்தில் இறங்கினான். பியூனுக்குப் பணம் கொடுத்து அவள் சொந்த ஊர் முகவரியைப் பெற்றான். என்னிடமும் கொஞ்சம் பணம் வாங்கிக்கொண்டு அவள் ஊருக்கே புறப்பட்டான்.

எனக்கு நேராகத் துன்பங்கள் நேர்வதில்லை. என் நண்பர்களின் துன்பங்களே என் துன்பங்களாகி என்னை அலைக் கழித்து, சித்திரவதை செய்யும்.

சண்முகம் திரும்பி வர, நான்கு நாட்கள் ஆகின. பயணக் களைப்புத் தீரக் குளித்து முடித்து ஆடை மாற்றிக்கொண்டு வந்தவன் என்னிடம் சொன்னான்.

"வைத்தி, ராஜலட்சுமி ரொம்பச் சாதாரணக் குடும்பத்துப் பெண். நாலு அக்காள். ரெண்டு தம்பி இவளுக்கு. அப்பா சின்ன மிராசுதார். அவளுக்கும், அந்த ஊர் உயர்நிலைப் பள்ளி ஆசிரியன் ஒருவனுக்கும் காதல் மலர்ந்திருக்கிறது. இருவரும் சந்தோஷமாக இருந்திருக்கிறார்கள். விஷயம் இவள் அப்பாவுக்குத் தெரிந்திருக்கிறது. பெண்ணை அடித்து மிரட்டிவிட்டு, ஆள் வைத்து அந்த வாத்தியாரையும் அடித்திருக்கிறார். பயந்து போன அவன், சொந்த ஊருக்கே போய்ச் சேர்ந்திருக்கிறான். போனவன் கையோடு கல்யாணமும் செய்துகொண்டு 'செட்டில்' ஆகிவிட்டான். பெண்ணுக்கு ஒன்றும் ஆகிவிடக்கூடாதே என்பதற்காகவும், ஊர் மற்றும் புறம் பேசும் பேச்சுக்குப் பயந்தும், பெண்ணைக் கல்லூரியில் சேர்த்து விட்டிருக்கிறார்கள். ராஜலட்சுமிக்குப் படிப்பில் ஈடுபாடு இல்லை. அவனையும் அவன் துரோகத்தையும் மறக்க முடியவில்லை. மனசுக்குள் நினைவுகளால் கீறிக் கீறி இரத்தத்தை வடித்துக்கொண்டு வாழ்ந்துகொண்டிருக்கிறாள்."

அவன் பெருமூச்சு விட்டான். சோகத்தில் ஆழ்ந்தவனாக, என்னைப் பார்த்து சொன்னான்.

"நான் அவளை நேசிக்கிறேன் வைத்தி. என் மனசின் அடி ஆழத்திலிருந்து நேசிக்கிறேன். வைத்தி அவள் அதை அறிவாளா? காலம் அவள் புண்ணுக்கு மருந்திடும். உலகத்தை நேராகச் சீக்கிரமே அவள் பார்க்கட்டும் என்று வேண்டிக்கொள் வைத்தி. காலமெல்லாம் என் நெஞ்சில், என் உயிரில் அவளை வைத்துச் சீராட்டுவேன், கொண்டாடுவேன், வழிபடுவேன்! என்பதை அவள் தெரிந்து கொள்ளும் நாள் வருமா? சொல், சொல் வைத்தி சொல்" என்றவன், நான் சற்றும் எதிர்பாராத வகையில் என் தோளில் முகம் புதைத்து அழுதான்.

நிலைமை மாறும் என்று எதிர்பார்த்தேன். ஆனால் அது வேறு விதமாக மாற்றமடைந்தது.

வகுப்புக்குள் ஒரு நாள் வாந்தி எடுத்து மயக்கம் அடைந்தாள் ராஜலட்சுமி. கல்லூரி டாக்டர் வரவழைக்கப்பட்டார். பரிசோதித்துப் பார்த்த பிறகு, அவர் சொன்னதைக் கேட்டு பிரின்ஸிபல் உடம்பு ஆடிற்று. ராஜலட்சுமி தாய்மை அடைந்திருந்தாள்.

ஓர் ஆறு மாதக் குழந்தையை அவள் வயிற்றில் சுமந்துகொண்டிருந்தாள். பிரின்ஸிபல் சொன்னார், "அப்பப்பா! தப்பிச்சேன். இவள் காலேஜில் அட்மிஷன் ஆகி மூன்று மாதம்தான் ஆகிறது. ஆகவே, இது நம் காலேஜிலே சேர்ந்த பிறகு ஏற்பட்ட பிரச்சினை இல்லை. சுலபமாக டி. சி கொடுத்து அனுப்பிவிடலாம். ராமமூர்த்தி! உடனே அவள் அப்பாவுக்குத் தந்தி கொடுத்து அவரை வரவழை. அவர் கையிலே அவளை ஒப்படைத்து 'பேக்' பண்ணி அனுப்பினால்தான் எனக்குச் சோறு தொண்டைக்குள் இறங்கும்."

மனிதர்கள் எப்படியெல்லாம் இயங்குகிறார்கள் என்று இருந்தது எனக்கு. சக மனிதருக்கு நேர்ந்த துன்பத்தை நீக்க நம்மால் என்ன ஆகும் என்று யாரும் சிந்திப்பதில்லை. எந்தத் துன்பத்திலும் நாம் சிக்கி கொள்ளக்கூடாது

என்பதில்தான் அனைவருக்கும் கவனம். மனிதர்கள் சுயநல மோகிகள்தானா? மொத்தத்தில் எல்லோருமே உதிரிகள் தானா?

அன்று மாலைக்குள் ராஜலட்சுமி அப்பாவிடமிருந்து பதில் தந்தி வந்தது.

"அவள் எனக்கு மகள் அல்ல. நீங்கள் எந்த நடவடிக்கை வேண்டுமானாலும் தங்கள் எண்ணப்படி எடுத்துக் கொள்ளுங்கள்"

நான் இதை எதிர்பார்க்கவில்லை. சண்முகம் இது இப்படித்தான் வளரும் என்று எதிர்பார்த்திருக்கக் கூடும். மாணவியர் விடுதி இருந்த துக்காம்பாளையத் தெருவின் முனையில் இருந்த பெட்டிக் கடையிலேயே, அவன் விடியல் முதல் கால் கடுக்க, மாற்றி மாற்றிப் புகைத்துக்கொண்டு நின்றிருந்தான். சுமார் எட்டு மணி அளவில், விடுதியின் வாயிலில் டிரங்க் பெட்டி ஒன்றும், படுக்கைச் சுருள் ஒன்றும்கொண்டு வந்து வைக்கப்பட்டது. அடுத்த இரண்டாம் நிமிடம் ராஜலட்சுமி தோன்றினாள். வீதியின் இருபுறத்தையும் நோக்கியபடி நின்றாள் அவள்.

சண்முகம் வேகமாக நடக்கத் தொடங்கினான். நானும் அவனைப் பின் தொடர்ந்தேன். அவள் அருகில் போய் நின்றான். குரல் அடைக்க, அவளிடன் சொன்னான்.

"புறப்பட்டுட்டீங்களா, ராஜலட்சுமி?"

அவள் தலையைக் கவிழ்ந்துக்கொண்டு சொன்னாள். "நானா புறப்படலே. அவர்கள் புறப்படச் சொல்லிவிட்டார்கள்"

"தெரியும், எங்கே போகப் போகிறீர்கள்?"

அவள் தெரியாது என்பதாகத் தலையசைத்தாள்.

உங்கள் வீட்டுக்குப் போக முடியாதா?"

முடியாது என்பதாகத் தலையசைத்தாள் அவள்.

உலகம் ஸ்தம்பித்து நின்றது எங்களிடம். சண்முகம் தெளிவான குரலில் சொன்னான்: "ராஜலட்சுமி, நீங்கள் விரும்பினால் என்னுடன் வரலாம். உங்களுக்குச் சம்மதம் என்றால், நான் உங்களை ஏற்றுக் கொள்கிறேன். இனி ஒருபோதும், உங்கள் வாழ்நாளில் நீங்கள் அழும் நிலை வராமல், நான் உங்களைப் பார்த்துக் கொள்கிறேன்."

அவள் அவனை நிமிர்ந்து பார்த்தாள். பார்த்தவாறு இருந்தாள். அவள் ஏதேனும் சொல்வாள் என்று எதிர்பார்த்தேன். இல்லை. அவள் கண்களிலிருந்து கசிந்து வழிந்தது கண்ணீர். நாங்கள் அவளைப் பார்த்த பல மாதங்களில், முதன் முறையாக அவள் முகத்தில் புன்னகை தோன்றியது. முதல் முதலாகச் சிரிப்பும் அரும்பியது. அவள் மெல்லிய குரலில் கேட்டாள்.

"என்ன சொல்கிறீர்கள்?"

சண்முகம் சொன்னான்; "நான் உங்களை ஏற்றுக்கொள்கிறேன். நான் உங்களைத் திருமணம் செய்து கொள்கிறேன்"

அவன் குனிந்து அவள் பெட்டியை எடுத்துக்கொண்டான். படுக்கைச் சுருளையும் எடுக்கப் போனான்.

"அதை எனக்குக் கொடுப்பா" என்றபடி நான் அதை வாங்கிக்கொண்டேன்.

இருவரும் நடக்கத் தொடங்கினார்கள்.

நான் அவர்களைப் பின் தொடர்ந்தேன்.

எனக்கு தார் ரோடு, காலுக்குக் கீழே பஞ்சு மெத்தையாக மெல்லிட்டது. சூரியன் பன்னீர் தெளிப்பதாகப் பட்டது. மகாத்மாக்கள் போர்பந்தரில்தான் பிறக்க வேண்டுமா? நம் அண்டை வீட்டிலும் தோன்றலாம். அவன் தலைக்குப் பின்னால் ஒளி வட்டம் இருக்காது. நம்மோடு தெருமுனைக் கடையில் அவனும் டீ குடித்துக்கொண்டு நிற்பான். நாம் ரேஷன் வாங்கும்போது, அந்தக் கடையில்தான் அவன் வாங்குவான். நம்மைப்போலத்தான் உடுத்துவான். சொர்க்கம் என்கிறார்களே, அது துக்காம்பாளையத் தெருவுக்குள் வந்து விட்டதாகத் தோன்றியது எனக்கு.

1988

வாசனை - 1

1

செண்பக ராஜலட்சுமிக்கு ஜனவரி பிறந்தால் முப்பத்தாறு வயது நிரம்பிவிடும். அரசு நிர்வாகத்தில் இருக்கும் ஒரு கல்லூரியில், ஒரு துறைத் தலைவராக வேலை பார்க்கிறாள். நிறைந்த சம்பளம்தான். இந்தியா போன்ற நாட்டில் அந்தச் சம்பளம் பெரிய தொகைதான். அவளிடம் கலர் டி. வி. மற்றும் வி.சி.ஆர். ஒரு குட்டி ஃபிரிட்ஜ் முதலான சகல வஸ்துக்களும் இருக்கின்றன. சமையல் அறையில், அரைவை மிக்ஸர், முதலான நவீன இயந்திரங்கள் அனைத்தும் இடம் பெற்றிருக்கின்றன. நூக்க மர பீரோவில், எல்லா சந்தர்ப்பங்களுக்கும் பொருந்தும்படியான புடவைகள் வைத்திருக்கிறாள். திருமணம், வரவேற்பு, புதுமனை புகுவிழா, புஷ்பவதிக்கு நீராட்டும் விழா, நண்பர் வீடுகளுக்கு மதிய அல்லது இரவு உணவுக்குச் செல்லும் வைபவம், கடற்கரை உலாவல், அலுவலகம் செல்லத் தக்க உடை, நெருங்கியவர் மரணச் சடங்குக்குச் செல்லும் வகை ஆடை அனைத்தும் ரக வாரியாக அடுக்கி வைத்திருக்கிறாள். வங்கியில், கணிசமானத் தொகை அவள் இருப்பில் உள்ளது. தவிர, அவள் சம்பளத்தில் பிடித்தமாகும் பணம் ஓய்வு பெறுகையில் கிடைக்கும். தவிர, நான்கு பீரோக்களில் ஏராளமான நல்ல புத்தகங்களைப் படித்துப் பாதுகாத்து வைத்திருக்கிறாள். படுக்கையறையில் இதமும், மென்மையும் குளிர்ச்சியும் கொண்ட ஓர் ஒற்றைக் கட்டில் வைத்துள்ளாள். தவிர, லோஷன் மணக்கும் குளியல் அறையும் உண்டுதான்.

மக்கள் பார்வையில், செண்பகாவின் வாழ்க்கை வெற்றி பெற்ற வாழ்க்கைதான். தஞ்சாவூரிலிருந்து வருஷத்துக்கு ஒரு மாசம் செண்பகாவோடு வந்து தங்கும் சித்தி சொல்வாள். "உனக்கென்னடியம்மா ராஜாத்தி! கைநிறையச் சம்பளம். பிக்கல் பிடுங்கல் இல்லாமே ஹாயா இருக்கே" என்பாள். அந்தச் சித்தி, இரண்டு பிள்ளைகள், அவர்களின் மனைவிமார்கள், பேரன் பேத்திகள் ஆகியோர்களோடு

இருந்துகொண்டு, ஒரு சின்னஞ்சிறிய வீட்டில், சமைத்துப் போட்டுக்கொண்டு, புழுங்கி வியர்த்துக்கொண்டு இருப்பவள். ஆகவே செண்பகாவின் தனி வாழ்க்கை ஹாயாக இருப்பதாகத் தோன்றுகிறது. ஆனால் இதே சித்தி, மற்ற உறவுக்காரர்களிடம் என்ன சொல்வாள்?

செண்பகாவின் குணம் வாங்கிப் போட்டுக் கொள்வதல்ல, எதிரொலிப்பது.

சித்தி ஒருமுறை இது மாதிரிப் பேசுகையில், செண்பகா சொன்னாள்.

"ஏன் சித்தி! என்கிட்டே நான் ஹாயாக இருக்கிறதாச் சொல்றே! ஆனா, விழுப்புரம் பெரியம்மாகிட்டே, 'அவ கிடக்கிறா துடைகாலி. பொண்ணா அவள்? பொண்ணுன்னா காலா காலத்திலே ஒரு கல்யாணத்தைப் பண்ணிக்கிட்டு, குழந்தை குட்டி பெத்து, குப்பைக் கொட்ட வேண்டாமா? இது என்ன, சாமியார் வாழ்க்கை, பொண்ணு தனியா இருக்கிறதாவது, கண்ட கண்ட தடியனோடெல்லாம் சிரிச்சுப் பேசிக்கிட்டு, இளிச்சு இழைஞ்சுக்கிட்டே! தூ...' அப்படீன்னு சொன்னியாமே?"

செண்பகா, முகத்துக்கு நேராக இப்படிச் சொன்னதும் சித்தியின் முகம் விளக்கை அணைத்ததைப்போலாகி விட்டது. சித்தி மறுநாளே ஊருக்குக் கிளம்பியவள், இரண்டு வருஷமாக செண்பகாவைப் பார்க்க வருவதில்லை.

செண்பகா யோசித்தாள். "தான் தனியாக இருப்பது இவர்களை ஏன் இப்படி உறுத்துகிறது?"

2

அபிராமி நகரில், ஒரு மாடிப் போர்ஷன் காலியாக இருப்பதாக அறிந்து, தன்னுடன் பணியாற்றும், சகப் பேராசிரியை மதன கல்யாணியோடு அந்த வீட்டைப் பார்க்கச் சென்றாள் செண்பகா.

பார்த்த மாத்திரத்தில், ஒரு மரியாதையைத் தோற்றுவிக்கத் தக்கதாய் இருந்தது வீடு. வீடுகளுக்கும் முகங்கள் இருந்தன. அழகிய முகங்கள். பணிவான முகங்கள். கர்வம் பொங்கும் முகங்கள். அலட்சியம் செய்யும் முகங்கள். செண்பகாவைப் பார்த்து, அந்த வீடு தன் இரு கைகளையும் கூப்பி வணக்கம் செய்வதாகத் தோன்றியது அவளுக்கு. காம்பவுண்டுக்குள் வேம்பும், நாலைந்து தென்னைகளும், ஒரு பவழ மல்லியும், புதராய்ச் சம்பங்கியும் இருந்தன. மாடி போர்ஷனுக்குத் தனியாகப் படிகள், வாசலிலேயே தொடங்கின. நுழைந்ததும் ஒரு சின்ன வரவேற்பரை. இரு பக்க ஜன்னல்களிலிருந்தும் காற்றும் வெளிச்சமும் வெள்ளமாய்ப் பிரவகித்தன. வரவேற்பறையை ஒட்டி ஒரு ஹால். ஹாலை வெட்டிக்கொண்டு குளியல் இணைப்புடன் கூடிய ஒரு படுக்கையறை. ஜன்னலைத் திறந்ததும், தென்னங்குலைகள் தெரிந்தன. ஓலைகள், ஜன்னல்கள் கம்பிகளை உரசின. வீடு செண்பகாவுக்கும், செண்பகா வீட்டுக்கும் பரஸ்பரம் பிடித்துப் போனார்கள்.

வீட்டு உரிமையாளரிடம் செண்பகா தன் மகிழ்ச்சியைத் தெரிவித்துக்கொண்டாள். உரிமையாளருக்குப் பின் நின்றிருந்த நடு வயதுப் பெண்மணி கேட்டாள்.

"எத்தனை பேர் நீங்க?"

"அப்படீன்னா?"

"எனக்குக் குடும்பம் இல்லை. நான் ஒருத்திதான். எப்பவாவது வருஷத்துக்கு ஒருமுறை என் உறவுக்காரர்கள் யாராவது வருவார்கள்."

வீட்டு உரிமையாளரும், அந்தப் பெண்மணியும் ஒருவர் முகத்தை ஒருவர் பார்த்துக்கொண்டார்கள்.

"நீங்க கல்யாணம் பண்ணிக்கலையா? இல்லை... அவர் இப்போ இல்லையா?"

"கல்யாணம் பண்ணிக்காதவர்க்கும், விதவைக்கும் வீடு கிடையாதா?"

இடைமறித்து அந்தப் பெரியவர் சொன்னார்.

"அதுக்கில்லை, தனி பொம்மனாட்டிக்கு அவ்வளவு பெரிய போர்ஷன் வேண்டியிருக்குமா?"

"அதைத் தீர்மானிக்க வேண்டியது நான்தானே சார். என்னாலே வாடகை கொடுக்க முடியும். உங்களுக்கு வீடு கொடுக்க முடியுமா, முடியாதா?"

மதன கல்யாணிக்கு, தான் தலையிட வேண்டும் என்று தோன்றியது.

"சார்... இவங்க டாக்டர் செண்பகா ராஜலட்சுமி. தமிழ்த் துறை தலைவராக இருக்காங்க. நிறைய புத்தகங்கள் எல்லாம் எழுதியிருக்காங்க. நீங்கள்கூட இவங்க பெயரைக் கேள்விப் பட்டிருக்கலாமே!"

"அம்மா, அது தெரிகிறது. இவங்க கௌரவப்பட்டவங்க என்கிறது தெரிகிறது. ஆனா, ஒரு தனியா இருக்கிற பெண்ணுக்கு, எப்படின்னுதான் யோசிக்கிறேன்..."

பெரியவரை யோசிக்கவிட்டு, செண்பகாவும் மதன கல்யாணியும் வெளியே தெருவுக்கு வந்தார்கள். தெருமுனை பஸ் நிறுத்தத்துக்கு வரும் வரை அவர்கள் மௌனமாகவே நடந்தார்கள். வெயில் மிக உக்கிரமாக இருந்தது. வாகனங்களின் புகை, பூமியை விழுங்கி விட்டதாகத் தெரிந்தது.

"இம்மா பெரும் உலகத்தில், வீடா கிடைக்காது செண்பகா? வேறு வீடு பார்க்கலாம்."

"வீட்டுக்குப் பஞ்சம் இல்லை. ஆனால் மனுஷர்? ஒன்று புரிகிறது, ஒரு பெண் தனியாக இருப்பதை யாராலும் தாங்கிக் கொள்ள முடியவிலை."

"தப்பாக நினைக்கிறார்களோ?"

"அப்படி மட்டும் சொல்ல முடியாது, மதனா! பெண்ணைத் தாயாக, மகளாக, மனைவியாக மட்டுமே சமூகம் பார்க்கிறது, தாயாக இருந்தால் மகனோடு, மகளாக இருந்தால் பெற்றோர்களோடு, மனைவியாய் இருந்தால் ஒரு புருஷனோடு சேர்த்துப் பார்த்தே பழகிவிட்டார்கள். தனியாக ஒருத்தி வாழ முடியும் என்பதை ஏற்க, அவர்களுக்குச் சங்கடமாக இருக்கிறது. காரணம் பெண்ணை ஒரு தனி மனுஷியாகப் பார்க்க யாரும் தயாராக இல்லை."

3

அந்த வாரம் வேலை மிகக் கடுமையாக இருந்தது. செண்பகாவுக்கு, ஆறு நாட்களின் கடின உழைப்பு அவள் கண்களில் தெரிந்தது. கண்கள்

பஞ்சடைந்தது போலவும், கண்களுக்குக் கீழே திடீரென்று இரு கருவளையங்கள் வந்தது மாதிரியும் இருந்தது அவளுக்கு. அதோடு, அவளுக்குச் சிரமம் தரத் தொடங்கியிருந்த அந்த மூன்று நாட்களும் வேறு அந்த வாரத்தில் வந்து சேர்ந்துகொண்டது. உடம்பு, அவளை கெஞ்சுவது கேட்டது. செண்பகாவுக்குத் தலைவலி விட்டு விட்டு, மதியத்திலிருந்து அவளை வேலை செய்வதனின்றும் தடுத்தது. கடந்த இரண்டு மாதங்களாகவே டாக்டரைப் பார்க்க வேண்டும் என்று அவளுக்குத் தோன்றிக்கொண்டிருந்தாலும் நான்காம் நாளில் கிடைக்கும் ஒருவகை வலிக் குறைவு, அவள் யோசனையை மாற்றியபடி இருந்தது. மணிக்கு ஒரு முறை சுரீரென்று குத்துவது போல் வரும் வயிற்று வலி, அன்று அவளைப் படுத்தியது. கண்டிப்பாய் நாளைக் காலை டாக்டரைப் பார்க்க வேண்டும் என்று தீர்மானித்தாள் செண்பகா. மறுநாள் ஏதோ விடுமுறை, ஆங்... மகாவீர் ஜெயந்தி.

வெயில், மரங்களின் தலையில் அமர்ந்திருந்தது. மணியைப் பார்த்தாள் செண்பகா. நான்குக்கு மேல் ஆகிவிட்டிருந்தது.

"புறப்படலாமா?" என்றாள் செண்பகா, மதன கல்யாணியைப் பார்த்து.

"என்ன ஒரு மாதிரி இருக்கே? உடம்பு சரியில்லையா?"

"என்னென்னவோ கோளாறு. அதோடு அதுவும் சேர்ந்துடுச்சு ஓவர் பிளீடிங்"

"டாக்டரைப் பார்க்க வேண்டியதுதானே?"

"நாளைக்குத்தான் போகணும்..."

பையை எடுத்துத் தோளில் மாட்டிக்கொண்டு கிளம்பினாள் செண்பகா. மதனா தொடர்ந்தாள். வராந்தாவைக் கடந்து பிரின்ஸிபல் ரூமைக் கடந்து போகையில், பிரின்ஸிபாலின் அட்டெண்டர் வந்து, மேடம் புரொபசரைக் கூப்பிடுவதாகச் சொன்னான்.

"சரி, நீ போ மதனா... நான் மேடத்தைப் பார்த்து விட்டு போய்க் கொள்கிறேன்"

மேடம் என்பவளுக்குச் சற்றேறக்குறைய செண்பகத்தின் வயதுதான் இருக்கும். செண்பகத்தைப்போலவே தனியள். பார்வைக்கு மிகவும் கிழண்டு போய், நரைத்த முடியோடும், இறுகிப் போன, சதா சிந்தனையில் ஆழ்ந்து போய் இருக்கும் மேடம் மேல், செண்பகாவுக்கு ஏனோ ஓர் ஒட்டுதல் இருந்தது. மேடத்தின் அறைக்குள் நுழைவதெனில், செண்பகத்துக்கு மிகப் பிடிக்கும். காரணம் அதன் தூய்மை. அனாவசியமான தூசும், துரும்பும், பேப்பர்களும் இல்லாது, பளிச்சென்று துடைத்து வைத்தாற்போல, தன்னை, தன் மேசையை, தன் அறையை வைத்திருப்பாள் மேடம்.

"மேடம் அழைத்தீர்களாமே" என்றவாறு, மேடத்தின் முன் போய் அமர்ந்தாள் செண்பகா.

"சாரி, போய்க்கொண்டிருந்த உன்னைக் கூப்பிட்டுட்டேன்."

"அதனால் என்ன, எங்கே செண்பகா வரல்லையேன்னு எதிர்பார்க்க யார் இருக்கா?"

மேடம், செண்பகாவைக் கூர்ந்து பார்த்தாள். அவளுக்கே உரிய சோகம் கவிந்த முகத்தோடு, பெருமூச்சொன்றை விட்டுக்கொண்டாள்.

"நொந்துக்கிறையா?"

"நோதல் என்ன, சந்தோஷித்தல் என்ன, இரண்டையும் கடந்து ரொம்ப நாளாச்சு..."

செண்பகா சிரித்துக்கொண்டுதான் இதைச் சொன்னாள்.

"நாம் இருவருமே ஒரு படகில்தான் பிரயாணம் செய்கிறோம்..." என்றாள் மேடம்.

"இரு..." என்றவாறு, எழுந்து பாத்ரூம் அறைக் கதவைத் திறந்துகொண்டு உள்ளே போய், முகத்தைத் துடைத்தபடி வெளியே வந்தாள்.

"செண்பகா... நாளைக்குக் காலைலே ஒன்பது மணிக்கு வர முடியுமா?"

"ஏன்?"

"பாடப் பங்கீட்டை முடிச்சுடலாம்னு பார்க்கிறேன்."

"நாளைக்கு வேண்டாமே மேடம். நாளைக்கு மறுநாள் வச்சுக்கலாமே"

"ஐயோ! நான் என் சொந்த வேலையா பாம்பே போறேன். திரும்ப ஒரு வாரம் ஆகுமே."

"அவசரம்னா, புரொபசர் மார்கரெட்டை வச்சு முடிச்சுடுங்களேன். அப்புறம் நான், ஏதாவது மாற்றம் பண்ண வேண்டியிருந்தா பண்ணிக்கறேன்."

"ஐயோ, நான் சும்மா உன்னைத் தொந்தரவு செய்வேனா! மார்கரெட்டை நான் கேட்டுட்டேன். அவங்க, 'என்ன மேடம், என்னைச் சொல்றீங்களே, ஒரு கண்ணு தெரியாத மாமியார், நடக்க முடியாத மாமனார், நாலு பையன்கள், இதுகளுக்கெல்லாம் வடிச்சுக் கொட்டி, வெந்ததும் வேகாததுமா கொட்டிக்கிட்டுக் காலேஜ் வருகிறேன் நான். கிடைக்கிற ஒருநாள் விடுமுறையில அக்கடான்னு படுத்துப் புரளணும்போல இருக்கு எனக்கு. ஏன் செண்பகாவைக் கூப்பிட வேண்டியது தானே? குடும்பமா, குழந்தையா, குட்டியா? ஒண்டிக்காரி. வான்னா, வருவாள்!' அப்படீங்கறாங்க. என்ன பண்ண?"

முள்.

வார்த்தைகள் ரோஜா இல்லை. பின், அவற்றுடன் முள் எப்படி ஒட்டிக்கொண்டு வரும்? வந்ததே? வலிக்கவும் செய்கிறது. கடுக்கவும் செய்கிறது. முள் குத்தினால் இரத்தம் வருமா? வந்ததே! ஆவி துடிக்குமா? துடித்ததே!

செண்பகா சொன்னாள்:

"மேடம்... எனக்குக் குழந்தை, குட்டி இல்லை. ஒப்புக்கறேன். ஆனா, குடும்பம் இல்லாமே இருக்குமா? நான் நடத்துவது குடும்பம் இல்லையென்றால், பின் வேறு என்ன? நான் நடத்துவதற்கு என்ன பெயர்? விபச்சாரமா? விடுதியா? அல்லது சாராயக் கடையா?"

செண்பகாவுக்கு இரைத்தது. பதற்றத்தில் உதடுகள் துடித்தன. கன்னங்கள், காதுகள் கோபத்தில் சிவந்தன.

மேடம் தாக்கப்பட்ட உணர்வில் சொன்னாள்.

"அமைதி... அமைதி பொறு செண்பகா. கட்டுப்படுத்திக் கொள். உன் கோபம், மார்கரெட் மீதா? அல்லது வேறு யார் மீதா? மார்கரெட் மீதுதான் என்றால், இவ்வளவு கோபப்படும் அவசியம் இல்லை. மற்றவர்கள் மேல் என்றால், அது வீண். ஒன்று புரிந்துகொள் செண்பகா. மார்கரெட் உன்னைப் பற்றிச் சொன்னது எனக்கும் பொருந்தும் இல்லையா? நானும் உன்னைப்போல கோபப்பட்டிருக்கலாம் இல்லையா? ஏன் படவில்லை? நாம் மற்றவர்களைப் போல் இல்லை என்பதை நாம் அறிவோம். அதனாலேயே, மற்றவர்கள் நம்மைத் தூற்றுவார்கள் என்பதையும் நாம் எதிர்பார்த்திருக்க வேண்டும் தானே? அந்த மாதிரி விமர்சனங்கள் எல்லாம் நமக்குப் பாதகமாகாமல் இருக்கும் படியாக நம் மனசை நாம் தயாரித்துக் கொள்ள வேண்டாமா? உன் போக்கு உனக்குச் சரியென்றால், நீ தேர்ந்தெடுத்துக்கொண்டிருக்கிற வாழ்க்கை முறை உனக்கு சம்மதம் என்றால், மற்றவர் உன்மீது வைக்கிற விமர்சனத்தை நீ ஒதுக்கித் தள்ள வேண்டும் அல்லவா? மற்றவர் அபிப்பிராயம் உன்னைத் தொந்தரவு படுத்துகிறது என்றால், உன் மீதே உனக்கு நம்பிக்கை இல்லை என்பது பொருள்."

மேடம் எழுந்து வந்து செண்பகாவின் தோளை ஆதரவாகப் பற்றிக்கொண்டாள்.

4

ஸ்டேஷனை விட்டு இறங்கிக் காலாற கொஞ்ச தூரம் நடந்து மேற்கைப் பார்த்துத் திரும்பி மீண்டும் நடந்தீர்கள் எனில், ஒரு வெட்ட வெளி வரும். வெட்டவெளி என்பது குப்பைக் கொட்டும் இடம். லாரிகளில் வரும் நகர சபைக் கழிவுகள் சேமித்து வைக்கும் இடமாகவும், சுற்றுப் புறத்துக் குடிசை வாழ் மக்கள் மற்றும் அப்பக்கம் நடந்து போக நேரிட்டோர் உபாதைகளைக் கழிக்கும் கழிப்பிடமாகவும் அது பயன்பட்டது. வெளியைக் கடந்து வந்தீர்கள் எனில், குபுக்கென்று மண்ணில் இருந்து பீச்சி அடிக்கும் நீர்ச்சுனைகளைப் போல், குடியிருப்புப் பகுதியும், வீடுகளும் உங்கள் கண்களில் தட்டுப்படும். 'சீதை அபார்ட்மென்ட்ஸ்' என்கிற பெயரில், ஒரு புதிய கொத்துப் பிளாட்டுகள், இதழோரம் முளைத்த சிங்கப் பல் மாதிரி துருத்திக்கொண்டிருக்கும்.

சீதை பிளாட்ஸ்களை ஒட்டிய பக்கத்து மனையில், கூரை போட்டுக்கொண்டு, தமிழரசன் மிதிவண்டி நிலையம் வைத்திருந்தான். அவன் அப்பா திருவாரூர்க்காரர். ஆகவே அழகாக அவனுக்குத் தியாகராஜன் என்று பெயர் சூட்டியிருந்தார். ஆனால், அவனோ அரசியல் ஈடுபாடு காரணமாகவும், அரசியல் வழி ஏற்பட்ட தமிழ் ஈடுபாடு காரணமாகவும் தன் பெயரைத் தமிழரசன் என்று மாற்றிக்கொண்டான். ஏதோ ஒரு வகையில் அரசன்!

தமிழரசன் மிதிவண்டி நிலையத்துக்கு இளைஞர்கள், இரு காரணம் பற்றிக் கூடுவார்கள். ஒன்று அங்கு வாங்கிப் போட்டிருக்கும் சூடான செய்திகள் வெளிவரும் காலை, மாலைப் பத்திரிகைகள் படிக்க; இரண்டு நிலையத்துக்குச் சற்று தூரத்தில்தான் ஒரு மகளிர் கல்லூரி இருந்தது. தமிழரசனின் நெருங்கிய நண்பன் எழில். வேலை தேடிக்கொண்டிருப்பவன். அவ்வப்போது கடைக்கு வந்து, நாட்டு நடப்பை வாசித்து அறிந்து, அவ்வப்போது 'பராக்கு'ப் பார்த்து விட்டுப் போகிறவன்.

மாணவிகள், கல்லூரிக்குள் சென்று அடைந்துவிட்ட, காலை பதினோரு மணி தெரு வெறிச்சோடிக் கிடந்தது. எழில் அப்போதுதான், அரசியல் தலைவர் ஒருவர், தலைவி ஒருத்தியைப் பார்த்து 'இழிமகள்' என்று சொன்ன செய்தியை வாசித்து முடித்திருந்தான். அதையே அசை போட்ட வண்ணமாய் இருந்தான். சீதை குடியிருப்புகளில் ஒன்றில் குடியிருக்கும் செண்பகா, கதவைப் பூட்டி, மீண்டும் பூட்டை இழுத்துச் சரி பார்த்து விட்டு, சாவியைப் பைக்குள் போட்டுக்கொண்டு, படி வழி கீழே இறங்கினாள். கடை வாசலில் நின்று, தமிழரசனைப் பார்த்து, "தம்பி, பால்காரி வந்தா, இன்னைக்குப் பால் வேண்டாம்னு சொல்லிடுங்க. நாளைக் காலைலே போட்டாப் போதும். என்ன சொல்லிடறீங்களா? ரொம்ப நன்றி" என்றாள்.

"சொல்லிடறேன் மேடம்" என்றான் தமிழரசன்.

செண்பகத்தின் உருவகம் மறைந்ததும், எழில் தமிழரசனைக் கேட்டான்.

"ஏம்பா, இந்தப் பொம்பளை தனியாவா இருக்கு?"

"உம்"

"ஆம்பிளைத் துணை?"

"எனக்குத் தெரிஞ்சு இல்லை."

"பார்த்தா பந்தயக் குதிரை மாதிரி இருக்கா! துணை இல்லாமே எப்படி?"

"இதெல்லாம் கண்ணுக்கு மறைவா நடக்கிற சங்கதி இல்லையா? நமக்கு எப்படிப்பா தெரியும்?"

"அதுசரி, புது பிரின்ஸிபாலுக்கும் அவளுக்கும் தொடுப்புன்னு பேசிக்கிறாங்களே..."

"நானும் பார்த்திருக்கேன், அவன் கார்லே இவள் வந்து இறங்குவா. ராத்திரி பத்து மணிக்கும் பன்னிரண்டுக்கும்."

"சுத்த பஜாரிங்க, கல்யாணம் கட்டிக்கிட்டு ஒருத்தனோட வாழறதுக்கு என்ன?"

மண்ணெண்ணெயில் ஊறிய செயினைப் பல் சக்கரத்தில் மாட்டிய படியே தமிழரசன் சொன்னான்.

"கல்யாணம் கட்டிக்கிட்டா ஒரு புருஷன்தானே?"

இருவரும் சிரித்தார்கள்.

செண்பகா, திரும்பித் திரும்பிப் பார்த்தவாறு நடந்தாள். சோதனையாக, ஆட்டோவே கிடைக்காமல் நடந்தே கல்லூரிக்குப் போக வேண்டியதாயிற்று. நிதானமாகச் சமைத்துச் சாப்பிட்டுவிட்டே கிளம்பியிருந்தாள். அவள் ரஸம் நன்கு வாய்த்திருக்கவே கூட இரண்டு பிடி உண்டு விட்டாள் போலும், வயிறு 'களக் களக்'கென்று இரைச்சல் இட்டது. புதிய பிரின்ஸிபாலாய் வந்திருக்கும் சொல் விளங்கும் பெருமாள் நேற்றே அவளிடம் சொல்லியிருந்ததால், இன்று அவளுக்குப் "பேப்பர் திருத்தும் வேலை இருக்கும். ஒரேயடியாகச் சாப்பிட்டு விட்டு மதியமே வந்துவிடு. மாலை காப்பி, டிபன் இங்கேயே பார்த்துக் கொள்ளலாம். இரவு சாப்பாடு சித்தி அனுப்பி வைப்பாள், ரெண்டு பேருக்கும். இரவு எத்தனை நாழிகையானாலும், உன்னை வீட்டில் சேர்ப்பது

என் பொறுப்பு" — அவர் அவளின் ஒன்று விட்ட சித்தப்பா. அப்பாவுக்கு ஒரு காலத்தில் ஒரு நெருக்கமான நண்பராய் இருந்தவர்.

5

மிக மேட்டுப்பாங்கான அந்த மேம்பாலத்தில், சைக்கிளை மிதித்துக்கொண்டே யாரும் கடப்பதில்லை. இறங்கி உருட்டிக்கொண்டுதான் கடப்பது வழக்கம். சிவா, இறங்கத் தயாராக இல்லை. அவன் உடம்பில் பல குதிரைகளின் சக்தி இருந்தது. அச்சக்தியை வெளிக்காட்டும் ஆசையும் இருந்தது. ஆகவே மிதித்துக் கடந்தான். மக்கள் அனைவரும் அவன் ஆற்றலை வியந்திருப்பார்கள் என்றே மனசுக்குள் நினைத்துக்கொண்டான். அது தந்த உற்சாகத்தில் சைக்கிளை மிக வேகமாக மிதித்துச் சீதை குடியிருப்புக்கு வந்து சேர்ந்தான். சைக்கிள் ஸ்கூட்டர்களுக்கென்று கட்டியிருந்த நிழற்குடையில் வண்டியை நிறுத்தி, பூட்டி ஹாண்டில் பாரில் தூக்கணாங்குருவிக் கூடு மாதிரி தொங்கிய காய்கறிப் பையை எடுத்துக்கொண்டு படிகளை நான்கே தாவலில் கடந்து முதல் மாடி முதல் வீட்டுக்கு முன் கதவைத் தட்டினான்.

செண்பகா கதவைத் திறந்தாள். சீப்பு, அவள் முடியிலேயே பொருத்தி வைக்கப்பட்டு இருந்தது. சிவா, காய்கறிப் பையைச் சமையல் அறையில் வைத்துவிட்டு வந்தான்.

"என்ன வாங்கி வந்திருக்கே?"

"கத்திரி, வெண்டை, வெங்காயம், பச்சை மிளகாய், கறிவேப்பிலை, இஞ்சி, ஹாங்... மறந்துட்டேனே உருளைக்கிழங்கு..."

"குட்... இரேன்... அரை மணியிலே சமைச்சுடறேன்..."

"வேணாம் மேடம், இன்னொரு நாளைக்குப் பார்த்துக்கலாம்..."

"உட்காரேன்"

சிவா, செண்பகாவுக்கு முன் அடக்கமாக அமர்ந்தான். தலையை வாரி ரப்பர் பேண்டால் முடித்துக்கொண்டு, "கொஞ்சம் இரு" என்றுவிட்டு எழுந்த செண்பகா, குளியல் அறை சென்று முகம் கழுவி நெற்றிக்கு இட்டுக்கொண்டு மீண்டும் வந்து அமர்ந்தாள்.

"அப்புறம், புதுசா ஏதாவது எழுதினியா?"

"கொண்டு வந்திருக்கேன் மேடம்" என்ற சிவா, தன் சட்டைக்குள்ளிருந்து ஊதுவத்திச் சுருனை மாதிரி ஒரு காகிதச் சுருளை எடுத்து அவள் முன் நீட்டினான்.

"என்ன இது?"

"கதைதான் மேடம்."

"அது தெரியும், அதை இப்படியா கொடுக்கிறது.? வியர்வை ஈரம்பட்டு, தாள் எல்லாம் நனைஞ்சிருக்கு பார். உன் காரியத்திலே உசத்தியானது எழுதறதுன்னு நீ நினைக்கிறது உண்மையா இருந்தா, அந்தக் கதை எழுதறதுக்கு நீ உபயோகிக்கிற தாள், மை எல்லாம்கூட சுத்தமா, கௌரவமா இருக்க வேண்டும் தானே?"

“சாரி மேடம். இனிமே இப்படிச் செய்யமாட்டேன்.?”

செண்பகாவுக்குச் சிரிப்பு வந்தது. அவள் சிரிக்கையில் அதிகமாக கண்கள் சிரிக்கும். அப்புறம் உதடுகள் விரியும். பல் வரிசைகள் புலப்படும். மேல் ஈறு தெரியாது. அவள் சிரிப்பது எதிராளியைத் தொற்றும்.

சிவாவும் சேர்ந்து சிரித்தான்.

“இத்தோடு ஆயிரம் வாட்டி, என்ன என்னத்துக்கெல்லாமோ ‘சாரி’ சொல்லிட்டே... பெரிய ‘சாரி’ மன்னம்பா நீ.”

“நீங்க ‘ஃப்ரீயா’ இருக்கும்போது படிச்சுப் பாருங்க மேடம்.”

“என்ன ‘ஃப்ரீ?’ இப்பவே...” என்றபடி கதையைப் படிக்கத் தொடங்கினாள் செண்பகா. அவ்வாறு பக்கக் கதையைச் சில நிமிடங்களில் படித்து முடித்தாள் அவள். சிவா, நகத்தைக் கடித்துக்கொண்டு அமர்ந்திருந்தான்.

“ப்ச்” இதுவும் காதல் கதை தானா? வாழ்நாள் பூரா, ஒரே கதையை எழுதிடறதுன்னு முடிவு பண்ணிட்டியா? பேரை மட்டும் மாத்தி ஒரே முக்கோணக் காதலை, எத்தனைக் காலம்தான் எழுதப் போறே, திரும்பத் திரும்ப...?

“நீங்க தானே மேடம் சொன்னீங்க”

“... ... ...”

“சாரி மேடம். உனக்குத் தெரிஞ்சதைத்தான் நீ எழுதணும்னு நீங்கதானே சொன்னீங்க?”

“சொன்னேன். உலகத்துல, காதல் ஒண்ணுதான் உனக்குத் தெரியுமா? அப்பா அம்மாவைத் தெரியாதா? அக்காத் தங்கச்சியைத் தெரியாதா? சினேகிதர்களைத் தெரியாதா? நல்ல மனுஷங்களை, அயோக்கியத் தனங்களைத் தெரியாதா? இதையெல்லாம் எழுதக்கூடாதா?”

“ஒரு அரை மணி இரேன். ஒரு ரஸம் பண்ணி, வெண்டைக்காய் கறி பண்றேன். சாப்பிட்டுட்டுப் போயிடேன்”

“மதனா அக்காகிட்டே, சாப்பிட வர்றேன்னு சொல்லியிருக்கேன் மேடம்.”

செண்பகா எழுந்து நின்றாள்.

வெளிக் கதவைத் திறந்து, படி முனை வரை சென்று அவனை அனுப்பி வைத்தாள். திரும்பும்போது, எதிர் பிளாட் வாசலில் கோமு, பிள்ளையை இடுப்பில் வைத்து, சோறு ஊட்டிக்கொண்டு நின்றிருந்தாள். செண்பகாவைப் பார்த்துச் சற்றே உதடு கோணலாக “யாரு அந்தப் பையன்?” என்றாள் கோமு.

உள்ளே வந்து கதவைச் சாத்திக்கொண்டு, கதவின் மேலேயே சாய்ந்து கொண்டு நின்றிருந்தாள் செண்பகா. அந்த இளம் குளிரிலும் வியர்த்தது அவளுக்கு. புகையும் சிகரெட்டை மிதித்தாற்போல, சுரீர் என்று ஒரு வலி, இதயத்தில் படர்ந்தது.

கடவுளே! ஏன் எல்லோருமே இப்படி இருக்கிறார்கள் என்று மனம் அலறியது.

அன்று அவள் சமைக்கவில்லை. உண்ணவும் இல்லை.

6

உறக்கம் மனிதருக்கு வாய்த்திருக்கிற பெருங்கொடை. உறக்கம் வலிகளைப் போக்குகிறது அல்லது குறைக்கிறது. சோகங்களின் அடர்த்தியை மென்மைப் படுத்துகிறது. துயரங்களைச் சந்திக்கும் புதுத்தெம்பை நல்குகிறது.

செண்பகா விழித்துக்கொண்டு மணியைப் பார்த்தாள். பத்துக்கும் மேலாகியிருந்தது. இவ்வளவு நேரமா உறங்குவது என ஒரு லேசான வெட்கம்கூட அவளுக்கு ஏற்பட்டது. எழ மனம் இன்றி அப்படியே படுத்திருந்தாள். மீண்டும் கோமுவின் நச்சான முகமும் வார்த்தைகளும் நினைவு வந்து லேசாகக் கசந்தது. யார்தான் தன்னைக் கீழாக, அலட்சியமாய் நினைக்கவில்லை. எல்லோரும்தான். ஆண்களும்தான். பெண்களும்தான். படித்தவர்களும்தான். பாமரரும்தான். கல்வி, அறிவு பற்றுதல், அன்பு, மரியாதை எல்லாம் இந்த இடம் வந்ததும் விடை பெற்று விடுகின்றன. மனிதனின் சகல நற்குணங்களையும் எரித்துப் போடும் உலைக்களம் அது.

தலை லேசாக வலிப்பதாகத் தோன்றியது. சூடாக ஏதேனும் குடித்தால் நன்றாக இருக்கும் போல் இருந்தது. எழுந்து ஆடையைச் சரிப்படுத்தி, கண்ணாடியில் முகம் திருத்திப் பின் கதவைத் திறந்தாள். பால் பொட்டலம் கிடந்தது. குனிந்து எடுத்தாள்.

"இப்போதான் எழுந்திருக்கேளா?" என்றாள் கோமு. அவள் வீட்டு வாசலில் நின்றிருந்தாள் கோமு.

"உம்"

"இன்னும் காபிகூட ஆகல்லையா?"

"இனிமேதான்."

"ஐயோ! இருங்களேன், ஒரு நிமிஷம், காப்பிகொண்டு வரேன்."

திடுமென்று பிடித்துக்கொண்டு பெய்யும் மழையில் நனைந்தது மாதிரி இருந்தது செண்பகாவுக்கு. என்ன மனிதர்கள் இவர்கள்? இந்தக் கரிசனம் உண்மைதானா, உண்மைதான்! இதுவும் உண்மை. அதுபோலவே நேற்று இரவு, 'அந்தப் பையன்' என்று கேட்டதும் உண்மைதான். இது என்ன இரட்டை முகம் என்றால், அது இரட்டை முகம் இல்லை. ஒரு முகத்தின் இரு வெவ்வேறு பங்களிப்புகள். சட்டென்று கோமுவின் மேல், இரக்கமும், வாத்சல்யமும் சேர்ந்தாற்போல் ஏற்பட்டது செண்பகாவுக்கு.

"இருக்கட்டும் மாமி, ரொம்ப தாங்க்ஸ். ஒரு நிமிஷம் ஆகுமோ, காப்பி போட" என்று விட்டு உள்ளே வந்து புகுந்துகொண்டாள்.

காப்பியைப் போட்டாள். ஒரு கப் எடுத்துக்கொண்டு, படுக்கைக்கு வந்தாள். தலையணையில் சாய்ந்தபடி கொஞ்சம் கொஞ்சமாகக் காப்பியை அருந்தத் தொடங்கினாள். காப்பி நன்றாக வந்திருந்தது. இன்னும் ஒரு கப் காப்பி மிகுந்திருந்தது. இந்த நல்ல காப்பியைப் பகிர்ந்துகொள்ள யாருமே இல்லையே என்று இருந்தது. அவளுக்கு தான் தனியாக, யாரும் இல்லாமல், பகிர்ந்து கொள்ள ஓர் ஆத்மா இன்றித் தவிப்பதாக, அவளுக்குத் தோன்றியது. பசித்தது. சமைக்கவும் செய்தாள். நிதானமாகக் குளித்தாள். ஈரம் உலர

மொட்டை மாடிக்குப்போனாள். இலேசாகக் காய்ந்துகொண்டிருந்தது வெயில். கூந்தல் உலரும் மட்டும் மாடியில் இருந்தாள். அந்த உயரத்தில் இருந்து பார்க்கையில், மனிதர்கள் சிறுத்துப் போய் குள்ளம் குள்ளமான, அவர்களைப்போலவே குள்ளம் குள்ளமான வீடுகளில் வாழ்வதாகப்பட்டது அவளுக்கு. இந்நினைப்பு அவளுக்குள் ஒரு நகைப்பைத் தோற்றுவித்தது. ஆக, உயரம்தான் விஷயம். உயரத்தை அடைவது, உயரத்தில் திளைப்பதும்தான் பொருள். உயரத்தை அடைந்தவர்க்கு சூரியன் அண்மையாகி விடுகிறான். காற்று இதமாகின்றன. கோமு இப்போது கீழே இருப்பாள்.

கவலைகளைத் துடைத்து, சுத்தமான சந்தோஷமான மனத்துடன் இறங்கி வந்தாள். சாப்பிட்டாள். லேசாகப் பவுடர் ஒத்திக்கொண்டு ஆடை மாற்றிக்கொண்டாள்.

பையில் போதுமான பணம் இருக்கிறதா என்று கவனித்துக்கொண்டு, கதவைப் பூட்டிக்கொண்டு புறப்பட்டாள்.

தமிழரசன் மிதிவண்டி நிலையத்தின் முன் நின்று, “தம்பி, ரெண்டு நாளைக்குப் பால் வேண்டாம்னு பால்காரிக்கிட்டே சொல்லிடுங்க” என்றாள் தமிழரசனிடம். அவன் எழுந்து மடித்துக் கட்டிய கைலியைத் தொங்க விட்டுக்கொண்டு, “சரிங்க மேடம்” என்றான்.

கல்லூரியில் மதனாவிடம் செண்பகா சொன்னாள்.

“இன்னிக்கு சாயங்காலம் உன்னோட உன் வீட்டுக்கு வர்றேன். அடுத்த ரெண்டு நாள் விடுமுறையும் உன்னோடதான்”

மதனா, எழுந்து ஜன்னல் வழியாக எட்டி வெளியே பார்த்தாள்.

“என்ன பாக்கறே?”

“மழை கிழை வருதான்னு.”

“கிண்டலா?”

“இல்லை, இல்லை, என்ன திடீர்னு”

“ஒரு அன்புதான். வீட்டுக்காரர் வெளியூர் போயிருக்கிறார்னு ஒரேயடியா இளைச்சுத் துரும்பாப் போயிட்டே. தோழிக்கு ஒரு ஆறுதலா, ரெண்டு நாள் கூடத் தங்கணும்னுதான்”

“நீ வேறே... அவர் இல்லாமே இருக்கிறதினாலேதான் வேளா வேளைக்கு ஒழுங்கா சாப்பிட்டு, ரெஸ்ட் எடுத்துக்கிட்டு, அப்பாடான்னு இருக்கேன். நீ கவலைங்கறே. போயும் போயும் இந்த உடம்பைப் பார்த்துத் துரும்புங்கறியே... இது அடுக்குமா?”

இருவருமே சிரித்தார்கள். மதனாவுடன் தங்க வேண்டி அன்று மாலை செண்பகா அவளுடன் சென்றாள்.

7

காலம் முழுக்கத் தனியாகவே வாழ்ந்த செண்பகாவுக்கு அந்த வீட்டுக்குள் நுழைந்தவுடனே விசித்திரமான எண்ணங்கள் தோன்றின. ஒவ்வோர் இடத்துக்கும் ஒரு வகை வாசனை இருக்கிறது, அந்த வீட்டுக்கும்

அப்படித்தான். ஆண்கள் புழங்கும் இடத்துக்கும், ஆண்களும், பெண்களும் சேர்ந்து புழங்கும் இடத்துக்கும் தனித்தனி வாசனைகள் இருந்தன. நண்பர், உறவினர் வீடுகளுக்குச் செல்லும் போதெல்லாம் இந்த வாசனைகளை அவள் அனுபவிக்க நேர்வது உண்டு. வீடுகளில் பண்ணும் சமையலைப் பொறுத்தோ, அவர்கள் பயன்படுத்தும் ஊதுபத்திகள் போன்ற மணம் பொருள்களைப் பொறுத்தோ உருவாகும் வாசனை அன்று. அது மனித மனங்களின் வாசனை. மனங்களுக்கும் மணம் உண்டு.

"என்ன யோசிக்கிற?"

"வாசனையைப் பற்றி"

செண்பகா, தன் யோசனையைப் பற்றிச் சொன்னாள்.

மதனா சிரித்தாள்.

"எங்க வீட்டுக்கு என்ன வாசனை?"

"சொல்றேன்"

"குளிக்கறையா? எனக்குச் சாயங்காலமும் ஒருமுறை குளிக்கணும்."

"எனக்கும், முதலில் நீ முடி. எனக்கு மாற்றுக்கு ஒரு நைட்டி மட்டும் குடு"

குளித்தார்கள். வேலையைப் பகிர்ந்துகொண்டு சமைத்தார்கள். உண்டார்கள்.

"வா, மொட்டை மாடிக்குப் போவோம்." என்றாள் மதனா. வந்தார்கள். 'ஆ' என்று கதறிக்கொண்டு, விரிந்து கிடந்தது வானம். கொடி மல்லிகையாய்ப் பூத்துக் கிடந்தது வானம். ஜமக்காளத்தை விரித்து மனம் ஒன்றிய ஓர் ஆத்மாவுடன், பேச்சை ஒழித்து அருகருகே, வானத்தைப் பார்த்துக்கொண்டு, மல்லாந்து படுத்துக் கிடப்பதில் ஒரு பேரின்பம் இருக்கத்தான் செய்கிறது.

"செண்பகா"

"சொல்லுடி"

"உனக்குக் கஷ்டமா இல்லை?"

சில நிமிஷங்கள் யோசித்தவாறு இருந்தாள் செண்பகா.

"நீ எதைச் சொல்றே?"

"இந்தத் தனி வாழ்க்கைதான்."

பதிலுக்கு செண்பகாவிடமிருந்து ஒரு நீண்ட பெருமூச்சு வெளிப்பட்டது. சில கணங்கள் கழித்து, 'முச்முச்' சென்று கேட்ட சப்தங்களைக்கொண்டு மதனா யூகித்தாள்.

"அழறியாம்மா?"

மதனா ஒருக்களித்துத் திரும்பி, அவள் கண்களை ஊன்றிப் பார்த்தாள். அவை கலங்கியிருந்தன.

செண்பகாவை அணைத்துக்கொண்டாள் மதனா.

"கஷ்டம்னு சொல்ல முடியாது. இதுதான் சந்தோஷம் அப்படின்னும் சொல்ல முடியாது. ஒரு மாதிரி இருக்கு. சரியா சொல்லத் தெரியலை. எனக்கு நான் வித்தியாசமா இல்லை. பார்க்கிறவங்களுக்குத்தான் வித்தியாசமா

தென்படறேன். புருஷனோட, குழந்தை குட்டிகளோட இருந்தா — அப்படி எல்லாரும் இருக்கிறதனாலே அது இயல்பா தென்படும் போலும். நான் வித்தியாசமா தெரியமாட்டேன். தனியா இருக்கேன் இல்லையா? அதனால, என்னை சுலபமானவளா நினைச்சுக்கறாங்க. எல்லோரும் 'வான்னா வருவா, போன்னா போவா, தனியா இருக்கிறாள். எவனோட வேணும்னாலும் போவாள் வருவாள்' அப்படித்தானே? அதனாலே, எல்லோருக்கும் நான் ஒரு மாதிரிப்பட்டவளா தெரியறேன்."

"எனக்கு வேற மாதிரி படுது செண்பகா?"

"எப்படி?"

"நீ தனியா இருக்கிறது, வேலைக்குப் போறது? நிறைய சம்பாதிக்கிறது, நல்லா, கௌரவமா உடுத்தறது, பிச்சுப் பிடுங்கல் இல்லாமே வாழறது இதெல்லாம் மற்றவங்க மனசுக்குள்ளே பொறாமையை ஏற்படுத்தி, உன்னைப் பொருட்படுத்திப் பேசும் படியா ஆக்கி வச்சிருக்குன்னு நினைக்கிறேன்.

"அதாவது, மற்றவங்க என்னவா இருக்க நினைக்கிறாங்களோ, அப்படி நான் இருக்கிறதுனாலேயும், அப்படி அவங்க இருக்க முடியல்லை என்கிறதுனாலேயும், நான் புறம் பேசப்படறேன்."

"கரெக்ட்! ஆக, இதுலே நீ நொந்து கொள்ள ஒன்றும் இல்லை."

செண்பகா, நட்சத்திரங்களையே பார்த்துக்கொண்டு இருந்தாள். உலகம் நிசப்தம் உற்றிருந்தது. தான் இழுத்து விடும், மூச்சுக் காற்றின் ஓசை தனக்கே கேட்டது அவளுக்கு.

"தூங்கிட்டியா செண்பகா?"

"ம்... இல்லை..."

"எங்க வீட்டுக்கு ஒரு வாசனை இருக்குன்னு சொன்னியே, அது என்ன?"

"பசும் புல் வாசனை"

"எப்படி, எப்படி...?"

"மண்ணை ஒட்டிக்கிறது; மண்ணிலேயே வேர் விடறது, எப்பவும் பசுமையாவே வாழ முயலறது. யார் மிதி பட்டாலும் கசங்காமே, மீண்டும் நிமிர்ந்துக்கிறது; நிலத்தின் தன்மையைப் பார்க்காமே, ஈரத்தை மட்டும் பார்க்கிறது. யாரோடும் போட்டி போடாமே தான் உண்டுன்னு வாழறது; இது புல்லின் தர்மம். இந்த தர்மங்களோட வாழற வாழ்க்கை, புல் வாசனைதானே தரும்"

"நான் புல்லாய் இருந்தாலே, போதுமே செண்பகா"

"நீ மட்டும் என்ன, நானும்தான். நீ வீட்டுத் தோட்டத்திலே இருக்கே. நான் எங்கோ காட்டுக்குள்ளே இருக்கேன், வேறென்ன?"

மதனா, செண்பகாவின் கையை எடுத்து உள்ளங்கையில் முத்தமிட்டாள்.

1988

அமரத்துவம்

முத்துக்குமாரசாமி வந்திருப்பதாகச் சொன்னார்கள். இந்தப் பூங்குளம் கிராமத்திலிருந்து போய், ஆகப் பெரிய மனுஷராகி, ஓய்வு பெற்று, தான் படித்த பள்ளிக்கூடத்தின் பொன்விழாக் கொண்டாட்டத்தில் கலந்து கொள்ள வந்திருந்தார் அவர். பூங்குளம் முத்துக்குமாரசாமியை அறியாதவர் யார் இருக்க முடியும்? பத்திரிகை படிப்பவர் அத்தனைப் பேருக்கும் அவர் பரிச்சயமாய் இருப்பாரே. மாநில முதலமைச்சர்கள் பின்னால் அல்ல அவர்களுக்குச் சமமாக அமர்ந்துகொண்டு சம்பாஷித்துக்கொண்டிருக்கும் படம் எல்லாம் தமிழ், ஆங்கிலப் பத்திரிகைகளிலும் வந்திருக்கிறதே! அரசு வேலைகளில் மிக உச்சம் எதுவோ அந்தச் சிகரங்களையெல்லாம் ஏறிப் பார்த்தவர் அவர். தென் மாட்டவங்களில் ஜாதிக் கலவரமா மாநிலங்களுக்குள் தண்ணீர் பற்றிய தாவாவா, கூப்பிடு முத்துக்குமாரசாமியை என்ற ஒரு சொல்லடையே ஏற்பட்டிருந்தது. பொதுவாக கமிஷன்கள் பிரச்சினைகளை மறக்கடிக்கவும், மழுங்கடிக்கவும் தானே போடப் படுகின்றன. முத்துக்குமாரசாமி கமிஷன்கள் அனைத்தும் குறித்த காலத்துக்கு முன்பே, தன் பணியை முடித்து விடுவதில் புகழ் பெற்றவை.

மாலை, சூரியன் அஸ்தமிக்கிற நேரத்தில்தான் முத்துகுமாரசாமியைப் பார்க்க போனேன். வெள்ளாளத் தெருவின் முதல் தெற்குப் பார்த்த வீடு அவருடையது. ஹ்யூமும் மற்றும் சில சுதேசிகளும் சேர்ந்து காங்கிரஸ் மகா சபையைத் தோற்றுவித்த கொஞ்ச காலத்துக்குள் கட்டப்பட்ட காரை வீடு அது. வீட்டைப் பார்க்கையில் வயசான பசு, சைக்கிள், பழைய பிளைமவுத் கார், ஞாபகத்திற்கு வரும். வீட்டு வாசல்படிக்கு இருபுறமும் விசாலமான திண்ணைகள்; முட்டைப்பால் விட்டு இழைத்த வழுவழு திண்ணை. திண்ணை ஒன்றில் கை வைத்த பனியனும் நாலு முழக் கதர் வேஷ்டியில் ஆசனம் இட்டாற் போல் காலைக் குறுக்காகப்

போட்டுக்கொண்டு, பக்கத்துத் தட்டங்களில் வைக்கப்பட்டிருந்த வறுத்த வேர்க்கடலையை உடைத்து நிதானமாகச் சாப்பிட்டுக்கொண்டிருந்தார் அவர். என்னைப் பார்த்ததும், "வா, வா... வைத்தி உன்னைத்தான் நினைச்சுக்கிட்டு இருந்தேன். சித்த நாழில நீ வரல்லைன்னா, நானே உன் வீட்டுக்கு வந்து விட்டிருப்பேன்" என்றார் உற்சாகமாக.

"இந்தக் கோலத்தில் அண்ணாவைப் பார்க்க எப்படியோ இருக்கு. பேன்ட்டும் சட்டையுமா, பெரிய மனுஷாளோட இருந்ததையும் பார்த்துட்டு, இப்படிக் கிராமத்து நாட்டாமைக்காரர் மாதிரி திண்ணையில் வச்சுப் பார்க்கிறது ரொம்ப வித்தியாசமா இருக்கு"

அவர் குனிந்து தன்னையே ஒருமுறை பார்த்துக்கொண்டார். "இதுதான் அசல். அதெல்லாம்தான் வேஷம்" என்றார் சிரித்தபடி. ஒரு கொத்து வேர்க்கடலையை அள்ளி என் முன் வைத்து, "சாப்பிடும்" என்றார்.

"அண்ணாவுக்கு வயசாயிடுச்சு. தலை மீனு முள்ளு மாதிரி, மீசைகூட வெள்ளைச் சீப்பு மாதிரி வெளுத்துப் போச்சு..."

"ஆகாதா பின்னே? வயது அறுபதுக்கு மேலே ஆச்சே... நீ என்னமோ, சின்னப் பிள்ளையாட்டம் பேசறயே... உனக்கும் நாப்பது ஆயிருக்குமே. சுந்தரத்துக்குப் பின்னாலே பிறந்தவன் தானே நீ..."

வேர்க்கடலை பதமாக வறுக்கப்பட்டிருந்தது. வேர்க்கடலை வறுப்பதில் மிகுந்த பக்குவம் தேவை. கொதிகூடப் போனாலும் கடலை தீயும் குறைந்தாலும் பச்சை வாடை வீசும். சொன்னேன்.

"பின்னே? அம்மா பண்ணதாச்சே. பெண்களோட கை வரிசையை வேர்க்கடை வறுத்துப் பார்க்கணும்னு சொல்லுவாங்க. அதுல. அவங்களோட நிதானம் வெளிப்பட்டுப் போகும். அந்தக் காலத்தில் பெண் பார்க்குற சடங்குல பெண் பிடிச்சிருக்கா, சொத்திருக்கா, பாடுமா, ஆடுமான்னெல்லாம் பார்க்கிறதில்லை. ஒரு படி வேர்க்கடலை கொடுத்து வறுக்கச் சொல்றதுதான் எங்க குடும்ப வழக்கம். அதுல பெண்ணோட சாமர்த்தியம் வெளிப்பட்டுப் போயிடும்..."

வாழ்க்கை அனுபவங்களை இப்படி மைசூர்பாக் மாதிரி அறுத்துத் துண்டாக்கிக் கொடுப்பதில் அண்ணா சமர்த்தர்.

"அப்புறம் ஊர் எப்படி இருக்கு வைத்தி?"

"அப்படியேதாண்ணா இருக்கு. பொய், பொறம் பேசறது, ஓர் அடி நிலத்துக்கு விவகாரம் பண்ணிட்டு, கும்பகோணம் கோர்ட் வாதா மரத்தடியிலே வக்கீல் வாலைப் பிடிச்சுக்கிட்டு நிக்கிறது. கட்சி, அரசியல், ஜாதி அரசியல் எல்லாம், ஊர் அப்படியேதான் இருக்கு. ஆனா ஒண்ணு, பூங்குளத்தோட பேரை உலகமெல்லாம் உச்சரிக்க வச்சுட்டீங்க நீங்கள்னு, ஊரான் எல்லாருக்கும் பெருமை. நீங்க படிச்ச பள்ளிக்கூடத்தை நீங்களே கொண்டாட வந்திருக்கிறது இரட்டிப்புப் பெருமை."

அண்ணா கொஞ்ச நேரம் உத்தரத்தைப் பார்த்தபடி இருந்தார்.

"உண்மையில், பள்ளிக்கூடம் இப்படி நடுநிலைப் பள்ளி, உயர்நிலைப் பள்ளி, மேல்நிலைப் பள்ளி ஆகி, பொன்விழாக் கொண்டாடுதுன்னா,

நியாயமா அந்தப் பெருமை திருவேங்கட வாத்தியாருக்குத்தான் போய்ச் சேரணும். அவர் இல்லை."

"அவர் உங்க வாத்தியாராண்ணா?"

"இந்த ஊருக்கே! மின்சாரம் வர்றதுக்கு முன்னே விளக்கைக்கொண்டு வந்தது அவர்தான்."

இப்படித்தான் ஒரு மாலை நேரம், இன்னும் இருட்டியிருக்கவில்லை. நாற்சந்தியில் விளக்கு இன்னும் ஏற்றப்படவில்லை. வெளியூர்க்காரர் என்று தோன்றத்தக்க ஒரு நடு வயதுக்காரர், அவர் மனைவி என்று தோன்றும் ஓர் அம்மாள், மற்றும் ஆறு ஏழு வயதுச் சிறுமி ஒருத்தியுடன் பெரியதனக்காரர் பத்ராசலம் வீட்டுத் திண்ணையை ஒட்டி வந்து நின்றார். தனக்காரர், சுருட்டுப் பற்ற வைத்துக்கொண்டு ஆற்றுக்குக் கிளம்பிக்கொண்டிருந்தார்.

"ஆரு?" என்று விசாரித்தார் பெரியதனக்காரர்.

"அடியேன் திருவேங்கடம். கொஞ்சம் படிப்பு வாசனை உண்டு. இது என் குழந்தை, இது என் சம்சாரம்... தெற்கிலிருந்து வரோம். பஞ்சம் தாங்க முடியாமல் ஊர் பாழடைந்து விட்டது. இங்க இந்த ஊரில் தங்கி, ஐயா ஆதரவில், ஒரு பள்ளிக்கூடம் நடத்தலாம்னு வந்து இருக்கோம்."

பெரியதனக்கார வீட்டுப் பையன் சிவலிங்கத்தோடு நான் திண்ணையில் விளையாடிக்கொண்டிருந்தேன். அவர்களின் திண்ணை ஓரம் வைத்த மூட்டை என் கவனத்தைக் கவர்ந்திருந்தது. துணி, டப்பாக்கள், கொஞ்சம் பாத்திரங்கள். அப்புறம் திருதிருவென்று விழித்துக்கொண்டிருக்கும் அந்தச் சின்னப் பெண்.

"பள்ளிக்கூடமா! இந்த ஊரிலா?" என்று ஆச்சரியப்பட்டார் பெரியதனக்காரர்.

"ஆமாம் சுவாமி! லட்சுமி வாசம் செய்கிற ஊர். சரஸ்வதி வர என்ன தடை?"

"ஆகட்டும். பிள்ளைகள் வேலை வெட்டிக்குப் போறதை விட்டுட்டு, படிச்சுக் கெட்டுப் போயிடுமேங்கிறதுதான் எனக்குக் கவலை. ஆனபடி ஆகட்டும். தெரு மூலை வீடு நம்மோடதுதான். பெருக்கி சுத்தம் பண்ணி விளக்கேற்றி வையுங்கள். அங்கேயே பள்ளிக்கூடத்தையும் வச்சுக்கலாம். ஆனா ஒண்ணு... பிள்ளைகளைச் சேர்த்துக்கிறது உங்கள் பொறுப்பு. அதில் நான் தலையிடமாட்டேன். வேணும்னா என் பையன் சிவலிங்கத்தையும், என் பங்காளிப் பையன், இந்த முத்துக்குமாரசாமியையும் இழுத்துப் போய் அடைச்சுப் போடுங்க. அப்புறம் உங்க சாமர்த்தியம். அவங்க சாமர்த்தியம்..."

யாரோ தூக்குப் போட்டுச் செத்து, அந்த ஆவி அங்கு உலவுவதாகச் சொல்லப்பட்ட இருண்ட, எருக்கஞ்செடி முளைத்த அந்த வீட்டில் விளக்கு எரிந்ததை ஊர்ச் சனம் ஆச்சரியத்துடன் பார்த்தது. அதனினும் விந்தை அடுத்த நாள் காலை நிகழ்ந்தது. எருக்கஞ்செடிகளும், நாயுருவியும் மலிந்த அந்த வீட்டு முன் வாசல், சுத்தம் செய்யப்பட்டு அழகிய மாக்கோலம் போடப்பட்டுப் பளிச்சென்று துலங்கியதை, காலை வாயில் வைத்த பல் குச்சியோடு ஆற்றங்கரைக்குப் போகிற ஆண்கள் பார்த்தார்கள்.

திருவேங்கடம் வாத்தியார், வைகறையில் எழுந்து குளித்து, நெற்றி மார்பு, புஜங்கள் என்று மேனியின் பல இடங்களிலும் திருநீறு பூசி குடித்தனக்காரர் மற்றும் உழைப்பாளிகள் என்று பாகுபாடு செய்யப்பட்டிருந்த இருவர் வீடுகளிலும் முன் வாசல் வந்து நிற்பார். நின்றதை நானே பார்த்திருக்கிறேன் வைத்தி. என் வீட்டு வாசலிலும் வந்து நின்றார்.

"என்ன?" என்றார் அப்பா.

"நான் ஊருக்குப் புதுசா வந்திருக்கிற வாத்தியார். வீட்டில் திண்ணைப் பள்ளிக்கூடம் போட்டிருக்கிறேன். உங்கள் பிள்ளையைப் படிக்க அனுப்பி வைக்கணும்" என்று கைகூப்பி, ஏதோ யாசகம் செய்பவரைப்போல வாத்தியார் கேட்டார்.

"பள்ளிக்கூடமா? இந்த ஊரிலா? என்னத்துக்கு? பிள்ளைகள் நாலு எழுத்து படிச்சா, உடம்பு வளைஞ்சு வேலை செய்யாதே... அதோடு நிலம், நீச்சு என்று எங்கள் பிழைப்பு இருக்க, இதிலே ஆறாவது விரல் மாதிரி பள்ளிக்கூடம், படிப்பு என்று என்னத்துக்கு?"

வாத்தியார் கை குவித்துக்கொண்டு, உடம்பு வளைந்து சொன்ன காட்சி இன்னும் என் கண்முன் நிற்கிறது வைத்தி.

"பெரியவங்க அப்படிச் சொல்லிடக்கூடாது. என்ன செல்வம் இருந்தாலும் கல்விச் செல்வம் போல் ஆகுமா? நாடாளும் ராஜாவானாலும், அவன் தேசத்துக்குள்ளே தானே அவனுக்கு மரியாதை? படிச்சவனுக்குச் சென்ற இடமெல்லாம் சிறப்பல்லவா? உங்களுக்கே, உங்க பிள்ளை இராமாயணம், பாகவதத்தைப் படிச்சுக் காட்டினா, அது உங்களுக்கு எவ்வளவு சந்தோஷத்தைத் தரும்?"

அப்பாவுக்குத் தெய்வ பக்தி உண்டு. இராமன் மேல் அவருக்குப் பிரீதி... ஆகவே வாத்தியாரின் கடைசி வார்த்தையை எடுத்துக்கொண்டு அவர் சம்மதித்தார். வாத்தியார் நாமம் போட்டவர்களிடம் இராமாயணத்தையும், பூசை போட்டவர்களிடம் பெரிய புராணத்தையும் பேசினார். அடுத்து வந்த விஜயதசமியின்போது வாத்தியார் பள்ளிக்கூடத்தைத் தொடங்கினார்.

வகுப்பறை, நாற்காலி, பெஞ்சு, கரும்பலகை, சாக்கட்டி, வருகைப் பதிவு, விளையாட்டு மைதானம், நோட்டுப் புஸ்தகம் எதுவும் அந்த நாளில் கிடையாது. தடுக்கில் நாங்கள் அமர்வோம். ஆரம்பத்தில் நான், சிவலிங்கம், வாத்தியார் மகள் புஷ்பவல்லி, கோனார் வீட்டுப் பையன் கோவிந்தன், குடியானவத் தெருவில் இருந்து செண்பகராயன், முத்து, மல்லா ஆகியோர்தான் ஆரம்ப காலத்து மாணவர்கள். எங்கள் முன்னால் ஆற்று மணல் பரப்பி, அந்த மணல் மேல் வாத்தியார் 'ஹரி நமோத்து சிந்தம்' சொல்லி, தமிழ் எழுத்தைக் கற்பித்தார். வகுப்பு நேரம் என்ன என்கிறாய். விடியற் காலமே ஏழு மணிக்கு முன்னதாக நாங்கள் திண்ணையில் அவரவர் இடத்தில் அமர்ந்திருக்க வேண்டும். மத்தியானம் வாத்தியாருக்குப் பசிக்கிற நேரத்தில் பள்ளிக்கூடம் விடும். சாப்பிட்டுக் கை ஈரம் உலருமுன்னே, நாங்கள் பள்ளிக்கூடத்தில் இருப்போம். இருட்டிய பிறகு வீடு திரும்புவோம். இங்கிலீஷ் எல்லாம் கிடையாது. அதுக்குக் கும்பகோணம்தான் போகவேணும். நடுநிலைப் பள்ளியில் ஆறு, ஏழாம் வகுப்புகளில் எடுத்துக் கொள்வார்கள்.

வாத்தியார் ஆத்திச்சூடியில்தான் எங்கள் படிப்பைத் தொடங்கி வைத்தார். அப்புறம் கொன்றை வேந்தன், மூதுரை, அப்புறம் அறப்ளீசுரசதகம், இப்படிப் போயிற்று எங்கள் படிப்பு. எல்லம் மனப்பாடம்தான். இப்போ மாதிரி, இரண்டாம் கிளாசுக்கே நோட்ஸ் வருதே, அதெல்லாம் எங்கள் காலத்தில் இல்லை. அதனாலதான் எங்கள் மனசில் அன்றைக்குப் படித்த படிப்பு கல்மேல் எழுத்து மாதிரி அப்படியே பதிஞ்சு கிடக்கு.

ஒரு முக்கிய விஷயம் சொல்லணும். அந்தக் காலத்தில் பெண்கள் சுத்தமாகப் படித்திருக்க மாட்டார்கள். மூடத்தனம் அவர்களுக்கு ஓர் ஆபரணம், அதையும் உடைக்கப் பெரு முயற்சி செய்தார் வாத்தியார். வீடு வீடாகப் போய் காலில் விழாதக் குறையாகப் பெற்றவர்களிடம் பேசி, பெண் குழந்தைகளைப் பள்ளிக்கு அழைத்து வந்தார். அதற்கும் ஒரு கண்டிஷன். பெண்களுக்குத் தனி இடம், தனி கவனிப்பு. பத்து வயசு வரைதான் பள்ளிக்கு அனுப்புவேன். தாய்மாமன் சம்மதித்தால்தான் பள்ளிக்கூடம். வயசுக்கு வரும் பக்குவத்தில் பள்ளியிலிருந்து பெண்கள் நிறுத்தப்படுவார்கள்... இப்படியெல்லாம்.

வாத்தியார் மகள் புஷ்பவல்லி வயசுக்கு வந்த பிறகும் எங்களுடன் அமர்ந்து படித்துக்கொண்டிருந்தாள் என்பது ஒரு விசேஷம்! வாத்தியாருக்கு, அறுப்பு சமயத்தில் ஊர் தனக்காரரும், மற்றும் சிலரும் நெல் அளந்தார்கள். களத்துக்கு வாத்தியாரும் அவர் மனைவியும் சணல் சாக்கோடு வந்து நின்று காத்துக் கிடக்கிற காட்சி, இன்று நினைத்துக்கொண்டாலும் மனசில் இரத்தம் வடியும் வைத்தி. வண்ணார், பரியாறி, ஊர்க் காவல் எல்லாருக்கும் படி அளந்து பிறகு வாத்தியாரைக் கூப்பிடுவார்கள். எந்தக் காலத்தில்தான் படிச்சவனுக்கு மரியாதை தந்திருக்கிறோம்?

வாத்தியாரை நீ பார்த்திருக்க வேண்டுமே? கோதுமை நிறம், இராமலிங்கசாமி மாதிரி. ஊரில் இருக்கும்போது லாங்கிளாத் துணியால் தன் மேலை மறைத்துக்கொண்டிருப்பார். வியாஜ்ஜியம் காரணமாகப் பெரிய தனக்காரருக்குத் துணையாகக் கும்பகோணம் போகும்போது சட்டையும் அதன் மேல் ஆல்பாக்கா கோட்டும் தோளில் அங்கவஸ்திரமும் அணிவார். அழகான சின்னஞ்சிறு குடுமி. அவர் கண்களைப் பார்த்திருக்கணும் நீ! சாந்தம், சாந்தம்னு சொல்றோமே, அதை அவர் கண்ணில்தான் நான் பார்த்திருக்கேன். பெரிய ஞானிகளுக்கும், வீரனுக்கும்தான் அந்த சாந்தம் லபிக்கும். நமக்கெல்லாம் கண் அலையும். கண்ணை மூடினா, மனசு அலையும்.

கும்பகோணத்தில் ஆறாம் வகுப்பில் சேர நான் போனேன். வாத்தியாருக்கு வேஷ்டியும் துண்டும். அவர் சம்சாரத்துக்குப் புடவையும், சோளித் துண்டும், அவர் பெண் புஷ்பவல்லிக்குத் தாவணி, பாவடையும், பணமும் தங்கக் காசு ஒன்றும் தட்சணையாக வைத்துக் கொடுத்தார் அப்பா. வாத்தியார் கண்ணீர் மல்க என்னை வாழ்த்திய காட்சி இன்னும் என் நினைவில் இருக்கு வைத்தி. ஊர் எல்லை வரை மாட்டு வண்டிக்குப் பின்னே வந்து என்னைப் பிரிய முடியாமல் பிரிந்தாள் புஷ்பவல்லி.

பெரிய தனக்காரர் மகன் சிவலிங்கம் ஊரிலேயே இருந்தான். ஒற்றைக்கு ஒரு மகன். இருக்கிற சொத்தைக் கட்டி ஆண்டால் போதும் என்று விட்டார் தனக்காரர். கொஞ்ச நாள் பள்ளிக்கூடத்துக்கு வந்து போய்கொண்டிருந்தானாம்

சிவலிங்கம். அப்புறம் அவன் செய்கிற விஷயம் பொறுக்க முடியாமல், அவனைப் பள்ளிக்கு வர வேண்டாம் என்று சொல்லி விட்டாராம் வாத்தியார். பெண்கள் வேறு படிக்கிறார்களே!

நான் விடுமுறையில் வரும் போதெல்லாம், சிவலிங்கத்தைப் பார்த்துப் பேசத் தவறுவதில்லை. நான் பள்ளி இறுதி வகுப்பு முடித்துக் கல்லூரியில் சேர்ந்தேன். சிவலிங்கம் மைனராகத் திரிந்தான். கழுத்தில் தங்கசெயின், மஸ்லின் ஜிப்பா, வெளியே தெரியும் வலை பனியன், மயில் கண் வேஷ்டி, வேஷ்டியை இறுக்கிக் கட்டிய பெல்ட், கையைச் சுருட்டி புஜத்துக்கு ஏற்றியிருப்பான். எந்நேரமும் வெற்றிலைச் சீவல், போதாதென்று கையில் வில்ஸ் சிகரெட் டின்னும் தீப்பெட்டியும்! சிவலிங்கம் படிக்கவில்லை என்றால் என்ன பள்ளிக்கூடம் வளர்ந்தது. அதை அரசாங்கம் தொடக்கப் பள்ளியாக அங்கீகாரம் செய்திருந்ததாக அறிந்தேன். வாத்தியாரைப் பார்க்கப் போகையில் புஷ்பவல்லியையும் பார்த்துப் பேசினேன். வாத்தியார் முகத்தில் மகிழ்ச்சி தெரிந்தது. புஷ்பவல்லி தேர் மாதிரி வளர்ந்திருந்தாள்.

"மேலே படிக்க வேண்டியதுதானே?" என்று கேட்டேன்.

"அம்மா போனப்புறம் அப்பாவுக்கு சமைத்துப் போடவும், பள்ளிக்கூடத்தை மேற்பார்வை பார்க்கவும் வேண்டியிருக்கே" என்றாள். உண்மைதான். "எனக்கும் சேர்த்து நீயே படி" என்றாள். அவள் கண்களில் உண்மையான அன்பும், நிறைவும் தெரிந்தது. அந்த முறை எனக்கு அவள் ஒரு பேனா கொடுத்தாள். ஒரு கன்னங்கரிய 'பிளாக் பேர்ட்' பேனா.

"ஊருக்கு வரும்போதெல்லாம் வா" என்று வேண்டிக்கொண்டாள். வாத்தியார் அவளுக்கு மாப்பிள்ளை பார்த்துக்கொண்டிருந்ததாகச் சொன்னார். பையன் படித்திருக்க வேண்டும் என்றார்.

"நாளை மத்தியானம் சாப்பாடு உனக்கு இங்கதான்" என்றாள் புஷ்பவல்லி. போயிருந்தேன். கத்தரிக்காய் சாம்பார், உருளைக் கிழங்கு வறுவல், வெண்டைக்காய் பருப்பு உசிலி, கேரட், தயிர் பச்சடி, மசால் வடை, பாயாசம், அப்பளம் என்று அமர்க்களப்படுத்தி விட்டாள்.

"என்ன தடபுடல்?" என்றேன்.

"அடுத்த வாட்டி நீ வரும்போது, நான் இங்கே இருப்பேனோ அங்கே இருப்பேனோ?"

"அங்கேன்னா எங்கே?"

"விளங்கலையா?"

"நிஜம்மா?"

"நிஜம்மாதான்! அங்கேன்னா எங்கே?"

"போ முத்து, எனக்கு வெட்கமா இருக்கு."

புஷ்பவல்லிக்கு வெட்கம் அழகாகத்தான் இருந்தது. முகம் அல்லி மாதிரி சிவந்து விட்டது. வாத்தியார் கண் நிறைய பூரிப்போடு எங்கள் இருவரையும் பார்த்துக்கொண்டிருந்தார். நான் விடுவேனா?

"அங்கேன்னா! எங்கன்னு சொல்லலையே"

“என் வீட்டுக்காரர் ஊரிலே.”

சொல்லிவிட்டு முகத்தைக் கைகளால் மூடிக்கொண்டாள்.

“அதுதான், அவளை நான் கடைசியாகப் பார்த்தது”

“ஏன் கல்யாணம் ஆகிவிட்டதா?”

“இல்லை, செத்துப் போனாள். தற்கொலை”

நான் பட்டப்படிப்பின் இரண்டாம் ஆண்டு படித்துக்கொண்டிருந்தேன். என்னைத் தேடி தபால்காரர் வந்திருப்பதாகச் சொன்னார்கள். நான் வகுப்பிலிருந்து எழுந்து வெளியே வந்தேன். தபால்காரர் இல்லை. ஊரிலிருந்து வந்த ஆள். என்ன என்றேன். புஷ்பவல்லி செத்துப் போயிற்று என்றார்கள். நான் போவதற்குள் பஞ்சாயத்தார் முடிவு பண்ணிப் புதைத்து விட்டிருந்தார்கள். வாத்தியார் பேசும் நிலையில் இல்லை. நான் இரண்டு நாட்கள் தங்கியிருந்தேன். புறப்படும்போது பஸ் நிலையம் வரை வந்தார் வாத்தியார். பஸ்சுக்குப் பின்னால் கரி போட்டு சக்கரத்தைச் சுற்றிக்கொண்டிருந்தார்கள். இன்னும் பஸ் கிளம்ப நேரம் இருந்தது.

“இப்பவாவது சொல்லுங்கள். புஷ்பவல்லி எப்படிச் செத்தாள்? வயிற்றுவலிதான் காரணமா?”

“இல்லை”

“வேறே?”

“அவமானம் தாங்காமல் செத்துப் போனாள்.”

“அவமானமா?”

“ஆமாம்... மனம் விரும்பாத ஒருத்தன் தொட்டுட்டா சில பெண்கள் உடம்பை அழிச்சிக்கிறதில்லையா?”

“யார் அவன்?”

“நடந்து விட்ட சமயத்தில் யாரோ வரும் சப்தம் கேட்டு ஓடியிருக்க வேண்டும். இடுப்பு பெல்ட்டும், வில்ஸ் சிகரெட்டின்னும் மட்டுமே சாட்சியங்களாக இருந்தன.”

“போலீசில் இதை நீங்கள் சொல்லியிருக்கணும் சார்.”

அவர் சில கணங்கள் மௌனமாக இருந்து விட்டுச் சொன்னார்.

“புஷ்பவல்லி ஏறக்குறைய கரெஸ்பாண்டென்ட் மாதிரி வேலை பார்த்தவள். விஷயம் இப்படி ஆயிற்று என்று சேதி வெளியே போனால், பள்ளிக்கூட வளர்ச்சி பாதிக்கப்படும். பெண்கள் படிக்க வருவது நின்றுவிடும். சிவலிங்கத்தை ஜெயிலுக்கு அனுப்பி விடலாம். அதனால் வரும் கேடுகளை யோசிக்க வேண்டாமா? போனவள் திரும்பி வரப் போகிறாளா? பள்ளிக்கூடம் அதன் கௌரவம் முக்கியம் இல்லையா? பொது நன்மையை உத்தேசித்து நம்ம தனிப்பட்ட சுக துக்கங்களைக் கட்டுப்படுத்திக்க வேண்டாமா?”

“சரி சார், ஆனாலும் ஓர் அயோக்கியனை இப்படி உலவ விடலாமா? கல்லெறிந்து கொல்ல வேண்டாமா?”

வாத்தியார் அமைதியாகச் சொன்னார்.

“நாம் உயிரைக் கொடுத்தோமா? அதை எடுக்க நமக்கென்ன உரிமை? அவன் மனம் அவனைக் கொல்லுமே. அவனும் ஒரு நாளைக்குத் திருந்தத்தான் செய்வான்”

நான் புறப்பட்டேன்.

“வாத்தியார் சொன்னபடி, தொடக்கப்பள்ளி நடுநிலைப்பள்ளியாகியது. உயர்நிலைப் பள்ளியாகி, இப்போ பொன்விழாவும் கொண்டாடுது. நானும் கலந்துக்க வந்துட்டேன். வாத்தியார் நிறைய வாழ்வு வாழ்ந்து எழுபதாவது வயசுலதான் இறந்தார்”

“சாரை நானே பார்த்திருக்கேனே. தள்ளாத வயசுல, தானே பொங்கித் தின்னுக்கிட்டு, தானே தன் வேஷ்டியைத் துவைச்சுக்கிட்டு, ஊருக்கு உபகாரியா, உத்தமரா வாழ்ந்து செத்தார்.”

“அவர் இருந்து பார்க்க வேண்டிய கொண்டாட்டத்தை நான் இருந்து செய்ய வேண்டி வந்ததே”

அண்ணா வருத்தம் நன்றாகவே தெரிந்தது.

“அப்பா, கோயில் வரைக்கும் போய் வரோம். நானும், அம்மாவும்.” என்றபடி உள்ளே இருந்து வந்தாள், ஓர் இருபது மதிக்கத்தக்கப் பெண்.

“சரியம்மா” என்றவர், என்னைக் காட்டி, “என் சிநேகிதர். அடிக்கடிச் சொல்வேனே, அந்த வைத்தியநாதன். இவ என் பெண் புஷ்பவல்லி.”

அந்தப் பெண் என்னை வணங்கிவிட்டு உள்ளே போனாள்.

“ஆமா, யார்தான் சாக முடியும்? உடம்பு மண்ணுக்குப் போறது, சாவா? நினைவுகள்லே மனுஷர் என்னைக்குமே ஜீவிக்க முடியுமே... அதுதான் அமரத்துவம்.”

தீர்க்கமாகச் சொன்னார் அண்ணா.

1989

பிறை

திண்ணை ஓரம் படுக்கையையும், பெட்டியையும், வைத்துவிட்டு, கையை உதறிக்கொண்டேன். தோள் வலித்தது. வீடு வத்திப் பெட்டி மாதிரி அடக்கமாய் இருந்தது. வீட்டுக்கு நேர் வகிடு எடுத்த மாதிரி படி, இப்புறமும் அப்புறமும் கொஞ்சம் திண்ணை. திண்ணையையே கதவு வைத்துத் தடுத்து அறையாக்கியிருந்தார்கள். இடது புற அறைக் கதவு திறந்துகொண்டு ஒரு மாமி "யாரது?" என்றாள் தலையை மட்டும் நீட்டிக்கொண்டு.

"நான் வைத்தியநாதன். இங்கு ரூம் இருக்குன்னு கைலாச மாமா சொன்னார்"

"ஆங்... கரந்தட்டாங்குடி காலேஜ்ல படிக்கறவா நீங்கதானா..."

"ஆமா"

மாமி வெளியே வந்தாள். தூங்கி எழுந்தாற்போல கசங்கலானத் தோற்றம். தலை கலைந்திருந்தது. நெற்றி வெறிச்சென்றிருந்தது.

"காலமேயே அவர் சொல்லிண்டிருந்தார், நீங்க வருவேள்னு" என்று சொல்லிவிட்டு உட்பக்கம் பார்த்து, "பாகீ" என்று குரல் கொடுத்தாள்.

குரலுக்குரியவள் வெளியே வந்தாள். ஜடையைப் பின்னிக்கொண்டிருந்தவள் ரிப்பனை முடி போட்டவாறு வந்தாள். அசுர வளர்ச்சி. ஆல விழுது மாதிரி வாசலை அடைத்துக்கொண்டு நின்றாள். விளக்கிய பித்தளைக் குடம் மாதிரி நிறம்.

ஒரே பார்வையில் என்னை அளந்து விட்டு, மாமியைப் பார்த்தாள்.

"அந்த ரூம் சாவியை எடுத்துண்டு வா" என்றாள் மாமி. அவள் திரும்பிப் போனாள். காலில் கொலுசு தெரிந்தது. அதிர்ந்தது. நான் என் இருப்பை அந்தக் கணம் மறந்தது உண்மை.

“தனியாத்தானே தங்கப் போறேள்”

“ஆமாம்”

“முந்தி இருந்த தடிப் பசங்க மாதிரி யாரையும் கூட்டி வச்சுண்டு கூத்து அடிக்கப் போறேள்?”

“சேச்சே...”

“சமைப்பேளா?”

“இனிமேதான் கத்துக்கணும்”

“செய்ங்கோ. ஆனா ஒரு கண்டிஷன். மாம்சம் மட்டும் சமைக்கப்படாது”

“சேச்சே.”

“பீடி சுருட்டெல்லாம் பிடிப்பேளா?”

“எப்பவாவது சிகரெட்”

“எனக்கு ஆசாரமா இருக்கணும். அதான் சொன்னேன்” பாகீ சாவியை எடுத்து வந்து திண்ணையின் மேல் ‘ணங்’கென்று வைத்தாள். நான் பக்கத்தில்தான் நின்றேன்.

சாவியை எடுத்துப் போய் கதவைத் திறந்தேன். கோட்டைக் கதவு மாதிரி பெரிய கதவு. நரநரவென்று மென்றுகொண்டே திறந்தது. குப்பென்று ஒரு புழுக்கை வாசனை. ஜன்னல் இல்லை. கதவு திறந்தே இருப்பது கட்டாயம்.

படுக்கையால் தூசியைத் தட்டி உட்கார்ந்தேன்.

“கொஞ்சம் தண்ணி வேணுமே?” என்றேன்.

“பாகீ... தூத்தம் கொண்டாடி”

பாகி கொலுசு சப்திக்க உள்ளே போய், மீண்டும் சப்திக்க வெளியே வந்தாள். செம்பையும், அதன் வாயில் கவிழ்த்த டம்ளரையும் திண்ணை விளிம்பில் வைத்தாள்.

நான் டம்ளரை எடுத்தேன்.

“தூக்கிக் குடிங்கோ” என்றாள் மாமி.

சட்டென்று மாமி அழகே இல்லாதவள் போலும் சூனியக்காரியின் கையில் அகப்பட்ட தேவலோகத்துக் குழந்தை மாதிரி, பாகீயை நான் கற்பித்துக்கொண்டேன்.

தண்ணீர் குடித்து டம்ளரைக் கீழே நான் வைத்ததும், பாகீ உள்ளே போய் ஒரு கிண்ணியில் தண்ணீர்கொண்டு வந்து, நான் குடித்து விட்டு வைத்த செம்பின் மேலும், டம்ளரின் மேலும் நீர் தெளித்த பிறகே, அவற்றை உள்ளே எடுத்துச் சென்றாள்.

*

மாமி அறையில் இருந்தவாறே, கூவினாள்.

“புளியைக் கரைச்சு வச்சுட்டேளோல்லியோ?”

“வச்சாச்சு...” அடுப்பங்கரையிலிருந்து மாமா கூவினார்.

“வாணலியில் ஜலம் விட்டேளா?”

“ஆச்சு...”

“உப்பு, மிளகாய் பொடியை வாணலியில் போடுங்கோ...”

“.....”

“என்ன போட்டுட்டேளா... சத்தத்தையே காணமே.?”

“மிளகாய் பொடிய எந்த டின்னிலேடி வச்சுருக்கே?”

“அதான்னா... அந்த வெள்ளை மூடிப்போட்ட டின்னிலேதான்...”

“எல்லா டின்னுக்கும்னா வெள்ளை மூடி போட்டிருக்கு...”

“நன்னா பாருங்கன்னா...”

“நன்னாத்தாண்டி பாக்கிறேன், சனியனே!”

“ஏன்னா... ஒவ்வொரு மாசமும்தான் சாம்பார் வக்கிறேள். அப்பப்பயா மறந்துடும்?”

மாமாவிடமிருந்து பதில் இல்லை. டமார் என்று ஒரு பாத்திரம் விழுந்து உருள்கிற சப்தம் கேட்டது.

மாமி தூரமாகி, எதிர் அறையில் எனக்கு முன் உட்காருகிற அந்த மூன்று நாளும் எனக்கு இது ஒரு பொழுது போக்கு. பாகிக்கு நெல் மரத்தில் காய்ப்பதாக இருக்கும் போலும். பசிக்கிறபோது சோறு இருக்க வேண்டும். அன்றியும் காலேஜ் ‘டைப்’ தோழிகள் என்று அவளுக்கு எத்தனையோ ஜோலி!

அந்த மூன்று நாளும், மாமிக்கு நான்தான் பேச்சுத் துணை. மாமி ஒரு நாள் சொன்னாள்.

“நான் கட்டிண்டு வந்த புதுசுல, என்னமா பட்டிருக்கேன் தெரியுமோ? மூணு நாளும் என் மாமியா என்னைத் தோட்டத்துல உக்காத்தி வச்சுடுவா, தோட்டம்னா சொன்னேன்? காடுன்னா அது! செடி, கொடி, மரம், மட்டை இண்டு இடுக்குன்னு பயம்மா இருக்கும். ராவாச்சுன்னா ஒரு வாட்டி பாருங்கோ. பாம்பே வந்துடுத்து”

“பாம்பா?”

“ஆமான்னா, இம்மாம் பெரிய பாம்பு.”

மாமி கைகளை விரித்தபோது சுவரில் கையை இடித்துக்கொண்டாள்.

*

காற்றுக்காக மாமாவும், மாமியும் திண்ணைக்கு வந்தார்கள். சமைஞ்ச பொண்ணாட்டம் அறையிலேயே ஏன் இருக்கேள். இப்படி வாங்கோ.” என்று மாமா சொன்னதால் நானும் அவர்களுடன் சேர்ந்துகொண்டேன். தேங்காக் கீற்று மாதிரி நிலாப்பிறை, நீந்தி நீந்தி வந்தது காற்று.

பேச்சூடே மாமா சொன்னார்:

அவர் ஆபீசுக்கு மாவட்ட அளவிலேயே பெரிய அதிகாரி. புதுசாய் ஒருத்தன் வந்திருக்கிறானாம். வயசு இருபத்தேழுதானாம். கல்யாணம்கூட ஆகவில்லையாம்.

"ஓட்டல் ரூம் சௌகர்யப்படலை. நல்ல வீடோ, அறையோ பாத்துக் குடுங்கோன்னு என்னண்டை சொன்னான். நம்மாத்து மாடி ரூம் சும்மா தாண்டி இருக்கு? வாங்கோன்னுட்டேன்..."

"ஏண்ணா... அவாள்ளாம் என்ன ஜாதியோ? என்ன எழவோ? கண்ட கண்டவாளையெல்லாம் ஆத்துக்கு அழைச்சுண்டு வந்துடறேள்."

எனக்குச் சுருக்கென்றது. மாமா புரிந்துகொண்டார்.

"அசடே, ஜாதி என்னடி ஜாதி? பெரிய மனுஷன், ஆபீசர், நம்ம ஆத்துல தங்குறார்னா நமக்குன்னா லாபம்?"

மாமி மறுப்பு சொல்லவில்லை.

டேவிட் முத்தையா மாடிக்கு வந்து தங்கின நாலாம் நாள்தான் எனக்கும் அவருக்கும் பரிச்சயம் ஏற்பட்டது. என்னைவிடக் கூடுதல் வயசு அவருக்கு. ஏனோ நொறுங்கிப் போயிருந்தார். ஒட்டுதலாகவும் பேசினார்.

"மூணு நாளா ஐயர் வீட்டுச் சாப்பாடு சாப்பிட்டு நாக்கு செத்துப் போச்சி. நல்ல நான் — வெஜ் ஓட்டலுக்குப் போவமா.?" என்றார். அழைத்துப் போனேன். நன்றாகவே சாப்பிட்டார். திரும்பி வரும்போது சொன்னேன்.

"மாமி ஓட்டல்ல சாப்பிட்டதுக்காகக் கோச்சுக்கப் போறாள்."

சிகரெட்டைப் பற்ற வைத்துக்கொண்டு டேவிட் சொன்னார்:

"என் உத்தியோகத்துக்குத்தான், வைத்தியநாதன், இந்த மரியாதை..." சில நிமிஷங்கள் நடந்த பிறகு மீண்டும் சொன்னார்.

"இன்னும் எங்க கிராமத்துல நான் செருப்பைக் கையில் எடுத்துக்கினுதான் நடக்க வேண்டியிருக்கு. இல்லேன்னா, 'அவ்வளவு ரப்பாடா, தாழ்ந்த சாதிப்பயலே'ன்னு மரத்தில் கட்டி வச்சு அடிப்பானுங்க."

"இன்னிக்குமா?"

"இன்னிக்கும்தான்."

*

புத்தகம் எடுத்துப் போக, என் அறைக்கு முத்தையா வருவார். நானும் பேசிக்கொண்டிருப்பதற்காக அவர் அறைக்குப் போவேன். மாமியே அறையைப் பெருக்கிவிட வருவாள். சாப்பாடு, கூஜாவில் தண்ணீர் வைப்பது போன்ற காரியங்களுக்காக மாமியே மாடிக்கு வந்து போய்க்கொண்டிருந்தாள். பிறகு மாடிப்படி ஏறச் சிரமமாக இருக்கிறது என்று சொல்லி, பாகீயை அனுப்பி வைத்தாள். பாகி சிரித்தால் ரொம்ப அழகாக இருக்கும். பாகீ டேவிட்டோடு சிரித்துப் பேசுவதை நான் பார்த்திருக்கிறேன். நாங்கள் மூன்று பேரும் இருக்கும் நேரங்களில்கூட பாகீ என்னிடம் பேசுவதைத் தவிர்தாள். பாகீயே அழகாகச் சாப்பாடு பரிமாறுவாள். மொட்டை மாடியில், கோயிலில், பூங்காவில் என அவர்கள் நட்பு வளர்ந்துகொண்டிருந்தது. எனக்கு மாலைகளில்

திண்ணையும், எப்பவும் பிறையும் இருக்கவே செய்தது. என்ன காரணமோ நான் வானத்தைப் பார்க்கும் போதெல்லாம் பிறையாகவே இருந்தது.

முத்தையா வந்த பிறகு வீடே புதுமுகம் காட்டியது. நாற்காலிகளில் பாகீ போட்ட பூத்தையல், சுவரில் நல்வருகை, அப்புறம் மான் மயில் என்ற பலவித எம்பிராய்டரிகள்! வீட்டுக்குள் முத்தையா சிகரெட் பிடித்தார். தண்ணீரைத் தூக்கிக் குடித்து நான் பார்த்ததில்லை. எனினும் மாமி ஆட்சேபிக்கவில்லை. "ஓர் ஆபீஸர்ட்ட போய் இதெல்லாம் சொல்றதாவது... டம்ளரை வாயில் வைச்சுக் குடிச்சா என்ன குடியா முழுகிடும்?" என்று ஒரு நாள் என்னிடம் நியாயம் கேட்டாள். மாமிகூட எப்போது பார்த்தாலும் புது உடைகளோடு சின்னப்பெண் மாதிரி, பாகீக்கு ஈடாகச் சிரித்துப் பேசி முத்தையாவை மகிழ்விக்க முயன்றாள். முத்தையா பாகீயைக் காதலிக்கிறார் என்றும் அவளையே திருமணம் செய்துக் கொள்ளப் போகிறார் என்றும் நினைத்திருந்தேன்.

*

அவ்வாறெல்லாம் நேரவில்லை.

ஒருநாள் இரவு, சாப்பிட்டுவிட்டுத் திரும்பும்போது முத்தையா சொன்னார்.

வேறு வீடு பாத்துகிட்டு இருக்கேன். கிடைச்சுடும். கிடைச்சுட்டா அம்மாவையும் அழைச்சுக்கிட்டு வந்துடலாம்னு இருக்கேன்"

"ஐயரோட அருமையான 'கெஸ்டா' இருக்கீங்க..."

"அதான் சங்கடமா இருக்கு. விருந்தாளி மாதிரி நடத்துறாங்க. விருந்தாளின்னு நினைக்கறப்பவே, வீடு ஒட்டாமப் போயிடுது. நாம தனின்னு நெனைக்கத் தோணுது" என்றார்.

முத்தையா அந்த மாசத்துக் கடைசியில் கீழவீதிப் பக்கம் வேறு வீடு பார்த்துக்கொண்டு போனார். நாங்கள் வெட்டாற்றங்கரைப் படியில் முதல் நாள் மாலை தொடங்கி பத்துப் பதினொரு மணி வரை பேசிக்கொண்டிருந்தோம். என் சந்தேகங்கள் எல்லாம் அப்போதுதான் தீர்ந்தன.

"முத்தையா சார். நீங்க பாகீயைக் காதலிக்கலையா?"

"சேச்சே..." அவர் சிரித்துக்கொண்டார். பிறகு சிகரெட்டை எடுத்துப் பற்ற வைத்துக்கொண்டு சொன்னார்.

"நான் அவளைக் காதலிக்கல்லே. அவளும் என்னைக் காதலிக்கிறதா நினைக்கல்ல. நாங்க பேசிக்கிட்டிருந்தோம். அவ ஓர் அழகான பெண்ணா இருக்கிறதால, நான் சந்தோஷமா ஃபீல் பண்ணேன்னு நினைக்கிறேன். பாகீக்கு முதல் முதலா ஓர் ஆணோட நெருங்கிப் பேசற அனுபவம் சந்தோஷத்தைக் கொடுத்திருக்கும். சும்மா பரஸ்பரம் அது ஒரு கொடுக்கல் வாங்கல். அவ்வளவுதான். இதையே ஆதாரமா வச்சு அவளை நான் கட்டிக்கிட்டேன்னா, கொஞ்ச நாளைக்குப் பின்னால நாங்க ஒருத்தருக்கொருத்தர் சலிச்சுப் போயிடுவோம்."

"கோவிச்சுக்காதீங்க. உங்களுக்குத் தாழ்வு மனப்பான்மைன்னு நினைக்கிறேன்."

முத்தையா சிரிப்பு அழகா இருக்கும். இரண்டு வரிசையின் ஒழுங்கான எல்லாப் பற்களும் தெரியும்.

“அப்படி இல்ல! ஒரேயடியா தாண்டிக் குதிச்சு எனக்குக் காம்ப்ளக்ஸ் இல்லேன்னு நிரூபிக்கறதே, ஒரு வகையில் காம்ப்ளக்ஸ் என்று தோனுது. நான் பாகீயை கட்டிக் கிட்டேன்னா, ஊருல களை எடுத்துக்கிட்டு பிழைக்கிற என் ஆத்தாகிட்டேந்தும், கூலியா இருக்கிற என் தம்பிகிட்டேந்தும் நான் வெட்டிக்க வேண்டியிருக்கும். புதுசா வந்த இந்த வாழ்வுக்காக, இதைக் காப்பாத்திக்க என்னை நானே வேறு ஆள்னு மத்தவங்களுக்குக் காட்ட வேண்டியிருக்கும்... அப்படியெல்லாம் என்னால இருக்க முடியாது. என்னையும் பாகீயையும் சேத்து வைக்கிற, உடம்பைத் தவிர வேற ஒன்றும் வேணும். நான் யோசிச்சுப் பார்த்துட்டேன். அப்படி ஒன்றும் இல்ல...”

நான் தடுமாறினேன்.

காதலுக்கு அர்த்தமே இல்லையோ என்று தோன்றியது. முத்தையா கேட்டார்.

“எனக்கு முன்னால நீங்க மாமா வீட்டுக்குக் குடி வந்து இருக்கீங்க... நீங்க என்னை விடப் புத்திசாலி. என்னைவிட நல்லாயிருக்கீங்க. பாகீ ஏன் உங்களைத் தவிர்க்கிறா? நீங்க வெறும் ஸ்டூடன்ட். மாமி, பாகீயை ஏன் என்கிட்ட தள்ளி விடறா? நான் ஒரு கெஜட்டட் ஆபீசர். அதாவது நான் சம்பாதிக்கிறவன். புரியுதா? ஓர் ஆணும் பெண்ணும், அவங்க ஆண், பெண்ணுங்கறதுக்காகவே இணையறதுதான் உறவு. ஒருத்தர் துணை ஒருத்தருக்கு அவசியம்னு புரிஞ்சுக்கிறதுதான் காதல். நம்ம தலைமுறையில் அது சாத்தியமில்லே. உங்க மனசுக்குள்ள உங்க யோக்யதையைப் பார்க்கிற இடத்துல காதலுக்கு இடமே இல்லை.”

அன்றைக்கும்கூட அந்தப் பிறைதான் காட்சி அளித்தது. மறுநாள் முத்தையா புறப்பட்டுப் போனார். பாகீ அழுதாள் என்பது உண்மைதான். நான் மாமி வீட்டில் அடுத்த ஆண்டும் இருந்தேன். ஆண்டுக் கடைசியில் பாகீக்குக் கல்யாணம் நடந்தது. எந்த விதமான குறுகுறுப்பும் இல்லாமல் நான் கல்யாணத்துக்குப் போயிருந்தேன். முத்தையாவும் வந்திருந்தார்.

1990

ஒரு நெகடிவ் அப்ரோச்

"அவுட்டோர் போகலாம் வருகிறீர்களா?" என்றார் நண்பர். ஒரு வேலையும் இல்லாமல், சும்மா பேசிப் பொழுதைக் கழிப்பதைக் காட்டிலும் வெளியே போவது உத்தமம் என்று நினைத்து,

"எந்த ஊருக்கு?" என்றேன்.

"வில்லியனூருக்குப் பக்கத்தில். இங்கு நம்ப வட்டச் செயலாளனாய் இருக்கிறானே பட்டாபிராமன், அவனோட அப்பா செத்துட்டார். படம் எடுத்துக்கிட்டு, கோயிலையும் பார்த்துட்டு வரலாம்" என்றார் நண்பர்.

வில்லியனூர் கோயில் விசேஷமானது. அதைக் காட்டிலும் கோயில் குளம் விசேஷமானது. பாசி படர்ந்த குளம் சில்லென்று வீசும் குளக்கரை காற்று. மனசு கட்டுகளை அறுத்துக் கொள்ளும். மேயும்.

போட்டோகிராபியைப் பத்தி ஓர் அட்சரம்கூடத் தெரியாத நானும், ஏதோ ஒரு பெரிய ஆள்போலக் கேமராவைக் கழுத்தில் மாட்டிக்கொண்டு அவரோடு கிளம்பினேன்.

வில்லியனூர் பஸ்ஸைப் பிடித்து, கிராமாந்தர ஜனங்களோடும், வியர்வை, அழுக்கு, விளக்கெண்ணெய், கருவாடு, குழந்தைகள், வெற்றிலை வாசனைகளோடு பிரயாணம் பண்ணி, தேர் முட்டி வந்து இறங்கினோம்.

எங்களுக்கு வழிகாட்ட என்றும், எங்கள் சௌகர்யத்துக்கு என்றும் ஓர் ஆள், மாட்டு வண்டியோடு வந்து இருந்தான்.

மாட்டு வண்டிப் பிரயாணம் ஒரு தனி சுகம் போங்கள். காலத்தின் கழுத்தில் கயிறு போட்டு, அதை ஸ்தம்பிக்க வைக்கும் இந்த மாடுகளும், இரண்டு பக்கமும் வளர்ந்து ஒசியும் நாற்றுகளும், எங்கோ கத்திக்கொண்டிருக்கும் பெயர் தெரியாத குருவியும்...

பார்த்த மாத்திரத்திலேயே தெரிந்து கொள்ளத் தக்கனவாய் விளங்கும் எழவு வீடுகள், புராணக்காலத்து வாத்தியங்களாய், விநோதமான இசை எழுப்பிக்கொண்டிருந்தார்கள் நால்வர். நான்கு பேர்களுமே சுயப்பிரக்ஞை இன்றி போதையில் இருந்தார்கள். இருந்தும் தாளமே இல்லாத தாளம் ஒன்றை அவர்கள் தக்க வைத்துக்கொண்டிருந்தார்கள்.

இரு சாரியிலும் இருக்கும் குடிசை வீடுகளுக்குச் சற்றும் ஒவ்வாத வகையில், வெளுத்த சட்டை வேஷ்டிகளோடும், துண்டுகளோடும் பிரமுகர்கள் எனப்பட்டவர்கள் ஆங்காங்கே கும்பல் கும்பலாக நின்றிருந்தார்கள். இவர்கள் எல்லாம், செத்தவரின் மகனை, அவருடைய கௌரவத்தை மேம்படுத்தவே அங்கு வந்தவர்கள்போல் இருந்தார்கள்.

விட்டுவிட்டு அழுகுரல்கள் எழுந்தன. மூன்று நிமிஷம் அழுது பிறகு ஐந்து நிமிஷங்கள் பேசி ஓய்வெடுத்துக்கொண்டு, தங்களைத் தாங்களே உற்சாக மூட்டிக்கொண்டு இந்த மாறுபட்ட சூழலை ரசித்தவர்களாய் மிக சுவாரஸ்யமான கதியில் அழுதுகொண்டிருந்தார்கள் பெண்கள். சில குழந்தைகள், வீட்டில் அற்புத நிகழ்ச்சி நடப்பதுபோலப் பாவித்துக்கொண்டு உள்ளுக்கும் வெளிக்குமாக ஓடியும் விழுந்தும், எழுந்துகொண்டும் இருந்தார்கள்.

அந்நிய நாட்டுத் தூதுவரைத் தன் தர்பாரில் வரவேற்கும் ராஜாவைப்போல, பட்டாபி எங்களை மிக கௌரவமாக வரவேற்றார்.

ஒரு நீள பெஞ்சில் உட்கார்ந்துகொண்டிருந்த ஊர்ப் பெரியவர்கள் எனப்பட்டவர்கள் எழுந்து எங்களை உட்காரச் சொன்னார்கள். பட்டாபி ஓர் ஆளை ஏவி, இரண்டு நாற்காலிகளை, பக்கத்து ஆரம்பப் பள்ளிக்கூடத்தில் இருந்து எடுத்து வரச் சொல்லி, அதில் உட்காரச் சொன்னார்.

துரதிருஷ்டவசமாக எனக்குக் கிடைத்தது காலுடைந்த ஒரு நாற்காலி. என் கவனம் முழுமையையும் அதன் உடைந்த காலிலேயே செலுத்த வேண்டி வந்ததால், நான் தவித்துப் போனேன்.

சுவரில் தொங்கிக்கொண்டிருந்த தலைவர்கள் எல்லாம் என்னைப் பார்த்துச் சிரிப்பது எனக்குப் புரிகிறது.

டீ வந்தது. மனிதர்கள் டீ என்கிற ஒரு பானத்தை எவ்வாறு எல்லாம் தயாரிக்கக் கற்றுக்கொண்டார்கள் என்று வியந்துகொண்டே குடித்து வைத்தோம்.

பிறகு போட்டோ எடுக்கும் சடங்குகள் தொடங்கின.

செத்தவர், செத்தவர் போலவே காட்சியளித்தார். வெளுத்த சட்டையும், வேஷ்டியுமாய் அவரை அலங்கரித்தார்கள். நீட்டிப் படுத்திருந்த அவரை சாய்த்து உட்கார்ந்துகொண்டிருப்பவராய் செய்து, தலைப்பாகை என்கிற முண்டாசுக் கட்டினார்கள்.

இது போன்ற காரியங்களைச் செய்வதற்கு என்றே ஊரில் ஒன்றிரண்டு பேர் இருப்பார்கள். இவர்கள் காரியம் செய்வதாகப் பேர். ஆனால் இவர்கள் சப்தம் மட்டுமே போடுவார்கள். மற்றவர்கள் குறிப்பாகப் பெண்களே இந்தக் காரியங்களில் ஈடுபட்டு இருந்தார்கள்.

எழவுக்கு வந்த பெண்கள் பலரும் செத்தவரைச் சுற்றி நின்றுகொண்டு, அவருக்குப் பட்டாபிஷேகம் நடப்பதைப்போல வேடிக்கை பார்த்துக் கொண்டிருந்தார்கள்.

ஒரு பெரிய மாலையை அவர் கழுத்தில் மாட்டி முடித்ததும், "இப்போ போட்டோ எடுக்கலாம்" என்றார்கள். பிறகு நினைத்துக்கொண்டு, செத்தவருக்கு நாமம் போட்டார்கள். இதில் விசேஷ அக்கறை எடுத்துக்கொண்டு ஒருவர் அரை மணி நேரம் இதைச் செய்தார்.

பிறகு நண்பர் படம் எடுத்தார். நான் "நகருங்கப்பா... நகருங்கம்மா... போட்டோவை மறைக்காதீங்க" என்றெல்லாம் டைரக்ட் செய்தேன்.

எங்கள் வருகையும், படப்பிடிப்பும் செத்தவருக்கும் செத்தவரின் மகன் பட்டாபிக்கும்... ஒரு விசேஷ கௌரவத்தையே ஏற்படுத்தி விட்டதாக அவர் — பட்டாபி — வண்டியில் ஏற்றிவிடும்போது கூறினார்.

வில்லியனூர் கோயிலில், கோகிலாம்பாளையும், அவள் கணவரையும் தரிசித்து விட்டுக் குளக்கரையில் பொழுது போக்கினோம். குளம், ஆறு போன்ற நீர் நிலைகளைப் பார்த்து விட்டால் நண்பருக்கு ஒரு மாதிரியான வயிற்று உபாதை ஏற்படும். கோயில் நந்தவனத்திற்குப் பக்கத்திலேயே மறைவாகச் சென்று விட்டு, சூழலில் இருந்த புனிதத்தையே மாசு படுத்தி வந்தார். பல்வேறு விஷயங்களையும் பற்றி சுகமான லயிப்போடு பேசிக்கொண்டிருந்து விட்டு ஊர் திரும்பினோம்.

ஸ்டுடியோவில் உடனே டெவலப் பண்ணலாம் என்று இருட்டு அறைக்குள் சென்று கதவைச் சாத்திக்கொண்டார் நண்பர். நான் சிகரெட்டை பற்ற வைத்து ரெண்டு இழுப்பு இழுத்திருக்க மாட்டேன். அலறிக்கொண்டு ஓடி வந்தார்.

"என்ன..."

"பிலிம் எக்ஸ்போஸ் ஆயிடுச்சி"

"ஆ...!"

"சுத்தமா விழல்லே"

"சுத்தமாவா?"

"கொஞ்சம்கூட விழல்லே!"

"எத்தனை டேக்"

"ஒண்ணே ஒண்ணுதான்"

"ஐயய்யோ...! ஏன் இப்படி பண்ணீங்க...? எப்பவுமே செத்துப் போனங்களை ரெண்டு, மூணு தடவை எடுப்பீங்களே!"

"என்னமோ கெட்ட நேரம்..."

செத்து போனவருக்கா அல்லது அவருக்கா என்பது தெரியவில்லை.

"என்ன பண்ணப் போறீங்க...?"

"என்ன பண்றது? சமாளிக்க வேண்டியதுதான்..."

ஏற்கெனவே செத்துப் போனவர்களின் நெகடிவ்களை எல்லாம் எடுத்து ஆராய்ந்தார்.

பட்டாபியின் தகப்பனாரைப்போல உருவம் பொருந்தியவர் என்று ரெண்டே ரெண்டுதான் கிடைத்தது. வயசானவர்கள் எல்லாம் ஒரே மாதிரி உருவம் கொண்டவர்களாய் இருந்திருந்தால், என்ன சௌகரியமாய் இருந்திருக்கும். கிடைத்த ரெண்டிலும், ஒருவர் நீட்டிப் படுத்திருந்தார். ஒருவரே சாய்ந்துகொண்டு இருப்பதாகத் தோற்றமளித்தார். துரதிருஷ்டம் என்னவென்றால், பட்டாபியின் தகப்பனாருக்கு தாடி இருந்தது. ஒரு வார தாடி. நெகடிவ்காரருக்கு சுத்த ஷவரம். அதோடு இவருக்குத் தலைப்பாகை, நாமம், மாலை எதுவும் இல்லை.

அடுத்த நாள் ஒரு ஓவியனை அழைத்து வந்தார். இவன் மகா கலைஞனாகத் தன்னை நினைத்து இருப்பவன். எனவே மகா ஓவியன். கலைஞர்கள் தொழில் செய்து பிழைப்பதாவது? நேர்ந்துகொண்ட தொழிலைச் செய்யாமல் இருப்பதே ஒரு கலைஞனின் மேதைத்தனம் என்று நினைப்பான்.

இவனைச் சாராயக்கடை ஒன்றில் சந்தித்து, கேட்டதை எல்லாம் வாங்கிக் கொடுத்து ஸ்டுடியோவுக்குக் கூட்டி வந்தார்.

கலைஞன் தலை குப்புற கவிழ்ந்துகொண்டு முழு போதையில் உட்கார்ந்திருந்தான். அவன் தலையை நிமிர்த்தி நிமிர்த்தி செய்ய வேண்டியதை விளக்கிச் சொன்னார்.

ஒரு வழியாகச் செத்துப் போனவருக்குத் தாடி முளைத்தது. அவரே முண்டாசு கட்டிக்கொண்டார். தனக்குத் தானே நாமம் இட்டுக்கொண்டார். ஒரு மாதிரியாக எங்களை எல்லாம் பயமுறுத்திக்கொண்டிருந்தார்.

பட்டாபி வரும் நாளை மிக ஆவலுடனும், பயத்தோடு எதிர்பார்த்துக்கொண்டிருந்தோம்.

அந்த நாளும் வந்தது. அவரும் வந்தார். தந்தையின் படத்தை மகன் பார்த்தார். சில நிமிஷங்கள் வரை கூர்மையாகப் பார்த்தார்.

“தள்ளி வச்சுப் பார்க்கணும்பா”

பட்டாபி போட்டோவை தள்ளி வைத்துக்கொண்டு பார்த்தார். மேசை மேல் வைத்து விட்டு எட்ட நின்று பார்த்தார். கடைசியாக.

“என்ன அண்ணே... அப்பாவோட முகம் மாதிரியே இல்லியே” என்றார்.

“கரெக்ட், எப்படி இருக்கும்...? செத்துப் போன பின்னாலே முகம் மாறிடும்பா. உயிர் போயிடுச்சு எனகிறோமே... அப்படின்னா என்ன? முகம் மாறிச்சுன்னு அர்த்தம்? நாம்ப எல்லாம் வெறுங் கண்ணால பார்க்கிறோம்...! கேமரா கண்ணோட பார்க்கணும்பா, அப்பத்தான் தெரியும். உயிர் போன பின்னால நம்ம முகமெல்லாம் எப்பிடி மாறிப் போயிடுதுன்னு. கேவலம் மனுஷன் பொய் சொல்லுவான்... மூவாயிரம் ரூபா கேமரா பொய் சொல்லுமா!”

“சொல்லாது அண்ணே!”

“அதான் கேட்டேன். நீ கையில் வச்சு இருக்கிறது வெறும் புரூப் தானே... பெரிசா போட்டுட்டா எல்லாம் சரியாப் போயிடும்... கலராவே பண்ணிடறேன்... என்ன சரிதானே”

“செய்யுங்க, உங்களுக்குத் தெரியாததை நான் என்ன புதுசா சொல்லிடப் போறேன்...!”

குறித்த காலத்தில் அவர் வந்தார். சின்ன போட்டோவில் இருந்த செத்துப் போனவர் விஸ்வரூபம் எடுத்து நின்றதைப் பார்த்தார். நான் அவர் முகத்தையே பார்த்துக்கொண்டிருந்தேன்.

“இது என் அப்பா இல்லேடா...!” என்று கத்தப் போகிறார் என்று எதிர்பார்த்தேன். அவர் கத்தவில்லை. மௌனட்டை பாக்செய்துகொண்டு அரை மணி நேரம் வரைக்கும் அரசியல் பேசிக்கொண்டிருந்தார்.

பட்டாபி பரம சந்தோஷத்துடன் போட்டோவை வாங்கிக்கொண்டு நடக்க ஆரம்பித்தார்.

“டிபன் சாப்பிடலாம் வாங்க” என்றார் நண்பர். ஓட்டலுக்குப் போனோம்.

மசால் தோசை சாப்பிட்டோம். காபி சாப்பிட்டோம். வெளியில் பெட்டிக்கடை ஓரம் நின்று சிகரெட் பற்ற வைத்துக்கொண்டு நண்பர் சொன்னார். “பிரபஞ்சன், உருவம் எதுவானால்தான் என்ன? பழைய அப்பாவா இருந்தால் என்ன? நாம் உருவாக்கின அப்பாவா இருந்தால் என்ன? பட்டாபி கண்களை மூடிக்கொண்டு அப்பாவை நினைத்துக் கொள்ளும்போது அவர் மனசுக்குள் தோன்றப் போவது அவரோட அப்பா தானே. வேதத்தில்கூட சொல்லி இருக்காமே. கோயில், விக்ரகம் எல்லாம் பாமரர்களுக்குத்தான்; படித்தவர்க்கு இல்லேன்னு, உங்களுக்குத் தெரிஞ்சு இருக்குமே” என்றார்.

திடீரென்று பெட்டிக்கடை மரமாகி விட்டது. கார் ஹாரன் குயிலோசையாகி விட்டது. ரேடியோவின் டப்பா சங்கீதம் வேத கோஷமாகி விட்டது. போட்டோக்காரர், ரதத்தில் உட்கார்ந்துகொண்டு உபதேசம் செய்துகொண்டிருந்தார்.

1990

ஆகஸ்ட் 15

கிருஷ்ணமூர்த்திக்கு திடுமென விழிப்பு ஏற்பட்டது. சுவர்க் கடிகாரம் பதினொன்று இருபது என்றது. பத்து மணிக்குப் படுத்தான். அதற்குள் விழிப்புத் தட்டிவிட்டது. பல யுகங்கள் தூங்கி எழுந்த தெளிவு உடம்பில் வந்து விட்டதாக அவன் உணர்ந்தான். ஜன்னலுக்கு வெளியே ஏதோ பற்றி எரிவது மாதிரி பிரகாசமாய் இருந்தது. எழுந்து ஜன்னலண்டை சென்று நின்று வெளியைப் பார்க்கையில், நிலா வீணே எரிவது தெரிந்தது. மொட்டை மாடிக் கைப்பிடிச் சுவருக்கும் ஆகாயத்துக்கும் இடையே காக்காய்ப் பொன் துகள்கள் காற்றில் பறந்தன. நிலவு வறிதே எரிவது கஷ்டமாகத்தான் இருந்தது. அறைக் கதவை திறந்துகொண்டு, கைப்பிடிச் சுவரை அணைந்து நின்றான்.

தெரு, ஆட்டம் முடிந்த சினிமாக் கொட்டகை மாதிரி வெறிச்சென்று கிடந்தது. மனிதர்களின் பரபரத்த ஆக்கிரமிப்பு இன்றி, குளித்து விட்டு வந்து நிற்கிற குழந்தையைப்போல இப்படி மினுமினுத்துக்கொண்டு கிடக்கிற தெரு ஆச்சர்யம் தருவதாய் இருந்தது. அப்படியே அதைச் சுருட்டிப் பையில் வைத்துக் கொள்ள வேண்டும் போலவும் இருந்தது.

இப்படி அமுதமாய்ப் பொங்கி, நிலா ஊருக்கு வார்த்துக்கொண்டிருக்கையில் படுக்கையில் படுத்துக் கண்களை மூடிக் கொள்வது என்பது நல்ல ரசனை அல்லவே! அவன் கைலியை நன்கு சுருட்டிக்கொண்டு, கோட் ஸ்டாண்டில் தொங்கின ஜிப்பாவை எடுத்து அணிந்து, படி இறங்கி, தெருப்படிக் கதவைப் பூட்டிக்கொண்டு தெருவுக்கு வந்தான்.

காற்று கரையை உடைத்தேறும் அலையைப்போல அவனை மோதிக் கிறங்கச் செய்தது. என்றுமே சரியான நேரம் காட்டாத மணிக்கூண்டுக்குக் கீழே இருக்கும் டீ கடையில் ஒரு டீ சொல்லிக் குடித்தான் மூர்த்தி. தேநீர் என்பது இரவுடன் பிறந்த பானம் போன்றது, இரவோடு

ஒத்திசைந்திருந்தது. உடம்புக்கும் மனசுக்கும் புதுத்தெம்பு ஊறியது. டீ கடையிலேயே ஒரு சிகரெட்டை வாங்கிப் பற்ற வைத்துக்கொண்டான். கைலியைத் தூக்கி மடித்துக்கொண்டான். கடற்கரையை பார்த்து நடந்தான்.

கடல் இரைச்சல் இட்டுக்கொண்டிருந்தது. சற்று நிதானித்தால் புரிந்துக் கொள்ளக் கூடிய பாஷைதான். எதைத்தான் புரிந்து கொள்ள முடியாது? ஒப்புக் கொடுத்தல் என்னும் சமர்ப்பணம் கை வந்தால் எதுவும் சாத்தியம்தான்.

கடல், மூர்த்தியை நல்வருகை சொல்லி வரவேற்றது.

எது எதனை ஆக்ரமிக்கிறது? கடல், மண்ணையா?, உலகம் கடலையா? இந்த யுகாந்திர பலாத்காரம் எப்போது தொடங்கிற்று. ஹிம்சைகள் தவிர்க்க முடியாத ஓர் உலக நியதிதானா?

மூர்த்தி தன் முன் விரிந்திருக்கும் இந்த அகண்டாகாரத்தில் லயித்துப் போய், கரையை ஒட்டின சிமென்ட்டுக் கட்டையில் அமர்ந்திருந்தான். தன்னை மறந்திருந்த அவனை "யார்றா அது?" என்னும் அண்மைக் குரல் பூமிக்கு அழைத்து வந்தது. அவன் திரும்பினான்.

இரண்டு போலீஸ்காரர்கள் நின்றிருந்தார்கள். ஒருவர் பிரும்மாண்டமான பருமனும், அதனினும் பெரிய வயிற்றையும் கொண்டிருந்தார். சட்டை அந்தப் பருமனுக்குக் தாங்காது கவ்விக்கொண்டிருப்பது மாதிரி இருந்தது. அடுத்தவர் ஈர்க்குச்சி மாதிரி மெலிந்தும், நோயாளியைப்போல வெளுத்தும், வெம்பிப் போன மாங்காய் மாதிரியும் இருந்தான். ஏதோ உள்நோயினால் அவஸ்தைப் படுகிறவரைப்போலக் காணப்பட்டார். பருமனாக இருந்தவர் மூர்த்தியைப் பார்த்து "யார்றா நீ...? இந்த நேரத்துல இங்கே என்ன வேலை?" என்றார். மூர்த்திக்கு அக்கேள்வி மிகுந்த ஆச்சர்யத்தைத் தந்தது. மதிலேறிக் குதித்தவனைக் கையும் களவுமாகப் பிடித்து விட்டவர் மாதிரி அவர் பேசினார்.

"சும்மாத்தான். நல்ல நிலாக் காலம். ரசிக்கலாம்னு வந்தேன்" என்றான் மூர்த்தி. அந்த இரண்டு காவலர்களும் இந்த பதிலைக் கேட்டு ஆச்சர்யமுற்றவர்களைப்போல ஓரடி பின்னிட்டனர். பருமனார் அவன் முகத்தையும் ஆடைகளையும் தீவிரமாகப் பரிசீலனை செய்து பின் சொன்னார்.

"சந்தேகமா இருக்கு. தெளிவான பதிலாச் சொல்லலியே. பின்னயும், கைலி வேற உடுத்தியிருக்கே. ஊர்...?"

மூர்த்தி மேலும் ஆச்சரியத்தில் முழுகிப் போனான். அவன் இதைக் காட்டிலும் தெளிவாக என்ன பதிலைச் சொல்ல முடியும்? தவிரவும் கைலி உடுத்தியிருப்பதும் எப்படி சட்டப் புறம்பான விஷயமாக இருக்க முடியும்?

"என்ன வேலை பார்க்கிறே நீ?"

"வாத்தியார்."

"வாத்தியார்னு சொல்றே, அதுக்குத் தகுந்த நடை உடை இல்லியே. புள்ளைகளுக்கு நல்ல பாடம் சொல்லித் தர வேண்டிய நீயே பைத்தியம் மாதிரி இப்படி நடு ராத்திரியிலே கடற்கரையிலே வந்து உட்கார்ந்துக்கிட்டு இருக்கே. சந்தேகமாயில்லே இருக்கு. ஊம்..."

பருமர், ஒல்லியரைப் பார்த்தார். ஒல்லியர் மிகுந்த சிரமப்பட்டு மூச்சு விட்டுக்கொண்டிருந்தார். அவருக்கு ஆஸ்துமா இருக்கும்போலத் தோன்றியது

மூர்த்திக்கு. அந்த இரண்டு பேரும் இரண்டடி தள்ளிப் போய் என்னவோ தங்களுக்குள் பேசிக்கொண்டார்கள். திரும்பி அவனை நெருங்கி நின்றார்கள். பருமர் சொன்னார்.

"நீ எதுக்கும் ஸ்டேஷன் வரைக்கும் வந்து ஐயாவைப் பார்த்துட்டு வந்துடு. வா போகலாம்."

"ஐயான்னா யார்?"

"ஸப் இன்ஸ்பெக்டர்" என்று பருமன் எரிச்சலோடு சொன்னார்.

"அவரைப் பார்த்து நான் என்ன சொல்லணும்.?"

"..."

பருமராகிய அந்த அரசு ஊழியர், எழுதத் தக்கதல்லாத ஓர் ஆபாச வார்த்தையைப் பிரயோகப்படுத்தினார். அப்புறம் "நடடா டேசனுக்கு" என்றார்.

மூர்த்தி அவர்களுடன் நடக்கத் தொடங்கினான். நிலவு படிப்படியாக மஞ்சள் வர்ணத்தைக் கொட்டி, உலகத்தைப் பொன் செய்துகொண்டிருந்தது. நிலவின் வாசனை அவனை நிறைத்து, அதன் பின் அவனைச் சுற்றி வியாபிப்பதாக அவனுக்குத் தோன்றியது. நிலவு ஒரு புஷ்பம். அதிலிருந்து பூச் சிதறல்களை மிதித்து விடக்கூடாது என்பது மாதிரி, மூர்த்தி அவர்களுடன் நடந்தான்.

கடைத் தெருவை ஒட்டின காவல் நிலையத்துக்கு அவர்கள் வந்து சேர்ந்தார்கள். ஒரு பழங்கால மேசையின் முன் நடு வயதினராகக் காட்சி அளித்த ஒருவர், சப்தம் கேட்டு விழித்து எழுந்தார். உறக்கம் கெட்டதில் அவர் அமைதி குலைந்தது தெரிந்தது.

"என்னயா?" என்று முகத்தைச் சுருக்கிக்கொண்டு கேட்டார்.

"ஒரு சந்தேகக் கேஸ்" என்றார் பருமர். கடற்கரைச் சம்பவத்தை விளக்கினார். மேசைக்காரர் மூர்த்தியை அவதானித்தார்.

"யார்டா நீ?" என்றார். அவர் தன்னைக் காட்டிலும் பத்து வயதாவது குறைந்தவராக இருப்பார் என்று மூர்த்தி யோசித்துவிட்டு, "நான் ஒரு வாத்தியார்" என்றான். அதைக் கேட்டு விட்டு அவர், "என்ன... அர்த்த ராத்திரியில் பீச்சுல உக்காந்திருக்கே? எவளையாவது வரச் சொல்லியிருக்கியா அங்கே?" என்றார். இவரும் ஆபாசமாகப் பேசினார்.

"அப்படியெல்லாம் இல்லை."

"எந்தக் ஸ்கூலில் வேலை பார்க்கிறே?"

அவன், தன் வேலை பார்க்கும் ஸ்தாபனத்தைச் சொன்னான்.

"என்ன, கைலி கட்டி இருக்கே?"

என்ன பதில் சொல்வது என்று தெரியாமல் நின்றான் மூர்த்தி.

"குந்து அப்படி" என்று ஓரமாகப் போட்டிருந்த வாங்குப் பலகையைக் காட்டினார் அவர். மூர்த்தி அங்கு சென்று அமர்ந்தான். அவனுக்கு இடது புறம் ஓர் அறை ஒன்று இருந்தது. அது அதிகாரியின் அறையாக இருக்க வேண்டும். அதை ஒட்டிக் கம்பிகளையே கதவாய்ப் போட்டிருந்த அறை

ஒன்றையும் அவன் கண்டான். அந்த மேசைக்காரர் கையை மடக்கி, அதன் மேல் தலையை வைத்துக்கொண்டு, மீண்டும் உறங்கத் தொடங்கினார். பாவம், களைப்பாக இருக்கிறார் போலும் என நினைத்துக்கொண்டான் மூர்த்தி.

அவன் வேடிக்கை பார்த்துக்கொண்டு அமர்ந்திருந்தான். அழுக்கேறிய சுவர், ஒரு மகாத்மா காந்தி படம், கைப்பட்டு நைந்த அட்டை போட்ட நோட் புஸ்தகம், ஒரு வெறும் 'ரீபில்' அதன் அருகில் கிடந்தது.

பருமரும் ஒல்லியரும் உள்ளே வந்தார்கள். அந்த ஒல்லியர் அவன் பக்கத்தில் வந்து அமர்ந்தார். தொப்பியைக் கழற்றித் தலையைத் தடவியபடி அவன் காதுகளில் சொன்னார்.

"ஐயா வர்ற நேரம் தெரியலை. அவர் வந்து பார்த்துத்தான் உன்னை விடணும். வந்தாலும் வரலாம். வராட்டாலும் இல்லை. ஏதாவது இருந்தா கொடுத்துட்டுப் போயிடு."

மூர்த்திக்கு ஒன்றும் புரியவில்லை. என்ன கேட்கிறார் இவர்? அவர் வேகவேகமாக மூச்சுவிட்டுக்கொண்டு இருந்தார். ஆஸ்த்துமாக்காரர்களே அனுதாபத்துக்கு உரியவர்கள்.

"பணம் எவ்வளவு வச்சிருக்கே? இருபது ரூபா கொடுத்திட்டுப் போயிடு" என்றார் அவர் இரைத்துக்கொண்டே.

பகீர் என்றது மூர்த்திக்கு. அடடா! அவனிடம் பணம் இல்லை. சுமதி அம்மா வீட்டுக்குப் போயிருந்தாள். அவளை ஊருக்கு அனுப்ப, ஐம்பது ரூபாய் அன்று காலையில்தான் நண்பரிடம் அவன் கடன் வாங்கியிருந்தான். நாற்பது ரூபாயை அவளிடம் கொடுத்து அனுப்பி விட்டுப் பத்து ரூபாயில் மதியச் சாப்பாடும், இரவு டிபனையும் முடித்திருந்தான். டீக்கும், சிகரெட்டுக்கும் கொடுத்தது போக என்ன சில்லறை இருக்கும்.

அவன் பாக்கெட்டைத் துழாவிச் சில்லறைகளை வெளியில் எடுத்தான். எண்ணினான். எண்பத்தைஞ்சு பைசாக்கள் இருந்தன.

"இவ்வளவுதான் இருக்கு" என்று மூர்த்தி வெட்கத்துடன் அந்த மனிதரிடம் சொன்னான். தொடர்ந்து "காலைலேதான் யாரிட்டயும் கடன் வாங்க முடியும். அவசரம்னா, காலையிலே பத்து மணிக்குத் தரலாம்" என்றான், அமர்ந்த குரலில்.

வெறுத்துப் போன முகமுடைய அந்த நோயாளி மனிதன் அவனை விசித்திரமாகப் பார்த்தார். திரும்பவும் தொப்பியை அணிந்துகொண்டு, நாலடி தள்ளி நின்றபடி, ஒரு மாலைப் பத்திரிகையைப் புட்டிக்கொண்டிருந்த பருமரைப் பார்த்தார். அதே சமயம் அவரும் இவரைப் பார்த்தார். ஒல்லியர் அவரைப் பார்த்து உதட்டைப் பிதுக்கினார். பருமர், அந்தப் பத்திரிகையைக் கசக்கியபடி மேசை மேல் விட்டெறிந்தார். இருவரும் வெளியேறினார்கள்.

மூர்த்திக்குப் புழுக்கமாகவும் அசதியாகவும் இருந்தது.

சுமார் ஒரு மணி நேரத்துக்குப் பிறகு சப்தம் கேட்டு மூர்த்தி விழித்துக்கொண்டான். 'திபுதிபு'வென்று நாலு பெண்கள் உள்ளே வந்தார்கள். அசாதாரணமான அளவுக்கு மல்லிகைப் பூச் சூடியிருந்தார்கள். கண்களில் செம்மை ஏறும்படிக்கு மை தீட்டியிருந்தார்கள். கண்ணைப் பறிக்கும் மினுமினுப்பான வர்ணங்களில் சேலை உடுத்தியிருந்தார்கள். வந்தவர்கள்

ஏற்படுத்தின சப்தத்தில் மேசையாளர் விழித்துக்கொண்டார். அவர் எரிச்சலடைவார் என்று எதிர்பார்த்த மூர்த்தி, ஏமாற்றத்துக்குள்ளானான். பிரிந்த நண்பர்கள் ஒன்று சேர்ந்தாற்போல அவர்கள் ஒருவரை ஒருவர் பார்த்துச் சிரித்துக்கொண்டார்கள். அந்தப் பெண்களை அழைத்து வந்தவர்களைப் போன்று காணப்பட்ட சில காவலர்கள், அதிகாரியின் அறையை ஒட்டிய பகுதிக்குச் சென்று மறைந்தார்கள்.

அந்தப் பெண்கள் சுவரை ஒட்டி முதுகைச் சுவரில் சாய்த்துக்கொண்டு அமர்ந்துகொண்டார்கள். அவர்கள் மூர்த்தியைப் பார்த்து, தமக்குள் என்னவோ பேசிச் சிரித்துக்கொண்டார்கள்.

நால்வரில் ஒருத்தி மிக இளமையானவள். இருவர் நடு வயதினர். ஒருத்தி என்ன வயதினள் என்பதையே அனுமானிக்க முடியாத விதத்தில் இருந்தாள். மேசையாளர் "என்ன கிரிஜா, ஆளைப் பார்த்து ரொம்ப நாளாச்சே. எங்களையெல்லாம் மறந்தே போய்ட்டே..." என்று அந்தப் பெண்களில் இளமையானவளைப் பார்த்துச் சொன்னார். இவ்வார்த்தைகளில் பெரிய நகைச்சுவை பொதிந்திருப்பது மாதிரி அவர்கள் சிரித்தார்கள்.

"நானா, நீங்களா? தேவையின்னாத்தான் தேடுவீங்க. அல்லாக்கட்டி சீந்தக்கூட மாட்டீங்களே..."

"தே, தே... அப்படியெல்லாம் சொல்லாதே."

இந்த இளம் பெண்ணும் இன்னொருத்தியும் வெற்றிலைப் போட்டுக்கொண்டார்கள். அதற்குள் பருமர் உள்ளே நுழைந்தார். வயது கடந்தவள், "இன்னா குண்டுமணி சௌக்யமா?" என்றாள், அவரைப் பார்த்து.

"வாயிலே ஒண்ணு போட்டாத் தெரியும்" என்றார் அவர். செல்லமாகத்தான் சொன்னார். எல்லோரும் இதற்குச் சிரித்தார்கள்.

மேசையாளர் எழுந்து நின்றார். மூர்த்திக்குத் திடுக்கிட்டது. அவர் கீழே சீருடை அணியாமல், கோடு போட்ட உள்ளாடை மட்டும் அணிந்திருந்தார்.

"இந்த ஆளைப் பாரு கிரிஜா, வாத்தியாராம் லூஸ் மாதிரி கைலி கட்டிக்கிட்டு ராத்திரி பன்னண்டு மணிக்கு பீச்சில் உக்காந்திருக்கான்."

அந்தப் பெண்கள் அவனைப் பார்த்தார்கள்.

"பீச்சுக்கு எதுக்குய்யா அந்த நேரத்துல, என் வீட்டுக்கு வந்திருக்க வேண்டியதுதானே?" என்றாள் கிரிஜா அவனைப் பார்த்து. மேசையாளர் உட்பட அத்தனை பேரும் சிரித்தார்கள்.

மூர்த்தி மிகவும் குழம்பிப் போய் இருந்தான். விரும்பின இடத்துக்குப் போவதுகூட எப்படித் தவறாக இருக்க முடியும்? ராத்திரியானால் என்ன? ஒருவன் ஒன்றை அவன் விரும்பும் நேரத்தில்தானே செய்ய முடியும்.

"ஐயா வர்ற நேரம். யூனிபார்மை மாட்டிக்கிடறேன்" மேசையாளர் மறைந்தார். சற்று நேரத்தில் சீருடை அணிந்து திரும்பினார்.

வாகனம் வந்து நிற்கிற சப்தம் கேட்டது. நிலையம் சுறுசுறுப்படைந்தாற்போல இருந்தது. மேசையாளர், பருமர், ஒல்லியர் மற்றும் இரண்டு பேரும் எழுந்து விறைத்துக்கொண்டு நின்றார்கள்.

பெண்கள் போய்ச் சேர்ந்திருந்தார்கள். அவர்களின் பூ வாசனை மட்டும் அங்கேயே சுழன்றுகொண்டிருந்தது.

அதிகாரி எனப்பட்டவர் உள்ளே நுழைந்தார். எல்லோரும் சல்யூட் அடித்து நின்றார்கள். அதிகாரி மூர்த்தியைப் பார்த்துக்கொண்டே அவனைக் கடந்தார். அறை வாசலில் நின்று மீண்டும் அவனைப் பார்த்தார்.

"சார்... நீங்க கிருஷ்ணமூர்த்தி சார்தானே?" என்றார் அந்த அதிகாரி.

மூர்த்தி எழுந்து நின்றான்.

"ஆமாம்."

"சார், என்னைத் தெரியலையா? நான்தான் கேசவன். உங்க ஸ்டூடன்ட் எஸ். எஸ். எல். சி.க்கு எனக்குத் தமிழ் எடுத்தது நீங்கதானே சார். இப்ப எப்படி சார்... இந்த நேரத்துல?"

"பீச்சுல உக்காந்திருந்தேன். இங்க இட்டுக்கிட்டு வந்துட்டாங்க."

"எவன்டா இவரை அழைச்சிக்கிட்டு வந்தது?" என்று அதிகாரி அந்தக் காவலர்களைப் பார்த்தார். பருமரும் ஒல்லியரும் ஒருவரையொருவர் மாறி மாறிப் பார்த்துவிட்டு "சார்... தெரியாமே" என்றார்கள். அவர்கள் முடிக்கும் முன்பே அதிகாரி, "... தெரியுமா...? தெரியுமா?" என்று கத்தினார். தெரியுமா என்பதுக்கு முன்னால் ஒரு கெட்ட வார்த்தையைச் சேர்த்துக்கொண்டார். விசித்திரமான பாஷையாக இருந்தது அது. மூர்த்தி நிச்சயமாக அந்த வார்த்தைகளைச் சொல்லிக் கொடுக்கவில்லை. முடித்து விட்டு, "நீங்க வாங்க சார்" என்று அறை உள்ளே நுழைந்தார். மூர்த்தி அவர் முன் இருந்த இருக்கையில் அமர்ந்தான்.

"சௌக்யமா சார்?"

"இருக்கேன்"

"அம்மா சௌக்யமா?"

"உம்"

"பெரிய பையன் என்ன பண்றான்?"

"பத்தாவது போயிருக்கான்."

"குழந்தையில் பார்த்தது. சின்னவன்?"

"ஆறாவது."

"டீ சாப்பிடறீங்களா?"

"சாப்பிடலாம். ஒரு சிகரெட் இருந்தால் தேவலை"

மூர்த்தி சில்லறைகளைத் தேடி எடுத்தான்.

"சும்மா வைங்க சார்"

அவர், காவலரைப் பெயர் சொல்லி அழைத்தார். இவனைப் பார்த்து, "என்ன பிராண்ட் சிகரெட் சார்?" என்றார்.

சொன்னான்.

"டீயும், சார் சொன்ன சிகரெட் ஒரு பாக்கெட்டும் மறக்காம தீப்பெட்டியும் வாங்கியா... யார் யோக்யர், எவன் அயோக்கியன்னுகூடத் தெரிஞ்சுக்காமே, இன்னாடா உத்யோகம் பாக்கிறீங்க? சுத்தக் களிமண்ணா இருக்கு உங்க தலையிலே..."

"உங்க கதைகளையெல்லாம் நம்ம வீட்டிலே படிப்பா சார். எனக்குத்தான் நேரம் இல்லை. அடி, அவரு எங்க வாத்தியாருடின்னு பெருமையாச் சொல்லிக்குவேன்."

மூர்த்தி சிரித்து வைத்தான்.

"எப்போ இந்த வேலைக்கு வந்தே?"

"எண்பத்தி ஆறிலே வந்தேன் சார்"

"எத்தனை குழந்தைகள்.?"

"இனிமேல்தான். கல்யாணம் ஆகி எட்டு வருஷமாச்சு. இரண்டு பிறந்து செத்துப் போச்சு."

"எல்லாம் சரியாப் போயிடும். கவலைப்படாதே. சின்ன வயசுதானே. எல்லாம் பொறக்கும்"

"வீட்டுக்கு வாங்க சார். உங்களைப் பார்த்தா அவளுக்கும் சந்தோஷமா இருக்கும், ஆறுதலாகவும் இருக்கும்."

டீயும் சிகரெட்டும் வந்தன. இருவரும் டீ குடித்தார்கள். அவன் புகைத்தான்.

"அப்போ நான் புறப்படலாமா?"

"நான் உங்களை வீட்டுலே டிராப் பண்றேன் சார்."

அவர் எழுந்தார்.

"மணி என்ன?"

"நாலே முக்கால்"

"வேணாம் நடந்தே போயிடறேன். இன்னும் நிலா இருக்கு."

"என்ன சொன்னீங்க.?"

"நிலா இருக்கே. நிலா, சமயங்கள்லே ஆறு வரைக்கும்கூட இருக்கும்."

"நான் வீட்டுலே விட்றேன் சார்"

"எதுக்குப்பா? எனக்கு நடந்தாத்தான் சந்தோஷம். நீ இரு. நிலாவில் நடக்கறது எனக்கு ரொம்பப் பிடிக்கும்."

"உங்க இஷ்டம். மனசுக்குள்ளே ஒன்றும் வச்சுக்காதீங்க சார். தெரியாம நடந்து போயிடுச்சு."

"அதனால என்ன?"

மூர்த்தி வெளியே வந்தான். ஒல்லியர் அவனைத் தொடர்ந்து வந்தார். அவருக்கு இரைத்துக்கொண்டிருந்தது.

"மருந்து எடுத்துக்கறீங்களா? இதுக்கு சித்த வைத்தியத்திலே ரொம்ப நல்ல மருந்து இருக்கு."

அவர் இருமினார்.

மூர்த்தி தெருவில் நடந்தபோதும் நிலா இருந்தது. அவனுக்குச் சந்தோஷமாக இருந்தது.

1990

சிறுமை கண்டு...

கொண்டப்பாவை எல்லாரும் பரம சாது என்று சொல்வார்கள். அப்படிச் சொல்வது அவனுடன் அலுவலகத்தில் பணி ஆற்றுபவர்கள் தாம். சிலர், பசு என்றும் கூறுவார்கள். மனிதனாகிய அவனை. அப்படிச் சொல்வது இழித்துரைப்பதாகாது. அவ்வளவு சாந்தமானவன் என்பதை அவர்கள் அப்படிச் சொல்கிறார்கள். அவனது அதிகாரிகள். அவனை ஒரு லட்சிய எழுத்தராக மற்றவர்களுக்கு குறிப்பாக, புதிதாக அலுவலில் சேர்ந்த கத்துக் குட்டிகளுக்கு உதாரண புருஷனாகக் காட்டுவார்கள்.

கொண்டப்பா தன் பிறந்த நாளைக்கொண்டாடுவதில்லை. அதனால், வயதாகாமல் இருப்பதில்லையே. ஆகிக் கொண்டுதான் இருந்தது.

சுதந்திர தினத்தன்று முதலமைச்சர் கோட்டையில் கொடி ஏற்றிச் சிரிக்கும் போதெல்லாம் அவனுக்கு ஒரு வயது ஏறி, இன்று நாற்பதை எட்டிவிட்டிருந்தான். நில அளவைப் பதிவேடு அலுவலகம் என்கிற, அழுக்கும் குப்பையுமாகக் காகிதங்கள் சுவர் பக்கம் அடுக்கி வைக்கப்பட்டிருக்கும் ஓர் அலுவலகத்தில், அவன் ஒரு எழுத்தராகவும் பணி ஆற்றிக்கொண்டிருந்தான். தான் வகிக்கும் உத்தியோகப் பொறுப்பை அவன் என்றும் குறைத்து மதிப்பிட்டிருந்தவன் இல்லை. மனித வாழ்க்கைக்கு மிகவும் இன்றியமையாத ஒரு பணியை, தான் செய்து வருவதாகவும், தன் பணியை தான் நிறுத்திவிடும் பட்சத்தில் மாமூல் வாழ்க்கையே ஸ்தம்பித்துப் போய்விடும் என்பதாகவும் அவன் நினைப்பதுண்டு. அந்த நினைவு பல வேளைகளில் அவனை அச்சுறுத்துவதுண்டு. அவன் கணக்கில் நில அளவை நீர் மற்றும் மூச்சுக் காற்று மாதிரி, அது இல்லாமல் போன ஒரு நிலையில், மனிதர்கள் எவ்வாறு திகைத்துத் தடுமாறிப் போய்விடுவார்கள் என்பதை நினைக்க அவனுக்குக் குழம்பும். திகிலால், மயிர் கூச்செறிய நாற்காலியிலேயே புதைந்து போய் அவன் பல நேரங்களில் இருந்து விடுவதுண்டு.

அவன் உதாரண புருஷனானதற்கான காரணங்கள், நிறைய இருக்கவே செய்தன. காலை ஒன்பது நாற்பத்தைந்துக்கு, கடிகார முள்கள் ஆறரையில் நிற்பதுபோல அவன் நாற்காலியில் இருப்பான். சரியாகப் பத்து மணிக்கு எல்லார் மேசைக்கும் ஆவார இலையில் வைத்து சம்சா வரும். அதைத் தொடர்ந்து சரியாகக் கழுவப்படாத, எச்சில் நீரில் கழுவப்பட்ட தேநீர் வரும். அதைத் தொடர்ந்து அலுவலர்கள் புகைக்க, வெற்றிலை பாக்குப் போட வெளியே செல்வார்கள். கொண்டப்பாவுக்கு இது போன்ற பழக்கங்கள் ஏதும் இல்லை. அவனிடம் அலுவல் காரணமாகக் கிராமத்துக்காரர்கள் வருவார்கள்.

கிராமத்துக்காரர்களைக் கண்டால் அலுவலர்களுக்கு மகிழ்ச்சி கரை புரண்டு ஓடும். அவர்களை எளிதில் கலவரம் அடையச் செய்யலாம். "நிலமா, அப்படியென்றால்? உன் பரம்பரைக்கே நிலம் கிடையாது என்று ரிகார்டு சொல்கிறதே, அய்யா" என்றால் போதும். அந்தக் கிராமத்துக்காரன் கிலி அடித்துப் போவான். அந்த நேரத்தில் மிகவும் சௌகர்யமாக முடிச்சவிழ்க்கலாம். காக்கா வடையைத் திருடிய கதையைப் படித்துத்தானே சில ஐ. ஏ. எஸ். ஐ. பி. எஸ். முதலான அத்தனை கிரிமினல்களும் உருவாகியிருக்கிறார்கள். ஆகவே ஒரு சாதாரண எழுத்தன் திருடுவது அல்லது லஞ்சம் பெறுவது தவறே ஆகாது. பரம்பரை பரம்பரையாக ஆகி வந்த தெய்வாம்சம் பொருந்தின நிலத்தை, அரசாங்கமே வடிவெடுத்து வந்திருக்கிற சர்வ வல்லமைகொண்ட ஆபீசர் சாபம் கொடுப்பது மாதிரி அப்படிச் சொன்னால், என்ன செய்ய? ஆட்டை, மாட்டை பெண்டாட்டித் தாலியை விற்றாவது அந்தக் கிராமத்து மனிதன் லஞ்சம் கொடுக்க முன் வருவான்தானே?

கொண்டப்பா லஞ்சம் வாங்குவதில்லை.

"நான் சம்பளம் வாங்குகிறேன்." என்பான் கொண்டப்பா. அவனுடன் பணி ஆற்றும் அறுபத்து ஆறு எழுத்தர்களில், எப்படியும் நாற்பது பேராவது லஞ்சம் வாங்குகிற அல்லது லஞ்சத்தில் தன் பங்கை பெறத் தயங்கவில்லை. அதற்கு அவர்கள் சொல்கிற காரணம் வேறாக இருந்தது. தங்களின் அலுவலக வருகைக்குச் சம்பளம் என்றும், தாம் வேலை செய்ய லஞ்சம் என்றும் அவர்கள் தம் வாழ்வுக்குத் தத்துவம் வகுத்திருந்தனர்.

ராஜராஜன் காலத்து நில அளவைப் பதிவானாலும், ஓமத்தூரார் மற்றும் காமராசர் காலத்துப் பதிவு வேண்டுமானாலும் கூப்பிடு கொண்டப்பாவை என்பது அதிகாரிகளின் வழக்கமாக இருந்தது. சில மணித் துளிகளில் அவன் அதைக் கண்டுபிடித்துத் தந்துவிடுவான். கொண்டப்பா இல்லையென்றால், சில பதிவேடுகளைக் கண்டுபிடிக்கக்கூட முடியாமல் போய்விடும் என்பதை சகாக்கள் அறிந்தே இருந்தனர். ஆகவே, அவன் அந்த அலுவலகத்தின் அச்சாகவும், ஹிருதயமாகவும் இயங்கினான்.

எழுத்தர் தேவசகாயமானாலும், எழுத்தர் புராண மணி ஆனாலும், யார் ஒருவருக்கு உதவி தேவைப்பட்டாலும் அதை நிறைவேற்றுபவனாகக் கொண்டப்பா இருந்தான். டூப்ளே காலத்துப் பதிவு ஒன்று தேவைப்பட்டது, அமலோற்பலம் அம்மாளுக்கு. அவள் விதவை, அதோடு ஏழை. இருந்தாலும்கூட, அவளிடமிருந்தும் குறைஞ்சது நூறு ரூபாயாவது கறந்து விட முடியும் ஓர் எழுத்தருக்கு. கொண்டப்பா, காலணா வாங்காமல் அந்தக் காரியத்தைச்

செய்து கொடுத்தான். விதவை, கண்ணால் ஜலம் விட்டாள். ஆனால் சக எழுத்தர்களோ அக்காரியத்துக்காக அவனை மன்னிக்கத் தயாராக இல்லை. அவன் வேண்டுமானால் லஞ்சம் வாங்காமல் இருக்கலாம். மற்றவர் கதி என்ன ஆவது? அவர்களை உத்தேசித்தாவது அவன் வாங்கி இருக்க வேண்டும். ஆகவே அவன் மேல் அவர்கள் நியாயமாக வருத்தப்பட்டார்கள். "வைக்கோல் போரில் கட்டின நாய் அவன்" என்றார்கள். நாய், தானும் வைக்கோலைத் தின்னாது பிறத்தியாரையும் தின்ன விடாது. ஆகவே கொண்டப்பா ஒரு நாய்.

தேவசகாயத்தின் மனைவிக்குக் குறைப் பிரசவம். அந்தக் காலத்தில் அவர் அலுவலகமே வரவில்லை. அவர் வேலையையும், இழுத்துப் போட்டுக்கொண்டு அவனே செய்தான். எழுத்தர் புராணமணிக்குச் சென்ற புயல் மழையின்போது வீடு சரிந்து விட்டது. அந்தக் காலத்தில் கொண்டப்பாதான் அவர் வேலையையும் சேர்த்துக் கவனித்தான்.

ஆகவே, அவன் மேல் அதிகாரிகளாக விளங்கிய தேவலோக புத்திரர்களுக்கு அவன் மிகவும் விரும்பத்தக்கவனாக இருந்தான். நிலைமை இப்படியேச் சுமுகமாக இருந்திருக்குமானால், அவன் எழுத்தனாகவே காலத்தைக் கழித்து ஓய்வு பெற்றிருப்பான். ஆனால், நிலைமை வேறாக மாறியது. முட்டாள்கள் விதி என்பார்கள். கொண்டப்பாவும் விதியை நம்புகிறவன்தான்.

விதி ஓர் அரசியல்வாதி உருவில் வந்தது. கடா மீசை வைத்திருந்தான் அவன். இராசராச சோழன் தன் பெயர் என்று அவன் சொல்லிக்கொண்டான். அந்தப் பெயர்கொண்டவர்கள் எல்லாம் ஒரு மாதிரியானவர்தாமோ! வெள்ளைச் சட்டையும், அதி வெள்ளையாக வேஷ்டியும் அவன் அணிந்திருந்தான். மானம் கெட்டவர்களுக்குத்தான் மானத்தை மறைக்க எவ்வளவு நல்ல ஆடைகள் கிடைக்கின்றன. வண்ணத்தில் கரை போட்டிருந்த வேஷ்டி. அது நில அளவைப் பதிவு சம்பந்தமாக ஒரு பிரச்சினையோடு அவன் வந்திருந்தான். அவனைக் கண்டதும் அதிகாரி அவன் பூட்ஸ் காலை நக்கி முத்தமிடத் தயாரானார்.

அந்த அதிகாரியின் ஜோஸ்யம் இங்குச் சொல்லத்தகும். அவர், மற்ற சில அதிகாரியைப்போலவே இன்னுமோர் அயோக்கியர் ஐ. ஏ. எஸ். காரர் என்பதால், சாமர்த்தியத்தனத்தில் அகில இந்திய அளவில் பரிட்சை கொடுத்துப் பாஸ் பண்ணியவர் அவர். எந்தக் கட்சி ஆட்சிக்கு வந்தாலும் அதன் வர்ணமாக, தானும் மாறி தன் தகுதியைப் பிழைக்க வைத்துக்கொண்ட அதி புத்திசாலி அவர். இந்த வர்க்கத்தில்தான், சிலருக்கு இயற்கை, முதுகெலும்பை வைத்துப் படைக்கவில்லையே. ஆகவே, குனிதலும், நிமிர்தலும், அவருக்கு மிகச் சுலபமாகக் கைவந்தது. அரசியல்வாதிகளிடம் மிகுந்த விஸ்வாசமாக, இருக்கும் அவர், ஏழை ஜனங்களிடம் மிகுந்த கடுமையாக நடந்து கொள்வார். அழுக்கு வேஷ்டியும், திறந்த மேனியும் நாலு நாள் ஷவரம் செய்யப்படாத முகமுமாக வரும் விவசாயியை, ஒரு மனுஷ ஜீவனாக அவர் நடத்துவதில்லை. அந்த மாதிரி மனிதர்கள் தரும் வரிப்பணத்தில்தான் தனக்குச் சம்பளம் கிடைக்கிறது என்பதை மறந்து போனவர் அவர். ஆகவே, அவர் உயர் அதிகாரியாக இருந்தார்.

இராசராச சோழனைப் பார்த்ததும் அவர் தன் ஆறடி உயரமும் ஓர் அடியாகக் குறுகி, வாமன அவதாரம் பூண்டு, "அடியேனுக்கு ஐயாக்கள் தரும் 'உத்தரவு' யாது?" எனமிழற்றினார்.

வேறு யாருக்கோ சொந்தமான நிலத்தைத் தன் பெயருக்கு மாற்றி எழுதித் தரவேணும் என்று கருத்துத் தெரிவித்தார் சோழன். "உத்தரவு" என்றார் அதிகாரி.

கொண்டப்பாவை அழைத்து மேற்படிக் காரியத்தைச் செய்யச் சொன்னார் அதிகாரி.

"என்னது, இன்னொருத்தர் மேல் இருக்கும் பட்டாவை மற்றவர் மேல் மாற்றி எழுதுவதா? அது சாத்தியப்படாது" என்றான் கொண்டப்பா.

"இது என் உத்தரவு"

"கீழ்ப்படிய முடியாது"

பிணக்கு அந்த க்ஷணத்தில் ஏற்பட்டாயிற்று.

அடுத்த நாள், ஏதோ ஒரு பைலைக்கொண்டு போய் அவர் முன் கொண்டப்பா நீட்டியதுதான் தாமதம். அதை அவன் முகத்தில் விட்டெறிந்தார் அவர். "என் கண் முன் நிற்காதே. வெளியேறு. உன்னைத் தொலைத்துத் தலை முழுகுகிறேன்" என்று அவர் கத்தினார். கொண்டப்பா நோய் வாய்ப்பட்டான்.

வனதிராட்சை அம்மாள், அந்தக் காலத்திலேயே பத்தாம் வகுப்பு படித்தவள். அவள் தந்தை, தாத்தா எல்லோரும் அரசாங்க உத்தியோகத்தில் இருந்தவர்கள். பெரிய உத்தியோகத்தில் இருந்தார்கள். பெரிய உத்தியோகங்கள்! வசதி மிகுந்த குடும்பம் அது. சகோதரர்கள் உள்ள குடும்பத்தில், ஒரு சகோதரியாகப் பிறந்தவள். ஆகையால் சீரும் சிறப்புமாக வளர்ந்தவள். சகோதரர்கள் அறுவரும் பிரான்சில் பெரிய உத்தியோகம் வகித்தார்கள். ஆகவே, அங்கிருந்து 'கதம்ப' சோப்பும், பாப்பையாசென்ட்டும், பூதர் மாவும், துணிமணிகளும் எல்லாம் அனுப்பி வைத்து, வனதிராட்சையை மணக்கச் செய்தார்கள். அதுவன்றியும், அவர்கள் வீட்டில் 'பெழோ' கார் ஒன்றும் இருந்தது. அம்மாள் பள்ளிக்கூடம் போவதிலிருந்து வேறு எங்கு போக வேண்டி வந்தாலும் காரில்தான் பயணம் என்று அமைந்திருந்தது. ஞாயிற்றுக் கிழமைகளிலும் மற்றும் பண்டிகை நாட்களிலும் அப்பா 'ஷாம்பெயின்' ஊற்றிக் கொடுக்க, குடும்பத்தார் வட்டமாக அமர்ந்து குடித்து விட்டு அப்புறம்தான் சோறு உண்பார்கள். வாரத்தில் மூன்று நாட்கள் கறியும், ஒரு நாள் மீன் சோறும், ஒருநாள் எறால் சோறும், ஒரு நாள் கோழிக் கறியும், ஒரு நாள் புலவும் என்று உணவு முறை அமைந்திருக்கும். சாயங்காலங்களில் மதுரமான மணம்கொண்ட சாம்பிராணிப் புகை படரவிட்டு, வனதிராட்சை அம்மாள் ஜபம் சொல்வாள். குடும்பத்தார் அவள் படிக்கக் கேட்கையில் கோயில் ஆர்மோனியம் வாசிக்கக் கேட்பதுபோல இருப்பதாக அவளின் அப்பாவும் அம்மாவும் கூறுவார்கள்.

வனதிராட்சை, தொட்டால் சிணுங்கியைப் போல் இருப்பதாக அவளின் ஆசிரியைகள் சொல்வதுண்டு. அவளின் பள்ளிக்கூடத்து திரேக்தர் சந்தனமரி

அம்மாள் ரொம்பவும் நல்ல மாதிரியான பொம்பளை என்று மிஷன் தெரு வட்டாரத்தில் சொல்லப்படுவதுண்டு. வனதிராட்சை அம்மாள் குடும்பத்துக்கு அவள் சுற்று வழியில் சொந்தக்காரியாயும் இருந்தாள். வனதிராட்சை ஒருநாள் அகலமான டாலர் கோத்த செயின் அணிந்துகொண்டு பள்ளிக்கூடம் வந்திருந்தாள். அகலம் என்றால் உள்ளங்கை அகலம். அத்தனையும் வைரம் பதித்த டாலர். அழகாகத்தான் தோன்றும். ஆபரணங்கள் அழகானவை என்று ஒப்புக் கொள்ளும் மனமிருந்தால் அன்றைய தேதியில்தான் சந்தனமரி அம்மாள், தன் நாய்க்கு முனிசிபாலிட்டி லைசென்ஸ் வாங்கி, அந்த நம்பரை ஓர் இரும்புத் தகட்டில் அடித்து நாயின் கழுத்தில் ஒரு செயின் மாதிரி தொங்க விட்டிருந்தாள். வனதிராட்சையின் செயினைப் பார்த்ததும், தவிர்க்க முடியாமல் அந்த அம்மாளுக்குத் தன் நாயின் கழுத்துச் செயின் ஞாபகத்துக்கு வந்து விட்டது.

அவள், விகண்டையாக, "அடடே... எங்க வீட்டு ஜிம்மி மாதிரியே இருக்கியே" என்றாள் கிண்டலாகத்தான். ஆனால் சுற்றி நின்ற மகிமை அம்மாள், கோந்திலீன், மெர்சி மேகிலீன் எல்லோரும் அலறி அடித்துக்கொண்டு சிரிக்கவே, வனதிராட்சைக்குப் பெரும் அவமானம். தலைகுனிவு ஏற்பட்டு விட்டதாக நினைத்துக்கொண்டாள். அந்த நிமிஷத்திலிருந்தே சந்தனமரி அம்மாளை அவள் வெறுக்கத் தொடங்கினாள். அந்த அம்மாளாவது அந்நியர், சொந்த அப்பாவைக்கூட அவள் பல நாட்கள் வெறுத்துப் பேசாமல் இருந்தது உண்டு.

பிரான்ஸ் தேசத்தில் பன்றிக்குட்டிகள் சிறந்த உணவு கொடுக்கப் பட்டு சிறப்பாகப் போஷிக்கப்பட்டு வளர்க்கப்படுபவை. உணவுக்காகவே அவை வளர்க்கப்படுவதால், அழுக்கைத் தின்னாமல் பாதுகாக்கப்படுபவை. பன்றிக் குட்டிகளாக இருக்கையில் பார்க்க வெகு அழகாய் இருக்கும். உடம்பு முழுக்க குறும்புத்தனம் நெகிழ்ந்து ஓடும். தூக்கி வைத்துக் கொஞ்சலாம்போல இருக்கும். வாலில் ஆங்கில எழுத்து 'ஓ' மாதிரி சுழிக்கையில் வெகு தமாஷ். யானைக் கன்றுகளுக்கும், பன்றிக் குட்டிகளுக்கும் நிறைய ஒற்றுமை அதன் தோற்றத்திலும் விளையாட்டிலும் உண்டு. பிரியத்துக்குரிய இவற்றை மனிதர்கள் மேல் சார்த்தி 'என் அருமை பன்றிக் குட்டியே' என்றால் அது தவறாகி விட்டது. அப்பாவும் அந்த எண்ணத்தில்தான் விளையாட்டாக எல்லோர்க்கும் எதிரில் 'என் அருமை வெள்ளை வீட்டு வளர்ப்புப் பன்றிக் குட்டியே' என்றார். குடும்பத்தார்க்கு முன்னால்தான் அப்படிச் சொன்னார். அப்படிச் சொன்னதும் கேட்டவர்கள் சிரிப்பார்கள்தானே?

வனதிராட்சை அம்மாள் கோபித்துக்கொண்டாள். கடுமையாக முகத்தை வைத்துக்கொண்டு, மூன்று நாட்கள் பேசாமல் இருந்தாள். அம்மாவேகூட, கோழி மிதிச்சா குஞ்சு முடமாகும்? என்று கேட்டாள். வனதிராட்சை அப்படித்தான். அவளிடம் நேராகத்தான் எதுவும் பேச முடியும். சுற்றி வளைத்தோ, விகண்டையாகவோ யாரும் எதுவும் பேசிடக்கூடாது. அப்படிப் பேசுவது தன்னை இழிவுபடுத்தும் பேச்சு என்று அந்த அம்மாளுக்கு எண்ணம்.

வனதிராட்சைக்குப் பத்து வயதைத் தாண்டும் முன்னரே அம்மா தாவணி போடச் சொல்லி விட்டாள். அம்மாவின் உத்தரவு அது என்றால் கீழ்ப்படிய வேண்டியதுதானே? காரணம் தெரியாமலே தாவணி அணிந்தாள்.

பதினைந்து வயசு ஆன உடனே அம்மா அவளைக் கல்யாணம் கட்டிக் கொடுத்துவிட வேண்டும் என்று தீர்மானித்தாள். கல்யாணம் என்றால் என்ன? வனதிராட்சைக்குத் தெரியாது. அம்மா சொன்னாள். அம்மா கொடுத்த புது உடைகளை உடுத்திக்கொண்டாள்.

அப்பா சொன்னார் அம்மாவிடம், "கர்த்தர் நம்மிடம் சந்தோஷம் கொண்டாடிக் கொண்டிருக்கிறார். அதனால்தான் நம் தானியக் களஞ் சியம் நிரம்பி வழிகிறது. நம் கிருஷத்துக்குள்ளே வெள்ளிப் பணத்தின் குலுங்கல் சப்தம் கேட்கிறது. நம் மந்தையில் ஆடுகளும், பன்றிகளும் பல்கிப் பெருகுகின்றன. ஆகவே, நம் ஒரே புத்திரிக்கு ஏற்கெனவே, பணக்காரனாக இருப்பவன் வேண்டாமே. ஏழையானாலும், படிப்பும் பண்பும் உள்ள மனிதனாக ஒருவனைப் பார்த்து அவனுக்கே நம் புத்திரியைக் கொடுத்து ஒரு புது கனவானை உருவாக்கலாமே" என்றார்.

"கர்த்தருக்குச் சித்தமானால் அந்தப் படியே ஆகட்டுமே" என்றாள் அம்மா. கர்த்தர் மனசுக்குள் கொண்டப்பா இடம் பெற்றிருந்தான் போலும்.

உயர் அதிகாரி என்று சொல்லப்பட்டவன், கொண்டப்பாவை தன் அலுவலகத்துக்கு அழைத்தான். அவன் ஓர் ஐ. ஏ. எஸ். அலுவலன். வடநாட்டுக்காரன். அவனுக்கு இந்தத் தேசத்தின் பழக்க வழக்கம், கலாசாரம், பண்பாடு மற்றும் மனிதரின் தகுதிகள் எதுவும் தெரியாது.

அவன் கொண்டப்பாவை பார்த்துச் சொன்னான். அவனுக்கு ஆங்கிலம்கூடச் சரியாக பேச வரவில்லை. ஹிந்தியும் ஆங்கிலமும் கலந்து பேசினான்.

"கொண்டப்பா... நீ மேல் அதிகாரிகளோடு ஒத்துழைக்க மறுக்கிறீராமே?"

"இல்லை ஐயா, அப்படி இல்லை."

"பின் அவர் உம்மைப் பற்றி எதற்கு அநாவசியமாக ரிபோர்ட் அனுப்புகிறார். அவருக்குப் பைத்தியமா பிடித்திருக்கிறது?"

"இருக்கலாம், இல்லாமல் இருக்கலாம். அவரைப் பற்றி எனக்குச் சரியாகத் தெரியாது ஐயா"

"ஒரு மேல் அதிகாரியைப் பற்றி, இப்படி ஓர் அபிப்பிராயத்தை நீ சொல்லலாமா?"

"மன்னிக்க வேண்டும். நான் அபிப்பிராயம் சொல்லவில்லை. எனக்குத் தெரிந்ததைத் தாங்கள் கேட்டதால் சொன்னேன்."

"சரி, அவருடன் ஏன் ஒத்துழைக்க மறுக்கிறீர்கள்?"

"மறுக்கவில்லை ஐயா, அவர் என்னைப் பொய் சொல்லச் சொல்கிறார். தவறான சர்டிபிகேட்டை வழங்கச் சொல்கிறார்"

"எது சரி, எது தவறு என்று அவருக்குத் தெரியாதா? நீர் என்ன இரண்டாவது மகாத்மாவா? அவர் சொல்வதைச் செய்ய வேண்டியது தானே உமது கடமை."

"தவறு என்று தெரிந்தும் அதை எவ்வாறு செய்வது ஐயா?"

இந்த அதிகாரி, கொண்டப்பாவை அதி ஆச்சர்யம் தோன்றப் பார்த்தான். புலியும், கோவேரிக் கழுதையும் சேர்ந்து தோன்றிய புது வகையான பிராணி ஒன்றைப் பார்ப்பது மாதிரி, அவன் கொண்டப்பாவைப் பார்த்தான். எந்த விலங்கியல் பூங்காவில் இருந்து தப்பித்து வந்தவன் இவன்?

"சரி, சரி... ஒழுங்காகப் பணியைச் செய்ய முயற்சி செய்யும். நான் உம் மேல் நடவடிக்கை எடுக்க உந்தப்படுகிறேன். உம்மை நீரே பாதுகாத்துக் கொள்வது நல்லது. இதுவே என் எச்சரிக்கை" என்று அந்த வடநாட்டுச் சிறுவன் கொண்டப்பாவிடம் சொன்னான்.

கொண்டப்பா மிகுந்த தளர்ச்சியோடு வீடு திரும்பினான். கால் செருப்புகூட அவனுக்குக் கனமாக இருந்தது. வீடு சேர்ந்த கணவனைப் பார்த்தவுடன் அவன் தளர்ச்சியைப் புரிந்துகொண்டாள் வனதிராட்சை.

"கபே கொண்டு வரட்டுமா?" என்றவள், கொண்டு வந்து கொடுத்தாள்.

"வேணாம். கபேவை எடுத்துக்கிட்டுப்போ" என்றான் எரிச்சலுடன்.

"ஏன்?"

"உன் மூஞ்சி"

அவள் திகைத்தாள்.

"என்ன சொல்கிறீர்கள்?"

"உன் மூஞ்சி என்று சொன்னேன்."

வனதிராட்சையின் மனசு புண்பட்டது.

அவள் தன் அறைக்குள் சென்று வேதகாமத்தை எடுத்து வைத்துக்கொண்டு வாசிக்கத் தொடங்கினாள்.

"ஏய்" என்று அவன் கத்தினான்.

"என்ன?"

"விஸ்கி இருந்தால் கொண்டு வா."

கொண்டு வந்து கொடுத்தாள் அவள். பிறகு கேட்டாள்.

"ஏன் என்ன விஷயம்?"

"உன் மரமண்டைக்கு அதெல்லாம் ஏறாது"

"பரவாயில்லை சொல்லுங்க."

"ஆபீசில் என்னை யாரும் புரிந்து கொள்ளவில்லை. என்னைக் கேவலப்படுத்துகிறார்கள். என்னைச் சிறுமைப்படுத்துகிறார்கள். அந்த அயோக்கியர்களின் அயோக்கியத் தனங்களுக்கு ஒரு முடிவு கட்டுகிறேன் பார். அவர்களை ஒழித்துக் கட்டுகிறேன்."

அவள் சிரித்தாள். அவனுக்குப் பற்றிக்கொண்டு வந்தது.

"இதுதான் பொம்மனாட்டி என்கிறது. நான் அவமானத்துக்குள்ளாகி இருக்கிறேன். அதைச் சொல்லும்போது சிரிக்கிறாயே! ஜடம், பாறை, அறிவுச் சூன்யம்."

பிரபஞ்சன்

அவள் மேலும் சிரித்தாள்.

"பொட்டை நாயே, உன்னைக் கொன்று போடுவேன்."

"எதற்கு?"

"எதற்காக? புருஷன் என்கிற மரியாதை இல்லையே?"

"மனைவி என்கிற மரியாதை உங்களிடமும் இல்லையே."

அவனால் பேச முடியவில்லை.

"நான் சிறுமைப்படுத்தப்பட்டிருக்கிறேன்."

"அதற்காக, நான் சிறுமைப்பட வேண்டுமா? உங்கள் மேல் அதிகாரிகள் உங்களைச் சிறுமைப்படுத்தினால், அவர்களை எதிர்த்துப் போராடுங்கள். என்னை நீங்கள் எதற்காகச் சிறுமைப்படுத்த வேண்டும்? உங்களைச் சிறுமைப்படுத்துகிற அவர்கள் அயோக்கியர்கள் என்றால் என்னைச் சிறுமைப்படுத்தும் நீங்கள்...?"

அவன் போதை தெளிந்ததாய் உணர்ந்தான்.

1990

பப்பா

அப்போதெல்லாம் பப்பாவைப் பார்க்கப் போவதென்பது எங்களுக்கு ஒருபொழுது போக்கு, ஒரு வேடிக்கை, ஒரு விளையாட்டு. அப்போதுதான் நான் உயர்நிலைப் பள்ளிக்கு வந்திருந்தேன். என்னுடன் விஜயராகவனும், மைக்கேலும்கூட உயர்நிலைப் பள்ளிக்கு வந்திருந்தார்கள். நாங்கள் மூன்று பேரும் இணைபிரியாத் தோழர்கள். தமிழாசிரியர்கள் எங்களை மூவேந்தர்கள் என்பார். ஆனால் மூவேந்தர்கள் எப்போது ஒன்றாக, ஒன்று சேர்ந்து எங்களைப்போல நண்பர்களாக இருந்தார்கள்? காலம் முழுக்க ஒருவரையொருவர் அடித்துக்கொண்டல்லவா இருந்தார்கள். ஒற்றுமையாக இருந்தார்கள் என்றால், யாராரோ அந்நியர்களும், ஆங்கிலேயர்களும், பிரஞ்சுக்காரர்களும் இந்த நாட்டுக்குள் எப்படி நுழைந்திருக்க முடியும்?

பள்ளிக்கூடம் மாலை நான்கு மணிக்கு விடும். நாங்கள் பெரிய பாப்பாரத் தெரு வழியாக மிஷன் தெரு சேர்ந்து, டூப்ளெக்ஸ் தெரு திரும்பி, கவர்னர் மாளிகையைத் தொட்டு, சர்க்கிள் கிளப்புக்கு வருவோம். எங்களுக்கு முன்னே, பத்துப் பனிரெண்டு வயதுக்குட்பட்ட சிறுவர் கூட்டம் ஒன்றும் பப்பாவுக்காகவே காத்திருக்கும். சிறுவர்கள் என்று அல்ல. பெரியவர்கள், ஏழ்மைப்பட்டவர்கள், ஒன்றிரண்டு ரிக்ஷா வண்டிக்காரர்கள் என்று சிலர் பப்பாவுக்காக சர்க்கிள் கிளப்புக்கு வெளியே காத்திருப்பார்கள். சர்க்கிள் கிளப் என்பது எல்லா கிளப்புகளையும்போல வெறுமனே குடிக்கும் கூத்தடிக்கும் இடமாகவும் இல்லை. நகரின் பொறுக்கி எடுத்த பிரமுகர்கள் மட்டுமே வந்து கூடுகிற இடம் அது. அதில் உறுப்பினராக இருந்து, அங்கு காணப்படுவதே, தங்கள் பெரிய மனிதத் தன்மைக்கு சாட்சி, என்று கருதினார்கள் அவர்கள்.

பப்பா, அங்கு சரியாக ஆறு மணிக்கு வருவார். வந்தால் ஏழு, ஏழரை மணி வரை சீட்டாடிப் பொழுதைப்

போக்குவார். அவருடன் சீட்டாடுவதற்கென்று, உள்ளங்கை நமைச்சல் எடுத்துக்கொண்டு அமர்ந்திருப்பார்கள், ஊர்ப் பிரமுகர்கள்.

சர்க்கிள் கிளப்பின் எதிரே, பூங்கா இருக்கிறது. பிரஞ்சுக்காரர்கள் ஏற்படுத்திய பூங்கா, வரிசை வரிசையாகக் கொன்றை மரங்கள் மலிந்த பகுதி அது. சீசன் சமயங்களில், மஞ்சள், சிவப்பு என்று வண்ணம் வண்ணமாகப் பூத்து நிற்பது. மரங்கள் தீப்பற்றிக்கொண்டு எரிவது மாதிரி இருக்கும். நடைபாதையிலும், தெருவிலும், பூக்கள் சிதறி, கால் வைக்கக் கூசும். பூக்களை மிதிக்கக்கூடாது அல்லவா?

பப்பா வரும் நேரம் நெருங்க நெருங்க, அந்தக் கூட்டம் அமைதியை இழக்கத் தொடங்கிவிடும். கிளப்புக்கு வந்து நிற்கும் எந்தக் காரையும் போய் பப்பா, பப்பா என்று சுற்றிச் சூழ்ந்துகொண்டு நிற்கும். அந்தக் காரில் வந்தவர் பப்பாவாக இருக்க மாட்டார். பப்பாவுடன் கதைப்பதற்கு என்று வந்த லட்சுமணசாமி உடையாராக இருக்கும். அல்லது பிரதேச காங்கிரஸ் தலைவர் நாதனாக இருக்கும். இல்லை, அஷ்ரப் வந்திருப்பார். அல்லது கந்தசாமிப் பிள்ளையாக இருக்கும். கூட்டம்தான் ஏமாற்றத்தைச் சிரித்துப் போக்கிக் கொள்ளும், ஒவ்வொரு முறை ஏமாறும் போதும். அப்படி ஏமாறுவதையே ஒருவகை விளையாட்டு என்கிற பாவனையில், ஏமாற்றத்தை விளையாட்டாகப் பண்ணிக்கொண்டு மகிழும்.

நாங்கள் சர்க்கிள் கிளப்பின் துணை வாசல் எதிரே கட்டைச் சுவரில் ஏறி நிற்போம். எங்கள் பார்வையில், பப்பா படாமல் கிளப்புக்குள் அவர் சென்று விட முடியாது. தவிரவும் அந்த, தலையில் எண்ணெய் இல்லாத, சட்டை போடாத, போட்டாலும் அழுக்குப் படிந்த கூட்டத்தைச் சேர்ந்தவர்கள் நாங்கள் இல்லை என்கிற தோரணையில், நாங்கள் நிற்பதற்கும் எங்களைத் தனிப்படுத்திக் கொள்ளவும் அந்த இடம் வசதியாக இருந்தது. ஒப்பித்தாலைக் கடந்து வருகிற எந்தக்காராக இருந்தாலும், அது பப்பாவின் காராகத்தான் இருக்க வேண்டும் என்பதுபோல், காரைக் கண்ட மாத்திரத்தில், அந்தக் கூட்டத்தில் ஓர் எழுச்சி ஏற்படும். இது தொடர்ந்து ஆறு மணி வரை நீடிக்கும்.

கடைசியில் பப்பா வந்தே விடுவார். ஒன்று, நேராகக் கோன்சியில் இருந்து வருவார். அல்லது ஏதாவது கூட்டத்தில் இருந்து வருவார். எப்போதும் அவருடன் இரண்டு மூன்று பேர் சேர்ந்து வந்து இறங்குவார்கள். இளைஞர்களாயும் அவர்கள் இருப்பார்கள். அல்லது ரொழே டாக்டர், தாவீது அவொக்கா போன்ற பெரியவர்களாகவும் இருப்பார்கள்.

பப்பா கதர் வேஷ்டியும், கதர் அரைக்கைச் சட்டையும் அணிந்து வெள்ளை வெளேரென்று இருப்பார். சுபாவத்தில் அவர் ரோஜாப்பூ நிறம். தொட்டால் சிவந்து கொள்ளும் நிறம். அதற்கு மேல், வெள்ளைக் கதர் ஆடையுடன் அவர் இருப்பது, ரோஜாக் கூடையை வெளுத்த வேஷ்டியில் வைத்துக் கட்டியது போல் இருக்கும்.

பப்பா சட்டையில் நான்கு பாக்கெட்டுகள் இருக்கும். மேலே இரண்டு, கீழ்ப்புறத்தில் கோட்டுக்கு இருப்பதுபோல இரண்டு! கீழே இருக்கும் இரண்டு பாக்கெட்களிலும், கொத்துக் கொத்தாகச் சில்லறைகளை அள்ளிப் போட்டுக்கொண்டுதான் அவர் எங்கும் புறப்படுவார்.

பப்பா காரில் இருந்து இறங்கினார். அதுவரையில் ஏமாந்து இருந்த கூட்டம் பப்பாவைக் கண்ட மகிழ்ச்சியில், அலைமோதும். அவரைச் சுற்றிச் சூழ்ந்து கொள்ளும். தன் கைகளை 'பப்பா... பப்பா' என்றபடி நீட்டும். இடுப்பில் ஒரு குழந்தையை வைத்திருக்கும் ஒரு பெரிய குழந்தை, அவருக்கு முன் அலுமினியக் குவளையை நீட்டும். தன் முன் நீட்டப்பட்ட எல்லாக் கைகளுக்கும் சில்லறை சென்று சேர்வது மாதிரி பப்பா, தன் பாக்கெட்டிலிருந்து சில்லறைகளைக் கொத்துக் கொத்தாக அள்ளிப் போடுவார். அது, வானத்திலிருந்து மழைத்துளி மண்ணில் விழுவது மாதிரி எங்களுக்குத் தோன்றும். குழந்தைகளுக்கு, சிறுவர்களுக்கென்று மாத்திரமல்ல. பெரியவர்களுக்கும் பப்பா, தன் கையில் உள்ளதை ஈவார்.

குழந்தைகளும், பெரியவர்களும்கூட 'பப்பாவுக்கு ஜே' என்று கோஷம் போடுவார்கள். ரோஜா மலர்வதுபோல பப்பாவின் முகத்தில் எப்போதும் புன்னகை மிளிரும். அது உதடுகளை விரிவாக்கிக் கொள்வதால், விளைவது அன்று. உள்ளத்தில் இடையறாது சுரந்துகொண்டேயிருக்கும் அன்பெனும் ஊற்று, புன்னகையாய் விகசிக்கிறது அவ்வளவுதான்.

நாராயணன் என்று எனக்கு ஒரு நண்பர். என்னை விடவும் பத்து வயது மூத்தவர். எப்போதும் என்னை விடவும் மூத்தவர்கள்தான் எனக்குச் சிநேகிதர்கள். அவர் ஒரு கட்சியின் தீவிர அநுதாபி. எல்லோரையும் தோழர் தோழர் என்றுதான் அழைப்பார். அவர் எனக்குச் சொன்னார்.

"பப்பா, பிச்சைக்காரத்தனத்தை வளர்க்கிறார்."

தோழர் சொல்வதில் சாரம் இருக்கலாம். ஆனால் பசித்து எரியும் வயிற்றுக்குத் தத்துவத்தைத் தீனியாகக் கொடுக்க முடியாது. அந்த வேளைக்கு டீயும், பன்னும் வாங்கிக் கொள்ளக் காசு கொடுப்பவன் தெய்வமே! இதில் எனக்குச் சந்தேகம் இல்லை. பசி என்கிற அநுபவத்தைப் பெற்றவன்தான், சில்லறைகளின் பெருமையை அறிவான்.

கொடுப்பதில் சிலருக்குச் சந்தோஷம். கொடுப்பதில் உயிர் வாழ்பவர்கள் இருக்கத்தான் செய்கிறார்கள். அவர்களுக்கு அது ஒரு யாகம். பப்பா, அந்த யாகத்தைத் தன் உயிர் உள்ளவரையில் செய்யத்தான் செய்தார்.

"உதவலாம். முதலமைச்சரின் வேலை உதவுவது அல்ல. ஒருவன், உதவியை எதிர்பாராமல், தன் கையால் உழைத்துச் சாப்பிடும் சூழ்நிலையை ஏற்படுத்துவதே" என்பார் தோழர். சரிதான்.

பப்பா அப்போது முதல் அமைச்சராக இருந்ததாய் ஞாபகம்.

அது ஒன்றும் அவரைக் கிளப்புக்குப் போவது, சீட்டாடுவதினின்றும் விலக்கி விடவில்லை. முதல் அமைச்சர் பதவி என்பது, அவர் முடியில் சூடியுள்ள இன்னுமோர் இறகு. அவ்வளவுதான். பப்பாவால், எங்கள் மாநிலத்து முதல்வர் பதவி மரியாதை பெற்றது என்றும், பெறவில்லை என்று சிலரும் சொல்வார்கள்.

பப்பா, நீதி பரிபாலனம் மிக்க வேடிக்கையாகவும், அர்த்தம் நிரம்பியதாகவும் இருக்கும். சீட்டாடும் இடத்தில் ஐ. ஏ. எஸ். அதிகாரிகள் பைல்களைத் தூக்கிக்கொண்டு வந்து அவர் கையெழுத்துக்குக் காத்துக்கொண்டு நிற்பார்கள்.

பின்னாளில் எனக்கு இது ஒரு குறியீடாய்த் தோன்றியது. அரசு என்கிற ஆள்கிற வர்க்கம், மக்களின் பிரதிநிதியிடம் அல்லது மக்களிடம் தாழ்ந்து பணிந்து ஏவலுக்கு நிற்கிற மாதிரியே எனக்குத் தோன்றியது. பைல் கத்தைகளைச் சுமந்துகொண்டு யாருக்கும் தலை வணங்காத அந்த அதிகாரிகள், கிளப்பின் வாசலில் கால் மாற்றி கால் மாற்றி நின்றது இன்றைக்கு நினைத்தாலும் எனக்குள் மகிழ்ச்சி ஏற்படுத்தும் அநுபவமாகவே இருக்கிறது.

பப்பா மிகத் தீவிரமாக சீட்டாட்டத்தில் ஆழ்ந்திருந்தார். அப்போது பப்பாவோடு ஒரு காலத்தில் கோழிப் பந்தயத்தில் கலந்துகொண்டவரும் பப்பா கட்சியில் பங்குகொண்டவருமான துரைசிங்கம், தன் பையனோடு, கிளப் வராந்தாவில் நின்றிருந்தார். பப்பாவின் தலை இடது புறமாகத் திரும்பும் நேரத்தை எதிர்பார்த்துக்கொண்டு அவர் இருந்தார். நேரிடையாக அவர் முன் போய் நிற்பதும் துரைசிங்கத்துக்குச் சங்கடமாக இருந்தது.

பப்பா எதேச்சையாகத் திரும்பினார், துரைசிங்கத்தைப் பார்த்து விட்டார். அவர் நெற்றி சுருங்கியது. சட்டென்று எழுந்து துரைசிங்கம் அருகில் வந்து, “நீங்க முசியோ துரைசிங்கம்தானே?” என்றார்.

“ஆமாம்” என்று தலையசைத்தார் அவர்.

பப்பா அவர் கையைப் பிடித்துக் குலுக்கியதோடு நிற்கவில்லை, சேர்த்து அணைத்துக் கட்டிக்கொண்டார்.

“எத்தனை வருஷமாச்சு. சுமார் பத்து வருஷம் இருக்குமா? இருக்கும் வாருங்கள்” என்று கிழிந்த சட்டையும், அழுக்கு வேஷ்டியுமாக இருந்த அந்த மனிதரைக் கிளப்புக்குள் அழைத்துச் சென்று ஃபேனுக்குக் கீழே அமர வைத்தார்.

“என்ன சாப்பிடுகிறீர்கள்? பீர், விஸ்கி, ஒயின். என்ன வேணும்?” என்று கர்ஜித்தார் பப்பா.

“ஐயையோ... அது ஒன்றும் வேண்டாம். எனக்கு ஓர் உதவி செய்யுங்கள்.”

“என்ன வேண்டும். பணம்...? அல்லது...?”

“என் பிள்ளைக்கு ஒரு வேலை. குடும்பம் ரொம்ப கஷ்டத்தில் இருக்கு. பப்பா நீங்க பார்த்துத்தான் கண் திறக்கணும்...” என்று கும்பிட்டார் துரைசிங்கம்.

பப்பா, காபி வரவழைத்து துரைசிங்கத்துக்குக் கொடுத்தார். அவருடைய பதினைந்து வயதான பிள்ளைக்குக் கொடுத்தார். அவருடைய பதினைந்து வயதான பிள்ளைக்குக் கை குலுக்கி வரவேற்பு சொல்லி, அவனுக்கும் காபி கொடுக்கச் சொன்னார். தன் பி. ஏ. வை அழைத்து, “திராவாபப்ளிக் திரேக்தரை நான் கூப்பிட்டதா, எங்கே இருந்தாலும் உடனே என்னை வந்து பார்க்கச் சொல்லு— அல்லது பேசச் சொல்லு...” என்று கட்டளையிட்டார். அடுத்த கால்மணியில் பொதுப்பணித்துறைச் செயலாளர் அங்கு தோன்றினார்.

“சாம்பசிவம், இந்தப் பையன் நம் சினேகிதர் பையன். நமக்கு ரொம்ப வேண்டிய சிநேகிதர், நீ என்ன பண்றே? நாளைக் காலைலே இவன் வந்து உன்னைப் பார்ப்பான். ஒரு மேசையைப் போடு. ஒரு நாற்காலி போடு. இவன் முன்னால ரெண்டு பைலைக் கொடுத்து வேலை கொடு. நீ போகலாம்.”

பப்பா, முகத்தைத் திருப்பிக்கொண்டார்.

செயலாளர் குழப்பத்தில் ஆழ்ந்தார். இது என்ன கொத்தவால் சாவடி விவகாரமா? ஒரு மேஜையைப் போட்டு நாற்காலி போட்டு அரசாங்க வேலை கொடுக்கிறதாவது?

"மன்னிக்கணும். சட்டம், முறைன்னு ஒன்று இருக்கு. முறைப் படி..." பப்பாவுக்குக் கோபம் வந்துவிட்டது.

"கொஷோன்* — சட்டமாவது, முறையாவது, மனுஷனுக்கு உதவாத சட்டம் என்ன சட்டம். கஷ்டத்துக்குக் கை கொடுக்கத்தான் நான்! எவன் நான் சொல்ற வார்த்தையை மறுக்கிறவன். தொலைச்சுப்புடுவேன்."

பப்பா வார்த்தையில் மட்டும் தொலைப்பவர் அல்லர். உண்மையாகவே தன் ஏவலை மதிக்காதவரை அவர் ஆள்கள் உதைத்து இருக்கிறார்கள். செயலாளர், தன் சட்ட அறிவைச் சுருட்டிக்கொண்டு போனார்.

பப்பா எப்போதும் இப்படித்தான், அவரது மனத்தில் கருணை சுரந்துகொண்டேயிருந்தது மனிதர்களை சிரிக்கச் செய்ய எந்தச் சட்ட வரம்பையும் அவர் புறம் தள்ளத் தயாராக இருந்தார்.

என் சிநேகிதன் ரவிக்கு, பப்பா சொன்னபடியே பொதுப் பணித்துறையில் வேலை கிடைத்தது. தட்டில் பழம், வெற்றிலையோடு போய் அவர் காலில் விழுந்தான். பப்பா, பழங்களை அவனுக்கே தந்து அனுப்பி வைத்தார்.

இன்னுமொரு வழக்கு எனக்குத் தெரியும்.

முதலியார்பேட்டைப் போலீஸ் ஸ்டேஷனில் சின்னச்சாமி என்று ஓர் இன்ஸ்பெக்டர் இருந்தான். ரௌடியாம் அவன். அவன் கொடுமை பொறுக்கமாட்டாமல், மக்கள் அவனை அடித்துப் போட்டிருக்கிறார்கள்.

அடித்தவர் பப்பாவை அணுகினார்.

பப்பா சொன்னார்.

"ரௌடித்தனம் பண்றவனை உதைக்கிறது சரி. ஆனா, அவன் நம்ம ஆபீஸ்காரன் அல்லவா? என்கிட்டே சொல்லி விட்டு அப்புறம் அல்லவா அவனை நீ உதைச்சு இருக்கணும். சரி, நீ போ..." என்று அடித்தவர்களை அனுப்பி வைத்தார்.

இன்ஸ்பெக்டரும் பப்பாவை அணுகினான். அவன் வாய் கிழிந்து முகம் வீங்கி இருந்தது.

"நீ என்ன நினைச்சுக்கிட்டு இருக்கே உன் மனசுல. கொஷோன் உத்தியோகம் பண்ண வந்தா, ஏழைகளை மிரட்டறதுன்னு அரத்தமா? அவனுக்குத் தொண்டு பண்ணத்தான் நீ வந்திருக்கே. தெரிஞ்சுதா? மரியாதையா வேலையைப் பாரு இல்லேன்னா, நானே உன்னை உதைக்க ஆள் அனுப்புவேன்."

இன்ஸ்பெக்டர் அத்துடன் வாலைச் சுருட்டிக்கொண்டான்.

பப்பாவின் சாகசங்கள் பலப்பல.

---

* கொஷோன் - பன்றி

"மக்களுக்கு எதிராகச் செயல்பட்ட இன்ஸ்பெக்டரையே எச்சரித்தார் பார்த்தீரா" என்று என் தோழரிடம் சொன்னேன்.

தோழர் தலையசைத்துக்கொண்டு சொன்னார். "இன்ஸ்பெக்டரை உதைத்தவர் காங்கிரஸ் நண்பர். அதே காரியத்தைக் கம்யூனிஸ்டுகள் செய்திருந்தால், 'பப்பா' அதை அனுமதித்து இருப்பாரா? பப்பான்னா, தமிழில் அப்பா என்று அர்த்தம். அதாவது மாநிலத்தின் தந்தை. தந்தை காங்கிரஸ் பிள்ளைக்குப் பிஸ்கோத்தும், கம்யூனிஸ்ட் பிள்ளைக்கு பிரம்படியும் கொடுப்பானா? கொடுத்தால் அவர் தந்தையா?

தோழர் வார்த்தையில் உண்மை இருந்தது.

1990

காக்கைச் சிறகு

'**கா**க்கைச் சிறகு' என்ற பெயரில் டைரக்டர் ரெட்டி படம் பண்ணப் பூஜை போட்ட அன்றுதான், கிருஷ்ணமூர்த்தி அவரிடம் அசோசியேட்டாகச் சேர்ந்தான்.

ரெட்டிக்கு வயசு நாற்பத்து ஐந்து என்று சொன்னார்கள். சினிமாவில் சுமார் இருபது வருஷ அனுபவங்கள் இருந்தன. கிளாப் அடித்து, டிராலி தள்ளி, டைரக்டர் ஆனவர். சொந்தத் தயாரிப்பில் வளர்ந்த மனிதர். இந்த இருபது ஆண்டு காலத்திலும், அவர் கொடுத்தது நாலு படங்கள்தான். என்றாலும் என்ன, இரண்டு படங்கள், மாநில மொழிகளில் சிறந்த படமாகத் தேர்வு பெற்றன. தமிழ்ச் சினிமா வரலாறு, ரெட்டியைத் தொடாமல் கடக்க முடியாது என்று அறிவாளர்கள் சொல்கிறது. பொய்யில்லை. 'காக்கைச் சிறகு' ரெட்டியின் ஐந்தாவது படம்.

"மூர்த்தி! வழக்கம் போலவே, இதுவும் என் சொந்தப்படம்தான். புரொடியூசருக்குக் கதை சொல்றது எவ்வளவு அலுப்பு தெரியுமா? ரெட்டி படம் பண்ணால், அது ஆர்ட் பிலிமாகத்தான் இருக்கும். அவார்டு வாங்கும். ஆனால் ஜனங்கள் ரசிக்கிற மாதிரி படம் பண்ண மாட்டார், அப்படீன்னு என்னைப் பற்றி ஒரு வதந்தியைக் கிளப்பி விட்டிருக்கானுக. அதைப் பொய்யாக்கணும். படமும் நல்லா இருக்கணும். நல்லாவும் ஓடணும். சரிதானா? நான் ஏன் இந்த புரொடியூசர்களுக்குக் கதை சொல்றது இல்லை தெரியுமா? நாம்ப வாழ்க்கையிலேந்து கதையை எடுக்கறோம். அவன் சினிமாவிலேர்ந்தே சினிமா எடுப்பான். அப்புறம் இந்த டிஸ்டிரிபூட்டர்ஸ் அவன் ஒரு கதையை மனசுக்குள்ளே வச்சிண்டு, நம்ப படத்தில் அதைத் தேடுவான். வேணாம், நாலு படம் என் திருப்திக்குப் பண்ணேன். இதையும் அப்படியே பண்ணிப்பிடுவமே, என்ன சொல்றே?"

மூர்த்தி, ரெட்டியின் மூர்க்கத்தை வெகுவாக ரசித்தான்.

“அப்படியே பண்ணிப்பிடலாம் சார். இப்போ பண்ணப் போற சப்ஜெக்ட் நிச்சயம் உங்களுக்குப் புகழையும் பணத்தையும் தரும்” என்று உண்மையாகவே நினைத்துச் சொன்னான்.

“கேஷ் ரெடி மூர்த்தி. பாதிப் படத்துக்குப் பணம் புரட்டிட்டேன். இன்னும் ஒரு மாசத்துக்குள்ளே முழுப் பணமும் வந்திடும். பூஜை போட்டுடலாம். ஒரு நாளைச் சொல்லு”

ரெட்டி, பூஜை போடுவதும் ஒரு வித்தியாசமாகாத்தான் இருக்கும். இருக்கிற அத்தனை சாமிப் படங்களையும் வைத்து, இலை போட்டுப் படைக்கிற வழக்கம் அவருக்கு இல்லை. படம் சம்பந்தப்பட்டத் தொழில் நுட்பக் கலைஞர்கள், நடிக நடிகையர்கள் அனைவரையும் அழைத்து, சம்பள அட்வான்ஸ் தருவது. எல்லோரும் திருப்தியாகச் சாப்பிடுவது, கலைந்து செல்வது என்பதே அவர் பூஜை.

பூஜைக்கு முதல் நாள் ரெட்டியும் மூர்த்தியும்தான் அமர்ந்து, சம்பள முன் பணத்தைக் கவரில் போட்டுக்கொண்டிருந்தார்கள்.

“ராஜனுக்கு எவ்வளவு போடலாம்?” என்றான் மூர்த்தி.

“ஹீரோ, அத்தோடு நல்ல பையன். நான் வளர்த்த பையன். ஒரு லட்சம் போடேன்.”

“ஒரு லட்சமா? பெரிய தொகையா இருக்கே சார். இருக்கிற பத்து லட்சத்தில, அஞ்சுக்கு மேல அட்வான்சுக்குப் போயிடும் சார். அப்புறம் கையில், மீறது அஞ்சுதான். ஒருவேளை ஊரிலேர்ந்து பணம் கிடைக்க டிலே ஆச்சுன்னா, படம் ஷூட்டிங் நின்னுடுமே! அத்தோட, நிலம் வித்த பணம் சார். சொத்தை வித்துப் படம் எடுக்கிறப்போ, கொஞ்சம் நிதானமா இருக்கறது நல்லதுன்னு படுது. அப்புறம் உங்க இஷ்டம்.”

ரெட்டி சிகரெட் புகையை வழிய விட்டுக்கொண்டு சிரித்தார். இருமல் வந்தது. இருமிக்கொண்டே சொன்னார்:

“அது வந்து மூர்த்தி, அந்தப் பையன், தியாகராய நகர்லே ஏதோ வீடு வாங்கியிருக்கானாம். பணத்துக்குச் சிரமப்படறதாக் கேள்விப்பட்டேன். இந்த நேரத்தில் அது உபயோகமா இருக்குமே. தவிரவும் எப்படியும் கொடுக்க வேண்டிய பணம்தானே. அதை எப்பக் கொடுத்தா என்ன?”

ரெட்டியின் வழக்கம் இது. அவர் படத்தில் வேலை செய்கிறவர்களுக்கு அட்வான்சாகப் பாதிச் சம்பளமும், படம் முடித்து ரிலீஸ் ஆவதற்குள் சம்பளத்துக்கு மேலே ஒரு தொகையும் கிடைத்திருக்கும் என்பது எல்லோரும் அறிந்த சங்கதிதான்.

பூஜைக்கு ராஜன் வந்திருந்தான். புதுசாய் வாங்கின காரை டைரக்டருக்குக் காட்டி அவர் வாழ்த்துக்களைப் பெற்றுக்கொண்டான். அப்போதுதான் இங்கிலாந்துக்குப் போய் ஆடை அலங்காரம் பற்றிப் பயிற்சி எடுத்துக்கொண்டு தாயகம் திரும்பியிருந்த மனைவி ரூபாவையும் ராஜன் அழைத்து வந்திருந்தான். ஒரு சினிமாவுக்கு, அதன் பாத்திரங்கள் பயன்படுத்தும் சரியான ஆடை அலங்காரங்கள், வகிக்கும் முக்கியத்துவம் பற்றி ரூபா எடுத்துச் சொன்னாள். ஒரு மேசையைச் சுற்றி இருந்த நான்கு நாற்காலியில், மூர்த்தி, டைரக்டர்,

ராஜன், ரூபா ஆகியோர் அமர்ந்து சாப்பிட்டுக்கொண்டிருந்தபோது, ரூபா இதைச் சொல்லிக்கொண்டிருந்தாள்.

"அதிலே என்ன சந்தேகம் ரூபா? ஒரு வரலாற்றுக் காலகட்டப் படத்தைப் பாத்திரங்களின் ஆடைகள்தானே தீர்மானிக்கிறது. அதோடு, பாத்திரத்தின் 'வர்க்கத்தை'யும் உடை சொல்லிவிடுமே. நம் தேசத்தில்தான், அடிமட்ட வர்க்கத்துப் பாத்திரம், நைட்— சூட்டில் தூங்கி, தலை கலையாமல் எழுந்து வரும் அதிசயம் நடக்கும்" என்று டைரக்டர் சொன்னதற்கு, அனைவரும் சிரித்தார்கள்.

"மிஸஸ் ரூபா... இந்த என் படத்தில், நீங்கள் காஸ்டியூமராக எனக்கு அசிஸ்ட் பண்ணுங்களேன். எனக்கு நீங்கள் ரொம்பவும் உதவியாய் இருப்பீர்கள்" என்று ரெட்டி, ரூபாவைக் கேட்டுக்கொண்டார்.

"ஓ... ஷ்யூர், கசக்குமா எனக்கு? உங்களோடு வேலை செய்வது எனக்கு ஓர் அங்கீகாரம் அல்லவா?" என்று தன் மகிழ்ச்சியைப் பகிர்ந்துகொண்டாள் ரூபா.

சென்னை — ஆந்திரா பாதையில், சினிமாக்காரர்களால் அதிகம் அசிங்கப்படாத கிராமமாக ஒன்றைத் தேர்ந்தெடுத்து ஷூட்டிங்கைத் தொடங்கினார் ரெட்டி. சென்னைக்கும் அக்கிராமத்துக்கும் இரண்டு மணியே பயண நேரமாக இருந்த படியாலும், அங்கு தங்குவதற்குப் பெரிய ஹோட்டல்கள் இல்லாதபடியாலும், முக்கிய கலைஞர்கள் தினம் சென்னையிலிருந்தே வந்து போவது என்று முடிவாயிற்று. கிராமத்தின் பெரிய தனக்காரராக இருந்த சேர்வைக்காரர், ரெட்டிக்கு உதவ முன் வந்தார். அவர் துணையுடன் ஆள் இல்லாத ஒரு வீட்டை வாடகைக்கு எடுத்துக்கொண்டு, ரெட்டியும், மூர்த்தியும் கிராமத்திலேயே தங்கினார்கள்.

எடுக்கப் போகும் 'சீன்களை' மனசுக்குள் உருவாக்கிக்கொண்டும், சர்ச்சை செய்துகொண்டும் சந்தோஷமாக இருந்தார் ரெட்டி. டென்ஷன், ஓடிச் சாடுதல், மூளையைக் கசக்கிக் கொள்ளுதல் எதுவும் இருக்கக்கூடாது, அவருக்கு. பென்சில் சீவுதல் போல், சினிமாவும் சந்தோஷமாகவும் லகுவாகவும் இருக்க வேண்டும்.

படப்பிடிப்பின் நான்காம் நாள் வெயிலுக்கு முன்னதாக ஷூட்டிங் ஆரம்பிப்பது என்று முடிவாயிற்று. ராஜன், காலை ஆறு மணிக்குள்ளாகவே வந்து சேர்ந்து விடுவதாக முந்தின தினம் மாலையே சொல்லிவிட்டுச் சென்றான். ஏழு மணியான பின்னும் ராஜன் வரவில்லை. படப்பிடிப்புக் குழுவினர், காத்திருந்தார்கள். ரெட்டி ஒன்றன் பின் ஒன்றாகச் சிகரெட்டைப் புகைத்துப் போட்டுக்கொண்டிருந்தார்.

"ராஜனுக்கு உடம்புக்கு ஏதாகிலும் வந்திருக்குமோ, அல்லாவிடில், இந்த மாதிரி லேட்டாக வருகிற பையன் அல்லவே அவன்!" என்றார் ரெட்டி. சுமார் ஏழரை மணிக்கு, சேர்வைக்காரர் வீட்டு வேலையாள் வந்து டைரக்டருக்குப் போன் வந்திருப்பதாகச் சொன்னான். நாலாம் வீட்டுக்கு ரெட்டியும், மூர்த்தியும் சென்றார்கள், அல்லது கிட்டத்தட்ட ஓடினார்கள். போனில் ராஜன் இருந்தான்.

"என்னப்பா ராஜன்? ஆர் யு வெல்?"

“அப்கோர்ஸ், சார். ஒரு சின்ன பிரச்சினை. குடும்பப் பிரச்சினைதான். இன்னும் இரண்டு மணி நேரத்தில் வந்து சேர்ந்திடறேன் சார்.”

“ஓ. கே. செய்”

“ஓர் உதவி பண்ணணும்.”

“சொல்லு”

“என்னை ஹீரோ ஆக்கினதும் நீங்கதான். என் ஒய்ஃப்பை காஸ்டியூமர் ஆக்கினதும் நீங்கதான். இதையெல்லாம் நான் மறக்கவே மாட்டேன்.”

“நமக்குள்ளே இந்த பார்மாலிட்டி தேவைதானா?”

“தப்பா நினைச்சுக்கக்கூடாது. ரூபா, ‘காக்கை சிறகு’ படத்தோட ஸ்கிரிப்டைக் கேக்கிறா. ஸ்கிரிப்டைப் படிச்சான்னாத்தான், காஸ்டியூம் சரியாப் பண்ண முடியும்கிறாள். தயவுசெய்து ஸ்கிரிப்டை அனுப்பி வைங்களேன்.”

“காஸ்டியூமருக்கு ஸ்கிரிப்ட் கொடுக்கிற வழக்கமில்லை. அது தேவையும் இல்லை. நானும் ரூபாவும் உட்கார்ந்து பேசிப் படத்தைப் புரிஞ்சுக்கலாமே. ரூபாவையும் அழைச்சுக்கிட்டு வாயேன்.”

“அவள் ஸ்கிரிப்டைப் படிக்கணும்கிறாள்”

“தேவையில்லைன்னு சொல்றேனே. கதை யாரைப் பத்தினது, எந்தக் கிளாசைப் பத்தினது, அவர்களோட வருமானம், கல்ச்சுரல் ஸ்டேட்டஸ் இதுகள் போதுமே... அந்த அம்மாகிட்டே நான் பேசறேன். நீ முதல்லே புறப்பட்டு வா...”

“சரி சார்... வந்துடறேன்”

போனை வைத்த ரெட்டி, மூர்த்தியைப் பார்த்துச் சிரித்தார்.

“மிஸஸ் ரூபா திடீர்னு ஸ்கிரிப்டை கேக்கிறாங்க... வேறொன்றுமில்லை ராஜன் இன்னும் ரெண்டு மணியிலே வந்திடுவாராம்.”

சுமார் பதினொரு மணி வரைக்கும் ராஜன் வந்து சேரவில்லை. போன் வந்தது. இந்த முறை ரூபா பேசினாள்.

“என்னங்க?” என்றார் ரெட்டி கவலையுடன்.

“ஸ்கிரிப்டை அனுப்பியாச்சா சார்?”

“அது தேவையில்லேன்னு ராஜன்ட்டே சொன்னேனே. நாம நேரில் அரை மணி பேசினா போதும்மா. இன்னும் கேட்டா, வேலை இல்லாத இளைஞனைப் பற்றின நம் படத்துக்கு என்ன விசேஷமான காஸ்டியூம் தேவைப்படும்? ரெண்டு சட்டை, ரெண்டு பேன்ட், புடவை, ரவிக்கை இதுதானே. நேரில் பேசுவோமே. வாங்களேன்.”

“இல்லே சார் எனக்கு அது தேவை. ஸ்கிரிப்ட் வந்தாத்தான் ராஜன் அங்க வருவார்”

போனை வைத்து விட்டாள் ரூபா.

ரெட்டி உடனடியாக ஒரு சிகரெட்டைப் பற்ற வைத்துக்கொண்டார்.

“என்ன சார்” என்றான் மூர்த்தி.

“ஸ்கிரிப்ட் வந்தாத்தான் ராஜன் வருவார்னு மிஸஸ் ரூபா சொல்றாங்க”

ரெட்டி, திரும்பி வந்து அவர் இருக்கையில் அமர்ந்துகொண்டார்.

கேமராமேன் வந்து ரெட்டியின் அருகில் அமர்ந்து “எனி பிராப்ளம்?” என்றார். ரெட்டி விஷயத்தை விளக்கினார்.

“இது அதிகப்படி சார். பொதுவாக அசிஸ்டென்ட் டைரக்டர்தான் காஸ்டியூமர் கிட்டே பேசி டிரஸ் முடிவு பண்ணுவாங்க. ஸ்கிரிப்ட் இல்லேன்னா ஷூட்டிங்க இல்லேங்கறா, ரொம்பத் திமிர். திஸ் ஷுட் நாட் பி என்கரேஜ்ட்”

சுமார் பன்னிரெண்டு மணிக்கு ராஜனிடம் இருந்து போன் வந்தது. ரெட்டி பேசினார்.

“எஸ் மிஸ்டர் ராஜன்.”

“சார்! ரூபா, ஸ்கிரிப்ட் வந்தாத்தான் நான் ஷூட்டிங் போகலாம் என்கிறாள். நீங்களும் அனுப்பத் தயாராக இல்லை. இரண்டு பேருக்கும் நடுவிலே மாட்டிக்கிட்டு நான் நான் முழிக்கிறேன். நான் என்ன பண்ணட்டும்?”

“இதை நீதான் முடிவு செய்யணும். நான் ஸ்கிரிப்ட் அனுப்ப முடியாது.”

ராஜன் தயங்குவது தெரிந்தது.

“சார்... காக்கைச் சிறகு என்னை இழந்துடுமோன்னு எனக்குப் பயம்மா இருக்கு.”

“எனக்கு பயம் இல்லை.”

“நீங்க முடிவுக்கு வந்துட்டீங்க... அதனால...”

“எனக்கு நிறைய நஷ்டம் ஏற்பட்டுடும், ராஜன்... அஞ்சு லட்சம் போகும். அதோட பீல்டுல தப்பான செய்தி பரவும். ரொம்ப நாள் கழிச்சுப் படம் பண்றேன். அதுக்கும் தடைன்னா, ரொம்பச் சிரமமாப் போகும். ஆனாலும் பரவாயில்லை. பிழைப்பு எப்படியும் நடக்கும். எதைக் கொடுத்து எதைப் பெறப் போகிறோம் என்கிற தெளிவு நமக்கு அவசியம். எதையும் கொடுக்காமல் எதையும் பெற முடியும். ஆனால், எந்த அளவுக்கு, எதை எதைக் கொடுக்கிறது? இதுதான் ராஜன் சிக்கல், ஆனா இது ஒரு சவால். வாழ்க்கை நமக்கு விடுகிற சவால். பார்ப்போம், பெஸ்ட் ஆஃப் லக்.”

ரெட்டி, திரும்பி வந்து “பேக் —அப்” சொன்னார்.

அன்று இரவு ரெட்டியும் மூர்த்தியும், ரெட்டி வீட்டு மொட்டை மாடியில் அமர்ந்துகொண்டு பேசிக்கொண்டிருந்தார்கள். மூர்த்தி சொன்னான்.

“சார், படத்தை நிறுத்தியது பத்தி மீண்டும் நீங்க யோசிக்கணும். ரொம்ப நஷ்டம், நீங்க சொன்னதுபோல...”

“இருக்கட்டும். அதனால என்ன? ரெட்டி இன்னும் நஷ்டப்படலையே. எனக்கு வருத்தமெல்லாம் இந்த ராஜன், இன்னும் பெரிசா வளர வேண்டிய பையன், இப்படி இருக்கானே என்கிறதுதான்.”

ரெட்டி உள்ளே போய் ஒரு கவரோடு வந்தார்.

"இதுல கொஞ்சம் பணம் இருக்கு. செலவுக்கு வச்சுக்க. அடுத்தப் படம் பண்றப்போ, கட்டாயம் எனக்கு நீ வேணும்"

வேலையே செய்யாத, நின்று போன படத்துக்கு மூர்த்தி பதினைந்தாயிரம் சம்பளம் வாங்கினது அப்போதுதான்.

ரெட்டி சொன்னபடியே கூப்பிட்டு அனுப்பியிருந்தார். இடையில் மூர்த்தி, ரெட்டியைப் பற்றின செய்திகளைப் பத்திரிகையில் பார்த்தான். 'காக்கைச் சிறகு' படத்தில், நடிகையிடம் தகாத முறையில் ரெட்டி நடந்துகொண்டதால், படம் நின்றது, என்று ஒரு பத்திரிகை செய்து வெளியிட்டிருந்தது. ரூபா விஷயமாகப் புருஷன் ராஜனுக்கும் ரெட்டிக்கும் லடாய் என்றும் ஒரு பத்திரிகை சுவாரஸ்யப் படுத்தியிருந்தது.!

ரெட்டியின் வீடு, இரண்டாம் புளோரில் இருந்தது. முதல் புளோரில் ஒரு ஜோசியர் வசித்தார். சினிமா நடிகைகளின் திருமணத்துக்கும், ரத்துக்கும், அவரே நாள் நட்சத்திரம் பார்த்துச் சொல்லிக்கொண்டிருந்தார்.

மூர்த்தி முதல் மாடியைக் கடந்து, இரண்டாம் மாடிப் படியில் ஏறக் காலை வைத்தான். படியை ஒட்டி, ஜோசியரின் வரவேற்பு அறை. வசதியான நாற்காலிகள் போடப்பட்ட அந்த வரவேற்பு அறையில் தன்னந்தனியாக, அந்தக் காலை நேரத்தில் அமர்ந்திருந்தது, எங்கோ பார்த்த முகமாகவும், இருந்தது. எத்தனையோ வந்து போகிற நடிகையரில் அவளும் ஒருத்தியாய் இருப்பாளாக்கும் என்றபடி மூர்த்தி, ரெட்டியின் வீட்டுக்குள் நுழைந்தான். வழக்கமான வெள்ளை உடையோடு, டைனிங் டேபிளில் அமர்ந்திருந்தார். அவர். சமையல்காரர் பரிமாறிக்கொண்டிருந்தார்.

"சாப்பிடு" என்று உபசாரம் செய்தார் ரெட்டி.

"ஒரு பைனான்சியரைப் பார்க்கப் போறோம். கதை கேட்காத, நமக்குக் கதை சொல்லாத, என் மேல் மிகுந்த அபிமானம் உள்ள பைனான்சியர். 'காக்கைச் சிறகு' வரும். நாம் பண்றோம்" என்று சொன்னார் ரெட்டி.

இருவரும் படி இறங்கிக் கீழே வந்தார்கள். வரவேற்பறையில் அமர்ந்திருந்த அந்தப் பெண் எழுந்து "வணக்கம் சார்" என்றாள். ரெட்டியைப் பார்த்து கைகுவித்து. ரெட்டி "யாரு?" என்றார்.

"நான்தான் சார் ரூபா. ரூபா ராஜன்."

"அட... என்னம்மா, எங்க இப்படி?" என்றார் ரெட்டி.

அவள் தலைகுனிந்துகொண்டு அழுதாள். ரெட்டி பதைத்துப் போனார்.

"சரி வாங்க..." என்று ரூபாவை அழைத்துக்கொண்டு தம் வீடு வந்தார். டைனிங் டேபிளில் அமரச் சொல்லி, இட்லி பரிமாறச் சொன்னார்.

ராஜனுக்கும் அவளுக்கும் முறிவு ஏற்பட்டு விட்டதாம். ராஜன் வேறு ஒரு பெண்ணோடு வாழ்கிறானாம். மீண்டும் ராஜனோடு, தான் சேர்ந்து வாழ முடியுமா?" என்று ஜோசியரைக் கேட்க வந்திருந்தாளாம்.

"கவலைப்படாதீங்க. ராஜனோட நீங்க சேர்ந்து வாழ்வீங்க. நான் அவன் கிட்டே பேசறேன். இப்படித்தான் பயல்களுக்குப் புத்தி கெட்டுப் போய்விடுகிறது. நல்ல பையன். நல்ல கலைஞன், இப்படிப் பண்றானே"

சமையல்காரர், ஜோசியர் வந்து விட்டதை அறிவித்தார்.

"எனக்கு ஜோசியத்தில் நம்பிக்கை இல்லை. நீங்க ஜோசியரைப் பார்க்கிறதை நான் ஆட்சேபிக்கலை. போய்ப் பாருங்க..." என்று அனுப்பி வைத்தார் ரூபாவை. அவள் போகும்போது, ரெட்டி சொன்னார்.

"உங்களைத் திரும்பவும் ஒன்று சேர்க்க, நான் இருக்கேன் கவலைப்படாமல் போங்க"

காக்கைச் சிறகு மீண்டும் வளர்ந்தது. ராஜன், ரெட்டியைச் சந்திக்கவே மறுத்து விட்டான். அவன் இடத்தில் மனோகர் நடித்தான். ரூபாவையும் அவன் சேர்த்துக் கொள்ளவில்லை. காக்கைச் சிறகுக்குக் காஸ்டியூமராக ரூபா வேலை செய்தாள். ஸ்கிரிப்டை அவள் கேட்கவில்லை. ஆனால், ரெட்டி அவளுக்கு ஒரு பிரதி படிக்கக் கொடுத்தார்.

1990

ஓர் ஏழை நாடும் ஒரு பரம ஏழையும்!

...ஆகவேதான் இந்தக் கடிதம் எழுத நேர்ந்தது. நான் மீண்டும் சொல்கிறேன். அன்த்துவான் நிறைய சம்பாதிக்கிறானே என்கிற ஆதங்கமோ, பொறாமையோ எனக்கில்லை. என் சம்பளம், என் செலவுக்குக் காணவில்லை என்பதே என் பிரச்சினை.

ஐயா, சென்ற வாரம் என் சகோதரி, வார இறுதியை என்னுடன் செலவிட என்று வந்திருந்தாள். அவளுக்கு மீன் குழம்பு பண்ணிப்போட வேண்டும் என்று நானும் என் மனைவியும் ஆசைப்பட்டோம். தப்பில்லையே!

பெரிய கடை மார்க்கெட்டுக்குப் போய் இருந்தேன். மீன்கள் ஏராளமாக வந்திருந்தன. வௌவால் மீன் விற்றுக்கொண்டிருந்த ஒரு கடைக்காரி, மூன்று மீன்கள் பதினைந்து ரூபாய் என்றாள். "என்ன அக்குறும்பு? திம்மா திம்மா மீனா பதினைந்து ரூபாய்?" என்றேன். "வாங்காட்டி வாயை மூடிக்கொண்டு போய்ச் சேரு" என்று சொன்னாள். நாலு பேர் சொல்லி வைத்தாற்போல, என்னைத் திரும்பிப் பார்த்தார்கள். நான் கூசிப் போனேன்.

ஐயா, என் நண்பன் அன்த்துவானோடு என்னை ஒப்பிட்டுக் கொள்வது தவறாகாது, என்றே நம்புகிறேன். ஏனெனில், நான் வீரர் வெளித் தெருவிலும் அவன் பாதர் சாஹிப்புத் தெருவிலும் குடியிருந்தோம். என் வீட்டு வாசலில் நின்றுகொண்டு "அன்த்து" என்று உரக்கக் கத்தினால், "ஏன்டா" என்று அவர் கேட்பார், அவ்வளவு பக்கம். நாங்கள் இருவருமே அன்றாடங்காய்ச்சிக் குடும்பத்தைச் சேர்ந்தவர்கள்தான். அவனைக் காட்டிலும் உயரமானவன், பலசாலி, தமிழில் இரண்டாயிரம் வருஷத்து இலக்கியங்கள் — நேற்று வெளிவந்தவை உட்பட — நான் படித்திருக்கிறேன். ஆங்கிலத்திலும் எனக்கு ஞானம் உண்டு. அன்த்துவானின் முழுப்பெயரை எழுதச் சொன்னால் அன்னத்துவான் ஆசீர்வாதம் என்றே ஒரு வதம் செய்வான். ஆனாலும், அவன் மூவாயிரம் — எழுபதுகளின் ஆரம்பத்தில்— சம்பாதிக்கிறான்.

சமூகத்தின் மதிப்பீட்டின்படி அவன் வெற்றி பெற்றவன். என் அப்பா, என்னை அவனுடன் ஒப்பிட்டுத்தான் திட்டுவார். அப்படித் திட்டினால்தான் அவருக்குத் திருப்தி, “பார், அவன் பிள்ளையா? நீ பிள்ளையா? ஏதோ படித்தான், வேலைக்குப் போனான். ஆயிரம் ஆயிரமாகச் சம்பாதிக்கிறான். குடும்பத்தைக் காப்பாற்றுகிறான். அவன் பிள்ளை! தென்னம்பிள்ளை! நீ உதவாக்கரை. குட்டிச்சுவர். அறுந்து விழுந்த பல்லிவால்?

பிரான்சுக்குப் போய் ஏதேனும் வேலை செய்து ஓய்வு பெற்று, இங்குத் திரும்பி ஓய்வுத் தொகையை வைத்துக்கொண்டு, சௌகர்யமாக வாழும் வாய்ப்பு எனக்கு இருமுறை கிட்டியது. ஒன்று என் அப்பாவாலும், மற்றது என்னாலும் தட்டிக்கொண்டு போயிற்று. யோசிக்கையில் எனக்கு அதனால் வருத்தமில்லை. இந்த ஊரில் இருக்கும் பிரஞ்சுப் பள்ளியில்தான் நான் சேர்க்கப்பட்டேன். அங்கு ஐந்தாம் வகுப்பு படித்துக்கொண்டிருக்கும்போது என் அப்பா ஒரு காரியம் செய்தார். அவர் சுதந்தரப் போராட்டக்காரர். பிரஞ்சு ஏகாதிபத்யத்தை எதிர்த்து அவர் போராடிக்கொண்டிருந்தார். எந்தக் காலனி ஆட்சியை அவர் எதிர்க்கிறாரோ அதே காலனிக்காரர்களின் மொழியான பிரஞ்சு மொழியை நான் படிப்பதாவது? அவருக்கு இது இழுக்கானதல்லவா? ஆகவே, என்னைப் பிரஞ்சுப் பள்ளிக்கூடத்திலிருந்து நிறுத்தி, ஆங்கிலப் பள்ளிக்கூடத்தில் சேர்த்தார். ஆங்கிலக்காரனும் ஏகாதிபத்யக்காரன்தானே? ஆனாலும், அவன் அவருக்கு நேரான எதிரி அல்லவே!

கிறிஸ்துவப் பாதிரிமார்கள் நடத்தின பள்ளியில் நான் சேர்க்கப்பட்டேன். பிரஞ்சுப் பள்ளியில் ஐந்தாம் வகுப்பு படித்தவன், ஆங்கிலப் பள்ளியில் ஒன்றாம் வகுப்பில் சேர்க்கப்பட்டேன். எனக்குப் பக்கத்தில் ஓரளவு பெரியவனாக ஒரு பையன் உட்கார்ந்திருந்தான். அவன்தான் அன்த்துவான். நல்லது! ஐந்தாம் வகுப்பு படித்த நான், சுமார் பத்து வயதில் ஐந்து வயதுப் பையன்களுடன் முதல் வகுப்பில் அமர்ந்து “ஏ பார் அன்ட்” படித்தேன். எட்டாம் ஒன்பதாம் வகுப்பு வரும்போது எனக்கும் கருகருவென்று மீசை முளைத்து விட்டது. அந்த நேரம் பார்த்துதான் எனக்கு நா. பார்த்தசாரதியின் ‘குறிஞ்சி மலர்’ கிடைத்தது. எனக்குள் அரவிந்தன் குடியேறி நானே அவன் ஆனேன். அந்த மனோபாவத்தின் பௌதீகக் குறியீடாக, நான் ஒன்பதாம் வகுப்பு வரும்போது வேஷ்டி கட்டத் தொடங்கினேன். ஆசிரியர்கள் பலர் என்னிடம் நெருங்கவே தயங்கி என்னைப் புறக்கணித்தனர். பள்ளிக்கூட மாணவர்களிலேயே நான் பெரியவனாக இருந்தேன். என்னை எப்படி நடத்துவது என்பது அவர்களின் பிரச்சினையாக இருந்திருக்கும்.

என் தாயார் வகையறாவில், மிஷேல் மோகனரங்கம் என்ற மாமா ஒருத்தர் இருந்தார். அவருக்கு என மேல் வாஞ்சை. ஒருமுறை விடுமுறைக்கு வந்தவர், என்னிடம் “வர்றியாடா பிரான்சுக்கு? நான் ஏற்பாடு பண்றேன். ரொம்ப சீக்கிரம் பெரிய நிலைமைக்கு வந்திடலாம்” என்றார் ஆச்சர்யம் என்னவெனில் அப்பாவும் மாமாவின் திட்டத்தை ஆமோதித்தார். இந்தியக் குடியுரிமையை மறுத்துவிட்டுப் பிரஞ்சுப் பிரஜையாக மாறிக் கொள்ளும் சந்தர்ப்பம் அப்போது இருக்கவே செய்தது. பிரான்ஸ் தேசத்தில் பிரஜைகளுக்கு வேலை வாய்ப்புக்கு உத்தரவாதம் இருந்தது என்றும், அது அடிப்படை உரிமை என்றும், வேலை கிடைக்கும் வரை உதவிப் பணம்கூடக் கிடைக்கும் என்றும் என்னிடம் அவர் சொன்னார். மாமா, ஒரு அரை பிரஞ்சுக்காரனாகவே மாறி இருந்தார். “இன்னா நோன்” என்று விளித்துப்

பிரஞ்சு மொழியில் அழகாகப் பேசினார். இந்தியர்கள் மோசக்காரர்கள் என்றார். இங்கே காயும் சூரியனைச் சபித்தார். நெகோலைப் (பிரான்ஸ தலைவர்) புகழ்ந்துரைத்தார். பிச்சைக்காரர்களை வெறுத்து, "இந்தியா, இதில்தான் முன்னேறி இருக்கிறது என்றார். மாமா சொல்லிக்கொண்டே போனார். "இந்த நாடு உருப்படாதுடா, இங்கே எம். ஏ. படி. அதற்கு மேலும் படி. உனக்கு வேலை கிடைக்காது. எத்தனை இலட்சக்கணக்கான பேர் வேலை இல்லாமல் தெருவில் திரிகிறார்கள். நானும் பார்க்கிறேனே!"

"இந்தியர்கள், இந்தியர்களைக் காட்டிக் கொடுப்பவர்கள். அரசாங்கம், மக்களுக்கானத் திட்டம் ஒன்றுக்கு நூறு ரூபாய் செலவு செய்கிறது என்றால், அதில் பத்து ரூபாய்கூட மக்களுக்குப் போய்ச் சேருவதில்லை. அதிகாரிகள் லஞ்சம் வாங்கிகள். போலீஸ்காரர்கள் சமூக விரோதிகள், நாணயஸ்தர்கள் இல்லை. இந்தத் தேசத்தில் பிறந்த அறிவாளிகளுக்கு முதுகெலும்பு என்பதே இல்லை" இப்படியாக மாமா தேங்காய்ப் பாலில் ஊற வைத்த ரொட்டித் துண்டைச் சாப்பிட்ட படியே பேசிக்கொண்டே போனார். அப்பா அவற்றை ஆமோதித்தார். அவர் பிரெஞ்சு — இந்திய சுதந்திரப் போராட்ட வீரர். சுதந்தரத்துக்குப் பிறகு நிலைமை சீர்படும் என்று எதிர்பார்த்து ஏமாந்தவர். கறுப்பு துரைகள், வெள்ளை துரைகளை விட மோசமானவர்களாக இருக்கக் கண்டு, மனம் உடைந்தவர் அவர்.

மாமா சொன்னதில் உண்மை இல்லாமல் இல்லை. நான் அவற்றை ஆமோதித்தேன்.

"ஆகவே, இந்த நிலைமையில் நீ இந்தியாவை விட்டு பிரான்சுக்கு வருவதுதானே மேல்?" என்று கேட்டார் மாமா.

"இல்லை. இந்த நிலைமையில் நான் இங்கு இருப்பதுதான் உத்தமம். நீங்கள் சொன்ன அயோக்கியர்களால் பாதிக்கப்பட்டவர்கள் என் அண்ணன் தம்பிகள். அவர்களுடன் இருந்து அவர்களுக்காக உழைத்தால்தான், நான் மனிதன்" என்று சொன்னேன்.

"அப்படியானால், அரவிந்தன் மாதிரி ஜிப்பா, வேஷ்டி கட்டிக்கொண்டு, ராத்திரிகளில் வேர்க்கடலை தின்றுகொண்டு பசும்பால் குடி. உனக்கு ஒருபோதும் பூரணி கிடைக்கமாட்டாள்."

"சரி."

மாமா பிரான்சுக்குப் போக ரயிலேறும்போது, நானும் வழி அனுப்பப் போயிருந்தேன். மாமாவின் அம்மா, அப்பா, மனைவி, குழந்தைகள், சிநேகிதர்கள் மற்றும் நான் ஆகிய எல்லோரையும் கட்டி அணைத்து முத்தமிட்டு விடை பெற்றுக்கொண்டு ரயில் ஏறினார் மாமா. ரயில் ஏறும்போதுகூட மாமா சொன்னார். "இப்போதுகூடக் காலத் தாமதம் ஆகவிடவில்லை, நன்றாக யோசி. பிரான்சுக் குடிமகனாக மாறி, ஒரு சுபிட்சமான வாழ்க்கையை அடைந்து கொள்ளத் தயாராக இருந்தால் எனக்குக் கடிதம் போடு. அங்கிருந்தே அதற்கு நான் ஏற்பாடு செய்கிறேன். உன் அப்பா அருமையான பிரான்சு விரோதி. அவரே ஒப்புக் கொள்கிறார். நீ என்ன கிடந்து ஆடுகிறாய்?" என்றார் மாமா. யோசிப்பதற்கு ஒன்றுமில்லை என்கிற மனத்தெளிவோடு, "நான் யோசிக்கிறேன் மாமா" என்று சொல்லி அவரை அனுப்பி வைத்து விட்டேன். புரை தீர்த்த நன்மை பயக்குமெனில், பொய் சொல்லல் தவறல்ல!

ஐயா,

முதல் விடுமுறையில் பிரான்சில் இருந்து வந்தபோது அன்த்துவான் அவன் அனுபவத்தை எனக்குச் சொன்னான். முதலில் அவனையும் மற்றும் இரண்டு பேரையும் ஓர் அணியாகச் சேர்த்து மைதானத்தில் இருக்கும் சிகரெட் துண்டுகளைப் பொறுக்கச் சொன்னானாம் அவனுடைய அதிகாரி. அன்த்துவானுக்கு அது மிகவும் அவமானமாகப் போய்விட்டதாம்.

“இதிலென்ன அவமானம்! இவை எல்லாம் ராணுவ ஒழுங்கில் ஓர் அம்சம்தானே” என்றேன்.

பல நாட்களுக்குப் பின்னால், அது அவனுக்குப் புரிந்ததாம்.

சரி, சிகரெட் துண்டுகளைப் பொறுக்கிச் சமாளித்த அன்த்துவான் மிகவும் ரசித்துச் சொன்னான். ஆளுக்கொரு டப்பாவைக் கையில் ஏந்திக்கொண்டு, மற்ற இருவரும் சிகரெட் பொறுக்கும்போது, அன்த்துவான் நின்றவாக்கில் மொத்தமான சப்பாத்துக் கால்களால் அந்த சிகரெட் துண்டுகளை அழுத்தி நசுக்கிக் காலாலேயே தள்ளி விட்டானாம். சிகரெட் துகள்கள் மண்ணில் கலந்து உருத் தெரியாமல் ஆகி விட்டதாம். இந்தப் படிக்குக் குனியாமலேயே வேலை பார்த்தானாம் அன்த்துவான். குழுத் தலைவர், “உன் டப்பாவில் மட்டும் ஏன் சிகரெட் துண்டுகளையே காண முடியவில்லை” என்று கேட்டாராம். “எனக்குக் கிடைக்கவில்லை. நான் என்ன பண்ணட்டும்” என்றானாம் அன்த்துவான். ஒழுங்குக்குப் பெயர் போன பிரஞ்சு ராணுவ அதிகாரிகள், அன்த்துவானை எப்படித் தட்டி ஒடுக்கெடுத்து வேலை வாங்கியிருப்பார்கள் என்று புரிந்து கொள்ள முடிகிறது.

ஐயா,

இந்தியர்கள் சபிக்கப்பட்டவர்கள் என்று நான் சொன்னால், கோபிக்கக்கூடாது. மலைச் சரிவுகளில் குளிரோடும், விஷப் பூச்சிகளோடும் போராடி தேயிலை உற்பத்தி செய்யும் ஆட்கள் நாங்கள். ஆனால் எங்களுக்குக் கிடைப்பதோ மூன்றாம் தரத் தேயிலை. அது மாதிரித்தான் இந்த எறாலும், நாங்கள் அதை எறா என்போம். ஒரு காலத்தில் — காலம் என்பது சுமார் இருபது வருஷங்களுக்கு முன்கூட, பெரிய பெரிய எறாக்கள் சுலபமாகக் கடைகளில் விற்றதுண்டு. இப்போது பெரிய எறாக்கள் கண்களிலே காணப்படுவதிலை. இது ஏன் இப்படி நேர்ந்தது? எங்கள் கடலில் எங்களால் பிடிக்கப்படும், எங்களுக்கு உணவாகாமல் யாரோ அவற்றைத் தின்னும்படியாக நேர்ந்தது எப்படி?

என் தாத்தாவுக்குக் கல்யாணம் ஆனபோது, அவர் வசித்திருந்த கணக்குப்பிள்ளை உத்தியோகத்துக்கு மாதம் பத்து ரூபாய் சம்பளம். ஆறு பெண்கள், மூன்று பிள்ளைகள் அவருக்கு. நிம்மதியாக உண்டு உடுத்து, பெண்களுக்குத் திருமணம் முடித்து, பிள்ளைகளைப் படிக்க வைத்து, ஒரு வீடு வாங்கி, அதை ஒழுங்குபெறத் திருத்திக் கட்டி நிறை வாழ்வு வாழ்ந்திருக்கிறார் அவர்.

நான் தங்களைக் கேட்பது இதுதான். பத்து ரூபாய்ச் சம்பளக்காரர் அவ்வளவு திருப்தியாகக் குடும்பம் நடத்தியது சாத்தியம் என்றால், ஆயிரம் ரூபாய்ச் சம்பாதிக்கிற ஒருவன் கடனாளியாக உழல்கிற நிலை எப்படி, ஏன் வந்தது? எனக்குச் சம்பளமாக என் உழைப்புக்குப் பதிலாக ஒரு ரூபாய் தரப்பட்டால்,

அதன் உண்மையான மதிப்பு பத்து பைசாவாக இருக்கிறதெனில், மீதியுள்ள தொண்ணூறு பைசாவுக்கு நான் ஏமாற்றப்படுகிறேன், என்பதுதானே பொருள்? விலைவாசி ஏற்றத்தைக் கட்டுப்படுத்தி ஸ்திரப்படுத்தாமல் சம்பளம் என்று வெறும் பேப்பர் நோட்டுகளை வாரி வழங்குவதில் என்ன அர்த்தம் இருக்க முடியும்? நெல்லை உற்பத்தி செய்கிறவனிடம் ஒரு ரூபாய்க்கு வாங்கி, மூன்று ரூபாய்க்கு விற்கிற, நெல்லோடு சம்பந்தப்படாத ஓர் இடைத்தரகனை, வியாபாரியை வளர்ப்பது எந்த சக்தி?

எங்கள் தாத்தாவும் ஏன் எங்கள் தாய், தந்தையரும் வாழ்ந்த வாழ்க்கையை, மானம் கெடாமல் மனம் நோகாமல் நாங்கள் வாழ்வது எக்காலம்?

ஐயா,

நாங்கள் கேட்க விரும்புவது இதுதான்.

ஒரே மண்ணில், ஒரே காற்றைச் சுவாசிக்கிற, ஒரு தகுதியை உடைய இருவர், நானும் அன்த்துவானும் இரண்டு வேறுபட்ட ஸ்திதியில் ஏன் வாழ வேண்டும்? நான் ஒரு குமாஸ்தா அவனும் ஒரு குமாஸ்தா. அவன் சம்பளம், இங்கு நாடு விட்டு நாடு வந்து சேர்கையில் நாலாயிரம் ரூபாய். என் சம்பளம் வெறும் ஆயிரம் ரூபாய். ஆகவே, அன்த்துவான் மூன்று வௌவால் மீன்களை ஐம்பது ரூபாய்க்கு வாங்க முடிகிறது. நான் அவமானத்தைத் தின்ன வேண்டியிருக்கிறது.

இதை நான் அனுமதிக்க முடியாது. இது, ஒரு பிரஜைக்கு நீங்கள் செய்யும் துரோகம்.

ஆக, என் பிரச்சினையைத் தங்களிடம் விளக்கி வைத்தேன். தங்கள் மேலான தீர்ப்பை எதிர்பார்க்கிறேன். தங்களன்புள்ள, ஏழை நாட்டுக்காரனான பரம ஏழை.

பின்குறிப்பு: இது ஏழை தேசமல்ல. மக்கள் ஏழைகள். இந்தத் தேசத்தின், இந்தத் துணைக் கண்டத்தின் செல்வம் சரிவரப் பயன்படுத்தப் பெறவில்லை. தேசத்தின் செல்வம், வேறு சிலரிடம் சேர்வதால் மக்கள் ஏழைகளாகப்பட்டார்கள்.

இக்கடிதம் குமாஸ்தா, தலைமை குமாஸ்தா, சின்ன அதிகாரி, பெரிய அதிகாரி, குட்டி மந்திரி, மித மந்திரி, பெரிய மந்திரியிடம் சென்று சேர்ந்து, பிறகு அதே வரிசையில் கீழ் இறங்கி, கடிதம் எழுதிய சுப்பிரமணிக்குச் சரியாக இரண்டே முக்கால் ஆண்டுகளுக்குப் பிறகு பதில் வந்தது. விலாசத்தாரர், பிரான்ஸ் தேசத்துப் பிரஜையாக மாறி, பிரான்சுக்குப் போய்விட்டார் என்று சொல்லி, கடிதம் மீண்டும் இரண்டே கால் வருஷம் சென்று மந்திரியிடம் வந்து சேர்ந்தது. அப்போது பழைய மந்திரி மாறிப் போய் இருந்தார். புதிய மந்திரி பதவியில் இருந்தார். கடித விவரத்தைப் புரிந்து கொள்ள முடியாத அவர், அதைக் கிழித்துக் குப்பைக் கூடைக்குள் போட்டார். பிறகு, இந்தியாவில் படித்து, வெளிநாட்டில் உழைக்கப் போன தன் மகனுக்குக் கடிதம் எழுதத் தொடங்கினார்.

1990

சிக்கி

மூர்த்தி அப்போது செல்வ நகர் கோயில் தெருவில், மாடி வீட்டில் குடியிருந்தான். வசதியான வீடுதான் அது. நிறைய ஜன்னல்கள். நாலா பக்கம் இருந்தும் சுகமான காற்றும், வெள்ளையாக வெளிச்சமும் வந்துகொண்டிருந்தன.

மூர்த்தியின் நண்பர் ஒருவர், ஒருநாள் நாய்க்குட்டி ஒன்றைக் கொண்டு வந்து அன்பளிப்பாகக் கொடுத்தார். தொட்டி ஆலமரத்தின் விழுதுகள் மாதிரி புசுபுசுவென்று மயிர் அடர்ந்த நாய்க்குட்டி அது. தொங்கிய காது காபி நிறத்து நாய்க்குட்டி. நகம் மாதிரி சின்ன நாக்கைத் தொங்க விட்டுக்கொண்டு சின்னதாகக் குரைத்தது. கறுப்புக் கோலிக் குண்டுகள் மாதிரியான கண்கள். மூர்த்தியின் குழந்தை "ஹை" என்று குதித்துக்கொண்டு அந்த நாயை அணைத்துக்கொண்டது. "அப்பா... எனக்கு இந்த நாய் ரொம்பப் பிடிச்சிருக்கு" என்று நாயை அணைத்துக்கொண்டாள் குழந்தை மீனா.

மூர்த்திக்கு மிருக வளர்ப்பில் ஈடுபாடு இல்லை. மிருகங்களை அவன் நேசிப்பவன்தான். எனினும், மிருகங்களை அருகில் உடம்போடும் சேர்த்து அணைத்துக்கொண்டு, கொஞ்சிக்கொண்டு இருக்கிற சுபாவம் அவனுக்கு இல்லை. அது அவனுக்கு அருவருப்பான சமாசாரமும்கூட என்றாலும், குழந்தை விரும்புகிறாளே என்று அந்த நாயை வளர்க்க ஏற்றுக்கொண்டான் அவன்.

"இது ரொம்ப உசந்த சாதி?" என்றான் மூர்த்தி.

நண்பர் ரொம்ப யோசனையில் இருந்து விட்டு, "மனுஷர்கள் ஏற்படுத்திக்கொண்டது நாம் எல்லாவற்றிலும் நம்மைத்தானே காண்கிறோம்" என்றார்.

ஆக, மூர்த்தியின் வாழ்க்கையில் ஒரு நாய் வந்து சேர்ந்து விட்டது. மாடியில், கூரை நிழலில் அதற்கான இடம் ஒன்றை ஏற்பாடு செய்தான். வெயில், மழை தொடாத

இடம். கீழே பழஞ்சாக்கு விரித்து, மெத்தென்று நாயைப் படுக்க வைத்தான். நாய்க்கு என்று தனியாகப் பால் கிண்ணம், சாப்பாட்டுக்கு எவர் சில்வர் தட்டு, அதுக்குச் சமைக்க என்று தனி பாத்திரம் எல்லாம் தயாராயிற்று. மூர்த்தியின் மனைவி பழந்துணிகளை எடுத்து, நாய் குளித்தால் துடைத்துக் கொள்ளவென்று சித்தம் பண்ணினாள்.

"அப்பா, நாய்க்கு என்ன பேர் வைக்க?" என்றாள் மீனா.

அது ஒரு பெண். ஆகவே பெண் பெயர் வைப்பது அவசியம்.

பல பெயர்கள் பேசப்பட்டன. கிறிஸ்டி, லட்சுமி, ப்ரியா, எலிசபெத் செண்பகா எத்தனைப் பெயர்கள். மூர்த்தியின் மனைவி, லட்சுமி நல்ல பெயர் என்றும் சொன்னாள். மனைவியின் ஊரிலிருந்து வந்திருக்கிற படித்த சகோதரி, "நாய் ரூபத்தில்தான் லட்சுமி நம் வீட்டுக்கு வர வேண்டுமா?" என்று கேட்டாள். சுமார் ஐம்பது பெயர்களுக்கு மேல் அலசப்பட்டன. எதுவும், நாய்க்குரிய பெயராகப் படவில்லை. எல்லாம் மனுஷப் பெயர்கள்!

சொன்னால், அது நாயின் பெயர்தான் என்று புரிந்து கொள்வது மாதிரி இருக்க வேண்டும். பெண் சாமிப் பெயர்களை நாய்க்கு வைத்து அழைப்பது சாமிகளைச் சீண்டுவதாய் இருந்தால் என்ன செய்வது? (உதாரணத்துக்கு பார்வதி, உமா, லட்சுமி, சரசுவதி) மனிதக் குற்றங்கள் வரலாம். தெய்வக் குற்றங்கள் வரலாமோ?

கடைசியில் 'சிக்கி' என்று பெயர் வைப்பது என்று முடிவாயிற்று. சிக்கி என்று எந்த சாமியும், சொந்தத்தில் பந்தத்தில் யாரும் பெயர் வைத்துக் கொள்ளவில்லை. 'சிக்கி' என்று, மீனா அந்த நாயை அழைத்தாள். அது, யாரையோ அழைக்கிறார்கள் என்று இருந்தது. மூர்த்தியும் அவன் மனைவியும், பலமாகக் கூப்பிட அதிர்ச்சியடைந்த சிக்கி திரும்பிப் பார்த்தது.

"பரவாயில்லையே... நாய், நம் பாஷையைப் புரிந்து கொள்கிறதே" என்றார். நாயைக் கொண்டு வந்த நண்பர்!

சிக்கி, முனகிக்கொண்டது. அதுக்குத் தூக்கம் பிடிக்கவில்லை. அம்மாவை விட்டுப் பிரிந்த முதல் இரவு அது. ஒரு கான்டிராக்ட்காரர் வீட்டில் அதன் அம்மாவை வளர்த்தார்கள். சிக்கியுடன் மூன்று குட்டிகள் அதன் அம்மாவுக்கு. இது காபி நிறம் என்றால், மற்றது இரண்டும் ஒன்று வெள்ளை, மற்றது கறுப்பு. ஆனாலும் அவை அதன் சகோதரர்கள். மூன்றும் முட்டி மோதிப் பால் குடிக்கையில், அரைக்கண் மூடி, அதன் அம்மா, அவர்களுக்கு ஆனந்தமாகப் பால் பருகத் தருவாள். வெள்ளைக் குட்டி ரொம்ப அலைச்சல்கொண்ட நாய். ஆளுக்கொரு காம்பு குடிக்க இருந்தாலும், அந்த வெள்ளையோ, மற்ற இரண்டும் குடிக்கிற காம்புக்கே போட்டிப் போடும்.

பிறந்து கொஞ்ச நாளே ஆனாலும், வாழ்க்கை அது பிறந்த வீட்டில் மிகவும் சந்தோஷமாகவே இருந்தது. கடித்தும், குரைத்தும், இடித்தும் அவை ஒன்றோடொன்று விளையாடும் காட்சியை அதுகளின் அம்மா, நாக்கைத் தொங்க விட்டபடி வேடிக்கை பார்த்துக்கொண்டிருக்கும். பசித்தால் பால். தூக்கம் வந்தால் தூக்கம். அப்புறம் விளையாட்டு. ஒளி தரும் சூரியன், இருட்டை விரட்ட விளக்கு. வாழ்க்கை எவ்வளவு ரம்மியமானது!

ஒருநாள் காலை பருத்த தொந்தி, காதில் மயிர் முளைத்தவரும் ஆன அந்த மனிதர் அந்த வீட்டுக்கு வந்திருந்தார். கான்டிராக்ட்காரரின் மனைவி, அவருக்குக் காபி கொடுத்து உபசரித்தாள். அவர் அவளிடம் சொன்னார்.

"நம்ம நண்பர் மூர்த்திக்கு ஒரு குட்டி தரனும்மா. உன் வீட்டுக்காரண்டை சொல்லியிருந்தேனே"

"எடுத்துக்குங்க அண்ணா, உங்களுக்கு இல்லாததா?"

அவர் மூன்றையும் ஒரு நோட்டம் விட்டார். சிக்கியின் மார்பு துடித்தது. படபடவென்று அடித்தது. அவர், சிக்கியைக் கையில் எடுத்து, ஒரு பிரம்புக் கூடையில் விட்டார்.

அம்மா, அண்ணா என்று அலறியது சிக்கி. அம்மா, வெறித்த பார்வையுடன் சிக்கியையே பார்த்துக்கொண்டிருந்தாள். சிக்கி, அழ அழ சிக்கியைத் தூக்கிக்கொண்டு வந்து மூர்த்தியிடம் சேர்த்தார். சிக்கிக்கு மீண்டும் மீண்டும் அம்மா ஞாபகம் வந்தது. சகோதரர்கள் ஞாபகம் வந்தது. அந்த இடம் பிடிக்கவில்லை அதுக்கு. கழுத்தைப் பிணைத்திருந்த சங்கிலி அறுந்து விழும்படி அதை இழுத்தது. சங்கிலி அறக் காணோம்.

"நாய் அழறதே" என்று விழித்துக்கொண்ட மூர்த்தியின் மனைவி கேட்டாள். "புது இடம், நாளைக்குச் சரியாயிடும்" என்று மூர்த்தி சொல்வது சிக்கிக்கு கேட்டது. அது கேட்டு, சிக்கிக்கு ஆத்திரம் பொங்கியது. அப்படியே பாய்ந்து சென்று அவனைக் கடித்துக் குதற வேண்டும் போல் இருந்தது. கம்பிச் சங்கிலி, அதன் எண்ணத்தைச் செயல்படுத்த முடியாமல் தடுத்தது.

'இந்த மனுஷன் தன் மகளை மட்டும் தன்னோடு வைத்துக்கொண்டு கொஞ்சுகிறான். என்னை மட்டும் ஏன் என் அம்மாவிடம் இருந்து பிரித்தான்?' என்று நினைத்துக்கொண்டு, அம்மாவை நினைத்துக்கொண்டு மேலும் அழுதது சிக்கி.

பருத்த தொந்திகொண்ட அந்த மனிதர் வந்திருந்தார். சிக்கியைப் பார்த்துச் சொன்னார்.

"அடடே... சிக்கி, அடையாளம் தெரியாமே வளந்துட்டுதே" என்றவர், அதைப் பார்த்து "ச்சு... ச்சு... ச்சு..." என்று கைச்சிட்டிகை போட்டார்.

சிக்கிக்கு அந்த ஆளைப் பார்த்ததும் எரிச்சல் மேலோங்கியது.

'சர்த்தான் போடா, பெரிய இவனாட்டம்' என்று நினைத்து, தன் வாலை இப்படியும் அப்படியும் அடித்துக்கொண்டது.

"வாலை ஆட்டுது பார்த்தியா... என்ன இருந்தாலும் நாய் நாய்தாம்பா? மனுஷனுக்கு இந்த நன்றி உணர்ச்சி வருமா?"

அதற்கு மூர்த்தியும் அவன் மனைவியும் 'ஹி... ஹி...' என்று சிரிப்பதாக சிக்கிக்குத் தோன்றியது.

வேளா வேளைக்கு மூர்த்தியின் மனைவி சிக்கிக்குப் பால் வார்த்தாள். அது மட்டுமின்றி குழந்தை மீனாவும், பாதி வயிறு நிரம்பு முன்னே தனக்கு கொடுத்த ஆர்லிக்ஸ், காபி, பால் முதலானவற்றை சிக்கிக்கு வார்த்தாள். அதையெல்லாம் இல்லை என்று சொல்ல முடியாது. ஆனால் பால் மட்டும்

சந்தோஷம்? இட்லியும், வேக வைத்த கறியும் சோறும் மட்டும்தானா சந்தோஷம்.?

அன்று மூர்த்தி குடும்பத்தார் கடற்கரைக்குப் போனார்கள். சிக்கியையும், சங்கிலிகொண்டு கழுத்தில் கட்டி அழைத்துக்கொண்டு போனார்கள். சின்னக் கடை மணிக்கூடு அருகே, சிக்கியைப்போலவே பல நாய்கள் இருந்தன. கழுத்துச் சங்கிலியோடு, மனுஷனுக்குப் பிறகே போகிற சிக்கியைப் பார்த்து அவை ஏளனமாகக் குரைத்தன. சிக்கிக்கு அவமானமாகவும், அதே சமயம் வருத்தமாகவும் இருந்தது. திடீரென்று அதில் இருந்த இரண்டு நாய்கள், திடுமென வெறிகொண்டவைபோல ஓடத் தொடங்கின. நாலு கால் பாய்ச்சலில் ஓடின அந்த நாய்கள். மின்சாரக் கம்பம் வரை ஓடின. அருகே நிறுத்தி வைக்கப்பட்டிருந்த புத்தம் புது மோட்டார் சைக்கிளின் மேல் காலைத் தூக்கி, சுகமாகச் சிறுநீர் பெய்தன. பிறகு எதையோ நினைத்துக்கொண்டாற்போல கிழக்குப் பக்கமாக, மெல்ல நகர்ந்தன. சிக்கி கவனித்ததில் அதில் ஒன்று ஆண் என்று தெரிந்தது. திரும்பித் திரும்பிப் பார்த்துக்கொண்டே சிக்கி நகர்ந்தது. அந்த ஆண் நாய் ஓரக்கண்ணால், சிக்கியைப் பார்த்து, ஒரு ரூபாய் தபால் தலை மாதிரியான நாக்கைத் தொங்கப் போட்டுக்கொண்டே இளம் சிரிப்பு சிரித்தது. சிக்கிக்கு உடம்பு சிலிர்த்தது.

காலை வேளைகளில் சிக்கியை அவிழ்த்து விடுவது வழக்கம். மீனாவும் உடன் வருவாள். கீழே இறங்கி, மூலைக் குப்பைத் தொட்டி வரை அதை அழைத்துச் செல்வாள். அங்கு சிக்கி, தன் காலைக் கடனைக் கழிக்கும். குப்பைத் தொட்டி, அதன் கற்பனையை மிகவும் தூண்டி விடுவதாக இருந்தது. பல விதமான வாசனையை அது தருவதாக இருந்தது. அந்தத் தொட்டியை முகர்ந்து, அதற்கு உள்ளே வாசம் செய்ய வேண்டும் என்று அதற்கு உந்துதல் எழுந்தது. தொட்டியை முகர்ந்து, மோப்பம் பிடித்தபடி, சிக்கி குப்பைத் தொட்டிக்குள் தாவி உட்கார்ந்துகொண்டது.

“சிக்கி... சிக்கி... வெளியே வா” என்று மீண்டும் மீண்டும் கத்தினாள் மீனா. அவளைக் கடிக்கப் போவதுபோல, கோபமாக ‘உர்’ என்றது சிக்கி.

“அம்மா” என்றபடி மீனா வீட்டுக்கு ஓடினாள்.

“என்னாச்சு” என்றபடி மூர்த்தியும் அவன் மனைவியும் ஓடி வந்தார்கள். மூர்த்தி, ஒரு கோலை எடுத்துக்கொண்டு வந்து சிக்கியை அடித்தான். சிக்கி வீட்டுக்கு வாலைப் புட்டத்தில் இடுக்கிக்கொண்டு ஓடி வந்தது.

மூர்த்தி தன் தொந்தி நண்பருடன், கவலை தோய்ந்த குரலில் சொல்லிக்கொண்டிருந்தான்.

“என்ன, இந்த சிக்கி இப்படிப் பண்ணுது. எவ்வளவு சுத்தமா நான் அதை வளர்த்துகிட்டு இருக்கேன். அதுக்குன்னு ஒரு சோப்பு, அதுக்குன்னு ஒரு டவல், வேளை தவறாமே நல்ல சாப்பாடு, வாக்கிங், எதுல குறை.? எதனால் அது குப்பைத் தொட்டிக்குள்ளே போய்ப் புகுந்துக்குதோ.”

“நாளானா சரியாப் போயிடும் விடுப்பா” என்றார் அந்த நண்பர்.

சிக்கி அவர்கள் உரையாடலைக் கேட்டுக்கொண்டுதான் இருந்தது. மூர்த்தியின் முகத்தைப் பார்க்கவே அதுக்கு எரிச்சலாய் இருந்தது. இவனைப்

பெரிய படிப்பாளி என்று வேறு சொல்லிக்கொண்டிருக்கிறார்கள். ஏன் நம் மனசை இவனால் புரிந்து கொள்ள முடியாமல் போய் விட்டது. எவ்வளவு பெரிய முட்டாள் இவன்?

சின்னக் கடை மணிக்கூண்டில் சிக்கி பார்த்த அந்த சக ஜீவன்கள், அதன் ஞாபகத்துக்கு வந்தன. அதைப் பார்த்துச் சிரித்த அந்த வீரியமிக்க ஆண் நாயின் ஞாபகம் வேறு வந்தது. திரண்டு, வலிமை பொருந்தின அதன் உடல்வாகு, அடிக்கடி சிக்கியின் கனவில் வந்து அதன் உறக்கத்தைக் கெடுத்தது.

எதிர்காற்றைக் கிழித்துக்கொண்டு, ஒரு விசைப் பந்தைப்போல தெரு முனைக்கு ஓட வேண்டும்போல இருந்தது. சங்கிலி அதைப் பிணைத்திருக்கிறதே! வெளிச்சத்தில், வெறிகொண்டாற்போல அலைந்து திரிய வேண்டும்போல இருந்தது. ராத்திரிகளில் குப்பை மேட்டில், பின்னங்கால்களால் மண்ணைச் சீண்டி விட்டுக்கொண்டு மண்ணில் படுத்துப் புரண்டு ஆனந்தமாகத் தூங்க வேண்டும்போல இருந்தது. மூர்த்தியின் சங்கிலி அதை அதன் இஷ்டத்துக்கு விடாமல் கட்டிப் போட்டிருக்கிறதே!

சிக்கிக்கு சீக்கிரமே வாய்ப்புக் கிடைத்தது!

அன்று காலை, விடியும் நேரம், மழை திடுமென வானத்தைப் பொத்துக்கொண்டு பெய்யத் தொடங்கியது. பைத்தியம் பிடித்தாற்போல வானம் வெட்டி எடுத்தது. இடி உறுமிற்று. சிக்கி மழைச் சாரலில் நனைந்தபடி கத்தத் தொடங்கிற்று.

“சிக்கி என்னத்துக்குக் கத்துது?”

“மழையில பயப்படுறதுபோல.”

“அவிழ்த்து வந்து நடையில விடு. ஞாபகமா மாடிக்கதவைச் சாத்தி வை. ஓடிறப் போவுது.”

அவள், சிக்கியைக்கொண்டு வந்து நடையில் விட்டு, பாத்ரூமுக்குச் சென்றாள். கீழே யாரோ அழைப்பு மணியை ஒலித்தார்கள். மூர்த்தி, படுக்கை அறையை விட்டுக் கைலியும் துண்டுமாகப் படி இறங்கிக் கீழே போய், கதவைத் திறந்தான். பால்காரர் நின்றிருந்தார். பால் பாத்திரம் எடுத்து வர, அவன் மாடி ஏறி வந்தான். கதவு திறந்தபடி இருந்தது. சிக்கியின் காதில் யாரோ, ‘நல்ல சமயம், இதை நழுவவிடாதே’ என்று சொல்வது போல் இருந்தது.

படியைத் தாவி இறங்கித் தெருவில் ஓடத் தொடங்கியது சிக்கி.

மனம் குதிபோட்டது.

வாழ்வில் முதல் முறையாகச் சந்தோஷமாக இருப்பதாக சிக்கிக்குத் தோன்றியது. காற்றோடும், வேறு எதனோடும் போட்டிப் போட்டதுபோல, இரைக்க இரைக்க ஓடி வந்து மணிக்கூண்டு மீன் கடை வாசலில் நின்றது. மூன்று நாய்கள் விளையாட்டாக ஒன்றோடு ஒன்று கடித்துக்கொண்டு இருந்தன. அதுகளின் அருகில் சிக்கி நிற்கவே, அவை அதை ஆச்சரியமுடன் பார்த்து ‘அடே’ என்று குரைத்தன.

“தனியாகவா வந்தே? உன் எஜமான் எங்கே? என்றது ஒன்று.

“எஜமானா? அவன் கிடக்கிறான் சொண்டி. போடான்னுட்டு உங்கிட்டே வந்துட்டேன்.”

“அதான் சரி. நம்ம இஷ்டம்போல இருக்கிறதை விட்டுட்டு, நம்மளை வளக்கிறானுவளாம். மயிராண்டிக” என்றது ஒன்று.

சிக்கி சுற்றும் முற்றும் தேடியது. தண்ணீர்க் குழாய்க்குப் பிறகால், அந்த ஆண் நாய் படுத்துக்கொண்டிருந்தது. ஓர் எலும்பை வைத்துக்கொண்டு கடித்தபடி இருந்தது. அது சிக்கியைப் பார்த்து லேசாகச் சிரித்தது.

“எலும்பு வேணுமா? கொஞ்சம்?”

“சீ! எச்சல் எல்லாம் நான் சாப்பிடுகிறதில்லை.”

எங்கிருந்தோ சொறி வந்து மயிரெல்லாம் இழந்த ஒரு பெரிய ஆண் நாய் வந்து, சிக்கியை உரசிக்கொண்டு நின்றது. மேனி மயிர்கள் எல்லாம் குத்திட்டு நிற்க, மெய்மறந்து நின்றது சிக்கி.

“உர்ர்” ஆண் நாய் உறுமிற்று.

“அவளை விடு” என்றது அது மீண்டும்.

சொறி நாய் அலட்சியமாக ஆண் நாயைப் பார்த்து, “என்ன?” என்றது இளக்காரமாக.

“அவளை விட்டு நகரு”

“நீ என்ன தாலியா கட்டியிருக்க அவளுக்கு?”

ஆண் நாய் வெறிகொண்டு பாய்ந்தது.

இரண்டு நாய்களின் சண்டையில் போக்குவரத்து ஸ்தம்பித்தது. வெகு ஆக்ரோஷமுடன் நடந்த அந்தச் சண்டை, ஏதோ ஒன்றின் உயரைப் பலி கொள்ளப் போவதாகத் தோன்றியது. மனிதர்கள் அஞ்சிக்கொண்டு அப்பால் அகன்றார்கள். சொறி நாய், உடம்பெல்லாம் இரத்தம் ஒழுக வாலைப் புட்டத்துக்குள் அடக்கிக்கொண்டு அழுதுகொண்டு ஓடியது. நெஞ்சை நிமிர்த்துக்கொண்டு சிக்கியைப் பார்த்தது அது. இரண்டும் ஒரே ஓட்டமாக ரயில்வே ஸ்டேஷன் சுவரைப் பார்த்து ஓடின.

உடம்பெல்லாம் வலித்தாலும் உடம்பு முழுக்க ஆனந்தம் பரவியது போல் உணர்ந்தது சிக்கி. அரைக்கண் மூடி, கல்யாண வீட்டு எச்சில் சோற்றுக் குப்பையின் மேல் கிடந்தது அது. திடுமென யாரோ அதுக்கு மாலை போட்டாற் போல் இருந்தது. திடுக்கிட்டுக் கண் விழித்தது. எதிரே காக்கிச் சட்டை அணிந்த இருவர் நின்றிருந்தார்கள். ஒருவன் கையில் கயிறு இருந்தது. அவன் கையில் இருந்த கயிறின் மறுமுனைதான் தன் கழுத்தை இறுக்கியது என்பதைச் சிக்கி உணருமுன் வண்டிக்குள் வந்து விழுந்தது அது. அங்கு நாலைந்து நாய்கள், பயத்தில் உதறிக்கொண்டிருந்தன.

மூர்த்திக்கு முப்பது ரூபாய்க்கு மேல் செலவாயிற்று. சிப்பந்திகள் மூவருக்கு ஆளுக்கு அஞ்சு ரூபாய், அவர்களில் மேஸ்திரி மாதிரி இருந்தவன் முப்பது ரூபாய் கேட்டான். நல்லவேளை அதிகாரி ஆசனத்தில் இல்லை.

தலைகவிழ்ந்தபடி சிக்கி ஆட்டோவில் வந்துகொண்டிருந்தது. மூர்த்தி தன் நண்பரைப் பார்த்துச் சொல்லிக்கொண்டு வந்தான்.

“என்ன தொந்தரவு என்ன செலவு இன்னிக்கு. ஆபீசுக்குப் பர்மிஷன் வேறே! நாம இந்த நாயை எப்படி நேசிக்கிறோம்னு இதுக்குப் புரியவே

இல்லையே. கண்ட கண்ட பொறுக்கி நாயோட சேர்ந்தா இது என்னாவது? இப்பவே மயிர் விழ ஆரம்பிச்சுட்டது. அதுதான் கவலையா இருக்கு. எப்படி வளர்த்தேன்? குப்பைத் தொட்டியும் எச்சில் இலையும், பொறுக்கி நாயும் சுகம்னு போவுது இது. என்ன பண்ண?"

மிகுந்த வருத்தததுடன் புலம்பிக்கொண்டே வந்தான் மூர்த்தி.

வீட்டு வாசலில் ஆட்டோ நின்றது. மூர்த்தி பாக்கெட்டில் கையை விட்டான். பணம் எடுத்து எண்ணி ஆட்டோவுக்குக் கொடுத்தான். குனிந்து சிக்கியைத் தூக்கினான். சிக்கி அவன் கையைக் கடித்துக் காயப்படுத்தி விட்டுப் பாய்ந்து குப்பை மேட்டை நோக்கி ஓடியது.

"பிடி... பிடி..." என்று கத்தினார் நண்பர்.

"வேணாம் போகட்டும்" என்றான் மூர்த்தி விரக்தியாக.

1991

கரிய முகம்

கதவு தட்டப்பட்டது.

"சார்... சார்" என்று அழைக்கும் குரலில், ரகசியம் இருந்து. ரேடியம் அலாரம் மணி இரண்டு இருபதைக் காட்டியது. வெளியே இருட்டு, குளிரும் கண்ணாடி வழித் தெரிந்தன. போர்வையை விலக்கிக்கொண்டே, கதவின் அருகில் போனேன். கதவை ஒட்டி சாருவும், குழந்தைகளும் உறங்கிக்கொண்டிருந்தார்கள். சப்தம் கேட்டு அவர்கள் எழுந்து விடக்கூடாது, மெதுவாகக் கதவைத் திறந்தேன்.

வீட்டுக்காரர் நின்றிருந்தது புகைப்படம் போல் தெரிந்தது. நான் குடியிருந்தது இரண்டு மாடி வீடு. தரைப் பகுதியில் வீட்டுக்காரர் உறவினர் குடும்பமும், முதல் மாடியில் வீட்டுக்காரர் குடும்பமும், இரண்டாம் மாடியில் நாங்களும் குடியிருந்தோம். வீட்டுக்காரர் என்றதும் கடுமையான, பணத்தில் கறாரான மனிதர் ஒருவரின் முகம் உங்களுக்கு நினைவில் வரலாம். வந்தால் அது தவறு. தமிழகத் தலைநகரில் சிதைந்துகொண்டே வாழ்ந்துகொண்டிருக்கும் மனிதர்களில் ஒருவர் அல்லர் அவர்.

"என்ன சார்?" என்றேன் நானும், என் குரலும் ரகசியக் குரலாக, நான் அறியாமலே ஆகியிருந்தது.

"பக்கத்து வீட்டில் திருடன் புகுந்திருக்கிறான். ஒருத்தன் உள்ளே இருக்கிறான். ஒருத்தன் நம்ம வீட்டு மொட்டை மாடியில் இருக்கிறான். கதவைச் சாத்திக் கொள்ளுங்கள். நான் சத்தம் போட்டால் மட்டும் கதவைத் திறவுங்கள், ஜாக்கிரதை"

அவர், முன்னங்காலில் சப்தம் எழுப்பாமல் படியில் இறங்கினார். நான் கதவைச் சாத்திக்கொண்டேன். திருடன் என்றதும், இரவு நேரத்தில் மனம் சொரசொரக்கத்தான் செய்கிறது. அதுவும் கையெட்டும் தூரத்தில் அவன் இருக்கையில் பாம்பு, பேய்க் கதைகள் மாதிரித் திருடன்

கதைகளும் சாஸ்வதமானவை தானே? திருடன் என்பவன் முகமூடி அணிந்து, கையில் கத்தி அல்லது துப்பாக்கி அல்லது உருட்டுக் கட்டை அல்லது சைக்கிள் செயின் என்று ஏதாவது ஓர் ஆயுதத்தை கையில் வைத்துக்கொண்டு திரிபவன் என்று தானே கற்பிக்கப்பட்டிருக்கிறது.

கதவைச் சரியாகத் தாழ்ப்போட்டிருக்கிறேனா என்பதை மீண்டும் மீண்டும் சரி பார்த்துக்கொண்டேன். கதவின் தரம், பலம் குறித்து எனக்குத் திருப்தி ஏற்படவில்லை. ஆகவே எனக்குக் கவலை ஏற்படத்தான் செய்தது. சாருவை எழுப்பலாமா என்று தோன்றியது. ஆனாலும், என்னைவிடவும் அதிகமாக உழைத்துக் களைத்துத் தூங்கும் அவளை எழுப்ப மனம் வரவில்லை.

என் போர்ஷனுக்கு மேல் இருக்கும் மொட்டை மாடியில் 'திடுதிடு' என யாரோ சிலர் ஓடும் சப்தம் கேட்டது. அப்புறம் இரவைக் குறுக்காகக் கிழித்துக்கொண்டு, திருடன் திருடன் என்று அலறல் எழுந்தது. நான் ஜன்னல் திரையை விலக்கிக்கொண்டு வெளியே பார்த்தேன். எனக்கு அடுத்த வீட்டு மொட்டை மாடி மற்றும் மூன்றாவது வீட்டு மாடியில் நிறைய மனிதர்கள் தட்டுப்பட்டார்கள் குழப்பமாகவும் இருந்தது.

சாரு எழுந்துகொண்டாள்.

"என்ன சத்தம்?" என்றாள்.

"திருடன்" என்றேன்.

அவள் சுருங்கியது தெரிந்தது. பிறகு சுதாரித்துக் கொண்டாள்.

"...கதவைச் சாத்திக்கொண்டு உள்ளே இரு... நான் போய்ப் பார்த்து வருகிறேன்."

"நானும் வர்றேன்."

"குழந்தைகள் தனியே இருக்குமே?"

அவள் தயக்கத்துடன் "சரி" என்றாள்.

நான் சட்டையை மாட்டிக்கொண்டு புறப்பட்டேன்.

"கதவைச் சாத்திக்கோ"

படியில் இறங்கித் தெருவுக்கு வந்தேன். மாடியைப் பார்த்தேன். சாரு, கைப்பிடிச் சுவரில் சாய்ந்துக்கொண்டு வெளியே நிற்பது தெரிந்தது. அவள் துணிச்சல்காரி. அந்தச் சூழ்நிலையில் சாருவைப் பற்றிப் பெருமிதமும் எனக்கு ஏற்பட்டது.

தெரு சுத்தமாக விழித்துக்கொண்டு, விளக்கு வெளிச்சத்தில் கும்பல் கும்பலாகக் கூடிப் பேசிக்கொண்டிருந்தது. திருடன் பிடிபட்டு விட்டானாம்.

அவரவரும் தங்களுக்குத் தெரிந்த, தாங்கள் சம்பந்தப்பட்ட திருடர் கதைகளைப் பேசிக்கொண்டிருந்தார்கள். ரிடையர்டு ரெவின்யூ ஆபீசர் மகாதேவன், தான் சேலத்தில் ஒரு பெரிய திருட்டுக் கும்பலைப் பிடித்தக் கதையைச் சுவாரஸ்யமாக சொல்லிக்கொண்டிருந்தார். யாருக்குத்தான் கற்பனை இல்லை?

தெருமுனை திரும்பி ஒரு கூட்டம் வந்துகொண்டிருந்தது. திருடன் கையைக் கட்டி அழைத்து வந்தார்கள். திருடன் முகத்தில் முடி இல்லை.

வயசும் இருபதுக்கு ஒட்டித்தான் இருக்கும். மெரீனா கடற்கரையில் சுண்டல் விற்கிற சிறுவர்கள் மாதிரி நடுங்கிப் போய் இருந்தான். இவனா திருடன்? 'ஐயோ பாவம்' என்றிருந்தது.

வக்கீல் குமாஸ்தா புகைத்துக்கொண்டிருந்த சிகரெட்டால், அவனைச் சுட்டார். கூட்டம் 'சூ... சூ...' என்றது. வீட்டுக்காரர், "அது தப்பு..." என்றார்.

"சொல்லுடா... கூட வந்தவன் எங்கே? இன்னும் எத்தனை பேர் உங்க கோஷ்டி?" என்றார் வரதராஜன்.

தமிழே தெரியாதவன் போலும், ஊமை போலும், அவன் வாயைத் திறக்காமல் இருந்தான். கல்லூரி மாணவர்கள்போலத் தெரிந்த இரண்டு இளைஞர்கள் திடுமெனப் பாய்ந்து அவனைச் சரமாரியாகத் தாக்கத் தொடங்கினர். அந்தத் திருட்டுச் சிறுவன், கைகள் கட்டப்பட்ட நிலையில் அத்தனை அடிகளையும் வாய் பேசாமல் வாங்கிக்கொண்டு தரையில் அமர்ந்தான்.

எங்கள் வீட்டுக்காரர் அம்மாள்தான் திருட்டு நடந்ததை முதலில் கண்டுபிடித்தவள். ராத்திரி அடுப்பறையில் ஏதோ சத்தம் கேட்டு எழுந்திருந்தாள். தண்ணீர் குடிக்கப் போயிருக்கிறாள். குடித்துத் திரும்புகையில், அடுத்த வீட்டுப் பின் அறையில் விளக்கு வெளிச்சத்தைப் பார்த்திருக்கிறாள். ஊருக்குப் போய் இருக்கும் ஸ்டேட் பாங்க் தம்பதிகள் வந்து விட்டார்களா என்று ஆச்சரியப்பட்டிருக்கிறாள். தபால்கள் அவர்களுக்கு வந்தவை, தன்னிடம் இருப்பது நினைவுக்கு வந்தது. பாகீரதி அம்மாளின் மகனுக்குக் குழந்தை பிறந்து விட்டதா, என்ன குழந்தை என்று அறிய ஆவல் கொண்டிருக்கிறாள். தபால்களை எடுத்துக்கொண்டு, தெரு வாசலுக்கு வந்திருக்கிறாள். பூட்டு நாதாங்கியோடு பெயர்க்கப்பட்டு தொங்கிக்கொண்டு இருந்தது தெரிந்தது. ஆகவே உள்ளே இருப்பது திருடர்கள் என்கிற சம்சயம் அவளுக்கு ஏற்பட்டிருக்கிறது. நடுங்கிப் போன அவள், திரும்பி வந்து புருஷனை எழுப்பிச் சொல்லியிருக்கிறாள்.

அறைக்குள் இருவரும், மொட்டை மாடியில் ஒருவனுமாக இருந்துகொண்டு அவர்கள் காரியத்தைத் தொடங்கி இருக்கிறார்கள். ஆக, அவர்கள் மூன்று பேர். மேலே இருந்தவன் ஆள் நடமாட்டத்தை அவதானிப்பது. கீழே இருப்பவர்கள், பொருள்களை மூட்டை கட்டுவது அவர்களின் திட்டமாக இருந்தது.

வீட்டுக்காரர், சப்தம் போடாமல் தெருவுக்கு வந்தவர், அடுத்த அடுத்த வீட்டுக் கதவுகளைத் தட்டி, உஷார் படுத்தியிருக்கிறார். ஒரு சிறு கூட்டம் கூடி இருக்கிறது. கூட்டம் பாய்க்காரரின் வீட்டுத் தெருக் கதவைச் சுற்றித் தயாராக நின்றிருக்கிறது. எப்படியும் திருடர்கள் தெரு வழியாகத்தானே வெளியேற வேண்டும்.?

மாடியில் இருந்தவன் அபாயத்தைப் புரிந்துகொண்டிருக்கிறான். விசித்திரமான குரல் கொடுத்துள்ளான். திருடர்கள், சுருட்டிய பொருளுடன் வெளியே வந்தவர்கள் பொருள்களைப் போட்டுவிட்டு, கூட்டத்தை இடித்துத் திமிறிக்கொண்டு ஓடியிருக்கிறார்கள். கூட்டம் துரத்தியிருக்கிறது. ஒருவன் சிக்கிக்கொண்டான்.

அவன் பெயர் செங்கோடனாம். நிறைய அடிகளை வாங்கிக்கொண்ட பிறகு அவன் அதைச் சொன்னான். மூகம் வீங்கியிருந்தது. உதடுகள் கிழிந்து இரத்தம் கசிந்தது. உடம்பை உதறிக்கொண்டு, மழைக் காலத்துச் சிட்டுக் குருவி மாதிரி அமர்ந்திருந்தான் அவன். யாரோ ஒரு மனிதர் வந்து அவன் முகத்தில் உதைத்தார். அவன் தரையில் விழுந்தான். அவன் கைகள் இன்னும் கட்டப்பட்ட நிலையிலேயே இருந்தன.

வீட்டுக்காரர் சொன்னார்.

"சார்... அப்படியெல்லாம் ஒரு மனுஷனைச் சித்திரவதை செய்யக்கூடாது."

"திருடனுக்கு என்ன சார் வாக்காலத்து?"

"திருடனா இருக்கலாம். அவனும் நம்மைப்போல மனுஷன்தான். அவனைப் போலீசிடம் ஒப்படைக்கலாமே... அதுதானே சரி?"

"அவன்கள் காசு வாங்கிக்கொண்டு விட்டு விடுவான்கள். இவனை அடித்துக் கொல்வதுதான் சரி"

அவர் அவனை மீண்டும் தன் பூட்ஸ் காலால் உதைத்தார்.

"சார், இது அநியாயம்" என்று மட்டும்தான் என்னால் சொல்ல முடிந்தது.

செங்கோடன் அழுக்குப் பனியனும், நாலு முழ வேஷ்டியும் அணிந்திருந்தான். பனியன், அடி உதைகளால் கிழிக்கப்பட்டிருந்தது.

"தண்ணி... தண்ணி..." என்று முனகினான் அவன்.

வீட்டுக்கார அம்மாள் ஒரு லோட்டாவில் தண்ணீர் கொண்டு வந்து கொடுத்தாள். மடக் மடக்கென்று சப்தம் வர அவன் அதைக் குடித்தான்.

"இவனை என்ன செய்வது?"

"போலீஸ்ல ஒப்படைச்சுடலாம்."

ஒருவர் வந்து, "எந்திரிடா" என்றார்.

"என்னை விட்ருங்க அண்ணா... போலீசுகிட்டே ஒப்படைக்க வேணாம். இனி திருட மாட்டேன்" என்று திக்கித் திணறிச் சொன்னான் அவன். கை கூப்பினான்.

வலுக்கட்டாயமாக அவனை எழுப்பி நிறுத்தினார் ஒருவர். அவன் சரிந்து விழுந்தான்.

"ஐயோ" என்றாள் வீட்டுக்கார அம்மாள்.

"வெறும் நடிப்பு சார் அது."

"உதைங்க, எழுந்திருவான்."

ஒருவர் பிரம்பை எடுத்து வந்து அவனை சுளீர் எனத் தாக்கினார். அவன் துடித்தபடி எழுந்தான்.

போலீஸ் ஸ்டேஷனை நோக்கி அந்த ஊர்வலம் புறப்படத் தயாராகியது. வீட்டுக்காரர் சட்டையை மாட்டிக்கொண்டு புறப்பட்டு வந்தார்.

"உம்... புறப்படுங்க" என்றபடி முன்னால் நடந்தார் அவர்.

கூட்டத்தை விலக்கிக்கொண்டு வீட்டுக்கார அம்மாள் வந்தார். அவர் கை டம்ளரில் டீ இருந்தது.

"என்னடி இது" என்றார் வீட்டுக்காரர்.

"டீ... ஆனாலும் அந்தக் குழந்தையை அப்படிப் போட்டு அடிச்சிருக்கப்படாது" என்றார் அந்த அம்மாள்.

செங்கோடன் டீயைக் குடித்தான்.

ஊர்வலம் தொடர்ந்தது.

1991

உறை

கிருஷ்ணமூர்த்தி மாமா வீட்டுக்குள் நுழையும்போது, அவர் புத்தகங்களுக்கு உறை போட்டுக்கொண்டிருந்தார்.

ஏப்ரல் மாதம் வந்து விட்டால், மாமாவுக்கு இந்த உறைபோடும் வேலை வந்து விடும். மதியம் சாப்பிட்டு விட்டு, நிதானமாக ஒரு கைச் சுருட்டைப் பிடித்து முடித்து விட்டு உட்கார்ந்தாரானால், பத்துப் பன்னிரண்டு புத்தகங்களுக்காவது உறை போட்டு விட்டுத்தான் எழுந்திருப்பார்.

மார்ச் மாதம் தொடங்கியதுமே, மாமா இதற்கான பூர்வாங்க வேலைகளை ஆரம்பிப்பார். தெரிந்த பெட்டிக் கடைகளில் சொல்லி வைத்திருந்து சிகரெட் பண்டில்களின் மேலுறைகளைச் சேகரிப்பார். பக்கோடா, காராசேவ், பொட்டலங்களின் நூல்களைச் சுருட்டிச் சுருட்டிக் கூரையில் செருகி வைப்பார். துருப்பிடித்த பிளேடைக்கூட, "எதுக்கும் உதவும்டா" என்று எடுத்து வைப்பார்.

மேலே மின் விசிறி அசுர வேகத்தில் சுற்றிக் கொண்டிருந்தாலும், மாமாவின் ஸ்தூல உடம்பு, வியர்வையில் குளித்திருந்தது. கிருஷ்ணமூர்த்தியைப் பார்த்ததும் "வாடா மாப்ளே" என்று வரவேற்றுவிட்டு, உள்பக்கம் பார்த்து "பசை காய்ச்சி வைக்கச் சொன்னேனே, எங்கேடி?" என்று சப்தம் போட்டார்.

மாமாவுக்கு எதிரில் கூடத்துத் தூணில் சாய்ந்துகொண்டு உட்கார்ந்தான் கிருஷ்ணமூர்த்தி.

மாமா தமக்குக் கீழே நாலைந்து புத்தகங்களை வைத்துக்கொண்டு அதன் மேல் உட்கார்ந்திருந்தார். புத்தகங்களை அப்படியுமா உபயோகப்படுத்துவது?

"என்ன மாமா இது?" என்றான் கிருஷ்ணமூர்த்தி.

"எது?"

"புத்தகத்தை கீழே போட்டுக்கிட்டு"

"ப்ச்... சும்மா ஒரு வெயிட்டுக்குடா. அப்பத்தானே உறை படியும். அதெல்லாம் சாமி கோவிச்சுக்காதுடா... மனசுலதான் கல்மிஷம் கூடாது. சரிதானா?"

"சரி..."

"அத்தை உள்ளேயிருந்து பசை எடுத்துக்கொண்டு வந்தாள்."

"வாப்பா மூர்த்தி... எப்போ வந்தே நீ?"

"இப்பத்தான்"

"இரு..." என்றபடி அவள் உள்ளே போனாள். சாப்பிட ஏதாவது கொண்டு வருவாள். வீட்டுக்கு யார் வந்தாலும், தொண்டை நனைய ஏதாவது கொடுத்தால்தான் அத்தைக்குத் திருப்தி.

அத்தை தலை மறைந்ததுமே, சுமதி வந்து கிருஷ்ணமூர்த்தியைப் பார்த்து "வா மூர்த்தி" என்றாள். தூங்கிக்கொண்டிருந்திருப்பாள் போலும். கண்களில் கொஞ்சம் தூக்கம் ஒட்டிக்கொண்டிருந்தது இன்னும்.

"படுத்துக்கிட்டு இருந்தியாக்கும்" என்றான் மூர்த்தி.

"சேச்சே, என் பொண்ணாவது பகல் தூக்கம் போடறதாவது! சும்மா படுத்துக்கிட்டுச் சிந்திக்கிறாளாக்கும். ஷி ஈஸ் எ கிரேட் திங்க்கர், யூ நோ?" என்றார் மாமா.

கிருஷ்ணமூர்த்தி அவளைப் பார்த்து சிரித்தான்.

"போப்பா... ரொம்பத்தான் கேலி பண்றீங்க..." என்று கோபித்துக்கொண்டாள் சுமதி.

"அடடே, கோபத்துலகூட நீ ரொம்ப அழகா இருக்கியேன்னு! இப்ப, இந்த இடத்துல நீ சொல்லணும்டா... சுத்த அசடா இருக்கியே" என்றார் மாமா.

"அப்படியா மாமா?" என்று அவன் திரும்புவதற்கும், தோ போய் அம்மாகிட்டே சொல்றேன்" என்று சுமதி ஓடவும் சரியாய் இருந்தது.

"ஹோ... ஹோ..." என்று சிரித்தார் மாமா.

கவலை இல்லாமல் வளர்ந்த அவரின் உடம்பு குலுங்கியது. மாமாவைப் பார்க்கையில் மனசுக்குச் சந்தோஷமாக இருந்தது.

ஏழாவதிலிருந்து எட்டாம் வகுப்புக்குப் போகும் சீனுவின் புத்தகங்கள், செங்கல் மாதிரி அவர் முன் அடுக்கிக் கிடந்தன. புத்தம் புதிய புத்தகங்கள். இனிய வாசனை வீசுகிற புத்தகங்கள். புதுப் புடவைக்கும் புதுப் புத்தகத்துக்கும் எப்படி ஒரு வாசனை வந்து விடுகிறது? கைப்படாத காரணத்தால் புத்தகங்களின் ஓரம், நர்சுகளின் வெள்ளாடை மாதிரி கண்களைப் பிடுங்கின.

"ம்ஹூம்" என்று மூச்சை இழுத்தான் கிருஷ்ணமூர்த்தி.

"என்ன...?" என்று கேட்டார் மாமா.

"புத்தகத்துக்குன்னு, என்ன அழகான வாசனை மாமா?"

"பூவுக்குத்தான் வாசனை! புத்தகத்துக்குக் கூடவா வாசனை!?"

"உலகத்துல எல்லா பொருளுக்கும் வாசனை இருக்கு மாமா. யோசிச்சா பொருளோட குணமே அதனோட வாசனைன்னு தோணுது."

மாமா அவனை நிமிர்ந்து பார்த்தார்.

"என்ன என்னமோ புதுசா புதுசா சொல்றே. நல்லாத்தான் இருக்கு கேட்க. என்ன பிரயோசனம்? ஓர் உத்தியோகத்தைச் சம்பாதிக்க முடியலையே உன்னாலே?"

மாமா எப்போதுமே இப்படித்தான். பலவீனங்களைக் குறிபார்த்து அடிப்பதில் வல்லவர் அவர்.

கிருஷ்ணமூர்த்தி சுருங்கிப் போய்விட்டான். நம்மால் அவன் தாக்கப்பட்டு விட்டான் என்பதைப் புரிந்துகொண்டார் மாமா.

"தப்பா ஏதேனும் சொல்லிட்டேனா? மனசுல வெச்சுக்காதேடா..."

"சேச்சே, அதெல்லாம் ஒன்றுமில்லே மாமா"

"எனக்கு உன்னைப் பத்தித்தான் கவலை.!" என்றவர், உள்பக்கம் திரும்பிப் பார்த்துவிட்டு, கீழ்க்குரலில் சொன்னார்: சுமதியை உனக்குத்தான் தரணும்னு எனக்கு ஆசை. ஆனால் உனக்கு வேலை இல்லையேங்கறா உன் அத்தை. அவ சொந்தத்துல யாரோ ஒரு பையனைப் பார்த்து வச்சிருப்பா போல. இந்த வருஷத்துலயே முடிச்சுடணும்கிறா."

சட்டென்று, தான் அவமானத்துக்கு உள்ளானது போல் இருந்தது மூர்த்திக்கு. பேசத் தோன்றவில்லை. புத்தகங்களின் மேல் அட்டை வழுவழுப்பைத் தடவிக்கொண்டிருந்தான். அப்புறமாய்ச் சொன்னான்.

"அத்தைக்கு நீங்கள் சொல்லப்படாதா மாமா?"

அவர் தமக்குக் கீழிருந்த புத்தகங்களை எடுத்தார். மாமாவின் கனத்தில் புத்தகங்களின் உறை, சுருக்கம், கசங்கல் இல்லாமல் பெட்டிப் போட்டது மாதிரி இருந்தது.

"அது என் வழக்கமில்லேப்பா, குடும்பத்தைக் கூட்டுப் பொறுப்பா நினைச்சு வாழ்ந்துட்டேன். அவ மட்டும் யாரு? இந்தக் குடும்பத்துல அவளுக்கு சரி பொறுப்பும் உரிமையும் இருக்கே"

புத்தகங்களைப் பார்த்தவாறே மூர்த்தி சொன்னான்.

"சுமதிக்கு என் மேலே அன்பு இருக்கு மாமா"

மாமா, அவனைப் பார்த்தார். தலையை அசைத்தார்.

"அப்படியே இருக்கட்டும். எல்லாம் நல்லபடியா நடக்கட்டும்" என்றவாறு கையை ஊன்றி "நாராயணா" என்றவாறு எழுந்தார். பிறகு உள்பக்கம் திரும்பி, "என்ன பெண்களா? வீட்டுக்கு வந்த மாப்பிள்ளைக்கு ஒரு வாய்க் காப்பிகூடக் கொடுக்க மாட்டீங்களா? தேவதைகளா?" என்றார்.

சுமதியின் கல்லூரிச் சான்றிதழ்களைப் படி எடுத்தும், கெஜட்டட் அலுவலர் கையெழுத்து வாங்கவும் அலைகிற ஒருநாள் காலையில் அம்மா சொன்னாள்.

"ஏன்டா மூர்த்தி, நீ வேலை இல்லாமே இருக்கியேன்னு பொண்ணு தரமாட்டாங்களாம் அவங்க... அப்புறம் அந்தப் பொண்ணுக்காக எதுக்கு இப்படி வேகாத வெயில்லே அலையறே.?"

அம்மாவுக்கு ஆதங்கம். அதோடு, தான் சிறுமைப்படுத்தப் பட்டோம் என்கிற எரிச்சல். அவள் நியாயம், கண்ணுக்குக் கண். பல்லுக்குப் பல். பதிலுக்குப் பதில்.

கல்யாணம் செய்து கொள்வாள் என்பதாலா இந்த உழைப்பெல்லாம்? அதற்கும் மேம்பட்ட உறவு, சிநேகம் ஒன்று இருக்க முடியாதா என்ன? இந்த அம்மாவுக்கு இது தெரியவில்லையே.

சைக்கிளைத் தூக்கி வாசல் நிழலில் நிறுத்தி விட்டு வீட்டுக்குள் நுழைந்தான் மூர்த்தி. வெயில் வெள்ளையாகக் காய்ந்துகொண்டிருந்தது.

"வா... வா... வாப்பா மூர்த்தி?" என்றாள் அத்தை. "இப்படி வேர்த்துப் போயி வந்திருக்கியே. உக்காரு. குளிர்ச்சியா ஏதாவது கொண்டாரேன்."

"இருக்கட்டும் அத்தை" என்றவாறு கத்தைக் காகிதங்களை அவளிடம் ஒப்படைத்தான்.

"அந்த ஆபீசில நாளைக்குக் காலைலே வரச் சொல்லியிருக்காங்க. கடவுள் புண்ணியத்துலே வேலை கிடைச்சுடணும். பொண்ணு வேலை செஞ்சா போற இடத்துல பெருமை"

அத்தை உள்ளே போனாள்.

"அத்தை, காப்பியே கொடேன்... உன் காப்பின்னா வெயிலில்கூடச் சாப்பிடலாம்."

அத்தைக்குச் சந்தோஷம். அவள் பல் வரிசை எப்போதும் வரிசையாக, வெண்மையாக அழகாக இருக்கும். பாராட்டப் பெற்றால் யாருக்குத்தான் சந்தோஷம் வராது.

தனிமையில் விடப்பட்ட மூர்த்திக்குப் பலப் பல யோசனைகள் தோன்றின. அம்மா, மதியாதார் முற்றம் மிதிக்காதே என்கிறாள். அத்தை, வேலைக்குப் போவது பெண்ணுக்குப் போற இடத்தில் பெருமை என்கிறாள்.

கூடத்தில் சுமதி எம்பிராய்டரி செய்து மாட்டிய துணி ஓவியங்கள் தொங்கின. முத்தம் கொடுத்துக் கொள்ளும் இரண்டு பறவைகள், இரண்டு கால்களில் நின்றுகொண்டு பழம் கொறிக்கும் அணில், பறக்கக் கிளம்பும் பச்சைக் கிளி.

சுமதியின் குழந்தைத் தனம் புலப்படுவதாகப் பட்டது.

அத்தை காப்பியோடு வந்தாள். காபி என்கிற பானம், எப்படியோ அத்தைக்கு ஆகி வந்திருந்தது. கெட்டியாக, நுரை பூத்த, உள்நாக்கில் கசக்கிற, காப்பி மணம் பரவசப்படுத்துகிற அசலான காப்பி.

மாமா பற்றி விசாரித்தான் மூர்த்தி.

"கேட்டா சிரிப்பே... யாரோ பொண்டாட்டியைத் தள்ளி வச்சுட்டானாம். இவரு மத்தியஸ்தம் பேசப் போயிருக்காரு. இந்த வெயிலிலே, இதெல்லாம்

தேவையா நமக்கு, சொல்லு! இவ, யாரோ ஒரு பிரண்டைப் பார்க்கணும்னு சாப்பிட்டுட்டுக் கிளம்பினா. என்னை மட்டும்தான் இந்த வீட்டுல, ஆணி அடிச்சு வச்சிருக்கு.”

அத்தையின் வருத்தம் வேறு. இந்த மாமா அவ்வப்போது, அவள் முந்தானை முடிச்சை அவிழ்த்துக்கொண்டு வெளியே குதித்து ஓடிப் போய் விடுகிறாரே என்பதுதான்.

மூர்த்தி கிளம்பும் போது, அத்தை நடை வரைக்கும் உடன் வந்தாள். சும்மா இருந்திருக்கலாம் அவள், சொன்னாள்:

“சீக்கிரமா உனக்கு வேலை கிடைக்கணும். எங்க வழியிலேயே ஒரு பொண்ணு இருக்கு, ரொம்ப நல்ல இடம்! பார்ப்போம், உனக்கு எங்க வாய்ச்சிருக்கோன்னு தெரியல்லையே” — மூர்த்தி சைக்கிளை எடுத்துக்கொண்டு ஏறி உட்கார்ந்து மிதித்தான். திடீரென்று மிதிக்க முடியாது திணறினான். உடம்பில் இருந்த பலம் போய் விட்டது போல் உணர்ந்தான்.

இன்டர்வியூவுக்குப் போய் வந்து, தன் அனுபவத்தைக் கதை கதையாகச் சொல்லிக்கொண்டிருந்தாள் சுமதி. இவளை மாதிரி, இருபது பேருக்கு மேல் வந்திருந்தார்களாம். என் முறை ஏழாம் நம்பர். அப்பப்பா! மனசு திக்திக்னு அடிச்சுக்கிட்டுது. ஒருத்தி... ம்... நீல கலர் சுரிதார்ல வந்திருந்தா. என்ன மாதிரி இருக்காங்கிறே, கோதுமைக் கலர்லே. டிரஸ்ஸுக்கு மேட்சா நீலக் கம்மல், நீலப் பொட்டெல்லாம் வச்சுக்கிட்டு அம்மா! அவளுக்கு வேலை கிடைச்சுடும்னுதான் எல்லோரும் நினைச்சோம். என்னவோ எனக்கும், இன்னோர் ஆளுக்கும் கிடைச்சுட்டுது!”

சுமதிக்கு வேலை கிடைத்ததில் மூர்த்திக்கும் மிகவும் மகிழ்ச்சியாகவே இருந்தது. குளிக்க வேண்டும் என்று மாமா தோட்டத்துப் பக்கம் போனார். மத்தியானத்தில் குளித்துச் சாப்பிடுவது என்பது அவர் பழக்கம்.

“மூர்த்தி, எனக்கு இன்னொரு ஹெல்ப் பண்ணணுமே”

“சொல்லு சுமதி...”

“ஜெராக்ஸ் எடுத்ததுல, என்னோட கான்டக்ட் சர்டிபிகேட் விட்டுப் போச்சு. அதை நாளைக்குள்ளார எடுத்துத் தரணும்”

“ஓ எஸ்... குடு”

“வா”

சுமதி மாடிக்குப் போனாள். மூர்த்தி பின் தொடர்ந்தான். மொட்டை மாடியை ஒட்டிய அறை. சுமதி படிக்கவும், இருக்கவும் எனப் பயன்பட்டது.

“உக்காரு” என்றுவிட்டு, பீரோவைத் திறந்து ஒரு ஃபைலை எடுத்து, ஒரு பேப்பரை உருவினாள். அழுக்காகாமல் இருக்க ஓர் உறையில் வைத்து அதைக் கொடுத்தாள்.

“சுமதி, உன்கிட்டே ஒரு விஷயம் கேக்கணுமே...”

“சொல்லேன்”

“கல்யாணம் நிச்சயமாயிட்டுதுன்னு மாமா சொன்னாரே, மாப்பிள்ளையைப் பார்த்தியா? உனக்குப் பிடிச்சிருக்கா?”

“ஓ, எஸ்... ஆனால் நேரில் இன்னும் பார்க்கலை. போட்டோவைத்தானே பார்த்தேன். நல்ல பர்சனாலிட்டி. ஐ. ஏ. எஸ். படிச்சிருக்கார். இப்பவே கிளாஸ் ஒன் ஆபீசர். எதிர்காலத்துல ரொம்ப நல்லா வரலாமே”

சுமதியின் கண்களில் ஒரு புதிய வெளிச்சம் தோன்றியதாகப் பட்டது மூர்த்திக்கு. இதன் அர்த்தம், ‘பாதுகாப்பு’ உணர்வு.

‘அடக்கிக் கொள்’ என்கிற ஓர் உத்தரவு அவனுக்குள்ளிருந்து வந்ததைத் தெளிவாக அவன் கேட்டான். என்னமோ இரைந்துகொண்டே இருந்த கடல் அடங்கியதைப்போல இருந்தது. அமைதி அமைதி என்று மனம் ஜபித்தது. மனம் லேசாகிவிட்டது. புயலடித்து விட்டது போல் இருந்தது மனசு.

“கங்கிராட்ஸ்” என்றான், மூர்த்தி.

“ஓ... தேங்க் யூ” என்றாள். பூரணமாக அவள் சிரித்தாள். முழு மனதோடு சிரித்தாள்.

இறங்கி வரும்போது மூர்த்தியிடம் அத்தை சொன்னாள். “உனக்கு தெரிஞ்ச ஒருத்தர் பிரஸ் வச்சிருக்காருன்னு சொன்னியே, ஒரு காரியம் பண்ணுப்பா. நல்ல அழகான டிசைனா நாலைஞ்சு கல்யாணப் பத்திரிகை சாம்பிளுக்கு வாங்கிக்கிட்டு வா... நாம் அப்புறமா ஒன்று தேர்ந்தெடுத்துக்குவோம்”

“சரி அத்தை” என்று விட்டு வாசலுக்கு வந்தான் மூர்த்தி. மாமா குளித்து விட்டு வந்தவர் தலையைத் துவட்டியபடியே உடன் தெருவுக்கு வந்தார். அவரிடமிருந்து சந்தனச் சோப்பு வாசனை வீசியது.

சைக்கிளின் ஹாண்டில் பாரைப் பிடித்துக்கொண்டு மாமா சொன்னார்:

“மேல மேல உனக்குச் சூடு போடறா அத்தை இல்லியா, மூர்த்தி? உன்னை நினைக்கையிலே எனக்குக் கஷ்டமா இருக்குடா.”

பல்லைக் கடித்துக்கொண்டு, சைக்கிளில் ஏறி உட்கார்ந்து மிதித்தான். மாமா அப்படிச் சொன்னதுதான், எங்கோ உடைத்து விட்டது மாதிரி ஆகி விட்டது அவனுக்கு.

பொங்கிக்கொண்டு வந்த அழுகையை அடக்கிக்கொண்டான். எனினும் கண்களில் இருந்து ரணம் வழியத்தான் செய்தது.

1991

குமாரசாமியின் பகல் பொழுது

குமாரசாமி அலுவலகத்தை விட்டு வெளியே வந்து தெருவில் நின்றார். அவர் ஆச்சரியப்பட்டுப் போகும் படியாக இருந்தது அந்தப் பகல் பதினொரு மணிப் பொழுது! தெருவில் அரக்கப் பரக்க அடித்துக்கொண்டு ஓடும் மனிதர்களைக் காணோம். எல்லோரும் அலுவலகக் கூண்டுக்குள் போய் முடங்கிக்கொண்டார்கள் போலும். அதிர்ஷ்டவசமாக வானம் மந்தாரமிட்டுக் கிடந்தது. மாலை நேரங்களிலும் அதிகாலை நேரங்களிலும் மட்டும் கிடைக்கும் தண்ணீர்க் காற்று, அப்போது வந்து அவரைக் குளிப்பாட்டிற்று. உலகம் ரொம்ப புதுசாய் இருந்தது குமாரசாமிக்கு. அப்போதுதான் பிறந்த ஒரு குழந்தையைப்போல!

அடைக்கலசாமி நேற்று இறந்து விட்டாராம். சுமார் முப்பது வருஷங்களாகக் குமாரசாமிக்குப் பக்கத்தில் உட்கார்ந்து வேலை பார்த்த அடைக்கலசாமி, அவர் மறைவுக்கு அனுதாபம் தெரிவித்து விடுமுறை விட்டிருக்கிறார்கள். அடைக்கலசாமி என்பது, அவர் அணிந்திருந்த கண்களைப் பூதாகாரமாக்கிக் காட்டும் கண்ணாடி, ஒடிசல் தேகம், கீழ்ப்புறம் கிழித்து பிசிறி தெரியும் வேஷ்டி, வேண்டுதல் வேண்டாம் அற்ற நிர்குண பரப்பிரும்ம நிலை... இத்யாதிதான். இருவரும் சேர்ந்து ஆரியபவனில் எண்ணற்ற முறை காபி சாப்பிட்டிருக்கிறார்கள். செத்துப் போனவர்க்குச் சர்க்கரை இல்லாத காபிதான் பிடிக்கும். பல வருஷங்களுக்கு முன் குடும்ப சகிதம் குமாரசாமியின் வீட்டுக்கு அடைக்கலசாமி வந்திருந்தார். சினேகிதருக்குக் கோழி அடித்துச் சாப்பாடு போட்டார் குமாரசாமி. அந்த அடைக்கலசாமி செத்துப் போய்விட்டார். குடும்பத்துக்கு மூத்த மகனாகப் பிறந்தவர். ஆறு சகோதரிகள் மூன்று சகோதரர்கள். அத்தனை பேரையும் படிக்க வைத்துக் கல்யாணம் பண்ணி வைத்து, பிரசவ செலவு ஏற்று, நல்லது கெட்டதுகளில் கலந்துகொண்டு வாழ்க்கையின் கடைசி சொட்டையும், சகோதர சகோதரிக்களுக்காகச் செலவு பண்ணி, தான் வாழ ஆரம்பிக்கும் முன் செத்துப்

போனார். பிறந்தவர் சாவது இயற்கை. ஆனால் வாழ்ந்தவர் சாவதுதானே நியாயம். வாழாதவர் சாவது என்ன நியாயம்? அடைக்கலசாமி செத்தது ஒரு தவறு. காலதேவனின் கணக்கு எங்கோ பிழைப்பட்டுப் போய் விட்டது.

சக ஊழியர்கள் மிக உற்சாகமாக கிடைத்த வாகனங்களில் ஏறி, செத்துப் போன அடைக்கலசாமியைப் பார்க்கப் புறப்பட்டுப் போய் விட்டார்கள். குமாரசாமியால் இருந்த இடத்தை விட்டு நகர முடியவில்லை. அன்றையப் பொழுது அவ்வளவு பிரகாசமாய், கழுவினத் தட்டு மாதிரி பளிச்சென்று இருந்தது. இந்தப் பதினொரு மணிப் பொழுதின் உலகத்தை அவர் பார்த்து பலகாலமாயிருந்தது. அவர் நினைவில் அந்தப் பொழுது தங்கியிருக்கவில்லை. அந்த வேளைகளில் அவர் அலுவலகத்தில் ஏதாவது கோப்பைப் பார்த்துக்கொண்டு அமர்ந்திருப்பார். அலுவலகம் ஏ. சி. பண்ணப்பட்ட ஒன்று. அதனால் வெளி உலக சீதோஷணங்கள், தட்பவெப்ப மாறுதல், உலக இயக்கம், அதன் சந்தடிகள், வாகனாதிகளின் கர்ணகடூர சத்தங்கள் எதுவொன்றும் எட்ட நியாயமில்லை. காலை பத்து மணி தொடங்கி மாலை ஐந்து மணி வரை, அவர் தனித் தொட்டியில் போடப்பட்ட மீன்குஞ்சு.

அவருக்கு நினைவில் நிற்கிற பொழுதுகள் பரபரப்பான காலையும், மந்தமான மாலையும், உறக்க மயமான இரவுகளும். விடியலிலேயே எழுந்து விடுகிற குமாரசாமி, உடனே காலைக் கடன்களை முடித்துக் குளித்தும் விடுவார். இல்லையெனில் ஆறு போர்ஷன்களும், ஆறு போர்ஷன்களிலும் மொத்தமாக ஜீவிக்கிற இருபத்து ஏழு பேர்களுக்கும் சேர்த்து, இருக்கிற ஒற்றை கக்கூசுக்கு முன் கையில் பிளாஸ்டிக் வாளியோடு நிற்க வேண்டி வந்துவிடும். அதிலும், ராமாயி அம்மாள் உள்ளே நுழைந்தால் அரைமணி கழித்தே வெளியே வருவாள். வயசானால், அத்தனை நேரம் வேண்டியிருக்கும் போலும். அதைக்கூட சகித்துக் கொள்ளலாம். அவள் புகைத்து வெளியேற்றியிருக்கிற சுருட்டுப் புகை அந்தச் சின்னஞ்சிறு, ஜன்னல் அற்ற அறைக்குள்ளேயே சுற்றி வருவதால் உள்ளே இருக்கிற ஆறு ஏழு நிமிஷங்களும், அந்தப் புகையை அவரும் சுவாசிக்க வேண்டியிருப்பதுதான் சகிக்க ஒண்ணாதது. அப்புறம் ஷவரம், அது ஓர் அனிச்சைச் செயல். விரும்பினாலும் வெறுத்தாலும் மயிர் காதோரம் ஆரம்பித்து முளைத்து விடுகிறது. கொஞ்ச நாள் அதை வளர்க்கவும் செய்தார். பார்ப்பவர்கள் “என்ன திருப்பதிக்கா?” என்றார்கள். அதுக்குப் பதில் சொல்லலாம். வெகு பேர், “என்ன வீட்டில் எத்தனையாவது மாசம்?” என்றார்கள், வெட்கம் பிடுங்கித் தின்றது அவரை. ஐம்பத்திநாலு வயசில் இந்தக் கிரகசாரம் வேறா? நல்ல பிளேடுகள் இரண்டு ரூபாய் வரை விற்றன. தினம் செய்துகொண்டால், வாரம் முழுக்க ஒற்றை பிளேடைக்கொண்டே ஷவரம் ஆகிவிடும். அதுவும் கடைசி மூன்று நாட்களுக்கு சின்ன முதலாளி மாதிரி கடிக்கும். கண்களில் நீர் தளும்ப ஷவரம் முடித்து, கிணற்றிலிருந்து சேந்தி விட்டுக்கொண்டு குளியல். கிணற்றில் தண்ணீர், மழைக் காலங்களில் போலீஸ்காரனிடம் இருக்கும் இழி குணங்களைப் போல் நிரம்பி வழியும். கோடைக்காலங்களில், நல்லவர்களிடம் தங்கியிருக்கும் பணங்காசைப்போல அருகிப் போய் விடும். குளித்துத் தலை ஈரம் காயு முன்பே, மாமி பரிமாற வைத்திருக்கும் ஆவி பறக்கும் சோற்றை ருசி தெரியாமல் அள்ளிப் போட்டுக்கொண்டு, சட்டையை மாட்டிக்கொண்டு பஸ் நிறுத்தத்துக்கு வருவார். அங்கு இவருக்கும் முன்னால் ஒரு மாபெரும் கும்பல் பஸ்ஸுக்கு காத்து நின்றிருக்கும்.

அந்தக் கும்பல் சந்தேகமில்லாமல், அவரைப்போல மனுஷபுத்திரர்தான். எனினும் அந்தச் சந்தர்ப்பத்தில் அவர்கள் அவரின் சுகத்தை, சௌகரியத்தைக் கெடுக்க வந்த ராட்சஸர்களாகப் படுவர். ஆ! இந்தப் பட்டணத்துக்கு வந்து மனுஷர்களை வெறுக்கும் படியாச்சே! என்று அவர் சமயங்களில் வருந்துவதுண்டு. பஸ் பயணம் என்கிற நரகம் நோக்கிய பயணம் அத்தன்மையதாய் விளங்கியதே! அந்தக் கும்பலில் அவதாரப் புருஷர்கள் இருக்கக் கூடும். மகாத்மாக்கள் இருக்கக் கூடும். சிபிச் சக்கரவர்த்திகள், கௌதம புத்தர், ஏகலைவர், ரிஷ்ய சிருங்கர், அனுசுயாக்கள், நளாயினிகள், கோப்பெருந்தேவிகள், இருக்கலாம்தான். இல்லை என்று கூற முடியாது. எனினும் பஸ்ஸில் ஏறுகையில் அவர்கள் அத்தனை பேரும் ஒன்று திரண்டு நான்கு கால்களை உடையவர்களாகவே பரிணாமம் எய்துவார்கள். இதழ் நீங்கி வெளிப்பட்ட கோரைப் பற்களை உடைய மிருகங்கள், ரத்தப் பசிகொண்ட மிருகங்கள் பேருந்து வந்து நின்றதும், ஒருவர் மட்டுமே நுழையத் தக்க அதன் வாயிலில், ஐம்பத்தேழு பேரும் ஏற முயற்சித்து, பத்து பேர் மட்டுமே நிற்கத்தக்கதாக வருகிற வாகனத்தில், அத்தனைப் பேரும் பிறர் கால்களில் நிற்கப் பிரயாசைப் பட்டு, ஒருத்தர் உடம்பை ஒருத்தர் மேல் இழைத்துப்பூசி, படரவிட்டு, துர்க்கந்தங்களை வியாபகம் செய்து, கால பதியென்னும் கடிகாரத்தின் பெரிய முள்ளைப் பின்னோக்கி இழுக்கும் மார்க்கண்டேய முயற்சிகளில் லயித்துப் போகும் விவஸ்தை கெட்ட விவகாரத்தில் குமாரசாமிக்கு என்றுமே சம்மதம் இருந்ததில்லைதான். இருந்தும் என்ன? அவர் அந்த யுத்த களத்தில் எப்படியோ இழுத்து விடப்படுகிறார். அவர் கண்கள் கட்டப்பட்டு அவர் கைகளில் ஒரு பட்டாக்கத்தி அளிக்கப்படுகிறது. அவர் அதை நாலா பக்கமும் வீசி ஹதம் செய்ய வேண்டும்.

காலைகள் இந்த விதமாகக் கழிந்தன. குமாரசாமிக்கு அடடா! இந்தப் பதினோரு மணி உலகம் இந்த மாதிரியா இருக்கும்? அபூர்வமாக இருக்கிறதே! இது எப்படி அவர் கண்களுக்குத் தட்டுப்படாமல் போயிற்று.?

மாலைகள் என்பன, வயசாளிகள் உட்கார்ந்திருக்கிற நகரசபைப் பூங்கா மாதிரி. நகரசபைப் பூங்காக்கள் பெரும்பாலும் பூஞ்சைக் காடுகள். 'சக்தி உள்ளதுகள் பிழைக்கும்' என்கிற தத்துவத்தை மெய்ப்பிப்பான் வேண்டியே படைக்கப்பட்டதான செடிகள், புல் பூண்டுகள் நிறைந்திருக்கும். குறித்த காலத்தில் நீர் ஊற்றப்பட எந்த ஏற்பாடும் இல்லாத காரணத்தால், செடிகள் வதங்கி, மெலிந்து, சிறுத்து வாடி, சத்துணவுக்கூடத்துக் குழந்தைகள் மாதிரி பரிதாபகரமாக இருக்கும். மாலைக் காலத்துக்கு வந்து விட்ட முதியவர்கள் அல்லது பழம் பெரும் பிரஜைகள், அங்குள்ள காரை பூசிய பெஞ்சுகளில் அமர்ந்து, தங்களின் செரிக்கப்படாத நினைவு மிச்சங்களைத் தோண்டிக்கொண்டு வந்து அசை போட்டுக்கொண்டிருக்கும் காட்சி, மயான பூமியின் வரவேற்பு அறையில் அவர்கள் அமர்ந்திருப்பது போன்ற பிரமையை ஏற்படுத்தும்.

மாலைக் காலங்கள் என்பன அவர் வீடு திரும்பும் காலங்கள். ஆபீசை விட்டுப் பொடி நடையாக நடந்து, பஸ் நிறுத்தத்தைச் சேர்வதற்கு அரை மணி நேரம் ஆகும். இடைப்பட்ட பாதை, மஞ்சள் பூத்த வெயிலில் பார்க் பெஞ்சின் முதியவர்களைப்போலக் களைப்புடன் காயும். பெட்டிக் கடைகளில் மாலைப் பத்திரிகைகளின் விளம்பர அறிக்கைகள் படு சுவாரஸ்யங்களைத்

தாங்கிக்கொண்டு தொங்கும். அரசியல், சினிமா, மற்றும் பொது வாழ்வுப் பிரமுகர்களின் பேச்சு அல்லது நடவடிக்கைகள் அதில் வெளிப்பட இருக்கும். ஒருவர் அவருடைய எதிரியை நோக்கி நீ தமிழனுக்குப் பிறந்தவனா? என்று கேட்டிருப்பார். சட்ட சபைகளில் வேஷ்டி விலகுதல், துண்டு உருவகம் போன்ற யுத்தங்கள் நடைபெற்றிருக்கும். ஒரு வகையான ஆபாசப் பத்திரிகை படித்த விறுவிறுப்பு உடம்பில் ஏறும். தமிழர்களுக்கு இந்த ரகமான விறுவிறுப்பை ஏற்றுவதுதான் இந்தப் பத்திரிகைகளின் நோக்கமாக இருந்தது எனில், பத்திரிகைகளே மக்களை ஜெயித்தன எனலாம்.

செய்திகள், விட்ட இடத்திலிருந்து தொடர்ந்து சிந்தித்தபடி குமாரசாமி நடப்பார். பள்ளிவாசலுக்கு முன்னால் இருக்கும் டீ கடையில் சர்க்கரை இல்லாமல் ஸ்டிராங் டீ வாங்கிக் குடிப்பார். ஆபீஸ் களைப்பு, முதுகுவலி, பிருஷ்ட எரிச்சல் ஆகியவை ஒரு வகையாகச் சமனப் பட்டாற்போலத் தோன்றும். அதற்குள் கடைகளில் விளக்குகள் எரிய ஆரம்பிக்கும். பிரகாசமான, கண்களைக் கூசவைக்கும் வெளிச்சங்களில் வியாபாரம் தொடரும். எத்தனைத் துணிக்கடைகள்? எத்தனை ஷாப்புச் சாமான் கடைகள்? எத்தனை ஓட்டல்கள்? எத்தனை எத்தனை அரசாங்க, தனியார் அலுவலகங்கள்? மனுஷத் தேவைகள் மிகப் பலவாக விரிந்து விட்டன. 'உண்பது நாழி உடுப்பது ரெண்டு முழம்' என்கிற அம்மாஞ்சித்தனங்கள் காலாவதி ஆகிவிட்டன. நகப்பூச்சுகள்கூடப் பத்து வர்ணங்களில். நெற்றிப் பொட்டு பலப்பல வர்ணங்களில் அக்குள் மயிர் நீக்க, இருபதுக்கும் மேற்பட்ட கம்பெனிகள் உயிரை விட்டுக்கொண்டு லோஷன் தயாரிக்கின்றன. ஆண்களையும் பெண்களையும் அழகர்களாக்க என்றே அழகு நிலையங்கள் நகரங்களில் பெருத்திருக்கின்றன. காலை தொடங்கி நள்ளிரவு வரை பெண்களை அடுப்படிக்குள் முடக்கிப் போட்ட வேலைத் தொடர்களைச் சௌகர்யப்படுத்த, சீக்கிரம் முடிக்க எத்தனை இயந்திரங்கள் இருந்தும், இன்னும் வறுவல், பொரியல், அப்பளம், வடை என்று அதே பழைய சோற்றுப் பட்டியல்...

பொழுது. லேசான போதைகொண்டாற்போல, மெல்லிசான கிறக்கம்கொண்டிருக்கும். மனிதர்களின் வயிறுகள், சற்றே புடைத்து எச்சம் வெளிப்படுத்த ஆயத்தம் கொண்டிருக்கும். மாலை நேரம் வந்து இருட்டத் தொடங்குகையில் மனித மனம் பறவைகளின் மனோபாவம் கொண்டு, விரைந்து கூடு சேரும் எண்ணத்தைக்கொண்டு விடுகிறது. வீடுகளில், இன்பத்திலும், துன்பத்திலும் விட்டு நீங்காதபடி இருப்பதாக உறுதி செய்து, வாழ வந்திருக்கிற மனைவிகள் இருப்பார்கள். அவர்கள் மூலம் சமூகச் சங்கிலியின் கண்ணி அறுபடாது இருக்கும் பொருட்டு, பெற்றெடுத்தப் பிள்ளைகள் இருப்பார்கள். ஆகவே மாலைக் காலம் என்பது ஆண்களும், பெண்களும் வீடு திரும்பும் காலம். குமாரசாமி பஸ் நிறுத்தம் வந்து நிற்பார். அங்கிருந்து பஸ் பிடித்து வீடு போய்ச் சேர வேண்டும். சாயங்கால நேரங்களில் வீடு திரும்பும் அலுவலர்களின் முகங்கள் அவசியம் அவதானிக்கத் தக்கவை. எண்ணெய் வழிவதால் முகம் லேசாய் 'இருண்டு' பளபளப்புற்றிருக்கும். குமாரசாமியை உள்ளிட்ட பயணிகள், தவத்தில் ஈடுபட்டிருக்கும் முனிபுங்கவர்களாகி விடுவார்கள். பிரும்மத்தைக் கண்டடைதலே இவர்கள் லட்சியம் என்பதுபோல, பயணிகளின் லட்சியம் தங்கள் பயணத்துக்கானப் பேருந்தைக் கண்டு அடைதலாகும். கடந்த எட்டு மணி நேரங்களில் அவர்கள் முகத்தில் எழுதி ஒட்டியிருந்த அவர்களது உத்தியோகங்களின் பெயரை

அழித்து 'குமாரசாமியாகவும்' ஜான் பிரிட்டோவாகவும், நசீர் அகமதாகவும், தம்மைக் கண்டு கொள்ளப் போகும் தவிப்பும் துலாம்பரமாகத் தென்பட அவர்கள் நிற்பார்கள்.

நேற்று இதே நேரம், குமாரசாமி இதே பஸ் நிறுத்தத்தில் நின்றிருந்தார். அடைக்கலசாமி அவரைக் கண்டு அவர் பக்கத்தில் வந்து நின்றார். எத்தனை மணிக்கு அவருக்கு மாரடைப்பு ஏற்பட்டது? ராத்திரி பதினொன்றரை மணிக்காம். ஆட்டோ பிடித்து அவரை ஆஸ்பத்திரிக்கு ஏற்றிச் சென்றிருக்கிறார்கள். வழியிலேயே அவர் ஆவி பிரிந்து விட்டது. அவர் இறந்த நேரத்தைச் சுமார் பனிரெண்டு என்று கணக்கிடலாமா? இடலாம். அப்படியெனில், தான் பனிரெண்டு மணிக்கு இறக்கப் போவதை அறியாத அடைக்கலசாமி, அந்த நேரத்துக்கு சுமார் ஆறுமணி நேரத்துக்கு முன்னால் குமாரசாமியைக் கண்டு, அவர் பக்கத்தில் வந்து நின்றார்.

குமாரசாமி யோசித்துப் பார்த்தார். அந்த மாலையில் அவர் முகத்தில் மரணம் ஒன்றும் எழுதியிருக்கவில்லை. வேலை பார்த்தக் களைப்பு இருந்தது. தெளிவோடும் சமயங்களில் நகைச்சுவை தெறிக்கவும்தான் அவர் பேசினார். “பெரிய தங்கை லட்சுமி வந்திருக்கா குமாரசாமி. இது அவளுக்கு மூணாவது பிள்ளை. மூணாவது பிள்ளைப் பிரசவத்துக்கும் அண்ணன் வீட்டுக்கு வந்து, அண்ணனுக்குத் தொந்தரவு தருவதாவதுன்னுதான் அவளே நினைச்சிருக்கா. நம்ம வீட்டில் என்ன சொன்னாங்கன்னா, கண்ணு உன் அம்மா உயிரோடு இருந்து நீ பிள்ளையாண்டு வந்திருந்தா, இந்த மாதிரி நினைப்பு வருமா? என்ன இப்படி அசலா நினைக்கற படி ஆச்சான்னு கேட்டிருக்காங்க. லட்சுமி கண்ணாலே ஜலம் விட்டிருக்கா. நல்ல பொண்ணு. மாமியார் ஒரு லங்கடி. பேச்சு பாவனையெல்லாம் சதையைப் பிச்சுத் தின்கிறா மாதிரி இருக்கும். அவள்தான் பெண்ணை மூன்றாம் பிரசவத்துக்கும் இங்கே அனுப்பி வைத்திருக்கிறாள். அவள்தான் யார்? நம் குழந்தை அல்லவா, இருக்கட்டும். செலவோட செலவு. கடைசித் தம்பிக்கு வேலை கிடைச்சுக் கல்யாணம் பண்ணி வச்சுட்டேன்னா, அப்புறம் எனக்கென்ன கவலை? நான் ராஜாதான், ”

குமாரசாமி, அடைக்கலசாமியின் கால் செருப்பைக் காண நேர்ந்தது. சாதாரண ரப்பர் செருப்புதான். கட்டை விரல் மோதிரம் மேல்வார் அனைத்திலும் ஒட்டு போட்டு தைத்திருந்தார். இன்னும் மேலே தைக்க முடியாத அளவுக்கு அது பிய்ந்து போய் இருந்ததை, அவர் அறிந்தார். போட்டிருந்த கதர்ச் சட்டையில் பல இடங்களில் மீன் முட்கள் மாதிரி தையல் போட்டிருந்தது.

அடைக்கலசாமி சொன்னார்: “செருப்பு மாற்றக்கூடாதான்னா கேக்கறீங்க? பேஷா மாற்றலாமே. என்ன சங்கதின்னா, வருஷம் ரெண்டாயிடுச்சி, எனக்கும் அதுக்கும் உறவு ஏற்பட்டு. ஒருத்தரை விட்டு ஒருத்தர் பிரிய மனசு வரமாட்டேங்குது.” இப்படியாகப் பேசிக்கொண்டிருந்தவர், மறக்காமல் லட்சுமிக்கு ஸ்வீட் வாங்கிக்கொண்டு வீட்டுக்குப் போக வேண்டும் என்றார். லட்சுமிக்கு ஸ்வீட் பிடிக்கும். “வாருமே, ஒரு டீ குடிக்கலாம்” என்று வேறு சொன்னார். 'ஐயோ பாவி மனுஷன் கடைசி முறையாகக் கூப்பிட்டிருக்கிறார். போகாமல் இருந்துவிட்டோமே' என்று மனம் நொந்தார் குமாரசாமி.

*

ஓர் ஆட்டோ அவர் அருகில் இடித்துக்கொண்டு நிற்கிறாற் போல் நின்றது.

“வரியா சார்?!” என்றார் ஓட்டுநர்.

குமாரசாமி மறுத்தார். பகல் பொழுது இவ்வளவு ஆச்சரியங்களுடன், அழகுகளுடன் திராட்சைக் குலை மாதிரி அவர் முன் தொங்கிக்கொண்டிருக்க அனுபவியாது, வண்டிக்குள் ஏறிச் செல்ல அவருக்குச் சம்மதிமில்லை.

காலைகளைப்போலவே மாலைகளிலும், பஸ்ஸில் நெருக்கியடித்துக் கொண்டுதான் மக்கள் பயணம் செய்கிறார்கள். ஆனால் இப்போது அவர்களின் `மனமும் உடம்பும் வேறு மாதிரியான பிரச்னைகளைச் சந்தித்துக்கொண்டிருக்கும். காலைகளில் இருந்த மனிதப் பகை தணிந்து, சோர்வு மிகுந்திருக்கும். டிராபிக் போலீஸ்காரனிடம் இருந்து தப்பித்து ஓடுகிற லாரிக்காரர்களின் மன நிலையை அவர்கள் பெற்றிருப்பார்கள்.

குமாரசாமி தன் பேட்டையை ஆறே முக்காலுக்கு அடைவார். ஏழு மணி ஆனாலும் ஆச்சரியமில்லை. அங்கிருந்து நடை. முதலில் மார்க்கெட் சந்து திருப்பம். அந்த இடம் திறந்தவெளி சிறுநீர் கழிப்பிடம். பெரும்பாலான மார்க்கெட் வியாபாரிகளும், வாடிக்கையாளர்களும் அங்குதான் கழிக்க வேண்டி வரும். மூக்கையும், மூச்சுக் குழாய்களையும் எரிச்சல் அடைய வைக்கும் நாற்றம் ‘பொதுக்’கென்று அங்கிருந்து எழும். பலருக்கு வாந்தியும்கூட வரும். குப்பைகளின் குவியல்களில் இருந்து பந்தாய்ச் சுருட்டிக்கொண்டு எழும் அவிந்த நாற்றம் இன்னொரு பயங்கரம். அங்கு கும்பல்களாகப் பன்றிகள் வாசம் செய்யும். பன்றிக் குட்டிகள் பார்க்க, வெகு தமாஷானவை. அவற்றின் குறுகுறுப்பும் குழந்தைமையும் பார்க்க அழகியன. பன்றிகளைக் கடந்தால், நாய்கள், நாய்கள் வெகு சுதந்திரமாக அங்கு ஜீவித்திருந்தன. கடைத்தெருவில் வரிசைக் கிரமமாக மூன்று இறைச்சிக் கடைகள் இருந்தன.

சற்று உள்தள்ளின சந்தில் மாட்டிறைச்சிக் கடையும் இருந்தது. எந்த நாயையும் எந்த வீட்டாரும் வளர்க்கவில்லை. அவைகள் தானே இரை தேடித் தின்று வளர்ந்தன. மீந்து போன சாதத்தை யாரேனும் ஒரு வீட்டார் தெருவில் கொட்டுகையில், எங்கிருந்தோ ஏழு எட்டு நாய்கள் பிரசன்னமாகி, தம் பங்குக்குப் பெரும் களேபரத்தைச் செய்யும். நாய்களின் நடமாட்டம் தெருவோர்க்கு உபயோகமாவும் இருந்தது. புது மனுஷர்களோ அல்லது திருடர்களோ அவைகளின் கண்களுக்குத் தப்ப முடியாது. குமாரசாமியை நாய்கள் அறியும். குண்டும் குழியுமான அந்த ரோட்டில் எதுபள்ளம், எது நாய் என்று அறிவதில் இரவு நேரங்களில் பெருஞ் சிரமம் அவருக்கு ஏற்படவே செய்யும். சர்வ ஜாக்கிரதையாக அடியெடுத்து வைத்து நடக்க வேண்டியிருக்கும். பள்ளம் என்று நினைத்து நாயின் வயிற்றில் காலை வைத்து விடக் கூடும். நாய்கள் கவ்வாமல் விடாது. இந்தப் பரீட்சை, மீன்துறை அலுவலகம் வரையில்தான். அதை ஒட்டிய மீன் ஸ்டாலில் வெளிச்சம் இருக்கும். கப்பென்று மீன் வாசம் ஆளைத் தூக்கும். வெட்டி அடுக்கப்பட்ட வஞ்சரம் வௌவால் மீன்களில் ஈக்கள் நிதானமாகப் பறந்தபடி மொய்க்கும். ஞாயிற்றுக்கிழமைகளில்தான் குமாரசாமி மீன் எடுப்பார். ஒரு ஞாயிறில் மீன்; ஒரு ஞாயிறில் கோழி; பதினைந்து நாட்களுக்கு ஒரு முறைதான் புலால். இது ஒன்றும் அவர் விரதமல்ல. அது அவருடைய வருமானம் விதித்திருந்த கட்டளை. வருமானம், நாக்கையும் கட்டுப்படுத்தும் அதிகாரம் கொண்டது.

மீன் கடை கடந்ததும் பட்டாணிக்கடை வரும். கடலை வறுபடும் சுகமான வாசனை அவரை எட்டும். சில வாசனைகள் சில இடங்களில் முகவரியாகவே இருந்தது. ஆச்சரியம்தான். பட்டாணிக் கடைக்குப் பக்கத்தில்தான் அவர் நித்தமும் காய்கறி வாங்கும் கடையிருந்தது. பச்சைக் காய்கறிகளை மேலும் பச்சையாக்கும் பொருட்டு விசேஷமான விளக்கு போட்டிருக்கும் கடை. குமாரசாமி சற்று நேரம் யோசித்தபடி இருப்பார். முந்தின நாள் வாங்கிச் சென்ற காய்கறி என்னவாக இருக்கும் என்பது அவர் யோசனையாக இருக்கும். முந்தின நாள் காய்கறி என்பது, இன்று காலை உணவில் அகப்பட்ட காய்கறிகள், அதைத்தான் என்னவென்று நெற்றியை அழுந்தத் தேய்த்தவாறு யோசித்தபடி நிற்பார் அவர். சில சமயங்களில் ஞாபகம் வரும். பல சமயங்களில் வராது. இன்று சமையலில் கத்தரிக்காய் என்றால் நாளைச் சமையலில் வெண்டைக்காய். காய்கறிகள்கூட நாலோ ஐந்தோதான் புழக்கத்தில் இருந்தது. ஒன்று மாற்றி ஒன்று, ஏதோ ஒன்று.

எதை வாங்கிக்கொண்டுப் போய் போட்டாலும் வாய் பேசாது சமைத்துப் போடும் மனைவியாக யசோதை அவருக்கு வாய்த்திருந்தாள். யசோதையை நினைக்குங்கால் அவருக்குள் பச்சாதாபம் பொங்கும். திருமணமானப் புதிதில் மாங்கொழுந்து நிறத்தில் உற்சாகம் பொங்க வளைய வந்த பெண்ணாகத்தான் அவள் இருந்தாள். அவளைக் கைப்பிடித்து காற்றும் வெளிச்சமும் சம்சயப்பட்டுக்கொண்டு நுழையும் திருவல்லிக்கேணி ஒண்டிக் குடித்தன வீட்டில் குடி வைத்ததுதான் அவர் செய்த பிசகாக இருக்க வேண்டும். அத்துடன் அவளுக்கு மூன்று பிள்ளைகள் பிறந்தன. ஏனோ அவள் வாய்ப்பேச்சையே மறந்துக்கொண்டு வந்தாள். அவளைப் பார்க்கும் போதெல்லாம் குமாரசாமி குற்ற மனப்பான்மையில் குமைவார். ஒரு பெண்ணை, மனைவியாக்கி, தாயுமாக்கி, அப்படி ஆக்குவதன் மூலமாகச் சீரழிக்க முடியுமென்பது தனக்கு நேர்ந்தது குறித்து அவருக்கு மிகுந்த வருத்தம் இருந்தது. அவள் வாய்த்திறந்து அவரிடம் எதுவும் கேட்டது இல்லை. சண்டை போட்டதும் இல்லை. முகத்தைத் தூக்கி வைத்துக்கொண்டு பேசாமலிருந்ததும் இல்லை. ஒரு வாரம் பத்து நாட்கள் அம்மா வீட்டுக்குப் போய் வந்ததும் இல்லை. அப்படியெல்லாம் யசோதா இருந்திருந்தால் அவருக்கு அந்த அம்மாளிடம் சௌஜன்யம் இருந்திருக்க வாய்ப்புண்டு. அப்படி இல்லாமையினாலேயே அவருக்கும் அவளுக்கும் இடையே மௌனம் சூழ்ந்துகொண்டது. உடைக்க முடியாத கற்பாறைப் போன்ற மௌனம்.

குமாரசாமி காய்கறி வியாபாரத்தை முடித்துக்கொண்டு தனக்கென்று அவர் வைத்திருக்கும் ஒரே சொகுசுப் பழக்கமான இரவு சாப்பாட்டுக்குப் பிறகு அவர் சாப்பிட இரண்டு வாழைப்பழங்களை வாங்கிக்கொண்டு, அந்த உபயோகத்துக்கெனவே வைத்திருக்கும் துணிப்பையில் அவைகளை இட்டுக்கொண்டு அவர் நடப்பார். சுமார் அரை மைல் இருட்டு பூசி மெழுகியிருக்கும் தெருவில் அவர் நடப்பார். குமாரசாமி மாலைகளைக் கடப்பது இப்படித்தான். அந்த வழிப்பயணத்தில் சந்தோஷத்தின் வெளிப்பாடாக மனசுக்குள் அழுந்திக் கிடக்கும் பழைய பாடல்கள் பீறிட்டுக்கொண்டு எழும். பெரும்பாலும், 'நமக்கினி பயமேது' என்று தொடங்குகிற சின்னப்பாவின் பாடலை முனகியபடி நடப்பார். கல்யாணி ராகத்தின் ஆலாபனை அவருக்குத் தெரியாது. ஆனால் அவருக்கு இருக்கும் மனோபாவப்படி அந்த ராகம் வடிவெடுக்கும்.

இரண்டு குடித்தனங்கள் இருந்த அந்த வீட்டின் பிற்பகுதியில் அவர் குடியிருந்தார். முற்பகுதிதான் அவருக்குப் பிடித்திருந்தது. அங்கிருந்து வானம் தெரிந்தது. மரங்களின் விரிந்த தலைகள் தெரிந்தன. அடுத்த வீட்டுக் குழந்தை மாதிரிக் காற்றும், வெளிச்சமும் சுதந்திரமாக உள்ளே நுழைந்தன. நண்பர்கள் வந்தால் உட்கார்த்தி வைத்துப் பேசக் கொஞ்சம் பெரிய ஹால் இருந்தது. ஆனால் இவை அனைத்துக்குமாக வாடகை ஐநூறு என்றார்கள். பிற்பகுதிக்கு வாடகை, முன்னூறுதான். கோயில் கர்ப்பக்கிருஹம் மாதிரி எந்நேரமும் இருண்ட அறை. வாழைக்காய்களை வாங்கிப் போட்டால் ஓரிரவுக்குள் பழுத்துப் போகும் வகையாய், எந்நேரமும் சூடான காற்றுப் புழங்கும் அடுப்பறை. குமாரசாமிக்கு முற்பகுதியில் குடியிருக்க விருப்பம். ஆனால் பிற்பகுதியில் குடியிருப்பு.

“அம்மா... அப்பா வறாங்க” என்பாள் நீலா. பெரிய பெண். எஸ். எஸ். எல். சி.க்கு மேல் படிப்பு ஏறவில்லை என்று, வீட்டோடு இருப்பவள். டைப் கற்றுக்கொண்டு, மூன்றாவது வீட்டிலிருந்து பழைய தொடர்கதை பைண்டு வால்யூம்களை வாங்கிக்கொண்டு காலம் கழிப்பவள். இரண்டாவது பெண் கோமளா, அம்மாவுக்கு ரொம்பவும் இசைந்தவள். இளம்பிள்ளை வாதத்தால் கால் சற்றே கோணலாகிப் போனவள். மூன்றாமவள் சாந்தி. நாலாம் வகுப்பு வாசிப்பவள். அப்பா வேலை விட்டு வரும்போது தூங்கி விட்டிருப்பாள். காலை புறப்படும்போது அவளும் பள்ளிக்குப் புறப்பட்டுக்கொண்டிருப்பாள். ஆகவே பேச நேரம் இருக்காது.

யசோதையிடம் பையைக் கொடுப்பார். குமாரசாமிக்கும் அவளுக்குமான சம்சார பந்தம் அந்தப் பையோடு முற்றுப் பெற்றுவிட்டதாகவே தோன்றும். பனியனையும் ஜட்டியையும் எடுத்துக்கொண்டு குளியல் அறைக்குச் செல்வார். குளித்து மீள அரைமணி ஆகும். தட்டில் சாதம் பரிமாறி இருக்கும். தடுக்கில் அமர்ந்து சாப்பிடுவார். குழந்தைகள் இழுத்துப் போர்த்துக்கொண்டு உறக்கத்தில் இருப்பார்கள். உண்டு வாசலுக்கு, வீட்டின் முற்பகுதிக்கு வருவார். இரும்புக் கதவைச் சத்தமில்லாமல் திறந்துகொண்டு வீதிக்கு வந்து கைலியை மடித்துக் கட்டிக்கொண்டு, தெரு முனை வரை ஒரு நடை நடந்து வருவார். மணியும் அதற்குள் ஏறக்குறைய பத்தை நெருங்கிக்கொண்டிருக்கும். படுக்கையில் வந்து விழுவார் என்றால் கனவுகள் அற்ற தூக்கத்தில் ஆழ்ந்துவிடுவார்.

குமாரசாமி பஸ் நிறுத்தத்தில் நின்றுகொண்டிருந்தார்.

இறந்து போன அடைக்கலசாமியின் சடலத்தைப் பார்த்து கடைசி மரியாதை செலுத்த வேண்டும் என்று எதிர்பார்க்கப்படுபவர் அவர். இதர அலுவலர்கள் அங்கனம் அந்நேரம் தங்கள் இறுதி மரியாதைகளைச் செலுத்திக்கொண்டிருப்பார்கள். அசைவில்லாமல் படுத்துக் கிடக்கும், ஒரு காட்சிப்பொருளைப்போல இந்நேரம் ஆக்கப்பட்டு இருக்கும் அடைக்கலசாமியைப் போய்ப் பார்க்கத்தான் வேண்டுமா என்று தமக்குள் ஒருமுறை கேட்டுக்கொண்டார் குமாரசாமி. குடும்பம், சகோதர சகோதரிகள், அவர்களின் உயர்வு என்று சதா இயங்கிக்கொண்டிருந்த ஒரு மனிதன், இயக்கத்தை நிறுத்தி விட்டபின், வீழ்ந்துபட்ட பின், அவனுடைய இயக்கமற்ற உடலைப் பார்வைக்கு வைப்பது அடைக்கலசாமிக்குச் செய்கிற அவமானம் என்றுகூட அவருக்குத் தோன்றவாரம்பித்தது. அவர் அடைக்கலசாமியின்

சவ ஊர்வலத்துக்குச் செல்வதில்லை என்று முடிவு செய்தார். ஆகவே வேறு எங்கு போவது?

அவருக்கு நடக்க வேண்டும் போலிருந்தது. விட்டேத்தியாக, நோக்கமில்லாத ஊர் சுற்றியைப்போல நடந்து சுற்ற வேண்டும்போல இருந்தது. நடப்பதற்காகவே நடக்கிற ஊர்ச்சுற்றி, கண்களை கேமராவாக்கி, மனுஷர்களைப் பிடித்து மனசுக்குள் போட்டுக் கொள்கிற ஊர் சுற்றி, அந்த நினைப்பே அவருக்குள் இளமையைக் கசிய வைத்தது. இருபது முப்பது ஆண்டுகள் அவரிடமிருந்து ஆவியாகக் கரைந்து அவரை இளைஞனாக்கி விடுகிறது. அவர் நடக்கத் தொடங்கினார். எக்ஸ்பிரஸ் ஆபீஸ் நேர் எதிரே சூடாக வாழைக்காய் பஜ்ஜி தின்றுக்கொண்டு நிற்கின்ற சல்வார் கமீஸ் அணிந்து, தலைமுடியை அலட்சியமாகப் பறக்கவிட்டபடி சுதந்திரத்தின் சீமந்த புத்திரிகளாகக் காட்சியளிக்கிற இரண்டு பெண்களை அவர் கண்டார். அந்தக் காட்சியை அவர் மிகவும் ரசித்தார். இந்தப் பெண்கள் நின்ற இடத்தில் தன் பெண்களை வைத்துப் பார்த்தார். வருத்தமாக இருந்தது. பெரியவள் படிப்பு வரவில்லை என்கிறாளே! படிப்புகூட சிலரிடம்தான் வரும் போலும். சின்னச் சம்பளக்கார வீட்டுப் பிள்ளைகளுக்குப் படிப்பு வராதா, வரக்கூடாதா என்ன?

திடுமென செண்பக ராஜலட்சுமியைப் பற்றிக்கொண்டு மனக்குரங்கு எம்பிக் குதித்தது. அது அந்தக் காலம். செண்பகா உருக்காத நெய் மாதிரி, ஊரில் எஸ். எஸ். எல். சி. எழுதி முடித்த கையோடு, ஏதோ ஒரு சின்ன கம்பெனியில் ஏதோ ஒரு வேலையில் சேர்ந்திருந்த காலம். கிராமத்து நாட்டுப்புற அம்மா கட்டுகிற புடவையைச் சுற்றிக்கொண்டு ஆபீஸ் போய் வந்த காலம். கோணல் வகிடும், புருவ மத்தியில் துண்டு நெருப்பு மாதிரிக் குங்குமமும் வைத்துக்கொண்டு, அவள் வருவாள். மகிழ மரத்தடி பஸ் நிறுத்தத்தில்தான் அவள் பஸ் ஏறுவது வழக்கம். வயசான மரம் அது. பாரியான உடம்பும், மிகவும் விசாலமான, வானத்தைத் தழுவிகிற மாதிரி கைகளை விரித்துக்கொண்டு அது நிற்கிற பாங்கும், ஒரு ஈர்ப்பைக் குமாரசாமிக்கு ஏற்படுத்தியிருந்தது. தாழங்குடையை சின்னது செய்த மாதிரி அதன் பூக்கள் நிழல்குடையின் மேலும், தரையிலும் சிந்திக்கிடப்பது மனசை வருடச் செய்கிற காரியம்தான். இயன்றவரை பூக்களை மிதிக்காமல் செண்பகா நடந்து நிற்பதைப் பல சமயங்களில் குமாரசாமி பார்த்திருப்பார். அழுக்குப்படாத வெள்ளை நிறத்துப் பாதங்கள், செருப்புக்கு மேல் இருந்தாலும் பூமியில் படாது, பூமிக்கு மேல் நிற்பதாக அவர் நினைத்துக்கொண்டார். நிறுத்தத்தின் மேற்கு மூலையில், தந்திக் கம்பத்துக்கு அருகில், அவள் நிற்பாள். நாளாவட்டத்தில் அவளுக்குச் சில அடிகள் தள்ளி, அவள் அருகாக நிற்க வேண்டுமென்று அவருக்கு ஏனோ தோன்றியது.

அவர் நிற்கிற இடத்திலிருந்து அவளைப் பக்கவாட்டத்தில் முழுமையாகப் பார்க்க முடிந்தது அவரால். காற்றடித்துக் கலைகிற, காலைக் குளியல் ஈரம் போகாத கழுத்துப்புற ஒற்றை முடி, பல பிரதிமைகளை அவரிடம் ஏற்படுத்தியது உண்மை. காற்றில் அசையும் நாற்றுக்கள்; கோட்டை மேல் பறக்கிற கொடி; கறுப்பு வானத்தில் நீந்தும் வெள்ளை மேகம்; காய வைத்து, காற்றில் படபடக்கிற கறுப்பு நிறத் துவாலை எனப் பல பிரதிமைகள்; அல்லது பிரமைகள்.

அந்தக் காலங்களில் இவ்வளவு ஜனங்கள் இல்லை. அல்லது இவ்வளவு பேர் வேலைக்குப் போவதில்லை. கூட்டம் நெருக்கியடிப்பதில்லை. ஆகவே,

மேயப்போன பசுவை எதிர்ப்பார்க்கிற சாவகாசத்தில் பஸ்ஸை எதிர்பார்த்து அவள் நிற்பாள். கண்கள் கிழக்குத் திசையையே பார்த்துக்கொண்டிருக்கும். அவர் நிற்கும் இடத்திலிருந்து அவள் கண்கள், துலாம்பாரமாகத் தெரியும். வெள்ளைக் கைக்குட்டையில் கறுப்பு ரோஜாப் படம் போட்ட மாதிரியான அவள் விழிகள் அசைவற்று கிழக்குத் திசையையே நோக்கியபடி இருக்கும். அவரும் அவளும் ஏறிச் செல்ல வேண்டிய பஸ் ஒன்றுதான் என்று கூறுவதற்கு இல்லை. ஆறாம் எண் பஸ்ஸில் அவர் சென்றால், அவருடைய அலுவலக வாசலிலேயே போய் இறங்கலாம். ஆனால், அவள் செல்வதோ ஐந்தாம் எண் பஸ். அதில் போனால், அவர் சுமார் இரண்டு பர்லாங்கு தூரம் நடந்து போய் அலுவலகம் சேர வேண்டி வரும். அந்தத் தூரம் ஒரு பொருட்டே அல்ல அவருக்கு. அவர் தினம் தினம் இரண்டு பர்லாங்கு தூரம் நடந்தே அலுலவகம் போனார். பச்சை வாழி அம்மன் பஸ் நிறுத்தத்தில் செண்பகா இறங்கி நடந்து தன் அலுவலகம் செல்வாள். அதுவரை அவரும் அவள் பின்தான் நடந்து செல்வார். பல நாட்களுக்குப் பிறகு ஒரு நாள் அலுவலகத்துக்குள் நுழைந்த செண்பகா, அவரைத் திரும்பிப் பார்த்தாற்போல அவருக்குத் தோன்றியது. மனப்பிராந்தி என்று சொல்வார்களே அதுவாக இருக்குமோ என்றுகூட அவருக்குத் தோன்றியது. அன்று அவர் நீண்ட நேரம் மொட்டை மாடியில் தூக்கம் பிடிக்காமல் படுத்துக் கிடந்தார். நிலாவும் அவர்கூட உறக்கம் பிடிக்காமல் துணை நின்றது.

அந்தக் காலம்தான் எவ்வளவு ரம்மியமானது? அவர் சமயங்களில் அந்த நினைவுகளில் அமிழ்ந்து போவார். அந்தக் காலங்களில் அவர் கதர் சட்டையும், கதரிலேயே பேன்ட்டும் அணிவார். கதர் சீக்கிரத்தில் அழுக்கடையக் கூடியது. ஆகவே தினம் தினம் துவைத்துப் போடும் வேலை அவருக்கு நேரும். அவ்வேலையில் அவருக்குத் திருப்தியும் சந்தோஷமுமே ஏற்பட்டது. தினம் தினம் சவரம், மாசத்துக்கு இருமுறை மயிர் வெட்டல் என்ற ஓர் ஒழுங்கு அவருக்கு நேரிட்டது.

ஒரு தீபாவளியை ஒட்டிய நேரம், அவர்கள் ஏறிச் சென்ற பஸ் நடு வழியில் டயர் வெடித்து நின்றது. பஸ்ஸை விட்டு இறங்கி ஓர் ஓரமாகச் சற்றுத் தவிப்போடு நின்றாள் செண்பகா. ஆட்டோக்கள் அதிகம் பரவாத காலம் அது. அவர் ஒரு குதிரை வண்டியை ஏற்பாடு செய்துகொண்டு வந்தார்.

"நீங்களும் வரலாமே, உங்கள் ஆபீசில் இறங்கிக் கொள்ளலாமே..." என்று அவளைப் பார்த்துச் சொன்னார். நாலைந்து வார்த்தைகள் தாம், அதற்குள் அவருக்கு வியர்த்துப் போய்விட்டது.

அவள் மறுக்காமல், "ரொம்ப நன்றி" என்றபடி குதிரை வண்டியின் முன் பகுதியில் அமர்ந்துகொண்டாள். குதிரை, குதிரையைப் போல்தான் இருந்தது. விரைவில் சுருங்கி, இளைத்து, கால்கள் இடித்துக்கொண்டு கழுதையாகும் நிலையில் இருந்தது. அதை ஓட்டிய வண்டிக்காரனேகூட உயிரைச் சுமந்து கொண்டிருப்பவனாகவே தோன்றினான். காய்ந்து புல்லின் மணம் வண்டிக்குள் நிரம்பி சுகமான வாசம் தந்துகொண்டிருந்தது. செண்பகா வெளியில் பார்வையைச் செலுத்தியபடி இருந்தாள். அவள் தலையில் அணிந்திருந்த மல்லிகைச் சரத்தினது வாசம் மட்டும் அவரை அணுகிக் கொண்டிருந்தது. குதிரை வண்டி, அசைந்து ஆடி மெதுவாக ஊர்ந்து கொண்டிருந்தது. அது இன்னும் மெதுவாகப் போகாதா என்று ஏங்கினார் குமாரசாமி. செண்பகாவின்

அலுவலகம் நெருங்கிக் கொண்டிருப்பது அவருக்கு வேதனையாக இருந்தது. ஏதோ மாயம் நிகழ்ந்து, அவள் அலுவலகம் பத்து மைலுக்கு அப்பால் மாறிப் போய் விடாதா என்றுகூட அவருக்குத் தோன்றியது. குமாரசாமி வண்டிக்காரரைப் பார்த்து, "குதிரை சொந்தமா?" என்றார். ஏதாவது பேச வேண்டுமே... இத்தகு பரவசங்களில் லயிப்பவர்கள் அழுத்தமாகப் பேசுவது இயற்கைதான். ஆனால், சம்பந்தப்பட்ட இருவருக்கும் அவை ஆயிரம் அர்த்தம் தொனிக்கிற வார்த்தைகளாக இருக்கும் போலும், குமாரசாமியின் அந்தக் கேள்வியை 'சீரியசாக' எடுத்துக் கொண்ட வண்டிக்காரர் சொன்னார்:

"என்ன கேட்டீங்க. சொந்தமான்னா? வயித்துப் புள்ளையே சொந்தமாகாதப்போ மிருகங்க சொந்தமாயிடுமா, சாமி? வாடகை வண்டிதான்."

தத்துவபரமான அவர் வார்த்தைகள் அந்தச் சூழலுக்குப் பொருந்தாதவையாக இருந்தன. குமாரசாமியால் வார்த்தையை வளர்க்க முடியவில்லை.

"உங்க ஆஃபீசு எத்தனை மணிக்கு?"

அவர், அவளைத்தான் கேட்டார். கேள்வி தம்மைப் பார்த்துக் கேட்பது என்பதை அவள் புரிந்து கொள்ள பல நிமிஷங்கள் ஆயின. திரும்பி, "பத்து மணிக்குத்தான்" என்றாள். அவர் ஆபீசும் அந்த நேரம்தான் தொடங்கிற்று. அதில் ஆச்சரியம் கொள்ளவோ, விமர்சனம் செய்யவோ ஒன்றுமில்லை. மேடு பள்ளங்களில் வண்டி ஏறி இறங்கும்போது தலை வண்டிப் பலகையில் இடித்தது. ஏனோ அவருக்கு அது வலிக்கவில்லை. சூரியன் முன் பக்கத்தில் தீவிரமாகக் காய்ந்தது. அவருக்கு அது சங்கடமாக இருந்தது.

"கொஞ்சம் பின்னால் நகர்ந்து அமருங்களேன். வெயில் காய்கிறதே" என்றார் வாஞ்சையுடன். அவள் திரும்பி, பல் தெரியாமல் சிரித்தாள். மஞ்சள் பூசியிருந்தாள். தலையிலிருந்து மணப்பொருள்களின் வாசம் மிதந்தது. "பரவாயில்லை" என்றாள். அவள் அலுவலகம் வந்தே விட்டது. அவள் இறங்கச் சௌகர்யமாக அவர் இறங்கி நின்றுகொண்டார்.

அவள் உள்ளங்கையில் அடங்கியிருந்த சின்ன பர்சை எடுத்து, "வண்டிச் சத்தம் எவ்வளவு!" என்றாள்.

"பரவாயில்லை, நான் கொடுத்து விடுகிறேன். நீங்கள் போகலாம்" அவள் சென்று மறைந்துவுடன், வண்டி ஏறியவர்க்குப் பரிசு மாதிரி ஒன்று காத்திருந்தது.

செண்பகா தலையில் சூடியிருந்த சரத்திலிருந்து ஒற்றை மல்லிகை மலர் அவள் அமர்ந்த இடத்தில் விழுந்திருந்தது. அந்த மலரை எடுத்து முகர்ந்தார். நூறு வெவ்வேறு பூக்களின் வாசனை அதில் இருப்பதாக அவருக்குப் பட்டது. அந்த மலரைப் பத்திரப்படுத்திக்கொண்டார். அன்று இரவும்கூட அவர் உறக்கம் பிடிக்காமல் விழித்துக்கொண்டிருந்தார். நிலவும் அவருடன் விழித்திருந்தது. வாடிய அந்த ஒற்றை மல்லிகை மலரை, உள்ளங்கையில் ஏந்திக்கொண்டு அவர் கற்பனை உலகங்களில் சஞ்சாரம் செய்துகொண்டிருந்தார்.

அடுத்த நாள் முதல், அவர்கள் அறிமுகம் கொண்டவர்களாய் புன்னகை செய்யவும், 'தலை அசைக்கவும்' தொடங்கினார்கள். சில சில வார்த்தைகளைப் பகிர்ந்துகொண்டார்கள்.

“என்ன, பஸ் இன்னும் வரக் காணோம்.?”

“அட, என்ன வெய்யில் இப்படிக் காய்கிறது?”

“வரவர இந்த ஊர்கூட பட்டணம் மாதிரி புழுதி படியத் தொடங்குகிறதே”

“இந்தத் தடத்தில் கூடுதலாக இன்னும் இரண்டு பஸ் விடலாம்”

“உங்கள் வாட்ச் நின்று போய் இருக்கா என்ன?”

“நேற்று உங்களுடன் வந்தவர் உங்கள் அண்ணனா?”

“இந்தப் பத்திரிகைதான் நீங்கள் வாசிக்கிறதா?”

“நல்ல புத்தகம், அருமையா எழுதியிருக்கிறார். படித்துப் பாருங்களேன்”

“இன்னிக்கு காலமே, ரொம்ப சீக்கிரம் வந்து விட்டேன்.”

“மழைத் தூறல் உங்கள் மேல் படுகிறதே, ஒதுங்கி நில்லுங்கள்.”

இப்படியாக, ஒரு வழிப்பாதை மாதிரி ஒருவரே மற்றவரைப் பார்த்துப் பேச, மற்றவர்கள் வாங்கிக் கொள்ளவுமாகச் சில நாட்கள் சென்றன. ஒரு மதியப் பொழுதில் மழை கடுமையாகி மாலை ஐந்துக்கும், ஐந்தரைக்கும் மேலும் பொழியவே, குமாரசாமி கடைக்கு நனைந்துகொண்டே போய் ஒரு புதுக்குடை வாங்கி செண்பகாவின் அலுவலகம் சென்றார். வராண்டாவிலேயே, நின்றிருந்த செண்பகா ஆச்சரியம்கொண்டிருக்க வேண்டும். காற்றும் மழையும் கலந்து இடி மாதிரி இறங்கிக்கொண்டிருந்தன.

“நீங்கள் எப்படிப் போவீர்கள்?” என்று கரிசனத்தோடு கேட்டாள் செண்பகா.

“எனக்கொன்றும் அவசரம் இல்லை. இருட்டிய பிறகுகூட போகலாம். உங்களுக்குச் சிரமமாகி விடுமே” என்றார் குமாரசாமி. அவள் நெகிழ்ந்து போயிருக்க வேண்டும். அடுத்த சில நாட்களில், சிறு சிறு சம்பாஷணைகளை அவர்கள் நடத்தினார்கள்.

“எப்போதும் வெள்ளைதான் உடுத்துவீர்களா?”

“ஏன்? நன்றாக இல்லையா?”

“உங்களுக்குப் பொருத்தமாக இருக்கிறது. நிறத்துக்கும் குணத்துக்கும் சம்பந்தம் இருப்பதாகச் சொல்வார்கள்.”

மற்றும் ஒரு நாளில்

“இன்று ஏன் பூ வைத்துக் கொள்ளவில்லை?”

(சிரிப்புடன்) “அவசரத்தில் ஓடி வந்து விட்டேன்.”

“உங்களுக்கு பூ, அதிகப்படியான ஆபரணம்.”

மற்றும் ஒரு நாளில்,

“நேற்று வரவில்லையே...”

“அத்தை வந்திருந்தாள்!”

“உடம்புக்கு ஏதோ என்று பயந்து போய்விட்டேன். அலுவலகத்துக்கு வரலாமா என்று யோசித்தேன். நீங்கள் தவறாக நினைப்பீர்களோ என்று”

“இதில் தப்பாக நினைக்க என்ன இருக்கிறது? டைப்பிஸ்ட் செண்பகா ராஜலட்சுமி என்றால் சொல்வார்கள்.”

மற்றும் ஒரு நாளில்:

“நிறைய படிக்க ஆசைப்பட்டேன். முடியல்லே.”

“ஏன்.?”

“ரெண்டு தங்கைகள். அவர்களும் படிக்க வேணுமே. சம்பாதிக்கணும்னு அப்பா சொல்லிட்டார்.”

“பிரைவேட்டாகப் படிக்கலாமே”

“யோசிக்கணும்.”

“யோசிக்க ஒண்ணுமில்லை. நான் ஏற்பாடு பண்றேன்”

மற்றும் ஒரு நாளில்:

“விடுமுறை நாட்களிலே என்ன பண்ணுவீங்க? எப்படி பொழுது போகுது?”

“அம்மா அப்பளம் பண்ணி வீடுகளுக்குப் போடுறாங்க. அவங்களுக்கு உதவியாக இருப்பேன்.”

அவள் அப்பாவுக்கு உடல் நிலை கெட்டது. செண்பகா இரண்டு நாள் அலுவலகம் வரவில்லை. அவர் அலுவலகம் சென்று விசாரித்தார். அவள் அப்பா ஆஸ்பத்திரியில் இருந்த செய்தியை அவர் அறிந்தார். இடத்தை விசாரித்து அறிந்துகொண்டு, அவர் அங்கு போய்ச் சேர்ந வேளையில், அவர் படுக்கையைச் சுற்றி செண்பகாவும், அவள் சகோதரிகளும், அழுதுக்கொண்டு நின்றிருந்தார்கள். அம்மா என்று தோன்றுபவள் அப்பாவின் தலை மாட்டில் உட்கார்ந்து அழுதுகொண்டிருந்தாள். அப்பா ஸ்மரணை அற்ற ஸ்திதியில் இருந்தார். அவர் முகம் மட்டும் தெரிய இருந்தது. நெருப்பை அவிழ்த்தது மாதிரி முகம். கரிந்து போயிருந்தது. அவரைப் பார்த்துச் செண்பகா அதிகம் அழுதாள். அன்று மாலையிலேயே அப்பா காலமானார்.

குமாரசாமி அலுவலகத்தில், ஐநூறு ரூபாய் கடன் வாங்கினார். 1968ஆம் ஆண்டில் ஐநூறு ரூபாய் பெருந்தொகை என்பதில் இரண்டாம் கருத்து இருக்க முடியாது. “குடும்பத்தில் ஆண்பிள்ளை இல்லையே என்கிற குறையை நீக்கி விட்டாய்” என்று செண்பகாவின் அம்மாவே, குமாரசாமியிடம் சொன்னாள். அந்த ஐநூறு ரூபாய்ப் பணத்தில் செண்பகாவின் அப்பா தன் இறுதிப் பயணத்தை மிக கௌரவமாக மேற்கொண்டார்.

குமாரசாமி, அண்ணா மேம்பாலத்தை அடைந்து, அர்த்தம் இல்லாத குதிரை வீரன் சிலையின் கீழ் நின்றார். புற்கள் ஓரளவு செழித்திருந்தன. கவனிப்பார் இருந்தால் இந்த இடத்தை மிக அழகாக ஆக்கியிருக்க முடியும். சற்றுத் தள்ளி பெரியார், உடைசல் வண்டிகளுக்குப் பக்கத்தில் காவல்காரரைப்போல அனாதவராய் நின்றார். அந்த இடமும் அழகான பூங்காவாக இருக்கலாம். ‘வேண்டியது அக்கறை...’

செண்பகாவுக்கு அடுத்த ஆறாம் மாதம் திருமணம் நடந்தது. மிகவும் மகிழ்ச்சியோடு அவள் அவருக்குக் கல்யாணப் பத்திரிகை கொடுத்தாள்.

“நீங்கள் அவசியம் கல்யாணத்துக்கு வரவேணும். அம்மா உங்களை எதிர்பார்க்கிறாங்க” என்றாள் செண்பகா. மணமகன் தூரத்து அத்தை

மகன் என்றாள் அவள். மிராசுதாராம் அவர். மகிழ மரத்தின் அடியில் அவர்கள் நின்றுகொண்டிருந்தார்கள். மலர்கள் நிழற்குடையின் மேலும் மண்ணிலும் சிந்திக் கிடந்தன. காலை முதிர்கிற நேரம். ஆபீசுக்கான பஸ் இன்னும் வரவில்லை. கல்யாண ஜவுளி எடுக்க, மாப்பிள்ளை வீட்டார் காஞ்சிபுரத்துக்கே போகிறார்களாம். நாளை லீவ் போட்டுவிட்டு அவளும் போகப் போகிறாளாம். அவள் மிக மகிழ்ச்சியில் இருந்ததைக் கவனித்தார் குமாரசாமி. பஸ் வந்தது. அவள் ஓடிப் போய் ஏறினாள்.

"நீங்க வரலையா?" என்றாள் செண்பகா ஓடிக்கொண்டே.

"நீங்க போங்க, நான் ஒரு நண்பரை எதிர்பார்க்கிறேன் என்று விட்டு அவர் அங்கேயே நின்றார். எத்தனை நாழி என்று அறியாது மதியம் வரை அங்கேயே நின்றார். அவரை அறியாது அவர் கண்களில் நீர் கசிந்தது. துடைத்துக்கொண்டார். தொண்டை வறண்டிருந்தது. அருகில் இருந்த ஒரு பெட்டிக்கடைக்குச் சென்று சோடா குடித்தார். சில்லறை கொடுக்க பர்சை எடுத்தார். ரூபாயைக் கொடுத்து மீதி சில்லறையை வாங்கிப் பர்சில் போடும்போது அந்த ஒற்றை மல்லிகையைக் கண்டார். சருகாகி மடித்து ஆனால் வெகு பத்திரமாய் ஓர் அறைக்குள் இருந்தது. அத்துடன் பழைய பஸ் டிக்கட்டுகளும் கிடந்தன. அவைகளை எடுத்துக் கீழே போட்டார். காலாவதியான டிக்கட்டுக்களை பைத்தியங்கள்தான் வைத்திருக்கும்.

குமாரசாமிக்கு உரக்கச் சிரிக்க வேண்டும் போல் இருந்தது. என்றைக்கோ நடந்து போன ஓர் அற்ப விஷயத்தைக் குறித்து இவ்வளவு யோசிக்க வேண்டுமா? ஆனாலும் அவை அனிச்சை செயல்களாகவே அல்லவா நிகழ்கிறது? கோடை காலத்தில் குளத்திலிருந்து எழும் ஆவி மாதிரி இந்த எண்ணங்கள் செண்பகாவுக்குப் பிறகு, அவர் வேறு யாருடனும் ஏமாற வாய்ப்பில்லாமல் போனது குறித்து அவர் எப்போதும் மகிழ்ச்சியடைவார். தான் ஏமாந்து போய் விடவில்லை என்றும், செண்பகாவேகூட ஏமாற்றுக்காரி அல்ல என்றும், சூழ்நிலையே ஒரு மனிதரை இப்படியெல்லாம் பாத்திரமேற்கச் செய்து, வசனம் பேச வைத்து விடுகிறது என்றும் அவர் பல சமயங்களில் நம்பினார்.

மதியத்தை நெருங்கிக்கொண்டிருக்கும், வெயிலற்ற அந்தக் காலைப் பொழுது ஒரு செடி வளர்வது மாதிரி வளர்ந்துகொண்டிருந்தது. தரையில் விழுந்த மீன் தண்ணீருக்குள் வந்த மாதிரி அவர் அந்தப் பொழுதை அனுபவித்தார். செண்பகாவுக்குத் திருமணமான கொஞ்ச காலத்துக்கு உள்ளேயே அவருக்கும் கல்யாணம் ஆயிற்று. யசோதை மனைவியாக வந்தாள். குழந்தைகள் வந்தார்கள். உடம்புச் சதை வந்தது. காதோரம் நரை வந்தது. வாயுத் தொல்லை வந்தது. எல்லா விஷயத்துக்கும் தத்துவபரமான சிந்தனைகள் வந்துவிட்டன.

ராதாகிருஷ்ணன் வீதி வழியாகக் கடற்கரை நோக்கி நடையைத் திருப்பினார். கிழக்குத் திசை வழி அவர் நடந்தார். உலக நாடுகள் எதையும் அமைதியாக வாழ விடுவதில்லை என்று உறுதிபூண்டு வாழும் அமெரிக்க நாட்டு அலுவலகம் கடந்து, நடைபாதை வழியாகவே நடந்தார். நாம் காலத்துக்குக் கட்டுப்பட்ட மனிதர் அல்ல என்றும், நாம் எங்கும் செல்ல அல்லது செல்லாமல் இருக்க, சுதந்திரப்பட்டவர் என்றும் ஒரு நினைவு அவருக்குத் திடுமென தோன்றவும், தாம் மிகுந்த பலம்கொண்டு விட்டவர்,

தாமே ஒரு சர்வாதிகாரி அல்லது தாமே அனைத்தும் தானாகிவிட்ட சந்நியாசி என்றும் பாவிக்கத் தொடங்கினார். இந்த நினைவு கொடுத்த புத்துணர்ச்சி அவரை நிமிர்ந்து நிற்கச் செய்தது. அவரை இளமைப் பருவம் எய்தச் செய்தது. அவரது காலடியில் சிந்திக் கிடந்த காம்பவுண்டுச் சுவருக்கு உள்ளிருந்த மஞ்சள் அரளி மரத்தின் பூக்கள் அவருக்குப் பூக்களாகத் தோன்றாமல் நட்சத்திரங்களும் உலகங்களும் இணைந்த பிரபஞ்சமாகவே தோன்றியது. அவர் உலகத்தின் தலைவர்! அவரே பிரஜாபதி!!

அட! ஒரு பகல் நேரப் பொழுது இப்படி ஆனந்தமயமாகவா இருக்கும்? இதை அறியாமல் எத்தனை காலங்களை அவர் வீணடித்து விட்டார். அவர் வானவில்லை பிடித்து விட எண்ணி மாடிப்படி ஏறிய அறிவிலி, தொடுவானத்தைத் தொட்டு விட நினைத்துப் பரிசல் ஓட்டிய மூடர். அதெல்லாம் பழைய கதை.

விவேகானந்தர் இல்லத்தை ஒட்டி, அவர் ஓய்வு நேரப் புரூஃப் திருத்தும் வேலை செய்யும் தமிழ்க்கடல் பதிப்பகம் இருந்தது. அதன் உரிமையாளர் கோபாலனைப் பார்க்க வேண்டும் என அந்தக் கணம் தோன்றியது. நினைவை உடனே செயல்படுத்த ஆரம்பித்தார். குமாரசாமியை அந்த நேரத்தில் அவர் பார்க்கவும் மிகுந்த ஆச்சரியப்பட்டார்.

"என்ன ஓய், என்ன இந்த நேரத்தில்! எப்போதும் ராத்திரிகளில் தானே வருவீர். இன்றைக்கு ஆபீஸ் இல்லையா?" என்றார் கோபாலன்.

குமாரசாமிக்குக்கூட கோபாலன் முகத்தைப் பகலில் பார்ப்பது விந்தையாகவே இருந்தது. கோபாலனை கறுப்பு நிறத்தவர் என்று அவர் இது காறும் நினைத்திருந்தார். ஆனால் அப்படி இருக்கவில்லை அவர். செம்பழுப்பு நிறத்தில் அவர் இருந்தார். மடிப்புக் குலையாத சட்டையும், தலைமுடியுமாக அவர் இருந்தார். இது ரொம்ப விசேஷமான காட்சியாகக் குமாரசாமிக்கு இருந்தது. மனுஷர்களைக்கூட காலம் அல்லாத காலத்தில் அல்லவா அவர் பார்த்து வந்திருக்கிறார். கடைப்பையன் டீ வாங்கி வந்து அவர்களுக்குத் தந்தான். அந்தப் பதிப்பகத்தையும், சுவரை மறைத்து அடுக்கி வைக்கப்பட்டிருந்த புத்தகங்களையும் முதன் முறை பார்ப்பவரைப்போல அவர் பார்த்தார். பெரும்பான்மையானப் புத்தகங்களை அவர் புரூஃப் பார்த்திருக்கிறார். அந்த நீள நீளமான பேப்பர்களில் அவர் சீர்திருத்திய அச்சுப் பிரதிகள்தாம் புத்தகங்களாக உருவெடுத்துள்ளன.

"என்ன குமாரசாமி. இன்னைக்கு ஆபீசு போகவில்லையா?"

"என்னோட வேலை பார்த்த அடைக்கலாசாமின்னு ஒருத்தர் திடீர்னு காலமாயிட்டார். அதனாலே, ஆபீசு விடுமுறை."

"அடடா..."

புத்தகம் வாங்க ஒன்றிரண்டு பேர் வந்தார்கள். அவர்களை வேடிக்கை பார்த்துக்கொண்டு அமர்ந்திருந்தார் அவர். ஒருத்தர் "ஜே. கிருஷ்ணமூர்த்தி இருக்கிறதா? என்றார். இரண்டாமவர் மாமிசச் சமையல் புத்தகம் வாங்க வந்திருந்தார். எல்லாமே தேவையாகத்தான் இருக்கிறது. தத்துவம், ஆன்மிகம், இலக்கியம், அரசியல், ஊறுகாய், கோழிப் புலவு, எல்லாம்! அவ்வளவையும் தின்றுதான் மனுஷன் ஜீவிதம். அவ்வளவும் சேர்ந்ததுதான் வாழ்க்கை. அது

அம்மன் கோயில் பிடாரி. உடுக்கை, கற்பூரம், சாராயம், ஆட்டு இரத்தம், சுருட்டு, முருங்கைக் கீரை, எல்லாம் பார்க்கப் படு தமாஷ், குமாரசாமி சிரித்தார்.

"என்ன திடீரென்று?" என்றார் கோபாலன்.

"மன்னிக்கணும். ஒன்றுமில்லை."

"ஒன்றுமில்லாததற்கு என்ன சிரிப்பு?"

"ஒன்றுமில்லை என்று கண்ட பிறகு, சிரிப்பு."

கோபாலனும் சேர்ந்துகொண்டார். இருவரும் மாறி மாறி ஒருத்தரைப் பார்த்து ஒருத்தர் சிரித்துக்கொண்டே இருந்தார்கள். ஆஃபீசில் கிளார்க் வேலையில் புதிதாகச் சேர்ந்திருந்த இளம் பெண், மருண்டு போய் அவர்களைப் பார்த்தார். அப்புறம் கோபாலன் சொன்னார்.

"நான் உமக்குக் கொஞ்சம் பணம் தரவேண்டும். இப்போதைக்கு இருநூறு தர்றேன் குமாரசாமி. வேலை அதிகமாகிட்டிருக்கு. நீர் வீட்டில் இருந்துகொண்டே புரூப் பார்த்துக் கொடுமே. உம்ம ஆஃபீசில் என்ன சம்பளம் பெரிசா கிழிக்கப் போறான்கள். அதற்கு மேலே நான் தர்றேன்."

கோபாலன் கொடுத்தப் பணத்தை வாங்கிப் பர்சில் வைத்துக்கொண்டார்.

"உம்ம பெரிய பொண்ணுக்கு டி. வி. கே.யில் சொல்லச் சொன்னீரே அது கிடைச்சுடும்போல இருக்கு. அடுத்த வாரத்தில் அவள் வேலைக்குப் போயிடுவாள். அதுக்கு நான் ஆச்சு. தொடக்கத்திலே ஆயிரம் சம்பளம் வரும்"

"எல்லாம் உங்க பெரிய மனசு."

"இரும்யா. செட்டியார் மெஸ்லேந்து பிரியாணி வாங்கிவரச் சொல்றேன். சாப்பிட்டுட்டுப் போவீரா."

இருந்து சாப்பிட்டுவிட்டுக் கிளம்பினார் குமாரசாமி.

ஒரு பிடுங்கி உத்தியோகம் குமாரசாமிக்கு. வெள்ளைக்காரன் காலத்திலிருந்து அந்த கம்பெனி புகழ் பெற்று வந்திருக்கிறது. அதன் ஸ்தாபகர் வெகு ஆசார சீலராயும், வெள்ளைக்காரன் காலா காலத்துக்கும் ஆட்சி செய்ய வேண்டும் என்ற கருத்துடையவராகவும் இருந்தார். அதனாலேயே அவர் கம்பெனியும், அவரும் மேன்மையுற்றார்கள். அந்தக் காலத்தில் பட்டைக்கிராம்பு, வால்மிளகு முதலான பல பொருள்களை அவர்கள் மேனாட்டுக்கு அனுப்பிக்கொண்டிருந்தார்கள். ஸ்தாபகர் 'இறைவனடியை'ச் சேர்ந்த பிறகு, அவர் மகன், லண்டனில் படித்தவன், அவர் நாற்காலியில் வந்தமர்ந்தான். கற்பாறைகளைப் பிளந்து பாலீஸ் போட்டு மேல் நாடுகளுக்கு அனுப்பிக்கொண்டிருந்தான். இந்தியப் பெண்களைத் தவிர எல்லாவற்றையும் மேல் நாட்டுக்கு அனுப்பி பணம் பார்த்தான். இத்தொழிலுக்கு மேல் நாட்டுக்குப் போய் படிக்க என்ன இருக்கிறது என்று குமாரசாமிக்கு விளங்கத்தான் இல்லை. புதிய தலைமுறை அப்பாவைத் தாண்டியது உண்மை. ஸ்தாபகருக்காவது வெள்ளைக்காரன் தெய்வமாக இருந்தான். மகனுக்கோ, ஆள்பவர்கள் மற்றும் எதிர்கட்சிக்காரர்கள் அனைவரும் வழிபடும் கடவுளாக இருந்தார்கள். அடையாற்றுக்கு அருகில் அவனுக்குச் சொந்தமான ஒரு பெரிய வீடு, வியாபார விஷயங்களுக்காக

என்றே அவன் வைத்திருந்தான். அங்குதான் அரசியல் தலைவர்கள், ஏதோ ஒரு வகையில் சமூகப் பணியாற்றும் ஸ்திரிகள் ஆகியோரை அவன் சந்தித்தான். அவன் செய்கிற தகிடு தத்தங்களுக்கும் அவர் பொறுப்பேற்க முடியாது. அவருக்கு மாசம் பிறந்தால் ஒழுங்காகச் சம்பளம் வந்து விடுகிறது. அழுக்குப் பஞ்சுகளைக்கூட அவன் விற்கிறான். ஆனால் அவருக்குத் தரும் சம்பள நோட்டுக்களில் அழுக்கில்லைதான். என்றாலும் இந்தப் பகல் பொழுது இவ்வளவு அழகாகவா இருந்துத் தொலைக்கும்?

காலையில் அலுவலகத்துக்குள் நுழைந்துக்கொண்டால் செயற்கைக் குளிர்ப்பதன அறையின் சில்லிப்புத் தாக்க, இயற்கைப் பகல் வெட்ப தட்பசீதோஷ்ணங்களை அறியாது அவருக்கு வரும் கோப்புக்களில் அவர் கவனம் புதைக்கப்பட்டு விடுகிறது. ஆஃபீசை சுற்றிய மரங்களில் பறவைகள் இருந்தன. கண்ணாடிக் கதவுகளால் மூடப்பட்ட அலுவலகம் ஆனதால் அவைகளின் சத்தங்கள் கேட்பதில்லை. தயிர்க்காரியின் குரல் அனுமதிக்கப்படுவதில்லை. மனுஷ வாழ்க்கையே கல்லறைக்குள் புதையுண்டதுபோல அல்லவா ஆகிவிடுகிறது.

கோப்புக்குள் மாட்டுச்சாணத்தை நினைவுப் படுத்தும் காகிதக் குப்பைகளால் ஆன கோப்புகள் முகம் தெரியாத யாரோ ஒருத்தருக்கு ஆணோ பெண்ணோ, யாருக்கோ வாயு பிரிவதற்காக, பெருங்காயம் சேகரித்தக் கோப்பாக அது இருக்கும். முதலாளி, யாருக்கோ பகிங்கிரமாகவோ, ரகசியமாகவோ கொடுத்த கறுப்புப் பணத்தை வெள்ளையாக்கும் கோப்பாக அது இருகும். முப்பத்து மூன்று வருஷங்கள் ஸ்தாபனத்துக்கு உழைத்து, டி. பி. நோயினால் அவஸ்தைப்படும் பாண்டுரங்கத்துக்கும் பண உதவி செய்யலாமா வேண்டாமா? சட்டத்தில் இடம் உண்டா என்று கேட்டு வருகின்ற நன்றிக் கெட்டத்தனமான கோப்பாக இருக்கலாம். ஏதாவது ஓர் இழவு கோப்பு. சம்பந்தம் இல்லாத முட்டாள்தனமான, மனுஷத்தனம் அற்ற கோப்பு. அதுக்காகப் பொன்மயமான உலகத்தை என்னத்துக்கு இழப்பது.

அடைக்கலசாமி செத்துப் போனார். அவர் நாற்காலியில் யார் உட்கார்வார்கள்? அதற்கென்றே ஒருவன் பிறந்து வந்திருப்பான். அவன் வந்து அந்த இடத்தைப் பூர்த்தி செய்வான். பல வருஷங்கள் அந்தக் கோப்புக்களைப் புரட்டுவான். மதியம் ஆறிப் போன சோற்றைத் தின்று விட்டு, சிறுநீர் கழித்து விட்டு வந்து உட்கார்ந்து கோப்பைப் பார்த்து, பின் அவனும் செத்துப் போவான். அப்புறம் அந்த இடத்தில் மற்றும் ஒருவன் குமாரசாமியும் ஒரு நாள் செத்துப் போவார். மாரடைப்பு? பேதி? புற்று நோய். பாத்ரூமில் வழுக்கி விழுந்து கால் உடைப்பு? ஏதோ ஒரு வழி மரணம் வரும். நோட்டீஸ் போர்டில் நாலு வரிச் செய்தியாக தொங்கும்.

'ஒரு வருத்தத்துக்கு உரிய செய்தி, நம் அலுவலகத்தில் கடந்த இருபத்தெட்டு ஆண்டுகள் பணி புரிந்த உதவிக் கண்காணிப்பாளர் திரு குமாரசாமி நேற்று இரவு படுக்கையில் உறங்கியபடியே மாரடைப்பால் காலமானார். அன்னாரின் மறைவுக்காக, இன்று அலுவலகம் விடுமுறை விடப்படுகிறது. திரு. குமாரசாமியின் ஆத்மா சாந்தியடைய அனைவரும் பிரார்த்திப்போம்.
— இப்படிக்கு மணிபால் சாத்தே கும்பெனி நிர்வாகம்!'

ஊழியர்கள் சந்தோஷமாய் ஆட்டோ, பஸ் பிடித்து அவரது உடலைப் பார்க்க வருவார்கள். கும்பெனி பெயர் எழுதிய மலர் வளையம் கொண்டு

வருவார்கள். (என்ன அநியாயம், அடைக்கலசாமிக்கு வாங்கறச்சே மலர் வளையத்தோட விலை பதினைந்து ரூபாய், குமாரசாமிக்கு வாங்கப் போனா இருபது ரூபாவா) அப்புறம் சிலர் வீட்டுக்குப் போய் அரிதாய்க் கிடைத்த விடுமுறையை உறங்கிக் கழிப்பார்கள். சிலர் சினிமாவுக்குப் போவார்கள். அதனால் என்ன? குமாரசாமி செத்துப் போனால் சூரியன் உதிக்காதா? மனுஷர்களுக்குப் பசிக்கக்கூடாதா? இயற்கை உபத்திரவங்கள் இருக்காதா?

வழக்கத்துக்கு மாறாக, மூன்று மணிக்கே வீட்டுக்கு வந்த கணவனை அதிசயமாகப் பார்த்தாள் யசோதை. அவருக்கும் அவள் அதிசயமாகத் தோன்றினாள். தலைவாரிக்கொண்டிருந்தாள் போலும். ஒரு கையில் சீப்பு இருந்தது. ஒரு பக்கத்து கூந்தல் வாரப் பட்டு, மறுபக்கம் விரித்துப் போடப்பட்டுக் கிடந்தது. ஸ்நானம் செய்திருந்தாள்போலும். சந்தனசோப்பின் வாசனை, படர்ந்துகொண்டிருந்தது.

“என்ன இவ்வளவு சீக்கிரம்.”

“அடைக்கலசாமி செத்துப் போய்ட்டார்.”

அவள் யோசித்துவிட்டுச் சொன்னாள்.

“யார்? நம்ம வீட்டுக்குக்கூட வந்திருக்கிறாரே கிறிஸ்துவர்?”

“அவர்தான்.”

“நாளைக்கு ஆஃபீஸ் இருக்கா?”

அவர் கைலியை முடிந்துகொண்டே சொன்னார்.

“அவங்களுக்கு இருக்கும்.”

“அவங்களுக்குன்னா?”

“எனக்கில்லை.”

“அப்படின்னா?”

“நான் இனிமே ஆஃபீஸ் போகப் போறதில்லை.”

அவர் பாத்ரூம் போய்விட்டு வந்து அவளைப் பார்த்துச் சொன்னார்.

“ஏன்னு அப்புறம் சொல்றேன். இந்தா?” என்றபடி இருநூறு ரூபாய் பணத்தை, அவளிடம் சேர்த்தார். அறைக்குச் சென்று மேசைக்கு முன் அமர்ந்து, கும்பெனிக்கு ராஜினாமா கடிதம் எழுதி முடித்தார். எல்லையில்லாத அமைதி அவரைச் சூழ்ந்தது.

1991

வர்க்கம்

வாசுதேவன், பூங்காவுக்குள் நுழைந்தவுடனேயே, அவர் பார்வையில் காலியாக இருந்த பெஞ்சுதான் முதலில் பட்டது. காலி பெஞ்சைப் பார்க்கையில்தான் மனசு எவ்வளவு அற்பத்தனமாக சந்தோஷம் கொள்கிறது? எதற்குச் சந்தோஷப்படுவது, எதற்குத் துக்கப்படுவது என்று தெரிந்து கொள்ளாத விவஸ்தை கெட்ட மனசு. பஸ், ரெயில்களில் ஜன்னல் ஓர இருக்கை, சினிமாவில் அடுத்தவன் கை உரசாத ஓர நாற்காலி, ஓட்டலுக்குப் போனால் கிழிசல் இல்லாத நுனி இலை போன்ற அற்பங்களுக்கு அலை பாய்கிறது மனசு.

ராஜ சிம்மாசனம்போல, நன்கு சாய்ந்து சௌகர்யமாக அமர்ந்து கொள்ள ஏதுவாக இருந்தது அந்த பெஞ்சு. சிமென்டால் ஆனது. நிழலில் இருந்ததால், குளிர்ச்சி வேறு பிரும்மானந்தமாக இருந்தது. 'கிருஷ்ணா... முகுந்தா' என்று முனகியபடி சம்மணம் போட்டு அமர்ந்துகொண்டார். பின்னால், அவருக்குக் குடை பிடிப்பதுபோல மஞ் சள் கொன்றை மரம் கவிந்துகொண்டிருந்து. காற்று, ஐஸ்கிரீம் சாப்பிட்ட குழந்தை முத்தம் கொடுத்ததுபோல சில்லென்றிருந்தது. தெரு, இரண்டு சாரியிலும் கொன்றை மரங்களாக வளர்ந்து தெருவில் வெயிலே விழாமல் அடித்துக்கொண்டிருந்தது.

நிழலும், காற்றும் வாசுதேவனின் பிரக்ஞையை மழுங்கடித்தாற் போல் இருந்தது. இதைத்தான் 'அஜம்' என்றார்கள் போலும். ஆட்டைப் போன்ற அசமந்தத் தனம். ஆடு, என்ன அப்படி அசமந்தமாகவா இருக்கிறது. மனுஷயர்கள் மட்டும் அப்படி என்ன புத்திமான்கள்? தூரத்தில் தெரு எல்லையில், கவர்னர் மாளிகைக்கு எதிராகப் பதினோரு மணி வெயில் பளீரிட்டுக்கொண்டிருந்தது. அவர் பார்த்துக்கொண்டிருக்கும் போதே, அந்த வெள்ளை வெயில், சுருள் காகிதம் போல் திரண்டது. சிந்திக் கிடக்கும்

கறுப்பு மை போன்றிருந்த தார் ரோட்டை அது ஒற்றி எடுப்பதுபோல அவருக்குப்பட்டது. வெயிலையே உற்றுப் பார்த்துக்கொண்டிருந்தமையால் அவர் கண்கள் மயங்கின. காலையில் சாப்பிட்ட மோர் சாதம் காரணமாகவோ அவரது கண்களின் இமைகள் கனத்து உறக்கத்தின் முதல் படியை அவர் தொட்டு, இரண்டாம் படியைத் தாவிக்கொண்டிருந்த அற்புதக் கணத்தில், அவர் உறக்கம் கலைந்தது. கலைக்கப்பட்டது.

மனுஷர்களைத் தேடி வந்து துன்பம் செய்யவென்றே சில பிரகிருதிகள் இருக்கத்தானே செய்கிறார்கள். வாசுதேவன் எதிரே கைத்தடியை மண்ணில் ஊன்றிக்கொண்டு, அவனைப் பூதக் கண்களால் உற்றுப் பார்த்தபடி ராமாச்சார் நின்றுகொண்டிருந்தார். சுக்கை வெயிலில் போட்டு வதக்கிய தேகம், வம்புக்கு அலைகிற துருதுருத்த வெற்றிலை வாய். முண்டகம் செய்த உச்சி மண்டையில் நாலைந்து மயிர் குடுமியாகப் பறந்துகொண்டிருந்தது. மஞ்சள் காரிசுத் துண்டால் மார்பை மறைத்திருந்தார். அவரது கரிய உடம்பின் நிறத்திலும் கரியதாய் இருந்தது அவர் அணிந்திருந்த பூணூல்.

“என்னடா வாசுதேவா?... எப்படி இங்கே?” என்று வயதுக்குச் சற்றும் பொருந்தாத இடிக்குரலில் கேட்டார், ராமாச்சார்.

இந்தச் சனியன் இங்கே எப்படி என்று நினைத்தபடி, மேல் மரியாதை நிமித்தம், சம்மணம் இட்டிருந்த காலைத் தொங்கவிட்டபடி, “சும்மாத்தான் மாமா, சித்தே சிரமபரிகாரம் பண்ணிக்கலாம்னு...” என்றார் வாசுதேவன்.

“இன்னும் ஆலையைத் திறக்கலையாடா? சோத்துக்கு என்ன பண்றேள் எல்லாரும்?”

“இன்னும் திறக்கலை மாமா. சாப்பாட்டுக்குச் சிரமம்தான். அங்கையும் இங்கையும் புரட்டி, அண்டாவையும் குண்டானையும் அடகு வச்சு, ஒப்பேத்திண்டிருக்கேன்.”

ராமாச்சார் தலையை இடது கையால் தடவிக்கொண்டார். அவரது மோதிர விரலிலும், சுண்டு விரலிலும் போட்டிருந்த சிவப்பு வைர மோதிரங்கள், வாசுதேவனுக்குக் கண்ணில் தென்பட, திடுமென அவருக்கு எரிச்சல் மூண்டது.

“என்ன பிழைப்போ போ, பிராமணனா பொறந்துட்டு ஆலை வேலையும், கூலி வேலையும் செஞ்சுண்டு வயித்தைக் கழுவிக்கணும்னு உன் தலையிலே எழுத்து. அதுவும் இல்லாமே, லங்கணம் போட்டிண்டு இருக்கியோன்னோ...”

வாசுதேவனுக்கு சுருசுருவென்று எரிச்சல் ஏறியது. அது குரலில் தென்படாதபடிக்குச் சகஜமாகச் சொன்னார்.

“பெரியவா, நீங்களே தர்ப்பையைத் தூக்கி எறிஞ்சுட்டு, கறுப்புக் கோட்டைப் போட்டுண்டு, வக்கீல்னு நீட்டி முழக்கிண்டு கோர்ட் கோர்ட்டா ஏறி, வியாஜ்ஜியம் பேசறேன்னு பொய்யைச் சொல்லிண்டு, கள்ளன், திருடன், கேப்மாரிப் பயல்களோட காசை வாங்கிச் சீவிச்சுண்டு தானே மாமா பெரிய மனுஷாள் ஆனேள்? அப்புறம் நான் மட்டும் ஏன் ஆலையிலேயே பஞ்சு புடுங்கற உத்தியோகம் பண்ணப்படாது? இவ்வளவு பேசறேளே... உங்க பிள்ளை என்ன பண்றார்? ‘பாட்டா’விலே, வர்றவன் போறவன் காலைப் புடிச்சு செருப்பை மாட்டிண்டுதானே ஜீவனம் பண்றார். பேன்ட்டும், சர்ட்டும்

போட்டுண்டா அது சக்கிலியன் வேலை இல்லேன்னு ஆயிடுமா? இதே சக்கிலியனை நாமதானே நாலு அடி தள்ளி நில்லுடான்னு சொன்னோம். இப்போ நாலு காசு கிடைக்குதுன்னு தெரிஞ்சப்போ, நாமதானே செருப்பை மாட்டி விடப் போறோம். பிராமணன் என்ன பிராமணன். நமக்கு என்ன கொம்பா முளைச்சிருக்கு?"

ராமாச்சார், வாசுதேவனை உற்றுப் பார்த்தார். தன் கைத்தடியை இரு கைகளாலும் இறுக்கிப் பிடித்துக்கொண்டார். சமாதானம் பேசுகிறார்போல அவர் சொன்னார். "ஏதோ சொல்லணும்னு தோனித்து, சொன்னேன். சொந்தக்காரா, உன் பொண்ஜாதி அலமேலு என்னோட ஒண்ணுவிட்ட தங்கை பொண்ணு. அந்த அபிமானத்துல கேட்டேன்..."

வாசுதேவனுக்குப் பேச்சை மாற்ற வேண்டும் என்று தோன்றியது.

"இந்த வேகாத வெய்யில்லே, இங்க எங்க மாமா வந்தேள்?"

"அதோ அந்த மூல பெஞ்ச்சுலதான் என்ன மாதிரி ரிடையர்டு கிழங்கள் உக்காந்துண்டு வம்பளக்கிறது. நேரம் போகணுமோல்லியோ, வயசாயிடுச்சுன்னாலே சனியன், தூக்கம் வரமாட்டேங்கறது. ஒரே தூக்கம்தான் வரணும். இனி பெருமாள் மனசு வக்க மாட்டேங்கறாரே, வரட்டா... அலமேலு எப்படி இருக்கா?"

"நன்னா இருக்கா மாமா"

"குழந்தைகளைக் கூட்டிண்டு ஒரு நா ஆத்துப் பக்கமா வரப்படாதா?"

"வர்றேன் மாமா."

ராமாச்சார் தரையைக் காலால் தேய்த்தபடி நடந்து போனார். வாசுதேவனுக்கு மனசுக்கு நிம்மதியாய் இருந்தது. கிழம், இனி தன் பேச்சுக்கு வராது என்ற நினைப்பே அவருக்குச் சந்தோஷமாக இருந்தது.

வாசுதேவனின் மனம் சாந்தப்பட்டிருந்தது. நிதானமாக அவரால் யோசிக்க முடிந்தது. ராமாச்சார் சொன்னது பொய்யில்லையே. அவர் உண்மைதான் சொன்னார். வாசுதேவன் வேலை செய்துகொண்டிருந்த பஞ்சாலையை அடைத்துத்தான் போட்டிருந்தார்கள். போனஸ் தகராறு என்று விவகாரம் ஆரம்பித்தது. தொழிலாளர்கள் உள்ளிருப்பு வேலை நிறுத்தம் செய்தார்கள். அப்புறம் உண்ணாவிரதம் இருந்தார்கள். ஆலை சொந்தக்காரன் மில்லை அடைத்தான். தொழிலாளர் கோர்ட்டுக்கு விவகாரம் சென்றது. கோர்ட் சொன்னத் தீர்ப்பை முதலாளி ஏற்கவில்லை. அவன் இன்னும் பெரிய கோர்ட்டுக்குச் சென்றான். அரசாங்கம் தலையிட்டது. அரசு தீர்ப்பைத் தொழிற்சங்கங்கள் ஏற்க மறுத்தன. பேச்சுவார்த்தை நடந்துகொண்டே இருந்தது.

பேச்சு... பேச்சு... இடையறாத பேச்சு நடந்துகொண்டேயிருந்தது. ஆள் ஆளுக்குப் பேசிக்கொண்டேயிருந்தார்கள். வாசுதேவன் உட்கார்ந்திருக்கும் இடத்திலிருந்து கவர்னர் மாளிகை தெரிந்தது. அம்பாசிடர் கார்களும், மாருதி வேன்களும் உள்ளே போயும், திரும்பியவாறும் இருந்தன. அதிகாரிகள் என்கிற மேலோர்கள் கவர்னரிடம் பேசவும் பேசுவதைக் கேட்கவும் போய் வந்துகொண்டிருந்தனர். திடுமென ராமாச்சாரியிடம் இது பற்றிக் கேட்க வேண்டும் என்று அவருக்குத் தோன்றியது. "பிராமணனை உள்ளிட்ட எல்லா வர்ணத்தவரையும் அடங்கிய, சுமார் மூவாயிரம் குடும்பங்களை வாழ

வைப்பதற்காகப் பேசிக்கொண்டிருக்கிற இந்த அதிகாரிகள் என்ன ஜாதி மாமா? இவர்கள் பிராமணர்களை விட உசத்தி என்று வைத்துக் கொள்வீரா? என்று கேட்க வேண்டும். ராமாச்சாரின் முகம் அஷ்டகோணலாவதைக் கற்பனையாகவே கண்டு சந்தோஷம் அடைந்தார் வாசுதேவன்.

கவர்னர் மாளிகையிலிருந்து சிவப்பு விளக்கு இருக்கும் கார் ஒன்று வெளிப்பட்டது. பெரிய அதிகாரியாக இருக்க வேண்டும் என்று நினைத்துக்கொண்டார். இந்த ஊரில் சோட்டா அதிகாரிகள்கூட சிவப்பு விளக்கு உள்ள காரைப் பயன்படுத்துகிறான்கள். உள்ளே இருப்பவன் எவனாக இருந்தால் என்ன? ஆலைத் தொழிலாளர்களைப் பற்றித்தான் பேசிவிட்டு வருவான்களாக இருக்கும். ஊரில் இப்போது பெரிய பிரச்சினை இதுவாகத்தான், இருந்தது.

வாசுதேவன் மனம் சாம்பியது.

கஷ்டம், இன்ன ரூபத்தில்தான் வரும் என்று சொல்ல முடிகிறதா என்ன? தட்டுத் தடுமாறிக்கொண்டு நடந்துகொண்டிருந்த குடும்பம் அது. அவர், அவர் மனைவி அலமேலு, பெரியவனும் +2 படிப்பவனும் ஆன நாணா. சின்னவள் எட்டாவது படித்துக்கொண்டிருக்கும் ஹரிணி, எண்பது வயது கடந்த கண் பார்வை சுத்தமாகப் போய், படுத்த படுக்கையாகக் கிடக்கும் அவர் அம்மா என்று அவருக்குக் குடும்பம் இருந்தது. பிடிப்பு எல்லாம் போக அவர் கையில் மாசம் ஆயிரத்து அறுநூறு வந்து விழுந்துகொண்டிருந்தது. கடந்த பல மாதங்களாக அந்தச் சம்பள வரவு நின்றுதான் போயிருந்தது. தொடக்கத்தில் சினேகிதர்கள், அப்புறம் தெரிந்தவர்கள் எல்லோரிடமும் அவர்கள் இரக்கத்தையும், பரிதாபத்தையும் பயன்படுத்திக்கொண்டு கடன் வாங்கினார். "இதோ, அடுத்த மாடம் ஆலை திறக்கப் போகிறார்கள்" என்று அவர்களிடம் அவர் சொன்னார். அவர்களும் நம்பினார்கள். அப்புறம் அந்தப் பொய்யையே திரும்பத் திரும்பச் சொல்வதில் அவருக்கே சலிப்புண்டாகி விட்டது. நண்பர்களின் மனைவிமார்கள், புருஷர்கள் வீட்டுக்குள் இருக்கும் போதே அவரிடம் இல்லை என்றார்கள். சிலர், வசமாகச் சிக்கிக் கொள்ள நேர்ந்த போதோ, நாலாம் தர 'தண்ணி காப்பி' கொடுத்து அவரை உபசரித்தார்கள். அலமேலு வீடு அப்படி ஒன்றும் ஐவேஜி உள்ளதல்ல. ஏதோ அவர்களால் முடிந்த மட்டுக்கு அவர்கள் கொடுத்து உதவினார்கள். ஒரு கட்டத்துக்குப் பிறகு அதுவும் நின்றது. இது போன்ற சந்தர்ப்பத்துக்கென்றே பெண்கள் நகை அணிந்து கொண்டிருக்கிறார்கள். அலமேலுவிடம் அப்படி ஒன்றும் பெரிதாக நகை இருந்ததில்லை. அரைப் பவுனில் கம்மல், கால் பவுனில் மூக்குத்தி, தாலியில் ஒட்டிக்கொண்டிருந்த அரைக்கால் பவுன் எல்லாம் எத்தனை நாள் தாக்குப் பிடிக்கும்.

காலட்சேபம், ரொம்ப ஆச்சர்யமான விஷயமாக இருந்தது வரவர.

வாசுதேவனைப் பற்றி மட்டுமல்ல, அவர் தோப்பனார் வரததேசிகனைப் பற்றிக்கூட ராமாச்சாருக்கு மரியாதை இல்லாமல்தான் இருந்தது. இத்தனைக்கும் வரத தேசிகன், சமஸ்கிருதத்திலும், ஆங்கிலத்திலும் பெரும் புலமை பெற்றிருக்கும் கம்பெனியின் தொடக்கக் கால ஊழியர்களில் அவரும் ஒருவர். அக்கம்பெனியில் அவர் சேரும்போது அவர் வயது பதினாறு. நெற்றி முழுக்க அடைத்துக்கொண்டு பாதம் சாத்திக்கொண்டு தம்முன் நின்ற

இளைஞன் வரத தேசிகனைக் கண்ட முதலாளி சுந்தரம் ஐயங்காருக்கு, ஆட்சேபம் எதுவும் இருக்க முடியாதுதான். கம்பெனியில் சேர்த்துக்கொண்டார். வரததேசிகனுக்கு அக்கம்பெனி ஜீவனோபாயம்தான். ஆத்ம லாபத்துக்கு அவர் சாஸ்திர ஆராய்ச்சியில் ஈடுபட்டிருந்தார். நாலாயிரத்தைப் பிழையறச் சிறப்பாகப் பதிப்பித்தார். தேசிகனுக்கு ஆண்டாளில் அபாரமான பிரீதி இருந்தது. ஆண்டாளை இங்கிலீசிலும் ஆக்கினார். சுந்தரம் ஐயங்காரே, தேசிகனை ஒரு நாள் அழைத்து "தேசிகன், உன்னை என் கம்பெனியில் வச்சுக்கறது எனக்குத்தான் பெருமை. ரொம்ப உசத்தியான காரியம் பண்ணிண்டு இருக்கே. லோக ஷேமார்த்தம், இப்படி சில பேர் இருந்தாத்தான் மழை பெய்யும். அந்த வேலைகளுக்குக் குந்தகம் இல்லாமல், ஆபீஸ் வரதானா வரலாம். இல்லேன்னாலும் ஒண்ணும் பாதகமில்லை. சம்பளம் மாசம் முதல் தேதி ஆத்துக்கு வந்துடும். உன் கைங்கர்யத்துக்குப் பணம் எவ்வளவு வேண்டுமானாலும் கேஷியரிடம் வாங்கிகோ..." என்றார். முதலாளியின் இந்த உத்தாரத்தை ஒருநாளும் தேசிகன் பயன்படுத்திக் கொள்ளவில்லை. விடுமுறை நாட்கள் தவிர, மற்ற நாட்களில் முதல் நபராக ஆபீசுக்கு வந்து கடைசி நபராக வீடு திரும்பினார் அவர்.

தேசிகனுக்கு, பகவான் ஒரு பிள்ளையும், நாலு பெண்களையும் தந்தார். பெண்களை நல்ல இடமாகப் பார்த்து கல்யாணம் பண்ணி வைத்தார். பிள்ளை வாசுதேவனைக் குறித்துத்தான் அவருக்கு நிரம்ப வியாகூலம். அவனுக்கு வேதத்திலோ, பள்ளிப் படிப்பிலோ ஆர்வம் இல்லாமல் இருந்தது. கடற்கரைச் சறுக்கு மரத்தில் விளையாடி, பீரங்கிப் பள்ளத்தில் குதித்துத் தாண்டி, தென்னந் தோப்புக்களில் சுற்றித் திரிந்து, வீணே காலத்தைக் கழித்தான். பத்தாம் வகுப்பு வரும்போது பிள்ளைக்கு வயது இருபதுக்கும் மேலே ஆகிவிட்டிருந்தது. குரல் கனத்து கருகருவென்று மீசைக் கருத்து பெரிய ஆண் பிள்ளையாக வேஷ்டி கட்டிக்கொண்டு வாட்ட சாட்டமாக இருந்தான் அவன். அவனை என்ன பண்ணுவது என்று யோசிக்கத் தொடங்கினார் அவர். ஒரு நாள் அவனைக் கூப்பிட்டுச் சொன்னார். "வாசுதேவா எதையாவது படித்து கற்று, வாழ்க்கைக்கான ஜீவனோபாயத்தைத் தேடிக் கொள்ள வேணுமேடா குழந்தை, எனக்குப் பிறகு நீ என்ன பண்ணுவாய்? அதுவே எனக்குப் பெரிய விசாரமாச்சு. வேதம் படிக்க முடியலைன்னா பரவாயில்லை, ஆண்டாளையாவது வரப்பண்ணு."

அப்பா அடித்துச் சொல்லியிருந்தால், வாசுதேவன் ஒரு கால், ஆண்டாளை வாசுதேவன் வெறுத்து விட்டிருப்பார். அப்பாவின் கனிவு அவரைத் தொட்டது. பூஜை அறையும் அப்பாவின் படிப்பறையுமாக இருந்த அறை அலமாரியிலிருந்து, அப்பா ஆண்டாள் பாசுரங்கள் அடங்கின புத்தகத்தை எடுத்து வாசுதேவனிடம் கொடுத்தார். "இது சாதாரண புத்தகம் இல்லை. பொக்கிஷம். ஆண்டாளைப் படித்தவர்க்கு வேறு எதுவும் வேண்டாமாயிடும் குழந்தை."

அப்பா, அதை அவர் கையில் அளித்து விட்டு, ஒரு கணம் கண்மூடி நின்றுவிட்டுச் சொன்னார்:

"தொழுது முப்போதும் உன்னடி வணங்கித்
தூமலர் தூய்த் தொழுதேத்துகின்றேன்.

பழுதின்றிப் பார்க்கடல் வண்ணனுக்கே.
பணிசெய்து வாழப் பெறாவிடில் நான்
அழுதழுது அலமந்து அம்மா வழங்க,
ஆற்றவும் அது உனக்கு உறைக்கும் கண்டாய்''

புரிந்தும் புரியாமலும் அந்தச் சிறு புத்தகத்தை வாசுதேவன் அப்பாவிடம் இருந்து பெற்றுக்கொண்டார். அவ்வப்போது வாசிக்கவும் தொடங்கினார். இந்தச் சமயத்தில்தான் பீட்டர் அல்ஃபோன்ஸ் அப்பாவிடம் மாணவராக வந்து சேர்ந்தார். கிறிஸ்தவரான அவருக்கு, நாலாயிரத்தில் பெரும்பாதி நெட்டுருவாகியிருந்தது. வைஷ்ணவம் பற்றிய ஆராய்ச்சியில் அவர் ஈடுபட்டிருப்பதாகவும், அவரைப் பற்றி உலகில் பல பாகத்தவர்களும் அறிந்திருந்தார்கள் என்று சாப்பிடும் வேளையில் அப்பா, அம்மாவிடம் சொல்லிக்கொண்டிருந்ததை வாசுதேவன் கேட்டான். அவனுக்கு ஆச்சர்யமாக இருந்தது. அந்த மனிதருக்கு என்னத்துக்கு இந்த வீண் வேலை என்றுதான் நினைக்கத் தோன்றியது. ஞாயிற்றுக் கிழமை காலை வேலைகளில் சுருக்கமாக உடுத்திக்கொண்டு சர்ச்சுக்கு ஆனந்தமாகப் போகக் கடமைப்பட்டவருக்கு, மண்டையை உடைக்கும் இந்தப் பாட்டுக்கள் எதற்கு என்றுகூட பட்டது. ஆனால், பீட்டர் அப்படியானவராகத் தோன்றவில்லை. உண்மையான சிரத்தையோடு அவர் வந்து போய்க்கொண்டிருந்தார். அப்பாவின் படிப்பறையைக் கடந்து போக நேரும் போதெல்லாம், அவர்கள் சம்பாஷனை வாசுதேவனுக்குக் கேட்கும். 'உற்றார்களை செய்வேனும் யானே என்னும் உற்றார்களை அழிப்பேனும் யானே' எனும் பாடலையோ அல்லது ஆறாயிரப் படியையோ விவாதித்துக்கொண்டிருப்பார்கள். அதுகூடப் பிரச்சினை அல்ல. பிரச்சினை எப்போது எழுந்ததெனில் பீட்டர் அல்போன்ஸ் சில சமயங்களில் வீட்டில் சாப்பிட நேர்ந்தபோதுதான். காலை பதினோரு மணிக்கு வரும் பீட்டர், சமயங்களில் மதியம் பலகாரம் அப்பாவுடன் சாப்பிட அமர்ந்தார். "சுவாமி — நீங்கள் டிபனை முடியுங்கள். நான் காலாற நடந்து போயக் வருகிறேன்" என்று பீட்டர் நாகரிகமாகச் சொன்னாலும், அப்பா அதை அனுமதிக்கவில்லை. "சாப்பிடுகிற வேளையில் இரண்டு கவளம் இருந்தால், ஒன்றை நானும் பகிர்ந்து கொள்வோம்" என்று அப்பா சொல்லிவிட்டார். இரவுகளில் இது நேர்ந்தது. இரண்டு ரசிகமணிகள் உட்கார்ந்து பேசத் தொடங்கினால் நேரமும் நாளும், ஏது? நடுக்கூடத்தில் இலை போட்டு, அவர்கள் இருவரையும் அமரவைத்து அம்மா பரிமாறினாள். சாப்பிடும்போது அவர்கள் ஆழ்வார்கள் விஷயமாகத்தான் பேசினார்கள் என்பதை வாசுதேவன் கேட்க நேர்ந்தது. ஒருமுறை பீட்டர் அல்ஃபோன்ஸ் அப்பாவிடம் சொல்லிக்கொண்டிருந்தார்.

"சுவாமி... இங்கிலீஷிலும் ஃபிரஞ்சிலும் நிறைய கவிஞர்களை, உலகம் பூராவும் இருந்து எழுதினவர்களை நான் படித்திருக்கிறேன். மகாகவிகள்தாம் அவர்கள் என்றாலும், நம் ஆண்டாள் மாதிரி, அந்தக் காலத்துப் பண்பாட்டை உத்தேசித்தால் அவளுக்குச் சமானமாக நிற்பவர்களை நான் இன்னும் காணவில்லை."

அப்பா அதைக் கேட்டு, "வாஸ்தவம்தான், அல்போன்சு! சத்தியத்தை, அவள் தனக்கு நிஜமாக இருந்து எழுதின பாசுரமாயிற்றே அதுகள்! அதனால்தான், ரெண்டு கலைக்காரர்களுக்கும் அவள் பொதுவாக

இருக்கிறாள்” என்றார். ஒருமுறை, அருகாக அமர்ந்து அப்பாவும், அல்ஃபோன்சும் சாப்பிட்டுக்கொண்டிருக்கையில், இதே ராமாச்சார், கையில் விசிறியோடு உள்ளே நுழைந்தார். “அடி அலமேலு... என்ன வெக்கை போ... ஐப்பசி மாசத்திலும் இப்படியிருக்குமோ?” என்றவாறு வந்தவர், அவர்கள் இருவரும் அருகருகாக அமர்ந்து உண்பதைப் பார்த்ததும் மின் கம்பியைத் தொட்டதுபோல அதிர்ச்சியடைந்தார். சடக்கென்று திரும்பி, பேயை நிஜத்தில் பார்த்தவரைப்போல, இரண்டு தாவாகத் தாவித் தெருவை அடைந்தார். கொதி ஏறிய நீர் தளபுளக்காமல் இருக்குமா? தெருத் தெருவாகவும், வீடு வீடாகவும் சென்று பேசத் தொடங்கினார் ராமாச்சார்.

“என்ன அநியாயம் பாருங்கோ... கலிகாலம்னா... மாடு திங்கற கிறிஸ்துவனைப் பக்கத்தில் வச்சுண்டு அவனுக்குச் சமதையா உக்காந்துண்டு சாப்பிடறாரே இந்த தேசிகன். என் இந்த இரு கண்ணாலேயே பார்த்தேனே சுவாமிகளே. இந்த பிராமணன் அந்த அனாசாரம் பிடிச்சவனுக்கு ஊட்டி விடறதும், அவன் ஆம்படையா அசடாட்டம் ஈன்னு இளிச்சுண்டு விழுந்து விழுந்து உபசாரம் பண்ணறதும், கண்ணறாவி போங்கோ. இது என்ன அக்ரகாரமா, இல்லே பறத்தெருவா? மழை பெய்யல்லே, மழை பெய்யல்லேன்னு ராசாங்கத்தார் தலையாலே முட்டிக்கிறாளே, மழை பெய்யுமாங்காணும்... மசுருதான் பெய்யும்” அலமந்து போனார் ராமாச்சார். மாமிகள் மூலமாக அம்மாவுக்குச் சேதி வந்து, அம்மா அப்பாவிடம் இது பற்றி பிரஸ்தாபித்தார். “அப்படியா” என்று விட்டு அப்பா சொன்னார்.

“அல்போன்ஸ் மாடு திங்கறவராமா? ராமாச்சார் மாதிரி மனுஷர்கள், மனுஷர்களையே அடித்துத் தின்கிறார்களே, இதுக்கு அது உசத்தி. அல்ஃபோன்ஸ் மாதிரி புத்திமான் ஈனசாதிக்காரன்னா, இங்கிருக்கிற பிராமணர்கள்லாம் சண்டாளர்கள் தாம் வேறென்ன?”

சம்மணம் போட்ட கால் மரத்தாற் போலிருக்கவே, வாசுதேவன் எழுந்து, சித்தே காலாற நடக்கலாம் என்று நடக்கத் தொடங்கினார். இரு பக்கங்களிலும் இருந்த மஞ்சள் கொன்றை மரங்களினால் மறைக்கப்பட்ட வெயில், ‘பணக்கார உறவுக்காரன் வீட்டுக்குள் நுழைகிற ஏழையைப்போல, தயங்கித் தயங்கியே வீதிக்கு வருவதாய் இருந்தது.’ மழைக்காலத்து மாலை வானம் மாதிரி விழித்துக்கொண்டு, வெயிலில் உறைந்த வெற்றிலை எச்சல் மாதிரி, கட்டித் தட்டிப் போய், முகப்பருக் கன்னம் மாதிரி சமானம் இழந்து, எருமை மாட்டுக்குச் சொறி வந்தாற்போல, கருமையே கருமைக்குள் வெளுத்து, புகை ஏறிய வெள்ளைச் சுவர் மாதிரி விகாரப்பட்டுக் கிடந்தது.

வாசுதேவன் ஆயி மண்டபத்தைக் கடந்து, வணிகர் அவைப் பக்கமாக நடக்கத் தொடங்கினார். இரு பக்கமும் இருந்த சிமெண்ட் பெஞ்சுகளும் நிரம்பி வழிந்தன. சைக்கிளில் வந்தவர்களும், பிற வாகனங்களில் வந்தவர்களும், கால் நடையாக வந்தவர்களும், அழுக்கு வேஷ்டிகள், காஷாய வேஷ்டிகள், பையில் காசில்லாத பேண்ட்டுகள், சில்லறைகள் குலுங்குகிற சர்ட்டுகள், வம்பளக்க என்றே வந்த வாய்கள், வம்புகளிலிருந்து தப்பிக்க வந்த வாய்கள், என்று விதவிதமான மனிதர்கள் அங்குக் குழுமி இருந்தார்கள். அன்று ஞாயிற்றுக்கிழமையும் இல்லை திங்கள் கிழமை. சனி, ஞாயிறு என்று இரண்டு விடுமுறை நாட்களுக்குப் பிறகு வந்த வேலை நாள். மதியம்

பனிரெண்டு மணி ஆனாலும் பூங்கா நிறைந்து வழிகிறது. சிவப்பு விளக்கு எரியும் காரில் உயர் அலுவலர்கள், கோப்புகளோடு கவர்னர் மாளிகைக்குப் போய்க்கொண்டும் வந்துகொண்டும் இருக்கிறார்கள். பேச்சு... பேச்சு... உருப்படியற்ற விருதாப் போச்சு. மக்கள் பணத்தில் ஹாயாக குளிர்சாதன அறைக்குள் அமர்ந்துகொண்டு வெட்டிப் பேச்சு. வெட்டிப் பேச்சையே எழுத்தில் பதித்து வைத்து வெட்டிக் கோப்புகள்.

வியர்த்தம்.

வணிகர் அவைக்கு முன்பாக சிலை நாட்டப்பட்டிருந்தது. நடந்து கொண்டிருந்த வாசுதேவன் ஒரு கணம் நிற்கிறார். இது என்ன புது சிலை என்பதாகக் கவனித்தார். தலைவரின் சிலையாக இருக்குமோ என்று ஒரு கணம் தடுமாறினார். இல்லை. அது தலைவரின் சிலை அல்ல. சாமி விக்ரகம் மாதிரி இருந்தது. எப்போது வந்தது என்பதாக அதன் அருகில் சென்றார். அது சில வருஷங்களாகவே அங்குதான் இருந்தது. வாகூர், அதனை ஒட்டிய பிரதேசங்களில் வீடு கட்டவோ, கிணறு வெட்டவோ பள்ளம் தோண்டுகையில் நிறைய சிலைகள் கிடைத்தன. ஒரு காலத்தில் கோயிலுக்குள் வழிபாட்டுக்குரியவையாக இருந்தன சிலைகள். கோயில் மக்களாலோ, பிறசமயத்தாராலோ அழிகையில், மண்ணுக்குள் புதைகின்றன. அப்படித் தோண்டிக் கிடைத்தவற்றில், சில சிலைகளைக் காட்சிப் பொருள்களாகப் பூங்காவுக்குள் வைத்திருந்தார்கள்.

ஆச்சரியத்தால் ஈர்க்கப்பட்டவராகச் சிலையின் அருகில் சென்றார் வாசுதேவன். விஷ்ணுவின் சிலை அது. நின்ற திருக்கோலம். அயனும் சிவனும் தேடிக் கண்டடையாத பாதம், என்பதனைக் குறிக்க விக்ரகத்தின் காலடியில் அன்னமும், நெருப்பும் சிறு புள்ளிகளாகச் சித்தரிக்கப்பட்டிருந்தன. முத்தும் மணியும் வயிரமும், பொன்னும் சேர்த்த மோதிரங்களை அணிந்த, அவைகளையும் மிஞ்சும் ஒளிபடைத்த அழகிய நகங்கள் வெளித் தோன்றும் பாதங்கள்; வெள்ளித் தண்டைகள் அணிந்திருந்த கணைக்கால்கள்; முழந்தாளிட்டு நெய்யிலும், வெண்ணெய்யிலும் அலைந்ததால், காய்ப்பேறிய முழந்தாள்; பேய்ச்சி முறை சுவைத்துக் கொன்று, இரணியன் மார்பைக் கீண்ட தொடை; உடுக்கை நாணும் இடை; ஓடும் நதியேபோலப் படுத்துக் கிடந்த சமன் வயிறும், அதன் மத்தியின் உந்திச் சுழி, நதியின் நீர்ச்சுழல் போன்று இருக்க, பெரிய அளவுப் புத்தகத்தின் விரித்த இரு பக்கங்களைப்போல அகல மார்பும், பலமும் வீரமும் திரண்டாற்போல உருவெடுத்த இரு தோள்களும், தும்பிகைகள் போலும் தாழ்ந்த தூக்கிய சங்கமும் சக்கரமும் ஏந்திய கைகளும், மலர்ந்த தாமரையும் அல்லியும் விரல் முளைத்து மடங்கியது போன்ற உள்ளங்கைகளும் புறங்கைகளும் அண்ட கோளங்களை அடக்கி விழுங்கிய கண்டமும் கற்பூரம் நாறுமோ கமலப் பூ நாறுமோ என்றனு கோதை வியந்த குமிண் சிரிப்பு வாயும், அறத்தினோர்க்கு ஈரமும், அல்லாதவருக்கு எரி நெருப்பும் பொழியும் கண்களும், நறுக்கின ஓலை மாதிரி நெற்றியும், ஜகஜோதியாய் ஒளி உமிழும் கிரீடமும் கொண்டு நின்ற அந்தத் திருவுருவைப் பெரியாழ்வாரைப்போல அனுபவித்துக்கொண்டு நின்றார் வாசுதேவன். அப்பா இருந்தால் எப்படியெல்லாம் இந்தப் பெருமாளை அனு சந்தித்திருப்பார் என்று நினைத்துக்கொண்டார்.

பெருமாள் திருமேனி மேல் யாரோ ஒரு நபர், அவர் தோளின் மேல் அழுக்குத் துண்டைப் போட்டிருந்தார். கரித்துணி போலும் அது. அருவருப்பால், ஒரு குச்சியைத் தேடி எடுத்து அதை அப்புறம் தள்ளிப் போட்டார் என்ன அழகான வேலைப்பாடு இந்தப் பெருமாள்? கண்ணும், மூக்கும், முகவாயும் எவ்வளவு திருத்தம். ரொம்ப உசத்தியான கலைஞன் ஒருத்தனின் கைவேலை அது என்பது நிச்சயம்.

என்ன சுழிப்பு இது? அவன் மனுஷாளை உருவாக்குகிறதும், மனுஷாள் அவனை உருவாக்குகிறதும் சுற்றிச் சுழன்றுகொண்டு வரும் இந்தச் சிருஷ்டி வட்டத்தை நினைத்து வியந்தார் அவர். காக்கையின் எச்சம் விக்ரகத்தின் உச்சந்தலையில் இருந்து வழிந்து கன்னத்தில் கோடு இழுத்து, அதுவும் காய்ந்து விட்டிருந்தது.

அலமேலு கொணர்ந்து தந்த பாலில்லாத டீயைக் குடித்து முடித்தார், வாசுதேவன். ஆரம்பத்தில் ரொம்பச் சிரமமாகத்தான் இருந்தது அவருக்கு. நுரைத்துப் பொங்கும் வறுத்து அறைத்த காபிப் பொடியில் திக்காகப் பாலைவிட்டு, அடி நாக்கில் கசக்க காபிக் குடித்தவர்தான் அவர். வாசு வீட்டுக் காபி நண்பர்கள், உறவினர்கள் வட்டத்தில் பிரக்யாதி பெற்றிருந்ததும் உண்மைதான். வாசுதேவனின் ஆலைத் தொழிலாளி நண்பர்கள் எத்தனை பேர், அந்த காபிக்கென்றே அவர் வீட்டுக்கு வந்து அரட்டை அடித்துக் காபி குடித்துச் சென்றிருக்கிறார்கள். அதெல்லாம் அந்தக் காலம். அதாவது ஆலை நடந்துகொண்டிருந்த காலம். மாசா மாசம் சம்பளம் வந்துகொண்டிருந்த காலம்.

மொட்டை மாடி ஒண்டுக் குடித்தனம் அவருடையது. மாடியின் கடைசிப் போர்ஷன். ஆகவே, இதர குடித்தனக்காரர்கள் யாரும் அவரண்டை வந்து தொந்தரவு கொடுக்கச் சாத்தியமில்லை. அது அவருக்கு மிகுந்த ஆறுதல் தந்த விஷயம். மாடிக் கைப்பிடிச் சுவரில் முதுகைச் சார்த்திக்கொண்டு உட்கார்ந்திருப்பது அவருக்கு மிகவும் பிடித்த விஷயம். சற்று தூரத்தில் அவர் மகள் அமர்ந்து பரீட்சைக்குப் படித்துக்கொண்டிருந்தாள்.

தெரு மின்சார விளக்கு எரியத் தொடங்கியிருந்த சில நிமிஷங்களில், காளிமுத்து வந்து சேர்ந்தார். காளிமுத்து, ஆலையில் அவருடன் வேலை செய்யும் சகா.

“வாய்யா” என்று அவரை வரவேற்றார் வாசுதேவன்.

பக்கவாடு பிய்ந்த பாயை எடுத்து வந்துபோட்டாள் அலமேலு. காளிமுத்து அதைப் பிரித்து அமர்ந்துகொண்டார்.

“என்ன ஆச்சு?”

“பேச்சுவார்த்தை நடந்துக்கிட்டுதான் இருக்கு. சட்டசபைக்குள்ளேயே சீஃப் செக்ரடரியும், தொழிற் சங்கக்காரர்களும் பேசிக்கொண்டிருக்காங்க. அநேகமா, ஆலைத் திறக்கிற வரைக்கும் அடுத்த மாசத்திலேந்து அரைச் சம்பளம் கொடுக்கலாம்னு முடிவு பண்ணியிருக்காங்களாம்.”

வாசுதேவனுக்கு இத்தகவலைக் கேட்டு மிகவும் சந்தோஷமாக இருந்தது. படித்துக்கொண்டிருந்த பெண், படிப்பதை நிறுத்தி அவர்களைப் பார்த்தாள். வாசலில் நின்றுகொண்டு காளிமுத்துவின் பேச்சைக் கேட்டுக்கொண்டிருந்த

அலமேலு, இரண்டடி முன்னே வந்து, "அடுத்த மாசம்னா? ஒரு மாசம் முடிஞ்சதும், சம்பளம் போடுவாங்களாமா?" என்று அவனிடம் கேட்டாள்.

காளிமுத்து, அவளிடம், "ஆமாண்ணி…" என்றான். அலமேலு மனசுக்குள், அரைச் சம்பளம் வருகிற அந்த நாளைக் கணக்குப் பண்ணத் தொடங்கினாள்.

"இது என்ன பொட்டலம்?" என்று வாசுதேவன் கொண்டு வந்திருந்த பொட்டலத்தைப் பார்த்துக் கேட்டார்.

"கோதுமை, இன்னைக்கு சட்டமன்றம் போயிருந்தேனா, பக்கத்துல, வா டீ குடிக்கலாம்னு நம்ம கணேசன் கூப்பிட்டான். கடையில் வச்சு, நம்ம சகலை கோவிந்தனைப் பார்த்தேன். இன்னும் ஆலை திறக்கலையா, ரொம்பக் கஷ்டமா இருக்குமேன்ட்டு, வா வீட்டாண்டை கோதுமை தர்றேன்னாரு. உடனே சைக்கிள்ளே சுத்துக்கேணிக்குப் போயி வாங்கியாந்தேன். நம்ம வீட்டுக்குப் பாதி போக, உனக்கும் கொஞ்சம் கொண்டாந்தேன்." காளிமுத்து அலமேலுவிடம் "இந்தாங்க அண்ணி" என்று அப்பொட்டலத்தைத் தந்தான். அலமேலு மறுபேச்சு பேசாமல் அந்தப் பொட்டலத்தை வாங்கிக்கொண்டாள்.

"வாயேன்… வெளியே போய் வரலாம்" என்று அழைத்தான் காளிமுத்து.

அவர்கள் இருவரும் தெருமுனையில் இருந்த டீ கடைக்கு வந்தார்கள்.

"ரெண்டு டீ போடுப்பா, ஒன்னு சர்க்கரை கம்மி, ஐயருக்கு. எனக்கு வழக்கம்போல" என்றான் காளிமுத்து.

"அப்புறம் எப்படி இருக்கே வாசுதேவா?"

"ரொம்பச் சிரமம். இரண்டு வேளைதான் சாப்பிடறது. அதுக்கும் நாலு நாளா பழுது வந்துடுச்சி. இன்னி ராத்திரிக்கு என்ன பண்ணறதுன்னு இருந்தேன். தெய்வம் மாதிரி நீ கோதுமையோட வந்தே."

"அப்புறம் வாசு, நம்ம மாணிக்கம் பெண்ஜாதி தூக்கு மாட்டிக்கிட்டாளாம். எவகிட்டயோ கடன் வாங்கியிருக்கா. நாணயமானவதான். ஆலை சாத்தியாச்சுல்ல. அவதான் என்ன பண்ணுவா? கடன்காரி வீட்டு வாசல்லே வந்து சத்தம் போட்டிருக்கா. அவமானம் தாங்காமே, மாட்டிக்கிட்டா."

"போயிட்டாளா?"

"உம்"

அவர்கள் மௌனமாக டீயைக் குடித்தார்கள். காளிமுத்து டீக்கு சில்லறைக் கொடுத்தான். ரெண்டு ரூபாயை வாசுவிடம் நீட்டினான்.

"உனக்குச் சிரமமாக இருக்குமே"

"அது இருக்கட்டும், பாத்துக்குவோம்."

காளிமுத்து சைக்கிளில் ஏறிச் சென்றான்.

அலமேலு கோதுமை தோசை வார்த்திருந்தாள். வெங்காயத்தைக் கடித்துக்கொண்டு அவர்கள் சாப்பிட்டார்கள். பூங்காவில் நாம் பார்த்த பெருமாளைப் பார்த்த சங்கதியை, வாசு அலமேலுவிடம் சொன்னார்.

"அடடா. பெருமாள் முகத்தில், காக்கை எச்சம் விட்டிருந்தா, அதைப் பார்த்துட்டு சும்மா வந்திட்டேளா, ஒரு சொம்பு ஜலம் வாங்கி அதை அலம்பி இருக்கப்படாதா?"

“சொம்புக்கு எங்கே போறதுடீ? எதிருக்கு வணிகர் அவைன்னு ஒரு ஆபீசு. பக்கத்துல ஒரு சாராயக்கடை, பிராந்திக்கடைதான். அதுக்கும் பக்கத்துல ஒரு போலீஸ்காரன் வீடு. எங்கே போயி ஜலம் கேக்கறது?”

“நாளைக்கு ஆத்திலேந்து ஜலம் எடுத்துப் போயி, அதை அலம்பி விட்டுட்டு வாங்கோ” என்றாள் அலமேலு.

மறுநாள் காலை கோதுமைச் சோறு சாப்பிட்டு வாசுதேவன் வெளியே கிளம்புகையில், ஞாபகமாகச் சொம்பை எடுத்துக் கொடுத்தாள் அலமேலு. அதை எடுத்துக்கொண்டு கிளம்பி, மிஷன் வீதி வழியாக அவர் வந்துகொண்டிருக்கையில், அவரது ஆலைத் தோழர்களில் ஒருவனான சோமு அவரை எதிர்ப்பட்டான்.

“வாசு, எங்கே கிளம்பிட்டே..?” என்றவன் அவர் கையில் இருந்த செம்பைக் கவனித்தான். “இப்படியா பண்ணறது? என்னதான் கஷ்டம் ஏற்பட்டாலும், நம்ம துன்பத்தை வெளியிலே காட்டிக்கலாமா? ஒரு பையில் கொண்டு போ வாசு. எந்தக் கடையிலே அடகு வைக்கப் போறே? இதே ரோட்ல, குசக்கடைத் தெருவுக்குப் பக்கத்திலே ஒரு சேட்டு இருக்கான். ரூபாய்க்கு மூணு வட்டிதான். அவன்கிட்ட போ” என்றுவிட்டு அவன் கிளம்பினான். போனவன், சடக்கென்று பிரேக் போட்டு நின்று, “நம்ம ஊட்டுப் பொருளு அந்தச் சேட்டுகிட்டதான் ஏராளமா இருக்கு. வேணும்னா எம் பேரைச் சொல்லு” என்றபடி போய்ச் சேர்ந்தான்.

பூங்காவுக்குத்தானே என்று சட்டை இல்லாமல், மேல் துண்டோடு கிளம்பி இருந்தார் வாசுதேவன். வெறும் செம்பைத் தூக்கிப் போறதில் இப்படி ஒரு அர்த்தம் இருப்பது அறிந்து, மேல் துண்டை எடுத்துச் செம்பை மூடிய படியே சமுத்திரக் கரையை அடைந்தார். செம்பை நன்கு அலம்பி, அதன் நிறைய நீரை நிறைத்துக்கொண்டு, பெருமாள் இருந்த இடம் வந்து சேர்ந்தார். மூன்றடி பீடத்தின் மேல், சுமார் மூன்றரை அடி உயரம் இருந்தது அந்த விக்ரகம். நின்ற இடத்திலிருந்து விக்ரகத்தின் சிரசு தமக்கு எட்டாததை அறிந்து, அருகே இருந்த பாறைக்கல் ஒன்றைப் புரட்டிக் கொண்டுவந்து போட்டு, அதன் மேல் ஏறி நின்று நீரை சிரசில் வார்த்து, தம் மேல் துண்டால் அதைத் துடைக்கலானார். உடம்பு முழுக்க அச்சிலையைத் துடைத்துவிட்டுப் பார்த்ததில் சிலை, மேலும் தெளிவாகத் தெரிந்தது. திருமேனியின் முழு அழகும் தெளிவாகத் தெரியும்படி இருந்ததைக் காண்கையில், அவர் பரவசத்தில் ஆழ்ந்தார். புன்னகை பொலியும் படி இருந்த அந்த முகம், அவருக்குள் மிகுந்த கிளர்ச்சியை ஏற்படுத்தியது. கல்லில் எப்படிக் கனிவு தோன்ற முடியும்? அந்தப் பெருமாள் அவரை புன்னகை தோன்ற பார்த்ததோடு மட்டுமின்றி, அடுத்ததாக ‘என்ன வாசுதேவா, செளக்யமா?’ என்று கேட்டுவிடுவார் எனும் படி இருந்தது. அரைகண் விழித்த அருட்பார்வை தீர்க்கமாக நிமிர்ந்த மூக்கு. வழுவழுத்த கன்னமும், பலப்பல ஆரம் அணிந்த மார்பும், வாசுதேவன் போகலாம் என்று திரும்புகையில் அவர் அருகில் ஒருவர் நின்றிருந்ததைக் கண்டார். உயர்ந்த துணியில் சட்டையும், பேன்ட்டும், தொப்பியும் அணிந்திருந்தார் அவர். வாசுதேவனைக் கண்டு, “நமஸ்காரம் சுவாமி” என்றார் அவர். வாசு, விழித்துக்கொண்டே “நமஸ்காரம்” என்றார்.

“நான் பார்த்துக்கிட்டேதானே இருந்தேன். நீங்கள் பெருமாளோடு பரவசமாய்ப் பேசிக்கிட்டு நின்னதை, என்னமோ சுலோகம் சொன்ன மாதிரித் தெரிஞ்சுது. சரி, சரி பெரியவர்கள் செய்வதை யாரால் புரிஞ்சுக்க முடியும்? நான் இந்த வழியேதான் பல வருஷகாலமாகப் போறதும், வரதும், இந்த சாமி, கேட்பார் இல்லாமல் அழுக்குப் படிஞ்சு கிடந்ததை நானும் பார்த்தேன். நான் சாமியைத் தொடப்படாது. ஏதாவது ஒரு பெரியவர் வர மாட்டாரான்னு இருந்தேன். நீங்க வந்துட்டீங்க. அங்க நீங்க ஒண்ணும் சொல்லப்படாது. இந்தாங்க நூறு ரூபாய். இவளோதான் இப்போ என் பாக்கெட்டுல இருக்கு. இதை வச்சுக்கிட்டு, சாயங்காலமா, சுவாக்குப் புஷ்பம் சாத்தி, ஏதாவது பிரசாதம் பண்ணி சாத்தினீங்கன்னா, ரொம்பப் புண்ணியம்...”

“நீங்க?”

“நான் ரொம்பச் சின்னவன். என் பேர் ரங்கசாமி. பிரான்சிலே உத்தியோகம் பார்த்துட்டு ரெத்திரேத் (ரிடையர்மென்ட்) ஆகியிருக்கேன். சாயங்காலமா வர்றேன் சாமி.”

அவர் கும்பிட்டு விட்டு, போயே போய் விட்டார். வாசுதேவன் தன் உள்ளங்கையைத் திறந்தார். அதிலிருந்த நூறு ரூபாயைத் திரும்பித் திரும்பிப் பார்த்துக்கொண்டு நின்றார்.

“**எ**ன்னடி பண்ணறது?” திகிலடைந்த வாசுதேவன், அலமேலுவிடம் கேட்டார்.

“ஏன்னா தயங்கறேள்? பிராமணர் தானே நீங்க? உங்களுக்குத் தெரியாதான்னா, உங்ககிட்டே தேஜஸ் இருக்கு. இல்லாமலா தெருவிலே போறவர், நூறு ரூபாயைக் கொண்டாந்து கையிலே திணிச்சுட்டுப் போயிருக்கார்.”

“எனக்கென்னடி சுவாமி காரியம் பண்ணத் தெரியும்? நான் ஒரு ரெண்டும் கெட்டான்.”

“அப்படி சொல்லாதேங்கோ; வரததேசிகாச்சார் பிள்ளை இல்லியா நீங்க! உங்களுக்கு அது வராம போயிடுமா? தவிரவும், மனசுலே கல்மிஷம் இல்லாம எது பண்ணா என்ன? சபரி, எச்சிலை பகவான் வாங்கிக்கலையா? தைரியமா போயி நைவேத்யம் பண்ணிட்டு வாங்கோ...”

போகாமல் இருந்து விடலாம் என்றுகூட அவர் ஒரு கணம் நினைத்தார். ஆனால் திருட்டல்லவா அது. அந்த ரங்கசாமி எங்கேயாவது தன்னைக் கண்டு, “அடேய் திருட்டு அயோக்கிய பேமானி பிராமணா” என்று கழுத்தில் துண்டைப் போட்டால் என்ன பண்ணுவது?

சாயங்காலம் நாலு மணிக்கு ரொம்பத் தயக்கத்துடன் புறப்பட்டார் வாசு. செம்பு, பிரசாதம், தட்டு, ஒரு பை முதலான சாமக்கிரியைகளுமாக, பையன் சைக்கிளை எடுத்துக்கொண்டு புறப்பட்டார். கடைத் தெருவுக்கு வந்து புஷ்பம், மாலை வாங்கிக்கொண்டு மறக்காமல் ஒரு துடைப்பமும் வாங்கிப் பேப்பரில் சுற்றிக்கொண்டு, பெருமாள் இருக்கும் இடம் வந்து சேர்ந்தார். சைக்கிளைப் பூட்டி சாவியை இடுப்பில் சொருகிக்கொண்டு, செம்பை

எடுத்துக்கொண்டு சமுத்திரக்கரைக்குச் சென்றார். தண்ணீர்கொண்டு வந்து, திருமேனியைக் கழுவிச் சுத்தம் செய்தார். சந்தனம்கொண்டு உடம்பைப் பூசினார். கொண்டு வந்திருந்த மண் கட்டியைக் கரைத்து சுவாமிக்குத் திருமண் காப்பு சாத்தினார். அப்பா அவர் காலத்தில் பயன்படுத்தின அரக்கு நிறக்கரை போட்ட துண்டை பகவான் இடுப்பில் சுற்றி மாலை அணிவித்ததும், பெருமாளின் தேஜசை அவராலேயே நம்ப முடியவில்லை. அடேயப்பா, அழகு அள்ளிக்கொண்டு போயிற்று அவரை. ஆண்டாள்தான் நினைவுக்கு வந்தாள்.

"கற்பூரம் நாறுமோ கமலப்பூ நாறுமோ?
திருப்பவளச் செவ்வாய்தான் தித்தித்திருக்குமோ?
மருப்பொசித்த மாதவன் தன் வாய்ச்சுவையையும் நாற்றமும்,
விருப்புற்றுக் கேட்கிறேன் சொல்லாழி வெண் சங்கே."

என்று தொடர்ச்சியாக, பாசுரங்களை முணுமுணுத்தபடி, இலையை விரித்துப் பிரசாதமாகப் பண்ணிக்கொண்டு வந்த புளியோதரையைக் கொஞ்சம் வைத்தபோது, "சபாஷ்... பிரமாதம்" என்கிற குரல் கேட்டுத் திரும்பினார். ரங்கசாமி நின்றுகொண்டிருந்தார். சற்றுத் தள்ளி அலுவலகம் விட்டுப் போகிறவராகச் சிலர் சைக்கிளில், ஸ்கூட்டரில், இருந்த படியே காலை ஊன்றி வேடிக்கைப் பார்த்துக்கொண்டு இருந்தார்கள். ரிக்ஷாக்காரர்களின் குடும்பத்தைச் சேர்ந்த குழந்தைகள் சில ஆச்சரியத்துடன் பார்த்துக்கொண்டிருந்தன.

"ஆகா, என்ன அற்புதம்! நேற்று வரைக்கும் வெறும் சிலையாக இருந்த ஒன்னை, இன்னைக்குக் கடவுளா கண்ணுக்கு முன் நிறுத்திட்டீங்களே... அதுதான் சொலவடையே இருக்கே. வல்லவனுக்குப் புல்லும் ஆயுதமுன்னு."

"ஏதோ எனக்குத் தெரிஞ்சது."

"தெரியுமே. பெரியவங்க எப்போதும் இப்படித்தான் அடக்கமாகப் பேசுவாங்க..."

வாசு கரண்டியில் கற்பூர ஆரத்தி எடுத்தார். சடாரி இல்லை. துளசி மட்டும் கொணர்ந்திருந்தார். துளசி தீர்த்தம் கொடுத்து, பிரசாதத்தை வாழை இலையில் வைத்து மடித்துத் தந்தார். மிக மிகச் சந்தோஷத்துடன் அவைகளைப் பெற்றுக்கொண்டார் ரங்கசாமி.

"அப்புறம் செலவு நாற்பது ரூவா, அறுபத்து ஐந்து காசு ஆச்சுது. மிச்சம் இந்தாங்கோ." என்று மடியை அவிழ்த்தார் வாசு.

"அபசாரம், நான் கேட்டேனா... நாளை செலவுக்கு வேணுமில்லீங்களா? வச்சுக்கிடுங்க"

"நாளை செலவுக்கா?"

"பின்னே? நாளைக்குச் சுவாமியைப் பட்டினிப் போடுவீங்களா?"

வாசுவுக்குப் பயமாக இருந்தது.

"சுவாமி வரப்பிரசாதிதான். நேற்று மனசுக்குள்ளாற வேண்டிக்கிட்டேன், இந்தச் சாமிகிட்டேதான். மாமாங்கமா எனக்கு வயித்து வலி, என்ன

ஆச்சர்யம் பாருங்கோ, இன்னிக்குக் காலைலே இருந்து வலி இருந்த இடம் தெரியலை. வேறு என்ன, பட்டாச்சாரியார் விசேஷம். அப்புறம் சாமி, பெருமாளுக்கு என்ன பேர்?"

"பேரா?"

"சாமின்னா பேரு வேணாமா? மனுஷாளுக்கே பேரு இருக்கே?"

சட்டென்று வாசு சொன்னார்.

"பூங்காவனப் பெருமாள்."

"பேஷானப் பெயர். அப்போ உத்தரவு கொடுங்க சாமி"

அவர்கள் சென்ற பின்னர், பிரசாதத்தை எடுத்து, வேடிக்கை பார்த்துக்கொண்டு நின்றிருந்த பையன்களுக்கும், ஒரு நோயாளிக்கும் கொடுத்தார். மிகுந்ததை எடுத்துக்கொண்டு புறப்பட ஆயத்தமானார். சரியாக அந்த நேரம், காளிமுத்து சைக்கிளில் வந்து இறங்கினான்.

"வாசு, வீட்டுக்குப் போயிருந்தேன். அண்ணி, இங்க போயிருக்கிறதா சொன்னாங்க... இந்த ஒண்ணுக்குப் போற இடத்தைக் கோயில் மாதிரியே பண்ணிட்டயே!"

காளிமுத்து, பெருமாளை, அவர் கோலத்தை ஆச்சர்யத்துடன் பார்த்தான். பிறகு சொன்னான். "ஆமா, இதுக்குச் செலவு ஆவுமே. காசுக்கு என்ன பண்ணே?"

வாசு ரங்கசாமி பற்றிச் சொன்னார்.

"அதுவும் சரிதான். நம்மால எவனுக்காவது சந்தோஷம் வருதுன்னா, அதைச் செய்யறது தப்பில்லை. செய்யி, ஆலைத் திறக்கிற வரைக்கும் உனக்கும் ஏதாவது வேலை வேணுமே"

"ரங்கசாமி பணம் என்கிட்டே அறுபது ரூபா இருக்கே, என்ன பண்ணறது காளிமுத்து? சாமி பணமாச்சே!"

"சாமிகிட்டே ஏது பணம்? ரங்கசாமி பணம்தானே அது? பத்து ரூபா அண்ணிக்கிட்டே குடு. அவங்க சாப்பிடணும், குழந்தைங்க பட்டினிக்கு ஆவுமே. மீதிப் பணத்தைச் சிக்கனமா சாமிக்குச் செலவு பண்ணு. வர்றவனுங்க தட்டுல காசி போடுவாங்க. அதை எடுத்து அப்புறமா உன் செலவுக்குச் சாமி செலவுக்கும் வச்சுக்கோ"

"சாமி பணத்தைச் செலவுக்கு எடுத்துக்கலாமா காளிமுத்து?"

"முட்டாத்தனமா பேசாதே. சாமியையே உருவாக்கி இருக்கே, உழைக்கிறே. அதுக்குக் கூலி வேணாமா? இப்ப என்னத்துக்கு மில்லுக்காரனோட சண்டை போட்டுக்கிட்டு, போராடிக்கிட்டு இருக்கோம். அந்த கம்மனாட்டி ஒழுங்கா உழைக்கிறவனுக்குக் கூலி கொடுத்திருந்தா நாம என்னத்துக்கு ஸ்டிரைக் அடிச்சிருக்கப் போறோம்? அவன் என்னத்துக்கு லாக்—அவுட் பண்ணப் போறான்? சாமி, வேற வகையான முதலாளி. அவர் கையில் பணம் இல்லே. ஆனாலும் நீ உழைக்கிறே. தட்டுல விழறதை எடுத்துக்கோ. ரங்கசாமி மாதிரி எவனாவது கொழுத்தவன் பணம் கொடுத்தா வாங்கிக்கோ. அதுல தப்பே இல்லை"

வாசு, பையை எடுத்துக்கொண்டு கிளம்பினார். இருவரும் சைக்கிளில் கடற்கரை வழியாக மெதுவாக வண்டியைச் செலுத்தினார்கள்.

"பேச்சுவார்த்தை என்ன ஆச்சு?"

"இழுத்துக்கிட்டே போவுது. முதலாளி, ஒரு முடிவுக்கும் வரமாட்டேங்கறான். கூடியச் சீக்கிரமே ஒரு பெரிய ஊர்வலம் நடத்தலாம்னு சங்கத்துல முடிவு பண்ணி இருக்கோம். மறந்துட்டேன். இந்த மாசம் சந்தாப் பணம் தரலாமில்லையா! அஞ்சு ரூபா கொடு. இந்த நேரத்துலதான் சங்கத்த நாம் பலப்படுத்தணும்."

வீட்டண்டை வந்தப்புறம் சங்கச் சந்தாவை வாங்கிக்கொண்டு புறப்பட்டான் காளிமுத்து.

அலமேலு, பையன், பெண் என்று மூவரும் மாற்றி மாற்றி அவரிடம் பேசினார்கள்.

"இதுல ஒரு தப்பும் இல்லேன்னா. பக்தியோட பூஜை எல்லாம் பண்றேள். இந்தப் பத்து நாளா நாலு ரூபா, அஞ்சு ரூபான்னு விழுந்துண்டு இருக்கு. மோருஞ்சாதம் எல்லாருக்கும் கிடைச்சுட்டிருக்கு. அதுக்கும் லங்கணம் வந்துடப்படாது. நீங்க என்ன திருடறேளா, பொய் சொல்றேளா பூஜை தானே பண்றேள். பட்டாசாரியா இருக்கிறது பெரிய கௌரவம்னா!"

அது என்னமோ உண்மையாகத்தான் இருந்தது. நேற்று மாலை, பெருமாளுக்கு முன் ஒரு கார் வந்து நின்றது. அதிலிருந்து சிவந்த மேனியும், கருட மூக்கும், வெள்ளை வெளேரென்ற ஆடைகளும் கொண்ட ஒரு மனுஷர் இறங்கி வந்தார். வாசுவை வணங்கினார்,

"சுவாமி, என் பேர் சுந்தரவரதன். அரசாங்கத்துல உத்தியோகம். உங்க சிரத்தையை ஒரு வாரமா கவனிச்சுண்டு வர்றேன். சாஸ்ரோக்தமா பூஜை நடக்கலைன்னாலும், பக்தி இருக்கு அதுபோதும். பக்தியை மிஞ்சின வேதமா? என் குடிசைக்கு எழுந்தருளி, எனக்கு கௌரவத்தை பண்ணணும்..."

சுந்தரவரதன், வாசுவை குடிசைக்குக் காரில் அழைத்துச் சென்றார். சுமார் இருபது முப்பது லட்ச ரூபாய் போட்டுக் கட்டிய அந்தக் குடிசையில் இருந்த பத்தாயிரம் பெறுமான சோபாவில் வாசுவை அமர வைத்து, சுமார் முன்னூறு பெறுமான சால்வை போர்த்தி தாம்பூலத்தில் இருநூறு ரூபாயை வைத்து சுந்தரவரதன் அளித்ததோடு அல்லாமல், குடும்ப சகிதம் அவர் காலில் விழுந்து ஆசியும் பெற்றார். விசாலாட்சி அவ்விஷயத்தை ஞாபகப்படுத்திப் பேசினாள்.

"சுந்தரவரதன் சாமான்யப்பட்ட மனுஷரா? எப்பேர்க்கொத்த மனுஷர், சீப்செக்ரடரின்னா? அப்பேர்க்கொத்த மனுஷர் ஆத்து வாசல் படியை மிதிக்கக்கூட நமக்கு ஐவேஜி இருக்கா? அந்த மனுஷர், உங்க காலில் என்னத்துக்கு விழறார்? பகவானைத் தொட்டு காரியம் பண்றேளேன்னோ, அதுதான்."

அலமேலு சொன்ன எல்லா நியாயங்களை விடவும், அவளும் குழந்தைகளும் மூன்று வேளை மோருஞ்சோறு சாப்பிட முடிந்திருக்கிறதே என்பதே வாசுவுக்கு திருப்தி தந்தது. அவரைத் தேடிகொண்டு அடுத்த நாள் காலையிலேயே, ஒரு நபர் வந்து சேர்ந்தார்.

பிரபஞ்சன் ✸ 131

"வாசுதேவப் பட்டாச்சாரியார் வீடு இதுதானே?" என்றார் அவர். முன் போர்ஷன் மாமி அவரை அழைத்து வந்து இந்த போர்ஷனில் விட்டாள்.

"நான்தான் அது. என்ன விஷயம்?" என்றார்.

"ரங்கசாமியோட மைத்துனன் நான், ரொம்ப நாளா வரணும் வரணும்னுதான், இன்னிக்குத்தான் லபிச்சுது. உங்களைப் பற்றி மாமா ரொம்ப சொன்னார். புரட்டாசி வரது இல்லீங்களா? ஒரு வாரம் பெருமாளுக்கு உற்சவம் பண்ணலாம்னு தோணிச்சு. பெருமாள் ரொம்ப வரப்ரசாதி. அவர் பேரைச் சொல்லற பாட்டு, சதிர்க் கச்சேரிகள் வைக்கலாம்னு அபிப்ராயம்."

பூங்காவனப் பெருமாள் கடந்த சில மாதங்களில் மிகவும் பிரபல்யம் ஆனார். பக்கத்து ஆசுபத்திரிக்கு வருகிற நோயாளிகள் பெருமாளுக்கு நேர்ந்துகொண்டு ஆச்சர்யமாக நோய் நீங்கியதாகச் சொல்லி படையல் போட்டார்கள். ஆபீசுக்குப் போகிறவர்கள் ஒழுங்காகக் காலை வேளைகளில் வந்து கும்பிட்டுத் துளசி தீர்த்தம் பெற்றுச் சென்றார்கள். எட்டாவது மாசமே பிள்ளை பெற்ற ஒரு கர்ப்பிணியின் கணவர், வேண்டிக்கொண்டு சுவாமிக்குச் சடாரி செய்து கொடுத்தார். ஒரு நாள் மாலை, படித்தவர் மாதிரி காணப்பட்ட ஒருத்தர், இன்னொருத்தரோடு வந்தார். சுவாமியைக் கூர்மையாக அவதானித்து விட்டு அவர் உடன் வந்தவரிடம் சொன்னார். "ரொம்ப சரி, இந்தச் சிலை சுமார் எண்ணூறு வருஷங்களுக்கு முன் செய்ததாய் இருக்கும். அதாவது குலோத்துங்க சோழன் காலம். அந்தக் காலத்தில் இந்தப் பகுதி பூங்காவாக இருந்திருக்க வேண்டும். ஆகவேதான் இந்தப் பெருமாளுக்குப் 'பூங்காவன நாதர்' என்ற பெயர் வந்திருக்கிறது. ஏதோ சோழர் காலத்துப் பெரிய கோயிலிலிருந்து இங்கு வந்திருக்கிற இச்சிலையின் அழகைப் பார்த்தால், கம்பர் பூசித்தச் சிலையாகக்கூட இது இருக்க முடியும்."

காலையில் தூங்கிக்கொண்டிருந்த வாசுவை எழுப்பிச் சேதி சொன்னான் காளிமுத்து.

"கண்ணையன், வாசுவோடு வேலை பார்க்கும் சக தொழிலாளி. ரொம்ப சாது. நாலு பெண் குழந்தைகள், இரண்டு பையன்கள், சீக்காளி அம்மா, அப்புறம் மனைவி, எவரிடமும் வம்பு தும்புக்குப் போகாத மனுஷன். எப்படியோ வாசுவிடம் அவருக்குச் சினேகம். இருவரும்தான் இடைவேளையில் டீ சாப்பிடப் போவார்கள். வாசு, முதலியார் பேட்டையில் இருந்த அவர் வீட்டுக்குப் பலமுறை போயிருக்கிறார். கண்ணையன் பெண்ஜாதி அவருக்கு டீயோ, காபியோ போட்டுக் கொடுக்கத் தவறுவதில்லை. மூத்த குழந்தைக்கு வயது இருபது இருக்கும். கடைக்குட்டிக்கு ஆறு, வாடகை வீடு, வீட்டைக் காலி பண்ணச் சொல்லி வீட்டுக்காரர் தொந்தரவு. பிச்சுப் பிடுங்கும் வறுமை.

காளிமுத்து சொன்னான்.

"வெள்ளை அடிக்கிற வேலை பண்ணிக்கிட்டு இருந்தார் கண்ணையன், வாரத்துல ஒரு நாள் வேலை கிடைச்சாலே பெரிசு; பஞ்சாயத்துக்கு ஆண்டிங்கிறாப்போலே, புதுசா பிரஷ்ஷை எடுத்தா வேலை வந்துடுமோ? நேற்று சாயங்காலம் வீட்டுக்கு வந்திருக்கார். கடை வீதியிலே எதேச்சையாக பார்த்திருக்கார். ஒரு டீ கடையில் கடைசிப் பொண்ணு செம்பகமும், அடுத்தப் பையன் சீனிவாசனும் சாப்பிட்டுக்கிட்டு இருக்க, ஒருத்தன் கிட்டே கையை

நீட்டிப் பிச்சைக் கேட்டுக்கிட்டிருந்ததைப் பார்த்திருக்காரு. தாங்க முடியல்லே... தொழிலாளி இல்லையா, மானஸ்தன் ஆச்சே. வீட்டுக்கு வந்து இரண்டு பழைய நாற்காலிகளையும், ஒரு ரிக்ஷாவில் ஏத்தி, பழைய மரச்சாமான் கடைக்கு எடுத்துப் போயிருக்காரு. வந்த வெலைக்கு வித்து, எதையோ வாங்கிட்டு வந்து, டீ வாங்கிட்டு வந்து, போட்டு கலக்கி, எல்லோருக்கும் கொடுத்திருகாரு. புள்ளைங்க ஆசையா குடிச்சிருக்கு"

நீண்ட மௌனத்துக்குப் பிறகு, வாசு கேட்டார்.

"எல்லோருமே போயிட்டாங்களாமா?"

"கண்ணையனும், அவர் பெண்ஜாதியும் போயிட்டாங்க. குழந்தைகள்ள அஞ்சு போச்சு. பெரிய பொண்ணு இன்னிக்கோ, நாளைக்கோன்னு இருக்காம். இத்தனைக்கும் என்ன நடக்குதுண்ணே தெரியாமே அவரோட அம்மா, சீக்கா படுத்துக் கிடக்கு..."

நெஞ்சை அடைத்துக்கொண்டு வந்தது வாசுவுக்கு. எட்டு மனுஷ உயிர்கள், பேசத் தோன்றாமல் அவர்கள் உட்கார்ந்திருந்தார்கள். நேரமும், காலமும் ஸ்தம்பித்து விட்டாற் போன்று இருந்தது.

"எப்போ அடக்கம்?"

"சாயங்காலம் வச்சுக்கலாம்னு தலைவர் சொல்லியிருக்காரு"

"அடக்கச் செலவெல்லாம்?"

"நாம்தான் ஏத்துக்கணும். ஒருவேளை பட்டினிக் கிடந்து கொடுத்தாகணும்!"

வாசு, அலமேலுவிடம் ஐம்பது ரூபாய் தரச் சொல்லி, அதைக் காளிமுத்துவிடம் தந்தார். காளிமுத்து எழுந்தான்.

"இரு நானும் வர்றேன்"

"சாமி வேலை?"

"கிடக்கு, இதுதான் அதைவிட முக்கியம்."

அவர்கள் ஆசுபத்திரிக்குப் போய்ச் சேர்க்கையில், ஊசலாடிய பெண் உயிரும் போய்விட்டிருந்தது. பெரிய ஆம்புலன்ஸ் வண்டி ஏற்பாடு செய்து சடலங்களை எடுத்துக்கொண்டு, கட்சி ஆபீசுக்குச் சென்றார்கள் தொழிலாளர்கள்.

வாசு மணியைப் பார்த்தார். ஒன்று முப்பத்தைந்து, தூரத்தில் சுருட்டிக்கொண்டு படுத்திருந்தாள் அலமேலு. சற்று தள்ளி குழந்தைகள் படுத்திருந்தார்கள். தூக்கம் வரவில்லை.

சுமார் முப்பது உயிர்களைக் கொள்ளைகொண்ட பின் நாற்பது ஐம்பது குடும்பங்கள் ஊரைவிட்டுச் சென்ற பின், முன்னூறு நானூறு தொழிலாளர்கள் வேறு வேறு தொழில்களில் தம்மை ஈடுபடுத்திக்கொண்ட பின், ஒரு வழியாக இரண்டு இரண்டரை வருஷங்களுக்குப் பிறகு ஆலையை நாளை திறக்கிறார்கள்.

ஆலைத் தொழிலாளி ஆவதா அல்லது பாட்டாசாரியார் வேலையிலே தொடர்ந்து இருப்பதா என்பதே அவருக்கு முன் இருந்த கேள்வியாக இருந்தது. கோயில் இந்த ஒன்று ஒன்றரை வருஷத்துக்குள் ஸ்திரம் பெற்றுவிட்டது.

ஆண்களும், பெண்களுமாக நிறையக் கூட்டம் வந்தது. ஒரு நாளைக்குக் குறைந்தது ஏழு எட்டு வந்தது. விசேஷ நாட்களில் பத்தும், பதினைந்தும் கண்டது. அதெல்லாமல், ரங்கசாமி போன்றவர்கள் அவ்வப்போது நூறு ஆயிரமாகக் கொடுத்தார்கள். பையன் கல்லூரி படிப்புச் செலவை சீஃப் செகரட்டரி ஏற்றுக்கொண்டார். அத்தோடு நீட்டி முழக்கிக்கொண்டு பட்டாச்சாரியார் என்கிற பெயர் வேறு.

அலமேலு, இப்படியே இருந்து விடுங்கள் என்றாள். புளியோதரை, ரொட்டி, வெண்ணெய் ததியோன்னம் என்று பொருமாளுக்குப் பலப்பல செய்து, அவள் அதில் ஈடுபட்டு விட்டாள்.

ஆனாலும் மனசை என்னமோ செய்தது. கண்ணையனும் அவன் குடும்பத்தாரும் அவர் நினைவில் வந்தார்கள். எங்களை விட்டுவிட்டு போகிறீர்கள் என்று அவர்கள் கேட்பார்கள். பசியும் பட்டினியும் பரிதவித்த வேளையில் தனக்குக் கிடைத்த கொஞ்சம் கோதுமையையும் பகிர்ந்துகொண்ட காளிமுத்து நினைவுக்கு வந்தான். யோசித்தபடியே உட்கார்ந்திருந்தார்.

விடிந்தது. குளித்தார். அரவம் கேட்டுக் கண்விழித்த அலமேலுவிடம் "காளிமுத்து வீட்டண்டை போய் வர்றேன்" என்றார்.

"காபி போடட்டுமா? மாவு இருக்கு, ரெண்டு தோசை வார்க்கட்டுமா?"

"வேணாம்"

அவர் நடந்தே காளிமுத்து வீட்டுக்கு வந்து சேர்ந்தார். காளிமுத்து புறப்படத் தயாராக இருந்தான். காளிமுத்து மனைவி வாசுவை அதிக சந்தோஷமாக வரவேற்றாள்.

"என்ன ஐயரே? ஐயரா... ஐயங்காரா... இப்ப என்ன முடிவெடுத்திருக்கே? கோயிலா? ஆலையா?"

"அதான் ரொம்ப யோசனையா இருக்கு"

காளிமுத்து மனைவி காபி கொண்டு வந்து கொடுத்தாள். அதைக் குடித்தபடி சுவரில் இருக்கும் படங்களை வேடிக்கை பார்த்தபடி இருந்தார். கண்ணையனின் இறுதி ஊர்வலம் ஆயிரக்கணக்கான மக்கள் கலந்துகொண்ட ஊர்வலம் ஃபோட்டோவாக அங்கு மாட்டப்பட்டிருந்தது. அந்த ஆயிரக்கணக்கானவர்களில் அவரும் இருந்தவர். அவர் முகம் தனியாகத் தெரியவில்லை. அவர்களில் ஒருவர் அவர். அவர்களுடைய உணர்வில் கலந்தவர் அவர். அவர் சுக துக்கங்களில் பங்கேற்றவர்கள்.

"சாப்பிட்டியா?" என்றான் காளிமுத்து.

"இல்லை"

"நானும் இல்ல. கடையில சாப்பிடுவோம்."

அவர்கள் தெருவுக்கு வந்தார்கள்.

"என்ன முடிவு பண்ணியிருக்கே?"

"குழப்பமா இருக்கு."

"ஒரு குழப்பமும் இதில் இல்லை."

“பெருமாளை, யார் பார்த்துப்பா காளிமுத்து?”

“பெருமாள் உம்ம தயவிலதான் இருக்காரா? உன் வீட்டுச் சோத்தாலதான் ஜீவிக்கிறாரா?”

“அதுக்கில்ல, சும்மா கிடந்த சிலையைச் சாமியாக்கிட்டு.”

“அதை கோயிலாக்கறதுக்கு உன்னை மாதிரி ஒருத்தன் வருவான்.”

அவர் செக்ஷனில் பணியாற்றும் தாமோதரன் கடைக்கு வந்தான். வாசுவைப் பார்த்ததும் ஓடிவந்து அவர் கையைப் பிடித்துக்கொண்டான்.

“எப்படி இருக்கீங்க வாசு.? நான் ஒண்ணரை வருஷமா என் மாமனார் வீட்டிலே இருந்துட்டேன். அடிக்கடி உங்களை நினைச்சுக்குவேன், வாசு. பிள்ளைக்குட்டிக்காரர், என்ன பண்ணறாரோன்னு இருக்கும். சௌக்யம் தானே?” என்றான் தாமோதரன்.

வாசுவுக்குக் கண்களில் நீர் சுரந்து விட்டது.

காளிமுத்துவும், வாசுவும் திரும்பவும் தெருவுக்கு வந்தார்கள். காளிமுத்து, பெட்டிக் கடையில் ஒரு சிகரெட்டை வாங்கிக்கொண்டான். புகையை இழுத்து விட்டவாறே “ம்... என்ன யோசிச்சே?” என்றான்.

“உன்கூட ஆலைக்கே வர்றேன்.”

“உன் சாமி...”

“இருக்கட்டும்.”

காளிமுத்து முன்னால் போனான். பின்னால், அவனைத் தொடர்ந்தார். திடுமென, அவன் முதுகுப் புறத்தில், பெருமாள் நடந்து போவதாகவும் பெருமாளுக்குப் பின், தான் போவதாகவும் தோன்றியது வாசுவுக்கு.

1992

இருட்டில் இருந்தவன்!

இடக் கையிலிருந்த கண்ணாடியை முகத்துக்கு மிகவும் நெருக்கமாகக் கொண்டு வந்து வலக் கையில் இருந்த சின்னக் கத்தரிக்கோலால் கன்னங்கரிய மீசையில் வெள்ளையாய் முளைத்திருந்த அந்த ஒற்றை முடியை நீக்கி விடப் பெரும் முயற்சி செய்துகொண்டிருந்தான் பிரேம்.

என்ன துரதிருஷ்டம்! அந்த வெள்ளை முடியைத் தவிர, பிற கறுப்பு முடிகள் ஒவ்வொன்றாய் வெட்டப்பட்டு விழுந்துகொண்டிருந்தன. வலது பக்கத்து மீசையின் மேல் வரம்பு குறைந்து வருவதாகத் தெரிந்தது. வலதில் குறைந்த அளவு, இடதிலும் குறைக்க வேண்டுமே இனி! கவலைகொண்ட மனதுடன் கத்தரியைக் கீழே வைத்து விட்டு ஆஸ்டிரேயில் புகைந்துகொண்டிருந்த சிகரெட்டை எடுத்து ஒருமுறை இழுத்து விட்டு மீண்டும் தன் முயற்சியில் தொடர்ந்தான்.

தெத்துப் பல் மாதிரி அந்த வெள்ளை ஒற்றை முடி வயதை இரக்கமில்லாமல் காட்டி விடுகிற காலச்சுவடு. ஆறாவது விரல் மாதிரி, இது எதற்கு இவ்வளவு அவசரமாய் வந்து தொலைத்தது? அசந்தர்ப்பமாக வந்து நிற்கிற விருந்தாளியைக் கண்ட மாதிரி, மனசில் குபீரென ஒரு கோபம் உருக்கொண்டது. அவனுக்கு வந்த கோபத்தோடேயே, வெகு சிரத்தையுடன் முயன்று அந்த வெள்ளை எதிரியை வெட்டி வீழ்த்தினான் பிரேம்.

அப்பப்பா எவ்வளவு நிம்மதியாக இருக்கிறது!

நிம்மதி தந்த கிளர்ச்சியுடன் புதிய சிகரெட் ஒன்றை எடுத்துப் பற்ற வைத்துக்கொண்டான். கண்ணாடியை மேஜையின் மேல் வைத்து, அதில் பிரதிபலித்த தன் முகத்தைப் பார்த்தான். வயது நாற்பதைத் தொட்டாலும் இருபத்தைந்துக்கு மேல் தன்னை யாரும் எடை போட முடியாது என்றே தோன்றியது. யார் அவனை நடு வயது மனிதன் என்று சொன்னாலும் அது அவனைத் தொடப் போவதில்லை.

சாயா அப்படி அவனைச் சொல்லி விடக்கூடாது. சொல்லுவது என்ன? அப்படி ஒரு நினைவுகூட அவளை அண்டவிடக்கூடாது. அவளைப் பொறுத்தவரை அவன் இருபத்து ஐந்து வயது இளைஞன். கண்ணாடியில் முகத்தை மீண்டும் ஒருமுறை பார்த்தான். நெற்றிகூட வளருமா என்ன? இல்லை முடி கொட்டி நெற்றியை தூக்கிக் காண்பிக்கிறது. வழுக்கையின் முதல் எச்சரிக்கை. ஆனால் எத்தனை இளைஞர்களுக்கு வழுக்கை இல்லை? மைதானத்தில் புல் முளைத்த மாதிரி அங்கொன்று, இங்கொன்றுமாக முடி இல்லை? இருக்கத்தான் செய்கிறது. ஆகவே சாயா அது குறித்து கவலைப்பட மாட்டாள். கண்ணை, சதை கவிழ்த்து மறைக்கிறது. அதனால் என்ன, குடி முழுகிவிடப் போவதில்லை. கூலிங்கிளாஸ், சமீபகாலமாக அவன் பயன்படுத்தத் தொடங்கியிருந்தான்.

"சவரம் ஆச்சா? தண்ணி ஆறுதே..."

அடுப்படியிலிருந்து கல்யாணி சப்தம் இட்டாள்.

பிரேமின் சிந்தனைத் தொடர் அறுந்தது. நினைவுகளை அறுப்பதற்காகவே அவனைக் கைப்பிடித்திருப்பாளாய் இருக்கும் அவள் என அவன் நினைத்தான். கல்யாணிக்கு இறக்கி வைத்த இட்டிலிகளைச் சூடு ஆறாமல் கணவன் சாப்பிட வேண்டும். இல்லையெனில் அது, அந்தத் தாமதம் அவளை அவமதிப்பதற்குச் சமம். பஞ்சு மாதிரி, பூ மாதிரி, உப்பிய கோதுமைப் பூரி மாதிரி பவுடர் ஒட்டிக் கொள்ளும் வட்டப் பந்து மாதிரி, இட்டிலி பண்ணுவதற்கென்றே பிறந்து ஆளாகிப் புருசன் வீடு வந்தவள் இவள் என்று, அவனுக்கு அந்தக் கணம் தோன்றியது. கணவனுக்கு வாயாற வயிறாரச் சோறு போடுவதே தன் முதலானதும், முடிவானதுமான கடமை என்றும், அது தவிர பிரத்யேகமான வேறு எதுவும் முக்கியமில்லை என்றும் நினைக்கிற இந்த ரகம், தனக்கு வந்து வாய்த்ததே என்று இருந்தது அவனுக்கு.

"இன்னுமா ஆகலை? இட்டிலி ஆறிப் போகிறதே..." என்றவாறு அறைக்குள் வந்தாள் கல்யாணி. குக்கரிலிருந்து இட்டிலிகளைப் பெயர்த்து எடுக்கும் சாண் நீளக் கரண்டியுடன் அறை வாசலில் வந்து அவள் நின்றது, அவனுக்குச் சிரிப்பு சிரிப்பாய் வந்தது. செங்கோலைக் கையில் ஏந்தி நிற்கும் ராஜாக்களைப்போல கரண்டியை அவள் ஏந்தி நின்றாள். சமையல் அறை சாம்ராஜ்யவாதி, சிலுப்பிய காக்கைச் சிறகு மாதிரி, இடுப்பு பெருத்து, மடிப்பு மடிப்பாக, வெந்நீர்த் தவலைத் துணி மாதிரி சுருண்டு சுருண்டு தொங்கும் சதையைப் பார்க்க எரிச்சலாய் வந்தது பிரேமுக்கு. தூங்கி எழுந்து முகம்கூட கழுவாமல் எண்ணை வழியும் முகம், மேல் பட்டன் போடாமல் விரிந்து குழிவு தெரிகிற மார்பு, துதிக்கையின் மேல் பாகம் போன்று பருத்த கையை இறுக்கிய மார்பு ரவிக்கை, பூண்டைக் கல்லிட்டு அரைக்கிற மாதிரி, குப்பென்று ஒரு வாடை அவளிடமிருந்து தோன்றியது.

"என்ன சிரிக்கிறீங்க...?"

"ஒண்ணுமில்லை என் மீசையைப் பாத்தியா? அந்த வெள்ளை முடியை எடுத்திட்டேன்."

"ரொம்ப பெரிய காரியம்! ஆனா, தசரத சக்ரவர்த்திக்கு வந்த மாதிரி விரக்தி வராமே இருந்தா சரி..."

"அது என்ன கல்யாணி, தசரதனுக்கு வந்த விரக்தி?"

“தசரதர் ஒருநாள் காலைலே, உங்களை மாதிரி சவரம் பண்ணிக்கிட்டு இருந்தாராம்.”

“சவரம்னு சொல்லாதேன்னு சொல்லியிருக்கேனா இல்லையா? ஷேவிங்குன்னு சொல்லு...”

“அந்தக் காலத்துல ஷேவிங் ஏதுங்க? சவரம்தான் இருந்துச்சு...” பிரேம் சிரித்தான்.

“சவரம் பண்ணிக்கிறபோதுதான் கவனிச்சாராம் காதோரம் ஒரு நரைச்ச முடி. காதோரம் நரைச்ச முடி, கதை முடிவைக் காட்டுச்சி. அவருக்கு ஆட்சியை பிள்ளைங்ககிட்டே கொடுத்துட்டுக் காட்டுக்குப் போய் விடணும்னு முடிவு பண்ணிட்டாராம். அது மாதிரி...”

“அது மாதிரி...”

“நீங்களும் போய்விடப் போறீங்க. நீங்களாவது சாமியாராப் போகப் போறதாவது. உங்களை எனக்குத்தானே தெரியும்” என்று விசமமாகச் சிரித்தாள் கல்யாணி. பலவீனத்தைத் தொட்டால் யாருக்குத்தான் கோபம் வராது.

கடுமையான குரலில் பிரேம் சொன்னான்.

“தள்ளி நில். உனக்கு எத்தனை முறை சொல்றது? காலைலே குளின்னு. குளிச்சுட்டு புதுப் புடவையைக் கட்டிக்கிட்டா, எவ்வளவு நல்லா இருக்கும். இப்படி எப்போ பார்த்தாலும், ‘அழுக்கு மூட்டை’ மாதிரி இருக்கிறயே, வெட்கமா இல்லை.?”

ஒரு கணம் திகைத்த கல்யாணி, சட்டென்று பின் வாங்கி, தலையைக் குனிந்தவாறு மறைந்தாள்.

சாயா, இன்று எந்த ஆடையில் அலுவலகத்துக்கு வருவாள், என்று யோசித்தான் பிரேம். யோசனையே அவனுக்கு இன்பம் தந்தது.

சாயா, அன்று மேகம் போன்ற வெளிர் நீல நிறத்தில் உடுத்திக்கொண்டு வந்திருந்தாள். தலையை ஜடையாகப் பின்னாமல் அப்படியே தளரத் தொங்கவிட்டு, முனையில் ரப்பர் பேண்ட் போட்டிருந்தாள். ஒத்தியிருக்கிறோம் என்று தெரியாமல் ஒத்தி தீட்டியிருக்கிறோம் என்று தெரியாமல் உதட்டுக்கு சாயம் பூசி, கண்ணைக் கை தட்டி இழுக்காமல் நகைகள் அணிந்து வந்திருந்தாள்.

அவளைப் பாராட்டி ஏதேனும் சொல்ல வேண்டும் என்று பிரேமுக்குத் தோன்றியது. சொன்னால் அவள் சிரிப்பாள். தின்பதற்காக அல்லாமல், தின்னப்படுவதற்கே அமைந்த பற்களால் சிரிப்பாள். கல்யாண வாசலில் தெளிக்கப்படும் பன்னீர் மாதிரி, திடுமென எதிர்பாராத நேரத்தில் கழுத்தில் வந்து விழும் மல்லிகை மாலை மாதிரியான அச்சிரிப்பில், அவன் திளைத்து நிற்பான்.

ஆனால் நடந்தது வேறு. சாயா முந்திக்கொண்டாள்.

“பிரேம் சார், இந்த ஷர்ட் உங்களுக்கு ரொம்ப நல்லாயிருக்கு.”

“அப்படியா? ரொம்ப தேங்க்ஸ்...”

அவன் பன்னீரில் திளைத்து நின்றான். அவள் தொடர்ந்தாள்.

"இந்தக் கலர் எனக்குப் பிடிச்சிருக்கு சார். ரொம்ப கவுரவமன கலர். உங்கள் தோற்றத்தைக் கண்ணியமாக்கியிருக்கிறது..."

நூற்று அறுபது ரூபாய் செலவு செய்து தைத்த சட்டை. நூற்று அறுபதினாயிரம் ரூபாய் வரவு வந்ததுபோல் பிரேம் உணர்ந்தான். அண்மைக் காலங்களில் உடை அணிவதில் அவன் மிகுந்த சிரத்தை எடுத்துக்கொண்டிருந்தான். காலாவதியாகிவிட்ட பேஷனிலும் தையல் முறையிலுமாய் ஏற்கனவே தைக்கப்பட்ட சட்டை பேன்ட்களை அவன் உதறிவிட்டிருந்தான். அவ்வப்போது புதிய புதிய டிசைன்களைத் தேர்ந்தெடுத்து அணிந்து, தான் மிகவும் இளமையானவன் என்பதை மிகுந்த பிரயாசையுடன் நிரூபித்துக்கொண்டிருந்தான்.

சாயா அவள் இருக்கைக்குச் சென்று விட்டாள்.

தன் கேபினில் இருந்த பிரேமுக்கு அன்றைய காலை மிக அற்புதமாக இருப்பதாகப்பட்டது. காதல் வயப்பட்டோர்க்கு இது போன்ற அவஸ்தைகள் நிகழும். சூரிய விழுதுகள், பூவிதழ்களாவே தோன்றின. பிரம்பு இருக்கை இந்திரனின் அரியாசம்போல் தோன்றியது. உந்திச் சுழியிலிருந்து பனி ஊற்று ஒன்று புறப்பட்டு, நெஞ்சைக் குளிர்வித்து சிரசின் உச்சிக்குப் பாய்ந்தாற்போல் பிரமை பிடித்து உட்கார்ந்திருந்தான் பிரேம். காதல், அது, முறையோ, முறையற்றதோ, எதுவாயினும், மனிதரை பகல் கனவுகளில் ஆழ்த்தும். சித்தத்தைச் சிறை பிடித்து, செயலை ஒழித்து ஸ்தம்பிக்க வைக்கும்.

காலை பதினோரு மணி. ஆயினும், வேலையில் கவனம் செலுத்த முடியவில்லை அவனால். மக்கள் வரிப்பணத்தை விரயமாக்கிக்கொண்டு மேலே பேன் சுற்றிக்கொண்டிருந்தது. ஒரு பைலை எடுத்துத் தன் முன் விரித்து வைத்துக்கொண்டான். அது ஒரு பாவனைதான். நீல நிறத்தில் எழுத்தும், கறுப்பு நிறத்தில் தட்டச்சும் அவன் கண்களுக்கு வெறும் கோடுகளாய்த் தெரிந்தன.

மனம் வீட்டிலிருக்கும் கல்யாணியின் மேலும், சரியாக இருபது அடி தூரத்தில் இருக்கும் சாயா மேலும் மாறி மாறி தேனீ மாதிரி மொய்த்துக்கொண்டிருந்தது. கல்யாணி இந்நேரம் சமையலை முடித்துவிட்டிருப்பாள். அலுவலகத்துக்கு சாப்பாடு எடுத்துப் போகும் ஆளுக்காக டிபன் கேரியரைத் தயார் பண்ணி வைத்திருப்பாள். அவன் வந்து அதை எடுத்துப் போனதும், செய்வதற்கு வேறு ஒன்றும் வேலையில்லாததால், கையில் கிடைத்த ஏதேனும் ஒரு வாரப் பத்திரிகையை எடுத்துக்கொண்டு கட்டிலில் சாய்வாள்.

வாரப் பத்திரிகை அவளைப் பொறுத்தவரை ஒரு நல்ல தூக்க மருந்து.

அதிசயம்தான்.

முதல் பக்கத்தைப் பிரித்தாளோ இல்லையோ, உடனே அவளுக்குத் தூக்கம் கண்ணைச் சுற்றும். தூக்கமும் அவளுக்கு இட்டிலிக்கு மாவு அரைப்பதுபோல. மாவரைக்கையில் யாரேனும் அவள் கையைப் பிடித்து நிறுத்தினால், கல்யாணிக்கு மாரடைப்பு வரும். கண்டிப்பாய் வரும். அதேபோல், தூக்கத்தில் இருந்து யாரேனும் அவளை எழுப்பினால், அசாத்தியமான கோபம் வரும்.

எத்தனை நல்ல புத்தகங்கள் ஷெல்பில் தூங்குகின்றன? அவைகளில் ஒன்றின் மேலும் அவள் விரல்கள் பட்டிருக்குமா? இல்லை. என்ன ஜீவிதம் இது? உடம்பு பெருக்கத் தொடங்கியதுமே, அவன் அவளிடம் சொன்னான்.

"நல்ல டாக்டரா ஒருவரைப் பாரேன்... ஏன் லேடி டாக்டரிடம்கூட நீ போகலாம்."

"என்னத்துக்கு?"

"உடம்பு பெருத்துக்கொண்டு வருகிறதே!"

"அதனால் என்ன?"

"உடம்பு தன்னிச்சையாகப் பெருத்து, குழகுழவென்று இருப்பதும், ஒரு வகையான ஆபாசம்தானே? பார்க்க அழகாகவா இருக்கும். அழுக்குத் துணிக் குவியல் மாதிரி, அங்கேயும் இங்கேயும் சதை துருத்திக்கொண்டிருந்தால் ஆபாசம்தானே?"

"நான் அழகு இல்லை. நான் டான்ஸ்காரி இல்லை. இனிமேல் எனக்கு என்னத்துக்கு அழகாக இருக்க வேண்டும்? வேணும்னா, சின்னப் பொண்ணா பார்த்து கல்யாணம் பண்ணிக்குங்களேன். எனக்கு என்ன போச்சு?"

பலவீனத்தைத் தொட்டால் அவளுக்கும்தானே கோபம் வரும். அதற்கு மேல் பிரேம் அது குறித்து அவளிடம், அந்த விசயம் குறித்துப் பேசுவதை நிறுத்திக்கொண்டான்.

ஆனால், சாயா அப்படியா இருக்கிறாள்? அனாவசியமாக உடம்பில் ஒரு பிடி சதைகூட இல்லாமல், எப்படி 'சிக்' கென்று இருக்கிறாள். வானத்தில் இருந்து பிட்டுக்கொண்டு வந்தாற்போலல்லவா இருக்கிறாள். சாயாவிடம் மொத்தம் பதின்மூன்று சேலைகள் இருந்ததாகக் கணக்கெடுத்திருந்தான் பிரேம். அவற்றில் ஏழு ஷிபான் சைனா சில்க், நைலெக்ஸ் வகையறாக்கள். மற்றவை காட்டன் புடவைகள். சாயா மாநிறத்தவள்தான். கறுப்பு இல்லை. கறுப்பாய் இருந்தால்தான் என்ன? உலகப் பேரழகி கிளியோபாட்ராகூட கறுப்புத்தானே! ஆகவே, அவள் வெளிர் நிறங்களில்தான் புடவைகளைத் தேர்ந்தெடுத்தாள். அவைகள் அவளுக்குப் பாந்தமாய் இருந்தன. பாந்தமாய் இருப்பதுதானே ஆடை. அழுக்கு சாயாவை அண்டாது. அவள் விரல் நகங்கள் வண்ணம் பூசப் பெற்றிருப்பவை. சுத்தமானவை. கல்யாணியின் நகங்கள், ஒரு கறுப்புக் கோடு போட்டது மாதிரி, அழுக்குப் படிந்தவை. நடக்கையில், சாயாவின் பாவாடையின் நுனியைப் பிரேம் பார்த்திருந்தான். மிகச் சுத்தமாக அது இருந்தது. தன்மீதும், தன் ஆடைகளின் மேலும் என்ன கவனம்!

டீ வந்தது.

டீ கொண்டு வந்த பையனைப் பார்த்து, "சாயாவுக்கு டீ கொடுத்தியாப்பா?" என்றான் பிரேம்.

"கொடுத்தாச்சு சார்..."

நிம்மதியாக இருந்தது பிரமேக்கு.

காதல் வயப்பட்டோர்க்குத் தன் பசி தெரியாது.

மதிய உணவு வேளையின்போது சாயா, பிரேமின் கேபினுக்கு வந்து உணவு கொள்வது வழக்கம். "வரலாமா சார்?" என்று கேட்டுக்கொண்டே உள்ளே நுழைந்தாள் சாயா.

"வாயேன்" என்று வரவேற்றான் பிரேம். மேஜை மேல் இருந்த பைல்களை ஒதுக்கி வைத்தான். ஒரு பழைய பேப்பரை மேஜை மேல் வரித்து, வீட்டிலிருந்து வந்திருந்த 'கேரியரை' எடுத்து வைத்துப் பிரித்தான். வத்தல் குழம்பும், கீரை வடையும் முட்டைப் பொரியலும் செய்து அனுப்பியிருந்தாள் கல்யாணி. ஒவ்வொன்றாய்த் திறக்கும்போதே மணந்தன. பார்க்கும்போதே, பசியைத் தூண்டும் வகையாகச் சமைப்பது கல்யாணியின் திறமை.

சாயா இட்டிலி கொண்டு வந்திருந்தாள். சின்னச் சின்ன ரூபாய் நாணய அளவிலான இட்டிலிகள். தொட்டதுமே அமுங்கும் மிக மிருதுவான இட்டிலிகள். ஒரு வாய்க்கும் காணாத அந்த இட்டிலிகள் நான்கே நான்கைத்தான் அவள் கொண்டு வந்திருந்தாள்.

"இது உங்களுக்குப் போதுமா என்ன?" என்றான் பிரேம், கவலையாக. காதல் வந்துட்டால், பரஸ்பரம் ஒருவரைப் பற்றிய கவலை மற்றவர்க்கு வரும்.

"இதுவே அதிகம். நான் இரண்டே இரண்டுதான் சாப்பிடுவேன். உங்களுக்குத்தான் இரண்டு"

"ஐயோ! உடம்பு என்னத்துக்கு ஆகும்?"

"உடம்பு மெலியும். அதற்குத்தானே குறைத்துச் சாப்பிடுகிறேன். நான் 'டயட்டில்' இருக்கேன் சார்..."

"களைப்பாய் இருக்குமே, உணவு குறைந்தால்..."

"இருக்கத்தான் இருக்கும், ஏதாவது ஒன்றைப் பெற வேண்டுமானால் ஒன்றை இழக்கத்தானே வேண்டும்..."

எவ்வளவு அழகாகப் பேசுகிறாள். எருக்கம்பூ மொட்டு பட்டுப் பட்டென உடைவது மாதிரி, என்ன பேச்சு!

இரண்டு இட்டிலிகளைப் பிரேமின் இலையில் வைத்தாள் சாயா. இட்டிலிக்குத் தொட்டுக்கொள்ள, கொஞ்சம் வத்தல் குழம்பை அவள் டிபன் பாக்சில் ஊற்றினான். தனக்கு வந்திருந்த வடைகளில் இருந்து இரண்டினை எடுத்துப் போட்டான் அவளுக்கு.

"ஐயோ... வேணாம் சார், என்னால் சாப்பிட முடியாது ப்ளீஸ்..."

அவள் கூவிய விதமும், தொனியும் மிகவும் பிடித்திருந்தது அவனுக்கு. எவ்வளவு அழகிய பாவனைகள்! அழகிய இளம் பெண்கள் இப்படியெல்லாம் பேச வேண்டும் போலும், இரண்டு சின்ன இட்டிலிகளும், அதனினும் சிறிய வடைகளும் மதிய உணவுக்குப் பெரிதா என்ன? இல்லைதான். ஆனாலும், அது மிக அதிகம் என்பதும், மிகவும் கஷ்டத்துடன்தான் அவைகளைத்தான் சாப்பிடுகிறோம் என்றும் அலட்டிக் கொள்வது நாகரிகம் போலும். இந்த வகை அலட்டல், சூழ்நிலையை ரம்மியப்படுத்தியது என்னவோ நிஜம்.

மிகக் கொஞ்சமாக, நாசூக்குடன் விண்டு சுவைத்தாள் சாயா. 'ஓ' என்றாள். புருவங்கள் மேலே உயர்ந்தன. கண்கள் விரிய, "அருமையான

சமையல், கல்யாணி மாமி ரொம்பத்தான் அருமையாகச் சமைக்கிறார்!" என்றாள், பெரும் வியப்பு தொனிக்க.

கண்ணினுள் சிறு துரும்பு சிக்கியதுபோல, அவள் கல்யாணியைப் பாராட்டிப் பேசியப் பேச்சு அவனுக்குத் துன்பத்தைத் தந்தது. கல்யாணியைப் பற்றி இப்போது என்ன பேச்சு? தவிரவும், கல்யாணியைப் பற்றி சாயா நினைக்கலாமா என்ன? சாயா, கல்யாணியைப் பற்றி பேசுவது என்பது, பிரேம் ஒவ்வொரு கல்லாய் அடுக்கித் தனி ஆளாய் நின்று கட்டிக்கொண்டிருக்கும் ஓர் அந்தரங்கக் கோட்டையின் அஸ்திவாரத்தையேத் தகர்க்கும் காரியமாகி விடும்! அசுவாரஸ்யமாகச் சாப்பிட்டுக்கொண்டிருந்த பிரேமைக் கவனித்தாள் சாயா.

"என்ன பேச்சையேக் காணோம்.?"

"ஏதோ யோசனை..."

"என்ன சார் நீங்க? உங்க மனைவியைப் பாராட்டிப் பேசிக்கிட்டிருக்கேன். கொஞ்சம்கூட சந்தோஷத்தையே காட்ட மாட்டேன்கறீங்களே..."

"சமைக்கறதோட ஒரு பெண்ணின் கடமை பூர்த்தியாயிடுமா என்ன?"

"அப்படியென்றால்?"

"அப்படித்தான்..." என்றவன், "கல்யாணி ரொம்ப நல்லா சமைப்பா. அவ்வளவுதான்..." என்றான் சலிப்பு நிறைந்த குரலில்.

பெண்கள் மிகுந்த சூட்சும அறிவு நிரம்பியவர்கள். அவர்களைப் பேதைகள் என்று எண்ணியும், நம்பியும் தங்களைத் தாங்களே ஏமாற்றிக் கொள்கிறார்கள் ஆண்கள் என்பதே உண்மை. ஆண்களின் ஒவ்வொரு அசைவையும் அவர்கள் மிகுந்த நுணுக்கமாக அவதானிக்கிறார்கள். அவர்களின் ஒவ்வொரு அடியும் எதை நோக்கி வைக்கப்படுகிறது என்பதைத் துல்லியமாக உணர்ந்துகொள்ள பெண்களால் முடியும். வெகுளி என்றும், ஒன்றும் அறியாதவள் என்றும் ஆண்களால் சுட்டிக் கருதப்படும் பெண்கள்கூட, தங்கள் அந்தரங்களுக்குள் ஆண்கள் பிரவேசிக்கும்போது, விழித்துக் கொள்வார்கள்.

அவர்கள் விழித்துக் கொள்வதை ஆண்களால் புரிந்து கொள்ள முடிவதில்லை என்பதே ஆண்களின் சோகம். புரிந்து கொள்ளாமையே, ஞானமாகக் கருதப்பட்டு, ஞானவான்கள் உதிர்க்கிற பெண் மொழியைப்போல, 'கடலாழத்தைக் கண்ட பெரியோரும், பெண்கள் மனதாழ்த்தைக் காண முடியாது' என்பது போன்ற பொன்மொழிகளை சிருஷ்டித்துக்கொண்டு களிப்புற்றார்கள் ஆண்கள்.

பிரேமிடமிருந்து ஒரு நரி நொண்டியடித்துக்கொண்டு அடிமேல் அடி வைத்து வருவதை சாயாவின் நுண் உணர்வு கண்டுபிடித்து விட்டது. ஒரு விரல் அழுத்தம், ஒரு 'கிளிக்' பிரேமின் முகத்தையும், அகத்தையும் சேர்த்து வாங்கித் தன் கைப் பைக்குள் திணித்துக்கொண்டாள் அவள். மனைவியைப் பற்றி ஒரு பலவீனமான சித்திரத்தை வரைந்து காட்டி, அதன் மூலம், 'ஐயோ பாவம்' என்கிற இரக்கத்தை ஏற்படுத்தி, அதனினும் மேலாகச் சென்று, எதிரில் இருக்கும் பெண்ணிடம் அனுதாபத்தைக் கையேந்திப் பெறுவதும், பெற்ற பின்பு அவள் பார்வையை, தன்னை நோக்கித் திருப்புவதும், திரும்பத் திரும்ப அவளைத் தன் பக்கம் ஈர்த்து, அதைக் கவர்ச்சியாக மாற்றுவதும்,

சமயம் பார்த்து சவுகரியமாகக் குழி பறிப்பதும், நாற்பது வயது ஆண்களின் குயுக்தி என்பதைச் சாயா புரிந்துக்கொண்டாள்.

மாலை அலுவலகம் விட்டு வெளியே வந்தார்கள் இருவரும்.

"காபி சாப்பிடுவோமா..." என்றான் பிரேம்.

"எனக்கும் காபி வேண்டும்போல்தான் இருக்கிறது"

இருவரும், வழக்கமாகப் போகும் அந்தக் குளிர்சாதனம் இருந்த சிற்றுண்டிச் சாலைக்குள் நுழைந்தார்கள்.

பணியாளர்களின் அறிமுகச் சிரிப்பை வாங்கிக்கொண்டு, இருட்டும் அமைதியும் கொண்ட மூலை இருக்கையில் அமர்ந்தார்கள்.

"என்ன சாப்பிடலாம், ஸ்வீட்?" என வினவினான் பிரேம்.

"இன்னைக்கு என்ன விசேஷம்?" என்றாள் சாயா, சிரிப்புடன்.

சிரித்தால் அவள் கன்னங்களில் குழி விழுந்தது. இரண்டு கோலிக் குண்டுகளை இரண்டு கன்னங்களிலும் வைக்கலாம். வைத்தால் அவை விழாது. அங்கேயே நிற்கும். இந்தக் கற்பனை பிரேமுக்குச் சிரிப்பைத் தந்தது.

"என்ன சிரிப்பு?"

மறைக்காமல், தான் எண்ணியதைச் சொன்னான் பிரேம்.

"சூ! எப்பவும் 'ரொமான்டிக்' வசனம் தானா?" என்று கோபித்துக்கொண்டாள் சாயா. பொய்க் கோபம்தான். பொய் என்று கத்திக்கொண்டே வருகிற கோபம். இன்னும் கொஞ்சம் சீண்டுங்களேன் என்று, சொல்லாமல் சொல்கிற கோபம். ஒரு எல்லைக்குள் இதெல்லாம் சரிதான் என்கிற அனுமதி.

"மாமி இப்பவும் அழகாகத்தான் இருக்காங்க இல்லையா சார்" என்றாள் சாயா.

ஒரு ராட்சஸ பலூனை பிரேம் ஊதிக்கொண்டிருக்கும்போது சாயா அதில் ஓர் ஊசியை சொருகினாள். பிரேம் சுருங்கிப் போனான். காயத்துக்குச் சாயாவே மருந்து போட வேண்டியிருந்தது.

"இன்னிக்கு என்ன விசேஷம்னு கேட்டேன்..."

"சொல்றேன். முதலில் சாப்பிடுவோம்..."

உண்டு முடித்து, காபியும் குடித்தபோது, பில் வந்தது. சாயா பையைத் திறந்து பணம் கொடுக்கப் போனாள்.

"நான் கொடுக்கிறேன்" என்றான் பிரேம்.

"தினம்தான் நீங்கள் கொடுக்கிறீர்கள். ஒருநாள் நான்தான் கொடுக்கிறேனே"

"சொல்வதைக் கேள், நான் கொடுக்கிறேன்" என்றவாறு பணத்தை வைத்தான் பிரேம்.

"தினம் தினம், நீங்களே பணம் கொடுப்பது அசிங்கமாக இருக்கு. இது ஒருவகை ஆண் ஆதிக்கம் போலும். பெண்களைப் பணம் கொடுக்க அனுமதிக்காதது!"

இருவரும் வெளியே வந்து நடந்தார்கள். ஸ்பென்சர் டவரைக் கடக்கும்போது அவள் கேட்டாள்.

“மாமிக்கு ஏதாவது வாங்கியிருக்கலாமே...?”

சொத்தை வேர்கடலை மென்றதுபோல் இருந்தது பிரேமுக்கு. இது இன்று இரண்டாம் முறை.

“சூ!” என்றான் அலட்சியமாய்.

“இதுக்கு என்ன அர்த்தம்?”

“அவள் தின்பதற்குத்தான் லாயக்கு என்று நீயும் சொல்கிறாய்...”

“இப்படியெல்லாம் மனைவியைப் பற்றிப் பேசாதீர்கள்...”

“நீ சொல்லித்தான், அவள் மனைவி என்பதே என் நினைவுக்கு வருகிறது...”

ஒரு தர்க்காவை அவர்கள் கடந்தார்கள். அங்கஹீனமும், தொழுநோயும் கொண்ட பிச்சைக்காரர்கள் பலர் வரிசையாய் அமர்ந்து கையேந்திக்கொண்டு அழைத்துக்கொண்டிருந்தார்கள். தானும் ஒரு பிச்சைக்காரனைப் போல்தான் என்று, அசந்தர்ப்பமாக பிரேமுக்குத் தோன்றியது. சாயாவுக்கு முன் அவள் காதலை இரந்து கையேந்துகிற பிரேம். அந்நினைவு அவனுக்குள் ஏதோ சட்டென்று ஓர் இறுக்கத்தை ஏற்படுத்தியது. ஆயினும் அதே நேரம் காற்றில் அலைந்து அவன் மேல், வந்து உரசிய சாயாவின் சேலைத்தலைப்பு அவனை கிறங்கச் செய்துவிட்டது. நடைபாதையில் பூ விற்றுக்கொண்டிருந்த ஒரு சிறுமியின் முன் சட்டென்று நின்றான்.

“பூ வாங்கட்டுமா?”

“யாருக்கு?” என்றாள் பட்டென்று சாயா.

“உனக்குத்தான்”

“எனக்கு வேண்டாம்.”

“ஏன்?”

“வேண்டாம் என்றால் வேண்டாம். ஏன் மாமிக்கு வாங்கிக்கொண்டு போங்களேன்?”

மூன்றாம் முறையாக அவன் தாக்குண்டதுபோல் நின்றான்.

“அவளுக்கு அது ஒன்றுதான் குறை” என்றான் எரிச்சலோடு.

பஸ் நிறுத்தத்தில், நிழல் குடையில் கீழே அவர்கள் நின்று பஸ்சுக்குக் காத்திருக்கும்போது சாயா சொன்னாள்:

“பிரேம் சார்! சொன்னால் தவறாக நினைக்க மாட்டீர்களே! ஒன்று சொல்கிறேன். மனைவிக்கும் கணவனுக்கும் வரும் விரிசிலுக்குக் காரணத்தை அவர்கள் இருவரைத் தவிர, வேறு எவரும் புரிந்து கொள்ள முடியாது. உங்களுக்குள் ஏதோ பிரச்னை இருக்கிறது. நீங்கள் உட்கார்ந்து யோசித்து, பேசித் தீர்த்துக்கொள்ள வேண்டும். விரிசலை வளர விடாதீர்கள். அது ஆலஞ்செடி மாதிரி வீட்டையே பெயர்த்து விடும்”

பஸ் வந்ததும் சாயா ஏறி நின்றாள். உட்கார இடம் இல்லை அவளுக்கு. நின்றுக்கொண்டே கை அசைத்து விடை பெற்றாள். ஏதோ ஜீவனான ஒன்று அவனிடமிருந்து கழன்று செல்வதைப்போல, துன்பம் கசிய நின்றான் பிரேம்.

பிரேமும் கல்யாணியும் ஓடிக்கொண்டிருக்கிறார்கள். வெகு தூரத்துக்கு முன்னால், அவர்கள் சென்று சேர வேண்டிய லட்சியம் இருக்கிறது. பிரேம் வெகு வேகமாக ஓடிக்கொண்டிருக்கிறான். அவளால் பிரேமுக்கு நிகராக ஓட முடியவில்லை. கனத்த சரீரம் அதோடு அவள் கால்களுக்கு விலங்கு வேறு போடப்பட்டிருக்கிறது. மனைவியின் கால்களுக்கு விலங்கா? திடுக்கிட்டு அவளைப் பார்க்கிறான். விலங்கல்ல. குழந்தைகளின் கைச் சுற்றல்கள். அவனுடைய குழந்தைகளே அவளை ஓட முடியாதவாறு கெட்டியாகப் பிடித்துக்கொண்டிருக்கிறார்கள். ஆகவே அவன் மட்டும் ஓடுகிறான். முன்னேறுகிறான். மனைவி பின் தங்கி விடுகிறாள்...

விழித்துக்கொண்டான். அவனுக்கு இரைத்தது.

தூக்கத்தில் ஓடியவன் விழிப்பு வந்தது மூச்சிரைக்க உட்கார்ந்து கொண்டிருந்தான். கையெட்டும் தூரத்தில் அவன் மனைவி நிச்சலனமாகத் தூங்கிக்கொண்டிருந்தாள். கீழே விரித்த ஜமுக்காளத்தில் பெரியவள் ஷீலாவும், சின்னவன் சுரேஷும் ஜமுக்காளத்தை விட்டுப் புரண்டு போய்த் தரையில் படுத்துத் தூங்கிக்கொண்டிருந்தார்கள். அவன் வாரிசுகள். அவன் மனைவியை அவனுக்குச் சமமாக ஓடாதபடி விலங்கிட்டவர்கள்.

மீண்டும் கல்யாணியை நோக்கினான் பிரேம்.

பிரேமைப் பார்த்து ஒருக்களித்துப் படுத்திருந்தாள். அண்மைக் காலத்தில் அவளுக்குச் சதை போட்டிருந்தது. வயிறு, ஏழு மாத கர்ப்பிணி மாதிரி சரிந்து விட்டிருந்தது. கண்கள் வீங்கி, கன்னங்கள் உப்பி, தோள்கள் அகன்று எப்படியெல்லாமோ ஆகவிட்டாள் கல்யாணி. இவள் எப்போதும் இப்படி இருந்தாளா? என்றால் இல்லை. கல்யாணம் ஆன புதிதில், 'என்ன' தொட்டால் உடைந்து விடுவாள் போலிருக்கிறதே, என்று எல்லாரும் சொல்லும் படியாக இருந்தவள்தான் அவள். வீடும் சமையல் அறையும், வெளியில் இருந்து உள்ளே வெளிச்சமும் காற்றும் வரமுடியாத புழுக்கம் நிறைந்த அறையும் அடுத்தடுத்து நேர்ந்த இரண்டு பிரசவங்களும் அவளை அவரைப் பந்தலாக்கி விட்டிருந்தது.

கல்யாணி தூங்கிக்கொண்டிருந்தாள். அவன் மனைவி சகலமும் அவனே என்று நம்பி கைப்பிடித்து வந்து விட்ட மனைவி. அவன் அறிவே தன் அறிவாக, அவன் சந்தோஷமே தன் சந்தோஷமாக, அவன் முன்னேற்றமே தன் முன்னேற்றமாக, அவன் மூச்சுக் காற்றில வாழும் மனைவி.

பிரேமுக்கு ஒரு கணம் அவள் மேல் இரக்கம் சுரந்தது. துரதிருஷ்டம் என்னவெனில், மனைவி மேல் ஒரு கணவனுக்கு அன்பு சுரக்க வேண்டுமேயல்லாது இரக்கமே வரக்கூடாது. அன்பு இடையறாதது. இரக்கம் வந்து வந்து போகக்கூடியது. வந்து போன ஒரு கணத்தில் சாயாவின் நினைவு தானாகவே அவனுக்குள் தோன்றியது.

மணியைப் பார்த்தான். மூன்றை நெருங்கிக்கொண்டிருந்தது. சாயா இன்னேரம் என்ன செய்துகொண்டிருப்பாள்? தன் அறையில் சுவாதீனமாக, அச்சமற்று உறங்கிக் கொண்டிருப்பாள். வாய் சற்றே லேசாகத் திறந்தபடி, சீராக மூச்சு விட்டுக்கொண்டு அவள் உறங்கிக்கொண்டு இருப்பாள். 'அவள் கனவு காண்பாளா? காண்பாள் எனில், அவள் கனவில் யார் வருவார்?

தன் கனவில் கல்யாணி வந்த மாதிரி, அவள் கனவில் நான் வருவேனா?" என்று தனக்குள் நினைத்தான் பிரேம். நினைவே இனிமையாய் இருந்தது.

மீண்டும் தூங்க முயன்றான். கலைந்த தூக்கம் மீண்டும் வருவதாய் இல்லை. எழுந்தான். குளியல் அறை சென்று மீண்டான். மணி நாலரையாகி விட்டிருந்தது. சட்டையையும் பேன்ட்டையும் அணிந்துகொண்டு ஸ்கூட்டரை எடுத்துக்கொண்டு கிளம்பினான்.

வண்டிக்குப் பல உதைகள் தேவைப்பட்டது. உடன் கிளம்ப மறுத்தது. காலை நேரத்தில் உதைப்பதுகூட சுகமாகத்தான் இருந்தது. ஒரு வழியாக வண்டியைக் கிளப்பி கடற்கரை வந்து சேர்ந்தான். கடற்கரையில் நிறைய பேர் நடை பழகிக்கொண்டிருந்தார்கள். வண்டியை காந்தி பொறுப்பில், அவருக்குப் பின்னால் நிறுத்தி விட்டு நடந்தான்.

காலை நேரத்து கடற்கரை நடை, ஒரு சுகம்! ஈர மணலில் கால் புதையப் புதைய நடப்பது இன்பம். முந்தின நாள் மாலையும் இரவும் உட்கார்ந்து பேசிச் சென்ற நண்பர்களின் உற்சாகம், காதலர்களின் சிருங்காரம், வயோதிகர்களின் விசாரம் எல்லாம் சுண்டல் பொட்டலக் காகிதங்களாகச் சுருண்டு கிடந்தன. எல்லாவற்றையும் மிதித்துக்கொண்டு கடலை நோக்கிச் சென்றான் பிரேம்.

பிரம்மாண்டமான கருநீலப் பாயாய் படுத்துக் கிடந்தது கடல். காலங்காலமாய் இருப்பதால், நரை மாதிரி கடலுக்கும் அலைகள் என நினைத்தான் அவன். மீண்டும் அந்த வெள்ளை முடி முளைத்து விட்டதா என இனி வீட்டுக்குப் போய்த்தான் பார்க்க வேண்டும். ஓடினால் என்ன என்று தோன்றவே, ஓடத் தொடங்கினான். வயிறு குறைய வேண்டுமே என்கிற கவலை சமீப காலமாக அவனுக்கு ஏற்படத் தொடங்கியிருந்தது. வயதின் புறச் சின்னங்களில் ஒன்றாய், வயிறு அண்மைக் காலமாகச் சற்று மேடிட்டிருந்தது. அதை வயது காரணமாக என்று அவனால் எப்பவும் ஒப்புக்கொள்ள முடிந்ததில்லை. உட்கார்ந்து பணி செய்கிற ஆடவர் அனைவருக்கும் அது ஏற்படும் என்றே மனதை சமாதானப்படுத்திக் கொண்டிருந்தான்.

சாயா ஒரு முறை கிண்டல் செய்தாள்.

"என்ன சார், உடற்பயிற்சியே செய்வதில்லையா நீங்கள்? வயிறு முன்னால் வந்துகொண்டிருக்கிறதே" என்றாள். அவமானமாகத்தான் இருந்தது. உடனே, வயிற்றை எக்கி மூச்சு பிடித்துக்கொண்டு நிற்க வேண்டி வந்தது அவனுக்கு. அன்றே தீர்மானித்து விட்டான். இனி காலை நேரங்களில் கடற்கரையில் ஓடுவதென.

ஓடிக்கொண்டிருந்தான் பிரேம். சற்று தூரத்தில், சுரிதார் அணிந்த இரு பெண்மணிகள் ஓடிக்கொண்டிருந்தார்கள். இளம் பெண்கள். அவர்களில் ஒருத்தி சாயாவின் வடிவில் இருந்தாள். சாயா இல்லை... ஆனால், அவள் இவனைக் காட்டிலும் வெகுதூரம் முன்னேறி விட்டிருந்தாள். மூச்சு இறைக்கவே சற்று நின்றான். மணலில் அமர்ந்தான்.

அது— சாயாவுடன் சேர்ந்து வாழ்வது— என்கிற கனவு, ஆசை, தாபம் நிறைவேறும் என்று அவனுக்குத் தோன்றவில்லை. அப்படி நினைப்பதுகூட ஒருவகையில் அயோக்கியத்தனம்தான். ஆனால், நினைக்காமல் இருக்கத்தான் முடியவில்லை. மீண்டும் மீண்டும் அவனுக்கு அருகில், அவனுக்கு உள்ளே வந்து உட்கார்ந்துகொண்டிருந்தாள் சாயா. திடீரென சாயாவைப் பார்க்க

வேண்டும்போல் தோன்றியது அவனுக்கு. ஸ்கூட்டர் நிறுத்தி வைக்கப்பட்டிருந்த இடத்தை நோக்கி ஓடினான்.

திருவல்லிக்கேணியைப் பார்க்கும்போதெல்லாம், தமிழகத் தலைநகரமே ஒரு மாபெரும் நகரசபைக் குப்பைத் தொட்டியாகி வருவதாக அவனுக்குத் தோன்றும். வீதி ஓரம் குப்பை, தெரு முனையில் குப்பை, தெருக்களில் வீடுகள் ஒன்றோடொன்று இடித்துக்கொண்டு, தெத்துப் பல் மாதிரி இருப்பதைப் பார்க்க, 'நசநச'வென்று மக்கள் இடித்துக்கொண்டு நடப்பதை உணரும்போதெல்லாம் குமட்டிக்கொண்டு வரும். அங்குதான் ஒரு ஒற்றையடிச் சந்தில் சாயா இருந்தாள். செந்தாமரை எங்கு பூத்தால்தான் என்ன என்று சொல்லிக்கொண்டான். உவமை தந்த கிளர்ச்சியில், சாயா வீட்டுப் படியில் மோதி வண்டியை நிறுத்தினான். சாயாவின் அம்மாதான் வரவேற்றாள். சாயாவின் அம்மா, சாயாபோல் இல்லை. சாயா அப்பாவைக்கொண்டு பிறந்திருப்பதாக அடிக்கடி சாயா சொல்வாள்.

"வாங்க தம்பி! பாருங்க, இந்தப் பொண்ணு இன்னும் தூங்கிட்டு இருக்கு" என்று சொன்னவள் சேர்த்துச் சொன்னாள், "இன்னிக்கு லீவு நாள்தானேன்னு தூங்கிறா போல இருக்கு"

அம்மா, மகளை எழுப்பப் போனாள். அன்றைக்கு ஞாயிறு என்பதே அப்போதுதான் அவன் நினைவுக்கு வந்தது. தான் நேரம் காலம் கடந்து விட்டோம் என்று நினைத்துக்கொண்டான் பிரேம். சுவரில் மாட்டியிருந்த படங்களைப் பார்த்தான். சாயாவின் குடும்பப் போட்டோ. உறுப்பினர்களின் தனித்தனிப் போட்டோக்கள். 'போட்டோ என்று வந்தால் எல்லாரும் விறைத்துக் கொள்வார்கள் போலும்' என்று தோன்றியது. அவனுக்கு சிரிக்க முடியாமல் சிரித்துக்கொண்டு, கேமராவையே முறைத்துக்கொண்டு நின்றிருந்தார்கள் அத்தனை பேரும். புகைப்படங்களைப் பார்ப்பது போன்ற சுவாரஸ்யம் வேறு என்ன இருக்க முடியும்? ஏதோ ஒரு கல்யாணத்தின்போது எடுக்கப்பட்ட போட்டோவில் குருக்கள் தாலியை எடுத்து நீட்டிக்கொண்டே, கழுத்தை மணமக்களுக்கு இடையே விட்டு போட்டோவுக்கு போஸ் கொடுத்துக்கொண்டிருந்தார்.

சாயா வந்தாள். தூக்கக் கலக்கம் இன்னும் போய் விடவில்லை அவளிடமிருந்து. அங்கி போன்ற இரவாடை அணிந்துகொண்டிருந்தாள். கொஞ்சமும் கள்ளமின்றி முகமுழுக்கச் சிரித்து, "வாங்க சார்... சாரி சார், நீங்க வரும்போது தூங்கிட்டிருந்தேன் பாருங்க. முதல்லே சொல்லியிருந்தா, நான் தயாரா இருந்திருப்பேன்" என்றாள், வருத்தமும் மகிழ்ச்சியும் கலந்த குரலில்.

மனிதர்கள் எல்லாரும் கற்பனை செய்வதில் கம்பர்கள் என்பது அப்போது நிரூபணமானது.

"இங்கே திருவல்லிக்கேணியில் ஒரு நண்பர் காலேஜ் சீட் விசயமா சொல்லியிருந்தார். பிரின்சிபாலிடம் சொல்லி ஏற்பாடு பண்ணிவிட்டேன். அதைச் சொல்ல இங்கு வந்தேன். இவ்வளவு தூரம் வந்து விட்டு சாயாவைப் பார்க்காமல் போனால் எப்படி என்று வந்து விட்டேன்" என்றான் பிரேம்.

"பரவாயில்லை, உங்க அன்புக்கு மிக்க நன்றி" என்றாள், நாடக பாவத்தோடு சாயா.

காலமும் சூழலும் குலோப் ஜாமூன் மாதிரி இளகியிருப்பதாக பிரேம் நினைத்துச் சந்தோஷப்பட்டான்.

"என்னோடு நீங்கள் காபி சாப்பிடுகிறீர்கள்" என்றாள் சாயா.

"அது, என்னோட பாக்கியம்!"

அவள் சிரித்தாள். அழகான ஆரோக்கியமான சிரிப்பு. நீளக் கயிறுகொண்டு எதிராளியைக் கட்டிப் போடுகிற சிரிப்பு. அந்தப் பூவிலங்கை சுகமா ஏற்றுக்கொண்டு காபியை அருந்தினான் பிரேம்.

"எனக்கு பத்து நிமிசம் தருகிறீர்கள். நான் அதற்குள் குளித்து விட்டு வந்து விடுவேன். நாம் இருவரும் சேர்ந்து காலை உணவு அருந்துகிறோம். என்ன சரிதானா?"

"நான் உத்தரவுக்கு எப்போதும் கட்டுப்பட்டவன், சாயாவின் உத்தரவுக்கு மட்டும்" என்றான்.

அதற்கும் அவன் எதிர்பார்த்தது கிடைத்தது. மதுரமேயான ஒரு புன்சிரிப்பு. கண்கள் அதிகமாகச் சிரிக்க, உதடு புன்முறவல் பூக்கிற உயர் சிரிப்பு. வாங்கிப் பத்திரப்படுத்திக்கொண்டான். காலைப் பேப்பரையும், ஆங்கிலப் பத்திரிகை ஒன்றையும் கொண்டு வந்து அவன் முன்னால் வைத்துப் போனாள் சாயா. முந்தின நாளின் மல்லிகை கசங்கிய ஒரு வகை மணத்தை வாரி இறைத்தது. சாயாவின் தலையிலிருந்து பழைய பூச்சரம் உள்ளுக்கிழுத்த மூச்சை வெளியே விடாமல் இயன்றவரைக் கட்டுப்படுத்திக்கொண்டான் பிரேம்.

அந்த வீடு வரவேற்பறையில் போடப்பட்டிருந்த நாற்காலி, வட்ட வடிவ டீபாய்கள், கதவுக்கும் ஜன்னலுக்கும் போட்ட வெளிர் நீல நிற திரைத் துணிகள், எல்லாவற்றையும் கங்காரு அல்லது மனிதக் குரங்கு அல்லது அஞ்சு தலை நாகப்பாம்பு இவற்றைப் பார்க்கிற உற்சாகத்துடன் பார்த்துக்கொண்டிருந்தான் பிரேம். அவைகள் சாயாவுடன் வாழ்கிற பொருள்களாயிற்றே!

குளித்து உடை மாற்றி வந்தாள் சாயா. மஞ்சளில் வெள்ளைக் கோடுகள் போட்ட சேலையும் அதே வண்ணத்தில் ரவிக்கையும் அணிந்து வந்து அவன் அருகில் அமர்ந்தாள் சாயா.

ஒரு பெரிய சாமந்திப்பூ வந்து முன்னால் வந்து அமர்ந்ததுபோல உணர்ந்தான் பிரேம்.

"மாமி குழந்தைகள் எல்லாம் நல்லா இருக்காங்களா?" என்றாள் சாயா. தனது சாமந்திப்பூக் கற்பனை அந்தரத்தில் தூக்கு மாட்டிக்கொண்டார்போல உணர்ந்தான் அவன்.

"நான் புறப்படவா?" என்றவாறு எழுந்தான்.

"இருங்கள், உங்களை அவ்வளவு சீக்கிரம் விட்டு விடுவேனா? இன்றைக்கு விடுமுறைதானே? அப்படி என்ன அவசரம்? உங்களிடம் நான் பேச வேண்டியிருக்கிறது. உண்மையில், உங்களை இன்று வீட்டுக்கு அழைக்கத்தான் நினைத்திருந்தேன். நல்லவேளை, நீங்களே வந்து விட்டீர்கள்" என்றாள் யோசனையோடு. சிரிப்பு குதூகலமும் அவளிடமிருந்து சுத்தமாக மறைந்து விட்டது. அவள் அழைப்பும் தோரணையும் அவனை ஆணி அடித்து அமரச் செய்து விட்டன.

காலை உணவாக ரொட்டியும் முட்டையும் உண்டார்கள்.

"சொல், என்னவோ சொல்ல வேண்டும் என்றாயே!"

"அதற்கு முன்னால் நீங்கள் அன்று எனக்கு இனிப்பும் காரமும் வாங்கி டிரீட் கொடுத்தீர்களே, அதன் காரணம் சொல்லவில்லையே"

பிரேம் சிரித்தான்.

"இதுகூடத் தெரியாமல் இருக்கிறாயே. அன்று நீ வேலையில் சேர்ந்து ஓர் ஆண்டு முடிந்து, இரண்டாம் ஆண்டு தொடங்கிய நாள்!"

சாயா உவகையில் பூரித்துப் போனாள். மனிதன் தன் சக மனிதர் மேல் செலுத்தும் அக்கறையின் வெளிப்பாடாக மட்டும் பிரேமின் அக்கறையைப் புரிந்துகொண்டாள். அவள் கண்கள் கலங்கின.

"ரொம்ப நன்றி பிரேம் சார்!" என்றாள் நாத் தழுதழுக்க.

"அதை விடு. என்னவோ சொல்ல வேண்டும் என்றாயே?"

தலைகுனிந்து யோசித்தவாறு இருந்த சாயா சொன்னாள். திரும்பிப் பார்த்து அம்மா அருகில் இல்லாமையை ஊர்ஜிதப் படுத்திக்கொண்டாள். குரலைத் தாழ்த்திக்கொண்டு சொன்னாள்.

"சார்... எனக்கு ஒரு நண்பர் இருக்கார். பெயர் ஜான். இன்னைக்கு இங்கு வருவதாக இருக்கார். மதியம் சினிமாவுக்குப் போவதாக ஏற்பாடு. நீங்களும் எங்களுடன் வரலாம். நீங்கள் என் உண்மையான நண்பர். ஜானுடன் பேசுங்கள். எனக்குக் குழப்பமாக இருக்கிறது. நான் இது விசயமாக முடிவெடுப்பதில், நீங்கள் உதவ வேண்டும். அதற்கான தகுதி என் நண்பர்களில் உங்களுக்குத்தான் உண்டு."

"முடிவெடுப்பது என்றால் நீ அவரைக் காதலிக்கிறாயா?"

எந்தவிதத் தயக்கமும் இல்லாமல் "ஆம்" என்றாள்.

"ரொம்ப சந்தோஷம் அவர் வரட்டும். பேசிவிட்டுப் போகிறேன்..." வெகு நீண்ட நாட்களுக்குப் பின் சாயாவின் கருவிழிகளைப் பார்த்துப் பேசினான் பிரேம்.

மந்தகாசமுடன் தலை கவிழ்ந்து அமர்ந்திருந்த சாயாவைப் பார்த்து பிரேம் சொன்னான்.

"திருவிழாவில் அம்மாவைத் தவற விட்ட குழந்தை மீண்டும் அவளைக் கண்டு பிடித்ததுபோல சந்தோஷமாக இருக்கிறது"

ஒரு நிமிஷம் யோசித்த சாயா சொன்னாள்:

"நான் அல்லவா, அப்படி நினைக்க வேண்டும்."

பிரேம் முதன் முறையாக வெட்கப்பட்டான்.

ஜான் வந்ததும் அவரிடம் பேசி, அவர் அவளுக்குத் தகுதியானவர்தான் என்பதை அவளுக்குச் சொல்லி, அவர்களுடன் சினிமா பார்த்து, மாலை அவர்களுடன் ஓட்டலில் உண்டு, கடற்கரைக்குச் சென்று, சாயாவை அவள் வீட்டில் சேர்த்து, அங்கிருந்த ஸ்கூட்டரை பல உதைகளுக்குப் பிறகு ஸ்டார்ட் செய்து வீடு வந்து சேர்ந்தான். நேரம் பதினொன்றைத் தொட்டு விட்டிருந்தது.

வேலைக்கார அம்மாள் கதவைத் திறந்து விட, படியேறி மாடிக்குச் சென்றான். கட்டிலில் சுருண்டு படுத்திருந்தாள் கல்யாணி. சிகை ஃபேன் காற்றில் பறந்து முகத்தை மூடியிருந்தது. அவள் அருகில் அமர்ந்து அவள் கேசத்தைச் சரி செய்தான். கீழே குழந்தைகள் இரண்டும் அசந்து தூங்கிக்கொண்டிருந்தன. ஆக மூன்று குழந்தைகள் உறங்குவது மாதிரி இருந்தது. கல்யாணிகூட ஒரு குழந்தையாகத்தான் அவனுக்குப் பட்டது. அதே நேரத்தில் அவனால், வெறுத்து ஒதுக்கப்பட்ட குழந்தை தானும் தன்னுடைய வாழ்வும், இன்பமும், துன்பமும் இனி இவனோடுதான் என்று பல ஆண்டுகளுக்கு முன்னர் அவனிடம் வந்து சேர்ந்த அவன் மனைவி. கல்யாணி புரண்டு படுத்தாள். திடுக்கிட்டு விழித்தாள். தன் அருகில் அவன் அமர்ந்திருப்பது கண்டு சரட்டென்று எழுந்து அமர்ந்தாள்.

"எப்போ வந்தீங்க? கொஞ்சம் கண் அசந்துட்டேன் சாப்பிட்டீங்களா, இல்லையா?"

"ஆச்சு. நீ சாப்பிட்டியா?"

ஆச்சர்யத்துடன், "இல்லை" என்று தலையசைத்தாள்.

"வா… சாப்பிடு."

"பரவாயில்லைங்க."

"சேச்சே, சாப்பிடாமல் படுக்கறது நல்லதில்லை. எதுக்குப் பட்டினி இருக்கணும்…?"

அவன், அவள் கையைப் பற்றி எழுப்பினான்.

1992

சின்னஞ் சிறு வயதில்

ஜோதிக்குப் பிறந்த நாள் வர இருந்தது.

அப்பா அவளிடம் கேட்டார்.

"பிறந்த நாளுக்கு உனக்கு என்னம்மா 'பிரசன்ட்' வேணும்?"

ஜோதி யோசித்தாள்.

யோசித்தல் என்பது, கண்களை மேலே செருகிக் கொள்ளுதல்; கூரையைப் பார்த்தல், ஏற்கெனவே கடித்துத் துப்பப்பட்டிருந்தாலும், இருப்பதுபோல் பாவித்துக்கொண்டு நகத்தைக் கடித்தல்; இவை அனைத்தையும் செய்து விட்டு ஜோதி சொன்னாள்:

"எனக்கு ரோஜாச் செடி வேணும்பா, நம்ம வீட்டுல அழகழகா ரோஜா வளர்க்கப் போறேனே!"

அப்பாவிம் முகம் தொங்கிப் போயிற்று.

"கல் இழைத்த வைர நெக்லஸ், பட்டுத் தாவணி, பட்டுப் பாவாடை இப்படி ஏதாச்சும் கேப்பேன்னு நெனச்சேம்மா" என்றார்.

அப்பாவிடம் உசத்தியான அளவுக்கு காசு இருந்தது. மகளின் ஆசையும் ரொம்ப உசத்தியாக இருக்க வேண்டும் என்று அவர் எதிர்பார்த்தார்.

"ஊஹுூம். எனக்கு ரோஜாச் செடிகள்தான் வேணும்."

ஜோதி சிணுங்கினாள். இந்த நேரத்தில், காலை உதைத்துக்கொள்ள வேண்டும். முகத்தை எட்டுக் கோணலாக்கிக்கொள்ள வேண்டும். தரையைத் தப்பென்று உதைத்துக் கொண்டு அறையைப் பார்த்துப் போக வேண்டும். இவை அனைத்தையும் செய்த பிறகு, அப்பா இறங்கி வந்தார்.

"சரி... உன்னிஷ்டம்."

ஆனாலும், தன் அருமை ஒற்றை மகளுக்கு ஒரே ஒரு ரோஜா செடியா வாங்கித் தருவது? பதிநான்கு செடிகள் வாங்கித் தந்தார். என்ன கணக்கு பதினான்கு? ஜோதிக்கு வயது பதிநான்கு.

ரோஜாச் செடிகளின்மீது ஜோதிக்குத் திடீரென எப்படி ஆர்வம் ஏற்பட்டது? போன வாரம் ஒரு தோழியின் வீட்டுக்கு அவள் போயிருந்தாள். தோழி அவள் வீட்டுக்கு முன்புறம் ரோஜாத் தோட்டம் போட்டிருந்தாள். ரோஸ், இரத்தச் சிவப்பு, மஞ்சள், கறுப்பு, வெள்ளை என எத்தனை வர்ணங்களில் ரோஜாக்கள்? வெள்ளைத் தாளில் சிவப்பு மையைக் கொட்டிக் கவிழ்த்தாற்போல அந்தச் சிவப்பு ரோஜாதான் எவ்வளவு அழகு? அந்த ரோஜாக்களால் மனிதர்களும், வீடும் சுற்றுப்புறமும்கூட எவ்வளவு அழகு பெற்றுத் துலங்கியது? போதாததற்கு அந்தத் தோழி வேறு, ஒற்றைச் சடை, பின்னி அதற்கேற்ப ஒற்றை ரோஜாவைச் செருகி இருந்த பாங்குதான் என்ன?

அந்தக் கணத்தில், தன் வீட்டிலும் ரோஜாக்கள் பூத்துக் குலுங்குவதைக் கனவில் கண்டாள் ஜோதி.

ஜோதியின் வீட்டுக்கு முன்புறம் கொஞ்சம் நிலம் இருந்தது. அந்தக் காலத்துப் பதினாறு முழப் புடவையை விரித்துக் காய வைக்கும் அளவுக்கு நிலம்.

அப்பா சொன்னதுபோலப் பதினான்கு ரோஜாச் செடிகள் வாங்கித் தந்தார். வரிசைக்கு நான்காக, மூன்று வரிசைகள் பூமியில் நட்டாள். ஜோதி வீட்டு வாசலுக்கு இரு மருங்கும் இரண்டு.

ஜோதி வீட்டில் பூசைத் தாத்தா என்றொருவர் இருந்தார். அது என்ன பூசை? எப்போதும் நெற்றி, மார்பு, முன் கை புஜங்களில் பட்டை பட்டையாகப் பூசை போடுபவர் அவர். ஆகையால் அவர் பூசைத் தாத்தா. எந்தக் காலத்திலோ சமையல் செய்து வந்தவர்தான் தாத்தா. வீட்டோடு ஒன்றிக் குடும்பத்தில் ஒருவர் ஆகி விட்டார். அம்மாவைச் சின்ன வயசிலேயே இழந்து போன ஜோதிக்குத் தாத்தாதான் அம்மா.

பூசைத் தாத்தா மீன் முள்ளென வெளுத்த மீசையைத் தடவி விட்டுக்கொண்டு செடி நட, ஜோதிக்கு உதவியாய் வந்தார்.

"குழந்தை செடியை மட்டும்தான் நேராய் நடலாம். கிளையைக் கொஞ்சம் சாய்வாய்த்தான் நடணும்"

"இல்லேன்னா கிளை முளைக்காது"

ஒவ்வொன்றுக்கும் ஒரு சுபாவம், மாட்டுக்கு வைக்கோல், குதிரைக்குக் கொள்ளு.

ஜோதி முகம் சுளிக்க, மாட்டுச் சாணத்தைக் கரைத்து ஒவ்வொரு செடிக்கும் ஊற்றினார் தாத்தா.

அந்த நாள் முதல்கொண்டு, ரோஜாச் செடிகளும் கிளைகளும் ஜோதியின் உயிராகி விட்டன. ஜன்னலின் இரும்புச் சிலுவையில் சிட்டுக் குருவிகள் உட்கார்ந்து கீச்கீச் சென்று கத்தும் வைகறைப் பொழுதுகளில், கண்ணைப் பிட்டுக்கொண்டவுடன் ஓடி வந்து தோட்டத்தில்தான் நிற்பாள் ஜோதி.

ஒவ்வொரு செடியையும், கிளையையும், கிளைக் கணுவையும் உற்றுப் பார்ப்பாள். ஏதேனும் ஒன்றின் கணுவில், பச்சை முகப்பரு மாதிரி, ஓர் இலை துளிர்விட்டிருக்கும். நாபியிலிருந்து குப்பென்று ஒரு சந்தோஷம் பந்தாய்ச் சுழன்று உடம்பு முழுக்கப் பாயும்.

ஒரு புதிய தளிர், ஒரு புதிய குழந்தை.

அந்தப் புதிய பச்சை உயிரைத் தொட்டுத் தடவ வேண்டும்போல இருக்கும் அவளுக்கு.

"உஸ், அதைத் தொடக்கூடாதும்மா..." என்பார் தாத்தா. இந்தத் தாத்தாவே நிறைய ரகசியங்களின் பொட்டலம். அதைச் செய்யக்கூடாது, இதைச் செய்யக்கூடாது, ஒவ்வொன்றுக்கும் ஒரு காரணம் வைத்திருப்பார்.

நித்தம் காலையிலும், மாலையிலும் செடிகளுக்குத் தண்ணீர் ஊற்றுவது ஜோதிதான். தாத்தா, "படிக்கிற பொண்ணுக்கு என்னத்துக்கம்மா சிரமம், நான் ஊத்தறேன்" என்று மல்லாடுவார். ஊஹூம், ஜோதி சம்மதிக்க மாட்டாள். அவள் கண்ணால் அவற்றைப் பார்ப்பதுபோல, அவள் கைகளால் தண்ணீர் ஊற்ற வேண்டும், குழந்தைக்குச் சோறு ஊட்டுவதுபோல! காலாண்டுத் தேர்வின்போது, வெறும் குச்சியாய் இருந்தவை! அரையாண்டுத் தேர்வுக்குள், பூத்துக் குலுங்கத் தொடங்கி விட்டன.

பென்சில் முனை போன்ற துளிர், பச்சை நெற்றிப் பொட்டு மாதிரி கொழுந்து கிள்ளிப் போட்ட வெற்றிலைக் காம்பு போன்ற இலைகள், சின்னச் சுண்ணாம்புக் கட்டி மாதிரி அரும்புகள், சின்னஞ்சிறு வாழைப்பூ மாதிரி மொட்டுக்கள், அப்புறம் ரோஜாக்கள்... குழந்தை வளர்ந்து மனிதனாவதுபோல, பள்ளிக்கூடம் எடுத்துக்கொண்டது போக, மீதி நேரங்களை ஜோதி செடிகளிடம் வாழ்ந்தாள். அவற்றிடம் பேசினாள். அவை அவளைப் பார்த்துத் தலையசைக்கும். சிரிக்கும், பேசும். அவற்றின் பாஷையை அவள் அறிவாள். வார்த்தைகள் இருந்தால்தானா மொழி?

ஒருநாள் மாலை, அவள் அந்த ரோஜாக்களிடம் ஊடே அமர்ந்து திளைத்திருக்கையில் அவள் கவனம் பக்கத்து வீட்டு மாடிக்குச் சென்றது.

ஓர் இளைஞன், உடற்பயிற்சி பனியனும், வெள்ளை அரைக்கால் சட்டையும் அணிந்துகொண்டு உடற்பயிற்சி செய்பவனாய், மொட்டை மாடியின் ஒரு முனையில் இருந்து மறுமுனைவரை அரை வட்டமாய் ஓடிக்கொண்டிருந்தான். குதித்துக் குதித்து ஓடும்போது தலை கொள்ளாத அவன் முடி எகிறி எகிறித் தாழ்ந்தது வேடிக்கையாய் இருந்தது. மாலைச் சூரிய ஒளியில், கூழாங்கல் மாதிரி மஞ்சளாய் மினுக்கினான் அவன்.

"தாத்தா... தாத்தா" என்று இரைந்து கூப்பிட்டாள் ஜோதி.

உள்ளே ஏதோ வேலையாய் இருந்த தாத்தா 'பொதுக் பொதுக்'கென்று ஓடி வந்தார்.

"என்னம்மா" என்றார், மூச்சிரைக்க.

"அது யாரு தாத்தா?" என்று தலையைத் திருப்பாமல், கண்ணால் பக்கத்து வீட்டு மாடியைச் சுட்டினாள் அவள்.

தாத்தா திரும்பி, சூரிய வெளிச்சத்தைக் கையால் மறைத்துக்கொண்டு அண்ணாந்து பார்த்தார்.

"அந்தப் பையனா?"

"உம்"

“அந்த வீட்டுக்குப் புதுசா யாரோ குடி வந்திருக்காங்களாம். அந்த வீட்டுப் பையனா இருப்பான்.”

தாத்தாவுக்கு ஒரு விஷயம், அதன் ஆழத்தோடும் அகலத்தோடும் தெரிய வேண்டும். மறுநாள் தெரிந்துகொண்டு வந்தார்.

அவர்கள் திருச்சிப் பக்கத்து ஊர்க்காரர்கள். அந்தப் பையன் திருச்சியில் ஏதோ ஒரு கல்லூரியில் படித்துக்கொண்டிருக்கிறான். கல்லூரியில் ஏதோ ஸ்டிரைக். விடுமுறையில் வீட்டுக்கு வந்திருக்கிறான். துறுதுறு பையன், ஏதாவது செய்துகொண்டிருக்க வேண்டும் அவன். உடம்பை ஒழுங்குப்படுத்திக் கொண்டிருக்கிறான்.

“சுத்த வாலா இருக்கும். ரெட்டை வாலைப் பார்த்தாலே தெரியுதே...” என்றாள் ஜோதி.

தாத்தா அவளை உற்றுப் பார்த்துச் சிரித்தார்.

“இவ்வளவு அழகாகப் பூ பூத்திருக்கே, ஒரு நாளாவது திரும்பிப் பார்க்குதா அது?”

“எது?”

“அதுதான்... அந்த ஸ்ரீகாந்த்தான்” பேரைப் பாரு ஸ்ரீகாந்த்தாம்.

“ஸ்ரீகாந்த்... கீ காந்த்... மீகாந்த்... வீ காந்த்”

கழுத்தை எட்டுக் கோணலாக்கிக்கொண்டு அந்தப் பெயரை மீண்டும் மீண்டும் முனகினாள் அவள்.

“எதைப் பார்க்கணும்ங்கீறே குழந்தை?”

“என் ரோஜாத் தோட்டத்தைத்தான்.”

“அப்பப்பா! நான் பயந்தே போயிட்டேன்.”

“எதுக்கு?”

“இல்லே... உன்னை அவன் பார்க்கவில்லையேன்னு நீ கோவிச்சுக்கிட்டதா நினைச்சுக்கிட்டேன்...”

“சீய்” என்றாள் ஜோதி.

ஒரு விஷயம் ரசிப்புக்குரியதாய் இருந்தால் ‘பயங்கரம்’ என்று சொல்ல வேண்டும். பிடித்தும் பிடிக்காமலும் இருந்தால் “சீய்” என்று சொல்ல வேண்டும்.

இந்தக் கிழங்கள் ரொம்ப பயங்கரங்கள் என்று நினைத்துக்கொண்டாள் ஜோதி. ஒரு குதி குதித்துத் தாண்டி உள்ளே ஓடினாள் அவள். அந்த நேரத்தில் அப்படித்தான் ஓட வேண்டும்.

இந்த மொட்டை மாடிகள்தான் எவ்வளவு சௌகர்யமானவை. காத்துக்குக் காத்து, வெறுமனே வேடிக்கை பார்க்கலாம். வீடுகளின் விசித்திரமான தலைகளைத் தரைமட்டத்திலிருந்தே பார்க்கலாம். கட்டைச் சுவர்களில் வந்து உட்காரும் காக்கைகளையும், சிட்டுக்களையும் வேடிக்கை பார்த்துக்கொண்டே படிக்கலாம். படிக்காமலும் இருக்கலாம்.

“என்ன குழந்தே! இப்பல்லாம் உன்னைக் கீழே பார்க்கவே முடியல்லையே... விடிஞ்சா மொட்டை மாடிக்கு வந்துடறே... சாயங்காலம் பூரா இங்கேயே இருக்கே, ஊம்...?” என்றார் தாத்தா.

தாத்தாவுக்கு மொட்டைமாடி என்பது வத்தல் காய வைக்கும் இடம்.

“தொந்தரவு இல்லாம படிக்க முடியறது தாத்தா. பரீட்சை வரப் போகுதில்லே? இன்னும் யானை அளவுக்குப் படிக்க வேண்டியிருக்கே?”

தாத்தா திரும்பிப் பக்கத்து வீட்டு மாடியை பார்த்தார். ஸ்ரீகாந்த் இந்தக் கட்டைச் சுவருக்கும், அந்தக் கட்டைச்சுவருக்கும் ஓடிக்கொண்டிருந்தான். முயல் மாதிரி பம்மிப் பம்மி.

“படிக்கிறியாக்கும்” என்றார் தாத்தா. தன் பஞ்சுமிட்டாய் மீசையைத் தடவி விட்டுக்கொண்டு, ‘கக் கக் கக்’கென்று அடித் தொண்டையால் தவளை மாதிரிச் சிரித்தார்.

“சீய்... இந்தக் கிழம் ரொம்ப மோசம்பா” என்று முனகிக்கொண்டாள் ஜோதி. ஆனாலும், மனசுக்குள் சந்தோஷமாகவே இருந்தது.

பகல் நேரங்களில் அந்த விசித்திரமான ஸ்ரீகாந்த், ஒரு பச்சைக் கிளியைத் தோளில் வைத்துக்கொண்டு சுற்றிக்கொண்டிருந்தான். அவனுடைய அப்போதைய உயிர் நாட்டம் அந்தப் பச்சைக் கிளியாய் இருந்தது. ஒரு கொத்துக் கீரைக் கட்டைத் தோளில் போட்டுக்கொண்டு சுற்றுவதுபோல், அந்தக் கிளையை அவன் சுமந்து திரிந்தான். ஜோதிக்கு ஆச்சரியமாய் இருந்தது. அவன் கையை நீட்டினால், கிளி அவன் முன் கையில் வந்து அமர்ந்து, வாழைப்பழத்தைக் கொத்திக் கொத்தி ஆகாயத்தைப் பார்த்துக்கொண்டு சாப்பிட்டது.

“ஏன் தாத்தா... கிளியை இப்படிப் பழக்க முடியுமா என்ன?”

“எதைத்தான் பழக்க முடியாது குழந்தை? பாம்பை ஆட்டி வைக்கலையா? சிங்கத்தைக்கூட நாய்குட்டி மாதிரி மாத்திடலாமே? யானைக் குட்டியை நாற்காலியில் உக்கார வைக்கிறாங்களே!”

“எனக்கு ‘லவ்பேர்ட்’ஸ் வாங்கித் தார்றியா தாத்தா.”

“லவ்வோ, கிவ்வோ, உன் அப்பாவைக் கேட்டு உத்தரவு வாங்கிடு. படிக்கிற பொண்ணுக்கு பறவை, பூச்சி புண்ணாக்குன்னு எதுக்குடா வாங்கித் தர்றே படுவான்னு உங்கப்பா என்னக் கோவிச்சுக்கக்கூடாது பாரு...”

“போ தாத்தா, அப்பா அப்படியெல்லாம் சொல்லமாட்டாங்க”

ஜோதி உதடுகளைச் சுளித்து முறுக்கிக் காட்டினாள்.

அப்பா, காலைப் பலகாரம் சாப்பிடும்போது சொன்னார். “ஏன் தாத்தா ஜோதி என்னமோ கேக்கறாளே, வாங்கிக் கொடுங்களேன். பணம் அலமாரியிலே இருக்கு, எடுத்துக்குங்கோ... ஆமா, ஜோதி என்ன வேணுங்கிறே நீ...” என்று கேள்வியைத் தூக்கி போட்டு விட்டுப் பதிலை எதிர்பார்க்காமல், “இன்னிக்குக் கத்தரிக்காய் கொத்சு ரொம்பப் பிரமாதம்” என்றார்.

லவ்—பேர்ட்ஸ்கள் வந்து சேர்ந்தன.

சிட்டுகள் மாதிரி உடம்பு. பச்சைக்கிளி மாதிரி மூக்கு. குடுகுடுப்பைக்காரன் சட்டை மாதிரி பல வண்ணங்களை ஒட்டுப் போட்ட உடம்பு. சின்னச் சின்ன உயிர்கள் கீச்கீச் சென்று முனகிக்கொண்டு கூண்டுக்குள் இருக்கிற உணர்வே இல்லாமல், உடம்பை நீவிக்கொண்டு தெய்வமே என்று சாந்தமாய் உட்கார்ந்திருக்கிற, அந்தப் பறவைகளையே மணிக்கணக்காய்ப் பார்த்துக்கொண்டிருந்தாள் ஜோதி. 'ஐயோ' என்றிருந்தது, மனசில் பச்சாதாபம் அடைந்தது.

"என்ன குழந்தை, சாப்பாடுகூட வேணாம் போலிருக்கே?" என்றார் தாத்தா.

"இதுங்களைப் பார்த்தா பாவமா இருக்கு தாத்தா."

"இந்தப் பறவைங்க வந்த பின்னே, ரோஜாவை மறந்துட்டியேம்மா"

"பச்... தோட்டத்தை நீங்களே பார்த்துக்குங்க தாத்தா" தாத்தா அவளையே பார்த்துகொண்டு நின்றார்.

இப்போதெல்லாம் மொட்டை மாடிக்குப் படிக்கப் போகும்போது புத்தகத்தோடு கூண்டையும் எடுத்துக்கொண்டு போனாள் ஜோதி. கூண்டை ஓர் ஓரமாக வைத்து விட்டு உலவிக்கொண்டே படிப்பாள். ஒரு கண் கூண்டில், ஒரு கண் புத்தகத்தில். பக்கத்து வீட்டில் வழக்கம்போல் அந்த மாலையில் ஸ்ரீகாந்த் உடற்பயிற்சியில் ஆழ்ந்திருப்பான். படிப்பதன் பாவனையில் அசிரத்தை ஏற்படும்போது, புத்தகத்தை மூடி வைத்துப் விட்டுப் பறவைகளைக் கவனித்துக்கொண்டிருப்பாள்.

அவை, அவற்றின் உலகத்தில் ஆழ்ந்திருக்கும். ஒன்றுக்கொன்று உறவாடி, உறவாடுவதையே வாழ்க்கையாய் ஆக்கிக்கொண்டன அவை. ஓடும் நதியைப் பார்ப்பதுபோல் இருக்கும், அவற்றைப் பார்க்க. மனசை இழுத்துப் பிடித்து ஒரு புள்ளியில் நிறுத்தி வைத்து விடுகின்றன இவை. கால உணர்வையும் மறக்க அடிப்பவை இவை.

ஒருநாள் ஜோதி தாத்தாவைக் கேட்டாள்.

"ஏன் தாத்தா, பக்கத்து வீட்டுக்குக் குடி வந்தாங்களே, அவங்க காலி பண்ணிட்டுப் போயிட்டாங்களா, என்ன? பார்க்கவே முடியவில்லை."

"அவங்களா, அவனா?"

"சீய்... போ... தாத்தா"

"காலேஜ் திறந்துட்டாங்களாம். அவன் போயிட்டான்."

பறவைகள் கீச்கீச் சென்று அனாவசியமாகத் கத்தின. கூண்டை எடுத்துக்கொண்டு கீழே இறங்கி வந்தாள் ஜோதி.

"ஜோ, பரீட்சைதான் முடிஞ்சு போச்சே, சும்மா வீட்டுக்குள்ளேயே அடைஞ்சு கிடந்தா எப்படி? இன்னிக்கு ஒரு டான்ஸ் நிகழ்ச்சிக்குப் போகிறோம். ரெடியா இரு!" என்றார் அப்பா, அலுவலகம் புறப்படும் முன்.

"ஹை" என்று குதித்தாள் ஜோதி.

அவளுக்கு ஒரே பிரமிப்பாய் இருந்தது, அன்று பார்த்த நடனம். தன்னந்தனியாக ஒரு பெண்மணி இராமாயணம் முழுவதையும் ஆடி அபிநயித்தாள்.

இராமனும், சீதையும் ஊஞ்சல் ஆடும் நிகழ்ச்சி, மெய்சிலிர்க்க வைத்தது அவளை. இல்லாத ஊஞ்சலில் உட்கார்ந்து ஆடிய அந்த நடன மணி, சீதையை, அந்தப் பதினைந்து வயசுப் பெண்ணையும், அவள் வெட்கத்தையும் காதலையும் கண்முன்கொண்டு வந்தாள். அவளே இராமனாகவும், மாறிப் பௌருஷம் என்னவென்பதையும் வெளிக்காட்டினாள். கிறங்கிப் போனாள் ஜோதி.

காரில் வீடு திரும்பும்போது ஜோதி அப்பாவிடம் சொன்னாள்.

"அப்பா... எனக்கு டான்ஸ் கத்துக்கணும்."

"என்னா?" என்றார் அப்பா ஆச்சரியத்துடன்.

"நான் நாட்டியம் கத்துக்கப் போறேன்."

அப்பா பெரிதாகச் சிரித்தார். அப்புறம், "ஓகே... பத்மாவையே ஏற்பாடு பண்றேன்"

வண்டியை நிறுத்துமுன் இறங்கிப் பாய்ந்து வீட்டுக்குள் ஓடினாள் ஜோதி.

"நாட்டியம் எப்படி இருந்தது குழந்தை?" என்றார தாத்தா.

"பிரமாதம்" என்றாள் ஜோதி. மனம் முழுக்க ஜல்ஜல் என்றன சலங்கைகள். தன் நடையே நாட்டியமாகி விட்டதோ என்கிற பிரமை ஏற்பட்டது அவளுக்கு.

"தாயே, யசோதா ஆடினாளா?" என்றார் தாத்தா

ஜோதி அவரைக் காதிலேயே வாங்கினால்தானே.

கிளிகள் "கீச்கீச்" என்றன இவளைப் பார்த்து.

"தாத்தா இந்தக் கிளிகளை என் ப்ரெண்டுக்குக் கொடுத்துடப் போறேன்."

"கொடுத்துடப் போறியா?"

"ஆமா. நான் டான்ஸ் கத்துக்கப் போறேனே!"

ஓயிலாக இடுப்பை வளைத்து ஆடுகிற பாவனையோடு அறைக்குள் ஓடினாள் ஜோதி.

தாத்தா அவளையே பார்த்துக்கொண்டு நின்றார்.

1992

அவனும் அவளும்

அவளுக்கு ஆச்சரியமாய் இருந்தது.

அன்று வெயில் அவ்வளவு உஷ்ணமாய் இல்லை. முதல் நாள் இரவு மழை பெய்திருந்தது. ஆகவே அந்தப் பதினொரு மணி, இரண்டும் கெட்டான் மதியப் பொழுதிலும், காலைக் காற்றின் குளிர்ச்சி இருந்தது. அதைக் குலைப்பதற்காகவோ என்னவோ, மோகன் நிஷாவைத் தேடி வந்து "ஒரு நிமிஷம் உன்னோடு பேச வேண்டும்" என்றான்.

"ஏன்? இரண்டு நிமிஷங்கள்கூட நீ பேசலாமே" என்று தனக்கு எதிரில் இருக்கற நாற்காலியைக் காட்டினாள் நிஷா.

"பிஸியாக இருக்கிறாயா, என்ன?" என்றான் மோகன். நிஷா, பிஸியாக இருக்கும் பட்சத்தில், பிறிதொரு சமயம் பேசலாம் என்பது அவன் எண்ணமாய் இருந்திருக்கும்.

"பிஸியாகவும் இல்லை, சும்மாவும் இல்லை. இந்த ரிப்போட்டை இன்று மதியம் லஞ்ச்சுக்கு முன்னால் முடித்துக் கொடுப்பதாக வாக்களித்திருக்கிறேன். முடிந்தவரை காப்பாற்ற வேண்டும்."

"என்ன ரிப்போர்ட்?"

"கோடையை அடுத்து வரும் வறட்சியை, குறிப்பாக குடி தண்ணீர் பிரச்சினையை, சென்னை மாநகரில் எவ்வாறு சமாளிப்பது என்பது குறித்த ரிப்போர்ட்...."

மோகன் சிரித்தான்.

"சிரிப்புக்குரிய விஷயம் இதில் உனக்குத் தென்படுகிறதா மோகன்?" என்றாள் நிஷா, கொஞ்சம் கோபத்தோடு.

"சேச்சே... இந்த ரிப்போர்ட் சம்பந்தப்பட்டவர்களிடம் போய்ச் சேர்வதற்குள் மழையும் பெய்து, அடுத்தக் குளிர்காலமும் வந்துவிடும். மக்களும், அவர்களுக்கு அரசர்களாக இருப்பவர்களும் இந்தப் பிரச்சினையையே மறந்து விடுவார்கள். நெற்றி வியர்வையை வெளியேற்றி,

மூளையைக் கசக்கிப் பிழிந்து நீங்கள் தயாரித்திருக்கிற இந்த ரிப்போர்ட்டும் மறக்கப்பட்டு விடும் என்பதைக் கொஞ்சம் எண்ணிப் பாருங்கள். இந்தத் தேசத்தில், உண்மையான உழைப்புக்கு ஒரு சல்லிக் காசு மரியாதைகூடக் கிடையாதே...”

“அதற்காக...? மூளை உள்ளவர்கள் சும்மா இருந்து விடக்கூடாதே. மாசத்தின் கடைசித் தேதி சுளையாகச் சம்பளம் வாங்கும்போது மனசு குத்தக்கூடாது அல்லவா. என்னவோ சொல்ல வேண்டும் என்றாயே... சொல்.”

“இங்கே வேண்டாம்... கொஞ்சம் வெளியே வரமுடியுமா?” ஆபீசுக்கும் தெருவுக்கும் இடையே கொஞ்சம் மரங்களும் செடிகளும். ஒரு மஞ்சள் கொன்றை, சுத்தமாக இலைகளை உதிர்த்து விட்டு வெறும் பூக்களாகவே புஷ்பித்துக்கொண்டு நின்றிருந்தது. உதிர்ந்த பூக்கள் மண்ணை இடைவெளி இல்லாமல் போர்த்திக்கொண்டிருந்தன.

மரத்துக் கீழே வந்து நின்றார்கள் மோகனும், நிஷாவும்.

“என்ன?” என்றாள் நிஷா.

அவன் தயங்கினான்.

“கடனா பணம் வேணுமா?”

“சேச்சே”

“அப்புறம் என்ன தயக்கம், சொல்லுப்பா...”

“ஐ லவ் யூ நிஷா”

“வாட்?”

குபுக்கென்று அவளுக்குள் ஓர் ஆச்சர்யம் குமிழ்ந்து எழுந்தது. வெயில் இன்னும் உறைக்காத, குளிர்ச்சியாகவே இருந்தது சுற்றுச் சூழ்நிலை.

கண்கள் விரிய, புருவம் உயர அவனையே பார்த்தாள் அவள். சிரித்தாள்.

“பரவாயில்லை, சந்தோஷம். ரகு மாதிரி லெட்டர் தராமப் போனியே... அந்த வரையிலும் நிம்மதி” என்றாள்.

“ரகு லெட்டர் கொடுத்தானா? என்ன லெட்டர்...?”

“லவ் லெட்டர்தான். அது சரி, நீ ஏன் இப்படி அதிர்றே?”

“நீ என்ன சொன்னே...?”

“முழுசாகவே நான் உன் முன்னாலே நிக்கறேன். லவ் பண்ணத் தெரியற உனக்கு அதை கௌரவமா, என் முகத்தை நேருக்கு நேரா பாத்து ஏன் சொல்ல முடியலை? எதுக்கு லெட்டர்? லெட்டருக்கு என்ன அவசியம்? பயமா? உடனே செருப்பைக் கழட்டி கையில் எடுத்திடுவேன்னா... ஒரு பெண்ணிடம் கௌரவமா உன் ஆசையைத் தெரிவிக்கக்கூடத் தெரியலையே உனக்கு, அப்படீன்னேன்”

“அதுக்கு ரகு என்ன சொன்னான்?”

“டிரான்ஸ்பர் வாங்கிட்டு மெயின் பிராஞ்ச்சுக்கே போயிட்டான்”

நிஷா சிரித்தாள். மோகன் சிரிக்கவில்லை.

“இன்னும் பதில் சொல்லலையே நிஷா...?”

“என்ன பதிலை எதிர்பார்க்கிறே...?”

“இப்படிச் சொன்னா...”

“எனக்குக் கொஞ்சம் டைம் கொடு மோகன்... நீ கேட்டது பேனாவா, பென்சிலா? உடனே எடுத்துக் கொடுக்க... ஐ ஹாவ் டு திங்க்...”

தம்பி தங்கைப் பாப்பாக்களைச் சுமக்க வேண்டிய சிறுவர்கள் சுண்டல் டின்களைத் தூக்கித் திரிகிற கடற்கரை. மோகனும், நிஷாவும் மணலில் அமர்ந்திருந்தார்கள்.

“என் வயது 32 தெரியுமா?” என்றாள் நிஷா.

“கல்யாணத்தைப் பத்தியெல்லாம் நீ சிந்திச்சதே இல்லையா நிஷா...?” என்றான் மோகன்.

“இதுவரைக்கும் எனக்கு டைமே கிடைக்கலியே மோகன். எம். ஏ. முடிக்கிறதுக்குள்ளே இருபத்திரண்டு ஆயிட்டது. பி. எச். டி.க்கு மூணு வருஷம். நான் சீக்கிரமாத்தான் தீசிசை எழுதி முடிச்சுட்டேன். என்னோட புரபசர் டிலே பண்ணான். அவனோட நான் ஒத்துழைக்கலைன்னு கோபம் அவனுக்கு. புரியுதா? ஒத்துழைக்கலைன்னா... அப்புறம் இந்த வேலை, அப்பாடான்னு ஈசி சேரில் சாய்ந்த களைப்பு, ஆச்சு ஏழு வருஷம், என்னோட சொந்தக்காரங்கள் நிறைய பேர், என்னைப் பெண் கேட்டு வரத்தான் செஞ்சாங்க. நல்ல சிவப்புத் தோல். நாலு இலக்கச் சம்பளம். விடுவானுங்களா? நான்தான் போங்கடான்னுட்டேன்... இரண்டு பேரு சேர்ந்து வாழறதுக்கு எது எது எல்லாம் தேவையே இல்லியோ, அது அது எல்லாந்தான் இங்கே கல்யாணத்தையே தீர்மானிக்குது... கல்யாணம்கிறதே இங்கே பொய்யாகிட்டிருக்கு.”

“கல்யாணம் ஒரு புனிதமான உறவு... இல்லையா...?”

“இல்லை.”

“இல்லையா?”

“ஏன் அதிர்றே? நிதானமா யோசி, புரியும். அது ஒரு உறவு, அவ்வளவுதான். அதில் புனிதமென்ன? அழுக்கென்ன? ஓர் ஆணும் ஒரு பெண்ணும் இஷ்டப்பட்டுக் கொடுத்து வாங்கிக்கிறதுதானே இந்த உறவு. இதில் அழுக்கு எங்கே வந்தது? இல்லை புனிதந்தான் எங்கே வந்தது?”

போகும்போது அவன் கேட்டான்.

“எனக்கு இன்னும் பதிலே சொல்லலை நீ...”

“வெயிட், நான் யோசிக்கணும்”

உணவு மேசையின் நடுப்பகுதியில் மட்டும் வெளிச்சம் விழும்படியும், உண்பவர்கள் முகம் மறையும் படியும் ஒளி அமைப்பு செய்யப்பட்ட அந்த உணவு விடுதியில் ஒரு மேசையின் எதிர் எதிராக மோகனும் நிஷாவும் அமர்ந்திருந்தார்கள்.

பரிசாரகரிடம் “இரண்டு காபி” என்றான் மோகன்.

“வெயிட், நான் காபி சாப்பிடுவதில்லை. எனக்கு ஒரு ஜுஸ். லெமன் அல்லது கிரேப்” எனப் பரிசாரகரிடம் சொல்லிய நிஷா அவர் சென்ற பிறகு, மோகனைப் பார்த்து, “எனக்குக் காபி வேண்டுமா, இல்லை வேறு

ஏதாவது வேண்டுமா என்று அறியாமலே, எனக்கும் சேர்த்து எப்படி ஆர்டர் பண்ணுகிறாய் மோகன்?" என்றாள்.

அவன் அசடு மாதிரி சிரித்தான். "உனக்கும் காபி பிடிக்கும்னு நெனைச்சேன்..." என்றான்.

"அது எப்படி? உனக்குப் பிடிக்கிறது எல்லாம் எனக்கும் பிடிக்கணும்னு விதியா என்ன? நாமெல்லாம் தனி மனிதர்கள். மனிதர் ஒவ்வொருத்தருக்கும் ஒவ்வொன்று பிடிக்கும். இந்த விருப்பு வெறுப்புகளைக் கௌரவிக்கிறதுதானே நாகரிகம்?"

"எஸ், ஐ அக்ரி... நான் புரிந்து கொள்கிறேன்" என்றான் மோகன்.

அடுத்த சில நிமிடங்கள் அங்கு மிகச் சங்கடமான மௌனம் நிலவியது. நிஷா அதைக் கலைத்தாள்.

"ஒரு நிமிஷம், உன்னிடம் கேட்க நினைத்தது. நம் ஆபீசில், என்னிலும் ஸ்மார்ட்டான பெண்கள் நிறைய பேர் இருக்கிறார்கள். மார்கரெட் இருக்காங்க... ரோஜாவைவிட அழகாக இருக்கு இந்த ஆஷா பட்டேல்! உன்கிட்ட ரொம்ப நெருங்கி வர ஆசைப்படும் ஷிவானி மிஸ்ரா இருக்கா... எல்லாரையும் விட்டுட்டு என் மேல உனக்கு எப்படி ஆசை வந்துச்சு?"

"அவங்கள்லாம் தமிழ்ப்பெண் இல்லியே" என்றான் மோகன்.

நிஷா, பக்கத்தில் இருப்பவர்கள் திரும்பிப் பார்க்கும் விதத்தில் சிரித்தாள். பிறகு தவறுக்கு வருந்துவதுபோல், "ஐ ஆம் சாரி" என்றாள். பிறகு சொன்னாள்.

"அன்பு செய்யற மனசுக்கு மொழி வித்தியாசம் எப்படி வரும் மோகன்? ஒவ்வொருத்தர் நெத்தியிலேயும், நான் தமிழச்சி, நான் பஞ்சாபி, நான் யூ.பி, நான் இங்கிலீஷ், நான் ஜெர்மன்னு பச்சையா குத்திவச்சிருக்கு? யூ. நோ... நான் தமிழச்சி இல்லை"

"இல்லையா? கும்பகோணம் வெங்கட்ராமையர் மகதானே நீ?"

"லுக்... நான் நிஷா. ஒரு மனுஷி. அப்புறம் நான் தமிலும் பேசறேன். மிஸ்டர் வெங்கட்ராமன் என்னோட தகப்பனார். ஒவ்வொரு உயிரும் ஒரு மனுஷன் மூலம்தானே பிறக்க முடியறது. ஆகவே, அவர் எனக்குத் தந்தையா நேர்ந்தது ஒரு நிகழ்ச்சி அவ்வளவுதான். அதனாலேயே வெங்கட்ராமனடோ நம்பிக்கைகளையும் நான் பிதுரார்ஜிதமாக எடுத்துக்க முடியாது. அவரோட எதிர்பார்ப்புகளுக்கும் நான் பாத்திரமாயிட முடியாது. அவர் அவரோட வாழ்க்கையையும் நான் என் வாழ்க்கையையும் எங்களுக்குப் பிடித்த தினுசில் வாழ்ந்துகொண்டிருக்கிறோம். நாளைக்கே இந்த நாடு எனக்குப் பிடிக்காமே போயிடலாம். எங்கேயாவது ஒரு ஆப்பிரிக்க நாட்டில் நான் வாழ நேரலாம்..."

நிஷா அடுத்துச் சில நிமிஷங்கள் தன்னை, தன் மனப் போக்குகளை வெளிப்படுத்திக்கொண்டாள், எதிராளி தன்னைப் புரிந்து கொள்ள வேண்டும் என்கிற ஆவலினால் மட்டுமே, பிசிர் இல்லாத குரலில் தொனியில்! மோகனுக்கு அன்று காபி ரொம்பக் கசந்தது.

அன்று அலுவலக நேரம் முடிந்தவுடன் மோகன் சீட்டுக்கு வந்தாள். "ஒர்க் முடிஞ்சுதா மோகன்?" கொஞ்சம் வாயேன் நடக்கலாம்..." என்றாள்.

பரபரப்போடு சந்தோஷத்தோடு மோகன் உடனே கிளம்பினான்.

மாலை விளக்கு ஏற்றும் நேரத்தில் அந்தப் பாதை சந்தடி அடங்கி, கொத்துக் கொத்தாய் இருட்டும் வெளிச்சமுமாய் இருக்கும் வீடுகள் தெருவை விட்டு உள்வாங்கி, செடிகளுக்கும் புற்களுக்கும் விட்டுக் கொடுத்து நிற்கும்.

ஆள் அரவமற்ற தெருவில் நடப்பது மிக இனியது. குறிப்பாய் அதிகாலையிலும், மாலையிலும் மெல்ல நடந்தார்கள். நிஷா சொன்னாள்:

"நான் நல்லா யோசிச்சுட்டேன் மோகன், நீ என்னை மன்னிக்கணும்... நாம் கல்யாணம் செய்து கொள்ள முடியாது"

மோகன் அதிர்ச்சியுடன்தான் அவள் சொல்வதைக் கேட்டான். இரத்தம் குபுக்கென்று அவன் தலைக்குள் பாய்ந்ததை அவனால் உணர முடிந்தது.

நிஷா திரும்பி, அவன் விரல்களைத் தன் கையில் எடுத்துக்கொண்டாள்.

"என் மேல் உனக்குக் கோபம்தானே?" என்றாள்.

அவன் தலையை அசைத்தான்.

"பொய் சொல்லாதே. கோபம் இருக்கும். தயவு செய்து என்னைப் புரிந்து கொள் மோகன்"

அவன் கல் பரவிய தரையைப் பார்த்துக்கொண்டே நடந்து வந்தான். அவள் தொடர்ந்தாள்.

"உனக்கு எப்படியும் நான் நன்றி சொல்ல வேண்டும், உன் கோரிக்கைக்காக. அதை நான் நிகாரகரிக்கிறேன் என்பதால் உன்னைப் புறக்கணிக்கிறேன் என்று நினைத்து விடாதே. நாம் நல்ல நண்பர்களாக இருப்போமே. கணவன் மனைவியாகத்தான் நட்பை மாற்றிக்கொள்ள வேண்டிய கட்டாயம் இல்லையே..."

"நிஷா... என்னை நீ விரும்பாததுக்கு ஏதேனும் காரணம் இருக்கா?"

"ஐயோ நான் 'உன்னை விரும்பலேன்னு ஏன் நினைக்கிறே?' கணவனா, வாழ்க்கையைப் பங்கேற்கிறவனாத்தான் எனக்கு நீ வேண்டாம் என்கிறேன். நல்ல சினேகிதனா நீ இருக்க முடியாதா?"

அவனிடம் இருந்து பதில் வராது. நிஷாவே தொடர்ந்தாள்.

"மோகன், ஓர் ஆசாரமான குடும்பத்தைச் சேர்ந்தவன் நீ. அந்த ஆசாரங்கள், சடங்குகள், சம்பிரதாயம் எல்லாவற்றின் மேலும் உனக்கு மரியாதை இருக்கிறது. எனக்கு இல்லை. அதனால் உன்னுடைய நம்பிக்கைகள் தவறு. அதை நீ மாற்றிக் கொள் என்று சொல்லமாட்டேன். எனக்கு அது உடன்பாடு இல்லை. அவ்வளவுதான். உன் மேசையின் மேல் அந்த முனிவர் படத்தை ஒட்டி வைத்திருக்கிறாய். கெமிஸ்ட்டிரி கட்டுரைகளைக்கூட, 'ஶ்ரீ ராமஜெயம்' எழுதித்தான் ஆரம்பிக்கிறாய். ஆயுத பூஜை வந்தால், மேசைக்கும், நாற்காலிக்கும், உன் ஸ்கூட்டருக்கும் பூசை போடுகிறாய். உனக்கு அதிலெல்லாம் நம்பிக்கை இருக்கு. மரபு வழிப்பட்ட மனிதனாய் இருப்பதில் பாதுகாப்பை நீ உணர்கிறாய். நல்லது. எனக்கு இவை எல்லாம் அர்த்தம் இழந்தைவையாகப்படுகிறது மோகன். நெருப்பை வளர்த்து, அம்மி மிதித்து, அருந்ததி பார்த்து, நீ கட்டுகிற தாலியை, கழுத்தில் ஏற்றுக்கொண்டு உனக்குப் பிள்ளைகளைப் பெற்றுக்கொண்டு, உன்னைச் சார்ந்து உன் மனுஷியாக வாழ, என்னால் முடியாது மோகன். எதை ஆதாரமாக வைத்து நாம் குடும்ப

வாழ்க்கையை மேற்கொள்கிறோமோ அந்த ஆதாரத்தின் மேலேயே எனக்கு நம்பிக்கையில்லாமல், நான் உனக்கு உண்மையான மனைவியாக எப்படி இருக்க முடியும்? உனக்காக நான் உன் வழிபட்டால், என் கருத்துகள், என் சிந்தனைகள், என் உலகம் என்னாவது? யாருக்கு வேண்டுமானாலும், பணம் கொடுக்கலாம். ஆனால், வாழ்க்கையைத் தூக்கிக் கொடுக்க முடியுமா? அதனால"

ஆள் அரவமற்ற அத்தெருவைக் கடந்து நகருக்குள் அவர்கள் வந்திருந்தார்கள்.

"மோகன், என் வீடு இங்கேதான். ரொம்பப் பக்கம். தயவு செய்து என் வீட்டுக்கு வாயேன், உனக்கு நல்ல காபி போட்டுத் தரேன்."

கடைத்தெரு வெளிச்சம் வந்தது. வெளிச்சத்தில் மோகன் முகம் பார்த்தாள் நிஷா. அது தெளிவாய் இருந்ததாய்த்தான் தெரிந்தது.

ஏழு எட்டு அடுக்குகள் கொண்ட அந்தக் காம்ப்ளக்சில் தன் ஃபிளாட்டைத் திறந்து உள்ளே சென்றாள் நிஷா. மோகனும் தொடர்ந்தான். வரவேற்பறையில் இருந்த சோபாக்களில் ஒன்றைக் காட்டி "உட்கார்..." என்றாள். அவன் அமர்ந்தான். கண்ணை உறுத்தாத இளம் சாம்பல் நிறமாய் இருந்தது சுவர். ஒரே ஒரு பெரிய நவீன ஓவியம் மட்டும் அதில் இருந்தது. அழகான பீங்கான் தொட்டிகளில் செடிகள். சூழல் மனிதனுக்கு இதம் தருவது என்பது உண்மை.

காபியோடு வந்து, அவன் முன் அதை வைத்தாள். அவன் அதை எடுத்தான். சுவைத்தான்.

"பிரமாதம்" என்றான். பிறகு, "உனக்குக் காபி பிடிக்காது, எப்படி இவ்வளவு நல்லா காபி போடறே?"

"எனக்குத்தான் காபி பிடிக்காது. என் நண்பர்களுக்குப் பிடிக்குமே! அவர்களுக்குப் போட்டு போட்டு நானும் ஒரு நிபுணி ஆயிட்டேன். என்னால் முடிந்ததை என் நண்பர்களுக்குக் கொடுக்கிற சந்தோஷம். முடிந்ததைத் தரவேணும் இல்லியா?"

மோகன் தீவிரமான முகத்தோடு "உண்மை" என்றான்.

நிஷா எழுந்து சென்று டேப் ரிக்கார்டரை இயக்கி விட்டு வந்தமர்ந்தாள். அடுத்த அரை மணி அவ்வறை இசையால் நிரம்பியது. சரோதும், சாரங்கியும், அந்த மாலைக்கும், இருப்புக்கும் சூழ்நிலைக்கும் புதுப்புது அர்த்தங்களைத் தந்தன.

மோகன் எழுந்து விடை பெற்றான்.

"நாளை லீவ்தானே? உனக்கு வேறு ஒன்னும் அப்பாய்ன்ட்மென்ட் இல்லேன்னா, என் வீட்டுக்கு வாயேன் நிஷா..." என்றான் மோகன்.

"ஓ... ஷ்யூர். அவசியம் வருகிறேன். மாலை அஞ்சு மணிக்கு வரட்டுமா...?"

"சரி"

அவர்கள் இனிய நண்பர்களாகப் பிரிந்தார்கள்

1992

காக்கைச் சிறகு

இந்தக் கோடை காலத்தில்தான் நான் ஜிமுதவாகனன் என்கிற காக்கையைச் சந்தித்து சினேகம் கொண்டேன். சரியாகச் சொல்லப் போனால் மார்ச் மாதம் ஆறாம் தேதி. அன்றுதானே திடுமெனக் கோடைமழை தொடங்கி, இடித்து, மின்னி வானம் களேபரப்பட்டதெல்லாம். அன்றுதான் ஜிமுதவாகனனை நான் முதல் முதலாகக் கண்டது.

அன்று வானம் இரண்டு முறை சட்டை மாற்றிக்கொண்டது. மதியம் சுமார் ஒரு மணி வரைக்கும் உஷ்ணம் வறுத்தெடுத்தது. என் படிப்பறையில் நான் அமர்ந்திருந்தேன். உடம்பில் வியர்வை ஊறி சிரமப்படுத்தியது. மேலே உள்ள தளத்தில் இருந்து, வெயில் கசிந்து என் தலையைச் சூடேற்றியது. படிக்கவோ, எழுதவோ அசக்தனானேன். ஜன்னல் வழி, யாரோ காற்றை அடுப்பில் வைத்து வறுத்து அனுப்பியது மாதிரி இருந்தது. சட்டென்று சீதோஷ்ண நிலை மாறிற்று. காற்று சுருண்டு அடித்துப் புழுதி கிளம்ப, காற்றில் ஈரம் ஏறினாற்போலக் குளிர்ந்தது. மரம் முறிந்து விழுவதுபோல சடசடவென்று மழைத் துளிகள் விழுந்தன. ஜன்னல் வழியே வந்த சாரல் அன்றைய பொழுதின் முகத்தையே மாற்றியமைத்தது.

ஜன்னலை மூடுவதில்லை நான். ஜன்னல் ஓரம் இருந்த படுக்கையும், அதன் மேல் விரித்தபடி கிடந்த புத்தகங்களும் சற்றே நனைந்தன. அதனால் என்ன? காலம் முழுக்க வெயிலில் காய்கிறோம். கொஞ்சம் மழையில் நனைந்தால் என்ன முழுகியா போய்விடும்?

மேசைக்கு அருகில் இருந்த நாற்காலியில் அமர்ந்தபடி, ஜன்னல் வழியாக உலகைப் பார்த்துக்கொண்டிருந்தேன் நான். சதுரமான வெளி ஆகாயம், மழையில் மறைந்து கிடந்தது. ஜன்னலின் விட்டத்தில் இருந்து ஒழுக விட்டாற் போன்று சீராக ஒழுகிக்கொண்டிருந்தது. அப்போதுதான் ஜிமுதவாகனன், மழைக்கு அடைக்கலம் தேடி ஜன்னல்

கட்டையில் வந்து அமர்ந்தது. ஜன்னல் வழியாக என்னைப் பார்த்தது. சற்றுப் பயம் கலந்த பார்வை. என் முகத்தில், அதுக்கு நம்பிக்கை ஏற்பட்டிருக்க வேண்டும். சற்றே கழுத்தை ஒயிலாகத் திருப்பி, அலகை லேசாகத் திறந்து புன்னகைத்தது. அதன் பிறகு 'கர்' என்றது. உடம்பைச் சிலிர்த்துக்கொண்டு நீரை வெளியேற்றியது. அது சிலிர்க்கையில் நீர் அடுப்புச் சாம்பல் காற்றில் பறப்பதைப் போலிருந்தது. அலகால் தன் மார்பை, இறக்கையை நீவிவிட்டுக்கொண்டது. தண்ணீர்ப் பானை, பொத்துக்கொண்டு ஒழுகுவதுபோல மழை இடையறாது பெய்துகொண்டிருந்தது.

"மழையில் அதிகமாக நனைந்து விட்டாற்போல் இருக்கிறதே" என்றேன்.

"ம், வானவாசிகளான நாங்கள் மழையென்றும், வெயிலென்றும் பார்க்க முடியுமா? இரண்டும் எங்களுக்கு ஒன்றுதான். அது எங்கள் வரம்."

"அல்லது சாபம்."

அது சற்று யோசனை செய்து விட்டு, "இருக்கலாம், எந்தக் கருத்துக்கும் இரண்டாவது பக்கம் ஒன்று இருக்கவே செய்கிறது" என்றது. ரொம்ப யோசனைக்காரக் காக்கை போலும் என்று நினைத்துக்கொண்டேன்.

"எங்கே வாசம் செய்கிறது?" என்று நான் கேட்டேன்.

"இப்போது அண்ணா நகர் என்று சொல்கிறார்களே அந்தப் பகுதியில்தான். ரொம்ப நாள் வாசம். முன்னால் எல்லாம் அந்த இடம் தோப்பும் துரவுமாக இருந்தது. ரொம்ப சௌகர்யமாக இருந்தது. இப்போது, அண்ணா நகர் என்று ஆகி, கட்டடங்கள் வந்தாச்சுதே. ஆகவே நாங்கள் அண்ணா நகரை விட்டு மேற்கில் ஒதுங்கிக்கொண்டோம்."

"அண்ணா நகர் மேற்கால் காய்ந்த ஏரி ஒன்று உள்ளதே."

"ரொம்ப சரி, அந்த ஏரியைக்கூட பிளாட் போட்டு கல் நட்டாச்சுது. கூடு மாற்றும் யோசனையில் இருக்கிறோம். மனிதர்கள் மண்ணை வசப்படுத்த முனையும்போதெல்லாம், எங்களைப் போன்ற ஜீவராசிகளுக்குச் சிரமம் வரத்தான் செய்கிறது. ஆனாலும் பூமி இன்னும் நிறைய மிச்சம் இருக்கத்தானே செய்கிறது."

"நிரந்தரமாக ஓரிடத்தில் வாசம் செய்ய முடியாமல் போய் விடுகிறதே..."

ஜிமுதவாகனன் என்னைப் பார்த்து சிரித்தது. அது சிரிக்கும்போதெல்லாம் 'கர்... கர்...' என்ற ஓசை வந்துகொண்டிருந்தது. சாம்பல் நிறக் கழுத்தும், காலணிக் கடையில் இருக்கும் பளபளத்த ஷூ மாதிரி கன்னங்கரிய அழகிய மேனியும், என்னைக் கவர்ந்தன. அது சொல்லியது.

"என்னது நிரந்தரமா? எது நிரந்தரம்? நீங்கள் நிரந்தரமா?"

மழை விட்டதும் ஜிமுதவாகனன் நன்றி கூறிவிட்டுப் பறந்து சென்றது.

அடுத்த நாளே ஜிமுதவாகனன் மீண்டும் வந்தது. "சௌக்யமா" என்று கேட்டதுக்கப்பறம் "சௌக்யம்" என்றது. மாலைக் காலத்தில் டி. வி. ஆண்டெனாவில் அமர்ந்து பொழுது போக்கியதாகவும், ஒரு மாறுதலுக்காக இந்தப் பக்கம் வந்ததாகவும் அது சொல்லியது. ஜிமுதகவானனுக்குத்

திரிபுராந்தகி என்கிற மனைவி உண்டாம். இருவருக்கும் சூரியரச்மி என்கிற பிள்ளையும், சூரியமோகி என்கிற பெண்ணும் இருக்கிறார்களாம்.

இப்படித்தான் ஒரு மழைக்காலத்தில் ஜிமுதன் திரிபுராந்தகியைச் சந்தித்ததாம். அடர்ந்து செழித்த ஒரு மாமரத்தில் மழைக்காக ஒதுங்கியதாம் ஜிமுதன். மழை நீர் இலை வழியாக அதன்மீது கொட்டியது. நீரை உதறவி விட்டுக்கொண்டு அது இருக்கையில், பக்கத்துக் கிளையில் இருந்த திரிபுரா, "அங்கே நனைந்துகொண்டு எதற்குச் சிரமப்படுகிறாய்? இந்தக் கிளைக்குப் பாதுகாப்பாய் வரலாமே" என்று அழைத்தது. ஜிமுதன் தத்திப் போய் அந்தக் கிளையில் அமர்ந்தது. மழைநீர் வராத அவ்விடம் மிகச் சௌகர்யமாக இருந்தது. வலிய கிளைகளாலும், அடர்ந்த இலைகளாலும் மறைக்கப்பட்ட அவ்விடம் கதகதப்பாகவும்கூட விளங்கிற்று. உடம்பின் ஈரம் கவர்ந்து, ஜிமுதன் உஷ்ணம்கூட அடைந்தது.

"உன் பெயரை நான் தெரிந்து கொள்ளலாமா?"

"என்னத்துக்கு?"

திரிபுரா என்னத்துக்கு என்று கேட்டாலும், அது தன் கண்களைச் சுழற்றின விதமும், கழுத்தை மிக ஒயிலாகச் சாய்த்துச் சொன்ன விதமும், அதுக்கு தன் மேல் ஈடுபாடு ஏற்பட்டிருக்கிறது என்பதைப் புரிந்துக்கொண்டது ஜிமுதன்.

"சும்மாத்தான் ஒருத்தரோடு ஒருத்தர் சினேகம் செய்துகொள்ள, பேரைத் தெரிந்து கொள்ள வேணாமா?"

"அப்போ சரி, என்னோட முழுப் பெயர் திரிபுர சுந்தரி. அம்மாவும், சினேகிதர்களும் திரிபுரா என்பார்கள். நான் பிறந்தது எர்ணாகுளம் பக்கம். உனக்குத் தெரியுமா? வடக்கே பாட்டு பார்வதி அம்மேன்னு ஒரு மனுஷி. மகராசி அவள் வீட்டுத் தோட்டத்தில்தான் வாசம். அவள் புருஷர் புத்தன் புறைக்கல் பப்பு. பார்வதி அம்மாவுக்கு அம்மணி என்கிற மகளும், தங்கம் என்கிற மகனும் உண்டு. என்ன சந்தோஷமான குடும்பம் அது! பார்வதி அம்மா சமைக்க சாப்பிட வேண்டும் அந்த அம்மா ஓலன் செய்து சாப்பிட வேணும். எரிசேரியாகட்டும், புளிசேரியாகட்டும், பச்சடி, கிச்சடி, அவியல் எதுவானாலும் அமிர்தமாய் இருக்கும் போ. எது செய்தாலும் என்னைக் கூப்பிட்டுத் தராமல் அந்த அம்மாவுக்குத் தொண்டையில் சாதம் இறங்காது. அச்சனுக்கும் அப்படித்தான். சந்தோஷமாகத்தான் பொழுது கழிந்தது என் துரதிருஷ்டம்.

அந்தச் சமயத்தில்தான் விநோதன் என்பவனைச் சந்தித்தது. பயல் ஒருவகைப்பட்ட ஷோக்குப் பேர்வழி. என்னென்ன தமாஷ் எல்லாம் செய்வான் என்கிறாய். பெரிய பெரிய வித்துவான் மாதிரியெல்லாம் பாடிக் காட்டுவான். அவன்தான் எனக்கு வைக்கம் முகமது பஷீரைக்கூட தூரத்திலிருந்து காட்டிக் கொடுத்தான். எனக்கு எழுத்து நல்லா வரும் தெரியுமோ, ஓடக் குழலில் நிறைய பாட்டு எனக்கு மனப்பாடம். அந்த விநோதனாகிய பாவியிடம் மனசைப் பறிகொடுத்துத்தான் இங்கு வந்தது. ஆரம்பத்தில் எல்லாம் ஒழுங்காகத்தான் போய்க்கொண்டிருந்தது. எனக்கும் ரெண்டு குஞ்சுகள் பிறந்தன. என்ன அழகான குழந்தைகள்! கண்ணைப்

பறிக்கிற கறுப்பு. இருட்டைப் பிட்டு வைத்தாற்போல தகதகவென்று இருக்கும். பகவான் புண்ணியத்தில் எல்லாம் சௌகர்யமாய் குஞ்சும் குளுவானுமாய் இருக்கின்றன. போகட்டும். அதன் பிறகு அவனிடத்தில்— அதான் அந்த விநோதனிடத்தில் — ஒரு மாற்றம் ஏற்பட்டது தெரிந்தது. சரி, விலகிக்கொள்ளலாமா என்று கேட்டேன். ஒப்புக்கொண்டான்."

கதையை இந்த இடத்தில் நிறுத்தின ஜிமுதன், "தொண்டை காய்ந்து விட்டது. கொஞ்சம் தண்ணீர் வேண்டுமே" என்றது.

"காபி சாப்பிடலாமா?" என்றேன். "தண்ணீர் போதும்," என்றது ஜிமுதன். நான் டம்ளரை நிறைத்து, அதன் முன் வைத்தேன். மூக்கை நுழைத்துப் பிறகு அன்னாந்து வானத்தைப் பார்த்துத் தண்ணீர் அருந்திற்று ஜிமுதன். "ரொம்ப நன்றி" என்றது.

"அதன் பிறகு என்ன? ரொம்பப் படித்தவள். உலக விவகாரங்கள் புரிந்தவளாகவும் இருந்தாள். பேச்சில் நிற்கிற, அமர்கிற பாங்கில் ஒரு பெருமிதம் தெரிந்தது. கண்ணில் நல்ல குணம் எனக்கு அவள் மேல் மோகம் ஊறியது என் மூக்கை அவள் மூக்குடன் உரசினேன்."

"சீ, இந்த ஆம்பிளைக்கு லஜ்ஜையே இல்லை. எதிலும் அவசரம்தான்." என்றாள் திரிபுரா. அவள் குரலில் அழைப்பு தென்பட்டது.

"உன் குழந்தைகளைச் சொல்கிறாயே, நீகூட ரொம்ப இனிமையாகத்தான் இருக்கிறாய். எண்ணெய் ஸ்நானம் செய்தாயா என்ன, உன் மேனிக்கு இவ்வளவு அழகிய கருமை எப்படி வாய்த்தது? கத்தியின் கூர்மை மாதிரி உன் மேன்மையான மூக்கும், நனைந்த கொள் மாதிரி உன் கண்களும், உன் கம்பீர்யமும், நான் அறிந்த எந்தப் பெண்ணுக்கும் இல்லை."

"உனக்கு மோகம் தலைக்கேறி விட்டது. உள்ளே வா. நிறைய வேப்பம்பழம் வைத்திருக்கிறேன். கோழி இறைச்சிக்கூட உண்டு. எதை விரும்பினாலும் தின்னு. அதன் பிறகு சந்தோஷமாக இருக்கலாம், வா" என்றாள் திரிபுரா. ஜிமுதனுக்கு இப்படித்தான் திரிபுரா வந்து சேர்ந்தாள்.

கடல் கத்திக்கொண்டிருந்தது.

சந்தம் பாட்டு, இரைச்சலுடன் என்னவோ சொல்லிக்கொண்டிருந்தது. என்ன என்றுதான் விளங்கவில்லை. எதுதான் பேசுவதில்லை, காற்று, மழை மின்னல், சாமத்தில் கத்தும் நாய், நள்ளிரவில் அலறும் ஆந்தை, அரவமற்ற போதுகளில் குறுக்காக ஓடும் பெருச்சாளிகள் எல்லாம் எதையோ இடையறாது சொல்லிக்கொண்டிருந்ததாகத் தோன்றுகிறது.

கடலைப் பார்த்துக்கொண்டு ஊருக்கு ஒதுக்குப் புறமாக அமர்ந்திருந்தேன். ஏதோ நினைவாகத் திரும்பினேன். ஜிமுதன் அமர்ந்து ஓரக்கண்ணால் என்னைப் பார்த்துக்கொண்டு நமட்டுச் சிரிப்பு சிரித்துக்கொண்டிருந்தது.

"அடடே... நீ வந்ததை நான் கவனிக்கவே இல்லையே..."

"நான் உங்களைக் கவனித்தேனே. உங்களை மறந்து அமர்ந்திருந்தீர்கள். தன்னை மறந்து தருக்கற்று செத்துப் பிழைக்க தருணமிது பராபரமேன்னு சொன்ன மாதிரி உங்களையே அழிச்சிக்கிட்டு இருந்தீர்கள். எதற்குக் கலைக்க வேணுமென்று இருந்தேன்"

“அது சரி, மனிதர்களால் சாக முடியுமா? அதன் பிறகு பிழைக்க முடியுமா.?”

“பிழைக்க முடிந்தவர்கள் சாக முடியும்”

நான் மிகவும் சிந்திக்க வேண்டியிருந்தது. அதற்கு அவகாசம் தேவைப்பட்டது. ஆகவே, நான் பேச்சை மாற்ற வேண்டியிருந்தது.

“ஆமாம் ஜிமுதன்...! வாழ்க்கை எப்படிப் போகிறது?”

“அதுவாக எப்படிப் போகும்? அதுக்கு அர்த்தம்தான் ஏது? நாம்தான் அதுக்கு அர்த்தம் தந்து நடத்திக்கொள்ள வேணும்.”

“உன்னுடன் நடந்து வருதல் ரொம்பக் கஷ்டம். காற்று மாதிரி இப்படிப் பறந்தால், நடக்கிறவன் நான் என்ன செய்ய? திடும் திடும் என்று இப்படித் தத்துவப் பிரவேசம் செய்தால் எப்படி? கொஞ்சம் பூமிக்கு வந்து வாழ்க்கையின் கஷ்ட நஷ்டங்களைச் சொல்லப் படாதா?”

“ஓ... அதைக் கேட்கிறீராக்கும். வாழ்க்கைத்தானே பிரச்சினை. நான் குந்தக் கிளை கிடைக்கவில்லையே... இருக்கிற மரம் மட்டைகளையெல்லாம் வெட்டி வீடு கட்டிக் கொள்கிறீர்கள். நாங்கள் எங்கே கூடு கட்டிக் குடும்பம் நடத்துறது? ஆன்டெனாவின் வழுவழு கம்பியில் அமர்ந்து கால் வழுக்குகிறது. வீட்டுக் கூரையில் அமர்ந்தால் விரட்டுகிறீர்கள். போதும் போதாதற்கு இந்தப் பருந்துகள் வேறு! என் குஞ்சுகள் இரண்டை இதுவரை அடித்துப் போயிருக்கிறதே, இந்தப் பருந்துகள். மழை இல்லை, குளம் குட்டைகளில் நீர் இல்லை. தாகத்துக்கு என்ன செய்ய? கிணற்றங்கரையில் சிந்திக் கிடக்கும் தண்ணீரைக் குடிக்கிறோம். இப்போதெல்லாம் எங்கே கிணறு வெட்டுகிறார்கள்? இருந்தாலும் வாயை மூடி பம்ப் வைத்து உறிஞ்சி விடுகிறார்கள். சாக்கடைத் தண்ணீரைக் குடிக்க வேண்டியிருக்கிறது. இல்லையென்றால் மைல் கணக்கில் பறந்து போய் தண்ணீருக்கு அலைய வேண்டியிருக்கிறது.”

“இருந்தாலும் ஒற்றுமைக்கு உங்கள் இனம் உதாரணமானது அல்லவா?”

“எந்த மடையன் சொன்னான்? நாங்கள் போட்டுக் கொள்கிற சண்டையை நீங்கள் பார்த்ததில்லையே. ஒரு துண்டு இறைச்சியை எங்களைக் கூப்பிட்டுப் போட்டுப் பாருங்கள். அப்போ தெரியும், ஒற்றுமையும் மண்ணாங்கட்டியும். என் தலையைப் பாருங்கள், எத்தனை காயம். எண்ண முடியாது. எல்லாம் என்னுடைய சகோதரக் காக்கைகள் ஏற்படுத்தியவைதான். பசி என்று வந்த பின் காக்கை, நாய், மனுஷன், நரி எல்லாரும் ஒன்றுதான். எங்களில் ஒரு காக்கை, சோற்றைப் பார்த்ததும் மற்ற காக்கைகளை ஏன் கூப்பிடுகிறது தெரியுமா? பயம்தான். வலை விரிச்சு இருக்கிறார்களோ என்கிற பயம்தான். தனக்காகத்தான் அது மத்த காக்கைகளைக் கூப்பிடுகிறது. மனிதர்களாகிய நீங்கள் என்னத்துக்கு சேர்ந்து மந்தையாக வாழ்கிறீர்களாம்? பயம் அல்லாமல் வேறென்ன? இடி, மின்னல், நெருப்பு, மிருக பயம்தானே காரணம்.”

“ஆமாம். முன்பெல்லாம் சாயங்காலங்களில் பள்ளிக்கூடம் நடத்துவீர்களே. இப்போதெல்லாம் ஏன் அதைக் காணோம்?”

“நீங்கள் பாட்டு, டான்ஸ், கச்சேரி நடத்துகிறதில்லையா, இது மாதிரித்தான் இது. எங்கே உயிர் பிழைப்பே கஷ்டத்தில் இருக்கிறது. இந்த அவலத்தில் பள்ளிக்கூடம் எங்கே நடத்த? பிராணிகள் வயிற்றுச் சோற்றுக்கும், கூட்டுக்கும்

அலைகிறபோது ஓய்வு ஏது? ஓய்வு கிடைத்தால் அல்லவோ கலையும் கல்வியும்!"

சில நாழிகை நேரம் சுத்தி கடற்காற்றைச் சுவாசித்துவிட்டு நாங்கள் அவரவர் வீடு திரும்பினோம்.

அடுத்த நாள் கிருத்திகையாய் இருந்தது. மதியச் சமையலை சுவாமிக்குப் படைத்துக் காக்கைக்குச் சோறு வைக்கும் பழக்கம் எங்கள் வீட்டில் இருந்தது. அதன் படி படைத்து, ஒரு சின்ன வாழையிலையில் கொஞ்சம் சோறு, கூட்டு கறி வைத்து அதை மெத்தைக் கைப்பிடிச் சுவரில் வைத்து 'கா... கா' என்று கூவிக் காக்கையை அழைத்தாள் சுமதி. காக்கை உண்ணாமல், நாங்கள் உண்ணக்கூடாது. காக்கை உருவில் செத்துப் போன எங்கள் மூதாதைகள் அன்றோ வருகிறார்கள்! அவர்கள் பசித்திருக்க, நாங்கள் உண்ணலாமோ? அப்போது ஒரு காக்கை என் முன் வந்தது.

"என் பெயர் காகமாறன். ஜிமுதன் என் சினேகிதன்தான். இன்னிக்குக் காணவில்லை. மத்தியானமாக ராவுத்தர் கடைப்பக்கம் வருவான், பார்த்தால் சொல்கிறேன். என்ன விஷயம்?"

"ஒண்ணுமில்லே சும்மாத்தான். கிருத்திகைத் தனி சாப்பிட்டானானால் சந்தோஷப்படுவேன்."

"என்னை ஜிமுதனாக நினைத்துக் கொள்ளுங்களேன். நான் வேறு, அவன் வேறா?"

"உண்மைதான்" என்று ஒப்புக்கொண்டேன் நான்.

உறவினர் வீட்டுத் திருமணத்திற்கு நான் சென்றிருந்தபோது ஜிமுதனை நான் சந்திக்க நேர்ந்தது. பணக்கார வீட்டுத் திருமணம். ஆகவே குப்பைத் தொட்டியில் நிறைய இலைகள் மிஞ்சிப் போன பதார்த்தங்களுடன் சேர்ந்தன. என்னைப் போன்ற மனிதர்களும் இரண்டு சொறி நாய்களும் சில காக்கைகளும் எச்சில் இலைகள் நிறைந்த குப்பைத் தொட்டியை மொய்த்துக் கிடந்தன. அந்தக் கூட்டத்திற்குள் என் கண்கள் ஜிமுதனைக் கண்டுகொண்டன. அதுவும் என்னைக் கண்டு விட்டது போலும். என் அருகில் நிறுத்தி வைக்கப்பட்டிருந்த ரிக்ஷாவின் கூரையில் வந்து அமர்ந்த ஜிமுதன் எனக்கு மட்டும் கேட்கும் குரலில் "சாயங்காலமா வீட்டுப் பக்கம் வர்றேன்" என்றது.

சொன்னபடியே மாலை ஜிமுதன் வீட்டுப் பக்கம் வந்தது. அப்போது என் டேப்ரிக்கார்டரில் எல்.சுப்பிரமணியத்தின் வயலின் கேட்டுக்கொண்டிருந்தேன். ஜிமுதனைக் கண்டதும் நான் டேப்பை நிறுத்தப் போனேன்.

"நிறுத்த வேண்டாம். எனக்கு சங்கீதம் பிடிக்கும். கொஞ்சம் வயலின் கேட்கலாம்"

கேட்டோம்.

அதன் பிறகு, "என்ன, ஆளையே பார்க்க முடிகிறதில்லையே?" என்றேன்.

"என் சின்னஞ்சிறு பிரச்சினைகளைத் தீர்க்க வேண்டியிருந்தது."

"என்ன பிரச்சினை? சொல்லலாம் என்றால் சொல்லலாம்"

பிரபஞ்சன் ★ 169

“நமக்கு ரகசியம் ஏது? நாங்கள் வான சஞ்சாரிகள். எங்களுக்கு என்ன ரகசியம்? திரிபுரா இப்போ என்னுடன் இல்லை.”

“வெளியூர் போயிருக்கிறாளாக்கும்.”

“இல்லை. வேறு ஒரு சினேகிதரோடு அவள் போய் விட்டாள்”

“அடடா உங்கள் ஜாதியிலும் இப்படிப்பட்ட துரோகம் இருக்கிறதா என்ன?”

“என்ன சொன்னீர்! துரோகம்? என்ன தப்பான வார்த்தைகளையெல்லாம் பிரயோகிக்கிறீர்கள்?”

“பின் என்ன? உம்மை விட்டு ஓடினது அழகான காரியமாக்கும்?”

“ஏன், போனால் என்ன? அவனை அவளுக்குப் பிடித்திருக்கிறது, போனாள். இதில் என்ன தப்பு.?”

“உண்மையாகத்தான் சொல்கிறாயா?”

“நான் பொய் பேசுவதே இல்லை. உங்கள் கட்டுப்பெட்டி வாழ்க்கையைக் கொண்டு என்னை அளக்க வேண்டாம். திரிபுராவுக்கு என்னைப் பிடித்தது. என்னுடன் இருந்தாள். இப்போது அவனைப் பிடித்திருக்கிறது. அவனுடன் போயிருக்கிறாள்.”

“தூ”

“அப்படியெல்லாம் இந்த விஷயத்தைப் பார்க்கக்கூடாது சார். வாழ்க்கை ஒருமுறைதானே வாழக் கிடைக்கிறது. அதுவும் சில வருஷங்கள். எது மனசுக்கு சந்தோஷம் தருகிறதோ அதை செய்து கொள்கிறதுதான் நிஜமான வாழ்க்கை.

“சரி தப்பு, ஒழுக்கம் எல்லாம் ஓர் இழவும் இல்லையா?”

“யோசித்துப் பார்த்தால் இல்லை, இதெல்லாம் நாமாக நமக்குச் செய்துக்கொண்ட விதிகள்தாமே.”

“நீ செய்த தியாகம்...”

“மன்னிக்கணும். துரோகம் எப்படி தப்பான வார்த்தையோ, அது மாதிரிதான் தியாகம் என்கிற வார்த்தையும். மனிதர்களுக்கு வார்த்தையோட, சக்தியும், அர்த்தமும் இன்னும் பிடிபடலை. குழந்தைகள் பணத்தை இறைத்து விளையாடுவதுபோல பெரியவர்கள் வார்த்தை விளையாட்டு விளையாடுகிறார்கள். நான் என்ன இழந்தேன்? திரிபுரா போனால் என்ன? உடம்புக்கு இன்னுமொரு துணை நிச்சயம் வேணும்தான். அது நாளையோ நாளை மறுநாளோ, மறுநாளோ அமையும். யாரும் எதையும் இழக்கலை, இழக்கவும் மாட்டோம்.”

“சண்டை கிண்டை போட்டுக்கொண்டீர்களோ, பிரிகிறபோது?”

“சே, முட்டாள்களும் மூர்க்கர்களும்தான் சண்டை போடுவார்கள். திரிபுராவுக்கும் அவனுக்கும் சிநேகம் தொடங்கியளவில் நடந்து வருவதை நான் அறிவேனே. நானே விஷயத்தைத் தொடங்கி சந்தோஷமாகத் திரிபுராவை அனுப்பி வைத்தேன். பாவம் என்னிடம் எப்படிச் சொல்வது என்று ரொம்பவும் விசனப்பட்டாள்.”

“இப்படியெல்லாம் பேச சிந்திக்க எங்கே கற்றுக்கொண்டாய்?”

“நல்ல விஷயங்களை யார் கற்றுக் கொடுத்துவிட முடியும்? அது நமக்குள்ளேயே இருக்கிறது. தானே கண்டுபிடிக்க வேணும். உங்கள் சிநேகத்தை என்னால் மறக்க முடியாது. மீண்டும் சந்திப்போம்.”

“எங்கே போகிறாய்?”

“வானம் விரிந்துக் கிடக்கிறதே. புது இடம், புது மனிதர்கள், புது காகங்கள், புது மிருகங்கள், புது தாவரங்கள், எத்தனை எத்தனையிருக்கு? அவற்றையெல்லாம் தரிசிக்காமல், இறக்கை எதற்கு? வரட்டுமா, நமஸ்காரம்”

ஒற்றைக் காலைத் தூக்கி வணங்கிவிட்டுப் பறந்தது ஜிமுதன். இறக்கையில் இருந்து எழுந்த காற்று என் முகத்தில் படிந்தது. அது இருந்த இடத்தில் ஒற்றைச் சிறகு விழுந்து கிடந்தது. கன்னங்கரேலென்று எண்ணெய் பூசின மினுமினுப்போடு, அந்தத்தின் விளங்காப் புதிரோடு, கர்பப்பையின் அமானுஷ்யச் சங்கேதத்தோடு கிடந்தது அந்தக் காக்கைச் சிறகு.

1992

மோகனா

மோகனாவை மன்னார்குடியில்தான் முதன் முதலாக நான் சந்தித்தேன். இலக்கிய மன்றம், அந்த ஆண்டு மன்னார்குடியில் ஆண்டு விழாவைக் கொண்டாடியது. விழாவில், நான் கவிதை வாசிக்கச் சென்றிருந்தேன். மோகனாவின் கணவர் சிவபாலன் கட்சியின் மாவட்ட அமைப்பாளராக இருந்தார். விழா நடந்த இரவு, சிவபாலன் எங்களுக்கெல்லாம் விருந்து பண்ணி வைத்தார். விருந்துக்காக, அவர் வீட்டுக்குச் சென்ற இடத்தில், அவர் தம் மனைவி மோகனாவை எனக்கும் அறிமுகம் செய்து வைத்தார்.

"வணக்கம், உங்க கவிதைகளை நானும் கேட்டேன். ரெண்டு மூணு கவிதைகள் ரொம்ப நல்லா இருந்தது. உதாரணத்துக்கு, 'தொட்டில்' என்கிற தலைப்பில் எங்கள் வீட்டுக் கட்டில், குட்டி போட்டது தொட்டில்னு நீங்க, வாசிச்சதும், 'நீதி' என்கிற தலைப்பில், 'டாட்டா கம்பெனி தராசுகள் எப்படி எங்களுக்கு ஒழுங்கா அளக்கும்?'னு வாசிச்ச கவிதையும் எனக்கு ரொம்பப் பிடிச்சிருக்கு சார்"

நான், சந்தோஷத்துடன் நன்றி சொன்னேன். அப்புறம் நான் என்னவாக இருக்கிறேன் என்று கேட்டார். தஞ் சாவூரில் புலவர் கல்லூரியில் நான் மாணவனாக இருப்பதைச் சொன்னேன். அடிக்கடி மன்னார்குடிக்குத் தங்கள் விருந்தினராக, நான் வந்து செல்ல வேண்டும் என்று மோகனா கேட்டுக்கொண்டார். வருவதாக நானும் ஒப்புக்கொண்டேன். விழாவுக்கு வந்திருந்த கட்சியின் முக்கியஸ்தரும், எங்கள் சிறப்பு விருந்தினருமான சோழ மன்னனை முன்னிட்டே, அந்த விருந்தை அவர்கள் ஏற்பாடு செய்திருந்தார்கள். சோழ மன்னன், அரசியலும் இலக்கியமும் தெரிந்த அபாரமானப் பேச்சாளராகவும், எங்கள் கட்சியை அணி செய்திருந்தார்.

விருந்தின்போது, மோகனா சோழ மன்னனிடம், "உங்கள் பேச்சு அற்புதம். பாரதியாரை நீங்கள் காட்டும்

கோணத்தில் இதுவரை யாரும் பேசிக் கேட்டதில்லை நான்...” என்றார். சோழ மன்னன், “அதுக்கு என்ன காரணம் தெரியுமோ? என் பார்வையில் நீங்கள் ஒரு கோணத்தில் தென்பட்டு விட்டீர்கள். உங்கள் முகத்தைப் பார்த்துக்கொண்டே பேசினேனா, பேச்சும் அழகாக அமைந்து விட்டது” என்றார். விருந்தில் இருந்த அத்தனை பேரும் மோகனாவின் கணவர் சிவபாலன் உட்பட சிரித்தார்கள். மோகனா முகத்தில் வெட்கம் தோன்ற, “போங்க சார்” என்றார்.

மன்னார்குடியில் மோகனா சிவபாலன் குடும்பம் மிகவும் புகழ் பெற்ற குடும்பமாக விளங்கியது. துணி ஏற்றுமதி வியாபாரம் அவர்களுக்கு. ராஜகோபாலசாமி கோயில் தெப்பக்குளத்திற்கு எதிர் வீட்டில் அவர்கள் அந்த காலத்தில் இருந்தார்கள். வீடு என்று அதைச் சொல்வது தவறு. அது ஒரு மாளிகை அல்லது அரண்மனை! நாலுகட்டு இல்லம் இரட்டை மாடிகளைக்கொண்டது. முதல் கட்டுத் துணி ஏற்றுமதிக்கான அலுவலகம், இரண்டாம் கட்டு எப்போதும் எங்கள் கட்சிக்காரர்களால் நிறைந்திருக்கும். உள்ளூர் தொழிலாளர்களின் தலைவர்களும், ஊர்ப் பிரமுகர்களும், இரண்டாம் கட்டில் நிரந்தர வாசம் செய்துக்கொண்டிருந்தார்கள். வேளா வேளைக்கு அவர்களுக்கு காபியும், டிபனும், சாப்பாடும், நாலாம் கட்டிலிலிருந்து கொண்டு வந்து பரிமாறப்படும். மூன்றாம் கட்டில் மோகனாவும், அவர்கள் குடும்பத்தினரும் இருந்தார்கள். எனக்குத் தெரிந்து நான்கு சைவச் சமையல்காரர்களும் அங்கு இருந்தார்கள். மாவட்டச் சுற்றுப் பயணம் மேற்கொள்ளும் இந்தியத் தலைவர்களும் முதல் இரண்டாம் மாடிகளை ஆக்ரமித்திருப்பார்கள். காலைக் காபி முதல்கொண்டு இரவு சுண்டக் காய்ச்சிய பால், பழம் வழங்கும்வரை உபசரிப்பதை நானே கண்டிருக்கிறேன். ரஷ்யப் புரட்சியைப்போலவும், சீனப் புரட்சியைப்போலவும் ஒரு ‘கிடு கிடு’ புரட்சி, மன்னார்குடி இராஜகோபாலாசாமி கிழக்குத் தெருவிலிருந்து இந்தியாவைக் குலுக்குகிற புரட்சி ஒன்று ஏற்பட இருப்பதாக எங்களுக்குச் சொல்லப்பட்டது.

“குட்டி, ஷோக்கா இல்லை? குதிரை கணக்கா... என்னம்மா இருக்கா தோழா?” இடம்: மாவட்டக் கட்சி அலுவலகம். நேரம் காலை 11 மணி. சுவரில் லெனினும், மார்க்சும், பெரியாரும், சிங்காரவேலரும் தொங்கிக்கொண்டிருந்தார்கள். மேற்படி விமர்சனத்தைச் சொன்னவர் சோழ மன்னன். கேட்டவர்கள் நானும், மாவட்டச் செயலாளர் சுந்தரமும்.

“பிள்ளை குட்டியும் பொறக்கலை, அதனாலதான் சின்னக் குட்டி கணக்கா இருக்கா” என்றார் சுந்தரம். சோழ மன்னன், என் முகத்தைப் பார்த்துச் சிரித்து விட்டுச் சொன்னார்.

“வைத்திக்கு, நாம் பேசறது பிடிக்கலை போலிருக்கு.”

“ஆமா, தோழர் மோகனாவைப் பற்றி இப்படிப் பேசுவது எனக்குப் பிடிக்கலை. பெண்களைப் பற்றி...”

“போதும்... போதும்... அதை விடுங்க. எனக்கு ரொம்ப நாளா பாரதியைப் பற்றி ஒரு புத்தகம் எழுதனும்னு ஆசை. நேரம் ஒழியலை. நேரம் கிடைச்சா

பொண்டாட்டி பிடுங்கல் பெரிய பிடுங்கலா இருக்கு. அதனால, ஒரு மாசம் மன்னார்குடியில் மோகனா வீட்டில தங்கி புத்தகத்தை எழுதி முடிக்கலாம்னு பார்க்கிறேன்."

"கில்லாடி தோழர் நீங்க" என்று பாராட்டினார் சுந்தரம். மூட்டமாக இருந்தாலும், சோழ மன்னன், பாரதியைப் பற்றிப் புத்தகம் எழுதுவது முக்கியம் என்று எனக்குத் தோன்றியது. பாரதியைப் பற்றி புதிய கண்ணோட்டத்தில் புத்தகம் வருவது, தமிழுக்கு நல்லதுதானே!

இலக்கிய மன்றம் நடத்தும் எல்லா விழாக்களிலும், எனக்கும் பேச அழைப்பு வந்தது. அந்தக் காலக் கட்டத்தில் நானும் முக்கியப் பேச்சாளனாக இருந்தேன். மோகனாவும், இப்போது பேச்சாளராகி இருந்தார்.

மோகனாவின் பேச்சைப் பற்றி நான் சொல்ல வேண்டும்! நீரோடை மாதிரி தெளிந்த பேச்சு, தேர்ந்தெடுத்த வார்த்தைகள், அசட்டுச் சிரிப்புத் துணுக்குகள் இல்லாத ஆழமான பேச்சு, அத்துடன் தரப்பட்ட தலைப்பை மீறாத பேச்சாகவும் அது இருக்கும்! மோகனாவின் இந்தப் பிரவேசம் எனக்கு மகிழ்ச்சியைத் தந்தது. பெண்கள் சரிசமமாகப் பங்கேற்காத எந்த இயக்கம் வெற்றி பெறும்? அதிலும் எங்கள் கட்சியைப் போன்ற ஓர் உலகக் கண்ணோட்டம்கொண்ட கட்சியில் பெண்கள் இல்லாமல் இருப்பதாவது? ஆனால் ஊழியர்கள், இதை வேறு மாதிரியாகப் பார்த்தார்கள். சோழ மன்னன், தன்னைப் பேச அழைக்கிறவர்களிடம், மோகனா கூட்டத்திற்கு வந்தால் நானும் வருகிறேன் என்று சொல்வதாகச் சொன்னார்கள். கூட்டத்திற்கு வரும் ஊர்களில், ஓர் அறையில் அவர்கள் இரண்டு பேரும் தங்குகிறார்கள் என்கிறார்கள். மோகனாவுக்கும் அவர் கணவர் சிவபாலனுக்கும், குடும்பத்தில் பிரச்சினை என்றார்கள். மோகனா, சுத்தமாகச் சிவபாலனை விட்டுப் பிரிந்து சோழமன்னன் பராமரிப்பில், வடசென்னையில் குடியிருப்பதாகச் சொன்னார்கள்.

சோழமன்னனும், மோகனாவும் கலந்துகொண்ட கூட்டங்கள் பலவற்றில், நானும் கலந்துகொண்டு பேசினேன். அவர்கள் இரவுகளில் ஓர் அறையில் தங்கியிருப்பது நிஜம்தான். எனினும் அது பற்றி ஒரு முடிவுக்கு வர, நான் யார் என்றும் எனக்குத் தோன்றியது. ஆனால், இயக்கம் அல்லது கட்சி அனைத்துக்கும் மேலானது என்பதே என் கருத்தாக இருந்தது. இயக்கம், யாராலும் தலைகுனியக்கூடாது. பொது வாழ்க்கைக்கு வருபவர்கள் அளவுக்கு மீறின கட்டுப்பாடு உடையவர்களாக இருக்க வேண்டும் என்பதே என் முடிவாக இருந்தது. கல்லூரியில், இறுதியாண்டு படிக்கிற காலத்தில், சிவபாலனை அவர் வீட்டில் போய் நான் சந்தித்தேன். அவர் நோய்வாய்ப்பட்டிருந்தார். வீடு, ஆள் நடமாட்டம் குறைந்திருந்தது. வியாபாரத்தையும் முடக்கி விட்டிருந்தார். அவர் வற்புறுத்தலில் அவருடன் இரவு தங்கினேன். இரவு உணவுக்குப் பிறகு மாடியில் ஜமக்காளம் விரித்து, நாங்கள் அமர்ந்து பேசிக்கொண்டிருந்தபோது, அவர் சொன்னார்:

"மோகனா, என்னுடன் இல்லாதது பற்றிக்கூட எனக்குப் பெரிய கவலை இல்லை வைத்தி. வடசென்னையில் சோழமன்னன் பாதுகாப்பில் இருப்பதாகச் சொன்னார்கள். இருக்கட்டும். சந்தோஷமாக இருக்கணும். எனக்கு இயக்கம் முக்கியம். நம் தலைவர்களில் எத்தனை பேர் தம் மனைவி,

பெண்களை இயக்கத்துக்குக் கொண்டு வருகிறார்கள். எத்தனை பேர் கொள்கைக்கு விரோதம் இல்லாமல் குடும்பம் நடத்துகிறார்கள் கட்சிக் கொள்கைக்கு விரோதம் இல்லாமல் குடும்பம் நடத்தினேன். கட்சியும் குடும்பமும் ஒன்றாகவே எனக்கு இருந்தது. மோகனா விவகாரத்துக்குப் பிறகு, தலைவர்கள் என் வீட்டுக்கு ஏனோ வருவதில்லை. தொண்டர்களும் என்னைப் புறக்கணிக்கிறார்கள். மாவட்டத்தில் கட்சி வேலையே தயக்கப்பட்டு விட்டது, அதுதான் எனக்கு வருத்தம். ஒரு தனி மனுஷி, ஒரு தனி மனுஷர் விவகாரத்தால், இயக்கப் பணிக்குக் குந்தகம் வரலாமா? இதுதான் எனக்கு வருத்தம்" என்றார்.

நான் கல்லூரியை விட்டு வெளிவந்த பிறகு சிவபாலன் காலமானதை எதிர்கட்சிப் பத்திரிகை மூலம் தெரிந்துகொண்டேன். செய்தியோடுகூட அந்தப் பத்திரிகை பழைய விஷயங்களையும் வெளிப்படுத்தியிருந்தது. "சிவபாலன் என்கிற இந்தச் சிறந்த கட்சிக்காரரின் மனைவியும் ஓர் அரசியல்வாதிதான் என்றும் அந்த கட்சியின் முன்னணித் தலைவர் ஒருவரே அந்தப் பெண்மணியை அவர் கணவனிடம் இருந்து பிரித்தார். அதன் காரணமாகவே மனம் உடைந்து அந்த மனிதர் சிவபாலன் காலமானார் என்று அந்தப் பத்திரிகை செய்தி வெளியிட்டிருந்தது" எனக்கு அவமானமாக இருந்தது. கட்சித் தலைமைக்கும் அம்மாதிரி உணர்வு ஏற்பட்டிருக்க வேண்டும். ஆகவே, மேலிடக் கமிட்டி, சோழ மன்னனை அழைத்து விளக்கம் கேட்டது. சுந்தரம் என்னிடம் அன்று நடந்த விவரத்தைச் சொன்னார்.

கமிட்டியிடம் சோழ மன்னன் அளித்த சாட்சியம்.

"பொது வாழ்க்கையில் இதெல்லாம் சகஜம். இரவும் பகலும் கட்சிப் பணி செய்கிறோம். இப்படி நேரும்தான். என்னைக் குற்றம் சொல்லுகிற கட்சி, இதே தவறைச் செய்கிற இராமநாதன் — சுந்திரி மேல் என்ன நடவடிக்கை எடுத்தீர்கள்? தலைவர்கள் எல்லாம் யோக்கியர்களா? க— என்கிற தலவர் வ— என்கிற பெண்ணோடு தொடர்பு வைத்திருக்கிறாரே? திருமதி கோ. வுக்கு எம். எல். ஏ. சீட் கொடுத்தாரே, தோழர் ம— அது பற்றி என்ன நடவடிக்கை எடுத்தீர்கள்? அவர்கள் மேல் நடவடிக்கை எடுத்துவிட்டு, என் மேல் எடுங்களேன்..."

கமிட்டி, இரண்டு நாட்கள் யோசனை செய்துவிட்டு இந்த அறிக்கையை வெளியிட்டது.

"கட்சிக்குள் ஒழுக்க ரீதியான தவறு புரிந்திருக்கிற மோகனாவைக் கட்சியை விட்டு வெளியேற்றுகிறோம்..."

மோகனாவுக்குக் கிடைத்த தீர்ப்பு, என்னை மிகவும் புண்படுத்தி விட்டது. தொடர்ந்து, இந்திரா கொண்டு வந்த அவசரக் காலத்தை என் கட்சி ஆதரித்ததும், நான் கட்சியை விட்டு ராஜினாமா செய்தேன். அடுத்து வந்த மொரார்ஜி இந்தியர்களுக்கு மந்திரோபதேசம் செய்துகொண்டிருந்த காலத்தில் ஒரு நாள், ஓர் இலக்கிய நிகழ்ச்சிக்குச் சென்றிருந்தேன். காலை குளித்து காலேஜ் அவுசில் சாப்பிட்டு விட்டு, மீனாட்சி பதிப்பகம் நோக்கிப் போய்க்கொண்டிருந்தேன். சந்தடி மிகுந்த சாலை. வெற்றிலை போட்டு

குதப்பும் முகங்களைப் பார்த்துக்கொண்டே போய்கொண்டிருந்தேன். யாரோ, யாரையோ கை தட்டி அழைக்கும் ஓசை கேட்டது. மதுரையில் என்னை யார் அழைப்பார் என்று போய்க்கொண்டிருந்தேன்.

“வைத்தி... வைத்தி சார்...” என்று குரல் வந்து என்னை இழுத்தது. பெண் குரல். நான் சுற்றும் முற்றும் பார்த்தேன். ஒரு மாடியில் பெண் உருவம் ஒன்று என்னை சைகை செய்து அழைத்தது. விடியற் காலையிலேயே மதுரையில் கால் வைக்கும்போதே, எட்டு வயசு சிறுவன் ஒருவன், “கிராக்கி வேணுமா சார், சிங்கிளுக்கு எட்டு ரூபாய் சார்” என்றது நினைவுக்கு வந்தது. நகர்ந்துவிட நினைத்தேன். அந்தப் பெண்மணி “வைத்தி, உங்களைத்தான்” என்று குறிப்பாகச் சொன்னாள். அவள் நின்றது ஒரு லாட்ஜின் முதல் மாடி வேறு. நான் தயங்கித்தான் படி ஏறி முதல் மாடி சேர்ந்தேன். நடைப்பாதை முடிவில், ஒரு சின்ன மேசை போட்டுக்கொண்டு ஒருவன் அமர்ந்திருந்தான். கைலியை தொடைக்கு மேல் வழித்து விட்டிருந்தான். அவன் எதிரில் அந்தப் பெண்மணி அமர்ந்துகொண்டு “வாங்க வைத்தி என்னைத் தெரியலை...” என்றாள். ஒரு நாற்காலியை சுட்டிக் காட்டினாள். முதுகில்லாத அந்த நாற்காலியில் அமர்ந்தேன்.

என் நினைவுகளைக் கசக்கிக்கொண்டேன். மோகனாவாக இருக்குமோ ?.

“மோகனா... மன்னார்குடி மோகனா... இப்போ ஞாபகம் வரணுமே... இல்லே, நீங்களும் மறந்துட்டீங்களா ?”

மோகனாவா! நிறைய சதை போட்டு விகாரமாக இருந்தாள். கன்னம் உப்பி, கண்களுக்குக் கீழே கருவளையம் இட்டிருந்தது. கண்கள், அதீதமாகச் சிவந்து இருந்தன.

“தோழர் மோகனா... எவ்வளவு காலம் ஆச்சு. நல்லா இருக்கீங்களா ?”

“இருக்கேன். நல்லான்னு சொல்ல முடியாது. இருக்கேன்.”

மேசை மேலே, குடித்து முடிக்கப்பட்ட இரண்டு டீ கிளாஸ்கள் இருந்தன. ஈக்கள் அதைச் சுற்றிக்கொண்டிருந்தன.

“என்ன இங்கே, தோழர்.”

“இங்க ஒரு கூட்டம், பேச வந்திருக்கேன். உங்களுக்குத் தெரிந்திருக்குமே, நான் எந்தக் கட்சியில் இருக்கேன்னு! சும்மாக் கூப்பிட்டா தேவடியாத்தனம். கூட்டம்னு கூப்பிட்டா, அது அரசியல். என்னை அரசியலுக்காகவும் பயன்படுத்திக்கிறாங்க... அது போகட்டும் நல்லாயிருக்கீங்களா... என்ன பண்ணறீங்க. கல்யாணம் ஆயிடுச்சா ?”

“வேலைக்குப் போக விருப்பம் இல்லை. கல்யாணம் ஆச்சு... ரெண்டு குழந்தைகள்” கைலிக்காரர் எழுந்து அகன்றார்.

“ரெண்டு டீ சொல்லுங்க அண்ணே” என்றாள் மோகனா.

“மோகனா, கட்சித் தீர்ப்பு என்ன ரொம்பவும் புண்படுத்திடுச்சி. என்னுடைய கட்சி விலகலுக்கு அதுவும் ஒரு காரணம்...”

“கேள்விப்பட்டேன் வைத்தி. எனக்கு சந்தோஷமா இருந்துச்சு. கட்சி நடவடிக்கை தப்புன்னு சொல்ல முடியாதுதானே...”

“உங்க மேல மட்டும் நடவடிக்கை எடுக்கிறது என்ன நியாயம்? தவிரவும் தப்புன்னு என்னால முழுசாவும் சொல்ல முடியல்லே. இதெல்லாம் சின்ன சமாசாரங்கள்.”

“இல்லை அது தப்புத்தான். அமைப்புகள்தான் போராட முடியும். அமைப்புகள்தான் மக்களைப் பிரதிநிதிப்படுத்த முடியும். அதுவே, துர்பலமா இருக்கக்கூடாது. பெரியார், மரியாதை அதனாலயும்தானே.!”

“அமைப்புகளுக்குப் பொருந்தறது எல்லாம் தனி மனுஷிக்குப் பொருந்துமா?”

“அமைப்புக்குள்ளே, வந்தா அது பொருந்தணும், பொருத்திக்கணும்!”

சில நிமிஷங்கள் கழித்து நான் கேட்டேன்.

“சோழ மன்னனைப் பார்க்கிறீங்களா?”

“இடையில் ஒரு லாட்ஜில் வச்சுப் பார்தேன், பாவம்” மோகனா சிரித்தார்.

“வாழ்க்கை எப்படிப் போகுது தோழர்?” என்றேன்.

“ரயில் பயணம், லாட்ஜ் வாசம்... பொதுக் கூட்டம்... காரசாரமான சாடல்... அப்புறம் பிராந்தி, இட்லி, கோழிக்கறி, கூப்பிட்டவனோட படுத்துக்கிறது. இப்படி... இப்படி...

பையன் கொண்டு வந்த டீயைக் குடித்தோம்.

“சிகரெட் பிடிப்பீங்களே, வாங்களேன் அறைக்கு...”

நான் அவள் அறைக்குள் நுழைந்தேன். படுக்கை மேல் கிடந்த சேலையை சுருட்டி விட்டு, என்னை அமரச் சொன்னார். ஒரு சிகரெட்டை எனக்குக் கொடுத்து, தானும் ஒன்றைப் பற்ற வைத்துக்கொண்டார். சுவர்களில் இனம் தெரியாத கறைகள், கட்டில் மெத்தை மேல் வட்ட வட்டமான கறைகள்.

“தோழர் மோகனா, சிவபாலன், அவரோட சொத்துக்களைப் பாதி கட்சிக்கும், பாதி உங்களுக்கும் எழுதி வச்சிருக்காராமே. அதைப் பயன்படுத்திக்கலாமே...”

சிகரெட்டைக் காலில் போட்டு அணைத்துக்கொண்டு மோகனா சொன்னார்.

“சேச்சே, அது ரொம்ப இழிவு வைத்தி. இப்போ, நான் வாழற வாழ்க்கையே கேவலம்தான். இதைக் காட்டிலும், சிவபாலனோட சொத்துக்களை நான் ஏத்துக்கிறது கேவலம். மகா கேவலம். அவரை வேண்டாம்னு சொன்னவ நான். அவரு பணம் மட்டும் எனக்கு எதுக்கு? அதை ஏத்துக்கிட்டாதான், நான் தேவடியா. பச்சைத் தேவடியா...!”

மதியம்வரை நான் தோழர் மோகனாவுடன் பேசிக்கொண்டிருந்தேன். மதியம் அவருடன் சாப்பிட்டு விடை பெற்றேன். புறப்படும்போது, மோகனா கேட்டார்.

“வைத்தி... என்னை நீங்க வெறுக்கலையே...”

“இல்லை. நிச்சயமா இல்லை”

வாசல்வரை அவர் என்னுடன் வந்தார்.

"ராத்திரி கூட்டம் முடிஞ்சு வாங்களேன். சாப்பிடுவோம், பேசுவோம்."

"சரி."

என் கூட்டம் முடிய இரவு பன்னிரண்டுக்கு மேல் ஆகிவிட்டது. அந்த லாட்ஜுக்கு மோகனாவைப் பார்க்கப் போனேன். அந்தக் கைலி அணிந்தவன், ஒரு பெயர் பெற்ற அரசியல்வாதியின் பெயரைச் சொல்லி, அவருடன் மோகனா அறைக்குள் இருக்கிறார் என்றான்.

நான் திரும்பி விட்டேன்.

1992

வெளியேற்றம்

இருட்டு.

வெவ்வேறு காலத்தில், வெவ்வேறு காரணங்களுக்காக வெவ்வேறு மதா சாரியார்களால் எழுதப்பட்டதை அதை போடாமல் விழுங்கி, செரிக்க முடியாமலும், வெளியேற்ற முடியாமலும் அவதிப்படுகிற மதவாதிகளின் மனங்களைப்போல உலகம் இருண்டு கிடக்கிறது என நினைத்துக் கொண்டார் ஆத்மானந்தா. கறுப்புக் கைக்குட்டைக்குள் சுருட்டப்பட்டத் தாயக்கட்டைகளைப்போல மடமும், மடத்துடன் இணைந்த கோயிலும், நந்தவனமும் இருட்டுக்குள் ஆழ்ந்துக் கிடந்தன.

சகலமும் இருண்டு இருட்டுடன் சங்கமமாகி, இருட்டே எங்கும் வியாபித்துக்கொண்டிருந்த நள்ளிரவு. ஆத்மானந்தா, நந்தவனத்தின் ஊடாக நடந்து அதன் முடிவில் இருந்த மடத்தின் பின்புறக்கதவை அடைந்தார். சம்பங்கி, இருட்டைப் பிளந்துக்கொண்டு வாசனையை வாரி இறைத்துக்கொண்டிருந்தது. அது, அவரே உருவாக்கிய நந்தவனம். அவர் பட்டத்திற்கு வரும் முன்பு, கட்டாந்தரையாக, கள்ளியும் சப்பாத்தியும், முளைத்துக் கிடந்த பாலை நிலம் அது. பெரியவரின் நடமாட்டம் சுருங்கிய பிறகு, மடத்துத் தம்பிரான்களும், அதிகாரிகளும், சுபாவமாக ஏற்றுக்கொண்ட அலட்சியம் காரணமாக, வனம் பாலையாயிற்று. அதைத் திருத்திச் செடிகளையும், மரங்களையும் உருவாக்கவும்கூட அவர் மிகவும் போராட வேண்டியிருந்தது, இப்போது அவர் நினைவுக்கு வந்தது.

ஆத்மா, தனக்குள் சிரித்துக்கொண்டு, புறக்கடைக் கதவைத் திறந்ததும், வராகநதிப் படிக்கட்டில்தான் காலை வைக்க வேண்டி வரும். மடத்துத் துறவிகளுக்கென்று கட்டப்பட்ட படித்துறை அது. வைகறையில், யாரும் காணும் முன்பே, துறவியர் ஸ்நானம் செய்து மீள வசதியாகக் கட்டப்பட்ட துறையும், அதை அடுத்து தியான மண்டபமும், ஆத்மா

வந்த பிறகு தனியாக, மறைவாகக் குளிக்கும் வழக்கத்தை ஒழித்தார். பொது மக்கள் நீராடும் துறையிலேயே, தம் ஸ்நானத்தை வைத்துக்கொண்டார். அதுவும் அப்போதைய மடத்து முதல் அதிகாரியாய் இருந்த ரகுராமனால் ஆட்சேபிக்கப்பட்டது ஆத்மாவின் நினைவுக்கு வந்தது.

"சுவாமி முன்பிருந்த சுவாமிகள் அனைவருமே படித்துறையில்தான் நீராடினார்கள். தாங்களும் அவ்வாறு செய்வதுதான் உத்தமம்" அதுக்கு ஆத்மானந்த சுவாமி சொன்னார்.

"அது அவர்கள் சௌகர்யம். நமக்குப் பொதுத் துறையே சௌகர்யம்."

"அப்படிச் செய்தால் பொது ஜனங்களுடன் கலந்துறவாட வேண்டியிருக்கும்."

"இருந்தால்...?"

"அது நம் க்யாதியைக் குறைக்கும். மரியாதை தாழும். பொது ஜனத்தைத் தம் அருகில் கொண்டு வைப்பது நம் கௌரவத்தையும் மேலாம் தன்மையையும் தாழ்த்தும்."

"ஜனங்களுக்காகக் காவி ஏற்றுக்கொண்டு, ஜனங்களுக்காக என்று வந்து விட்ட பிறகு, ஜனங்களை ரெண்டாம் படியில் வைப்பது என்ன நியாயம்? அதன் பொருட்டு நம் கௌரதை தாழும் என்றால், தாழட்டுமே..."

ரகுராமன், நெற்றியில் சுருக்கம் தோன்ற தம் பேச்சை நிறுத்திக்கொண்டார்.

ஆத்மா, தியான மண்டபத்தில் நதியைப் பார்த்தபடி அமர்ந்தார். கறுப்புச் சிலேட்டில் எழுதி அழித்தது மாதிரி, வராக நதி, மெல்லிசாக ஓடிக்கொண்டிருப்பது தெரிந்தது. தை முதல் வாரத்திய காற்று அவர் சிகைகளைப் பறக்கடித்தது. உடம்பு சந்தனம் பூசினாற்போலக் குளிர்ந்தது.

வராக நதியும் வறண்டுதான் போயிற்று. ரொம்பக் காலம் ஆகவிடவில்லை ஆத்மானந்தர் பட்டத்திற்கு வந்து. ஐந்து ஆண்டுகள்தானே முடிந்திருந்தன! அந்தக் காலத்திற்கு முன்பு, நதி நீரால் நிறைந்திருந்தது. தென்கரையில் தென்னை இடித்து, எதிர்க்கரையில் ஈச்சை இடித்துத்தான் நதி பிரவாகம் இட்டு ஓடியது. ஒரு காலம் இந்த நதியும் வறண்டு விட்டதே... இந்த நதிக்கரையில்தான், இதே மண்டபத்தில்தான், ஆத்மானந்த சுவாமிக்குப் பட்டம் அளிக்கப்பட்டது பெரியவரால்...

பூர்வாசிரமத்தில் ஆத்மாவுக்கு ஆறுமுகம் என்பது பெயராய் இருந்தது. ஏதோ ஒரு தேய்ந்த, மங்கிப் போன கிராமத்திலே பிறந்து, ஊரில் இருந்த பள்ளியில் படிப்பை முடித்து, கல்லூரிக் கல்வியும் முடித்து வேலை தேடுதல் என்கிற விருதா வேலையில் சுற்றிக்கொண்டிருந்த ஆறுமுகத்தை, மடத்தின் விவசாயத்தைக் கார்வார் பண்ணிக்கொண்டிருந்த அவன் அப்பா, கண்ணையப்பிள்ளை பெரியவருக்கு முன்னால் கொண்டு போய் விட்டார். தன் முன் சாஷ்டாங்கமாகப் பணிந்து எழுந்த ஆறுமுகத்திற்கு ஆசீர்வாதம் பண்ணி, திருநீறு அளித்த பெரியவர் கேட்டார்.

"என்ன பெயர்?"

"ஆறுமுகம் சுவாமி."

ஒரு கணம், அவன் முகத்தைத் தீர்க்கமாகப் பார்த்த பெரியவர், "இரு" என்றார். அது முதல், ஆறுமுகம் மடத்திலேயே இருந்தான். இடம் அவனைக் கவர்ந்ததைக் காட்டிலும், அதற்குள் பெரியவர் சேர்த்து வைத்திருந்த அருமையான நூலகம் அவனைக் கவர்ந்தது என்பதுதான் உண்மை. சநாதன தர்மங்களுக்கு எதிரி என்று அறிப்பட்ட விவேகானந்தர் வரைக்கும் அந்த நூலகத்தில் இருந்தார்கள். ஆறுமுகத்திற்கு அந்தக் காலம், பசியாறும் காலமாக இருந்தது. எடுத்த எடுப்பிலேயே விவேகானந்தர் கர்ச்சனை செய்தார்.

'எனது இளம் நண்பர்களே! வலிமை உடையவர்களாக இருங்கள். இதுவே நான் உங்களுக்கு வழங்கும் அறிவுரை, படிப்பதை விடக் கால் பந்தின் மூலம் நீங்கள் சொர்க்கத்திற்கு அருகில் இருப்பீர்கள்! ஒவ்வொரு மனிதனின் முன்பும் இந்த ஒரு கேள்வியை நான் வைக்கிறேன். நீ வலிமை உடையவனாக இருக்கிறாயா? நீ வலிமையை உணர்கிறாயா? ஏனென்றால் உண்மை ஒன்றுதான் வலிமை தருகிறது...'

விவேகானந்தர், ஆத்மீகத்தின் மூலை முடுக்கெல்லாம் அழைத்துச் செல்வதாக அவன் உணர்ந்தான். கொஞ்சம் கொஞ்சமாக அவனுக்குள் அந்த ரசாயனம் ஏற்பட்டுக்கொண்டிருந்தது. 'வா, வந்து ஏதாயினும் வீரச் செயலைச் செய். சகோதரர்களே நீங்கள் முக்தியடையாமல் போனால்தான் என்ன? மேலும் ஒரு சில தடவை நரகத் துன்பத்தை நீங்கள் மேற்கொண்டால்தான் என்ன? சிந்தை சொல் செயல்களால் நிறைந்த புனிதம் ததும்பும் சில ஞானிகள், முழு உலகையும் தங்கள் எண்ணற்ற பயன்மிக்கப் பணிகளால் மகிழ்விக்கிறார்கள். மற்றவர்களிடமுள்ள அணு அளவு குணநலனையும், அவர்கள் பெரும் மலை போன்று விரியச் செய்து தங்கள் இதயத்தை மலரச் செய்கிறார்கள்' என்று, அவனை விவேகானந்தர் அழைக்கும் குரல், அவனுக்குக் கேட்டுக்கொண்டேயிருந்தது. அவனுக்குள் இந்த வித்து முளைத்து இலைவிடத் தொடங்குகையில் ஒருநாள் பெரியவர் அவனை அழைத்துக் கேட்டார்.

"ஆறுமுகம் எனக்குப் பிறகு, பட்டம் ஏற்று, இந்தப் பீடத்தை அலங்கரிக்க நீ முன் வருவாயா? உடன் முடிவு சொல்ல வேண்டிய அவசியம் இல்லை. நிதானமாக யோசி! இந்தப் பட்டத்திற்கு வரவேணும் எனில், நீ துறவு மேற்கொள்ள வேண்டியிருக்கும். அதுக்கு உன்னை நீ தகுதிப் படுத்திக்கொள்ள வேண்டியிருக்கும்."

ஆறுமுகம், தீவிரமாக யோசித்தான். துறவு என்பது பெண்ணையும், மண்ணையும், பொன்னையும் வெறுப்பதா? வெறுப்பவன் எங்ஙனம் துறவியாக முடியும்? தம் மக்களை நேசிப்பவன் தந்தை. குடும்பத்தை நேசிப்பவன் கணவன். உலகத்தின் அனைத்து மனிதர்களையும், மரம் மற்றும் மிருக வர்க்கங்கள் அனைத்தையும் வரம்பற்று, நிபந்தனைகள் அற்று நேசிப்பவன் அல்லவோ, துறவி! அவன் துறவியானான். ஆறுமுகம், ஆத்மானந்தனும் ஆனார்.

ஆத்மா, தன் காவிப் போர்வையை நன்கு இழுத்துப் போர்த்திக்கொண்டார். இதே இடத்தில் வைத்துத்தான் அவர், அந்தப் பாரம்பரியம் மிக்க மடத்திற்கு அதிபதியுமானார். முதல் நாளே, அவர் நம்பிக்கைகளை இடித்து நொறுக்கும் விஷயங்களை நேரில் கண்டார். பட்டமேற்பு நிகழ்ச்சிகளில் ஒன்றாக, காணிக்கை வழங்குவது நிகழ்ந்தது. நகரப் பிரமுகர்கள், அரசாங்கத்துக்காரர்கள்

பெரும் தனக்காரர்கள் என்று பலரும், ஆத்மாவுக்குக் காணிக்கைகள் அளித்துக்கொண்டிருந்தார்கள். வரிசைக் கிரமத்தில் வந்திருந்த பிரமுகர்களின் காணிக்கைகளை ஏற்றுக்கொண்டிருந்த ஆத்மாவின் கவனம், அவர் இருந்த துறை தியான மண்டபத்திலிருந்து வெகு தூரத்துக்கு அப்பால் தள்ளி மாலைகளையும் காணிக்கைகளையும் வைத்துக்கொண்டு நின்ற ஜனங்களின் மேல் விழுந்தது. நதிக்கு அந்தப் பக்கமாக அவர்கள் நின்றுகொண்டு பட்டாபிஷேகம் நிகழ்ச்சியைக் கண்டுகொண்டிருந்தார்கள். ஆத்மா, தம் முதல் அதிகாரியைத் தம்மண்டை அழைத்தார்.

"அக்கரையில் இருக்கிற ஜனங்களை அருகே அழைக்கலாமே, நாம் அவர்களையும், அவர்கள் நம்மையும் அருகருகாகப் பார்க்கலாமே."

"சுவாமி, க்ஷமிக்க வேணும். அது நடவாது. அது மரபுக்கு விரோதம் தர்மத்துக்கு விரோதம். அவர்கள் சண்டாளர்கள். சாதியில் கடையர். சுவாமிகளுடைய முகாலோபனம் அவர்களுக்குக் கிடைக்கக்கூடாது. அந்தப் பாக்கியம், இந்தப் பிறவியில் அவர்களுக்கு இல்லை."

ரகுராமையர், தன் கன்னத்தில் அறைந்ததுபோல உணர்ந்தார் ஆத்மா. அவரின் வார்த்தைகள் ஆத்மாவை உறைந்து போகச் செய்தன. மனித வர்க்கத்தில் சண்டாளர்கள், இழிந்தவர்கள் என்று எவராவது உண்டா?

ஆம் என்றால் அந்தப் படித் தரத்தை உருவாக்கின அதர்மன் யார்? ஆத்மா, அதிகாரியிடத்தில் சொன்னார்.

"நாம் அவர்களைப் பார்க்க வேணும். அனுகிரகிக்க வேணும். அவரை அருகே வரவிடுமேன்"

"அது நடவாது சுவாமி. சேரி ஜனங்களை மடத்துக்குள் விடுவது நம் ஆசாரத்துக்கு விரோதம். தர்மத்துக்கு விரோதம்."

"என்ன ஆசாரத்துக்கு, தர்மத்துக்கு விரோதம்?"

"வருண ஆசிரம தர்மத்துக்கு விரோதம். அங்ஙனம் செய்தால் மடம் தீட்டுப்படும்."

பார்வையாளர்கள் நெருக்கி அடித்து அவரின் கவனத்தைக் கலைத்தார்கள். அன்று முழுக்கவும், விழா நிகழ்ச்சிகளில் திளைத்த ஆத்மா, திடீரென்று அந்த முடிவை எடுத்தார்.

சேரி வீடுகள் இன்னும் சாத்தப்பட்டிருக்கவில்லை. கூரையின் மேல் கசிந்து எழுந்த புகை, வீடுகளில் சமையல் நடந்துகொண்டிருப்பதை உணர்த்தியது. சோமு, காற்றின் பொருட்டு, திண்ணையில் ஒரு காடா விளக்கை ஏற்றி வைத்துக்கொண்டு படித்துக்கொண்டிருந்தான். அவனுக்கு எதிரே நிழலாடியது. நிமிர்ந்து பார்த்தான். அவனுக்கு எதிரே, காவியுடன்கூடிய ஒருத்தரை அவன் பார்த்தான். அன்று காலை பட்டமேற்றுக்கொண்ட நாற்பத்து நான்காவது பீடாதிபதிதான் தனக்கு முன்னால் நிற்கிறார் என்பதை அவனால் புரிந்து கொள்ள முடிந்தது. திடுக்கிட்டு எழுந்து நின்றான்.

"சாமி... நீங்களா?" என்றான்.

"ஆமாம்."

ஆத்மா சாவதானமாக அந்தத் திண்ணையில் வந்து அமர்ந்தார்.

"இங்க... இந்த நேரத்திலே..." என்று இழுத்தபடிச் சொன்னான் சோமு. அதற்குள் மீன் செதிலுடன் முறத்தோடு வெளியே வந்த சோமுவின் தாய், சாமியாரைக் கண்டதும் திகைத்து உள்ளே ஓடினாள். சில நிமிஷங்களில் ஒரு சிறு கூட்டம் சேர்ந்தது.

"சும்மாதான்... காலையில் நீங்க என்னைப் பார்க்க வந்தபோது கிட்டத்திலே அனுமதிக்கப்படலை இல்லையா? அதுக்குத்தான், நானே இப்போ வந்திருக்கேன்."

அந்தக் கூட்டத்தின் தலைவர்போல் இருந்தவர் சொன்னார்:

"சாமி நாங்க உங்ககிட்ட வரக்கூடாதுங்கிறதுதான் முறை. ஆனா, நீங்க எங்க கிட்டக்க வந்தது தப்பாச்சுங்களே."

ஆத்மாவுக்கு மனசு வலித்தது. அவர் மடத்துக்குத் திரும்பினார். மறுநாள் காலை ரகுராமன், ஆத்மாவை மிகுந்த சங்கடத்துக்குள்ளாக்கினார்.

"சுவாமி இப்படிச் சொல்கிறதுக்கு என்னை க்ஷமிக்க வேணும். தாங்கள், மடத்துக்கே பெரியவர். தாங்கள் நடைமுறையை, லௌகிகத்தை மீறக்கூடாது. சேரிக்கெல்லாம் போய் வருகிறதாகக் கேள்விப்பட்டேன். ரொம்பத் தப்பு. இது ஒண்ணைக்கொண்டே, நீங்கள் பட்டத்துக்கு அருகதை அற்றவர் என்று தீர்ப்பு வாங்கிட முடியும். இனிமேலும் அப்படியொத்தக் காரியத்தை செய்யப்படாது."

ஆத்மா, நம்பிக்கை இழக்கத் தயாராக இல்லை. நிலைமை மாறும் என்று நினைத்தார். முதல் காரியமாக, மடத்தின் போஜன சாலையில் மேல் சாதியார்க்கு என்று தனியாகவும், மற்றவர்க்கு என்று தனியாகவும் இருந்த பந்தியை ஒழிக்க வேணும். ஒரு பந்தியாகவே நடக்கட்டும் என்றார். ஆத்மாவின் முதல் சீர்திருத்தம் நேரடியான எதிர்ப்பின்றி ஏற்கப்பட்டது. ஆனால், பல நாட்களுக்குப் பிறகே, மடத்தில் சாப்பிட மேலோர்களே வருவதில்லை என்பதை அவர் அறிந்தார். தொடக்கத்தில் அது திகைப்பாக இருந்தாலும், தன் உத்தரவைத் திரும்பப் பெற்றுக்கொள்ள மறுத்து விட்டார் ஆத்மா.

அப்போதுதான் ரகுராமையர், நில சம்பந்தமாக சில தஸ்தாவேஜுகளை, ஆத்மாவின் கையெழுத்துக்காகக் கொண்டு வந்தார்.

"இது என்ன?" என்றார் ஆத்மா.

"சுவாமி, நம் ஆதீனத்துக்கு இருக்கும் இரண்டாயிரம் வேலி நிலங்களில் ஐநூறு வேலியை, குத்தகைதாரருக்கும் விவசாயிகளுக்கும் கொடுத்து விடும் தஸ்தாவேஜுகள் இவை. இந்தக் குத்தகைக்காரர்கள் நம்மிடம் பல தலைமுறைகளாகக் காரியம் பார்க்கிறார்கள். தவிரவும் உழுபவனுக்கே நிலம் சொந்தம் என்று சொல்கிறார்கள். சொல்லட்டும், நாம் நடைமுறைப்படுத்திக் காட்டுவோம். ஆகவே, ஐநூறு வேலி நிலத்தை, குத்தகைகாரர்களுக்கு நாமே கொடுத்து விடுவோமே..."

பட்டம் ஏற்ற பிறகு, ஆத்மா முதல் முறையாகச் சந்தோஷப்பட்டார். மிகுந்த மகிழ்ச்சியுடன் சொன்னார்.

"ரகுராமையர், ரொம்பவும் சந்தோஷம். இந்தச் சீர்திருத்தத்தால், ஏழை ஜனங்கள் லாபம் அடைவார்கள் அல்லவா?"

"சர்வ நிச்சயமாக! பெரும்பாலான நிலங்கள், சேரி ஜனங்களுக்குத்தான்." அதற்கு மேலும் தாமதிக்காது, எல்லா தஸ்தாவேஜுகளிலும் கையெழுத்து இட்டுக் கொடுத்தார் ஆத்மா.

பக்தர்களையும், ஊர் குடி படைகளையும் ஆத்மா சந்திப்பதற்கென்று, தோட்டத்து கிணற்றுக்கு அருகில் இடம் ஏற்பாடு செய்யப்பட்டது. கிணற்றுக்கு அந்தப்புறம் ஜனங்கள் நின்று, இருந்து பேசவும், இந்தப் புறம் ஆத்மா அமர்ந்து பேசவும் சௌகர்யம் பண்ணப்பட்டது. எல்லோரையும் பார்த்துப் பேசிய பிறகே, ஆத்மா சோமுவைப் பார்த்தார்.

"சோமு... என்ன சங்கதி?"

"சௌகர்யம்தான் சுவாமி. ஒரு விஷயம் உங்களிடத்தில் சொல்ல வேணும்."

"சொல்லேன்."

சோமு, சுற்றுமுற்றும் பார்த்துக்கொண்டான். யாரும் இல்லை என்று தீர்மானித்துக்கொண்ட பின் சொன்னான்.

"சுவாமி... இந்த ஆதீனத்திலிருந்த ஐநூறு வேலி நிலங்கள்..."

"இதுவா குத்தகைக்காரர் பெற்று சந்தோஷம் அடைகிறார்கள்தானே?"

"இல்லை, சுவாமி."

"இல்லையா?"

"ஆம், அந்த நிலங்களை, தங்கள் ஆதீனத்து முதல் அதிகாரி, தங்கள் குடும்பத்து உறுப்பினர்களுக்கோ, மருமகள், மருமகன், மாமனார், மாமியார், சம்பந்தி சனம் இவர்களுக்கே பட்டா போட்டு மாற்றி விட்டார்."

"அப்படியா?"

"ஆம் சுவாமி தங்கள் ஆதீனத்து அதிகாரிகளும், மடத்து அதிகாரிகளும், நீங்கள் சொல்கிற அத்தனைப் பாவங்களுக்கும் பிறப்பிடமாய் இருக்கிறார்கள். தங்கள் மடம், இரவு நேரங்களில் ஒரு விபசார விடுதி. தங்கள் மடத்து நந்தவனம் இரவு நேரத்தில் ஒரு சாராயக் கிடங்கு. உங்கள் மடத்து அதிகாரிகள், அத்தனை பேரும் பொய்யர்கள். கொள்ளைக்காரர்கள். மடத்து நிர்வாகத்துக்குட்பட்ட தென்னை மரங்களின் இளநீர் எங்கு போகிறது என்று தெரியுமா? சீர்காழியிலும், மாயவரத்திலும் இருக்கிற உங்கள் மடத்துக் காரியஸ்தர்களின் தாசிமார்களுக்குப் போய்ச் சேர்கிறது. நீங்கள் மகா மனிதன், மனிதக் கடவுள் என்றெல்லாம் பேசுகிறீர்கள். உங்கள் கூடவே அயோக்கியர்கள் சுற்றித் திரிகிறார்கள் சுவாமி. உண்மையான குத்தகைதாரர்கள் நிலத்திலிருந்து கட்டாயமாக வெளியேற்றப்பட்டு விட்டார்கள். மறுத்தவர்கள் மேலே, பொய் வழக்கு போடப்பட்டு, எங்கள் சனங்கள் போலீஸ் லாக்கப்பில் இருக்கிறார்கள். சேரியைக் கொளுத்தி விடுவதாகக்கூட உங்கள் அதிகாரிகள் மிரட்டுகிறார்கள்..."

ஆத்மா, அதிர்ச்சியடைந்தவராகச் சொன்னார்:

"எனக்கு இதெல்லாம் ஒன்றுமே தெரியாது..."

"தெரியாது என்பது எங்களுக்குத் தெரியும். அதைத் தெரிவிக்கத்தான் வந்தேன் சாமி. எனக்கு உத்தரவு கொடுங்கள்."

சோமு சென்ற பிறகும் வெகு நாழிகை அந்தக் கிணற்றங்கரையிலேயே, ஆத்மா மனச் சோர்வுடன் அமர்ந்திருந்தார். இதை மாற்றியமைக்க வேண்டும். ஏதேனும் செய்தாக வேண்டும் என்பதை உணர்ந்தார். ஆனால் எங்கிருந்து தொடங்குவது என்பதுதான் பிரச்சினையாக இருந்தது. திருநெல்வேலிச் சமையல்காரன், காய்கறி பதார்த்த வகையில் மட்டும் நாள் ஒன்றுக்கு நூறு ரூபாய் திருடினான். அரசலாற்றங்கரையில் அவனுக்கும், ஒரு விதவை பெண்ணுக்கும் தொடுப்பு இருக்கிறதென்றும், அந்தப் பணம் அவளுக்கே போய்ச் சேர்வதாகவும் அவருக்குத் தெரிய வந்தது. ஆத்மாவுக்கு அணுக்கத் தொண்டனாக இருந்த விஷ்ணுசித்தன் ஒரு திருடன் என்பதும், காலம் சென்ற பெரியவருடைய பல ஆபரணங்களையும் அவனே திருடியவன் என்பதையும் அவர் கேள்வியுற்றார். பெரியவரின் கருணையால் அவன் சிறைக்குப் போகாமல் தப்பினான். நெல் கணக்காளர், அவர் பங்குக்குக் கலம் கலமாக, நகருக்கு வண்டி வண்டியாக, நெல் மூட்டைகளை எடுத்துச் சென்று பணம் பண்ணினார். ஆதீனத்தின் வரவு செலவுகளைப் பார்த்த கணக்காளர்கள், அது எப்போதுமே நஷ்டத்திலேயே நடப்பதாகச் சொன்னார்கள். மடத்திலிருந்து தானம் பெறுகிறவர் தொகை அதிகரித்திருப்பதாகச் சொல்லி, பலருக்கும் தரப்படும் உதவிகளைக் குறைத்தார்கள். இதுவும் கவி காளிதாசர் என்கிறவர், ஆத்மாவைச் சந்திக்க வந்தபோதுதான் அவருக்கே தெரிந்தது.

"கவிராயர் நலம்தானா" என்றார் ஆத்மா.

"இருந்தேன்" என்றார் கவி.

"அது என்ன இறந்த காலத்தில் பேசுகிறீர்களே"

கவி ஒரு கவிதையாகச் சொன்னார்.

"தமிழ்நாட்டில் பிறந்தவன் நான்; தமிழனாகத்
தமிழ்நாட்டில் வாழுதற்காய்த் தமிழ்ப் படித்தேன்
தமிழ் படித்த குற்றத்தால் வாழ்விழந்தேன்
தவிப்புற்றேன்; சோறின்றித் தளர்ந்து போனேன்
'தமிழ் காக்கும் ஆதீனம் நம்மை காக்கும்
தவறாமல்' என நினைத்தேன்; தவறு செய்தேன்
தமிழ்நாட்டில் பிறந்தமைக்காய் நாணுகின்றேன்
தமிழ் நலத்தை நினைத்து நிதம் வாடுகின்றேன்..."

ஆத்மா, கவிராயரைப் பார்த்துக் கேட்டார்.

"தங்களுக்கு மடத்து நிதி உதவி நிறுத்தப்பட்டு விட்டதா?"

"கொடுத்தால் அல்லவா, நிறுத்தப்படுவதற்கு."

கவி காளிதாசருக்கு நிதியுதவி தரப்பட்டுக்கொண்டிருப்பதாக, மடத்துப் பேரேட்டில் எழுதப்பட்டிருந்தது.

தியானத் துறையில் இருந்த ஆத்மா, வானத்து நட்சத்திரங்களைக் கண்டு, நேரத்தை அனுமானிக்க முயன்றார். மணி இரண்டரையைத்

பிரபஞ்சன் ★ 185

தொட்டிருக்கும் என்று அனுமானித்தார். புத்தகம் ஒன்று, பக்கங்களாகத் தன்னைத் திருப்பிக்கொண்டதைப்போல, அவரின் கடந்த கால நினைவுகள் அவரிடம் தோன்றிக்கொண்டேயிருந்தன.

எதிரே, நதிக்கரைக்கு அப்பால் கழுவப்படாத, படச் சுருளைப்போல, சேரிக் குடிசைகள் தெரிந்தன. சோமுவின் முகம் அவர் நினைவுக்கு வந்தது. களையான முகம், அக்கிரமத்தை, அதன் தோற்றுவாயிலேயே எதிர்க்கிற முகம். பொய்ம்மைகளைச் சுட்டுப் பொசுக்கியே தீருவது என்று கங்கணம் கட்டிக்கொண்ட முகம். எந்த நிலையிலும் ஏற்றுக்கொண்ட பொறுப்பில் இருந்து பின் வாங்காத முகம். அந்த முகம் சிதையில் வைக்கப்பட்டு எரியூட்டப்பட்டபோது, ஆத்மாவும் அங்கிருந்தார். 'திகுதிகு' என்று எரிந்த தீயின் நாக்குகள், சோமுவைத் தின்றதை அவர் கண்டார். கொலை செய்யப்படும் அளவுக்கு சோமு என்ன குற்றம் செய்தான்?

மடத்தில், மடத்து பூஜை காரியங்களையும், ஆதீனத்துக்குட்பட்ட கோயில்களையும் நிர்வாகம் பண்ணுகிற பொறுப்பில் நரசிம்மன் இருந்தார். சீராக மடித்துக் கட்டப்பட்ட பஞ்சக்கச்சமும் திருநீற்றுப் பொலிவும், மார்பில் ஆடும் ருத்ராட்சக் கொட்டையுமாக சீலக்காரர். அவருக்கு ஒரு பெண், கோதை என்று பெயரிட்டிருந்தார். கோதையை ஆத்மாவும் மடத்தில் வைத்து பார்த்திருக்கிறார். ஆரோக்கியம் ததும்பும் பெண் அவள். அதன் காரணமாகவே எப்போதும் எவரையும் சட்டென்று ஈர்க்கிற ரம்யம் வெளிப்படும். சவரக் கத்தியைப் போன்ற புத்திக் கூர்மையுள்ளவன் என்பதைச் சந்தித்த இரண்டு நிமிஷங்களுக்குள் கண்டுகொண்டார் ஆத்மா. நரசிம்மன், அவரிடம் சொன்னார்:

"சுவாமி, இந்தப் பெண்ணுக்கு ஒரு கல்யாணத்தைப் பண்ணி வைத்தேன் என்றால், என் கவலை ஒழியும்."

ஆத்மா அந்தப் பெண்ணைப் பார்த்தார்.

"சுவாமி என் கல்யாணத்தைப் பற்றி நான் கவலைப்படவில்லை. அப்பா என்னத்துக்கு கவலைப்படணும்?"

"இருந்தாலும், தகப்பனாருக்கு அந்தக் கவலை இருக்கத்தானே இருக்கும்."

"பல வரன்கள் வந்தன சுவாமி. எதையும் இவள் ஏற்றுக்கொள்ளவில்லை."

"எனக்குப் பிடிக்கலையே. நான் என்ன பண்ணட்டும். சேலையா, ரவிக்கையா. மாற்றிக்கொள்ள. எனக்குப் பிடிக்க வேண்டாமா?"

"படிக்க வச்சது தப்பாப் போச்சு. இல்லேன்னா, இப்படிப் பேசுமா?"

"சாமி, படிப்பின் நோக்கமே அப்பாவுக்கு நான் சம்மதம் சொல்வது தானா?"

"சாமியிடம் இப்படியா பேசுவது?"

"சாமி என்ன அந்நியரா? நம் சாமிதானே அப்பா..."

தகப்பனுக்கும் மகளுக்கும் நடந்த சம்பாஷனையை ரசித்தபடி அமர்ந்திருந்தார் ஆத்மா. இந்தப் பெண்ணும் சோமுவும் காதல் வசப்பட்டார்கள் என்பது, ஒரு நாள் நரசிம்மன் சொல்லித்தான் அவருக்கே தெரிந்தது.

“அப்படியா?” என்றார் ஆத்மா. அவர்கள் பொருத்தமானவர்கள் என்றே அவருக்குத் தோன்றியது.

“என்ன திமிர் இருந்தா, அந்த தாழ்ந்த சாதிப் பையன், என் பொண்ணுகிட்டே பழகுவான்? அவனைக் கொல்லாமே விடப் போறதில்லை சாமி...” என்றார் நரசிம்மான். கொலை வெறி, அவர் கண்களில் தென்பட்டது.

“ஏன் சோமுவுக்கு என்ன குறை? நல்ல பையன்தானே? படிப்பு, வேலை உள்ளவன். அதோடு, ரெண்டு பேருமே ஒருவரையொருவர் நேசிக்கிறார்கள். அப்புறம் என்ன?”

நரசிம்மன் எரிச்சலுடன் ஆத்மாவைப் பார்த்தார்.

“உங்களுக்கு இதெல்லாம் தெரியாது சாமி. நாங்கள் குடும்பஸ்தர்கள். சில விதிமுறைகளை நாங்கள் காப்பாற்ற வேண்டியவர்கள். ஊரும் உறவும் நாளை என்னை மதிக்க வேண்டாமா?”

இவர்கள் எதைக் காப்பாற்றப் போகிறார்களாம்? யாரிடமிருந்து? ஆத்மா, நரசிம்மனிடம் சொன்னார்.

“சோமுவுக்கு என்ன குறை? தயவுசெய்து சொல்லுங்கள். நான் தெரிந்து கொள்ள வேண்டும்”

“அவன் என்ன ஜாதி? நாம் என்ன ஜாதி? சுவாமி இதெல்லாம் பேச நல்லா இருக்கும். கறிக்கு ஆகாது”

“நரசிம்மன் உனக்கும் சோமுவுக்கும் தெய்வம் ஒன்றுதானே. உம்மைப் படைத்த தெய்வம்தானே அவனையும் படைத்தது. ஜாதி, மத, இன வித்தியாசங்கள் கடவுள் சம்மதம் என்றால், ஒரு சாதி ஆணுக்கும் பெண்ணுக்கும் மட்டும்தானே குழந்தை பிறக்க வேண்டும். மனிதர், மனிதருடன் சேர்ந்தால் பிள்ளை பிறந்து விடுகிறதே. அப்படியிருக்க, எவரும் எவருடனும் சேரலாம் என்றுதானே ஆகிறது? கடவுள் விருப்பமும் அதுவாகத்தானே இருக்கிறது. இன்னும் சொன்னால், சோமுவைத்தானே, மகாத்மா காந்தி கடவுளின் புத்திரன் என்று சொன்னார்?”

“காந்தி கிடக்கிறாரு சுவாமி, அவருக்கு என்ன? அவரை மாதிரி பிராமண ஜாதியில் சம்பந்தம் பண்ணியவங்க சுலபமா சொல்லி விடலாம். எனக்குத் தலைகீழா அல்லவா நடக்கிறது? அப்புறம், நம்ம தர்மம் என்ன ஆகிறது?”

அர்த்த ஜாம பூஜையை முடித்து, லேசான பலகாரம் உண்டு, படுக்கைக்குப் போகும் முன்னர், நந்தவனத்தில் சற்று நேரம் உலவுவது ஆத்மாவின் வழக்கமாக இருந்தது. அரவம் அடங்கிய அந்தப் பொழுதில், அவருக்கு மனம் விழித்துக் கொள்வதாய்த் தோன்றும். பகல் முழுக்க காலம் காலமாகப் பட்டத்து ஆசாரியர்கள் உட்கார்ந்து தேய்த்த பலகையில் தானும் அமர்ந்து தேய்த்து, ஒரு பண்ணையாரைப்போல, நிலக்கணக்கையும், குத்தகைக் கணக்கையும் விழுந்த தேங்காய், மாங்காய்க் கணக்கையும் பார்க்கும் படியாகி விட்டதே என்கிற குற்ற மனப்பான்மையில் புகைவதிலிருந்தும், தன்னை மீட்டுக் கொள்ளும் நேரமாக அவர் இந்தப் பொழுதை வைத்துக்கொண்டிருந்தார். ஒரு திருடனைப்போல உழைக்காமல் உண்ணும்படியாகி விட்டதே என்கிற வேதனை இந்த உலாவலில் குறைந்தது மாதிரி அவருக்குப் படும்.

வராக நதிக்கு அப்புறம் இருந்த சேரியில் நிகழ்ந்துக்கொண்டிருக்கும், பெருங்கலகத்தை அறியாமலே, செம்பங்கியும், மரிக்கொழுந்தும், முல்லையும், பூத்துக்கொண்டிருந்தன. அவற்றில் இருந்து எழும் லாகிரி மணம், உள்ளே படர்ந்து கிடக்கும் ஓட்டைகளைத் துடைப்பவை என்று அவருக்குத் தோன்றும். அந்தச் சந்தர்ப்பத்தில்தான் ஒரு நாள், புதரை விலக்கிக்கொண்டு சோமு அவர் முன்னால் வந்து நின்றான்.

"சுவாமி கலகம் தொடங்கி விட்டது. ஊரைக் கொளுத்திக் கொண்டிருக்கிறார்கள். என்னைத் தேடுகிறார்கள்."

நந்தவனக் கதவைத் திறந்துகொண்டு படித்துறை வந்து சேர்ந்தார் ஆத்மா. தூரத்தில் கூக்குரல் கேட்டது. தீ எரிந்துகொண்டிருந்தது தெரிந்தது.

"கோதை எங்கே?"

"வீட்டில் அடைக்கப்பட்டிருந்தாள். இப்போது அவளைக் கொள்ளிடத்திலே இருக்கிற அவள் அத்தை வீட்டுக்கு அழைத்துச் செல்ல நினைத்துக்கொண்டிருக்கிறார்கள்."

ஆத்மா யோசித்தார்.

"சரி நீ என் அறைக்குள் இரு. அங்கு யாரும் வரமாட்டார்கள்"

"மடத்தில் யாருமே இல்லை சுவாமி! எல்லோருமே அங்கே சேரியைக் கொளுத்திக்கொண்டிருக்கிறார்கள்."

ஆத்மா மேலும் யோசித்துவிட்டுச் சொன்னார்.

"அப்படியானால் ஒன்று செய். கோதையை எப்படியாவது இங்கு அழைத்து வந்துவிடு. என் காரிலே பாதுகாப்பான இடம் ஒன்றுக்கு அனுப்பி வைக்கிறேன்... ஜாக்கிரதை, விடிவதற்குள் நீங்கள் ரெண்டு பேரும் இந்த ஊரை விட்டுப் போய்விட வேணும்."

அதற்கப்புறம், ஆத்மா, எரிந்துக்கொண்டிருக்கும் குடிசைகளை நோக்கிப் போனார்.

ஆத்மா நினைத்தது ஒன்று. நடந்தது வேறு. சோமுவையும், கோதையையும் மடக்கிப் பிடித்து விட்டார்கள். எரிந்துகொண்டிருந்த ஓர் குடிசையின் நெருப்பில் சோமுவைத் தூக்கிப் போட்டார்கள். ஒரு வாரத்துக்குப் பிறகு ஆத்மா, நரசிம்மனிடம் கேட்டார்.

நரசிம்மன் என்ன இப்படிச் செய்துவிட்டீர்களே?"

"என் தர்மம் இதுதான் சுவாமி. இப்போதுதான் நான் தலை நிமிர்ந்து நடக்க முடிகிறது" என்றார். எந்தக் கவலையும் இல்லாமல் நரசிம்மன். ஆத்மாவுக்கு அவர் பட்டம் ஏற்றுக்கொண்ட புதிதில் நிகழ்ந்த நிகழ்ச்சி ஒன்று நினைவுக்கு வந்தது. இரவு உணவை முடித்துக்கொண்டு, நந்தவனத்தில் அவர் உலவிக்கொண்டிருந்தார். மாசிப்பனி, ஊசியாய்க்குத்தியது. மாசிப்பனியும், வேசி உறவும் தீமை செய்யும்! என்கிற பழமொழி அவர் நினைவுக்கு வந்தது. சிரித்துக்கொண்டார். நம்மவர்களின் பழமொழி உருவாக்கும் திறன், அவருக்கு நகைப்பைத் தந்தது. அப்போது மல்லிகை மணம், விபரீதமான சுவையோடு, அவர் நாசிக்கு வந்தது. இருட்டைக் கூர்ந்து கவனித்தார்.

அழுந்த மை எழுதின கண்கள், பந்து மல்லிகை தலையில், வெற்றிலைச் சிவப்பில் நனைந்த உதடுகள், தூக்கி நிறுத்திய மார்பகங்கள், மலிவான சரிகை. அவளை உணர்த்தியது அவருக்கு.

"நமஸ்காரம் சுவாமி"

"யார்?"

"தாசிமார் தெருப்பெண்."

"வந்த காரணம்?"

"பெரிய அய்யாதான் சுவாமியைப் போய் பார் என்று சொன்னார்"

"என்ன காரணமாய்?"

அவள் சிரித்தபடிச் சொன்னாள்.

"சுவாமி சந்தோஷமாக இருக்கத்தான்."

"அம்மா, நான் உன்னை வரச் சொன்னதில்லை. எனக்கு இதில் நாட்டம் இல்லை. என்னை மன்னித்துவிடு. நீ போகலாம்."

"இது வழக்கம்தானே சுவாமி."

"எனக்கு இது வழக்கம் இல்லை அம்மணி. எனக்கு அது தேவை என்றால், கல்யாணம் செய்து கொள்வேன். ரகசியத்தில் அதை நிகழ்த்த மாட்டேன்."

அந்த நிகழ்ச்சிக்குக் காரணமாக இருந்த நரசிம்மன், அதுக்குத் தலை குனியாதது ஆத்மா நினைவுக்கு வந்தது.

கிழக்கு வெளுத்துக்கொண்டிருந்தது.

நள்ளிரவு முதல் பல மணி நேரம், தான் படித்துறை மண்டபத்திலேயே அமர்ந்திருப்பது ஞாபகத்துக்கு வந்தது. அவர் உடனடியாக ஒரு முடிவுக்கு வரவேண்டும்.

மாற வேண்டியது அவசியம் எனப்பட்டது அவருக்கு. இந்த மதம், சகல தீங்குகளுக்கும் உறைவிடம். சகல அயோக்கியர்களுக்கும் புகலிடம். எந்தக் கயமையைச் செய்தாலும், அந்தக் கயமைக்கு சாஸ்திரபூர்வமான நியாயம் கற்பிக்க முன் வருகிறது, இந்த மதம். இது மனிதனைப் பல படிகளாகப் பிரித்து தாழ்த்திற்று. அவர்களின் அறிவு வளர்ச்சியை தடுத்தது. அவர்களை அடிமைகளாக்கி வைத்தது. மூளையைச் சுரண்டியது. அடிமைத்தனம் ஒரு சுகம் என்கிற கீழ்மைக் குணத்தை நிறுவியதில் தலைமைப் பங்கு ஆற்றின மதம் இது.

இந்த ஆசாரங்களும், வருண விதிகளும் சாஸ்திர சம்பந்தம் அற்றவை. மதம் சொல்லாதவை என்பது உண்மையெனில் காஞ்சி முதற்கொண்டு காசிபீடம் வரைக்குமான சகல பீடங்கள் ஒன்றிலாவது ஒரு தாழ்த்தப்பட்டவன் மடாதிபதி ஆக முடியவில்லையே, அது எதனால்? அது திட்டமிடாது நடைபெற்ற தற்செயலா? இல்லை. இந்த வருணப்படிகளை வைத்து மனிதர்களைத் திட்டமிட்டுப் பிரித்த கயமை, இந்த மதத்துக்கே உரியது. நான் இதிலிருந்து வெளியேற வேண்டும். மீண்டும் நான் வேண்டியிருப்பது மற்றும் ஒரு மதத்துக்குத்தானே? எனினும் என்ன? எனக்காக அல்ல! அது

மக்களுக்காக. ஆயிரம் ஆண்டுகளாக அவர்கள் வழிபட ஒன்று வேணும். அந்த வழிபடு பொருளை நான் பொய்யென்று சொன்னால், அதுக்கு நிகரான ஒன்றை நான் அதன் இடத்திலே நிறுவ வேண்டும். ஆகா, அதுவரைக்கும் பீடங்களே தேவை இல்லை என்று மக்கள் தாமே புறக்கணிக்கும் வரையில், ஒன்றைப் பற்றிக் கொள்வது அவ்வளவு தீங்கு தராது.

நான் மாறித்தான் ஆகவேண்டும்.

ஆத்மா, ஸ்நானத்தை முடித்தார். கை ரேகை தெரியும் அளவுக்கு வெளிச்சம் பரவி இருந்தது. தம் அறைக்குத் திரும்பி, ஆத்மா ஒரு காகிதத்தை எடுத்து எழுதினார்.

'முதலதிகாரிக்கு

ஆசிகள். நான் மடத்தை விட்டும், அது சார்ந்திருக்கிற மதத்தை விட்டும் வெளியேறுகிறேன். வீடு கொளுத்தச் சொல்லாத, ஏற்றத் தாழ்வு கற்பிக்காத, குறைந்த பட்சம் மனசாட்சியைக் கட்டிக் காக்கிற ஒரு மதத்துக்கு, நதிக்கு அப்புறம் இருக்கும் மக்கள் போகிறார்கள். அவர்களுடன் நானும் சங்கமிக்கிறேன். பேரறிவும், நல்ல சங்கமும் உண்மைச் சரணமும்கொண்ட மதம் இப்போதைக்கு என் விலாசமாக இருக்கட்டும். அந்த வீட்டையும் துறந்து, சகலத்தையும் நேசிக்கிற மனதையும் வரம்புகள் அற்ற அன்பையும் பகவான் எனக்கு அருளுவார்.

ஆசிகள்.'

ஆத்மா நடந்து, நதியைக் கடந்து இப்பக்கம் வந்து சேர்ந்தார். இருட்டு சுத்தமாக அகன்றிருந்தது.

1992

கமலா டீச்சர்

கமலா டீச்சருக்கு முன்னால், அப்பா என்னைக்கொண்டு போய் நிறுத்திய நாள் இன்னும் எனக்கு ஞாபகத்தில் இருக்கிறது. அது ஒரு திங்கள் கிழமை. விடுமுறைக்கு முன் பள்ளிக்கூடம் தொடங்கின முதல் நாள். லேசாக மழை தூறிக்கொண்டிருந்தது. பள்ளிக்கூடத்தில் சேர்க்கிறேன் என்பதற்காக, அப்பா புதுசாகத் தைச்சுக் கொடுத்த புதுச் சட்டையும் புது கால் சட்டையும் மழையில் நனையக்கூடாது என்கிற கவலை எனக்கு. அப்பா குடையில் ஒண்டிக்கொண்டு, பள்ளிக்கூடம் வந்து விட்டேன். குடையிலிருந்து சொட்டிய நீர், எனது இடது தோளை மட்டும் நனைத்தது. ஆறுதலான விஷயம். புது துணிக்கும் புதுப் புத்தகங்களுக்கும் விசேஷ வாசனை இருக்கும். இரண்டுமே ஒரு வகையான வாசனையுடன் இருப்பது இன்று வரைக்கும் எனக்கு ஆச்சரியம்தான்.

கமலா டீச்சர் என்னை ஏற இறங்கப் பார்த்தார். கண்ணாடிக் குள்ளிருந்த அவர் கண்களில் மிக மெல்லிசான மை தீட்டியிருந்தார். படிய வாரி, கொண்டை போட்டிருந்தார். அவரிடம் இருந்து 'ரெமி' பவுடர் வாசனை வந்தது.

"என்ன பேர்?" என்று அப்பாவிடம் கேட்டார்.

"வைத்தி, வைத்தியநாதன்."

"கடைசி பரீட்சையில் என்ன மார்க்?"

குறைவான மார்க்தான், சொன்னேன். வெட்கமாக இருந்தது.

"ஏன் இவ்வளவு குறைச்சல்? பரவாயில்லை. இங்கே நான் பார்த்துக் கொள்வேன். பிள்ளைகளைப் படிக்க வைத்து விடலாம், கவலைப்படாதீர்கள். பிள்ளைகள் சரியாகப் படிக்கவில்லையானால், அது வாத்தியார்களுடைய குற்றம்தான்."

கமலா டீச்சர் என் மனசுக்குள், அந்த கணத்தில் வந்து உட்கார்ந்துகொண்டார். 'என்னது... இந்த மார்க்கைச் சொல்ல உனக்கு வெட்கமாக இல்லை. மண்டையில் இருப்பது மூளையா? களிமண்ணா?' என்றுதான் வாத்தியார்கள் என்பவர்கள் சொல்வார்கள். டீச்சர் என்னை விட்டுக் கொடுக்காமல் பேசியது, எனக்கு மிகுந்தத் தெம்பைத் தந்தது. அந்த நிமிஷம் எனக்கு அந்தப் பள்ளிக்கூடம் பிடித்துப் போய் விட்டது.

தாத்தா வீட்டில் இருந்துகொண்டு புதுப் பள்ளிக்கூடத்துக்குப் போய் வந்துகொண்டிருந்தேன். வீட்டுக்குப் பின்னால் பெரிய தோட்டம் இருந்தது. ஏரிக்கரை வரைக்கும் நீண்டு செல்லக்கூடிய தோட்டம். ஓர் இலந்தை மரமும், வயசான அரச மரமும் அங்கிருந்தன. தோட்டத்தின் பெரும் பகுதியும் நிழல் செய்தது அந்த மரம். பாரம் இழுப்பவர்போல் சதா சர்வகாலமும் பெரிய மூச்சு விட்டுக்கொண்டிருக்கும் அந்த மரம். நான் அதன் கீழ் இருந்துகொண்டுதான் பாடம் படிப்பேன். வெறி பிடித்தவர் முன் பூசாரி வேப்பிலை சுற்றுவதுபோல அரசமரம் தலையைச் சுற்றிக்கொண்டு இருக்கும். இரவு நேரங்களில் அது பயங்கரமாய்க் கூச்சல் போடும். அரச மர இலைகள் மிகவும் அழகானவை. அன்று பழுத்திருக்கும் இலைகள், முனையில் காய்ந்து சுருங்கின கோவணத்துணி மாதிரி இருப்பது வேடிக்கை. நான் ஒரு புத்தகத்திற்குள் இரண்டு மூன்று இலைகளையாவது வைத்திருப்பேன். காய்ந்த இலை, செம்பழுப்பாய், கஞ்சி போட்டு இஸ்திரி போட்டதுபோல விரைப்பாய் இருக்கும். கமலா டீச்சர் ஒருநாள், இந்த அரச இலைகளைப் பார்த்துவிட்டார். என்னைப் பார்த்துச் சிரித்தார். அப்போதுதான் அவருடைய அந்த தெற்றுப் பல்லைக் கவனித்தேன். 'தங்கமலை ரகசியம்' ஜமுனாவுக்குக்கூட தெற்றுப் பல் உண்டு. அது அழகாகவே இருந்தது.

"எதுக்கு இந்த இலை?" என்று கேட்டார், கமலா டீச்சர்.

நான் மௌனமாக இருந்தேன்.

"மயில் இறகு தர்றேன், வச்சுக்கோ. குட்டிப் போடும்."

"போன வருஷம் வச்சிருந்தேன் டீச்சர். நிறைய குட்டிப் போட்டுச்சு. ஆறு மாசத்துக்கு ஒரு குட்டிப் போடும்"

"ஓ" என்றார் அவர். புருவங்களை மேலே உயர்த்திக்கொண்டு இந்தச் சின்ன விஷயம்கூட டீச்சருக்குத் தெரியவில்லையே, அதை நான் சொல்லும் படி ஆயிற்றே என்று எனக்கு சந்தோஷம்.

குக்கிராமத்துப் பையனாகிய எனக்கிருந்தக் கூச்சத்தை, தெளிய வைத்தது, டீச்சர்தான். இங்கே இருப்பது மாதிரி சிமெண்ட்டுப் பள்ளி அல்லவே! நான் படித்த எங்கள் ஊர் தென்னங்கீற்றுப் பள்ளி இங்கே ரெட்டைச் சடை போட்ட, பெரிய பாவாடை கட்டிய பெண்கள் வேறு என்னுடன் படிக்கிறார்களே, அதோடு, அப்பா எனக்குத் தைத்துக் கொடுத்த அரைக்கால் சட்டை, உண்மையில் அரைக்கால் சட்டையாகவே இருந்தது. 'வளர்கிற பையன்' தாராளமாக இருக்கட்டும் என்று அப்பா டெய்லரிடம் சொன்னதுதான் தாமதம், டெய்லர் மார்புக்கும் முட்டிக்கும் அளவெடுப்பார். 'தொளபுளா' என்று கால் சட்டை, முக்கால் பேன்ட் என்கிற வடிவம்கொண்டு மிளிரும்— அதைப் போட்டுக்கொண்டு தெருவில் நடப்பது என்பது ஒரு மகா அவமானம்.

இது மாதிரியான ஒரு கால் சட்டையும், காமராஜர் சட்டை மாதிரி ஒரு ‘தொளபுளா’ சட்டையும் அணிந்துக்கொண்டு, பள்ளிக்கூடத்தில் அவமானம் பிடுங்கித் தின்ன, முடிந்தவரை ஒதுங்கியே இருப்பேன். டீச்சர் என் கையைப் பிடித்து இழுத்துக்கொண்டு போய், கபாடியில் சேர்த்தார். அதோடு, என்னை வகுப்பு மானிட்டராகவும் ஆக்கினார். வெகு சீக்கிரத்தில் கபாடி ஆட்டத்தில் வல்லவனானேன். கோட்டைத் தாண்டி வரும் எந்த பீமனையும் கோழிக் குஞ்சு அமுக்குவது மாதிரி அமுக்கிப் பிடித்தேன். மானிட்டர் வேலை என்பது அலாதியானது. பையன்களைப் பயப்படுத்தும் பதவி அது. வகுப்புக்கு வராமல் புளியந்தோப்புக்குள் புகுந்து புளி தின்கிற பையன்கள், மாந்தோப்புக்குள் மாங்காய் கொள்ளை அடிக்கும் பையன்கள், மதியத்துக்கு மேல் டிமிக்கி கொடுத்து விட்டுச் சினிமாவுக்குச் செல்லும் பையன்கள் ஆகியோரைக் கண்காணித்துப் பள்ளிக்கூடத்துக்குத் தூக்கிக்கொண்டு வருகிற வேலை என்னுடையது. கபாடி ஆட்டம் எனக்குள் இருந்த காட்டுப் பலத்தை ஒழுங்குப்படுத்திப் பயன்படுத்தும் பயிற்சியாக அமைந்தது. மானிட்டர் வேலையோ ஒரு மேற்பார்வையாளனின் ஆகிருதியை எனக்குக் கொடுத்தது. பள்ளியில் எனக்கொரு முகம் கொள்ள அனுசரணையாக அமைந்தது. கமலா டீச்சர், பையன்களுக்குள் இருக்கும் பையன்களுக்கு வாத்தியாராக இருந்தார். பெண்களுக்கும் இருக்கும் பெண்களைக் கண்டுபிடித்தார்.

கமலா டீச்சர் வீட்டுக்கு ஒரு நாள் போயிருந்தேன். ஏராளமான கட்டுரை நோட்டுகளையும் வீக்லி டெஸ்ட் பேப்பரையும் எடுத்துக்கொண்டு நான் அவர் பின்னால் அவர் வீட்டுக்குப் போனேன். குதிரை வண்டிப் பேட்டைக்குப் பக்கத்தில் அவர் வீடு இருந்தது. குதிரைகளில் இருந்து வரும் பச்சிலை வாசனை, சுவாசிக்க மிகவும் ரம்மியமானது. கமலா டீச்சர் வீட்டில் அவர் அப்பாவும், அம்மாவும் இருந்தார்கள். டீச்சருக்கு ஓர் அண்ணன் இருந்தார். அவர் புது தில்லியில் உத்தியோகத்தில் இருந்தார். அப்பாவையும் அம்மாவையும் பராமரிக்கும் பொறுப்பு, டீச்சரைச் சேர்ந்து விட்டது என்பதைப் பின்னால் அறிந்தேன். அப்பா, சாய்வு நாற்காலியில் உரித்த கோழி மாதிரி ஒடுங்கிப் போய் இருந்தார். அவர் கையில் ஓர் ஆங்கிலப் பத்திரிகை இருந்தது. காலை மாலை எந்த நேரத்திலும் அவர் அதை வாசித்தபடி இருப்பார். அப்பாவைப்போலவே அம்மாவும் இருந்தார். அம்மா, மதியங்களில் வாசல்படியில் தலை வைத்துப் படுத்திருப்பார். காலை மாலைகளில் வாசலில் காலைத் தொங்க விட்டுக்கொண்டு தூணில் சாய்ந்துகொண்டு ஆகாயத்தைப் பார்த்துக்கொண்டு அமர்ந்திருப்பார். மேக ஓட்டத்தில் எதையோ தேடுவதுபோல இருக்கும் அவரது பார்வை. என்ன தேடினார் என்பது எவருக்கும் புரியாத புதிர்தான். என் பாட்டி, அந்த அம்மாவுக்குச் சித்தப்பிரமை. ஆகவே சமைப்பது, வீடு பெருக்குவது, முதலான காரியங்களையும் கமலா டீச்சரே பார்க்கும் படியாயிற்று.

கட்டுரை, நோட்டுகளைச் சுமந்துகொண்டு, கர்வத்துடன் நான் டீச்சருக்குப் பின் சென்று ராஜாவுக்குப் பின்னாலே செல்கிற அடப்பக்காரன் மாதிரி, என் கிளாசைச் சேர்ந்த மனோன்மணியும், ராசாத்தியும் என்னைப் பார்த்து ஏதோ கேலியாகச் சொன்னது தெரிந்தது. அது பொறாமையில் விளைந்த கேலியாகத்தான் இருக்கும். வீடு சேர்ந்தவுடன், என்னைத் தன் அறைக்குள் அழைத்துச் சென்று உட்காரச் சொன்னார் டீச்சர். மேஜையை ஒட்டிய

நாற்காலியில் அமர்ந்தேன். பாயும் தலையணையும் சுவர் ஓரமாகச் சுற்றி வைக்கப்பட்டிருந்தன. மேஜை மேல், கச்சிதமாக அடுக்கி வைக்கப்பட்டிருக்கும் நோட்—புக்குகள், சுவரில் ஒரு முகம் பார்க்கும் கண்ணாடி, அதன் அருகே வைக்கப்பட்டிருந்த கேசவர்த்தினி தைலம், பச்சை ரெமி பவுடர் டப்பா, ஒரு பழங்கால மர அலமாரி, அந்த அலமாரிக்குள் இருந்த புடவைகள் என்று இவ்வளவே டீச்சரின் அறை.

"இரு" என்றுவிட்டு, வெளியே போய்த் திரும்பினார் டீச்சர். வந்து ஒரு துண்டால் முகம் துடைத்துக்கொண்டார். கொண்டையில் இருந்த ஊசிகளை ஒவ்வொன்றாக எடுத்து மேஜை மேல் வைத்து விட்டு, கொண்டையை அவிழ்த்து விட்டு, சீப்பால் வாரத் தொடங்கினார். டீச்சரின் செய்கை எனக்கு ஆச்சரியமாக இருந்தது. இது எனக்கு இயல்புபோல, நான் மேஜையில் இருந்த நோட்டுக்களைப் பார்வையிட்டபடி அமர்ந்திருந்தேன்.

"சாப்பிடறியா, என்ன சாப்பிடறே?"

"ஒன்னும் வேணாம் டீச்சர்."

"சும்மா சாப்பிடுப்பா. எனக்கும் பசிக்குது. அம்மாவும் கேட்கும்."

டீச்சர் அறையை விட்டுச் சென்று, திரும்பினார். இரண்டு தட்டுகளில் ஆவி பறக்கும் உப்புமா. கொக்கு இறக்கை மாதிரி நீள நீளமான வெங்காய சீவல்களோடு இருந்தது. நாங்கள் சாப்பிடத் தொடங்கினோம்.

"தாத்தா பாட்டியெல்லாம் நல்லா இருக்காங்களா?"

"இருக்காங்க டீச்சர்."

"அம்மாவை விட்டுப் பிரிஞ்சு வந்தது கஷ்டமா இல்லியே.?"

"இல்லே டீச்சர்."

"குட், அப்படித்தான் இருக்கணும். அம்மா அப்பாவையே சுத்திக்கிட்டு இருந்தா முன்னேற முடியாது" என்றவர் எதையோ யோசித்துக்கொண்டிருந்தார்.

"தாத்தா வீட்டிலே சந்தோஷமா இருக்கேல்லியா?"

"இருக்கேன் டீச்சர்."

"இல்லேன்னாலும் ஏற்படுத்திக்கிடணும்."

அப்புறம் டீச்சர் சொன்னார்: "வீட்டுக்குப் போகிற வழியிலே ஜாஸ்மின் வீடு இருக்கு தெரியுமா?"

"தெரியும் டீச்சர். சி கிளாஸ் ஜாஸ்மின்தானே?"

"அவதான். அவ அம்மா இருப்பாங்க. அவங்ககிட்ட, நான் கொடுத்தேன்னு இதைக் குடுத்திடணும்."

டீச்சர், அலமாரியைத் திறந்து மூன்று பத்து ரூபாய்களை எடுத்து என்னிடம் தந்தார்.

"ஜாஸ்மின் அப்பா ஒரு தச்சர். கையில் உளி செதுக்கி வேலைக்குப் போகாமல் வீட்டிலே இருக்கார். அவருக்கு நாம்மால ஆனது."

நான் பணத்தை வாங்கிக்கொண்டு புறப்பட்டேன்.

கமலா டீச்சர் கணக்கு டீச்சராகத்தான் வேலையில் சேர்ந்தாராம். அப்புறம் தமிழ், வரலாறு என்று தனித்தனியாகப் படித்துப் பாஸ் செய்தாராம். பள்ளிக்கூடத்தில் அவர் துணை ஹெட்மிஸ்ட்ரஸாக இருந்தாலும், எல்லா வகுப்புக்கும் ஆசிரியர்கள் வராதபோது, அவரே பாடம் எடுப்பார். எந்தப் பாடத்தை எடுத்தாலும், அதைக் கரைத்துக் குடித்தவரைப்போல அழகாக எடுப்பார். கணக்கோ மற்றப் பாடங்களோ வராத மாணவ, மாணவியர்களைச் சாயங்காலங்களில் வீட்டுக்கு அழைத்து இலவசமாக டியூஷன் எடுப்பார். அதற்குப் பெற்றோர்கள் பணம் கொடுக்க முன் வந்தாலும் வாங்கிக்கொள்ள மாட்டார்.

விடுமுறை தினங்களான சனியும் ஞாயிறும் டீச்சருக்கு கொள்ளை வேலை வந்து விடும். டீ கடைக்காரர் முதல் ரேஷனுக்கு விண்ணப்பித்தவர்கள்வரை கடிதம் எழுதவதற்கு டீச்சரிடம் வந்து விடுவார்கள். டீச்சருக்கு அவர் குடியிருந்த குதிரைக் குட்டித் தெருவிலும், அடுத்துள்ள மூன்று நான்கு தெருவிலும் உள்ள குடும்பங்களின் விவகாரம் அத்துப்படியாக இருந்தது. அஞ்சலை கட்டிக்கொண்டு புருஷன் வீட்டிற்குப் போனவள், இதுவரை காகிதமே போடாதது ஏனென்று கேட்டு அம்மா சார்பாக டீச்சரே கடிதம் எழுதுவார். ராமக்கோனார் வீட்டுப் பசு கன்று போட்டது, மரத்தடி வீட்டுப் பையன் நாலாவது முறையாகத்தான் எஸ். எஸ். எல். சி. பாஸ் பண்ணினது, ராமக்காவின் ஊரிலுள்ள நாத்தனார் பெண் கருப்பு வந்து தொந்தரவு கொடுத்த விஷயம் முதலாக, அவளிடம் படித்த பையன்கள், பெண்களின் அத்தனை பேர்களின் வேலை வாய்ப்பு, மற்றும் விவாக விஷயங்களில் மிகவும் கவனமெடுத்துக்கொண்டு, தன்னால் ஆனதை செய்துக்கொண்டே இருக்க வேண்டும் டீச்சருக்கு.

டீச்சரின் மேல் ஊர் ஜனங்களுக்கு இருந்த மரியாதையை, நானே ஒரு முறை பார்க்க நேர்ந்தது. டீ கடை கிஷ்டனுக்கு கடை வைக்க பிரசிடென்ட், சேர்மன்வரை அலைந்து இடம் வாங்கிக் கொடுக்க உதவியவர் டீச்சர். டீச்சர் இந்த அலைச்சலின்போது என்னையும் அழைத்துக்கொண்டு செல்வார். பிரசிடென்ட் வீட்டிலிருந்து டீச்சரும், கிஷ்டனும், நானும் திரும்பி வந்துகொண்டிருந்தோம். மார்க்கெட்டில் ஒரு பெட்டிக்கடை வாசலில் மோட்டார் சைக்கிளுடன் வெளியூர் என்று கூறும் படியாக இரண்டு, மூன்று இளைஞர்கள் நின்றிருந்தார்கள். தமக்குள் ஏதோ சப்தம் போட்டும், சிரித்தபடி பேசிக்கொண்டிருந்த அவர்கள், கடக்கும்போது டீச்சரை சம்பந்தப்படுத்தி என்னவோ சொன்னார்கள். டீச்சரின் கொண்டை அவர்களை கவர்ந்திருக்கும் போலும். எம். ஜி. ஆர். சண்டை, பானுமதி கொண்டை என்று ஆரம்பித்து வண்டையான ஒரு வார்த்தையில் அவர்கள் முமடித்தார்கள். அவ்வளவுதான் கிஷ்டன் பாய்ந்து சென்று கறுப்புக் கண்ணாடி அணிந்த இளைஞனின் கன்னத்தைப் பார்த்துப் பேய் அறையாக ஓர் அறை அறைந்தான். அடுத்த நிமிஷம், மார்க்கெட்டின் கடைக்காரர்களும் ஜனங்களும் சேர்ந்துகொண்டார்கள்.

"எங்க டீச்சரம்மாவைப் போய் வண்டையாவா பேசறீங்க?" என்ற படி சாத்தி எடுத்து விட்டார்கள். சண்டை உச்சத்திலிருக்கும்போது கமலா டீச்சர், "போதும் போதும்" என்று அடிப்பவர்களைப் பார்த்து கத்தினார்கள். ஜனங்களுக்கு இங்கு டீச்சரே முக்கியமில்லை. அவரது கௌரவம் முக்கியமாகி விட்டது.

ஒருநாள் டீச்சர் என்னிடம் "இன்னிக்கு என்னோட வீட்டுக்கு வா" என்று சொன்னார்கள். சொல்லிவிட்டுச் சிரித்தார். அப்படிச் சிரிக்கும்போது அவர் கன்னத்தில் ஒரு கோலி குண்டை நிறுத்தும் அளவுக்குக் குழி விழுந்தது. வெள்ளை வெளேரென்று கொஞ்சமும் காவியடியாத பற்கள் அவருக்கு.

"என்ன டீச்சர் விசேஷம்?"

"வாடான்னா வா?"

அன்று மாலை பள்ளி விட்டு நானும் டீச்சருடன் அவர் வீட்டிற்குப் போனேன். டீச்சர் எப்பொழுதும் குடையைப் பிடித்துக்கொண்டுதான் நடப்பார். வெயிலோ, மழையோ இரண்டுமற்ற மாலைப் பொழுது, எப்பொழுதானாலும் அவரிடம் குடை இருக்கும். கர்ணனின் கவச குண்டலம்போல! டீச்சரை விட்டு அந்தக் குடை பிரியாது.

வீட்டில் சிறு கும்பல் ஒன்று காணப்பட்டது. வீட்டு நடுக்கூடத்தில் ஜமுக்காளம் விரித்து ஆண்களும், பெண்களும் அமர்ந்திருந்தார்கள். அப்பா சட்டைப் போட்டுக்கொண்டு, அதிசயமாகக் கையில் பேப்பரில்லாமல் சாந்தமாக அமர்ந்திருந்தார். அம்மா, வழக்கம்போல் வாசலில் காலை தொங்கப் போட்டுக்கொண்டு ஓடும் மேகங்களைப் பார்த்துக்கொண்டு இருந்தாள். அப்பா எழுந்து டீச்சர் அருகில் வந்து மெதுவாக, "இன்னிக்காவது லீவு போட்டுட்டு வந்திருக்கலாம். மாப்பிள்ளை வீட்டார் வந்து காத்திருக்கும் படியா ஆச்சு. சட்டுன்னு காபி போட்டு, முகத்தை அலம்பிட்டு வந்து சேரு" என்றார். டீச்சர் உள்புறம் போய் விட்டார். நான் கூட்டத்தோடு அமர்ந்துகொண்டேன். சற்று நேரத்திற்கெல்லாம் டீச்சரே காபி போட்டுக்கொண்டு, புதுசாக பச்சை பட்டுப் புடவை கட்டிக்கொண்டு, ஒரு கல்யாணப் பெண்ணாக மாப்பிள்ளை வீட்டார் முன் வந்து நின்றார். நான் மாப்பிள்ளை என்பவரை, கவனித்தேன். ஆண்கள் மூன்று பேரில் இளைஞனாக இருந்தவர்தான் மாப்பிள்ளையாக இருக்கும் என்று அனுமானித்துக்கொண்டேன்.

எல்லோரும் காபி சாப்பிட்டார்கள். எல்லோரும் டீச்சரையே பார்த்துக்கொண்டிருந்தார்கள். டீச்சர் வாசல் முனையில் இருந்த தூணில் சாயந்துகொண்டு நின்றிருந்தார். அந்த நிலையில் அவரைப் பார்க்கையில் எனக்குப் பாவமாக இருந்தது. ஓர் அம்மாள், "இன்னிக்காவது லீவு போட்டுட்டு பொண்ணா லட்சணமா வீட்டோடு இருந்திருக்கலாம்" என்றார். அதற்கு டீச்சரின் அப்பா இருந்துகொண்டு, "அவளுக்குப் படிப்பும், பள்ளிக்கூடமும் முக்கியம். அவள் ஒரு டீச்சர்" என்றார்.

"படிப்பாவது, புடலங்காயாவது? கல்யாணத்திற்குப் பிறகு புள்ள பெத்து வளர்க்கவே, நேரம் சரியாப் போயிடும். எங்க வீட்டில பொம்பளைய வேலைக்கு அனுப்பி சம்பாதிக்க விடற ஆம்பிளைங்க யாரும் இல்லே"

டீச்சர் சரேலென்று எழுந்தார். "கல்யாணத்திற்குப் பின்னாலும் நான் வேலையை விடமாட்டேன்."

காலை இரண்டாம் பீரியட் நடக்கும் பொழுது அந்தச் செய்தி வந்தது. டீச்சரின் அம்மா காலமாகி விட்டார். வாசலில் காலை தொங்கப் போட்டுக்கொண்டு, ஓடும் மேகங்களைப் பார்த்தபடியே அவர் காலமானார். நாங்கள் டீச்சர் வீட்டிற்குப் போனோம். அம்மாவை வாசலில்

கிடத்தியிருந்தார்கள். அப்பா அம்மாவின் தலைமாட்டில் உட்கார்ந்திருந்தார். டீச்சர் அழுது புலம்பவில்லை. அவர் கண்கள் சிவந்திருந்தன. என்னைப் பார்த்ததும் அவர் உதடுகள் லேசாக துடித்தன. இரண்டாம் நாளே டீச்சர் பள்ளிக்கூடத்திற்கு வந்துவிட்டார்.

அன்று மாலை பள்ளிகூடத்தை விட்டு நாங்கள் ஒன்றாய் கிளம்பினோம்.

“அம்மா நோவா இருந்தாங்களா டீச்சர்?”

“நோவு மனசுலதான். அம்மாவுக்கு எனக்கு கல்யாணம் ஆகலையேன்னு நோவு. அப்பாவுக்கு ஆயிடக்கூடாதேன்னு நோவு. அம்மா ரொம்ப நாளைக்கு முன்னாலேயே அவங்களை மறந்துட்டாங்க. வானத்தையே பார்க்க ஆரம்பிச்சுட்டாங்க.”

சுமதி ஒன்பது ‘பி’யில் படித்துக்கொண்டிருந்தாள். அழகாகச் சிரிப்பாள். ஒருமுறை என்னிடம் வரலாறு நோட்ஸ் கேட்டாள். நான் அவளிடம் ஒருநாள் “டைம் என்ன?” என்று கேட்டேன். அவள் நின்று பதில் சொன்னாள். நான் “தேங்க்ஸ்” என்றேன். நான் உடனே அவளுக்குக் காதல் கடிதம் எழுதினேன். ‘வானத்து வெண்ணிலவே’ என்று ஆரம்பித்தேன். இரண்டு நாட்கள் அவள் பின்னால் சுற்றி அந்தக் கடித்தத்தை அவளிடம் கொடுத்தேன். அவள் அதை வாங்கிக்கொண்டாள். அவள் அதை என் ஹெட்மாஸ்டரிடம் கொடுத்து விட்டிருக்கிறார். ஹெச். எம். என்னை அழைத்து, “என்ன இது, பொறுக்கித்தனம்?” என்றார். சீட்டு கிழிப்பது என்று முடிவெடுத்தார்கள். கமலா டீச்சர், ஹெச். எம். மிடம் மன்றாடி என்னைப் பிழைக்க வைத்தார்.

டீச்சர் என்னிடம் சொன்னார். “வைத்தி, நீ ஒண்ணும் தப்பு செய்திடலை. ஆனால், இது அவசரம். இன்னும் நிறைய பெண்களைப் பார், பழகு. அதில் ஒருத்தியைத் தேர்ந்தெடு. உன் நிலைமை உயர உயர உயர்வான பெண்கள் உனக்குக் கிடைப்பார்கள்” என்றார்.

பள்ளி இறுதி வகுப்பு முடிந்து நான் கல்லூரிக்குச் சேரப் புறப்பட்டேன். டீச்சர் எனக்கு இரண்டு சட்டையும், பேன்டும் தைத்து கொடுத்தார். முதல் முறையாகப் பேன்ட் அணியும் பொழுது நான் ஒரு முழு ஆண்பிள்ளை என்கிற எண்ணம் எனக்கு ஏற்பட்டது. செலவுக்கென்று எனக்கு டீச்சர் தனியாகப் பணம் கொடுத்தார். புறப்படும் பொழுது “வைத்தி, நல்லா படிக்கணும். படிப்புதான் மனுஷனை மனுஷனா வாழவைக்கும். நிறையப்படி! நிறைய யோசி! உனக்கு எது தேவைன்னாலும் என்னிடம் கேளு” என்றார். ஊருக்குப் புறப்படும் நாள் பஸ் ஸ்டாண்டுக்கு வந்தார். ஜன்னல் ஓர இருக்கையில் அமர்ந்து கொள்ளச் சொன்னார். வண்டி புறப்படுகையில் ஆரஞ்சும் ஆப்பிளும் கொண்ட ஒரு பையை என்னிடம் கொடுத்தார். என் வண்டி புறப்பட்டது.

என் திருமணத்திற்கு டீச்சர் வரவில்லை. வாழ்த்து மட்டும் அனுப்பியிருந்தார். பள்ளிக்கூட அட்மிஷன் நேரம் ஆகவே வரமுடியவில்லை என்று வருத்தம் தெரிவித்து இருந்தார். தாத்தாவும் பாட்டியும் காலமாகி தாத்தா வீடும், ஊரும் எனக்கு நினைவாக மட்டுமே மாறிப் போய் இருந்தன. அந்த ஊரில் என் நெருங்கிய உறவினர் திருமணம் ஒன்று நிகழ்ந்ததை முன்னிட்டு நான் போயிருந்தேன். திருமணம் முடித்து டீச்சரைப் பார்க்க அவர் வீட்டிற்கு நான்

சென்றிருந்தேன். டீச்சர் இருந்த வீடு மாணவிகள் விடுதியாக மாறியிருந்தது. ஒரு வீட்டின் மாடியில் டீச்சர் வாடகைக்குக் குடியிருந்தார். என்னைக் கண்டதும் "வா, வா வைத்தி" என்றார். தலை, வெளுத்தத் தலையணை உறை மாதிரி இருந்தது. முகச் சுருக்கம் ஏற்பட்டு விட்டது. ஆனாலும் அந்த வெள்ளைச் சிரிப்பும், கன்னக் குழியும் அப்படியே இருந்தது. என் மனைவி, குழந்தைகளைப் பற்றி விசாரித்தார். டீச்சர் கல்யாணம் செய்து கொள்ளவில்லை. "இப்படி தனிமை, உங்களுக்கு கஷ்டமா இல்லையா டீச்சர்?" என்று கேட்டேன்.

"இல்லை நான் ஒரு டீச்சர். அதில்தான் எனக்கு சந்தோஷம், திருப்தி எல்லாம். ஒரு மனைவியா, புருஷன் புள்ளைன்னு எனக்கிருக்க முடியாது. எனக்கு இதுதான் சரி. இன்னும் ஒரு தடவை தொடக்கத்திலிருந்து என்னை வாழச் சொன்னா, நான் டீச்சராத்தான் வாழ்வேன்"

கமலா டீச்சர் அண்மையில் காலமானார். ஊரார் அவர் நினைவை சாஸ்வதம் ஆக்க ஏதோ முயற்சிகளில் ஈடுபடுகிறார்கள் என்று நான் கேள்விப்படுகிறேன். அவர் அடக்கச் செலவுக்கு அவரே பணம் தயாரித்து வைத்திருந்தார். அவர் வீட்டை மாணவர் இல்லத்திற்கு அன்பளிப்பாக வழங்கிவிட்டார். கையிலிருந்த ரொக்கத்தை அனாதை மாணவர்களுக்கு என்று எழுதி வைத்திருந்தார்.

1992

லச்சுமி

மேட்டுத் தெரு வழி நேராகப் போனால், ஏரிக்கரை தெருத் திருப்பம் வருகிறதல்லவா? திருப்பத்திற்கு எதிரில் இருக்கிற அரசமரத்து மேடையில்தான் லெச்சுமி அக்கா இட்லிக் கடை வைத்து நடத்திக்கொண்டிருந்தது. அரச மரத்தைச் சுற்றி இருந்த வட்ட வடிவ மேடை, ஒரு காலத்து மக்களின் மேலான ரசனையைக் குறிக்கிற அடையாளம். எந்நேரமும் வாய் ஓயாமல் சலசலத்துக் கொண்டேயிருக்கும். சிமெண்ட் பூசிய வட்ட மேடையில் அமர்ந்திருப்பது அருமையான விஷயம் என்பது அனுபவித்தவர்களுக்குத்தான் தெரியும். அரச மர மேடையில் கொஞ்ச காலத்துக்கு முன்னால் வரை, ஒரு பிள்ளையார் இருந்தார். பிள்ளையார், ஐநூறு வருஷத்துப் பிள்ளையாராம். ஆகவே பிரசிடெண்டு அதை மேல் நாட்டுக்குக் கடத்தி விட்டாராம். பெரியவர்கள் பேசிக் கொள்வார்கள். வழக்கு வியாஜ்ஜியம் எல்லாம் நடந்தது. பிரசிடெண்ட் அதுக்குப் பிறகு மந்திரியாகக்கூட ஆனார்.

பிள்ளையார் இருந்த இடத்தில்தான் அக்கா கடை வைத்திருந்தது. எங்கள் வீட்டிலிருந்து கூப்பிடு தூரத்தில் இருந்தது கடை. கடை என்றால், பெரிய மாவு சட்டி ஒன்றும், அடுப்பு, இட்லி சட்டி ஒன்றும், காற்று மறைப்பாகத் தகர வளைவு ஒன்றும், இட்லி சுட்டுப் போட மூடி போட்ட கூடை ஒன்றும், கொஞ்சம் சவுக்குத் செத்தையுமே கடை. கோணி சாக்கின் மேல் அக்கா அமர்ந்துகொண்டு இட்லி வடைக்கும், சில்லறைக் காசுகளைக் சாக்கில் சொருகிக் கொள்ளும்.

கறுப்புத் தலையணைக்கு உறை போடுவது மாதிரி, கொஞ்சம் கொஞ்சமாக விடியத் தொடங்குகிற வேளையில் அக்கா கடை வைத்து விடும். அடுப்பின் செத்தைச் சுள்ளிகள் கனன்று, சட்டி சூடேறுகிற வேளையில், காலை சுத்தமாக விடிந்து விடும். ஏழு மணியை ஒட்டி, நான் தட்டையும், ஒரு கோழி முட்டையையும் எடுத்துக்கொண்டு, இட்லி வாங்க. அக்காவிடம் போவேன்.

பாட்டி வீட்டில் தங்கி, நான் படித்துக்கொண்டிருந்த காலம் அது. தினம் இரண்டு இட்லியும், ஒரு முட்டை தோசையும் அக்கா எனக்குக் கொடுத்துவிட வேண்டும் என்பது ஏற்பாடு. பாட்டியிடம் இருந்து அக்கா காசு வாங்கிக் கொள்ளும். அக்காவின் முன் நான் போய் நின்றவுடன், அக்கா தவறாமல் சொல்லும்.

"எங்க இன்னமும் காணோமேன்னு நினைச்சேன்."

தினம் இப்படிச் சொன்னாலும், அக்கா சும்மா சொல்கிற வார்த்தையாகவும் இது இருக்காது. உள்ளபடியே அது என்னை எதிர்பார்த்துக்கொண்டு இருந்தது என்று உணரும் படியாக இருக்கும். அக்கா, முட்டையை உடைத்து அலுமினியத் தட்டைக் கவிழ்த்துப் போட்டாற்போல மூடி விட்டுக்கொண்டு வேக வைக்கும். அக்காவின் மஞ்சள் முகம் மினுங்கும். தினம் ஏரியில் மூழ்கி விட்டுத்தான் அக்கா கடையில் குந்தும் போலும். உலராத கூந்தல், அதன் முதுகை நனைத்து, ஜாக்கெட் முதுகோடு ஒட்டிக் கொண்டிருக்கும். தலை வாரப்படாமல், அப்படியே ஈரத்தில் படிந்திருக்கும். நெற்றியில் எரிந்துகொண்டிருந்த மாதிரி ஒரு சிவப்புப் பொட்டு.

ஏரிக்கரையில் குளித்து விட்டுத் திரும்புகிற ஜனங்கள், ஈரத்துண்டை இடுப்பில் சுற்றிக்கொண்டு, நின்றபடி இட்லிகளை பிட்டு வாயில் போட்டுக் கொள்வார்கள். இட்லி, அகலமும் பருமனும் கொண்டதாகவே இருக்கும். இட்லி குண்டானிலிருந்து எடுத்துப் போட்ட அம்பாரமாய் இட்லிகள், சப்பாத்தி பூக்குவியலாகக் காணும். அவித்த நெல்லில் இருந்து புறப்படும் ஆவிபோல சூடான இட்லியிலிருந்து வரும் ஆவியும், சுகமான வாசனையைத் தரும்.

இரண்டு இட்லிகளையும் முட்டை தோசையையும், மிளகாய்ப் பொடி எண்ணெயும், காய்ந்த மிளகாய்ச் சட்னியும் வைத்து தட்டை என்னிடம் நீட்டுகிறபோது, அக்கா மறக்காமல் இதைச் சொல்லும்.

"நல்லா படிச்சிக்கோ தெரியுமா?"

"சரிக்கா."

இட்லித் தட்டை நீட்டுகிறபோது, அக்கா இதைச் சொல்வதால், ஏதோ இந்த இட்லிகளைத் தின்பதால்தான் எனக்குப் படிப்பே ஏறுகிறது என்பதுபோல இருக்கும் அக்காவின் பேச்சு. ஆனால் மனசில், அக்கா மெய்யாகத்தான் சொல்கிறது என்று எனக்குப் புரியும்.

அக்கா சாயங்காலங்களில் என் பையில் இருக்கிற புத்தகம் நோட்டு எல்லாவற்றையும் எடுத்துப் புரட்டிப் புரட்டிப் பார்க்கும். அக்காவுக்குப் படிக்கத் தெரியாது. பள்ளிக்கூடம் போய் அறியாத மனுஷி அது.

"வைத்தி! ரெண்டு கிளாஸ் படிச்சு வைச்சிருக்கலாம். அந்த பாவி முண்டை... அதான் என்னைப் பெத்த ஓடுகாலி. ஆமா, இது படிச்சு தாசில் பண்ணப் போவுதாக்கும்னு என்னைய வீட்டுல வச்சிக்கிட்டு, என் தங்கைய என் இடுப்பில வச்சு சொருகிடுச்சு. அதான் படம் பார்க்கிறவளாயிட்டேன்." என்று அலுத்துக் கொள்ளும்.

அக்காவுக்கு நாலு வயசாக இருக்கிறபோது, அது அம்மா ஒரு குழந்தையைப் பெற்றுக்கொண்டதாம். குழந்தையைப் பார்த்துக் கொள்ளும் பொருட்டு அக்காவைப் பள்ளிக்கூடத்திற்கு அனுப்பவில்லையாம் அதன் அம்மா.

அப்புறம் அக்காவுக்கு ஆறு வயசாக இருக்கிறபோது அதன் அம்மா, புருஷனை விட்டுவிட்டு ஊரை விட்டே போக, அக்கா மாமன்காரன் வீட்டுக்கு வந்துவிட்டதாம்.

"மாமா படிக்க வைக்கலையா?"

"மாமி சாணி பொறுக்க விட்டா."

அக்கா, அத்துடன் நிறுத்திக்கொண்டது. என் பாட்டிதான், எப்போதாவது, அக்காவின் கதையை சில வரிகளில் சொல்லும்.

"ஆளான மறுவருஷமே, குட்டிக்கும் மாப்பிள்ளை அமைஞ்சுது. என்ன பிரயோசனம், அவ தலையெழுத்து. அந்தப் பையன் கோயில்மாடு. ஊரில் ஏகப்பட்ட தொடுப்பு. சவுக்குக் கடை. கையில காசு புழக்கம் ரொம்ப அதிகம். தினவெடுக்கிற உடம்பு. குடி போதையில இவளை ஒரு வாட்டி கண்ணுமண்ணு தெரியாம போட்டு அடிச்சிட்டான். அதனால, இவ வந்துட்டா... திரும்பிப் போகல்லே. அப்புறமா, அவன் பல சமயம் வந்து கூப்பிட்டுப் பார்த்தான். இவ உன் சங்காத்தமே வேண்டாமுன்னுட்டாள்."

அக்காவுக்கு இப்போது இருபது, இருபத்திரண்டு வயசிருக்கும். ஏரிக்கரைக்கு எதிர்புறம் போன நாயக்கமார்த் தெருவில் அக்கா வீடு இருந்தது. கூரை போட்ட வீடு. பின்னால் ஆடு தொடாச் செடிகள் மறைப்பாக இருக்கிற சின்னத் தோட்டம். அக்கா வீட்டுக்குப் பக்கத்தில் என்னுடன் படித்த நவநீதகிருஷ்ணன் இருந்தான். அவனிடம் வகுப்பில் எனக்கு நெருங்கின சினேகம். அவன் வீட்டுக்குச் சென்று திரும்புகையில் அக்கா வீட்டுக்குள்ளும் நுழைந்திருக்கிறேன். வீட்டு உள்கூடத்தில் அக்காவின் அப்பா, குதிரை கோபாலு நாயக்கர் படுத்துக் கிடப்பார். விருத்தாசலம் ஜங்ஷனிலிருந்து ஊருக்கு வண்டி அடித்துக்கொண்டிருந்தார் அவர். திடீரென வந்த பாரிச வாயு காரணமாக படுத்துக் கிடந்தார்.

"குதிரையை என்ன பண்ணினக்கா?"

முதல் தடவை, அக்கா வீட்டுக்குப் போகையில் கேட்டேன்.

"குதிரையைக் கட்டித் தீனி போட முடியல்ல. நம்ம வயிரே காயுது. அதுவும், தினம் சவாரி பண்ணின குதிரையாச்சா. ஒரு இடமா நிற்க முடியாமே தவிச்சுப் போச்சு. வந்த வெலைக்கு வித்துப்பூட்டேன். எங்கியாவது கண் காணாத இடமா, வாயில்லா பிராணி நல்லா இருந்தா சரி" அப்புறமாக அக்காவே சொன்னது.

"நேத்துகூட அந்த ஆளு வந்து கூப்பிட்டுச்சு... வாணாம், இந்த வம்புன்னு சொல்லிட்டேன்."

"யாருக்கா?"

"யாரா? எவன் என்னை கூப்பிடுவான்? என்னைத் தொட்டுத் தாலி கட்டின பேமானித்தான்."

"போகலாமேக்கா."

அக்கா என்னை கூர்ந்துப் பார்த்தது. என் எதிரில் வந்து நின்றது. "இங்க பாரு" என்றபடி, தன் ஜாக்கெட் பட்டன்களை அவிழ்த்து மார்பைக் காட்டியது. எனக்கு அந்தக் காட்சி அதிர்ச்சியைத் தந்தது. முதல் முறையாக

ஒரு பெண்ணின் மார்பகத்தைப் பார்க்க நேர்ந்தது அப்போதுதான். காம்புக்கு மேலே, பல்படிந்த தழும்பு காணப்பட்டது, காம்பேகூட இல்லாமல் போன மாதிரி. அந்த இடத்தில் கடித்துப் போட்ட நகம் அளவுக்குக் கறுப்புத் தோல் தென்பட்டது. உடம்பு நிறத்துக்குச் சற்று வெளுத்த மார்பில், உள்ளங்கை அளுவுக்கு இருந்தது தழும்பு.

“குடிவெறியில் இப்படிக் கடிக்கிற ஆளுகிட்ட எப்டி வாழறது? நீயே சொல்லு வைத்தி. ஒரு வாட்டி, நான் மாட்டேன்னு சொன்னப்போ, கொள்ளிக் கட்டையாலே தொடைக்கு மேலே இழுத்துப்பூட்டான். பாத்தா பயந்தே போயிடுவே நீ” என்றபடி எனக்கு முன்னால் அமர்ந்துகொண்டு அழுதது. ஒன்றிரண்டு நிமிஷங்கள்தான், அதுவே தன்னைத் தேற்றிக்கொண்டது.

“இப்போ அக்கடான்னு நிம்மதியா இருக்கேன். வியாபாரம் பண்றேன். நாலு காசு சம்பாதிக்கிறேன். மானமா, அப்பாவும் நானும் கஞ்சி குடிக்கிறோம். நிம்மதியா தூங்கறேன். என்னத்துக்கு ஆம்பளையும், அவஸ்தையும்” என்றபடி நிதானமாகப் பட்டன்களைப் போட்டுக்கொண்டது அக்கா.

அக்கா, இப்படிச் சொன்ன கொஞ்ச காலத்துக்குப் பிறகு, நான் இட்லி வாங்கப் போகையில் கடைக்குப் பக்கத்தில் உட்கார்ந்திருந்த ஆளைப் பார்த்துக் கொள்ளும் படி, கண் சாடை செய்தது அக்கா. அழுக்கு வேஷ்டியும், பரட்டைத் தலையும், நோய் வந்து சிதைந்த உடம்புமாக ஒருத்தர் சாப்பிட்டுக் கொண்டிருந்தார். சாப்பிடும் வேலையே, அவருக்கு, பெருத்தத் துன்பம் தருவது மாதிரி தெரிந்தது. அன்று சாயங்காலம்தான், அந்த ஆள் யாரென்று தெரிந்தது. அவள் கணவன்தான். கடை போய்விட்டதாம். க்ஷயரோகம் வந்து இருமிக்கொண்டு கிடக்கிறானாம்.

“ஆயா... ஒரு நூறு ரூபா எடுத்துக் கொடேன். அந்த ஆளைப் பார்க்க பாவமா இருக்கு.”

அக்கா, சேர்த்து வைக்கிற காசை என் பாட்டியிடம்தான் கொடுத்து வைக்கும்.

“அந்தக் கேப்மாரிக்கு எதுக்குடி தர்றே? நெருப்பில கெடந்து சம்பாரிக்கிற! தேவடியாளுக்கு காசை இறைச்சவனுக்கு என்னத்துக்குப் பாவம் பார்க்கணும்?”

“போவுது போ. படுத்துக்கிட்டவ எல்லாம் இவன் படுத்துக்கிட்டா, கிட்ட வருவாளுகளா? ஏதோ இருக்கு கொடுக்கறேன். வச்சு ரெண்டு மாசம் துன்னுட்டுச் சாவட்டுமே”

அன்று மாலையே அக்கா அவனுக்குப் பணம் கொடுத்து அனுப்பி வைத்தது. அக்கா சொன்னபடியே இரண்டு மாசத்துக்குள் அவன் செத்துப் போனான்.

நான் பத்தாம் வகுப்பு படித்துக்கொண்டிருந்தபோதுதான் சிவா டீச்சர் எங்கள் தெருவுக்கு குடி வந்தார். என் வீட்டிற்கு நேர் அடுத்த வீடு அவருடையது. ஆரம்பப் பள்ளி வாத்தியாராக இருந்தவர் அவர். எனக்கும், அவருக்கும் வெகு சீக்கிரமே பரிச்சயம் ஏற்பட்டு விட்டது. அக்கா கடையில் வைத்துத்தான் வாத்தியாரை நான் அறிமுகம் செய்துகொண்டேன். கலகலப்பான பேச்சும் என்னை மாணவனாகவோ, சிறுவனாகவோ கருதாத அவருடைய பழகுமுறை என்னை மிகவும் கவர்ந்தது. கன்னங்கரேலென்று

உறுதியான ஆரோக்கியமான உடம்பும், அதை வெளிக்காட்டுகிற வெள்ளை பனியனோடும், தூக்கிக் கட்டிய வேஷ்டியோடும் சிவா இட்லி கடைக்கு வருவார். கூச்சப்படாமல் ஒரு வாத்தியாரே, தம்மிடம் இட்லி வாங்க வருவது அக்காவுக்கு மகிழ்ச்சியாக இருந்தது. அந்த மகிழ்ச்சி அக்கா முகத்தில் துலாம்பரமாக தெரிந்தது.

அக்கா அவருக்கென்று சூடாக தோசை வார்க்கிற அந்த சில நிமிஷங்களில் சிவா, அக்காவைக் கிண்டல் செய்வார்.

"உங்க தோசையில் மட்டும் விசேஷமா என்னத்த போடறீங்க? நீங்களும் அரிசியிலதானே தோசை வார்க்கறீங்க. புதுசா மணமும் குணமும் எப்படிக் கூடுது? என்று சொல்லிவிட்டு சிவா என்னைப் பார்த்து கண்ணடிப்பார். அதுக்கு அக்கா "என் விரலில் பொத்துக் கிட்டு தேன் வழியும். அதனாலதான் தோசை ருசியா இருக்கு, பார்க்கறீங்களா?" என்றபடி விரலை அவர் முன் நீட்டும்.

"அதென்ன விரலா, வெண்டக்காவா?" என்று கேட்டார் சிவா. அக்கா அதற்கும் எதையோ கிண்டலாய்ச் சொல்லும். இப்படியாக, தினம் அவர்கள் கிண்டல் செய்து கொள்வார்கள். ஜனங்கள் கூட்டமாய் நின்றால் அக்கா பேசுவதைத் தவிர்த்துவிடும். சிவாகூட அமைதியாக இருந்து கொள்வார். தங்கமணி பேலசில் 'பார்த்தால் பசி தீரும்' ஓடிக்கொண்டிருந்தது. "இன்னிக்கு அதை பார்க்காம பசி தீராது" என்று அக்காவிடமும் என்னிடமும் சொன்னார் சிவா. தொடர்ந்து "நீயும் வா வைத்தி. ஆறு மணி ஆட்டந்தான்" என்றார். அக்கா எங்கேயோ 'பராக்கு' பார்த்துக்கொண்டிருந்தது. அன்று மாலை நானும் சிவாவும் சினிமாவுக்குப் போயிருந்தோம். இடை வேளையில் லைட் எரிந்தது. பையன்கள் சோடா, கலர் டீ குடிக்கிற பொழுதுதான் அக்காவும் சினிமாவுக்கு வந்திருந்தது தெரிந்தது. எதேச்சையாக பெண்கள் பகுதியின் பக்கம் பார்த்த பொழுதுதான், அக்கா என்னைப் பார்த்து சிரித்தது. சிவாவுக்கு அக்கா வந்திருந்தது ஏற்கெனவே தெரியும் போலும். கலர் விற்பவரிடம் அக்காவைச் சுட்டிக் காட்டி அதுக்கும் ஒரு கலர் கொடுக்கச் சொன்னார் சிவா. கலர் விற்பவர் அக்காவை நெருங்கியபோது அக்கா கூச்சப்பட்டுத் தலையை அசைத்து 'வேண்டாம்' என்றது. 'சாப்பிடு' என்பது மாதிரி சிவா தலையை அசைத்தார். அக்கா வாங்கிக்கொண்டது. எதிர்பக்கம் தலையைத் திருப்பியபடி வெட்கத்துடன் குடித்து முடித்தது.

அக்காவின் வீட்டில் நான் ஒரு நாள் பேசிக்கொண்டிருந்த பொழுது அக்கா திடும் என்று, "சிவா வாத்தியாரைப் பற்றி நீ என்ன நினைக்கிறே வைத்தி?" என்று கேட்டது.

நான் யோசித்து விட்டு, "ரொம்ப தமாஷான ஆள்" என்றேன்.

அக்கா பதில் பேசாமல் இருந்தது.

"ஏன் என்ன விஷயம்?"

"ஒன்றுமில்ல விடு"

"சும்மா சொல்லுக்கா..."

"நேத்து மார்க்கட்டுல வச்சு வாத்தியாரைப் பார்த்தேன் சாயங்காலம். என்ன ராத்திரிக்கு மீன் குழம்பா? வரலாமான்னு கேட்டாரு. பக்கத்தில,

அண்டையில் இருக்கிறவனுகளுக்கு நாக்கு நாலடியாச்சே. நான் கம்முன்னு இருந்துகிட்டேன். ராத்திரி ஒன்பது மணி இருக்கும், கதவைத் தட்டிக்கிட்டு இவரு வந்துட்டாரு. வாத்தியார்! 'போ'ன்னு சொல்றது மரியாதையா? சாப்பிட்டுட்டு வீட்டிலயே இருந்துட்டாரு. அப்பாவுக்கு நல்லவேளையா, ராத்திரி பூராவும் சுரணை திரும்பலே"

அக்கா தலையைக் குனிந்துக்கொண்டது.

சில நாட்களுக்குப் பிறகு, அக்கா பாட்டியிடம் கொடுத்து வைத்திருந்த பணம் முழுசையும் கேட்டது.

"எடுக்குடி?"

"ராசம்பாளையத்தில் ரெண்டு காணி சகாய வெலைக்கு வருதாம் பாட்டி. வாங்கி போடலாமேன்னுதான்."

"செய்யி, அது வேண்டியதுதான். ஆரு மெனக் கெடறா?"

"வாத்தியாருதான்."

பாட்டி, அக்காவைப் பார்த்துக்கொண்டு பேசாமல் இருந்தது. பிறகு சொல்லிற்று. "எப்படியோ சந்தோஷமா இருந்தா சரி. உங்க தெரு பொம்பளைக என்னான்டை வந்து என்னமோ சொல்லிக்கிட்டு இருந்தாளுக. லெட்சுமியை நான் அறிவேன்னுட்டேன். ஆமா பணம் போறாதுபோல."

"மீதியை அவரு போட்டு வாங்கி என் பேருல 'ரீஸர்' பண்றேன்னார்."

"ஏதாச்சும் தப்பாயிடப் போகுது"

"போகாது பாட்டி. படிச்சவரு. வாத்தியாரு. அப்படி பண்ணமாட்டாரு."

பள்ளி இறுதி தேர்வில் நான் ஈடுபட்டிருந்தேன். மாமியார் செத்துவிட்டதாக தகவல் வந்தது என்று சொல்லி அக்கா கிளம்பியது. இது ஊருக்கான தகவல்தான். வாத்தியார் ரிஜிஸ்தர் பண்ண அழைக்கிறதாகப் பாட்டியிடம் உண்மையைச் சொல்லிச் சென்றது அக்கா. ரெண்டு நாளில் திரும்பி வருவதாகத் திட்டம். தேர்வு முடித்து, நான் என் சொந்த ஊருக்குத் திரும்பும் வரையில் அக்கா திரும்பவில்லை. அரச மரத்தடி வெறிச்சோடிக் கிடந்தது. எனக்கு என் பிறந்த நாளை நான் மறந்தாலும், அக்கா மறக்காமல் எனக்குச் சட்டை வாங்கிக் கொடுத்துக் கொண்டாடும். என் பிறந்த நாள் வந்தது. அக்கா இருக்கும் இடம்தான் தெரியவில்லை. பாட்டி மட்டும் ஒருமுறை சொன்னார்.

"தங்கமான பொண்ணு. மனசு நோகாம அவன் வச்சிக்கிடணும்."

நான் ஊருக்குத் திரும்பினேன். எஸ். எஸ். எல். சி தேர்வு முடிவு ஊருக்குத் தெரிய வேண்டும். கல்லூரிக்கு விண்ணப்பிக்க வேண்டும். இந்தக் கட்டத்தில்தான் அக்கா, எங்கள் ஊருக்கே வந்தது. நான் வெளியே சென்று வீடு திரும்பியபோது, அம்மாவும் அக்காவும் அடுப்பறையில் சுவாரஸ்யமாக பேசிக்கொண்டிருந்தார்கள். அக்கா கீரை ஆய்ந்துக்கொண்டிருந்தார். "வைத்தி வந்தாச்சு" என்று என்னைப் பார்த்தது, அக்கா. ரொம்பவும் இளைத்தும், கறுத்தும் போயிருந்தது. இந்த இரண்டு மாசத்துல அன்று மாலைதான் எனக்கு விவரம் தெரிந்தது.

"ஏமாந்து போயிட்டேன் வைத்தி. படிச்சவர்னு நினைச்சேன். வெறும் ஆள்னு அப்புறமாத்தான் தெரிஞ்சுது" என்றது அக்கா.

சிவா, அக்காவுக்கு ஏதோ ஓர் இடத்தில் வீடு எடுத்துக் கொடுத்திருக்கிறார். இரண்டு மாசம் இருந்திருக்கிறார்கள். அப்புறம்தான், சிவா கல்யாணம் பண்ணிக்கொள்ள ஏற்பாடு செய்துகொண்டிருந்தது, அக்காவுக்குத் தெரிந்திருக்கிறது. சிவாவுடன் வேலை செய்யும் டீச்சராம் பெண்.

அக்கா ஊருக்குப் புறப்பட்டதும், நான் சிவாவை அவர் மாற்றலாகிப் பணியாற்றிக்கொண்டிருக்கும் குறிஞ்சிப்பாடிக்கே போய்ச் சந்தித்தேன். என்னைப் பிரமாதமாக வரவேற்றார். முனியாண்டி விலாசுக்கு அழைத்துப் போய் பிரியாணி வாங்கிக் கொடுத்தார். வாய்ப்பு நேர்ந்தபோது நான் கேட்டேன்.

"அக்காவை நீங்க கல்யாணம் பண்ணிக்குவீங்கன்னு நினைச்சேன்."

"யாரு, அந்த இட்லிக்காரியையா?" என்றார் சிவா டீச்சர்.

புதுமுக வகுப்பு முடிந்து, விடுமுறையில் பாட்டி வீட்டுக்கு வந்தேன். அரச மரத்தடி அக்கா இட்லி கடைக்குத் தட்டை எடுத்துக்கொண்டு போனேன். அக்காவுக்கு ரொம்பவும் சந்தோஷம். "சாயங்காலம் வீட்டுப் பக்கம் வா" என்றது. போனேன். சிவாவைப் பற்றியும் பேசினேன்.

"என்ன இப்படிப் பண்ணிப் போட்டாரே, சிவா."

"போறார் விடு" என்றது அக்கா.

"நிலம் கிரயம் பண்ணக் கொடுத்த பணம் என்ன ஆச்சு?"

"நிலமா! எல்லாம் பொய்யி! ஏதோ கூலி கொடுத்த மாதிரி ஆச்சு. புருஷக் கூலி."

அக்கா சிரித்தது. அப்புறம் அழுதது. நீண்ட நேரம் அழுதுகொண்டே இருந்தது.

1992

மாற்றம்

மாமா வருவதற்குள் இந்த ஊரை ஒரு சுற்றி சுற்றி வந்துவிட ஆசைப்பட்டான் மூர்த்தி.

மணி 4. 30 ஆறு மணிக்கு மாமா ஊரில் இருந்து வந்து விடுவார். இன்னும் ஒன்றரை மணி நேரம். அந்த வாகனத்தை அவன் கட்டி ஆளலாம்.

மாமா இந்த டி. வி. எஸ் 50—ஐ கண்ணுக்கு நேராகக் காப்பாற்றி வந்தார். மாமாவுக்கு ஒரு மகள் இருந்தாள். சற்று ஏறக்குறைய மூர்த்தி வயதுதான். இந்தப் பதினெட்டு வயதிலும் ஒரு மாமி மாதிரி இருந்தாள். அவளைக்கூட தொட்டுப் பேச, மாமா அனுமதித்து விடுவார். ஆனால் அவர் கண்கள் முன்னால் அந்த வாகனத்தை எவனும் தொடக்கூடாது.

மாமா பெண் சுமதிக்கு, அப்பா மேலே அந்தரங்கமாக ஏதோ கோபம் இருக்க வேண்டும். அதனால்தான் அவர் இல்லாத நேரம் பார்த்து மூர்த்திக்கு டி. வி. எஸ். ஐ எடுத்துக்கொண்டு போக அனுமதித்து விட்டாள்.

"நீயும் பின்னால் உட்காரேன்" என்றான் மூர்த்தி.

"கொழுப்பா?" என்றாள்.

ஆகவே அவன் மட்டும் வண்டியை எடுத்துக்கொண்டு கிளம்பி விட்டான். கடற்கரையை ஒரு வட்டமடித்து இரண்டு மூன்று நண்பர்களைச் சந்தித்து விட்டு, கிருஷ்ணன் டீ கடையில் வண்டியில் இருந்தபடியே ஒரு டீயும் குடித்து முடித்து விட்டிருந்தான். இதற்குள் முக்கால் மணி நேரம் ஆகி இருந்தது. மாமா பெட்ரோலை ஒவ்வொரு திங்கட்கிழமையும் நிரப்புவார். இன்றைக்கு செவ்வாய்க்கிழமை. ஆக பெட்ரோல் தீர்ந்து விடுகின்ற பயமும் இல்லை. நாளைக்கு மாமா கண்டுபிடித்து விடுவார். நிச்சயமாக மாரடைப்பு வரும் அவருக்கு. ஆனால் அது அவன் கவலைப்பட வேண்டிய விஷயம் இல்லை.

காந்தி வீதியில் கழுத்துக்கு மேலே முடி பறக்க, அசுர வேகத்தில் வண்டியைக் கிளப்பிக்கொண்டு போனவனை ‘சிக்னல்’ என்கிற சிவப்புச் சனியன் தடுத்து நிறுத்தியது.

தன்னை அறியமலேயே காலரை இழுத்துவிட்டுக்கொண்டு ஸ்டைலாக பின்னால் நின்றிருந்த சுஸூகி ஆளை இகழ்ச்சி தோன்றப் பார்த்தான். பகீரென்றது. அவன் வேலை செய்யும் பத்திரிகை ஆசிரியர், அதில் உட்கார்ந்து இருந்தார். அவர் முகம் மிகக் கடுமையாக இறுகியதை அவனால் பார்க்க முடிந்தது.

மூர்த்தி, அப்பொழுது மாலை ராணியில் வேலை பார்த்தான். மாலை ராணி, மூன்று மணிக்கு கடைகளுக்குப் போகும். மூன்று மணி தொடங்கி ஆறு மணிவரை அவனுக்கென்று கொடுக்கப்பட்டிருந்த பகுதியில் எல்லாக் கடைகளிலும், மாலை ராணி மாட்டப்பட்டிருக்கிறதா என்பதை அவன் கண்காணிக்க வேண்டும். கடைகளில் போஸ்டர்கள் தொங்கவிடப்பட்டிருக்கிறதா? தொங்க விடாதவர் யார்? எந்த கடைகளில் பேப்பர் போடப்படவில்லை என்பதைக் கணக்கெடுத்து ஆசிரியரிடம் (அ) மேனேஜரிடம் சொல்ல வேண்டிய பொறுப்பு மூர்த்திக்கு.

இந்த நேரத்தில் எசகுபிசகாக ஆசிரியரிடம் அவன் மாட்டிக்கொண்டான். சிக்னலில் அவருக்கு வழிவிட்டு அவர் முதுகை பார்த்தபடியே முடிந்தவரை மெதுவாகவே அவன் வண்டியை விட்டான். நாளைக்கு அவன் சீட்டு கிழிந்து விடப் போகிறது.

சில்லென்று வீசுகிற சாயங்காலக் காற்றில் அவன் உடம்பு நடுங்கியது. வேர்த்துக் கொட்டியது. சுளையாக மாசம் இருநூறு ரூபாய் வந்துகொண்டிருந்தது. அதற்கும் லங்கணம் வந்துவிடும். அப்பா வார்த்தையாலேயே அவன் தோலை உரித்து விடுவார்.

மூர்த்திக்கு அதற்கு மேல் சவாரி பண்ணப் பிடிக்கவில்லை. நேராக மாமா வீடு திரும்பினான். சுமதி அறையில் ஏதோ படித்துக்கொண்டிருந்தாள்.

“என்ன ஒரு மாதிரியாக இருக்கே மூர்த்தி?” என்றாள்.

மூர்த்தி நடந்ததைச் சொன்னான். எல்லாவற்றையும் அமைதியாகக் கேட்டுவிட்டு, அவள் சொன்னாள்:

“இதுக்குப் போய் ஏன் பயப்படுறே? ஆசிரியரை நீ பார்த்த இடம் உன் ஏரியாதானே? நான் டூட்டி மேலேதான் இருந்தேன் என்று நாளைக்கு கேட்டால் சொல்லு! அதை அவர் நம்பலைன்னா, வேலையை விட்டு அனுப்பினால், இன்னொரு பத்திரிகைக்குப் போயிடு! மாலை ராணி இல்லைன்னா மாலை ராஜா இருக்குது?”

மூர்த்திக்கு மிகுந்த ஆறுதலாய் இருந்தது.

அடுத்த நாள் காலை மேனேஜர் முன்னால் போய் நின்ற மூர்த்தியை, மேனேஜர் ஒரு மாதிரியாகப் பார்த்தார்.

“என்னப்பா நடந்தது நேத்து?” என்றார். மூர்த்தி நடந்ததைச் சொன்னான். ஞாபகமாக அவன் ஏரியாவுக்குள்தான் அவன் இருந்தான் என்பதை இரண்டு முறை திருப்பிச் சொன்னான்.

“அப்ப நீ தொலைஞ்ச? ஆசிரியர் வண்டியையே உராய்ஞ்சிக் கிட்டு போகணும்னா, உனக்கு எவ்வளவு மதப்பு இருக்கும்? நீ வந்த உடனே ஆசிரியர் பார்க்கணும்னார். போய் அவரைப் பார்த்துட்டு வா?”

மூர்த்தி ஆசிரியர் அறை முன்னால் போய் நின்றுகொண்டான்.

அவனுக்குக் கால்கள் வலித்தன. நீண்ட நேரத்திற்குப் பிறகு பியூன் வந்து ஆசிரியர் அழைப்பதாகச் சொன்னான். அவர் முன்னால் போய் நின்றான். மேசை மேல் இருந்த ஒரு பேப்பர் வெயிட்டைச் சுற்றியபடி, ஆசிரியர் சொன்னார்:

“மரியாதை இல்லாத நடத்தை. நான் இருக்கிறதுகூட தெரியாமல் என்னையே ‘ஓவர்டேக்’ பண்றே! அதுக்கு தண்டனையா இந்த மாசம் உனக்கு சம்பளத்துல இருபது ரூபாய் பிடிச்சிருவேன். ஒழுங்கா இருந்துக்க, இல்ல சீட்ட கிழிச்சிருவேன்.”

மௌனமாகத் தலையசைத்து விட்டு வெளியே வந்தான் மூர்த்தி.

நடந்ததை அறிந்த சுமதி சொன்னாள். “இருபதுதானே, போகட்டும்! நான் உனக்கு முப்பது தாரேன்!”

ஆசிரியர் வானவில் நகரில் தங்கியிருந்தார், தனியாகத்தான். சமைத்துப் போடுவதற்கு வீட்டில் ஓர் ஆயாவை வைத்திருந்தார். வீட்டின் மாடி போர்ஷனில் மிலிட்டிரிக்காரன் குடும்பம் ஒன்று இருந்தது. அந்த வீட்டு அம்மாளை மூர்த்தி அறிவான். இரண்டு வருடங்களுக்கு முன்னால் பேப்பர் போடும் பையனாய் இருந்த பொழுது, அவளை அவன் பார்த்திருக்கிறான். சராசரியைக் காட்டிலும் கொஞ்சம் வீங்கிப்போன ஒப்பனை உடையவளாக அவள் எப்பொழுதும் இருப்பாள். அந்த அம்மாமீது மூர்த்திக்கு நல்ல அபிப்ராயம் வந்ததில்லை.

உலகம் ரொம்ப சின்னது என்பது மூர்த்தி விஷயத்தில் சரியாக இருந்தது. ஒருநாள் சாயங்காலம் அவன் டூட்டியில் இருந்தான். காந்தி வீதியில் இருந்து மிஷன் வீதிக்கு அவன் போயிருக்க வேண்டும். திடுமென வானவில் நகரிலிருந்து அவன் ஏரியா கடைக்காரன் கம்பெனிக்குத் தரவேண்டிய பாக்கிப் பணம் அவன் நினைவுக்கு வரவே, வானவில் நகரை நோக்கி அவன் சைக்கிளை மிதித்தான்.

மூன்றாவது கட்டிங்கில் இருந்த கடைக்காரர் வீட்டை நோக்கிப் போகையில் இரண்டாவது கட்டிங்கில் அவன் சைக்கிளை நிறுத்த வேண்டி வந்தது. தெருவை அடைத்துக்கொண்டு ஒரு கூட்டம். ஆர்வம் காரணமாக சைக்கிளை நிறுத்திவிட்டுக் கூட்டத்தை எட்டிப் பார்த்தான். மிலிட்டிரிக்காரன், ஆசிரியரை எழுத முடியாத வார்த்தைகளால் திட்டிக்கொண்டிருந்தான். கண்ணீரும் கம்பலையுமாக அந்த மிலிட்டிரிக்காரன் பொண்டாட்டி, கூட்டத்தின் நடுவில் நின்றிருந்தாள். பக்கத்தில் இருந்தவரிடம் “என்ன விஷயம்?” என்று கேட்டான்.

“அதாம்பா பொம்பள விஷயம். இந்தப் பத்திரிகைக்காரன் இருக்கானே, அவன் இந்த மிலிட்டிரிக்காரன் பொண்டாட்டியை வச்சிருந்தானாம். புருஷன்காரன் கண்டுவிட்டான். விவகாரம் சந்தைக்கு வந்துருச்சி.”

மூர்த்திக்கு ஓர் இனம் விளங்காத சந்தோஷம். ஆசிரியரே வில்லங்கத்தில் மாட்டிக்கொண்டது ஒரு சாதாரண காரியமா என்ன? விஷயத்தை முதல் முதலாக அறிகிற அதிர்ஷ்டம் அவனுக்குத்தானே வாய்த்தது. உடனே சைக்கிளை எடுத்துக்கொண்டு வந்து வேலையை விட்டு விட்டு, அவனைப்போலவே பத்திரிகைக் கடைப் பையன்களாய் இருக்கிற ஆறு பேரையும் தேடிப் பிடித்து விஷயத்தைப் பகிர்ந்துகொண்ட பிறகுதான் சமாதானப்பட்டான்.

இன்னும் ஒரு ஜீவனுடன் அவன் இந்த விஷயத்தைச் சொல்லியாக வேண்டும். அவள் சுமதி. நேராக சைக்கிளை மிதித்துக்கொண்டு சுமதி வீட்டிற்குப் போனான். சுமதி அடுப்பறையில் வேலையாக இருந்தாள்.

"ரசந்தானே?" என்றபடி சமையலறைக்குள் நுழைந்தான்.

"வாசனையே சொல்லுமே" என்றாள் சுமதி.

மூர்த்தி, தான் பார்க்க நேர்ந்த ஆசிரியர் விவகாரத்தை சுமதிக்கு, தாழ்ந்த குரலில் சொல்லி முடித்தான். முகத்தில் மகிழ்ச்சி தோன்ற எல்லாவற்றையும் கேட்டுக்கொண்டிருந்தாள். கொதி வந்த ரசத்தை இறக்கி வைத்தாள். பிறகு கூடத்திற்கு வந்து நாற்காலியில் உட்கார்ந்துகொண்டார்கள்.

"என்ன சுமதி பேசாம இருக்கயே?"

"உன்கூட வேலை செய்யிற பையன்களுக்கிட்டே இதை நீயே போய் சொல்லியிருக்க வேண்டாம்னு தோணுது."

"ஏன் சொல்லக்கூடாது?"

"ஏன்னா, அது ஆசிரியரோட சொந்த விஷயம். ஆண், பெண் விஷயங்களைச் சம்பந்தப்பட்டவங்க அனுமதியில்லாம மத்தவங்க பேசறது தப்பு."

ஒரு நிமிஷம் யோசனையில் இருந்தான் மூர்த்தி. பிறகு சுமதியே தொடர்ந்தாள்.

"உனக்கும் எனக்கும் எந்த வகையான உறவு ஏற்படப் போகுது? அது மாதிரியான உறவுதான் ஆசிரியருக்கும் அந்த பொம்பளைக்கும். அதாவது ஆண், பெண் உறவை மட்டும் சொல்றேன். ஆசிரியர் சமாசாரத்துல இருக்கிற அம்சம் நம்ம உறவுல இருக்காது. இது வேற. ஆனாலும் விஷயம் அதுதானே? நம்ம பத்தி மத்தவங்க பேசறதை நாம் விரும்புவமா?"

மூர்த்தி புதிய வெளிச்சத்தோடு சுமதி வீட்டை விட்டுப் புறப்பட்டான்.

ஊருக்குக் கண்காட்சி வந்தது. கண்காட்சியில் மாலை ராணி ஸ்டால் போட்டிருந்தது. மாலை ராணி நிறுவனம் வெளியிடுகிற புத்தகங்கள் மற்றும் பத்திரிகைகளைக் காட்சிக்கு வைத்தார்கள். ஸ்டால் கூட்டத்தின் மேற்பார்வையாளராக மூர்த்தி நியமிக்கப்பட்டிருந்தான்.

கண்காட்சி என்பது, குடைராட்டினம், சேலம் பட்டாணி ஸ்டால், ஆனையடி அப்பளம், அரசாங்கத்தனி சாதனைகளை முயன்று கண்டுபிடித்துப் போடும் ஸ்டால் இவற்றைப் பார்க்க வரும் கூட்டம் என்று ஸ்டால் கலகலப்பாயிருந்தது. ஸ்டாலுக்கு வெளியே மேசை நாற்காலி போட்டுக்கொண்டு அமர்ந்திருந்தான் மூர்த்தி.

வேடிக்கைப் பார்த்துக்கொண்டிருந்தவன் கண்களில் ஆசிரியர் தட்டுப்பட்டார். அவருடன் சுமார் இருபத்தைந்து வயது மதிக்கத்தக்க பெண் ஒருத்தி உடன் வந்துக்கொண்டிருந்தாள். யாராயிருக்கும்? என்று ஒரு கேள்வி எழுந்தது மூர்த்திக்கு. யாராக இருந்தால் நமக்கென்ன என்றும் கூடவே நினைத்தான்.

ஆசிரியர் அவன் ஸ்டாலை நோக்கி வந்தார். அந்தப் பெண்மணி ஸ்டாலுக்குள் நுழைந்து பத்திரிகைகளைப் புரட்ட ஆரம்பித்தாள். மூர்த்தி நாற்காலியில் ஆசிரியர் அமர்ந்துகொண்டார்.

"விற்பனை எப்படி?" என்றார் ஆசிரியர்.

"நல்லாயிருக்கு சார்!"

ஆசிரியர் பில் புத்தகத்தை வேகமாகப் புரட்டிப் பார்த்து விட்டு அவனிடம் சொன்னார்:

"மூர்த்தி! இவங்க என் உறவினர். திடீர்னு வந்துட்டாங்க. உனக்கு தெரிஞ்ச லாட்ஜில், கொஞ்சம் கௌரவமான லாட்ஜா இருக்கணும். ரூம் போட முடியுமா? உன் பேர்லயே போடணும்" என்றார் ஆசிரியர்.

"அதுக்கென்ன போட்டுக்கலாம் ஸார். எப்ப போடணும்?"

"இப்பவே, நான் ஸ்டால் பாத்துக்கிறேன். நீ போய்ட்டு வந்துரு"

ஆசிரியருக்கு அறை போட்டுக் கொடுத்துவிட்டு அந்தப் பெண் கேட்ட பழவகைகளும் பாலும் வாங்கிக் கொடுத்துவிட்டு சுமதி வீட்டிற்கு வர இரவு ஒன்பதுக்கும் மேலாகி விட்டது.

"என்னப்பா இவ்வளவு லேட்டு?" என்றார் மாமா.

"கொஞ்சம் ஆபீஸ்ல வேலை மாமா."

சுமதி மாடிப்படியில இருந்து மேலே வரச் சொல்லி அவனுக்கு சைகை செய்தாள். அவன் மாடிப்படிக்குப் போனான்.

"என்ன லேட்?"

"மேனேஜர் ஒரு வேலை வெச்சுட்டார். அதை முடிச்சிட்டு வர்றேன்."

"என்ன வேலை?"

"அவருக்கு ஒரு விருந்தாளி. அவங்க தங்க அறை பார்த்துக் கொடுத்துட்டு வர்றேன்."

"அவங்கன்னா யாரு?"

"யாருன்னு தெரியலை. ஆசிரியரோட உறவுக்கார பொண்ணாம்.!"

சுமதி அவனை அர்த்தத்தோடு பார்த்தாள். அவளுக்குச் சந்தோஷமாக இருந்தது.

1992

ஒரு சரிகைக் கனவு

பருமனான மரத்தூணில் சாய்ந்துகொண்டு ஒரு காலை மடக்கி, மறுகாலை நீட்டியபடி குனிந்து முறத்திலிருக்கும் அரிசியில் கல் பொறுக்கிக்கொண்டிருந்தாள் வந்தனா.

அவள் அமர்ந்திருந்தது வாசலை ஒட்டி. அந்தப் பழங்கால வீட்டின் நாலு கைத் தாழ்வாரத்தின் நடுவாய் அமைந்திருந்தது அந்தப் பள்ளி வாசல். வாசலின், ஒட்டுச் சார்புக்கு மேலே மாடி அறை. அறையை ஒட்டிய வராந்தாவில் தூங்கி எழுந்து கசங்கல் தோற்றத்தோடு, கசங்கல் கைலி, உடம்பு வாசனை வீசுகிற பனியன், கழுத்தைச் சுற்றிப் போட்ட தேங்காய்த் பூத்துண்டு சகிதம் நின்று பிரஷ்ஷால் பல் துலக்கிக்கொண்டு நின்றிருந்தான் மனோகரன். பல் துலக்குவது என்பது ஓர் அனிச்சைச் செயல், காலை எழுந்ததும் உணர்வின்றி செய்யக்கூடிய காரியம். ஆனால் அவன் செய்துகொண்டிருந்தது என்னமோ, வந்தனா கல் பொறுக்குகிற காட்சியைப் பார்த்துதான்.

மனோகரனால், தான் பார்க்கப்படுவதை வந்தனா அறிவாள்தான். அவ்வாறு அவனால், தான் பார்க்கப்பட வேண்டும் என்பதே அவள் நோக்கம். ஒருமுறை கல்பொறுக்கி, ஓர் ஓய்வுக் காரியமாக அண்ணாந்து அவனைப் பார்ப்பதுமாக இருந்தாள் வந்தனா. அவ்வாறு பார்ப்பதையும் அவளால் பகிரங்கமாகச் செய்ய முடியாது. ஏதோ வானத்தைப் பார்ப்பது மாதிரியும், வானத்தில் காக்கைகள் பறக்கின்றனவா என்று பார்ப்பது மாதிரியும், சூரியன் பத்திரமாக அங்கேயே இருக்கிறானா என்று தேடுவது மாதிரியும்தான் அவள் பார்த்தாள். ஆனால் ஒவ்வொரு முறை அவள் அண்ணாந்து பார்த்தபோதும், மனோகரனின் ஏதோ ஓர் அங்கம் அவள் கண்களில் படத் தவறுவது இல்லை. ஒரு சமயம் அவனது தோள், ஒரு சமயம் அவன் கன்னம், ஒரு சமயம் அவனது சுருட்டி மடக்கிய வயிறுப் புறக் கைலி, தவறாமல் ஒரு புன்னகையையும் வெளியே தவழவிடத் தவறவில்லை அவள்.

எங்கோ பெட்டியில் போடப்பட்ட தபால், தவறாமல் முகவரியாளரிடம் சென்று சேர்வது மாதிரி, அவள் புன்னகையைப் பந்து மாதிரி கை நீட்டி வாங்கிக்கொண்டிருந்தான் அவன்.

காலம் காட்டும் கடிகாரம் காதல் வயப்பட்டோருக்கு மட்டும் விசித்திரமான காலம் காட்டும் போலும்! சூரியனுக்கு முன்பாக எழுந்துவிடும் இயல்பினள் வந்தனா. சூரியனின் முதல் கிரணம், மண்ணில் தெரியும்போது தெருவில் சாணம் தெளித்துக்கொண்டிருப்பாள் அவள். 'சலக், சலக், சலக்' என்று சாணி நீர் மண் ரஸ்தாவில் தெளிபடும் ஓசை எப்படியோ தூது சென்று மனோகரனை எழுப்பிவிடத் தவறுவதில்லை. எழுந்துவிடுவான். சுருட்டிக்கொண்டு இடுப்பு வழி வழிகிற கைலியைத் தூக்கிப் பிடித்துக்கொண்டு வராந்தாவுக்கு வந்து அவன் நிற்பதற்கும், சாணம் தெளித்த வாளி, துடைப்பம் சகிதம் அவள் திரும்பவுதற்கும் சரியாய் இருக்கும். அவனது காலம் பிசகாமைக்கு மெடல் தருவது மாதிரி, அவனைப் பார்த்தும் பார்க்காமலும் ஒரு புன்னகையைச் சிந்துவாள் வந்தனா. மனோகரனும் அம்மெடலைத் தன் பனியனின் மேல் குத்திக்கொள்ளத் தவறுவதில்லை. கடந்த பதினாறு நாட்களாக, அந்த விதம் வந்தனா அவனுக்களித்த மெடல்கள் அனேகம். இனி மார்பு கொள்ளாமல் முதுகில்தான் அவன் அவற்றைக் குத்திக்கொள்ள வேண்டும். அந்த இருட்டிலும் அவள் முகப் பிரகாசத்தை, அவன் எங்ஙனம் அறிவான்? அதுவும் விந்தைதான். காதலர்கள் கணகள் எக்ஸ்ரே கண்களை விடவும் கூரியவை.

உள்ளே அம்மா அசந்து தூங்கிக்கொண்டிருப்பாள். வந்தனாவின் அப்பா கொஞ்சம் இருமுவார். பிறகு செருமுவது கேட்கும். தன்னை ஆசுவாசப்படுத்திக்கொண்டு அப்படியே திரும்பிப் படுப்பார் அவர். எழ எப்படியும் ஏழு மணி ஆகும். வைகறை அஞ்சு மணிக்கும் அம்மா எழும் ஆறரை மணிக்கும் இடைப்பட்ட காலத்துக்குள், அவர்கள் முதல் தரிசனத்தை முடித்துக்கொள்ள வேண்டும்.

சாணத் தெளிப்பு வேலை முடிந்ததும், வீடு கூட்டத் தொடங்குவாள் வந்தனா. வந்தனாவுக்கு சரியோ, தவறோ ஒரு பழக்கம் வாய்த்திருந்தது. எந்தக் காரியத்தைச் செய்தாலும், பாட்டுப் பாடிக்கொண்டே செய்கிற பழக்கம்தான் அது. பாடல்கள் பெரும்பாலும் அங்கு அந்தச் சந்தர்ப்பத்துக்குப் பொருத்தமாய் இருக்கும். அவை அவள் பார்த்திருந்த சினிமாக்களில் கதாநாயகிகள் பாடுவதாய் இருக்கும்.

சாணம் தெளிக்கையில்,

> "வெள்ளிக்கிழமை
> விடியும் வேளை
> வாசலில் கோலமிட்டேன்..."

என்று பாடிக்கொண்டேதான் அவள் அதைச் செய்வாள். தினம் தினம் வாசல் தெளிப்பாள். தினம் தினம் வெள்ளிக்கிழமையாகுமா? ஆகாதுதான். எனினும் என்ன? தினம் தினம் வெள்ளிக்கிழமையாகப் பாவித்துக்கொள்ள முடியாதா?

வீடு கூட்டுதல், நாலுகைத் தாழ்வாரத்தில்தான் ஆரம்பிக்கும். தாழ்வாரத்தில் இருந்து, நேரே மனோகரன் நிற்பது தெரியும். அதுவரையில் தூக்கிச் செருகிய

பாவாடையை இறக்கிவிட்டு இழுத்து இழுத்துப் போர்த்திக்கொண்டும் அவள் அதைச் செய்து முடிக்க அரை மணி ஆகும். வீடு கூட்டுகையில் அவள் மறக்காமல் பாடும் பாட்டு, 'ஆலயமணியின் ஓசையை நான் கேட்டேன்' என்பதாய் இருக்கும். அதற்குப் பிறகு வந்தனா உறைக்குள் பதுங்கும் வாளாகப் பதுங்கிக் கொள்வாள். அம்மா எழுந்து விடுவாளே!

"**ச**னியனே! எத்தனை நாழியா மசமசன்னு உட்கார்ந்துட்டு அரிசி ஆயறது? தடிக்கழுதைக்கு ஆகிற மாதிரி வயசு ஆறது. நாளைக்கு ஒருத்தனைக் கட்டிக்கிட்டுப் போய் எப்படிக் குப்பை கொட்டப் போறியோ?"

வந்தனாவுக்குப் அப்படி ஓர் அழகிய பெயர் வைத்திருந்தாலும் அம்மாவுக்கு அப்பெயரைக் காட்டிலும் 'சனியனே, மூதி, துடைகாலி, அஜம்' என்பன போன்ற பெயர்களாலேயே அவளை அழைக்கப் பிடிக்கும். பெயர் எதுவானால் என்ன, வந்தனா என்றாலும் சனியனே என்றாலும் அது தன்னைத்தானே குறிக்கும் என்பதை அவள் அறிவாள்தானே?

வந்தனா எழுந்து உள்ளே போனாள்.

இட்லிக் கடை ஓய்ந்து, மத்தியான சாப்பாட்டுக்கான பூர்வாங்க வேலைகளைத் தொடங்கினாள் வந்தனா.

அடுப்பில் தண்ணீர் குண்டானை வைத்து, அரிசியை போட்டாள். அப்பா, பேக்டரி யூனிபாரத்திற்குள் சிரமப்பட்டு தன்னை நுழைத்துக்கொண்டிருந்தார். அடுத்து அவர் செய்ய விரும்பியது அவரைப்போலவே முதிர்ந்த ஒரு கழுதையைப்போல தெரு வாசற்படியில் நின்றிருக்கும் சைக்கிளுக்கு காற்றடிப்பது என்பது அவருக்கும் சைக்கிளுக்குமேகூட வழக்கமாகி விட்டிருந்தது. சுதந்திரத்திற்கு முன்னர் பிறந்து வஞ்சனையின்றி உழைத்து விட்ட அதன் மேல் அப்பாவுக்கு, வந்தனாவின் மேல் உள்ள வாத்சல்யத்துக்குச் சற்றும் குறையாத அளவு இருந்தது. சைக்கிளைத் தெருமுனைவரை தள்ளிக்கொண்டே சென்று மெயின் ரோடில் வைத்து தத்தித் தத்தி ஏறி அவர் செல்வார். அப்பா சென்ற பிறகு அம்மா, காய்கறி வாங்கப் புறப்படுவாள்.

ஆயிற்று. அம்மா பழம் பையை எடுத்துக்கொண்டு கடைக்குப் புறப்பட்டாள்.

"கதவைப் போட்டுக்கோ, மசமசன்னு நிக்காதே, சித்த நாழிலியே திரும்பிடறேன்" என்றபடி அம்மா படியிறங்கிப் போனாள்.

கதவைப் போட்டுத் திரும்பியவள், வாசலில் நின்று மாடியைப் பார்த்தாள். மனோகரன் அவள் கண்களில் தட்டுப்படவில்லை. போய்விட்டான் போலும் என்று நினைத்துக்கொண்டாள். திரும்பி அடுக்களைக்கு வந்தாள். வெங்காயம், பச்சை மிளகாய் போட்டு வைத்திருக்கும் பிளாஸ்டிக் கூடையையும் அரிவாள் மனையையும் எடுத்து வைத்துக்கொண்டு அமர்ந்தாள்.

வந்தனா மிகவும் உற்சாகமாக இருந்தாள். மனசுக்குள் காலையிலிருந்தே சந்தோஷம் பொங்கி வழிந்தது. காரணம் அற்ற சந்தோஷமா? எதுவானாலும், மனம் பாரமற்று, இலேசாகி, தண்ணீரில் மிதக்கும் தக்கையைப் போன்றிருந்தது. வெங்காயத்தை அரிந்துகொண்டே அவள் வாய் முணுமுணுத்தது. "நானே நானா, வேறே தானா, மெல்ல மெல்ல மாறினேனா?"

தன் பாடலில் தானே ஆழ்ந்து போயிருந்த அவள் பார்வையில், அடுப்படி வாசலில் நிழல் ஆடுவது தெரிந்தது. அம்மாவாக இருந்தால், நான் போய்

தாளைத் திறக்காமல் அவளால் எப்படி வர முடியும்? சடக்கென எழுந்து, அடுப்படிக் கதவை ஒட்டி வந்து நின்றாள்.

மனோகரன்!

அவளுக்கு வியர்த்தது. தொண்டை உலர்ந்ததுபோலாயிற்று.

“என்ன வேணும்?”

சட்டென்று, அதையே தொடக்கமாகக்கொண்டு, “தண்ணீர் வேணும்” என்றான் மனோகரன்.

“வேலைக்காரி தண்ணிகொண்டு வந்து வைக்கலையா?”

“இல்லை”

குடத்திலிருந்து நீர் எடுத்து அவனுக்குக் கொடுத்தாள். நிம்மதியாகக்கூட இருந்தது அவளுக்கு. ஓர் ஒழுங்கான தொடக்கமாக அக்காரியம் காட்சியளிப்பதை உணர்ந்தாள் அவள்.

டம்ளரை அவளிடம் திருப்பிக் கொடுத்த அவன்,

“என் பெயர் மனோகரன்” என்றான்.

“தெரியும்.”

“மெடிக்கல் ரெப்பாக இந்த ஏரியாவுக்கு வந்திருக்கிறேன்.”

“தெரியும்”

“ஒரு மாசம்தான் இங்க இருப்பேன். ஏற்கெனவே பதினைந்து நாள் ஆகிவிட்டது.”

“தெரியும்”

அவன் தயங்கியவாறு சொன்னான்.

“இன்னும் பதினைந்து நாள்தான் இங்கு இருப்பேன்.”

அவள் சிரித்தாள்.

“ஏன் சிரிக்கிறீங்க?”

“ஒரு மாசம்தான் இங்க தங்க வந்திருக்கிறீர்கள். ஏற்கெனவே பதினைந்து நாள் ஆச்சு. மீதி எவ்வளவு நாள் தங்குவீர்கள் என்று எனக்குத் தெரியாதா?”

“சரி.”

“அம்மா கடைக்குப் போயிருக்காங்க.”

“தெரியும்”

“அப்பா பேக்டரிக்குப் போயிருக்கார்.”

“தெரியும்.”

“நான் தனியாத்தான் இருக்கேன்.”

அவன் சிரித்தான். அவனுக்குச் சிங்கப்பல் இருப்பதைப் பார்த்தாள். அது அழகாகத்தான் இருந்ததாகப் பட்டது.

“அப்பாவும் இல்லை, அம்மாவும் இல்லை, நீங்கள் தனியாகத்தான் இருக்க முடியும். அதைச் சொல்ல வேண்டுமா.?”

இப்போது அவர்கள் இருவரும் சேர்ந்து சிரித்தார்கள்.

அவன் தன் சட்டையிலிருந்து ஒரு வெள்ளைக் கவரை எடுத்தான்.

"அப்புறமா இதைப் படிச்சுப் பாருங்க" என்றபடி அதை அவளிடம் நீட்டினான்"

"என்ன அது?"

"வாங்கிப் படிச்சுப் பாருங்களேன்! தானே தெரியும்"

"என்னன்னு சொன்னாத்தான் வாங்குவேன்."

அவள் சண்டித்தனம் செய்தாள். அது ஒரு சாகசம். அது ஒரு தூண்டுதல், அது ஓர் அங்கீகாரம், குழந்தைக்குப் பூச்சுக் காட்டல் மாதிரி. தெரிந்துகொண்டே திடுக்கிட்டு ரசிக்க வைக்கிற விளையாட்டு!

"உங்களுக்குப் புரியலையா?"

"ஊகும்"

"நீங்க ரொம்ப அழகாப் பாடறீங்க?"

"ஐஸ்... பாலா, குச்சியா, கோனா?"

"நிஜமாத்தான்."

"நிஜம்மா?"

"சத்தியமாய்"

"போங்க! பொய் சொல்றீங்க"

பேசிக்கொண்டே அவள் அக்கடிதத்தை வாங்கினாள்.

"அடியே... கதவைத் திற..."

தெருவிலிருந்து அம்மா கத்தினாள்.

அம்மாவின் குரலைக் கேட்டதும் "நான் அப்புறமா வர்றேன்" என்றுவிட்டு மாடிப்படியை நோக்கி ஓடினான் மனோகரன். வாசலை ஒட்டி மாடிக்குப் போகும்படி இருந்தது. சௌகர்யமாக இருந்தது அவனுக்கு. அவன் பதறியபடி ஓடுவதையே பார்த்தவாறு நின்று, அதை ஒரு தமாஷாகப் பார்த்து ரசித்துக்கொண்டிருந்த வந்தனாவை, அம்மாவின் குரல் பிடித்து உலுக்கியது.

"டீ சனியனே! எத்தனை நாழிடி என்னை இப்படி வெயில்ல நிறுத்தி வச்சு வறுப்பே? தூங்கு மூஞ்சிப் பிசாசே?"

வந்தனா கடிதத்தை மடக்கி ஜாக்கெட்டுக்குள் செருகிக்கொண்டாள். பெண்களின் ஆடைகள்தான் எத்தனை சௌகர்யமானவை? பிறகே, ஒரு செயற்கையான அவசரத்தை விடுவித்துக்கொண்டு ஓடிச் சென்று கதவைத் திறந்தாள். அம்மா தன்னைவிட உயரமான புடலங்காயை கையில் பிடித்துக்கொண்டு பேய்க் கரும்பைப் பிடித்த பட்டினத்தார் மாதிரி நிற்பதைப் பார்த்து அவளுக்குச் சிரிப்பு பொத்துக்கொண்டு வந்தது. வாயை மூடிக்கொண்டு சிரித்தாள்.

"என்னடி சிரிப்பு வேண்டிக்கிடக்கு அசடே? எத்தனை நாழியா நான் கதவைத் தட்டறது? அங்கே என்ன அடுப்பை எரிய வச்சுக்கிட்டு,

பிரபஞ்சன் ★ 215

சொக்கப்பனை வேடிக்கை பாத்தியாக்கும்.?" என்றபடி காய்கறிகளைக் கொடுத்து விட்டு அம்மா கால் கழுவத் தோட்டத்தைப் பார்த்துச் சென்றாள்.

வந்தனாவின் இதயம் வேகமாக அடித்துக்கொண்டிருந்தது. அந்தக் கடிதத்தை உடன் பிரித்து வாசிக்க வேண்டும் என்ற ஆவல் அவளை மீறிக்கொண்டு வந்தது. அவளுக்கென்று ஓர் அறை உண்டுதான். ஆனால் சமையல் வேலை தொடங்கும் நேரத்தில் அவள் அறையைச் சாத்திக்கொண்டு கடிதத்தை ஆசுவாசமாகப் படிக்க முடியாது. அம்மா வார்த்தைகளால் இரத்தம் வரக் கிழிப்பாள். 'ஆறு மனமே ஆறு' என்று தனக்குள் சொல்லிக்கொண்டாள்.

அம்மா சொல்லிக்கொண்டிருந்தாள். "பாவக்காய் வாங்கி வந்திருக்கேன். மிதி பாவக்காய் நெத்திலிக் கருவாடும் கிடைச்சுது. இரண்டையும் போட்டு வறுத்துடு. சுக்குக் குழம்பு வச்சுரு. வயிறு சரியில்லைன்னு சொல்லிக்கிட்டு இருந்தாரே அவரு! புடலங்காயை ராத்திரிக்கு கூட்டுக்கு வச்சுரு. மசமசன்னு நிக்காதே. அப்பனே ஈஸ்வரா" என்றபடி அம்மா சமையல் அறை நிலையிலே தலை வைத்து படுத்தாள். கடைக்குப் போய் வந்தால், இப்படி சிறிது நேரம் படுத்து ஓய்வெடுத்துக்கொள்ள வேண்டும் அம்மாவுக்கு.

"நான் குளிச்சுட்டு வந்து, சமையலை ஆரம்பிக்கறேம்மா. சோறு வடிச்சாச்சு"

"இன்னேரம் என்ன பண்ணே? குளிச்சிருக்கப்படாதா? தண்ணி சுட வச்சுக் குளி. பச்சைத் தண்ணில குளிக்காதே. சளி பிடிச்சுக்கப் போவுது."

விட்டதுபோதும் என்று காய வைக்கப்பட்டிருந்த டவலையும், மாற்றும் துணிகளையும் உருவிக்கொண்டு, பாத்ரூமுக்குள் புகுந்து கதவைச் சாத்திக்கொண்டாள் வந்தனா. அப்பப்பா! எவ்வளவு நிம்மதி! பிளாஸ்டிக் வாளியில் தண்ணீரைத் திறந்து விட்டுவிட்டு, அவசரமாக அக்கடிதத்தை எடுத்தாள். உறையைப் பிரித்தாள். ஒரு பாட புஸ்தக அளவில் ஆன பேப்பரில் மனோகரன் எழுதியிருந்தான். கோடு போட்ட, மேலே ரோஜாப்பூ அழகாக அச்சடிக்கப்பட்ட வழுவழு பேப்பர் அது. சின்னச் சின்ன எழுத்தில் தெளிவாக எழுதப்பட்ட கடிதத்தைப் படித்தாள்.

"என் இதயத்தில் இடம் பிடித்துக்கொண்ட வந்தனா! உன்னைப் பார்க்கும்போதெல்லாம், எனக்குள் ஒரு வகைப் பரவசம் ஏற்படுகிறது. எப்போதும் உன் அருகில், நீ சுவாசித்த காற்றைச் சுவாசித்துக்கொண்டு இருக்க வேண்டும் என்று என் மனம் ஏங்குகிறது. அது ஏன் வந்தனா? என்னைப் பற்றியே யோசித்துக்கொண்டு வாழ்ந்தவன் நான். இந்த வீட்டுக்குக் குடி வந்த அன்றிலிருந்து, உன்னைப் பற்றியே என்னை யோசிக்க வைத்து விட்டாய்! காலை நேரங்களில் உன்னைப் பார்க்க முடியாதபோது சூரியனே உதயமாகவில்லை என்றே எனக்குத் தோன்றுகிறது. இந்த விசித்திர உணர்வின் பெயர் என்ன, இதற்குப் பெயர்தான் காதலா? எனக்கு அப்படித்தான் தோன்றுகிறது. உனக்கும் அப்படித்தான் இருக்கும் என்றே நம்புகிறேன். பூட்டைத் திறந்துகொண்டு வெளியே வா! கொஞ்சம் பேசலாம்!"

உன் மனோகரன்

மங்கிய வெளிச்சமும், எப்பவும் குளிர்ச்சியுமான அந்த அறையில்கூட அவளுக்கு வியர்த்தது. புறா ஒன்று 'சடசட'வென்று இறக்கைகளைச் சிலிர்த்துக்கொண்டது மாதிரி மனம் சிலிர்த்தது அவளுக்கு. அழ வேண்டும்போலவும் இருந்தது. ஆனால், அழக்கூடாது என்றும் இருந்தது.

அது மனிதர்க்குக் கிடைக்கிற பெருமை, ஒருவகை அங்கீகாரம். நான் உன்னைக் காதலிக்கிறேன் என்பதாகும். உன்னிடம் இருப்பதை எனக்கு எடுத்துக்கொண்டு, என்னை உனக்குத் தருவதும் ஆகிய ஓர் இயற்கை உந்துதலுக்கு, விடுத்துக் கொள்கிற பரஸ்பர அழைப்பு. வாங்குபவரும், தருபவரும் லாபம் கொள்கிற பரிவர்த்தனை! இருவருக்குமே இழப்பு இல்லாத, இருவருமே பெற்றுக் கொள்கிற கொடுக்கல், வாங்கல்! ஒருவரை ஒருவர் அறிந்து கொள்ள நீட்டுகிற அறிமுகச் சீட்டு! அடிப்படையில் காதல் என்பது மனித நாகரிகங்களில் ஒன்று. பேச்சு மொழிக்கு முன் பிறந்த உடம்பு மொழி!

வரிவரியாக மனசுக்குள் மனோ எழுதிய வாக்கியங்கள் ஓடின. அளவாகச் சுண்ணாம்பு தடவுகிற மாதிரி, எவ்வளவு அழகாக எழுதியிருக்கிறான்! அந்தக் கடிதத்தைச் சுக்கல் சுக்கலாகக் கிழித்து பிளஷ்—அவுட்டில் போட்டு வாளித் தண்ணீரை ஊற்றினாள். குளிப்பது என்று உணராமலேயே குளித்தாள். அவளை அறியாமல் அவள் வாய் முணுமுணுத்தது.

"திக்கு தெரியாத காட்டில் - உனைத்
தேடித் தேடி இளைத்தேனே.
பெண்ணே உனதழகைக் கண்டு - மனம்
பித்தம் கொள்ளுதென்று நகைத்தான் - அடி
கண்ணே எனதிரு கண்மணியே - உனைக்
கட்டித் தழுவ மனம்கொண்டேன்...

குளித்துவிட்டு வருகையில் அவளுக்கு ஓர் ஆச்சர்யம் காத்திருந்தது. மனோகரன் அம்மாவுடன் பேசிக்கொண்டிருந்தான். வாசலில் தூணில் சாய்ந்து அவன் அமர்ந்திருக்க, எதிரில் சமையல் அறை வாயிலை ஒட்டி அம்மா சம்மணம் இட்டு அமர்ந்திருந்தாள். நீண்ட நாள் சினேகிதர்கள்போல் அவர்கள் பேசிக்கொண்டிருந்தார்கள்.

"தம்பி தண்ணி கேட்டு வந்தது. பச்சைத் தண்ணி உடம்புக்கு ஆகாது சுடு தண்ணி போட்டிருக்கேன். ஒரு சொம்பிலே ஊத்திக் கொடு வந்தனா" என்றாள் அம்மா.

வந்தனா அவனைக் கோபம் கொண்டவளைப்போலப் பார்த்தாள். தன் அறைக்குள் புகுந்துகொண்டு சும்மா சுற்றிக்கொண்டு வந்த தாவணியை ஒழுங்கு செய்துகொண்டாள். தலையை அவசரமாக வாரி, கொஞ்சம் பவுடரை முகத்தில் பூசிக்கொண்டு, நெற்றிக்குச் சுவரில் ஒட்டி வைத்திருந்த பொட்டை எடுத்து வைத்துக்கொண்டு வெளியே வந்தாள்.

அம்மா சொல்லிக்கொண்டிருந்தாள்.

"வெயிலில் கடை கடையா ஏறி இறங்கிற வேலை, உடம்பு உஷ்ணமாயிடும். வாரத்தில் இரண்டு வேளை, தலைக்கு எண்ணெய் தேய்ச்சுக் குளிக்கணும். உடம்பை சாக்கிரதையாய் பார்த்துக்கணும்."

பிரபஞ்சன் ★ 217

வந்தனாவைப் பார்த்ததும், அம்மா சொன்னாள்:

"இதாம் தம்பி என் பொண்ணு. பத்தாம் கிளாஸ் படிச்சுட்டு வீட்டோட இருக்கு. நல்லா பாட்டுப் படிப்பா. சுமாரா ஆக்குவா. நம்ம சாதி சனத்தோட நல்ல பையனா தேடிக்கிட்டிருக்கோம். முடிஞ்சா, வர்ற தையில கல்யாணத்தை முடிச்சுருவோம்."

"உக்கும், கல்யாணம் இல்லைன்னு எனக்குச் சோறு இறங்க மாட்டேங்குது" என்றாள் வந்தனா. தன் தோளில் இடித்துக்கொண்டு.

"பாரு தம்பி அவ பேசறதை. வயசு பொண்ணைக் கட்டிக் கொடுத்தாதானே எங்களுக்கு பாரம் இறங்கும்?"

"நான் என்ன உன் தோள் மேலயா ஏறி உட்கார்ந்துக்கிட்டு இருக்கேன்?" என்றவள் அடுப்படிக்குப் போய் ஹார்லிக்ஸ் கலந்தாள். இரண்டு டம்ளர் பானத்தையும் எடுத்து வந்து அம்மா முன் ஒன்றும், அவன் முன் ஒன்றும் வைத்தாள்.

"எதுக்குச் சிரமம்.?" என்றான் மனோகரன்.

"ஆமாம், காட்டுக்குப் போயி, கையொடிய விறகொடிச்சி, மாட்டை மேச்சி, பால் கறந்து, சுடவைச்சு ஆத்திக்கொண்டு வர்றேன் பாருங்க... பெரிய சிரமமான காரியம்" தலையை நொடித்துக்கொண்டு சொன்னாள் வந்தனா.

அம்மா சிரித்தாள்.

"வாயாடி... வாயாடி... உனக்கு எந்த ஊமைத்துரை வந்து வாய்க்கப் போறானோ?" என்றாள் அம்மா கவலையுடன்.

"எனக்கு ஊமைத்துரை வேணாம்மா. கட்டபொம்மன்தான் வேணும். கடா மீசை வச்சிருக்கற ராசா."

மனோகரன், மீசையில்லாத தன் முகத்தைச் சுளித்துக்கொண்டான்.

"அடி, ஆத்தே... என் பொண்ணுக்கு கடா மீசைக்காரனைத் தேடி நான் எங்க போவேன்?" என்று பொய்யாய் அலுத்துக்கொண்டாள் அம்மா.

வந்தனா அடுப்படிக்கு ஓடிப் போனாள். தமிழ்ப் பெண்களுக்கு அடுப்பறை கர்ப்ப அறைக்கு அடுத்த இரண்டாவது அறை.

பசுவைக் கொட்டிலில் கட்டிவிட்டு தடவிக் கொடுப்பது மாதிரி சைக்கிளைப் பிளாட்பாரத்தில் நிறுத்தி அதைத் தடவிக் கொடுத்து விட்டு உள்ளே நுழைந்தார் அப்பா. வியர்வையால் நனைந்த நீல யூனிபார்ம் சட்டையை அவிழ்த்து வாசலில் போட்டார்.

"அம்மா வந்தனா, இந்தச் சட்டையை துவைச்சுப் போடேன். ஒரே நாத்தமா நாறுது" என்றார் பெண்ணைப் பார்த்து.

மனோகரன் படியை விட்டு இறங்கி வந்து வாசலில் நின்றான்.

"வாங்க தம்பி, உக்காருங்க..."

போடப்பட்ட நாற்காலி ஒன்றில் அமர்ந்தான் மனோகரன்.

"ஏதாவது விசேஷங்களா?"

“பெரிசா ஒன்றுமில்லை. இன்னிக்கு ஒரு சினேகிதனைப் பார்த்தேன். அவருக்கு வேண்டப்பட்ட குடும்பத்துப் பொண்ணு இன்னைக்கு டவுன் ஹால்லே நடனம் ஆடுதாம். கண்டிப்பா வரச் சொல்லி நாலு டிக்கெட் குடுத்திருக்கா. அந்தப் பொண்ணுகூட சினிமாவில் நடிக்குதாம். நீங்க பிரியா இருந்தா வாங்களேன்”

மனோகரன் பேச்சைக் கேட்டுக்கொண்டு வாசலுக்கு வந்த வந்தனா கேட்டாள்.

“சினிமாவில் நடிக்குதா? ஹ்ஹஹ அப்பா... டேன்ஸ் பார்க்க போவலாம்பா?”

“சினிமா நடிகைன்னா, கொம்பு ஏதாவது முளைச்சிருக்குமாப்பா, சினிமான்னா, இந்தப் பொண்ணுக்கு ஒரே வெறி, அசடு” என்றார் அப்பா.

“ஆமா, அந்தப் பொண்ணு பேரு என்ன சொன்னீங்க” என்று கேட்டாள் வந்தனா.

“ரேவதி”

“உக்கும்... உக்கும்... அப்பா போவலாம்பா...”

அடுப்படியை விட்டு வெளியே வந்த அம்மாவைப் பார்த்து மனோகரன் சொன்னான்.

“அம்மா... நீங்களும் வாங்களேன்”

அம்மாவுக்கு வெட்கம் வந்து விட்டது.

“நான் எங்கேப்பா டேன்சுக்கும் கீன்சுக்கும் வரது? அப்பாவுக்குப் பாட்டு, நடனம் பிடிக்கும். அவரை அழைச்சுக்கிட்டு போங்க.”

“நான் குளிச்சுட்டு வந்திடறேன்...” என்றார் அப்பா.

“ரெடியான பிறகு ஒரு குரல் கொடுங்க. நான் அறையில் இருக்கேன்.”

“சரி.”

மனோகரன் படி ஏறிச் செல்கையில், அம்மா சொன்னாள்:

“மையக் கிழங்கு உண்டை டிபன் செய்திருக்கையே, அவருக்கு ஒன்று கொடேன். நீங்க போங்க தம்பி, மாடிக்கு அனுப்பி வைக்கிறேன்.”

மனோகரன் சந்தோஷத்திலும் ஏகப்பட்ட எதிர்பார்ப்பிலும் தட்டுத் தடுமாறி மாடிக்கு வந்தான். கீழே வந்தனா சொல்வது அவனுக்குக் கேட்டது.

“ஐயோ... நான் மாடிக்குப் போக மாட்டேம்மா!”

அவனுக்கு அது திகைப்பாகத்தான் இருந்தது.

வந்தனா நாட்டிய அரங்கை விட்டு வெளியே வருகையில் முற்றிலும் வேறு மனுஷியாகவே வந்தாள். அவள் சாதாரண வந்தனா அல்ல, சினிமா நடிகை வந்தனா. அவள் நடித்த படம் ஒன்று நூறு நாள் ஓடி பெரும் பரபரப்பை ஏற்படுத்தியிருந்தது. நூறாவது நாள் பரிசுப் பொருளை வாங்க அவள் வருகிறாள். படகுக் காரில் அவள் வந்து இறங்குகிறாள். பார்க்க முண்டியடித்துக்கொண்டு அவளிடம் ஓடி வருகிறார்கள். அவளிடமிருந்து ஆட்டோகிராப் வாங்குகிறார்கள்.

“எப்படியிருந்தது நாட்டியம்?”

“நன்றாகத்தான் இருக்கிறது. ஆனால் இன்னும் எத்தனை காலத்துக்கு கிருஷ்ணன், ராமன் என்று கடவுள்களைப் பற்றிய பாட்டுக்கே அபிநயம் பிடித்து ஆடப் போகிறார்கள்? நிஜமான வாழ்க்கையைப் பற்றி பாட்டு எழுதி, அதுக்கு ஆடினால் என்ன?” என்றார் அப்பா.

மனோகரனுக்குக்கூட ஆச்சரியமா இருந்தது. அப்பாவால் இப்படியெல்லாம் வித்தியாசமாய்ச் சிந்திக்க முடிகிறதே?

“அந்தப் பெண்தான் எத்தனை அழகு?” என்றாள் வந்தனா.

“அதெல்லாம் சும்மா மேக்கப். உங்களைவிட அவள் ஒன்றும் அழகியில்லை. மேக்கப்பினால், பார்க்கச் சகிக்காதவளைக்கூட பேரழகியாக மாற்றிவிட முடியும். அப்படித்தான் ஆக்கியிருக்கிறார்கள். உங்களுக்கெல்லாம் மேக்கப் போட்டால், உங்களுக்குப் பக்கத்தில் நிற்கும் தகுதிகூட, பெரிய ‘ஸ்டார்’ என்று சொல்லிக் கொள்ளும் ஒருத்திக்கும் கிடையாது”

வந்தனாவுக்குக் குளிர் எடுத்தது. இப்படி முகத்தில் அடித்தாற்போல ஒருத்தரால் புகழ முடியும் என்று அவள் நினைத்துக்கூடப் பார்க்க முடியவில்லைதான். அந்த இரவிலும் அவள் முகம் சிவந்துதான் போயிற்று. அப்பா இடைமறித்துச் சொன்னார்.

“அது எப்படி மனோகரன்? அழகே இல்லாத பெண்ணை மேக்கப் ஒன்றினால் மட்டும் அழகாக மாற்றிவிட முடியுமா? ஒன்றை இரண்டாக்கலாமே தவிர, ஒன்றுமே இல்லாததை இரண்டாக்க முடியுமா? மேக்கப் என்ன மந்திரிக்கோலா? தவிரவும் அழகாக இருப்பதுதான் என்ன? அழகு உலகு முழுவதும் ஒன்றாக இல்லையே?”

மனோகரன் பதில் சொல்ல முடியாமல் விழித்தான். ஆனாலும் ஏதோ சொன்னான்.

வந்தனாவுக்கு மட்டும் எரிச்சல் எரிச்சலாய் வந்தது. அப்பா ஏன் அசட்டுத்தனமானக் கேள்விகளையெல்லாம் கேட்டுக்கொண்டிருக்கிறார் என்று தோன்றியது. மனோகரன் சொல்வது தவறாகவே இருக்கட்டுமே, பொய்யாகவே இருக்கட்டுமே, அதனால் என்ன அவை அழகான பொய்கள். மனசுக்குள் இனிமையையும் சந்தோஷத்தையும் மீட்டுகிற பொய்கள். இனிமை தரக்கூடியது. பொய்யாகவே இருக்கட்டுமே? அதை மெய்யாகவேதான் ஏற்றுக்கொள்ள வேண்டும்.

“ஏம்ப்பா... சினிமாவில் நடிக்கிறவங்களுக்குப் பாட்டு, நாட்டியம் எல்லாம் தெரிஞ்சு இருக்கணுமா...?”

“அப்படியொண்ணும் கட்டாயம் இல்லை. நடிகர்களுக்கு, பாட்டு தெரிஞ்சிருக்க வேணுங்கிற காலம் இருந்துச்சு. இப்போதான் பின் பாட்டுக்காரங்க எல்லாம் வந்துட்டாங்களே... நாட்டியம் ஆடவும் தெரியணுங்கிற கட்டாயமும் இல்லை. பத்மினி ஓகோன்னு இருந்த காலத்திலேயே சாவித்திரியும் பிரமாதமா இருக்கத்தானே செஞ்சாங்க...”

அப்பா மிகச் சரியாக விளக்கிக்கொண்டு போனார்.

நிலைமை தனக்குச் சாதகமாக இருப்பதை மனோகரன் உணர்ந்தான்.

“நடிகைக்கு எதுவுமே தேவையில்லை சார்! அவ பொண்ணா இருந்தா மட்டும் போதும். டைரக்டர் ராமராஜ் எனக்கு நண்பர். எனக்கும் அவருக்கும் ‘வாடா, போடா’ என்று பேசிக் கொள்கிற அளவுக்கு சினேகம். சமீபத்தில் அறிமுகப்படுத்தியிருக்கிறாரே பார்வதி என்கிற பெண். அந்தப் பெண்ணுக்கு என்ன தெரியும் என்கிறீர்கள். தமிழ் தெரியாது. டான்ஸ் சுட்டுப் போட்டாலும் வராது. முதல் படத்தில் நடித்து முடிப்பதற்குள் அவளுக்கு எத்தனைப் படம் ‘புக்’ ஆனது என்கிறீர்கள். இருபது படம். ஒரு படத்துக்கு லட்ச ரூபாய். அடையாறில் பங்களா வாங்கிக்கொண்டு செட்டில் ஆகிவிட்டாள் என்றால் பாருங்கள்.”

வந்தனாவுக்கும் தானும் பார்வதி மாதிரி ஸ்டாராகி அப்போதே அட்வான்சும் வாங்கி விட்ட நிறைவு ஏற்பட்டது.

இரவு மிக மெதுவாக நடந்துகொண்டிருந்தது.

இரவுக்குக் கால்கள் இல்லை. எங்கோ படித்தது அவளுக்கு நினைவுக்கு வந்தது. மனம் முழுக்க, தான் சினிமா நடிகை ஆகிவிட்டதாகவே அவள் கற்பனை செய்துகொண்டாள்.

அப்பா அதை விரும்புவாரா, என்கிற சந்தேகம் அவளுக்கு ஏற்படத்தான் செய்தது. அம்மா அந்தப் பேச்சை எடுத்த உடனே, அவள் தலைமுடியை இழுத்துப் போட்டு அடிப்பது நிச்சயம்.

மேலே உஷ்ணம் காரணமாக இருக்குமோ என்று ஒரு கணம் நினைத்தாள். தொடர்ந்து அவன் இருமிக்கொண்டே இருந்தான்.

எழுந்து போய் அவனைப் பார்க்க வேண்டும்போல் தோன்றியது. அவனுக்கும் அப்படித் தோன்றி இருக்குமோ என்று யோசனை வந்தது. மனம் குழம்பிப் போய் இருந்தது. இனி உறங்க முடியும் என்று அவளுக்குத் தோன்றவில்லை. எழுந்து காற்றோட்டமாகத் தோட்டத்துப் பக்கம் போகலாம் என்ற எண்ணம் ஏற்பட்டது. அதைச் செயல்படுத்தினாள்.

நள்ளிரவை ஒட்டிய இரவு. கும்மென்று இரவுக்கே உரிய சப்தங்களுடன் தலையைப் பறக்க விடும் அழுத்தமான காற்று சீராக வந்துக்கொண்டிருந்தது. காய்ந்த எப்போதும் குளிர்ச்சியாகவே இருக்கும் துவைக்கல்லின் மேல் அமர்ந்தாள் அவள். வானம் மிகத் தெளிவாக, மேகங்கள் அற்று, ஒற்றை நிலவோடு விளங்கிக்கொண்டிருந்தது. கட்டற்ற வானம், அவள் மனசுக்குள் ஒரு பாடல் வந்து போனது.

“அன்று வந்ததும் இதே நிலா.

இன்று வந்ததும் இதே நிலா”

தனக்கு மட்டும் கேட்கும் குரலில் அழகாகப் பாடி நிறுத்தினாள் அவள்.

“ரொம்ப அழகாகப் பாடறீங்க” என்ற குரல் கேட்டுத் திடுக்கிட்டுத் திரும்பினாள் வந்தனா. மனோகரன் நின்றிருந்தான். வெட்கத்தில் முழுகி அவள் எழுந்து நின்றாள்.

“இந்த அளவுக்குப் பாடினால் போதும், சினிமாவில் நீங்களே பாடலாம்.”

“நிஜமாவா?”

“சத்தியமாகச் சொல்கிறேன். நம்ம டைரக்டர் ராமராஜாவிடம் நானே உங்களை அழைத்துப் போய் விட்டு விடுவேன். அவர் உடனே உங்களுக்கு ‘சான்ஸ்’ கொடுத்து விடுவார்.”

“நிஜமாத்தான் சொல்றீங்களா?”

“சத்தியமா...”

“அப்படீன்னா மெட்ராஸ் போகணுமே...”

“சினிமான்னா, மெட்ராஸ் போய்த்தான் தீரணும்.?”

“அப்பா அனுமதிக்க மாட்டாரே?”

“அப்படீன்னா இப்படியே, இங்கேயே நீங்க இருக்க வேண்டியதுதான்.”

“என் இஷ்டம்போல நான் வாழ முடியாதா?”

“என்ன உங்க இஷ்டம்?”

“சினிமாவில் நடிக்கிறது. இல்லேன்னா பாடறது.”

“அப்படின்னா என்னோட நீங்க புறப்பட்டுத்தான் தீரணும்.”

“ஐயையோ...”

“ஏன் பயம் வந்தனா? நான் உங்களை நேசிக்கிறேன்.”

“ஐயையோ...” என்றபடி வந்தனா, தன் முகத்தை மூடிக்கொண்டாள். அப்படி மூடிக்கொண்டால் அதற்கு வெட்கம் என்று பொருளாம்.

“இப்படியெல்லாம் நீங்கள் குழந்தையாய் இருந்தால் எப்படி? ஒரு பெரிய ஸ்டாராக வர வேண்டிய நீங்கள் இந்தக் குப்பைக் காட்டில் இருந்துகொண்டு என்ன செய்யப் போகிறீர்கள்?”

“இருந்தாலும் உங்களோட எப்படி...?”

“நாம் வடபழனி கோயிலில் கல்யாணம் பண்ணிக் கொள்வோம். கோடம்பாக்கத்தில் ஒரு வீடு பார்த்து உங்களைக் குடித்தனம் வைக்கிறேன்.”

“பெரியவர்கள் சம்மதம் இல்லாம...”

“அது பற்றி ஏன் கவலைப்படுகிறீர்கள்? நமக்கென்று ஒரு குழந்தை பிறந்தால், இரண்டு பக்கத்துப் பெரியவர்களும் நம்மை மன்னித்து விடுவார்கள்.”

“ஐயோ” என்றபடி மீண்டும் தன் கண்களை மூடிக்கொண்டாள் வந்தனா.

“இப்படியே வெட்கப்பட்டுக்கொண்டு இருந்தால் ஒரு காரியமும் நடக்காது. நான் அடுத்த வாரம் ஊருக்குப் போக வேண்டியிருக்கிறது. அதற்குள் நீங்கள் ஒரு முடிவை எடுக்க வேண்டும்”

“இப்படி அவசரப்படுத்தினால் எப்படி? அப்பாவும் நாளை ஏதோ ஊருக்குப் போகிறார். வர இரண்டு நாள் ஆகும். அவரிடம் பேசித்தானே முடிவெடுக்க முடியும்?”

மனோகரன் யோசித்தான். பிறகு சொன்னான்.

“எனக்கு என்னமோ அப்பா சம்மதம் தருவார் என்று தோன்றவில்லை. நாமே ஒரு முடிவை எடுத்துச் செயல்படுத்துவதுதான் நல்லவழி என்று எனக்குத் தோன்றுகிறது”

அவள் யோசிப்பதாகச் சொன்னாள். அவன், அவள் கையைப் பற்றி அழுத்தமாக ஒரு முத்தம் தந்தான்.

வந்தனா மிகவும் குழம்பித்தான் போனாள்.

அப்பா ஊருக்குப் போய்த் திரும்பி வந்த இந்த இரண்டு நாட்களாய் வேறு மாதிரியாய்த் தெரிந்தார். உம்மென்று முகத்தை வைத்துக்கொண்டு, உத்தரத்தைப் பார்த்துக் கொண்டு காலத்தைக் கழித்தார். அம்மா, வழக்கம்போல அவளை வசை பாடிக்கொண்டே படுத்தும், உறங்கியும், உண்டும் காலத்தைக் கழித்தாள்.

எப்படி ஆரம்பிப்பது என்பது அவளுக்குப் பிரச்சினையாயிற்று. அவள் தோழி கமலா நினைவு வந்தது. கமலாவும் அவள் அப்பா, அம்மாவும் நீண்ட கால நண்பர்களைப்போல, எல்லாவற்றையும் குறித்துப் பேசுவார்கள். அப்பாவை, ஒரு சினேகிதனைப்போலவே கருதி கமலா பேசுவாள். சேர்ந்து பேசுதல், சேர்ந்து சினிமாவுக்குப் போதல், சேர்ந்து சாப்பிடுதல், சேர்ந்து இருத்தல் என்று அவர்கள் மகிழ்ச்சியுடன் வாழ்க்கையைக் கழிப்பதைப் பார்த்துப் பார்த்து மனம் பொருமி இருக்கிறாள் வந்தனா.

கமலாவைப்போல் வந்தனா இல்லை.

வந்தனாவுக்கும் அவள் பெற்றோர்க்கும் இருக்கும் உறவு அடிப்படையில் அன்புகொண்டதாக இருந்தாலும், அந்தரங்கத்தில் பயமும் அச்சமும் கொண்டது. தந்தை என்கிற அச்சம் அவர் பக்கத்தில் அமரக்கூடாது, அவருக்குச் சரிக்குச் சமமாய் இருந்து பேசக்கூடாது என்றெல்லாம் சொல்லிக் கொடுத்தே பழக்கப்பட்டவள் அவள்.

அந்த அச்சமே அவளுக்கு ஆபத்தாய் வந்து அமைந்தது. மனோகரனுக்கும் தனக்கும் இடையே இருக்கும் உறவைப் பற்றித் தன் வீட்டார்க்குச் சொல்ல வேண்டியது இல்லை என்ற முடிவையே அவள் எடுத்தாள்.

இரவுகளில் ஊரும் மக்களும் உறங்கிய பொழுதில் கிணற்றங்கரை ஓரத்தில், பக்கத்தில் இருக்கும் மகிழ மரத்தடியில் சந்திப்பது என்று வழக்கப்படுத்திக் கொண்டார்கள் அவர்கள்.

அவன் அவளிடம் சொன்னான்!

"நாளை இரவு சென்னை மெயிலில் நாம் புறப்படுகிறோம் வந்தனா. சரியாக ஒன்பது மணிக்கு ரயில் புறப்படுகிறது. நீ, உன் தோழி கமலா வீட்டுக்குப் போவதாகச் சொல்லிவிட்டு ஸ்டேஷனுக்கு வந்துவிடு. நான் ஏழு மணிக்குப் புறப்பட்டு, ஒரு நண்பர் வீட்டில் இருந்துவிட்டு, சரியாக எட்டரை மணிக்கு இங்கு வந்து விடுவேன். ஒன்பது மணிக்குப் பிறகு நம் வாழ்க்கைப் பயணத்தை யார் நினைத்தாலும் தடுக்க முடியாது!"

தயக்கத்துடன் தலையை அசைத்தாள் வந்தனா.

வந்தனா முதல் நாள் இரவே தேடிப்பிடித்து எடுத்த சூட்கேசை, எண்ணெய் போட்டுப் பளபளப்பாகத் தேய்த்துத் துடைத்தாள்.

"எதுக்கடி சூட்கேஸ் உனக்கு?" என்றாள் அம்மா.

"கமலாவுக்கு ஒரு பிரண்ட் இருக்காம்மா, சுமதின்னு. அவளுக்கு வேணுமாம்."

“சரி, ஜாக்கிரதையா திரும்பக் கேட்டு வாங்கி வை.” துடைத்தாள். இருப்பதிலேயே சிறந்த துணி மணிகளை எடுத்து வைத்தாள். அப்பாவின் ரகசிய உண்டியலை உடைத்து இருநூறு ரூபாயை எடுத்து வைத்துக்கொண்டாள். சூட்கேசை, மதியத்தில் அம்மா உறங்கும் நேரமாக எடுத்துப் போய் கமலா வீட்டில் வைத்தாள். தெருமுனைப் பெட்டிக் கடையில் வாங்க வேண்டிய பொருள்களை வாங்கி, சாயங்காலம் வந்து எடுத்துக் கொள்கிறேன் என்று கமலாவிடம் சொல்லி வைத்தாள்.

செருப்பை மாட்டிக்கொண்டபோது அம்மா கேட்டாள்.

“எங்கேடி ?”

“கமலா வீட்டுக்கு”

அவள் திரும்பி அம்மாவைப் பார்த்தாள்.

“ஏன்டி கண் கலங்குது ?”

“தூசி விழுந்திடுச்சி.”

அவள் புறப்பட்டாள். ஸ்டேசன் வந்து சேரும்போது அவன் இருந்தான். இதயம் படபடவென்று அடிக்கத் தொடங்கியது. வியர்த்தது. யாரும் பார்க்கக்கூடாது என்று கடவுளை வேண்டிக்கொண்டாள். கடவுள் அவளைக் கைவிடவில்லை.

மணி அடித்து ரயில் நகர்ந்தது.

ஜன்னல் ஓரம் அமர்ந்தாள் அவள். கண்களில் இருந்து கண்ணீர் வழிந்தது அவளுக்கு. இருந்தாலும் தாம் தப்பித்துக்கொண்டோம் என்கிற திருப்தி.

ஓடிக்கொண்டிருந்த வண்டி நின்றது. வண்டி இன்னும் பிளாட்பாரத்தைக்கூடக் கடந்திருக்கவில்லை.

வந்தனா பயத்துடனும் கவலையுடனும் வெளியே பார்த்தாள்.

இரண்டு போலீஸ்காரர்களோடு அப்பா பெட்டியில் ஏறி அருகில் வந்து நின்றார்.

“இவன் தாங்க நான் சொன்ன மனோகரன். பல பெண்களை ஏமாத்தி, சினிமா ஆசைக்காட்டி மெட்ராசுக்கு அழைச்சுக்கிட்டு போய், அவங்களைக் கெடுத்து அப்புறம் வித்துட்டு ஓடுகிறவன். எனக்குச் சந்தேகம், இவன் சொன்ன ஊருக்குப் போயி இவனைப் பற்றி விசாரிச்சுத் தெரிஞ்சுக்கிட்டேன். என் பொண்ணு இவன் மேல ஆசைப்பட்டது, எனக்கு இஷ்டம்தான். பையனைப் பத்தி விசாரிக்கலாம்னு போறப்போ, இவன் வண்டவாளம் தெரிஞ்சுச்சு. நல்லவேளை ஒருவேளை ஒரு நிமிஷம் தாமதமாயிருந்தா வம்பே நடந்திருக்கும்.”

அதிர்ச்சியில் உறைந்து போய் நின்றிருந்த வந்தனா, அப்பாவைப் பாய்ந்து சென்று கட்டிக்கொண்டாள்.

1992

ஆயுள்

நான் பேருந்துக்குள் ஏறி அமர்ந்த தருணம், வண்டியில் நாலைந்து பேர் இருந்தனர். டிரைவருக்கு இடக்கைப் பக்கமாய் இருந்த முதல் இருக்கையில் நான் இடம் பிடித்திருந்தேன். ஜன்னல் ஓர இருக்கை. பயணத்தைச் சந்தோஷமாக்கும் சாதனங்களில் தலையானது அது. எனக்கு நேரே பேருந்தின் கண்ணாடி வழியாகவும், இடப்புறமாகவும் ஓர் உலகம் வழிந்துகொண்டிருந்தது. ஒரு மாநிலத்தின் தலைநகர பேருந்து நிலையம் அது. அழுக்கு, குப்பை மற்றும் ஆபாசங்களின் கொள்ளிடமாக அது இருந்தது.

பேருந்து இப்போது பாதிக்கு மேலாக நிரம்பி இருந்தது.

இரு லாட்டரிச் சீட்டு பையன்கள் வண்டிக்குள் ஏறி சீட்டை வாங்கச் சொல்லி மன்றாடினர். ஐந்து லட்சம், ஒரு கோடி, இரண்டு கோடி என்கிற பெருந்தொகைகள் காற்றில் மிதந்தன. அப்போதுதான் அந்த மனுஷரைப் பார்த்தேன். சீட்டுப் பையன், தன் கையிலிருந்த லாட்டரிச் சீட்டைத் தவறவிட்டாற்போல் அவர் மடியில் விழச் செய்து அவரை வாங்கிக்கொள்ளக் கெஞ்சினான். அந்த மனுஷர் சீட்டைக் கையில் எடுத்துப் பரிசீலித்தார்.

"வாங்கிக்குங்க. ஐயா, கூட்டுத் தொகை ஒன்பது வருது. நிச்சயம் பிரைஸ் அடிக்கும்"

"அடிக்காட்டி?"

"அதிர்ஷ்டம் இருக்கும்னா அடிக்குங்க?"

"அதிர்ஷ்டம் இல்லாடா கண்ணா, அது இஷ்டம். அதுக்கா இஷ்டம் இருந்தா, எதிர்பாராத நேரத்துல வர்றது. நமக்கு அந்த மச்சம் உடம்பு பூராவும் இல்லியேடா!"

"வாங்கிக்குங்க சார்... விடிஞ்சா லட்சாதிபதி சார்... அல்லது கோடீஸ்வரர் ஆயிடுவீங்க சார்..."

இந்த இடத்தில் அவர் என்னைப் பார்த்தார்.

"கோடீஸ்வரனானா, பட்டுத் துணியால கோவணம் தச்சுக்கணும்னு ஆசை. ரொம்ப நாள் ஆசை. பலிக்குதான்னு பார்ப்போம்..."

பேருந்தில் இருந்த பெண்களில் இருவர், ஒருத்தி முகத்தைத் திருப்பிக்கொண்டும், ஒருத்தி வாயைப் பொத்திக்கொண்டும் சிரித்தனர். 'ரொம்ப விவகாரமான ஆளா இருக்கிறாரே' என்று எனக்குத் தோன்றியது. எனக்கு வலப்பக்கமாக அவர் அமர்ந்திருந்தார். தொளதொளத்த கதர்ச்சட்டையும் வேஷ்டியும், ஒடிசலாய், இறுகி கன்னங்கரேலென்று இருந்த அந்த உடம்புக்கு அந்தத் தொளதொளச் சட்டை, விநோதமாக இருந்தது. அப்பா சட்டையை குழந்தை போட்டுக்கொண்டாற்போல, தமாஷாகவும் இருந்தது. பளபளவென்று மின்னிய வழுக்கைத் தலை. பின் கழுத்துக்கு மேலாய் வட்டவடிவமாக, முளைத்திருந்த வெள்ளை முடி, சந்திர வட்டமாய்க் காட்சி அளித்தது. வளைத்தால் ஒடியுமோ என்று எண்ணத்தக்க கூரிய மூக்கு, எதையும் அலட்சியமாய்ப் பார்க்கிற மூடர்களை வாதத்தில் அடக்கி விடுகிற பண்டிதரின் பார்வை.

சட்டையை மேலே தூக்கி, இடுப்பில் கட்டியிருந்த கை அகல பெல்ட்டில் இருந்து ரூபாயை எடுத்தார்.

எண்ணிக்கொண்டே, "இன்னா தரணும்?" என்றார் பையனைப் பார்த்து.

"அஞ்சு ரூபா சார்..."

அந்தப் பெரியவர் சிரித்தார், என்னைப் பார்த்துச் சொன்னார்.

"ரூபா இப்பல்லாம் காசில்லாத கம்மனாட்டியாட்டம் சீரழியறதைப் பாத்தீங்களா தம்பி, அஞ்சு ரூபாங்கறது அந்தக் காலத்துல எவ்வளவு பெரிய தொகை? வீட்டுக் குடக்கூலியே ஒத்த ரூபாதான். வீடுன்னா, இப்ப நீங்கள்லாம் வாசம் பண்ணறீங்களே புறாக் கூண்டு, அதைச் சொல்லலை நான். நாலுகைத் தாழ்வாரம். தோட்டம் உள்ள வீடு. தோட்டத்தில் ஏழெட்டுத் தென்னை, நாரத்தை, வேற. தொட்டு எடுக்கலாம் மாதிரி, கையெட்டுகிற தூரத்துல கங்கா ஜலம் மாதிரி மதுரமா தண்ணி இருக்கிற கிணறு, வழிப்போக்கற ஆளுக, விருந்தாளிக படுத்துப் புரள, ரஸ்தா மாதிரி விசாலமா திண்ணை. திண்ணைன்னா உங்களுக்கு அர்த்தம் விளங்குமோ என்னமோ, மனுஷா மனசுல ஈரம் இருந்த காலத்துல, திண்ணையோடத்தான் வீடு கட்டுவாங்க. வெயிலுல செத்த சனங்க, நிழலுக்கு ஒதுங்கும். வெளியூர் சனம் படுத்து நித்திரை பண்ணும். அப்படியாக்கொத்த வீட்டுக்குக் குடக்கூலியே ஒத்தை ரூபா. ராஜா தலை போட்ட வெள்ளிப்பணம். அழுத்தமான குண்டஞ்சி வேஷ்டி ஒண்ணரை ரூபா. ஒரு பணத்துக்கு, ஒரு பணம் என்கிறது ரெண்டணா—ரெண்டணாவுக்கு நாப்பத்தெட்டு எறா. எறான்னா இம்மாந்தண்டி என் கை அளவுக்கு இருக்கிற எறா. ரெண்டை வறுத்தா ஒருத்தன் தின்ன முடியாது. அஞ்சு ரூபாயை அலட்சியமாக கேக்கறான் இந்த வாண்டு."

டிரைவர் காக்கிச் சட்டையை மாட்டிக்கொண்டு, அவர் இருக்கையில் அமர்ந்து வண்டியைக் கிளப்பினார்.

"இரண்ணே, இன்னும் பத்து நிமிஷம் இருக்கே" என்றார் கண்டக்டர். ஆகவே டிரைவர் ஒரு சிகரெட்டை எடுத்துப் பற்ற வைத்துக்கொண்டார்.

கைலியும், முண்டா தெரியும் படியாகச் சுருட்டி விட்ட முழுக்கைச் சட்டையும், இளம் தாடியும்கொண்ட ஒருவர் வண்டிக்குள் ஏறி, 'ஆயிரம்

வருஷம் கேரண்டி’ சார்... டி. வி. மேலே அழகாக வைக்கலாம். டி. வி. இல்லாதவங்க ஷெல்ப்பிலே வைக்கலாம். அழகுக்காக சார்... ரசிப்புத் தன்மை இருக்கிறவங்க கேட்கலாம்? வெறும் இருபது ரூபாதான் சார்” என்றார். அவரது இரண்டு கைகளிலும் இரண்டு பொம்மை வீடுகள் இருந்தன. மரக்குச்சு, பனை ஓலை, காகித அட்டை, ஆகியவற்றால் செய்யப்பட்ட வீடுகள். பச்சை, சிவப்பு, நீலம் என்று அழுத்தமான வர்ணம் அடிக்கப்பட்டு இருந்தன. கலை நேர்த்திமிக்கவை என்று சொல்ல முடியாது. மூன்றாம் தரப்பண்டம்.

பெரியவர் அந்த பொம்மை வீடு ஒன்றைக் கையில் வாங்கிப் பரிசீலனை செய்துவிட்டு, வியாபாரியிடமே திரும்பத் தந்தார்.

“வாங்கிக்குங்க பெரியவரே. வீட்டுக்கு அழகு! பார்க்க லட்சணம்! விலையைப் பாருங்க. விலை பெரிசில்லே, கலை பெரிசு!”

இதற்குள் அந்த வியாபாரி பயணிகளின் மனசைக் கவர்ந்திருந்தான். என்ன பிரசாரம்? ரசிப்புத் தன்மை வேண்டுமாமே, அவன் பண்டத்தை வாங்க விலை பெரிசில்லை, கலை பெரிசாமே! பெரியவர் அவன் பொம்மையை வாங்க வேண்டும் என்றுகூட பயணிகள் ஆசைப்பட்டார்கள்.

“பெரியவர் ‘வேணாம்’ என்றார் கறாராக.

வியாபாரி,“ஏன் வேணாம்கிறீங்கன்னு காரணத்தையாவது சொல்லுங்களேன்” என்று அடம் பிடித்த மாதிரி சொன்னான்.

“விளக்குமாத்துக்குச்சியில செஞ்ச பொம்மையை இருபது ரூபா கொடுத்து வாங்கினா, அது எத்தனை நாளைக்கு வரும்? தோ பாரு...” அவர் தன் பாக்கெட்டிலிருந்து ஒரு பேனாவை உருவி வெளியே எடுத்தார். கன்னங்கரேலென்று ஓட்டு மீசை மாதிரி அவர் கையில் துலங்கிற்று அந்தப் பேனா. சொருகுகிற இரும்பு, முனையில் குமிழ்ந்து, ஒரு வெள்ளை மிளகு மாதிரி மினுங்கியது.

“இது பேர் பிளாக்—பர்ட்! வெளிநாட்டுப் பேனா, இதை வாங்கி எத்தனை வருஷம் இருக்கும்? தோராயமா சொல்லு பார்ப்பம்”

“இன்னா ஒரு பத்து வருஷம்?”

“கூட இருபத்தைந்து சேர்த்துக்கோ. இன்னும் மழமழன்னு கண்ணாடி மேலே எழுதறது மாதிரி எழுதுது இது. என் பேரன் இதும்மேல ஒரு கண்ணு வச்சிக்கான். அவன் பிள்ளையும் இதுல எழுதப் போறான். அது அல்லவா, பொருளு! ஒண்ணை விலை கொடுத்து வாங்கறோம்னா, அஞ்சு பத்து முக்கியமில்லை நைனா. ஆயுசு முக்கியம், உழைப்பு முக்கியம்!”

பயணிகள் தங்கள் காவிப் பற்களைக் காட்டியபடி வியாபாரியின் முகத்தில் கவியும் ஏமாற்றச் சாயலை, தோத்துப் போன வெட்கத்தைத் துலாம்பரமாகப் பார்த்தார்கள். சாமான்யத்தில் அவன் தோல்வியை ஒப்புக் கொள்வதாக இல்லை.

“பெரியவர்களே... குழந்தை ஆசைப்பட்டா நாலணா கிளு கிளுப்பை வாங்கித் தர்றது இல்லிங்களா? கிளுகிளுப்பை ஆயுசு ஒரு நாளோ, ஒண்ணரை நாளோ நமக்குத் தெரியாதுங்களா? தெரிஞ்சுதானே வாங்கித் தர்றோம், அதும் ஆயுசைப் பார்க்கறமா, நாம?”

டிரைவர் திரும்பி பெரியவரின் முகத்தைப் பார்த்தார். அவர் சொல்லப் போகும் பதிலைக் கேட்டுத்தான் பஸ்ஸை எடுப்பதாக, அவர் தீர்மானம் செய்திருக்க வேண்டும் என்பதாய் இருந்தது அவர் பார்வை.

"கூழாங்கல்லிலே ஆணி அடிச்சுப் பார்க்கிறே" என்றவர், தம் கைப் பையிலிருந்து வெற்றிலைச் செல்லத்தை எடுத்து மடியில் வைத்து நோகாமல் திறந்து, ஓர் ஓலைப்பாக்கை எடுத்து வாயில் அடக்கிக்கொண்டார்.

"கிளுகிளுப்பை ஆண்டு வரும்னு எந்த மடையனும் நினைக்க மாட்டான். உடைக்கிறதுக்குத்தானே அதையே வாங்கறது? கொழந்தை அதைத் தொலைக்கும், ஒடைக்கும், கண்ணைக் கசக்கி விட்டு, உதட்டை பிதுக்கிட்டு நிக்கும்... அப்படி நிக்கிறதைப் பார்க்கிறதுல ஒரு சந்தோஷம். அதுக்காகத்தான் நாலணா செலவழிக்கிறது. வேபாரி... ரம்பை, ஊர்வசி மாதிரித் தேடித் தேடிப் பொண்ணு கட்டறோம். சுண்டினா ரத்தம் கசியற சேப்பு. கழுத்துப் பச்சை நரம்பு காணத் தெரியற நெறம். வெல்வெட்டு நகைப் பொட்டி மாதிரி பிரமை சிந்தற பொண்ணுன்னே வச்சுக்கோ, அவளை ஆளாமே இருந்துடுவோமா? பிரசவத்துல வலிக்குமேன்னு புள்ளைப் பெத்துக்காம இருக்கறமா, என்ன சிலதைத் தெரிந்தேதான் பண்றோம்."

பெரியவரின் வாய்ச்சாலகம் அந்த வியாபாரியை விழுங்கி விட்டது போலும். அவன் இறங்கிக்கொண்டான்.

பஸ், இப்போது நிரம்பி இருந்தது. பெரியவரின் பேச்சைக் கேட்டுக்கொண்டு முன் பக்கத்தில் அமர்ந்திருந்த பயணிகள் மத்தியில் சற்றேறக்குறைய ஒரு 'ஹீரோ' மாதிரியான தோற்றத்தைக் கொண்டுவிட்டிருந்தார் பெரியவர். டிரைவர், பஸ்ஸை இயக்கி, ஜனம் நிறைந்த பகுதிகளைப் பின் தள்ளி, தெருவுக்குக்கொண்டு வந்தார். பயணிகள் தங்கள் கருத்தைத் தெருவுக்குச் செலுத்தி வேடிக்கை பார்ப்பதில் ஈடுபட்டிருந்தனர். எனக்குப் பெரியவருடன் பேச இஷ்டமாக இருந்தது. போன தலைமுறை மனிதர்களிடம், சொல்ல நிறையவே விஷயங்கள் இருந்தன. தம் அனுபவங்களைச் சுவாரஸ்யமாகச் சொல்லும் திறமையும் வாசாலகமும் ஒருவருக்கு இருக்கிறதைத் தெரிந்த பிறகும், பேசாமல் இருப்பது சரியாகாதே. இந்த நேரத்தில் பெரியவர் ஒரு காரியம் செய்தார். என் பக்கத்தில் இருந்து உறங்குவதற்கென்றே டிக்கெட் வாங்கியவர் போன்று அதைச் செய்துகொண்டிருந்தவரை தொடையில் தட்டி எழுப்பித் தன் இடத்தில் அமரச் சொன்னார். அந்த மனிதரும் பணிவான மாணவரைப்போல, பெரியவரின் இடத்தில் அமர்ந்து உறக்கத்தைத் தொடர்ந்தார்.

பெரியவர் என் பக்கத்தில் அமர்ந்து வெற்றிலை போட்டுக்கொண்டார். "புச்சேரிக்கா?" என்றார். "ஆம்" என்றேன் நான்.

"எனக்கும் பூர்வீகம் அந்தப் பக்கந்தான்."

"அப்படியா? எங்கே, எந்த ஊருங்க?"

பெரியவர் கடல் ஓர கிராமம் ஒன்றின் பெயரைச் சொன்னார்.

"அந்த ஊரைப் பார்த்திருக்கேன். அழகான ஊரு. ஊரைச் சுற்றி சவுக்குத் தோப்பு, குழந்தைகளுக்குக் கொலுசு போட்டது மாதிரி. ஊரை

வளைச்சுக்கிட்டு சவுக்க மரம், கடல் மண்திட்டு, பட்டாணிக் கடையில் பொரி குவிச்சு வச்சிருக்கிற மாதிரி இருக்கும்."

"சவாஸ்... நல்லா சொல்லிட்டீங்க. ஆனா நான் அதை விட்டு ஆச்சு அம்பது வருஷம்"

"உத்தியோகம் பண்றாப்பலயா?"

நான் செய்துகொண்டிருந்த வேலையைச் சொன்னேன்.

"உத்தியோகம் ஸ்திரமானதுதானே? ஆயுள் வரைக்கும் பண்ணலாமோ."

"இல்லை. என் எஜமானர் என்னை விரும்புகிற வரைக்கும்!"

"அது என்ன அப்படி?"

"அது அப்படித்தான். எதுதான் ஸ்திரம்? இன்னிக்கு நான் நல்ல வேலைக்காரன்னு அவருக்குத் தோணுது. நாளைக்கே அது இல்லைன்னு படலாம். விலகிட வேண்டியதுதானே? என் போக்கு அப்படித்தான். செய்துக்கிட்டிருக்கிற வேலை எனக்கே பிடிக்காமல் போவும். கால் கடுதாசை கொடுத்து விட்டு, வண்டி ஏறிவிடுவேன்."

பெரியவர் என்னை முழுமையாகப் பார்த்தார்.

"சித்தன் போக்கு சிவம் போக்குன்னு இருப்பீங்களாக்கும்!"

"அதுதான்!"

"ரொம்பச் சங்கடப்பட வேண்டியிருக்குமே"

"எதுக்கும் ஒரு விலை கொடுக்கத்தானே வேண்டியிருக்கு. எனக்குப் பிடிச்ச மாதிரி நான் இருக்கணும்னா, இந்த விலை."

வெற்றிலைச் சாறு நிரம்பிய, உப்பிய கன்னங்களுடன் அவர் என்னைப் பார்த்து கண்களால் சிரித்தார். என் முன்னங்கைகளைத் தட்டினார் செல்லமாக. சாறு வழிந்து விடாமல் தலையை முகட்டுக்கு நிமிர்த்தி, "என்னை மாதிரி இருக்கீங்களே" என்றார். இது பாராட்டா, குற்றச்சாட்டா என்று விளங்காமல்தான் இருந்தது.

மரக்காணத்தை நெருங்கிக்கொண்டிருந்தோம். சவுக்கு மரங்கள், தங்கள் ஒட்டடைத் தலையால் சிலேட்டை அழிப்பதுபோல் வானத்தைத் தேய்த்துக்கொண்டிருந்தன. கோடு போட்டாற்போல வரிசை பிறழாது நின்றன மரங்கள். ஓர் ஆள் தாராளமாக கை உரசாமல் இடையில் புகுந்து நடந்து வரலாம் போன்று இடம் விட்டு நட்டு வைக்கப்பட்டிருந்தன அந்த மரங்கள்.

"அப்பா சவுக்குத் தோப்பு வச்சிருந்தார். பெரிய தோப்பு. நெல்லு பயிறுதான் வச்சிருந்தார். சின்ன வயசுலே, அப்பாவுக்கு களத்து மேட்டுலே சோறுகொண்டு போயிக் கொடுக்கணும் நான். அப்பா களத்துல இறங்கி வேலை பண்றவர். சும்மா கார்வார் பண்றவர் இல்லை. நாற்பத்திரண்டு வயசுல பகவான் அவரை அழைச்சுக்கிட்டார். சாகிறதுக்கு முதல் நாள்கூட, டவுனுக்குப் போயி உரம் வாங்கி வந்தாருன்னா பாருங்களேன். என்னவோ தோணிச்சுன்னு நெல்லு வெறுத்துப் போயி சவுக்கு நட்டார். என்கூடவே வளர்ந்த சவுக்கு கன்னு, எனக்கு நல்லா இருக்கு. என் இடுப்புக்குச் சரியா,

நடையில இருந்த கன்னு வளர்ந்து பெரிசா, என் தலைக்கு மேல போனதை, கிடுகிடுன்னு வானத்துக்கு உசந்ததை நான் பார்த்துக்கிட்டு இருந்தேன். அந்தி சாயற நேரத்துல தோப்புக்குள்ளாற நீங்க இருந்திருக்கீங்களா? ஒரு ஆயிரம் பேரு சொல்லி வச்சுக்கிட்டு சீழ்க்கை அடிக்கிற மாதிரி, அப்படி வயித்தைப் பிசையற மாதிரி, ஒரு சத்தம். மதியமானா, ஆயிரம் யானை கட்டற சங்கிலிகளை ஒண்ணா சேர்த்துக் குலுக்கிற மாதிரி, 'ஒய்ஸ் ஒய்ஸ்'னு ஒரு சத்தம். நாங்க அதை சங்கிலிக் கருப்புசாமி உலாவப் பொறபட்டிருக்குன்னு சொல்லுவோம்."

நான் திரும்பி அந்தச் சவுக்கு மரங்களைப் பார்த்தேன். பேயாய்க் குலுக்கப்படுவது மாதிரி அவற்றின் தலைகள் அதிர்ந்து துடித்தன. ஆவேசம் கொண்டு தலையைச் சுழற்றி ஆடின.

"மனுஷனுக்குப் பயம்னு ஒண்ணு இருக்கில்லையா? அதைத்தான் கருப்பு, சுடலை, பேய், பிசாசு, பூதம்னு ஏற்படுத்தி வச்சுருக்கு. ஆனா, பேயும், பிசாசும் மரத்திலேயும் பாழ் வீட்லயும்தான் இருக்கா? மனுஷன் கிட்டேதான் இருக்கு. எனக்கு அச்சுதப்பனைப் பார்க்கிறபோதெல்லாம் சங்கிலிக் கருப்புன்னே தோணும். அச்சுதப்பன் யாருன்னு கேக்கலிய! எங்க வீட்டுல கார்வார் பண்ணிக்கிட்டு இருந்தவர். இத்தனைக்கும் எங்க வீட்டுத் திண்ணையிலே படுத்துத் தூங்கி, பம்ப் செட்டுலே குளிச்சு, அங்கயே துணி மாத்தி, ஒண்டிக் கட்டையா வாழ்ந்தவர். கல்யாணம் பண்ணிக்கிடலை. பந்தியிலே என்னோடத்தான் உக்கார்ந்து சாப்பிடுவார். எனக்கு ஏவல் பண்ணுவார். ஆனாலும் எனக்கு அவரைக் கண்டாலும் பயம், இத்தனைக்கும் பரமசாது. ஆறரை அடி உயர மனுஷர் அகலமான தோள், பக்கத்துக்கு ஒண்ணா, ஒரு தாரு வாழைக் குலையை வைக்கலாம் மாதிரி தோளு. தும்பிக்கை மாதிரி இறங்கின கையி. ஒரு சாண் அங்குசத்துக்கு, அம்மாம் பெரிய யானை அடங்கலியோ, அது மாதிரி அப்பாவுக்குக் கட்டுப்பட்டவர் அந்த அச்சுதப்பன். அப்பா அற்பாயுசுல போனப்புறமும் அவர்தான் வீட்டுக் காரியங்களைக் கவனிச்சுக்கிட்டு இருந்தார். நான் சின்னப் பையன்தானே..."

பெரியவர் வெற்றிலை போட்டுக்கொண்டார். அச்சுதப்பன் அனுபவிப்பார் மாதிரி கண்களைச் சற்றே மூடிக்கொண்டிருந்து விட்டுத் தன் இடது கை மோதிர விரலைக் காட்டிச் சொன்னார். அவர் விரலில் ஒரு பழைய தேய்ந்து போன மோதிரம் போட்டிருந்தார்.

"அப்பா போன பின்னால, முதல் சவுக்கு வெட்டுல இந்த மோதிரம் பண்ணியது. ரொம்பப் பெரிசா பண்ணினது. அந்த காலத்துல என் விரலுக்கு ரொம்பப் பெரிசு. அதனால, 'நான் போட்டுக்கிட்டு இருந்து அப்புறமா உனக்குத் தரேன்'னு அம்மா சொல்லுச்சு. கொஞ்சம் வளர்ந்த பின்னால, எனக்கு நல்லா ஞாபகம் இருக்கு. ஒரு வெள்ளிக்கிழமை அச்சுதப்பன் மோதிரத்துல நூலைக் கட்டி என் விரல்லே மாட்டினாரு... எனக்கு அது பிடிக்கல்லே. அம்மா அதைச் செய்திருந்தா சந்தோஷப்பட்டிருப்பேன். ஏதோ ஒண்ணு துண்டிச்சு போறாப்போலே, மடிப்பணம் தொலைஞ்சு போனாப்போலே மனசுக்குள்ளே ஒரு வைராக்யம் விழுந்திச்சு..."

வண்டி, இரை விழுங்கின பாம்பைப்போல நிதானமாக ஊர்ந்து கொண்டிருந்தது.

“உன் ஆயுசுக்கும் இந்த மோதிரத்தை விரலை விட்டுக் கழட்டக்கூடாதுன்னு அம்மா சொல்லுச்சு. இதை நீ போட்டிருக்கணும்னு நான் சொன்னேன். நான் போட்டா என்ன, அவர் போட்டா என்னன்னு அம்மா சொல்லுச்சு. எனக்கு அம்மா சொன்ன அந்த பாங்கு, பிடிக்கலை. பட்டுன்னு தோணுச்சு. விட்டுக் கிளம்பிட்டேன்.”

“எங்கே?”

“வீட்டை விட்டுத்தான். அப்போ எனக்கு விவரம் தெரிஞ்சு வயசு பதிமூணு, பதிநாலு இருக்கும்.”

“ரொம்ப கஷ்டப்பட வேண்டி இருக்குமே” என்று மட்டும்தான் என்னால் சொல்ல முடிந்தது.

“அப்படித்தான் ஆச்சு. ஆனா, கிணத்துல இருந்து கடல்லே தூக்கிப் போட்ட மாதிரி ஒரு ஆச்சரியம். ஆச்சரியத்துலேயே கொஞ்ச காலம் போச்சு. அப்புறம் வாழ பழகியாச்சு. எப்படியோ நானும் மனுசனாயிட்டேன்.”

“தாயாரை எப்போ பாத்தீங்க, அப்புறம்?”

“பார்க்கவே இல்லை. ஏதோ ஒரு வைராக்கியம் எனக்குக் கல்யாணம் ஆகி, இரண்டு மூணு குழந்தைங்க ஆனப்புறம்தான் அம்மா காலமாச்சு. தகவல், ரொம்ப தாமதமா வந்துச்சு. அம்மாவுக்குன்னு தலை முழுகினேன். வேறே என்ன பண்ண?

“அச்சுதப்பா என்ன ஆனார்.?”

“அம்மாவுக்கு ரொம்ப முன்னால, அவரும் போய்ச் சேர்ந்துட்டார். வரப்புல நடந்து வர்றையில ஏதோ சுருக்குன்னு காலில் ஏறிச்சாம். கடியோ, முள்ளோ? கால் வீங்கி, ஜன்னி வச்சு, போயிட்டார் பாவம்”

“பிறந்த ஊரு வேர் அத்துப் போச்சு.”

“இல்லே எப்படி அறும்? எங்க அப்பாவும், தாத்தாவும் பிறந்து வளர்ந்த மண்ணு. அவங்க வச்சு பயிராக்கின மரங்கள் இன்னும் இருக்கே. அப்பா கைப்பட பிசஞ்சு பூசின காரை பெயராமே வீடு இன்னும் அரண்மனை மாதிரி இருக்கே. எங்க அப்பாவும் மூதாதைகளும் விட்ட மூச்சு அங்கேயே சுத்திக்கிட்டு இருக்கே? வேர் எப்படி அத்துப் போயிடும்?”

வண்டி காலாப்பேட்டையை நெருங்கிச் சிலரை இறக்கிவிட்டு, பெரும்பாலும் காலியாயிற்று.

“வீட்டுல இப்போ யாரு இருக்காங்க பெரியவரே.”

“அச்சுதப்பா தம்பி இருந்தாம் போலே, அவனும் வேற இடத்துல வீடு கட்டிக் குடிபோறானாம். வீட்டை ஒப்புத்துக்கிடுங்கன்னு போன வாரம்தான் வந்துச் சொல்லிட்டுப் போனான்”

“ஒப்புக்கிட்டாச்சா?”

“இல்லே, அடுத்த வாரம்தான் போகணும். தை பூசத்துக்கு முதல் நாள்தான் அப்பா செத்தாங்க. அன்னைக்குப் போயி விளக்கேத்தி வக்கலாம்னு இருக்கேன். ஆயுளை அங்கயே கழிக்கணும்னு ஆசை.”

“உங்க முகவரி கொடுங்கோ. அந்தப் பக்கம் வர்றச்சே வந்து பார்க்கிறேன்.”

“பேஷா”

இவர் தன் சொந்த வீட்டு முகரியை எழுதிக் கொடுத்தார்.

“பஸ் ஸ்டாப்புலே இறங்கி, நம்ம பேரைச் சொல்லி வீடு எதுன்னு கேளுங்க. பொறந்த குழந்தையும் வழிகாட்டும். பரம்பரை வீடாச்சே.”

என் ஊர் வந்ததும், நான் இறங்க வேண்டி இருந்தது.

“வண்டி கால் மணி நிற்கும். வாங்களேன், ஒரு காபி சாப்பிடலாம்.”

அவர் வெற்றிலைச் செல்லத்தோடு எழுந்தார். நான் முதலில் இறங்கினேன். அவர் இரண்டாம் படியில் இருக்கையில், யாரோ ஒரு அவசரப் பயணி அவரை ஒதுக்கிக்கொண்டு இறங்கவே, அவர் வேட்டி சிக்கித் தடுக்கியது போலும். பெருஞ்சத்தததுடன் கீழே விழுந்தார். அவர் தலை, கொட்டகை இரும்புத் தூணில் மோதியதைக் கேட்க முடிந்தது.

என்ன நடந்தது என்று நான் அனுமானிக்க முடியாது அதிர்ச்சியில் இருந்தேன். கூட்டம் எங்களைச் சுற்றி வளைத்தது. யாரோ அவர் நாடியைப் பிடித்துப் பார்த்து மூக்கிலும் கையை வைத்துப் பார்த்து, உதட்டைப் பிதுக்கியது தெரிந்தது.

1992

சுந்தரன்

ஜானகிராமன் தெருவில் இருக்கும் சார்மினார் லாட்ஜில் நான் தங்கியிருந்தபோதுதான் சுந்தரத்தைச் சந்தித்தேன். அவன் தன் வயது பதினாறு என்றும், ஆறாம் வகுப்புவரை படித்திருப்பதாகவும் என்னிடம் தன்னை அறிமுகப்படுத்திக்கொண்டான்.

எனக்கு அடுத்த அறை நாராயணனுடையது. நானும் சுந்தரமும் என் ஒற்றைக் கட்டிலில் அமர்ந்து பேசிக்கொண்டிருப்பதை நாராயணன் பார்த்து விட்டான்.

"சித்த, ஒரு நிமிஷம் வரேளா?" என்றான்.

நான் எழுந்து அறைக்கு வெளியே சென்றேன்.

"என்ன சார்! ஒரு தோட்டியைக் கட்டிலில் உட்கார வச்சிப் பேசிண்டிருக்கேள்" என்றான் நாராயணன்.

"அதனால் என்ன?" என்றேன் நான்.

என்ன காரணத்தாலோ நாராயணன் உறவு அன்றோடு முறிந்தது.

சுந்தரத்தின் அலுவல், காலை ஐந்து மணிக்கு ஆரம்பிக்கும். எங்கள் லாட்ஜ் மூன்று மாடிகளைக்கொண்டது. முதல் மாடியில் தெருவைப் பார்த்திருக்கும் தனியறை என்னுடையது. காலையில் ஆறு மணிபோல் கண்விழித்து உடனே காப்பி சாப்பிடுகிற பழக்கம் கொண்டவன். சுந்தரம் என்னை எப்படியோ அறிந்திருந்தான். காலையில் எழுந்து கதவுத் தாழ்ப்பாளைத் திறந்து பால்கனியில் வந்து நின்று உலகத்தைப் பார்க்கும் பொழுது, சரியாகச் சுந்தரம் காபியுடன் வந்து என் முன் நிற்பான்.

ஒன்பது மணிக்கு, நான் அலுவலகம் புறப்படுவேன். ஜானகிராமன் தெருவில் இருந்து அண்ணா சிலையின் எதிரில் இருக்கும் உடுப்பி ஹோட்டலில் டிபன் சாப்பிட்டு விட்டு, அருகில் இருக்கும் அலுவலகம் செல்வது என் வழக்கம்.

சுமார் எட்டரை மணிபோல, சுந்தரத்தின் அலுவலகம் முடியும். ஒவ்வொரு தளத்திலும் பன்னிரண்டு அறைகள் இருந்தன. பன்னிரண்டு அறைகளுக்கும் பொதுவாக இரண்டு குளியலறைகளும், இரண்டு டாய்லட்டுகளும் இருந்தன. ஆக மொத்தம் ஆறு குளியல் அறைகளும், ஆறு டாய்லட்டுகளும் அந்த லாட்ஜில் இருந்தன. அதுவுமன்னியில் என் அறையைப்போல மொத்தம் ஆறு அறைகளில் அட்டாச்டு பாத்ரூம்கள் இருந்தன. இந்தப் பன்னிரண்டு டாய்லட்டுகளையும் கழுவி, வீட்டுக்குப் போய்க் குளித்து முடித்துச் சரியாக எட்டரைக்குள் சுந்தரம் என் அறையில் இருப்பான். புரளப் புரளக் கட்டிய கைலியும், புஜம்வரை மடித்துவிட்ட சட்டைக் கையும் அலட்சியமாக நெற்றியில் தீட்டப்பட்ட திருநீற்றுத் துண்டும், நெற்றியில் வந்து விழும் முடியும்தான் சுந்தரம்.

எட்டரை மணிக்கு நான் ஷேவிங் செய்துகொண்டு இருப்பேன். எட்டு முப்பத்தைந்துக்குப் பல் துலக்கல், எட்டு ஐம்பதுக்கு ஸ்நானம் முடிந்து சரியாக ஒன்பது மணிக்கு ஜிப்பா, வேட்டியில் இருப்பேன். என் பையைச் சுந்தரம் எடுத்துக் கொள்வான். அறையைப் பூட்டிக்கொண்டு நான் தெருவுக்கு வந்து நின்று ஒரு சிகரெட் பற்ற வைத்துக்கொள்ளலாமே என்று நினைக்கும்போது சுந்தரம் ஒரு சிகரெட்டையும், தீப்பெட்டியையும் என் முன் நீட்டிக்கொண்டிருப்பான்.

வித்தியாசமாக வாழ்வது, தினம் தினம் தம்மைப் புதுப்பித்துக் கொள்வது என்கிற நல்ல பழக்கத்தை நாம் மறந்து விட்டோம் போலும்.

ஓட்டலில்கூட அப்படித்தான் மனைவியைப் பிரிந்து வெளியூர்களில் லாட்ஜ்களில் வசித்து, ஓட்டல்களில் தங்கி, உண்டு வருகிற எவருக்கும் அதிகாலையில் தோன்றும் பிரச்சினைகள் பலவற்றில் பூதாகரமானது இது. தமிழர்கள் காலைப் பலகாரம் என்று இட்லி, தோசை, பொங்கல், பூரி என்று நான்கு வகையான உணவுகளில் மாத்திரமே தங்களது கற்பனையைக் குறுக்கிக்கொண்டார்கள். நான்கும் சற்றேறக்குறைய ஒரே வகையான ருசியையும் குணநலன்களையும் கொண்டவையாய் இருக்கும். ஒரு நாளில் முதல் பிரச்சினையே இன்று எதை உண்பது என்பதாய் இருக்கும். இந்தப் பலகாரங்களில், அதன் சுவைகளில், அவற்றின் என்றும் மாறாத் தன்மைகளில், மனிதர்களின் மூளை முழுங்கிய கற்பனையில் ஏற்பட்ட வெறுப்பு கொஞ்சம் கொஞ்சமாய்ப் பரவி, சக மனிதர்கள். சக பயணிகள், சக அலுவலர்கள், சக முதலாளி என்று அனைவர் மேலும் படர்ந்தது. கடைசியில் சூரியனின் மேலும் தொட்டு அன்றைய வாழ்க்கையை நரகமாக்கி விடும். இது போன்ற நேரங்களில் எனக்குக் கை கொடுப்பவன் சுந்தரமாக இருப்பான்.

“நேத்துதான் இட்லி, தோசை தின்னோம். அதுக்கு முந்தா நாள் பூரி, கிழங்கு தின்னோம். இன்னிக்கு சாம்பார், வடை காபிபோதும் என்னண்ணே ?”

எனக்கு மிகுந்த ஆறுதலாக இருக்கும்.

கிருஷ்ணாம் பேட்டைச் சுடுகாட்டுக்குப் போகும் வழியில் இரு சாரியிலும் இடுப்பளவு குடிசைகள் இருப்பதை நீங்கள் பார்த்திருக்கக் கூடும். அதில் ஒன்றில் சுந்தரத்தின் குடும்பம் இருந்தது. சுந்தரத்தின் அப்பா தலைமைச் செயலகத்தில் அமைச்சர்களின் டாய்லட்டுகளைக் கழுவி ஜீவித்துக்கொண்டிருந்தார். அம்மா,

ஓர் ஆங்கிலோ இந்தியனின் வீட்டில் சமையற்காரியாக இருந்தாள். ஆகவே, சோற்றுக்கு அவள் கஷ்டப்படவில்லை. சுந்தரத்தின் அப்பாவுக்கு இருந்த ஒரே கஷ்டம், சுந்தரத்துக்குப் பிறகு பிறந்த ஐந்து பெண் குழந்தைகளே!

"ஐந்து பெண்களைப் பெத்ததிலே உங்களுக்கு என்ன சார் கஷ்டம்? ஆம்பளையாப் பொறந்திருந்தா சந்தோஷப்பட்டிருப்பீங்களா?"

"என்ன பண்றது சார்? இதுங்கெல்லாம் படிச்சா உருப்படப் போவுதுங்க? பன்னெண்டு, பதிமூணு வயசிலேயே கட்டிக்கிட்டுப் போயிடுங்க. அத்தினிக்கும் நானேதானே ஒவ்வொண்ணையும் செய்யணும்."

சுந்தரத்தின் ஒருநாள் வாழ்க்கை கட்டுகள் அற்றது. ஆகவே, ஆனந்தமயமானது. காலையில் மூன்று மணி நேரம் சக மனிதர்களுக்காக உழைப்பது, அவனுக்குப் போதுமானதாய் இருந்தது. என்னுடன் டிபன் சாப்பிட்டு ஆபீஸ் வாசல்வரை வந்து, என்னை அலுவலகம் சேர்த்து விட்டு, நான் சிகரெட் வாங்குகையில் அவனுக்கு வாங்கிக் கொடுத்த பீடிக் கட்டோடு, அவன் மீள்வான். மதியம் சாப்பாட்டு நேரம்வரை வீட்டில் இருப்பானாம். சாப்பிட்டு விட்டு ஏதாவது ஓர் எம். ஜி. ஆர். படத்துக்கு மதியக் காட்சிக்குப் போய் விடுவானாம். நான் அலுவலகம் விட்டுத் திரும்பும் மாலை வேளையில் சரியாக ஆஜராகி நிற்பான்.

"காலை பத்து மணிக்கும் சாப்பாடு வேளையான மதியம் ஒரு மணிக்கும் இடைப்பட்ட நேரத்தில் என்னதான்டா செய்கிறாய்?" என்று ஒரு நாள் கேட்டேன்.

"காதல்"

"யாரை?"

"என் மாமன் மகளை."

"எங்கே இருக்கா.?"

"என் வீட்டுக்கு நேர் எதிர் வீட்டில்."

"எவ்வளவு ஆனந்தமான வாழ்க்கை உன்னுடையது. காலை பத்து மணிக்கு என் கழுத்தில் நுகத்தடி, நீயோ பந்தயக் குதிரை பரவாயில்லை. அடுத்தப் பிறவியிலே நீ நானாகவும், நான் நீயாகவும் பிறப்போம்" என்றேன். அவனுக்கு அதில் ஆட்சேபணையில்லை.

கதவு படபடவெனத் தட்டப்பட்டது. எழுந்து. மணியைப் பார்த்தேன். இரண்டு இருபதாகி இருந்தது. கதவைத் திறந்தேன். சுந்தரம், பாம்பை மிதித்தவன் மாதிரி நின்றிருந்தான்.

"என்னடா! இந்த ராத்திரி நேரத்துல?"

"ஒரு தப்பு நடந்து போச்சு அண்ணே."

"என்ன தப்பு?"

அவன் உள்ளே வந்து கட்டிலில் அமர்ந்தார்.

"ஒரு பீடி பத்த வச்சுக்கட்டுமா?"

"செய்"

பற்ற வைத்துக்கொண்டான்.

"என்னோட மாமன் பொண்ணை, யாரோ ஒருத்தன் பரிசம் போட வந்துட்டான். எம் மாமனும் சேர்ந்து அதுக்கு சம்மதிச்சுட்டான். பூஞ்சோலை வந்து என்கிட்ட அழுதுகொண்டு நின்றது. ராத்திரி ஏழு மணிக்கு அவ பைப் தண்ணி அடிக்க வர்றப்ப அவளை இழுத்தாந்து, நம்ப மணி வீட்டிலே வச்சுட்டேன். இப்போ மாமன் வீட்டுக்காரங்க பத்துப் பவுன் நகையோட பொண்ணைக் கடத்திக்கிட்டுப் போய்ட்டேன்னு எம்மேலே புகார் குடுத்திருக்கங்க. காசு வேற குடுத்திருப்பாங்கபோல இருக்கு. போலீஸ்காரங்க முழு மூச்சோட என்னைத் தேடறாங்க. நான் என்ன பண்றது அண்ணே?"

"பூஞ்சோலை பத்திரமா இருப்பா இல்லியா.?"

"இருப்பா"

"அப்ப, கவலைப்படாதே. படு. விடிஞ்சதும் பார்த்துக்கலாம்.

நான் ஒரு பத்திரிகையாளன். ஆகவே போலீஸ் வட்டாரத்தில் எனக்குப் பரிச்சயமான சிலர் இருந்தார்கள். அஸிஸ்டன்ட் கமிஷனர் ஆறுமுகம் என்னை அறிவார். அவருக்குப் போன் செய்தேன். எடுத்த எடுப்பில் அவர் "ரேப்பா" என்றார். "இல்லை, காதல் விவகாரம்" என்றேன்.

"சரி! திருவல்லிக்கேணி இன்ஸ்பெக்டருக்குப் போன் பண்றேன். நீங்க போய்ப் பாருங்க" என்றார்.

சுந்தரத்தை அறையில் வைத்துப் பூட்டிக்கொண்டு நான் போலீஸ் ஸ்டேஷனுக்குச் சென்றேன். கன்னங்கரிய ஒரு மோட்டா ஆசாமி அவர்தான் இன்ஸ்பெக்டர் ராஜேந்திரன் என்றார்கள். ஆறுமுகத்தின் பேரைச் சொன்னேன். அப்புறமா உட்காரச் சொன்னார். "விவகாரம் என்ன" என்றார். "காதல் விவகாரம்தான் சார். நீங்களே கட்டி வச்சுடுங்க" என்றேன்.

"என்ன விவரந்தெரியாத ஆளாயிருக்கீங்க? இது கிட்நாப் கேசு சார். பொண்ணுக்குப் பதிமூணு வயசு, பையனுக்குப் பதினாறு. இதிலே எங்க கல்யாணம் பண்ணி வைக்கிறது?"

அப்படியானால், "சமரசம் பண்ணி வச்சிடுங்க"

"சமரசமா? எப். ஐ. ஆர் போட்டாச்சு சார். கோர்ட்டுக்கு காப்பி போயாச்சு. இப்ப போய் சமரசம் அது இதுன்னுட்டு."

பேங்கில் இருந்த என் சேமிப்பைச் செலவிட வேண்டியதாயிற்று. பூஞ்சோலையை நானே ஆட்டோவில் அழைத்து வந்து, சுந்தரம் அவளைக் கடத்தவில்லை என்றும், அவளே இஷ்டப்பட்டுத்தான் வந்ததாகவும், தனக்குப் பிடிக்காத இடத்தில் பரிசம் போட்டதால்தான் அப்படி செய்த்தாகவும் பத்து பவுன் நகையை, தான் பார்த்ததுகூட இல்லை என்றும் சொன்னதன் பேரில் அவள், அவளுடைய பெற்றோரிடம் ஒப்படைக்கப்பட்டாள்.

சார்மினார் லாட்ஜின் உரிமையாளர் நித்தியானந்தம் நான் இருந்த அந்தப் பகுதியின் மக்கள் அனைவரும் அவரை நன்கு அறிவார்கள். ஒரு பக்திமானாக, ஒரு பெரிய மனிதராக வம்பு வழக்குகள் தீர்க்கிற பஞ்சாயத்துக்காரராக, சுப மற்றும் புண்ணிய காரியங்களுக்கு நிதி உதவும் வள்ளலாக நித்தியானந்தம் அறியப்பட்டார். அவரிடம் நூற்றுக்கும் அதிகமான பேர் மாதச்சம்பளம் பெற்று வாழ்ந்தார்கள். அவர்களில் கடைசி ஊழியன் சுந்தரம்.

சுந்தரத்தை நித்தியானந்தம் அறிய வாய்ப்பில்லை. அவன் சம்பளம் மானேஜர் மூலம் பட்டுவாடா செய்யப்படுகிறது. காதல் விவகாரத்தில் அவன் சிக்கிக்கொண்ட பொழுது சுமார் ஒரு வாரகாலம் அவன் வேலைக்கு வரவில்லை என்கிற குற்றச்சாட்டு எழுந்தது. மானேஜர் "அந்த நாயை லாட்ஜில் சேர்க்கக்கூடாது" என்று உத்தரவு பிறப்பித்து விட்டார். மானேஜர் என்பவனை அந்தப் பெயரால் நாங்கள்தான் அழைத்தோம். அவனை நன்கு அறிந்தவர்கள், அவனைக் கூஜா என்றார்கள். சுந்தரத்துக்காகப் பரிந்துக்கொண்டு நான்தான் போனேன். "எல்லாம் புரிஞ்சுக்கிட்டு நீங்க ஏன் வரணும்? சரி இவ்வளவு சொல்றீங்க, நீங்க சொல்லி நான் கேட்கலைன்னு இருக்கக்கூடாது. நாளைக்கு அவனை வேலைக்கு வரச் சொல்லுங்க" என்றான். கையோடு அப்புறம் நான் சம்பந்தப்பட்டிருந்த சினிமா கம்பெனியில் ஒரு சூப்பர் ஸ்டார் நடித்துக்கொண்டிருந்தார். அவர் ஷுட்டிங்கைத் தன் குடும்பத்தோடு வந்து பார்க்க நான் ஏற்பாடு செய்ய முடியுமா என்று கேட்டான், செய்து கொடுத்தேன்.

சுந்தரத்தின் அப்பா தலைமைச் செயலகத்தில் ஓர் அமைச்சரின் கீழ் வேலைப் பார்த்தார். அந்த அமைச்சர் தென் மாவட்டத்துக்காரர். இவரும் தென்மாவட்டத்துக்காரர். ஆகவே, இருவருக்கும் மனரீதியால் நெருக்கம் இருந்தது. அந்த முகாந்திரத்தால் அமைச்சர் பூஞ்சோலையின் அப்பாவைக் கூப்பிட்டு அனுப்பி அவரிடம் பேசினார்.

"என் குடும்பத்துக்கு எவ்வளவு பெரிய அவமானம் உண்டாக்கி விட்டான் அந்த சுந்தரம்? அவனை வெட்டாம உடறதாவது" என்றார், சுந்தரத்தின் மாமா!

"உலகத்தில் கத்திகள் அநேகம் செய்யப்படுகின்றன என்றும் சுந்தரத்துக்கும் அவன் அப்பாவுக்கும்கூடக் கத்திகள் கிடைக்குமென்றும் அமைச்சர் மிக நிதானமாக எடுத்துரைத்தார். "தான் நினைத்தால் அடுத்த அரை மணியில் சுந்தரத்துக்கும் பூஞ்சோலைக்கும் முதலமைச்சர் முன்னிலையில் திருமணம் செய்து வைக்க முடியும், இந்தச் சவாலை அந்த மனிதர் ஏற்றுக் கொள்கிறாரா" என்று அமைச்சர் அவரிடம் கேட்டார்.

அவர் சவாலை ஏற்றுக்கொள்ள தயாராக இல்லை. ஆனாலும், "மானம் போயிற்று" என்று, மீண்டும் மீண்டும் சொல்லிக்கொண்டிருந்தார். மானம் என்றால் என்ன என்று கேட்டார் அமைச்சர். அவருக்குப் பதில் தெரியத்தான் இல்லை. என்ன இருந்தாலும் உறவுக்காரர்கள் நீங்கள். அந்த உரிமை பற்றி சுந்தரத்துக்கே பூஞ்சோலையைக் கட்டி வைக்கலாம் என்று தீர்ப்பளித்தார் அமைச்சர். "லாட்ஜில் அந்த மாதிரி வேலை செய்யும் ஒரு பையனுக்குத் தன் பெண்ணை எவ்வாறு கட்டி வைக்க முடியும்?" என்று அவர் கேட்டார். அமைச்சர் சுந்தரத்துக்கு ஏதேனும் ஓர் அரசாங்க வேலை வாங்கித் தருவதாக உத்தரவாதம் அளித்தார்.

பூஞ்சோலையின் அப்பாவுக்குப் போன மானம் என்பது மாப்பிள்ளை அரசாங்க உத்தியோகம் செய்வதில்தான் இருக்கிறது என்கிற அரும்பெரும் தத்துவத்தை அன்றுதான் உலகுக்கு அளித்தார் அவர்.

நித்தியானந்தம் பார்க்க அழகாக இருந்தார். தாடி வளர்த்திருந்தார். வெள்ளையும் கறுப்புமாக சிங்கத்தின் தாடி, காரல் மார்க்சுக்கு இருந்தது போன்ற தாடி. மாலைக் காலங்களில் மாதத்துக்கு ஒருமுறை லாட்ஜை

அவர் 'விசிட்' பண்ணுவது உண்டு. அந்த வழக்கப்படி அன்று வந்திருந்தார். அவரின் நிழலாக கூஜாவும் வந்திருந்தான்.

தலையை மட்டும் உள்ளே நீட்டி, "சௌக்கியமா சார்?" என்றார் நித்தியானந்தம்.

என்னைப் போன்றவர்கள் சௌக்கியமாக இருக்க முடியாது. சௌக்கியம் என்று சொல்வது அதர்மம். ஆகவே, எப்படியோ ஒரு வகையாகச் சிரித்து நான் சௌகர்யம் என்பதுபோல நிறுவினேன்.

அந்தப் பதிலுக்குக் காத்திருந்தவர்போல சட்டென்று தலையை விலக்கிக்கொண்டு அவர் அறைக்குள் வந்தார். என் பக்கத்தில் அமர்ந்தார். அவரிடம் பழநி விபூதி மணந்தது.

"ஒரு விஷயம்..."

"சொல்லுங்க..."

"இந்த லாட்ஜை இடித்து நிரவி, இங்கே ஒரு கல்யாண மண்டபம் கட்ட வேண்டும் என்பது அம்மாவின் ஆசை. தயவுசெய்து ஒரு மூணு மாச காலத்துக்குள்ளே காலி பண்ணிடுங்க. அதைச் சொல்லத்தான் நான் ஒவ்வோரு அறையாகப் போய்க்கொண்டிருக்கிறேன்"

"அதுக்கென்ன, ஒரு மாசத்திலேயே நான் காலி பண்ணிடறேன்" என்று நான் சொன்னேன்.

அவர், என்னை விட்டு அகன்ற சில நிமிஷங்களுக்குள் சுந்தரம் வந்தான்.

"ஏதோ விபூதி வாசனை வருதே அண்ணே, நீங்க பூசையே போட மாட்டீங்களே,"

அவர் கூர்மையான புலனுக்கு நான் வாழ்த்துத் தெரிவித்தேன், "லாட்ஜ் ஓனர் வந்திருந்தார்"

"என்னவாம்? வாடகைதான் குடுத்தாச்சே!"

"அதுக்கில்லை, இந்த லாட்ஜை இடிக்கப் போகிறாராம். எல்லோரையும் காலி பண்ணச் சொல்றார்"

"இது ஒரு ஸ்டன்ட்! இப்படிச் சொல்லி உங்களை எல்லாம் கிளப்பிட்டுப் புது ஆட்களை வாடகைக்கு வச்சி வாடகையை ஏத்திடுவாங்க."

இதைத்தான் அசுர வேலை என்று சொல்வார்கள்போல! சரியாக அதே நேரத்தில் நித்தியானந்தமும் கூஜாவும் அறை வாசலைக் கடந்தார்கள். ஒரு பத்தடி தூரம் அவர்கள் நடந்திருப்பார்கள். பாய்ந்து அறை வாசலுக்கு வந்து சுந்தரம் அவர்களைப் பார்த்துக் கூறினான்.

"டேய்! எங்க அண்ணனையா காலி பண்ணச் சொல்றீங்க. ங்கொம்மாளை கீசிடுவேன்" என்றான்.

திகைத்துத் தடுமாற்ற முற்றுத் திரும்பிப் பார்த்த நித்தியானந்தம், உடல் விதிர் விதிர்த்து நடுநடுங்கி வாய் பேசவொண்ணாது கைகால் உதற ஸ்தம்பித்துப் போய் நின்றார். அவரது வாழ்நாளில் இப்படியொரு வார்த்தையை எந்த முனையில் இருந்தும் கேளாதவர் அவர். மௌனமாகப் படியிறங்கிக் காரில் ஏறி டிரைவர் அதைச் செலுத்த சென்றுவிட்டார்.

எனக்குச் சுந்தரத்தின் உயிரைக் காப்பாற்ற வேண்டிய நிர்ப்பந்தம் ஏற்பட்டு விட்டது. உடனே, அவனை அவனுடைய நண்பன் வீட்டுக்கு ஓடிப் போகச் சொன்னேன். நான் சொன்னதை வேத வாக்காகக் கொண்டு உண்மையில் ஓடினான் அவன்.

சுமார் ஒரு மணி நேரத்துக்குப் பிறகு கூஜா எனப்பட்ட மனிதன் பார்த்த மாத்திரத்தில் அடியாட்கள் என்று சொல்லத்தக்க நான்கு பேருடன் அறை வாசலில் தோன்றினான்.

“எங்க சார் அந்தப் பொறுக்கி?”

“அவன் அப்பவே போயிட்டானே?”

“நீங்க கொடுக்கற எடம்தான் அது. அவனை எல்லாம் சரிக்குச் சமானமா உங்க படுக்கை மேலே உட்கார வச்சிப் பேசறீங்க பாருங்க, அதனாலே வந்த வினை இது. இன்னிக்கு ராத்திரிக்குள்ளே அவனை ரெண்டு கூறாக்கிப் போடலேன்னா, நான் ஓர் அப்பனுக்குப் பொறந்தவன் இல்லே.”

அவர்கள் திபுதிபுவென்று படியிறங்கிப் போனார்கள். தெருவில் ஒரு கார் புறப்படும் சப்தம் கேட்டது.

இரவு முழுக்க நான் தூங்கவில்லை. கண் லேசாக அயரும்போது பயங்கரக் கனவுகளே வந்தன, தலை துண்டாடப்பட்ட சுந்தரம். மறுநாள், நான் அலுவலகம் புறப்படும்வரை அவன் வரவில்லை. அன்று மாலையும் அவனைக் காணவில்லை. மறுநாள் மாலை கிருஷ்ணாம் பேட்டை இடுகாட்டை ஒட்டியிருந்த அவன் வீட்டுக்குச் சென்றேன். சுந்தரமும், பூஞ்சோலையும் தனிக்குடித்தனம் போய்விட்டதாகவும், அவர்களின் குடிசை சுடுகாட்டுக்கு அந்தப் பக்கத்தில் இருப்பதாகவும் அவர்கள் சொன்னார்கள். நான் அந்தக் குடிசைக்குச் சென்றேன். சுந்தரத்தின் மனைவியாக இருக்கும் பூஞ்சோலை என்கிற குழந்தை பாண்டி விளையாட வேண்டிய நேரத்தில், அடுப்பில் பானை வைத்துப் பொங்கிக்கொண்டிருந்தது.

“சுந்தரம் எங்கேம்மா?”

“இப்பதான் வெளியிலே போனார்”

“எங்கேன்னு சொன்னானா?”

“இல்லை”

நான் திரும்பினேன். சைதாப்பேட்டையில் எனக்கு ஒருவரைப் பார்க்க வேண்டியிருந்தது. பார்த்துவிட்டு சாராயக் கடைக்குப் பக்கத்தில் இருந்த பள்ளிக்கூட ஸ்டாப்பில் பஸ்சுக்குக் காத்து நின்றேன். சாராயக் கடையில் கூட்டம் தெரிந்தது. ஒரு பொங்கலை ஒட்டிய தருணம் அது. சாக்கணாக் கடையில் விதம் விதமாக வறுக்கப்பட்டும் மற்றும் பொரிக்கப்பட்டும் அகல அகலத் தட்டுகளில் வைக்கப்பட்டிருந்த நண்டுப் பொரியல், ரத்தப் பொரியல், மீன் வறுவல், தலைக்கறி தினுசுகளையெல்லாம் ஆர்வத்துடன் வேடிக்கை பார்த்துக்கொண்டிருந்தேன். காடா விளக்கு வெளிச்சத்தில் நான் அறிந்த ஓர் உருவம் நிழலாடிற்று. உற்றுப் பார்த்தேன். சுந்தரம். அதைவிட ஆச்சர்யம் அவன் பக்கத்தில் அந்தக் கூஜா, நான் விரைந்து அவர்கள் அருகில் சென்றேன்.

சுந்தரத்தின் தோளில் கை வைத்து, “என்னடா! என்ன ஆச்சு! ஏன் நீ ரூம் பக்கமே வரலை?” என்றேன். ‘குப்’பென்று இருவரிடம் இருந்தும் சாராய வாசனை வந்தது.

சுந்தரம் சொன்னான்.

“இந்த ஆளுக்குப் பயந்து நான் வெளியிலேயே வரலை அண்ணே.”

நான் கூஜாவைப் பார்த்துக் கேட்டேன்.

“என்ன சார்! இந்தப் பையனை வெட்டணும் கொல்லணும்னு சொன்னீங்க. இப்ப ரெண்டு பேரும் சேர்ந்து தண்ணி போட்டுட்டு வந்து நிக்கறீங்க”

“என் மொதலாளி, என்னை வேலையை விட்டு நிறுத்திட்டான் சார். ரூம் வாடகையை என் சொந்த உபயோகத்துக்குத் திருப்பிட்டேன். ஓர் அவசரம். ஒரு முடை. பிறகு சரி பண்ணிக்கலாம்னு நெனச்சேன். அதுக்குள்ள முதலாளிக்குக் தகவல் தெரிந்து போச்சு. என்னை வேலையை விட்டு அனுப்பிட்டார். பத்து வருஷமா நான் அவர்கிட்டே வேலையிலே இருந்தேன். ஒரு சின்ன தப்பை அவர் ரொம்பப் பெரிசு பண்ணிட்டார். மனசுக்கு ரொம்பக் கஷ்டமா போயிடிச்சு. அதனாலதான் இப்போ சுந்தரத்துக்கிட்டே வந்து ஏதாவது வாங்கிக்குடுன்னு கேட்டேன். சுந்தரம் நெறைய வாங்கிக் கொடுத்திட்டான்.” என்றான்.

எனக்குக் கோபம் வரவில்லை. எப்படியோ இந்த வெட்டுப் பழியும் குத்துப் பழியும் தீர்ந்து மனிதர்கள் தங்களை மீட்டுக்கொண்டார்களே என்று நிம்மதியாக அவர்களிடமிருந்து விடை பெற்றேன்.

1992

இதுதான் அது

அனு இடிஇடிக்கும் சத்தம் கேட்டு விழித்துக்கொண்டாள்.

அவளுக்கு ஆச்சர்யம், எப்போது ஆரம்பித்தது இந்த மழை! அவள் கணக்கு வீட்டுப் பாடத்தை முடித்துக்கொண்டு படுக்கும்போதுவரை மழை இல்லை. அப்புறம் திருட்டுத் தனமாகப் பெய்யத் தொடங்கியிருக்கும் போலும். மெதுவாக எழுந்து ஜன்னல் ஓரமாய்ப் போய் நின்று வெளியே பார்த்தாள். கொடி முல்லைச் செடி மழையில் நனைந்து கொண்டிருந்தது. காற்றில் அதன் கைகள் அசைந்து ஆடின.

அவள் வளர்க்கிற அந்த மல்லிகைச் செடி குளித்துக் கொண்டு இருக்கிறது. விட்டுவிட்டு இடி சீராக இடித்துக் கொண்டிருந்தது.

மீண்டும் வந்து படுக்கையில் படுத்துக்கொண்டாள். சற்று தூரத்தில், அவளுக்குத் துணையாக அத்தை படுத்துக்கொண்டிருந்தாள். அத்தை படுத்ததும் உறங்கி விடுவாள். மீண்டும் காலையில் காபி போடத்தான் கண் விழிப்பாள். அடுத்த அறையில் அம்மாவும் அப்பாவும் உறங்கிக்கொண்டிருப்பார்கள். மழை சடசடவென்று தொடர்ந்து பெய்துகொண்டேயிருக்கும் ஓசை மட்டும் கேட்டுக்கொண்டேயிருந்தது.

அவளோட முல்லைச் செடி குளித்துக்கொண்டே இருப்பதாக அனு நினைத்தாள். இத்தனை நாழிகை குளித்தால் உடம்புக்கு என்ன ஆவது? சளி பிடித்துக் கொள்ளும் என்று அம்மா சொல்வாள். முல்லைச் செடிக்கு, சளி பிடுக்குமா? பிடித்தால் அது தும்முமா? தொண்டையிலிருந்து அவளுக்குப் போன மழைக் காலத்தில் வந்ததுபோல அரிசி மாதிரி, சளி செடிக்கும் வெளிப்படுமா? வந்தது என்றால் எப்படித் தைலம் தேய்ப்பது? எந்த இடத்தில் தேய்ப்பது?

யோசித்துக்கொண்டு தூங்கிப் போனவள் திடுக்கிட்டு எழுந்தபோது, வெளியே சுவருக்கு வெள்ளையடித்தது மாதிரி, வெளிச்சம் பரவியிருந்தது. போர்வையை உதறிவிட்டு

எழுந்து வெளியே ஓடியவள், நேராக செடியண்டை வந்துதான் நின்றாள். செடி இரவு குளித்த மலர்ச்சியில், புத்தம் புதுப் பொலிவோடு, எண்ணெய் தேய்த்துக்கொண்டு நிற்பது மாதிரி மினுமினுக்கியது. ஏழெட்டு பூக்கள் வேறு ரகசியமாய் எட்டிப் பார்த்தன. பூக்களை மட்டும் செடிக்கு வலிக்காமல் கிள்ளிக்கொண்டு அம்மாவிடம் ஓடி வந்து நின்றாள். அம்மா சின்னச் சின்ன தோசை மாதிரி இட்லிகளை குக்கரில் இருந்து இறக்கிக்கொண்டிருந்தாள்.

"அனு... இன்னும் நீ ரெடி ஆகலையா?"

அனு, கைகளை விரித்து அவள் முகத்துக்கு முன் பிடித்தாள். அம்மா முகம் பூக்கள் குடி ஏறியதுபோல், மலர்ந்தது. அவற்றில் இரண்டை எடுத்துத் தலையில் சொருகிக்கொண்டாள்.

"அத்தை... நம்ப அனு கை ராசி தெரியுமோ! அவதான் அந்தக் கொடியை நட்டது. ரொம்ப சீக்கிரம் பூத்துடுச்சி" என்று அம்மா அத்தையைப் பார்த்துச் சொன்னாள்.

"அம்மா..."

"என்ன கண்ணு."

"முல்லைச் செடிக்கு சளி பிடிக்குமா?"

"என்ன, என்ன கேட்டே?"

"செடிக்குச் சளி பிடிக்குமா?"

"பிடிக்காது ஏன்?"

"நேத்து ராத்திரி பூராவும் அது மழையில குளிச்சுதே"

அம்மா சிரித்தாள், அத்தையும்கூட... சிரிக்க என்ன இருக்கிறது? இந்த பெரியவர்களே, இப்படித்தான்.

"அம்மா..."

"என்னடா கண்ணா?"

"வானத்திலிருந்து ஒரு நட்சத்திரம் காணாமே போயிருக்குமா?"

"என்னத்துக்குக் காணாமே போகணும்."

"அதான் எட்டு பூ செடியிலே வந்துடுச்சே."

அம்மா மீண்டும் சிரித்தாள். அப்புறம் சொன்னாள்.

"பள்ளிக்கூடத்துக்கு நேரம் ஆகாதா, கண்ணா? சீக்கிரம் குளிச்சிட்டு வா. அத்தை கொஞ்சம் கவனியுங்களேன்"

அத்தை அனுவின் கையைப் பிடித்து இழுத்துக்கொண்டு குளியல் அறைக்குள் சென்றாள்.

அனு, நாலாம் வகுப்பு 'சி' படிப்பதாகச் சொல்வாள். அவளுக்கு பிரண்டுகள் யார் என்று கேட்டால், மூன்று பேரைச் சொல்வாள். ஒருவர் தமிழ் டீச்சர் வேதவல்லி மிஸ், அப்புறம் அவளுக்குப் பக்கத்தில் உட்கார்ந்திருக்கும் கே. அம்சா, அப்புறம் தோட்டத்தில் முல்லைக் கொடி. பள்ளிக்கூடம் விட்டதும், நேராக அவள் தோட்டத்துக்கு ஓடுவாள். அங்கு முல்லை, அவளுக்காகக் காத்திருக்கும். இடுப்பு வரைக்கும் வளர்ந்த கொடி, செடியா, கொடியா?

அவளுக்கு அது குழப்பமான விஷயம். மண்ணில் முளைத்துச் சின்னதாய் இருந்தால் அது செடி. தடியாய் பெரிசாய் இருந்தால் அது மரம். எவ்வளவு தெளிவு? அப்படிப் புரிந்து கொள்வது சுலபமாக இருக்கிறது.

காலையில் முகம் கழுவும்போது கொஞ்சம், மாலையில் கொஞ்சம் என்று செடிக்குத் தண்ணீர் விடுவது அவள் கடமை. அவள் அதை ஒழுங்காகச் செய்தாள். அவள் அதனுடன் அடிக்கடிப் பேசுவாள். அதுக்கு வாய்ப்பாடு தெரியும். அதுவும் அவளைப்போல நாளுக்கு நாள் வளரும். என்ன கஷ்டம் அதுக்கு? அம்மா பக்கத்தில் இல்லை, அது ஒன்றுதான். அதன் வீடு அந்தத் தோட்டம்தான். உண்மையில், அதன் தோட்டத்துக்குள்தான் அவர்கள் குடியிருக்கிறார்கள்.

அப்பாவுக்கு ராமு மாமா சினேகிதர், தடிமன் கண்ணாடி போட்டிருப்பார். எப்போதும் கையில் புத்தகம் வைத்திருப்பார். அவர் ஒரு முறை அனுவிடம் சொன்னார்.

“செடி வளர்க்கறியாமே”

“ஆமா மாமா”

“என்னத்துக்கு செடி வளர்க்கறே?”

அனுவுக்குக் காரணம் விளங்கவில்லை. செடி வளர்ப்பது சந்தோஷமாக இருக்கு, பிடித்திருக்கிறது.

அவர் சிரித்து விட்டுச் சொன்னார்.

“அனு எதையாவது வளர்த்துக்கிட்டு இருக்கிறது நல்லது. நாம் வளர்றோம், என்கிறதுக்கு அதுதான் அடையாளம்”

அப்புறம் அந்த மாமா மிகவும் யோசித்துவிட்டுச் சொன்னார்:

“உண்மையில் செடி, கொடி, மரம் எல்லாம் மனுஷனுக்கு முன்னால் தோன்றியவை அல்லவா? மனித குலத்தின் மூத்த சகோதரர்”

ராமு மாமா இப்படித்தான் யாருக்கும் விளங்காமல் பேசுவார்.

அனுவுக்கு நினைக்க நினைக்க ஆச்சர்யமாய் இருந்தது. பூவுக்குள் மணம் எங்கிருந்து வந்தது? வெறும் தண்ணீரைத்தானே அவள் ஊற்றுகிறாள். இரவுகளில் ஒளிந்து ஒளிந்து வந்து, அந்த வெள்ளைப் பூவில் சென்ட் தெளித்து விட்டுப் போகிறவர் யார்? கடவுளா? அவர் எப்படியிருப்பார்? அம்சா வீட்டில்கூட ஒரு ரோஜாச் செடி உண்டே! அதுக்கு வாசனை போடுவதும் கடவுள் தானா? பாவம், கடவுளுக்குத்தான் எத்தனை வேலை? இரவு முழுக்கத் தூக்கம் பிடிக்காத வேலை. அனுவுக்கு கடவுள் மேல் இரக்கமாக இருந்தது.

சரித்திரப் புத்தகத்தில் சாய்ந்த கோபுரத்தை உலகத்து அதிசயம் என்று போடப்பட்டிருந்தது. அப்புறம் கல்லறைத் கட்டடம் ஒன்றும்கூட அதிசயமாம். ஏன் பூவை அதிசயம் என்று போடவில்லை. தமிழ் டீச்சரிடம் அவள் கேட்க முடியும். ஏனெனில் அந்த மிஸ்தான் அவள் ‘பிரண்ட்’ கேட்டாள். அந்த மிஸ் குனிந்து அனுவின் கன்னத்தில் முத்தமிட்டாள். ஏனோ அந்த மிஸ் அழுதாள். அவள் பூவோ பொட்டோ வைத்துக்கொண்டு பள்ளிக்கு வருவதில்லை. வேதவல்லி டீச்சர் குடியிருக்கும் பகுதியில், பூவே கிடைப்பதில்லை போலும்!

அப்பாவும் அம்மாவும் ஏதோ முக்கியமான விஷயங்கள் குறித்துப் பேசிக்கொண்டிருந்தார்கள். அப்பா அலுவலகத்துக்குப் பக்கத்திலேயே, ஒரு வீடு பார்த்திருந்தார்.

அம்மா அலுத்துக்கொண்டு சொன்னாள்.

"அந்த அத்துவானக் காட்டில் யார் குடியிருப்பது? இந்தப் பக்கம் அந்த பக்கம் பத்து மைலுக்கு ஒரு மனுஷ ஜீவன் இருக்கா? ஒரு கடைத்தெரு சினிமா தியேட்டர் இருக்கா? அதோடு எங்க அம்மா வந்து போகச் சிரமம். பஸ் வசதி சுத்தமாக இல்லை. அந்தத் திருடன் வாழ்கிற பொட்டல் பிரதேசத்துக்கு எவள் வருவாள்?"

"ஊருக்குக் கொஞ்சம் தூரம்தான். ஆனால், அங்கும் குடியிருப்பு வரத்தானே போகிறது. ஆபீசில் கொடுத்திருக்கிற குவார்ட்டர்ஸ் மலிவு வாடகை. நான்தான் உன்கூடவே இருக்கப் போகிறேனே, அப்புறம் எதற்குப் பயம்? சாரதா, அங்கே போய்விட்டால், ஒரு நாளைக்கு இருபது மைல் பயணம் மிச்சம், அலுப்பு மிச்சம், பணம் மிச்சம். எவ்வளவு சௌகர்யம்.?"

அவரவர்க்கு அவரவர் கவலை.

"அம்மா" என்று அழைத்தாள் அனு.

"என்னடி"

"நாம வீடு மாறப் போறமா?"

"உங்க அப்பா அப்படித்தான் சொல்றார்"

"அப்படீன்னா செடியை என்ன பண்ணட்டும்?"

"அசடு, போய் விளையாடு. இல்லேன்னா படி."

அனு, நேராக செடியின் முன் போய் நின்றாள். இடுப்புக் குழந்தை மாதிரி அழகாகச் சிரித்தது அது.

"நான் போகப் போறேனே. நாங்க வீடு மாறப் போறோம்."

"..."

"நீ மட்டும் இங்க தனியா இருப்பியா? பயம்மா இருக்காதா உனக்கு?"

"..."

"நான் போய்ட்டா உனக்கு யார் தண்ணீர் ஊற்றுவா? உனக்குப் பசிக்குமே... உனக்கு வாய் இல்லையே..." அனுவுக்கு அழுகை வந்தது.

அன்று இரவு அம்மா, தான் உறங்கப் போகும் முன் அனுவுக்குப் போர்த்திவிட அந்த அறைக்கு வந்தாள். போர்த்தி விட்டவள், அவள் கண்களில் இருந்து வழிந்த கண்ணீர் காய்ந்து கோடிட்டு இருப்பதைப் பார்த்தாள்.

ஒரு லாரியில் அவர்கள் உடைமை ஏறிற்று. பழைய விளக்கு மாரையும் அம்மா மறக்காமல் எடுத்து லாரியில் போட்டாள். அம்மா காலிடப்பா, காலி பேரக்ஸ் டின்கள், எதையும் குப்பையில் போடுவதில்லை. காலி பால்பாயின்ட் பேனாக்கள், காலி பவுடர் டப்பாக்களும் எதுவும் விதி விலக்கில்லை. அம்மாவை அப்பா கேலி செய்வார்.

“சரியான பைத்தியம். பைத்தியம்தான் இந்தப் பழம் பண்டங்களைச் சேர்த்துத் திரியும்.”

“இருந்துட்டுப் போறேன். யார்தான் பைத்தியம் இல்லை. ஒவ்வொரு வயசுல ஒவ்வொரு பைத்தியம். பைத்தியம் என்கிறது என்ன? அதிக ஆசை, அதீதமான ஆர்வம். இருக்கட்டுமே! நீங்க புத்தராக இருங்க.”

அப்பா அழுதுகொண்டு நின்ற அனுவிடம் சொன்னார்:

“அழாதே அனு. நாளைக்கே இந்த வீட்டுக்கு ஆளுங்க வராங்க. அவங்க செடியைக் கவனிச்சுக்கறதா சொல்லியிருக்காங்க. நான் அடிக்கடி அழைச்சு வந்து செடியைக் காட்டறேன்”

அனுவுக்கு ஆச்சர்யம். புது வீட்டைச் சுற்றி ஏராளமான மரங்கள். பெரிய பெரிய தாத்தா மரங்கள் வானத்தைக் கை நீட்டி தொடும் மரங்கள். முந்தி அந்த வீட்டில் இருந்தவர்கள் வளர்த்திருந்த ரோஜாச் செடிகள், சாமந்தி செடி, கீரைச் செடிகள். அது அந்தச் செடிகளின் பிரசன்னத்தில் பழைய முல்லையை மறந்து போனாள். அந்த முல்லைதானே வளர்ந்து மரமாகி நிற்கிறது. சின்னது செடி. வளர்ந்தது மரம். ஒன்றில் ஒன்று. இதனுள் அது.

அவள் குதித்துக்கொண்டு வீட்டுக்குள் ஓடினாள். அம்மா அப்பாவிடம் சொல்லிக்கொண்டிருந்தாள்.

“என்ன இருந்தாலும் பழைய வீடுதான் வீடு. பழகிப் போச்சே, அனு பிறப்பதற்கு முன் குடிபோன வீடு. இது பழக எம்மாங்காலம் ஆகும்? எனக்கென்னமோ, இந்த வீடு ஒட்டலை. பெரிசா இருக்கு, இருந்தும் என்ன? ஹோன்னு யானை மாதிரி இருக்கு. அடக்கமா இல்லை.”

“அம்மா”

“என்னம்மா?”

“இங்கயும் முல்லைச் செடி இருக்கும்மா.”

“இங்கயா? அசடு இங்க ஏது முல்லையும் மல்லிகையும், ரோஜா இருக்கு. கனகாம்பரம் இருக்கு. இன்னும் உனக்குச் செடி பேர்கூடத் தெரியலையே.”

“உனக்குத்தான் தெரியலை, போ.”

“போடி முட்டாள்.”

“நிஜமாத்தாம்மா, சின்னது செடி, இங்கே அது வளர்ந்து மரமாட்டம் நிக்குதும்மா... அதுதாம்மா... அதுதாம்மா இது... இதுல அது இருக்கு”

“ஐயோ பைத்தியமே...”

அம்மா, உள்ளே போனாள்.

அப்பா, அனுவைத் தன்னிடம் அழைத்தார்.

“என்னம்மா சொன்னே, அதுதான் இதுவா?”

அவர் அனுவை அணைத்துக்கொண்டு, திரும்பி வந்துகொண்டிருந்த அம்மாவைப் பார்த்து நையாண்டி தோன்றச் சிரித்தார்.

1992

கனவு

படித்து முடித்து விட்டு, நான் வேலை தேடிக்கொண்டிருந்த காலம் அது. வேலை தேவைப்படும் இளைஞர்களுக்கெல்லாம் வேலை கொடுத்து, அவர்களின் திறமையும் இளமையும் துருப்பிடித்துப் போகாமல் தேச முன்னேற்றத்துக்குப் பயன்படுத்திக் கொள்ளுகிற நாட்டில் நாம் பிறக்கவில்லையே. இந்தியாவில்தானே பிறந்திருக்கிறேன். ஆகவே, இருபத்து ஒரு வயதிலும் அப்பா உழைத்துப் போட சாப்பிட்டு, அப்பா கொடுக்கிற பாக்கெட் மணியில் லாண்டரிச் சலவைத் துணிகளை அணிந்து, கான்டிராக்ட்கார நண்பர் ராமுவின் அலுவலகத்தில் அமர்ந்து நான் பொழுதைப் போக்கிக்கொண்டிருப்பேன்.

அப்படியான ஒரு மாலை. எதிர் நாயர் டீ கடையில் இருந்து ஸ்பெஷல் டீ வரவழைத்துக் குடித்து விட்டு, நானும் ராமுவும் சிகரெட் புகைத்துக்கொண்டு அமர்ந்திருந்தோம். ராமு, அவர் தொழிலில் இருக்கும் பிரச்சினைகளைச் சொல்லிக்கொண்டிருந்தார். அப்பொழுது, பார்த்த மாத்திரத்தில் கிராமத்திலிருந்து வருகிறவர் எனும்படி ஒருவர் படியேறி எங்கள் முன் வந்து நின்றார். சுமார் நாற்பத்து ஐந்து வயதினர். கதர் சட்டையும், வேஷ்டியும் தோள் துண்டும் அணிந்திருந்தார். தமிழர்களுக்குரிய அழகிய கறுத்த நிறம்.

"என் பெயர் தென்கொண்டான்... அல்லிக் குளத்திலிருந்து வருகிறேன்" என்று எங்களிடம் தன்னை அறிமுகப்படுத்திக் கொண்டார். "அல்லிக்குளமா அது எங்கிருக்கிறது?" என்று நான் ஆவலாகக் கேட்டேன். அந்தப் பெயர், ஒரு கவிதை மாதிரி எனக்குள் பல பிம்ப அலைகளை உருவாக்கியது. ஊரின் நடுவே குளம், நீரை மறைத்துக்கொண்டு அல்லிப்பூக்கள், குளக்கரைகளில் வீடுகளை அமைத்துக்கொண்டு வாழ்கிற மக்கள், எவ்வளவு அழகாக இருக்கும்!

"ஆலங்காடு போகிற வழியில், காங்கேயன் பட்டிணத்துக்கு நாலு கல் தள்ளி..."

ராமு பிஸினஸ் பேசத் தயாரானார்.

"உங்கள் ஊருக்கு நான் வந்திருக்கிறேன். ரொம்ப அழகான ஊர், பெரும்பாலும் குடிசைகளும், நாலைந்து மொட்டை மாடி வீடுகளும் உடையது அல்லவா? நல்லது நான் உங்களுக்கு என்ன செய்ய வேண்டும்?"

தென்கொண்டார் முகவாயைத் தடவிக்கொண்டார். மேல் உத்திரத்தைப் பார்த்தபடி சற்று யோசித்தார். அப்புறம் சொன்னார்.

"எனக்கு நீங்கள் ஒரு வீடு கட்டித் தரவேண்டும்"

ராமுவின் முகத்தில் துலாம்பரமாகவே சந்தோஷம் வெளிப்பட்டது.

"அருமையாகச் செய்து விடலாமே! ஏற்கெனவே கட்டி இருக்கிற வீட்டை இடித்துப் புது வீடு கட்டுவதா, அல்லது காலி பிளாட் ஏதேனும் இருக்கிறதா?"

"காலி பிளாட் ஒண்ணு இருக்கு. அதிலேயே கட்டிடலாம்."

"அளவு தெரியுமா?"

"அதெல்லாம் நீங்களே பார்த்துக்குங்க..."

"சரி... நாளைக்கே உங்க ஊருக்கு வர்றோம். பிளாட்டைப் பார்த்து அளவு எடுத்துட்டா, இந்த மாசமே ஒரு நல்ல நாள் பார்த்து வீடு கட்ட ஆரம்பிச்சுடலாம். நீங்க ஏதேனும் பிளான் வச்சிருக்கீங்களா?"

"இல்லை... ஆமா இருக்கு."

"பரவாயில்லை. எதுவானாலும் சொல்லுங்களேன். உங்களுக்கு எப்படி பிடிக்குமோ அது மாதிரி கட்டித் தந்துடலாம்."

அவர் மீண்டும் முகவாயைச் சொரிந்துக்கொண்டார். பிறகு சொன்னார். ஒரு எம். ஜி. ஆர். படத்தின் பெயரைக் குறிப்பிட்டு "அந்தப் படத்தைப் பார்த்திருக்கிறீர்களா?"

"என்ன திடீரென்று சினிமாவைப் பற்றி?"

"சொல்லுங்கள், பார்த்திருக்கிறீர்களா?"

அந்தப் படத்தை நாங்கள் இருவருமே பார்த்திருந்தோம். அதைச் சொன்னோம்.

"வீட்டு நடுவில் இரண்டு பக்கத்திலிருந்தும் படிக்கட்டுக்கள் வைத்துக் கட்டப்பட்ட மாடியைப் பார்த்திருக்கிறீர்களா? எம். ஜி. ஆர். கூட அந்தப் படிக்கட்டில் நின்றுகொண்டு சாட்டையைச் சுழற்றிக் கொண்டே, 'நான் ஆணையிட்டால், அது நடந்து விட்டால்' என்று பாடுவாரே ஞாபகம் இருக்கிறதா?"

"நன்றாக ஞாபகம் இருக்கிறது"

"அது மாதிரி வீட்டுக்கூடத்தில் மாடி வைத்த ஒரு வீடு கட்டிக் கொடுக்க வேண்டும்."

"ஆகா, செய்தால் போயிற்று"

தென்கொண்டார் மிகவும் சந்தோஷமாக விடை பெற்றுச் சென்றார்.

அடுத்த இரண்டாம் நாளே நானும் ராமுவும் அல்லிக் குளம் போனோம். உள்ளங்கை மாதிரி சின்னஞ்சிறு ஊர்தான். வறுமையைக் காட்சிப்படுத்தும் குடிசைகள். போஷாக்கற்ற குழந்தைகள். செம்பட்டைத் தலைமுடிப் பெண்கள். உடம்பு வற்றின மனிதர்கள். மனிதர்களின் கண்கள் நம்பிக்கை வறட்சியால் செத்துக் கிடந்தன. இந்த மனிதர்களுக்கு மத்தியில் வந்து இருக்க நேர்ந்ததே என்று நொந்துகொண்ட ஒரு அம்மன். அவளுக்கென்று ஒரு காரை பெயர்ந்த செங்கல் தெரியும் ஒரு கோயில். கோயிலை ஒட்டிய குளம். குளத்தில் கொஞ்சமே தண்ணீர் இருந்தது. கூம்பியும் கொஞ்சமே விரிந்தும், குடிகாரன் கண்களைப் போன்று சிவந்த அல்லிப்பூக்கள், அதன் மேற்கூரையில் வேட்டைக்குப் புறப்பட்ட போர்ச் சந்ததராய் ஐயனார். கிராமங்கள், அழகு என்று சொல்லப்படுவது, அரசியல் வாக்குறுதியா? ஐயனார் யாரின்மேல் போர் செய்யக் கிளம்புகிறார்.?

ராமு, தன் உதவியாளர்களைக்கொண்டு பிளாட்டை அளந்துக் கொண்டிருந்தார். நான் பூவரச மரத்து நிழலில் நின்றுகொண்டு புகைத்தபடி ஊரை அவதானித்துக்கொண்டு இருந்தேன். மண் பானையில் நீர் சுமந்து வந்த பெண் ஒருத்தி, அளவு எடுக்கும் காட்சியை வேடிக்கை பார்க்க நின்றாள். சில நிமிஷங்களுக்குள் சிறுவர்களின், வயசாளிகளின் கூட்டம் அங்கு வேடிக்கைப் பார்க்க நின்றது. மற்றவர்களை வேடிக்கைப் பார்த்தே வாழ்நாளைக் கழித்த மக்கள். இவர்கள் மத்தியில் மாடி வீடு கட்டிக் கொள்வதே ஒரு பாவம் என்றுகூட எனக்குத் தோன்றியது.

நிழலில் எங்களுக்கு ஒரு கயிற்றுக் கட்டில் போடப்பட்டது. ராமு தன் டயரியில் கணக்குப் போடத் தொடங்கினார். பிறகு சொன்னார்:

“இந்த அளவு நிலத்தில் நீங்கள் சொன்ன மாதிரியில் வீடு கட்ட சுமார் எட்டு லட்ச ரூபாய் தேவைப்படும்.”

“பத்துவரை போனால்கூடப் பரவாயில்லை. நீங்கள் கட்ட ஆரம்பியுங்கள்.”

அல்லிக் குளத்தில் எங்களுக்கென்று ஒரு சின்ன கல்வீடு ஒழித்துக் கொடுக்கப்பட்டது. வாரத்தில் நாலு நாட்களாவது நாங்கள் கட்டட மேற்பார்வை பார்க்க, அல்லிக்குளம் வருவோம். அப்போதெல்லாம் தென்கொண்டார் வீட்டிலிருந்து எங்களுக்குச் சாப்பாடு வரும். முழு சாப்பாடு. தென்கொண்டார் வீட்டுக் காரியஸ்தன் என்ற பெயரில் சுப்பையன் என்கிற ஓர் இளைஞன் இருந்தான். உணவு மற்றும் எங்களுக்குத் தேவைப்படும் டீ, சிகரெட் ஆகியவற்றை எங்களுக்குக் கொண்டு தரும் பொறுப்பு அவனுடையது. எப்போதும் சாப்பாடு எனில் கோழி, மீன், எறா, முட்டை, கீரை, காய்கறிகள், தயிர், அப்பளம் என்று சம்பூர்ண சாப்பாடாகத்தான் இருக்கும். ஞாயிற்றுக்கிழமைகளில், மாலைகளில் விஸ்கி விருந்து என்று மிக கனமான உபசாரங்களோடு எங்களைப் போஷித்தார் தென்கொண்டார்.

அப்பொழுது நாங்கள் முப்பதுகளிலும், தென்கொண்டார் நாற்பத்தைந்திலும் இருந்தாலும், வயசு எங்களைப் பேதப்படுத்தி விடவில்லை. நெருங்கிப் பழக நேர்ந்தபோது அவரைப் பற்றி கூடுதலாக நான் அறிந்து கொள்ள நேர்ந்தது.

தென்கொண்டார்க்கு ஓர் அண்ணன் இருந்தார். மார்த்தாண்டன் என்பது அவர் பெயராம். அல்லிக்குளத்துக்கு முப்பது மைல்களுக்கு அப்பால் இருக்கும் அழகாபுரியில் அவர் இருந்தாராம்.

பத்துப் பதினைந்து வருஷங்களுக்கு முன் அண்ணனுடன் ஏதோ மனஸ்தாபம் ஏற்பட்டு இந்தப் பக்கம் குடி பெயர்ந்தாராம். அவர் சம்சாரம் பூரணலட்சுமியை நான் சில வேளைகளில் பார்த்திருந்தேன். பார்த்த மாத்திரத்தில் மிக மேன்மையான பெண்மணி என்று சொல்லத்தக்க விதத்தில் அவர் இருந்தார். அவர் எங்களுடன் பேசியதில்லை. இருந்தும் தென்கொண்டாரை இயக்குவது என்னமோ அந்தப் பெண்மணி என்று எனக்குத் தோன்றுவதுண்டு. அவர் பேசுவது அந்த அம்மாளின் மூளை என்றும் எனக்குத் தோன்றியது. இதை அவரிடம் கேட்க முடியுமா? சில விஷயங்கள் வார்த்தைப் படக்கூடாதவை.

பெண் குழந்தை வளர்வது மாதிரி கட்டடம் அவசரமாக வளர்ந்து நின்றது. மேற்பூச்சும், பெயின்ட்டும் மட்டும்தான் பாக்கி என்கிற நிலையில், தென்கொண்டார் பூரணலட்சுமியுடனும் பதினெட்டு வயது மகள் அன்னலட்சுமியுடனும், பனிரெண்டு வயது மகன் இளவரசனோடும் வீட்டைப் பார்க்க வந்திருந்தார்.

வீடு, உண்மையில் மிக அழகாக வளர்ந்திருந்தது. விசாலமான முன் வாசல், உள்ளே பரந்த ஹால், இருபுறமும் தனித்தனியாக சகல வசதிகளும் மிக்க அறைகள், ஹாலில் நடுவில் மண்ணில் இருந்து முளைத்தெழுந்தது மாதிரி மாடிப்படிகள், அதன் முடிவில் மாடி அறைகள், அகன்ற மொட்டை மாடி.

ஒரு பெரிய குடும்பம் மிகச் சௌகர்யமாக வாழும் தரத்தில் அந்த வீடு இருந்தது.

"எப்படி இருக்கு தென்கொண்டார்?" என்றேன்.

"மனசுல இருக்கிற சித்திரவதை, அப்படியே கல்லால் கட்டிக் கொடுத்துவிட்டார் உங்கள் சினேகிதர்" என்றார் அவர்.

அந்த அம்மாள் ஸ்தம்பித்து வாய்பேச முடியாமல் நிற்பதை என்னால் பார்க்க முடிந்தது. என்னவோ, ரகசியங்கள் அவர்களிடம் பொதிந்திருக்கும் என்று எனக்குத் தோன்றியது. அவர்களே சொல்லாமல் நான் கேட்பது எங்ஙனம்?

கிருஹப் பிரவேசத்துக்கு என்னால் இருக்க முடியாத நிலை நேர்ந்தது. இந்தியப் தலைநகரில் எனக்கு ஏதோ ஒரு வேலை கிடைத்து, நான் கிளம்பி விட்டேன். ரொட்டித் தேடி அலைவதுதானே வாழ்க்கையின் பொருள் என்று கூறுகிறார்கள். நான் அழுக்கும் ஆபாசமும் குப்பையும் அநீதியும் சினிமாவும் பல்கிப் பெருகிய நகருக்குள் எனக்கான கூண்டைத் தேர்ந்தெடுத்துக்கொண்டு வசிக்கத் தொடங்கினேன். என் காலடியில் இன்னமும் ஒட்டிக்கொண்டிருந்த ஊரின் மணல் துகள்களைக் கழுவி விடவில்லை. நாலைந்து வருஷங்களுக்குப் பிறகு என் அம்மாவின் உடல்நிலையை முகாந்திரமாக்கிக்கொண்டு சொந்த ஊர் திரும்பினேன். அன்று மாலையே ராமுவைப் போய் பார்த்தேன். பொதுவான நலன்களைப் பேசி முடித்தபோது எனக்குத் தென்கொண்டார் நினைவு வந்தது.

"தென்கொண்டார் எப்படியிருக்கார்"

"உம்... இருக்கார்."

"அப்படியென்றால்."

"அவருக்கென்ன நன்றாகத்தான் இருக்கார்."

"அந்த வீட்டை நன்கு பராமரிக்கிறாரா?"

"இல்லை. அதை அண்ணனிடம் விட்டுவிட்டு அவர் குடும்பத்தோடு வேறு வீட்டில் வசிக்கிறார்."

"அந்த வீடு அவர் கனவாயிற்றே?"

"கனவு, விடியும் வரைக்கும்தானே! நீயே அவரிடம் பேசு"

மறுநாள் தென்கொண்டாரைப் பார்க்க அல்லிக்குளம் போனோம். ஒரு சின்னஞ்சிறு கல்வீட்டு வெளியில் கயிற்றுக் கட்டில் போட்டு அமர்ந்திருந்தார். கதர்ச்சட்டை வேஷ்டி மழுங்க சிரைத்த முகம். எங்களைப் பார்த்ததும், "வாங்க... வாங்க" என்று மகிழ்ச்சியுடன் வரவேற்றார். பத்திரிகைச் செய்திப் பற்றி ஏதோ பேசினோம். என்னால் பொறுக்க முடியவில்லை. கேட்டேன்.

"என்ன தென்கொண்டார், கனவை நினைவாக்க அரண்மனை மாதிரி வீடு கட்டிவிட்டு, இந்தச் சின்ன வீட்டுக்கு வந்து விட்டீர்களே...?"

"சாப்பிட்டுக்கொண்டே பேசுவோம்" என்றார்.

சின்ன வெள்ளை ரோஜா மாதிரி உலையப்பமும், தேங்காய்ப்பாலும் சுண்ட வைத்த கோழிக் குழம்பும் சாப்பிட்டோம். பூரண லட்சுமி, சித்திரம் மாதிரி எந்த மாற்றமும் இல்லாமல் இருந்தார். முதுமை அவரை விரல் நீட்டித் தொட்ட மாதிரி சற்றே வதங்கிப் போய் இருந்தார்.

தென்கொண்டார் சொன்னார்.

"வீட்டைக் கட்டிப் பார் என்பார்கள். பார்த்துவிட்டேன். இருபது வருஷங்களுக்கு முன்னால், எனக்கும் என் அண்ணனுக்கும் ஒரு மனஸ்தாபம். அவர் புது வீடு கட்டிக் கிரஹப்பிரவேசம் செய்த அன்றைக்குத்தான் எனக்கும் அவருக்கும் ஏதோ வாய்ச்சண்டை, போடா உருப்படாத பயலே... பன்றிக் குடிசைக்கூட உனக்கு லபிக்காது! அப்படீன்னார். நான் அதைச் சவாலா ஏத்துக்கிட்டேன். பூரண லட்சுமியும், கைக்குழந்தை அன்னலட்சுமியோடும் வீட்டைத் துறந்து புறப்பட்டேன். என் பாகத்துக்கு வந்த நிலத்துல விவசாயம் பண்ணினேன். எல்லாம் நெல்லு போட்டா, நான் கரும்பு போடுவேன். தேக்கங்கன்று ஒரு ரெண்டு ஏக்கர்லே போட்டேன். பதினைந்து வருஷம் தவம் இருந்தேன். மரம் ஒன்று முப்பது நாப்பதாயிரம் போச்சு அள்ளிவிட்டேன் பணத்தை. அண்ணன் சொன்னதை என்னால மறக்க முடியல்லே. பன்றிக் குடிசை இல்லை, அரண்மனைக் கட்டறேன்னு மனசுக்குள்ளே சவால் விட்டுக்கிட்டேன். கட்டியும் முடிச்சேன்.

அவர் எங்கள் இலைகளைப் பார்த்தார்.

"ஆளுக்கு ரெண்டு ஆப்பம் போடும்மா" என்று மனைவிக்குச் சொன்னார். அப்புறம் தொடர்ந்தார்:

"கிரஹப்பிரவேசத்துக்கு அண்ணனைக் கூப்பிட நானும் பூரணமும் பதினைந்து வருஷத்துக்குப் பிறகு சொந்த ஊர் போனோம். அண்ணனைப் பார்த்தேன். அவர் கட்டின புது வீட்டில் அவர் இல்லை. ஒரு சின்னக்

குடிசையில் இருந்தார். ஏன்னு கேட்டேன். மது, மாது, சீட்டாட்டம், சூது, எல்லாம்னார். குந்தித் தின்றால் குன்றும் மாறுமே. எனக்கு வருத்தமா இருந்துச்சு. நான் உனக்குச் சாபம் இட்டேன். அது எனக்கே திரும்பிடுச்சு. இப்ப நான்தான் பன்றிக் குடிசையிலே இருக்கும்படி ஆச்சு என்றார். அப்படி பெரியவர் பேசக்கூடாதுன்னேன். அண்ணனும் அண்ணியும் கிரஹப்பிரவேசத்திற்கு வந்தார்கள். மூன்று நாள் இருந்தார்கள். 'கிளம்பறோம்பா' என்றார்கள், வேணாம், இதுதான் உங்க வீடு அப்படீன்னேன். 'என்னப்பா சொல்றே' என்றார்கள்.

நீங்க இருக்கிற வரைக்கும் இது உங்க வீடு. உங்க ஆயுச்சுக்குப் பிறகுதான் எனக்கு இந்த வீடு. அப்படீன்னேன். அண்ணன் அழுதார்..."

"இப்போ!" என்றேன்.

"அண்ணன் குடும்பம் அங்கே இருக்கு. நான் இங்கே இருக்கேன் அதுதானே நியாயம்"

தென்கொண்டார் எங்களை அந்த வீட்டுக்கு அழைத்துச் சென்றார். சுவர் முழுக்க சாணி வரட்டி, வட்டம் வட்டமாக, ஹால் முழுக்க நெல் காய வைக்கப்பட்டிருந்தது. புழுக்கிய நெல் வாசலில் இரண்டு எருமைகள் கால்வைக்க இடமில்லாமல் சாணி.

"ஐயோ" என்றேன்.

"இல்லை, இது அவர்கள் வாழ்க்கை முறை" என்றார் தென்கொண்டார்.

திரும்பினோம்.

"தென்கொண்டார்! உங்களுக்கு வருத்தம் இல்லையா?"

"இல்லை, வீடு மனிதர்கள் வாழத்தானே, அண்ணன் மனுஷர் இல்லையா?"

"உங்கள் லட்சியக் கனவு?"

"வீட்டைக் கட்டிப் பார்த்தபோது, அது வடிந்து போச்சு. என்ன லட்சியம்? கோபம், வெறுப்பு, பகை எல்லாம் எவ்வளவு அற்பத்தனம்! ராசராசன் எவ்வளவு பெரிய ராஜா? அவன் வீடு இருந்த இடம் யாருக்குத் தெரியும்? அது எங்கே? ஆனா அவன் கட்டின கோயில் மட்டும் ஏன் நிக்குது? தனக்கு என்பது நிலைக்காது. பிறத்தியாருக்கு அப்படிங்கறதுதான் நிக்கும் இல்லையா?"

நான் அவர் கைகளைப் பற்றிக்கொண்டேன்.

1992

தபால்காரர் பெண்டாட்டி

மேற்கிலிருந்து ஹார்ன் சப்தம் வந்தது. அரசமரத்திற்கு அந்தண்டையிலிருந்துதான் அந்தச் சப்தம். தபால்காரர் வருகையைக் குறித்துத்தான் என்பது எங்களுக்குத் தெரியும். அது மாதிரியான ஹார்னை, பஸ்களில் பார்க்கலாம். ஆனால், பஸ்களில் வைத்திருக்கும் ஹார்னுக்கும், எங்கள் ஊர் தபால்காரர் நாம நாயுடு, அவர் சைக்கிளுக்கும் வைத்திருக்கும் ஹார்னுக்கும் வித்தியாசம் இருந்தது. பஸ் ஹார்ன் 'பர் பர்' என்கிற இனிமையற்ற சப்தத்தை எழுப்பும் வகையது. நாயுடு வைத்திருக்கும் ஹார்னோ, இரும்புத் தண்டவாளத்தை மற்றோர் இரும்புத் துண்டால் அடிக்கிற வித்தியாசமான சப்தத்தை எழுப்புவது.

குடியானவர் தெருவும், மேற்கில் ஏரிக்கரைத் தெருவும் சேர்கிற இடத்தில் அரசமரம் ஒன்று இருந்தது. ஊர் மணியக்காரர் பட்டாபி நாயக்கரை விடவும் அது வயசான மரம் என்று நாங்கள் கருதிக்கொண்டிருந்தோம். ஊரின் எல்லை, அரசமரம் என்று தீர்ந்திருந்தது. அரச மரத்திற்கு அந்தண்டை ஏரியும், அதுக்கும் மேல் கருவேலக் காடுமாக எங்கள் ஊர்.

ஹார்ன் சப்தத்தைக் கேட்டதும், எங்கள் உடம்பில் திடுமென இரத்தம் சுரப்பது மாதிரி சந்தோஷ அலைகள் பரவும். எங்கள் என்றது நானும், கோவிந்தனும், சின்னி கிருஷ்ணனும்தான். சப்தத்தைத் தொடர்ந்து சைக்கிளைத் தொடர்ந்து அதைத் தள்ளிக்கொண்டு வருகிற நாயுடுவைச் சந்திக்க நாங்கள் தயாராகி விடுவோம். ஊருக்குள் வருகிற நாயுடு ஒரு நாளும் சைக்கிளில் அமர்ந்து அதை மிதித்துக்கொண்டு வருவதை நாங்கள் கண்டதில்லை. தள்ளிக்கொண்டுதான் வருவார். ஊருக்கு அவர் மரியாதை செலுத்துவது மாதிரி எங்களுக்குப்படும்.

நாயுடுவின் சைக்கிளைப் பார்க்கையில் யாருக்கும் 'பூம்பூம்' மாட்டுக்காரர் ஞாபகம் வராமல் இராது. மாட்டின்

கொம்புகள், சைக்கிளின் ஹாண்டில் பார் எனத் தோன்றும். மாட்டின் முதுகில் மாட்டுக்காரர் தன் துணி மூட்டையைச் சுமத்தியிருப்பார். சைக்கிளின் பாரில் தபால்காரர் தன் தபால் மூட்டையைத் தொங்க விட்டிருப்பார்.

நாயுடு எங்கள் ஊருக்கு வாரம் ஒருமுறை வருவார். வாரம் தோறும்தான் தபால் பட்டுவாடா நடக்கும். இழவு செய்திகள்கூட வாரம் தோறும்தான் கிடைக்கும். அதுபற்றி எங்கள் ஊரில் யாரும் கவலைப்பட்டோ, அலுத்துக்கொண்டா நான் பார்த்ததில்லை. எங்கள் கிராமத்தைக் காருண்யம் மிக்க இங்கிலீஷ் கவர்மென்ட் ஓர் ஊராக அங்கீகரித்து, மேட்டிமை தங்கிய தபால் இலாகா, தம் ஊழியரை அனுப்பி வைக்கிறதே என்கிற பெருமை எங்கள் பெரியவர்களிடம் இருந்தது. தாம் வருவதை கவர்மென்டாருக்கு நிரூபிக்க, ஊர்ப் பெரியவர்கள் நாலு பேரிடம் கையெழுத்தும் வாங்கி கொடுப்பார். அந்த நால்வரில் எங்கள் அப்பாவும் அடக்கம். அப்பா மிகவும் சிரமப்பட்டு, தம் முழுப் பெயரையும் எழுதுவார். “தப்புகிப்பு இல்லையே...” என்று ஆறாம் வகுப்பு படிக்கிற என்னிடம் கேட்பார். நான் எழுத்துக் கூட்டி, “இல்லை” என்பேன். ஒரு சந்தேகம் மாத்திரம் இருக்கும். அப்பா புள்ளி எழுத்துக்களின் மேல் புள்ளி வைக்க மாட்டார். கோடு கிழிப்பார். சரியாகத் தன் பெயர் காணப்பட வேணும் என்பதில் அப்பா குறியாக இருப்பார். ஏனென்றால் கவர்னர் ஜெனரல் ராஜாஜி, அந்தக் கையெழுத்தைப் பார்த்துத்தான், தாண்டவராயன் குப்பத்துக்கு நாம நாயுடு என்கிற தபால்காரர் ஒழுங்காகத் தபால் பட்டுவாடா செய்கிறார் என்கிறதை ருசுப்படுத்திச் சம்பளம் போடுவார் என்று அப்பா கவலைப்படுவார்.

‘கொய்ங்ங்’ என்கிற சப்தம் கேட்டது. சாயங்கால நேரம் அரைச் சாயங்காலம். வாத்தியார் பெண் லட்சுமி, வயசுக்கு வந்து விட்ட காரணத்தால், அன்று மதியத்துக்கு மேல் நடு வீட்டில் உட்கார வைத்து புட்டு சுத்துகிறார்கள். ஆகவே மதியம் எங்களுக்கு விடுமுறை. நாங்கள் கோட்டிப் புல் விளையாடிக்கொண்டிருந்தோம். சத்தம் கேட்டதும் நாங்கள் விளையாட்டை முடித்துக்கொண்டு அரச மரத்தைப் பார்க்க ஓடினோம். நாயுடு, சைக்கிளைத் தள்ளிக்கொண்டு வருவது மாதிரி இருந்தது. நாங்கள் ஓடிப் போய் தபால்காரரைச் சூழ்ந்துகொண்டோம். சின்னி பாடினான்.

> “மஞ்சள் வெயில் காயுது
> மான்குட்டி மேயுது
> தபால்காரன் பொண்டாட்டிக்கு
> தர்ரு புர்ருன்னு போகுது...”

சின்னி, அடி அடியாகச் சொல்வான். நாங்கள் அதை எதிர் வாங்கிக்கொண்டு திருப்பிச் சொல்வோம். மேட்டுத் தெருப் பையன்களும், குட்டிகளும் எங்களுடன் சேர்ந்து கொள்வார்கள். சத்தம் தெருவைப் பிளக்கும். பெரியவர்கள் எட்டிப் பார்ப்பார்கள். “இந்த பசங்க, தபால்காரனை இந்தப் பாடு படுத்தறாங்களே” என்பார்கள்.

நாயுடு, “தோ... போங்கடா... சைக்கிளை ஸ்டாண்டு போட்டு நிறுத்தினேன் பாத்துக்குங்க... உடம்பு தோலை உரிச்சுப் போடுவேன்... கையைக் காலை முறிச்சுப் போடுவேன்...” என்றார். பட்டாளத்துக் கோட்டுப் போட்டு கீழே வேஷ்டி கட்டியிருப்பார். ஸ்டாண்டு போட்டு சைக்கிளை நிறுத்தி

வேஷ்டியை, டப்பாக் கட்டு கட்டிக்கொண்டார். அதற்குள் நாங்கள் மறைந்து போய்விடுவோம். சுற்றும் முற்றும் பார்த்துக்கொண்டார்.

"என்னிக்காவது ஒருநாள் என்கிட்ட மாட்டுவீங்கடா. அன்னிக்கு உங்களை சட்னி பண்ணி தோசைக்குத் தொட்டுக்கல, நான் ராமன் இல்லைடா" என்று சொல்லி ஒரு கெட்ட வார்த்தையையும் உதிர்த்தார். பாரத்தால் சக்கரங்கள் மண்ணில் கோடுபோட சைக்கிளைத் தள்ளிக்கொண்டு நடந்தார். சின்னி மீண்டும் முதலடியை எடுத்தான்.

"மஞ்சள் வெயில் காயுது...
மான்குட்டி மேயுது...
தபால்காரன் பெண்டாட்டிக்கு
தர்ரு புர்ன்னு போகுது"

"லேய்... உங்களை மாரியாயிதான் கொண்டு போவா... என்னைச் சொல்லுங்கடா... எதுக்குடா என் பெண்சாதியை சொல்றீங்க...?" என்றார்.

"உங்களை..." என்றபடி ஸ்டாண்டு போட்டு நிறுத்தினார். அதற்குள் நாங்கள் மாயமாய் மறைந்து போனோம்.

"இருக்கட்டும். ஒரு நாளைக்கு உங்களுக்கு நான்தான் காலன்டா" என்றபடி சைக்கிளைத் தள்ளிக்கொண்டு, பட்டாபி நாயக்கர் திண்ணைக்குப் போய் வண்டியை நிறுத்தி தானும் அமர்ந்தார். நாய்க்கரின் மருமகள், அவருக்குத் தாகத்துக்குத் தண்ணீர்கொண்டு வந்து கொடுத்தாள். அதை நாயுடு அருந்தி தாகம் தீர்த்துக்கொண்டார். தபால் வருகையை அறிந்து பெரியவர்கள் வந்து குழுமினார்கள். அவருடைய கோட்டின் நிறத்திலேயே அமைந்த தபால் பையைப் பிரித்து காகிதக் கட்டை வெளியே எடுத்து, ஒவ்வொருத்தர் பெயரையும் விளித்து அந்தக் கடிதத்தை அவரே படித்து விஷயங்களைச் சொன்னார். பக்கத்திலே இருந்த கோவிந்தனின் வீட்டு முருங்கை மரத்துக்குப் பின்னால் பதுங்கிக்கொண்டு நாங்கள் நாயுடுவை வேடிக்கை பார்த்துக்கொண்டு இருந்தோம்.

அப்புறம் ஊர்க்காரர்களுக்கு, நாயுடு ஆலோசனை சொல்லிக்கொண்டிருந்தார். பெரியவர்களுக்கு நிறைய பிரச்சினைகள். ஊருக்கு இன்னும் பஸ் வரவில்லை, கரன்ட்டும் வரவில்லை. இதையெல்லாம் யாருக்கு எப்படி விண்ணப்பம் போடுவது என்று நாயுடு விளக்கமாகச் சொல்லிக்கொண்டிருந்தார். அப்புறம், கொஞ்ச நேரம் அவர்கள் அரசியல் விஷயங்களில் மூழ்கினர். ராஜகுமாரி நாய்க்கருக்கு அரசியலில் மிகவும் ஈடுபாடு இருந்ததாக எங்கள் வீட்டில் பேசிக் கொள்வார்கள். அந்த நாய்க்கருக்கு ராஜகுமாரி நாய்க்கர் என்று பெயர் வந்ததுகூட ஓர் ஈடுபாடு காரணமாகத்தான். ஒருநாள் இப்படியான சபையில், ராஜாஜிக்கும் சத்தியமூர்த்திக்கும் இடையே நிலவின விவகாரங்களைப் பற்றி நாயுடு சொல்லிக்கொண்டிருந்தாராம். இடையில் சமய சந்தர்ப்பம் தெரியாமல், நாய்க்கர் புகுந்துக்கொண்டு, "பட்டணம் போனா ராஜகுமாரியை பார்க்கலாமா நாயுடு. அந்த அம்மாவைத் தனியாக பார்க்க முடியுமா, இல்லே பாகவதரோட சேர்ந்து இருப்பாங்களா?" என்பதாகக் கேட்டாராம். சபை கொல்லென்று சிரித்ததாம். அதிலே இருந்து அவருக்கு ராஜகுமாரி நாயக்கர் என்று பெயர் வைத்து விட்டார்கள்.

ராஜகுமாரி நாய்க்கர் இருந்துகொண்டு அந்த நேரம் “ஆமா நாயுடு, இந்த சுந்தராம்பா என்ன இப்படி பண்ணிப் போட்டுச்சி? அது ஆச்சாரியார் பக்கம் நிக்காமே, சத்தியமூர்த்தி ஐயருக்கு உதவியா கூட்டம் பேசுதாமே, நீரு கொஞ்சம் சொல்லக்கூடாதா?” என்றார். நாயுடு அதுக்கு ஏதோ விளக்கம் அளித்துக்கொண்டிருந்தார். அப்புறம் நாயுடு, வழக்கம்போல சிறந்த தபால்காரருக்கான விருதை, வெள்ளைக்காரன் கையாலே வாங்கின கதையைச் சொல்லத் தொடங்கினார். மணியக்காரர் மருமகள், “கை நனைச்சுக்கலாமே” என்று வந்து சொன்னாள். தபால்காரருக்கு ஊருக்கு வரும்போதெல்லாம் மணியக்காரர் வீட்டிலே சாப்பாடு நடக்கும். சாப்பாடு முடிந்து அடுத்த ஊரான ராமக்காள் மங்கலத்துக்குப் புறப்படுவார். சமயத்தில் பேச்சு சுவாரஸ்யத்தில் தங்கியும் விடுவார். விடியற்காலம் எழுந்து மணியக்காரர் வீட்டிலே குளித்து ஆகாரம் பண்ணிக்கொண்டு புறப்படுவார்.

நான் பள்ளிக்கூடம் கிளம்பிக்கொண்டிருந்தேன். அப்பா, கூடத்தில் அவருக்கு முதுகை முட்டுக் கொடுத்துக்கொண்டு அமர்ந்தபடி சுருட்டு பிடித்துக்கொண்டிருந்தார். வீடு முழுக்கச் சுகமான புகை பரவிக்கொண்டு இருந்தது. அம்மா, வாசலில் அப்பாவுக்கு வெந்நீர் வைத்துக்கொண்டிருந்தார். அம்மா மேல் பயமே இல்லாமல் ஒரு காக்கை அவள் அருகாகச் சிந்தியிருந்த தண்ணீரைக் குடித்துக்கொண்டிருந்தது. வாசலில் நிழல்.

“யாரது?” என்றார் அப்பா. எட்டித் தெருவைப் பார்த்தேன்.

“யா, நான் தலையாரி வந்திருக்கேன்.”

“என்னடா?” என்றபடி அப்பா, வாசலுக்கு வந்தார். அம்மா எழுந்து அப்பாவைத் தொடர்ந்தார். நான் புஸ்தகத்தை அடுக்கிப் பைக்குள் வைத்துக்கொண்டு இருந்தேன்.

“ஏதோ பஞ்சாயத்துங்களாம்” என்று தலையாரி, பையோடு வெளியே வந்த என்னைப் பார்த்து, “சின்ன ஐயாவையும் அழைச்சுக்கிட்டு, மணியக்காரர் வீட்டுக்கு வரச் சொன்னாங்க.” என்றார்.

அப்பா என்னைப் பார்த்துவிட்டு திரும்பத் தலையாரியிடம் “பஞ் சாயத்துக்கு இவன் என்னத்துக்கு?” என்றார்.

“தெரியாதுங்க” என்றார் தலையாரி.

அப்பா என்னைப் பார்த்தார். எனக்கு வயிறு கலங்கியது.

“யார் இருக்காங்க. மணியக்காரர் வீட்டிலே?”

“தபால்காரர் நாயுடு, அப்புறம் பெரிய குடித்தனக்காரங்க, நாலு பேரு இருக்காங்க.”

அப்பா திரும்பி என்னைப் பார்த்தார். சுருட்டை இழுத்து ஒருமுறை புகைவிட்டார்.

“என்னடா பண்ணே?” என்றார்.

“ஒன்... ஒன்னும் பண்ணலையே” என்றேன்.

“பின்னே, எதுக்கு மணியம் உன்னையும் கூப்பிடறான்” என்றார். அம்மாவைப் பார்த்து, “சின்ன பசங்கள்லாம் பஞ்சாயத்துக்குப் போற காலமா போச்சு” என்றார். தொடர்ந்து என்னைப் பார்த்து பஞ்சாயத்துல

ஏதாவது மாங்காய் அடிச்சே, தேங்கா திருடினேன்னு ஏதாவது வந்துச்சி, அவ்வளவுதான். பயலே அங்கேயே சமாதி வச்சுப்பூடுவேன்" என்றார்.

காலையில் தின்ற நாலு இட்லிகளும் எனக்கு ஜீரணமாகி விட்டது. அம்மாவைப் பார்த்து "பேமானிப் புள்ளையைப் பெத்துட்டு பேசாமே நிக்கிறியே... போய் சால்வையைப் எடுத்தா" என்றார். அம்மா கொண்டு வந்த சால்வையைப் போட்டுக்கொண்டு, "வாடா" என்றபடி புறப்பட்டார். புத்தகப் பையை என்ன செய்வது என்று திகைத்து அப்புறம் அதையும் எடுத்துக்கொண்டு பின் தொடர்ந்தேன்.

மணியக்காரர் வீட்டில் சிறு சபை கூடியிருந்தது. அங்கே கோவிந்தன், சின்னி அவர்களின் அப்பாக்கள் எல்லாம் இருப்பதைப் பார்த்ததும் எனக்குத் திக்கென்றது. தபால்கார நாயுடு என்னைக் கோபத்துடன் பார்த்தார்.

"வாங்க கிராமணி" என்று வரவேற்றார் மணியம். அப்பா, அவர் முன் அமர்ந்துகொண்டார். மணியம் ஆரம்பித்தார்.

"ஒன்றும் இல்லே, சின்னப்பசங்க விவகாரம், நம்ம தபால்கார நாயுடுவைத்தான் உங்களுக்குத் தெரியுமே. ஊருல ஒருத்தர் நமக்கு இருக்கப்பட்டவரு, மழையோ, காத்தோ, வெயிலோ, மப்போ, ஒழுங்கா நம்ம ஊருக்குத் தபால் கொண்டு வர்றாரு. அவரை இந்தப் பசங்க ரொம்பவும் சீண்டியிருக்காங்க. என்கிட்ட ரொம்பவும் சொல்லி வருத்தப்பட்டுக்கிட்டாரு"

தபால்காரர் இடைமறித்துக்கொண்டு சொன்னார்.

"என்னைச் சொன்னாக்கூட பரவாயில்லை கிராமணி. என் பெண்சாதியை என்னத்துக்கு அனாவசியமா இழுக்கணும். அதிலயும் உங்க பையன் இருக்கானே. அவன்தான் கேங்க் லீடர். எல்லாரையும் தூண்டி விடறவன். அவன்தான் அது என்ன பாட்டுடா, வைத்தி! சொல்லு."

அப்பா, நெருப்பு சிந்த என்னைப் பார்த்தார்.

நான் குனிந்துகொண்டு நின்றிருந்தேன். மணியம் சொன்னார். "நாளைக்கு நாயுடு கோவிச்சுக்கிட்டு நான் இந்த ஊருக்குப் போக மாட்டேன்னு சொன்னா, கவர்மெண்டு நம்மூர் மனுஷாளை பத்தி என்ன நினைக்கும்?"

ராஜகுமாரி நாய்க்கர் சொன்னார்.

"விடுமய்யா ஒழுங்காப் பிடிச்சி ஒன்னுக்குப் போகத் தெரியாத பயல்க. அவங்க விவகாரத்தைப் பெரிசாப் பேசிகிட்டு" என்றார்.

"அதானே" என்றார் சின்னியின் அப்பா.

"டேய் சின்னி, எங்க அந்தப் பாட்டைச் சொல்லு. நீதானே அடியெடுத்துக் குடுப்பே..."

சின்னி குனிந்துகொண்டிருந்தான்.

"சொல்றான்னா" என்று கத்தினார் மணியம்.

"மஞ்ச வெயில் காயுது
மான்குட்டி மேயுது.
தபால்காரன் பொண்டாட்டிக்கு..."

"சொல்றான்னா?"

"தர்ரு புர்ருன்னு போகுது."

சபை சிரித்தது. மறைவாக நின்றிருந்த மணியத்தின் மருமகள் சிரித்தாள்.

அன்னம்மாபேட்டை தபாலாபீசுக்கு அண்மையில்தான் மாற்றலாகி இருந்தேன். ஒருநாள் மணியார்டர் கூப்பன்களைப் பார்வையிடுகையில் அந்தப் பெயரைப் பார்த்தேன். "நாமநாயுடு, முன்னாள் தபால்காரர். மஞ்சக்கொல்லை" என்றிருந்தது விலாசம். அருகில் நின்றிருந்த போஸ்ட்மேன் வெங்கடாசலத்திடம் கேட்டேன்.

"யார் அய்யா இந்த நாம நாயுடு? மிலிட்டரி கோட்டும் வேஷ்டியும் கட்டிக்கிட்டு கிராமத்துக்கு, தபால்கொண்டு வருவாரே, அவரா?"

"அவருதான் சார். நேத்து போயிருக்கணும். இன்னிக்குக் கொடுத்திடறேன்."

"எம். ஓ. வை டிலே பண்ணாதீரும்னு எத்தனை வாட்டி சொல்றது? பெரிய க்ரைம் அது."

"கிராமத்துல அதெல்லாம் பெரிசு இல்லை சார்."

"எப்படி இருக்காரு நாயுடு?"

"கிழம் இருந்தாலும் இன்னும் நடக்குது, திங்குது, பல்லு ஒன்றுகூட இன்னும் விழலை."

எனக்கு நாயுடுவைப் பார்க்க வேண்டும்போல் இருந்தது. அன்று மாலையே கொஞ்சம் பழம் தினுசு வாங்கிக்கொண்டு நாயுடுவைப் பார்க்க மஞ்சக்கொல்லைக்குக் கிளம்பினேன். இரண்டு மைல் தூரம் நடை பண்ணியது மாதிரி இருக்கும் என்று நடந்தேன். அந்தப் பஞ்சாயத்துக்குப் பிறகு அப்பா என்னை விளாசினது ஞாபகத்துக்கு வந்தது.

மஞ்சக்கொல்லை, சுமார் நூறு வீடுகளைக்கொண்ட கிராமமாக இருந்தது. அறியாமை, அசட்டுத்தனம், வெகுளித்தனம், வீம்பு என்று இருக்கிற சராசரி இந்திய கிராமம். வீட்டை சுலபமாகக் கண்டுபிடிக்க முடிந்தது. என்னுடன் கிராமத்துச் சிறுவர்கள் என்னை வேடிக்கைப் பார்த்தபடி உடன் நடந்து வந்தார்கள்.

நாயுடு, திண்ணையில் சாய்ந்து படுத்திருந்தார். சின்ன ஓட்டு வீடு. பக்கத்தில் தடி ஒன்றை வைத்திருந்தார். என்னைக் கண்டதும் "யாரு?" என்றார். நான் என்னை அறிமுகப்படுத்திக்கொண்டேன்.

"அடடே, கிராமணி மவனா?" என்றார். உடன், "அப்பா இருக்கிறாரா?" என்றார்.

"இருக்கார்" என்றேன். என்னைப் பற்றி விசாரித்தார். சொன்னேன்.

"ரொம்ப சந்தோஷம். தபால் இலாகாவிலேயே வேலைக்கு அதுவும் போஸ்ட் மாஸ்டரா வந்துட்டீங்க" என்று சந்தோஷப்பட்டுக்கொண்டார்.

இருபது வயசு மதிக்கத்தக்க இளம் பெண், எனக்கு டீ கொண்டு வந்து தந்தாள்.

“யார் நாயுடு, உங்க பேத்தியா?”

அந்தப் பெண் சிரித்தாள்.

“பக்கத்து வீட்டுப் பொண்ணு. ஏதோ அபிமானத்துல எனக்கு ஒரு வேளை பொங்கிப் போடுது” என்றார் நாயுடு.

“தாத்தா கல்யாணம் பண்ணியிருந்தா, பேரன் பேத்தியெல்லாம் எடுத்திருப்பாரு. வீடு நிறைஞ்சு இருக்கும்” என்றாள் அந்தப் பெண்.

எனக்கு விளங்கவில்லை.

“அப்போ நாயுடு கல்யாணமே பண்ணிக்கலையா?” என்றேன்.

“இல்லீங்க ஐயா, தாத்தா கட்டைப் பிரம்மச்சாரி” என்றாள், அந்தப் பெண். மேலும் தொடர்ந்தாள்.

“தாத்தாவைக் கல்யாணம் கட்ட பல பேர் இருந்தாங்களாம் அம்மா எனக்குச் சொல்லியிருக்கு. ஆனா, இவருதான் எவளையும் கிட்ட நெருங்க விடலையாம். பெரிய ஆஞ்சநேயரு பக்தராமே இவரு...”

பழசு மறந்து போனவராகச் சிரித்தார் நாயுடு.

எனக்குத்தான் எதுவும் விளங்கவில்லை.

1992

கூண்டும் குழந்தையும்

நண்பர் வீட்டுக்கு நானும், என் மனைவியும் சென்றிருந்தோம். எங்கள் மகன் குமாரும், எங்களுடன் வந்திருந்தான். நண்பர் வீட்டு வரவேற்பறையில் ஒரு மீன் தொட்டி இருந்ததைக் குமார்தான் முதலில் கவனித்தான். பல சமயங்களில் நண்பர் வீட்டுக்கு நான் வந்திருந்தபோதும் மீன் தொட்டி என் கவனத்தில் விழவில்லை. குமார் வரவேற்பறைக்குள் நுழைந்த மறுகணமே அந்தத் தொட்டியைப் பார்த்துவிட்டு அதன் அருகில் போய் நின்றிருந்தான். சற்று பெரிய தொட்டித்தான். அது தங்க மீன்கள், நீலமும் கறுப்புமான மீன்கள், கன்னங்கரேல் என்றிருந்த மீன்கள் என்று பலவிதமான மீன்கள்! பச்சை செடி, கொடிகளினூடே நீந்துவதே அழகாக இருந்தது.

குமாரின் ஆர்வத்தைக் கவனித்து விட்ட நண்பர், "பையனுக்கு மீன் ரொம்ப பிடிச்சிட்டது மாதிரி இருக்கே. உங்க வீட்லேயும் ஒரு தொட்டி ஏற்பாடு பண்ணிருங்களேன்" என்று என்னைப் பார்த்துச் சொன்னார்.

"எவ்வளவு ஆகும்?"

"என்ன ஒரு தொள்ளாயிரத்து சில்லறைதான் ஆகும்" என்றார் நண்பர்.

எனக்கு 'பக்' என்றது. தொள்ளாயிரத்துச் சில்லறை என்பது என் சம்பளத்தில் மூன்றில் ஒரு பகுதி. சரியாகச் சொன்னால், கிடைப்பதில் பாதி.

நண்பர் வீட்டிலிருந்து திரும்பும்போது குமார் கேட்டான் "அப்பா மீன் தொட்டியை நம்ம வீட்ல எந்த எடத்துல வச்சா நல்லாயிருக்கும்?"

ஆக, குமார் மீன் தொட்டியை வாங்கி வைத்து விடுவது என்று முடிவிற்கு வந்து விட்டது தெரிந்தது. ஆனால், அது ஆயிரம் ரூபாய் செலவு என்பதை அவன் அறியவில்லை. என் மனைவியும், மீன் தொட்டி வைக்கலாம் என்றே சொன்னாள்.

பிரபஞ்சன்

“மீன் தொட்டி வரவேற்பறையில் இருப்பது ஒரு கௌரவம்! நாலு பேர் வந்தால் மதிப்பாக இருக்கும். முன்னேறிய குடும்பங்களின் முன்னேற்றத்தை விளம்புகிற அடையாளம், மீன் தொட்டி” என்று என் குடும்பத்தினர் அபிப்பிராயப்பட்டார்கள்.

“குழந்தை வீணே வெயிலில் ஆடி கறுத்துப் போவது குறையும். தெருப் பையன்களுடன் சேர்ந்து கெட்டுப் போகிறது. வீட்டில் ஒரு மீன் தொட்டி இருந்தால் பையன் வேடிக்கைப் பார்த்துக்கொண்டு வீட்டிலேயே இருப்பான்.” என்றெல்லாம் பலவிதமான நியாயங்களை எல்லோரும் அவரவருடைய கண்ணோட்டத்தில் சொன்னார்கள்.

ஆகவே, கடைசியாக மீன்தொட்டி வைப்பது என்று முடிவாயிற்று. குமாருக்கு அது ஒரு விளையாட்டுச் சாதனம். எங்கள் குடும்பத்தார்க்கு அது கௌரவச் சின்னம்.

தொட்டி வாங்கப் போன இடத்தில்தான் என் இயலாமை எனக்கே தெரிந்தது. ஆயிரத்து ஐநூறு, இரண்டாயிரம், ஆயிரம், ஐநூறு என்று தெட்டிகள் பல தரத்தில் இருந்தன. அந்தப் பெட்டிகளுக்குள் வைக்கப்படும் செடிகள், மோட்டார், அந்த மோட்டாரின் விசையால் இயங்கும் பலவிதமான பொம்மைகள் என்று தொட்டதற்கெல்லாம் விலை இருந்தது. சாதாரண விலையில்லை, பெரிய விலை. என்னையே நான் விற்றுக்கொண்டால்கூட அடைய முடியாத விலை.

குமாரும் என்னுடன் வந்திருந்தான். அவனுக்கு இருப்பதிலேயே பெரிய தொட்டித் தேவைப்பட்டது. ஓர் ஆள் நன்றாக நீட்டிப் படுத்துக்கொள்கிற அளவுக்கு இருந்தது அந்தத் தொட்டி. விலை பிரும்மாண்டமாய் இருந்தது.

“என்னத்துக்கு இவ்வளவு பெரிய தொட்டி. அது விட்டுக்கு அழகாய் இருக்காது. அத்துடன் நம் வீட்டு வரவேற்பறை அத்தனை பெரியது அல்ல” என்று நான் என் மகனுக்குச் சொன்னேன்.

“அப்படின்னா நாம வீட்ட மாத்திக்கிடுவோம்” என்றான் அவன்.

அது சாத்தியமில்லை என்பதை அவனுக்கு என்னால் விளங்க வைக்க முடியவில்லை. ஆகவே, ஒரு சின்ன ‘டிரங்க்’ பெட்டி அளவுக்கு உள்ள கண்ணாடித் தொட்டியை வாங்கினோம். அதில் வைப்பதற்கு விசித்திரமான சின்னஞ்சிறு செடிகள், பாசிகள், இரண்டு ஜோடி தங்க மீன்கள், இரண்டு சோடி கறுப்பு மீன்கள் என்று வாங்கினோம். மீன் உணவு, இரண்டு விதமான தரத்தில் இருந்தது. ஒன்று கடைக்காரர்களே செய்து விற்பது. மற்றொன்று, வெளிநாட்டிலிருந்து செய்து வரும். நான் ‘இந்தியனாக’ இருக்க விரும்பினேன். ஆனால் என் மகனோ வெளிநாட்டுப் பொருளுக்கு ஆசைப்பட்டான். கடைசியில் இளைய தலைமுறையே வென்றது.

சுமார் ஐநூறு ரூபாய் செலவானது குறித்து மனம் ரகசியமாக அழுதாலும், என் குடும்பத்தார் மிகுந்த சந்தோஷத்திற்கு உள்ளானார்கள். வீட்டிற்குச் சென்றதும் ஒரு புதிய பிரச்சினை உருவாயிற்று. வரவேற்பறைக்குள் (அப்படி ஓர் அறை இல்லை, கதவை ஒட்டி செருப்பு, மற்றும் சைக்கிள் விடுகிற ஒரு சின்னஞ்சிறு இடத்தைத்தான் நாங்கள் வரவேற்பறை என்கிறோம். இது

ஓர் உபசார வழக்கு) தொட்டியை எங்கே வைப்பது என்பதுதான் அந்தப் பிரச்சினை.

தரையில் வைக்க முடியாது. அதற்கென்று ஒரு சின்னஞ்சிறு மேசை வேண்டும். ஆக, ஒரு மேசையும் வாங்க வேண்டும். உடனடியாக ஒரு மேசை வாங்குவது என்பது முடியாத காரியம். நாங்கள் சாப்பிடுவதற்கும் குமார் எழுதுவதற்கும் என்று எங்கள் வீட்டில் ஒரு மேசை இருந்தது.

குமார், தான் தரையில் உட்கார்ந்து படிப்பது, புது மேசை வருகிற வரைக்கும் நாங்கள் தரையில் உட்கார்ந்தே சாப்பிடுவது என்றும் தீர்மானம் செய்துகொண்டு, அந்த மேசையைப் போட்டு அதன் மேல் தொட்டியை வைத்தோம்.

குளோரின் கலந்த நீர், மீனுக்கு ஆகாது என்பதால் என் மனைவி பக்கத்து வீட்டுக்குச் சென்று கிணற்று நீரைச் சேந்தி எடுத்து வந்தாள். அந்த நீரைத் தொட்டிக்குள் விட்டு, பிளாஸ்டிக் பைகளில் வாங்கி வந்திருந்த மீன்களை அதில் விட்டோம். செடிகளைப் பரப்பினோம்.

அழகாய்த்தான் இருந்தது. தங்க மீன்களும் கறுப்பு மீன்களும் தொட்டிக்குள் நீந்திக்கொண்டு வளைய வளைய வருவது அழகாகவே இருந்தது. செடிகளுக்கு ஊடாக அந்த மீன்கள் புகுந்து வருவது, அவைகளுக்கு ஓர் இயற்கையான சூழலை ஏற்படுத்தும் என்று நாங்கள் நம்பினோம். ஆனால் குமாருக்கோ முழுமையான மகிழ்ச்சி இல்லை. காரணம், தொட்டிக்குள் மோட்டார் இல்லை. மோட்டாரால் இயங்கும், விதவிதமான பொம்மைகளும் இல்லை.

"கூடிய சீக்கிரத்திலேயே மோட்டாரும் பொம்மைகளும் வாங்கித் தருவேன்" என்று நான் உறுதிமொழி கொடுத்தேன். அதற்குப் பின்னால் குமார் அமைதி அடைந்தான்.

குமாருக்கு ஒரு புதிய உலகம் கிடைத்தது. காலையில் தூங்கி எழுந்ததும், தொட்டிக்கு முன்னால் கண் விழித்தான். தான் சாப்பிடுவதற்கு முன்னால் மீனுக்கு, தானே தீனி போடுவேனென்று அடம் பிடித்துத் தீனி போட்டான். நிறைய தீனி போட்டால், மீன் செத்துப் போய்விடும் என்று நாங்கள் எச்சரித்தாலும் அதை அவன் ஏற்கத் தயாராக இல்லை.

மாலை வேளைகளில் நான் உலாவப் போவது வழக்கம். குமாரும் என்னுடன் உலாவ வந்தான். நாங்கள் உலாவும் பாதையில்தான் வண்ண மீன் கடையும் இருந்தது. குமார் தன்னிச்சையாகக் கடைக்குள் நுழைந்து புதிதாக ஒரு ஜோடி மீனை வாங்க வேண்டும் என்று தீர்மானமாகச் சொன்னான். ஒரு ஜோடி மீன் குஞ்சுகள் பத்து ரூபாய்க்குள்தான் பெரும்பாலும் இருந்தன. அவ்வப்பொழுது இப்படியாக மீன்கள் சேர்ந்து தொட்டி நிறைய மீன்கள் வந்து விட்டன.

ஒரு நாள் காலை, "அப்பா! அப்பா! ஒரு மீன் செத்துப் கிடக்கு!" என்று சொல்லிக்கொண்டு குமார் என்னை எழுப்பினான். தொட்டியில் ஒரு மீன் செத்துக் கிடந்தது. உள்ளே வேறு ஒரு குறிப்பிட்ட மீன், மற்ற மீன்களை விடாது துரத்தித் துரத்தி விரட்டிக்கொண்டிருந்தது.

"இதுதான் ஃபைட்டர் ஃபிஷ். எப்பவும் சண்டை போட்டுக் கிட்டே இருக்கும். இந்த மீன்தான் அதைச் சாகடித்து விட்டது" என்று குமார் சொன்னான்.

செத்த மீனை அப்புறப்படுத்திக்கொண்டே "இப்ப என்ன செய்யலாம்?" என்றேன்.

"புதுசா ஒரு தொட்டி வாங்கி, ஃபைட்டர் மீனை மட்டும் அதுலே விட்டுவிடலாம்" என்றான் குமார், சர்வ சாதாரணமாக.

"பார்க்கலாம்" என்றபடி செத்த மீனை குப்பைத் தொட்டியில் கொண்டு போய்ப் போட்டேன். ஒரு மீனை அனாவசியமாகக் கொன்று போட்டோமே என்ற குற்ற உணர்வு மனசை உறுத்தியது.

குமாருக்கு இப்போதெல்லாம் நிறைய கேள்விகள் உருவாகத் தொடங்கியிருந்தன.

"மீன் எத்தனை மணிக்குத் தூங்கும்? எப்போது எழும்?"

"மீன் என்னென்ன சாப்பிடும்?"

"மீன் பேசுமா? பேசினால் எப்படிப் பேசும்?"

"மீன் குட்டியை அதோட அப்பா, அம்மா திட்டுவாங்களா?"

"மீன் டி. வி. பார்க்குமா? ரேடியோ கேட்குமா?"

"மீன் எப்போது குட்டிப்போடும்?"

நான் இது போன்ற கேள்விகளையெல்லாம் சிந்தித்து அதற்கான பதில்களைத் தயார் செய்ய வேண்டியிருந்தது. யோசிக்கையில் இவை சாரமுள்ள கேள்விகளாகப் பட்டன. மீன்களாகிய நம் சக ஜீவன்கள் எப்படி வாழ்கின்றன? என்ன யோசிக்கின்றன? என்பது போன்ற கேள்விகள் சிந்திக்கத்தக்கவை. இந்த உலகம் மனிதர்களுக்கு மாத்திரம் சொந்தம் அல்லவே?

தொட்டி நிறைய மீன்கள் சேர்ந்து விட்டிருந்தாலும், குமாருக்குத் திருப்தி இல்லை. ஏனெனில் அதில் மோட்டார் இல்லை. ஆகவே, ஒரு மோட்டார் வாங்கி தொட்டிக்குள் வைத்தோம். ஒரு மனிதன் கையில் வலையோடு மீன் பிடிப்பதுபோல ஒரு பொம்மையையும் அதில் இணைத்தோம். மோட்டார் விசையின் காரணமாகத் தொட்டிக்குள் அலைகள் எழுந்தன. கடலுக்குள் (அ) ஓர் ஏரிக்குள் மிதப்பதுபோல மீன்களுக்குத் தோன்றும். அவ்வாறு தோன்றும் படி நாங்கள் செய்தோம். மீன்களை அப்படி நம்ப வைக்க, நாங்கள் முயற்சி செய்தோம்.

குமார் தொட்டியையும், எழும்பும் செயற்கை அலைகளையும் கண் கொட்டாமல் பார்த்துக்கொண்டு நின்றான். நாங்கள் மாலை உலாவலுக்குப் புறப்பட்டுக்கொண்டிருந்தோம்.

குமார் மணியாவுது பார்! புறப்படு, அப்புறம் வந்து மீனைப் பார்த்துக்கலாம்"

"குமார் எங்களுடன் புறப்பட்டான். சந்து திரும்பி நாங்கள் மெயின் ரோட்டிற்கு வந்திருந்தோம்.

"அப்பா, மீன் வாக்கிங் போகுமா?"

"எப்படிப் போகும்? போனால் தொட்டிக்குள்ளேயேதான் போக முடியும்"

"அப்படீன்னா மீனுக்கு கஷ்டமா இருக்காதா? மீன் நம்மளை திட்டாதா?"

"திட்டும்தான்"

அதன் பிறகு நான் பேசாமலேயே என் நடையைத் தொடர்ந்தேன். தொட்டிக்குள் இருக்கும் மீன்களெல்லாம் ஒன்று சேர்ந்து என்னைத் திட்டுவது போலவும், அவைகளின் சுதந்திரத்தை நான் பறித்துக்கொண்டு விட்டதைபோலவும் எனக்குள் நான் நினைத்துக்கொண்டேன். அதனால் நான் குற்றம் செய்து விட்டதைப்போல் உணர்ந்தேன். ஒரு குழந்தையின் சந்தோஷத்துக்காக பல மீன்களை அடிமைப்படுத்துவது என்ன நியாயம் என்று எனக்குத் தோன்றியது.

"மீன்களெல்லாம் நம்மை எதுக்குத் திட்டணும். அதுகளை சுதந்திரமா விடாம நாம்ப எதுக்கு அடக்கி வைக்கணும்?" குமார் தெளிவாகச் சொன்னான்.

"அதெல்லாம் இல்லைப்பா!" மீன் நம்மளைத் திட்டாது."

ஆரம்ப காலத்தில் தொட்டிக்குத் தண்ணீர் மாற்றும் பொறுப்பு என் மனைவியைச் சார்ந்ததாக இருந்தது. அதை அவளும் சந்தோஷமாகச் செய்தாள். வாரத்தில் புதன் கிழமையும், ஞாயிற்றுக் கிழமையும் தண்ணீர் மாற்றுவது என்று வைத்திருந்தோம். அப்படி மாற்றியதால் தொட்டி சுத்தமாகி மீன்கள் 'பளீர்' என்று தெளிவாகத் தெரிந்தன. பிறகு ஞாயிற்று தோறும் தண்ணீர் மாற்றுவது என்று ஆயிற்று.

கலங்கலாக இருக்கும் தொட்டித் தண்ணீரைப் பார்த்து, "என்ன இந்த வாரம் தண்ணீர் மாத்தலயா?" என்று நான் கேட்டபோது "நேரம் ஒழியல" என்று என் மனைவி சொல்லத் தொடங்கினாள். உண்மைதான். ஊரிலிருந்து அவள் சகோதரி வந்திருந்தாள். மூன்று மாதம் தங்கி பிரசவம் பார்த்துக்கொண்டு அவள் போவதாக ஏற்பாடு. நீர் மாற்றும் காரியத்தை நான் செய்திருக்க வேண்டும். வேலைப் பளுவில் முழுகி விட்டதால் அது சாத்தியப்படவில்லை. குமார் அதைச் செய்திருக்கலாம். ஆனால் மேசையிலிருந்து தொட்டியை இறக்கி வைத்து நீர் மாற்றுவது அவனால் முடியாது.

அன்று காலை விழிக்கும்போதே குமார் அந்தச் செய்தியைக் கொண்டு வந்தான். புதிதாக வாங்கி விட்டிருந்த இரண்டு, பெரிய தங்க மீன்களும் இறந்து விட்டிருந்தன. தொட்டியைச் சென்று பார்த்தேன். தண்ணீர் குழம்பிப் போய் அழுக்காகி இருந்தது. பக்கத்தில் ஆர்லிக்ஸ் பாட்டிலில் போட்டு வைத்திருந்த ஃபைட்டர் மீன் மட்டும் அலைமோதியபடி சுற்றிக்கொண்டிருந்தது. அன்று மாலையே, மீன் விற்பவரிடம் இதைப் பற்றிப் பேசினேன். வண்ண மீன்களுக்கெல்லாம் தினசரி தண்ணீர் மாற்ற வேண்டும் என்று சொன்னார். நான் என் மனைவியிடம் இதைப் பற்றிச் சொன்னேன்.

"எனக்கிருக்கிற வேலையில் இதெல்லாம் என்னால் ஆகாது. முடிஞ்சா நீங்களே தண்ணீர் மாத்திக்கோங்க."

தண்ணீர் மாற்றுவதுகூட எனக்குப் பிரச்சினையாகப் படவில்லை. எங்கள் சந்தோஷத்திற்காக வாங்கி வந்த மீன்கள், என் கண் முன்னாலேயே சாவதுதான் எனக்குப் பெரிய சங்கடமாக இருந்தது. எங்கள் பொருட்டு மீன்கள், எங்கள் சந்தோஷத்துக்காக மீன்கள், எங்கள் கௌரவத்துக்காக மீன்கள் என்று நினைக்கிற எங்கள் எண்ணத்துக்கு ஒரு சவால் விடுவதுபோலவும், எங்களை மறுதலிப்பதுபோலவும் அந்த மீன்கள் செத்துப் போவதாக நான் கருதினேன். அதுவே எனக்குத் துக்கமாக இருந்தது. ஆனால் குமாரிடம் வேறு வகையான தீர்வு இருந்தது.

பிரபஞ்சன்

“இன்னும் இரண்டு புதுசா கோல்டன் ஃபிஷ் வாங்கி விட்டுரலாம்பா” என்றான் அவன்.

“மீன் எல்லாம் செத்துக்கிட்டே இருக்கே குமார், பாவமா இல்லையா?”

“அப்போ, நீயே தண்ணி மாத்து.”

அவனது தீர்வு சரியாகத்தான் இருந்தது. மீன் வளர்ப்பதை விடாமல், அதே சமயம் அவை சாகாமல் இருக்கவுமான வழியை அவன் சொன்னான். நானும் அதைக் கடைப்பிடிப்பது என்று முடிவெடுத்தேன்.

என் மனைவியின் சகோதரி மீனா, சிரமப்பட்டாள். இருப்பது, எழுவது, நடப்பது, படி ஏறுவது எல்லாமே அவளுக்குச் சிரமமாக இருந்தது. ஆனால் அது அழகான சிரமமாக இருந்தது. அந்தச் சிரமத்துக்காக அவள் ஒருபோதும் நொந்துக்கொள்ளவில்லை. ஜனனம் மிகுந்த சிரமம் தரக்கூடியது போலும். அப்படியிருந்தும் மீனா எனக்கு மீன் விஷயத்தில் உதவி புரிய முன் வந்தாள்.

தினமும், நானும் அவளும் தொட்டியை இறக்கித் தண்ணீர் மாற்றுவோம். தீனி போடுவோம். பொன் மீன்கள் ஆரஞ்சுத் தோலைப்போல மின்னும். கறுப்பு மீன்கள், புருவங்கள் இரண்டு நீந்துவது மாதிரி காணும். எனக்குப் பல வேளைகளில். அவைகளை நாம் இம்சை செய்கிறோமோ என்று தோன்றிக்கொண்டேயிருந்தது.

“அந்த ஆறு மீன்கள் எங்கள் வீட்டில் இருப்பதில் உண்மையில் மகிழ்ச்சி அடையுமா? அந்தச் சின்னஞ்சிறு தொட்டிக்குள் அவைகளின் உலகத்தைக் குறுக்கியமைக்காக என் மேல் வருத்தம் கொள்ளுமா? அவைகளின் சுதந்திரத்தை எங்களின் சந்தோஷத்துக்காக வரம்பு கட்டியமைக்காக நோகுமா? எனக்குத் தெரியவில்லை. அவைகளின் பாஷையை நானும் என் மொழியை அவைகளும் அறிய முடியாமைதான் சோகம்.

என் மனதைப் புரிந்துக்கொண்டவளைப்போல மீனா, “இதுக்கெல்லாம் கவலைப்பட வேண்டாம். மீன் அப்படியெல்லாம் யோசிக்காது மாமா...” என்றாள்.

“அது எப்படி உனக்குத் தெரியும்?”

அவள் சிரித்தாள். அந்த வாரம்தான் யாரோ ஒரு பெண்ணைக் காதலித்தான் என்பதற்காக, ஒரு தாழ்த்தப்பட்ட பையனை அடித்தே கொன்றார்கள் என்ற செய்தி தினசரிகளில் வந்தது. அமெரிக்காவில் ஒரு கறுப்பு மனிதனை வெள்ளை போலீஸ்காரர்கள் மிருகத்தனமாகத் தாக்கியிருந்தார்கள். இது போன்ற செய்திகளைப் படிக்கும்போதெல்லாம், எந்தக் குற்றமும் செய்யாத மீன்களைக் கொடுமைப்படுத்திச் சாகடிக்கும் என்னைப் பற்றியும் செய்தி வருவதுபோலவும், அப்படி வந்தால், அது நியாயம் என்பதுபோலவும் நான் கற்பனை செய்துகொண்டேன்.

அலுவல் காரணமாக நான் சென்னைக்குச் செல்ல நேர்ந்தது. அங்கு ஒரு மாதம் போலத் தங்கி விட்டேன். அப்புறம் மீண்டேன். மீன்களுக்கு என்ன நேர்ந்தது என்று எனக்குப் பல சமயங்கள் தோன்றியதுண்டு. அது குறித்து என் கடிதங்களில் நான் எழுதினாலும், ஏனோ என் மனைவி பதில் எழுதுவது இல்லை.

செருப்பைக் கழற்றி வைத்தேன். என் கவனம், முதலில் அந்த மீன் தொட்டியின் மேலே சென்றது. அது காலியாக இருந்தது. என் சூட்கேசை வாங்கிக்கொண்ட மனைவியிடம் கேட்டேன்.

"என்ன ஆச்சு?"

"எனக்கு முடியல்லே. அதுங்களை எதுக்காகக் கொல்லணும்னு உங்கள் நண்பர் வீட்டுக்குக் கொடுத்து அனுப்பிட்டேன். மீனாவுக்குக் குழந்தை பிறந்துடுச்சி... ரெண்டு நாள் ஆச்சு... வாங்க குழந்தையைப் பார்க்கலாம்."

குழந்தை, ஒரு பெரிய பூவைப்போலப் படுத்துக் கிடந்தது. அதன் அருகே மீனா சோர்வாகக் கிடந்தாள். என்னைக் கண்டு சிரித்தாள். பின்னால் நிழல் ஆடியது. திரும்பினேன். குமார் நின்றிருந்தான். அவன் கையில் ஒரு கிளிக்கூண்டு. அதுக்குள் ஒரு பச்சைக்கிளி.

"என்னப்பா இது?"

"எங்கிருந்தோ, நம்ம மாடியில வந்து விழுந்துச்சுங்க... குமார் ஆசைப்பட்டான். அப்புறம் கூண்டு வாங்கிக் கொடுத்தேன்."

"கிளியைச் சாகாம வளர்க்கலாம்பா... வாழப்பழம், கோவைப்பழம் மட்டும் போட்டா போதும்பா..." என்றான் குமார், குதூகலத்துடன்.

நான் அந்தக் கிளியைப் பார்த்தேன். மீனாவின் குழந்தையே, அந்தக் கூண்டுக்குள் இருந்தது. நான் திடுக்கிட்டேன். ஒரு பிரமை, தலையை அசைத்துக்கொண்டேன். பிரமை கலைய வெகு நேரம் ஆயிற்று.

1993

அம்மினி

அமராவதிப் பட்டணத்துக்கு, மூர்த்தி குடிபெயர்ந்தபோது முதல் முறையாக அவனை வரவேற்று இடம் தந்தது, சூளை சுண்ணாம்புக்காரத் தெருதான். பேட்டையில் மிகுந்த புகழ் பெற்ற தெரு அது.

சுண்ணாம்புக்காரத் தெரு, தொடக்கத்தில் மாடி, கல், மெத்தைக் கட்டடங்களாக ஆரம்பித்து, கொல்லத்துக்காரர் குடியிருப்பான குடிசைகளாக முற்றுப் பெறும், இரண்டு அமைப்புகளைக் கொண்டது. முதல் இருநூறு வீடுகள், கல் வீடுகள். மீதி முந்நூறு குடிசைகள். கல் வீட்டுக்காரர்கள், காலை ஒன்பது மணிக்கு அலுவலகம் புறப்படுகிறார்கள் என்றால், குடிசை மக்கள், கொலுரு, மட்டப் பலகை, தூக்கு சகிதம் காலை ஏழு மணிக்குப் புறப்பட்டு விடுவார்கள். சுண்ணாம்புக்காரத் தெருவை மனித உருப்படுத்திப் பார்த்தால், குளித்துப் பெட்டிப் போட்ட துணியோடு அலுவலகம் செல்லும் அண்ணன்; அழுக்குத் துணியோடு பிழைப்புத் தேடிச் செல்லும் தம்பி என்பதாகக் கொள்ளலாம்.

மூர்த்திக்குக் குடிசை, மனை ஒட்டிய பகுதியில் இடம் கிடைத்தது. வெளித் தோற்றத்தில், இரண்டு பக்கமும் திண்ணை வைத்த ஓட்டு வீடு அது. அடுத்து, இருண்ட நடை, ஏதோ கிழம் படுத்துக்கொண்டிருந்த இருமல் சத்தத்தால் புலப்பட்டது. அதைக் கடந்தால் நாலடி செங்கல் பாவிய நடைபாதை. இரு பக்கமும் சீப்புப் பல்களைப்போல, சீராக, அளவாக அமைக்கப்பட்ட வீடுகள் அல்லது போர்சன்கள். தீப்பிடிக்காத கூரை, ஒரு சின்னக்கூடம் அல்லது அறை. அறையை ஒட்டின தடுப்புக்குப் பக்கத்தில் சமையல் அறை. இதுதான் வீடு. பொதுக் குளியல் மற்றும் கழிப்பறைகள், வீடுகளில் இருந்து சமையல் வாசனை வந்துகொண்டிருந்தது. காரக்குழம்பு அல்லது மீன் குழம்பு வாடை மிக இனிமையாகப் பரவியிருந்தது. நடைபாதையில், காலை நீட்டிப் போட்டுக்கொண்டு 'வறட் வறட்'டென்று தலைவாரிக்கொண்டிருந்த பெண்மணி, இவர்களைக்

கண்டதும் காலை மடக்கிக்கொண்டு வாருவதைத் தொடர்ந்தாள். ஏதோ ஒரு வீட்டில் இருந்து, பச்சைக் கிளி கூவுவது கேட்டது. திறந்திருக்கும் கதவு வழியாகப் பார்த்ததில், எல்லா வீடுகளிலும் தொ. கா. பெட்டி இருந்தது தெரிந்தது. வட்ட ஒயர் கூடை நாற்காலியில் ஆட்கள் உட்கார்ந்திருந்தார்கள். கறுப்புக் கூரையும், காரை உதிர்ந்த செம்மண் சுவரும், சமையல் அறைகளில் இருந்து வெளியேறிப் பரவும் புகையும், எங்கிருந்தோ கிளி கூவும் குரலும், மனிதச் சத்தங்களும், ஏதோ பழங்கால ஓவியங்களை நினைவுபடுத்தின மூர்த்திக்கு.

சாருக்கு ஆறு வீடு, பனிரெண்டையும் கடந்து, பதிமூன்றாவதாகத் தனித்து தெற்றுப்பல் மாதிரி தனித்திருந்தது, ஒரு வீடு. அது மூர்த்திக்கு என்றான் சுந்தர். முன்னைய வீடுகளைப்போலவே கூடம் அல்லது அறை. சமையல் தடுப்பு, சன்னலைத் திறந்தான் மூர்த்தி. ஒதுங்கியிருந்த அவன் வீட்டை ஒட்டி கிணறும், கிணற்றங்கரையை ஒட்டி ஒரு முருங்கை மரமும் இருந்தன. அந்த வீடு, அதன் காரணமாகவே மூர்த்திக்கு பிடித்துப் போய்விட்டது. தாட்டியான உருவத்தோடு ஓர் அம்மாள் வந்தாள். “இந்தம்மாதான் வீட்டுக்காரங்க” என்றான், சுந்தர். “இந்த ஆளுதான் தங்கப் போவுதா?” என்று கேட்டாள் அந்த அம்மாள்.

“ஆமா” என்றான் மூர்த்தி.

“வீடு பிடிச்சிருக்கா?”

“இருக்கு”

மூர்த்தி முன்பணத்தை எடுத்து அவளிடம் தந்தான். எண்ணிப் பார்த்து, பணத்தை தன் இடுப்புச் சுருக்குப் பையில் போட்டுக்கொண்டாள்.

“தம்பி! மாசம் பொறந்தா அஞ்சு தேதிக்குள்ளே வாடகை பணத்தைக் கொடுத்திடணும். அனாவசியத்துக்கு ஆளுங்களை இட்டாந்து, ராத் தங்க வைக்கக்கூடாது. பொம்பிளைங்க குடுத்தனம் இருக்கிற இடம். அத்து மீறக்கூடாது. குட்டிகளை பகிலிலயாவது, ராத்திரியில் ஆவது இட்டாந்து வைச்சுக்கக்கூடாது. நான் ரொம்ப கண்டிசன். எனக்கும் பொண்ணு இருக்கு. ராத்திரி பத்து மணிக்குள்ளாற வீடு திரும்பிடணும். அப்புறம் நான் வீட்டைச் சாத்திப் போட்டுடுவேன். நான் எப்படிப்பட்டவள்னு நாலு இடத்தில கேட்டுப்பாரு. நல்லவங்களுக்கு நல்லவள். சண்டிக்குச் சண்டி.”

“சரி” என்று ஒப்புக்கொண்டார் மூர்த்தி.

அப்போது அந்த அம்மாளை ஒட்டிக்கொண்டு, ஒரு சிவந்த தாட்டியான பெண்மணி வந்து நின்றாள். அவள் கையில் துடைப்பம் இருந்தது.

இவள்தான் அம்மினி! இங்கிருக்கும் வீடுகளுக்குப் பெருக்க, வார, துணி துவைக்க உதவி ஒத்தாசைக்கு இருக்கிறாள். உனக்கு வீடு பெருக்க, தண்ணி எடுத்து வைக்க ஒத்தாசைக்கு இருப்பாள். ஏதாச்சும் நாலு காசு கொடு. சூதுவாது தெரியாதவள். ஆனால், ஒன்று வாயைத் திறந்தால் மூடமாட்டாள்.

அந்த அம்மாள் சொல்லி முடிக்குமுன்னே, அம்மினி அறைக்குள் நுழைந்து பெருக்கத் தொடங்கினாள். நின்றால் அவனையும் சேர்த்துப் பெருக்கித் தள்ளுவாள் எனத் தோன்றிற்று. அவர்கள் மூவரும் வெளியே வந்து நின்றார்கள். வீட்டைக் கூட்டி விட்டு வந்த அம்மினி, “சாரு, ஒரு அஞ்சு ரூவா கொடு” என்றாள்.

“என்னத்துக்கு?”

“குடம் வாங்க. தண்ணி குடிக்க வேணுமில்லே. பண்டம் பாத்திரம் எதுவும் இல்லாமே வந்துக்கினியே”

மூர்த்தி பணத்தை எடுத்துக் கொடுத்தான். அவள் போன பின் பெட்சீட்டை விரித்து, சுந்தரை அமரச் சொன்னான். பெட்டியைத் திறந்து, சில புத்தகங்களை எடுத்து, சன்னல் ஓரம் அடுக்கி வைத்தான். அட்டைச் சட்டம் இட்ட மனைவி, குழந்தைகள் படத்தை எடுத்து சன்னல் விளிம்பில் வைத்தான். ஒரு பத்தியைக் கொளுத்தி, கதவு இடுக்கில் சொருகி வைத்தான். ஞாபகமாக சாம்பல் கிண்ணத்தை எடுத்து வைத்துக்கொண்டு, சமுக்காளத்தில் அமர்ந்து புகைக்கத் தொடங்கினான்.

சுந்தர் கிளம்ப ஆயத்தமானான். பக்கத்தில் தெருமுனையில் இருக்கும் ஆரியபவன், நாடார் அசைவ ஓட்டலைப் பற்றிக் குறிப்புகள் தந்தான். அப்புறம் புறப்பட்டுச் சென்றான். சற்று நேரத்தில் அம்மினி குடம் நீரை இடுப்பில் சுமந்துகொண்டு திரும்பினாள்.

“சாரு... புதுப் பானை தண்ணி கசியும், ஒட்டைன்னு நினைச்சுடாதே. ரெண்டு நாள் ஆனால் சரியாயிடும். அட... இது யாரு சாரு? உன் பொண்சாதி, புள்ளைங்களா...?”

“உம்?”

“அழகா இருக்கு. உன் வீட்டு அம்மா...”

“என்ன சம்பளம் எதிர்பார்க்கிறீங்க?” என்று கேட்டான்.

அவள் ஒரு மாதிரியாக, ஆச்சரியம் தோன்றப் பார்த்தாள். “தினம் வீடு பெருக்க, தண்ணி எடுத்து வைக்க, துணி போட்டா துவைச்சுப் போட, மாசம் அம்பது ரூபா கொடேன். அதிகமா கேக்கறேனா?”

“இல்லையே”

“இல்லை. அம்பதே வாங்கிக்கிடுங்க” என்றான் மூர்த்தி.

எதிர்ச் சுவரில் வெயில் ஏறி இருந்தது. மணி, பத்து பத்தரை இருக்கும். ஒரு மணிக்குச் சாப்பிட போகலாம். அதுவரை படித்துக்கொண்டிருக்கலாம் என்று யோசித்தபடி, ஒரு புத்தகத்தை எடுத்துப் பிரித்தான், அதற்குள் புகுந்து விட்டான்.

தோட்டத்துக் கிணற்றில் இராட்டினம் சுத்தும் ஓசை ஜலதரங்கத்தைப்போல, செவிக்குச் சுகமாக வந்துகொண்டிருந்தது. இரும்பு வாளியும், பித்தளைக் குடங்களும் சுவர்க்கட்டையில் மிருதங்கம்போல் மோதின. சிட்டுகளின் கீச்சுகளும், காக்கைகளின் கரகர ஓசையும், பக்கத்து வீட்டுக் குழந்தை எதன் பொருட்டோ அழும் ஓசையும் எழ, வாழ்க்கை அதன் வாசனையோடும், ஓசையோடும் நகர்ந்தது. தாளிப்பு வாசனைகள், மூக்கை வசப்படுத்தின. ஊடே ஊடே இவற்றை அனுபவித்துக்கொண்டே வாசித்துக்கொண்டிருந்த மூர்த்தியின் கவனத்தை வாசலில் ஆடின நிழல் கலைத்தது.

“யாருங்க?”

“நான், இங்க இருக்கிறவங்க. அய்யாவுக்குச் சாப்பாடு நேரமாச்சே, எடுப்பு சாப்பாடு வாங்கிட்டு வரலாங்களான்னு கேட்டுப் போக வந்திருக்கேன்.”

“சாப்பாடு வேண்டும்தான். ஆனால், பாத்திரம் இல்லையே.”

“நம்மகிட்ட இருக்குங்க. ஓட்டல்லேயும் வாங்கிக்கலாம். நமக்குக் கொடுப்பாங்க... வேணும்னா சொல்லுங்க...”

அவன் யோசித்தான். வெளியில், நடைபாதையில் அடித்த வெயில், பயம் காட்டியது.

“இதுக்கு நான் என்ன தரணும், உங்களுக்கு?”

அவர் நரைத்த தாடியைத் தடவி விட்டுக்கொண்டு சிரித்தார். வயது, அறுபது என்றும் ஐம்பது என்றும் மதிக்கும்படி இருந்தார். கீழே கைலியும், இறுக்கிப் பிடித்த சட்டையுமாக இருநாதர். ஆரோக்கியவான் என்று பார்த்த மாத்திரத்தில் தெரிந்தது. கண்ணிலே நல்ல குணம்.

சட்டைப் பையிலே இருந்து பணத்தை எடுத்துக் கொடுத்தான். “என்ன சாப்பாடுங்க? சைவமா, அசைவமா? சைவம் நாக்கு செத்துப் போகுங்க. நாடார் கடை நல்லா இருக்கும். மீன் வறுவலும், மீன் குழம்பும் வாங்கி வர்றேன். எக்ஸ்ட்ரா வேணாம்னாலும் குழம்பிலே ஒரு துண்டு மீன் இருக்கும்.”

“எக்ஸ்ட்ரா இருக்கட்டும்.”

அவர் பணத்தைப் பெற்றுக்கொண்டு புறப்படுகையில், அவன் கேட்டான்.

“உங்கள் பேரு?”

“சுந்தரம்பாங்க. சூளை சுந்தரம்பிள்ளைன்னா ஊருக்கே தெரியும். தெரு வண்டை, கோழிக் கூண்டு மாதிரி ஒண்ணு இருக்கே, பார்த்திருப்பீங்களே, அதுலதான் வாசம்.”

“உங்களுக்கு நான் என்ன தரணும்னு சொல்லலியே.”

“எதையும் கொடுங்க. சந்தோஷமா வாங்கிக்கிறேன்.”

அவர் போயிட்டார். சில நிமிடங்களில் அம்மினி வந்து சேர்ந்தாள்.

“கிழவன் காசை வாங்கிட்டு போயிடுச்சா?”

“ஆமா... ஏன்?”

“எதுக்கு அந்த ஆளுகிட்ட பணத்தைக் கொடுத்துக்குனு? அம்மினின்னு ஒரு குரல் கொடுத்திருந்தா, நான் ஓடி வந்திருப்பேனே”

“பண விஷயத்திலே மோசமான ஆளா?”

“சேச்சே... நாக்கு அழுகிடும். அந்த மாதிரி ஆள் இல்லை. இனிமேல், எதனாச்சும் தேவைன்னா, அம்மினின்னு ஒரு குரல் கொடுங்க. அங்கனே, முதல் வீட்டில கிடப்பேன்.”

“சரி.”

“சிகரெட்டு, பீடி, சுருட்டு எதினாச்சும் வேணுமா?”

அவன் தயங்கியபடி “சிகரெட் வேணும்” என்றார்.

“இன்னா சிகரெட்டு? கத்திரி, யானை, தொப்பி, பெர்க்கிலி?”

“சார்மினார் ஒரு பாக்கெட்டு”

அவள் காசை வாங்கிக்கொண்டு போய், இரண்டு நிமிடத்தில் சிகரெட், தீப்பெட்டி சகிதம் வந்து சேர்ந்தாள். சொல்லவில்லையானாலும், தீப்பெட்டியும் சேர்த்து வாங்கி வந்தது, அவனுக்குத் திருப்தியாக இருந்தது.

சற்று நேரத்துக்கெல்லாம், சுந்தரம் பிள்ளை வந்து சேர்ந்தார். கையில் தூக்குப் பாத்திரமும், மடித்த வாழை இலையும், அவன் சாப்பிடத் தொடங்கினான். நன்றாகவே இருந்தது. கவனமாக முழுவதும் சாப்பிட்டு விடாமல், பிள்ளைக்கும் பாதி மீதி வைத்தான். அதுகாறும் மறைவாக அமர்ந்திருந்த பிள்ளை, அவன் சாப்பிட்டு முடித்தான் என்பதை அறிந்ததும், பாத்திரங்களை எடுக்க வந்தார்.

"ஐயா... பாதி சோற்றுக்கு மேலே அப்படியே இருக்குதே?"

"உங்களுக்காகத்தான் வைச்சிருந்தேன்."

"மன்னிக்கணும், நான் எச்சில் சோறு சாப்பிடறதில்லை."

மூர்த்திக்கு அதிர்ச்சியாக இருந்தது. தன் தவறை நினைத்து நொந்துகொண்டான். "பிள்ளை, தெரியாமே பண்ணிட்டேன்"

"அது பெரிய விஷயங்களா, விடுங்க" என்றார் பிள்ளை. பாத்திரங்களை எடுத்துப் போனார்.

அவன் அவர் முகத்தைக் கூர்மையாக நோட்டமிட்டான். அது சிரித்த முகமாகத்தான் இருந்தது. மூர்த்திக்கு, இது மிகுந்த மனபாதிப்பை ஏற்படுத்தி விட்டது. அந்தப் பெரிய மனிதரைத்தான் சரியாகப் புரிந்துக்கொள்ளாமல் அவமானப்படுத்தி விட்டோமோ என்றதாக நினைத்துக்கொண்டான். அவரைப் பற்றித் தெரிந்துக்கொள்ள வேணும் என்கிற ஆவல் அவனுக்கு ஏற்பட்டுவிட்டது.

முதல் வீட்டில் வீட்டுக்கார அம்மாளும், அவள் மகனும் இருந்தார்கள். மகனுக்கு இன்னும் மணம் ஆகியிருக்கவில்லை. அந்த குடும்பத்துக்குச் சம்பளம் வாங்காமல் உழைத்துக்கொண்டிருந்தாள் அம்மினி. வீட்டுக்காரி என்ற முறையில் சம்பளம் இல்லாமல், அம்மினியைச் சுரண்டிக்கொண்டிருந்தாள் அவள். வீட்டுக்காரியின் மகன், வக்கீல் குமாஸ்தாவாக இருக்கிறான் என்று அம்மினி சொன்னாள். ஒவ்வொரு வீட்டைப் பற்றியும் அவள்தான் அவனுக்குச் சொன்னாள்.

வீட்டுக்கு வெளியே, கூண்டு மாதிரி நடைபாதையில் செய்து வைக்கப்பட்டிருந்தது. வெயில், மழை பனியிலிருந்து நல்ல பாதுகாப்பாக அது இருந்தது. அதில்தான் சுந்தரம் பிள்ளை படுத்துக் கிடப்பார்.

"அது சரி, சுந்தரம் பிள்ளை எப்படி நாளைப் போக்குகிறார்?"

"திமிரு பிடிச்ச ஆம்பளை சாரு, அந்த ஆளு. எங்கிருந்து வந்ததுன்னு யாருக்கும் தெரியாது. இங்க வந்து இருபது வருசம் இருக்கும். நான் வந்த நாள் தொட்டு இங்கதான் இப்படிக் கிடக்குது. சந்தைப் பேட்டையில, குங்கும்ப் பொட்டுக்காரி ஒருத்தி இருப்பாளே... நீ ஊருக்குப் புச்சு, உனக்குத் தெரியாது... பேட்டை ஆம்பிளைங்க அத்தினி பேருக்கும் தெரியும். மூஞ்சும் முகரையும், உடம்பும் உசுருமா அப்படி இருப்பாள். அந்தப் பொம்பிளையோட இந்த ஆளுக்குத் தொடுப்பு இருந்துச்சாம். இந்த ஆளுக்குப் புள்ளை வேற இருக்குதாம். எல்லாத்தையும் விட்டுப் போட்டு சிவனேன்னு கிடக்குது. அந்த

மகராசியும் போய்ச் சேர்ந்துட்டா. கடைக்கு முறுக்குப் போடுது. பணம் தண்டலுக்கும் போகுது. எல்லாம் காலைலேயும் சாயங்காலமேயும் ஒரு மணி, ரெண்டு மணி வேலை. அப்புறமா, சும்மா தூங்குவோம், படுத்துக் கிடப்போம்னு இருக்கிறதில்லை. வீடு வீடா நுழைஞ்சு, உனக்கு இன்னா வேணும், இன்னா வாங்கியாரணும்னு வேலையை இழுத்துப் போட்டுக்கிட்டு செய்யும். ஆனால், யார்கிட்டேயும் பேச்சு வச்சுக்காது. யார் வாயையும் பார்த்துக்கிட்டு நிக்காது. அதுதான் எனக்கு எரிச்சலாட்டம் வருது. பெரிய ரப்புகொண்ட ஆளு, இருக்கட்டும். எனக்கு இன்னா போவுது"

சுந்தரம்பிள்ளை, நிரம்ப சிந்திக்க வேண்டிய ஆள் என்பது மாத்திரம் தெரிந்தது. இந்த அம்மினியும்தான் அப்படியிருந்தாள். காடுகள் மாத்திரம்தானா இரகசியங்களைப் பொதித்து வைத்துக்கொண்டிருக்கின்றன? மனிதர்களும்தான்! ஒவ்வொருவரிடமும் எத்தனை இரகசியங்கள்!

அந்தக் குடியிருப்பில் முதலில் உறங்கி எழுபவர் பிள்ளையாகத்தான் இருப்பார். மூர்த்தி, ஐந்து மணிக்கு அலாரம் வைத்துக்கொண்டு எழுவான். எழுந்து பாத்ரூமுக்குச் சென்று திரும்பினால், பிள்ளை தயாராக டீ வாங்கி வந்திருப்பார்.

"பிள்ளை நீங்க டீ சாப்பிட்டீங்களா?"

"ஆச்சுங்க..."

சிகரெட்டு இருக்கிறதா என்று பிள்ளையே ஆராய்வார். இருந்தால் சரி. இல்லையென்றால், தன் காசைப் போட்டு வாங்கி வந்து வைப்பார். காசு அவனிடம் எதிர்பார்க்க மாட்டார். கொடுத்தால், கடனைக் கொடுத்துவிட்டுத் திரும்பி மீதிச் சில்லறையைக்கொண்டு வந்து சேர்ப்பார். மீண்டும், இரண்டு மணி நேரம் கழித்து வந்து, அவன் எழுதுவதற்கு குந்தகம் ஏற்படுத்தாமல் அவன் தேவைகளைக் கேட்டு அறிவார். ஊடே, தனக்குப் பிழைப்பான வேலைகளைப் பார்த்துக் கொள்வார். மூர்த்தி வெளியே புறப்படாமல் எழுதிக்கொண்டிருந்தான் என்றால் அவனுக்கு மதியச் சாப்பாடும் மாலை சிற்றுண்டியும் வாங்கி வந்து, பரிமாறிக் கொடுக்கும் பொறுப்பையும் ஏற்றுக் கொள்வார்.

மூர்த்திக்கு மட்டும் என்றில்லை. அந்த வீடு முழுமையுமே அவரைப் பல வகையில் நம்பியிருந்தது. பெரிசுகளுக்குப் படிக்கப் பேப்பர், அவ்வப்போது குடிக்கத் தேநீர், அம்மாக்களுக்கு அடிக்கடி வெங்காயம், பச்சை மிளகாய், பூண்டு, இஞ்சி, வெந்தயம், உளுந்து என்று பல சரக்குப் பொருள்கள், நல்ல மணமுள்ள பவுடர் வாங்கித் தருதல், துவைத்துக் காய்ந்த துணிகளை, பெட்டிப் போட்டு வாங்கி வைத்தல், குழந்தைகளைப் பள்ளியில் விடக் கொண்டுபோதல்...

இத்தனை வேலைகளைத் தலையில் போட்டுக்கொண்டு அவர் உழைப்பதன் நோக்கம் என்ன? கூலியா? சில்லறைத் தட்டுகிறாரா? இல்லை. மூர்த்திக்குக் கடந்த மூன்று மாதக் காலமாக அவர்தான் எல்லா உதவிகளையும் செய்கிறார். அவரும் எனக்கு இது வேண்டும் என்று கேட்கவில்லை. அவனே குற்ற உணர்வு மேலோங்க எதையேனும் கொடுத்தால், "இருக்கட்டுங்க" என்றபடி மிகுந்த கூச்சத்துடன் அதைப் பெற்றுக் கொள்வார். நிச்சயம், அந்தப் பணத்துக்காக, அவனுக்காக உதவிகளை அவர் செய்யவில்லை என்பது

திண்ணம். பிள்ளையின் முகத்தில் தோன்றும் கூச்சமும், அவமான உணர்வும் அவன் கைகளை மேலும் கட்டிப் போட்டுவிடும்.

போன செவ்வாய்க்கிழமை, ஒரு பெரிய ரகளை வீட்டுக்குள் நடந்தது. வீட்டுக்கார அம்மாளுக்கு அக்கா மகன் திருமணத்தை ஒட்டி, உதவி ஒத்தாசைக்கு அம்மினியை விடியகாலமே வரச் சொல்லிவிட்டு வீட்டுக்கார அம்மாள் போயிருந்தாள். அதைத் தொட்டு அம்மினி மூணு மணிக்கெல்லாம் எழுந்து தண்ணீர் சேந்தி தொட்டியை நிரப்பி விட்டு பாத்ரூமுக்குள் போய் அழுக்கைத் துவைத்து இருக்கிறாள். அதுக்குப் பின்னாடி எழுந்து வீட்டுக்குள் வந்த சுந்தரம்பிள்ளை தொட்டியில் இருக்கும் தண்ணீரைப் பழைய அழுக்குத் தண்ணீர் என்று நினைத்து, தொட்டித் துளையை அடைத்திருந்த குச்சியைப் பிடுங்கி விட்டு, தேநீர் குடிக்க நாயர் கடைக்குச் சென்றிருக்கிறார். துணித் துவையலை முடித்துக்கொண்டு பாத்ரூமை விட்டு வெளியே வந்த அம்மினிக்கு, தான் இறைத்துச் சேர்த்து வைத்து விட்டுப் போன தண்ணீர் அனைத்தும் வீணாவது கண்டு, கோபம் மட்டு மீறிக்கொண்டு கிளம்பியது. அந்த நேரம் பார்த்து பிள்ளையும் திரும்பியிருக்கிறார்.

“தொட்டித் தண்ணியைப் பிடுங்கிவிட்டது ஆரு?”

“ஏன் நான்தான். பழைய தண்ணியாச்சே. புதுசா பிடிச்சு ஊத்தலாம்னு பிடுங்கிவிட்டேன்.”

“இன்னா மப்பு இருந்தா, நான் புடிச்சி வைச்சிருந்த தண்ணியை நீ புடுங்கி விடுவே, கிழவா?”

“அடடா, அப்படியா? நீ புதுசா அடிச்சி வைச்சியாக்கும். எனக்குத் தெரியாதே. நான் புதுசா அடிச்சுக் கொடுத்திடறேன்”

“என்ன அக்குகுறும்பும்மா இது.? அவ்வவ்வவ்வா! என்கிட்ட வெளையாடறியா, கிழவா? என்னைப் பத்தி என்னான்னுதான் நினைச்சுக்கிட்டு இருக்கே. சின்னப் பொண்ணா நானு? என்ன கெட்ட நினைப்பு வச்சுக்கிட்டு இந்த மாதிரிப் பண்ணினே? அன்னைக்கு அப்படித்தான், அந்த ஆலை வேலைக்காரர் பெண்சாதிக்கு உடம்பு சரியில்லாம கிடக்கிறப்போ, கூடத் துணைக்கு நான் படுத்துக் கிடந்தா, எத்தனை வாட்டி அங்கே வந்து எட்டிப் பார்த்தே? எனக்கு இந்த தில்லுமுல்லு திருக்கூசு எதுக்குன்னு தெரியாதா? உனக்கு இன்னாதான் வேணும்? சொல்லித் தொலையேன்?”

சண்டையின் பாதியிலேயே, மூர்த்தி விழித்துக்கொண்டான். இருவரும், சாத்தியப்படும் அளவுக்குப் பிறர் தூக்கத்தைக் கெடுக்காமல் இருக்கும் பொருட்டு மிகவும் கீழ்க் குரலிலேயே பேசினார்கள். என்றாலும், மூர்த்திக்கு அது வெகு அருகாகக் கேட்டது. அவன் அறையை விட்டு வெளியில் வந்து, கிணற்றங்கரை அருகில் போய் நின்றான். இவனைப் பார்த்ததும் அம்மினி முத்தாய்ப்பு வைப்பவளாகச் சொன்னாள்.

“இதுவே கடைசியா இருக்கட்டும், கிழவா. நம்மகிட்டே உன் வேலையைக் காட்டாதே”

பிள்ளை, சிரித்துக்கொண்டே தண்ணீர் சேந்தித் தொட்டியில் விட்டுக்கொண்டிருந்தார். மூர்த்திக்கும் இது ஆச்சரியம் தரும் சங்கதியாக இருக்கவில்லை. இந்த மூன்று மாதங்களில், இது போன்ற தகராறுகள், அவர்கள் இருவருக்கும் அடிக்கடி எழுந்தன. ஆனால், யாரும் அதை பெரிதாக

எடுத்துக்கொள்ளவில்லை என்பதையும் அவன் கவனித்திருந்தான். எல்லா ஆறுகளும் கடலைச் சென்று சேர்வதுபோல, எல்லாச் சண்டையும், அம்மினி உடம்போடு முடிவடைவதுதான் ஆச்சரியம். அம்மினியைச் சுந்தரம்பிள்ளை பெண்டாள நேரம் பார்த்துக்கொண்டிருப்பது போலவே, அம்மினியின் பேச்சும், பாவனையும் இருக்கும். ஆனால், இந்த மக்கள், எதையும் உடம்போடு சேர்த்துப் பேசுகிறதால், இதைப் பெரிதாக எடுத்துக்கொள்ளவில்லை மூர்த்தி.

அம்மினி வாங்கும் சம்பளத்துக்கு வஞ்சகம் இல்லாமல் உழைத்தாள். ஒருமுறை கேட்டாள்.

"சாரு... உனக்கு என்னதான் வேலை? இராத்திரியும் பகலுமா கண்ணைக் கெடுத்துக்கிட்டு எழுதறே... இல்லேன்னா, படிக்கிறே. துட்டுக்கு இன்னா பண்றே... பெண்சாதி புள்ளைங்களை ஊருல விட்டுட்டு இங்க வந்து என்னாத்துக்கு லோல்படணும்? சுகமா ஊரில் இருக்கிறதை விட்டுட்டு?" என்றாள், உண்மையான கரிசனத்தோடு.

"நான் கதை எழுதறவன். பத்திரிகையில் எழுதுகிறேன். பத்திரிகைக்காரங்க காசு கொடுக்கிறாங்க. அதை வைச்சிக் காலத்தை ஒட்டறேன்."

"பாவம்"

மூர்த்தி திடுக்கிட்டான்.

"என்ன பாவம்."

"பார்த்தா படிச்சவராட்டம் தெரியுது. ஒரு ஆபீசில கெத்தா போய் குந்திக்கிட்டு மாசம் பிறந்தா சம்பளம் வாங்கறதை விட்டுட்டு இதென்ன பிழைப்பு?"

"நீதான் ஒரு நல்ல வேலையா வாங்கிக் கொடேன்."

"இந்தக் கிழவிகிட்ட போய் விளையாடறியே சாரு."

"கிழவியா, சும்மா சொல்லாதே. இன்னா இன்னைக்கெல்லாம் நாப்பது வயசு இருக்குமா உனக்கு?"

"அடி அம்மா" என்று ஒரேயடியாக வெட்கப்பட்டுக் கொண்டாள் அம்மினி.

"வார தையில, அம்பது ஆவப் போவுதாங்காட்டியும். என்னடான்னா, இந்தக் கிழம் என்னைச் சுத்தி வந்துகிட்டு அழும்பு பண்ணிக்கிட்டு இருக்கு. கிழவனுக்குக் கொழுப்பைப் பாரேன். கொஞ்சம்கூட வெட்கம் இல்லாமே, என் முன்னாலே 'வீராப்பா' நின்னுக்கிட்டு, நாம தொடுப்பு வைச்சுக்கலாமான்னு கேக்குது சாரு, அந்தக் கிழம். வாயிலே ரெண்டு போட்டா இன்னா?"

"அம்மினி... நீ பேசறது சரின்னு எனக்குப் படலை. அவர் இன்னா தப்பா கேட்டுட்டாரு. அவரும் ஆதரவு இல்லாத ஒண்டி மனுசன். உனக்கும் துணை இல்லை. ஒருத்தருக்கு ஒருத்தர் துணையா இருக்கலாம்னு கேட்டிருக்காரு. இஷ்டம் இருந்தா சரின்னு சொல்லு. இல்லேன்னா விட்டுத் தள்ளு. ஆனால், பிள்ளைக் கேட்டது எப்படித் தப்பாவும்?"

திடுமென அம்மினி, அந்தக் குடியிருப்பின் சண்டிராணி மாதிரி இருந்த மனுசி, அழத்தொடங்கினாள். அவள் கையிலிருந்த துடைப்பம் நழுவி விழுந்தது. தேம்பித் தேம்பி அழுதாள். சட்டென்று அவளே தன்னைக் கட்டுப்படுத்திக்கொண்டு, வீட்டை விட்டு அகன்றாள்.

அன்று முழுக்க அறையிலேயே அடைபட்டுக் கிடந்தான் மூர்த்தி. நடக்க வேண்டும்போல இருந்தது. சட்டையை மாட்டிக்கொண்டு வெளியே வந்தான். கூண்டு மாதிரியான பெட்டியில் முடங்கிக்கொண்டு படுத்திருந்தார் சுந்தரம் பிள்ளை.

“பிள்ளை... உடம்புக்கு சுகமில்லையா, ஆளையே காணோம்”

“சும்மா... லேசா சளி இருமல். வெளியே புறப்பாடா ஐயா?”

“வாருமே... ஆரியபவன்வரை போய் வருவோம். நீரும் சூடா எதையாச்சும் சாப்பிடலாம்.”

அவர் கூச்சத்துடன் அவனுடன் வந்தார். ஆளுக்கு நாலு இட்லி சாப்பிட்டார்கள். வெளியே வந்து சிகரெட்டைப் பற்ற வைத்துக்கொண்டான் மூர்த்தி.

கங்காதீசுவரர் கோயில் குளம். உட்கார்ந்து பேச ஏற்றது. அவர்கள் குளக்கரையில் படிக்கல்லில் வந்து அமர்ந்தார்கள். காற்று, வெகு சுகமாக, நுங்கு மாதிரி குளிர்ச்சியாக வீசிக்கொண்டிருந்தது.

பிள்ளை அடிக்கடி இருமிக்கொண்டிருந்தார். மூர்த்தி சொன்னான்:

“வயதான காலத்திலே ஆதரவு இல்லாமே இருக்கிறது ரொம்ப சிரமம். வேண்டியவங்க, சொந்தக்காரங்க யாரும் இல்லையா, பிள்ளை.”

“இல்லீங்க... எனக்கு நான்தான்.”

“ரொம்ப உடம்புக்கு வந்தா, சிரமமா இருக்குமே. நாங்கள் இருக்கிறோம். கவலைப்படாதீரும்”

“ரொம்ப வேண்டப்பட்டவங்களுக்குச் சிரமம் கொடுக்காமே, படுத்தோம், தூங்கிறோம்னு மரணம் வர்றது ரொம்ப உத்தமங்க... என் பிரார்த்தனையே அதுதான்.”

“பிள்ளை... அம்மினி உங்களுக்குத் துணையா இருந்தா ரொம்ப நல்லா இருக்கும் இல்லையா? அதுக்கு உங்களைப் புரிஞ்சுக்க முடியவில்லை”

அவர் சிரித்தார்.

“அம்மினி... உங்ககிட்ட ஏதாச்சும் சொல்லுச்சுங்களா?”

“ஏதோ சொல்லிக்கிட்டு இருந்துச்சு”

“நல்ல பொம்பளைங்க. அது கட்டிக்கிட்டவன் சரியில்லே...”

சற்று நேரம் அமைதியாக இருந்துவிட்டு அவர் சொன்னார்.

“மனுசங்களைச் சேர்த்துக்கிறதுக்கும், கூடி வாழறதுக்கும் மனசுல ஈரம் இருக்கணும் ஐயா. என்னவோ என்கிட்ட அது இல்லே. வத்திப் போயிடுச்சு...”

“என்னால ஒப்புக்க முடியாது. ஓடி ஓடி எல்லாருக்கும் உழைக்கிறீங்களே. ஈரம் இல்லாமலா?”

“நான் வாழறதுக்கு ஒரு நியாயம் வேணுமுங்களே, அதெல்லாம் எனக்காகத்தான்.”

அவர் இருமினார். குளிர் காற்று வீசத் தொடங்கிற்று. மழை வரும்போல் தெரிந்தது. அவர்கள் புறப்பட்டார்கள்.

இரவு பலத்த மழை பெய்தது. நள்ளிரவு வரைக்கும் படித்துக்கொண்டிருந்த மூர்த்தி உறங்கிப் போனான்.

பலமாக எழுந்த கசமுச குரல்கள் கேட்டு விழித்தான். நன்கு விடிந்திருந்தது. மழை இன்னும் பெய்துகொண்டிருந்தது. அம்மினியின் அலறல் பெரும் கூச்சலாகக் கேட்டது

"ஐயோ.. போயிட்டியே கிழவா! எனக்கு சேலை போத்தி, கவுரதையாகொண்டு போயி புதைப்பேன்னு இருந்தேனே... இப்படி அனாதையா போயிட்டியே..." என்று அழுது புலம்பிக்கொண்டிருந்தாள் அம்மினி.

சுந்தரம்பிள்ளை கூண்டுக்குள்ளேயே மரணம் அடைந்திருந்தார். அன்று மாலையே பிள்ளை அடக்கம் செய்யப்பட்டார். வீட்டுக்கார அம்மாள் பெரும்பாலான செலவை ஏற்றுக்கொண்டாள். வீடு ஒன்றுக்கு இருபது ரூபாய் போட்டார்கள்.

மயானத்தில் இருந்து மூர்த்தியும், வீட்டுக்கார அம்மாள் மகன் சங்கரனும் பேசிக்கொண்டே திரும்பினார்கள். சங்கரன் சொல்லிக்கொண்டிருந்தான்.

"பெரிசா வாழ்ந்து கெட்டவர் சார் சுந்தரம்பிள்ளை. எங்கம்மா கல்யாணம், அவர் வீட்டிலே வைச்சுத்தான் நடந்துச்சாம். சூளையிலே அவ்வளவு பெரிய வீட்டுக்குச் சொந்தக்காரர். எல்லாம் எப்படியோ போச்சு. தனி ஆளாயிட்டாரு. எதையாவது யாருக்காவது கொடுத்துக்கிட்டே இருக்கணும். இருக்கும்போது கொடுத்தார். இல்லேன்னு ஆனதும், எதையாவது யாருக்கவாது செஞ் சுக்கிட்டே இருந்தார். இவ்வளவு பழகினாரே, எங்கள் வீட்டுல ஒருவேளைச் சாப்பாட்டுக்கு வந்து உட்கார்ந்து இருக்காரா மனுசன்? இல்லை. சாகிற வரைக்கும் இல்லை. அம்மினி அவருக்கு வாழ்க்கைப்படணும்னு பறந்தாள். சுத்தாத கோயில் இல்லை. வேண்டாத தெய்வம் இல்லை. அம்மாகூட பேசிப் பார்த்தாங்க. அனாதைக்கு அனாதை ஆதரவுன்னு அழுத்தமா மறுத்துட்டாரு. குந்தக் குடிசை இல்லாதவனுக்குப் பொண்டாட்டி ஒரு கேடான்னு சொல்லிட்டாரு... அனாதையா செத்துத் தொலைஞ்சாரு."

மூர்த்திக்குப் பளபளவென்று வெளிச்சம் கிடைத்தது.

இரண்டு நாளைக்குப் பிறகு, பிள்ளை தன்னை அடைத்துக்கொண்டு வாழ்ந்த கூண்டை ஒழித்தார்கள். இரண்டு கைலிகள், இரண்டு சட்டைகள், இரண்டு துண்டுகள் கொண்ட மூட்டை தலையணைபோல அவர் பயன்படுத்தியது.

இரண்டு சின்னச் சின்ன முடிச்சுக்கள் அகப்பட்டன. ஒன்று இருநூறு ரூபாய் முடிச்சு. 'இதை அந்திம செலவுக்கு வைத்துக்கொள்ளவும்' என்று எழுதியிருந்தார் பிள்ளை.

சின்ன மூட்டையில், ஐநூறு ரூபாய்க்கு நோட்டுகளும் காசுகளும் இருந்தன. சின்னக் காகிதத் துண்டில் 'இந்தப் பணம் அம்மினி அம்மாளுக்குச் சேர வேண்டும்' என்று எழுதியிருந்தார்.

"நான் உன்னன்டை பணமா கேட்டேன், பணமா கேட்டேன்..." என்று தலையில் அடித்துக்கொண்டு அழுதாள் அம்மினி.

1993

சனிக்கிழமை ஜீவிகள்

எழுதிக்கொண்டிருந்த மேகலாவுக்கு எழுத்து தடைப்பட்டது. ஏதோ ஒருவகை வாசனை அவள் நாசிக்கு எட்டியிருந்தது. ஊன்றி அவதானித்ததில் அது அவளுடைய உடம்பிலிருந்தே எழுந்தது என்பதை உணர்ந்தாள். அதிகாரி தொடர்ந்து 'டிக்டேட்' செய்துகொண்டிருந்தார். அந்தச் சமயத்தில் அவள் அதை எழுதுவதைத் தவிர வேறு எதுவும் செய்துவிட முடியாது. அவர் சொல்லுகிற வார்த்தைகளை எழுதிக்கொண்டே தன்னைப் பற்றியும் நினைத்துக்கொண்டிருந்தாள் அவள்.

மேகலா முன்னைப்போல் இல்லை. இருந்தால் இப்படி ஓர் அசூசையான வாசனை, கைகள் தோளோடு சேரும் இடத்திலிருந்து எழும் வகையில் அவள் விட்டிருக்க மாட்டாள். தன் உடம்பு குறித்த தீட்சண்யம், தன் வாசனை பிறர் நாசிக்கு எட்டி விடுவது அநாகரிகம் என்கிற பிரக்ஞை அவளுக்கு எப்போதும் இருந்தது. அதிலும் குளிர்பதனம் செய்யப்பட்டிருக்கும் அறையில் புழங்க நேரும்போது, உடம்பின் வாசனை தூக்கலாக இருக்கும் என்பதை அனுபவத்தில் அறிவாள். அதற்காகவே அவள் பாடி ஸ்ப்ரே உபயோகப்படுத்தியும் வந்தாள். பாடி ஸ்ப்ரேயையும் மிகுந்த ஜாக்கிரதையுடன்தான் தீர்மானிப்பாள். முதலாவதாக அது மேல்நாட்டு தருவிப்பாக இருக்க வேண்டும். இரண்டாவதாக, அதன் மணம் முகத்தில் அடிக்கிற முரட்டு மணமாகவும் இருக்கக் கூடாது. தனக்கு மட்டுமே தெரிகிற வாசனை. ஒருநாள் முழுக்க நாற்றத்தைத் தள்ளி வைக்கும் சக்தி உள்ளதாக அது இருக்க வேண்டும். அப்படி, பார்த்துப் பார்த்துத் தேர்ந்தெடுத்து ஒரு குறிப்பிட்ட கம்பெனியின், ஒரு குறிப்பிட்ட வகை வாசனை பொருந்திய ஸ்ப்ரேயை அவள் தேர்ந்தெடுத்து வைத்திருந்தாள். ஐம்பது ரூபாய் விலையுள்ள அந்த ஸ்ப்ரேயை ஒரு குறிப்பிட்டக் கடையில் வாங்குவது என்று ஏற்பாடு கொண்டிருந்தாள். தினம், காலைக் குளியல் ஆனவுடன் அந்த ஸ்ப்ரேயை இரு பக்கத்துக்கும் பயன்படுத்திக்கொண்டாள் என்றால், அடுத்த

இருபத்து நான்கு மணி நேரத்துக்குக் கவலை இல்லை. குறைந்த பட்சம் உடம்பு வாசனை பற்றின கவலை.

"ஆகவே, ஒரு காரின் முக்கிய பாகமாகிய அந்தக் கருவிகளைக் குறிப்பிட்ட நாளில், அதுவும் நீங்களே ஒப்புக்கொண்ட கெடுவு தேதியில் முடித்துத் தரவில்லையென்றால், அது கம்பெனிக்குள் இதுகாறும் நிலவும் சுமூக உறவை எங்ஙனம் பாதிக்கும் என்பது தாங்கள் அறியாதது அல்ல..." என்று அதிகாரி சொல்லிக்கொண்டிருந்தார். அவர் முகத்தில் கவலையின் நிழல் ஆடிற்று. "காரின் உதிரிப் பாகங்கள் மிக முக்கியமானவை. அவை பழுது பட்டால் இயந்திரம் இயங்காது. அது இயக்கம் பழுதுபட்டது அல்லது நின்று விட்டது என்பார்கள். இயக்கம் பழுதபடல் என்பது பீடுநடை போடும் இந்தியாவின் வளர்ச்சியைப் பின்னுக்கு இழுப்பதாகும்..."

அதிகாரியின் முகம் இப்போது கவலை நீங்கியதாக இருந்தது. பிரச்சினையின் மையத்தை அவர் தொட்டு விட்டிருந்தார். மேகலா, வீட்டை விட்டுப் புறப்படும்போது அந்த ஸ்ப்ரேயைப் பயன்படுத்தி விட்டோமா என்பதை நிச்சயப்படுத்திக்கொண்ட பிறகே புறப்படுவாள். ஆனாலும் என்ன ? அவளது மேன்மையான நுணுக்க உணர்வுக்குச் சவாலாக எப்போதும் அந்த நகர பஸ் அமைந்திருந்தது. அதன் பெயர் 'ஓம் முருகா' பிரும்மாண்டமான எழுத்துக்களில் அந்தப் பெயர் பொறிக்கப்பட்டிருக்கும். அதன் உரிமையாளர், ஏதோ ஓர் ஏலத்தில் அதை வாங்கி ஒழுங்குப்படுத்தியிருந்தார். சிவப்பும் மஞ்சளும் பச்சையுமாக வர்ணங்கள் குழம்பி அருவருப்பாய் இருந்தது அது. காலையில் எட்டேமுக்காலுக்கு, இஸ்திரி போட்ட புடவையோடும், மழுங்க வாரிய தலையோடும், லேசான பவுடர் பூச்சினால் பளபளக்கும் முகத்தோடும் அவள் வண்டிக்குள் புகுவாள். காற்று பரிசுத்தமாய் குளிர்மையாய் இருக்கும். அந்நேரம் ஒரு புகழ்பெற்ற பின்னணிப்பாடகி பாடிய அம்மன் பாட்டு, பஸ்சுக்குள் இருக்கும் ஒலிக்கருவி மூலம் ஒலிபரப்பாகும். மேகலாவுக்குத் தெய்வ நம்பிக்கை பெரும்பாலும் இல்லை. அவள் அம்மாவுக்கு இருந்த அளவுக்கு இல்லை என்பது சர்வ நிச்சயம். மாஹாலய அமாவாசை என்பதுகூடத் தெரியாமல் அவள் வஞ்சனை மீன் வாங்கி வறுக்க, அம்மா பையை எடுத்துக்கொண்டு ஊருக்குப் புறப்பட்டு விட்டாள். பாட்டை ரசிக்கத் தெய்வ நம்பிக்கை அவசியம் இல்லைதான். எனினும் பாட்டு ரசிக்கும் படியாகயில்லை. அந்தப் பாட்டைக் கேட்டவுடன் பக்திப் பரவசம் எழவேண்டும் என்பது அந்தப் பாட்டை உருவாக்கியவர்களின் நோக்கம் என்றால், அவர்கள் ஏமாந்தவர்களே ஆவார்கள். பக்திக்குப் பதிலாகக் காமமே எழும். அடுத்த பாட்டே, ஒரு காதல் பாட்டாக இருக்கும். 'மாமா மாமா என்ன பார்த்தே' என்று பாடகி கேட்பாள். 'ஆணா பெண்ணான்னு பார்த்தேன்' என்று ஆண் பாடகன் சொல்வான். மேகலாவுக்கு உடம்பு சுருங்கி அவமானமாக இருக்கும். ரகசியமாகச் சுற்றியிருந்தவர்களை அவள் ஆராய்வாள். யாரும் எந்த வகையிலும் பாதிக்கப்படாதவர்களாக இருப்பார்கள். அவர்கள் இந்த மாதிரி நாராசங்களுக்குப் பழகிப் போயிருந்தார்கள்.

தொடர்ந்து, அவள் அலுவலகம் இருக்கும் பஸ் நிறுத்தத்தில் பஸ் நிற்கிற வரைக்கும், அந்த ரகப் பாடல்கள் அணி வகுக்கும். தொடக்கத்தில் அந்தப் பாடல்கள் ஒருவகை பலாத்காரமாகக் காதுக்குள் செலுத்தப்பட்டாலும், அவற்றில் கருத்து செலுத்தக்கூடாது என்று அவள் நினைத்ததுண்டு, முயன்றதும் உண்டு. அந்தப் பயிற்சியில் அவள் வெற்றி பெறவும் செய்தாள்.

விளைவாக, அந்தப் பாடல்களின் சொற்கள் அர்த்தம் இழந்து, வெளிறிப் போய்க் கூழாங்கற்களைப்போல முனை இழந்து போய் விட்டன.

ஒலி ரூபமாக வந்த பலாத்காரத்தை அவள் வென்றாள். எனினும், மனிதர்கள் உடம்பு ரீதியில் அவளுக்குத் துன்பம் இழைத்தார்கள். ஆனால், அதையும் அந்தப் பாடல்களின் அர்த்தங்களை வென்று விட்டதுபோல், வென்றுவிட முயற்சி செய்துகொண்டிருந்தார்கள். கை உயர்த்தி நிற்கிற மாலை நேரத்து ஆண் பெண்களின் மீதிருந்து, வழியும் கார நெடிகொண்ட துர்க்கந்தம் தொடக்கத்தில் ஊமை வாந்தியையும், பிறகு மாத்திரைக்கு அடங்காத தலை வலியையும் தந்து அவளை ரணப்படுத்தின.

அதிகாரி டிக்டேஷனை முடித்து அவளை அனுப்பி வைத்தார். அவள் இருக்கைக்கு வந்து அமர்ந்தாள். மணி ஐந்தைக் கடந்துவிட்டிருந்தது. அந்தக் கடிதத்தை டைப் அடிக்கக் கொடுக்கும் முன்பு, ஒழுங்காகத் திருத்தி எழுத வேண்டும். சில ஆங்கிலப் பிரயோகங்களை அதிகாரி நூதனமாக உபயோகிப்பார். வழக்கமான கம்பெனிக் கடிதங்களில் அவை இடம் பெறுவதில்லை. ஆனால், அதிகாரி ஷேக்ஸ்பியரில் ஈடுபாடு மிகக் கொண்டவராய் இருந்தார். அவ்வாறு சொல்லிக்கொண்டார். அதை நிரூபிக்கும் பொருட்டு ஷேக்ஸ்பியரின் பல சொற்றொடர்களைத் தம் கடிதத்தில் இணைப்பார். 'மனச்சாட்சியும், மானுட இயற்கையும் மாறுபட்டு, ஒன்றுடன் ஒன்று முரண்பட்டு முட்டி மோதுகிறது. கலகத்துக்கு உள்ளான குட்டி ராஜ்யம்போல, மனித நிலைமை ஆகிவிட்டது என்பார். அல்லது, ஐயோ, இரவு சூழ்கிறது. பனிக் காற்றுப் பலமாக வீசுகிறது, பல மைல் தூரத்துக்கு ஒரு புதர்கூட இல்லை' என்று எழுதச் சொல்வார். அவர் சொல்லும் கடிதத்தின் உள்ளார்ந்த விஷயங்களுக்கு, அந்த வார்த்தைகள் அர்த்தம் சேர்ந்ததா என்றால், அது வேறு விஷயம்.

சில்லென்று சந்துஷ்டி தருகிற காற்று ஜன்னல் வழியாகப் புகுந்து, அவளுக்கு இதம் செய்தது. அது அவளது கேசத்தைக் கலைத்து, ஆடையைக் குலைத்தது. எனினும், மேகலா அந்தக் காற்றை அனுமதித்தாள். அது அவளுக்கு வேண்டியிருந்தது. அந்த இன்பத்தைக் கண்ணை மூடி ஏகாந்தமாக அனுபவிக்க வேண்டும்போல் அவளுக்குத் தோன்றியது. ஆனால், அந்தச் சிறிய சந்தோஷத்தையும் பூரணமாக அனுபவிக்க முடியாத படிக்கு வேலை காத்திருந்தது. அதிகாரி கொடுத்திருந்த ஆறு கடிதங்களைத் திரும்ப எழுத வேண்டும் அவள். அந்தக் கடிதங்களை, அதற்கெனவே காத்திருக்கும் டைப்பிஸ்டிடம் கொடுத்து டைப் செய்ய வேண்டும். அதை மணி எட்டானாலும் காத்திருக்கும் அதிகாரியிடம் காட்டிக் கையெழுத்து வாங்கி, டெஸ்பாட்ச் செக்ஷனில் சேர்த்து விட்டுத்தான் அவள் வீட்டுக்குப் போக வேண்டும். நேரம் இருந்தால், அக்கடிதங்கள் அன்றே தபாலில் சேர்க்கப்படும். இல்லையெனில், அதற்கென்று இருக்கிற ஆள், அதை ஞாயிற்றுக்கிழமையிலும் தலைமைத் தபால் நிலையத்தில் கொண்டு போய்ச் சேர்ப்பான். சனிக்கிழமைகளில், அது காரணமாகவே வீடு திரும்ப அவளுக்கு மிகத் தாமதமாகி விடுவதுண்டு.

சனிக்கிழமை!

அந்த நாள் நினைவுக்கு வந்ததும், அதனுடன் தொடர்புடைய பலவும் அவள் நினைவின் மேல் தளத்துக்கு வந்தன. அன்று மதியத்துக்கு மேல் அரை

நாள் கிருஷ்ணமூர்த்திக்கு விடுமுறை. மதியம் வீட்டுக்கு வந்து, காலையிலேயே அவள் சமைத்து வைத்து விட்டுப் போன உணவை ஹாட் பேக்கிலிருந்து எடுத்துப் போட்டுச் சாப்பிடுவான். அதன் பிறகு மாலை ஆறுவரை சுகமான லயித்த தூக்கம். விடுமுறை என்றது அவனுக்குத் தூக்கம். தூங்கி விழித்துக் காப்பி போட்டுக் குடித்து, பிறகு ஒரு நீளமான குளியலை முடித்து புது லுங்கியும், சட்டையுமாக அவன் அவளை எதிர்பார்த்துக் காத்திருப்பான்.

அடுத்த நாள் விடுமுறை என்பது இருவருக்குமே எழுச்சி தருகிற விஷயமாக இருக்கும். காலை ஐந்து மணிக்கு அலாரம் வைத்ததுபோல எழுந்திருக்க வேண்டிய நிர்ப்பந்தம் அவளுக்கு இல்லை. கதவைத் திறந்ததும், சொத்தென்று விழுந்திருக்கும் பால் பாக்கெட்டை எடுத்துப் போய் அரைத் தூக்கத்திலேயே அதைக் கிழித்துப் பாலைச் சுட வைத்து விட்டு, அது பொங்கி வழியும் முன்னமேயே டாய்லட்டுக்குப் போய்த் திரும்பி வர வேண்டிய கட்டாயம் இல்லை. அரக்க பரக்க அழுக்குப் போகாமல் குளித்து, ஈரம் போகாமல் தலைத் துவட்டி, அவசரம் காரணமாகச் சரியாகப் பொருந்தாத பட்டன்களை மாட்டிக்கொண்டு, ஷேவிங் செய்து கொண்டு, உட்கார்ந்திருக்கும் கிருஷ்ணமூர்த்தியின் முகத்தைக்கூட நோக்காது, ஆபீசுக்கு ஓடும் நிலை இல்லை.

அதுதான் முகம் பார்க்காமல் இருக்க வேண்டி நேர்வதே பிரச்சினை. அவனுக்குப் பத்து மணிக்கும் அவளுக்கு எட்டரை மணிக்கும் அலுவலகம். அவள் குளியலில் இருக்கும்போது அவன் உறங்கிக்கொண்டிருப்பான். அவள், அள்ளிப் போட்டுக்கொண்டு சுடிதாரைச் சுவரைப் பார்த்துக்கொண்டு மாட்டி முடித்து வெளியே வருகையில், கிருஷ்ணமூர்த்தி ஒரு பக்கக் கன்னத்தை முடித்திருப்பான். மாலைகளில் அவன் தாமதமாகவே வீடு சேர நேரும். அவளும்கூட அப்படித்தான். சாப்பாட்டு மேஜையில், பெரும்பாலும் களைப்பு காரணமாக அவர்கள் பேசி, சிரித்துக் கொள்வதில்லை. களைப்பு ஓர் இருட்டுப் போர்வையைப்போல அவர்கள் மேல் கவிந்து போர்த்துக் கிடக்கையில், பெரிய பெரிய விஷயங்கள்கூடச் சின்னதாகும். அலட்சியத்துக்குரியதாகும். ஈராக்கின் ஆக்ரமிப்பு ஏன் நெல்சன் மண்டேலாவின் விடுதலைக்கூட அற்பமாகிப் போகும். இந்தச் செய்திகள் அவர்களைச் சங்கடப் படுத்துவதில்லை. சாப்பிட்ட கை உலர்வதற்கும் முன்னால் மேகலா உறக்கத்தில் ஆழ்ந்திருப்பாள்.

நேற்று முன் தினம் நடந்தது இது. மோர் சாதத்தை முடித்து மிஞ் சியிருந்த மோரைக் குடிக்க, தட்டத்தோடு எடுத்து அண்ணார்ந்து குடித்தவள் பார்வையில் கிருஷ்ணமூர்த்தி பட்டான் ஆச்சரியமாய் இருந்தது.

“ஹேய்... மூர்த்தி... எங்கே உன் மீசையைக் காணோம்.”

“அதுவா, முந்தாநாள் ஷேவிங் பண்ணிக்கிடறப்போ மீசை ஒதுக்கினேனா, பிளேட் கீழே இறங்கி ஒரு பக்கம் அவுட். அப்புறம் மத்தது என்னத்துக்கு? எடுத்துட்டேன். இப்பதான் பாக்கிறியா?” என்று அவன் சாவகாசமாகச் சொன்னான். மேகலா அவனை அந்த விதம் நோக்காமல் இருந்தது இயல்புதான், என்பதாக அவன் எடுத்துக்கொண்டான். சனிக்கிழமை இரவு மட்டுமே அவள் அவனை முழுசாகப் பார்ப்பது என்று வகுத்துக்கொண்ட பின், மற்றக் கிழமைகளில் அவள் பார்க்க ஏலாமல் இருப்பது இயற்கைதானே?

கிருஷ்ணமூர்த்தி சொல்லும் காரணத்தைக் கேட்க, மேகலாவுக்கு நேரம் இல்லை. அவள் சோப் பெட்டியை விடவும் சின்னதாக இருந்த, மூக்குப்

பொடி டப்பாவை விடவும் சற்றுப் பெரியதாக இருந்த பெட்டியில் உணவை அடைத்துக்கொண்டு, நடந்துகொண்டே சில்லறை இருக்கிறதா என்று பரீட்சித்துக்கொண்டே வீட்டைக் கடந்தாள்.

காற்று மிகவும் குளிர்ச்சியாக இருந்தது. அலுவலகத்திற்கு முன் இருந்த அடர்ந்த மரங்கள் வழியாகப் புகுந்து வருவதால் மட்டுமல்ல, அந்தக் குளிர்ச்சி மழை வருவதற்கான முஸ்தீபு அது. குளிரில் அவள் சிலிர்த்துக்கொண்டாள். மேல் இருந்த துப்பட்டாவால் நன்கு மூடிக்கொண்டாள். ஆனாலும் ஜன்னலைச் சாத்திக்கொள்ள அவள் விரும்பவில்லை. அந்தக் குளிர்க் காற்றை அவள் மிகவும் விரும்பி ரசித்தாள்.

கிருஷ்ணமூர்த்தி அவளுக்காகக் காத்திருப்பான். அன்று சனிக்கிழமை. வேலை முடிந்த பாடில்லை. எல்லாக் கடிதங்களையும் திரும்ப எழுதி முடித்து டைப்பிஸ்டிடம் சேர்த்து விட்டிருந்தாள். அவள் டைப் அடித்து முடித்து அவள் பார்வைக்குக் கொண்டு வந்து வைக்க வேண்டும். அதுவரை அவள் காத்திருக்கத்தான் வேண்டும்.

மேகலா எழுந்து ஜன்னல் பக்கம் வந்து நின்றாள். ஈரம் தழுவிய காற்றை முகத்தில் வாங்கிக்கொண்டாள். மனம் சந்தோஷத்தில் லயித்தது. வீட்டில் கிருஷ்ணமூர்த்தி காத்திருப்பான் என்ற நினைப்பே அவளுக்குச் சங்கடம் விளைத்தது. வேலையின் தன்மை அப்படி. அதிகாரி ஊரில் இல்லாத பொழுதுகளில், நான்கு மணிக்கே ஏன் மூன்று மணிக்கேகூட அவள் வீட்டுக்குப் போக அனுமதிக்கப்பட்டிருந்தாள். எனவே வேலையிருக்கும்போது வீட்டுக்குப் புறப்படுவது என்ன நியாயம்? வேலை முக்கியம்!

வேலை, தாம்பத்ய உறவுக்குத் தடையாய் இருக்கிறதா? இல்லை என்றே அவள் முடிவு செய்திருந்தாள். வேலை, அவளுக்குக் கொடுத்திருக்கும் மேன்மைகள் தாம் எத்தனை? அவளை அவளே கௌரவமாக உணரும் படியாகச் செய்தது அல்லவோ வேலை. வீட்டுக்குள் அடைந்துகொண்டிருந்துவிட்டு, வாசலில் வந்து தெருவின் இருபுறமும் திரும்பித் திரும்பி வேடிக்கை பார்த்துக்கொண்டிருந்து விட்டு அடுப்பங்கரைக்குள் புகுந்து கொள்ளும் நிலைமை அவளுக்கு நேரவில்லை. அவள் ஒரு பொறுப்பான பதவியில் இருக்கிறாள். ஜீவனத்துக்கு என அவள் சம்பாதிக்கிறாள். புருஷன் சம்பாதித்துக்கொண்டு வந்து போட்ட பருத்திக் கொட்டையைத் தின்று, வேளா வேளைக்குப் பால் சுரந்து கொடுத்து குட்டி போடும் பசு அல்ல, மனுஷி! அவளுக்கு உலகம் தெரியும். மல்லிகைப் பூ மாதிரி இட்லி பண்ணிப் போடுவது, ஒரு பெண்ணின் சாதனையாகாது என்பதை அவள் அறிவாள். உலக உருண்டையின் பௌதிக சுழற்சிக்கு ஆதாரமான உழைப்பு என்கிற ஜீவ சக்திக்கு, அவளால் ஆன சிறு பங்கை அவள் அளிக்கிறாள்.

அடடா! இந்த வேலைதான் அவளுக்கு எத்தனை சிறப்புகளை நல்கியிருக்கிறது. உடம்பை முற்றாக மறைப்பதும், மேக வாழ்க்கைக்கு உகந்ததுமான ஆடையான சுடிதாரும் துப்பட்டாவும் தந்தது. அந்த வேலைதான், ஸ்டர்லிங் ரோடு முனையில் நின்றுகொண்டு நண்பர்களோடு பேசி சல்லாபித்தாவாறே பேல்பூரியும் ஏலக்காய் டீயும் அருந்தும் சந்தோஷத்தை அளித்தது வைலையல்லவா? வாழ்க்கைச் செலவுக்கு அடிப்படையான தேவைகளைப் பூர்த்தி செய்ய அவள் இன்னொருவர் கையை, அந்த இன்னொருவர் கணவனே ஆனாலும் எதிர்பார்த்திருக்க அவசியமில்லையே!

கிருஷ்ணமூர்த்தியேகூட அவளிடம் நல்ல நோக்கத்தில்தான் சொன்னதுண்டு. "வேலையை ராஜினாமா பண்ணிடேன். ரொம்ப கஷ்டப்படற மாதிரி இருக்கே. வீட்டோடு இரேன். இப்படி நேரம் கெட்ட நேரத்திலே உழைத்துத் திரும்ப வேணுமா?" அவன் அக்கறை அவளுக்குப் புரிந்தது. ஆனாலும், அவள் அதை ஏற்க மறுத்தாள். கஷ்டம் எதில் இல்லை. தண்ணீர் குடிப்பதுகூட கஷ்டம்தான். சாப்பிடுவதுகூட கஷ்டம்தான். குளிப்பதுகூட, யோசிக்கும்போது கஷ்டம்தான். கையை காலை அசைக்காமல் சட்டைக்கூடப் போட்டுக்கொள்ள முடியாதே?

அன்று சனிக்கிழமை, கிருஷ்ணமூர்த்தியும், மேகலாவும் கிருஷ்ணமூர்த்தியாகவும் மேகலாகவும் சந்தித்துக் கொள்கிற நாள். ஐந்நூறு வீடுகளுக்கும் மேல் இருக்கும். அந்த நவீன குடியிருப்பில். பெரும்பாலான குடும்பங்களில் அப்படித்தான் ஒரு வழக்கம் நிலவி இருந்தது. பெண்களுக்குள் இருந்த வேலை காரணமாக அவர்களுக்குள் பரிமாறிக்கொண்ட ரகசியமாக அது இருந்தது. இப்படி ஒரு தீர்மானத்துக்கு கிருஷ்ணமூர்த்தியும் மேகலாவும் வந்த அந்த நிமிஷத்தில் அவளுக்குள் நிறைய கேள்விகள் எழுந்தன. அது சரியாக தீபாராதனை முடிந்ததும் வந்து சேர்கிற கழுகுபோலவா; மணி அடித்ததும் வகுப்புக்குள் நுழைகிற ஆசிரியரைப்போல, உணர்ச்சிகள் கடிகாரம் பார்த்துக்கொண்டு வருமா அதுவும் வயிறு போன்றதா? எட்டு மணிக்கு டிபன், மதியத்துக்குச் சாப்பாடு என்பதுபோல சரியாக இடைவெளி விட்டுப் பசிக்கிற வயிறா அது. ஆனாலும் அது அவளுக்கு உவப்பாகத்தான் இருந்தது. எதற்கும் ஒரு காலம் இருப்பது நல்லதுதானே? அதற்கென்று தயாரித்துக் கொள்வதுகூட நல்லதுதான்.

கிருஷ்ணமூர்த்தி காத்திருப்பார். மேகலா ஜன்னலை விட்டுத் திரும்பி, டைப்பிஸ்டிடம் வந்தாள். அவள் பணியை முடிக்கும் நிலையில் இருந்தாள். இவளைக் கண்டதும், அவள் துரிதம் கொண்டாள். கடிதங்களைச் சரி பார்த்து அவற்றை அதிகாரியின் கையெழுத்துக்கு அனுப்பினாள். கையெழுத்தாகி வந்ததும், அவற்றை டெஸ்பாட்சில் சேர்ப்பித்தாள். அவளின் அன்றைய பணி முடிந்தது. கைப் பையை எடுத்துக்கொண்டு ஆபீசை விட்டு வெளியேறினாள்.

அலுவலகத்தையும் தெருவையும் இணைக்கிற பாதையில் குட்டை குட்டையாகத் தண்ணீர் தேங்கி நின்றது. பாதையின் ஓரங்களில் வளர்ந்திருந்த மரங்கள் நீரைச் சொட்டிக்கொண்டிருந்தன. சொட்டென்று தலையில் விழும் நீர் அனுபவிக்கத்தக்கதாய் இருந்தது. ஜீவிதத்தை வாழத்தக்கதாய் ஆக்குகின்ற கணங்கள் அவை. தெரு, குளித்துவிட்டுத் துவட்டாமல் நிற்கிற குழந்தையைப்போல ஈரம் தோன்றி இருந்தது. பொதுவாக பஸ்களில் கூட்டம் இருப்பதில்லை, தவிரவும் பஸ் பயணம் செய்ய உகந்த நேரம், வைகறையும் முதிர் மாலையும்தான். பஸ் நிறுத்தத்திலும் ஓரிருவரே நின்றிருந்தனர். பெண்களைப் பார்ப்பதற்கென்றே நிற்கிற காவிகள் இல்லை. பஸ்ஸிலும் இருக்கைகள் நிறையவே வெறுமையாய் இருந்தன. ஜன்னல் ஓரம் அமர்ந்துகொண்டு காற்றைக் கொத்தாய் முகத்தில் வாங்கிக்கொண்டு மிகுந்த மகிழ்ச்சியோடு பிராயணம் செய்தாள். தெரு, நீர் மயமாய் இருந்தாலும், மழை பெய்து ஓய்ந்திருந்தாலும், காற்று அதீதத்துக்குக் குளுமையாயிருந்தது. தலைமுடியை ஆராவராத்துடன் கலைத்தது. அவள் அதை அனுமதித்தாள். காற்றின் சுதந்திரமும் இயல்பும் அவளுக்குப் பிடித்திருந்தது. எல்லாம் அதனதன் இயல்பில் இருக்க வேண்டும். செடியைக் கத்தரித்து வளர்க்கும்

அசுரத்தனம் ஆகாது. செருப்புக்களைச் செய்துகொண்டு குழந்தைகளின் பாதங்களை வெட்டும் ராட்சசத்தனம் ஆகாது. அந்தப் பயணம் அப்படியே உலகின் கோடிவரை நீடிக்க வேண்டும் என்று அவள் ஆசைப்பட்டாள். ஆனால் அது சாத்தியப்படாது. எந்த பஸ்ஸும் அவ்வளவு நெடிய பயணத்தை மேற்கொள்வதில்லை. அவள் இறங்குமிடத்தில் பஸ் நின்றது. அவள் இறங்கினாள். மணிக்கட்டில் மணி பார்த்தாள். எட்டுக்குச் சில நிமிடங்கள் இருந்தன. அவள் வாடிக்கையாய் அரிசி, பருப்பு வாங்கும் ஸ்டோர் திறந்திருந்தது. அதற்குள் சென்றாள். எப்போது அந்தக் கடைக்குச் சென்றாலும், அவள் விருப்பமுடன் சென்று வேடிக்கை பார்க்கும் காலணிப் பகுதிக் கடைப்பக்கம் சென்றாள். கண்ணாடிப் பெட்டிக்குள் அழகழகாக, தூசுப் படியாமல் காட்சிக்கு வைக்கப்பட்டிருக்கும் செருப்புகளை ஆசை தீரப் பார்த்தாள்.

"மேடம் எடுத்துப் போடலாமா?" என்று கேட்ட சிப்பந்தியிடம் "வேண்டாம், நன்றி" என்று மறுத்துவிட்டு அகன்றாள். அப்புறம் புதிது புதிதாக மார்க்கெட்டுக்கு வந்திருக்கும் பவுடர், சோப் போன்ற உபகரணங்களை வேடிக்கைப் பார்க்க நின்றாள். ஸ்பிரேயர் தீர்ந்து விட்டது. வாங்க வேண்டும். அதன் தேவை. ஏ. சி. அறையில் அதிகாரி முன் அமர்ந்தபோது அவளுக்கு உறைக்கவே செய்தது. எனினும் ஏதோ அசிரத்தை வந்து அவளுக்குள் புகுந்துகொண்டதைப்போல் இருந்தாள். நகப்பூச்சுக்கூட வாங்க வேணும். பூச்சு உதிர்ந்து, அங்கங்கே திட்டுத்திட்டாய் நின்றது. வாங்கத் தோன்றவில்லை. அங்கிருந்து அகன்று துணிக்கடைப் பகுதிக்குள் சென்றாள். அவளிடம் நிறையவே புடவைகளும், சட்டைகளும் சுடிதாரும் இருந்தன. இன்னும் நிறைய வாங்க வேணும். என்கிற வெறியும் இருந்தது. அது ஒரு காலம். எல்லாம் ஊற்று தூர்ந்து விட்டதுபோல, ஏனோ ஆசைகள் வறண்டுகொண்டு வந்தன. இரண்டு கைக்குட்டைகள் மாத்திரம் வாங்கிக்கொண்டு வெளியே வந்தாள். புதுத்துணி வாசனை வீசியது. கைக்குட்டையில் பெண்களுக்கான, கைக்கு அடக்கமான பூப்போட்ட கைக்குட்டை அது. ஒன்றை எடுத்து முகத்தை அழுந்தத் துடைத்துக்கொண்டாள்.

மன நோயாளிகள் காப்பகத்துக்கு நேராகப் போகும் தெருத் திருப்பத்தில், அவள் குடியிருப்பு இருந்தது. திருப்பத்தில் ஒரு கோயில், இடையில் தெருவைப் பார்த்துக்கொண்டு விசனமாய், தனியாக அமர்ந்திருந்த பிள்ளையாரைப் பார்க்க பரிதாபமாயிருந்தது. வீட்டையடைந்தாள். செருப்பை, அதன் இடத்தில் பொருத்தமாய் வைத்தாள். கிருஷ்ணமூர்த்தி அவளுக்காக புது லுங்கி உடுத்திக்கொண்டு காத்திருந்தான்.

"சாப்பிட்டாச்சா?"

"இல்லை உனக்காகத்தான் காத்திருந்தேன். வேலை அதிகமா?"

"ப்ச். அவள் நைட்டி அணிந்துகொண்டாள்"

அவர்கள் சாப்பிட்டார்கள். அவள் ஞாபகமாக மாத்திரையை விழுங்கி வைத்தாள். உறக்கம் கண்ணைச் செருகியது. அவளுக்கு அழ வேண்டும்போல் இருந்தது.

1993

இருபது ஆண்டுகள்

பாரீஸ் பட்டணத்தின் இருதயம் போன்று இருந்தது அந்தப் பகுதி. பெரிய அங்காடி, எப்போதுமே பள்ளிச் சிறுவர்களைப்போல், சுறுசுறுப்பாய் இருக்கும். அன்று ஞாயிற்றுக்கிழமை வேறு உற்சாகத்துக்குக் கேட்க வேண்டுமா? மீன் கடையில், தன் வியாபாரத்தில் மூழ்கிப் போய் இருந்தாள் மரியாள். தொட்டியில் உயிரோடு உலவிக்கொண்டிருக்கும் மீன்களை எடுத்து மேடையில் போடுவதும், வாடிக்கையாளார்களுடன் பேரம் பேசுவதும், படிந்தால் எடுத்து அவர்கள் பையில் போடுவதும், அவர்கள் கொடுத்துப் போகும் காசுகளை எண்ணி, இடுப்பில் சுற்றிக் கட்டியிருந்த பையில் போடுவதுமாக இருந்தாள் மரியாள்.

கூட்டம் சற்று குறைந்தது. மணி பனிரெண்டு இருக்குமா? இருக்கும்போல்தான் இருந்தது. பனிக்கட்டி உருகி, வெயிலும் பனியுமாகச் சேர்ந்து, காற்று இதமாக வீசும் நேரம் அதுதான். பக்கத்துப் பூங்காக்களில் இருந்து, காற்றுடன் பூக்களின் மணமும் கலந்து வீசும் நேரமும் அதுதான். மீன் வாசனைகளையும் மீறி லீ மலர்களின் வாசனையை அவள் நாசிகள் தனியாகப் பிரித்தெடுத்து விடும் சக்தி மிக்கவை. முதுகில்லாத இருக்கையில் அமர்ந்து குழந்தையின் கைகளைப்போல மிருதுவாகத் தொடும் காற்றை அனுபவித்துக்கொண்டு அவள் ஓய்வெடுத்தாள். அப்போதுதான் தன்னை யாரோ கூர்மையாக அவதானித்துக் கொண்டிருக்கிறதை அவள் உணர்ந்தாள்.

ஓர் இளைஞன். இருபத்தைந்து வயது இருக்கலாமா? இருக்கும். குளிர்காலத்தை அலட்சியம் செய்கிறவனைப்போல, குறைந்த சாதாரண உடைகளையே உடுத்தியிருந்தான். தெருச்சுற்றி மாதிரி இருந்தாலும், அப்படிச் சொல்லி விடவும் முடியாத ஏதோ ஒன்று அவனிடத்தில் இருந்ததாக அவள் உணர்ந்தாள். அவன் கண்கள், அதிகமாகக் கெண்டை மீன்கள் துள்ளிப் புரண்டதுபோல், ஈயக்காசுகள் சூரிய ஒளியில்

பளபளப்பதுபோல் பளீரிட்டன. அவ்வளவுதான் அவன் போய்விட்டான். மரியாளும் அவனை மறந்து போனாள்.

அடுத்த நாளும் அவள், அந்தப் பனிரெண்டு மணிக்காற்றை உரித்த நுங்கைப்போல் சில்லிட்டுக்கொண்டு வீசும் காற்றைச் சுவாசித்துக் கொண்டிருக்கும்போது, எதேச்சையாக அவள் பார்வையில் அவன் தென்பட்டான். ரொட்டி அறுக்கும் கத்தியைப்போல அதே 'பளபள' கண்கள். இன்று அவன், அவள் மீன் கூடைக்கு அருகில் நின்றிருந்தான். மரியாள், காசுகளைத் தீவிரமாக எண்ணுபவள்போல, தலையைக் குனிந்துகொண்டு, அவனையே அனுமானித்துக்கொண்டு இருந்தாள். அவ்வளவுதான் அவன் போய் விட்டான். வியாபாரம் முடிந்து வீட்டுக்குப் போன பிறகும், ஏனோ அந்த இளைஞனின் நினைவு, பழகிய நாய்க்குட்டி மாதிரி, அவளையே சுற்றிக்கொண்டிருந்தது.

நாலு தினங்கள் இப்படியே போய்விட்டன. ஐந்தாம் நாள், அவள் அவனை எதிர்பார்த்தாள். கர்த்தருக்குச் சித்தமானால், அவன் வரக்கூடும். கெண்டை மீன் கேட்டவர்களுக்கு, அவள் விராலைத் துண்டம் பண்ணினாள். அம்பது காசுகள் கொடுக்க வேண்டியவர்க்கு அறுபது கொடுத்தாள். அண்டையில் இருந்த மீன்காரியிடம், "மணி பனிரெண்டு இருக்குமா" என்றாள். அவள், மூக்கைச் சிந்திக்கொண்டு சொன்னாள்:

"இன்னும் பத்துகூட ஆகலையே"

இன்று ஏன் காலம் முடமாகிப் போச்சு என்று இருந்தது அவளுக்கு. கடிகாரம், திடுமென குழந்தையாகி தவழ்வது ஏன் என்று தெரியவில்லை? ஒருவழியாக, அவன், அவள் அருகில் சட்டென்று தென்பட்டான். கை எட்டும் தூரத்தில்! புறா இறக்கையைப்போல, அவள் மனசு படபடத்தது.

"போன்ழூர் மத்மசால், இன்று காலை வெகு அழகாக இல்லை?" என்றான் அவன்.

"ஆம்" என்பதுபோல் தலையசைத்தாள் மரியாள்.

"வெயில் வெள்ளையாக அடிக்கிறது. ஆகாயம், பொத்துக்கொண்டு வெளிச்சம், அருவி மாதிரி வழிகிறது, இல்லையா? என்றான் அவன் தொடர்ந்து.

அதற்கும் தலையை மட்டும் அசைத்து வைத்தாள் மரியாள்.

"உங்களிடம் மீன் வாங்க வேண்டும் என்று தினம் தினம் நினைக்கிறேன்" என்றான் அவன். இந்தப் பேச்சு, அவளை சமனப்படுத்தி சுலபப்படுத்தி, பேசவும் வைத்தது.

"எல்லாம் விற்றுப் போய், ரெண்டே ரெண்டுதான் மிஞ்சி இருக்கிறது. நல்ல சேற்றுக் கெண்டை, பொரியல் பண்ணினால் மிகவும் சுவையாய் இருக்கும். அதைவிட, மீன் கௌவாப்பு போட்டால் பிரமாதமாக இருக்கும்" என்றாள். தளுக்கான மீன் வியாபாரியான மரியாள்.

"பொய் சொல்கிறீர்களே" என்றான் விநயமுடன் அந்த இளைஞன்.

"பொய்யா! நானா?"

“ஆமாம், பொய்தான். நாலு மீன்களை வைத்துக்கொண்டு ரெண்டு என்றால், அது பொய்யன்றி வேறென்ன?”

“நாலு எங்கே இருக்கு. இரண்டுதானே இருக்கு?”

“உங்கள் கண்களை நீங்கள் ஏன் சேர்க்கவில்லை? அவையும் கெண்டைகள்தானே?”

அவன் போய் விட்டான்.

“என்ன அக்குறும்பு. இந்த ஆம்பிளைக்கு” என்று நினைத்தாள் மரியாள்.

மதியம் இரண்டு மணிக்குக் கடை கட்டிக்கொண்டு, முதலாளியம்மாவுக்கு கணக்கை ஒப்புவித்துவிட்டு, மரியாள் வீடு திரும்பிக்கொண்டிருந்தாள். நெப்போலியன் சதுக்கத்தைக் கடந்து, இடப்பக்கம் திரும்பினால், மரியாளின் குடியிருப்பு வந்துவிடும். திருப்பத்தில் அவன் நின்றிருந்தான். அவள் கையில் இருந்த ரொட்டி முட்டைக் கோசுக் கூடையைச் சுட்டி, “அதை நான் எடுத்து வருகிறேனே” என்றான் கெஞ்சும் குரலில்.

“எனக்கு அது கனக்கவில்லை” என்றாள் மரியாள்.

“எனக்குக் கனக்கிறதே” என்றான் அவன் ஒட்டாரமாக.

அவள் சுமையை, அவன் பெற்றுக்கொண்டான்.

அவன் பெயர் பிரான்சுலா மர்த்தேன் என்பதாம். பாரீஸ் நகர வியாபாரி ஒருத்தரின் வைப்பாட்டி மகனாம். மனைவிக்குப் பிறந்த மகன், மர்த்தேனுக்கு உரிய சொத்தைத் தராமல், அவனைத் துரத்தி விட்டானாம். வயிற்றைக் கழுவ வேண்டுமே! ஒரு பல சரக்குக் கடையில் பொட்டலம் மடிக்கிற கடைப் பையனாக இருக்கிறானாம்.

“என் அண்ணன், எனக்கு சொத்து இல்லை என்றார். அதனால் என்ன, மரியாள் பார்த்துக்கொண்டே இரு! நான் ஒரு நாளைக்கு மகத்தானவனாக வருவேன். லட்சம் லட்சமாகச் சம்பாதிப்பேன்” என்றான் மர்த்தேன், மரியாளிடம்.

ஆமாம், அதுதான் விஷயம். அந்த நம்பிக்கை, அந்த எண்ண உயர்வு, மரியாளுக்கு ரொம்பவும் பிடித்தது. அந்த வருஷக் கிறிஸ்துமசின்போது, அவர்கள் திருமணம் செய்து கொள்வது என்று தீர்மானித்தார்கள். கிறிஸ்து பிறக்கும் மாதமே அற்புதமான மாதமாயிற்றே. தேவாலயத்தின் மணி நாதத்தை ரசித்துக் கேட்டபடியே, மரியாளின் விரலில் மோதிரத்தினை அணிவித்தான் மார்த்தேன்.

திருமணம் முடித்த மறுநாளே, அவர்களுக்குப் பெரும் அதிர்ச்சி ஒன்று நிகழ்ந்தது. மர்த்தேன் வேலை பார்த்த பலசரக்குக் கடை முதலாளி, “கல்யாணம் ஆன பையன்களுக்கு என் கடையில் வேலை இல்லை” என்றார்.

அதிர்ந்து போனாள் மரியாள்.

மர்த்தேன், அதைக் கேட்டுச் சிரித்தான்.

“பலசரக்குக் கடை வேலையை விட, பெரிசாக ஏதோ ஒன்று, எனக்கு வர இருக்கிறது கவலைப்படாதே மரி” என்றான் மர்த்தேன்.

"மர்த்தேன். எனக்கு ரொட்டியைப் பற்றின கவலை இல்லை. மீன் கடை இருக்கவே இருக்கிறது. நாம் செத்துவிட மாட்டோம். என்னைக் கல்யாணம் செய்துகொண்டதன் பொருட்டு உனக்கு வேலை போயிற்றே" என்றாள் மரியாள் வருத்தமுடன்.

சீக்கிரத்திலேயே, மர்த்தேனுக்குக் கிழக்கிந்திய பிரஞ்சு வியாபாரக் கும்பினியில் வேலை கிடைத்தது. ஆண்டுக்கு 600 பவுன் சம்பளம்.

"மர்த்தேன்... என்னை விட்டுப் பிரிந்து கப்பல் ஏறப் போகிறாயா?" என்றாள் மரியாள்.

"ஆமாம் மரியாள், அது தவிர்க்க முடியாதது. நான் அதிர்ஷ்டத்தைத் தேடிப் போகிறேன். ஏதோ ஒரு அசரீரி, என்னைப் பின்னிருந்து இயக்கிக்கொண்டிருக்கிறது. நான் போக வேண்டும். கர்த்தருக்குச் சித்தமானால், நாம் மீண்டும் சந்திக்கலாம்."

கடல் அலைகள் கத்தி ஆர்ப்பரித்தன. மரியாளின் இதயமும்கூட அப்படித்தான் கதறியது.

மர்த்தேன் முதலில் மடகாஸ்கர் தீவில் சிறு வியாபாரியாய் தன் பணியைத் தொடங்கினான். அதன் பிறகு ஈரான், அதன் பின் மசூலிப்பட்டணம், பாரீசை விட்டுப் புறப்பட்ட பத்து ஆண்டுகளுக்குப் பிறகு மர்த்தேன், புதுச்சேரிக்கு சிறு அதிகாரியாக வந்து சேர்ந்தான். மரியாளுக்கு அவன் ஒரு கடிதம் எழுதினான்.

"அன்பே மரியாள், போந்திசேரி என்கிற ஒரு சின்னஞ்சிறு மீனவர் குப்பத்துக்கு நான் வந்து இன்று சேர்ந்திருக்கிறேன். இன்றைக்கு இந்த ஊரில் மாட்டுப் பொங்கலாம். அதாவது விவசாயிகளான இந்த ஊர் மக்கள், அதுக்கு உதவும் படியாக இருக்கிற மாடுகளுக்கு மகிமை படுத்துகிற நாள். மாடுகளை இவர்கள் கும்பிடுகிறபோது, இவர்களின் நன்றி உணர்வை நினைத்து, இந்த சனங்களின் மேல் அதிகமான மரியாதை ஏற்பட்டு விட்டது. பெண்கள் மூக்குக்கு நேராக வகிடெடுத்து தலையைச் சீவிக்கொண்டு, சடை போடுகிறார்கள். என்ன ஆச்சரியமாயிருக்கு அது? ஊருக்கு மேற்கே நெசவாளர்கள், அற்புதமான நெசவு செய்கிறார்கள். போந்திசேரி நெசவாளர்களின் கைத்திறமைக்கு முன்னால் மசூலிப்பட்டணம் நெசவாளர்கள் கட்டாயம் தோற்றுத்தான் போய்விடுவார்கள்.

அன்பே, உன்னைப் பிரிந்து பத்தாண்டுகள் ஓடி விட்டன. இறைவன் அருள், நம்மை இன்னும் ஒன்று சேர்க்கவில்லையே, பார் நம் காதலில் கனிந்த குழந்தைக்கு இப்போது பத்து வயசு இருக்குமே, அவளுக்கு என் ஆசை முத்தம். உனக்கும் என் அன்பு முத்தங்கள்."

மர்த்தேன், புதுச்சேரியில் இருந்து எழுதின கடிதங்கள் கப்பல்கள் மூலமாக, பாரிசுக்குப் போய்ச் சேர பருவ நிலையைப் பொறுத்து இரண்டு மாதங்கள் முதல் ஆறு மாதங்கள்வரை ஆகும். எழுதப் படிக்கத் தெரியாத மரியாள், யாரையேனும் பிடித்து பதில் கடிதம் எழுதுவித்து அனுப்பி வைப்பாள்.

அது, ஆறு மாசம் கழிந்து மர்த்தேனை வந்து அடையும். வருஷத்துக்கு இரண்டே கடிதங்கள். அவர்களின் தாம்பத்ய வாழ்க்கையின் பாலமாகச் செயல்பட்டுக்கொண்டிருந்தன.

மர்த்தேன், புதுச்சேரியை அடைந்த பிறகு, மரியாளின் கடிதம் ஒன்று வந்தது. கண்ணீர்த் திட்டுகளால் ஆங்காங்கே அது நனைந்திருந்தது. அதில் மரியாள் இப்படிச் சொன்னாள்.

"குழந்தை அப்பாவின் முகம் எப்படி இருக்கும் என்று கேட்கிறாள். அன்பே அவளுக்கு நான் என்ன பதில் சொல்லட்டும்? எங்கள் மீன் அங்காடிக்குப் பக்கத்திலே இருந்த பூங்காவைத் திருத்தி, சிப்பாய்களின் குடியிருப்பு கட்டுகிறார்கள். அன்பே அதனால், முன்போல, பனிரெண்டு மணி வேளையில் லீ மலர்களின் வாசனை வருவதில்லை. மர்த்தேன், நாம் என்று சந்திக்கப் போகிறோம்.? உயிருள்ளவரை சந்திப்போமா? இறந்த பிறகாவது சந்திப்போமா? எனக்குச் சொல் அன்பே..."

மர்த்தேன், பிரஞ்சுக் கும்பெனியில் சிறு வியாபாரியாகப் பணியில் சேர்ந்த பத்தொன்பதாம் வருடம் பிரஞ்சு இந்தியாவின் முதல் கவர்னராக, மன்னரால் நியமனம் பெற்றார். பிரஞ்சுக் காலனிகளின் முதல் கவர்னரின் மனைவியும், மகளும், புதுச்சேரியை நோக்கிக் கப்பலில் வந்துகொண்டிருக்கிறார்கள் என்ற செய்தி கேட்டு, மக்கள் கடற்கரையில் குழுமினார்கள். அந்நாளை ஒரு பண்டிகையாகவே ஜனங்கள் கொண்டாடினார்கள்.

"கப்பல் காணுது" என்று ஒரு சிப்பாய் வந்து மர்த்தேனிடம் சொன்னான். மர்த்தேன் கடற்கரைக்கு வந்து சேர்ந்தார். ஜனங்கள் ஒருவர்க்கு ஒருவர் சர்க்கரை வழங்கிக்கொண்டார்கள்.

கப்பலின் கொடி தோன்றியது. அப்புறம் கொஞ்சம் கொஞ்சமாக கப்பல் தென்பட்டது. கண் இமைக்காமல், கவர்னர் மர்த்தேன், அந்தக் கப்பலையே பார்த்துக்கொண்டிருந்தார். கட்டுமரம் எடுத்துக்கொண்டு, சிப்பாய்களும், அதிகாரிகளும் கப்பலை நோக்கிச் சென்றார்கள். மதாம் குவர்னர் மரியாளையும் அவர் மகளையும் ஏற்றிக்கொண்டு ஓடம் கரை சேர்ந்தது.

துணை குவர்னர், மதாம் குவர்னரின் கையைப் பற்றி, அவர் தரை இறங்க உதவி செய்தார். குவர்னர் குடும்பத்தை வரவேற்று பீரங்கிகள் முழங்கின. துப்பாக்கிகள் அதிர்ந்தன.

போர் வீரர்கள், மரியாளுக்கு சல்யூட் அடித்து தம் வணக்கத்தைப் புலப்படுத்திக்கொண்டார்கள்.

மரியாள், மர்த்தேனின் எதிரில் வந்து நின்றாள்.

"மர்த்தேன்" என்றாள். அவள் முகம் துடித்தது. கோணியது. கண்ணீர் வழிந்த படியே இருந்தது. மர்த்தேனும் ஒரு வார்த்தை பேசவில்லை. அவரும் கலங்கிக்கொண்டிருந்தார்.

"மகளே... இதோ உன் அப்பா" என்றாள் மரியாள், தம் மகளைப் பார்த்து. அந்த இருபது வயதுப் பெண், தன் தந்தையைத் தழுவிக்கொண்டாள்.

பிரபஞ்சன் ✸ 287

"மர்த்தேன்... இருபது வருஷங்கள்... உன்னைப் பார்த்து இருபது வருஷங்கள்... கர்த்தர் எவ்வளவு கருணை உள்ளவர்..."

குவர்னர் தம்பதிகள், மாளிகை நோக்கி நடந்தார்கள். முன்னால், வாத்தியக்காரரும், பின்னால் சிப்பாய்களின் அணி வகுப்பும் அவர்களை வழி நடத்திச் சென்றது.

மரியாள், மர்த்தேனைப் பார்த்துக் கேட்டாள்:

"மர்த்தேன்... இத்தனை சனம், நம்மைச் சுத்தி எதுக்கு வருகிறது."

"இவர்கள் அனைவரும் எனக்கும் உனக்கும் கீழ்ப்பட்ட உத்தியோகஸ்தர்கள்"

"அப்படியா? ஆனால் மர்த்தேன், எங்கள் மீன் கடை முதலாளி அம்மாவை விடவும், நீ பெரியவனா?" என்றாள் மரியாள்.

இருபது ஆண்டுகளுக்குப் பிறகு, மர்த்தேன் உரக்க, வாய்விட்டுச் சிரித்தார்.

1993

காந்த வண்டி

"**க**லிகாலம்தான், வேறே என்ன? கலி முற்றி விட்டது. நான்தான் ரொம்ப நாளாகவே சொல்லிக்கொண்டு வருகிறேனே. இனிமேல்கொண்டு பாருங்களேன்! ஆண்கள் பிள்ளை பெறுவார்கள். பெண்களுக்கு மீசை முளைக்கும். மழை என்கிற வஸ்து இனி எங்கே பெய்யப் போகிறது. மண்ணாங்கட்டியும், தெருப்புழுதியும்தான் இனி மழையாய்ப் பெய்யும். நெல்லும் கொள்ளும் சாமியாய்ப் போகும். மனுஷர்கள், அவர்கள் இரத்தத்தை அவர்களே குடிப்பார்கள்" என்றார் ஜோஸ்யர் அண்ணாசாமி. எதிரே நின்றிருந்த ஊர்த் தலைவர் அம்பலவாணருக்குப் பயத்தால் முகம் வெளுத்து, கிலியடித்துப் போனார்.

"சாமி, எம்மைச் சபிக்கிறீரே?" என்றார் இரக்கம் தோன்ற.

"சபிக்கிறதென்ன? நான் யதார்த்தத்தைச் சொன்னேன். நீர்தான் சொன்னீரே, மாடு இழுக்காமல் ஒரு வண்டி ஓடுகிறது என்று, அது உலகத்துக்கு அழிவு இல்லாமல் வேறு என்ன?"

"வாஸ்தவம்தான் சாமி" என்று ஒப்புக்கொண்டார் அம்பலவாணர். செங்கேணிதான் அந்தச் சேதியைக் கொண்டு வந்திருந்தான். ஏதோ வியாச்சியம் காரணமாக, புதுச்சேரியிலே இருக்கிற வரி வசூலிக்கிறத் தண்டலாதிபரை பார்க்கப் போயிருந்தான் செங்கேணி. புதுச்சேரியில் அவன் மைத்துனன் பச்சை, ஒரு வெள்ளைக்காரனிடத்தில், சமையல் வேலை பார்க்கிற குசினிக்காரனாக இருந்தான். கையோடு கையாய், அவனையும் கண்டு கொள்ளலாம் என்று, பச்சையைப் பார்க்கப் போனான். செங்கேணி பச்சை, அவனை குவர்னர் மாளிகையண்டைக்கு அழைத்துச் சென்றான்.

"மச்சான்! ஊரிலே ஒரு அதிசயம் வந்திருக்கு, தெரியுமா?" என்றான் பச்சை.

"அதிசயமா, அது என்ன?"

"மாடோ, குதிரையோ, இழுக்காமல் ஓடுகிற ஒரு வண்டி பிரான்சிலேயிருந்து குவர்னருக்கு வந்திருக்கிறது. அதைப் பார்க்கத்தான் உன்னை அழைச்சிக்கிட்டுப் போறேன்."

"மாடு இழுக்காமல், குதிரை இழுக்காமல் ஒரு வண்டியா? என்னப்பா இது கூத்தா இருக்கே" என்று யோசித்துக்கொண்டிருந்தவன், "கண்டுபிடிச்சுட்டேன், மனுஷன் இழுக்கிற வண்டியா இருக்கும்."

"அதுதான் இருக்கவே இருக்கே. இது மனுஷனும் இழுக்காத மாடும் இழுக்காத வண்டி, நாலு சக்கரம் இருக்கும். பொட்டி மாதிரி இருக்கும். வண்டி ஏறி சம்முன்னு குந்திக்கிடனும். ஒரு சூச்சுமம் இருக்குமாம். அந்த சூச்சுமத்தைத் திருகினா, வண்டி தானா ஓடுமாம்."

"மச்சான், விளையாடறியே..." என்றான் செங்கேணி.

"விளையாட்டில்லைங்கறேன். உன் கண்ணாலே நீயே பார்த்தாதான் நம்புவே"

குவர்னர் மாளிகைக்கு முன்னால், பச்சை, செங்கேணியை அழைத்துச் சென்றான். வெள்ளைக்காரர் வீட்டில் குசினி வேலை பார்க்கிற தைரியத்தில், பச்சை, அப்படியாக்கொத்த இடங்களில் புழங்க முடிந்தது. செங்கேணிக்கோ, மச்சான் ரொம்ப கெவுரதையாகத்தான் இருக்கிறான் என்று தோன்றியது.

அவர்கள், துப்பாக்கி ஏந்திய சிப்பாய்க்குச் சற்றுத் தள்ளி பாதுகாப்பான தூரத்தில் நின்றுகொண்டார்கள். அங்கிருந்து காணும் விதத்தில் இருந்தது அந்த வண்டி. ஒரு பெரிய யானைப் படுத்திருப்பது மாதிரி இருந்தது. வண்டிக்கு நாலு சக்கரங்கள் இருந்தன. வண்டிக்குக் காது முளைத்தது மாதிரியும், சிவப்புச் சுரக்காய் மாதிரியும் ஒரு பொருள் இருந்தது.

"செங்கேணி... அது சுரக்காய் இல்லை... அதை அமுக்கினால் சத்தம் வரும்."

"ஓகோ... அந்தச் சூச்சுமம் எங்க வச்சிருக்கு.?"

"பிரிமணை மாதிரி இருக்கே வட்டமா, அதுல வச்சிருக்கு." என்று தெரிந்தவன் மாதிரிச் சொன்னான் பச்சை.

"மாடும் இழுக்காமே, ஆளுகளும் இழுக்காமே, அந்த வண்டி ஓடினதை நீ பார்த்திருக்கியா?"

"பார்த்திருக்கேனே..."

"சத்தியமா?"

"என் ஆத்தா சத்தியமா. என் புள்ளை சத்தியமா!"

செங்கேணியால் நம்பத்தான் முடியவில்லை.

"நானும் பார்க்கணுமே..."

"ஞாயிற்றுக்கிழமையிலே குவர்னர், இந்த வண்டியிலே ஏறிக் கிட்டு வில்லியனூர் போவாரு. அப்போ, தெருவோரமா நின்னு பார்த்துக்கலாம். ஆனா ஒன்னு..."

"என்ன?"

“வண்டி உன் கிட்டத்துல வர்றப்போ, பக்கத்திலே, அண்டையிலே இருந்த மரத்தை நீ கெட்டியா பிடிச்சுக்கணும்.”

“ஏன்?”

“இல்லாட்டி, அது உன்னை இழுத்துக்கிடும். அது காந்த வண்டி அல்லவா?”

“காந்த வண்டியா?”

“அப்படித்தான் சொல்லிக்கிறாங்க. காந்த வண்டியானதனாலேதான், மாடு இழுக்காமே ஓடுது.”

ஒரு மாபெரும் விஷயம் தனக்கு வந்து சேர்ந்த பிரமிப்பில் ஊருக்கு ஓடி வந்தான் செங்கேணி. நேராக ஊர்த் தலைவர் அம்பலவாணரிடம் போய்ச் சொன்னான்.

ஊர், அதுக்குப் பிறகு காந்த வண்டியைப் பற்றியே பேசத் தொடங்கியது. பேசுவதற்கும், பயப்படவும் ஏதாவது ஒரு விஷயம் மனிதர்களுக்குத் தேவைப்படுகிறது. அம்பலவாணருக்கு, இது ஏதோ குட்டிச் சாத்தான் வேலை அல்லது முனி, மோகினி, பிசாசு வேலை என்றே தோன்றியது. இந்த நினைப்பு வளர்ந்து, காற்று கருப்புகூட இந்த வெள்ளைக்காரருக்கு ஆதரவாகச் செயல்படத் தொடங்கியதே என்று இருந்தது. இந்த மாதிரிப் பேய்ப் பிசாசுகள், பிறந்த ஜென்ம பூமியான, இந்த புதுச்சேரிக்கும், இன்னும் இருக்கிற, தமிழ்ப் பிரதேசத்தார்க்கும் பயன்படாமல், போயும் போயும் பாஷை தெரியாத வெள்ளைக்காரர்களுக்குப் பயன்படுகிறதே என்ற ஆதங்கம் மிகுந்தது. அதற்கு மேலும், பேய் பிசாசுகளையே வண்டி ஓட்ட வைக்கிற வெள்ளைக்காரனின் சாமர்த்தியத்தை அவரால் வியக்காமல் இருக்க முடியவில்லை. அன்று இரவு படுக்கைக்குப் போகிறபோது, அன்று முனி, காட்டேரி, கருப்பு, பெரிய கருப்பு, சின்ன கருப்பு எல்லோருடைய பெயரையும் சொல்லி வேண்டிக்கொண்டு படுத்தார். எதுக்கு வீண் பொல்லாப்பு. வண்டியையே இழுத்துக்கொண்டு போகிற இந்தக் குட்டித் தெய்வங்கள், அவர் வாழ்க்கைக்கு இன்னலை ஏற்படுத்தாது என்பதற்கு என்ன ஆதாரம்?

ஊரிலே, டேப் தணிகாசலம் என்கிற ஒருத்தர் இருந்தார். மதுரை பாலசாமித் தேவர் சிஷ்யன். ஊருக்குள்ளும், சுற்றுப் பட்டியிலும் என்ன அசம்பாவிதங்கள் ஏற்பட்டாலும், அதைப் பாட்டாகக் கட்டி, புஸ்தகம் போட்டு, டேப் அடித்து, அதைச் சந்தை, கோயில் திருவிழா என்று மக்கள் கூடுகிற இடங்களில் பாட்டாகப் பாடி காசுக்கு ஒரு புத்தகம் விற்றுவிடுவார். அவர், இந்தக் காந்த வண்டி விநோதத்தைக் கேள்விப்பட்டதும், உடனே அதைப் பாட்டாகக் கட்டத் தொடங்கினார். போன மாதம்கூட, தாய் வீட்டுக்குப் போய்த் திரும்பிக்கொண்டிருந்த மனோன்மணியையும், அவளது மூன்று குழந்தைகளையும், திருப்பாபுலியூர் காட்டில், திருடர் வழிமறித்துக் கொன்று போட்ட கொடுமையைக் கொலைகாரச் சித்தாக எழுதி, அவர் விற்ற புத்தகம் நன்றாகவே அவருக்கு வசூலித்துக் கொடுத்தது. ஆகவே இந்தக் காந்த வண்டியை பற்றிய அவர் பாட்டுக் கட்டத் தொடங்கினார்.

“ஏலேலங்கடி பாட்டுப் பாடி
வருகுது பார் ஷோக்கா- வண்டி
வருகுது பார் ஷோக்கா - ஐயையோ

வந்தாச்சு பாரு டோக்கா- பார்த்து
பயந்து போயி பறக்குது பார்
பட்டணத்தண்டங் காக்கா - சனங்க
பார்த்து பயந்து கொடுக்குது கடுக்கா.

முசே மதாம் குஞ்சு குழந்தைங்க
வாராங்க பாரு ஜோரா - சுத்தி
சொலுதாங்க பாரா - குவர்னரு
காலு மேல காலு போட்டு
பார்க்கிறாரு நேரா- சனங்க
பார்த்து மிரளுது பூரா.

காளை கழுதை குதிரை எதுவும்
இழுக்காமே ஓடும் - காந்த வண்டி.
பிரஞ்சிலே பாடும் - எவனும்
குண்டக்க மண்டக்க எதிரிலே வந்தா
குடலை உருவிப் போடும் - அண்ணே
சூச்சுமத்தை மனம் தேடும்.

கோட்டகுப்பம் கோரிமேடு,
வேட்டவலம் போவும் - அப்புறமா
கல்கத்தாவும் மேவும் -அப்புறமா
கண்டம் விட்டுக் கடலைத் தாண்டி
ஆகாயம் மேவும்- நாழியிலே
ஆயிரம் கல்லு தாவும்.

முன்னால ரெண்டு பின்னால ரெண்டு
நாலு சக்கரத் தேரு - இது
வெள்ளைக்காரன் கண்ட தேரு - காதோரம்
பொய்ன் பொய்ன்னு சத்தம் போடற
ரப்பர் சுரக்காய் பாரு - அதைக் கேட்டுகிட்டு
இருந்தாபோதும்.
வேண்டாங்க சோறு- வவுத்துக்கு
வேண்டாம் அண்ணே சோறு.

ஜிலுஜிலுக்கிற தளுக்குத் தனமா
இருக்குங்க பயணம் - காந்த வண்டி
ஓடுற வயணம் -இதன்
சூச்சுமத்தைப் புரிஞ்சுக்கிட
வெள்ளைக்காரன் துணை வேணும் - நமக்கு
விபரீதமாய்த் தோணும்!

மானாமதுரை தணிகாசலம்
பாடுற சந்தப் பாட்டு- உங்க
செவி குளிரக் கேட்டு- அண்ணே
நீட்டுங்க ரூபா நோட்டு- வீட்டுல
அண்ணிமாருக்கும் பாடிக் காட்டலாம்
புத்தகத்தைப் பார்த்து- அண்ணே
வாங்கிட்டுப் போங்க சேர்த்து.''

— இப்படியாக 'கலிகாலத்தில் காளை இழுக்காமே ஓடுகிற காந்த வண்டிப் பாட்டு' பிரபலமாகி, கவிராயருக்கு நிறைய வசூல் பண்ணிக் கொடுத்தது.

ஊர்த் தலைவர் அம்பலவாணர் சம்சாரம், சோலையம்மாள் குழந்தையைத் தூக்கிக்கொண்டுப் புறப்பட்டாள்.

"எங்கே கிளம்பிட்டே?" என்றார் அம்பலவாணர்.

"குழந்தைக்கு உடம்பு காயுதில்லே. அதுக்காவ மந்திரிச்சுக்கிட்டு வர்றேன்"

"கையிலே என்ன முட்டை?"

"புத்து மாரியம்மனுக்கு நேர்ந்துக்கிட்டேன். அப்புறம் காந்த வண்டி அம்மனுக்கும், கொழக்கட்டை சாத்தறேன்னு வேண்டிக்கிட்டு இருக்கேன்."

"யாருக்கு?"

"அதான் காந்த வண்டியம்மனுக்கு."

அம்பலவாணர், ரொம்ப யோசனையோடு "செய்யி" என்றார்.

அம்பலவாணர் தலைமையிலே ஜனங்கள் வண்டி கட்டிக்கொண்டு புறப்பட்டார்கள். பெண்கள் எல்லோரையும் பொட்டி வண்டியில் ஏற்றி விட்டு, ஆண்கள் நடந்து பயணப்பட்டார்கள். சனிக்கிழமை, சாயங்காலமாகிக் கொண்டிருந்தது. இருட்டுவதற்குள் அவர்கள், புதுச்சேரியைச் சேர்ந்துவிட வேண்டும். வண்டியின் கீழே கட்டிய லாந்தர் விளக்குகள், அசைந்து அசைந்து, மாடுகளின் கால் நிழங்களில் நசுங்கியபடி வெளிச்சம் தந்துகொண்டிருந்தன. ஒதியஞ்சாலையில் இருந்த வெளியில், வண்டி மாடுகளை அவிழ்த்து வைக்கோல் வைத்து, தண்ணீர் காட்டினார்கள். பெண்கள் கொண்டு வந்திருந்த கட்டு சாத மூட்டைகளைப் பிரித்துப் பரிமாற எல்லோரும் உண்டார்கள். வண்டிக்குக் கீழேயே, தண்டை விரித்து படுத்து உறங்கினார்கள்.

ஒதியஞ்சாலைப் பக்கத்துப் பிரமுகர் ஒருவர், அம்பலவாணரைப் பார்த்துக் கேட்டார்:

"எந்த ஊர் சனங்க?"

"காவாப்பட்டுங்க"

"எங்க இப்படிப் பயணம்?"

"நாளைக் காலமே, ஞாயிற்றுக்கிழமை, காந்த வண்டியிலே குவர்னர் பயணம் போவாராமே... அதைப் பார்க்கத்தான் வண்டி கட்டிக்கிட்டு வந்திருக்கோம்."

“நல்லா பாருங்க. இந்த வழியாகத்தான் காலமே குவர்னர் வில்லியனூரு போவாரு. நல்லா பார்க்கலாம். ஆனா சாக்கிரதை. பேய், பிசாசு இழுக்கிற வண்டி. எதுக்கும் குழந்தைகளை இறுக்கிப் பிடிச்சுக்கிறது நல்லது.”

“சரிங்க ஐயா...” முந்தின நாள் மாலை தொடங்கியே வில்லியனூர் தெருவோரம், பச்சை, மஞ்சள், ரோஸ், ஊதா கலர் சர்ப்பத்தும் குடை ராட்டினமும் வந்துவிட்டிருந்தன.

விடிந்ததும் குளித்து முழுகி, எல்லோரும் வில்லியனூர் வீதியண்டைக் குழுமி நின்றுகொண்டார்கள். எல்லோர் பார்வையும், கடலைப் பார்த்தே இருந்தது. “குவர்னர் கடற்கரைப் பக்கம் இருந்துதானே வருவாரு...” என்று ஒருவர்க்கொருவர் பேசிக்கொண்டார்கள். சுமார் பதினொரு மணியைப்போல, ஒரு சித்தானைக் குட்டி ஆடி அசைந்து வருகிறதைப்போல, மோட்டார் வண்டி தெருவில் வந்ததைக் கண்டார்கள். உருண்டு உருண்டு, அது கன்னங்கருப்பாக வந்துகொண்டிருந்தது. எல்லோரும் “சாமி” என்று கூவியபடி தம் பக்கத்தில் இருந்த மரங்களைக் கெட்டியாகப் பிடித்துக்கொண்டார்கள். காந்த வண்டி இழுத்துவிடக் கூடாதல்லவா?

பெரும் சத்தத்துடன் ‘கடகட’ என்கிற பேரிரைச்சலோடு, புகையைக் கக்கியபடி நகர்ந்து அவர்களைக் கடந்தது. வண்டி தூரம் சென்று நகர்ந்ததும், அவர்கள் மரங்களை விடுத்து வெளிப்பட்டார்கள். அம்பலவாணர், தம் குடும்ப அங்கத்தினர்கள் எண்ணி, யாரும் காந்த வண்டியால் இழுத்துக் கொள்ளப்படவில்லை என்று ஊர்ஜிதம் செய்துகொண்டு மகிழ்ச்சியடைந்தார்.

“சோலையம்மா, ஒன்னும் ஆயிடலையே...”

“இல்லை ஒன்னும் ஆகல்லை.”

“குழந்தைக்கு ஒன்றும் ஆகல்லையே...”

“ஆகல்லே... சுரம்கூட விட்டுப் போச்சு. கொழக் கட்டை பண்ணிக் காந்த வண்டி அம்மாளுக்குப் படைக்கோனும். அம்மா பார்வை பட்டதுமே சுரம் விட்டுப் போச்சு.”

அம்பலவாணர் செங்கேணியிடம் சொன்னார்:

“தெய்வ சக்தி தான்டா இது! வேற ஒன்னும் இல்லை. பாரு வெள்ளைக்காரன், தெய்வங்களை வசியம் பண்ண ஆரம்பிச்சுட்டான்”

செங்கேணி கன்னத்தில் போட்டுக்கொண்டான்!

காந்த வண்டியைத் தரிசித்த திருப்தியில், சனங்கள், பொரி கடலை, மிட்டாய் எல்லாம் வாங்கிக்கொண்டு ஊருக்குத் திரும்பினார்கள்.

1993

கடன்

குவர்னர் துரைக்கு முன்னால் வந்து நின்றாள் ரங்கம்மாள். நாற்று நடும் பெண்கள்போல் குனிந்து சலாம் பண்ணிக்கொண்டாள்.

"யார் நீ?" என்றார் குவர்னர்.

"சுவாமி, எசமானே! என் பேர் ரங்கம்மாள். கஸ்தூரி ரங்கய்யன் பெண்சாதியாக இருந்தவள் நான்."

"எந்த கஸ்தூரி ரங்கய்யன்?"

"திருச்சியிலே இருக்கப்பட்ட கவி கஸ்தூரி ரங்கய்யன்தான் சுவாமி. புதுச்சேரி அனந்தரங்கம் பிள்ளை பேரிலே பாட்டு பாடினாரே அவர்தான்."

"அவருடன் இப்போ நீ வாழவில்லையோ?"

"இல்லை சுவாமி, அவரைப் பிரிந்து நாலு மாசமாகிறது."

"சரி, உன்னுடைய பிராதுதான் என்ன?"

"ஐயனே, வந்தவாசி திருவேங்கடம் பிள்ளை, என்னிடத்திலே ஆயிரம் வராகன் வாங்கினார். அதற்கான சீட்டை, வீரா செட்டி என்பவன் இடத்திலே எழுதிக் கொடுத்தனுப்பியிருந்தார். நானும் வீரா செட்டியிடத்தில் பணம் கொடுத்து அனுப்பியிருந்தேன். அது ஆச்சு, மூன்று மாதம். பணத்தைக் கேட்டால், அதை நான் அறியேன் என்கிறார். அந்தச் சீட்டு அவர் எழுதியதா அல்லவா, அல்லது சீட்டில் திருவேங்கடம் கையெழுத்து போட்டாரா. அந்தப் பணத்தை எப்போது தரப் போகிறார் என்பதைக் கேட்டுச் சொல்ல வேணும்."

ரங்கம்மாள், தன் பிராதைப் 'பெத்திசியோமாகவே' (விண்ணப்பமாகவே) எழுதிக் கொடுத்தாள். அதை மேலெழுந்த வாரியாகப் படித்த குவர்னர், ரங்கம்மாளைப் பார்த்துக் கேட்டார்.

“நீ பணத்தை யாரிடம் கொடுத்தாய்?”

“வீரா செட்டியிடத்திலே கொடுத்தேன்.”

“சரி நீ போ” என்று ரங்கம்மாளை அனுப்பி வைத்த குவர்னர் தன் நயினாரை அழைத்து, “அந்த வீரா செட்டி என்கிறவனை இழுத்து வாரும்” என்று உத்தாரம் கொடுத்தார். அந்தப் படியே ரெண்டு சிப்பாய்கள் அவனை இழுத்து வந்து கோட்டைக்கு மேலண்டையிலே இருக்கிற கிடங்கிலே போட்டார்கள்.

மறுநாள் குவர்னர் துரை, திருவேங்கடம் பிள்ளையை அழைச்சுக்கொண்டு வரச் சொன்னார். பிள்ளை வந்து, துரைக்கு முன் சலாம் பண்ணிக்கொண்டு நின்றார்.

“ஓய் நீர் கஸ்தூரி ரங்கய்யன் பெண்சாதியண்டை ஆயிரம் வராகன் வாங்கினீரா?” என்றார் துய்ப்ளெக்ஸ்.

“பிரபுவே, நான் வராகனைக் கண்டதும் இல்லை, வாங்கினதும் இல்லை” என்றார் பிள்ளை.

“சீட்டிலே நீர் கையெழுத்து போட்டிருக்கிறீரே?”

“அது நான் போட்டது அல்ல. அந்தக் கையெழுத்தை நான் போட்டது என்று தாங்கள் எண்பித்தால், அத்தொகைக்குப் பத்து மடங்காக, வட்டியோட தருவதற்குச் சித்தமாக இருக்கிறேன். அதற்கு மேல், என் தலைக்குத் தண்டமும் பெற்றுக் கொள்கிறேன். ரிஜிஸ்தரில் என் கையெழுத்து இருந்தாலும், தாங்கள் தருகிற எந்தத் தண்டையும் பெறச் சித்தமாக இருக்கிறேன்.”

“ரங்கமாளுக்குக் கொடுத்த சீட்டிலே உள்ள கையெழுத்து உம்முடையதா அல்லவா?” என்றார் குவர்னர் கோபமாக.

“இல்லை பெருமானே! நான் கொடுத்ததாக ரங்கம்மாள் சொல்லும் சீட்டை வெளியே போடுங்களேன்”

குவர்னருக்குக் கோபம் வந்து விட்டது.

“அதை நான் என்ன வெளியே போடுகிறது? அதை நான் விசாரித்து விட்டேன். நீர், ரங்கம்மாள் வசம் வராகன் வாங்கினீர் என்று நான் நம்புகிறேன். இன்னும் எட்டு நாளில், அந்தப் பணத்தை அவளிடத்திலே கொடுத்துப் போடும்” என்று உத்தாரம் பண்ணினார் குவர்னர்.

திருவேங்கடம் பிள்ளை, ஊரை விட்டு ஓடிப் போய் விடாமல் இருக்க, அவரை ஒற்றர்களை விட்டுக் காவல் பண்ணினார்கள். அவருடைய சினேகிதர், நஞ்சண்டை பிள்ளை அவரைக் கண்டு பேசினார்.

“ஆயிரம் வராகனைக் கொடுத்துப் போடும். என்ன இருந்தாலும் ராசகோபத்தை நம்மைப் போன்றவர்களால் எதிர் கொள்ள முடியுமா?”

அதுக்குத் திருவேங்கடம் பிள்ளை சொன்னார்:

“ஓய், எனக்குப் பணம் பெரிதில்லைஞானும், நாணயம் பெரிசு. குவர்னர் வரைக்கும் வழக்கு போன பின், நான் பணம் கொடுப்பது, நானே என்னை மோசடிக்காரன் என்று எண்பித்துக்கொண்டதுபோல் அல்லவா ருசுவாகும்? நான் கை நீட்டி வாங்கியிருந்தால், அந்தத் தெய்வம் என்னைக் கேழ்க்கட்டுமே”

எட்டு நாள் தவணை முடிந்தது.

காவல்காரர்கள், திருவேங்கடம் பிள்ளையின் வீடு வந்து, "பணம் கொடுக்கிறீரா" என்று கேட்டார்கள். "பணமா, நான் வாங்கி இருந்தால் அல்லவா கொடுப்பதற்கு" என்றார் பிள்ளை. அதன் பிறகு, குவர்னரின் உத்தரவுப்படி தினக்கண்டம் ஆரம்பித்தது. தினக்கண்ட தண்டனையின் படி, பிள்ளையைச் சாப்பிடவும் வெற்றிலைப் போட்டுக்கொள்ளவும் தடை செய்யப்பட்டார். அப்புறம், சாவடிக்கு எதிரே அவரை அழைத்து வந்து, சட்டையை உரிந்து, வெறும் உடம்பில் வெயிலில் நிற்க வைத்தார்கள். மதியம் பதினொரு மணி தொடங்கி மாலை நான்கு வரை, அவர் வெயிலில் நிறுத்தி வைக்கப்பட்டார்.

குவர்னர் துய்ப்ளெக்சின் துபாஷாகவும், தமிழர் தலைவராகவும் இருந்த ஆனந்தரங்கம் பிள்ளை, தம் பாக்கு மண்டியிலே இருந்தபோது, நஞ்சுண்ட பிள்ளை அவரைத் தேடி வந்தார்.

"வாரும் இரும்" என்று நஞ்சுண்டரை வரவேற்று ஓலைத் தடுக்கை எடுத்துப் போட்டார் ரங்கம் பிள்ளை. நஞ்சுண்டர் அமர்ந்தார். வந்தவருக்கு முறுக்கும், பானகமும் வழங்கப்பட்டது. பிள்ளை, பின்னர் வந்தவரிடம் கேட்டார்.

"என்ன சங்கதி? சொல்லு."

"சொல்ல என்ன இருக்கிறது? திருவேங்கடம் பிள்ளையைத் தினக்கண்டம் பண்ணியிருக்கிறதே, கவனித்தீர்களா?"

"சொன்னார்கள். குவர்னர் செய்தது நீதிக்கு விரோதமே, என்னென்ன அக்குறும்பெல்லாம் நடக்கிறது இந்த ஊரில். அதனால்தானே, ஊரார் எல்லாம், புதுச்சேரியில் வீதி ஒழுங்கு, நீதி ஒழுங்கில்லை என்று பேசுகிறார்கள். சுத்த மானக்கேடு" என்றார் துபாஷ் பிள்ளை.

"வழக்கு போட்டிருக்கிற ரங்கம்மாள் ஒரு மோசமான சிறுக்கியாமே"

"அதுலே என்ன சந்தேகம். அவள் புருஷன் கஸ்தூரி ரங்கய்யன், ஒரு கவி. நல்ல மனுஷன். நம் மேல் கவி பண்ணியிருக்கிறான். அந்த கவுரவஸ்தனுக்கு இப்படி ஒரு பெண்சாதி. பாரும் புருஷன் அவளை விலக்கிப் போட்டான். காரைக்காலில் இருந்துகொண்டு, வட்டித் தொழில் பண்ணிக்கொண்டிருந்தாள். செத்த மீன் மிதக்கும் என்ற படி, கெட்டுப் புதுச்சேரி பட்டணம் சேர்ந்திருக்கிறாள். இந்த ஊருக்கு என்ன என்ன அழும்பெல்லாம் வருமோ, கடவுள்தான் இந்த ஊரைக் காத்து ரட்சிக்க வேணும்" என்று சலித்துக்கொண்டார் துபாஷ்.

"பிள்ளைவாள், திருவேங்கடம் பிள்ளை கொஞ்சம் ஸ்திரீ சபலம் கொண்டவரே தவிர, கொடுக்கல் வாங்கலில் ரொம்ப நேரஸ்தர். அவர் ரங்கம்மாளிடத்திலே பணம் வாங்கியவர் அல்லர்."

"அது எனக்கும் தெரியுமே, இல்லாவிடில், அவர் எழுதிக் கொடுத்ததாகச் சொல்லும் சீட்டை, குவர்னர் ஏன் சபையிலே போடவில்லை. குவர்னர் தப்புக்குத் துணை போகிறார். தெரிந்த சமாசாரம்தானே?"

"தாங்கள், ஏதானும் பரோபகாரம் பண்ண வேண்டும். திருவேங்கடம் பிள்ளை ரொம்பவும் சிதைந்து போயிருக்கிறார்"

“பார்ப்போம். கடவுள் கைவிட மாட்டார்” என்றார் துபாஷ் பிள்ளை.

பத்து நாட்கள் சென்றன. திருவேங்கடம் பிள்ளை, அசையாமல் இருந்தார். பட்டினி கிடந்தும், வாய் வெற்றிலையும் போட்டுக்கொள்ளாமலும் இருந்து, “நான் பரிச்சேதம் வாங்கினதில்லை. ஒரு தப்பும் பண்ணினதில்லை. நீங்கள் செய்யறதைச் செய்யுங்கள்” என்றார். அலுத்துப் போன காவல்காரரகள், பெத்திசியோம் எழுதி குவர்னருக்குக் கொடுத்தார்கள்.

குவர்னர், அந்த விண்ணப்பத்தைத் திருவேங்கடம் பிள்ளையின் வீட்டுக்கு அனுப்பி வைத்தார். பெண்டுகள், மற்றும் பெரியவர்கள் அழுதுகொண்டும், கூவிக்கொண்டும், அவர் காலிலே போய் விழுந்தார்கள். திருவேங்கடம் பிள்ளையின் பெண்சாதியிடம் சொன்னார்.

“ஓ, பெண்ணே, திருவேங்கடம் பிள்ளைக்கு இன்னும் மோசமான சிட்சை எல்லாம் பண்ணப் போகிறேன். அவனைக் காப்பாற்ற வேணும் என்றால், நீ ஆயிரம் வராகன் கொடுத்து, அவனை மீட்டுக்கொள்” என்றார். அதற்கு அந்த அம்மாள் சொன்னாள்.

“சுவாமி, என் புருஷனிடத்தில் பணமா இல்லை? இருந்தும், ஏன் கொடுக்க மறுக்கிறார்? கொடுத்தால், அவர் ரங்கம்மாளிடத்தில் பணம் வாங்கினதாக எடுப்பட்டுப் போகுமே. அதனால் அன்றோ, சத்திய சந்தராய் பணம் கொடுக்க மறுக்கிறார். அவரைச் சிறுமைப் படுத்தும் விதமாக, நான் பணம் தரலாமோ? அது ஆகாது” என்றாள் அந்த அம்மாள், தெளிவாக.

துரைக்கு நியாயம் எரிச்சலைத் தந்தது. சேருவைக்காரனையும், பிள்ளையையும் இரண்டு சேவகரையும் அழைப்பித்து, திருவேங்கடம் பிள்ளை குடும்பத்தை அடித்து விரட்டச் சொன்னார். அந்தக் குடும்பம் அடித்து விரட்டப்பட்டது.

திருவேங்கடம் பிள்ளை, ஆறு மாதங்களும், நான்கு நாட்களும் சிறைக் கிடங்கிலே இருந்தார். அதற்கு மேலும் இந்த நிலைமையைத் தாக்குப் பிடிக்க முடியாத குவர்னர் துரை, ரங்கம்மாளையும், திருவேங்கடம் பிள்ளையையும் அழைத்தார். பிள்ளையைப் பார்த்து குவர்னர் சொன்னார்:

“ஓய்! அவளானால் பணம் கொடுத்ததாகச் சொல்கிறாள். நீயோ, வாங்கினது இல்லை என்று சொல்கிறாய். நீ வாங்கினது இல்லை என்று, வேபுரீஸ்வரன் கோயிலிலே தீபத்தை நிறுத்திச் சத்தியம் பண்ணிக் கொடு. வீரா செட்டியும் அந்தப் படிக்குச் சத்தியம் பண்ணிக் கொடுக்க வேண்டும்.”

தளவாய் கிரிமாசி பண்டிதரும், அண்ணாமலை நயினாரும், அவர்களுடன் சென்று, சத்தியம் பண்ணிவித்துக்கொண்டு வர வேண்டும் என்று அனுப்பிவித்தார் குவர்னர் துரை.

சிப்பாய்கள் புடைசூழ, ரங்கம்மாளும், திருவேங்கடம் பிள்ளையும் வேதபுரீஸ்வரன் கோயிலுக்குப் புறப்பட்டார்கள். ஊர்வலம், துபாஷ் ரங்கப் பிள்ளையின் பாக்குக் கடையைக் கடந்தது. திருவேங்கடம் பிள்ளை மாத்திரம், ரங்கப் பிள்ளை கடையிலே இருக்கக் கண்டு, அவரிடம் சென்று நின்றார். அவருக்குப் பேச வாய் வர முடியவில்லை. முகம் கோணியது. துண்டால் முகத்தை மூடிக்கொண்டு அழுதார். பிள்ளை, திருவேங்கடத்தைப் பார்த்துச் சொன்னார்:

“கவலைப்படாதீரும், மனசை இழக்காதீரும். ஸ்திரீ மோகம் காரணமாகவே, உமக்கு இந்தக் கதி நேர்ந்தது. நீர் பணம் வாங்கியதில்லை என்று நான் அறிவேன். சுவாமி முன் சத்தியம் பண்ணிக்கொண்டு, ஊர் போய்ச் சேரும். உமது உத்தியோகம் உமக்குத் திரும்பக் கிடைக்க நானாச்சுது. கவலையை விடும்” என்றார்.

வேதபுரீஸ்வரர் கோயில் சந்நிதிக்கு முன் தீபம் ஏற்றப்பட்டது. அதன் முன் நின்று, திருவேங்கடம் பிள்ளை சொன்னார்:

“நான், இந்த ரங்கம்மாள் இடத்துக்கு மூன்று தரம் போய், இருபத்தொன்பது பணமும், இரண்டு வேளை படி அரிசியும் கொடுத்ததே அல்லாமல், இவளிடம் பணம் வாங்கியது இல்லை. நான் பொய் சொல்கிறவனாக இருந்தால், கங்கைக்கரையிலே இருந்துகொண்டு காராம் பசுவைக் கொன்ற பாவமும், கர்ப்பிணியை மோசம் பண்ணிக் கைவிட்ட பாவமும், நானும் என் புத்திர சந்தானங்களும், என் பரம்பரையும் அனுபவிப்போமாக” என்று சொல்லி தீபத்தை அணைத்து, சீட்டையும் கிழித்தார்.

கூட்டம் கலைந்தது.

தளர்ந்த நடையோடு, திருவேங்கடம் பிள்ளை தன் வீட்டுக்குத் திரும்பினார். அவமானத்தால், அவர் தலை கவிழ்ந்திருந்தது. பசி, பட்டினி, சிறைக் கொடுமையால் அவர் உடல் தளர்ந்திருந்தது. கோயிலின் வாசலில், “ஏங்க, உங்களைத்தானே” என்னும் குரல், அவரை நிறுத்தியது. திரும்பினார். அங்கு, ரங்கம்மாள் நின்றிருந்தாள். அவளிடம் பிள்ளை கேட்டார்: “ரங்கம்மாள்! இந்த அவமரியாதையை எனக்கு என்னத்துக்குக் கொடுத்தாய்?”

“என்னிடத்திலே வந்துகொண்டிருந்த நீர், திடீரென வருவதை நிறுத்திப் போட்டீர்! அந்தக் கோபத்தினாலே, உம்மேலே பழி சொன்னேன். மனசிலே வச்சுக்க வேணாம். வாரும், வீட்டுக்குப் போவோம்” என்றாள் ரங்கம்மாள், சிரித்துக்கொண்டு!

1993

'வியாபாரம்'

அந்தப் பட்டாம்பூச்சியையே பார்த்துக்கொண்டிருந்தாள், துவரை. என்ன ஆச்சரியமான நிறம் அதுக்கு? பட்டுக் கறுப்பு, அதிலே, பிள்ளையாருக்குக் கண்ணாக வைக்கிற சிவப்புக் குன்றிமணி மாதிரி சிவப்பு வட்டம். சரளைக் கல்லின் மேல் உட்கார்ந்த அது, சட்டென்று எழுந்து, பெரியப்பா வீட்டுக்கு எதிரே வளர்ந்திருந்த செம்பருத்தி செடியில் போய் அமர்ந்தது. துவரை, அபாவின் விரலை விடுவித்துக்கொண்டு, அந்தப் பட்டுப் பூச்சியை அருகாமையில் பார்ப்பதற்காக, அச்செடியின் பக்கமாகப் போய் நின்றாள்.

மண்ணாங்கட்டி, தூரத்தில் கை கட்டிக்கொண்டு நின்றிருந்தான். காலை பத்து மணி வெயில், அவனை ஒரு பக்கமாகத் தாக்கியது. இடப்புற நெற்றி, மற்றும் காதுப்பக்கம் எரிந்தது. சற்று தள்ளி, எலந்தை மர நிழலில் நிற்கலாம். ஆனால் பெரியய்யா எதிரே திண்ணையில் அமர்ந்திருந்தார். அவருக்கு முன்னாலேயே, நிழலுக்கு ஒதுங்கி நிற்பது என்பது, மரியாதைக்குரிய விஷயமாக இருக்காதே. பெரியய்யாவுக்கு முன் நின்றால், ஆடாது அசங்காது, கால் மரத்து, அதன் மேல் கரையான் புற்று மூடினாலும், இடம் பெயராமல் நிற்க வேண்டும். அவ்வாறு நிற்பதே மரியாதையான விஷயமாகும். அப்படியில்லாமல், இந்தக் கழுதை, துவரைக் கழுதை, பட்டாம் பூச்சியை வேடிக்கை பார்த்துக்கொண்டு இங்கேயும் அங்கேயும் ஓடுகிறதே. இருக்கட்டும் வீட்டுக்குப் போனதும், புளிய மிளாரால் ரெண்டு சாத்து சாத்த வேண்டியதுதான் என்று முடிவு செய்துகொண்டான் மண்ணாங்கட்டி.

பெரியய்யா, வெற்றிலைப் போட்டுக்கொண்டிருந்தார். இதுதான், சரியான நேரம். பெரியய்யா சந்தோஷமாக இருக்கிற நேரம். இந்த நேரம் பார்த்து, அவன் பெண்ஜாதி சொன்ன விஷயத்தை, அய்யா காதில் போட வேணும். செல்லத்தில் இருந்து ஒவ்வொரு கொழுந்து வெற்றிலையாக எடுத்து, அதைப் புரட்டிப் புரட்டி தன் மேல் துண்டில்

துடைத்துவிட்டு, காம்பைக் கிள்ளி எறிந்து, சுண்ணாம்பைச் சுட்டுவிரலால் நோகாமல் தடவி, சுருட்டி வாயில் தள்ளி, ஊறும் முதல் உமிழ் நீரைத் துப்பி... பெரியய்யா இருபது வெற்றிலைகளை ஒரு சேரப் போடுவாரா? இருக்கும் என்று, தானே தலையசைத்துக்கொண்டான் மண்ணாங்கட்டி.

பெரியய்யா, காலைப் பலகாரம் சாப்பிட்டு, வெற்றிலைப் போட்டுக் கொள்ளும் நேரம் இது. இதுதான் சரியான நேரம். பெரியய்யாவின் முகம் மலர்ந்து லேசாக, அவர் புன்னகை பூக்கும் நேரம். இந்த நேரம்தான் அந்த விஷயத்தைச் சொல்ல வேணும். அவன் சொல்ல வாயெடுத்தான். ஏனோ முடியவில்லை.

பெரியய்யா வீட்டு வாசலுக்கு நேராக, வெயில் கோடு போட்டது என்றால், அது அய்யா, சாப்பிட்டுத் திண்ணையில் அமர்கிற நேரம். அடிமை சனங்கள் வந்து கும்பிட்டு ஆஜர் கொடுக்கிற நேரமும் அதுதான். ஒருத்தனை, மாட்டுத் தொழுவத்துக்கு, ஒருத்தியை எருக்குழிக்கு, ஒருத்தனை காடு கரைக்கு அனுப்பி வைக்கிற நேரம் அது. பெரியய்யாவுக்கு, கருவடிக் குப்பத்தில் இருந்து முத்தால்பேட்டைவரை பல்கிப் பரவிய நிலங்கள் இருந்தன. ஆள், அம்புகள், வண்டி மாடுகள், அம்பாரம் அம்பாரமாய் குவிந்த நெல் களஞ்சியங்கள் என்று என்ன இல்லை.? அடிமை சனங்கள் என்றும் சிறையன்கள் என்றும் சொல்லப்பட்ட சனங்கள் நிறையவே இருந்தார்கள். அவர்கள் அத்தனை பேரும் தாமே இஷ்டப்பட்டு தம்மை பெரியய்யாவிடம் விற்றுக்கொண்டவர்கள். மண்ணாங்கட்டியும் அவன் பெண்ஜாதியும்கூட பஞ்ச காலத்தில் பெரியய்யாவிடம் தம்மை விற்றுக்கொண்டவர்கள்தானே? இந்தப் பட்டணம் எப்போதும் இப்படியா இருக்கிறது? ஒரு பக்கம் தெக்கில் இருந்து மராத்தியர்கள் என்று சொல்லப்பட்டவர்கள் வந்து கொள்ளையடிப்பார்கள். வடக்கில் இருந்து இன்னொரு சனக் கூட்டம் வரும். ஆற்காட்டு சனங்களாம் அவர்கள். மகராசர்கள், வந்தால் மாடு கன்று காலிகளைத்தான் குறி வைப்பார்கள். கட்டின இடுப்புத் துணிகளையும்கூட உருவிக்கொண்டு போவார்கள். பயிர் பச்சைகள், பேய்களைப் போன்ற அவர்களின் குதிரைகளின் கால் அடியில் சிக்கி அழியும் சனங்கள், நோய், பட்டினிகளில் செத்து வீழ்ந்தார்கள். அந்த நாட்களில், மண்ணாங்கட்டி, தன்னைப் பத்து ரூபாய்க்கும் தன் பெண்ஜாதியை நாலு ரூபாய்க்கும், ஆக பதினான்கு ரூபாய்க்குப் பெரியய்யாவிடம் தன்னை விற்றுக்கொண்டான். பெரியய்யா வீட்டில் நாளுக்கு ரெண்டு தடவை, வயிறு குளிர கஞ்சி கிடைக்கிறது. வருஷத்துக்கு ஒரு தடவை இடுப்புக்குத் துணி கிடைக்கிறது. அப்புறம் என்ன? என்றுதான் இருந்தான் மண்ணாங்கட்டி. ஆனால், அண்மைக் காலமாக என்னமோ ஒன்று அவன் மனசை அரிக்கிறது. எதையோ இழந்தது மாதிரி. எதை அவன் இழந்தான்? தெரியவில்லை. அவன் பெண்ஜாதி சொன்னது அவன் ஞாபகத்தில் தைத்தது.

"இந்தத் துவரைக் குட்டியை, எங்கண்ணன் வீட்டுக்கு அனுப்பி வச்சுட்டா என்ன? அவர், அவளுக்கு ஒரு நல்ல இடமாகப் பார்த்துக் கல்யாணம் பண்ணி வைப்பாரே. நம் தலையெழுத்துதான், சாணி பொறுக்க வேணும்னு ஆச்சு. நம்ம புள்ளைக்கும் அதுதான் விதியா? அவளாவது குடும்பம், குழந்தை குட்டின்னு இருக்கட்டுமே"

அது நியாயம் என்று பட்டது மண்ணாங்கட்டிக்கு. தனக்கும் தன் பெண்ஜாதிக்கும் நேர்ந்தது, தன் மகளுக்கு நேர வேண்டாமே. இதைத்தான் பெரியய்யாவிடம் சொல்ல வேண்டும் என்று அவன் முயன்றுகொண்டிருந்தான். அவர், கட்டாயம் அனுமதி தருவார். இந்தத் துவரைக் குட்டிக்கு அந்தப் பேரை வைத்தவரே அய்யாதானே. செவந்திக்குக் குழந்தை பிறந்தது. குழந்தையை எடுத்துக்கொண்டு, அய்யாவைக் கண்டு கொள்வதற்காக மண்ணாங்கட்டியும் செவந்தியும் போனார்கள். அய்யா, வெற்றிலைப் போட்டுக்கொண்டு, இன்றுபோலத்தான் அன்றும் திண்ணையில் பலகாரம் சாப்பிட்டுப் போட்டு, வெகு ஆனந்தமாக அமர்ந்திருந்தார்.

"உம். குழந்தை பெத்துக்கனீங்களாக்கும்; என்ன குழந்தையடா?"

"பொட்டைக் குழந்தைங்க சாமி..."

"உம்... என்ன பேரு வச்சிருக்கேடா?"

அவன் ஒரு கணம் தயங்கியபடி சொன்னான்

"வடிவு... வடிவுன்னு இவ வச்சிருக்கா சாமி..." என்று செவந்தியைக் காட்டி, சற்று பயத்துடனே சொன்னான் மண்ணாங்கட்டி.

பெரியய்யாவின் முகம் சுருங்கியது. பெரிய கோயில் சாமியின் பேரைப் போய், இந்த சனங்கள் வைத்திருக்கிறார்களே என்கிற சிறு எரிச்சல் மூண்டது அவருக்கு.

"என்னடா, வடிவு? உங்க சனத்துக்கு இந்தப் பேரு அடுக்குமாடா?" என்றபடி, அவர் யோசித்தார். செவந்தி தன் அருமை மகளுக்கு ஆசையாய் வைத்த பேர் அது. அய்யா யோசித்தார். அந்நேரம் ஆள்காரன், பலசரக்குக் கடையிலிருந்து ஒரு மூட்டையைத் தூக்கிக்கொண்டு, அவ்விடம் வந்தான்.

"என்னடா மூட்டை?" என்றார் அய்யா.

"துவரம் பருப்புங்க ஐயா" என்றான் ஆள்காரன்.

அய்யா, மண்ணாங்கட்டியைப் பார்த்துச் சொன்னார்.

"உன் குட்டிக்குத் துவரைன்னு பேர் வையடா? உங்க சனத்துக்கு அதுபோதும்"

சத்தம் இல்லாமல் வடிவு, துவரையானாள்.

வெயில் கன்னத்தையும், கழுத்தையும் தாக்கி, வியர்வையைப் பெருக்கியது. பெரியய்யாவின் கவனம் இவன் பக்கம் எப்போது திரும்பினாலும், கேட்டுவிட வேண்டியதுதான், என்று மனசுக்குள் நினைத்துக்கொண்டு, தருணத்துக்காகக் காத்துக்கொண்டிருந்தான். ஒரு சமயத்தில், அவர் முகத்தில், எதற்காகவோ புன்னகை அரும்பியதாக அவனுக்குத் தோன்றியது. அய்யா, சற்று முன்னால் குனிந்து வாயில் இருந்த எச்சிலைத் 'தூ' என்று தூரமாகத் துப்பினார். அப்படித் துப்பி விட்டு, அய்யா அவனைப் பார்த்தார். அந்த 'தூ'வின் சற்று காரமும், கோபமும் இருப்பதாக அவனுக்குத் தோன்றியது. அப்போது அய்யா, அவனைப் பார்த்து "என்னடா?" என்பதுபோலத் தலையசைத்தார். அந்த நேரம் மண்ணாங்கட்டிக்கு, தான் சொல்ல வந்ததே மறந்து போய் விட்டது.

"மாடுகளுக்கு புண்ணாக்கு வச்சாச்சு, ஆண்டை" என்றான். அதே நேரம் ஒரு வேலைக்காரன், சொம்பில் தண்ணீர்கொண்டு வந்து அவர் எதிரில் வைத்தான். அய்யா வாய் கொப்பளித்து நீரை உமிழ்ந்தார். அப்புறம் புறப்படச் சித்தமானார்.

இப்போது, பட்டாம்பூச்சி, அய்யாவின் செருப்புகளின் மேல் அமர்ந்திருந்தது. கண் இமைப்பதுபோலத் தம் இறக்கையை அடித்துக்கொண்டது. துவரை, அதை எப்படியாவது, பிடித்து விடுவது என்று அரவம் இல்லாமல் செருப்புக்குப் பக்கத்தில் அமர்ந்துகொண்டு, கையை நீட்டினாள்.

பெரியய்யா, திண்ணையில் இருந்து இறங்கி, "எங்கேடா செருப்பு?" என்றார். அய்யாவின் பேச்சைத் துவரை கேட்டாள். செருப்பை எடுத்து வந்து அவர் கால்களுக்கு முன்னால் வைத்தாள்.

பெரியய்யா, "யார்ரா இவ?" என்றார்.

மண்ணாங்கட்டி ரெண்டடி முன் வைத்து, "என் மவதாங்க... துவரை" என்றான்.

பெரியய்யா, அந்தச் சிறுமியை ஒருமுறை பார்த்தார்.

"வீட்டுல, கை வேலைக்கு, எடுபிடிக்கு ஒரு குட்டி வேணும்னு சொல்லிக்கிட்டு இருந்தாளே... இந்தக் குட்டி இங்கயே இருக்கட்டும்." என்று நிதானமாகச் சொல்லிவிட்டு, செருப்பை மாட்டிக்கொண்டு நடந்தார், பெரியய்யா.

செவந்தி தலையிலும், மார்பிலும் அடித்துக்கொண்டு அழுதாள்.

"என் மவளுக்கும் இந்தக் கெதி ஆச்சே" என்று அவள் அழுகிறதைப் பார்த்து, மண்ணாங்கட்டிக்கும் மனம் குமைந்தது. அது பற்றி அவன் வாய் திறந்து பேசக்கூடாது. பெரியய்யாவோட முடிவுக்கு அப்புறமும் ஒருத்தன் அதுக்கு விரோதமாக மனுசுக்குள்ளேயும் நினைக்கிறதாவுது?

"விதி புள்ள... விதி!" என்றதோடு அவன் வேறு ஒன்றும் பேசவில்லை.

செவந்தி, தன் மகளை அதுக்கப்புறம் தூரத்தில் வைத்துப் பார்த்தாள். ஆண்டை வீட்டு அம்மாள், தொட்டியில் கம்மங் கஞ்சியோ, கேழ்வரகு கூழோ கரைத்து ஊற்றுகிறபோது, தொட்டிக்குப் பக்கத்தில், செம்பு ஜலத்தை வைத்துக்கொண்டு துவரை நிற்பதைப் பார்ப்பாள் செவந்தி. அவள் தொண்டைச் சதை ஏறி இறங்கும் கண்களில் கண்ணீர் விளிம்பு கட்டும், மகளை அருகில் இருந்து பார்க்கவும், தொடவும் கட்டி அணைத்துக்கொள்ளவும் அவள் ஆசைப்படுவாள். துவரைக்கும் அது போன்ற ஆசை இருக்கத்தானே வேண்டும்? பண்ணைச் சனங்களுக்கு கூழ் ஊற்றுகிற்ற நாளில், துவரையின் கண்கள் அந்தக் கூட்டத்தைத் துழாவி ஆத்தாளிடமும் அப்பனிடமும் வந்து நிலை குத்தி நிற்கும். நெஞ்சு துடிக்கும். அப்புறம் சுதாரித்துக்கொண்டு, ஆண்டை வீட்டு அம்மாளின் எடுபிடிக்குள் தன்னை ஆழ்த்திக் கொள்வாள்.

செவந்திக்கு, தம் மகளைக் கிட்டத்தில் நின்று பார்க்கிற அதிர்ஷ்டம் சீக்கிரத்திலேயே வாய்த்தது. சாணக் குழியில், சாணத்தை நிரப்பி விட்டுத் திரும்பியவள், மாட்டுத் தொழுவத்தில் ஆண்டை வீட்டு அம்மாளைப் பார்த்தாள். செவலைப் பசு போட்ட கன்றைப் பார்க்க வந்திருந்தாள். அம்மாளின், நாலைந்து பேர்கொண்ட பரிவாரத்தோடு துவரையும்

நின்றிருந்தாள். அம்மாள், தொழுவத்தைச் சுற்றிப் பார்த்துக்கொண்டு நிற்கையில், செவந்தி துவரையின் பக்கம் நெருங்கி நின்றாள்.

"மவளே... எப்படி இருக்கே" என்று துவரைக்கு மட்டும் கேட்கும் குரலில் கேட்டாள்.

துவரை, தாயை ஏறிட்டாள். யாரோ அந்நிய, பழக்கம் இல்லாத மனுஷர்களைப் பார்ப்பதுபோல் பார்த்தாள். அவள் பார்வையில் எந்த ஜீவனும் இல்லை. வெறிச்சிட்டபடி, தன் தாயைப் பார்த்தாள் பெண்.

"என்னடி இப்படிப் பாக்கே! என்னைத் தெரியலையா? என்றாள் செவந்தி.

"நீ யாரு?" என்றாள் துவரை.

அளவில்லாத அதிர்ச்சியுடன் செவந்தி சொன்னாள்:

"உன் ஆத்தா... ஆத்தாடி"

"ஆத்தான்னா, என்னை எதுக்கு இந்த ஊட்டுக்குக் கொடுத்தே."

துவரை, தன் ஆண்டை அம்மாளிடம் போய்ச் சேர்ந்துகொண்டாள்.

செவந்தி, அந்த இடத்திலேயே உட்கார்ந்து, இழந்து போன தன் மகளுக்காக அழத் தொடங்கினாள்.

ஊர் பரபரத்தது. ரொம்பப் பெரிய அந்தஸ்திலே இருக்கப்பட்ட ஒரு வெள்ளைத் துரை, பெரியய்யாவைப் பார்க்க வரப் போவதாக வதந்தி பரவியது. அதிகாரிகளும் சிப்பாய்களும் ஊருக்குள் புகுந்து, அட்டூழியம் பண்ணத் தொடங்கினார்கள். நடக்கத் தெம்பற்று, தெரு ஓரம் விழுந்து கிடந்த ஒரு கிழவியைக் காலால் எட்டித் தள்ளினான், ஒரு வெள்ளைச் சிப்பாய். தண்ணீர் சேந்திக்கொண்டு வந்த பெண்ணிடம் வம்பு பண்ணினான் ஒரு வெள்ளைச் சிப்பாய். சகல களேபரங்களுக்குப் பிறகு, ஒரு நாள் அந்த வெள்ளைத் துரை பெரியய்யாவைப் பார்க்க வந்தே விட்டான்.

வீட்டுக்கு வெளியே, பட்டுத் துணி விரிப்புக்குக் கீழே, நாற்காலி போட்டுக்கொண்டு அதன் மேல் உட்கார்ந்து, அந்தத் துரையும், பெரியய்யாவும், பேசிக்கொண்டிருந்தார்கள். சற்று தள்ளி, ஊரே கூடி, இந்த விநோதக் காட்சியைப் பார்த்துக்கொண்டிருந்தது.

இளநீர்க் குலையைக்கொண்டு போய், அருகில் வைத்து, இளநீர் வெட்டிக் கொடுக்கிற பொறுப்பு மண்ணாங்கட்டிக்கு இருந்ததால், அந்தத் துரையை அருகிருந்து பார்க்கிற அதிர்ஷ்டம், அவனுக்கு வாய்த்தது.

அது என்ன நிறம்? அம்மாடி, சுண்டக் காய்ச்சின பால் மாதிரி, அரைத்த கேழ்வரகு மாவு மாதிரி, இப்படியும் ஒரு நிறம் மனுஷருக்கு வாய்க்குமா? அப்படியே அசந்து போய் நின்றான் மண்ணாங்கட்டி. துரை, போய் வெகு நேரம் கழித்தும் அவனுக்கு ஏற்பட்ட பிரமை நீங்கின பாடில்லை.

பெரியய்யாவின் கார்வார்தான் அவன் கவனத்தைக் கலைத்தார்.

"என்னடா... அப்படி பேய் அடிச்ச மாதிரி நிக்கே?" என்றார் கார்வார், அவனைப் பார்த்து.

"சாமி, அந்தத் துரையைப் பார்த்து இப்படி ஆச்சுதுங்க" என்றவனை இரக்கம் தோன்ற பார்த்தவர், தொடர்ந்து சொன்னார்:

"மண்ணாங்கட்டி, ஒரு முக்கிய விசயம். உன்கிட்டே பொறுப்பை ஒப்படைக்கிறேன். தட்டுத் தடுமாறி தப்பு பண்ணினே உடம்புத் தோலை உரிச்சுப்பிடுவேன். படவா" என்றார்.

"சாமி உத்தரவு."

"முத்தால் பேட்டை வீட்டுச் சாவி இது. ஓட்டமும் நடையுமா போயி, வீட்டை தெறந்து, துடைச்சு வையி. ராத்திரிக்கா முப்பது நாப்பது சனம் அங்க வரும். நானும் வருவேன். நாளைக்கு விடியலுக்கு முன்னே, கப்பல்ல, ஏத்தி விடணும்."

"சாமி உத்தரவு"

கார்வார் கொடுத்த சாவியை வாங்கிக்கொண்டு, ஓட்டமும் நடையுமாக முத்தால் பேட்டை வீடு போய்ச் சேர்ந்தான். கடற்கரையை ஒட்டின தென்னந்தோப்புக்குள் இருந்தது அந்த வீடு. வீட்டுக் கதவு, சப்தத்துடன் திறந்துகொண்டது. சன்னல்களை அடைத்துக்கொண்டு நூலாம்படை தொங்கியது. அரண்மனை மாதிரியான வீட்டை பெரியய்யா இப்படிப் போட்டு வைத்திருக்கிறாரே என்று இருந்தது அவனுக்கு.

இருட்டிய பிறகு, கார்வார் வந்து சேர்ந்தார். அவருடன், முப்பது நாற்பது பேர் வந்தனர். ஏழு எட்டு வயசு தொடங்கி 25 வயசு வரைக்குமான ஆண், பெண்கள் அந்தக் கூட்டத்தில் இருந்தார்கள். வியாபாரிகள் சிலரும், கார்வாருடன் வந்திருந்தார்கள். அவர்கள், அந்த ஆண் பெண்களுக்கு மொட்டை அடித்தார்கள். மொட்டை அடிக்கப் பெற்ற பிறகு, அவர்களுக்கு கறுப்புத் துணியைக் கொடுத்து உடுத்திக்கொள்ளச் சொன்னார்கள். ஒற்றை அகல் விளக்கு வெளிச்சத்தில், நடைபெற்றுக்கொண்டிருக்கும் இதை, வெகு ஆச்சரியமுடன் பார்த்துக்கொண்டிருந்தான் மண்ணாங்கட்டி. என்ன நடக்கிறது என்று அவனுக்குப் புரியவில்லை.

நல்ல முகமாகத் தென்பட்ட, தமிழ்ச் சிப்பாய் ஒருத்தனை அணுகிக் கேட்டான்.

"எசமான், இந்த சனங்கள்ளாம் யாரு? என்னத்துக்கு மொட்டை போட்டுக்கிறாங்க. ஏதாச்சும் பிரார்த்தனைங்களா?"

சிப்பாய், மண்ணாங்கட்டியைப் பார்த்துச் சிரித்தான். "முண்டமே! அதுங்கள்ளாம், கடல் தாண்டி போற அடிமைங்க... நம்ம தூய்மா துரை இதுங்களை வாங்கியிருக்காரு... அவருக்குத் தேயிலைத் தோட்டத்துல வேலை செய்யறதுக்காக, துரை இதுங்களை வாங்கிட்டுப் போறாரு..."

கப்பல் ஏறிக் கடல் கடந்து போகிற அடிமைகள். அவனுக்குத் திக்கென்றது. என்ன பாவ ஜென்மம் என்றிருந்தது. இருட்டில், சுவரையொட்டி வரிசையாக அமர்த்தப்பட்டிருந்த அந்தப் பாவப்பட்ட ஜென்மங்களைக் கூர்ந்து கவனித்தான். திடுமென, அவன் அதிர்ச்சியடைந்தான். அவனையறியாமலே அவன் உடம்பு ஆடியது. அடிமைகளில் ஒருத்தியாக, மொட்டையடிக்கப்பட்டு கறுப்புத் துணி உடுத்திக்கொண்டு அமர்ந்திருந்தாள் அவன் மகள் துவரை. அவள் அவனைப் பார்த்தாள். எந்த உணர்ச்சியும் அற்று வறண்டிருந்தது அவள் பார்வை.

விடிய, இன்னும் இரண்டு நாழிகை இருந்தது. அடிமைகள், படகில் ஏற்றப்பட்டிருந்தார்கள். இரண்டு படகுகளில் அவர்களை நெருக்கி ஏற்றினார்கள். பெரியய்யாவும் அந்த நேரம், அங்கு வந்திருந்தார். அவர் கைசயைக்கப் படகுகள் நகர்ந்தன.

அந்த நேரம், எங்கிருந்தோ, "மகளே" என்கிற நெஞ்சைக் கிழிக்கிற குரல் ஒன்று எழுந்தது. அம்மாவின் குரல்தான். யார் முகமும் தெரியாத இருட்டுதான். எனினும் துவரைக்கு அவள் அம்மா தெரிந்தாள்.

"அம்மா!" என்று அலறினாள் துவரை.

படகுகள் அடிமைகளை ஏற்றிக்கொண்டு நெடும் பயணத்தை மேற்கொண்டன. எங்கும் இருட்டு, உலகை ஆக்ரமித்துக்கொண்டிருந்தது.

1993

விளக்கு

தூய்மா துரை காலை உலாவலுக்குப் புறப்பட்டார். உலாவல் என்றால், கை கால் வீசி நடப்பது அல்ல, குழந்தையின் ஸ்பரிசம்போல, சில்லென்றிருக்கும் காலை வேளைகளில், குதிரை மேல் ஆரோகணித்துக்கொண்டு, முற்றாத இளங்காற்றை அனுபவிப்பது. துரை, கோட்டையை விட்டுப் புறப்பட்டு வழுதாவூர் வாசல் பக்கமாக வந்து, அப்படியே கோட்டையின் இந்த முனைக்கும் அந்த முனைக்குமாக ஒரு சவாரியை மேற்கொள்வார். கோட்டையின் பாதுகாவலையும், புதிதாகக் கட்டப்பட்டுக் கொண்டிருந்த பகுதியையும் மேற்பார்வை பார்த்துக்கொண்டும், குதிரையை நிதானமாக, நடக்கிற கதியில் செலுத்திக்கொண்டு, தன் உலாவலைத் தொடர்வார்.

சென்னப் பட்டணத்து வாசல் வழியாகக் கடந்து, பெருமாள் கோயிலையும் கடந்து, கோயிலை ஒட்டியிருக்கும் வெற்றிலைத் தோட்டங்களை ஒரு பார்வை பார்த்துக்கொண்டு கிழக்காக மீண்டும் திரும்பி, வாய்க்காலைக் கடந்துகொண்டு தம் மாளிகைக்குச் சென்று சேர்வதைத் தம் நித்திய வழக்கமாகக்கொண்டிருந்தார் தூய்மா.

பெருமாள் கோயிலைப் பார்க்க நேராகப் போய்க் கொண்டிருந்தார் தூய்மா. கூட்டமாகச் சிலர், பாடிக்கொண்டு எதிரே வருவது தெரிந்தது. பஜனைக் கோஷ்டிகள் போலும். வானத்துக்கும் சுண்ணாம்பு அடித்ததைப்போல, பனி பூசிக் கிடந்தது. பனி கொட்டும் அற்புதமான இந்த மாதத்தில், இது மாதிரி பஜனைக் கோஷ்டி வருவதைப் பலமுறை அவர் கண்டிருக்கிறார்தானே.

கோயிலைக் கடந்து வெற்றிலைத் தோட்டத்தின் பக்கமாக வந்து நின்றார். பள்ளத்தில் வெற்றிலைக் கொடிக்கால் கன்றுகளும், அதை அடுத்து வாழைத் தோட்டமும் அவர் கண்களைச் சிக்கெனப் பிடித்து நிறுத்தின.

குளிப்பாட்டின குழந்தையைப்போல பளிச்சென்று இருந்தது வெற்றிலைத் தோட்டம். பனியில் நனைந்தும், காலை

ஒளியில் பளீரிட்டுக்கொண்டிருந்த அக்காட்சியையே, கண் கொட்டாமல் பார்த்துக்கொண்டு இருந்தார் தூய்மா. பள்ளத்தில் இருந்த எழுந்து வந்த காற்று, பசுந்தழையின் மணத்தைச் சோர்ந்திருந்தது.

தூய்மாவுக்கு, இந்தப் புதுச்சேரி, கடந்த பத்தாண்டுகளாகப் பரிச்சயமான ஒன்றுதான். சின்னஞ்சிறு உத்தியோகம் முதல் பலவிதமான உத்தியோகங்களில் இருந்து விட்டு, குவர்னராகியிருந்தார் தூய்மா. இந்த ஊரில்தான் அவர் கல்யாணமும் செய்துகொண்டிருந்தார். தினம் தினம்தான் அவர் இந்த ஊரைப் பார்த்துக்கொண்டிருந்தார். தினம் தினமும், அவருக்கு இந்த ஊர் புதிய புதிய அழகைத் தருகிறதே! தூய்மா, தான் வந்த தெருவைத் திரும்பிப் பார்த்தார். பெண்கள் எடுக்கிற தலை வகிடு மாதிரி நேராக இருந்தது, அந்தத் தெரு. வகிடுக்கு இரு புறமும் புரள்கிற கூந்தல் மாதிரி, தெருவுக்கு இரு புறமும் வீடுகள்.

தன் கற்பனையை, தானே சிலாகித்துக்கொண்டு, வாழைத் தோட்டத்துப் பக்கம் குதிரையைச் செலுத்தினார். வாழைத் தோட்டமும் பள்ளத்தில்தான் இருந்தது. விவசாயமே, இந்த தேசத்தில் பள்ளத்திலும், படுகையிலும்தான் நடந்தது. பள்ளத்தில் உழுது பயிர் செய்யும் உயர் மக்கள் வாழ்ந்துகொண்டிருந்தார்கள். சின்னஞ்சிறு குடிசைகளில் குடிசைகளின் கூரையில் பூசணிக்கொடி படர்ந்து அல்லது சுரைக் கொடி பரவியிருந்தது.

குதிரைகளுக்கு, எசமானின் மனோபாவம் தெரிந்து விடுகிறது. ஆச்சர்யம்தான். அந்தக் குதிரையும், தூய்மாவின் மனசைப் புரிந்துகொண்டதுபோல, மென்னடை நடந்தது. வாழைத் தோட்டமும், கோட்டைச் சுற்றுச் சுவருக்கும் இடைப்பட்ட பகுதியைக் கடக்கும்போது, அவர் காதில் ஓர் இனிமையான பாடல் போலும் ஒன்று வந்து பாய்ந்தது. குதிரையை நிறுத்தி விட்டு, சற்று அதுக்குக் காது கொடுத்தார்.

''புதுச்சேரிப் பட்டணமாம் - என் கண்ணே
பொன் கொழிக்கும் பட்டணமாம்,
பட்டணத்துச் சிப்பாயோ - நீ
படியளக்கும் மன்னவரோ?

யாரடிச்சா நீ அழுக.
அடிச்சாரைச் சொல்லி அழு
ஆற்காட்டுப் பொன்னுருக்கி- என் கண்ணே உனக்கு
ஆறு வடச் சங்கிலியாம்.

புதுச்சேரிப் பொன்னுருக்கி - என் கண்ணே உனக்கு
புல்லாக்கு ஒட்டியாணம்
போட்டிடுவார் உன் மாமன்.

மாடு வண்டி முன்னூறு
மாடுகளோ அறுநூறு
காடு கழனி ஆயிரமாம்

கை வளையோ பதினாயிரம்
வைப்பாட்டி மனைகளுக்கு
வாரிவிட்டார் உன் மாமா.
தங்கச்சி மகளுக்குத்
தங்கமழை பொழியாரோ...?"

தூய்மா, அந்தப் பாடலைக் கேட்டு கிறுகிறுத்துப் போனார். குதிரையை மேட்டுப் பக்கம் தட்டி நடத்தினார். அங்கிருந்து, அந்தப் பெண் தென்பட்டாள். பள்ளச் சரிவில் வளர்ந்திருந்த பூவரச மரக் கிளையில் ஏனை கட்டி குழந்தையைப் போட்டுத் தாலாட்டுப் பாடிக்கொண்டிருந்தாள் ஓர் இளம் பெண், பதின்மூன்று பதினாறு வயசுச் சிறுமி. குழந்தை உறங்கிவிட்டிருந்தது போலும், நிதானமாக ஏனையை நிறுத்தி, அண்ணாந்தவள், குதிரை மேல் இருந்த துரையைப் பார்த்துத் திடுக்கிட்டாள்.

"பெண்ணே, இங்கே வா" என்றழைத்தார் தூய்மா.

தப்பு செய்த குழந்தையைப்போல, அவள் தயங்கிக்கொண்டு அவர் அருகில் வந்து நின்றாள்.

"உன் பேரு என?"

"பச்... பச்சிலை சாமி."

"இப்போ நீ பாடினாயே, அந்தப் பாட்டை எனக்கு எழுதித் தருகிறாயா?"

அவள் முகத்தை தன் இரு கைகளாலும் மூடிக்கொண்டாள்.

"எழுதித் தர மாட்டாயா. தயவு செய்து எழுதிக் கொடு பெண்ணே!"

"சாமி, பொட்டைக்கு எழுத்து வராதுங்களே"

"உனக்கு எழுதப் படிக்கத் தெரியாதா?"

"ஊகும்"

"அப்போ, இந்தப் பாட்டை எப்படிப் பாடினாய்?"

"என் ஆத்தா பாடும், அத்தைக் கேட்டு நான் பாடறேன்."

"உம்... இது யாரு உன் தம்பியா, தங்கையா?"

பச்சிலை, அவரை ஏறிட்டுப் பார்த்துவிட்டு, "என் மவ" என்று விட்டு முகத்தை மீண்டும் மூடிக்கொண்டாள்.

"உன் புருஷன் என்ன பண்ணுகிறார்?"

"அவர் செத்துப் பூட்டாரு. தப்பு, தப்பு... மாரியாத்தா அழைச்சுக்கிட்டா..."

தூய்மாவுக்கு மனம் சங்கடப்பட்டது.

"சாப்பாட்டுக்கு என்ன பண்றே?"

"ஆத்தாவோட கூலி வேலைக்குப் போறேனே" என்ற அவள் வார்த்தையில் கம்பீரமும், ஒரு பெரிய மனுஷத் தனமும் இருந்ததை துரை கவனித்தார்.

"நான் யார் தெரிகிறதா?"

அவள் "ஆம்" என்பதுபோல் தலையசைத்தாள். "சிப்பாய்" என்றாள்.

தூய்மா சிரித்தார். அவள் பயந்து, மரத்துக்குப் பின்னே போய் ஒளிந்துகொண்டாள்.

"ஏன் பயம்? எதுக்கு பயப்படுகிறாய்?"

அவள் ஒரு கண்ணை மட்டும் வெளிப்படுத்தி "சிப்பாய்னா அடிப்பாங்க. பொண்ணுங்களைத் தூக்கிப் போயி கெடுத்துப்பூடுவாங்க..." என்றாள்.

தூய்மா தலை கவிழ்ந்துகொண்டார்.

துரை, தன் நயினாரை விட்டு, பச்சிலைப் பற்றின தகவலைச் சேகரித்தார். வெற்றிலைக் கொடிக்காலுக்குப் பின் இருக்கிற பள்ளத்தில் இருக்கிற சனங்களில் ஒருத்தி, பச்சிலை இந்த ஊர் வழக்கப்படி வயசுக்கு வரும் முன்னே கல்யாணம் பண்ணிக்கொண்டு, ஒரு வருஷத்தில் புருஷனை அம்மைக்குப் பலி கொடுத்தவள்...

'என்ன சனங்கள்' என்று இருந்தது, அவருக்கு. எப்படிப்பட்ட பரிதாப வாழ்வை, கொஞ்சமும் முகம் சுளிக்காமல், எப்படி இவர்களால் வாழ முடிகிறது? யோசித்து, யோசித்து துரை ஒரு முடிவுக்கு வந்தார். புதுச்சேரிப் பட்டணத்தில் ஒரு பள்ளிக்கூடம் தொடங்குவது என்று தீர்மானத்துக்கு வந்தார். இந்தக் கருத்தை தலைமைப் பாதிரியாரிடம் குவர்னர் கலந்தார். பாதிரியார் யோசித்து விட்டுச் சொன்னார்.

"குவர்னருக்கு இந்த ஊர் வழக்கம் தெரியும்தானே? ஆண்கள் வாத்தியாராக இருந்தால், பெண்களை யாரும் பள்ளிக்கு அனுப்ப மாட்டார்கள். பெண்களும் பத்து வயசு வரைக்கும்தான் படிப்பார்கள்."

"ஏன், அப்புறம் படிக்கிறதுக்கு என்ன?"

"அப்புறம்தான் அவர்களுக்குக் கல்யாணம் ஆகிவிடுமே"

குவர்னர் தூய்மா பாரிசுப் பட்டணத்துக்குக் காயிதம் எழுதி, எழுத்து கற்பிக்கும் கன்னியாஸ்திரிகளை வரப் பண்ணினார். கோயிலை ஒட்டி, பாதிரிகள் தங்கியிருக்கும் மடத்துக்கு அருகாமையில், கன்னியாஸ்திரிகளுக்கு மடம் ஒன்றைக் கட்டுவித்து, அதை ஒட்டி ஒரு சிறுபள்ளிக்கூடத்தையும் அமைத்தார். பச்சிலை, பள்ளிக்கூடத்தைப் பெருக்கி, கூட்டி, கழுவி பராமரித்துக் கொள்வது, அங்கே அவள் படித்துக்கொள்ளவும் வேண்டியது. கன்னியாஸ்திரிகளுடன் சாப்பிட்டுக்கொண்டு, தன் குழந்தையுடன் மடத்துக்குள்ளேயே தங்கிக்கொள்ள வேண்டியது என்று திட்டம் செய்தார் குவர்னர் துரை.

பச்சிலைக்கு, சகலமும் வெகு ஆச்சரியமாக இருந்தது. கல்லால் ஆன கட்டடத்தில் அவள் வாழ்கிறாள். அவள் இருக்கிற இடத்திலே சன்னல் இருக்கிறது. அவளுக்குச் சாப்பாட்டுக்கு ரொட்டியும் சோறும் கிடைக்கிறது. மாற்றிக் கட்ட சுத்தமானத் துணி கிடைத்தது. கன்னியாஸ்திரிகளான அக்காக்கள், காலையில் எழுந்த உடனே பல் விளக்கினார்கள். அப்புறம், தினம் தினம் குளித்தார்கள். நித்தமும் துவைத்த ஆடைகளையே உடுத்தினார்கள். காலில் செருப்பு போட்டார்கள். பூசணிப் பூ மாதிரி இருக்கிறார்கள்.

காலையில் எழுந்ததும், பள்ளி மடம் இரண்டும் பெருக்கி, கழுவி, அங்கிருந்த மாதா சொரூபத்துக்கு முன் சாணம் இட்டு மெழுகி, கோலம்

போட்டு, தூங்கி எழுந்து அழும் குழந்தைக்குப் பால் போட்டு, தானும் குளித்துத் தயாராவது, என்று ஒரு காலைப் பொழுதை அவள் துவக்குவாள். பள்ளிக்கூடத்திற்கு மூன்று பெண்கள் வந்தார்கள். பெரிய மனுஷர்கள் யாரும் தங்கள் பெண்களை பள்ளிக்கூடத்துக்கு அனுப்பச் சங்கடப்பட்டார்கள். மூன்று சட்டைக்காரக் குழந்தைகள் வந்தன. பச்சிலை நாலாவது மாணவி.

காலையில், ரொட்டியும் வெண்ணெயும் சாப்பிட்டு படிப்பு ஆரம்பிக்கும்.

'ஆ, பே, சே, தே' என்று பிரஞ்ச் அரிச்சுவடி அப்புறம், 'ஓரோன் ஒன்று' என்கிற வாய்பாடுத் தொடங்கும். வயசான ஓர் அம்மாள், தமிழும் சொல்லிக் கொடுத்தார். கொன்றை வேந்தன், நல்வழி. மதியம் சாப்பாட்டுக்குப் பிறகு, சில நாள் படிப்பு. சில நாள் விளையாட்டு என்று வளர்ந்தது, பச்சிலையின் கல்வி.

குவர்னர், வாரம் ஒருமுறை பள்ளிக்கு வருகை தந்தார். அக்காக்களிடம் பேசி தேவைகளை அறிந்து கொள்வார். தேவையான உத்தரவுகளைப் பிறப்பிப்பார். அப்புறமாகப் பச்சிலையைப் பார்த்து "பச்சிலை... அன்னைக்கு நீ பாடின பாட்டை எப்போ எழுதித் தரப்போகிறாய்" என்பார்.

"தர்றேன் சுவாமி" என்றாள் பச்சிலை. அவளுக்குத்தான் அ, ஆ எல்லாம் வந்து விட்டதே! சீக்கிரமே அவள் எழுதிக் கொடுப்பாள்.

அன்றும் குவர்னர் தூய்மா பள்ளிக்கு வந்திருந்தார். குழந்தை சுவரைப் பிடித்துக்கொண்டு நின்றிருந்தாள். குவர்னர், பச்சிலையைப் பார்த்து, "இந்தக் குழந்தையின் பெயர் என்ன?" என்றார்.

வாயில் விரலை வைத்துக் கடித்துக்கொண்டு, "இன்னும் பேரு வைக்கிலை சாமி" என்றாள், பச்சிலை,

"வயசு மூணு ஆயிருக்குமே. இன்னுமா பெயர் வைக்கலை? உடனே ஒரு பெயரைச் சொல்"

பச்சிலை, கால் விரலால் தரையைக் கீறிக்கொண்டிருந்தாள். பிறகு "புத்தாயி" என்றாள்.

"அதற்கு என்ன அர்த்தம்?" என்றார் குவர்னர்.

"புத்து நாகம்மாளுக்கு அந்தப் பேரு சாமி" என்றாள் அவள் வெட்கத்துடன்.

துரைக்குப் பக்கத்தில் நின்றுகொண்டிருந்த பாதிரியார் முகம் சிணுங்கலுடன் அதை ஆட்சேபித்தார்

"அது என்ன பேர். புத்தும் பாம்பும்? நான் சொல்கிறேன் எஸ்தர். என்ன அழகான பெயர். எஸ்தர் என்றால் விளக்கு என்று அர்த்தம்"

துரை, பச்சிலையை கேட்டார்.

"பச்சிலை, உனக்கு இந்தப் பெயர்— எஸ்தர் பிடிச்சிருக்கா? தைரியமாகச் சொல். யாருக்கும் பயப்பட வேண்டாம்."

பச்சிலை, தயக்கத்துடன் பாதிரியாரைப் பார்த்துக்கொண்டே "இல்லை" என்பதாகத் தலையை அசைத்தாள்.

"சரி, அப்படியென்றால் புத்தாயி என்றே இருக்கட்டும்"

பாதிரியார் இதை ரசிக்கவில்லை.

"குவர்னர், இந்த சனங்களுக்கு இந்த சுதந்திரத்தைத் தரக்கூடாது. இதுகளுக்கு ஞானம் தர வேண்டிய பொறுப்பும் நமக்கு உண்டு என்பதை நாம் மறக்கக்கூடாது."

குவர்னர் சொன்னார்.

"இல்லை, தந்தையானவரே! நான் ஒருபோதும் அதை மறக்கவில்லை. என்றாலும், பிறத்தியார் சுதந்திரத்தில் நான் தலையிடக்கூடாது என்று முடிவு பண்ணிக்கொண்டிருக்கிறேன்."

பாதிரியார், அங்கிருந்த கன்னியாஸ்திரிகள், அதிகாரிகள் எல்லோரையும் ஒருமுறை பார்த்துவிட்டுச் சொன்னார்:

"இந்தப் பள்ளிக்கூடமும், இந்த மடமும் என் கட்டுப்பாட்டில் இருக்கிறது. இந்தச் சகோதரிகள் என் பேச்சுக்குக் கட்டுப்படுவதுதான் சரியாக இருக்கும் என்று நம்புகிறேன். இந்தச் சகோதரிகளை என் பொறுப்பில் வைத்துக்கொள்ளத்தான் பாரிசு பட்டணத்து சபை அங்கீகாரம் அளித்துள்ளது. இந்த மடத்துக்குள் என் பேச்சு அலட்சியப்படுத்தப்படுமானால், அது சரியாக இருக்குமா என்பதைக் குவர்னர் யோசிக்க வேணும்."

சின்ன விஷயம் பெரிதாகி, காகிதத்தில் குவர்னரும், பாதிரியாரும் பேசி, அடுத்த ஆறாம் மாதம் கன்னியாஸ்திரிகள் பாரிசு பட்டணத்துக்கே திருப்பி அனுப்பப்பட்டார்கள். பள்ளிக்கூடம் மூடப்பட்டது.

வானத்துக்குச் சுண்ணாம்பு அடித்தாற் போன்ற ஒரு பனி மாசம். துரை, உலவாலுக்காக வெற்றிலைத் தோட்டத்தின் பக்கமாக வந்துகொண்டிருந்தார். பூவரச மர மேட்டில், நாலைந்து குழந்தைகள் அரை முழு நிர்வாணமாக அமர்ந்திருந்தன. பச்சிலை சொல்லச் சொல்ல அவைகள், அரிச்சுவடி சொல்லிக்கொண்டிருந்தன.

தூய்மா, குதிரையை விட்டு இறங்கி, மரத்தின் கீழ் போய் நின்றார். பச்சிலை, குனிந்து நமஸ்கரித்தாள்.

"பச்சிலை என்ன பண்ணுகிறாய்?"

"சொல்லிக் கொடுத்துக்கொண்டிருக்கிறேன் ஐயா"

தூய்மா அந்தக் குழந்தைகளைப் பார்த்தார். பச்சிலையின் குழந்தையும் அவர்களுடன் அமர்ந்திருந்தாள்.

பச்சிலை துரையிடம் சொன்னாள்:

"ஐயா எனக்கு எழுத காகிதமும் கட்டை இறகும் வேணும்"

"என்னத்துக்கு?" என்றார் துரை.

"ஐயாவுக்கு அந்த தாலாட்டுப் பாட்டை எழுதித் தர வேணும்."

1993

சம பந்தி

பெத்ரோ கனகராய முதலியார் ஒழுகரைக்குக் கீழ் அண்டையிலே இருக்கிற ரெட்டியார் பாளையத்தில் நூதனமாகக் கட்டிய பாதிரி கோயிலைப் பற்றியே மனுஷப் பேச்சாக இருந்தது. சுமார் ஆறு வருஷத்துக்கு முன்னாலே விழுந்து போன தன் ஒரே புத்திரனான பெலவேந்திர முதலியின் ஞாபகத்தை ஸ்திரம் பண்ணுவதை முன்னிட்டு, முதலியார், வெல்வேந்திரன் என்று அழைக்கப்படும் 'சேந்த் ஆந்த்ரே'* பேரிலே கோயிலை ஸ்தாபனம் பண்ணினார். அது குறித்துத்தான் ஊரே 'கொல்லென்று' பேசியது.

கோயில் கட்டுவித்ததில் ஏகச் சிறப்புகள் இருந்தன. பெத்ரோ கனகராய முதலியார் பிரெஞ்சுக்காரர்களின் தலைமைத் தரகராகவும் தலைமைத் துபாஷாகவும் தமிழர் தலைவராகவும் விளங்கினார் என்பது ஒன்று. ஊரிலே பெரிய மனுஷன் கட்டின கோயில் என்பதனால் அது! ரெண்டாவது, இருபத்தியோரு வயசிலே காலம் பண்ணிப் போன பெலவேந்திர முதலி பற்றிய ஞாபகங்கள் மீண்டும் நிலை நாட்டப்பட்டதால் ஜனங்கள் மனசிலே ஏற்பட்ட தாபந்தத்தினால் என்பதும் ஒன்று. மகா திரவியவந்தனாய், மகா யோக்யதையாய் ஜீவனம் பண்ணிக்கொண்டிருந்த பெத்ரோ முதலிக்கு இருந்த ஒரே சிறுவன், பால்ய வயசிலே மரணம் பண்ணுவதாவது? கல்யாணம் ஆன நாலைந்து வருஷத்திலே பெண் சாதி சந்திரமுத்து அம்மாளை விதவையாக்கிப் போட்டு செத்துப் போதல் மகா அபாக்யம் இல்லாமல் வேறென்ன? சிறு வயசுப் பையன் செத்துப் போதல் என்பது மட்டும் ஊர் ஜனங்களின் கஸ்திக்குக் காரணம் அல்ல. பெலவேந்திரன் ஜீவியவந்தனாய் இருந்த காலத்தில் செல்வச் செருக்கு சிறிதுமின்றியும் தன் தகப்பனாரிடத்தில் குருவிடம் ஒரு சிஷ்யன் இருப்பது

Saint - Andre என்ற பிரெஞ்சுப் பெயரை வெல்வேந்திரன் அல்லது பெல்-வேந்திரன் என்பர். பலம் கொண்டவர் என்பது இதன் தாத்பர்யம்.

போலவும் இருந்தான். அப்படிப்பட்ட ஒருவன் மரித்துப் போனது ஜனங்களுக்கு வெகு தாபந்தத்தை உருவாக்கி இருந்தது.

துபாஷ் கனகராயர், நாட்டாண்மைகளைத் தன் மாளிகைக்கு அழைப்பித்திருந்தார். அவர் அழைப்பை ஏற்றுக் கொண்டு பிராமணர்களில் சோமாசி ஐயன், அன்னபூரண ஐயன், வெள்ளாளார்களில் நல்லதம்பி முதலி, செட்டியார்களில் ஆதிவராக செட்டி, பவழக்கார உத்திரபெத்து செட்டியார், சின்னது முதலியார், கருத்தம்பி நாயனார், கோமுட்டிகளில் லட்சுமி நரசு, கம்மாளர்களில் பெரியண்ணன், நாயக்கர்களில் கோபாலு நாயக்கன், கோனார்களில் ராசாக்கண்ணன், வாணியர்களில் ராதாகிருஷ்ணன், வெள்ளைக்காரர்களில் குவர்னர் துய்ப்ளெக்ஸ், அவர் பெண் சாதி மூான் அம்மாள், நீங்கலாக மற்றவர்களில் பிரதானமான பெல் கோம்பு, கிறிஸ்துவர்களில் ஆரோக்கிய சாமி மற்றும் பெரிய குருசு, பறையர்களில் வீர மாசானம், வெள்ளை பாதர் முதலான பெருமக்கள் முதலியார் வீட்டு முற்றத்திலே கூடி இருந்தார்கள்.

அப்போது தன் உத்தியோக ஆடையோடு வெள்ளை அங்கியும் கழுத்து மாலையும் பிரான்சு தேசத்து ராசா பகிர்ந்தளித்த பதக்கம், இடையில் பிச்சுவா சகிதம் துபாஷ் கனகராயர் பிரசன்னம் ஆனார். சபையோர்களில் நடுவாந்தரத்தில் அமர்ந்துகொண்ட துபாஷ், சபையோர்களைப் பார்த்து "ஆகாராதிகள் ஆச்சுதா?" என்று வினவினார்.

"ஆச்சுது" என்றார் மகா நாட்டார்.

"பானம், பானகம் ஆச்சுதா?"

"ஆச்சு... ஆச்சுது"

"வெற்றிலைத் தாம்பூலம் ஆச்சுதா?"

"பேஷாய் ஆச்சுது"

"நல்லது! மகா நாட்டாரிடம் ஒரு விக்ஞாபகம்"

"சொல்லுங்களேன்."

"என் ஒரே குமாரன் பெலவேந்திர முதலி, ஆறு வருஷங்களுக்கு முன்னதாக கர்த்தரின் அடி சேர்ந்ததை நீர் அறிவீரோ, மாட்டீரோ?"

"அறிவோம் அந்தப் பிள்ளையாண்டானுக்காக கஸ்திப்படாத சனம் இங்கே யார் இருக்கிறார்கள்?"

"அந்தப் பிள்ளையாண்டானின் ஞாபகார்த்தமாக ஒழுகரை ரெட்டியார் பாளையத்தில் என்னால ஆன சிறு ஆலயம் ஒன்று கட்டுவித்து பூசைக்கு ஏற்பாடு செய்திருக்கிறேன். வருகிற கார்த்திகை மாசம் 19ஆம் தேதி செவ்வாய்க்கிழமை அதைத் தொட்டு ஒரு விருந்து ஏற்பாடு பண்ணி இருக்கிறேன். என் மகன் பெலவேந்திரனின் ஆன்மா எப்போதும் இன்பத்தில் அசைந்துகொண்டிருக்கும் பொருட்டு, மகா நாட்டார் எல்லாரும் ஒழுகரைக்கு எழுந்தருளி, அடியேன் சமர்ப்பிக்கிற சிறு உணவை உண்டு, என்னை கவுரவிக்க வேணும்."

"அதனால் என்ன? தமிழர்களுக்கெல்லாம் தலைமை நடத்துகிற மகா மனிதர் நீர். உமது வேண்டுதலை மறுப்போமா?" என்று ஒப்புக்கொண்டார்கள் மகா நாட்டார்.

மகா நாட்டார் துபாஷ் வீட்டிலிருந்து வீதிக்கு வந்தார்கள். சற்று தூரத்திலே கடைத் தெரு அமைந்திருந்ததால் தெருவில் ஜனங்கள் நடமாடிக்கொண்டிருந்தார்கள். மகா நாட்டாரை அன்னபூரண அய்யனும், சின்ன முதலியாரும் தடுத்து நிறுத்தினார்கள்.

"மகா நாட்டாருக்கு சம்பிரதாயம், சம்பிரமம், முறை எல்லாம் மறந்து போச்சுதா என்ன?" என்றார் அன்னபூரண அய்யன்.

"ஓய் என்ன சொல்கிறீர்?" என்றார் சிவ மகா நாட்டார்.

"பின்னே என்னாங்காணும்? உம்மை, எம்மை துபாஷ் விருந்துக்கு அழைச்சது சரி, இந்த பள்ளு பறைகளை நமக்குச் சரி சமமாக அழைச்சது என்ன சரி? நீரும் பவழக்கார பெத்து செட்டி மாதிரி மகா மனுஷர்கள் எல்லாம், எப்படி இந்த அக்குறும்புக்கு ஒத்துக் கொள்கிறீர்?"

"விருந்து கொடுப்பவர் நீரோ, அவரோ? அவர் பலபட்டடை சாதியாரையும் அழைக்கையில் நீர் என்னத்துக்கு அலட்டுகிறீர்?"

"ஓய், என்ன பேச்சு பேசுகிறீர்? சாம்பான் வீர மசானத்தோட சரிக்குச் சமனாக அமர்ந்து சாப்பிடுவீரா? உமது கௌரதை, சாதி, ஆசாரம், என்னாகிறது? எல்லோரும் உம்மை என்னவென்று நினைப்பார்கள்?"

அய்யன் சொன்னது எல்லோரையும் யோசிக்கச் செய்தது. என்ன இருந்தாலும் அய்யன் பொய்யா சொல்வான்? அதிலும் அவன் வைத்தியன் வேறு.

முதலியார் சொன்னார்:

"அய்யன்! துபாஷ் அப்படிகூட செய்வாரா? அவருக்கு அத்து தெரியாதா? இடங்கையாரையும் வலங்கையாரையும் அருகருகே அமரப் பண்ணுவாரோ?"

"அருகருகே உட்கார்ந்தாலும்கூடப் பரவாயில்லை ஐயா. பறையரை விட்டுச் சமைக்கப் பண்ணி நமக்குச் சோறு பரிமாற மாட்டார் என்பதுக்கு என்ன உத்தரவாதம்? எந்த குழம்பு பண்ணுகிறான், எங்கு ரசம், கூட்டு பண்ணுகிறான் என்று நீர் போய்ப் பார்ப்பீரோ? ரசத்திலே பசு காது மிதக்கும், குடியுங்கோ. எக்கேடும் கெட்டுப் போங்கோ. எனக்கென்ன ஆச்சுது. நம்மளவாள் ஆச்சுதே என்று சொன்னேன். பெரிய மனுஷர்க்கு அபகீர்த்தி வந்து விடக்கூடாது என்கிற நல்ல எண்ணம். காரணம்? யோசியுங்கோ"

மகா நாட்டார் மனசுக்குள் பூதாகாரமான சந்தேகங்கள் கிளம்பிவிட்டன. விருந்துக்கு முதல் நாள் இரவில் இருந்தே நூற்றுக்கணக்கான பசுக்கள் கொல்லப்படுகின்றன. இரத்தம் ஆறாய்ப் பாய்கிறது. மாட்டுக் குழம்புகள் போட்டு சாம்பார், எலும்புகளால் ஆன ரசம், காதுப் பொரியல், குடல் வறுவல்...

"கிரகச்சாரம்" என்றார் செட்டியார்.

"ஓய், அன்றைக்குச் சிப்பாய்கள் கையில் தடியும் துப்பாக்கியும் ஏந்தி தெருவிலேயும் கோயிலுக்குள்ளேயும் போசனம் பண்ணும் இடத்திலேயும் இருப்பான்கள். நாம் உண்ண மறுத்தோமோ, போச்சு, அடித்து வதம் பண்ணி நம்மைத் தின்னப் பண்ணுவான்கள்" என்றார் பவழக்கார பெத்து செட்டியார்.

முகத்திலும் அகத்திலும் கிலியடித்துப் போய்ச் சேர்ந்தார்கள் அவர்கள்.

துபாஷ் முதலியார் தன் அணுக்கப் பணியாளர் மைக்கேல் பிள்ளையுடன் பேசிக்கொண்டிருந்தார்.

"முசியே பிள்ளை... விருந்து ஏற்பாடெல்லாம் எந்த மட்டில் இருக்கிறது?."

"மிக நல்ல விதமாக நடந்துகொண்டிருக்கு ஐயா. அதில் ஒரு குறையும் இல்லை."

"எத்தனை சனம் கலந்து கொள்ளும் என்று நினைக்கிறீர்?"

"சுவாமி, புதுச்சேரியில் வாழப்பட்ட சனம் இந்தப் பொழுதில் எண்பதினாயிரம் பேர்கள். அதிலே முப்பதினாயிரம் பேர்களாவது விருந்துக்கு வரும் துரையே."

"நல்லது, சமையல் ஏற்பாடெல்லாம் என்ன விதம் ஏற்பாடு பண்ணுகிறீர்?"

"ஒழுகரையில் இருக்கிற நாலு சத்திரங்களிலும் மொத்தம் இருபத்தினாலு பிராமண சமையல்காரர்கள், பரிசாரகர்கள் இருந்து உணவு சமைக்கிறார்கள் பெருமானே. அப்புறம், மொத்தம் இருக்கப்பட்ட பதினாலு தோட்டங்கள், நாற்பத்தெட்டு தென்னந்தோப்புகள் முதலானதுகளில், மொத்தம் பெரிய பிராமணர்கள் இருநூற்றுநான்கு பேர், சின்ன பிராமணர்கள் முன்னூற்று அம்பத்தெட்டு பேரும், பதார்த்தம் பண்ணிக்கொண்டிருக்கிறார்கள் பிரபுவே! ஆனால் ஒரு சங்கதி..."

"சொல்லும்"

"இடங்கைச் சாதியார்கள் வலங்கைச் சாதியார்களில் சில பிரிவினரின் அருகே சமமாக அமர்ந்து சாப்பிடறதாவது என்று அழிச்சாட்டியம் பண்ணுகிறார்கள். அதுவுமன்னியில், மாடு அறுத்து அதை அனைவருக்கும் சமைத்துப் போடுவதாக ஒரு புரளி கிளம்பி இருக்கிறது."

"இது மாதிரியெல்லாம் பேசிக்கொண்டு திரிகிறவர் யாராக இருக்கும்?"

"முதலில் அன்னபூரண அய்யனும், அப்புறம் அப்பு முதலியும், அப்புறம் பெத்து செட்டியாரும் இன்னமும் வேறு சாதியாரும் பேசிக்கொண்டிருக்கிறார்கள்."

"முசியே பிள்ளை, இறைவருடைய சன்னிதானத்துக்கு முன்னர் அனைவரும் சமம். அதைத் தொட்டு அத்தனை சனங்களும் சாதி வேறுபாடு இல்லாமல்தான் கோயில் விருந்தில் கலந்து கொள்ள வேண்டியது. யாருடைய பழக்க வழக்கத்துக்கும் குந்தகம் வந்துவிடக்கூடாது என்பதுக்காக வேண்டித்தானே பிராமணர்களைக்கொண்டு சமைக்கிறது"

"சுவாமி, நான் இதுகளைச் சொன்னேன். கடலூர், சிதம்பரம், வைத்தீஸ்வரன் கோயில், திருவதிகை என்று பலப்பல இடங்களிலிருந்து சமைக்கிறதுக்கு என்று பிராமணப் பரிசாரகர்களை அழைச்சுக்கொண்டு வந்திருக்க, இந்த அய்யனும் அவனோடு சேர்ந்துகொண்டு இந்த இடங்கையார்களும் இந்த விதம் அழும்பு பண்ணுகிறார்களே...?"

"பிள்ளை, நீர் விசாரப்படுவானேன்? நம் மனசுக்கு விரோதம் இன்றி, யார் ருசியும் யார் மனசும் பின்னப்படக்கூடதென்றே நாம் விசனிக்கிறோம். கடவுளுக்கு முன்பாகக்கூட இவர்கள் அருகருகாக அமரமாட்டேன் என்று

சொல்லுவது அவர்களுக்கான பாவம். போகட்டும், அவர்கள் என்ன பண்ணுவதாக உத்தேசம்?"

"துபாஷ் முதலியார் அழைச்சதுக்காக, வருவார்களாம். பின்னே, சாப்பாட்டுக்கு அமரப் போவதில்லையாம்."

"சக ஜனங்கள், சக மனுசர்கள் என்கிறதுக்காக அவர்களை நாம் அழைச்சோம். விரும்பினால் வரட்டும். அல்லாவிடில் போகட்டும். குவர்னருக்கும் மதாமுக்கும் கொன்சேல் துரைமார்களுக்கும் என்ன ஏற்பாடு."

"துரைமார்களுக்கு அவர்களது பரிசாரகர்களைக்கொண்டே சமைப்பித்துக் கொண்டு போகிறோம். அங்கே தீனி மேசை தயார் பண்ணி, அதிலே அவர்களுக்குச் சாப்பாடு பண்ணப் போகிறோம்."

"செய்யும், கர்த்தரின் மேல் பாரத்தைப் போடும். அவர் அவருக்குப் பிரீதியானதை நடத்திக் கொடுப்பார்."

எப்போதும் ஒழுகிக்கொண்டே இருக்கும் கரைகளை உடையதும், ஏராளமான பச்சையான தோட்டங்கள் துரவுகள், தோப்புகள் ஆகியவைகளைக் கொண்டிருப்பதுமான ஒழுகரைப் பகுதியில் காம்பீர்யமாக எழுந்து நின்றிருந்தது அந்த கோயில். பெலவேந்திரருக்கு ஒப்புக் கொடுக்கப்பட்டதைக் குறிக்கும் முகமாக, கோயிலில் முதல் நிலை உச்சியில் பெலவேந்திரரின் சிலுவையுடன்கூடிய சிலைச் சொரூபம் இருந்தது. மிகவும் அகன்றதும் விஸ்தாரமானதுமான பெரிய தோட்டத்துக்குள்ளே அது இருந்தது. கோயிலுக்குப் பின்புறம், கண்ணுக்கெட்டிய தூரம், தென்னை மரங்கள் அடர்ந்திருந்தன. கோயிலின் வடபாரிசத்திலே துபாஷ் முதலியார், பெலவேந்திரர் கோயிலை சேசு சபைப் பாதிரிகளுக்குக் காணிக்கை ஆக்கியிருந்த கல்வெட்டு புதைக்கப்பட்டிருந்தது. ஒரு பெரிய சிலுவையைப் படுக்க வைத்தாற்போல அந்தக் கோயில், நீள வாக்கில் படுத்தும் தன் இருகைகளை விரித்தாற் போன்றும் காட்சி அளித்தது.

ஒழுகரையின் நிழல் மரங்களுக்குக் கீழேயும் கட்டடங்களுக்கு உள்ளேயும் வெளியேயும் பலப்பட்டைச் சனங்கள் குழுமி இருந்தார்கள். இடங்கை, வலங்கை தாசிகள் தம் கோஷ்டியாருடனே ஆடும் சப்தம், வெள்ளைக்காரர்களுக்குப் பிரீதியான வாத்தியங்களின் சப்தம், நாதசுரம், தவில் சப்தம், மக்கள் போடும் சப்தம் என்ற குழம்பின சப்தங்கள், ஊர் முழுக்கக் கேட்டபடி இருந்தது. கோயில் அலங்காரம் பண்ணப்பட்டிருந்தது. தெரு ஓரம் இருந்த கூன், குருடு, நொண்டிப் பிச்சைக்காரர்கள் முகங்களும் சந்தோஷமாக இருந்தன. கோயிலுக்குப் பின்னால் துணியால் ஆனகூரை போடப்பட்டு உணவுக்கு ஏற்பாடு செய்யப்பட்டிருந்தன. கோயிலுக்கு முன்னால் இருந்த வெளியில் துணிப் பந்தல் போடப்பட்டு, தீனி மேசை போடப்பட்டிருந்தது. குவர்னர் துய்ப்ளெக்ஸ், தன் பெண்சாதி ழான் அம்மாளோடும், சின்னதுரை மற்றும் கொன்சேல்காரர்களுடனும் புறப்பட்டு வந்துகொண்டிருப்பதாக குதிரைச் சேவகன் வந்து சொன்னான்.

குவர்னரை, வரவேற்பு செய்யும் பொருட்டு துபாஷ் கனகராயர், வீதிக்கு வந்தார். சாவடி முத்தையா முதலியாரும் கருத்தம்பி நயினாரும் அவர் பக்கலிலே இருந்தார்கள். கோயிலுக்கு இடப்பாரிசத்தில் கும்பல் கும்பலாக நாட்டாண்மைக்காரர்கள் நின்றிருந்தார்கள். சற்று தள்ளி, வலங்கைப்

பறையரான நாட்டாண்மைக்காரர்கள் ஒரு குழுவாக இருந்தார்கள். சூழ்நிலை சரியில்லை என்று துபாஷுக்குத் தோன்றவே, துபாஷ் அவர்கள் அருகிலே சென்றார். இடங்கையர்க் குழுவிலே நின்றுகொண்டிருந்த அன்னபூரண அய்யனும் சின்னது முதலியும் துபாஷ் வருகிறதை அறிந்தும் எங்கேயோ பராக்கு பார்த்த வண்ணம் இருந்தார்கள். துபாஷ் அவர்களை நெருங்கி "நாட்டார்கள் போய்ப் பந்தியில் அமரலாமே..." என்றார்.

"அமர்ந்தால் போச்சுது" என்றவர்கள், நின்றவாறே இருந்தார்கள். ஆகவே, துபாஷ் தொடர்ந்து கேட்டார்.

"நாட்டார்களே... நீங்கள் விருந்துக்கு எழுந்தருளப் பண்ணாமல் இருக்கிறது என்ன?"

அன்னபூரண அய்யன், சின்னது முதலியார், பெத்து செட்டியார் ஆகியோர் துபாஷுக்கு உத்தாரம் அளிக்க முன் வந்தார்கள்.

"துபாஷ் பெருமானே! மகன் பெயரால் மகத்தான காரியம் பண்ணி இருக்கிறீர். குளம் வெட்டுவார்கள். கிணறு வெட்டுவார்கள். ஆனால் கோயில் கட்டுகிறவர்கள் யார்? நீர் அன்றோ! ஆனால், உசந்த காரியத்தில் சாஸ்திர விரோதம் இருக்கலாமோ?"

"சாஸ்திர விரோதம் என்கிறது என்ன?"

"ஊரிலே இருக்கப்பட்ட பெரிய மனுஷாளை எல்லாம் அழைப்பிக்க இருக்கிறீர். என்னைப் போல பிராமணர்கள், முதலிகள், செட்டிகள், கோமுட்டிகள், எல்லோரும் வந்திருக்கிறோம். எங்கள் ஆசாரம் தாங்கள் அறிவீர்கள். ஊரிலே முதல் மனுஷராக இருக்கப் பட்ட நீர் உணவு பதார்த்தங்களை யார் யாரையோ வைத்து ஆக்கியிருப்பதாகக் கேள்விப்படுகிறோமே, அஃதென்ன அக்குறும்பு?"

"ஓய் அய்யரே! அதோ பாரும்! சோற்று மலைகள், வைக்கோல் மேல் பரப்பின வெள்ளை வஸ்திரங்கள் மேல் இடப்பட்டு ஆவி பறக்கறதே பாரும்! அதன் அண்டையிலே யானைகளின் தலைகள் மாதிரி கன்னங்கரிய சாம்பார் அண்டாவைப் பாரும்! ரசம், கூட்டு, பொரியல், அவியல், துவையல், ஊறுகாய், வடை பாயசம் தேங்காய் சாதம், புளிசாதம், பருப்பு சாதம், உளுந்து சாதம், கீரை சாதம் என்ற நானாவிதமான சோறுகளும் ஆவி பறக்க, அந்த ஆவியானது எழுந்து வானத்தில் படிந்து, வெள்ளை வானத்தைக் கறுப்பாக அடிக்கிறது பாரும். அதன் அருகிலே போய்ப் பாரும். அதுகளை ஆக்கியவர்கள் யார் என்று கேளும்"

அருகில் இருந்த மைக்கேல் பிள்ளை சொன்னார்:

"ஓய் அய்யன், சின்னது முதலி, நாட்டார்மார்களே! நானாச்சுது தென்தேசம் முழுக்கப் பயணம் பண்ணி பிராமணர்களை அழைச்சுக்கொண்டு வந்தது? எல்லார் ஆசாரத்துக்கும் பங்கம் வரக்கூடாது என்று நாங்கள் காரியம் செய்ய, நீர் ஏன் அழிச்சாட்டியம் பண்ணுகிறீர்?"

துபாஷ் முதலியார் சொன்னார்:

"பிராமணரை வைத்துப் போஜனம் தயார் செய்ய வேண்டியதுதான் சிலாக்கியம் என்று நீர்தானே அன்றைக்கு என்னிடம் சொன்னீர். உமது பேச்சுப் படித்தானே செய்தோம்."

அன்னபூரண அய்யன் விழித்தார். சொன்னார்:

“வாஸ்தவம்தான், தாங்களும் அந்தப்படித்தான் செய்தீர். ஆனால் மகா நாட்டார் சம்மதி ஆகவில்லையே?”

“நமக்கு ஆசாரம் இல்லை என்றாலும், அதிலே நமக்குத் திருப்தி என்றாலும், உங்கள் ஆசாரம் எம்மால் கெடப்படாது என்பதுக்கு பிராமணரைக் கொண்டு அன்னம் பண்ணுவித்தோம். இதிலே மகா நாட்டார் எவருக்கேனும் ஐயம் உளதோ?”

“அய்யனே... அப்படி அன்று. உமது ஏற்பாட்டில் எமக்குப் பரிபூரண சம்மதமே”

“பின் ஏன் தயக்கம்?”

“அன்னபூரண அய்யன்தான் பிரியாது பண்ணிக்கொண்டிருந்தார். எங்கள் அய்யம் தெளிந்தது.”

“அப்புறம் என்ன? தலைவாழை விரித்திருக்கிறது போய் அமருங்களேன்.”

“முதலியார் பெருமானே, அப்புறமும் ஒரு சங்கடம்.”

“என்னது?”

“நாமும் பள்ளு பறையும் ஒரு சீரில் அமரவைக்கப்படலாமோ?”

“ஏன், ஒரு சீரில் அமர்ந்தால் என்ன போச்சுது? பெரியவர் சிறியவர் என்பதெல்லாம் நாம் பார்த்து வைத்துக்கொண்டதுதானே? கர்த்தருக்கு முன், கடவுளுக்கு முன் நாம் உசத்தி, தாழ்த்தி பார்க்கிறது என்ன? நம் சாஸ்திரத்தில் அப்படி எழுதப்பட்டிருக்கவில்லை.”

“உமது வேதத்தில் இல்லாமல் இருக்கிறது. எமது சாஸ்திரத்தில் உண்டே.”

“அதை உமது காரியத்தில் வையுமேன். எமது காரியத்தில் அந்த முழத்தை எதுக்கு அளக்கிறீர்?”

துபாஷ் மேலும் சொன்னார்:

“நீங்கள் உணவைத் திரஸ்கரிக்கலாமோ? ஆண்டவர் அதனை ‘இது என் சரீரம், இது என் ரத்தம்’ என்றார் அல்லவோ? ‘உயிர் தரும் உணவை’ நீர் உதாசீனம் செய்யலாமோ? ஆண்டவர் தன் ரத்தத்தைக் குடிக்கவும் தன் தசையைத் தின்னவும் தந்து உணவாகிறார். அங்ஙனம் இருக்க, நீர் அழிச்சாட்டியம் பண்ணுகிறதென்ன? உம்மை மாடுகளுக்குப் பக்கத்திலும் பன்றிகளுக்குப் பக்கத்திலும், குதிரைகளின் ஊடேயுமா அமரச் சொன்னேன்? இல்லையே. அப்படி இருக்க, நீர் தாபந்தப்படுவதென்ன?”

துபாஷ் சொல்லிக்கொண்டிருக்கும்போதே பரபரப்பானது. குவர்னர் பல்லக்கும் குவர்னர் பெண்சாதி பல்லக்கும் சின்னதுரை முதலான பேரின் பல்லக்கும் வந்துகொண்டிருந்தன. குவர்னர் வருகையின் பொருட்டு வெடிகள் முழங்கின. அருகில் வந்ததும் குவர்னரும் துரைசாணியும் பல்லக்குகளில் இருந்து வெளிப்பட்டனர். துபாஷ் அவர்களின் அருகில் போய் நின்றார். மகா நாட்டார், துரைகளை அணுகி நின்றார்.

துரையின் முன் ஏதாவது அசம்பாவிதம் நிகழுமோ என்று எல்லோர் முகத்திலும் அச்சம் துலாம்பரமாய் வெளிப்பட்டது.

துபாஷ் வணங்கியபடிச் சொன்னார்.

“மேன்மை தங்கிய துரை, துரைசாணி மற்றும் இருக்கிற பிரபுக்களின் வருகையால் என்னையும் காலம் பண்ணின என் மகனையும் கனம் பண்ணிப் போட்டீர்கள். பெருமான், கோயிலுக்குள் வந்து பூசை போட்டு அடியேன் பண்ணுவிக்கிற விருந்தை ஏற்று அருள் புரிய வேணும்.”

“தாங்கள் பணிகிறது, தங்களது உயர்வுக்கு அழகானதே.”

மாதம் தூய்ப்ளெக்ஸ் சொன்னார்:

“முசியே பெத்ரோ, கோயிலை மிகக் கம்பீரமாகக் கட்டி விட்டீர்களே!”

“மெர்சி மதாம், நானா கட்டினேன். கர்த்தர், அவராகக் கட்டிக்கொண்டார்.”

துய்ப்ளெக்ஸ் சிரித்துக்கொண்டே சொன்னார்:

“பெத்ரோ, ரொம்பவும் தன்னடக்கமும் நன்னடத்தையும் உள்ள பெரிய மனுஷன்”

“உள்ளது.”

குவர்னர் திரும்பி சற்று தூரத்தில் நின்ற நாட்டார்களைக் கண்டார்:

“இந்தச் சனங்கள் என்னத்துக்கு இங்குக் குழுமி நிற்கிறார்கள்?”

துபாஷ் சமத்காரமாகச் சொன்னார்:

“எங்களுடைய பெரிய விருந்தாளியே நீர். நீர் தீனி மேசையில் அமர்ந்த பின்தான் அவர்கள் அமர முடியும். தாங்களே அவர்களை அமரப்பண்ணி உத்தாரம் பண்ணுவீராக”

துய்ப்ளெக்ஸ், நாட்டார்களைப் பார்த்து அருகில் வரக் கை அசைத்தார். நாட்டார் அனைவரும் இடக்கை, வலங்கை அனைவரும் அவரை நெருங்கிக்கொண்டு நின்றார்கள். அன்னபூரண அய்யன், சின்னது முதலி, பெத்து செட்டி முதலானோர் துரையின் வெகு அருகாமைக்குப் போனார்கள்.

“என்னை என்னத்துக்கு எதிர்பார்க்கிறீர்? நீங்கள் சாப்பாட்டைத் தொடங்கி இருக்கலாமே?” என்றார் துய்ப்ளெக்ஸ் அவர்களைப் பார்த்து.

அன்னபூரண அய்யன் சொன்னார்:

“அபசாரம்! பெருமானே! தாங்கள் கை நனைக்காமல் நாங்கள் உணவு கொள்வதாவது?”

சின்ன முதலியார் சொன்னார்:

“குவர்னர் எசமானே! தலையிருக்க வால் ஆடலாமா?”

பெத்து செட்டி வணக்கம் செய்து சொன்னார்:

“உம்மை போன்ற ராசாக்கள், பெருமான்கள் பெருமாளுக்குச் சமம். நீங்கள் சாப்பிட்ட பிறகுதானே எங்களுக்கு”

குவர்னர் தம்பதிகள் தீனி மேசையில் போய் அமர்ந்தார்கள்.

நாட்டார்கள் கலந்து அமர்ந்தார்கள். பக்கத்தில் இருப்பவர் பற்றி அறிய யாரும் சித்தமாக இல்லை.

உணவு நன்றாகவே இருந்தது!

1993

சகோதரர் அன்றோ?

பாதிரியார் லூர்து சுவாமியார் மிகுந்த மனச் சங்கடத்திற்கு ஆளானார். லூர்து சுவாமியார் புதுச்சேரிக்கு மாற்றலாகி வந்து, நாலு தினங்கள் ஆகியிருந்தன. முதல் நாள், கோயிலுக்கு உள்ளே போனவர், மிகுந்த ஆச்சர்யம் அடைந்தார். சுவாமியார் பிரசங்கிக்கிற மேடைக்கு நேர் எதிராக, வயலுக்கு வரப்பெடுக்கிற மாதிரி ஒரு சுவர் கட்டப்பட்டிருந்தது. கோயிலுக்குள் இப்படி ஒரு சுவரை, அவர் இது காறும் பார்த்ததில்லை. பாரிசுப் பட்டணத்தின் புகழ் வாய்ந்த பல தேவாலயங்களில், இப்படி ஒரு சுவர் இருந்து அவர் பார்த்ததில்லை. அவருக்கு மிகுந்த ஆச்சர்யமாகி விட்டது. கோயில் பிள்ளையாக இருந்த ஒருவனை அழைத்து, “இது என்ன சுவர், எதுக்காக இங்கு இது கட்டப்பட்டிருக்கிறது?” என்று கேட்டார். கோயில் பிள்ளை சொன்னான்.

“சுவாமி, இது எங்களைப்போல இருக்கிறவர்களுக்கு உண்டான சுவர். சுவரின் இந்தப் பக்கம் மேல் சாதியார்கள், எசமான்கள் இருந்துகொண்டு பூசை கேட்பார்கள். மறுபக்கத்திலே, எங்களைப் போன்ற தாழ்ந்த சாதியார்கள் இருந்துகொண்டு பூசை கேட்பார்கள்”

கோயில் பிள்ளை சொன்னதைக் கேட்டு, லூர்து பாதிரியார் மிகுந்த துக்கத்துக்கு ஆளானார். பெரிய சாமியாருக்குத் துணையாக, கோயில் காரியங்களில் ஈடுபடுகிற போதெல்லாம் அவர் மனம் மிகுந்த கஸ்திக்கு ஆளாயிற்று.

லூர்து சுவாமியார் தன் அறையை விட்டு வெளியே வந்து தோட்டத்தின் பக்கம் சென்றார். கோயில் பிள்ளை, செடிகளுக்கு நீர் வார்த்துக்கொண்டிருந்தான். குண்டு மல்லிகையும், செம்பருத்தியும் கொத்துக் கொத்தாகப் பூத்திருந்தன. பூமியைக் கிளர்த்திக்கொண்டு, பச்சையாக வளர்ந்து நிற்கிற ஜீவ விகசிப்பைப் பார்க்கையில், அவர்

மனசு சற்று லேசுப்பட்டு சாந்தமும் அடைந்தது. மலர்கள் என்கிற விந்தையைக் கண்கொட்டாமல் பார்த்துக்கொண்டு நின்றார். ஒரு பரவச உணர்வு அவரைத் தொற்றியது. அந்த மலர்களே, ஒரு வெள்ளை முகமாகப் பரிணமிப்பதை அவர் உணர்ந்தார். சாந்தமே உருவெடுத்த முகம். உலகத்துத் துன்பங்களையெல்லாம் தான் ஏற்று, உயிரையே பரித்தியாகம் செய்த முகம். உலகத்து அழுக்குகளையெல்லாம் தன் இரத்தத்தாலேயே கழுவிப் புனிதப்படுத்தின, தன் இரத்தத்தால் தானே ரத்த ஸ்நானம் செய்துகொண்ட புனிதனின் திருமுகம், முள் முடி அழுந்த, முட்கள் கீறிய சதையிலிருந்து குருதி வழிகிற முகத்தில இருந்தும், அந்த அருள் கமழும் திருமுகம் அவருக்குத் தென்பட்டது.

ஒரு கணம்தான். ஒரே கணம்தான். அந்தப் பரவச அனுபவம் அவருக்கு ஏற்பட்டது. மயிர் கூச்செரிந்தது சுவாமியாருக்கு. விடுவிடென்று கோயிலுக்குள் நுழைந்தார். சிலுவையில் அறையப்பட்டிருந்த அந்தத் திருக்குமாரனின் முகத்தைப் பார்த்தார். அதே முகம் எல்லையற்ற பேரன்பும், இணையற்ற மானுடக் காதலும் கொப்பளிக்கிற மனித முகம். இந்தத் திருமுகத்தை கண்டு தரிசித்த அவரின் கண்களுக்குள், அந்தச் சுவர் தட்டுப்பட்டது. செங்கல் மற்றும் காரையால் கட்டப்பட்ட மனிதர்களைப் பிரிக்கிற சுவர். அந்த நிமிஷத்தில், பாதிரியார் லூர்து ஒரு முடிவுக்கு வந்தார். கோயில் பிள்ளையை அழைத்தார், வந்தவனிடம் “ஓடு... உடனே ஓடிப் போய் சேரி மனுஷர்கள் இடத்திலே நான் அழைக்கிறதாகச் சொல்லி, அவர்களையும், அவர்களது நாட்டாமையையும் அழைப்பிச்சுக்கொண்டு வா” என்றார்.

ஒரு நாழிகையில், சேரி மனுஷர்கள் தங்கள் நாட்டாமையோடு லூர்து சுவாமியார் முன்னால் குழுமினார்கள். சுவாமியார்களின் மடத்துக்கு முன்னால், விசாலமான தோட்டம் இருந்தது. அதில் வயசான மரங்கள் பல இருந்து, வெயிலுக்குத் குடை பிடித்தன. தோட்டத்தில் மண் தரையில் அந்த ஜனங்களை அமர வைத்தார் சுவாமியார். தானும் அவர்களுடன் அமர்ந்துகொண்டு பேசத் தொடங்கினார்.

“பிரியமானவர்களே! கடந்த நான்கு தினங்களாக என்னை மிகவும் துன்புறுத்துகிற ஒரு விஷயத்தைப் பகிர்ந்து கொள்ளவே நான் உங்களை அழைத்திருக்கிறேன். இறைவன் இருக்கிற தேவாலயத்துக்ககுள்ளாகவே, மனுஷகுமாரனுக்கு முன்பாகவே, மனுஷர்களைப் பிரிக்கிற ஒரு மதில் சுவர், இங்கு எழும்பியிருக்கிறதே, அது எனக்கு மிகவும் விசாரத்தை ஏற்படுத்தியிருக்கிறது. இது என்ன கேவலம்? மனுஷர்களுக்குள் உயர்வு தாழ்வு ஏது? உங்கள் எல்லோரையும் கர்த்தர், ஒரு மாதிரியாகத்தானே படைத்தார்? அன்றி, உயர் சாதியினரைப் பன்னிரண்டு மாதங்களும், உங்களைப் பத்து மாதங்களும் கர்ப்பத்தில் அடைத்தாரா? நம் ஏசு பெருமான், உங்களையொத்த சாமான்யரையன்றோ, தம் சிஷ்யராக தம் அண்டையிலே கொண்டிருக்கிறார். மீன் பிடித்துக்கொண்டிருந்த பேதுருவையும், அவர் தம்பி அந்திரேயையும், மனிதர்களைப் பிடிக்கிற பெரிய மனிதர்களாக்கத் தம்மோடு சேர்த்துக்கொண்டார் அன்றோ? ஜனங்களில் உயர்ச்சி, தாழ்ச்சி கற்பிப்பதைக் காட்டிலும், ஊமை ஜனங்களாய், அதை ஏற்பது அதனினும் கேவலம் என்று உண்மையாகவே உங்களுக்குச் சொல்கிறேன். நீங்கள்

மானஸ்தர்களே என்பதை எண்பிக்க வேண்டுமானால், உடனே நீங்கள் திரண்டு போய் பெரிய சாமியாரைக் கலந்துகொண்டு, கோயிலுக்குள்ளே இருக்கிற சுவரை இடித்துப் போடுங்கள்"

சுவாமியாரின் பேச்சு ஜனங்களைத் தொட்டது. அவர்கள் திரண்டு போய் பெரிய சாமியாரிடம் சென்றார்கள். ஜனங்கள் திரட்சியைக் கண்ட பெரிய சாமியார், "ஏது, சேரி ஜனங்கள் திரண்டு வந்திருக்கிறது?" என்று அன்பாகக் கேட்டார். அதற்கு நாட்டாமை இருந்துகொண்டு சொன்னார்:

"சுவாமி, உங்களுடைய சிஷ்யர்களாகிய எங்களைத் தாங்கள் ஒரு கண்ணினாலே பார்க்க வேணும். நாங்கள் கோவிலைத் துடைத்துச் சுத்தம் பண்ணுகிறோம். பலி பீடத்தை அலங்காரம் பண்ணுகிறோம். தங்களுக்கு உணவு தயாரிக்கிறோம். அப்படியிருக்க, தமிழ்க் கிறிஸ்துவர்கள், சட்டைக்காரர், வெள்ளைக்காரர் எல்லோரும் சுவரில் ஒரு பக்கம் இருக்க, நாங்கள் மறுபக்கம் இருந்து பூசை கேட்பது என்ன நியாயம்?" என்றார்.

பெரிய சுவாமியார் இருந்துகொண்டு சொன்னார்:

"உண்மைதான். நமக்கு நீங்கள் எல்லோரும் பிள்ளைகள்தான். எம்மிடம் உயர்ச்சி, தாழ்ச்சி இல்லை. உங்களுக்குள் ஒத்துமையாக இருந்துகொண்டு பூசை கேளுங்கள். அந்தச் சுவரை இந்த க்ஷணமே இடித்துப் போடுங்கள். உங்கள் குறைகளை என்னைத் தட்டிச் சொன்னீர்கள். என் மனசைத் திறந்தேன். உங்கள் குறைகளை, நீதி கேட்டீர்கள். உங்களுக்கு அது தரப்பட்டது" என்று பெரிய சாமியார், அந்த ஜனங்களை ஆசீர்வதித்தார்.

அடுத்த அரை நாழிகைக்குள் அந்தச் சுவர் இடிக்கப்பட்டது. தரை மட்டம் ஆக்கப்பட்டது. இடிபாடுகளைப் பெருக்கித் துடைத்து வெளியே எறிந்தார்கள் ஜனங்கள். அந்த இடத்தில் ஒரு சுவர் இருந்த சுவடே அழிந்தது.

ஞானப்பிரகாசம், ஊரில் ஒரு பெரிய மனுஷராக இருந்தார். கப்பல் வர்த்தகத்தில் பெரும் புள்ளியாகவும், குவர்னருக்கு மிகவும் வேண்டப்பட்டவராகவும், குவர்னருக்கே வட்டிக்குப் பணம் தருபவராகவும் இருந்தார். ஊரில் மிகுந்த கியாதியும் உள்ள சீமான், அவர் கொதித்து எழுந்தார். அவரையொத்த சீமான்கள் சிலரைத் திரட்டிக்கொண்டு, பெரிய சாமியாரைப் போய்க் கண்டுகொண்டார்.

"சிரேஷ்டரே, தாம் வழக்கத்தை மாற்றலாமோ? பல காலமாகப் பெரியவர்கள், அவர்களுக்கு இந்த இடம், மற்றவர்களுக்கு இந்த இடம் என்றிருந்த ஏற்பாட்டை நீர் மாற்றலாமோ? நாங்கள் அந்தச் சனங்களுடன் எப்படி ஒன்றாக அமர்வது? இப்படி அநியாயம் பண்ணிப் போட்டீரே" என்றார் ஞானப்பிரகாசம்.

பெரிய பாதிரியார் சொன்னார்:

"ஞானப்பிரகாசம் அந்தச் சுவரை இடிக்கப் பண்ணினது என் தப்பல்ல. அதை இதுநாள் வரைக்கும் அனுமதித்தேனே, அதுதான் என் தப்பு. மலரைப் படைத்து உங்களுக்கு அளித்த தேவனுக்கு முள்ளைப் பரிசாக அளிக்கிறீரே? மனுஷ்யருக்குள் பாரபட்சம் எமக்கு உடன்பாடு அன்று. அது தேவனுக்கு விரோதம்?"

ஞானப்பிரகாசம் கோபத்தோடு சொன்னார்:

"ஓய் சுவாமி, உம்மைப் பாம்பு பிடுங்க! ஆந்தை முஞ்சிக்காரரே! நான் சொல்வதைக் கேளும். எம்மைத் தாழ்ந்த மனுஷர்களுடன் சம்மாக உட்காரப் பண்ணி எம்மைக் கேவலம் பண்ணிப் போட்டீர். ஆகையினால், நாங்கள் கோயிலையே புறக்கணிக்கிறோம். இனி, உம்மண்டை வந்து நாங்கள் பூசை கேட்க மாட்டோம், போம்..."

ஞானப்பிரகாசமும், மற்றவர்களும் கோபத்தோடு வெளியேறினார்கள்.

பாதிரியார் லூர்து, குவர்னர் துரை துய்ப்ளெக்ஸ் அவர்களைச் சென்று கண்டார். க்ஷேம லாபங்களைக் கேட்டுக்கொண்ட பின்னர் குவர்னர் துரை கேட்டார்.

"கோயிலிலே ஏதோ சம்பவம் என்று காவலர்கள் சொன்னார்களே, அது என்ன சமாசாரம் சுவாமி?"

"அதைச் சொல்லத்தான் வந்தேன்." என்று சொல்லி, மதில்சுவர் விவகாரத்தை விளக்கினார் லூர்து பாதிரியார். அனைத்தையும் கேட்டுக்கொண்டிருந்து விட்டு, குவர்னர் சொன்னார்:

"சுவாமி, நல்ல காரியம் செய்தீர்கள். கசப்பு மருந்தைக் கொடுத்திருக்கிறீர்கள். ஆனாலும் உடம்புக்கு நல்லது. எல்லாவற்றையும் நான் பார்த்துக் கொள்கிறேன். நீர் சுயேச்சையாக இரும்"

சுவாமியாரை அனுப்பி விட்டு, குவர்னர், கிரிமாசி பண்டிதரை அழைத்தார். பண்டிதரிடம் குவர்னர் சொன்னார்:

"கோயிலுக்கு வெளியே, எவனாவது நின்றுகொண்டு வம்பு பேசினாலோ, கோயிலுக்கு உள்ளே போகிறவரைத் தடுத்தாலோ, நாலு அறை அங்கேயே விடும். மீறினால், எவனாக இருந்தாலும், கொண்டு வந்து கிடங்கிலே போடும்"

"உத்தாரம். அப்படியே செய்கிறேன்" என்ற பண்டிதர், சேவகர்களுடன் புறப்பட்டார்.

ஞாயிற்றுக்கிழமை பூசை காணும் நேரம். ஞானப்பிரகாசம், கோயிலுக்கு வெளியே நின்றுகொண்டு, தம் ஆதரவாளர் சிலருடன், ஏதோ கத்தி சம்பாஷித்துக் கொண்டிருந்தார். அப்போது கிரிமாசி பண்டிதர் அருகே வந்தார்.

"ஓய், யாரையா நீர்?"

"நான் ஞானப்பிரகாசம். வர்த்தகர்."

"சரி, இங்கே என்ன பண்ணுகிறீர்?"

"பாதிரியாரின் துஷ்ட நடத்தையைப் பற்றிப் பேசிக்கொண்டிருக்கிறேன்"

"அதெல்லாம் பேசப்படாது. உமக்குப் பிடிக்கவில்லையென்றால், வீட்டுக்குப் போம். அல்லாவிடில் கோயிலுக்குப் போம்"

"போகாவிடில் என்ன செய்வீர்?"

"கழுத்தில் அறைந்து, கிடங்கில் போட உத்தரவு"

திகைத்துப் போன ஞானப்பிரகாசர், "யார் உத்தரவு?" என்றார்.

"குவர்னர் துரை உத்தரவு" அவருடன் நின்று பேசிக்கொண்டிருந்தவர்கள் அனைவரும் ஒவ்வொருத்தராக நழுவி, கோயிலுக்குள் போயிருந்தார்கள்.

பாதிரியார் இன்னும் பூசைக்கு வந்திருக்கவில்லை.

ஞானப்பிரகாசர், கோயிலுக்குள் இருந்த நாற்காலிகள் ஒவ்வொன்றாக எடுத்து, குறுக்காக அடுக்கத் தொடங்கினார். தொடக்கத்தில், அவர் செய்கிற காரியத்தின் அர்த்தம் யாருக்கும் விளங்கவில்லை. அப்புறம் தெரிந்தது.

சுவர் இருந்த இடத்தில், இப்போது நாற்காலிகள் சுவரை உருவாக்கி இருந்தன. உயர் சாதியினர் ஒரு புறமும், மற்றவர் மறுபுறமுமாக அமர்ந்தார்கள்.

லூர்து பாதிரியார் தானாக விரும்பி, மாற்றலுக்கு விண்ணப்பித்துக்கொண்டார். மாகியில் இருக்கிற கோயிலில் அவருக்குப் பணிசெய்ய, உத்தரவு ஆகியது. தன் மூட்டை முடிச்சுகளுடன் கப்பல் ஏறினார் பாதிரியார். அவர் மனம் அழுதுகொண்டிருந்தது. கடற்கரையிலிருந்து, தேவாலயம் தெரிந்தது. சிலுவையும் தெரிந்தது. அவர் அதையே பார்த்துக்கொண்டிருந்தார்.

திடீரென்று அவருக்கு ஒரு பிரமை. சிலுவையில் இருந்து தேவகுமாரன், திடீரென்று காணாமல் போயிருந்தார்!

1993

மாப்பிள்ளை பொம்மை

ஆனந்தரங்கப் பிள்ளையின் மூத்த மகள் சிரஞ் சீவி பாப்பாளுக்கும், வெங்கப் பிள்ளையின் மகனும், முந்தியப் பிள்ளையின் வளர்ப்பு மகனும் ஆன, சிரஞ்சீவி லட்சுமணப் பிள்ளைக்கும் கலியாணம் நிச்சயமாயிற்று.

இந்தக் கலியாணம், இவ்வளவு சுருக்கமாக முடிந்து போகும் என்று ரங்கப் பிள்ளையே எதிர்பார்க்கவில்லைதான். பிள்ளையின் பெண்சாதியாக இருக்கப்பட்ட மங்கைத் தாயாரம்மாள், ஒருநாள் இது விஷயமாகச் சேதியை அவர் காதில் போட்டார். பிள்ளை, மதியம் சாப்பாட்டை முடித்துக்கொண்டு ஊஞ்சலிலே அமர்ந்துகொண்டு, வெற்றிலைத் தின்றுகொண்டிருந்தார். அப்போது, அவர் அண்டையிலே குடிநீர் லோட்டாவைக் கொண்டு வந்து வைத்து, தூண் ஓரம் நின்ற மங்கை அம்மாளைப் பார்த்து பிள்ளை, "ஏதானும் சங்கதி இருக்கிறதா?" என்றார். அதற்கு அந்த அம்மாள் இருந்துகொண்டு, "நம் பாப்பாள் விஷயம்தான்" என்றாள்.

"பாப்பாள் விஷயமா...! அது என்ன?" என்றவரிடம் அம்மாள், "அவளுக்கும் வயசு பதினாலாச்சுதே. ஒரு கல்யாணம், காட்சி பண்ணி வைக்க வேண்டாமா?" என்றாள்.

பிள்ளை, பெரிய நகைச்சுவையைக் கேட்டதுபோலச் சிரித்தார்.

"பாப்பாளுக்குக் கல்யாணமா? அவள் குழந்தை ஆச்சுதே... குழந்தைக்குக் கல்யாணம் பண்ணச் சொல்கிறாயே..." என்று பிள்ளை சொல்லிக்கொண்டிருக்கும்போதே, இடப்புறக் கதவைத் திறந்துகொண்டு, பாப்பாள் வெளிப்பட்டாள். "அப்பா" என்றபடி, பிள்ளையின் மடியில் வந்து அமர்ந்துகொண்டாள். குழந்தையை அணைத்துக்கொண்ட பிள்ளை கேட்டார்.

“என்ன குழந்தை உடம்பு இப்படிச் சுடுகிறதே. ஜுரம் அடிக்கிறாற்போல் இருக்கிறதே”

“இருமுறை வாந்தி பண்ணினாள். பித்தம் இருக்கிறதால், மேனி சுடுகிறது. அத்தை, சுக்கு மிளகு திப்பிலிக் கஷாயம் வைத்துக் கொடுத்தார். இப்போது காய்ச்சல் மட்டுப் பட்டிருக்கிறது”

“குழந்தையைச் ச்ராக்கிரதையாகக் கவனித்துக் கொள் மங்கை. நம் குவர்னருக்கு வைத்தியம் பார்க்கிற வெள்ளைக்கார வைத்தியனை வரச் சொல்கிறேன்” என்றவர், பாப்பாளைப் பார்த்து “பாப்பாள், அம்மாள் உனக்குக் கலியாணம் பண்ண வேண்டும் என்று சொல்லுகிறதே, உனக்குக் கலியாணம் பண்ணிக்கொள்ள இஷ்டம்தானா?” என்றார்.

“கலியாணம் பண்ணுகிறது என்றால் என்னப்பா?” என்றாள் பாப்பாள். பிள்ளை, வெற்றிலைச் சாரம் தெறிக்கப் பெரிதாகச் சிரித்தார். அப்புறமாகச் சொன்னார்:

“கலியாணம் பண்ணுகிறது என்றால், நீ பெரிய மனுஷி மாதிரி பட்டுச் சேலை உடுத்திக்கொண்டு, மனையிலே உட்கார்ந்துகொண்டு புருஷனிடத்தில் தாலி கட்டிக் கொள்கிறது”

அதுக்குப் பாப்பாள் சொன்னாள்

“எனக்கு மாப்பிள்ளை, பெண், செட்டியார், வெள்ளைச் சிப்பாய் பொம்மைகள் எல்லாம் வேணும்பா. நான், வருகிற நவராத்திரிக்குக் கொலு வைக்கப் போகிறேனே”

“பொம்மைதானே. இப்போதே கொசப்பாளையத்துக்குச் சொல்லியனுப்பி, நாலு வண்டி பொம்மைகள் கொண்டு வந்து போடச் சொல்லுகிறேன். ஆனால் உனக்குத்தான் மனுஷ பொம்மையே வாங்கிக் கொடுக்கச் சொல்லுகிறதே, உன் அம்மா”

“மனுஷ பொம்மை என்றால், என்ன அப்பா?”

“சொல்கிறேன் கேள். மனுஷ பொம்மை என்றால், மாப்பிள்ளை பொம்மை. அது பேசும், பாடும், அழும், சிரிக்கும், ஆடும், ஓடும், நீ தோப்புக்கரணம் போடச் சொன்னால் போட்டுக்கொண்டே இருக்கும். வாழ்நாள் விளையாட்டுப் பொம்மை”

“எனக்கு மாப்பிள்ளை பொம்மை வாங்கிக் கொடுங்கள் அப்பா”

“பேஷாய். உனக்கு என்ன மாதிரி பொம்மை வேணும். குள்ளமான பொம்மையா, நெட்டையா? ஒல்லியா, பருத்தா? என்ன மாதிரி சொல்?”

அதுக்கு, பாப்பாள் யோசித்து விட்டுச் சொன்னாள்:

“உங்களை மாதிரி, மீசை வச்சுக்கிட்டு காதுல வளையமும் நெத்தியில் நாமமும் போட்டிருக்கிற பொம்மை வாங்கிக் கொடுங்கள் அப்பா.”

“என்னை மாதிரி பொம்மையா? ஆகா, அதுக்கென்ன? நான்கூட உன் அம்மாவண்டை பொம்மையாகத்தானே இருக்கிறேன். உன் அம்மாள்தானே என்னை ஆட்டிப் படைக்கிற சூத்ரதாரி?”

அதற்கு மங்கையம்மாள் சொன்னாள்:

“நல்லாயிருக்கிறது, அவ்விடத்துக் கதை. தாங்கள் எனக்கு பொம்மையாக்கும்? தாங்கள் அல்லவோ இந்த ஊரையே ஆட்டுவிக்கிற எசமான்?”

அதற்குள், பிள்ளையின் தம்பி மகன் அப்பாவு வந்து சேர்ந்தான். “பாப்பாள்! இதோ உன் தம்பி அப்பாவு வந்துவிட்டான். அவனுடன் சேர்ந்து விளையாடப் போ” என்கவும், பாப்பாள் தம்பியுடன் வீட்டுப் பின்கட்டுக்கு விளையாடப் போனாள். மங்கை, பிள்ளையிடம் சொன்னாள்:

“பாப்பாள் நமக்கு என்றைக்கும் குழந்தை. ஆனால், பாப்பாளுக்கும் இரண்டு வயசு குறைஞ்ச நம் மாமா பெண்ணுக்குக் கலியாணம் ஆகிவிட்டது அல்லவா? வீட்டுக்கு வருகிறவர்கள், போகிறவர்கள் எல்லோரும், இன்னும் பெண்ணை என்னத்துக்கு வைத்திருக்கிறீர்கள் என்கிறார்கள்.”

“பெரியம்மாள் என்ன சொல்கிறார்?” என்று கேட்டார் பிள்ளை. பிள்ளையின் தாயுடன் பிறந்த மூத்த சகோதரி அவர். அந்த அம்மாள், பிள்ளையின் போஷிப்பில்தான் இருந்தார். அந்த அம்மாள் வார்த்தையை, தன் பெற்ற தாய் வார்த்தையாகவே பிள்ளை கொள்வது வழக்கம்.

“பெரியம்மாளும், பெண்ணுக்குக் கல்யாணம் பண்ணுவதே சிலாக்கியம் என்கிறார்”

“அப்படியானால் சரி, ஜோசியரை வரச் சொல்கிறேன்” என்றார் பிள்ளை.

அடுத்த வாரத்திலேயே, மாமன் முத்தியப் பிள்ளையிடம் கும்பெனி விவகாரமாகப் பேசிக்கொண்டிருக்கையில், பிள்ளை பாப்பாள் விஷயத்தைப் பிரஸ்தாபித்தார். அதுக்கு முத்தியப் பிள்ளை சொன்னது.

“ரங்கா, சுபம் சுபம் என்ன ஆச்சர்யம் இது. நானே, என் வளர்ப்பு மகன் லட்சுமணனுக்குப் பாப்பாளைக் கேழ்க்கிறதாக இருந்தேன். நீயே சொல்லிவிட்டாயே. இது தெய்வ சங்கல்பம் அன்னியில் வேறு ஒன்றும் இல்லை.”

அந்த நிமிஷமே, லட்சுமணப் பிள்ளை— பாப்பாள் கல்யாணம் நிச்சயமாயிற்று.

குவர்னரைப் பார்க்கச் சென்ற இடத்தில், குவர்னரும், மதாம் குவர்னரும் இருந்துகொண்டு, ரங்கப் பிள்ளையை வெகு ஆனந்தமுடனே வரவேற்றார்கள்.

“ரங்கப்பா, ஊர் எல்லாம் உன் பேச்சாகவே இருக்கிறதே. நீ கல்யாணம் நடத்துகிற சம்பிரமத்தை என்னிடத்திலே வருகிறவர்கள் அத்தனைப் பேரும் புகழ்கிறார்களே! யானை மேல் ஏறிக்கொண்டு சவாரி பண்ணிக்கொண்டு, உறவு, பந்து ஜனங்களைக் கல்யாணத்துக்கு அழைச்சாயாமே”

அதுக்கு ரங்கப்பிள்ளை இருந்துகொண்டு, வெகு பணிவாகச் சொன்னார்.

“எல்லாம் எனக்குத் தாங்கள் தந்த சிறப்பு, அன்னியில் எனக்கென்று என்று பெருமை இருக்கிறது, ஐயனே?”

ரங்கப் பிள்ளையின் இந்த பதிலால் வெகு சந்தோஷம் உற்றார் குவர்னர்.

“ஆமாம் ரங்கப்பா, பத்து நாள் கல்யாணம் பண்ணுகிறாயாமே. தினே தினே ஆயிரம் பேருக்குக் குறையாமல் பந்திக்கு உட்கார்கிறார்களாமே. கல்யாணத்துக்கு எப்படியும் பத்தாயிரம் பேராவது வருகை தருவார்களாமே.

அரிசி கிடைக்கிறது வெகு கஷ்டமாக இருக்கிற காலத்திலே, இப்படி நீ செய்கிறது கரிசலுக்கு இடம் தருமே?" என்று உண்மையான கரிசனத்தோடு கேட்டார் குவர்னர்.

"ஐயா, அது என் குற்றம் இல்லை. உம்முடைய விஷயம் சென்னப் பட்டணத்தைச் செயித்தீர். ஆற்காட்டு நவாப்பு மாபூசுக்கானையும் செயித்துத் துரத்தினீர். உம்முடைய கீர்த்தி இந்த ராஜ்யத்தில் எல்லாம் பரவி, அது இந்த சனங்களை இழுத்து வந்திருக்கிறதே. நான் என்ன பண்ணட்டும்.? இந்த சனங்கள், என்னைத் தொட்டும், மற்ற பேரைத் தொட்டும் வந்த சனங்கள் அல்லர். சென்னப் பட்டணம் முதலாக, நாகப்பட்டணம் மட்டுக்கும் பெரிய பெரிய மனிதர் வீட்டிலே கல்யாணம் ஆயிற்று. இப்போ, என் வீட்டுக் கல்யாணத்துக்கு வந்தவர்கள், பல பெரிய மனுஷர்கள் அந்தக் கல்யாணத்திலே வந்தார்களா? இவர்களை இழுத்து வந்தது உமது மகிமை அல்லவா?"

குவர்னர் அப்புறம் கேட்டார்.

"ரங்கப்பா, உன் வீட்டுக் கலியாணத்துக்கு வருகிற பெரிய மனுஷர்களை, என்னண்டை அழைச்சு வந்து, என் பேட்டி பண்ணுவித்து அனுப்பி வை"

"நல்லது, அவ்வாறே செய்கிறேன், ஐயா" என்று ஒப்புக்கொண்டார் பிள்ளை. பிறகு, மதாம் குவர்னர் கேட்டார்:

"ஆமாம் ரங்கப்பா! உன் கலியாண விருந்தைப் பற்றி ஜனங்கள் பிரமாதமாகப் பேசுகிறார்களே. அப்படிக்கு என்ன விருந்து பண்ணுவிக்கிறாய்?"

"அம்மா, அது மிகவும் சொற்பமான விஷயமாச்சுதே. மா, பலா, வாழை என்று பழவகைகள் மூன்று, சாத வகை ஆறு, வறுவல் நாலு, பொரியல் நாலு, அவியல் நாலு, கூட்டு நாலு, குழம்பு நாலு வகை, நாலு வகை ரசம், ஊறுகாய் நாலு, அப்பளம் ஆனையடி நாலு, மோர், தயிர் பாயசம் இரண்டு, வடை இரண்டு வகை அவ்வளவுதான் அம்மா"

"அடே அப்பா... ஆண்டவரே! இது பார்ப்பதற்கா, தின்பதற்கா? இவ்வளவு நீளமானதாக இருக்கிறதே ரங்கப்பா! உன் வீட்டுக்கு வந்து வாழை இலை போட்டுக்கொண்டு சாப்பிட வேணும் என்று ஆசையாக இருக்கிறது. நான் எப்போது, என் மதாமோடு உன் வீட்டுக்கு வரட்டும்.?"

"குவர்னர் பெருமானே! என் வீடு, தங்கள் வீடு அல்லவோ! என் குடிசைக்கு தாங்கள் எப்போது வேண்டுமானாலும் எழுந்தருளலாம். என்னை மகிமைப் படுத்தலாம். அதுதானே என் கோரிக்கையும்கூட?"

பந்தலைத் தெருவடைத்துப் போட்டிருந்தார். பிள்ளையின் பின் கட்டு வீடு இருக்கும் வெள்ளாளத் தெருவையும் சேர்த்துப் பந்தல் போடப்பட்டிருந்தது. நாலு ஆசாரிகள், இரவும் பகலுமாகப் பட்டறையைப் போட்டுக்கொண்டு பொன் நகை செய்துகொண்டிருந்தார்கள். வீட்டுக்கு முன்பிருந்த, கோயிலை ஒட்டின வெற்றிடத்தில், கொட்டகை போட்டு ஐம்பது பிராமணர்கள் சமைக்க, வேலைகளை முறை மாற்றி செய்துகொண்டிருந்தார்கள். வந்தவர் அனைவர்க்கும் தலைவாழை விரித்து விருந்து பரிமாறப்பட்டது. செரிக்காதவர்க்கு இஞ்சி சொரசம் வடித்துத் தரப்பட்டது.

குவர்னர் துரையும், துரைசாணியும் கல்யாணத்துக்கு வருகை புரிந்தார்கள். முதலில் முன் பந்தலில் அவர்கள் அமர்ந்தபோது, பதினெட்டு முறை பீரங்கிகள்

முழங்கின. அப்புறம் அவர்கள் மணமக்கள் முன் வந்து நின்றார்கள். தங்க சரிகை இழைத்த பட்டிலும், ஆயிரம் பொன் நகைகளில் புதைந்து கிடந்த மணமகள் பாப்பாவை வெகு ஆச்சர்யமுடன் பார்த்தாள், குவர்னரின் பெண்சாதி. குவர்னருக்குப் பத்தாயிரம் ரூபாயும், குவர்னர் பெண்சாதிக்கு ஐயாயிரம் ரூபாயும், தனி உறைக்குள் வைத்துக் கொடுத்தார் பிள்ளை. துரை தம்பதிகள், அதற்கப்புறம் தித்திப்பு மேசைக்கு முன் அமர்ந்தார்கள். அவர்களுக்கு முன் தஞ்சாவூர் தாட் இலை விரிக்கப்பட்டு, பரிமாறப்பட்டது. பண்டங்களும், பட்சணங்களும் பரிமாறப் பரிமாற, துரையின் கண்கள் நெற்றிக்கு மேலே வந்து விட்டன.

"ரங்கப்பா, இத்தனை வகைகளை மனுஷர் எப்படிச் சாப்பிடுகிறது?" என்று வியந்தார் துரை. பிள்ளை அவர் அருகிலேயே நின்றுகொண்டு, ஒவ்வொன்றின் பெயரையும், அது எதனால் ஆனது என்பதைப் பிரெஞ்ச் எழுத்தில் சொல்லிக்கொண்டிருந்தார். ஒவ்வொன்றையும் விரலால் தொட்டுச் சுவைத்து வியந்தார் துரை. கருணைக்கிழங்கு காரக்குழம்பைப் பாயசம் என்று நினைத்து, துரை அதைக் குடிக்க முயற்சி பண்ணினார். சபையில் பெரும் சிரிப்பு எழுந்தது. மணப்பெண் பாப்பாள்கூட அதைப் பார்த்துச் சிரித்தாள்.

விருந்து முடிந்து எழுந்த துரை, பிள்ளையிடம் சொன்னார்:

"ரங்கப்பா அடுத்த ஞாயிற்றுக்கிழமை நாம் ஓய்வாக இருப்போம். அன்றைக்கு மத்தியானம் நம் மாளிகையில், மாப்பிள்ளைப் பெண்ணுக்கு விருந்து. அவர்களை அழைப்பிச்சுக்கொண்டு வந்துவிடு."

"உத்தரவு பெருமானே. எனக்கு மிகப் பெரும் கௌரவத்தைச் செய்தீர்கள். தங்கள் வருகையால் என் குடிசை அந்தஸ்து பெற்றுவிட்டது" என்றார் பிள்ளை. குவர்னர் புறப்படுகிறச்சே, கோட்டையிலே பதினெட்டு பீரங்கி சுட்டார்கள்.

சாயங்காலம், மணவறையில் பாப்பாவுக்கு நலங்கு வைத்துக் கொண்டிருந்தார்கள். அப்போது திடீரென்று பாப்பாள் மயங்கி விழுந்தாள். பாக்கு மண்டியில் இருந்த ரங்கப்பிள்ளைக்குத் தகவல் போயிற்று. பிள்ளை, தன் கணக்கரை வைத்தியர் வீட்டுக்கும், வெள்ளைக்கார வைத்தியருக்கும் சொல்லச் சொல்லிவிட்டு, வீடு திரும்பினார் பிள்ளை. பாப்பாவை, கட்டிலில் படுக்க வைத்திருந்தார்கள். சுற்றி பந்து ஜனங்கள் கவலையோடு சூழ்ந்திருந்தார்கள். பிள்ளை மகளைப் பார்த்தார். பிறகு, வீட்டுக்கு வெளியே வந்து வைத்தியரின் வருகையை, எதிர்பார்த்துக்கொண்டு நின்றார். வந்த வைத்தியர், பாப்பாவின் நாடியைப் பிடித்து பரிட்சை செய்துவிட்டு, பிள்ளையைத் தனியாக அழைச்சுக்கொண்டு வந்து சொன்னார்.

"பிள்ளைவாள்... நாடி பலகீனமாகப் பேசுகிறது. ஏற்கெனவே குழந்தைக்கு இரத்த சோகை. நான் பஸ்பமும் குளிகையும் தர்றேன். ரெண்டு வேளை கொடுங்கள். ஒன்றும் கவலைப்படாதேயும்" என்றார்.

பிள்ளை சொன்னார்:

"கவலை என்ன வைத்தியரே! பகவானை அல்லவா நான் நம்பிக்கொண்டிருக்கிறது. எல்லாவற்றையும் அவன் மேல் போட்டு அல்லவோ, அம்பதினாயிரம் செலவு பண்ணி நான் கல்யாணத்தை நடப்பித்தது?

வைத்தியரே, வரும் ஞாயிற்றுக்கிழமைக்குள் பாப்பாள் எழுந்து அமர்ந்து விடுவாள் அல்லவா?"

"பேஷாக நாளை மாலைக்குள் பாப்பாள் சுகப்பட்டு விடுவாள்."

"சந்தோஷம்" என்றார் பிள்ளை.

வியாழக்கிழமை மாலை, பாப்பாள், சுகமாக எழுந்து அமர்ந்து, பால் சோறு உண்டாள்.

பிள்ளை, பாப்பாளிடம் சொன்னார்:

"குழந்தை எங்களை ரொம்பவும் பயம் காட்டி விட்டாயே"

பாப்பாள் சிரித்தாள்.

"அப்பா... நான் கேட்டதை நீங்கள் இன்னும் வாங்கித் தரவில்லை."

"என்ன கேட்டாய்?"

"பொம்மை, மாப்பிள்ளை பொம்மை."

"பொம்மைதானே..." பிள்ளை தன் அருகில் இருந்த தம்பி திருவேங்கடத்திடம் சொன்னார்:

"திருவேங்கடம் சீக்கிரம் ஓடு, கொசப்பாளயைம் போய், பத்து சோடிப் பொம்மை, நாளைக்கே வேணும். நான் கேட்டதாகச் சொல்."

"இதோ போகிறேன் அண்ணா" என்றபடி திருவேங்கடம் ஓடினார்.

வெள்ளிக்கிழமை மதியம், பாப்பாளுக்கு மீண்டும் மயக்கம் வந்தது. மாலை ஆக ஆக நிலமை கஷ்டமாயிற்று. இரவு ஒன்பதரை மணிக்கு பாப்பாள் உயிர் பிரிந்தது.

சற்று நேரத்துக்கு எல்லாம் கொசப்பாளையத்திலிருந்து வண்டியில், பத்து மாப்பிள்ளை பெண் பொம்மைகள் வந்து இறங்கின.

1993

மாய வண்டி

காளி சொன்ன செய்தியைக் கேட்டு, குப்பன் திகைத்துப் போனான். வாய் பேச முடியாதபடிக்கு அவனை அடைத்துப் போட்டது.

"என்னடா சொல்றே?" என்றான் குப்பன்.

"மெய்யாத்தான் அண்ணே... நான் உங்க கிட்டே விளையாடுவனா... நம்ம முத்தியால் பேட்டை மேஸ்திரியே என்கிட்ட சொன்ன சேதியிண்ணா! வேணும்னா, நீங்க மேஸ்திரி கிட்டயே கேட்டுக்குங்க..."

காளி விளையாடுகிறவன் இல்லை. குப்பன் மேல் மரியாதை உள்ளவன்தான். மேஸ்திரி அவனுக்குச் சினேகிதக்காரர்தான். அவன் சொன்னது தப்பான தகவலாக இருக்க முடியாது. எனினும், அதைக் குப்பனால் நம்பத்தான் முடியவில்லை. அவன் சொன்னது இதுதான்—

"மாடும் இழுக்காமே, குதிரையும் இழுக்காமே, ஒரு பெரிய வண்டி தண்டவாளத்திலேயே வழுக்கிக்கிட்டு ஓடிவரப் போகுதாம். அதுவும் வார வெள்ளிக்கிழமை வில்லியனூர் வழியாக, புதுச்சேரிக்கு வரப் போகிறதாம்."

"லே... காளி மாடும் இழுக்காமே, குதிரை, கழுதையும் இழுக்காமே, வண்டி தண்டவாளத்திலே வழுக்கிக்கிட்டே எம்மாம் தூரம்தான் வர முடியும். பின்னாலே இருந்து, மனுசங்க தள்ளிவிடுவாங்கடோய்" என்று சமாதானம் செய்து கொள்ள முயன்றான் குப்பன்.

"அப்படியும் இல்லேண்ணே, நானும் மேஸ்திரிகிட்டே இதையேதான் சொன்னேன். போடா முண்டமே, ஒரு வண்டியை வேணா, மனுசங்க தள்ளிகிட்டு வரலாம். ஒரு பொட்டி வண்டியை பக்கத்துல பக்கத்துல நிக்க வச்சா, அம்பது வண்டி காணும்கிற பலமும் திடமுமா இருக்குமாம் ஒரு பொட்டி. அது மாதிரி நாலு பொட்டி வருதாம். அந்த நாலு பொட்டியையும் இழுத்துக்கிட்டு, அச்சு அசல்

இரும்பாலே பண்ணின ரதம் மாதிரி ஒண்ணு வருமாம். அதும்பேரு ரயிலு ரதம்கிறாங்க. என்னமோ, சூச்சுமத்தை வச்சு, வண்டியை ஓடப் பண்ணறாங்க இந்த வெள்ளைக்காரப் பசங்க... பாருங்கண்ணே... இன்ன இன்னா திருகூஸ் வித்தையெல்லாம் பண்ணறாங்க இந்த வெள்ளைத்தோல் பசங்க."

"உஸ்" என்றான் குப்பன். அக்கம் பக்கம் திரும்பிப் பார்த்துக்கொண்டான்.

"லே... முட்டுக்கட்டை... வெள்ளைக்காரங்களப் பத்தி மரியாதையா பேசு. எவன் காதிலையாவது விழுந்து தொலைச்சா, பொல்லாப்பு வரும்டா... என்ன இருந்தாலும், அவங்க நம்மளை ஆள்ற ராஜாங்கம் இல்லையா?"

"பரங்கிப் பசங்களுக்குப் போயி பயப்படறீங்களே அண்ணே?"

"ஆயிரம் சொல்லு... இந்த மாதிரி மாடு இழுக்காமே ஓடற வண்டியை, உம் அப்பன், பாட்டனா கண்டுபிடிச்சான். வெள்ளைக்காரன்தானே கண்டு பிடிச்சான்.?"

"அது சேரி..."

காளி போன பிறகு குப்பன் தனிமையில் விட்டப்பட்டவுடன் திரும்பத் திரும்ப, அவன் சொன்ன சேதியே நெஞ்சத்தில் வந்து வந்து போயிற்று. 'நிசத்தில் இது நடக்குமா' என்கிற சந்தேகம், மண்டையைக் குடைந்தது. தாங்க மாட்டாமல், துண்டை உதறி தோளில் போட்டுக்கொண்டு, மேஸ்திரியைப் பார்க்க கிளம்பினான் குப்பன். தண்டவாளம் போடுகிற இடத்தில், 'கோன்திராக்த்' பண்ணிக்கொண்டிருந்தார் மேஸ்திரி. தண்டவாளம் போடும் வேலை ஆறு மாசமாகவே நடந்துகொண்டிருந்தது. முதலில், பாதையைச் சீராக்கினார்கள். குண்டும் குழியுமாக இருந்த தரையை ஒழுங்கு செய்தார்கள். தண்டவாளம், வயல் வெளிகளில் குறுக்கிட்டது. தகராறு செய்த நிலச் சொந்தக்காரர்களை, வெள்ளைக்கார அதிகாரிகளே நேரில் வந்து அடக்கினார்கள். பொது நலத்துக்கான காரியம் ஆனபடியால், சனங்கள் ஒத்துழைப்பு கொடுக்க வேணும் என்று கேட்டுக்கொண்டதன் பேரில் பலரும் இணங்கினார்கள். வாணரப் பேட்டையண்டை இருந்த நில உரிமைச் செட்டியார், தகராறு பண்ணியதால், வேலை ஸ்தம்பித்தது. வட்டார இன்ஸ்பெக்டராக இருந்த சீமோன் துரை, செட்டியாரை மன்றாடிப் பார்த்தார். மசியவில்லை செட்டியார். அதனால், நன்கு முற்றி விளைந்த வயலில் பட்டியில் இருந்த மாடுகளை விரட்டி மேய விட்டார். கை விரலாட்டம் விளைந்து, விளைந்து கவிழ்ந்திருந்து நெற்கதிர்களின் இடையே புகுந்து துவம்சம் செய்தன மாடுகள். வேறு வழியில்லாமல் வழிக்குத் திரும்பினார் செட்டியார்.

தண்டவாளம் போடும் வேலை, இரவு பகலாக நடந்தது. மனிதர்களின் குரலும், சம்மட்டி அடிச்சப்தமும், ஆள் அரவம் அற்ற அந்தப் பகுதியில் பகலும் இரவுமாகக் கேட்டுக்கொண்டிருந்தன. தொழிலாளர்களுக்கு என்று சாப்பாட்டுக் கடை உருவாயிற்று. அவர்கள் தங்குவதற்கான குடிசைகள், தோப்புத் துரவுகளின் ஓரம் கட்டப்பட்டு, சின்னச் சின்னதாக ஊர்கள் உருவாகத் தொடங்கின. வெள்ளை அதிகாரிகளும், அவர்களுக்குத் துணை செய்யும் உள்ளூர் மற்றும் வெளியூர் அதிகாரிகளும் வந்து போக, பாதைகள் சீர் செய்யப்பட்டன. அண்டையில் இருந்த தென்னந்தோப்புக்குள்ளேயே கள்ளுக்கடை உருவாகி, வேலை செய்வோரை மகிழ்வித்தது.

பெண்களுக்கும், சிறுவர்களுக்கும், வயதானவர்களுக்கும், அந்த வட்டாரம் ஆச்சரியமான பிரதேசமாயிற்று. 'என்ன தகிடுதத்தம்தான் பண்ணுகிறார்களோ சாமி' என்று அவர்கள் ஆச்சரியத்தால், பகல் நேரமெல்லாம் குழுமி தண்டவாள வேலையை வேடிக்கை பார்த்தபடி நின்றார்கள். சில பெண்கள் தங்கள் அய்யங்களைக் கேட்டார்கள்.

"அய்யே... இது என்னத்துக்கு இந்த தண்டவாளம்?"

"வண்டி வழுக்கிக்கிட்டு ஓடத்தான்" என்று பணியில் இருந்தவர்கள் பதில் சொன்னார்கள்.

"இரும்பு துண்டுமேல வண்டி ஓடுமாங்காட்டியும்?"

"ஓடறதைப் பார்க்கத்தானே போறீங்க..."

"மாடு வழுக்கி விழாதாங் காட்டியும்?"

"மாடு எங்க புள்ளை வந்துச்சு. இது சூச்சுமத்துல ஓடற வண்டின்னா."

பதிலை வாங்கிக்கொண்ட பெண், தனக்குள் யோசித்தபடி இருந்தாள். மற்றொருத்தி கேட்டாள்:

"சூச்சுமத்துல ஓடற வண்டியில, நாங்கள் குந்திக்கலாமா?"

"காசு குடுத்துட்டுக் குந்திக்கலாமே!"

"வழுக்கு வண்டி கவுந்துட்டா என்ன ஆவுறது?"

"மோட்சத்துக்குப் போறது!"

"அய்யோ... என் புள்ளைகளுக்கு நீ சோறு போடுவியாங் காட்டியும்."

"ஏன்... உனக்கே சேத்து சோறு போடறேன். என்னோட வந்துடேன்."

"சீ... இந்த ஆளைப் பார்டி..."

"ஆனாலும் இது நல்லதுக்கு இல்லை" என்றார் ஒரு பெரியவர்.

"எது பெரியவரே...?"

"இதுதான்... இந்த வழுக்கு வண்டிதான். எங்க அப்பன், பாட்டன் காலத்துல இல்லாத சமாசாரம்தான்."

"வழுக்கு வண்டி தடம் புரளப் போகுது. மனுசங்க, புள்ளை குட்டியோட சாகத்தான் போறாங்க."

குப்பன், மேஸ்திரியண்டை வந்து நின்று, கும்பிட்டான்.

"வா... பிள்ளை... சமாசாரம் ஏதாலும் இருக்கா?"

"எல்லாம் இந்த வழுக்கு வண்டியைப் பத்தித்தான் மேஸ்திரி. ஊருல நாலு பேரு நாலு விதமா பேசிக்கிறாங்களே..."

"நமக்கு என்னத்துக்கு ஊர்க்கவலை. எனக்குக் கூலி தர்றான். நான் மேஸ்திரி வேலை பார்க்கிறேன்."

"அதுக்கில்லை மேஸ்திரி. வண்டி, வழுக்கிக்கிட்டே ஓடறதனாலே, நிக்காமே, வயலு நிலங்களுக்குள்ளே பூந்துட்டா என்ன ஆறது. அது என்னோட நிலம் ஆச்சே."

“ஓ... அதைச் சொல்றயா? ஓட வைக்கிறவன் நிறுத்தம் பண்ணறதுக்கும் இடம் வைக்காமலேயா போயிடுவான்... வச்சிருப்பான்”

குப்பனுக்குச் சந்தேகம் தீர்ந்தபாடு இல்லை. மேஸ்திரி சொன்னார்:

“எல்லாம் வர்ற வெள்ளிக்கிழமை தெரிஞ்சுடப் போவுது. எல்லாம் நல்லபடி நடக்கும். மனசைத் தளர விடாதே.!”

குப்பன் திரும்பவும் வழியில் கோயிலில் இருந்து திரும்பும் குருக்களைக் கண்டான்.

“கும்பிடறேன் சாமி.!”

“நல்லா இரு... எங்க போயிட்டு வராப்பலே?”

“மேஸ்திரியப் பார்த்துட்டு வர்றேன் சாமி... ஏதோ ஊருக்கு வழுக்கு வண்டி வருதுன்னு சொல்றாங்க... ஊருக்கு ஏதாவது பழுது வருமோன்னு பயமா இருக்கு”

“வராமே என்ன பண்ணும்? கொஞ்ச நாள் முந்தி, தூமகேதுன்னு ஒரு நட்சத்திரம் தோணிச்சே, அப்பவே நான் சொன்னேனா இல்லையா? ஏதோ அசம்பாவிதம் நடக்கப் போறதுன்னு, நான் அப்பவே அடிச்சுண்டேன். எவன் கேட்டான். ஆபத்து வர்ற நேரத்துல அடிச்சுக்கறேள். கோயில், குளம்னு எப்பவாவது நினைப்பு இருக்கா உங்களுக்கு?”

குருக்களிடம் அதைக் கேட்கலாமா, வேண்டாமா என்று யோசித்தான். குருக்கள், செலவு வேறு வைத்தால் என்ன பண்ணுவது?

“என்ன யோசனை பெரிசா?”

“ஒண்ணுமில்லை சாமி... போன வருஷம், மானம் பேய்ஞ்சி கெடுத்துச்சி... இந்த வருஷம் காஞ்சிக் கெடுக்குமோன்னு யோசனையா இருந்துச்சு. ஏதோ, பயிர் நல்லா வந்திருக்கு. இந்த வழுக்கு வண்டி வந்து கெடுத்துப் போடுமோன்னு பயமா இருக்கு”

“கெடுக்கும்...” அழுத்தம் திருத்தமாகச் சொன்னார் குருக்கள்.

கெடுக்காமே என்ன பண்ணும்? கிரகம், அதன் கோளாறுகளைப் பண்ணாம இருகப் போறதில்லையே. பண்ணும் ஆனாலும் அதுகள் வாய்களைக் கட்டிப் போடவும் முடியும். நீ என்ன பண்ணணும்னா... மரக்கால் அரிசி, உளுந்து கால்படி, பருப்பு, நெய் இதுகளோடு நாலு இளநீர் தயார் பண்ணிக்கிட்டு ஆத்துப் பக்கம், நாளைக் காலமே உதயத்துக்கு முன்னாடி வந்து சேர்ந்துடு. மற்றதை நான் பார்த்துக்கிடறேன். என்ன... நான் சொல்றது, விளங்கறதா...?”

மனசுக்குள் நொந்து போனான் குப்பன். என்றாலும் “சரி, சாமி” என்றான்.

பூவரச மரத்தடியில் அமர்ந்துகொண்டு கூடை முடிந்துகொண்டிருந்தாள் வள்ளி. அவள் அம்மா அப்போதுதான் எழுந்து ஓடைக்கரைப் பக்கமாய் சென்றிருந்தாள். தனியாக வேலையில் ஆழ்ந்திருந்த வள்ளி, அரவம் கேட்டுத் திரும்பினாள். சண்முகம் நின்றிருந்தான்.

“தே! என்ன தைரியம். அம்மா வந்துறப் போறாங்க”

“ஒண்ணுமில்ல புள்ள, வர வெள்ளிக்கிழமை வழுக்கு வண்டி வரப்போகுதுல்ல, திருவிழாக் கூட்டமா சனம் சேந்துரும். அங்க வந்துரு”

“எதுக்கு வரணும்?”

சண்முகம் கண்ணடித்தான்.

“வெட்கம் செத்துப் போச்சி ஒனக்கு!”

மணியக்காரர் வீட்டு வாசல்படியில் கொத்து வேப்பிலை செருகியிருந்தது. அன்னம்மாள் அக்கா தெருவில் நின்றபடியே “மணியக்கார வீட்டம்மா, என்ன விசேஷம்? வேப்பிலை தொங்குது” என்றாள்.

“வீட்டுல மாரியாயி வந்திருக்கா...!”

அதிர்ந்து போனாள் அன்னம்மாள் அக்கா.

“காலங்கெட்டுப் போச்சு! வாராத பிசாசெல்லாம் ஊருக்குள்ள வர ஆரம்பிச்சுடுத்து. வழுக்கு வண்டின்னு ஒரு சனியன் வரப் போவுதாமே. அதனாலதான் ஆத்தாவுக்குக் கோபம் வந்திடுச்சு”

நாலு நாட்களுக்குள் அந்தத் தெருவில் மூன்று பிணங்கள் விழுந்தன. எல்லாம் அந்த வழுக்கு வண்டி விவகாரத்தால்தான் என்று ஊர் பேசியது.

வியாழக்கிழமை நள்ளிரவில் இருந்தே, வழுக்கு வண்டி வந்து நிற்கும் நிலையத்தை நோக்கிச் சாரி சாரியாகப் பெட்டி வண்டிகளும், மாட்டு வண்டிகளும், வரத் தொடங்கி விட்டன. நிலையத்துக்கு முன்னால் குத்துச் செடிகளும், அழகுச் செடிகளும் மலிந்து திறந்த வெளியில வண்டிகளை அவிழ்த்துப் போட்டு சனங்கள் ஓய்வுகொண்டார்கள். பெண்கள், செங்கல்லை அடுப்பாக வைத்து தீ மூட்டி சோறு பொங்கினார்கள். வண்டிகளின் தொடர்ந்த வருகையால் புதிதாக ஒரு பாதையே உருவாயிற்று. பச்சை, ஊதா, கருஞ்சிவப்பு, முதலான வண்ணங்களில் சர்பத் விற்கும் கடைகளும் கடலைப் பொரி, பட்டாணிக் கடைகளும், வளையல், சவுரிமுடிக் கடைகளும், சட்டி— பானை மற்றும் பித்தளைப் பாத்திரக் கடைகளும் மண்ணிலிருந்து பிளந்துகொண்டு வந்ததைப்போல திடீரென்று முளைத்தன. காடாவிளக்கின் வெளிச்சத்தில் நடமாடும் மனிதர்களின் நிழல் பூதாகாரமாக அசைந்தாடியது.

தண்டவாளத்தை நெருங்கும் குழந்தைகளை, தாய்மார்கள் மிரட்டி நெருங்கவிடாமல் தடுத்தனர். நேரம் ஆக ஆக மக்கள் மத்தியில் பயமும், இனம் தெரியாத அச்சமும்கூடக் கொண்டன. இருள் புலர்வதற்குள் அங்கிருந்த அல்லிக் குளத்தில் பெண்கள் குளித்து முடித்தார்கள். அதிகாலமே அங்கு வந்து விட்டார் குருக்கள். கோடி வேஷ்டியும், துண்டுமாக நின்றிருந்த மேஸ்திரியிடம் குருக்கள் கேட்டார்:

“ஏய்! மேஸ்திரி, வழுக்கு வண்டி எத்தனை மணிக்கு வருதுங்காணும்?”

“சுமார் 11 மணிக்கு வண்டி வரும்போலத் தெரியுது!”

“எனக்குத் தெரியுமே, ஆரம்பத்தில் இருந்தே இது நல்லதற்கில்லை என்று நேக்குத் தெரியும். முதன் முதல்ல வர்ற வண்டி ராவுகாலத்திலன்னா வருது? இன்னிக்கு 10 1/2 —12 ராகுகாலம். மாட்டுக்கறி திங்கிற வெள்ளக்காரனுக்கு ராகுகாலம், எமகண்டம், தெரியாது. வாஸ்தவம். உமக்குக்கூடவா தெரியாம போச்சு?”

“சாமி! நான் என்னத்தக் கண்டேன். வெள்ளக்காரன் விவகாரம் நாம எதையும் சொல்லி வம்பு வந்திடுச்சுன்னா?”

பின்னாலிருந்து காளி சொன்னான்:

“சாமி! ராகுகாலம், எமகண்டம், பாக்காதவந்தான் ரயில் விடறான். நம்மளையே ராஜாவாக இருந்து ஆண்டுக்கிட்டிருக்கான். ராகுகாலம், எமகண்டம், வாரசூலை பார்த்து நாம் என்னத்த கிழிச்சோம்?”

“சும்மா இருடா, ஞானசூன்யம்! உனக்கென்ன தெரியும். நல்லது, கெட்டதை அர்த்தம் இல்லாமையா பெரியவங்க பண்ணி வச்சிட்டுப் போயிருப்பாங்க?”

“நீ சும்மா இருடா காளி” என்று காளியை அடக்கினான் குப்பன்.

தண்டவாளத்தின் இரு பக்கத்திலும் சனங்கள் வரிசையாக நின்றிருந்தார்கள். கூட்டத்தில் அதிர்ச்சி அலை பரவியபடி இருந்தது. வண்டி வந்துகொண்டிருந்தது என்கிற செய்தி முதலில் வந்தது.

“புள்ள குட்டிகளை, பெண்டுகள் கெட்டியாகப் புடிச்சிக்கடணும். ரொம்ப பக்கத்துல நிக்காதீங்க. ஏதானும் நடக்கக் கூடாதது நடந்து போயிடும்” என்று எச்சரிக்கைக் குரல் கொடுத்தார் ஒரு பெரியவர். எல்லோரும் திடுக்கிடும் படியாக, நூறு கழுதைகள் ஒன்று சேர்ந்து கத்துவதுபோல சத்தம் எழுப்பிக்கொண்டே ரயில் வந்துகொண்டிருந்தது. அதன் பின்னால் சனங்கள் ஓடி வந்துக்கொண்டிருந்தார்கள்.

“அடியம்மா! மாட்டையும் காணோம், குதிரையும் காணோம். மாயமா இல்லே ஓடுது. இது மாய வண்டிதான்” கத்தினாள் ஒரு பெண்மணி.

ரயில் அருகில் வரவர சனங்கள் பயந்து போய் பின் வாங்கினார்கள். புகையைக் கக்கியவாறு, ‘சிக்புக்...’ என்று தாள லயத்தோடு வண்டி வந்து ஒரு குழந்தையைப்போல குறிப்பிட்ட இடத்தில் நின்றது. பயிர் பச்சைகளை அது அழிக்கவில்லை என்பது குறித்து குப்பனுக்கு ஆறுதலாக இருந்தது.

இஞ்சினில் இருந்து இறங்கி வந்த வெள்ளைக்கார வண்டி ஓட்டிக்கு நிலைய அதிகாரிகள் சார்பில் மாலை, மரியாதை, வேஷ்டி, துண்டு, வெற்றிலை—பாக்கு, பழம் எல்லாம் வழங்கப்பட்டது.

குருக்கள் நிம்மதிப் பெருமூச்சு விட்டவாறு, “பேஷ்! நாலு பெட்டி வந்திருக்கு, தீட்டு, துடக்கு இல்லாமல் தனிப்பெட்டில போகலாம். என்ன இருந்தாலும் வெள்ளைக்காரன் வெள்ளைக்காரன்தான்” என்றார்.

விழுப்புரத்தில் இருந்து வந்த களைப்போடு பெருமை பொங்க மக்களைப் பார்த்தவாறு நின்றிருந்தது அந்த மாயவண்டி...!

1993

நீதி

சோதி மாணிக்கம், ஈசுவரன், சந்நிதிக்கு வந்து நின்றாள். குருக்கள், "சோதி, சரியான நேரத்துக்கு வந்து சேர்ந்தாய். சாமி மேல் ஒரு பாட்டு பாடு..." என்றபடி சந்நிதிக்குள் நுழைந்தார். கையில் இருந்த தீபாராதனைப் பொருள்களை அவர் வசம் அளித்துவிட்டுக் கண்ணை மூடினாள். அவள் கண்களுக்குள், பேரம்பலம் தோன்றியது. சுற்றிச் சில கணங்கள் சூழ்ந்திருக்க, நந்தி மத்தளம் கொட்ட, பதஞ் சலிக்கும், வியாக்ரபாதருக்கும் சிவன் நடமிடும் காட்சி அவள் கண்களுக்குள் தோன்றியது. சோதி பாடத் தொடங்கினாள்:

"பூவுக்குள் வாசம் ஆடியது; புன்னகைக்குள் இதயம் ஆடியது
நாவுக்குள் வார்த்தை ஆடியது; நல்லன எல்லாம் ஆடியது
பாவுக்குள் இன்பம் ஆடி படிப்பவர் உள்ளம் ஆட
தேவுக்குள் சிறந்த தேவன், ஆடினான் ஆடி ஆடி..."

சோதிக்கு முன் தட்டத்தை ஏந்தி நின்றார், குருக்கள் விபூதியைத் தந்து சொன்னார்:

"சோதி மாணிக்கம், உன் அம்மாள் இந்த கோயிலுக்கு வந்து சேர்ந்தது எனக்குத் தெரியும். அவள் பாடினதுதான் பாட்டு. ஆடினதுதான் ஆட்டம் என்று இருந்தேன். இப்போது, அந்த இடத்துக்கு நீ வந்து விட்டாய். உன் கலைஞானத்துக்கு நிகரான ஒருத்தி, இந்தப் பட்டணத்தில் இல்லை. நீ பாடினால், இந்த ஆடுவார், நிஜமாகவே ஆடத் தொடங்கி விடுகிறார். தீர்க்காயுசாக நீ இருக்க வேண்டும்" என்ற குருக்களிடம், விடை பெற்று வெளியே வந்தாள். செட்டித் தெருவிலே முத்துலகப்ப செட்டியின் குமாரத்தி கல்யாண ஊர்கோலம் இருக்கிறது, அவள் ஞாபகத்துக்கு வந்தது. இடங்கையர் பிரிவைச் சேர்ந்த பிரமுகர், அந்த முத்துலகப்ப செட்டியார். மேலும், சோதி மாணிக்கமும் இடங்கை வகுப்பாருக்கான தாசி. ஆகையினாலே, அந்த ஊர்கோலத்துக்குக் கட்டாயம் போக வேணும். அதோடு, செட்டியாரே அவளுக்குப் பாக்கு

வெற்றிலை வைத்து வேறு அழைச்சிருக்கார். போகாவிட்டால் பெரிய மனுஷர் வீட்டுப் பொல்லாப்பு நேரும். எல்லாவற்றுக்கும் மேலாக, செட்டியார்களுக்கு நாட்டாமையாய் இருக்கப்பட்ட அருணாசல செட்டியார் வேறு அவளைக் கோபிக்கவும் கூடும். ஆகவே, தலை காட்டிவிட்டுத் திரும்பி விடுவது என்று தீர்மானித்துக்கொண்டு, செட்டித் தெருப் பக்கமாக நடந்தாள். இந்நேரம் குழந்தைக்குப் பால் கொடுத்திருக்க வேண்டும். அவள் புறப்படுகிறபோது, குழந்தை உறங்கிக்கொண்டிருந்தாள். குழந்தைகள் உறங்குவதுதான் என்ன அழகு. உலகத்தில் முதல் அழகே குழந்தையும், அதன் உறக்கமும்தான் என்பதாக, அவளுக்கு அந்த நேரத்தில் தோன்றியது. மார்பில் பால் கட்டிக்கொண்டு வலிக்கிற வழக்கம் அவளுக்கு இருந்தது. சீக்கிரமாகத் திரும்பிவிட வேண்டும் என்று நினைத்துக்கொண்டாள்.

சோதி, கல்யாண வீட்டைச் சென்று அடைந்தபோது, ஊர்கோலம் இன்னும் திரும்பியிருக்கவில்லை. கல்யாண வீட்டுக்குப் பக்கத்திலே, அழகு சுந்தரம், பொன்மேனி, அவள் தங்கை செந்தாமரை ஆகியோர் அமர்ந்திருந்தது தெரிந்தது. சோதியை, பார்த்ததும் அழகு சுந்தரம் அவளை அழைத்தாள்.

“வா, சோதி வந்து இப்படி உட்காரு. கலியாண ஊர்கோலம் இதோ வந்ததும், செட்டியாரைச் சேவித்துக் கொண்டு கிளம்புவோம்” ஆகவே, சோதி வந்து அங்கு மரநிழலில், மணல் விரிப்பில் அமர்ந்துகொண்டாள்.

“என்ன சோதி, ஒரு மாதிரி இருக்கிறாய்?” என்றாள் பொன்மேனி.

“இந்தக் குழந்தை பிறந்ததிலேயிருந்து எனக்கு உடம்பு அசதி அதிகமாகி விட்டது. அத்துடன், தினம் நாட்டியப் பயிற்சியையும் தொடர்ந்துகொண்டிருக்கிறேன்”

சோதி, மரத்தில் சாய்ந்து கொண்டு, காலைச் சௌகர்யமாக நீட்டிக்கொண்டாள். கண்ணை இழுத்துக்கொண்டு போனது அசதியால் அப்படியே உறக்கத்தில் ஆழ்ந்தாள்.

“ஏலே... தாசிகளா... எழுந்திருங்கள்” என்கிற குரல் அவளை உலுக்கி எழுப்பியது. எழுந்தாள். இருட்டிவிட்டிருந்தது. எதிரே சிலர் நிற்பது தெரிந்தது. அவர்கள் வலங்கைப் பிரிவைச் சேர்ந்த பிரமுகர்கள் என்பதை அவள் ஞாபகத்துக்குகொண்டு வந்தாள். சின்ன பரசுராம முதலியார், அப்பு அழகப்ப முதலியார், பெரியண்ண முதலி, முருகப்பிள்ளை, காட குமரன் என்று மனிதர்கள் அவள் முன் நின்றிருந்தார்கள். ஏழாங்காய் விளையாட்டில் இருந்த மற்ற பெண்களும் குனிந்த தலையுடன் அவள் அருகில் நின்றிருந்தார்கள்.

“தாசிப் பெண்களுக்கு என்ன திமிர் இருந்தால், நாங்கள் வருகிறபோது நீங்கள் எழுந்திருந்து மரியாதை பண்ணிக்கொள்ளாமல் இருந்திருப்பீர்கள். எவ்வளவு அலட்சியம்” என்று ரௌத்காரமாகப் பேசினார் பரசுராமர்.

“ஐயனே உடம்பு அசதிப்பட்டுவிட்டது. கண் அசந்து விட்டேன். மன்னியுங்கோள். இது தெரிந்தே செய்த பிழை அல்ல, அபசாரத்துக்கு மன்னியுங்கோள்” என்றாள் சோதி, கை கூப்பிக்கொண்டு.

“உன்னை எனக்குத் தெரியுமே, ஆங்காரம்கொண்ட தாசி அல்லவோ, நீ? முன்னர் ஒருமுறை, பெரிய முதலி கல்யாணத்தின்போது, என் மார்பில் சந்தனம் பூச மறுத்தவள் அல்லவள், நீ...”

“சுவாமி, என் பிள்ளை சத்தியமாகச் சொல்கிறேன். நான் வேணுமென்று அந்தப் பிழையைச் செய்தவள் அல்லவள்”

“சும்மா இரடி, பாவ ஜென்மமே. நீ செய்த பிழைக்குக் கைமேல் பலன் கிடைக்கச் செய்கிறேன்”

அடுத்த சில நிமிஷங்களில், சோதியும், அவளுடன் இருந்த பெண்களும், காவலில் வைக்கப்பட்டார்கள்.

குவர்னர் துரையின் கணக்கர் துரையிடம் சொன்னார்.

“ஐயா இடங்கைச் சாதி தாசிகள் நாலு பேரை, சின்ன பரசுராம முதலியாரின் ஆக்ஞையின் பேரிலே, காவல் வைக்கப்பட்டிருக்கிறது”

“எந்த பரசுராம முதலியார்?”

கணக்கர், குவர்னருக்கு அருகாக வந்து சொன்னார்.

“தங்களுக்கு இருபதாயிரம் பகோடாக்களைக் கடனாகக் கொடுத்திருக்கின்ற அதே பரசுராமன்தான், ஐயா.”

குவர்னர் துய்ப்ளெக்ஸ் சற்று நேரம் யோசித்தார். பிறகு சொன்னார்:

“அப்படியானால் அந்தத் தாசிகள் காவலில் இருக்கட்டும்.”

“தங்கள் உத்தரவு எசமான்.”

புதுச்சேரி பட்டணத்தின் துபாஷாக இருந்த ஆனந்தரங்கப் பிள்ளையை, இடங்கைத் தலைவர்களாக இருந்த நல்லதம்பிச் செட்டியாரும், அருணாசலச் செட்டியாரும், வந்து கண்டுகொண்டார்கள்.

“பிள்ளைவாள்! இது என்ன மனுசர் வாழும் பட்டணமா? அல்லவா? எங்கள் இடங்கையர்க்கான தாசிகளை என்னத்துக்குக் காவலில் வைத்திருக்கிறது?” என்றார் நல்லதம்பி. பிள்ளை சொன்னார்:

“வலங்கைப் பெரிய மனுஷர்கள் வருகிறபோது, அவர்களைக் கண்டு, இந்த தாசிகள் எழுந்து மரியாதை செய்ய இல்லையாமே, காதில் விழுந்தது.”

“என்னத்துக்கு இவர்களுக்கு எழுந்திருக்கிறதாம்”

“பழங்காலத்திலே, வலங்கையரைப் பார்த்தால் இடங்கைப் பெண்கள் எழுந்திருக்கிறது வழக்கம் என்கிறார்கள் அவர்கள்.”

“அது ஒரு காலத்தில் இருந்தது. அப்புறம், அது தள்ளுபட்டுப் போய்விட்டது. அப்போதும், பெரிய மனுஷர்களுக்குத்தான் அந்த மரியாதை தருகிறது எல்லாம் இருந்ததே தவிர, சின்ன மனுஷர்களுக்கு, என்னத்துக்கு ஐயா மரியாதை தருகிறது?”

அருணாசல செட்டி இருந்துகொண்டு சொன்னார்:

“பிள்ளை! சுமார் அம்பது வருஷத்துக்கு முந்தி, அன்றைக்கு குவர்னராக இருந்த பிரான்சுவா மர்த்தேன் காலத்தில், இது மாதிரி விவகாரம் வந்து, எந்த சாதிக்கு என்ன அத்து, என்ன மரியாதை என்று எழுதிக் கொடுத்திருக்கிறார், குவர்னர். அந்தப் பத்திரத்தை வைத்துக்கொண்டு, மரியாதைகளைத் தீர்மானியுங்கோ”

பிள்ளை சொன்னார்:

"செட்டியார்வாள்! இது நல்ல யோசனை. நாளைக் காலமே, அந்தப் பத்திரத்தை எடுத்துக்கொண்டு, குவர்னர் மாளிகைக்கு வாருங்கள். அங்கே இந்த விவகாரத்தைத் தீர்மானித்துக்கொள்ளலாம்."

அப்படியே, குவர்னர் எழுதிக் கொடுத்த பத்திரத்தை எடுத்துக்கொண்டு செட்டியார்ப் பிரமுகர்கள், குவர்னர் அலுவலகம் வந்தார்கள். ரங்கப் பிள்ளை இருந்துகொண்டு, பத்திரத்தை வெகு கவனமாகப் பரிசீலனை செய்தார். அப்புறம் சொன்னார்:

"செட்டியார்வாள் இந்தப் பத்திரத்தை நான் படித்த மட்டுக்கும் என்ன எழுதியிருக்கிறது என்றால், சமுதாயத்தில் இடங்கை வலங்கை என்றும் மனுஷர்கள் பிரிந்திருக்கிறதை, குவர்னர் மர்த்தேன் ஒப்புக்கொண்டிருக்கிறார். என்றாலும், அவரவர் அவரவர் இடத்திலே இருந்துக்கொண்டு, யாருக்கும் சிறுமை வராமல், அண்ணன் தம்பிகளாய் இருந்து கொள்ளுகிறது என்றுதான் எழுதியிருக்கிறது"

"நல்லது, நாங்கள் ஒப்புக் கொள்கிறோம். வலங்கையர்கள் வருகிறபோது, இடங்கைத் தாசிப் பெண்கள் எழுந்திருக்க வேணும் என்று எங்கே எழுதியிருக்கிறது?"

"அப்படியெல்லாம் எழுதியிருக்கவில்லை"

"ஆகவே, அதைத் தொட்டு, இந்த சங்கதிகளைக் குவர்னர் துய்ப்ளெக்சிடம் எடுத்துச் சொல்லி, அந்த தாசிப் பெண்டுகளை விடுதலை பண்ணச் சொல்லுங்கோள்"

"நல்லது நான் குவர்னருடன் பேசிக் கொள்கிறேன்."

சொன்னபடி பிள்ளை, குவர்னருடன் பேசினார். குவர்னர் மிகுந்த தீவிரமாக எதையோ யோசித்துக்கொண்டு அமர்ந்திருந்தார். அப்புறம் சொன்னார்:

"ரங்கப்பா, சிப்பாய்களுக்கு மாசம் பிறந்தால் சம்பளம் கொடுக்க வேண்டியிருக்கிறது. செட்டியார்கள் நிறைய பணம் வைத்து இருப்பவர்கள் ஆயிற்றே. எனக்குக் கடனாக, வட்டிக்கு இருபதாயிரம் ரூபாய் தருகிறார்களா என்று கேட்டுச் சொல். கடனாகத் தருகிறதுக்குச் சங்கடப் பட்டால், அன்பளிப்பாகவும் அவர்கள் அந்தத் தொகையைத் தரலாம். கேட்டுப் பார்."

பிள்ளைக்குத் திகைப்பாக இருந்தது. குவர்னரிடமிருந்து இப்படி ஒரு கோரிக்கை வரும் என்று அவர் எதிர்பார்க்கவில்லை. இருந்தும் சொன்னார்.

"எசமான் தங்கள் எண்ணம் அதுவானால், செட்டியார்களிடம் கேட்டுப் பார்க்கிறேன்."

குவர்னர் பணம் கேட்கும் விஷயத்தை, பிள்ளை வந்திருந்த இடங்கைப் பிரமுகர்களிடம் சொன்னதன் பேரில் அவர்கள் சொன்னார்கள்:

"பணத்துக்கு கொஞ்சம் அவகாசம் கொடுங்கள். எங்களிடத்திலே பணம் கையிருப்பு ஏது? புரட்டித்தானே கொடுக்க வேணும். அதைத் தொட்டு, எங்களுக்கு அவகாசம் கொடுக்க வேணும். வலங்கையர் விவகாரத்தை, குவர்னர் விசாரித்து அறிந்து, எங்களுக்கு நியாயமாம் படிக்குச் செய்து தரவேண்டும். அப்படிக் கொடுத்தால், இங்கிருக்கிறோம். இல்லாவிட்டால்,

இந்த ஊர் அன்னமும் தண்ணீரும் எங்களைப் பிரிஞ்சதென்று தீர்மானித்துக் கொள்ளுகிறோம்."

பிள்ளை, அந்த இருவரையும் தனியிடமாக அழைத்துச் சொன்னார்.

"புரியாமல் பேசாதிரும் செட்டிமார்களே. சின்ன பரசுராம முதலியார், ஏற்கெனவே, குவர்னருக்கு, இருபதாயிரம் பகோடாக்களைக் கடனாகவோ, இனாமாகவோ கொடுத்து இருக்கிறார். அதுபோலவே, நீங்களும் அந்த இருபதாயிரம் ரூபாயை, நன்கொடையாகக் குவர்னருக்குக் கொடுத்திடுங்கள். அப்புறம், முதலியார், காவலில் வைக்கிற செல்வாக்கை, நீங்கள் காவலில் இருந்து எடுக்கிற செல்வாக்கை வென்று விடலாம் அல்லவா— வைரத்தை வைரத்தால் அல்லவா அறுக்கிறது?"

நல்லதம்பியும், அருணாசலமும், மிகவும் மகிழ்ந்து போனார்கள்.

"பிள்ளைவாள், இப்போதுதான் நீர் எமக்கு நல்ல வழியைக் காட்டி அருளினீர்கள். இருபதாயிரம் ஒரு தொகையா, எமக்கு? துரையிடம் செல்வாக்கு பெறலாம் என்றால், எந்தத் தொகை வேண்டுமானாலும் தரலாமே..."

"அதைச் செய்யும்" என்றாள் பிள்ளை.

அருணாச்சலம் என்கிற இடங்கை, பணம் கொடுத்துக் குவர்னரின் செல்வாக்கைப் பெற எத்தனிக்கிறார் என்று அறிந்ததுமே, வலங்கை பரசுராமன், மேலும் ஒரு படி முன்னேறிச் சென்றார். அருணாசலத்துக்கு மிகவும் அணுக்கமாக இருக்கும், அவரால் போஷிக்கப்பட்டுக்கொண்டிருக்கும் அன்னபூரணி என்கிற தாசியையும் அவர் காவலில்கொண்டுபோய் வைத்தார்.

அன்று நள்ளிரவில், பிள்ளையின் வீட்டுக்கு வந்து கதவைத் தட்டினார், அருசாணலம். வேலைக்காரன் துணையோடு, விளக்கை ஏந்தியபடி கதவைத் திறந்த பிள்ளைக்கு, அருணாசலத்தைப் பார்க்கையில் பெரும் திகைப்பாக இருந்த்து.

"என்ன, ஓய் இந்த நேரத்தில்?"

"ஒரு அவமானம் வந்து சேர்ந்துகொண்டது" என்ற அருணாசலம், நடந்ததைச் சொன்னார். பிறகு, "பிள்ளைவாள், வெட்கத்தை விட்டுச் சொல்கிறேன். இந்த அன்னபூரணியை என் பெண்சாதியைக் காட்டிலும் நான் அதிகமாக நேசிக்கிறேன். அவளைக் காவலில் வைத்துப் போட்டார்களே. என் மானம், மரியாதை என்னாகிறது? என் வைப்பாட்டி சிறைக்குப் போனால், அப்புறம், யார் என்னை மதிப்பார்கள்? நாய்கூட என்னை 'வள்' என்குமே...?"

பிறகு, அருணாசலம்தான் கொண்டு வந்திருந்த பையைப் பிள்ளையிடம் நீட்டினார்.

"என்ன இது" என்றார் பிள்ளை.

"இதிலே, ரூபாய் அம்பதினாயிரம் இருக்கிறது. இதைக் குவர்னரிடம் கொடுத்து, அன்னபூரணியை மட்டும் வெளியிலே உடனேகொண்டு வேர வேணும். இன்னிக்கே அதை பண்ண வேணும்..." என்றார். பிள்ளை கேட்டார்:

"மற்ற பெண்டுகள்"

"அந்தக் கழுதைகளைப் பற்றி எனக்கு என்ன கவலை?"

"சரி, விடியட்டும், உடனே இது பற்றிக் கவனிக்கிறேன்."

குவர்ரனைச் சந்தித்து, அருணாசலம் தந்த பணத்தை அவரிடம் சேர்த்தார் பிள்ளை.

"இதிலே எவ்வளவு இருக்கு ரங்கப்பா?"

"ஐம்பதினாயிரம் இருக்கிறது, பிரபு?"

"ரெண்டு மாசத்துச் சம்பளக் கவலை இல்லை" என்றார் குவர்னர். அவருக்கு மகிழ்ச்சி மீண்டது. உடனே பணப்பையை எடுத்துக்கொண்டு, மனைவியைப் பார்க்கச் சென்றார். பிள்ளை, பல நாழிகை காத்திருந்தும், குவர்னர் வருவதாக இல்லை. ஆகவே, அலுத்துப் போய் வீடு திரும்பினார்.

அன்று மதியமே, அன்னபூரணி மட்டும் விடுதலை செய்யப்பட்டாள்.

பதினாறு மாதங்களுக்குப் பிறகு சிறைக் காவலில் இருந்து வெளியே வந்தாள், சோதி மாணிக்கம். உடம்பு கெட்டு, முடி சிக்கடைந்து பிரேதம் மாதிரி இருந்தாள். அவள், குழந்தையை அவள் அம்மா சிறை வாசலுக்குக்கொண்டு வந்திருந்தாள். குழந்தையைப் பார்த்ததும், அதை நோக்கிக் கையை நீட்டினாள் சோதி. குழந்தை, யாரோ அந்நிய ஸ்திரீயைப் பார்ப்பது மாதிரி பார்த்து, தலையைத் திருப்பிக்கொண்டு பாட்டியைப் பார்த்து "பாத்தி... யார் இது?" என்றது.

1993

பதவி

காலமே, எட்டு மணிக்கெல்லாம், குவர்னர் தூய்ப்ளெக்சின் பெண் ஜாதி ழான் அம்மையைக் கண்டு கொள்ள, அன்னபூரண ஐயன் வந்து சேர்ந்தான். ழான் அம்மை, படுக்கையை விட்டெழுந்து மாளிகைக்கு வெளியே இருக்கிற பூவரச மரத்துக்குக் கீழே, தனி மேசை ஒன்றைப் போட்டு அமர்ந்து, காலை வெயிலை வாங்கிக்கொண்டு 'கபே' குடித்துக்கொண்டிருந்தாள். மஞ்சள் பூவரச பூவைப் பார்த்த ஐயன் மனசுக்குள், ஒரு பெரிய, கையும் காலும் முளைத்த பூவரசம் பூவே காலை வெயிலை வாங்கிக்கொண்டு கபே குடிப்பதாகத் தோன்றியது. ழான் அம்மையின் அரைத்த மஞ்சள் நிறம், அவரை மருட்டி விட்டது.

தம்முன் நிற்கிற மனுசரை ஏறிட்டுப் பார்த்தாள், ழான் அம்மை.

"ஆரு" என்றாள் அவள்.

ஐயன், குதிரை லாடம்போல, வளைந்து, குனிந்து, ழானை வணங்கினார்.

"அம்மா, பரதேவதை! புதுச்சேரிப் பட்டணத்தைக் காக்கிற பரமேஸ்வரி. ஒரு விண்ணப்பம் பண்ணிக்கொள்ளவே வந்தேன். கனகராய முதலியார் காலம் பண்ணிப் போன பிறகு, அவருடைய துபாஷ் உத்தியோகம் பூர்த்தி பண்ணப்படாமல் இருக்கிறதே..." என்று தயக்கத்துடன் நிறுத்தினார் ஐயன்.

"ஆமாம், 'கோர்த்தியே' உத்தியோகம். இன்னும் நிரப்பப்படவில்லைதான்... அதைத் தொட்டு உனக்கென்ன?" என்றாள் ழான் அம்மை. அவள் மூளை கணக்குப் போடத் தொடங்கியது. ஏதோ ஒரு புதையலின் வாய், அவளுக்கென்று திறந்துகொண்டதை, அவள் முகர்ந்துவிட்டிருந்தாள். ஐயன் சொன்னார்:

“அம்மையே... என்ன பேர் அன்னபூரண ஐயன். கும்பெனியிலே மேஸ்திரியாக இருக்கிறேன். எனக்கு, அந்த உத்தியோகத்தை அம்மாள், வரப் பண்ணவேணும். அம்மாளுக்கு பிரதியுகாரமாக என்ன பண்ணவேணும் என்று, அங்கு உத்தரவு ஆகிறதோ, அதைப் பண்ணச் சித்தமாய் இருக்கிறேன்.”

ழான், சற்றுநேரம் யோசித்துக்கொண்டிருந்தாள். பிறகு சொன்னாள்:

“அது ரொம்பவும் சிரமமாச்சுதே! ஏற்கெனவே ரங்கப் பிள்ளை, பெரிய துபாஷித்தனத்திலே இருந்துகொண்டிருக்கிறான். அதிகாரப் பூர்வமாக, பெரிய துபாசியாக, அவன் நியமனம் ஆகவில்லையென்றாலும், அவன்தானே துபாஷ் பண்ணிக்கொண்டிருக்கிறான். அதன் மேல் நாம் காரியம் பண்ணுவது ரொம்ப சிரமமாய் இருக்குமே”

ஐயன் ரொம்பத் தாழ்மையாய்ச் சொன்னான்:

“லோகத்துக்கே ராஜாவாக இருக்கப்பட்ட பிரபுவின் பெண்சாதி நீர். மகாராணி. நான் அனுதினமும் உண்ணும் சோறும், பருகும் தண்ணீரும் உம்மது என்று மரண பரியந்தம் நினைத்துக்கொண்டு தம் காலடி நிழலிலே வாழ்வேன். அதுக்காக, சீமாட்டி, என்ன பிரியப்பட்டாலும் கொடுக்கச் சித்தமாய் இருப்பேன்.”

ழானின் கண்கள் மின்னின.

“என்ன தருவாய்?” என்றாள் அவள்.

“குவர்னருக்கு ஐயாயிரம் வராகன்களும், தங்களுக்கு ஆயிரத்து நூறு வராகனும் தரச் சித்தமாக இருக்கிறேன்”

“ரொம்பவும் குறைவாகச் சொல்கிறாயே? துபாஷ் வேலையில் அமர்ந்தாயானால், பணத்தை முறத்தால் அல்லவா அரித்துக் கொட்டுவாய். அப்படி இருக்கையில், குவர்னருக்கு ரொம்பவும் குறைத்துக் கொடுக்கிறாயே...”

“அம்மா தாயே ஐஸ்வர்ய தேவதை! நானோ அன்னக் காவடி. என்னால் ஆனதைத் சொன்னேன். தாங்கள் நிர்ப்பந்தப்படுத்தினீர் என்றால், இன்னும் ஓர் ஆயிரம் கூடுதலாகத் தருகிறேன்.”

அம்மை, யோசித்திருந்துவிட்டுச் சொன்னாள்.

“யோசிப்போம் நீ போய் வா”

அன்னபூரண ஐயன், மீண்டும். நெருப்புக்கோழி மாதிரி கழுத்தை வளைத்து வணங்கி, அந்த நிலையிலேயே பின்னால் நகர்ந்து போய்ச் சேர்ந்தான்.

பெரிய துபாசித் தனத்திலேயிருந்து, காலம் பண்ணிப் போன கனகராய முதலியாரின் தம்பி, லாசர் தானப்ப முதலி, கோயில் பெரிய பாதிரியார் அண்டைக்கு வந்து நின்றான். அர்ச்சிஷ்ட பாதிரியார் முன்னால் வந்து, மண்டியிட்டு ஸ்தோத்திரம் செய்துகொண்டான். பாதிரியார், அவனை ஆசீர்வதித்து விட்டுச் சொன்னார்.

“லாசா, எழுந்திரு. என்ன காரியமாக வந்தாய்?”

“சுவாமி, எல்லாம் தங்கள் அனுக்கிரகம் வேண்டித்தான் வந்திருக்கிறேன். தாங்கள் மெய்யாகவே என் மேல் அபிமானிக்கிறது உண்டானால், என்

அண்ணன் கனகராய முதலி செய்துகொண்டிருந்த பெரிய துபாஷ் பதவியை எனக்குப் பண்ணிக் கொடுக்க வேண்டும். இதுவே என் மன்றாட்டு.”

பெரிய சுவாமி யோசனையில் ஆழ்ந்தார். தம் தாடியை நீவிவிட்டுக்கொண்டு சொன்னார்:

“லாசர், அந்த இடத்திலே ஏற்கெனவே ரங்கப் பிள்ளை, இருந்துகொண்டு மிகச் சிறப்பாக உத்யோகம் பார்த்துக்கொண்டிருக்கிறானே.”

“தாங்கள் அவ்விதம் சொல்லலாமா? நான் கிறிஸ்துவன் அல்லவோ? தங்கள் மார்க்கத்தைச் சேர்ந்தவன் அல்லவோ? ஒரு ‘தமிழ்’ மனுசன் அப்பேர்க்கொத்த உத்தியோகத்திலே இருக்கிறதாவது? அதுவு மன்னியில், என் அண்ணன் புத்ர சந்தானம் இல்லாமல் போன படியினாலே, அவருக்குப் பிறகு, நான் உத்தியோகத்துக்கு வருவதில் பரம்பரை பாத்தியப்பட்டவன் அல்லவோ? குவர்னர் துய்ப்ளெக்ஸ் பிரபு ஒரு கிறிஸ்துவர். அவருடைய துபாஷுக்கு கிறிஸ்துவனாக இருப்பதுவே சிலாக்கியம், அல்லவோ?”

லாசர் சொல்கிறதிலே ஒரு நியாயம் இருப்பதாக, பெரிய பாதிரியாருக்குப் பட்டது. அண்ணனுக்குப் பிறகு, தம்பி உத்யோகம் பண்ணலாமே? அது நியாயம் என்று தோன்றியது.

“நீ சொல்கிறதில் ஒரு நியாயம்தான் இருந்தாலும், நான் குவர்னருடன் பேசிப் பார்க்கிறேன். மதாம் குவர்னர், மனிதாபிமானம் உள்ளவள் ஆச்சுதே. அவள் உனக்குச் சகாயம் பண்ணுவாள். நான் அந்தப் பொம்பிளையோடு பேசிப் பார்க்கிறேன்” என்றார் பெரிய சாமி. சொன்ன படிப் பேசவும் செய்தார்.

“**ம**தாம் துய்ப்ளெக்ஸ்! நீரோ, நம் கிறிஸ்து மார்க்கத்தை உத்தாரணை பண்ண வந்த மனுஷியாச்சே? உன் நாளையிலே, ஒரு கிறிஸ்து அல்லாத ‘தமிழனை’ பெரிய துபாஷித்தனத்துக்கு வைக்கலாமோ? அப்படிக் கொடுத்தால் காரியம் இல்லை. நன்றாக யோசிச்சுக்கொண்டு, நம் ஆளான லாசர் தாளப்ப முதலியை அந்த உத்தியோகத்திலே வையும்” என்று சிரேஷ்டர் சொன்னதைக் கேட்டு மூான் அம்மாள் இருந்துகொண்டு சொன்னாள்.

“அப்படியா? சுவாமிகள் சொல்கிறது எனக்கு அதி ஆச்சர்யத்தைத் தருகிறதே. பெரிய துபாஷித்தனத்திலே யாரைக் குவர்னர் நியமனம் பண்ண இருக்கிறார் என்கிற சங்கதியே எனக்குத் தெரியாதே. அப்படியிருக்கையில், நான் தங்களுக்கு என்ன உத்தாரம் சொல்லட்டும். எதுக்கும், துரையவர்களுடன், நான் கலந்து கொள்கிறேன். நீரும், துரையிடம் இது பற்றிப் பேசும்...” என்று மிகப் பக்குவமாகச் சொல்லி, சிரேஷ்டரை அனுப்பி வைத்தாள், மூான்.

குவர்னர் துய்ப்ளெக்ஸ், இரவு உணவை உண்டுகொண்டிருந்தார். மூான், அவருடன் இருந்து அருந்திக்கொண்டிருந்தாள். அப்போது மூான் அம்மை, புருஷனிடம் கேட்டாள்.

“பிரான்சுலா... பெரிய துபாஷித்தனத்துக்கு, யாரையேனும் புதுசாகப் போடப் போகிறாயா? பேச்சு நடக்கிறதே...”

துய்ப்ளெக்ஸ், சூப்பை உறிஞ்சிக்கொண்டே சொன்னார்.

“புதுசாக என்னத்துக்குப் போட வேணும். அதுதான் ரங்கப்பன் இருக்கிறானே. ரங்கப்பன், சின்ன வயசிலே இருந்தே, கும்பெனி வேலையில் பழகியவன். அவன் அப்பன் காலத்தில் இருந்தே அனுபோகஸ்தன். நம்முடைய உயர்ச்சியை விரும்புகிறவன். அவன் இருக்கிறபோது, இன்னும் என்னத்துக்கு இன்னொரு துபாஷி... அதிகாரபூர்வமாக அவன் நியமனம் ஆகவில்லையென்றாலும் அவன்தானே நம் துபாஷ்?” என்றவர், சில கணம் சென்று கேட்டார்.

“அன்பே, உனக்கு யாரையேனும் அந்த இடத்துக்கு வைக்க வேணும் என்கிற எண்ணம் இருக்கிறதோ?”

“அன்னபூரண அய்யன் எப்படி?”

“ஆர்? ஐயன்தானே? எனக்குத் தெரியுமே அவனை! வைத்தியன் அல்லவோ, அவன். வைத்தியம் தெரிஞ்சவன். விவகாரம் தெரிஞ்சவன் அல்லவே. அவன் துபாஷ் உத்தியோகம் என்றது வர்த்தகர்களுடன் பேசி, சரக்கு கொள்முதல் செய்கிறது, கப்பலில் ஏற்றுகிறது, துலுக்கர் முதலான நவாபுகளுடன், அவர்கள் பாஷையிலே பேசி, கடுதாசி எழுதி, ராஜிய காரியம் பண்ணுகிறது அல்லவோ. அதெல்லாம், இந்த வைத்தியனுக்கு என்ன தெரியும்?”

“அது, உள்ளது பிரான்சுலா” என்று ஒப்புக்கொண்டார் ழூான்.

“ழூான், உனக்கு யாரை துபாஷ் உத்தியோகத்துக்குப் போட வேணும், என நினைக்கிறாயோ, அவரைச் சொல். போட்டு விடலாம்...” என்றார் துய்ப்ளெக்ஸ். அதுக்கு ழூான் சொன்னாள்.

“துபாஷ் உத்தியோகத்துக்கு வருகிறவர், நம் சுபிட்சத்தை நினைக்கிறவராகவும் இருக்க வேணும். அவர் நம் மதஸ்தராகவும் இருக்க வேணும். அதனால், நமக்கு நாலு பணம் வரவாகவும் இருக்க வேணும். அதுவே என் கவலை.”

துய்ப்ளெக்ஸ் சிரித்தார்.

“என் அருமை ழூான் செய்வது எல்லாம் சரியாக இருக்கும். உன் விருப்பம் என்ன சொல். அதையே செய்து விடலாம்.” என்றார் துய்ப்ளெக்ஸ் இறுதியாக.

வெயில் சாய்ந்துகொண்டிருந்தது. வீடுகளின் முகடுகளுக்கு வர்ணம் அடித்துக்கொண்டிருந்தது வானம். ரங்கப்பிள்ளை, தம்முடைய பாக்கு மண்டியிலே அமர்ந்திருந்து, பாக்கு மூட்டைக் கணக்கு வழக்குகளைப் பார்த்துக்கொண்டிருந்தார். அப்போது, ஒரு சிப்பாய் அவரிடத்திலே, வந்து துய்ப்ளெக்ஸ் துரையின் பெண்ஜாதி அழைப்பதாகச் சொன்னார். பாக்கு மண்டிக்கு வெகு அருகில் இருந்த குவர்னரின் மாளிகைக்குச் சென்று, உள் பிரகாரம் சென்று ழூான் அம்மையின் எதிரில் போய் நின்றார். ழூான், பிரான்சுக்குக் கடிதம் எழுதிக்கொண்டிருந்தாள். பிள்ளை, சலாம் பண்ணிக்கொண்டு நின்றார்.

“வா... ரங்கப்பா.” என்ற ழூான், எப்படித் தொடங்குவது என்று யோசித்தாள்.

“அன்னபூரண ஐயன் என்கிற மேஸ்திரி இருக்கிறானே, அவனை உனக்குத் தெரியுமோ?” என்றாள் ழூான். பிள்ளை சொன்னார்:

"தெரியுமே அம்மா... வாய் சாலக்கும், சுறுசுறுப்பும், துரிசும் உள்ள மனுசராச்சே."

"அப்படியா, அந்த ஐயன், பெரிய துபாசு உத்தியோகத்துக்குப் பிரியம் கொண்டிருக்கிறான். அதுக்கு குவர்னர் துரைக்கு ஐயாயிரம் வராகனும், எனக்கு இரண்டாயிரத்து ஐநூறு வராகனும் தருகிறதாகச் சொல்லுகிறான். நான் என்ன பண்ணட்டும். என்று நீயே சொல்" என்று பிள்ளையின் முகத்தைக் கூர்ந்து பார்த்தபடிக் கேட்டாள்.

பிள்ளை, நிதானமாகச் சொன்னார்:

"பேஷாகப் போடுங்களேன்! அன்னபூரண ஐயன் இன்றில்லா விட்டாலும், நாளை விவகாரங்களைக் கற்றுக் கொள்வார். அத்தோடு தங்களுக்கு அதனால் செல்வமும் சேர்கிறது. ஆகவே, தாங்கள் அதைச் செய்கிறதுக்கு என்ன?"

ழான் ஏமாற்றம் அடைந்தாள். ரங்கப்பிள்ளையிடம் இருந்து, வேறு விதமான பதிலையே எதிர்பார்த்தாள். ஆகவே, மேலும் அவரைத் தூண்டினாள்.

"ரங்கப்பா! இன்னுமொரு சேதி. லாசர் தானப்ப முதலியும் துபாஷ் பதவியை ஆசிக்கிறான். அவன் எங்களவன், தவிரவும், எனக்கு ஐம்பதாயிரம் ரூபாய் தருவதாகச் சொல்கிறான். இனி, நீ உன் கருத்தைச் சொல்."

பிள்ளை, மிக நிதானமாகச் சொன்னார்:

"அம்மணி சொன்னதை நானும் கேள்விப்பட்டேன். அவர், வர்த்தகர் சிலரிடம், பணம் வசூலித்தது எனக்குச் சேதி வந்தது. லாசர் துபாஷ் பதவியை நன்கு செய்ய முடியும்; செய்வார். அம்மை, அவரை நியமித்துக்கொள்ளலாம்" ழான் அம்மைக்கு ஏமாற்றமாகிப் போய் விட்டது.

"ரங்கப்பா... நீ ஏற்கெனவே, உத்தியோகத்திலே இருக்கிறாய். அனுபோகஸ்தனாக இருக்கிறாய். அதைத் தொட்டு, குவர்னர் மனசை யாரும் கலைத்து விடுவதற்கு முன்பாக ஏதாவது உன்னால் ஆனதைக் கொடுத்து உத்தியோகத்தைத் தக்க வச்சுக்கோயேன்..."

பிள்ளை சிரித்தார்... அப்புறம் சொன்னார்:

"அம்மா, நான் தங்கள் பிள்ளை. என்னை எந்தக் குறையோடு வைச்சிருக்கிறீர்கள். எனக்கு துபாஷ் உத்தியோகத்தில் என்ன கவலை, எனக்கு அதைப் பற்றிக் கவலையில்லை. என்னைச் சகல மேம்பாட்டுடன் நடத்தி வருகிறீர்கள். சகல காரியங்களுக்கும் என் முகாந்தரமாகவே நடந்துகொண்டிருக்கிறது. அப்படியிருக்கையில் எனக்கு உத்தியோகம் பெரிசு இல்லை. தங்களுக்கு வருகிற பணத்தை என்னத்துக்கு இழக்க வேணும்? ஐயனையோ, லாசரையோ நியமித்துக் கொள்ளுங்கோள்" என்றார்.

பிள்ளையின் பேச்சு, ழான் அம்மைக்கு மிகுந்த ஏமாற்றத்தை தந்தது.

குவர்னர் துரைக்குச் சகாயம் செய்கிற கோன்சேல் கூடி ஏகமனதாக, ரங்கப் பிள்ளையே துபாஷாக இருந்து வர வேணும் என்று தீர்மானம் நிறைவேறின சேதி பரவியது. தாம் ஏமாற்றப்பட்டது ஐயனுக்கும், லாசருக்கும் தெரிந்தது. மதாம் ழான் அம்மையிடம் கொடுத்திருந்தப் பணத்தை வசூலிக்க அவர்கள் புறப்பட்டார்கள். அவர்களால், ழானைச் சந்திக்கவே முடியவில்லை.

குவர்னர் துரையவர்கள் பூசை காண்பதுக்கு, ஞாயிற்றுக்கிழமை காலை கோயிலுக்கு வந்திருந்தர். பூசை முடிந்து, புறப்படுகையில் லாசர் அவர் முன் வந்து சலாம் பண்ணிக்கொண்டு நின்றார். குவர்னர் கேட்டார்.

"லாசருக்கு என்னிடம் ஏதாவது சொல்லயிருக்கிறதா?"

"பிரபுவே, துபாஷ் வேலைக்கு, அன்னபூரண ஐயன் ஆட்சேபிக்கிறாராமே. அவன் மகள் அவிசாரி என்று துரைக்குத் தெரியுமோ! அவன் பெண்சாதியும் மோசக்காரிதான் பிரபுவே. இன்ன சாதி, ஈன சாதி என்று இல்லாமல் எல்லா மனுஷ்களுடனேயும், அந்தப் பெண்டுகள் சுற்றுகிறார்கள். எசமானே அத்துடன், என் அண்ணனுக்கும், ஐயன், சிறிது பணம் கொடுக்க வேண்டியிருக்கிறது பெருமானே" என்றான்.

துரை, சிரித்துக்கொண்டு, "ரொம்ப நல்லது. எனக்கு விளங்கிற்று" என்று சொல்லிவிட்டு நகர்ந்தார். சற்று நேரம்போன பிறகு, துரையுடன் வந்திருந்த மூான் சொன்னாள்.

"லாசர் சொல்லுகிறதைக் கவனித்தாயா துய்ப்ளெக்ஸ்? ஐயனைச் சரியாக லாசர் அறிமுகப் படுத்தியிருக்கிறான்."

துரை சொன்னார்:

"மூான்... லாசர், ஐயனையா அறிமுகப்படுத்தினான்? அவன் தன்னையல்லவோ அறிமுகப்படுத்திக்கொண்டான்."

குவர்னர் காலைத் தீனி தின்ற பின்னர், தன் பேட்டி அறைக்குத் திரும்பினார். அங்கு, எண் சாண் உடம்பும் ஒரு சாணுக்குள் அடக்கிக்கொண்டு நின்றிருந்தான் அன்னபூரண ஐயன். துரையைக் கண்டு சலாம் பண்ணிக்கொண்டான்.

"ஐயன்... என்ன சமாசாரம்?" என்று வினவினார், குவர்னர்.

"சுவாமி, ராசாங்கத்தில் துபாஷ் உத்தியோகம் சூன்யமாய் இருக்கிறதென்றும், அதுக்கு லாசர், தானப்ப முதலியார் பிரயத்தனம் பண்ணிக்கொண்டிருப்பதாக அறிகிறேன். லாசரைப் பற்றி எனக்குத் தெரிந்ததை, சன்னிதானத்துக்குத் தெரியச் சொல்ல வேணும்"

குவர்னருக்கு ஒரு நகைச்சுவை நாடகம் பார்க்கிற உணர்வு வந்திருக்கும் போலும். அவர் சிரித்தார். பிறகு உத்தாரம் இட்டார்.

"சொல்லு"

"பெருமானே! லாசர், ஒரு நோயாளி. தீராத நோயாளியாக அவர் இருக்கிறார். ரொம்ப நாள் அவர் வாழ்வது துர்லபம்."

"அப்படியா! அது உனக்கு என்னமாய்த் தெரியும்?"

"நான்தானே அவருக்கு வைத்தியம் பார்க்கிறேன்."

"அப்படியா, பேஷ்! அப்புறம்?"

"லாசர், கொஞ்சமும் பெருந்தன்மை இல்லாத லோபி என்பதை ஊரே அறியும். தன் சொந்த அண்ணனின் பெண்சாதியைத் தெருவில் விட்டவன் அவன் அல்லவோ? ஊர் பணத்தைக் கொள்ளை கொள்கிறதும், அநியாய வட்டிக்குப் பணம் கடன் கொடுக்கிறதும், ஜனங்களைக் கசக்கிப் பிழிகிறதும்,

இப்படியாக ஜனங்களின் அதிருப்தியைச் சம்பாதித்து இருக்கும் அந்த மனுஷ்யரா, பெரிய பதவியில் இருக்கத் தகுதி பெற்றவர் ஆவார்; ஊரே சொல்லும்”

குவர்னர், மிகுந்த களிகொண்டவர்போல், பெருஞ் சிரிப்பு சிரித்தார்.

“நல்லது நீங்கள் ஒருத்தரை ஒருத்தர் மிகப் பிரமாதமாக அறிமுகப்படுத்திக் கொண்டீர்கள். ரொம்ப நல்லது”

ரங்கப்பிள்ளை, தம் பாக்கு மண்டியில் அமர்ந்திருந்தார். மாலை நேரம் கட்டடங்களின் உச்சிக்கு, வெயில் மஞ்சள் அடித்துக்கொண்டிருந்தது. கும்பெனி சேவகன், வந்து ரங்கப் பிள்ளையிடம் சலாம் பண்ணிக்கொண்டு நின்றான். அப்புறம், ‘குவர்னர் துரை ரங்கப் பிள்ளையைக் கையோடு அழைச்சுக்கொண்டு வரச் சொன்னதாகச் சொன்னான்’ பிள்ளை, உத்தியோக உடுப்பாகிய அங்கியை அணிந்து, இடைவாளை இடுப்பில் செருகிக்கொண்டு குவர்னரைப் பார்க்கப் புறப்பட்டார்.

குவர்னரிடம் சென்று சலாம் பண்ணிக்கொண்டு நின்றார் பிள்ளை.

“வா, ரங்கப்பா” என்று வரவேற்றார். குவர்னர் கபே அருந்திக்கொண்டும், புகைத்துக்கொண்டும் இருந்தார். அவர் பின்னர், வாயில் புகை வழியச் சொன்னார்.

“ரங்கப்பா, இப்போது நீ பண்ணுகிற பெரிய துபாஷ் வேலைக்கு ரெண்டு பேர், ரொம்பவும் பிரயத்தனம் பண்ணுகிறார்கள். முதலில் அன்னபூரண ஐயன். கும்பெனி மேஸ்திரி. அவனைப் பற்றி உனது அபிப்பிராயத்தைச் சொல்லு”

தன் போட்டியாளர்களை ஆனந்தரங்கர் வெறுத்தார். அதை வெளிப்படையாகக் காட்டிக்கொள்ளக்கூடாது. எதிரிகளையும் மன்னிக்கிறவன் ரங்கப்பன் என்று குவர்னர் நினைக்க வேண்டும் என்று முடிவுக்கு வந்தார்.

“பிரபுவே, என்னையும் பொருட்டாய்க்கொண்டு, என் அபிப்பிராயத்தைக் கேட்டீரே. ஆகையினால் சொல்கிறேன். அன்னபூரண ஐயன், கும்பெனி ஊழியத்தில் வெகுநாளாக இருக்கிறார். நாளது தேதி வரைக்கும் அவர் மேலே யாதொரு பிராதும் இல்லை பிரபுவே. நாணயமான மனுஷன். அவரைத் தாங்கள் அந்த உத்தியோகத்துக்கு யோசிக்கிறதில் பழுது வராது.”

குவர்னர் பிள்ளையின் முகத்தை நோக்கினார். அது மிகவும் தெளிவாக இருந்தது. சற்று நேரம் யோசித்த பின், குவர்னர் சொன்னார்:

“இன்னும் ஒரு சேதி, ரங்கப்பா! லாசர் தானப்ப முதலி, தனக்கு துபாஷ் உத்தியோகம் வேணுமென்று கேட்கிறான். அவனைப் பற்றி உனக்கும் நன்றாகத் தெரியுமே. தெரிந்ததைச் சொல். அவன் யோக்கியதை எப்படி?”

“பிரபுவே! லாசரை, நான் நன்றாகவே அறிவேன். அவருடைய சகோதரர் கனகராய முதலியார் ஜீவிய வந்தராக இருந்த காலம் தொட்டே, அவரை நான் அறிவேன். பெரிய குடும்பஸ்தர். ஐவேஜி உள்ளவர். பெரிய மனுஷ்யர். பிரபுக்கள் சகவாசம் கொண்டவர். அந்த உத்தியோகத்துக்கு ஒரு பூஷணமாக அவர் இருப்பார் பிரபுவே! தகுதியான நபர்.”

குவர்னர், பிள்ளையை நுணுக்கமாகப் பார்த்தார்.

"ரங்கப்பா, இப்போ, நீதான் துபாஷ் உத்தியோகத்தில் இருக்கிறாய். அது போனால் நீ என்ன பண்ணுவாய்?"

"சுவாமி! உத்தியோகம் போனால் என்ன? என் தந்தையைப் போலவும், சுவாமியைப்போலவும் இருக்கிற தங்கள் பட்சம் போய் விடுமோ? அது போகாதே! இப்போ என்னை என்ன தாட்சியாய் வைத்திருக்கிறீர்கள்? என் கௌரதைக்கு என்ன குறைச்சல்? என் கௌரதை, உத்தியோகத்தை அடிப்படையாய்க் கொண்டதா, இல்லையே? அது தொட்டு, தங்கள் பட்சமும், அன்புமே எனக்கு முக்கியமே தவிர, உத்தியோகம், ஒரு பொருட்டு அல்ல. ஐயனே" என்றார் பிள்ளை.

துய்ப்ளெக்ஸ் துரை பிள்ளையிடம் சொன்னார்.

"ரங்கப்பா என் முடிவை நான் உனக்குச் சொல்லுகிறேன். நான் குவர்னராக இருக்கிற வரைக்கும், நீயே எனக்குத் துபாஷாக இருப்பாய்"

"எல்லாம் தங்கள் அன்பு" என்றார் பிள்ளை.

1993

குயில்

விழிப்பு தட்டியது. சுப்ரமண்யத்துக்கு.

அந்தக் குரல், அவரை அன்றாடம் எழுப்புகிற குயிலின் குரல்தான். அவர் அந்தக் குயிலை அறிவார். அவர் துயிலை அந்தக் குயில்தான், அன்றாடம் எழுப்புகிற கடமையை மேற்கொண்டிருக்கிறதே. அந்தக் குயிலை, அவர் அது காறும் பார்த்தது இல்லை. அவர் குடியிருந்த ஈசுவரன் தர்மராஜா கோயில் தெருவைச் சுற்றிய மரங்களில், ஏதோ ஒன்றில் அது வாசம் செய்துகொண்டிருந்தது. தனிக் குயிலா? ஆணா, பேடையா? தனித்ததா? குடும்பத்துடன் சேர்ந்ததா? அதை அவர் அறியார். ஆனாலும், முகம் அறியாத அந்தக் குயிலை அவர் சினேகித்தார். கடையத்திலும், மதராஸ் பட்டணத்திலும்கூட அவர் பல குயில்களைக் கேட்டிருக்கிறார். அது, இதுவா? இருக்கலாம்!

சுப்ரமண்யம், தம் மாடி அறைப் படுக்கையை விட்டு எழுந்தார். வெளியே வந்து கிழக்கை நோக்கி நின்றார். சூரியன், பிரசவ ரத்தம் பூசிய தேஜஸோடு, தகதகத்துக்கொண்டிருந்தான். சூரியனைப் பார்த்ததும், உறக்கத்தின் சுவடு, அவரிடமிருந்து முற்றாக நீங்க, "வருக, சகோதரா!" என்றார். அப்புறம் தொடர்ந்து, "உன் தேகம் பொலிக, உலகுக்கு உன் ஒளி என்னும் ஜீவனை வழங்குக. நீயும் சுபிட்சமாக இரு" என்றார். ஏதோ சூரியனே, ஒரு மனித உரு எடுத்து அவர் முன்னால் வந்து நின்றதுபோல அவர் பேசியதைக் கேட்டபடி செல்லம்மாள் வந்தாள்.

"என்ன, சூரிய தேவனுடன் பேசியாகிறதாக்கும்" என்றாள் செல்லம்மாள். சுப்ரமண்யத்தைப் பார்த்து.

"ஆமாம் செல்லம், தினம் தினம் நான் பேசுகிற இரண்டாவது ஆத்மா, இந்தச் சூரியன்தான்."

"பேஷ்! உங்கள் முதல் ஆத்மா யாரென்று தெரிந்து கொள்ளலாமா?"

“வேறு யார்? அந்த குயில்தான்! ம்... அதோ கூவுகிறது பார். காதில் தேன் வந்து பாயவில்லையா...? அடடா ஊனை உருக்குகிறதே உள்ளொளி பாய்ச்சுகிறதே, உலகத்துச் சோகங்களையெல்லாம் என்னைப்போலவே, இந்தச் சின்னஞ்சிறு சகோதரனும் சுமந்துகொண்டு திரிகிறானே...”

செல்லம்மாள், வெட்டிக் கொள்பவள்போலச் சொன்னாள்:

“கீழே உங்கள் சிஷ்யர் வந்து காத்திருக்கிறார்”

“யார், மாங்கொட்டைச் சாமியாரா?”

“மாங்கொட்டையோ, பனங்கொட்டையோ... எனக்கென்ன தெரியும்?” அந்த அம்மாள் விரைந்து, மாடியை விட்டு இறங்கி அகன்றாள். சுப்ரமண்யம், கறுப்புக் கோட்டை எடுத்து அணிந்துகொண்டு, அதன் மேல் காசித் துண்டைப் போர்த்திக்கொண்டு, கீழே வந்தார்.

சுப்ரமண்யம், தன் சிஷ்யருடன், மடுவை நோக்கி நடந்தார். முத்தியால் பேட்டையைத் தாண்டிய உடனேயே, உலகம் புதிய உடையை எடுத்துக் கொள்கிறதுபோல அவருக்குத் தோன்றும். வயல்களாம் பச்சைப் பாய்கள் பூமியை மறைத்தபடி விரிக்கப் பட்டிருக்கும். ஒரு நாளில் காலை முகத்தைக் கண்டு ரசித்தபடியே அவர்கள் மடுவை வந்து சேர்ந்தார்கள்.

சுப்ரமண்யம் மடுவில் முங்கி எழுந்தார். அப்போ, அவர் காதுகளுக்கு அந்தக் குரல் எட்டியது. ஒரு குயிலின் குரல்! பிரமை பிடித்தாற் போன்று, அசைவற்று நின்றுவிட்டார் அவர். மாங்கொட்டைச் சாமிக்கு மனசில் கிலி அடித்தது

“பாரதியார்வாள் என்ன அப்படியே சமைஞ்சுப் போனீர். என்ன விஷயம்?”

“சாமி உனக்குக் கேட்கிறதா? ஒரு குயில் கத்துங் குரலோசை உனக்குக் கேட்கிறதா.?”

சாமி, காதைத் தீட்டிக்கொண்டு, அதைக் கேட்க முயன்றார். தலையை அசைத்தபடி அப்புறம் சொன்னார்:

“இல்லையே... எனக்கு அது கேட்கவில்லை...”

“நீ துரதிருஷ்டக்காரன். எனக்குக் கேட்கிறது”

சாமி வியப்பு தோன்றும் குரலில் சொன்னார்:

“நீர் மகான், கவி! உமக்கு அமானுஷ்யக் குரல் எல்லாம் கேட்கிறது. என்னைச் சொல்லும், பரம மூடன்”

“சாமி, இது புதுச்சேரிக் குயில் அல்ல. ஓய் இது, நான் பிறந்த ஊரில், எனக்குக் கேட்ட குரல். கடையத்தில் மட்டுமல்ல, மதுரை சேதுபதி பள்ளியில் நான் கேட்ட குரல். சென்னைச் சுதேசமித்திரனில், இந்தியா பத்திரிகையில், நான் எங்கெல்லாம் இருந்தேனோ, அங்கெல்லாம் என்னைத் தொடர்ந்து வந்துகொண்டேயிருக்கிற குரல்.”

பாரதி, குளித்து முடித்து வீடு திரும்பும் வரை, அந்தக் குரல் அவரைத் தொடர்ந்துகொண்டே இருந்தது.

வீட்டுத் திண்ணையில். வ. வெ. சு ஐயர் அமர்ந்திருந்தது, தூரத்தில் இருந்தே அவருக்குத் தெரிந்தது. பாரதியைக் கண்டதும் ஐயர், “நமஸ்காரம்” என்றார்.

“நமஸ்காரம்” என்றபடி, அவருக்கு முன் அமர்ந்தார் சுப்ரமண்யம்.

“ஐயர்வாள்! உம் குளத்தங்கரை அரசமரம் கதையை நேற்று இரவுதான் படித்து முடித்தோம். அருமையான கதை. தமிழ் நாட்டில், ஐரோப்பாக் கண்டத்துக் கதை ஆசிரியர்களைப்போல, நீர்தான் முதன் முதலில் கதை எழுதத் தொடங்கியிருக்கிறீர். நீர், தமிழ் நாட்டின் தாகூரைப்போலவும் இருக்கின்றீர். ஒரு அரச மரம் பேசுகிறது என்று எழுதியிருக்கிறீரே, ஆகா, உமது ஆத்மாவே ஆத்மா. காணும் பொருள்களில் எல்லாம் கண்ணனே இருக்கிறான் என்கிற தத்துவத்துக்குக் கதை உருவை அளித்திருக்கிறீர்.”

பரவசப்பட்டு, சுப்ரமண்யம் சொன்னதையெல்லாம், அமரிக்கையுடன் கேட்டு முடித்த ஐயர் சொன்னார்:

“பாரதி... உமது, பாடல் வரிகளே என்னை அங்ஙனம் எழுத வைத்தன. ‘காக்கை குருவி எங்கள் சாதி... நீள் கடலும் மலையும் எங்கள் கூட்டம்’ என்று எழுதிய மகாதுபாவர் அல்லரோ, நீர்! அது மாத்திரம் அன்றி, குயிலையே கதாநாயகனாய்க்கொண்டு குயில் பாட்டு என்கிற காவியத்தையே அல்லவோ படைத்திருக்கிறீர். அந்த பாதிப்பு அல்லவோ, என்னை இங்ஙனம் எழுத வைத்தது.”

சுப்ரமண்யம் சொன்னார்:

“ஐயர்வாள். நான் உமக்குச் சொல்லியிருக்கிறேனே. இன்று காலையில்கூட குயில் சத்தம் கேட்டுத்தான் கண் விழித்தேன். தினமும் என்னை எழுப்புவது அதுதான். என்னைத் தொடர்ந்து நெல்லைச் சீமையில் இருந்து, இங்கு வந்து சேர்ந்திருக்கிறது ஓய். எந்த மாந்தோப்பில் இருந்து, அது பாடிக்கொண்டிருக்கிறதோ, தெரியவில்லை!”

ஐயர், மிகவும் யோசித்துவிட்டுச் சொன்னார்:

“அந்தக் குயில், எந்த மாந்தோப்பில் இருந்தும், பாடவில்லை. பாரதி அது உமது மனசில் உட்கார்ந்துகொண்டு பாடுகிறது”

அவர்கள் சம்பாஷித்துக்கொண்டிருக்கும்போதே, மழை பெய்ய ஆரம்பித்தது.

மழை, தொடர்ந்து பெய்தது. தூறலாய் ஆரம்பித்து, புயலுடன் சேர்ந்து மழை கொட்டியது. வானம் பொத்துக்கொண்டு வழிந்தது. என்ன மழை! அரைக்கணமும் விடமால் பொழிந்துகொண்டிருந்தது. அண்டம் பிளப்பதுபோல, இடி முழங்கிக்கொண்டிருந்தது. மனிதர், தெருவில் நடப்பதை ஒழித்தனர். தெரு நிரம்பி, நீர் பள்ளப் பகுதியில் புகுந்தது. அடைமழை என்றார்கள். சூரியன் முற்றாக மறைந்து, பகலிலும் இருள் சூழ்ந்தது. ஜன்னல் மறைப்புக்களை ஒண்டிக்கொள்ள வந்தன காக்கைகள். தங்கள் சிறகுகளை விரித்து, நீவிவிட்டு, சிலிர்த்து நீரைத் தங்கள் உடம்பிலிருந்து போக்க அவஸ்தைப்பட்டன பறவைகள். காற்று, பைத்தியக்காரன் வீசும் பட்டாக் கத்தியைப்போல, குறியும், இலக்கும் இன்றி வீசிக்கொண்டிருந்தது. மக்கள் காதுகளில் மழை பெய்யும் ஓசை தவிர வேறு ஓசை எதுவும் கேட்காமல் இருந்தது. மூன்று நாட்கள் பெய்த மழை, அன்று காலைதான் நின்றது.

கதவைத் திறந்துகொண்டு, வெளியே வந்தார் சுப்ரமண்யம். தெரு, வெள்ளக்காடாக இருந்தது. மனித அரவம் அற்றி வெறிச்சோடியிருந்தது.

தெரு வெயில், தங்கம் உருக்கி வார்த்ததுபோலப் பிரகாசித்தது. தெருவை நோட்டம் இட்ட அவர், செத்து விழுந்து கிடந்த காக்கைகளைக் கண்டதும் பதறித் துடித்துப் போனார். திடுமென, அன்று காலையில் இருந்து கூவாமல் இருந்த குயிலின் நினைவு வந்தது. சுற்றி இருந்த தென்னைகளும், மாமரங்களும் வேரோடும் பெயர்ந்திருந்ததைக் கண்டார். அந்த முகமற்ற குயில், எங்கே தங்கியிருக்கும்? இந்த மூன்று நாட்களில் என்ன உண்டிருக்கும்? உயிரோடுதான் இருக்குமா? அல்லது செத்துப் போயிருக்குமா?

வீட்டுக்குள் நுழைந்தார். தன் கறுப்புக் கோட்டை எடுத்து அணிந்து கொண்டார். முண்டாசுத் தலையுடன் புறப்பட்டார். அவர் தெருவில் இறங்கவும், அவர் சினேகிதரும் ரசிகர்களுமான விஜயராகவன், ராயர் என்று சிலரும் வந்து அவரைச் சேர்ந்துகொண்டார்கள். எல்லோரும் புறப்பட்டார்கள். சுப்ரமண்யம் அவர்களிடம் சொன்னார்:

"அன்பர்களே, குளிரில் இருக்கும், வீடிழந்த மனிதர்களுக்குப் பலரும் உதவப் புறப்பட்டிருப்பார்கள். நாம், இந்தப் பறவைகளைக் கவனிப்போம். மனிதர், நடுத்தெருவில் செத்து விழுந்து கிடப்பது மனிதர்களுக்கு இழுக்கு என்றால், பறவைகள் செத்துக் கிடப்பதும் மனிதர்க்கு இழிவுதான். நாம் ஒவ்வொருவரும், ஒவ்வொருத் தெருப் பக்கமாகச் செல்வோம். விழுந்து கிடக்கும் பறவையினங்களைச் சேகரிப்போம். அவற்றைக் கண்ணியமாகப் புதைப்போம்.

அவர்கள், ஒவ்வொருத் தெருவாகச் சென்று, இறந்து கிடக்கும் பறவைகளைச் சேகரித்தார்கள். சுப்ரமண்யத்துக்கு மட்டும், அந்தக் குயிலின் ஞாபகமாகவே இருந்தது. எங்கிருந்தாவது, அந்தக் குரல் கேட்டுவிடாதா என்கிற தவிப்பாகவே இருந்தது. அருகில் வந்துகொண்டிருந்த ஐயர் அவரிடம் கேட்டார்.

"பாரதி... என்ன எங்கேயோ சஞ்சரிக்கிறீர்?"

"எல்லாம் அந்தக் குயில்தான் ஐயரே. அதன் சுருதியைக் கேட்டு மூன்று நாட்களாகி விட்டது. அந்த ஜீவனுக்கு என்ன நேர்ந்ததோ என்கிற கவலைதான், மனசைப் பிடித்து உலுப்பிக்கொண்டிருக்கிறது."

"கவலைப்படாதீரும். குயில், உம்மை விட்டு எங்கே போய்விடும்? நீர் உம்மை என்னவென்று நினைத்தீர். நீர் குயிலின்கூடய்யா, கூடு! கூட்டை விட்டுக் குயில் எங்கே போய்விடும்?"

பாரதி, ஐயர் முதலான குழு பறவைகளைச் செஞ்சி சாலையண்டையில் குழி தோண்டிப் புதைத்தது. பிறகு வீடு திரும்பிற்று.

பறவைகளைத் தேடிப் புதைப்பதில் ஒரு நாளைச் செலவிட்ட சுப்ரமண்யம், அலுப்பு மிகுதியால், கண்ணயர்ந்தார்.

குயில் கூவிற்று. அவருக்கு விழிப்பு தட்டியது. எழுந்து அமர்ந்தார். அந்தக் குயிலுக்கு கூர்ந்து காது கொடுத்தார். அது, குயிலின் சுருதிதானா என்று தீர்மானிக்க முயன்றார். எல்லையற்ற நிம்மதியும், சந்தோஷமும் அவரைச் சூழ்ந்தது.

ஆம் குயில் கூவிக்கொண்டிருந்தது.

1994

பண்பும் பயனும் அது

அவர்கள் பயணம் புறப்பட்டார்கள். பயணம் என்பது சர்க்கரை மலை வரைக்கும். இப்படி ஒரு பயணத் திட்டத்தை சிபி சொன்னபோது சுமதிக்கு ஆச்சரியமாக இருந்தது.

"என்ன?" என்றாள், கண்களை விரித்துக்கொண்டு. அவள் புருவங்கள், அரை நெற்றியையும் தாண்டிப் போயின. ஊதி விரிந்த பலூன்போல, பெருத்த அவள் கண்களை ரசித்தபடி சிபி சொன்னான்:

"நாளை நமக்கு மூன்றாவது கல்யாண நாள் ஆச்சே, அதைக் கொண்டாடத்தான்."

"பரவாயில்லையே. அதைகூட ஞாபகம் வச்சிருக்கீங்களே" என்றாள் சுமதி. அவன் முகம் இருண்டதாய் சுமதிக்குத் தோன்றவே அவள் சந்தோஷப்பட்டாள். சுமதியின் ஒப்புதலை அவன் எதிர்பார்க்கவில்லை. அவனும் அதைக் கேட்பான் என்று சுமதியும் எதிர்பார்த்தவள் இல்லை. அவன் சட்டையை சோபாவின் மேல் சுழற்றிப் போட்டுக் குளிக்கப் போனான்.

அவர்கள் பயணம் புறப்பட்டார்கள்.

சர்க்கரை மலைக்குப் போகும் பஸ்ஸில் கூட்டம் நிறைந்திருந்தது. அவளுக்கு மட்டும் பெண்கள் பிரிவில் அமர இடம் கிடைத்தது. கையில்கொண்டு வந்திருந்த உணவு, தண்ணீர் பாட்டில்களைக் கொண்ட பையைக் காலடியில் வைத்துக்கொண்டாள் சுமதி. அவன் கம்பியைப் பிடித்துக்கொண்டு நின்றான். இது ஒன்று அவன் கோபத்தைத் தூண்ட போதுமான காரணமாக அமைந்திருக்கும். இந்தப் பயணம் அவன் சம்பந்தப்பட்டதாயில்லே! அவன் செய்த ஏற்பாடு. அவள் அழைத்து அவன் வந்திருப்பானேயாகில், பஸ்ஸில் கூட்டத்தைப் பார்க்கையில் இன்று பயணம் வேண்டாம் என்று சொல்லியிருப்பான்.

சுமதி பக்கவாட்டில் நின்றிருந்த சிபியைப் பார்த்தாள். அவன் முகத்தில் சலிப்பின் அல்லது கோபத்தின்

சுவட்டையும் காணோம். அமைதியாக இருந்தான். இதவும் ஆச்சரியம்தான். முணுக்கென்றால் கோபம் வந்துவிடத் துடிக்கும் துர்வாச மனுஷன் அவன். முன்னாலும், பின்னாலும் மனிதர்கள் இடித்ததையும் பொறுத்துக்கொண்டு அமைதி காக்கிறானே எப்படி? நடத்துநர் அருகில் வர, ஒற்றைக் கையால் கம்பியையும் பிடித்துக்கொண்டு, மறுகையால் சிரமப்பட்டு பணம் எடுத்துச் சீட்டு வாங்க, அவன் படும் கஷ்டத்தைப் பார்க்க, அவளுக்கு சற்றுப் பரிதாபம்கூட ஏற்பட்டது அவன் மேல். உடனே, அந்தப் பரிதாப உணர்வை அழித்தெறிந்தாள். இந்த இளக்கம்கூடாது இந்த நெகிழ்வுதான், அனைத்துச் சிறுமைகளுக்கும் காரணம். இவை, இந்த இளக்கம், இந்த நெகிழ்வு, இந்தத் தங்கக் கம்பிகள்! தங்கக் கம்பிகள்தான். இதைக்கொண்டு சிபி போன்ற ஆட்கள், தங்கக் கூண்டல்லவோ செய்கிறார்கள். கூண்டு என்று வந்தால் அது தங்கமாக இருந்தால் என்ன? இரும்பாக இருந்தால் என்ன?

சுமதி ஜன்னல் வழியாகத் தன் பார்வையைப் படர விட்டாள். மரங்கள்! 'ஹோ' என்று அகலக் கைபரப்பிக்கொண்டு, சைகை மொழி பேசிக்கொண்டு நிற்கிற மரங்கள். பாதையின் இருசாரியிலும் அடர்ந்து நிற்கும் மரங்கள். ஒல்லியாக, பருமனாக, இடைத்தரமாக, கிளைகளும், இலைகளுமாக நிற்கிற மரங்கள். பேய் பிடித்தப் பெண்கள் தலை விரித்து ஆடுவதுபோல, அந்த மரங்கள் ஆடின. சுமதி அவற்றோடு ஒன்றிப் போனாள். திடுமென கிளைகள் இலைகள் எல்லாம் சுருங்கி, இரண்டு கைகளை மட்டும் விரித்துக்கொண்டு நிற்கிறாற்போலத் தோன்றியது சுமதிக்கு. சங்குபோல் பருத்த மரத்தின் தலை, கூந்தல்போலவும், கண்காணா ஆணிகளால் இரத்தம் வராமல் அறையப்பட்ட பெண்களாய் மாறின மரங்கள். பிரமைதான். ஆனால், தெளிவான பிரமை. அந்த மர வரிசையில் ஒருத்தியாய் சுமதி நிற்கிறாள். அவள் அம்மா, அக்கா நிற்கிறார்கள். கல்யாணமாகாத தங்கையும் நிற்கிறாள். ஆணி இன்னும் அறையப்படாமல்

'க்ளுக்' என்று சிரித்தாள் சுமதி. பக்கத்தில், ஒரு மூட்டை சுமப்பவள் மாதிரி குழந்தையை வைத்திருந்த பெண், இவளைத் திரும்பிப் பார்த்தாள. சிபியும் பார்த்தான். 'எதுக்கு சிரிக்கிறது பைத்தியம்' என்று அவன் நினைத்திருக்கக் கூடும். தன்னைப் பைத்தியம் மாதிரி, அந்தக் கணம் கற்பனை செய்து பார்த்தாள் சுமதி. தலையைப் பிடாரி மாதிரி கலைத்துக்கொண்டு, துணிகளைக் கிழித்துக்கொண்டு, போவோர் வருவோரைக் கல் எறியும் சுமதி, துணி கிழிக்கப்படுவது, மார்புகள் ஸ்பஷ்டமாய் தெரிவது மாதிரி இருக்க வேண்டும். மார்பின் மேல் சூடாக, இறுக்கமாக வந்து மோதும் ஆண்களின் விழிகளை, சிபி சந்திக்க வேண்டும். அந்த நினைவே அவளைக் கிளர்த்தி, களிகூரச் செய்தது. வேறு எந்த வகையில் அவனைப் பழி தீர்க்க முடியும்?

சிபி அவளைப் பார்த்து, ஓர் ஓணானைப்போல தலையசைத்தான். பஸ்ஸும் நிதானமாயிற்று. ஆகவே அவர்கள் இறங்க வேண்டிய இடம் வந்து விட்டது என்பதைத்தான் அவன் உணர்த்தினான் என்பது அவளுக்குப் புரிந்தது. அவள் தன் சுமைகளைச் சுமந்துகொண்டு அவனுடன் இறங்கினாள்.

அந்த இடம் அவளுக்கு ஏற்கெனவே பரிச்சயமானதாகத் தெரிந்தது. அப்படித்தான், அவர்களுக்குத் திருமணம் ஆன மறுநாள் அவர்கள் இங்குதான் வந்திருந்தார்கள். அந்தப் பட்டாணிக்கடை அப்படியேதான் இருந்தது. மாபெரும் தகரத் தட்டங்களில் வழிய வழியப் பட்டாணியும்,

வெள்ளைப் பொரி கடலையும் சின்னத் தட்டங்களில் வேர்க்கடலையும் முன்பு பார்த்ததுபோலவே இருந்தது. அதன் அருகில், பெட்டியடியில் அமர்ந்திருந்த கடைக்காரரும் அப்படியே இருந்தார். கன்னங்கருத்த, மேலாடை இல்லாத கடைக்காரர் உடம்பு, இந்த மூன்று ஆண்டுகளில் சற்று சதை போட்டிருந்தது. தன்னிச்சை இன்றியே, அவள் அந்தக் கடைப்பக்கம் போனாள். போன முறை வந்தபோது. அவன் அவளுக்குப் பட்டாணி வாங்கித் தந்தான். கொறித்துக்கொண்டே அவர்கள் படி ஏறினார்கள். ஒருவர் மேல் ஒருவர் பட்டாணியை வீசியெறிந்து கொண்டே படி ஏறினார்கள். அவனுக்கு இதெல்லாம் ஞாபகம் இருக்குமா? அதனால் இனி ஆகப் போகிறது என்ன?

சுமதி பட்டாணிக் கடைப்பக்கம் போவதைப் பார்த்து, 'பச்' என்று சலித்துக்கொண்டான் சிபி. சட்டென்று தன்னைச் சுதாரித்துக்கொண்டவனாக, "சரி வாங்கிக்கோ" என்றான். ஏதோ அவன் உத்தரவுக்காக அவளும், உலகமும், சூரியனும் சந்திரனும் காத்திருக்கிற மாதிரி அவன் சம்மதித்தான். சுமதிக்கு சற்று ஏமாற்றமாக இருந்தது. சிபி, பட்டாணி வேண்டாம் என்று சொல்லி இருந்தான் என்றால் அவள் அதை மீறி இருப்பாள். அந்த வாய்ப்பு அவளுக்குக் கிடைக்கவில்லை.

வெகு சீக்கிரமே, அவர்கள் அடிவாரம் வந்து சேர்ந்தார்கள். படி ஏறத் தொடங்கினார்கள். சுமதி, தன் கையிலிருந்த சுமையைச் சிபியிடம் கொடுத்தாள். அவனும் வாங்கிக்கொண்டான். அவள் பட்டாணியை, தோலைக் கொறித்து வாயில் போட்டுக்கொண்டான். சிபி, ஒரு படி முன்னாலும், அவள் ஒரு படி பின்னாலும் இருந்தார்கள். திடுமென, அவன் அவள் பக்கம் திரும்பி, "உனக்கு ஞாபகம் இருக்கா சுமி, நமக்குக் கல்யாணம் ஆன மறுநாள் நாம் இங்குதான் வந்தோம்..." என்றான். சொல்லிவிட்டு, அவளிடம் எதையோ யாசித்தான். வேறு எதை? ஒரு புருவம் தூக்கலை, ஒரு மந்தகாசத்தை, பேஷ் பரவாயில்லையே என்கிற பெருமிதத்தை, நான் அதை மறக்கவில்லை. உன் மேல் இன்னும் எனக்குக் காதல் இருக்கிறதாக்கும் என்கிற பொய் தம்பட்டத்தை! நானா ஏமாறுவேன்?

சுமதி இயன்றவரை, முகத்தைக் கடுமையாக வைத்துக்கொண்டாள். அவள் சொன்னது காதிலேயே விழவில்லை என்பதான போலிப் பாசாங்கை சமத்காரமாகச் செய்து முடித்தாள் அவள்.

மலையின் சமபகுதிக்கு அவர்கள் வந்து சேர்ந்தார்கள். வெயில் காரமாக இருந்தது. கழுத்தில் உறைத்தது. காதுகளின் பின்புற மடல்களில் இருந்து வியர்வை வழிந்தது. வியர்வையால் உடம்பு நசநசத்தது. சற்று தூரத்தில் இருந்த முருகன் கோயிலுக்கு வந்திருந்த சில பேர், பாறைகளின் மேல் அமர்ந்து சாவதானமாக தேங்காய் படைத்துச் சாப்பிட்டுக்கொண்டிருந்தார்கள்.

கொண்டு வந்திருந்த பையில் இருந்த சமுக்காளத்தை எடுத்து விரித்தான் சிபி. இருவரும் அமர்ந்தார்கள். தண்ணீர் பாட்டிலைத் திறந்து குடித்தாள் சுமதி. அவன், தரையில் கிடந்த ஒரு குச்சியை எடுத்து, மண் தரையில் எதையோ கிறுக்கிக் கிறுக்கிக் கலைத்தான். இருந்த இடத்திலிருந்தே அவன் எழுதுவது என்னவாக இருக்கும் என்று பார்த்தும் பார்க்காததுபோல அதைப் பார்த்தாள் சுமதி. சரியாக விளங்கவில்லை, வேறு என்ன இருக்கும்? இந்திராணியின் பெயராக இருக்கும்.

சுமதி தனக்குள் சிரித்துக்கொண்டாள். அவன் அதைப் பற்றிப் பேசுவான் என்று அவள் எதிர்பார்த்தாள். அவன் தொண்டையைச் செருமிக்கொண்டான்.

'வெளியில் வா சிபி' என்று தனக்குள் சொல்லிக்கொண்டாள் சுமதி.

"சுமதி"

"ம்"

"உன்னை இங்கு அழைச்சுக்கிட்டு வந்தது எதுக்குத் தெரியுமா?

"ஏதோ சொன்னீங்களே... கல்யாணம் ஆன மூணாவது வருஷம்னு..."

"ம்... அதுவும் ஒரு காரணம். ஆனா, மனம் விட்டு சில விஷயங்கள் பேசலாம்னுதான்..."

அவன் முகம் சோகவயப்பட்டது மாதிரி இருந்தது. சோகம் என்பது, நெற்றி தூக்கல், நெற்றியில் மடிப்புக்களை ஏற்படுத்தும். முகத்தை உம்மென்று வைத்துக் கொள்ளுதல். இது ஒரு பாவனை. இதைக் கண்டுவிட்டால், சுமதி துடித்துப் போவாள். உயிர் அவளிடம் தரிக்காது, சோறு இறங்காது, தூக்கம் வராது, அது ஒரு காலம். அவளிடம் அப்போது காதல் இருந்தது. அவனுக்காக எதையும் துறக்கிற, அவன் பொருட்டு எதையும் மறுதலிக்கிற காதல். அது இருந்த கூடு மட்டும் இப்போது அவளிடம். அவனே தொடர்ந்தான்.

"உன் மனசுக்குள்ள என்னைப் பற்றித் தப்பான எண்ணம் விழுந்துருச்சி."

சுமதி கூர்மையானாள்.

"எது தப்பு?"

"எனக்கும் இந்திராணிக்கும் சினேகம் இருக்குன்னு, இன்னும் நீ நம்பறே..."

அவள் உடனடியாகச் சொன்னாள்:

"சினேகமா இருந்தா பிரச்சினை இல்லையே..."

அவன், அங்கிருந்த புற்களை அனாவசியமாகப் பிய்த்தெறிந்தான். ஒரு சிகரெட்டை எடுத்துப் புகைத்துக்கொண்டு, புகையை வழிய விட்டான்.

"நான் மறுக்கலையே. ஒரு காலத்தில் இருந்தது. இப்போ இல்லை. நீ இதைப் புரிஞ்சுக்கணும். எந்த சந்தர்ப்பத்தில் அது ஏற்பட்டுச்சுன்னு..."

"எனக்கு அதைத் தெரிஞ்சுக்கிறதுல இஷ்டம் இல்லை."

சிபியிடம் திடீரென்று ஒரு பிடிவாதம் ஏற்பட்டது. தன்னை முழுசாக இறக்கிக் காட்ட வேண்டும் என்று முடிவெடுத்தவன்போல அவன் சொன்னான்:

"ஆணுக்கும், பெண்ணுக்கும் சினேகம்னா, அது படுக்கைக்கு..."

"உஸ்" என்று அவன் சொல்ல வந்ததை உடனடியாக மறித்தாள் சுமதி.

"ரெண்டாம் முறையாவும் என்னை அவமானப் படுத்தக்கூடாது. ஆண் பெண் உறவைக் கொச்சையா, அம்மணமா புரிஞ்சுக்கிறவள் நான்னு நிரூபிக்க வேணாம். உங்க மூளையில், நான் முட்டாள் புரிஞ்சுக்க முடியாத பாமரம். நீங்க யாரோடு படுத்துக்கிறீங்கங்கறது என் விஷயம் இல்லை. ஆனா, எவளையோ ஜெயிச்ச சந்தோஷத்தை, என் மேல அலட்சியமா திருப்ப உங்களுக்கு உரிமை இல்லை. என் அத்து எனக்குத் தெரியும். நான் வலை வீசிட்டு காத்திருக்கலை. நீங்க மீனும் இல்லை."

அவன், இப்படி அவள் பேசுவாள் என்று எதிர்பார்த்தவன் இல்லை. அவசரமாகவும், அபத்தமாகவும் சொன்னான்:

"எனக்குப் பசியில்லை... அப்புறம் சாப்பிடலாமே"

சுமதி சிரித்தாள்.

பட்டாணி சுற்றி வந்த காகிதத்தில், கப்பல் செய்ய தொடங்கினாள். கத்திக் கப்பல், தண்ணீருக்கு அடியில் பதுங்கி இருக்கும் பகையை அழிக்கும் கத்தி. கத்திக் கப்பல் விடுவதற்கென்றே, சின்ன வயசில் மழை பெய்யும். வாசலில் சாக்கடையை அடைத்து, தண்ணீர் தேங்க வைத்து, அவள் கப்பல் விடுவாள். நோட்டுப் புத்தகங்கள் எல்லாம் இளைக்கும் வரை, அப்பா வாங்கிப் படித்து ஒழுங்காக மடித்து வைத்திருக்கும் 'இந்து' பத்திரிகைகள் குறையும் வரை, சாதாக் கப்பல், கத்திக் கப்பல், மேலே மூடி வைத்தக் கப்பல் எல்லாம் விதம் விதமாக, மழையைத் தலையில் வாங்கிக்கொண்டு, சட்டை பாவாடை நனையும் வரை, அம்மா சொல்லிச் சொல்லிப் பார்த்து தாங்காமல், அடுப்பில் வைத்த வாணலி எக்கேடும் கெடட்டும் என்று வந்து அவள் முதுகில் அறைகிற வரை. இப்போதும் மழை பெய்யத்தான் செய்கிறது. கப்பல்விடத் தோன்றுகிறதும் நிஜம்தான். ஆனால் கல்யாணம் பண்ணிக்கொண்டு, இருபத்து ஐந்து வயசான, கே. வி. எஸ் கம்பெனியில் காசாளர் என இருக்கும் மனுஷி, கப்பல், அதுவும் கத்திக் கப்பல் பண்ணி விடுகிறதாவது?

பட்டாணித் தாளைக் கத்திக் கப்பலாக மாற்றித் தரையில் வைத்தாள் சுமதி. மண்ணைக் கிழித்துக்கொண்டு அது புறப்படுகிறது. யுத்தக் கப்பல் அது. யாருடன் யுத்தம்? புழுதி பரக்க கப்பல் விரைகிறது. யாரை நோக்கி? கப்பலுக்குக் கீழே கத்தி கொஞ்சம் கொஞ்சமாக நழுவிக் கீழே வழுக்குகிறது. அதன் எதிரே வர இருந்த எதையும் இரண்டு துண்டாக்கிக்கொண்டு விரைகிறது. திமிங்கலங்கள், பாம்புகள் என்று எத்தனை பகைகள்?

திடுமென, சிபியும் நீந்திக்கொண்டு வந்த கப்பலை வழி மறிக்கிறான். அவன் மீன்? அவன் விலாங்கு? அவன் தண்ணீர்ப் பாம்பு? அவன் விரியன் பாம்புக் குட்டி? அவனும் இரண்டு துண்டாகிறான்.

அவள் சிரித்தாள். வாய் விட்டுச் சிரித்தாள். சிபி பயந்து போயிருக்க வேண்டும்.

"என்ன ஆச்சு?"

"எல்லாம் ஆச்சு"

அவன் அவளைப் புதிராகப் பார்த்தான். அவள், அவனுக்குப் பின்னால் உயர்ந்திருந்த மலையைப் பார்த்தாள்.

"மலை உச்சிக்குப் போகலாமா?" என்றவள், அவன் சம்மதத்தை எதிர்பார்க்காமல் எழுந்தாள். அவனுக்கு முன்னால், சமதளத்தில் இருந்து திடுமென மலை ஒன்று எழுந்தது. மாடுகளும், ஆடுகளும், அவற்றை ஓட்டிக்கொண்டு போகிறவர்களும் போட்டிருந்த ஒற்றையடிப் பாதையொன்று எழுந்தது.

சுமதி முன்னாலும், சிபி பின்னாலும் நடந்தார்கள். சட்டென்று அவளிடம், சிறுமியின் உற்சாகம் வந்து தாக்கியது. தாண்டித் தாண்டிக் குதித்தவாறு அவள் முன்னேறினாள். அவள் வேகத்துக்கு ஈடு கொடுக்க முடியாமல், இறைக்க

இறைக்க அவன் பின் தொடர்ந்தான். அவனைக் கன்றுக் குட்டியாக்கித் தன் பின்னால் வரப் பண்ணியது அவளுக்கு சந்தோஷமாக இருந்தது.

வா, என் பின்னால் இது பழிக்குப் பழி. எத்தனை காலம் நான் உனக்குப் பின்னால் நடந்து கொண்டு இருப்பது சிபி?

அவர்கள் உச்சியை நெருங்கினார்கள். காற்று, வெறி பிடித்ததுபோல சுழன்று அடித்தது. தலைமயிரும், ஆடைகளும் தாறுமாறாகக் கலைந்தன. மேலிருந்து பார்க்கையில், வயிறு பந்தாகச் சுரிட்டிக்கொண்டு "பகீர்" என்றது. சட்டென்று அவசரமாக, பொதுக்கென்று ஒரு கிடுகிடு பள்ளம் இறங்கியது. அடிவாரத்தில் ஓடும் ஏதோ ஆறு, கோவணத் துணி மாதிரி மெல்லிசாகக் கிடந்தது. அங்கேயும் ஜனங்கள் வந்து போன சுவடு தெரிந்தது. அணைத்து எறிந்த சிகரெட் துண்டுகள், தின்று எறியப்பட்டு வெயிலில் சருகாகிய வாழை இலைகள், ஒரு காலி பாட்டிலும்கூட அங்கு கிடந்தது. இருவருமே, மனசுக்குள் பயம் எழ, அந்தப் பள்ளத்தை வேடிக்கை பார்த்தார்கள். அச்சம் ஒரு சுவை, ரசம். அதையும் அனுபவிக்கலாம்போலத் தோன்றியது சுமதிக்கு.

முடி பறந்து பறந்து முகத்தில் விழ, மண்ணின் அடிவாரம்போல 'ஆ' என்ற வாயைப் பிளந்துகொண்டு, இருள் மண்டி, நரகத்தின் வாசல் போலும், தூர்ந்த கல்லறையின் சிதிலம் போலும், சகல தீமைகளின் கர்ப்பக் கிரகம் போலும், பயங்கரமாகக் காட்சி தந்த அந்தப் பள்ளத்தையும், அருகிலே ஒரு சாண் அருகில் நின்றிருக்கும் கணவனைப் பார்த்தாள் சுமதி. அவனை அப்படியே அந்தப் பள்ளத்தில் தள்ளிவிட்டால் என்ன? விழுந்தால், ஓர் அங்குல எலும்பும் தேறாது. காற்றில் அவன் ஆவி கலக்கும். உடல் மண்ணுக்கு ஆகும். ஓரக் கண்ணால் சிபியைப் பார்த்தாள். சிபியும் ஏனோ முகம் இருண்டு கிடந்தான்.

மனசுக்குள் சிபியை அவள் தள்ளிவிட்டாள். அலறி, விதிர் விதிர்த்து, அகலக் கால் பரப்பி, தலை மண்ணை நோக்க, விழுந்து பொடிப் பொடி ஆகிறான் சிபி. அதுக்கு அவன் தகுதியானவன்தான். படிக்க வேண்டும் என்று ஆசைப்பட்டவளை, இவளைத்தான் கட்டுவேன் என்று அடம்பிடித்தவன் அவன். அன்று காலையில்தான் அவன் முகத்தை அவள் பார்த்திருக்க, அன்று இரவே, அவள் மனம் பதைக்க பதைக்க அவள் சேலையை உருவி, அவளைப் பெண்டாளச் செய்தவன் அவன். என்ன நடக்கிறது என்று அவள் அவதானிக்கும் முன்பே, எல்லாம் நடந்து முடிய அவளைக் கேவலமாக உணரச் செய்தவன் அவன். காலைச் செய்தி படிக்கும் அவள் அப்பாவிடம் இருந்து அவள் சுவீகரித்துக்கொண்டிருக்கும் பழக்கத்தை வற்றச் செய்தவன் அவன். அவள் சித்தி மகன், வீட்டைக் கண்டுபிடித்துக்கொண்டு பூவும், பழமும் வாங்கி வந்தவன், இருந்து பேசி, சாப்பிட்டும் போனவனுக்குப் பிறகு, இவனுக்குத் தலைவலி என்று சிடுசிடுத்துக்கொண்டு, முகத்தைத் தூக்கி வைத்துக்கொண்டானே அது ஏன்? இந்திராணியை அழைத்துக்கொண்டு வந்து விருந்து வைக்கச் சொல்லி, வெள்ளையாக இவளும் பண்ணப் போய், இவள் சமையல் கட்டில் இருக்க, அவர்கள் அறையில் காதல் பண்ணி, இவளைக் கிண்டல் பண்ணுவதுபோல இழிவு பண்ணினானே, அதுக்கு இவன் செத்தால்தான் என்ன? என்னை இது மாதிரி இழிவாக எல்லாம் நினைக்கப் பண்ணினானே, அதுக்காகவே அவன் சாகலாம்தானே? பூக்களாய்ப் பூத்துச் சொரிந்த மனசுக்குள் இரத்த வெறி பிடித்த யோசனைகளை விதைத்தானே, அதுக்காகவே அவன் ஒழியலாமே...

கையெட்டும் தூரத்தில்தான் அவன் இருந்தான். அவன் வாழ்வு இப்போது இவள் கையில். அவள் மனம் மகிழ்ச்சியுற்றது.

சிபி, அவளைப் பார்த்தும் பார்க்காதும் பார்த்தான். இந்த ராட்சசி என்னை விட்டு எப்போது ஒழிவாள். சதா சர்வகாலமும் அடுப்பைக் கட்டிக்கொண்டு திரியும் அடுப்புக்கரி. இது என்னை விட்டு எப்போதும் போகும்? எல்லா வகையிலும் சமதளத்தில் இயங்கும் இந்திராணியுடன் நிம்மதியாகக் கூடு அடையலாமே.? அவசரப்பட்டுவிட்டேன். அலுவலகத்து அழுக்கோடும், அலுப்போடும் என்னைப் பிடித்த சனி, எப்போது என்னை விட்டு விலகும்.

சுமதியின் கண்கள் அவனைத் துன்புறுத்துகின்றன. அவை அவனைத் துளைத்து எடுக்கின்றன. துயரம் செய்கின்றன. அவன் அவளைப் பார்க்கும் தோறும் சுருங்கிப் போகிறான். அவன் மனம் பனிக்கட்டி ஆகி விடுகிறது. எப்போதும் துடைத்த பாத்திரம்போல் பளபளக்கும் அவள் எங்கே? ஏதோ உலகத்தில் நடக்காதது நடந்து விட்டதுபோல குத்திப் பேசும் இவள் எங்கே? நான் தாலி கட்டிக்கொண்டது ஒரு நரகத்தையா? இவள் என் தவறுகளின் அவசரங்களின் தோற்றுவாயா? இது அடைபட வேண்டும்.

இவளை இப்பவே கீழே தள்ளிக் கொலை செய்தால் என்ன?

அவர்கள் அமைதியாகக் கீழே இறங்கி வந்தார்கள். கொண்டு வந்த உணவுப் பதார்த்தம் தீர்ந்து, பாத்திரங்கள் காலியாகி, சுமை குறைந்திருந்தது. அவர்கள் ஒருவரோடு ஒருவர் பேசிக்கொள்ளவில்லை. பேச எதுவும் இருப்பதாக அவர்களுக்குத் தோன்றவில்லை.

இரவு பத்து மணி தாண்டி அவர்கள் வீடு வந்து சேர்ந்தார்கள். பால் பாக்கெட்டை உடைத்துப் பாலைச் சுட வைத்தாள் சுமதி. அவன் ஒரு டம்ளர் குடித்தான். அவள் ஒரு டம்ளர் அருந்திவிட்டு படுத்தாள். ஒருக்களித்துப் படுத்தாள். அவன் பால்கனியில் நின்றபடி இருட்டைப் பார்த்துக்கொண்டு சிகரெட் பிடித்தான்.

ஊர் அடங்கி இருந்தது. எதிரில் இருந்த பால்கார வீட்டுப் பசு, மூச்சு விடுவது அதீதமாக இருந்தது. சிகரெட்டை எறிந்து விட்டு, விளக்கை அணைத்தான். ஒருக்களித்துப் படுத்திருந்த அவளை நேராகப் படுக்க வைத்தான்.

ஒரு மனிதனின் முழு பாரமும் தன்மேல் விழுவதை அவள் உணர்ந்தாள். இயன்றவரை தன்னை ஒரு மரக்கட்டைபோல் ஆக்கிக்கொண்டாள். அவன் புசுபுசு என்று மூச்சிரைக்க இயங்கினான். மிருகமா இவன்? மிருகங்களில் பலாத்காரம் இல்லையாமே! இது தனி ஜாதி மிருகம் போலும். பலாத்காரம் செய்கிற, பேசுகிற, முகம் மழித்துக் கொள்கிற, பனியனும் ஜட்டியும் அணிந்த, மாதச் சம்பளம் வாங்குகிற மிருகம் போலும்.

அவன் தணிந்தான். தரையில் நின்று, கைலியைக் கட்டிக்கொண்டான். கட்டிலின் ஓர் ஓரமாகப் படுத்தான். சற்று நேரத்தில் தூங்கிப் போனான்.

அவள், தன்னைச் சுற்றி ஒரு போர்வை மாதிரி கவிந்த இருட்டையே பார்த்துக்கொண்டு இருந்தாள்.

1994

இப்ராஹிம் என்கிற வள்ளல்

மஹ்ஜபீன், தெருவே வந்து திண்ணைத் தூணில் சாய்ந்துகொண்டு, வீதியை வேடிக்கை பார்த்துக்கொண்டு நின்றாள். தெருவில் இன்னும் வெயில் விழவில்லை. வீட்டுக் கூரைகளில் முடங்கி நிழல் விழுந்து தெருவே குளிர்ச்சிப்பட்டு இருந்தது. எதிர்வீட்டு பக்கத்து வீட்டுச் சுலைமானும், அகமதும், மதரசாவுக்குப் புறப்பட்டுக்கொண்டிருந்தார்கள். அட்டை போட்ட புஸ்தகத்தை கையில் வைத்திருந்தார்கள். கீழே கைலியும், மேலே சட்டையும் தலையில் தொப்பியும் அணிந்திருந்தார்கள்.

"என்னடா, சுலைமான் அகமது புது புஸ்தகமாக்கும்? எங்கே அக்காகிட்டே காட்டு..."

இருவரும் ஓடி வந்து போட்டி போட்டுக்கொண்டு தங்கள் புஸ்தகங்களை மஹ்ஜபீனிடம் கொடுத்தார்கள். ஆசை ஆசையாக, அவள் வலப்புறமிருந்து ஒவ்வொரு கூடாகப் புரட்டிப் பார்த்தாள். தங்க ரேகை மினுக்க அழகாக அச்சிடப்பட்டிருந்தது. இது மாதிரி புஸ்தகத்தை அவள் பார்த்தது இல்லையே. அத்தாவிடமும் கித்தாப் இருக்கிறது. அது ரொம்பவும் பழசு. கைப்பட்டுப் பட்டு, திட்டுத் திட்டாக அழுக்கேறிக் கிடக்கிற அது. அத்தாவுக்கு அப்பா கொடுத்ததாம் அது.

"உம்மா, மாமாவிடமும் சொல்லிவிட்டு, கீழக்கரையிலிருந்து கொண்டு வந்தது. எனக்கு, அம்மதுக்கும்."

"அப்புறமா, எனக்குப் படிக்கத் தருவியா"

"செரி,"

பையன்கள் இருவரும், பள்ளிக்கூடம் போவதையே பார்த்துக்கொண்டு நின்றிருந்தாள் மஹ்ஜபீன்.

பள்ளிவாசலில் தொழுதுவிட்டு திரும்பிக் கொண்டிருந்தார்கள் சிலர். எதிர்வீட்டில், ஜமிலா அக்கா, குழந்தைக்குச் சோறு ஊட்டிக்கொண்டிருந்தாள். கதவு

மறைப்பில் நின்று வேடிக்கை பார்த்துக்கொண்டு நின்றிருந்த ஜமிலா அக்கா பார்வையில் மஹ்ஜபீன் பட்டாள். அக்கா சிரித்தாள்.

"சாப்பிட்டையா?" என்றாள் சைகையில்.

"இனிமேல்தான்" என்றாள் மஹ்ஜபீன்.

வலப்பக்கம் பார்த்தாள்.

இப்ராஹிம் வந்துகொண்டிருந்தார். கையில் ஒரு பெரிய திருவோடு.

ஒவ்வொரு வீட்டு வாயிலிலும் அவர் நின்றார். "அஸ்ஸலாமு அலைக்கும்" என்று வீட்டுக்குள் பார்த்துக் குரல் கொடுத்தார். யாரேனும் தெருவே வந்தால் "பள்ளிக்கூடம் கட்ட உதவி புரியுங்கள், மகா ஜனங்களே... பள்ளிக்கூடம் ஒன்று கட்ட வேணும்... உதவி புரியுங்கள்..." என்று சோற்றுக்குப் பிச்சை கேட்பது மாதிரி, வந்துகொண்டிருந்தார் இப்ராஹிம்.

மஹ்ஜபீன், "வாப்பா... உம்மா... இப்ராஹிம் மாமா வர்றாங்க..." என்று குரல் கொடுத்துக்கொண்டே உள்ளே ஓடினாள். வாப்பா கொடியில் தொங்கின துண்டை எடுத்துப் போர்த்திக்கொண்டார். பெட்டியில் இருந்த காசுகளைத் திரட்டி எடுத்துக்கொண்டு வெளியே வந்தார். உம்மாவும், உம்மாவோடு மஹ்ஜபீனும் தெருவுக்கு வந்து கொஞ்சம் உள்ளடங்கி நின்றார்கள்.

இப்ராஹிம் மஹ்ஜபீன் வீட்டுக்கு எதிரில் வந்து நின்றார்.

"அஸ்ஸலாமு அலைக்கும்... பள்ளிக்கூடம் கட்ட வேணும் என்று முடிவாகி இருக்கிறது. உதவி புரிய வேணும்..."

"அலைக்கும் சலாம்" என்றார் வாப்பா. அவருடைய மூக்கு விடைத்தது.

"இப்ராஹிம் இதென்ன கோலம்? அதுவும் திருவோடு எடுத்துக்கொண்டு நீரே தெருவில் வர வேண்டுமா" என்று கண்ணீர் வரச் சொல்லிக்கொண்டு காசுகளைத் திருவோட்டில் இட்டார்.

உம்மா தலையைப் போர்த்துக்கொண்டு இப்ராஹிம் முன்னால் வந்து நின்றாள்.

"தம்பி இதென்ன கோலம். எல்லாரும் வந்து சொன்னாக, நான் நம்பலை. என்ன இருந்தாலும், நீங்க இப்படி ஓடு எடுத்துக்கிட்டு தெருவே வரலாமா...? போகட்டும் கொஞ்சம் உள்ளே வரணும். சித்தே நாழி இருந்தாபோதும். காலைப் பலகாரத்துக்கு பாச்சோறு பண்ணி இருக்கேன். ரெண்டு வாய் சாப்பிட்டு, பிறகே போகலாம். இப்படி தெருத் தெருவா போறீயளே..."

உம்மா அழுததைக் கண்டு, மஹ்ஜபீனுக்கும் அழுகை வந்தது.

"லாத்தா அழ வேண்டாம். வெறும் சோற்றுக்கா நான் பிச்சை எடுக்கேன்... பள்ளிக்கூடம் கட்டத்தானே? நம் குழந்தைகள், நவீன படிப்பு படிச்சு, மற்றவங்களைப்போல வாழ வேணாமா? அதுக்காவத்தானே இது... பிச்சை எடுக்கிறதுகூட சில பேர் செய்தா அது உசந்தது லாத்தா. மகான்கள் ஞானிகள், சூஃபிகள் எல்லாரும் பிச்சை எடுத்திருக்காங்களே, லாத்தா..."

"சரி உள்ளே வாங்க... உண்டுட்டு போகலாம்..."

"இருக்கட்டும், என் லாத்தா வீட்டு உணவு என்றைக்கும் எனக்கு உள்ளதுதானே... இன்னும் நாலைந்து தெரு நான் போக வேணும். எனக்கு உத்தரவு கொடுக்கவேணும்..."

இப்ராஹிம், சலாம் பண்ணிக்கொண்டு நகர்ந்தார். வாப்பாவும், உம்மாவும் மனம் கசிந்து நிக்கறதைக் கண்டு விக்கித்து நின்றாள் மஹ்ஜபீன்.

அளவிலாக் கருணையாளனும், நிகரிலாக் கிருபையாளனுமான தெற்கு மேற்கு திசைகளின் அதிபதி, வானங்கள் பூமிகளின் படைப்பாளனுமான வல்ல அல்லாஹ்வின் கருணை அன்றி வேறென்ன இருக்க முடியும்? இப்ராஹிம் அன்று ராத்திரி ஓர் கனவு கண்டார். 'திகுதிகு'வென்று எரிந்துகொண்டிருந்தது ஓர் அரளிச் செடி. ஒரு குரல் மிகத் தெளிவாக நீட்டி நீட்டி ஒவ்வோர் எழுத்தையும் சுவைத்துச் சுவைத்து, சொல்வதை அவர் காதுகொண்டு கேட்கிறார். "சீனா சென்றாகிலும் அறிவைத் தேடிக் கொள்ளுங்கள். அறிவு என்பது இறை நம்பிக்கையாளரின் தவறிப் போன பொருளாகும், தவறிப் போன பொருள் உடையவருக்கு மீண்டும் கிடைக்கும்போது அவர் எவ்வளவு மகிழ்ச்சியடைவார். கல்வி கற்கிற மகிழ்ச்சி அதற்குச் சமமானது. கல்விப் பயணம் என்பது உண்மையில் இறைப் பயணமே..." என்று ஓதுகிறது அந்த அற்புதக் குரல். அந்தக் காட்சி மறைய இசுலாமிய சிறுவர்கள், சிறுமிகள், கித்தாப்புகளோடு பள்ளிக்கூடம் போகிறார்கள். அங்கு அவர்கள் விஞ் ஞானம் அந்நிய மொழிகள் ஆகியவற்றைக் கற்கிறார்கள்."

இப்ராஹிம் எழுந்து அமர்கிறார். என்ன ஆச்சரியமான கனவு! தம் பக்கலில் உறங்கிக்கொண்டிருக்கும் தம் மனைவி ஆயிஷாவை எழுப்பினார். திடுக்கிடு விழித்த அந்த அம்மாள், "என்னங்க?" என்றாள். இப்ராஹிம் தன் கனவைச் சொன்னார்.

"பள்ளிக்கூடம் கட்டணும்னு சொன்னியளே, அதை அல்லாஹ் அங்கீகாரம் பண்ணி இருக்கார்... என்ன ஆச்சர்யம், ஆண்டவரே..."

விடியும் வரைக்கும் அவருக்குத் தூங்க முடியவில்லை. விடிந்ததும் பள்ளிவாசலுக்குப் போய் மனம் கசிந்தபடி தொழுகையை முடித்தார். பின்பற்றத் தகுதி வாய்ந்தவராக வாழும் இமாமைப் போய்ச் சந்தித்து தன் கனவைச் சொன்னார். இமாம், கசிந்து சொன்னார்.

"ஜனாப் இப்ராஹிம் நீர், புண்ணிம் செய்தவர். அல்லாஹ் உம்மை அங்கீகரித்து இருக்கிறார் என்பதைக் காட்டிலும், அல்லாஹ்வே, உம் மனசில் இத்தன்மையான அபிப்பிராயத்தையும் ஏற்படுத்தி, அதைக் காண்பித்தும் கொடுத்து இருக்கிறார். பள்ளிக்கூடம், பள்ளிக்கூடம் என்று பல காலமும் அடித்துக் கொள்வீரே, அது சுபமாக முடியும் என்று நம்பிக்கை கொள்ளும்."

இப்ராஹிம் அத்துடன் நின்றுவிடவில்லை. மார்க்கத் தீர்ப்பு வழங்கும் அதிகாரம் பெற்ற அறிஞரான முஃப்தியிடமும் போனார். அவர் ஆனந்தம் அடைந்து சொன்னார்:

"அவன்தானே காரியம். காரியத்துக்குக் காரணமும் அவன்தானே. அவன் நினைக்கிறான். நம்போல் ஆட்களைத் தேர்வு செய்து நடப்பித்துக் கொள்கிறான். நல்லது, உம் அவா பூர்த்தி அடையும். எதற்கும் சமுதாயப் பெரியோர்களைக் கலந்து ஆலோசியும்."

அந்தப் படியே, ஊர்ப் பெரிய மனிதர்களைக் கூட்டினார். ஜனாப் அபூபக்கர் சித்திக் மாப்பிள்ளை மரைக்காயர், சின்ன அல்தாயீ ஹாஜி குத்தூஸ்லெப்பை முதலான பெரியோர்களும், இமாமும்கூட அந்தக் கூட்டத்தில் பிரசன்னம் ஆகி இருந்தனர். எல்லோருக்கும் ஒரு சந்தேகம்தான்.

“ஜனாப் இப்ராஹிம்... உமது எண்ணத்திலோ, வாழ்க்கை ஒழுங்குகளிலோ எந்தப் பிசகையும் எவரும் காண முடியாது. ஹராம் என்று விலக்கப்பட்ட எதனையும் நீர் செய்தது இல்லை என்பது திண்ணம். தோல் மண்டி வைத்துக்கொண்டு, ரொம்பவும் பிரபல்யம் இல்லாமல் போனாலும் சுமாரான சுகஜீவனம் பண்ணுகிறீர். பள்ளிக்கூடம் கட்ட பல ஆயிரம் ஆகுமே. என்ன பண்ணுவீர்?”

“ஜனாப் சித்திக் பெருமானே, இது சமுதாயக் காரியம். ஊர் கூடித் தேர் இழுக்க வேண்டும் என்று சொல்லடை சொல்வார்களே உங்களைப்போல பெரியவர்கள் சாமான்ய ஜனங்கள் எல்லோரும் உதவினால், எதுதான் ஆகாது. சிறு துளி பெருவெள்ளம் என்பதைத் தாங்கள் அறியாததா?”

“சரி, ரொம்ப சரி... நம் மார்க்கத்துக்கு என்று மதரஸாக்கள் இருக்கின்றனவே. அதுகளை என்ன பண்ணுவது?”

“அது அப்படியே இருக்கட்டும். நம் பிள்ளைகள், மார்க்கக் கல்வி பயிலட்டும். பயிலவும் வேணும். ஆனால் நவீன கல்வியை நம் பிள்ளைகள் கற்றால் அல்லவோ, முழுமையான இந்தியர்களாக அவர்களால் ஆக முடியும். எல்லா சாதியாரும் எல்லா மதத்தாரும் நவீன கல்வி கற்று மேல் நிலைமை அடைகையில், நம் பிள்ளைகள் கடைப் பையன்களாகவே எத்தனைக் காலம் இருப்பது? இருக்கலாமா என்பது பற்றி பெரியவர்கள் யோசிக்க வேண்டும்.”

“இங்கிலீஷும், விஞ்ஞானமும் படிச்சால், நம் பிள்ளைகள் கெட்டு விடுவார்களோ என்று அச்சமாக இருக்கிறதே.”

“அவ்வாறு நினைக்க எந்த நியாயமும் இல்லை மாப்பிள்ளை மலைக்கார்... அல்லாமா இக்பாலின் கவியை சொல்கிறேன் கேளுங்கள்.”

“ஒவ்வொரு சௌகர்யமான உடல், சுகத்திலும் மறு மயக்கத்திலும் திளைத்திருக்கிறீர்கள்.

நீங்கள் முஸல்மான்களா? முஸ்லிமின் லட்சணம் இது தானா?

அலியைப் போன்ற ஏழ்மையையோ, உதுமானைப் போன்ற செல்வச் செழிப்பையோ ருசித்ததுண்டோ நீங்கள்?

முன்னோர்களோடு உங்களுக்கு ஆன்மிகத் தொடர்பு ஏதேனும் இருக்கிறதா.?

அவர்கள் முஸ்லிம்களாகச் சிறந்து, அக்காலத்தில் பெருமை பெற்றார்கள் நீங்களோ, குர்ஆனைப் புறக்கணித்துப் பாழாய்ப் போனீர்கள்...”

“மாப்பிள்ளை... முஸ்லிம்களின் எழுச்சிக்கு மாகவி இக்பால் விதை போட்டது மாதிரி அண்மைக் காலத்தில் அவர் எழுதினார். அந்த மேதையின் கவித்துவத்துக்கு அவருடைய ஆங்கிலம் தடை போடவில்லையே. மாறாக செழுமை அல்லவோ செய்தது. உண்மை முஸல்மான் அந்நிய நாகரிகத்தை அறிவை சிறகுகளாகக்கொண்டு பறப்பானே அன்றி ஆத்மாவை அடகு வைக்க மாட்டான். கிறிஸ்துவ பாதிரிகளைப் பாருங்கள். அரசாங்கத்தை ஆள்கிற வெள்ளைக்காரர்களுக்கு கீழ்ப்பட்ட உத்தியோகஸ்தர்களை அந்த பாதிரிகள் அல்லவோ தயார் பண்ணுகிறார்கள். எவ்வளவு பெரிய சேவை அது? அவர்கள் கல்வியில்தானே, அறிவியல் விஞ்ஞானம், தொழில் நுட்பம், மருத்துவம் பொறியியல் இருக்கிறது? எத்தனைக் காலம் நம் பிள்ளையைப்

பொட்டலம் மடிக்க வைத்துப் பெருமைப் பேசப் போகிறோம்? யூனானியைப் பயில்பவர்கள் பயிலட்டும். மற்ற சாஸ்திரங்களையும் நம் பிள்ளைகள் பயிலத்தானே வேண்டும்? மாறிக்கொண்டு வருகிற உலகுக்கு ஏற்ப, நம் வாழ்க்கை முறையையும் நாம் மாற்றி அமைத்துக்கொள்ள வேண்டாமா? நபிகள் நாயகம், 'சீனாவுக்குப் போயும் அறிவைத் திரட்டுங்கள்' என்று மொழிந்தார்கள்? அரேபியா எங்கே... சீனா எங்கே? ஆயிரம் கல் தாண்டியும் அறிவைப் பெறுங்கள் என்று அவர்கள் சொன்னார்களே என்றால், கல்விமீது, நபிகளுக்கு இருந்த பற்றுதல்தான் என்ன?"

பெரியோர்கள் ஒரு மனதாக, இப்ராஹிமை ஒப்புக்கொண்டார்கள்.

"பெரும் செலவுக்கு என்னப் பண்ணப் போகிறீர்?"

"பிச்சை எடுக்கிறேன். எனக்காக என்றால் இழிவு. பொதுக் காரியத்துக்கு அது தகும்தானே.?"

இப்ராஹிம், புல்கட்டு மேடையைக் கடந்து, ராவுத்தர் தெருவில் திரும்பினார். ராவுத்தர் தெரு, அரிசி மண்டித் தெரு, மசூதித் தெரு, என்று மூன்று தெருவையும் இன்று காலை பார்த்துவிட வேண்டும் என்கிற முடிவில் வந்திருந்தார். அப்போதுதான், வகாப் பாய் அவர்க்கு முன் வந்து நின்று 'சலாம்' சொன்னார்.

இப்ராஹமும் 'சலாம்' சொன்னார். இப்ராஹிம் மனைவி ஆயிஷாவின் அத்தாவும், அவருக்கு மாமாவும் ஆன பெரிய தெருப் பட்டணம் காதிரு அவர்களின் காரியஸ்தர் வகாப் பாய்.

"வகாப் நலமாய் இருக்கீரா?"

"ஆண்டவன் விருப்பம். நல்லா இருக்கேன்"

"மாமா, உடல் நலம் எப்படி?"

"உங்கள் மாமாவுக்கு என்ன? இரும்பைக் கஷாயம் பண்ணி, தண்டவாளத்தை விழுங்குவார் உங்கள் மாமா. அவர் சௌக்யம்தான். உம்மைத்தான் கையோடு அழைச்சுக்கிட்டு வரச் சொன்னார். உம்மோடு அவசரமாக உரையாட வேண்டும்னு சொன்னார்.

"எனக்கு இன்னும் ரெண்டு தெரு இருக்கு ஓய்"

"அது கிடக்கட்டும். உம் மாமா, ரொம்ப ஜல்தியாய், உம்மைக் கையோடு அழைச்சுட்டு வரணும்னு சொன்னாக. தாமசம் பண்ணாமல் உடனே புறப்பட்டு என்னோட வருவீராக்கும்."

மாமா அழைச்சு, போகாமல் இருந்தால் எப்படி? இப்ராஹீம் உடனே புறப்பட்டார்.

"மாமா எங்கே இருக்காக?"

"மண்டியிலே இருக்காக"

இப்ராஹிம் மண்டிக்கே நேராகச் சென்றார். மண்டியிலே திண்டில் சாய்ந்துகொண்டு இரவானத்தை முறைத்துப் பார்த்துக்கொண்டு அமர்ந்திருந்தார் காதிரு.

இப்ராஹிம் மாமாவுக்குச் 'சலாம்' பண்ணிக்கொண்டு நின்றார். காதிரு அவர் முகம் பார்க்காமலேயே, 'சலாம்' சொன்னார்.

"திண்டில் இரும்" என்றார் காதிரு.

இப்ராஹிம் திண்டில் அமர்ந்தார். திருவோட்டை, தன் முன்னால் பத்திரமாக வைத்தார்.

"மாமா என்னைக் காண வேணும்னு சொன்னீங்களாம்"

காதிரு, தன் உள்ளங்கையைத் தேய்த்துக்கொண்டார். பிறகு எங்கோ பார்த்துக்கொண்டு சொன்னார்.

"இப்ராஹிம் இப்படிப் பண்ணிப் போடுவீர்னு நான் கொஞ்சமும் எதிர்பார்க்கலை. சே... எவ்வளவு தலைக்குனிவு. பெரிய தெரு பட்டணம் காதிரு மாப்பிள்ளை... ஓடு எடுத்து பிச்சை எடுக்கிறார்னா என்ன தலைக்குனிவு? நான் செத்த பிறகு, இப்படிக் காரியம் நீர் பண்ணி இருக்கலாம். என் அருமை மகள் 'ஆயிஷா'வோட புருஷன் பிச்சை எடுக்கிறார்? ரொம்ப நல்லா இருக்கு இப்ராஹிம்? இப்படி மானக்கேடு பண்ணிப் போட்டீரே. எப்படி நான் உடுத்துக்கொண்டு, கடைத்தெரு வழியா வீதியிலே நடப்பேன். என்ன அவமானம்? வல்ல அல்லாஹ்வே இன்னும் என்னை உயிரோடு வச்சிருக்கானே"

காதிரு தன் பாரியான உடம்பு குலுங்க திடீரென அழுதார்.

"மாமா" என்று பதறினார் இப்ராஹிம்.

"என்னை இப்படி அழ வைச்சுட்டீரே? இந்த கடைத் தெருவிலே, முதலாளின்னு திண்டு போட்டு, சாய்ஞ்சுக்கிட்டு இருக்கிய பயல்கள். என்னண்டை பெட்டியடியில் பழகின பயல்கள். மாப்பிள்ளை, அவர்கள் இடத்துல, என் மாப்பிள்ளை ஓடு ஏந்திக்கொண்டு போய் நிற்கிறீரே. எனக்கு அவமானமா இருக்காதா?"

"மாமா" என்று பேசத் தொடங்கினார், இப்ராஹிம்.

"நீர் ஒன்றும் பேச வேண்டாம். நீர் யார், உம் வாப்பா யார்? யாரோட பரம்பரை நீர்? காஜியார் அப்பாஸ் விருது வாங்கியார் பரம்பரை நீர்! தெரியுமோ? சுல்தான் சையத் கான் என்கிறவர் நம் ஊருக்கு வந்திருந்தாரே, அந்தச் சமயத்துலே, ஒரு சிக்கலான வழக்கு அவரண்டை வந்து சேர்ந்தது. ஒரு பரம ஏழை, வாங்கின கடனைக் கொடுக்கலை. அவன் என்ன பண்ணுவான்? மழை இல்லை. வேலை இல்லே. விளைச்சல் இல்லை, கடன் கொடுத்தவனோ, கெடு பிசகிப் போச்சுன்னு நெருக்கறான். சுல்தான் ஏழை, சம்சாரியைச் சிறையிலே வைச்சார். அங்கே பிரசன்னம் ஆனார். உங்களுக்கு அப்பாவுக்கு அப்பா என்ன சொன்னாரு. சுல்தான் அண்டை? கெடு பிசகினது தப்புதான். அதுக்குத் தண்டனை சரிங்கறது சட்டம். அதே சமயம், நியாயம் ஒன்னு இருக்கு. அதையும் பார்க்கோனும் இல்லையா? நாயகமே சொல்லியிருக்கார்களே. அதையெல்லாம் எடுத்துச் சொல்லி, கடனை உங்க அப்பாவுக்கு அப்பா காஜியார் அப்பாஸ் விருது வாங்கியார்தானே கொடுத்து அடைச்சார். சுல்தானுக்கு அப்பாஸ் அவர்களை ரொம்பவும் பிடிச்சுப் போச்சு. நியாயத் தராசு அப்பாஸ் அவர்களே பிடிக்க நீதம்னு, தன் கழுத்து முத்துமாலையைக் கொடுத்து நிலபுலன்கள் பட்டாவும் பண்ணி

வைச்சான். அப்பேர்க்கொத்த பரம்பரை உமது பரம்பரை. வழி வழியா, உங்க குடும்பத்தார்கள்தானே காஜியார் பதவி வகிச்சது. மார்க்க சட்டங்களை, உம் பரம்பரை காப்பாற்றினது மாதிரி, யார் காப்பாற்றினது? நீர்! எந்த வகையில் என் அந்தஸ்துக்கு நிகராவீர்? சொல்லுமேன். என்னத்துக்கு என் பெண்ணை உமக்குக் கொடுத்தேன்? உமக்காகவா? சே இல்லை. உமது பரம்பரைப் பெருமைக்காக அப்பாஸ் விருது வாங்கியார் பெருமைக்காக. நீர் அந்தப் பெருமையை தொலைச்சுப் போட்டீர். உமக்கு என் மகளைக் கொடுத்ததை விடவும், பாழும் கிணத்துல பிடிச்சு தள்ளி இருக்கலாம். உம்மைப் பார்க்கவே எனக்கு அவமானமாக இருக்கிறது.

இப்ராஹிம் ஏதோ பேச ஆரம்பித்தார்.

“வேணாம்... நீர் பேசி, நச்சுக் காற்றை வெளியே விடாதேயும்.”

மண்டி, மண்டியில் இருந்து தோல் மற்றும், பெட்டி, நாற்காலிகள், கூரை என்று எல்லாம் அனலாகக் கொதித்தன. மாமா, சீறிக்கொண்டு இருப்பதைப் பார்த்தபடி அமர்ந்திருந்தார், இப்ராஹிம்.

“எந்த ஷைத்தான் உம் முகத்தில் புகுந்தான்? உம்மை எப்படியெல்லாம் நான் கனம் பண்ணினேன். ஐயா, கல்யாணம் பண்ணிக்கொண்டு, எம் வீட்டுக்கு வந்த புதிதில், உமக்கு செய்யத்தக்க எல்லா இனிப்பு காரங்களையும் விருந்து பண்ணி வச்சேன். களறி சாப்பாட்டில் நீர் உட்கார்ந்திருந்தீர் என்றால், உம்மைச் சுற்றி எத்தனை உணவுத் திட்டங்களை வைத்தேன்? பாச்சோறு, என்ன, வெங்காய பணியம் என்ன, குழல் சீப்பணியம் என்ன, வெள்ளரியாரம் என்ன, கோழி ஆப்பம் என்ன, புலவு என்ன, நெய்ச்சோறு என்ன, எல்லாம் இருந்தும் நீர், என் பிள்ளையிடம், வெறும் ரசமும் மாசிக் கருவாடும் இருந்தால் ரொம்ப சுகமாக இருக்கும் என்றீராம். அப்போ மணி பதினொன்று. அந்த நேரத்துல, ஜின் மாதிரி, நானும் பையன்களும் மூடின கடையைத் திறந்து கருவாடு வாங்கி வந்து உமக்கு இடிப்பு பண்ணிப் போட்டோமே, அதுக்கு, எனக்கு பெருமை பண்ணிவிட்டீர். ஐயா... சே, உம்மை பார்க்கவே எனக்கு அருவருப்பாக இருக்கு. போம், கேவலமே போம்...”

இப்ராஹிம், மாமாவுக்கு சலாம் சொன்னார். திகைத்துப் போன, மாமாவும் சலாம் சொன்னார்.

காதிரு, வழக்கத்துக்கு மாறாக சீக்கிரம் வீடு திரும்பியது அவர் மனைவி சுபைதா அம்மாளுக்கு ஆச்சர்யமாக இருந்தது. அவர் வீட்டுக்கு வந்து நுழைந்தவுடனே, அவர் முகத்தில் கேள்வியை வீசி எறிய வேணாமே என்று இருந்தாள் அம்மாள். காதிரு, தோட்டத்துக்கு சென்று முகம் சுத்தி செய்து திரும்பி, சாவதானமாக குரிச்சியில் அமர்ந்தார்.

“சாப்பாடு போடட்டுமா” என்றாள் அம்மா.

“வேணாம் பசி இல்லை.”

“என்ன ஒரு மாதிரி இருக்கீங்க? ஏதேனும் சுகக்கேடா?”

“அது ஒண்ணும் இல்லை. இன்னிக்கு மாப்பிள்ளையை அழைச்சுப் பேசினேன்.”

“ஆயிஷா நல்லா இருக்காளாமா? பார்த்து ஒரு கிழமை ஆச்சு.”

"அதைக்கூட நான் விசாரிக்கலை."

"வேற என்னத்தைப் பேசினீக?"

"கோவத்துல ரொம்பவும் பேசிப் போட்டேன், ரொம்பவும்"

"ஐயோ... ஆண்டவரே... மாப்பிள்ளையை பேசலாமோ, நம் குழந்தையை அவருக்குக் கொடுத்து இருக்கிறது மறந்து போச்சோ..."

"நிறைய பேசிட்டேன். அவர் சிரிச்ச முகம் மாறாமே இருந்தார் அம்மா..."

"ஐயோ, என்ன பேசினீங்க... மனசு வெறுத்துடப் போறாக."

"என்ன பேசியும், அவர் முகம் கொஞ்சமும் வாடலை சிரிச்ச முகம் மனசுக்கு சங்கடமா இருக்கு."

"ஐயோ... என்ன பேசினீங்க.?"

"அவர், பிச்சைக்காரன் மாதிரி திருவோடு எடுத்துக்கிட்டு திரிஞ்சார் அல்லவா. அந்தக் கோபத்துல... ஆனா... என்ன மனுசன் அவர் என்னை எதிர்த்து ஒரு வார்த்தை பேசி இருந்தாலும் என் மனசு அமைதி அடைஞ்சு இருக்கும். பேசல்லையே... என்ன மனுசன். ஒரு பக்கீர் மாதிரி இருந்தார் என் முன்னாடி..."

"ஐயோ பாவம், ரொம்ப நல்ல மனுசனாச்சே. ரொம்பவும் புண்பட்டா மாதிரி பேசினீங்களோ."

"ஆமாம்"

"ஐயோ ஆண்டவரே, இது என்ன கஷ்டம். மகனைப் பேசினாலும் மருமகனைப் பேசலாமோ?"

காதிரு மேலே பார்த்துக்கொண்டு இருந்தார்.

"சரி, கொஞ்சம் சாப்பிடுங்க. ரொம்பவும் களைப்பா இருக்கீங்க."

"வேணாம்"

அன்று இரவு உறக்கம் வராமல் புரண்டுகொண்டிருந்தார் காதிரு. மறையை எடுத்து வைத்துக்கொண்டு ஓதிக்கொண்டிருந்தார். விடியவில்லை போர்வையை எடுத்துப் போட்டுக்கொண்டு புறப்பட்டார்.

ஆழ்ந்த உறக்கத்தில் இருந்தார் இப்ராஹிம். மிக நிம்மதியாக உறக்கம். கதவு தட்டப்படும் ஓசை கேட்டு, ஆயிஷாதான் கதவுக்கு அருகில் வந்து நின்றாள்.

"யாரு அங்ஙனே?"

"நான்தாம்மா, ஆயிஷா, வாப்பா..."

ஆயிஷா உடனே கதவைத் திறந்தாள்.

"வாங்க... வாங்க... என்ன வாப்பா. உம்மா சௌக்யம்தானே?"

"எல்லாம் நல்ல சுகம். மாப்பிள்ளை எங்கே?"

"அசந்து உறங்கறாங்க."

"ஏதேனும் சொன்னாரா?"

"ஒன்னும் இல்லையே வாப்பா. என்ன சேதி? உள்ளே வாங்க. உட்காருங்க..."

"நேற்று காலைலே, மாப்பிள்ளை நம்ம மண்டிக்கு வந்திருந்தாரே… அது பற்றி ஏதானும் சொன்னாரா ஆயிஷா.?"

"சொன்னாங்க வாப்பா. அவங்க, பள்ளிக்கூடத்துக்குப் பணம் சேர்த்துக்கிட்டு திரியறாங்க. அந்தக் காரணமா, உங்களைப் பார்த்ததாகவும் நீங்களும் உதவுவதா சொன்னீங்கன்னு சொன்னாங்க."

"அப்படியா சொன்னாங்க!"

"ஆமாம்… என்ன சங்கதி வாப்பா?"

"ஒன்னும் இல்லம்மா… அவரைச் சாயங்காலமா மண்டிப் பக்கம் வரச் சொல்லு"

"அவங்களை எழுப்பறேன்…"

"சும்மா இரு… நல்ல மனுசன். நல்ல மனசு. அதனாலதான் உறக்கம் வருது. உறங்கட்டும். நான் வர்றேன்."

"இருங்க வாப்பா… சாப்பிட்டு போவீங்களாம்"

மேலும் இருந்தால், தான் அழுது விடுவோம் என்று அவருக்குத் தோன்றியது.

அவர் புறப்பட்டார்.

மாலை, விளக்கு வைத்திருந்தது. மண்டியில், இப்ராஹிம் காதிருக்கு முன் போய், 'சலாம்' சொல்லிக்கொண்டு நின்றார். காதிரு 'சலாம்' சொல்லி, "அமருங்கள்" என்று வேண்டிக்கொண்டார்.

இப்ராஹிம் அமர்ந்தார். பையன் ஒருவனை அனுப்பி ஷர்பத் கொண்டுவரச் சொன்னார்.

"மாமா, காலையில் வந்தீர்களாமே. என்னை எழுப்பியிருக்கலாமே…"

"அசந்து உறங்கினீராம்"

"அதனால் என்ன? உங்களை விடவா எனக்கு உறக்கம் முக்கியம்?"

காதிரு தலைகுனிந்தார். அவர் கண்களில் கண்ணீர் வழிந்தது.

"மாமா என்ன இது?"

"மாப்பிள்ளை என்ன மன்னிக்கணும் கொடுமையா பேசிட்டேன்."

"இல்லையே. சமூகத்தில் பெரிய மனிதர். தாங்கள் எனக்கு வாப்பாவை நிகர்த்தவர்கள். நீங்கள் பேசினது அப்படி ஒன்னும் தப்புயில்லைங்களே… அறிவுரை சொன்னீங்க, நான் புரிஞ்சுக்கிட்டேன்."

"மாப்பிள்ளை நீரு பெரிய மகான்"

"ஐயோ நானா? என்ன இப்படியெல்லாம் பேசறீங்க மாமா."

"அவ்வளவு பேச்சையும் கேட்டுக்கிட்டு, எப்படி அமைதி காக்க முடிஞ்சுது உங்களாலே?"

இப்ராஹிம் புன்னகையோடு அமர்ந்திருந்தார்.

"நீங்க என்னை மன்னிக்கணும் மாப்பிள்ளை."

"இந்த வார்த்தைதான் எனக்கு வருத்தம் தருது, மாமா…"

"ராத்திரி முழுக்க எனக்குத் தூக்கம் இல்லை, உங்களை இப்படிப் பேசி போட்டோம்னு எனக்கு வருத்தமான வருத்தம்..."

"அது தேவையில்லை மாமா."

"இல்லை, நான் பாவம் செய்தேன். உங்களைப்போல நல்ல காரியம் பண்றவங்களுக்கு நான் பாவம் செய்துட்டேன். அதுக்கு நான் பாவ மன்னிப்பு பெறணும்."

"தயவுசெய்து, இப்படியெல்லாம் பேசாதீங்க மாமா..."

"நான் நல்லா யோசிச்சுப் பார்த்தேன். எதை நான் இழிவுன்னு உங்களைக் கோவிச்சேனோ, அதையே பெருமைப்படுத்தறதுதான் எனக்கு பாவ மன்னிப்பு, வர்றேன் இருங்க."

அறையில் இருந்து ஒரு பையை எடுத்து வந்தார் காதிரு. அந்தப் பையை திருவோட்டில் கவிழ்த்தார். பொற்காசுகள், ஓட்டை நிரப்பின.

"மாமா"

"அல்லாஹ் கொடுத்த பணம், அவன் காரியத்துக்கே போகட்டும். அதுதான் நியாயம்"

"மாமா... இது பெரிய கொடை, ரொம்பப் பெரிசு... பள்ளிக்கூடம் எழுப்பியாச்சு."

இப்ராஹிம் கண்ணீரைத் துடைத்துக்கொண்டார். ஒளி வீசிக்கொண்டு காசுகள் மின்னின.

"மாப்பிள்ளை, பள்ளிக்கூடத்தை எங்கே கட்டப் போறீங்க"

"இங்கே வாணியம்பாடியிலதான் மாமா"

"என்ன பேர் வச்சு இருக்கீங்க?"

"பெரியவங்களைக் கேட்டேன். 'இசுலாமியா பள்ளி'ன்னு வைக்கச் சொன்னாங்க..."

"இன்ஷா அல்லாஹ்... அது இஸ்லாமியா கல்லூரியா வளரட்டும் வளரும்"

"உங்களைப்போல பெரியவங்க ஆசி."

"நானா? வேணாம் மாப்பிள்ளை, எனக்கு வெட்கமாக இருக்கு"

ஷர்பத் வந்தது.

"மாப்பிள்ளை... இப்போ எனக்குள்ள சந்தோஷம்போல... நான் என்னிக்குமே இருந்தது இல்லை" என்றார் காதிரு.

திருவோடு ஏந்தி, சலாம் பண்ணிப் போகிற தன் மாப்பிள்ளையைப் பார்க்க பெருமையாக இருந்தது அவருக்கு.

1994

யாசுமின் அக்கா

யாசுமின் அக்கா, மிகுந்த சந்தோஷத்தில் இருந்தாள். சற்றைக்கு முன்புதான் அந்தச் செய்தி வந்திருந்தது. ஜெகான் பாய் வரப் போகிறார் என்கிற செய்தி ஆதன் அது. "யாரசூலே" என்றபடி, ஒரு கணம் மெய்மறந்து நின்றாள். அப்புறம், சுதாரித்துக்கொண்டாள்.

"ஏடி... ஹஜீருக்குட்டி... இங்கன வா. அத்தா வரப் போறார்" என்று கூப்பாடு போட்டாள். குரல் உயர்த்திப் பேசி அறியாத யாசுமின் அக்கா, இப்படி ஏழூருக்கும் கேட்கிறது மாதிரி சப்தம் போடுவதாவது, சமையல்காரப் பெண் லட்சுமி தோட்டக்காரர் முனிசாமி எல்லோரும் என்னவோ ஏதோ என்று குழுமி விட்டார்கள்.

"என்னம்மா, என்ன ?" என்றாள் லட்சுமி. பதற்றத்துடன், முனிசாமி முண்டாசை அவிழ்த்துத் தலையைச் சொறிந்துகொண்டு நின்றார். அம்மா முன்னிலைக்கு வரும்போதெல்லாம், அவர் தலை அரிக்க ஆரம்பித்து விடுகிறது.

யாசுமின் அக்காவுக்கு வெட்கம் பிடுங்கித் தின்றது. தான், பெரிய சப்தம் எழுப்பி விட்டதை உணர்ந்தாள். வெட்கத்தோடேயே சொன்னாள்;

"ஹஜீருக்கு அத்தா வரப் போறாகடி. சேதி வந்திருக்கு"

"ஹை அப்படியாம்மா... சவாசு" என்றாள் லட்சுமி.

ஹஜீருக்கு அப்பா, சம்பாத்தியம் பண்ண, அசல் தேசத்துக்குப் போய்த்தான் எத்தனை வருஷங்கள் ஓடிப் போய்விட்டன. ஹஜீரு, சின்னப் பாவாடையும், சட்டையும் போட்டுக்கொண்டு மெல்ல நடந்து பயின்றபோது போனவர், இப்போ, ஹஜீரு, வயசுக்கு வந்து, பெரிய மனுஷியாட்டம் அல்லவோ ஆகிப் போனாள். அவள் கண்களில் போட்டுக்கொண்டிருந்த மைக்குப் பின்னால் ஜொலிக்கும் அந்தப் பெரிய கண்களில் எத்தனை புதுப் புது சங்கேதங்கள் பிறக்கின்றன.

ஹஜீரா, "என்னம்மா" என்றபடி வந்தாள்.

"உங்க அத்தா வறாக, இப்பத்தான் போன் வந்துச்சு."

துள்ளிக் குதித்தாள் மகள்.

"எப்போம்மா?"

"அடுத்த கிழமைக்குள்ளே, ஞாயிற்றுக்கிழமை வரலாம்ங்கறாக"

யாசுமின் அக்கா, கொஞ்சம் பூசி உடம்புக்காரி. "இந்தச் சைத்தான், இப்படி வாரிப் பூசிக்கிட்டு வரலேன்னு யார் அழுதாக? கிடந்து. ஆட்டுக்குக் கொழுப்பு ஏறுகிற மாதிரி ஏறுதே" என்று அடிக்கடி, சொல்லிக் கொள்வாள். யாசுமின் அக்கா, சைத்தான் என்றது, சதை போட்டு விட்டதைத்தான் கடற்கரைக்குப் பக்கத்தில்தான், இத்தனைக்கும் அக்கா வீடு இருந்தது. "காலையிலும் மாலையிலும் நடையேன்" என்று ஜெகான்பாய் அடிக்கடி சொல்லத்தான் செய்தார். "எங்கே ஒழிகிறது?" என்பாள் யாசுமின் அக்கா. காலை தூங்கி எழுந்ததும் விடிந்ததும் விடியாததுமாகப் பலகாரக் கடை வைக்க வேண்டி இருக்கிறது. குழந்தைகள் பசியாற வேண்டுமே. ரெண்டு தெரு தள்ளி, யாசுமின் பெரியம்மா மகள் இருக்கிறாள். அவள் பிள்ளைகள்கூடப் பசியாற அக்கா வீட்டுக்குத்தான் வரும். (அல்லா, அந்த வீட்டின் பக்கம் கண் திறக்கவில்லையே, என்ன செய்ய) சொந்தப் பிள்ளைகளைக்கூடப் பட்டினி போடலாம். அந்தப் பிள்ளைகளைப் பட்டினி போடலாமோ? கடவுளுக்கே பொறுக்காதே. பலகாரம் ஆகத் தாமதம் ஆனால், அந்தப் பிள்ளைகள் என்ன நினைக்கும்.? பாவம் அல்லவா? பலகாரக் கடை முடிந்தால், இருக்கவே இருக்கிறது சோற்றுக் கடை. அப்புறம் காபிக் கடை, அப்புறம் ராத்திரிக்கு ஏதானும் செய்யத்தானே வேண்டியிருக்கிறது

"நடக்க எங்கே ஓய்வு? சரிதான் போங்கள். இனி, சிக்கென இருந்து நான் யாரை மயக்க வேணும்? கல்யாணம் ஆச்சு, குழந்தை குட்டிகளைப் பெத்தாச்சு. பேரன் பேர்த்தி வரப் போறாக. இன்னும் என்ன பிலுக்கு. நான் என்ன சினிமாவிலே 'ஆக்ட்' கொடுக்கப் போறவளாக்கும்..." என்று ஜெகான் பாயிடம் சொன்னாள் அக்கா. பாய்க்கு இந்த விஷயத்துல வருத்தம்தான்.

அக்காவுக்கு மாமாவைக் குறித்து இந்த விஷயத்துல, பெருமை மட்டாய் இல்லை. அது குடும்ப வாகு. வழித்து விட்டாற்போல, இருப்பார். ஜெகான்பாய், ஒரு பிடி சதை கூடுதலாக இருக்க வேண்டுமே! வயது ஐம்பத்திரண்டு என்று அவர் சொல்லி ஆச்சர்யப்பட்டவர்கள் உண்டு. தலையோ, தாடியோ ஒரு நரை இருக்க வேண்டுமே, இல்லை, எல்லாம் நெருப்பைக் குளிப்பாட்டின நிறம். ஒரு சின்னப் பையனைப் போன்ற துறுதுறுப்பு. ஒரு நிமிஷம் சும்மா இருக்க மாட்டார். ஜன்னல் கம்பிகளின் கீழே புழுதி படிந்திருப்பதைச் சுத்தப்படுத்திக்கொண்டு இருப்பார். இல்லையென்றால், டிரான்சிஸ்டரைச் சுத்தமாகப் பிரித்து, பழுது பார்த்துச் சரிப்படுத்திக்கொண்டிருப்பார். இல்லையென்றால் இருக்கவே இருக்கிறது, அலமாரிகளைச் சரி பண்ணும் வேலை. துணிகளை ஒழுங்காக வைத்திருப்பது சட்டை அடுக்கு, கைலி அடுக்கு, கைக் குட்டை அடுக்கு எல்லாம் தெளிவு ஒன்றுடன் ஒன்று கலக்கக்கூடாது.

அதன் அதனுக்கு உரிய நீதி அதனுக்கு!

சமையல் பெண்ணை அழைத்து அக்கா சொல்லிக்கொண்டிருந்தாள்.

“நல்லா கேட்டுக்கோடி லட்சுமி. ஹஜீருக்கு அத்தா வர இருக்காக. அவுகளுக்குத் தேங்காப்பால் சாதம் பண்ணோனும். அது அவுகளுக்கு இஷ்டம். நல்ல நெத்தா, முத்தின தேங்காயா பாத்து அம்பது வாங்கிப் போட்டு வச்சுக்கோ. அப்புறம், கடற்கரை செட்டியாரண்டைக்குச் சொல்லி அனுப்பி பெரிய எறா எவ்வளவு கிடைச்சாலும் இங்ஙனே அனுப்பச் சொல்லு. அப்புறம், கசாப்புக் கடை இசுமாயில் மாமாவுக்குச் சொல்லி அனுப்பி, தினத்துக்கும் மூணு கிலோ நல்ல தொடை இறைச்சியா கொடுத்து அனுப்பச் சொல்லிவுடு. மீனு, வவ்வா, வஞ்சிரம்னு பெரிசா வாங்கி, பிரிஜ்ஜிலே வையி. அப்புறம் நீயி, இப்படி அடுப்புக் கறி பூசிக்கிட்டு பங்கரையாட்டம் அவுக முன்னால வந்து நிக்காதே. வேணும்கிற புடவை சாக்கெட்டு என் அலமாரியைத் திறந்து எடுத்துக்கோ. என்ன நான் சொல்றது?”

சொல்வதற்கு என்ன இருக்கிறது. யாசுமின் அக்கா கொடுப்பதில் எத்தனைப் பிரசித்தம்? அக்கா வீட்டுக்கு வந்து கையை நனைக்காமல் எவர்தான் போக முடியும்? கிழிசலும், கோரமுமாய் வந்த உறவினர்கள் புதுசு உடுத்திக்கொள்ளாமல் திரும்பியது உண்டா? லட்சுமியேகூட வெறும் தகர டிரங்க் பெட்டியோடு மட்டும்தான் வந்து சேர்ந்தாள். இன்று கர்ப்பிணி வயிறு மாதிரி பெட்டி துணிமணிகளால் பிதுங்குகிறதே!

“போக்கா! நல்ல ஒஸ்தி, ஒஸ்தியா புடவை எடுத்துக் கொடுத்துட்டே, அதுகளை கட்டிக்கிட்டு சமையல் கட்டுக்குப் போயி நிக்க மனசே வரமாட்டேங்குது” என்று லட்சுமி சிணுங்கினாள்.

யாசுமின் அக்காவுக்குச் சிரிப்பு பொத்துக்கொண்டு வந்தது. உடம்பு குலுங்க நகைத்தாள் அக்கா.

“உடுத்துக் களையத்தானேடி புடவையும், சாக்கெட்டும்? பழசானா புதுசு மாத்திக்கிட வேண்டியதுதானே? இருக்குறக் கொள்ளோ அனுபவிக்க வேணுமடி”

மாமா வருகிற நாள், அதிகாலமே எழுந்து வீட்டையும் எழுப்பி விட்டு விட்டாள் அக்கா, மாமா சீக்கிரம் சகல சவுகர்யங்களுடன் திரும்ப வேண்டும் என்று எத்தனைப் பிரார்த்தனைகளைச் செய்திருக்கிறாள் அக்கா. நாகூர் ஆண்டவர் தொடங்கி காட்டுபாவா வரைக்கும் பல தர்க்காக்களில் நேர்த்திக் கடன் செய்துகொண்டிருந்தாள் அக்கா. பக்கிர்களுக்கு விருந்து படைப்பதாகப் பிரார்த்தனை. ஒவ்வொரு முறையும் மாமா வந்து சில மாதங்கள் இருந்து போவார். அப்போதெல்லாம் அக்கா சொல்வதுண்டு.

“இன்னொரு வாட்டியும் வெளிதேசம் போறியளா? நமக்கு இருக்கும் பணம் காசு இதுகள் போதாதா? குட்டிக்கு நிக்காஹ் பண்ணி வைக்க வேணாமா? அவளுக்கும் வயசாகுது இல்லையா? இன்ஷா அல்லாஹ், இந்த வருஷமாச்சும் கல்யாணம் முடிச்சிடுவோமே...” என்பாள். மாமா வழக்கமாக ஏதாவது சொல்வார். காலில் சுடுதண்ணீர் ஊற்றியது மாதிரி உடனே திரும்பி ஊருக்குப் போய் விடுவார்.

அக்காவுக்கு நம்பிக்கை இருந்தது. இந்த முறை, அவரைத் தக்க வைத்துக்கொண்டு குட்டிக்குக் கல்யாணத்தை முடித்துவிட வேண்டும்.

யாசுமின் அக்கா புதுப் பச்சைப் புடவையில் இருநாதள். பூப்போட்ட பச்சைப் புடவை, கரும்பச்சை நிறத்தல் ஜாக்கெட் அணிந்திருந்தாள்.

“ஏடி, குட்டி... தேத் தண்ணி ரெடியா இருக்கா?”

“இருக்கும்மா”

“சுக்குப் பொடி போட்டிருக்கில்லே?”

“போட்டு இருக்கேம்மா”

“ஏலக்காயைப் பொடி பண்ணி வச்சிருக்கேல்லியா?”

“இருக்கும்மா”

“அவுக வந்துவுடன் தேத் தண்ணி கேப்பாக, வெறும் தேத் தண்ணி கொண்டாறப்படாது. கூட ரெண்டு முறுக்கு, ரெண்டு பொரிவிளங்காய் உருண்டை, ரெண்டு தேங்கா பர்பி இதுகளோடு கொண்டு வரணும் தெரிஞ்சுதா?”

“சரிம்மா”

அக்காவின் உடம்பின் சகல பகுதிகளும் ஆடிக்கொண்டிருந்தன. டிரைவரை அழைத்தாள்.

“அம்மா” என்றபடி வந்து நின்றார் அவர்.

“காரச் சுத்தமா துடைச்சு வச்சிருக்கீரா?”

“இருக்கும்மா”

“அவுக வந்ததும் சினேகிதக் காரங்களைப் பார்க்கப் போவாக.”

அக்கா வாசலுக்கு வந்து நின்றாள். கார்கள் போவதும் வருவதுமாக இருந்தன. மாமா வரும் கார் மட்டும் வராமல் சுணங்கியது. விமானம் தாமதமாகி இருக்கும். அல்லது கார் பழுதடைந்திருக்குமோ? சைத்தான் மக்கள், விமானத்தைச் சுத்தமாகத் துடைத்து எண்ணெய் போட்டு வைத்துக் கொள்கிறதுக்கு என்ன கேடு?

காட்டு பாவா, பக்கீர் ஷேக் முகமது எல்லோரையும் அழைத்து, அவுகளைப் பத்திரமாகக்கொண்டு வந்து சேர்க்கும்படி வேண்டிக்கொண்டாள். உலகம் கெட்டுப் போய்விட்டது! கண்ட கண்ட இடத்தில் எல்லாம் “ஜின்”கள் அட்டகாசம் தலைவிரித்து ஆடிக்கொண்டல்லவா இருக்கிறது. கடைசியாக மாமா வந்து இறங்கினார்.

யாசுமின் அக்கா அதிர்ச்சிக்கு உள்ளானாள். அவள் எதிர்பார்த்ததுபோல மாமா இல்லை. அவர் கறுத்தும் இளைத்தும் போய் இருந்தார். நடக்கவும் சிரமப்படுபவர்போல இருந்தது. மாமா அக்காவைப் பார்த்துச் சிரித்தார். அதில் ஜீவன் இல்லை.

“இறைவனுக்கு நன்றி சொல்வோம். ஒருவழியாகப் பத்திரமாக நான் வந்து சேர்ந்தேன்.”

தனியாக அவரைச் சந்தித்தபோது அக்கா கேட்டாள்.

“உங்களுக்கு சுகக் கேடா?”

“உம்... அப்பிடித்தான், அங்கே ரொம்பவும் சிரமப்பட்டு விட்டேன். அதோடு யுத்தம் வேறு தொடங்கி விட்டதா? ரொம்ப கலகலத்துப் போய்விட்டது வாழ்க்கை. உசுரோடு ஊர் திரும்புவேன் என்று நான் எதிர்பார்க்கவில்லை” என்றார் மாமா.

அவர் வெளியில் போவதை நிறுத்தினார். உணவும் குறைந்து போய்விட்டது. மாமாவுக்கு தேங்காய்ப் பால் சோறும், ஆட்டுக்கறி குருமாவும் பிடிக்கும். அதுவும் செல்லுபடியாகவில்லை. உடம்பு காய்ந்தது. நாளாக நாளாக படுக்கையே அவர் இருக்கை என்றானது. டாக்டர்கள் வந்து போனார்கள். மாமாவுக்கு அடிக்கடி மயக்கம் போட்டது. மயக்கத்தில் பிதற்றினார். அக்கா, அவர் சொல்லு வார்த்தைகளைக் கூர்ந்து கவனித்தாள். “யாசுமின் ஹஜிர்” என்பார். சில வேளை. அடிக்கடி “பாத்திமா” என்றார். தெளிவாக மிகுந்த நேயத்தோடு அதை அவர் சொல்வதாகப் பட்டது

யார் பாத்திமா? யாரைக் கேட்பது?

மாமா, அதைச் சொல்லும் நிலையில் இல்லை. அந்த நிலையில் அதைக் கேட்பது அவரைத் துன்புறுத்துவதாக இருக்குமோ என்று அஞ்சினாள் அவள். யாரைக் கேட்பது, மண்டையைக் குழப்பிக்கொண்டாள். கடைசியில் ஈரானி அத்தையைக் கேட்பது என்று முடிவு பண்ணினாள். அத்தை, ரொம்பக் காலமாக அந்த நேரத்தில் இருந்து, அண்மையில்தான் இங்கு வந்தவள். அந்தத் தேசத்தில் மாமா வீட்டுக்குப் போக்குவரத்தும் கொண்டிருந்தவள் அவள். அவளுக்குத் தெரியாதது எதுவும் இருக்க முடியாது.

அக்கா பர்தாவை எடுத்துப் போர்த்துக்கொண்டாள். மகளைக் கூப்பிட்டு, “அத்தா, பக்கத்திலேயே இரு. அஞ்சு நிமிட்டுலே வந்துடறேன்” என்றாள். அறைக்குள் எட்டிப் பார்த்து மாமா உறங்குவதை நிச்சயம் செய்துகொண்டு புறப்பட்டாள்.

வெயில், உக்ரமாக இருந்தது.

தெருச் சொறி நாய் ஒன்று அசதியுடன் நிமிர்நுத பார்த்து, “அட... நம்ம பாய்ம்மா” என்கிற புரிதலோடு மீண்டும் படுத்துக்கொண்டது. மூன்றாம் தெருவில்தான் இருந்தாள் அத்தை இருந்தாலும் அதற்குள் அவளுக்கு வேர்த்து விட்டிருந்தது. அல்லாவின் கருணை, அத்தை, வீட்டில் இருந்தாள். இவளைக் கண்டதும் “வா யாசுமின்... வா... என்ன இந்த வேகாத வெயிலிலே...” என்றபடி வரவேற்றாள்.

“எங்கே பொண்ணு?”

“நெல்லு மிஷின் வரைக்கும் போயிருக்கா...”

“ரொம்ப சரி...”

நல்ல வேளை அத்தை தனியாகத்தான் இருந்தாள். பர்தாவை விலக்கிக்கொண்டு அமர்ந்தாள் அக்கா.

“என்ன விஷயம் யாசுமின். உன் புருஷன் சுகம்தானே?”

“சுகம்தான் அத்தை. ம்... அத்தை ஒரு விஷயம் விளங்கணும். நீங்க அந்த தேசத்துல இருந்தவ. எங்க ஹஜீருக்கு அத்தாவுக்குப் பாத்திமான்னு யாரேனும் உறவு...”

“பாத்திமாதானேடி... உனக்குத் தெரியாதா? அங்க பாத்திமாவை ‘நிக்காஹ்’ பண்ணி இருந்துச்சு உன் வீட்டுக்காரரு. உனக்குத் தெரிஞ்சிருக்கணும்னு நெனைச்சேனே... என்ன நடந்துச்சுன்னே எனக்குத் தெரியாது... அப்புறம் தலாக் பண்ணிடுச்சு தம்பி. சொத்து பணம் கொடுத்துத்தான்... எனக்குத் தெரியும் அவளை. ரொம்ப அழகான பெண். செம்பருத்திக் கொடி மாதிரி இருப்பா. இந்த வெயிலிலே இதுக்காகவா வந்தே”ன்னு அத்தை சொன்னதும் யாசுமின் அக்காவுக்கு நிம்மதி ஆயிற்று. அந்தப் பாத்திமா பெண்ணை, தான் பார்க்க முடியாமல் ஆயிற்றே என்று வருந்தினாள்.

நிக்காஹ் முடித்து ஹஜீரும் புருஷனும் புறப்பட்ட நாலாம் நாள், மாமா மவுத்தானார். அல்லா அவரைச் சுவனத்தில் சேர்ப்பானாக. அக்காவைச் சவுகர்யமாக விட்டுச் சென்றிருந்தார் மாமா. கார் இருந்தது. சுமார் இருபது லட்சம் பெறுமான வீடு தோட்டம் இருந்தது. நகைகள் பல லட்சத்துக்குக் காணும். ரொக்கம் மட்டும் பத்து லட்சத்துக்குக் காணும். மாமா மவுத்தான சில நாட்களுக்குப் பிறகு அக்கா ஒரு காரியம் செய்தாள். வெளிநாட்டுத் தபால் காகிதத்தையும் பேனாவையும் அட்டையையும் எடுத்துக்கொண்டு மொட்டை மாடிக்கு வந்தாள் அக்கா. மாடியின் ஒரு பகுதி நிழலில் இருந்தது. சில்லென்று காற்று வந்தது. அக்கா, எழுத ஆரம்பித்தாள்.

ஹிஜ்ரி 1413, ரஜப் மாதம் 9ஆம் தேதி என் பிரியத்துக்குரிய சகோதரி பாத்திமாவுக்கு சகல சவுகரியங்களும் அல்லா அளிக்க என வேண்டிக்கொண்டு எழுதுவது:

என்னை உனக்குத் தெரிந்திருக்கும் என் கணவர் ஜனாப் ஜெகான் பாய். கடந்த மாதம் மவுத்தானார் என்பதைத் துக்கமுடன் தெரிவித்துக் கொள்கிறேன். இருந்தவரை மிகுந்த அன்பான மனுஷராக இறையச்சம் கொண்டவராக என் கணவர் இருந்தார். அவருக்குச் சுவனத்தில் இடம் இருப்பது நிச்சயம்.

சகோதரி! நீ சிறிது காலம் என் கணவருக்குப் பெண்டாக இருந்ததைக் கொஞ்ச காலத்துக்கு முன்பாகத்தான் தெரிந்துகொண்டேன். உன்னைப் பற்றி என் அத்தை ரொம்பவும் உயர்வாகச் சொன்னார். அவர்தான் உன் முகவரியையும் சம்பாதித்துக் கொடுத்தார்.

சகோதரி! என் கணவர் எனக்கு மிகவும் சவுகரியங்களைச் சம்பாதித்துக் கொடுத்துவிட்டுத்தான் போயிருக்கிறார். நான் சௌகரியமாக இருக்கிறேன். நீ எப்படி என்று எனக்குத் தெரியாது. உனக்கும் ஒரு பெண் குழநைத இருக்கிறதாக அறிகிறேன். உன் பொருளாதார நிலைமை எனக்குத் தெரியவில்லை. அதோடு என் கணவர் நியாயமான முறையில் உனக்கு வழி செய்து வைத்து ‘தலாக்’ செய்திருப்பார் என்று எனக்குத் தெரியும். அவர் மரணப் படுக்கையில் ஸ்மரணை இழந்து இருந்தபோது உன் பெயரைப் பலமுறை உச்சரித்ததை நான் கேட்டேன்.

உனக்கு நான் ஏதேனும் செய்ய வேண்டும் என்று இன்ஷா அல்லாஹ் நினைக்கிறேன். எனக்குள்ள ரொக்கப் பணத்தில் பாதியான ஐந்து லட்சத்தை உனக்குத் தர வேண்டும் என்று என் மனம் சொல்கிறது.

எந்த வழியாக, யார் மூலம் பணத்தை எந்த வகையில் அனுப்ப வேண்டும் என்பதைத் தயவுசெய்து எழுத வேணுமாய்க் கேட்டுக் கொள்கிறேன்.

இறைவனுக்கு முன்னால் நானோ, என் கணவரோ, நீயோ எந்த அச்சமும் இல்லாமல் தீர்ப்பு வழங்கும் நாளில் நிற்க வேண்டும் என்பதே என் ஆசை. தயவுசெய்து என்

வேண்டுகோளை நீ ஏற்றுக் கொள்வாய் என்று மனப்பூர்வமாக நம்புகிறேன். உன் சகோதரி என்கிற முறையில் கேட்டுக் கொள்கிறேன். நல்ல பதிலை எதிர்நோக்கும்

உன் சகோதரி 'யாசுமின்.'

கடிதத்தைப் பெட்டியில் போட்ட பிறகுதான் யாசுமின் மனம் சாந்தியடைந்தது.

சரியாகப் பத்தாம் நாள் பாத்திமாவிடம் இருந்து பதில் வந்தது.

அன்பான அக்கா,

இறைவன் உங்களுக்கு சகல சவுகர்யங்கள் தந்தருளட்டும். உங்கள் கடிதத்தைப் படித்து திக்பிரமை அடைந்தேன். அக்கா, உங்களுக்குத்தான் எத்தனை பெரிய மனசு. மனுசர்கள் இப்படியும் இருக்கிறதை நினைக்க எவ்வளவு சந்தோஷமாக இருக்கிறது அக்கா. தங்கள் கணவர் என்னை மணந்ததும் எங்களுக்கு ஒரு குழந்தை (பெயர் கஜீதா) இருக்கிறதும் உண்மை. இரண்டு பேரும் மனசு ஒத்து 'தலாக்' பண்ணிக்கொண்டோம். தங்கள் கணவர் எனக்குப் போதுமான சுவுகரியங்கள் செய்த பிறகே 'தலாக்' செய்தார். நான் சந்தோஷமாக இருக்கிறேன்.

அக்கா என்னை தயவு பண்ணி மன்னியுங்கள். தங்கள் பணம் எனக்குத் தேவைப்படும் நிலைமை இல்லை. அது, எனக்கு உரியதும் அல்ல. எனக்கு உரிமையில்லாத பணத்தைப் பெறுவது 'ஹராம்' அல்லவா அக்கா?

தயவு செய்து என்னை மன்னியுங்கள். அக்கா தங்களை நினைக்க நினைக்க எனக்கு அழுகை வருகிறது. அக்கா இக்கடிதத்தை அழுதுகொண்டுதான் எழுதுகிறேன் அக்கா. நீங்கள் ரொம்பவும் பெரியவர் அக்கா.

கடவுள் உங்களுக்கு ஒரு குறையும் வைக்க மாட்டார்.

உங்கள் சகோதரியாக என்றும் இருக்க ஆசைப்படும்,

பாத்திமா.

கடிதம் பல இடங்களில் ஈரம் பட்டு எழுத்து கலங்கி இருந்தது. பாத்திமாவுக்கு எந்த வகையில் பணத்தைச் சேர்க்கலாம் என்று யோசிக்கலானாள் யாசுமின் அக்கா.

1994

கல்யாண அழைப்பும் கால் பவுன் காசும்

காலைப் பத்திரிகையில் முகத்தைப் புதைத்துக் கொண்டிருந்த வரது, வெளி வாசலில் ஏதோ சப்தம் கேட்டு, தலையை வெளியேகொண்டு வந்து "ஆழு" என்றார்.

"நான்தான் அண்ணா, ராஜபாண்டி..." என்றான், அவர் பக்கவாட்டில் நின்றவன்.

வரது, தலையை அண்ணாந்து, சற்று கீழ்வெட்டாக வலப்பக்கம் பார்த்து, தன் வாய் கொள்ளாமல் அடக்கி வைத்திருந்த வெற்றிலைச் சாறு சிந்தி விடாமல் ஆழு ராழபாண்..." என்பதாக முனகினார். வரதுவுக்கு சற்று எரிச்சலாகக்கூட வந்தது. இந்த நேரத்தில் வந்த அசடு யார்? தாம்பூல சுகத்தில் இருக்கிறபோது?

"அண்ணா" மறந்துட்டீங்களா! நான்தான் கண்ணம்மா மகன் ராஜபாண்டி. துவாரமங்கலம் கண்ணம்மா, அண்ணா! அண்ணாவோட ஞாபகம், எங்கேயோ இருக்காப்போல..." என்றான் வந்தவன், கூடுமான வரையில், தன் குரலில் பவ்யமும் மரியாதையும் தோன்றும் விதத்தில், அவன் சிரிக்கக்கூட முயன்றான் என்று தோன்றும்படி இருந்தது. சிரிப்பையும் தாண்டி, அவன் முகம் மிகவும் சோகமானதாகவும், ஒரு சாயலில் காட்சியளித்தது.

வரது, பேப்பரைக் கடாசி விட்டு எழுந்தார். தெரு கடைக்கு தன் பாரிய சரீரத்தைத் தூக்கிக்கொண்டு போய், வெற்றிலைச் சாற்றை உமிழ்ந்தார். "நாராயணா" என்றார். சொல்லி வைத்தாற்போல, நாராயணன் எனப்பட்டவன் தோன்றி, பித்தளைக் குவளையை நீட்டினான். வரது, அதை வாங்கி போய் கொப்பளித்துக்கொண்டார். தோள் துண்டால், வாயைத் துடைத்துக்கொண்டார்.

"ராஜபாண்டியா! ஆள் அடிக்கடி மறந்துடுது. பேர் ஊர் எல்லா இழவும் மறந்துடுது. பாரேன், எல்லாம் வயசு பண்ணற கொளஷ்தை..."

வரது ஊஞ்சலைக் காட்டி, "உட்காரேன்" என்றார். அவன் அதை மறுத்துவிட்டு, அவருக்கு நேர் எதிரே, தூணில் சாய்ந்தபடி தரையில் அமர்ந்ததை, வரது திருப்தியுடன் ஏற்றுக்கொண்டதைக் காண முடிந்தது. முறம் மாதிரி அகன்று இருந்த பாதத்தின் கட்டை விரலைத் தரையில் ஊன்றி, ஊஞ்சலைச் சற்றே விந்தி விட்டார். ஊஞ்சல் யானையின் காது மாதிரி அசயத் தொடங்கியது.

"என்ன சௌக்யமா இருக்கியா ராஜபாண்டி?" என்று கேட்டார் வரது. "ஏதோ இருக்கேன்" என்று ஹீனஸ்வரத்தில் அவன் பதில் சொன்னான். காற்று, குப்பென்று வீசியது. தெற்கு பார்த்த வீடு. வாசலில் வாசல் படப்புவரை நீண்டிருந்தது. கோடைப்பந்தல் ரொம்ப தோரணையுடன் கட்டப்பட்ட வீடு. பெரிய பெரிய தூண்கள் வீட்டு உத்தரத்தைத் தாங்கிக்கொண்டிருந்தன. வரது அமர்ந்திருந்த ஊஞ்சல் பலகையை பார்த்தவர்களைப் பிரமிப்பு கொள்ளச் செய்யும் தன்மையது. என்ன பலகை? கன்னங்கரேலென்று யானையைக் குளிப்பாட்டியதுபோல எண்ணெய் சாத்திய பிள்ளையார் உடம்பு மாதிரி என்ன மினுமினுப்பு? முழு விசையில், ஊஞ்சல் ஆடினாலும், சுவர் இழக்காத, அகலம் நீளமான மேல் வாசல், மேல் வாசலுக்கும், தெரு இரும்பு கடைப் படிக்கும் நாற்பது அடியாவது இருக்கும். இரண்டு பக்கமும், கொய்யா, வேம்பு, துளசி என்று மரம், செடிகள் காற்றை வடிகட்டி அனுப்பிக்கொண்டிருந்தது கீற்றுப் பந்தல்.

"ஊம், என்ன பண்ணிட்டிருக்கே?" என்றார் வரது.

"சும்மாதான். ஒன்றும் சரிப்படலை. வர்ற தை பிறந்ததுதான், ஏதானும் குதிரும்னு சோசியர் சொல்றார்."

"ஊம்" என்றபடி, தலையசைத்தார் வரது. அந்தத் தலையசைப்பு, எதிரில் இருந்தவனின் சகல சோகங்களையும் கழித்து நீக்கி விடுகிற தினுசில் இருந்தது. எதிரில் தரையில் அமர்ந்திருந்தவன், வரதுவின், மெய்பாடுகளையே கூர்மையாக சுவதானித்துக்கொண்டிருந்தான்.

சௌகர்யமாக இருப்பவர்களுக்கு அப்படி அவர்கள் இருக்கிறவர்கள் என்பதைப் பௌதிகமாக விளங்கும் படியாகவே, அவர்கள் கடவுளால் படைக்கப்படுகிறார்களோ என்பதாக நினைத்துக்கொண்டான் ராஜபாண்டி. ரெட்டை நாடிதான் வரதுக்கு என்றாலும் ஊளைச் சதை இல்லாத படிக்கு, ஆரோக்கியமாகவே காணப்பட்டார் வரது. வயது எப்படியும் எழுபதைத் தாண்டி இருக்குமே. தீட்சண்யமான கண்ணும், சுத்தமாக சௌரம் பண்ணின முகமும், வெள்ளை வெளேரென்று கை வைத்த பனியனுக்கும் சட்டைக்கும் இடைப்பட்ட தரத்தில் 'பாடி' மேலேயும், நல்ல தரத்திலான கதர் வேஷ்டியுமாக அவர் இருந்தார். செய்து, ஒட்ட வைத்ததுபோல மொழுக் மொழுக் விரலும், அதில முடிச்சு முடிச்சாக முடியும் என்று எல்லாம் கன ஜோராக இருந்தது. அவர் பிரசன்னம்.

வரது, தலையை அசைத்தபடி இருந்தார். வரலாற்றின் பக்கங்களைப் புரட்டுவதுபோல இருந்தது அந்த அசைவு.

"ம்... எப்படிப்பட்டவர் உன் தகப்பனார்... இன்னொருத்தர் அவர் மாதிரி இருக்க முடியுமோ? ஜனிக்கத்தான் முடியுமோ? அந்தக் குரல் என்ன? ஜிலுஜிலுப்பு என்ன? பந்தா என்ன? பிர்க்கா என்ன? இன்னொருத்தன் பிறந்து வரணும்டா ராஜபாண்டி..."

வரது கண்களை மூடிக்கொண்டார். மனோலயமாக அந்தக் காலத்துக்கே பிரயாணம் ஆவது மாதிரி தோற்றம்கொண்டிருந்தார் அவர்.

"தஞ்சாவூர்ல, இப்போ கிருஷ்ணா பேலஸ் இருக்கோல்லியோ, அதுக்குப் பக்கத்துல அந்தக் காலத்துல 'டெண்ட்' கொட்டாய் போடுவான். அங்கேதான் ஸ்பெஷல் நாடகம் போடுவான். பத்து நாள், பதினைஞ்சு நாட்கள் தொடர்ந்து நடக்கும். உங்கொப்பா, ராஜபார்ட் சந்தானலட்சுமி ஸ்தீரி பார்ட், மன்னார்குடி சோமு நாரதர், செங்கோட்டை பால்சாமி ஹார்மோனியம், என்னங்கிறே. காஞ்சிபுரம் நைனா பிள்ளை, ராட்சசன் அவன், மகாவித்வான் முன்னாடி உக்காந்துட்டு, "கண்ணப்பா... காமி சத்யபாமா பாடு, 'கோபியர் கொஞ்சும் ரமணா' பாடுன்னு கேட்டு, 'ஒன்ஸ்மோர்' கேட்டு, கை தட்டியது என்ன, பேஷ் பேஷ் இங்கறது என்ன? அடடா, நாடகமாவா இருந்தது? பெரிய சதஸ் மாதிரி இருக்குன்டா... அது ஒரு வார்ப்பு. அது ஒரு ஜென்மம்"

ராஜபாண்டி, தன் அப்பாவைப் பற்றித்தான் வரது பேசுகிறார் என்கிற பிரக்ஞை இன்றி, புருவம் உயர, வாய் பிளந்தபடி கேட்டுக்கொண்டிருந்தான். வாசல் படப்பு மேல் ஒரு காக்கை வந்து அமர்ந்து சாவதானமாக தன் இறக்கையை நீவிவிட்டுக்கொண்டிருந்தது.

வரது, "நாராயணா" என்றார், நாராயணன் வந்து நின்றான்.

"காலை ஒன்பது மணி ஆகலை, அதுக்குள்ளே வெயிலைப் பார்... பட்டாணி வறுக்கிறது மாதிரி வறுக்கிறது பார்... நீ என்ன பண்றே? ரெண்டு லாடு, கொஞ்சம் பாதம் கீர், நிறைய ஐஸ் போட்டுக் கொண்டா..."

நாராயணன், ராஜபாண்டியைப் பார்த்தான், "இவனுக்குமா" என்பதுபோல் இருந்தது அவன் பார்வை.

ராஜபாண்டி, காக்கையையே உற்றுப் பார்த்துக்கொண்டிருந்தான்.

"அவனுக்கும் குடிக்கக் கொடு"

வரது, சம்மணம் போட்டு உட்கார்ந்துகொண்டார்.

"இந்த வெயிலுக்கு நுங்கு இருக்கில்லையா நுங்கு அதைப் பாலில் போட்டு, நல்லா ஊறவைத்ததும் கொஞ்சம் வெள்ளரிப்பழத்துண்டு இம்மாம்போல, போட்டு நல்லா பிசைஞ்சு, நன்னாரி கொஞ்சம் விட்டு, ஐஸ் போட்டு, பிரிட்ஜ்ல வச்சு, சரியா பத்து மணிக்கு ஒரு வாட்டி, பன்னெண்டு மணிக்கு ஒரு வாட்டி சாப்பிடணும். உடம்பு, ஊட்டியில இருக்கிற மாதிரி இருக்கும்டா"

ராஜபாண்டிக்கு வரது சொல்லுகிற விஷயம் எல்லாம், ஆச்சர்யமான விஷயமாக இருந்தது. தன் புருவத்தை உயர்த்தி அவரை ரசித்தான். ரசிப்பது மாதிரி இருந்தான் என்பதே உண்மை.

வரது ஒரு காலை மடக்கி, மறுகாலைத் தொங்கவிட்டுக்கொண்டு உட்கார்ந்தார். லாடும், பாதாம்கீரும் வந்தது. வரதுக்குப் பாதாம் கீரும் ராஜபாண்டிக்கு பானகம் போன்ற ஏதோ ஒன்றும். திரவமாகவே இருந்தது அது. சாப்பிடும்போது பேசக்கூடாது என்கிற கொள்கை உடையவர்போல, வரது உண்டு, குடித்து முடித்தார். சமையல்காரர் 'நாயின்' ஓர வஞ்சனையை மனசுக்குள் நொந்துகொண்டு ராஜபாண்டியும் குடித்து முடித்தான்.

“நான் என்ன சொல்றேன்னா, உடம்பை நல்லா வச்சுக்கிடணும். உங்க அப்பா, `கடைசி வரைக்கும் எப்படி இருந்தார்? பித்தாளையில் செஞ்சது மாதிரி அல்லவா உடம்பு. பீச்சாங் கையால ஐம்பது கர்லாவும் சோத்துக் கையால ஐம்பது கர்லாவும், தெனம் சுத்துவார். நூறு தண்டால் எடுக்காமே பல்லில காபியைக் காட்டுவாரோ? இந்தக் கண்ணாலே நானே பார்த்து இருக்கேனே, பாய்ஸ் கம்பெனியில் இருக்கிறச்சே! என்ன சுந்தரமான மனுஷன் சும்மாவா. மானேஜர் கம்மா நாயுடு. உன் அப்பனையே சுத்தி சுத்தி வந்தார். ஆம்பளையே மயக்குற தேகம் அல்லவா அவர் தேகம்? ஊம் அது ஒரு வாகு!”

வரது, வெற்றிலைச் செல்லத்தை அருகில் நகர்த்திக்கொண்டார். வெற்றிலைகளில் பத்தை எடுத்துக்கொண்டு அவைகளில் ஒவ்வொன்றையும் துடையின் மேல் போட்ட துண்டின் மேல் துடைத்து, சிட்டைத் துண்டிலிருந்து நூலைப் பிரிப்பது மாதிரி நரம்பைக் கிழித்து எறிந்து, சுண்ணாம்பை ஆள் காட்டி விரலில் தொட்டுக்கொண்டு, அதை வெற்றிலையின் முதுகில் சுரண்டுவது போலத் தடவி, வாயில் போட்டிருக்கும் பாக்கு பதமாயிற்றா என்று தீர்மானம் பண்ணி, வாயில் இட்டு மென்று, முதல் சாற்றைத் துப்பி... என்கிற சம்பிரதாயங்களை நிரப்பிக் கொண்டிருந்தார். ராஜபாண்டி, வரது தன் அப்பாவைப் பற்றி, ஏதானும் அசிங்கமாகப் பேசுகிறாரோ என்பதாக நினைத்துக்கொண்டு அமர்ந்திருந்தான். வரது அவன் அப்பாவைப் பற்றி, நூற்றி ஒன்றாவது தடவையாகப் பேசிக்கொண்டிருக்கிறார். ஒவ்வொரு முறையும், மேற்படி விஷயங்களையே சற்று ரசம் ஏற்றி, சற்று கிட்ட நெருங்கி போட்டோ பிடிக்கிறாற்போல் சொல்கிறார்.

“என்னடா சொன்னேன், ராஜபாண்டி! ஆள் மன்மன்டா, மன்மதன் அதனால்தான் ரதிமாதிரி சரோஜா வந்து சேர்ந்தாள். உங்க அம்மாவைத்தான் சொல்றேன். அந்தக் காலத்துல உங்க அப்பன் சினிமாவுக்கு வந்தப்புறம்தான் சரோஜாவைச் சந்திச்சார். என்னையும் உங்க அப்பா, என்னத்துக்கடா, டிராமா கம்பெனியில வடிச்சுக்கொட்டி வீணாப்போறே... என்னோட வந்துடு ஜுபிடர் முதலாளிகிட்டே சொல்லி வேலை போட்டுத் தர்றேன்னு சொல்லி அழைச்சுட்டுப் போயி, வேலை பண்ணி வச்சாரோ, நான் பிழைச்சனே... புரடக்ஷன் பாய்னு தொடங்கி, அசிஸ்டென்ட், மேனேசர்னு வளர்ந்து, வீடு வாசல்னு ஐவேஜி வந்து நானும் மனுஷனாயிட்டேன்... என்ன சொன்னேன்? உங்க அம்மா அப்போ மாயாவரத்துல ஆக்ட் கொடுத்துகிட்டு இருந்துச்சி. சுத்தமான வெண்கல சாரீரம், சுண்டினா இரத்தம் தெறிக்கிற நிறம். பவிசுக்குக் கேட்பானேன்... நிறைய முதலாளிதான் நின்று போட்டி போட்டுக்கிட்டு வந்த நேரம். கண்ணா பிக்சர்ஸ் ‘லெனா’ கூட உங்க அம்மா சம்மதிக்கலை. அதைவிட உன் பாட்டி ஒத்துக்கலைன்னுதான் சொல்லணும்... எப்படியோ உங்க அம்மாவுக்கு, உங்கப்பா கண்ணப்பா மேல கண் விழுந்துடுச்சி. உங்க அம்மாவுக்கும் அப்பாவுக்கும் நான்தான் தூதுப் புறா. புரியலையா? நான்தான் கடுதாசி கொண்டுபோயி குடக்கிறது. வர்ங்கறது. உங்க அப்பா ஒரு வாட்டிக்குக் கடுதாசியும் கொடுத்து கால் ரூபா கொடுப்பார். கால் ரூபாய்யா, இப்போ மதிப்புக்கு ஏழு எட்டு ரூபாய். அந்தக் கால் ரூபாயிலே, போண்டா சாம்பார், ரெண்டு இட்லி, நுரைக்க நுரைக்க டிக்காஷனைத் தூக்கலாக விட்ட காபி இத்தனையும் சாப்பிடலாம்னா பாத்துக்கோயேன்...

கடுதாசிப் பொட்டலத்துக்குள்ளே மின்சாரத்தை வைத்துக்கட்டி என்னண்டைக் கொடுத்த மாதிரி, நான் மின்சாரக் கடத்தி மாதிரி, அதைக் கொண்டுபோயி சரேஜாவண்டை கொடுத்தா, அந்த அம்மா மூஞ்சி குப்புன்னு விளக்கு போட்ட மாதிரி எரியும் பார்த்துக்கோ... ஜெமினி, ஜுபிடர்? எம்.எஸ். நாயகம் பிலிம்ஸ் எல்லாம் சேர்ந்து பிரமாதமா கல்யாணத்தைப் பண்ணி வச்சா... என்னா கல்யாணம்? சினிமான்னா முகத்தைத் திரும்பிக்கிற ராஜகோபாலாச்சாரியார் வந்தார்னா பாரேன்... என்னேஷ்டுக் கிருஷ்ணன் என்ன, காளிரத்னம் என்ன, வசந்த கோகிலம் என்ன, பாகவதர் என்ன, நட்சத்திரங்கள் எல்லாம் ஒரு கூரைக்குள்ளே வந்தாச்சு. சமையல், நம்ம வெங்குவையன். ராஜாக்கள் வீட்டுக் கல்யாணத்துக்கு சமையல் பண்ற கை. சாப்பாடு எப்படிங்கறே, அமர்தம்... என்னத்தைச் சொல்றது?”

வரது நெற்றிக்குக் கீழே, இரு புருவச் சந்திப்புக்கும் கீழே இறங்கி, பம்மென்று பருத்து, முட்டை வடிவில் சதையால் பண்ணி வைத்தது போன்ற மூக்கை, அகாரணமாகத் துடைத்துக்கொண்டு, அதிகமாக சிவந்து போகும் படியாகச் செய்துகொண்டு சொன்னார்,

“ஏன், உன் கல்யாணம் மட்டும் எப்படி? ஒவ்வொரு கல்யாணப் பத்திரிகையோடயும், கால் பவுன் காசு கொடுத்து கல்யாணத்திற்கு அழைச்சது யார்? உங்க அப்பா. அடடா என்ன உதார குணம்! நான் பார்த்தேனே! இந்த இரண்டு கண்ணாலும் பார்த்தேனே. அழைப்பு வாங்கிட்டவர்கள் கை, பலருக்கும் இப்படி நடுங்கியதை நான் கண்டேனே. தெருவில் போகிறவரை கை தட்டிக் கூப்பிட்டு, இந்த புடி கால்பவுன் என்றால் எப்படி இருக்கும்? அதுமாதிரிதான்... பல்லி முட்டை மிட்டாய்னு குழந்தைகள் சொல்லுமே... அது மாதிரி கால் பவுன் காசுகள், உங்க வீட்டுல குவிஞ்சிருந்ததை நான் கண்டேனே... உன் தோப்பனாரை விடவும் பண்க்காரர்கள் நிறையபேர் இருக்காங்கதான். ஆனா, எத்தனை பேருக்குக் கொடுக்கணும்னு தோனும்? அதுதான் விஷயம்.”

வாசல் படப்பைத் தள்ளிக்கொண்டு உள்ளே நுழைந்தாள், ஒரு கூடைக்காரி. வரது, “நாராயணா” என்றார். க்ஷணத்தில், கையில் பிளாஸ்டிக் கூடையுடன் ஆஜர் ஆனான் அவன். என்ன “சுருக்கு சுருக்காக”க் காரியம் நடக்கிறது என்று வியந்துகொண்டான் ராஜபாண்டி.

. வரது சுட்டிக் கூடையைப் பார்த்தார். வாழைத்தண்டு, மிதி பாகலும்.

“வாழைத்தண்டை, நல்லா சன்னமா நறுக்கி, தேங்காய் பூ போட்டுக் கூட்டு பண்ணிடு நராயாணா! பாகலை, பொன்வறுவல் வறுத்துடு. பாகலோடு, நாட்டு நெல்லிக்காய் இருந்தா, அதையும் நாலு போட்டு வறுத்துடு. ரொம்ப நல்லா இருக்கும். என்ன குழம்பு?

“மொச்சைக் குழம்புங்க ஐயா”

“பேஷ், பண்ணு. ராஜபாண்டி, இந்த வாழைத் தண்டுக்கு என்ன குணம் தெரியுமோ? மூத்திரப் பையில இருந்த கல்லையே கரைச்சுடும்! ரொம்ப வீரியமான வஸ்து. வாரத்துக்கு ஒரு வாட்டி வாழைத்தண்டு, வாழைப்பூ சாப்பாட்டுல சேர்த்துக்கோ. ஒன்னுக்கிருந்தா, ரொம்ப சுகமா இருக்கும். நீ பிடிச்சு உதற வேணாம்”

கூடைக்காரி, வெட்கத்துடன் சிரித்தாள்.

"என்ன சிரிப்பு. நான் சொல்றது என்ன பொய்யா?"

"பொய்யின்னு சொல்ல முடியுமா? சாமி?"

நாராயணன் வந்து, கூடைக்காரியிடம் நூறு ரூபாய் நோட்டை நீட்டினான்.

"ஐயோ... காலங்காத்தாலே நூறு ரூபாய் நோட்டுக்கு என்கிட்டே ஏது சாமி சில்லரை?"

"சில்லறையா கொடுடா"

"சில்லறையே இல்லீங்க, ஐயா"

"பரவாயில்லை. நான் நாளைக்கு வாங்கிக்கறேன்" என்றாள் கூடைக்காரி.

"சரி. நாளைக்கு வரச்சே, தூதுவளைக் கீரை இருந்தா கொண்டா பெண்ணே..."

"ஆவட்டும் சாமி."

கூடைக்காரி புறப்பட்டாள்.

"ரொம்ப ரொம்பப் பிரமாதமா சமைக்கும் உங்க அம்மா. நான் ஆயிரம் முறை அண்ணி கையால சாப்பிட்டிருக்கேனே... கல்யாணத்துக்கு அப்புறம், சினிமாவை விட்டாச்சு. வீட்டுல என்ன வேலை? புதுசு புதுசா உடுத்தறது, பவிசு பவிசா சமைக்கிறது. பொம்மனாட்டிக்கு அதுபோதும்னுட்டார் உங்க அப்பா..." என்றவர். "நாராயணா" என்று சப்தம் போட்டுக் கூப்பிட்டார். அவன் வந்து நின்றான்.

"இன்னிக்கு என்ன கீரை?"

"தண்டுக் கீரைங்க"

"ரெண்டு பல் பூண்டு போட்டு நல்லா ஒட்டுகிறா மாதிரி கடைஞ்சுடு. ஒரு முட்டை எண்ணை விட்டு, நாலு உளுத்தம் பருப்பு, கடுகு போட்டு தாளிச்சுடு, என்ன விதரணை, உங்க அப்பாவுக்குத்தான். திருவல்லிக்கேணியில மட்டும் இருபத்தி நாலு வீடு இருந்துச்சுன்னா பார்த்துக்கோ... அல்லாத்தையும், ஒரு படம் எடுத்துத் தொலைச்சுத் தலைமுழுகினார். பதி பக்தின்னு ஒரு படம். நான்தான், அந்தப் படத்தோட புரடொக்ஷன் மானேஜர். நல்லா, எட்டு கண்ணும் விட்டு எறிகிற மாதிரி இருந்தவரை, "படம் எடு படம் எடுன்னு" குழி வெட்டிக் குப்புறத் தள்ளினான். மானா செட்டி, ஒன்னாம் நம்பர் கேப்மாரி, முடிச்சவிழ்க்கி. குட்டிகளை வச்சுகுட்டு டாப்பர் மாமா வேலை பண்ணிட்டு இருந்த அசட்டு பேமானி. அவன்ட்ட மாட்டினார், உங்க அப்பா. நான் சொல்ல முடியுமோ, நானோ எடுபிடி. சும்மா இருடா நாயின்னு சொல்லுவாரோ, மாட்டாரோ?"

வரது, சத்தம் போட்டார்.

"வாயுத் தொல்லை தாங்கலை. மேலேயும் கீழேயும் காத்தா பிரியுது"

எழுந்து உள்ளே போனார்.

வேலித் தடுப்பில், ஒரு ஓணான், சிவந்த தலையுடன் வந்து நின்றது 'ஓகோ' என்று மேலும் கீழுமாகத் தலையை அசைத்தது.

ராஜபாண்டி, அதையே வெறித்துப் பார்த்துக்கொண்டு அமர்த்திருந்தான். அதைத் தாண்டி அவன் பார்வை வெறித்தது. வெயில், வெள்ளையாகச் சுருள் சுருளாக, தோசைப் பொட்டலம் மாதிரி சுருங்குவது மாதிரி தோன்றியது. மண், மின்னியது. கறிவேப்பிலைக் கிளையில் அமர்ந்திருந்த சிட்டு. "கிச் கிச்" என்றது.

வரது திரும்பி வந்தார். கால், நனைந்து இருந்தது. இரண்டு பாதங்களையும் சேர்த்துத் தட்டி, மண்ணை உதிர்த்து விட்டு, சம்மணம் போட்டு உட்கார்ந்துகொண்டார்.

"வீடுகள் போச்சு... நகைகள் போச்சு... பணம் போச்சு... போகாதது மானம் மாத்திரம்தான். ஒரு நாய்க்கு, ஒத்தைப் பைசா பாக்கின்னு ஒரு கழுதைக்குப் பிறந்த பயலும் சொல்ல முடியுமோ? எனக்கே வீடு தேடி வந்து "இந்தாடா உன் சம்பளம்"னார். "அண்ணே, இந்தக் கஷ்டத்துல எனக்கென்ன அவசரம்"னேன். "தொழில் சுத்தம் வேண்டாமாடா"ன்னார். போகையில், வாடகைக் கார்லே போனார். எத்தனைக் கார் வச்சிருந்தார். பட்டு மாதிரி நடிகர்கள்ளே முதல் முறையா "பிளைவுமத், வாங்கியவர்டா உங்க அப்பா... எல்லாருக்கும் நியாயம் பண்ணவர் உனக்கு மட்டும் நியாயம் பண்ணலை."

நிமிர்ந்து அவரைப் பார்த்தான் ராஜபாண்டி.

"புரியலையா? நாலு எழுத்து படிக்க வைச்சிருக்கலாம். உன்னை ரெண்டாம் கிளாஸ்லேயே படிப்பை நிறுத்தி, தன்னோட வச்சுக்கிட்டாரே, அதைத்தான் சொல்றேன்... படிக்க என்ன ஆகப் போகுதுன்னார். இருக்கிற சொத்தைக் கவனிச்சுக்கிட்டாபோதும்னார். இருக்கிறதை அவரே அழிச்சார். பெண்டாட்டியைச் சோத்துக்கு அலையவிட்டுட்டு, ஒரே பிள்ளைக்கும், ஒன்னும் பண்ணாமே போய்ச் சேர்ந்தார்... எல்லாம் விதி... நேற்று, ரேடியோவில, "சாகசம்" பாட்டு வச்சான். கண்ணுல ஜலம் வந்துடுச்சு. யாரை நோகறது சொல்லு..."

வரது, தரையைப் பார்த்தபடி இருந்தார். தரையைக் கண்ணாலேயே தோண்டி கண்ணப்பாவின் புதைந்து போன வாழ்க்கையை கையில் எடுக்கிறதுபோல இருந்தார்.

"அந்த மோதிரம் இருக்கில்லையோ, வைர மோதிரம் ரொம்ப ஜாதி வைரம், பிரிட்டிஷ் ராணி கையில, அவ போட்டிருந்தா, இப்படித் தூக்கிப் பிடிச்சா, வெளிச்சத்தை வாரி அடிக்கும். என்ன டால்? என்ன ஜிகினா? என்ன பட்டை? உங்க அப்பா, பாம்பேக்கு போனப்போ, ஒரு மார்வாடி சேட்டுகிட்டே வாங்கி வந்தார். அது ஒரு கதை. உங்க அப்பா, பம்பாய்க்கு சும்மா போகலை. புஷ்பவனம் பாப்பாவோட போயிருந்தார். ரூபவதி அதைத் தவிர வேறு ஒன்றும் சொல்லப்படாது. அவளைப் பார்த்த கண், இன்னொருத்தியை பாக்காதுடா. நாட்றாம் பள்ளி ஜமீந்தார், ஒரு ராத்திரிக்கு முப்பதாயிரம் கொடுத்து அவளண்டை போய் வந்தான். முப்பதினாயிரம்டா. அந்தக் காலத்து முப்பதினாயிரம், இன்னிக்கு, அந்தக் காசுல, கவர்னர் பங்களாவை விலை பேசலாம்னா பார்த்துக்கோ. என்னா பொம்பளை? என்னா பல் வரிசை... என்ன மார்பு? என்ன இடுப்பு... ஒவ்வொன்றுக்கும் அரை மணி சொல்லலாம். அவளை அடையறதுதான், ஒரு லட்சியம்னு இருந்தார்கள் ஜமீன்கள் பையன்களும், புதுப் பணக்காரர்களும். அவ, அந்த

ரூபவதி, சௌந்தர்ய தேவதை உன் அப்பாவோட பாம்பேக்குப் போனா. எல்லாம் இந்தக் காலத்துல சொல்றாங்களே... அது என்னடாது இழவு மறந்து போச்சே... ஊம்... தேனிலவு... அதான்... அந்த காரியத்துக்குத்தான் மேற்படி பயணம். அங்க வச்சுதான் அந்த மோதிரத்தை அந்தப் பொண்ணு உங்க அப்பாவுக்கு 'பிரசன்ட்' பண்ணினா... எல்லார் கிட்டயும் வாங்குறவள், உங்க அப்பாவுக்குக் கொடுத்தாள்... நல்ல அவிசாரி கள்ட்டே உத்தமமான குணம் இருக்கும்டா... அந்த வைரம்தான், கடைசியோ உங்க அப்பாவுக்கு எமனா முடிஞ்சுடுச்சு..."

வீட்டுக்குள்ளே இருந்து தாளிக்கும், மணம், ராஜபாண்டி நாசிக்கு வந்து சேர்ந்தது. அவன் பசியை மேலும் உக்ரமூட்டியது. வரது சொன்னது எல்லாம், அவனுக்கும் தெரிந்த கதைதான். பழைய படத்தை இரண்டாம் முறையாகப் பார்க்கிறது மாதிரிதான். வரது சொன்னது. என்ன பண்ண, கேட்க வேண்டி இருக்கிறதே...

"கடைசியா உங்க அம்மாவை, "மானா" வீட்ல வச்சிப் பார்த்தேன். சமையல்காரப் பெண்ணா. என் மனசு உடைஞ்சுப் போச்சுடா ராஜபாண்டி" அவர் அமைதியாக இருந்து விட்டுச் சொன்னார்.

"எல்லாம் விதிடாப்பா, விதி. நதி எந்த தடத்துல ஓடணும்னு விதிச்சாச்சு... அதுலதான் ஓடும்... கேவலம் மனுஷ ஜென்மம் என்ன பண்ண முடியும்...?"

விடை கண்டுபிடிக்க முடியாத சர்வ கேள்விகளுக்கும் ஒரே கண்டுபிடிக்கப்பட்ட பதிலைச் சொல்லி சமாதானம் செய்து கொள்ள முயன்றார் வரது.

"போகட்டும்... நீ எப்படி இருக்கே?"

உயிர் வந்தவன்போல ராஜபாண்டியன் சொன்னான்:

"வீட்டுக்காரிக்கு நாலு நாளா உடம்புக்குச் சுகம் இல்லை. அண்ணா, அது விஷயமாத்தான் வந்தேன். ஒரு அம்பது ரூபா அவசரமா வேணும்."

எசகு பிசக்காக நாராயணன் தோன்றி, "இலை போட்டாச்சு" என்றான்.

அவனைக் கொன்றால் தப்பு இல்லை என்று நினைத்துக்கொண்டான் ராஜபாண்டி.

"எங்கேடா...? காலைலே இருந்து சில்லறைக்கு அல்லாடறோமே, தெரியல்லை? இன்னொரு நாளைக்குப் பார்ப்போம்..."

வரது, மரத்துப் போன கால்களை உதறிக்கொண்டார். பிறகு, சாவகாசமாக உள்ளே போனார். நாராயணன், இவனைப் பார்த்து விட்டு, உள்ளே சென்று கதவைச் சாத்திக்கொண்டான்.

ராஜபாண்டியன், தெருவுக்கு வந்தான். வேலித் தடுப்பில், இன்னும் அந்த ஓணான் இருந்தது. இவனைப் பார்த்து தலையை அசைத்தது.

1994

சூலி

உலகம், இன்னும் இருளில்தான் ஆழ்ந்திருந்தது.

பாலாம்மாள், உலகம் பற்றியெல்லாம் கவலைப்பட்டவள் இல்லை. அவளுக்கு விழிப்பு தட்டி விட்டது. அவளுக்கு அது காலை. "சிவசிவ" என்று முணுமுணுத்துக்கொண்டாள். அது ஒரு மந்திரம்போல் அவளுக்கு காலம் சென்ற அல்லது சிவலோக பதவி அடைந்து விட்ட பொல்லாப்பாண்டி அப்படிச் சொல்லிக் கேட்டிருக்கிறாள். அவருக்குச் சட்டென்று எப்போதும் இரண்டு வார்த்தைகள் நாக்கில் எழும். சாதுவாக இருந்தால், சிவசிவ... கொஞ்சம் கோபம் வந்து விட்டால், மூதேவி.

பாலாம்மாள், பின்கட்டுக் கதவைத் திறந்துகொண்டு தோட்டுத்துக்கு வந்து நின்றாள். கிழக்குத் திசையைப் பார்த்துக் கூப்பிக்கொண்டு, வழக்கமாகச் சொல்லும் கோரிக்கையை முன் வைத்தாள்.

"பரமசிவன் பத்தினியே, பார்வதியே வாருமம்மா

பரந்தாமன் கைப்பிடித்த லட்சுமியே வாருமம்மா

வாருமம்மா தேவியரே, எம் கிருகம் விளங்கிடவே

போய்வாரும் மூதேவியே, உள்ளவாரும் ஸ்ரீதேவியே!"

பாலாம்மாள், மாமியார் சொர்ணக்காள் மருமகளுக்குக் கத்துத் தந்த மந்திரம் அது. சொர்ணக்காளுக்கு, அவள் மாமியார் அன்னப்பூரணம் சொல்லித் தந்தது. ஏழு தலைமுறைகளாக வந்துகொண்டிருக்கிற தலைமுறை மந்திரம் அது என்று அந்த வீட்டு மத்த மருமகள்கள் சொல்லிக்கொண்டதுண்டு.

பாலாம்மாள், வானத்தை அண்ணாந்துப் பார்த்தாள். கொட்டிக் கிடந்த கூழாங்கற்கள், நட்சத்திரங்கள், முன்னர் பார்க்காதது மாதிரி நட்சத்திரங்களைப் பார்த்தாள் அவள்.

இருட்டு வானமும், இரைந்துகொண்டிருக்கிற நட்சத்திரங்களும் அவளுக்குத் திடுமென பரவசத்தை ஏற்படுத்தியது.

"பாலா... நட்சத்திரத்தை எண்ணுவியா?"

"ஏன் முடியாது? ஒண்ணு... ரெண்டு... மூணு... நாலு..."

"ஐயோ குழந்தையே, எண்ணி முடிக்க ஆயுள் பத்துமா?"

"அப்படீன்னா, எண்ண முடியாதுன்னு சொல்லாதே மாமா. ஆயுள் பத்தாதுன்னு சொல்லு..."

கொத்தாகப் புற்களைப் பெயர்த்து, அவள் மேல் எறிந்தான் அவன்.

மாமாவும் நட்சத்திரங்களில் ஒன்றாக மாறி இருப்பானோ என்று நினைத்தாள். நிச்சயமாக மாறி இருப்பான்.

காலை, அதுக்கே உரிய வேலைகள் அவளுக்கு இருக்கவே இருக்கின்றன. மாட்டுக் கொட்டில் சாணியை வழித்துச் சுத்தம் செய்தாள். கன்னுக்குட்டி அவளை முட்டியது. அதைத் தடவிக் கொடுத்தாள். கிணற்றிலிருந்து தண்ணீர் சேந்தி வந்து தெருவாசல் படியில், தெளித்து பெருக்கினாள்! மீண்டும் தோட்டத்துக்கு வந்தாள். வேலிப் படலில் சரசர என்றது. வேலிக் காத்தான் செடியில் சுற்றிக்கொண்டு தலையை நீட்டினாள் அவள்.

பாலா, கன்னத்தில் பக்தியோடு போட்டுக்கொண்டாள்.

"என்னடியம்மா காணோமேன்னு பார்த்தேன்"

அவள் "உஸ், உஸ்! என்றாள். தலையை ஆட்டிக்கொண்டு அடிக்கடி நாக்கால் உதட்டை, நனைத்துக்கொண்டாள். முன்னும் பின்னும் தலையைக் குடிகாரன்போல் அசைத்தாள்.

"என்னம்மா இன்னைக்கு ரொம்பத்தான் விளையாடறியே என்றாள் பாலா சிரித்துக்கொண்டு.

அவள், துணியை மட்டும் வேலிக்கம்பியில் சுற்றிக்கொண்டு எம்பி எம்பி இவளைப் பார்த்துச் சீறினாள்.

"போ... போம்மா... விடியப் போகிறது. ஆர் கண்ணிலேயாவது பட்டியானா, பொல்லாப்பு வந்து சேரும்."

வாத்திச்சி வார்த்தைக்குக் கட்டுப்படும் பள்ளிக் குழந்தை மாதிரி, அவள் சரசரவென்று மறைந்தாள்.

"என்ன புத்தி, அவளுக்கு" என்று சிரித்தபடி, அவள் வேலையில் ஆழ்ந்தாள்.

வானம் இன்னும் விடிந்திருக்கவில்லை. இருட்டை மெழுகிப் பூசியது மாதிரி இருந்தது. உள்கூடத்தைக் கூட்டிப் பெருக்கினாள். எல்லாம் முடிந்தது என்கிற உணர்வு தோன்றுகையில், சமையல் அறையிலிருந்து ஏதோ உருளும் சப்தம் கேட்டது. கால் விளக்கை எடுத்துக்கொண்டு உள்ளே போனாள்.

"எலித் தொந்தரவு வரவர அதிகமாப் போச்சு, பக்கத்து வீட்டிலிருந்து எலிக்கூண்டு வாங்கி வந்து ஒழிச்சுக் கட்டறேன், பாரு" என்று தனக்குள் சொல்லிக்கொண்டாள். விளக்கோடு உள்ளே சென்றவள், காலை, புரிமனை இடறியது.

“சே, சனியனே” என்றாள். எலிகள் ஓடி மறையும் சப்தம் கேட்டது. எதையாவது மூடாமல் வைத்து விட்டோமோ என்று பார்த்தாள். அப்படி ஒன்றும் இல்லை. சுள்ளென்று வெயில் அடித்தாலுமேகூட, பொத்தாக இருட்டிக்கொண்டிருக்கும் அந்த அறை.

“மேலே ஓடு மாத்தி ஒரு கண்ணாடி வைடா சம்முவம்” என்று அவள்தான் எத்தனை முறை சொல்லி விட்டாள். “சாதத்துல பல்லி விழுதோ, கரப்பான் விழுதோன்னு மனசு கிடந்து அலை மோதுது” என்றும் சொன்னாள். வீட்டில் ஆம்பளை என்று இருக்கிற மகன் ஒருத்தன், எடுத்துக்கட்டிக்கொண்டு செய்தால்தானே!?

கொடியில் இருந்த சேலையை எடுத்து உதறித் தோள் மேல் போட்டுக்கொண்டு கிணற்றடிக்கு வந்தாள். தென்னங்கீற்று மறைப்புக்குள் இருந்த அண்டாவில் தண்ணீர் சேந்தி இறைத்தாள். மட்டையில் செருகி வைத்திருந்த வேலங்குச்சியால் பல்லைத் தேய்த்துக்கொண்டாள். குளிக்கத் தயாரானாள்.

மஞ்சளை முகத்தில் அப்பிக்கொண்டபோது, திடுமென, பரமன் ஞாபகம் வந்தது. என்ன இது? காலைலே இருந்து அவன் ஞாபகமாக, என்று தனக்குள்ளேயே பேசிக்கொண்டாள். அவன் தாலியைத்தான் அவள் கழுத்தில் வாங்கிக்கொள்ள வேண்டியவள். ஆனால், யாருக்கு யார் என்று பிறக்கும்போதே எழுதப்பட்ட அவன் கையெழுத்தை எவன்தான் அழித்தெழுத முடியும்? பரமன் இப்படி அற்பாயுசாகப் போய்விடுவான் என்று யார்தான் எதிர்பார்க்க முடியும்?

தண்ணீர் ஊற்றிக்கொண்டாள்.

“ஸ்ஸ்ஸ்...” என்று சீழ்க்கை ஒலி மிக மெல்லிதாக.

நிமிர்ந்து பார்த்தாள் பாலா. அவள்தான். தென்னை ஓலைகளின் கிழிசலில் இருந்து எட்டிப் பார்த்துக்கொண்டு இருந்தாள் அவள். கைரேகை தெரிகிற வெளிச்சம் வந்திருந்தது. புதுப்புளி மாதிரி பழுப்பு நிறத்தில் விடிந்துகொண்டிருந்தது, காலை. நல்ல சந்தனத்தில் செய்து கடுகு தாளித்துக் கொட்டியது மாதிரி உடம்பு. கருகுமணி வளையல் மாதிரி உடம்பு பூராவும் வளையங்கள்.

“என்னடி, சும்மா சும்மா என்னையே பார்த்துக்கிட்டு” என்று சொன்ன பாலா, அப்போதுதான் அதைப் பார்த்தாள். அவள் மினுமினுப்பும் வீங்கிப் பருத்த உடம்பும், தளர்ச்சியாக.

“என்னடி, முழுகாம இருக்கியா? நான் இதுவரைக்கும் பார்க்கலையே. அட, நிறைசூலியா இருக்கே போலிருக்கே”

அவள் திடுமென பம்மி வலப்பக்கம் சாய்ந்து, படல் ஓரமாக தவழ்ந்து சென்று மறைந்தாள். அவளையே பார்த்துக்கொண்டு வெளியே வந்தாள் பாலா.

பாலாவுக்கும் அவளுக்குமான உறவு இப்படியாகத் தொடங்கியிருக்கவில்ல. அது அவள் கட்டிக்கொண்டு வந்திருந்த சமயம், மஞ்சள் தாலிக் கயிறு பளபளப்பு மங்கியிருக்கவில்லை. இது போன்று வைகறையில்தான், அவள்

எழுந்து தோட்டத்துப் பக்கம் வந்தாள். குப்பென்று உளுந்து மாவின் நெடி. அவள் நாசியைத் தாக்கியது. இந்நேரத்தில் எங்கே உளுந்து அரைக்கிறார்கள் என்று ஆச்சரியமாக இருந்தது அவளுக்கு. இன்றுபோலவேதான், கார்த்திகைத் திருநாள் மாதிரி விளக்கு எடுத்திருந்தது வானத்தில். கேழ்வரகு அடை மாதிரி இரவு மெழுகி இருந்தது. பூமியில், பூமியைப் பொத்துக்கொண்டு வெளியே வந்திருந்த மரங்களும், செடிகளும் ஆணியில் தொங்கும் சட்டைகளைப்போல தொங்கிக்கொண்டிருந்தன. தலைகீழாக இரவின் மௌனப் பேச்சு, இரைச்சலாகச் செய்தன சில்வண்டு.

உட்கார்ந்து எழுந்தவள், கிணற்றடித் தொட்டியிலிருந்து நீர் எடுத்துக் காலைக் கழுவிக்கொண்டாள். "சட்சட்"டென்று காலை உதறி, பாதத்துள் ஒட்டியிருந்த மண்ணை உதறித் திரும்பியவள் அவளைப் பார்த்தாள். மயிர்கால்களை குத்தி நிமிர்ந்து கொள்ள ரோமக் கூர்முனையில், குமிழி இட்டுக்கொண்டு எழுந்தது. அச்சம் காலை தரையிலிருந்து வழுக்கிக்கொண்டு, "முட்டிக்குக் கீழே ஸ்மரணை அற்றுப் போனது அவளுக்கு. வாய் பேச எத்தனிக்கக் குமுறியது.

"பா... பா" என்றாள். தாவலில், படியில் ஏறி வீட்டுக்குள் வந்து விழுந்தாள். மாமி என்னவோ ஏதோ என்று "என்னடி" என்றாள். சுட்டு விரலைக் காட்டி மரத்துப் போய்ப் பேச முடியாமல் விழித்தாள் பாலா. மாமா எழுந்து கதவுக்கு அப்பக்கம் போனாள்.

"நீதானா? பயம் காட்டிட்டியா? புதுசா வந்திருக்கிற மருமவ. யாருன்னு பார்க்க வந்திருப்பே. பயந்துட்டா போம்மா என்று பேசிவிட்டுத் திரும்பினாள். மருமவளைப் பார்த்துச் சொன்னாள்:

"அவ நம்ம வீட்டு காவல் தெய்வம்மா... யாருக்கும் எந்த பழுதும் பண்ணாது. பக்கத்துல அங்காளம்மாள் கோயில்லே இருக்கிறவ. வேண்டிக்கோ, குழந்தை மாதிரி அவ. அவ முகத்துல விழிச்சா அன்னைக்கு நாளே நல்லாயிருக்கும்"

கொஞ்சம் கொஞ்சமாத்தான் பயம் குறைந்தது என்றாலும் நாலைஞ்சு நாள் படுக்கையில் கிடந்தாள் பாலா. எதைப் பார்த்தாலும் அவளுக்கு அதுவாகவேத் தோன்றியது. விட்டத்தில் இருந்து தொங்கும் கயிறு, வைக்கோல் புரி, சவுக்குச் செத்தை என்று எந்தப் பொருளும் நெளிவதாகவே அவளுக்குத் தோன்றியது.

மாமி, வேப்ப மரத்து முனிக்கும், பாவாடைக்காரிக்கும் வேண்டிக்கொண்டாள். நாலாம் நாள் ஜுரம் இறங்கியது.

ஈரத் துணியை உலர்த்தினாள் பாலா, பின்பு தலையைத் துவட்டத் தொடங்கினாள். இயற்கையாகவே அடர்ந்த செழித்த கூந்தல் அவளுக்கு. பொல்லாப் பாண்டிக்குக் கோபம் வரும்போதெல்லாம் அதைத்தான் பற்றி இழுத்துச் சுவரில் ஏற்றுவார். ஒரு சமயம், அந்த முடியை அவர் கத்தரித்தும் இருக்கிறார்.

"இந்த அழகைக் காட்டித்தான் உன் மாமனை மயக்குறியோ" பக்கத்து ஊரில் ஏதோ கல்யாணத்துக்கு வந்த பரமன், சும்மா பார்த்துப் போக வந்தான். பூவும் பழமும் வாங்கி வந்தான். பேசிக்கொண்டிருந்தான். அந்த வேளை பார்த்து, பொல்லாப் பாண்டி வீட்டுக்குள் நுழைந்தார்.

திக்கென்றது பாலாவுக்கு. எனினும், பாண்டி, பரமனிடம் சுமுகமாகவே பேசிக்கொண்டிருந்தார்.

"கோழி அடிச்சுக் குழம்பு வை" என்றார். மாலை, இருட்டுக்கு முன் இருவரும் குளக்கரைக்குச் சென்றார்கள். குளியலையும் முடித்துக்கொள்ளலாமே, அடர்ந்திருந்த எருக்கச் செடி மறைவாக, அவர்கள் அமர்ந்தார்கள். குளத்தில் கால் அலம்பிக்கொண்டு, குளிக்கத் தயாரானார்கள்.

"தம்பி, ரெட்டிக் கிணறு முன்னெல்லாம் தண்ணி ஊறி மேலால நிக்கும். தண்ணி எப்படிங்கறே?" பால், இளநி, தேன்தான். இப்போ பாதி கிணறாயிடுச்சி. இருந்தாலும், தண்ணி இன்னும் கொஞ்சம் இருக்கு. படி எல்லாம் அழகாக இருக்கும்"

பரமன் சொன்னான். "வாங்க அண்ணே பார்க்கலாம்."

இடுப்பில் துண்டைக் கட்டிக்கொண்டு எட்டிப் பார்த்தான்.

இருட்டில் ஆழம் புரிபடவில்லை. பரமனுக்கு முதல் கல் மட்டும் கண்ணுக்குத் தென்பட்டது. அடுத்த அடி லேசாக மங்கலாகத் தெரிந்தது.

"மூணாம்படியில் தண்ணி அங்கேயே உட்கார்ந்து குளிக்கலாம். ஆனால் தம்பி வேணாம். பொம்பள மாதிரி, குளக்கரையில் குளிச்ச பழக்கம் உனக்கு. கிணத்துல குளிக்கத் தெரியுமோ, என்னவோ?"

அண்ணா பொல்லாப் பாண்டி சொன்னா. சீண்டினார்.

"என்ன அண்ணே, அப்படிச் சொல்றீங்க? எங்க ஊரும் கிணத்துல பாதாள சுரண்டுவம் விழுந்தா, நான்தான் எறங்கி எடுப்பேனாக்கும்"

பரமன் முதல் படியில் காலை வைத்தான்.

"வேணாம் தம்பி..." என்றார் பாண்டி.

அவன் இரண்டாம் படியில் கால் வைத்து நின்றான்.

"அண்ணே, மூணாம் படியைக் காணேமே."

பாண்டி கிணற்றுச் சுற்றுக் கட்டையில் படுத்து, கையை அவன் பக்கம் நீட்டினார்.

"தம்பி என் கையைப் பிடி. பிடிச்சிக்கிட்டியா— அப்படியே காலால மூன்றாம் படியைத் துழாவு..."

காணோமே அண்ணே"

"பொல்லாப்பாண்டி மேலும் குனிந்தார். காலை எடுத்து முதல் படியில் வைத்தார். ஸ்திரமாக நின்றுகொண்டார். இடக்கையால் கிணற்றுச் சுவரைக்கொண்டு, வலக்கையால் பலம்கொண்ட மட்டும் பரமனை உந்தித் தள்ளினார். தடுமாறிய பரமன் 'ஓ'வென்று அலறிக்கொண்டு விழுந்தான். கட்டாந் தரையான அடிவாரப் பாறையில் மனித உடல் மோதிச் சிதறுவதைக் காதால் கேட்டார். திருப்தியுடன் மேலே வந்தார். பரமன் சட்டை வேட்டியை சுருட்டி உள்ளே விட்டெறிந்தார். புறப்பட்டு, நேராக இரண்டு கல் தூரத்தில் உள்ள கள்ளுக்கடைக்குப் போனார். சாப்பிட்டார். நள்ளிரவில் வீடு திரும்பினார்.

"மாமா எங்கே?" என்றாள் பாலா.

என்ன, வரல்லையா. அவன் குளக்கரைப் பக்கம் போறேன்னு சொன்னான். நான் அனுப்பி வைச்சுட்டு, நாடாரைப் பார்க்கப் போயிட்டேன். ஊருக்குப் போயிட்டானோ, என்னவோ... குழந்தையா அவன்? வருவான் இலையைப் போடு" என்றார்.

மூன்றாம் நாள், புகை கசிவதுபோல் விஷயம் வெளிப்பட்டது.

"குளிக்கப் போய் விழுந்துட்டான்போல" என்றார் பாண்டி, மணியக்காரடினம்.

"அப்படித்தான் இருக்கும்" என்றான் அவன்.

பலம்கொண்ட பெருமாள், சாப்பிட வந்து அமர்ந்தான்.

பழையதைப் பிழிந்து, தயிரை ஊற்றித் தட்டத்தை அவன் முன் வைத்தாள். பதினாறு வயசுப் பையன். அதுக்கேத்த உடம்பும் திமிருமாக இருந்தான் அவன். அதுக்குள்ளாக அப்பன் மாதிரி ஊர்மேயத் தொடங்கி இருந்தான்.

"இன்னிக்கு என்னப்பா... கீற்று முடைதானே"

"ஆமாம்"

"அதை முடி. கீற்று அழுகிப் போயிடும்போல. தேங்கா வெட்டு என்னாச்சு?"

"ஆயிரம் காயையும் மண்டியில சேர்த்தாச்சு. பணத்துக்கு நாளைக்கு வரச் சொல்லி இருக்காரு நாய்க்கரு"

"ஞாபகமா போ... நிறைய செலவு இருக்கு."

அவன் புறப்பட்டுச் சென்ற பிறகு, அரிசி களைந்து போடத் தொடங்கினாள். தெருவாசல் திறந்து கிடந்தது. பாண்டியிருந்தவரை, "தெருக்கதவைத் திறந்து போட்டு என்ன பார்வை எவனை வரச் சொல்லி இருக்கே?" என்பார். நிம்மதியாக இப்போது வேடிக்கைப் பார்க்க முடிகிறது. பாலா சிரித்துக்கொண்டாள். அவளுக்குச் சந்தோஷமாகக்கூட இருந்தது. அந்த மிருகம் செத்தது பற்றி நினைக்கும்போதெல்லாம் நிம்மதி தோன்றிக்கொண்டேதான் இருக்கிறது.

ஆலங்குளத்துக்குப் போய்த் திரும்பிக்கொண்டிருந்தார்கள் பாலாவும், பாண்டியும், சித்தப்பன் சாவு பாண்டிதான் பிள்ளை இல்லாத சித்தப்பனுக்குக் கொள்ளி வைத்தார். திரும்பும் வேளை இருட்டிக்கொண்டிருந்தது. குளக்கரை வழியாகத்தான் திரும்பிக்கொண்டிருந்தார்கள். தூரத்தில் இருந்த கிணற்றைச் சுட்டி, பாண்டி சொன்னார். மீசையைத் தடவி விட்டுக்கொண்டு சொன்னார்.

"இந்தக் கிணத்துலதான் உன் மாமன் செத்தது"

பாலா நின்றாள்.

"பார்க்கலாமாங்க"

"வா"

அவள் எட்டிப் பார்த்தாள்.

"பாழுங்கிணறு"

பிரபஞ்சன்

"தண்ணி இருக்குமோன்னு நினைச்சுட்டான்போல"

"எப்படி விழுந்திருக்கும்?"

"அதோ அந்த முதல் படியில் காலை வச்சு இருப்பான். ரெண்டாவதுல இறங்கி இருப்பான். மூணாம்படிதான் இல்லையே"

பாலா அவரைப் பார்த்தாள்.

"அப்படி இருக்காது."

"அப்படிதாண்டி"

அவர், என்ன நடந்திருக்கும் என்று உற்சாகமாகக் காட்டத் தொடங்கினார். முதல் படியில் நின்றார். இரண்டாம் படிக்குப் போனார். இங்கிருந்துதான் விழுந்திருக்க வேண்டும் என்றார், அவர் முகத்தில்தான் என்ன பூரிப்பு?

பாலாம்மாள் எட்டிக் கிணற்றைப் பார்த்தாள். இருள், வட்டமாகச் சுருண்டு ஒரு பெரிய கல் உரல் மாதிரி இருந்தது. எமன் உருவம் அது. அது கலைந்து, பரமன் உருவம் தெரிந்தது அவளுக்கு. கண்ணீர் அவன் கண்களில், "பாலா" என்றான் அவன். மார்பு துடித்தது அவளுக்கு. உடம்பு விரைத்தது. முதல் கல் ஆயிற்று. இரண்டாம் படியில் இருந்தார் பாண்டி. இந்தப் பாண்டியின் இந்தப் பாவத்துக்குப் பிராயச்சித்தம் எது? இடது கையை கிணற்றுச் சுற்றுச் சுவரில் பற்றிக்கொண்டு, வலது கையால் பள்ளத்தைச் சுட்டிக் காட்டிக்கொண்டிருந்தார்.

பாலா, பக்கத்தில் உள்ள துவைக்கல்லைப் பார்த்தாள். ஒரு மனுஷியால் தூக்கக்கூடிய சின்ன கல்தான் அது. குனிந்து, தன் பலம்கொண்ட மட்டும் அதைத் தூக்கினாள். கிணற்றுக்குள் இருந்த பொல்லாப்பாண்டி தலையில் போட்டாள்.

"ஐயோ" என்றுகூட சொல்லாமல், அவர் விழுவதை அவள் பார்த்தாள்.

கொஞ்ச நாளாக அவளைக் காணோம். திடுமென அன்று மதியம், அவள் மகிழ மரத்திலிருந்து அதைச் சுற்றிக்கொண்டு பாலாவிடம் வந்தாள்.

"ஸ்... ஸ்" என்றாள்.

துவைத்துக்கொண்டிருந்த பாலா திரும்பிப் பார்த்தாள். அவள் அவளைப்போலவே ஒரு குட்டியுடன் இருந்தாள்.

"பெத்து பிழைச்சியோ. அதான் காணோமா உன்னை?" என்றாள் பாலா.

"உஸ்"

துணியை உலர்த்திக்கொண்டு அவள் சொன்னாள்:

"நல்லவேளை. அன்னிக்கு நீ பல்லைப் பதிச்சதை பார்த்துத்தான், பாம்பு கடிச்சிக் கிணத்துல விழுந்து செத்தார்னு முடிவு பண்ணாங்க... என்னைக் காப்பாத்திட்டே, போ..."

1994

மூவர்

கிள்ளிக்கு பிறந்த நாள் வந்தது. அவன் தந்தை அவனுக்கு ஒரு மவுத் ஆர்கன் பரிசளித்தார். பற்றிக்கொண்டு எரிவது மாதிரி பளபளப்பு. அதன் இரண்டு பக்கமும் இருந்த பிளேட், காக்காய் பொன் மாதிரி மின்னியது. கிள்ளி அதைக் கையில் வைத்துக் கொள்ளும்போது, ஒரு புறாக் குஞ்சைக் கையில் வைத்துக் கொள்வதுபோல மென்மையாக உணர்ந்தான்.

ஒழுங்கான பல்வரிசை மாதிரி, மவுத் ஆர்கனின் பள்ளம், அழகான அடுக்காகக் காணப்பட்டன. திருப்பிப் பார்த்தான். மீண்டும் மீண்டும், திருப்பித் திருப்பிப் பார்த்தான். என்ன அற்புதம் இது? சும்மா வெறும் காற்றை, வாய் வழியே ஊதினால், கீழே இருந்து பாட்டு வருகிறது. அது எப்படி? எங்கே ஒளிந்திருக்கிறது பாட்டு?

கிள்ளி, மவுத் ஆர்கனைன் தன் சட்டைப் பையில் வைத்தான். அவன் சட்டைப் பையை விடவும், நீளமாகத் துருத்திக்கொண்டிருந்தது. அது குனிந்தால் தாடையிலும் இடித்தது. அவன் கைவிரல் சாணில், இரண்டு சாண் நீளம் இருந்தது. இடிக்காமல் இருக்குமா? கால்சட்டைப் பையில் வைத்துக்கொண்டான், என்றாலும் முயல்குட்டி மாதிரி எட்டிப் பார்த்தது, அது. அப்படித் தெரிந்தது பெருமையாக இருந்தது அவனுக்கு.

எதிரில் இருந்தது, தோட்டம். பெரிய தோட்டம் பெரியவர்கள் எல்லாம்கூட உலாவவும், காற்று வாங்கவும் அங்கு வருவார்கள். அவன் அங்குப் போய், காலியாக இருந்த ஒரு பெஞ்ச்சில் அமர்ந்துகொண்டான். அப்போது, மிகப் பிரபலமாக, எல்லா இடத்திலும் ஒலித்துக்கொண்டிருந்த, இந்திப் பாட்டை மவுத் ஆர்கனில் பாடிவிட வேண்டும் என்று நினைத்துக்கொண்டான். அந்த இந்திப் பாட்டு, ஒ. பி நய்யார் இசை அமைத்த பாடல். அவனுக்கு இந்தி தெரியாதே என்றாலும் என்ன? இந்திக்குப் பதிலாகத் தமிழ் வார்த்தைகளைப் போட்டு ஏன் பாடக்கூடாது?

வார்த்தைகள்கூடத் தேவைப்படாதே. வெறும் லல்ல என்றுகூடப் பாடலாம்தான். வாய்ப்பாட்டா, என்ன? மவுத் ஆர்கன்தானே என்றவாறு, மனசுக்குள் அந்தப் பாட்டை வருவித்துக்கொண்டான்.

பட்டாம்பூச்சி ஒன்று செடிகளைச் சுற்றிக்கொண்டிருந்தது. ஒரு செடியில் அமர்வதும், அப்புறம் மற்ற ஒன்றின் மேல் உட்கார்வதுமாக இருந்தது அது. சிவப்பு, மஞ்சள், கறுப்பு என்று கண்ணைக் கட்டிப் போடுகிற நிறங்களில் இருந்தது அது. அதை வேடிக்கை பார்த்துக்கொண்டே இருந்தான். மனசுக்குள் பாட்டைக் கட்டினான்.

"ஆங் தே... தே... தி, த தா வா... த

நா நா நா, தத நா நா தா..." என்பதாக இருந்தது அது.

இசைக்கு வார்த்தைகளைப் போட்டுப் பார்த்தான்.

"நீ வா வா வா... வராவிட்டாலோ

நானேதான் வரு வே னே..." என்று சிரமப்பட்டு, வார்த்தைகளைப் போட்டுக்கொண்டு வாசிக்கத் தொடங்கினான்.

பாதையில் போகிறவர்கள், திரும்பிப் பார்த்தார்கள். இரண்டு பேர், அவன் இருந்த பெஞ்ச் பக்கம் வந்து நின்றார்கள். தோட்டத்துச் சருகுகளைச் சேகரித்துக்கொண்டிருந்த தோட்டக்காரர்கூட, அவனை ஆச்சரியமாகப் பார்த்துக்கொண்டிருந்து விட்டு, பிறகு வேலையைத் தொடங்கினார். அவனுக்குப் பெருமையாக இருந்தது. அந்தப் பாட்டு வந்து விட்டதாகவே அவன் நினைத்தான். அந்தப் பாட்டை ஓ. பி நய்யார் மாதிரியே நான் வாசிக்கிறதாக அவன் நினைத்தான். அந்தப் பெருமித உணர்வுடன் வாசித்து முடித்துவிட்டு, அவன் மவுத் ஆர்கனை வாயிலிருந்து எடுத்தான். இரண்டு பேரில் ஒருவர் கேட்டார்.

"என்ன பாட்டு, தம்பி அது?"

அவன் சொன்னான்.

அவர், "ஓகோ" என்றார், மற்றவர், "அந்தப் பாட்டை அப்படியும் வாசிக்கலாம்போல" என்றார்.

அவன் தந்தை,தெருத் திண்ணையில் அமர்ந்து புகை பிடித்துக்கொண்டிருந்தார். அவருக்கு, இரவு சாப்பிட்டானதும் புகை பிடிக்க வேண்டும். ரம்மியமான புகையால் திண்ணையை மெழுகிக்கொண்டிருந்தார். அவர், அவன் தாயார், வாசலில், பாத்திரங்களைத் துலக்கிக்கொண்டிருந்தாள். தம்பி தூங்கிக்கொண்டிருந்தான்.

தாயின் எதிரில் அமர்ந்து, அவள் வேலை செய்வதைப் பார்த்துக்கொண்டிருந்தான், கிள்ளி திரும்பிப் பார்த்தாள் அம்மா.

"என்ன பத்து வரைக்கும் முழிச்சுக்கிட்டு, தூங்கப் போகலையா?" என்று கிள்ளியிடம் கேட்டாள் அம்மா.

"தூக்கம் வரலை"

அவள் சிரித்தாள்.

"தூக்கம் வரலையா? ஏதாவது புத்தகத்தை எடுத்துப்படி, உடனே தூக்கம் வருமே"

"போம்மா"

கிள்ளி எழுந்து, அறைக்குள் சென்று, மவுத் ஆர்கனை எடுத்துக்கொண்டு வந்து, அதே பாட்டை வாசிக்கத் தொடங்கினான்.

"ராத்திரியில ஊதாதடா, கிள்ளி"

"ஏம்மா?"

"ஊதக்கூடாதுன்னு பெரியவங்க சொல்லுவாங்க..."

"அதுதான் ஏனாம்?"

"பூச்சி பொட்டு வரும்னு சொல்லுவாங்க."

"பூச்சின்னா?"

சட்டென்று வாயில் இருந்த மவுத் ஆர்கனை எடுத்துவிட்டான் கிள்ளி.

"பாம்பா?"

அவனுக்குத் 'திக்'கென்றது. தாயாரின் வெகு அருகில் வந்து அமர்ந்துகொண்டான். சுற்று முற்றும் பார்த்துக்கொண்டாள். தம் வீட்டிற்குள், பாம்பு வர முடியாது என்று நினைத்துக்கொண்டான்.

"நம்ம வீட்டுக்குள்ளே பாம்பு வருமாம்மா?"

"ஊகூம், வராது. அதெல்லாம் காடு, பூங்கா மாதிரி இருக்கப் பட்ட இடங்கள்லேதான் வரும்"

சாயங்காலம், தான் தோட்டத்துக்குப் போய் வாசித்தது நினைவுக்கு வந்தது.

"அம்மா! இன்னைக்குத் தோட்டத்துக்குள்ளே போய் மவுத் ஆர்கன் வாசிச்சேனே..."

"ஐயையோ... இனிமே அப்படிச் செய்யாதே"

"நாம் எவ்வளவு பெரிய தவறு செய்துவிட்டோம். அவன் உறங்கப் போனான். தம்பிக்குப் பக்கத்திலே, அவனுக்குப் பாய் விரிக்கப்பட்டிருந்தது படுத்துக்கிடந்தான்.

கிள்ளி, தோட்டத்துக்குள் நடந்து போய்க்கொண்டிருந்தான். சங்கரைப் பார்க்க வேண்டியிருந்தது. அவனுக்கு. மண்பாதைக்கு இருபுறமும் செடிகளும், மரங்களும் செழித்துக் கிடந்தன. நேரமோ, இருட்டிக்கொண்டிருந்தது. திடுக் திடுக்கென்று அடித்துக்கொண்டது அவன் இருதயம். செடிகளிலோ, புல்லிலோ கொஞ்சம் அசைவு தெரிந்தாலும் அவன் பயந்தான். சுவர்க்கோழிகள்போல, இனம் தெரியாத பூச்சிகள் பேசிக்கொண்டிருந்தன. அவன், பயத்தை விரட்டிக்கொள்ள, பாடத் தொடங்கினான்.

"தேன் உண்ணும் வண்டு
மாமலரைக் கண்டு, திரிந்தலைந்து
பாடுவதேன், ரீங்காரம் கொண்டு."

அவன் குரல், அவனுக்கே மோசமாக ஒலித்தது. திடுமென, அவனுக்கு முன் ஒரு பெரிய புற்று தோன்றியது. அது கரும்பச்சை நிறத்தில், விளக்கில் பிடித்த மோதிரக் கல் மாதிரி பளபளப்பாக இருந்தது. நட்சத்திரங்களைப் பக்கத்தில் வைத்துப் பார்ப்பதுபோல இருந்தது. பச்சைப் புல் எல்லாம் பற்றி எரிவதுபோல இருந்தது. அவனுக்குக் கண் கூசியது. அவன் பார்த்துக்கொண்டிருக்கும்போதே, புற்றுக்குள்ளே இருந்து அதன் பொந்துகளில் ஒன்றில் இருந்து, கத்தியை உருவி எடுக்கிற வேகத்தில், ஒரு பாம்பு வெளிப்பட்டது. உரித்த வாழைப்பழம்போல், அதன் உடம்பு இருந்தது. தன் பிளந்த நாக்கை நீட்டி நீட்டி, இரு புறமும் பார்த்தது அது. முதுகுத் தண்டு சில்லிட, அடுத்த அடி எடுத்து வைக்கச் சக்தியின்றி அவன் நின்றான்.

அந்த பாம்பு, திடுமென, கனிவாக மாறியது. அதன் முகம், சிரித்தது. சிநேகிதன் பார்ப்பது மாதிரி பார்த்தது அது.

“கிள்ளி, எங்கே போகிறாய்?” என்றது அந்தப் பாம்பு.

“சங்கர் வீட்டுக்கு”

“6 ஆவது ஏ சங்கர் வீட்டுக்கா?”

“ம்.”

“எடுத்து, அந்தப் பாட்டை வாசி.”

“எந்தப் பாட்டை?”

“அதான்டா “நீ வா வா வா” என்கிற பாட்டை”

அவன், மவுத் ஆர்கனை எடுத்து வாசித்தான். என்ன அற்புதம் மிகப் பிரமாதமாக அவன் அந்தப் பாட்டை வாசித்தான். சுற்றி இருந்த அந்த மரங்கள், செடிகள் ஆகியவற்றின் இலைகள் எல்லாம் பொன் என்றவாறு இருந்தன. புல்லின நுனிகள் தோறும் ஒரு வைரக்கல்லை ஒட்ட வைத்த மாதிரி, ஒளிர்ந்து கிடந்தது. அது காக்காய்ப் பொன் துகளை வானம் எங்கு பறக்கவிட்டது மாதிரி எங்கு நோக்கிலும் ஜாஜ்வல்யம் வெளிச்சப் பிரவாகம்.

“நன்றாக வாசிக்கிறாய்” என்று பாராட்டியது அந்தப் பொன் தலைப் பாம்பு.

பிறகு பாம்பு அவனிடம் சொல்லியது.

“சரி, போய் வா. பாட்டை நன்றாகக் கற்றுக்கொள். பாட்டு எங்கும் பரவி கிடக்கிறது”

திடுமெனப் பாம்பின் வாயில் ஒரு மகுடி வந்திருந்தது. அது வாசித்தது. மிகவும் அழகாக இருந்தது பாட்டு.

“பிரமாதம்” என்றான், அவன் மீண்டும் மீண்டும் சொன்னான்.

“கிள்ளி, கிள்ளி” என்று அவனைத் தட்டி எழுப்பினாள் அவன் தாய்.

“என்ன உளறல்? என்ன பிரமாதம், பிரமாதம்னு சொன்னியே என்ன அது பிரமாதம்?” என்றாள்.

“ஓ! நாம் இதுவரை கண்டது கனவோ?”

கிள்ளிக்கு அதற்குப் பிறகு உறக்கம் பிடிக்கவில்லை.

மவுத் ஆர்கனை, கிள்ளி எப்போதும், தன்னுடனே வைத்திருந்தான். பள்ளிக்கூடம் போகும்போது அதைப் பைக்குள் வைத்துக்கொண்டு போனான். விளையாட்டு 'பீரியடில்', அதை எடுத்துச் சக பையன்களிடம் காட்டுவான்.

"ஹை... ஏதுடா..." என்று கேட்டான் கோவிந்து.

"எங்க மாமா ஒருத்தர் ஜப்பானிலே இருக்கார். அவர் வாங்கி அனுப்பி வைச்சார். என் பிறந்த நாள் பரிசு"

"ஜப்பான்லேந்தா?" என்று கோவிந்துவின் கண்கள் விரிந்தன. மகிழ்ச்சியாக இருந்தது கிள்ளிக்கு.

"கொஞ்சிக் கொஞ்சிப் பேசி மதிமயக்கும் வாசிக்க முடியுமா? உன்னால்?" என்றான் ஆல்பர்ட்.

"இப்போதான் கத்துக்கிட்டு இருக்கேன்" என்றான் மேலும், கிள்ளி சொன்னான்.

"ஜப்பான்லேந்து எங்க மாமா, ஆர்மோனியப் பெட்டி அனுப்பி வைக்கப் போறார்."

"என்னது, ஜப்பான் ஆர்மோனியமா!"

"ஆங்..."

பையன்கள் முகம், லேசாக இருண்டன. கிள்ளிக்கு மகிழ்ச்சியாக இருந்தது.

கிள்ளியின் தம்பி, கண்ணன், அவன் மவுத் ஆர்கனைக் கேட்டான்.

"தரமாட்டேன் போடா. நீ உடைச்சுப் போடுவே"

அம்மா, பஞ்சாயத்துக்கு வந்தாள்.

"தம்பிக்குக் கொடுடா... சும்மா ஊதிப் பார்க்கட்டும்."

"முடியாது மவுத் ஆர்கன் கெட்டுடும்."

"கெடாது கொடு"

"மாட்டேன்."

கண்ணன் அழத் தொடங்கினான்.

"குழந்தை! உனக்குப் புதுசா ஒண்ணு வாங்கித் தர்றேன். அண்ணன் மவுத் ஆர்கனை விடவும் பெரிசா..."

கிள்ளி திடுக்கிட்டான். அம்மா, சொல்வதைச் செய்பவள் என்று அவனுக்குத் தெரியும். தம்பிக்கு, தன் பொருளை விடவும் பெரிசா ஒரு மவுத் ஆர்கனா? இந்த யோசனையே அவனுக்குப் பிடிக்கவில்லை.

"இந்தாடா" என்றபடி, மவுத் ஆர்கனைக் கொடுத்தான். சீக்கிரமாகவே வாங்கிக்கொண்டான.

கிள்ளி, படுக்கப் போகும்போது, படுக்கைக்குப் பக்கத்தில் அதுவும் படுத்திருக்கும். மற்றபடி அவன் பையில் இருக்கும். கையில் முளைத்த ஆறாவது விரல் மாதிரி, அந்த மவுத் ஆர்கன் கிள்ளியுடன் ஒட்டிக் கிடந்தது.

சங்கருடன் கடற்கரைக்குச் சென்றான் கிள்ளி. கடற்கரையில் அலைகள் வந்து காலைச் சுற்ற, கிளுகிளுப்பான ஈரக் சுகத்தை ரசித்தபடி நடந்தார்கள்.

கிள்ளி, மவுத் ஆர்கனில் எதையோ நினைத்துக்கொண்டு வேறு ஏதோ பாட்டை வாசித்துக்கொண்டிருந்தான்.

"எனக்கு மவுத் ஆர்கனைக் கொடுடா, கிள்ளி கொஞ்சம் வாசிக்கிறேன்."

கிள்ளி கொடுத்தான்.

சங்கர், ஒரு பாட்டை வாசித்தான்.

"என்ன பாட்டு?"

"கல்யாண சமையல் சாதம்"

"ஓகோ... சொல்லிட்டு வாசி."

"கிண்டல் செய்யறியா? உனக்கு மட்டும் 'கொஞ்சிக் கொஞ்சி' வாசிக்க வந்துடுச்சா?"

"கட்டாயம், இன்னும் இரண்டு நாளைக்குள்ளே வருதா இல்லையான்னு பார்."

கிள்ளியிடம் இருந்து, சங்கர் மவுத் ஆர்கனை வாங்கி வாசித்தான்.

கிள்ளி, கீழே இருந்த ஒரு சிறு கல்லை எடுத்து எறிந்தான். சங்கர் லாகவமாகக் குனிந்துகொண்டான். சங்கர் ஒரு பெரிய கல்லை எடுத்துக்கொண்டு "போடட்டுமா" என்றான்.

"போடு"

போட்டான். கிள்ளி சாமர்த்தியமாக விலகிக்கொண்டான்.

அலைகள், கரைக்கு வந்து திரும்புகையில், நண்டுகளைக் கொண்டு வந்து சேர்த்தன. நண்டுகள், ஈரத்தரையில் புரண்டு புரண்டு ஓடுவது அவர்களுக்கு விளையாட்டாயிருந்தது. வளைக்குள் புகும் நண்டுகளை மறித்து, அவற்றைத் தூக்கிக் கடலுக்குள் எறியும் விளையாட்டைத் தொடங்கினார்கள்.

கிள்ளி, நண்டை ஓடிப்பிடித்து மண்ணோடும் சேர்த்துக் கடலுள் எறிந்தான். சங்கரும் அப்படியே செய்தான். நண்டுகள் கிடைக்காதபோது, குப்பை, சுண்டல் காகிதம், என்று கையில் கிடைத்ததையெல்லாம் எடுத்து எறிந்தார்கள். சங்கர், கிள்ளியிடம் கடைசியாகச் சொன்னான்.

"என் செருப்பைக் கடாசப் போறேன்"

"செய்வியா?"

"ஏன் செய்யக்கூடாது? செருப்பைத் தொலைச்சுட்டேன்னா, எங்கப்பா புதுசா வாங்கிக் கொடுப்பார்"

"அப்போ கடாசு"

சங்கர், தன் செருப்புகளை ஒவ்வொன்றாகக் கடலில் கடாசினான்.

"கிள்ளி! உன் செருப்பையும் விட்டு எறிடா"

"ஐயோ... என் செருப்பு புதுச் செருப்புப்பா"

"அப்படின்னா, உன் மவுத் ஆர்கனை எறியப் போறேன்."

கிள்ளி கோபம் அடைந்தான்.

"எறி பார்ப்போம்"

"எறிந்துடுவேன்"

"எறிடா பார்ப்போம்"

"சத்தியமா?"

"எறி"

"எறிஞ்சுடுவேன், கடல்லே"

"எறிடா பார்ப்போம்"

"சத்தியமா?"

"சத்தியமாத்தான்"

அந்தக் கணம் எப்படி நடந்ததோ? சங்கர் மவுத் ஆர்கனை பலம்கொண்ட மட்டும் கடலில் வீசி எறிந்தான்.

கிள்ளியின் தந்தை, இரவு உணவு முடித்து, சுருட்டுப் புகைத்துக்கொண்டிருந்தார். இது அவருக்கே மிக இனிமையான நேரம். அவர் சிரிப்பதும், பாடங்களை, மார்க்கைப் பற்றிப் பேசாத நேரமும்கூட இதுதான். கிள்ளி, அவருக்கு அருகில் போய் நின்றான்.

"என்னப்பா கிள்ளி?"

பொத்தல் பையில் போட்டுக்கொண்டு போனதால், மவுத் ஆர்கன் தொலைந்து போய்விட்டது என்று சொல்ல விரும்பினான் கிள்ளி. அவர், பேசிய தொனியில் அவனுக்கு ஏனோ அழுகை வந்தது. நடந்ததை முழுதும் சொன்னான். அவர் எல்லாவற்றையும் கேட்டுக்கொண்டிருந்துவிட்டுச் சொன்னார்:

"போவுது போ, இதுக்காகவா அழறே?" என்றபடி, அவர் அவனைப் பக்கத்தில் இழுத்து இருத்திக்கொண்டார், சொன்னார்:

"உனக்குப் புதுசா ஒன்று வாங்கித் தர்றேன்"

"என்னைக்கு? நாளைக்கே"

"சரி, நாளைக்கே"

கிள்ளி யோசித்து இருந்துவிட்டுச் சொன்னான்.

"மூணு வேணும்பா"

"மூணு என்னத்துக்கு?"

"ஒன்று தம்பிக்கு. ஒன்று சங்கருக்கு. ஒன்று எனக்கு"

அப்பா, கிள்ளியை அழுத்தமாக அணைத்துக்கொண்டார்.

1994

குருதட்சணை

1

காச்யபன், ஸ்ரீநிதியைக் கண்டு அடைந்தது, சுவாரஸ்யமான நிகழ்ச்சிதான். தெற்கே இருந்து வந்தவன் காச்யபன். ரொம்ப வயசாளி இல்லைதான். நாற்பதைக்கூட அவன் இன்னும் தொடவில்லை. க்ஷேத்திர தரிசனம் செய்துகொண்டு, இந்த ஊரை வந்து சேர்ந்தான். சரியாக அந்த நேரம், கோயிலில் மத்தியான பூஜை நடந்த மணிச் சப்தம் அவனுக்குக் கேட்டது. கண்டாமணியின் பேரோசை, ஈஸ்வரனே தன்னை அழைக்கிறாற்போல அவனுக்குத் தோன்றியது. கோயிலுக்குள் புகுந்தான். ஆலகால விஷத்தை அருந்திய பெருமாளை, தேவர்கள் வழிபட்ட ஸ்தலம் என்று ஒரு பக்தர் சொன்னார். ஈசுவரனுக்குப் பெயரே ஆலந்தரித்த ஈசுவரர்தான். அம்மை அல்லியங்கோதை. அல்லிப் பூ மாதிரி அவளும் சிவந்துதான் இருந்தாள். மடைப்பள்ளிப் பிரசாதமோ அமிர்தம்தான். திருப்தியாக உண்டு, கண்ணில் பட்ட ஒரு வீட்டுத் திண்ணையில் படுத்துக் களைப்புத் தீர உறங்கினான். திடுமென எழுந்த பெரும் ஆரவாரம் அவனை எழுந்து அமர வைத்தது. பள்ளிப் பிள்ளைகள் ஆட்டம் போட்டுக்கொண்டிருந்தார்கள். காச்யபன் வேடிக்கை பார்க்க ஆரம்பித்தான்.

கண்ணாமூச்சு ஆட்டம்தான். ஒருத்தன், கண்களைக் கட்டி விட்டான். இன்னொருத்தன் கட்டப்பட்டவனை, நின்ற இடத்திலேயே மூன்று முறை சுற்றி விட்டு, ஓடிப் போய் ஒளிந்துகொண்டார்கள். ஒரு பக்கம் கண் தெரியாதவன், மறுபக்கம் குண்டும் குழியுமான தெரு. தெரு ஓரங்களில் மரங்கள், பையன்களுக்கு ஒளியச் சௌகரியமாக இருந்தது.

இது, தேடுதல் நிறைந்த ஆட்டம், பாதை உண்டு. ஆனால் தெரியாது. ஒளிந்திருக்கும் பையன் ஒருவனைத் தொடுதலே, வெற்றி அல்லது லட்சியம். ஆனால், லட்சியத்தை அடைவதில் ஏகத் தடைகள். முதலில் கண் மறைப்பு. அப்புறம் தெரியாத

பாதை எடுத்த அடி எதன் மேல் என்று தெரியாத சந்தேகம்.

ஒருவன், மரத்தைப் பிடித்தான். ஒருவன், பையன்களுக்கு எதிர்த் திசையில் நடந்து, பெரிய தமாஷை வருவித்தான். பார்த்துக்கொண்டிருக்கும்போதே, ஒரு சிறுவனின் முறை வந்தது. குழந்தை அழகாக இருந்தான். எதிராளி, அவன் கண்களை மிகவும் இறுக்கமாகக் கட்டி அவனைச் சற்று தூரம் அழைத்துச் சென்று, மும்முறை சுற்றி, சாமர்த்தியமாக எதிர்த் திசையில் திருப்பி விட்டான்.

சிறுவன், இரண்டு அடி எடுத்தும் வைத்தான். அப்போதுதான் அந்த ஆச்சர்யம் நிகழ்ந்தது. அவன் தன் கட்டை அவிழ்த்தான்.

"என்னடா?" என்றான் எதிராளி.

"என் கண்ணைச் சரியாகக் கட்டலையே. நீங்க எல்லாம் ஒளிஞ்சிருக்கிற இடம் தெரியுது. திரும்பவும் இறுக்கமா என் கண்களைக் கட்டி விடு."

எதிராளியும் அப்படியே செய்தான். சிறுவன், மிகவும் சிரமப்பட்டது தெரிந்தது. தட்டுத் தடுமாறி, கீழேயும் விழுந்து எழுந்தான். ஆயினும், தன் முயற்சியை அவன் கைவிடவில்லை. ஏதோ ஒரு உள்ளுணர்வில் சரியான திசையை அவன் கண்டுபிடித்தான்.

காச்யபனின் முதுகுத் தண்டு சிலிர்த்தது.

சத்தியசந்தர்கள் அருகி, அபூர்வமும் ஆகிப் போன இந்தக் காலத்தில், இப்படியும் ஒரு பிள்ளையா?

"தம்பி, இங்க வா" என்று அந்தச் சிறுவனை அருகாக அழைத்தான். அவன் மட்டுமல்ல, சிறுவர் பட்டாளமே அவனை நோக்கி வந்தது.

"தம்பி, உன் பெயர் என்ன?"

"ஸ்ரீநிதி, ஐயா"

"சந்தேகம் என்ன? நிதிதான், யார் வீட்டுப் பிள்ளை நீ?"

"வழிப்போக்கரே, இவன் ஒரு அனாதை. தாய், தந்தை இழந்தவன்"

"ஐயோ" என்றவன், ஸ்ரீநிதியை தம் அருகாக அழைத்து நோக்கினான். அவனது சாமுத்திரிகா லட்சண அறிவு மேலோங்கியது. சிறுவனின் வயிறு, தோள், நெற்றி, நாசி, மார்பு, கையடி எல்லாம் மேடிட்டு இவன் இந்திர போகம் அநுபவிப்பான் என்றது சாத்திரம். குவளை மலர்போலக் கண்கள், சுபாவம், சிவந்த உள்ளங்களை, கூரிய நாசி, மார்பு நீண்டு, இவன் உத்தமன் என்றது. நிதியின் விரல்களை அவதானித்தான். நகம் சிறியது. சின்ன மொச்சைப் பயிறுப் பற்களோ, சின்ன முத்துக்கள், புதையல் கிடைத்ததுபோல இருந்தது காச்யபனுக்கு. அந்தக் கணமே அவன் ஒரு முடிவுக்கு வந்தவன் சொன்னான்:

"நிதி, நீ யாருடைய போஷிப்பில் இருக்கிறாயடா, குழந்தை?"

"என் மாமா என்னைப் பராமரிக்கிறார்"

"நல்லது அழைத்துச் சென்றான், மாமா சொன்னார்."

"அநாதைச் சனியனை அழைச்சிட்டுப் போகலாமே, மேளம் கொட்டிக்கிட்டு..."

நிதி, இப்படியாகத்தான் காச்யபனிடம் வந்து சேர்ந்தான்.

2

காச்யபன், தன்னைப் பற்றிச் சொல்லிக் கொள்வதில்லை.

அவ்வப்போது, "நான் யார்? எனக்குத் தெரியாது. அப்புறம், என்னைப் பற்றி நான் என்ன சொல்றது?" என்பான். வளர வளர ஸ்ரீநிதியே கொஞ்சம் கொஞ்சமாக அவனைப் பற்றி அறிந்துகொண்டான்.

நாணல் பூக்களைப்போல வெள்ளையாக இருக்கிறான் என்பதால், அவனைக் காச்யபன் என்றழைத்தார்கள் ஜனங்கள். அவனைச் சித்தன் என்றும் சிலர் சொன்னார்கள். சித்தன் போக்கு சிவன் போக்கு என்றாற்போல எந்த இடத்திலும் நீண்ட நாட்கள் அவர் நிலைத்திருப்பதில்லை. சிதம்பரத்தில் கொஞ்ச காலம், திருவண்ணாமலையில் கொஞ்ச நாட்கள். காளத்தியில் பல நாட்கள் என்று தன் இருப்பிடத்தை மாற்றிக்கொண்டிருந்தான். காச்யபன், ஊசி நூல்போல, அவனைப் பின் பற்றிக்கொண்டான் ஸ்ரீநிதி. ஒன்று மட்டும் தெளிவாகத் தெரிந்தது. நிதிக்கு, காச்யபன் நிகரற்ற வைத்தியனாக இருந்தான். "செத்தாரை எழுப்புவன்" என்றுகூட பெயர் அவனுக்கு இருந்தது.

காச்யபன் சொல்வான்:

"நாடிகள் மூணுதாண்டா, நிதி. எல்லா வைத்தியனும் இந்த மூன்றைத்தான் கண்டான். இதைத்தான் மாற்றலும், சரிப்படுத்தலும். ஆனா, நாலாம் நாடி ஒன்று இருக்கு. அதை எழுதி வைக்கலை யாரும். வள்ளுவன், அறம், பொருள், இன்பத்தைச் சொன்னான். ஏன் 'வீட்டை'ச் சொல்லலை? அதுக்கு என்ன காரணமோ? இதுக்கும் அதுதான் காரணம். அந்த நாடி— நல்லா கேட்டுக்கோ— அந்த நாலாம் நாடி, வைத்தியன் மனசுக்குள்ளே இருக்கு. நோயாளி கையைத் தொட்டவுடனே, நம்மோட நாலாம் நாடி நமக்குள்ளே பேசணும்டா, என்ன கேடுன்னு நாடி பேசும். ஆனா சனியன்கள், சரியா போகாது, கொனஷ்டைகள், எல்லாம் பேய்க் குட்டிகள் மாதிரி காலையிலே ஒரு பாஷை பேசும், சாயங்காலம் வேறு பாஷை பேசும். ஆனா, உன் மனசுக்குள்ளே இருக்கிற நாடி, சரியா பேசும். தெளிவா பேசும். காதை, உள்ளுக்குள்ளே வை. அப்போதான் நீ அரை வைத்தியன்."

ஒரு கஷ்டம் காச்யபன் நாக்கு துர்வாச நாக்கு. அண்மையில் ஒரு நிகழ்ச்சி நடந்தது. வேட்டவலம் ஜமீந்தார், பக்கவாதம் என்று காச்யபனைத் தேடி வந்தார். தேடி வருபவர்க்கு மட்டும் வைத்தியம் என்று வேறு இருந்தான். காச்யபன். பாவம், ரொம்பக் கஷ்டப்பட்டு மலை ஏறி வந்திருந்தார் ஜமீந்தார். வியர்வையால் குளித்தாற்போல இருந்தார், அவர் மூச்சு மேலும் கீழும் துருத்தி மாதிரி வாங்கிக்கொண்டிருந்தார் அவர். காச்யபன் அப்போதுதான் "லேகியம்" சாப்பிட இருந்தான்.

"என்ன ஓய், என்ன ஆச்சு உமக்கு?" என்று வரவேற்றான் ஜமீந்தாரை.

"அதை சுவாமிதான் பார்க்க வேணும்."

"பார்க்கிறேன். பார்த்துக்கொண்டுதானே இருக்கேன்."

ஜமீந்தார் கையை நீட்டினார்.

“வேணாம் அது அவசியம் இல்லை. உமது ரோகத்தின் வாசனை எனக்கு வந்துடுச்சு. ரோகம் என்னோட பேசும்யா. சரி, உமக்கு சொத்து அபரிமிதம் என்று சொல்கிறார்களே, வாஸ்தவம் தானா?”

“நிஜம், சுவாமி.”

“எத்தனை பிள்ளைகள் உமக்கு?”

“நாலு ஆம்பிளை, ஆறு பொட்டைகள் சாமி”

“எத்தனை பெண் ஜாதிகள்?”

“போங்க சாமி, இப்போ இருக்கிறவள் மூணாவது. மற்றது இரண்டில், ஒண்ணு செத்துப் போயிடுத்து. மற்றது, வயிறு வாய்க்கலை.”

சாமி சும்மா உட்கார்ந்திருந்தது.

“சாமி, என் ரோகம் தீர மருந்து அருள வேணும்”

“தேவை இல்லை. வாழ்ந்தது போதும்னு ‘அவன்’ நினைச்சுட்டான் சொத்தைச் சரியா பிள்ளைகளுக்குப் பகிர்ந்து கொடுமேன். நாலு பேருக்கு நல்லது பண்ணும். வர்ற பவுர்ணமிக்கு மறுநாள், ஆட்கள் வந்துடுவானுங்க. உம்மை அழைச்சுப் போறதுக்கு. அதான்யா, எமராசன் ஆட்கள். தயாராயிடு.”

ஜமீன்தாருக்கு மயக்கமே வந்துவிட்டது. அவருடன் வந்த ஆட்களோ, புலிப் பார்வை பார்த்தார்கள். ஜமீன்தார் கெஞ்சத் தொடங்கினார்.

“சுவாமி, தயவு பண்ணணும். உங்களாலதான் என்னைக் காப்பாற்ற இயலும்.”

சாமி சிரித்தது.

“என்னால் மட்டுமல்ல, ஓய், எவனாலும், அவனாலும், இவனாலும் உம்மைக் காப்பாற்ற முடியாது. உம்மைச் சுற்றி எமன் கயிறு தெரியுதுங்காணும். கரும் படலம், உன் தலையைச் சுற்றி எனக்குத் தெரியுதே. சிவனால் மட்டும்தான் உமக்கு விமோசனம் பண்ண முடியும். எதுக்கய்யா சாவப் பயப்படறீரு. பிறக்கப் பயப்படலை. இறக்க மட்டும் என்னத்துக்குப் பயப்படறது?”

ஜமீந்தார் போன பிறகு, ஸ்ரீநிதி கேட்டான்.

“சுவாமி இந்தக் ‘கரி’ நாக்கு, வைத்தியனுக்குச் சரிப்படுமோ? பாவம் ஜமீந்தார் ரொம்ப மனவேதனையோடு போகிறார்.”

“நான் தாசி அல்லவே, நிதி. நான் இனிப்பான வார்த்தைகளைப் பேச முடியாது. நான் உண்மையை, நீ விரும்பினாலும், அல்ல என்றாலும் பேச வேண்டும். அது என் சுதர்மம்”

“க்ஷமிக்கணும் சுவாமி, உண்மையை, இங்கிதமாகவும் மனம் விரும்பும் படியாகவும் பேசலாமே?”

சுவாமி சிரித்தது. போதையில் அதன் கண்கள் கோவையெனவும், பச்சைக் கிளியின் வாய் மாதிரியும் சிவந்திருந்தது.

“குழந்தை, நான் ஞானிகளிடம் அவ்வண்ணம் பேச மாட்டேனடா. அவர்களுக்கு மரணம், மகிழ்ச்சி தரும் அனுபவமாக இருக்கும். நான்

அற்பர்களிடம் மட்டுமே அப்படிப் பேசுவேன். ஜமீந்தார் முகத்துக்கு நேராக, அவன், இயலாமையை, என்னை அன்றி எவரே பேச முடியும்? அவனுக்கும், அவனை விடவும் பெரியவன் இருக்கிறான் என்கிற சத்தியம் புரிபட வேண்டுமே. என் குரு பட்டினத்தடிகள், ராஜாவுக்கு முன், 'நான் இருக்க, நீ நிற்க' என்று உணர்த்தினானே, அது மாதிரி என்று வைத்துக் கொள்..."

சாமி போதையில் இருக்கும்போது மட்டும்தான் இப்படியெல்லாம் பேசும் என்பதை ஸ்ரீநிதி அறிவான். ஆனால், எப்போதும் அசத்தியம் பேசாது.

ஆனால், சாமி கொடுமைக்கார மனுஷன் என்பதும் இல்லை. ஸ்ரீநிதி அதை அறிவான். அவன்தான் சாமியுடன் வந்த இந்தப் பதினாறு ஆண்டுகளாய் எத்தனை பார்த்திருக்கிறான்? திருமறைக் காட்டில் அவர்கள் தங்கி இருந்தபோது நடந்த ஒரு அபூர்வ நிகழ்ச்சியை அவன் கண் முன்னே பார்த்திருக்கிறானே...

குடும்பன் மகள், வாலையைப் பாம்பு கடித்தது. வேறு என்ன? நல்ல பாம்புதான். இருட்டிய நேரம். தோட்டத்துப் பக்கம் போயிருக்கிறாள். கோழிக் குஞ்சுகள் ஏகமாக கத்தித் தீர்த்தன. ஆகையினால் அவள் அம்மா, 'என்னன்னு போய்ப் பாரடி' என்றாளாம். தாய்க்கோழி வேறு இறக்கையை அடித்துக்கொண்டு, பம்மிக்கொண்டு குரல் கொடுத்தது. இந்த வகைக் குரல், ஆபத்தைக் குறிப்பதாயிற்றே! வாலை, கோழிக் கூண்டின் அண்மைக்குச் சென்றிருக்கிறாள். குஞ்சுகள் பதறித் துடித்தபடி இருந்தன. கூண்டைத் திறந்தாள். இருட்டில் சரியான இனம் விளங்கவில்லை. காலை வைத்துத் துழாவினாள். 'சுருக்'கென்று கடுத்தது. முள்ளாக்கும் என்று நினைத்தாள். 'உஸ்...' என்று சீறும் சப்தம் கேட்டது. அவளுக்குப் புரிந்து விட்டது. 'அம்மா — பாம்பு' என்று அலறிக்கொண்டு விழுந்தாள்.

விடிவதற்குள் உடம்பு நீலம் பாரித்து விட்டது. வைத்தியர் "எல்லார்க்கும் சொல்லி அனுப்பிவிடு" என்றார்.

ஏதேச்சையாக சாமி அந்தப் பக்கம் போக நேரிட்டது. எதேச்சை அல்ல, விதி அவ்வழிப் போக விதித்து இருக்கிறது, என்றது சாமி. குழந்தையைப் பார்த்தது. நுரை தள்ளி, மூச்சு நின்று, கண்கள் செருகி, எல்லாம் முடிந்து இருந்தது. உடம்பில் உஷ்ணம் மட்டும் நீர்த்து போய்விடாமல் இருந்தது.

"அடக்கம் செய்யாதேயுங்கள்" என்று கேட்டுக்கொண்டது சாமி. ஆனால், குடும்பன் வகையறாவோ, அவநம்பிக்கையோடுதான் சம்மதித்தது. என்ன மாயமோ, மருந்தோ? காட்டுக்குள் புகுந்தது. மனித சஞ்சாரம் அற்ற காட்டில், எந்தப் புல்லை, எந்தப் பூண்டை, எந்த இலையைப் பரித்து ரசம் இறக்கியதோ? பல்லை இடுக்கி போட்டுத் திறந்து, வாலையின் உடம்புக்குள் செலுத்தியது. தைலம் பண்ணி, உடம்பில் தேய்த்து விட்டது. என்ன ஆச்சர்யம்? வாலை விழித்துக்கொண்டாள். அம்மாவைப் பார்த்து, "பசிக்குது... சோறு போடு" என்று சொன்னாள்.

அந்தக் கணமே அந்த இடத்தை விட்டுப் புறப்பட்டு விட்டது, சாமி. குடும்பன் தேடி இருப்பான்.

"என் வேலை முடிஞ்சுட்டது உத்தரவு பண்ணினவன் ஒருத்தன். என் மூலம் செய்வித்துக்கொண்டான். அப்புறம் என்ன?" என்றது சாமி.

3

கார்காலம் வருகிறது. சாமி எதன் காரணத்தாலோ, இப்போதெல்லாம் மிகுந்த உணர்ச்சி வசப்பட்டது. இது அண்மைக்கால வழக்கம்.

"மழைக்கு முன்னால் நாம் மருத்துவமலைக்குப் போய்விட வேண்டுமடா ஸ்ரீநிதி" என்றது ஒரு சமயம்.

"பச்சிலை அங்கே மிகவும் விசேஷமாகக் கிடைக்கும் என்கிறார்களே, சுவாமி"

"அதுவும் ஒரு காரணம்..." என்று பூடகமாக சிரித்தது. சாமி தொடர்ந்தது.

"குழந்தை, உனக்கு சஞ்சீவினி வித்தை ஒன்றைக் கற்றுக் கொடுக்க வேண்டும். சஞ்சீவின வித்தை ஒன்றல்ல பல. ஏராளமான தினுசு, சுக்கிராச்சாரியார், கசனுக்குக் கற்றுக் கொடுத்த சஞ்சீவினி ஒரு ரகம், வைத்தியர்களாகிய நம்மைக் காப்பாற்றும் சஞ்சீவினி என்கிறது ஒரு ரகம். சமயம் வரும்போது சொல்கிறேன்"

"சுவாமி... மருத்துவமலை இங்கிருந்து பல காத தூரம் ஆச்சுதே"

"இருக்கட்டும். வாயு வேகத்தை விடவும் மனோவேகம், அதி சீக்கிரம் அல்லவோ? நடப்போம்"

இரவும் பகலுமாக அவர்கள் நடந்தார்கள். பசி வரும்போது ஏதேனும் கிராமங்களில், பிட்சை ஏற்றுப் புசித்தார்கள். ஓர் இரவு ஒரு சத்திரத்தில் அவர்கள் தங்க நேர்ந்தது. மங்கலான விடிவிளக்கின் வெளிச்சத்தில் சாமி சொன்னது.

"ஸ்ரீநிதி... எங்கே உன் கையைக் காட்டு."

அவனது இரண்டு கை ரேகைகளையும் சாமி கூர்ந்து நோக்கியது. புரட்டிப் புரட்டிப் பார்த்தது. சகல விரல் முனை மேடுகள், சுழிகள், ரேகைகள் அனைத்தையும் கூர்ந்து கவனித்தது. தன் வெளுத்த தாடியைத் தடவிக்கொண்டு சிரித்தது.

"நாம், சரியான இடத்தை நோக்கித்தான் போய்க்கொண்டிருக்கிறோ'மடா?"

பயணம் தொடர்ந்தது. நதிகள், மலைகள், ஊர்கள் சகலத்தையும் கடந்து அவர்கள் போய்க்கொண்டிருந்தார்கள்.

"சாமி... எங்கே இருக்கிறது, மருத்துவ மலை?"

"நாபிக் கமலத்தில் இருக்கிறதடா..."

ஸ்ரீநிதி புருவம் சுருங்க அவரை நோக்கினான்.

"பூமியின் நாபிக் கமலத்திலடா"

பூகோளம் பற்றிச் சாமி சொல்லிக்கொண்டு வந்தது. நிதர்சனமாகக் காட்டிக்கொண்டு வந்தது.

"குழந்தை, கவனமாக வாங்கிக்கொள்ளடா. இதையெல்லாம் யார் உனக்குக் கற்பிப்பார்? சீக்கிரம் வாங்கிக் கொள். எனக்கு ரொம்பக் களைப்பு ஏற்படுகிறதடா... தோ பார். உனக்கு முன் பார், கோங்கு, மருது,

அரசு, நிலத்தாமரை, துளசி எல்லாம் பார். புறா, கிளி, அன்னம் முதலான பறவைகளையும் பார். மிகுந்த சுபத்தை தரும் பூமியடா இது. இதன் பேர் சிவ பூமி.”

பின், அவர்கள் நிலங்களைக் கடந்தார்கள். பன்னிரண்டு வகையான நில வகைகளை சாமி சொன்னது.

“தும்பை, புளி, புங்கமரம், செம்பருத்தி, அன்னம், சாமான்ய பறவைகள் இருக்கு பார். இது வைஷ்ணவ பூமி. ரொம்ப சிலாக்கியம். இங்கே ஜீவனம் பண்ணுவது எங்கே, ஆம்பல் புஷ்பங்கள் நிறைந்திருக்கிறதோ, செங்கழுநீர், நெய்தல், மணல் உடையதோ, எங்கே விவசாயம் நடைபெறுகிறதோ, அதன் அருகே நீ உன் வீட்டை அமைத்துக்கொள்ளடா! எனக்குப் பிறகு, இந்தப் பைராகி வாழ்க்கை வேண்டாமடா குழந்தை. நீ உலகை வெல்வாய்”

ஸ்ரீநிதியின் கண்களில் இருந்து மழைபோல்...

“சாமி, அப்படியெல்லாம் சொல்லாதேயுங்கள்”

“வைத்தியனுக்கு, உடம்பு அநித்யம் என்று தெரியாதா? எனக்கு என்னைத் தெரியுமடா, குழந்தை. என் வேலை முடிந்ததும், ஒரு கணம் இந்தச் சட்டையை வைத்திருப்பேன் என்றா நினைக்கிறாய்? பறந்துவிட மாட்டேனா...”

வெயில் வெள்ளையாக, கடுமையாக விசீக்கொண்டிருந்தது. தெரு நாய்கள், தங்கள் சிவந்த நாக்கை வெளியில் துருத்திக்கொண்டு அலைந்தன. ஊருக்குப் புறமாக, ஓர் அரச மரத்தடியில் அமர்ந்தார்கள். கட்டுச் சோற்றை அவிழ்த்து உண்டார்கள்.

“ஸ்ரீநிதி வரும் கிருத்திகைக்கு, உனக்கு இருபத்திரண்டு வயது நிறைகிறதடா. தெரியுமா?”

“அப்படியா சுவாமி?”

“ஆம், பதினாறு ஆண்டுகள் என்னுடன் அலைகிறாய். உனக்கு இந்த ஜீவிய முறையில் அலுப்பு ஏற்பட்டிருக்க வேண்டுமே”

“எனக்கு வேறு வாழ்க்கை முறை எதுவும் தெரியாதே...”

“அதுதான். தாய் யானை பின்னால் ஓடும் குட்டி யானை மாதிரி என்னைப் பின் தொடர்வதே தவம் என்று வாழ்ந்து விட்டாய் குழந்தை... எப்போதாவது உனக்குத் தாய், தந்தை நினைவு வந்து துன்புறுத்தி இருக்கிறதா?”

ஸ்ரீநிதி யோசித்தான்.

“இல்லை சுவாமி. என் தாய், தந்தை முகமே எனக்குத் தெரியாதே. மாமா இல்லத்தில், துன்பப்பட்டது எனக்குத் தெரிகிறது. அப்புறம் நீங்கள்... ஒரு கேள்வி மட்டும் எனக்குச் சமீபத்தில் தோன்றியது சாமி.”

“என்ன அது?”

“என்னை என்னவாக ஆக்க உத்தேசிக்கிறீர்கள்? நான் என்னவாக இருக்கிறேன்?”

சாமி சிரித்தார்.

“நல்ல கேள்வி கேட்டாயடா? ஒரு மனிதனாக, பூரண மனிதனாக மாற்ற முயற்சிக்கிறேனடா. பூரண மனிதன் என்பவன் ஞானி. உன்னை ஞான

சூரியனாக வடிவமைக்க முயற்சி செய்தேன். நீ அப்படித்தான் இருந்தாய். உன்னை உனக்கு நான் அறிவுறுத்தினேன். அவ்வளவுதான். குழந்தை, என் வழி கிரியை ஏதோ செய்துகொண்டே இருக்க வேண்டும். அந்தக் கிரியை வழி ஞானம் அடைய வேண்டும். ஞானமார்க்கத்துக்கு சார்பாகத்தான் உனக்கு வைத்தியம் கற்றுக் கொடுத்தேன். இந்த க்ஷணம், உன்னை வெற்றி கொள்ளும் மருத்துவன் பூமி மேல் இல்லையடா குழந்தை. இன்னும் ஒன்று பாக்கி."

"சுவாமி, என்ன அது?"

"ரஸம். ரஸ வித்தை. தங்கம் பண்ணுகிற வித்தை. இருப்பதில் சிறந்ததைத்தான் ரஸம் என்பார்கள். பூதங்களில் ரஸம் மண். மண்ணின் ரஸம் தண்ணீர். தண்ணீரின் ரஸம் தாவரங்கள். தாவரங்களின் ரஸம் மனிதன். மனிதனின் ரஸம் வாக்கு... வித்தைகளின் ரஸம் சொர்ண வித்தை. அதையும் தெரிந்து கொள்ள வேணுமடா. களவும் கற்று மறக்க வேண்டுமடா?"

"களவையுமா, சாமி?"

சாமி சிரித்தது.

"களவு என்பது திருடுதல் அல்லடா, குழந்தை... களவு காதலின் ஒரு வடிவம். சமூகம் அறியாத ரகசியக் காதல். அதைப் பயிலலாம். அதையே நீட்டிக்கக்கூடாது. குடும்பஸ்தனாகிவிட வேணும்."

4

சாமி சொர்ண வித்தையைத் தொடங்கியது. இரும்பு, செம்பு, என்று உலோகங்களைச் சேமித்தது. மலைக் காட்டுக்குள் புகுந்து, இலை, வேர், தண்டு என்று எதையோ சேமித்தது. சட்டி, ஸ்புடம் போடப் பாத்திரங்கள், மெல்லிய வடிகட்டு வஸ்திரங்கள் என்று சாமக்கிரியைகள் எல்லாம் சேமித்தது. ஒவ்வொன்றையும் ஸ்ரீநிதிக்குச் சொல்லிச் சொல்லிச் செய்தது.

ஒரு வளர்பிறையில் வித்தை தொடங்கி, பௌர்ணமியின் இரவில் முடிந்தது. சாமி சொன்னது:

"ஸ்ரீநிதி ஸ்புடச் சட்டியை எடுத்துக்கொண்டு மலைச் சரிவுக்கு வா"

சுவாமி முன், ஏக நிதி அதைத் தொடர்ந்து சென்றான். மலைச் சரிவில், மந்தாகினி நதி ஓரம் சாமி போய் நின்றது. இரவின் நிசப்தம், ஜலப் பிரவாகத்தால் ரணம் ஆகிக்கொண்டிருந்தது. பூச்சிகள் எவையோ, இடையறாது ஒலி எழுப்பிக்கொண்டிருந்தன.

"மேலே மூடியை எடு"

நிதி எடுத்தான்.

"தழைகளை ஒரு குச்சிகொண்டு எடு"

எடுத்தான்.

"லேசாக ஊது. கண்ணை மூடிக்கொண்டு ஊது."

ஊதினான்.

குபீரென்று வெளிச்சம் அவன் முகத்தில் வீசியது. "நெருப்பு, நெருப்பு" என்று கூவ இருந்தான் நிதி. அது நெருப்பல்ல, நெருப்பு மாதிரி ஜொலித்தது பொன். சுத்த மாற்றுப் பொன். தங்கம்.

நிதியின் விழிகள் விரிந்தன.

"தங்க விளையாட்டைப் புரிந்துகொண்டாயா?"

"கொண்டேன், சுவாமி"

"அதோ அந்த மந்தார இலையைப் பறித்து, அதன் மேல் இந்தத் தங்கக் கட்டியை வை"

வைத்தான். இலையின் மேல் இருந்த பொன், தாமரை இலை மேல் தண்ணீர்.

"பார்த்து முடித்தாயா?"

"முடித்தேன் சாமி."

"அதை, நதியில் போடு, திரும்பிப் பார்க்காமல், நம் குகையைப் போய்ச் சேரடா, குழந்தை. இது நமக்கு என்னத்துக்கு? தேவை நமக்கு இல்லை என்பதாலேதான், செம்பு தங்கமாச்சு..."

தங்கத்தை எறிந்து விட்டு, மகிழ்ச்சியுடன் குகைக்குத் திரும்பினார்கள், குருவும் சிஷ்யனும்.

5

மழை தொடங்கி விட்டிருந்தது.

மின்னல் வெட்டி வெட்டி முழங்கியது. மழை தொடர்ந்து, வானுக்கும் பூமிக்கும் வாய்க்கால் வெட்டிய மாதிரி பொழிந்துகொண்டே இருந்தது. இருட்டு, ரொம்ப சீக்கிரமே குகைக்குள் வரத் தொடங்கி இருந்தது.

அன்று அதிகாலை தொட்டே, காற்றும் மழையும், இடை இடையே மின்னலுமாக இருந்தது. மதியத்தின்போது, ஒரு ஸ்திரீ குகைக்குள் நுழைந்தாள். சாமி ஏதோ சுவடிகளை ஆராய்ந்துகொண்டிருந்தது. வைத்திய அகத்தியர் பாட்டுக்கள் சிலவற்றுக்கு அர்த்தம் சொல்லிக்கொண்டிருந்தது.

புது விருந்தாளியைக் கண்டு சாமி, "யாரம்மா?" என்றது.

"சுவாமி, நான் சமர்ப்பவி. மேலே, உச்சியில இருக்கிற மருந்தீசர் கோயில்லே, பணிபூண்டு இருக்கேன்."

"அப்படியா? உட்கார்"

அந்தப் பெண் அமர்ந்தாள். பதினெட்டு பிராயத்தாள். இரண்டாம் முறையும் பார்க்கத் தூண்டும் வடிவைக்கொண்டிருந்தாள் அவள். வெள்ளை ஆடையும் சிவப்புப் போர்வையும் அவள் அணிந்திருந்தாள்.

நெற்றியில் விபூதியும், குங்குமம் அணிந்திருந்தாள்.

"சுவாமியையும், சிஷ்யரையும் ஒருநாளும் நான் கோயிலுக்குள் பார்த்தது இல்லையே?"

"அதுவா... அதில் எனக்கு விசேஷ ஈடுபாடு இல்லை சமர்ப்பவி. ஒரு காலத்தில் க்ஷேத்திராடனம் எனக்கு மிகவும் உவப்பாய் இருந்தது. இப்போ இல்லை. இருக்கும் இடத்தில் ஈசன் இருப்பான்"

அவள், ஸ்ரீநிதியைப் பார்த்தாள். கைகட்டி, பத்மாசனத்தில் அமர்ந்திருக்கும் அவன் 'பாவம்' அவளுக்கு என்ன யோசனையை ஏற்படுத்தியதோ?

"சுவாமி... உங்களுக்கு நான் இங்கு வந்ததில் ஆட்சேபணை இல்லையே?"

"ஆட்சேபணை என்ன இருக்கும்?"

"துறவிகள் பலருக்குப் பெண் என்றால் வெறுப்பு."

சாமி சிரித்தது.

"பெண்ணை வெறுப்பவனும் பொன்னை வெறுப்பவனும் மண்ணை வெறுப்பவனும் துறவியாக மாட்டான் பெண்ணே. வெறுப்பில் ஞானம் முகிழ்க்காது. மாறாக, அன்பில்தான் ஞானம் லபிக்கும். மனிதர், மரம், விலங்கு எல்லாம் அவன் படைத்தவை என்கிற ஞானம் வந்தாற் பின் வெறுப்பு எங்ஙனம் வரும்.?"

"சுவாமி, உங்கள் சிஷ்யர் என்ன பேசாமடந்தையா?"

"தலை இருக்கையில் வால் ஆடக்கூடாது என்று இருக்கிறான். அறிஞன் அவன். ஆகவே, அடக்கமாக இருக்கிறான்"

சாமி அவளிடம் கேட்டது.

"என்ன காரியமாக, இங்கு வந்தாய் பெண்ணே?"

"ஒரு காரியமும் இல்லை சுவாமி. குகையில், பெரிய மகான் எழுந்தருளி இருக்கிறார் என்று ஜனங்கள் பேசிக்கொண்டார்கள். ஆகவே, தங்களைப் பார்த்து ஆசி பெற வந்தேன்."

சாமி அதிகமாகச் சிரித்தது.

"என்னை மகான் என்றா ஜனங்கள் சொல்கிறார்கள்? பாவம், ஜனங்கள் நல்லவர்கள், எங்களைப் போன்றவர்கள் எல்லாருமே மகான்கள் என்று அவர்கள் நம்புகிறார்கள். அப்படி இருக்க வேண்டும் என்று ஆசைப்படுகிறார்கள். சிவனிடத்திலோ பாம்புகள் வெளியே. எங்களில் பலருக்கு உள்ளே எத்தனைக் கசடர்கள், காவியில் உலகை ஏமாற்றிக்கொண்டு திரிகிறார்கள்? அம்மா, நான் ஒரு சாதாரண மருத்துவன். மகான் இல்லை. இதோ இவன் அப்படி ஆகலாம். நான் இல்லை."

"சுவாமி, முற்றிய பயிர் தலைகுனிந்து நிற்கும். இளம் குருத்துகள் தலைநிமிர்ந்து நிற்கும். தாங்கள், மிகவும் அடங்கிப் பேசுகிறீர்கள், சுவாமி. தங்கம் பண்ணுகிறதாமே... ஊர் பேசுகிறது"

சுவாமி வருத்தம் தொனிக்க சிரித்துக்கொண்டு சொன்னது.

"கேவலம், இதை என் சாதனையாக ஜனங்கள் காண்கிறார்களே... சமர்ப்பவி அந்த வித்தையையும் இவனுக்குக் காட்டிக் கொடுக்கலாம் என்றே ரசவாதம் செய்தேன். நான் ஒருமுறை, இவன் ஒருமுறை செய்தோம். தங்கத்தை நதியில் எறிந்தோம். அது ஒரு விஷயமே இல்லை அம்மா... பாம்பைப் பயிற்றுவபோல தாயே எஜமானுக்கும், எதிரிக்கும் வித்தியாசம் தெரியாத நச்சுப் பாம்பு அது..."

“ஓ... உங்கள் சிஷ்யருக்கும் அது தெரியுமா, சுவாமி?”

“அவன் உத்தமன், அவனால் ஆகாதது வானத்துக்கு கீழே எதுவும் இல்லை”

6

மழை, வெறி பிடித்துக்கொண்டாற்போல பெய்துகொண்டிருந்தது. சாமி, ஏதோ ஓர் இலையைத் தேடிக்கொண்டு மலை அடிவாரத்துக்குப் போயிருக்கிறது. மழைக் காலத்தில் மட்டும், மலைச்சாரலில் முளைக்கும் மோகினிச் செடி அது.

“அதன் பெயர் மோகினி என்று வரக்காரணம் என்ன சாமி”

“குழந்தை, அது இரவில் மட்டும் கண்ணுக்குப் புலப்படும். கையில் எடுத்தால், மனதை மருட்டும். ஆசையைத் தூண்டும். உன் மத்தம் பிறக்க வைக்கும். தொட்டால், குளிர்ச்சி தரும். உள்ளுக்குள் உஷ்ணம் எரியும். மிகவும் விசித்திரமான மூலிகை அது. அதைத் துணி போட்டு மூடியே பறிக்க வேண்டும். பட்டுத் துணி நிர்வாணக் கை, அதுக்கு ஆகாது...”

நிதி, நெருப்பை வளர்த்து குளிர்காய்ந்துகொண்டு, அமர்ந்திருந்தான். அக்னி, நின்று நிதானமாக எரிந்துகொண்டிருந்தது. அதன் முன் சம்மணம் இட்டு அமர்ந்திருந்த நிதி, அக்னியின் நாக்கை ரசித்தபடி அமர்ந்திருந்தான்.

“அக்னி தேவா... உலக ஜீவனத்தின் ஆதாரமே, சகல அசுத்தங்களையும், தின்று, மனித குலத்துக்கு சாஸ்வதம் தரும் சிரஞ்சீவியே... உடம்புக்கு உள்ளும் வெளியிலும் இருந்து ஆத்மாவை ரஞ்சகப்படுத்தும் மூல பூதமே, உன்னை நமஸ்கரிக்கிறேன்...”

நெருப்பு, அவனை ஆதரிப்பதுபோல, வெடித்துச் சிதறி, சப்தம் எழுப்பியபடி எரிந்துகொண்டிருந்தது. வெளியே மழை கொட்டித் தீர்த்துக்கொண்டிருந்தது. நிதி எழுந்து வெளியே வந்து பார்த்தான். இருட்டு உலகை விழுங்கியதுபோல, இருட்டே வெளியாக இருந்தது. சாமியைக் காணோமே என்கிற கவலை அவனுக்கு எழுந்தது. சாமிக்கு எந்தத் துன்பம் நிகழும்?

அக்னியின் முன் மீண்டும் வந்து அமர்ந்தான். வேத உபநிஷத்துக்கள் அக்னி பற்றிச் சொன்ன சுலோகங்களை ஒவ்வொன்றாக மனதுக்குள்கொண்டு வந்து, உருப்போடத் தொடங்கினான்.

வாசலில் அரவம் கேட்டது.

“சுவாமி” என்றபடி எழுந்தான் நிதி.

“சுவாமி இல்லை நிதி. நான்தான் சமர்ப்பவி. சாமி இல்லை? மழையில் எங்கே?”

சமர்ப்பவி வந்து அக்னியின் அருகே அமர்ந்தாள். தொப்பலாக நனைந்து இருந்தாள் அவள்.

“மழையில் அதிகம் நனைந்து விட்டீர்களா? மாற்றுடை அணியுங்கள் இல்லையெனில் மழை உடம்புக்குள் நீர்க்கோவையை உண்டு பண்ணும். உலர்ந்த என் வேஷ்டி இருக்கிறது. உடுத்திக் கொள்கிறீர்களா?” என்று கேட்டான் நிதி “வேணாம் நிதி, வெயிலில் உலர்கிறோம். மழையில் நனைவதில் தப்பில்லையே”

"வெயில் வேறு, மழையில் வேறு"

"தெரியும். உங்கள் மருத்துவ அறிவு சும்மா இருங்கள்"

சும்மா இருப்பது எளிதா என்ன? கட்டை உருவிக்கொண்டு துள்ளும் கன்றுகுட்டி மாதிரி, மனமும் புலன்களும் ததும்பிக்கொண்டே இருக்கிறது.

நெருப்புக்கு எதிரில், எரியாத நெருப்பாக அமர்ந்திருக்கும் நிதியைக் கவனித்தாள், சமர்ப்பவி. நெருப்பின் ஜுவாலை பட்டு, அவனைச் செம்மை செய்திருந்தது. சந்தனக் கட்டை மாதிரி இருந்த அவனிடம் கேட்டாள்.

"சிஷ்யரே.?"

"என்ன சமர்ப்பவி?"

"நீர், ஸ்திரீ சுகம் கண்டதுண்டா?"

வியப்புடன் அவளை நோக்கினான் நிதி.

"இல்லை"

"அது அவஸ்யம் என்று தோன்றியது இல்லையா?"

"அது என்னவாய் இருக்கும் என்று அறியாதவர்க்கு ஆவல் எங்ஙனம் தோன்றும் பெண்ணே?"

"சிஷ்யரே, நீர், அந்த ஆச்சர்யத்தை இழந்து விட்டிருக்கிறீர். ஐயா, மனிதர் பெற வேண்டிய, அநுபவங்களில், ஆகச் சிறந்த ஒன்றை அடையாமல் இருக்கிறீரே? காலம், யௌவனம் உமது அந்த மூடிய கண்ணை இந்நேரம் திறந்து விட்டிருக்குமே..."

பாளம் பாளமாக வெடித்திருந்த அவன் அகன்ற மார்பை அவள் ஆர்வமுடன் நோக்கினாள். குழந்தைகளின் கண்களைப்போல மாசு மருவற்று ஒளிர்ந்த அந்தக் கண்களை ஆசையுடன் பார்த்தாள்.

"சிஷ்யரே, என்னைப் பாரும்..."

உறை விட்டு நீங்கும் கத்தி மாதிரி தன்னை வெளிப்படுத்திக்கொண்டிருந்தாள், அவள். அக்னியின் ஜுவாலை பட்டுக் கத்தி ஒளிர்ந்தது. அக்னியின் சுடர் குறைந்தும் மிகுந்தும் எழுகிறபோது, கத்தியின் தீட்டிய வெண்மை, பாம்பின் படம் போலும் அச்சம் கலந்த அழகைக் கொட்டியது. பாடப் புத்தகத்தில் மட்டும் அறிந்திருந்த அவயங்களை நேரில் முதல் முறை பார்த்தான் நிதி.

"நிதி... என்ன பார்க்கிறாய்? உன் கண்களில் இருந்து எழும் தணல், என்னைக் கொதிக்க வைக்கிறது. புருஷா, இந்தக் கத்தியை எடுத்து வீசு, உன் பிரும்மச்சர்யம் என்கிற தடையை வெட்டிப் போடு. இந்த அனாவசிய கௌரவத் திரை நமக்குள் எதற்கு?"

திரை வேண்டாம் என்றுதான் நினைத்தான், நிதி.

7

கார் காலம் முடிந்து, பனி தொடங்கி இருந்தது. மலர்கள் மலர்ந்து, கொழித்திருந்தன. அரும்புகள் பூத்து, பூத்தவை காய்ந்து, பழுத்தும் பருவ

மாறுதலை, இயற்கை கொண்டாடிக்கொண்டிருந்தது. மண்ணைப் பிளந்துகொண்டு, ஆயிரக்கணக்கானத் தும்பிகள் வந்தாற்போல, காற்றை அடைத்துக்கொண்டிருந்தன.

குகை வாயிலில் உட்கார்ந்திருந்தது சாமி.

"இந்தக் குழந்தையை எங்கே காணும்?"

மதியம் போனவன் நிதி. இருட்டிக்கொண்டிருந்தது. இப்போது உள்ளும் வெளியுமாக இருந்தது. சாமி கடைசியில் பூக் குடலையுடன் வந்து சேர்ந்தான். "குழந்தை, எங்கேயடா போயிருந்தாய், என் கண்கள் பூத்து விட்டன"

"உச்சிக் கோயில் வரைக்கும் போயிருந்தேன், சாமி"

"சுவாமி தரிசனமா? ரொம்ப சரி"

சுவாமி, சோறு போங்கி வைத்திருந்தது.

"சாமி, உங்களுக்கு ஏன் சிரமம்? நான் வடித்திருக்க மாட்டேனா?"

"பசியோடு வருவாய் என்றுதான், பசி ஆறினாயா என்ன?"

"இல்லை சாமி"

"அப்போ, ஸ்நானம் செய்து விட்டு சாப்பிடு."

நிதி, பக்கத்தில் இருந்த அருவிக்குச் சென்றான். ஸ்நானம் செய்தான். வந்தான், சாப்பிட்டான். சாமி சொன்னது:

"குழந்தை இன்னும் கொஞ்ச காலம் எனக்கு அழைப்பு வந்து விடும். அதுவரைக்கும் என்னுடனே இருடா, நிதி"

"சாமி, நான் எப்போதும் உங்களுடன்தானே இருக்கிறேன்.?"

"சரி, ஏதோ என்னை விட்டு, தூரம் தூரமாகப் போகிறாயோ என்று எனக்குத் தோன்றுகிறது"

"அது பிரமைதான் சாமி"

"பிரமைதான். எல்லாமே பிரேமைதான். நான், நீ, நம் கடவுள், எல்லாம் நம் ஆசை, நம் பற்று, நம் பாசம், காதல், எல்லாம்"

சாமி பொதுவாகச் சொன்னதாக இருக்கலாம். நிதிக்குச் சுருக்கென்றது.

8

நிதி ஒரு தவறைச் செய்திருந்தான். அதன் காரணமாக, இப்போதெல்லாம் சுவாமியைப் பார்க்கவே மனம் சங்கடப்பட்டது. அந்தக் குளிர்கால இரவில் நிகழ்ந்த அந்த முதல் அநுபவம், தொடர் அநுபவமாகிக் கொண்டிருந்தது. பல சமயங்களில், இது வேணாமே என்று அவனுக்குத் தோன்றியது உண்டு. எனினும், சமர்ப்பவியை நேரில் காணும்போது அவன் வைராக்கியம் சிதறிப் போய்க்கொண்டிருந்தது. ஒருநாள் சமர்ப்பவியைக் கோயிலில் சந்தித்தான்.

"என்ன நிதி, என்ன முகவாட்டம்? நான் கசந்துகொண்டிருக்கிறேனா?"

"இல்லை, குற்றமனப்பான்மை என்னை மருட்டுகிறது. சுவாமிக்கு இது

தெரியக்கூடாதே என்று அஞ்சுகிறேன். அவரிடம் இயல்பாக என்னால் இருக்க முடியவில்லை. ஏன்?"

"இதைக் கள்ளம் என்று நீ நினைக்கிறாய்"

"கள்ளம் இல்லாமல் வேறு என்ன?"

"இது இயற்கை என்று எண்ணு. நீ உன் குருவிடம் சொல்லி விடேன். அவர் இதைத் தவறாக எண்ண மாட்டார்"

"அப்படியா சொல்கிறாய்?"

அவனை அவள் ஆசுவாசப்படுத்தினாள். அவர்கள் சந்தோஷமாக இருந்தார்கள்.

"நிதி"

"என்ன பெண்ணே?"

"மருந்தீசர்க்கு நான் ஒரு கைங்கர்யம் செய்ய ஆசைப்படுகிறேன்."

"ஆகா, சுவாமி கைங்கர்யம் செய்"

"எனக்கு உன் உதவி தேவை."

"இறைப்பணிக்கு நான் உதவி செய்யாமலா?"

"மடைப்பள்ளியைச் சுவர் எழுப்ப வேண்டும். ஜனங்கள் வரும் பாதையைச் செப்பம் செய்ய வேண்டும். சுவாமிக்கு, அம்மைக்குத் தாலி செய்து போட வேண்டும். அம்மன் தாலிக்குப் பொன் வேண்டும்"

"ஒத்தைக் காசும் இல்லாத ஆள் நான்"

"இல்லை, நீ ஒரு தங்கச் சுரங்கம்"

"என்ன சொல்கிறாய்?"

"எனக்கு... எனக்காக அல்ல, சுவாமிக்காக தங்கம் செய்"

அவன் நடுங்கினான்.

ஆனால் அவன் ஒப்புக் கொள்ளும்படி ஆயிற்று. மடைப் பள்ளிக்கு மேற்குப்புறம் இருந்த பாழ் மண்டபத்தில் ரசவாதம் செய்வது என்று முடிவாயிற்று. அன்று மறுநாள், சாமி, காலில் முள் தைத்துக்கொண்டு திரும்பியது. நிதி முள்ளை எடுக்க, அவர் பாதம் பற்றினான்.

"என்ன முள் சாமி"

"பயண முடிவைக் காட்டும் முள் குழந்தை"

"சாமி"

"பதறாதே... எனக்கு என் இறுதி நாள் தெரியுமடா"

அழைப்பை எப்படி அறிவிப்பது என்பது சிவனுக்குப் பல நாள் குழப்பம். கடைசியாக முள்ளை அனுப்பி இருக்கிறான்."

"நான் எடுத்து விடுவேன், சாமி"

"தடுத்துவிடுவாயோ, பேதையே!"

சாமி சொன்னது உண்மையாகும்போல இருந்தது. அடுத்த நாள் அவர் உடம்பு காய்ந்தது. பிரக்ஞை அற்றுப் போகும் அளவுக்குக் காய்ச்சல் ஏறியது. கால், சுரைக்காய் மாதிரி வீங்கியது. விளாம்பழம்போல பழுத்தது. நிதி, தான் அறிந்த எல்லா மருத்துவ முறைகளையும் பிரயோகித்தான். சாமி சிரித்தது.

"குழந்தே... சிவனுடன் போட்டிப் போடுகிறாயாடா, பேதையே! நீ வைத்தியன் மட்டும் தானடா. அவனோ வைத்தியநாதனடா."

நிதி, தன் முயற்சியை நிறுத்தவில்லை.

அந்த நாளும் வந்தது. தொடர்ந்து மூன்று நாள் கண் மூடிக் கிடந்த சாமி, கண் விழித்தது. சாமி முகத்தில் அலாதியான பிரகாசம் தென்பட்டது.

"நிதி... பவுர்ணமி என்றைக்கடா?"

"நாளை சாமி"

"நாளை, பௌர்ணமி, ஏழாம் நாழிகைக்கு, என் உயிர் பிரியுமடா, குழந்தை"

"சாமி"

"மரணத்தை மகிழ்ச்சியுடன் எதிர் நோக்கு."

சாமி, நிதியின் கைகளைப் பற்றிக்கொண்டது. நிதி அழுதான்.

"காலம் அழகியது. குழந்தை அதோ பார் தும்பிகள், வண்டுகள், ஆனந்தமாகத் தேன் குடிப்பதை"

"சாமி"

"சொல்"

"வண்டு தேன் அருந்துவது இயற்கையா? அது பசிக்காகவா, ருசிக்காகவா?"

"என்ன கேள்வி இது. இயற்கைதானே. உண்பது, பசிக்காகவும் இருக்கலாம். ருசிக்காகவும் இருக்கலாம். இரண்டுமே புரிந்து கொள்ளக்கூடியதுதான், குழந்தை"

"அது அறநெறிக்கு முரண்பட்டதா?"

"இல்லை, கண் பார்க்கும், கை பணி செய்யும், வயிறு பசிக்கும், இதில் அறம் இருக்கிறது. முரண் இல்லையே"

"சுவாமி, இந்த வண்டுகளைக் காமி என்கிறார்களே. மலர்க்காமி என்கிறார்கள். காமம் பாவமா சாமி?"

"அது பாவம் என்றால், நம் தாய் தந்தையும் பாவியாடா குழந்தை"

"சுவாமி" அவன் தேம்பினான்.

"மனசை போஷி. ஆனால் கடிவாளத்தை உன் கையில் வைத்துக் கொள். அது போதும். நிம்மதி பெறு. நீ உத்தமனடா குழந்தை. நீ தொட்டதெல்லாம் துலங்கும்."

அந்தக் கணமும் வந்தது. சாமி தெளிவாக இருந்தது

"சாமி... எனக்கு உபதேசம் என்ன?"

அவன் பணிந்து கேட்டான்.

"உன் வித்தை தோற்காது. தோற்றால், உன் மனம் சுத்தமாக இல்லை என்று பொருள்."

"சாமி எனக்கு சஞ்சீவினி வித்தை ஒன்று பாக்கி இருக்கிறதாகச் சொல்லியிருந்தீர்கள்"

"நாளை, உனக்கே அது தெரியும்."

சுவாமி, பிரக்ஞை இழந்தது. சில வார்த்தைகள் அதனிடம் இருந்து வந்தது.

"இலை, தழை மணம் வீசுகிறதடா, பூக்கள் எங்கும் பூக்கள்"

சுவாமி அடங்கியது.

9

நதியில் மூழ்கி எழுந்தான், ஸ்ரீநிதி.

"நிதி உனது குரு, ஒரு முள் குத்திக் காலமானாரே"

அவன், சூரிய நமஸ்காரம் முடித்தான். பாழ் மண்டபம் நோக்கி நடந்தான்.

தங்கம் தயாராகி இருக்குமோ?

"இருக்க வேண்டும்"

நிதி, ஸ்மரிக்க வேண்டிய மந்திரங்களை ஜபித்தான்.

ஸ்புடத்தை, ஜாக்கிரதையாகக் கலைத்தான். சாம்பலை ஊதினான். குச்சிகொண்டு, வெளிக் கொணர்ந்தான், உலோகத்தை.

வெகு ஆர்வமுடன், சம்ர்ப்பவி அதைக் கவனித்தாள்.

செம்பு.

செம்பாகவே இருந்தது, செம்பு.

உட்கார்ந்தவன், அப்படியே இருந்தான்.

"என்ன சிஷ்யரே, பதம் கெட்டு விட்டதா? சேர்மானம் தவறிப் போச்சா?"

அவன் கற்சிலையென அமர்ந்திருந்தான். அவன் கண்களில் இருந்து, கண்ணீர் வழிந்துகொண்டிருந்தது.

"என்ன சிஷ்யரே, என்ன நடந்தது?"

அவன், மொழி மறந்தவன்போல் அந்த உலோகத்தையே பார்த்துக்கொண்டிருந்தான்.

"சிஷ்யரே... இது போனால் என்ன? இன்னொரு புடம் வைத்தால் போச்சு"

"இன்னொரு முள்ளா?"

"என்ன முள்ளா? என்ன சொல்கிறீர்?"

"முள்! என் குரு இதயத்தில் நான் ஏற்றிய முள். ஒரு முள்ளாகத்தானே அவரைக் குத்தினேன்."

அவன் எழுந்தான். நேராக, குருவைப் புதைத்த இடத்துக்கு வந்து நின்றான். நிதி.

"சாமி"

"என்ன குழந்தை?"

"அந்தக் கடைசி சஞ்சீவினி வித்தையையும் கற்றுக்கொண்டேன்"

சாமியின் சிரிப்பு காற்றில் கேட்டது.

"சாமி"

"என்ன குழந்தை?"

"என்னை மொட்டாகக்கொண்டு வந்தீர்கள். புஷ்பமாக மலரச் செய்தீர்கள். நானோ உங்களுக்கு முள்ளைத்தானே கொடுத்தேன். என் குரு தட்சணை, எத்தனைக் கொடுமையானது!"

சாமி சிரித்தது மீண்டும்.

"என்னை மன்னிப்பீர்களா, சாமி"

"குற்றம் எது சரி எது? எல்லாம் பிரமைதானேடா குழந்தை. மனசை அடிக்கடித் துடைத்துச் சுத்தம் செய்து கொள். அதுபோதும்."

மாலை, சமர்ப்பவி குகைக்கு வந்தாள். குகை இருந்தது மனிதர் உலவிய சுவு இருந்தது. நிதி இல்லை.

ஸ்புடம் போடும் சட்டிகள் உடைக்கப்பட்டிருந்தன.

ஸ்ரீநிதியை, அவள் அதற்குப் பின் பார்க்கவே இல்லை.

1994

ஜப்தி

வெயில் ஏறிக்கொண்டிருந்தது.

அழகர்சாமி அரவை மில்லுக்கு வெளியே நிழலுக்குப் போட்டிருந்த கீற்றுக் கொட்டகையில் நாற்காலி போட்டு அமர்ந்திருந்தார். தெரு தகித்தது. ஆனால் கீற்றுச் சார்ப்பில் வந்த காற்று சில்லென்று இருந்தது. கையைத் திருப்பி மணி பார்த்தார்.

தபால்காரர் வரும் நேரம். அவருக்குப் பதற்றம். பக்கத்தில் போட்டிருந்த குட்டி மேசை மேல் வைத்திருந்த நட்சத்திப் படம் போட்ட டின்னில் இருந்து ஒரு சிகரெட் எடுத்துப் பற்ற வைத்துக்கொண்டார். உள்ளே அரவை ஆலை ராட்சஸன்போல இரைந்துகொண்டிருந்தது. பெண்களும் ஆண்களும் வரிசை வரிசையாக வருவதும், அரைத்துக்கொண்டு போவதுமாக இருந்தார்கள்.

“சாமி, ஐயா நல்லா இருக்கீங்களா?” என்றார் ஒரு வாடிக்கையாளர்.

“சௌக்கியத்துக்கு என்ன குறைச்சல்?” என்றார் சிரித்துக்கொண்டே அழகர்சாமி.

“ஐயாவை கொஞ்சம் நாளாகக் கண்ணிலே காணல்லையே...”என்றார் அவர். சற்று குறைதோன்றும் குரலில்.

அழகர்சாமி பொத்தாம் பொதுவாகச் சிரித்துக்கொண்டார். வாடிக்கையாளர்களுக்கு அந்தக் குறை இருப்பது அவருக்கும் தெரியும். ஆலை, ஒரு வியாபார ஸ்தலமே என்றாலும் அழகர்சாமியின் அணுகுமுறை அதை ஒரு கல்யாணக்கூடம் மாதிரி ஆக்கி விட்டிருந்தது. வருபவர்கள் எல்லோரின் பெயர், தொழில், இருப்பு, ஐவேஜி என்று எல்லாம் அறிந்தவர். அழகர்சாமி. வாடிக்கையாளர்களின் போன தலைமுறை கதைகளையும் அறிவார்.

மேற்குத் தெரு அன்னம்மாள் கோதுமை அரைக்க அல்லது சீயக்காய், மிளகாய் அரைக்க வரும்.

"ஐயா கும்புடுதேன்" என்று அன்னம் சொல்லும்.

"பட்டணத்துப் பேரன் கடுதாசி போட்டானா?"

"ஆமாம் ஐயா, படிப்பு இந்த வருஷம் முடியுது. ஏதாவது வேலை வாங்கி வைக்கோணும்... கையோட கை கல்யாணமும் பண்ணி வைக்கோணும்"

"வைப்போம். வைப்போம்... முதல்லே படிப்பை நல்லபடியா முடிச்சுட்டு வரட்டும்..."

அன்னமாளுக்கு சந்தோஷம். பையன் படிப்பு சரியாக முடிகிறதோ வேலை கிடைக்கிறதோ அதுவல்ல விஷயம். அன்னம்மாள் என்கிற கிழவியின் கனவின் வர்ணத்தை அழகர்சாமி புரிந்துகொண்டு அந்த வர்ணத்துக்கு மெருகூட்டினார் என்பதுதான் விஷயம். மனுசர்கள் வார்த்தைகளால் வாழ்கிறார்கள் என்பதை எவரே மறுக்க முடியும்?

சுப்பிரமணி பையைத் தூக்கிக்கொண்டு போவான். அவனிடத்தில் கேட்பதற்கும் அவர் விவகாரம் வைத்திருந்தார்.

"சுப்பிரமணி வீட்டிலே குளியாமே இருக்காப்பிலே..."

"ஆமாங்க. ஐயா... ஏழாம் மாசம்..."

"சாக்கிரதையப்பா... ரொம்ப நாள்பட்டு பிள்ளையாண்டிருக்கு. சாக்கிரதை... நல்லா சாப்பிடச் சொல்லு. நல்லா குனிஞ்சு நிமிர்ந்து வேலை செய்யச் சொல்லு. டாக்டர் அம்மாகிட்டே கொண்டு காட்டு. நான் வேணா நம்ப சகுந்தலா டாக்டர் அம்மாகிட்டே சொல்லி வைக்கறேன்..."

"சொல்லுங்க சாமி ஐயா."

சுகப்பிரசவம் ஆனது மாதிரி சந்தோஷமாகப் போவான் சுப்ரமணி. அழகர்சாமி இதைத் திட்டமிட்டுச் செய்தாரா என்றால் இல்லை. இது அவரது இயல்பாக இருந்தது.

அழகர்சாமி பெண்ணுக்குக் கல்யாணம் வந்தது. நாலைஞ்சு நாட்கள் ஆலையை மூடும்படி ஆயிற்று. காரணம் வாடிக்கையாளர்க்கும் தெரியும். இருந்தாலும் அவர்கள் அவரிடம் சலித்துக்கொண்டார்கள்.

அழகர்சாமி சிரித்துக்கொண்டே அவர்களிடம் கேட்டார்.

"ஏன் இந்த ஊர்ல வேறு ஆலையா இல்லை. அங்கே அரைச்சு இருக்கலாமே..."

"என்ன ஐயா, இப்படிச் சொல்றீங்களே? படி அரிசின்னா அதுக்கு மேலே பிடி அரிசி இருக்குமே உங்க ஆலையில. சாமானாக் கொடுத்துட்டு கவலை இல்லாமே குழந்தையை அனுப்பிப் பொருளை எடுத்துக்குவோமே. நாளது வரைக்கும் சாமி ஐயா ஆலையில ஒரு பிடி குறைஞ்சதுன்னு சமாசாரம் உண்டா? தில்லுமுல்லு முடிச்சவிக்கி வேலை நடந்ததுன்னு யாராவது நாக்க அசைக்க முடியுமா? சொல்லுங்க..."

அழகர்சாமி ஆலை மேல் ஜனங்களுக்கு இருந்த நம்பிக்கை இப்படி இருந்தது. அதுக்கு உலையும் வந்து விட்டது.

கடைசியில் அந்தக் கடிதம் இவரை நோக்கி வந்துகொண்டிருந்தது. தபால்காரர் கண்டு பாய், சைக்கிளை விட்டு இறங்கி இவரை நோக்கி வந்துகொண்டிருந்தார்.

"சலாம் சாமி ஐயா... உங்களுக்கு ரிசிஸ்டர் கடிதம்" என்றபடி ஒரு கடித உறையைக் கொடுத்து, கையெழுத்தும் வாங்கிக்கொண்டார்.

"பாய், சௌக்கியமா?"

"ஐயா மாதிரி பெரிய மனுஷங்கள் தயவு இருக்கிறச்சே எனக்கு என்ன குறை? ரம்ஜான் வருது... நிறைய வேலை..." என்று குறிப்பு உணர்த்தினார் பாய். ரொம்ப எளிய மனிதர் பாய். பொங்கல், தீபாவளி என்றால் தபால் கட்டுகளோடு பெரிய பைகள் இரண்டை சைக்கிளில் இரண்டு கைகளிலும் தொங்கவிட்டுக்கொண்டு வருவார். இந்துக்கள் வீடுகளில் பிரியப்பட்டுக் கொடுக்கும் இனிப்புப் பட்சணங்களுக்கு ஒரு பை. காரங்களுக்கு மறுபை.

சாமி தன் பையில் கையை விட்டு ஒரு தாளை எடுத்தார். அது நூறு ரூபாய்...

"இப்போதைக்கு இதை வச்சுக்குங்கோ... பிறகு பார்க்கலாம்..."

மகிழ்ச்சியுடன் அதை வாங்கிக்கொண்டு சலாம் செய்து விட்டுப் போனார் பாய்.

கவர் பழுப்பு நிறத்தில் அழுக்கு அடைந்ததுபோல மிகுந்த ஆபாசமாக இருந்தது. அரசாங்கத்தது அப்படித்தான் இருக்க வேண்டும் போலும். அதன் முகத்தில் பொதுமக்கள் பயன்படுத்தக் கூடாத தபால் தலை. கவரைப் பிரித்தார். மேலோட்டமாகப் படித்தார்.

இப்பவும் தாங்கள் கோவிந்த ஜெயின் சேட் அவர்களிடம் இருந்து ரொக்கமாகப் பெற்ற ரூ... க்கு நாளது வரையில் வட்டியும் அசலுமாக ரூ... கட்ட வேண்டி இருக்கிறது. குறித்த தேதியில் தாங்கள் வட்டியும் அசலையும் செலுத்தவில்லை. ஆகவே இது கண்ட நாட்களில் அன்னாருக்கு வட்டியும் அசலும் செலுத்தி, பைசல் பண்ணாமல் போவீர் என்றால் தாங்கள் பிணையாக வைத்த முகவரியில் இருக்கும் அரவை மில், அரிசிக் கடை ஆகியவற்றை பணத்துக்கு ஈடாக ஜப்தி செய்யப்பட நடவடிக்கை...

நீல வண்ணத்தில் தங்க நிற நட்சத்திரப் படம் போட்ட டின்னில் இருந்து ஒரு சிகரெட்டை எடுத்துப் பற்ற வைத்துக்கொண்டார்.

கடந்த நாலு நாட்களாகவே இந்தக் கடிதத்தை அவர் எதிர்பார்த்துக் கொண்டிருந்தார். போன வாரம் ஒரு சாட்சி என்ற முறையில் கோர்ட்டுக்குப் போயிருந்தார் சாமி. அமீனா ராஜு முதலியார் அவர் பக்கத்தில் வந்து பவ்யமாக நின்றார்.

"முதலியார்வாள் சௌக்கியமா...?"

"இருக்கேன்... ஒரு தகவல்"

"சொல்லுங்க"

ஜப்தி நடவடிக்கை தயாராகி வருகிறதை முதலியார் சொன்னார்.

"சாமி ஐயா நினைச்சால் மலையை புரட்டலாம். உங்க செல்வாக்கு என்ன? ஐவேஜி என்ன? இரண்டு மூன்று நாளைக்குள்ளே பணத்தை புரட்டி, சேட்டு மூஞ்சி மேல விட்டு எரியுங்கோ. என்னத்துக்கு இந்தச் சின்ன விவகாரம்?"

சாமி அப்போதைக்குச் சிரித்து வைத்தார். மனசுக்குள் சிகரெட் நெருப்பை மிதித்ததுபோல ஒரு தீ. வலிக்கவே செய்தது. மெல்ல நிதானத்துக்கு வர பல நிமிஷங்கள் பிடித்தன. கோர்ட்டுக்கு வெளியே வந்து வேப்பமர நிழலில் நின்று சிகரெட் பிடித்தார். இருதயம் படபடவென்று அடித்துக்கொண்டு இருந்தது. ஜோலிகள் சிக்கிரமே முடியவும், புறப்பட்டு அப்படியே காலார நடந்தார். ஜன சந்தடி நீங்கியதும் வேஷ்டியையும் மடித்துக் கட்டிக்கொண்டார். மனிதர் கூட்டத்தின் முகத்தைப் பார்ப்பதில் சமீப காலமாக அவருக்கு இருந்த மனச் சிக்கல் இந்த ஏகாந்தமான இடத்துக்கு வந்ததும் நீங்கியது மாதிரி இருந்தது. தான் சுலபமாகி விட்டோம் என்று நம்பினார் அவர். பாதை ஓரத்தில் இருந்த வேப்ப மரத்தடியில் அமர்ந்தார். இந்த ஊரில் வேம்புகள் அதிகம் என்று நினைத்துக்கொண்டார். புதிய ஊர் தன்னை இந்த ஜனங்களுக்குத் தெரியாது என்பது அவருக்கு மகிழ்ச்சியையும் உற்சாகத்தையும் தந்தது. உலர்ந்து கீழே விழுந்திருந்த வேப்பங் குச்சிகளைப் பொறுக்கி வீடு கட்டினார்.

"இதுதான் அஸ்திவாரமாம். இது தரையாம். இது அறையாம். இது ஹால். இது சாமி அறை. இது குளியல் அறை. இது சமையல் அறையாம். இது கெங்கு லட்சுமி படுக்கை அறையாம். எனக்கும்... சீ..."

திடுக்கிட்டு நிமிர்ந்தார். கடவுளே... யாரும் இல்லை, எல்லாம் பிரமை. என்ன மானக்கேடு. புழலேரி முன்னாள் பிரசிடெண்டு. ஆலை அதிபர். வெள்ளைச் சட்டை, வெள்ளை வேஷ்டி அழகர் சாமி, வேப்பங்குச்சி வைத்து விளையாடுவதாவது? அதுவும் கெங்கு லட்சுமிக்குப் பாகம் பிரிப்பதாவது? யாராவது கேட்டால் என்ன சொல்லமாட்டார்கள் மானக்கேடு!

"மானக்கேடு" என்று தனக்குள் முணுமுணுத்துக்கொண்டார். மனம் ஒரு வழியாக ஆசுவாசப்பட்டிருந்தது. எதிர்பார்த்துக்கொண்டிருந்தது நிகழ்ந்து விட்டது. இன்னும் நாலு நாட்கள் முழுசாக இருந்தன. அதற்குள் அவர், பணம் புரட்ட வேணும். இந்த ஆலையைக் காப்பாற்ற வேணும். ஆலையை மட்டும் தானா?

அவருக்குச் சிரிப்பு வந்தது.

கணக்குப் பிள்ளை அரவம் இல்லாமல் அவர் இருகில் வந்து நின்றார். அவர் கையிலிருக்கும் அந்தப் பழுப்பு நிறக் கவரையே அவர் பார்த்தார்.

"வந்திடுச்சு நாராயணா"

"என்னிக்குள்ள அடைக்கணுமாம் ஐயா"

"நாலு நாள் அவகாசம்"

"அதுக்குள்ளே புரட்டிட முடியாதுங்களா?"

"பார்ப்போம்... ஆண்டவன் விட்ட வழி..."

கணக்கன் சிரித்திருப்பான். ஆண்டவன் வழி விட்டானா என்ன? ஆண்டவன் எது எதுக்கெல்லாம் வழி விட்டான்? கள்ளுக் கடையில்

கள்ளுப்பானையைக் கழுவிக்கொண்டிருந்த சிறுவனுக்கு பாச்சா நாடார் ஆலையில் சேர வழி விட்டான். பையனின் துடிப்பு, ஒழுங்கு வாசாலகம், எல்லாவற்றையும் கண்டு நாடார் தன் மகளையும் கட்டி வைத்து ஆலையையும் கொடுக்கும் அளவுக்கு வழி விட்டான். சம்பாத்தியம், நல்ல மனைவி, நல்ல குடும்பம் மரியாதை, பெரிய மனுஷன் என்கிற ஹோதா எல்லாம் ஆண்டவன் விட்ட வழி அல்லாமல் வேறு என்ன? இடையில் கெங்குலட்சுமி வீட்டுக்கும் அவனா வழி காட்டி விட்டான்?

கொழுப்பு!

கொழுப்பன்றி வேறில்லை. கிளி மாதிரி மனைவி இருக்க, கோட்டான் மாதிரி வைப்பாட்டி தேடிக் கொள்வது விதியா? வினையா? நிச்சயம் கணக்கன் சிரித்திருப்பான்.

எப்படி நேர்ந்தது அது? எல்லாம் பால் நாடார் கடை திறப்புக்குப் போன வினை. மனுஷன் பித்தளைப் பாத்திரக்கடை ஆரம்பித்தார். எல்லா பிரமுகர்களுக்கும் அழைப்பு வைத்தார். திருமங்கலம் தொடங்கி திருவொற்றியூர்வரை இருக்கும் எல்லா பிரமுகர்களுக்கும் அழைப்பு. பால் நாடார் மிகவும் மரியாதைக்குரிய மனுஷன். வீடு தேடி வந்து அழைத்தபின் போகாமல் இருக்க முடியுமா என்ன? போனார்.

கூட்டமான கூட்டம், வாசலில் தெரிந்தது. ஆச்சர்யமாக இருந்தது. பித்தளைப் பாத்திரக்கடை திறப்புக்கு இத்தனைக் கும்பலா?

"அண்ணே, இது என்ன இத்தனைக் கும்பல், நம்ம சனங்க மாதிரி இல்லையே"

"அதுவா", என்றபடி அசட்டுத்தனமாகச் சிரித்தார் நாடார்.

"இந்த வெருசு கெட்ட பிள்ளை இருக்கானே... அதான் தம்பி என் மவன் சின்னவன், அந்த நாய், யாரோ கெங்குலட்சுமியாமே... பயாஸ்கோப்பிலே 'ஆக்ட்' கொடுக்கிறாளாம். அவளைத் திறப்பு விழாவுக்குக் கூப்பிட்டு இருக்கான். அந்தப் பொம்மனாட்டியும் வர்றேன்னு ஒத்துக்கிட்டாளாம். அதுக்காவ, தனியா இருநூறு ரூபாய் சுளையாக மொய் எழுதித் தொலைக்கணும் நான். எல்லாம் என் தலையெழுத்து. நம்ம சி. எம். காமராசு நாடாரைப் பார்த்து அழைச்சேன். இதுக்கெல்லாம் எனக்கு நேரம் இல்லை. கடை நல்லா வளர்ணும்னு மனசார நாலு வார்த்தை சொன்னார். இந்தப் பக்கமா போவேன், அப்போ கடைக்கு வர்றேன்னார். நம்ம சிநேகம் அந்த தூரத்தில் இந்த நாய் பயாஸ்கோப்காரியை இழுத்துக்கிட்டு திரியிது. எல்லாம் என் தலையெழுத்து"

அழகர்சாமிக்குச் சிரிப்புத்தான் வந்தது. ஒரு பொம்மனாட்டியை சும்மா பார்க்கவே இத்தனைக் கூட்டம் கூடும் என்கிற சங்கதி, அவருக்கு ஆச்சரியமாக இருந்தது. கெங்குலட்சுமி காரில் வந்து சேர்ந்தபோது, அவருக்கே பிரமிப்பு அதிகமாகி விட்டது இந்தப் பொம்மனாட்டியை அவர்கூட அண்மைச் சினிமாவில் பார்த்திருந்தது அவர் நினைவுக்கு வந்தது. பளிச்சென்று கழுவித் துடைத்த கண்ணாடித் தம்ளர் மாதிரி இருந்தாள் அவள். நெளி நெளியாக சுருண்ட கரிய அடர்த்தியான தலைமுடி. பட்டும் சரிகையுமான பளீரென்ற உடை. அழுக்குப்படாத சுத்தமான பாவாடை ஓரம். விரல் நகம் சுத்தமாக

பாலீஷ் செய்யப்பட்ட நகங்கள். வெடிப்பு இல்லாத பாதம். சிரித்தபோது பற்கள் முகம் பார்க்கலாம் என இருந்தது. அவளைச் சுற்றிலும் பூக்கடைக்குள் இருப்பதுபோல ரம்மியமான வாசனை எழுந்து பல்கிப் பரவிக்கொண்டிருந்தது.

மனசுக்குள் வண்டு ஒன்று புகுந்துகொண்டு குடைந்தது. தொடர்ந்து குடைந்துகொண்டே இருந்தது. பால் நாடார், அழகர்சாமியை அவளுக்கும் அறிமுகம் செய்து வைத்தார்.

"ரொம்ப பெரிய புள்ளி" என்றார் பால் நாடார்.

"இது அதிகப்பட, நான் சாதாரண மனிதன்."

"இருக்க முடியாது" என்றாள் கெங்குலட்சுமி.

"உங்களைப் பார்த்தாக்கா சாதாரணமான மனுஷராட்டும் தெரியலை. உங்க 'பர்சனாலிட்டி' அப்படி. அதோடு பெரியவர்கள் எப்போதும் தங்களைச் சாதாரணமான மனுஷாளாகத்தான் நினைப்பாங்க. அதுதான் அவங்க ஸ்பெஷாலிட்டி" என்றாள் கெங்குலட்சுமி. அளவின் சாய உதடுகள் தொந்தரவு செய்தன அழகர்சாமியை.

அழகர்சாமி அலாக்காகத் தூக்கப்பட்டு அந்தரத்தில் பல சுழற்சிகளுக்கு உள்ளாகி பல்பு அடித்து மலைமுகட்டிலிருந்து கீழே பஞ்சு மாதிரி பறந்து தரையில் கால் ஊன்றினார். அதற்குள் கெங்கா, தன் காரில் ஏறி அமர்ந்து விட்டிருந்தாள். விக்கித்துப் போய் நின்றார் அவர். காரையே பார்த்துக்கொண்டு நின்றார். கூட்டம் அவளைக் கண்ணாடி வழியாகக் குடித்துக்கொண்டிருந்தது. அவளுக்கு முன் சீட்டில் அமர்ந்திருந்த மாமா மாதிரியும், சித்தப்பா மாதிரியும் தோன்றும் ஓர் ஆளை மானேஜர் என்று அழைத்து அவனிடமாவது பேசத் துடித்தது கும்பல்.

கார் மக்கர் செய்தது போலும். இதுதான் விதி என்பதா?

பால் நாடார் அழகர்சாமியிடம் ஓடி வந்தார்.

"அம்மா கார் ரிப்பேராம். உம் காரில் கொண்டுவிடச் சொல்லுங்க தம்பி" என்றார் பால் நாடார்.

அது உவப்பான விஷயமாகவே இருந்தது அழகர்சாமிக்கு. தன் ஆஸ்டின் காரைக்கொண்டு வரச் சொல்லி உத்தரவிட்டார். டிரைவர் வந்ததும், "எனக்கும் டவுனில் வேல் இருக்கு" என்றபடி நின்றார். கெங்குலட்சுமி, அழகர்சாமி காருக்கு மாறிக்கொண்டாள். டிரைவருக்குப் பக்கத்தில் மானேஜரும் பின்னால் கெங்குலட்சுமியும் அழகர்சாமியும் ஏறிக்கொண்டார்கள்.

அழகர்சாமி, தான் வாங்கின காருக்காக மிகவும் மகிழ்ச்சியடைந்தார் முதல் முறையாக.

"நல்லவேளை. உதவி செய்தீங்க... எனக்குப் பத்து மணிக்கு ஷூட்டிங் இருக்கு ஏ. வி. எம். மிலே.

"இதென்ன பெரிய உதவி, எனக்கும் வடபழனி கோயிலண்டை ஒரு வேலை இருக்கு"

கற்பனைதான்.

அவள் அவர் பக்கம் திரும்பி சௌஜன்யமாகப் பேசத் தொடங்கினாள்.

"மிஸ்டர் அழகர்சாமி... நீங்க என்ன பிசினஸ் பண்றிங்க?"

"புளோர்மில், ரைஸ் மண்டி. அப்புறம், கொடுக்கல் வாங்கல்..."

கொடுக்கல், வாங்கல் என்கிற வார்த்தைக்கும் இங்கிலீஷ் தெரிந்திருந்தால் என்ன மரியாதையாய் இருந்திருக்கும் என்று புழுங்கினார் அவர். கொஞ்சம் கூடுதலாக சென்ட் போட்டிருக்கலாமோ என்றும், தோன்றியது.

"ஓ... பெரிய புள்ளிதான் நீங்க... வண்டியை ரொம்ப நல்ல கண்டிஷன்லே வச்சு இருக்கீங்க..." என்று பாராட்டுக் குரலில் சொன்னாள் அவள்.

"ஒரு மாரிஸ் மைனரும் வச்சிருக்கேன். பிளைமவுத்துக்கு ஆர்டர் பண்ணி இருக்கேன்."

"ஓ. லவ்லி" என்றாள் அவள் அவரைப் பார்த்து.

அந்த வார்த்தை பல அர்த்தங்கள்கொண்டதாக அழகர்சாமிக்குத் திடீரென்று விளங்கியது. லவ் என்றால் 'அந்த' அர்த்தம் இருக்காத்தானே செய்கிறது? கெங்குலட்சுமி, ரொம்ப நாசூக்காகப் பேசுகிறளோ? இருக்கும். இல்லை என்பதுக்கு என்ன ஆதாரம்?

"இப்போ எந்தப் படத்துல ஆக்ட் கொடுக்கறீங்க?"

"ரெட்டிகாரு படத்திலே பண்றேன். அப்புறம் ராமண்ணா படத்துல "புக்" ஆகி இருக்கு. நாலைஞ்சு தெலுங்கு படத்துல பண்ணிக்கிட்டு இருக்கேன்"

"தெலுங்குன்னா அடிக்கடி ஆந்திராவுக்குப் போய் வருவீங்களோ?"

மானேஜர் திரும்பி அழகர்சாமியைப் பார்த்தான்.

"இல்லே, தெலுங்குப் படங்கள் இங்கேயே எடுக்கிறாங்களே..."

நான் அபத்தமாகப் பேசுகிறோமோ என்பதை நினைத்தார் அழகர்சாமி. ரொம்பப் புத்திசாலித்தனமாகப் பேசுவதாக நினைத்துக்கொண்டு அவர் கேட்டார்.

"நான் நாலைஞ்சு 'ஷூட்டிங்' பார்த்திருக்கேன். துண்டு துண்டு துண்டா எதுக்கு எடுத்து டைமை வேஸ்ட் பண்றாங்களோ... ஒரு சீனை முழுசா அறாமே எடுத்தா என்ன?"

மானேஜர் மீண்டும் திரும்பி அவரைப் பார்த்தான்.

கெங்குலட்சுமி சிரிக்காமல் சொன்னாள்.

"நான் நாகிரெட்டிகாரு கிட்டே சொல்றேன்"

அழகர்சாமி பெருமையுடன் அமர்ந்திருந்தார். கெங்குலட்சுமி என் காரில் என் பக்கத்தில் அமர்ந்துகொண்டு பயணம் செய்தாள் என்றால் எவன் நம்புவான்?

சீக்கிரம் கோடம்பாக்கம் வந்துவிட்டது. ஸ்டூடியோவில் இறங்கிக் கொண்டார்கள் அவர்கள் இருவரும்.

"ரொம்ப தேங்க்ஸ் அழகர்சாமி. ஞாயிற்றுக்கிழமை வாங்களேன். அன்றைக்கு எனக்கு விடுப்பு, பேசிக்கிட்டு இருக்கலாமே... பை தி பை உங்க பிளைமவுத் என்றைக்கு வரும்?"

"சீக்கிரம் வந்துடும். ஏன்?"

"சும்மா ஒரு ரைடு போகலாம்னுதான்."

ஞாயிற்றுக் கிழமை சந்திப்பை கெங்குலட்சுமி மறந்திருப்பாள் என்றுதான் அவர் நினைத்திருந்தார். மானேஜர் ஓர் ஆளை அனுப்பி ஞாயிற்றுக்கிழமை காலை நேரத்திலேயே வரச் சொல்லியிருந்தான். அழகர்சாமி சுபாவத்திலேயே வெளுத்த, கஞ்சி போட்ட சட்டை வேட்டி அணிபவர். அதனாலேயே 'வெள்ளை அழகர்சாரி' என்கிற பெயர் பெற்றவர். மிகவும் ஜாக்கிரதையாக உடுத்திக்கொண்டு ஞாயிற்றுக்கிழமை காலை போயிருந்தார்.

"அடடே வந்துவிட்டீர்களா அழகர்சாமி! பாருங்கள். என் வாட்ச் தப்பான நேரம் காட்டுகிறது மாற்ற வேண்டும்"

கடை கடையாக அலைந்து தங்கப்பட்டை போட்ட வாட்ச் வாங்கிக் கொடுத்தார்.

"வைரக்கல் ஜிமிக்கி எண்ணெய் இறங்கி விட்டது" என்றாள், ஒருநாள். புது ஜோடி வாங்கித் தந்தார்.

அவ்வப்போது இரண்டாயிரம், ஐயாயிரம் என்று தந்தார். எல்லாம் சுமூகமாகப் போயிற்று. கெங்குலட்சுமி புது வீடு கட்டத் தொடங்கி இருந்தாள். மாம்பலத்தில் நிறைய வீடுகள் வந்துகொண்டிருந்தன.

"ரெண்டு லட்ச ரூபாய் வேண்டும் அழகர்சாமி, கடனாகத்தான். பெரிய தொகைதான். அவசியம் நான் எடுத்துக்கொண்டிருக்கும் படம் அடுத்த வாரம் விற்றுப் பணம், வந்துவிடும். கடைசி ஷெட்யூலை முடிக்க வேண்டும் எனக்கு நீங்கள்தான் கதி... அதே வாரமே பணம் நிச்சயம்."

அழகர்சாமியால் தட்ட முடியவில்லை. சொத்துக்கள் கொஞ்சம் மனைவி பெயரில் இருந்தவை. அதை அவர் தொட முடியாது. குழந்தைகள் மேஜர் ஆகித்தான் எதுவும் செய்ய முடியும். ஆலை, அரிசி மண்டி இரண்டின் மேல் பணம் வாங்கினார். ஒரு மாசம் கெடு. மாசங்கள் வளர்ந்தன. படம் ரிலீசாகி வேக வேகமாக ஓடி நான்கு நாட்களில் பெட்டிக்குள் புகுந்துகொண்டது. மன உளைச்சலில் அவள், பல ஊர்களுக்குப் பயணம் போனாள். பம்பாயில் போய் இருந்தாள். இந்திப் படங்களில் நடிப்பதாகத் தகவல் வந்தது. ஒரு மல்யுத்த வீரனைக் கல்யாணம் பண்ணிக்கொண்டதாகவும் சொன்னார்கள். சினிமா தோற்றத்துக்கும் மல்யுத்தத்துக்கும் என்ன சம்பந்தம் என்று தோன்றியது அழகர்சாமிக்கு.

அழகர்சாமிக்கு ஒரு விஷயம் தெளிவாகப் புரிந்தது. மனிதர்கள் தங்களைத் தவிர மற்றவர்களைப் பற்றி அதிகம் தெரிந்து வைத்துக்கொண்டு இருக்கிறார்கள் என்பது.

அழகர்சாமியின் மனைவி அவர் காதுபடச் சொன்னாள்.

"வைப்பாட்டியை நம்பினவன் வாழ்ந்தானா? தரிசு மண்ணில் விதைச்சவனும், தாசிக்குக் கொடுத்தவனும் எந்தக் காலத்திலும் சுகம் பெறப் போறதில்லை."

தமிழ் மொழியில்தான் எத்தனைப் பழமொழிகள்.

முக்கியமான நண்பர்கள் என்று ஒரு பட்டியல் போட்டார் அழகர்சாமி. அவர்களைச் சந்தித்து உதவிகள் கேட்டார். சில லட்சங்கள் என்பது பெரிய தொகை. பத்து பேர் கொஞ்சம் கொடுத்தாலும் பெரிய தொகை சேரும் என்று கணக்கிட்டார் அவர். தொலைபேசியில் தன் வருகையைச் சொல்லும்போதே அதிர்ச்சிகரமான அநுபவம் ஏற்பட்டது அவருக்கு.

பேசிக்கொண்டிருந்த நண்பர் திடீரென, தான் ஊருக்குப் புறப்பட்டுக் கொண்டிருப்பதாக அவசரமாகச் சொன்னார். மற்ற நண்பர் போனை எடுத்தார். எடுத்தவரே பெயரை மாற்றிக்கொண்டு அவர் இல்லையே என்றார். போயும் போயும் ஒரு நடிகையை நம்பலாமா ஓய் என்று கடிந்துகொண்டார் ஒரு நண்பர். ஓர் உண்மை அவருக்குப் புரிந்தது. நண்பர்கள் மூலம் ஒன்றும் கிடைக்காது என்பது அந்த உண்மை.

நாட்கள் இறக்கை கட்டிக்கொண்டு பறந்தன. அவை ஒரு சோப்பெட்டியாகவோ, பற்குச்சியாகவோ மாறப்போவதில்லை. அவைகளைப் பிடித்து யாரும் கைக்குள் அடக்கிக்கொள்ள முடியாது. மனித எத்தனம் இயற்கை நியதிகளை மாற்றிவிட முடிவதில்லை. பிரமை பிடித்தவர்போல் அமர்ந்திருந்தார் அழகர்சாமி. ஏனோ அவருக்குத் தோன்றியது கெங்கு லட்சுமியிடமே கடைசி முறையாகக் கேட்டுப் பார்த்தால்? புறப்பட்டார் பஸ்ஸுக்கு நின்று வெகு நாழி காத்திருந்தது புதிதாகக் கட்டப்பட்ட கெங்குலட்சுமியின் வீட்டுக்குச் சென்றார்.

வாயிலில் நின்றிருந்த கூர்க்கா, "அம்மா இல்லை சாப்" என்றான்.

"மானேஜர் இருக்கிறாரா?"

அவர் அங்கிருந்த ஒரு பையனை உள்ளே அனுப்பி சார் வந்திருப்பதைச் சொல்லச் சொன்னார். சென்ற பையன் வெளியே வர நாழிகை ஆயிற்று. நேரம் ஆக ஆக வினாடிகள், நிமிஷங்கள் எல்லாம் கற்களாக மாறி தன் முகத்தில் எறியப்படுவதுபோல உணர்ந்தார் அழகர்சாமி.

காத்திருக்க வேண்டும் என்று விதிக்கப்பட்ட பிறகு இதற்கும் சுணங்கினால் ஆகுமா? அவர் நின்றுகொண்டிருந்தார். பல யுகங்களுக்குப் பிறகு மானேஜர் வெளிப்பட்டார்.

"என்ன சார்?" அவர் அவசரத்தில் இருப்பதுபோலக் காண்பித்துக் கொண்டார்.

"கெங்குவைப் பார்க்கணும்"

"அவங்க இல்லையே"

"எப்போ வருவாங்க?"

"தெரியாது"

அதன் மேலும் அழகர்சாமிக்குப் பேச எதுவும் இல்லை. கெங்கர்வின் புதிய வீட்டை விட்டு வெளியே வந்தார். நடந்து தெருமுனை வரைக்கும் வந்தார். அங்கிருந்த ஒரு கடையில் சோடா வாங்கிக் கொடுத்தார். சிகரெட்டைப் பற்ற வைத்துக்கொண்டார். தூங்குமூஞ்சி மரநிழல் மிக இனிமையாக இருந்தது. அதை ரசிக்கவும் முடிகிறதே என்று நினைத்துக்கொண்டார் அழகர்சாமி. இரண்டாவது மூன்றாவது சிகரெட்டையும் பற்ற வைத்து

எறிந்தார். அப்போது கெங்காவின் கார் தெருமுனை திரும்புவது தெரிந்தது. மீண்டும் முயற்சி செய்யலாமே என்று தோன்றியது. திரும்பி கெங்காவின் வீட்டுக்குப் போனார். கூர்க்கா, "அம்மா வந்துட்டாங்க சார், போலாம்" என்றான் பழைய விசுவாசத்தோடு.

வீட்டுக்குள் அந்நியரைப்போல தயக்கத்துடன் நுழைந்தார். வெட்கம் பிடுங்கித் தின்றது. கூடத்திலேயே கெங்கா இருந்தாள். மானேஜருடன் சிரித்துப் பேசிக்கொண்டு இருந்தாள். இவரைக் கண்டதும் "வாங்க" என்றாள் ஆச்சரியமுடன்.

"நல்லா இருக்கீங்களா அழகர்சாமி?"

"இருக்கு. நீ எப்படி இருக்கே?"

"நல்லா இருக்கே. உட்காருங்க" என்றபடி மானேஜரைப் பார்த்தாள். அவன் அழுத்தமாக அங்கேயே இருநாதன்.

"மானேஜர் காபி சொல்லுங்க சாருக்கு" என்றாள்.

அவன் அகன்ற பிறகு, "ம்... சொல்லுங்க" என்றாள் கெங்குலட்சுமி.

"ஆலையும், மண்டியும் ஏலத்துக்கு வந்திருக்கு. பணம் அவசியம். கடனா கொடு கெங்கு மூன்று மாசத்துல வட்டியோட கொடுத்துடறேன். ஆலை ஏலம் போனா ரொம்ப மானக்கேடு"

"பணமா... நம்பமாட்டீங்க, அழகர்சாமி, என்னிடம் இப்போ சல்லிக்காசுகூட இல்லை"

அழகர்சாமியின் நாக்கு மேலண்ணத்தில் ஒட்டிக்கொண்டது.

"சரி நான் புறப்படறேன்."

"காபி சாப்பிட்டுப் போங்களேன்"

"நான் காபி சாப்பிடறதை நிறுத்திவிட்டேன்."

அவர் புறப்பட்டார். வெளியில் வந்து ஓர் ஓட்டலைத் தேடிப் போனார். டிபனும் காபியும் சாப்பிட்டார். அடுத்து என்று சிந்திக்கும்போதே ஒரு சூனியம் அவரைச் சூழ்ந்தது.

கூட்டம் சேரத் தொடங்கி இருந்தது.

அழகர்சாமி தன் நாற்காலியில், அமர்ந்து கொண்டு பேப்பர் படித்துக் கொண்டிருந்தார். அப்படி ஒரு தோற்றத்தை ஏற்படுத்திக்கொண்டிருந்தார். மாமனார் வியர்வையும் இரத்தமும் சிந்தி அங்குலம் அங்குலமாக வளர்த்த ஆலை. பாவி உன்னால் அது அழிகிறதே என்ன காரியம் செய்தாய், உன்னால் குலத்துக்கே அவமானம் அழகர்சாமி.

உறவும் சுற்றமும் ஊர் மக்களும் வந்து இருந்தார்கள். எவரும் அழகர்சாமியை முகத்துக்குமுகம் பார்க்கவே தயங்கி கூரையை, வானத்தை, தரையைப் பார்த்துக்கொண்டு இருந்தார்கள். அவரிடம் பேசுவதையும் அன்பு காரணமாக அவர்கள் தவித்தார்கள்.

"அழகர்சாமி, இந்த ஆலை வெறும் எந்திரங்கள் இருக்கிற இடம் இல்லையப்பா. இது என் லட்சியம். நானும் சமூகம் மதிக்கிற மனுசனாகணும்கிற

வெறிதான் இந்த ஆலை. எப்படியோ அதை நிர்மாணிச்சுட்டேன். இதை வளர்த்து பெரிசு பண்ணி, நம் குலம் தழைக்கச் செய்ய வேண்டியது உன் பொறுப்பு!"

அதிகாரிகள் வந்து விட்டார்கள். ஒருவர் அழகர்சாமியின் அருகில் வந்து நின்றார்.

"ஐயா".

"சொல்லுங்க"

"ஏலம் தொடங்கணும். நேரம் ஆகிட்டு இருக்கு."

"தொடங்குங்களேன்"

அவர் பேப்பர் படிக்கத் தொடங்கினார்.

சரியாக அந்த நேரம், ஒரு கார் வந்து ஆலை வாசலில் நின்றது. காரிலிருந்து கெங்குலட்சுமி இறங்கினாள். அழகர்சாமி அருகில் வந்து நின்றாள். அவர் நிமிர்ந்து அவளைப் பார்த்தார்.

"என்னம்மா?"

"பணம் காலையில்தான் கிடைச்சுது. கொண்டு வந்திருக்கிறேன்"

அழகர்சாமி தன்னைச் சுற்றி நிற்கிற, அமர்ந்திருக்கிற கூட்டத்தைக் கண்டார். எல்லோருமே அவளையும் அவரையும் மாறி மாறிப் பார்த்தபடி அமர்ந்திருந்தார்கள். ஒரு நிமிஷம் யோசித்தார். ஒரு சிகரெட்டைப் எடுத்துப் பற்ற வைத்துக்கொண்டார். ஏல அதிகாரியைப் பார்த்துச் சொன்னார்.

"ஏலம் நடக்கட்டும்."

1995

வாசனை - 2

விழிப்புத் தட்டியது வைத்திக்கு.

எழுந்திருக்க மனமில்லை. சுவர்க்கடிகாரம் ஆறு மணி என்று நேரம் சொல்லியது. இரவு இரண்டு மணி வரையில் படித்துக்கொண்டிருந்ததில் கண் எரிந்தது. புத்தகம் மனசையும் உடம்பையும் உலுக்கிவிட்டிருந்தது. களைப்பு பூரணமாக இன்னும் விலகி இருக்கவில்லை. பழக்கம் காரணமாக, எத்தனைத் தாமதமாகப் படுத்தாலும் சரியாக ஆறுமணிக்கு விழிப்பு தட்டிவிடுவது ஒரு விந்தைதான்.

வைத்தி படுக்கைக்குப் பக்கத்திலேயே இருந்த கேசட் பிளேயரை இயக்கினான். தம்பூர் சுருதி ரீங்கரித்தது. ஒரு வண்டுக் கூட்டம் ஆர்பரிப்பது மாதிரி சுருதியே சங்கீதம் தனா என்று அந்தக் காலை வேளையில் ஓர் அனுபவம் கிட்டியது வைத்திக்கு. சுருதி பாஷையற்றது. நிறைய கிளறிவிடக்கூடியது. தொடர்ந்து மோகனம் வழிந்தது. மோகனம், கல்குவியலில் இருந்து கீழே வழியும் நதி நீர். எப்போது மோகனம் பற்றிப் பேசினாலும் அதை ஓடை என்றோ, வாய்க்கால் என்றோ சொல்லுவது இருளாண்டியின் வழக்கம்.

திடுமென இருளாண்டியின் நினைவு வந்தது. வைத்திக்குச் சந்தோஷமாக இருந்தது. மணி ஆறரை என்று சொல்லிய சுவர்க்கடிகாரம், எழுந்து மோகனத்தைக் கேட்டபடி பால்கனியில் வந்து நின்றான் வைத்தி.

"அண்ணே, காபி சாப்பிடப்போலாமா?" என்றது ஒரு குரல். திரும்பினான், யாருமில்லை. அது இருளாண்டியின் குரல். சன்னமான மிருதுவான தாமரைத் தண்டு மாதிரியான குரலும் பேச்சும் இருளாண்டிக்கு. அந்தக் குரல் சின்னமனூரில் இருந்து இந்த ஊரில் இருநூற்று ஐம்பது மைலுக்கு அப்பால் இருக்கும் இங்கு எவ்வாறு கேட்கும்?

பிரமை, மனப்பிராந்தி என்றெல்லாம் சொல்கிறார்களே அது இதுதான் போலும். தெரு குளிர்ந்து கிடந்தது. தூரத்து

நொச்சி மரம், மரமல்லிகை, எருமை கட்டி இருக்கும் முருங்கை எல்லாம் குளிர்ந்து கிடந்தது. காற்று, மார்கழி மாசத்தை நினைவூட்டும் படிக்குச் சில்லென்று இருந்தது. தஞ்சாவூர் டிகிரி காபி சாப்பிட்டால் மட்டுமே இந்த மாதிரி காலை நேரத்து ரம்மியத்தைக் கொண்டாட முடியும்.

காலை கண்ணைப் பிட்டுக் கொண்டதும், அருமையான மணம் வீசுகிற தண்ணீர்க் கலக்காத டிகிரி பாலில், நுரைக்க நுரைக்க கன்னங்கரிய, கசப்பான, டிகாஷனை விட்டுக்கொண்டு காபி சாப்பிடும் பழக்கத்தை ஏற்படுத்தி கொடுத்தவேர இருளாண்டிதான் என்கிற எண்ணமும் கூடவே எழுந்தது.

உறங்கி எழுந்ததும் வைத்திக்கு முன் இருளாண்டி தயாராகி நின்று கொண்டிருப்பார். இருவரும் புறப்பட்டு ஐயன்கடைத் தெரு வழியாக அரண்மனை வாசலுக்கு வருவார்கள். அங்குதான் கிருஷ்ணவிலாஸ். கூட்டம் நல்ல காபிக்கு அலை மோதும். எத்தனைக் கூட்டம் அலை மோதினாலும் கிருஷ்ணய்யர் துளி தண்ணீர் விடுவாரோ? மாட்டார். தொழிலில் தர்மம் என்று ஒன்று இருக்கிறதை கிருஷ்ணய்யர் அனுசரித்தார். இவர்களைப் பார்த்ததும் அஇவர்களைக் கண்டுகொண்டதுக்கு அடையாளமாகத் தலையை அசைப்பார். சற்று நாழிகைக்கு எல்லாம் விஜயன் இரண்டு டவராக்களில் காபி கொணர்ந்து தருவான். அவர்கள் எதிரே இருக்கும் பன்னீர் கடை வாசல் மரப்பலகையில் வைத்து ஆற்றி அருந்துவார்கள். சில சமயங்களில் என்ன, பல சமயங்களில் இரண்டாம் காபிக்கு ஆர்டர் பண்ணுவார் இருளாண்டி. கிருஷ்ணய்யர் முகத்தில் பரவசம் வடியும். இது அவருக்கு இருளாண்டி தரும் பாராட்டு. இந்த முறை முழுக் கவனம் பண்ணி காபி போட்டு, ஐயரே டவராவை எடுத்துக்கொண்டு அவர்கள் இருக்கும் இடத்துக்கு வந்து தருவார்.

இப்படி இருளாண்டியும், கிருஷ்ணய்யரும் பரஸ்பரம் ஒருவரையொருவர் கனம் பண்ணிக் கொள்வார்கள்.

சட்டையை மாட்டிக்கொண்டு காலைக் காப்பிக்காகப் புறப்பட்டான் வைத்தி. சட்டையின் பை கிழிந்து தொங்கியது. நாயின் நாக்கு மாதிரி சில்லறை விழுந்து விடாமல் ஜாக்கிரதை பண்ணிக்கொண்டான். சட்டையில் என்ன இருக்கு என்பது வைத்தியின் சித்தாந்தம், சட்டைதானே என்கிற வேதாந்தம். ஆனால் இருளாண்டிக்கு அப்படி அல்ல. எல்லாமே உசந்த தரம். எல்லாமே, முதல்படி அந்த நாள் முதல். நன்றாக ஞாபகம் இருக்கிறது. முந்தின நாள் இரவு இருளாண்டி ஒரு நண்பரின் அறிமுகக் கடிதத்தோடு வந்து சேர்ந்தார். வைத்தி அயர்ந்து உறங்கிக்கொண்டிருந்த நேரம். மேலெழுந்தவாரியாகக் கடிதத்தைப் படித்து ஆளைப் பார்த்து, "சரி படுங்கள். காலையில் பேசிக்கொள்ளலாம்" என்று சொல்லி விட்டு விட்ட தூக்கத்தைத் தொடர்ந்தான் வைத்தி. மறுநாள் உறங்கி எழுந்தபோது சரியாக இருளாண்டியும் எழுந்திருந்தார். உபசாரத்தின் பொருட்டு "காபி சாப்பிடலாமா?" என்றான் வைத்தி.

"அஞ்சி நிமிஷம் வந்துடறேன்" என்றபடி குளியல் அறைக்குள் புகுந்து முகம் கழுவிக்கொண்டு திரும்பினார். துடைத்து 'லாக்டா காலமின்' திரவத்தை புள்ளி மாதிரி முகத்தில் பூசிக்கொண்டு லேசாகப் பவுடர் போட்டுக்கொண்டார். தலையை அழுந்தப் படிய வாரி, தழையத் தழைய

டெரிக்காட்டன் வேட்டியைக் கட்டிக்கொண்டார். பளபளக்கும் பூ போட்ட டெரிகாட்டன் சட்டையையும் அணிந்துகொண்டார்.

"பக்கத்துலதானே ஓட்டல்" என்று வைத்தி ஆச்சர்யத்துடன் சொன்னான்.

"இருக்கட்டும். எனக்கு இப்படித்தான் வெளியே போக முடியுது அண்ணே" என்றார் இருளாண்டி. கீழே வந்ததும், "நல்ல டிகிரி காபியா கிடைக்கிற கடைக்குப் போவோம்" என்றார்.

ஒவ்வொன்றாய் இருளாண்டியின் நூதனங்கள் நினைவுகளில் மேல் ஓட்டைப் பிளந்துகொண்டு வெளிவந்துகொண்டிருந்தன. இன்னிக்கு என்ன திடீரென்று இருளாண்டியும் இருபது வருஷத்துக்கு முந்தைய நினைவுகளும் ஊற்று உடைப்பு மாதிரிக் கசிகிறது, என்று யோசித்துக்கொண்டு காபியைக் குடித்தான். இந்த ரகமான நகரத்துக் கழுநீரை இருளாண்டி குடிக்கச் சகித்திருப்பாரா.? மாட்டார். முதலாளியைப் பார்த்து, "கூடவே கொஞ்சம் புண்ணாக்கையும் சேர்த்து உம் மாட்டுக்கு வையும்" என்று சொல்லிவிட்டு காசையும் எறிந்து விட்டு வந்திருப்பார். வைத்தி ஒரு சிகரெட்டை வாங்கிப் பற்ற வைத்துக்கொண்டான். அறைக்குத் திரும்பி வந்து ரிக்கார்டரை இயக்கினான். ஆலாபனை முடிந்து, 'நன்னுபா விம்ப'வைத் தொடங்கினார் அரியக்குடி.

இது ஒரு நாட்டியக் குதிரை என்பார் இருளாண்டி. டாக்டர் என்று காலை எடுத்து வைத்து கம்பீரமாக வானத்தைப் பார்த்து நடக்கும் ராஜகுதிரை.

வெயில் முகம் காட்டிக்கொண்டிருந்தது.

இன்றைக்கு ஏன் திரும்பத் திரும்ப இருள் தன் நினைவில் வந்துகொண்டே இருக்கிறார்?"

ஐயன் கடைத் தெருவில் சற்று உள்வாங்கிய அந்த மாடி வீட்டில் ஒரு அறையை வாடகைக்கு எடுத்துக்கொண்டிருந்தார்கள் வைத்தியும் இருளாண்டியும். கருத்தட்டாங்குடி கல்லூரியில் படிப்பு என்று பேர். பாட புஸ்தகம் தவிர மற்றது எல்லாம் ஆசை தீர விழுங்கிக்கொண்டிருந்தார்கள் இருவரும்.

எந்தக் கூட்டத்திலும் தனியாகத் தோன்றுபடி இருளாண்டியால் இருக்க முடிந்தது ஆச்சர்யம்தான். தூங்கி எழுந்து காபி சாப்பிட இறங்குவதற்குக்கூட முகத்தை அவ்வளவு அழகுபடுத்திக்கொள்ள வேண்டுமோ என்று வைத்திக்கு ஆச்சர்யமாக இருக்கும்.

"மற்றவர்களுக்குக் காட்டும் முகம் அழகாக புத்துணர்ச்சியோடு இருக்கணும் அண்ணே. நம் கஷ்டம் நம்ம கிட்டேயே இருக்கட்டும். அதை எதுக்கு மற்றவங்களுக்கு வெளிச்சம் போட்டுக் காட்டணும்? என்பது அவரது கேள்வியாக இருந்தது.

வைத்திக்கு அது புரிந்தும் புரியாமலும் இருந்தது. பிறருக்குக் காட்டும் முகம், அது தன் அசல் முகமாக இருக்க வேண்டும் என்கிற அவசியம் இல்லை. அதே சமயம் அது பொய்யாகவும் இருந்து விடக்கூடாது. தன் அசல் முகத்தில் இருக்கும் சந்தோஷமானப் பகுதிகளை மட்டும் பிறருக்கு அன்பளிப்பாக, ஒரு 'பொக்கே'வாக அளிப்பது இருளாண்டி. அதைத்

திட்டமிட்டுச் செய்கிறார் என்று தோன்றாத விதத்தில், மிக இயல்பாக அவர் இருந்தார் என்பதுதான் விசேஷம். மெருகு குலையாத புதுமை குலையாத டெரிகாட்டன் வேஷ்டி, மண்ணைத் தொட்டுப் புரளும் படியாக இருக்கும். சட்டையும் சிக்கெனப் பிடித்துக்கொண்டு பலகை மாதிரி தோன்றும். இன்று உடுத்துவதை நாளை உடுத்த மாட்டாத பிரபுத் தனம் அவரிடம் இருந்தது. ஒரு நாள் சொன்னார்:

“சுவாதி திருநாள் மகாராஜா, நித்தமும் கோடி உடுத்துவாராம் அண்ணே! எனக்கும் அப்படி இருக்கணும்னு ஆசை. ஆனா அது சாத்தியம் இல்லை. குறைந்த பட்சம் நித்தமும் சலவை மடி உடுத்தலாம் இல்லையா?”

வேலைக்கார அம்மாள், பெருக்கி விட்டுக் கேட்டாள்.

“ஐயா... அம்மா எப்போ வருவாங்க?”

“விடுமுறை, இந்த மாதம் முடியுதே. இன்னும் ஒரு வாரம் பத்து நாளிலே வந்துடுவாங்க.” என்றான் வைத்தி. விடுமுறைக்குத் தாத்தா பாட்டி வீட்டுக்குப் போன பிள்ளைகளுக்கு அவ்வளவு சீக்கிரம் திரும்பிட மனம் வருமோ? வராது. இருந்து விட்டு வரட்டும் என்று நினைத்துக்கொண்டான் வைத்தி. பள்ளி திறந்ததும் இருக்கவே இருக்கிறது பாடங்களான நுகத்தடி.

இருளாண்டி தன் குடும்பத்தைப் பற்றிய தகவல்கள் எதையும் தரவில்லை என்று இன்று தோன்றியது வைத்திக்கு. சின்னமனூரில் கீழ் மத்தியதர விவசாய வாழ்க்கை என்று மட்டும் புரிந்து கொள்ள முடிந்தது. கல்லூரிக்கு வரும் முன்பு திண்டுக்கல்லில் ஒரு பயிற்சிக் கல்லூரியில் வேலை பார்த்ததாக அவர் சொல்லி இருந்தார். அங்கு படித்த ஒரு மாணவனின் அக்காவோடு அவருக்குத் தொடர்பு ஏற்பட்டிருந்ததாக அவர் சொல்லி இருந்தார்.

“அவள் பெயர் நிலா” என்றார். “காதலியா?” என்று வைத்தி கேட்டான், “அது மாதிரிதான்” இது மாதிரியான உறவு பலவகையாலும் அமையலாம் என்பதுதானே யதார்த்தம்? எப்படி அந்த உறவு ஏற்பட்டது? தம்பியைப் பார்க்க அக்கா வந்துகொண்டிருந்தாள். முதலில் மூன்று மாதத்துக்கு ஒரு முறை வந்துகொண்டிருந்தாள். அப்புறம் மாசந்தோறும் என்று ஆயிற்று. சமயங்களில் அவர் வீட்டில் அவள் தங்க வேண்டிய சந்தர்ப்பம் ஏற்பட்டிருக்கிறது. விளைவாக அவளுக்குக் கருக்கலைப்பு செய்ய வேண்டி ஏற்பட்டிருக்கிறது. இருக்கும்தானே? இதைத் தொழிலாகக்கொண்டு அரசந்தோப்பு ஆயா என்பவள் இருந்தாளாம். தொழிலில் அவள் வெகு சமர்த்தள்.

“எதற்கு பிள்ளையைக் கலைக்க வேண்டும்? ரொம்ப சிரமப்படும் பெண்?”

“கலைக்கவில்லை என்றாலும் சிரமம்தானே? அவள் கணவர் துபாயில் இருந்தார். இந்தியாவுக்கு வந்து இரண்டு வருஷங்களுக்கு மேல் ஆகி இருந்ததே” என்றார் அவர்.

“இந்த உறவு எத்தனைக் காலம் நீடிச்சது இருளாண்டி?”

“சுமார் ரெண்டு வருஷம் அண்ணே! நிலாவோட, கணவர் வந்தப்புறமும் நீடிச்சது. அவர் ரொம்ப நல்ல மனிதர். அவரைச் சுற்றி இருந்த சொந்தம் அவர் மனசைக் கலைச்சுட்டுது”

“அந்தப் பொண்ணுக்கு வருத்தம் இருக்குமே”

"ஒரு பெண், கருக்கலைக்கிறது ரொம்ப அவஸ்தை அண்ணே. அந்தத் துன்பத்தை அதுக்குத் தர வேணாம்னுதான் அந்த உறவை விட்டேன்"

நான்காண்டுக் கல்லூரிப் படிப்பில் இந்தப் பெண் தன் தம்பியோடு இரண்டு முறை அவரைத் தேடிக்கொண்டு அறைக்கு வந்தாள். முதல் முறை வைத்தி மட்டும் இருந்தான்.

"உங்களை எனக்குத் தெரியும், நிலா! இருளாண்டி சொல்லி இருக்கிறார்"

அந்தப் பெண் வெட்கப்பட்டாள். அவள் தம்பி அங்கிருந்த புத்தகக் குவியலை, ஆச்சரியத்துடன் பார்த்துக்கொண்டிருந்தான்.

"அவர், மதுரை வரைக்கும் போயிருக்கிறார்"

"ப்ச்"

மதியம் வரைக்கும் அவர்கள் இருந்தார்கள்.

"சாப்பிடலாமே" என்றான் வைத்தி.

"இருக்கட்டும். அவர் ஆஸ்பத்திரியில் அட்மிட் ஆகியிருக்கிறார்"

"என்ன பிரச்சினை?"

"குடல் வெந்துடுச்சி"

"நான் வந்ததா சொல்லுங்க. இன்னும் ஒரு வாரம் அங்கதான் இருப்பேன். அரசு ஆஸ்பத்திரியிலே, இரண்டாம் மாடி, கடைசி அறை. கண்டிப்பா அவரை நான் பார்க்கணும்."

இருளாண்டி வந்ததும், வைத்தி சொன்னான்.

"வேணாம் அண்ணே, இனி அது வேணாம்."

நிலா அடுத்த முறை தனியாக வந்திருந்தாள்.

"அவர் காலமாயிட்டார். கடைசி வரைக்கும் மனவருத்தம் இருந்திச்சி அவருக்கு. நிறைய சொத்துக்களை எனக்குக் கொடுத்துப் போயிருக்காரு... நான் தனியாயிட்டேன்னு வருத்தமா செத்தார்"

ஏனோ இருளாண்டி அவளைத் தவிர்த்தார். முற்றாக அவள் உறவைத் தவிர்த்துக்கொண்டார்.

ஏன்? ஏன்? வைத்திக்கும் புரியவில்லை.

இருளாண்டி ஏனோ பதில் சொல்லவே இல்லை.

கல்லூரிப் படிப்பு முடிந்து வைத்தி ஊர் திரும்பினான். இருளாண்டி தஞ்சாவூரிலேயே தங்கி விட்டார். பிரகாஷ் என்கிற நண்பரோடு சேர்ந்து மெஸ் தொடங்கினார்.

ஊரிலேயே பெரிய மெஸ் அதுதான் என்று பேசப்பட்டது. தஞ்சாவூர் தாட் இலைச் சாப்பாடு. அசைவம் வெகு பிரசித்தம். சமயங்களில் வைத்தி மெஸ்சுக்கு மாடியில் இருக்கும் அறையில் தங்குவது உண்டு. காலையில் இருளாண்டியும், வைத்தியும் காய்கறி வாங்கப் புறப்படுவார்கள். இருளாண்டி கொத்து ரூபாய் நோட்டுகளை எடுத்து இடுப்பில் சுற்றிக் கொள்வார். அதே டெரிகாட்டன் பளபளப்பு மாறி இருக்கவில்லை. காய், கீரை, எண்ணெய் கால்

கட்டிக் கவிழ்த்துப் போடப்பட்ட நாட்டுக் கோழிகள் என்று வாங்கிக்கொண்டு திரும்பினார்கள். கடைக்காரர்கள் மத்தியில் அவருக்கு இருந்த மரியாதை வைத்திக்கு ஆச்சர்யம் தரும் சமாசாரம். கீரைக்கட்டு விற்ற அம்மாவும் அவரும் பேசிக்கொண்ட பாவம், வியாபாரி — வாடிக்கையாளர் என்கிற தரத்தில் இல்லை. ஒரு கையில் மளிகைப் பையும் மறு கையில் கோழிகளும் விளங்க, வெள்ளையன் பழைய புத்தகக் கடையிலே சற்று நின்று ரிக்வேத தமிழ்மொழிப் பெயர்ப்பையும் அவர் வாங்கிக்கொண்டார்.

"இதுக்கு என்ன விலை அண்ணாச்சி?"

"கொடுக்கிறதைக் கொடுங்கண்ணே" என்றார் வெள்ளையன்.

"விலை மதிக்க முடியாதே, இந்தப் புத்தகத்துக்கு."

"அதனால்தான் நானும் விலை சொல்லலை."

இருளாண்டி எதையோ கொடுத்தார். அவரும் சந்தோஷத்துடன் பெற்றுக்கொண்டார். அறை திரும்பியதும் சமையல்காரரை அழைத்துப் பக்குவம் சொன்னார் இருளாண்டி.

"தனியாக ஒரு கோழித் தொடையை நெய்யில் வதக்கி வையுங்கள்" இது அவருக்கு, அவர் உண்ணும் முறை. ஒரு பையனைக் கூப்பிட்டு காலை அமுக்கிவிடச் சொல்லி பள்ளிகொண்டார். வில்ஸ் பில்டர் சிகரெட்டைப் பற்ற வைத்துக்கொண்டார். வைத்தியிடம் சொன்னார்.

"அண்ணே... உங்க கவிதையைப் படிச்சேன்."

"எப்படி இருந்துச்சு?"

"சுமார் ரகம். இப்போ வந்துக்கிட்டு இருக்கிற கவிதைகள்ளே இது நல்ல கவிதை. ஆனா தமிழ்க் கவிதைகள் மரபுல இது சுமார்."

"ரொம்ப சரியா சொன்னீங்க இருளாண்டி. எனக்கே தெரியுது"

"அண்ணே உங்க தாமரைக் கதை ரொம்ப நல்லா வந்திருக்கு. நீங்க வசனமே எழுதுங்க"

"எனக்கும் அப்படித்தான் தோணுது. டி. கே. சி. நாமக்கல் கவிஞர் கிட்டே சொன்ன மாதிரி சொன்னீங்க."

"என்ன சொன்னார் ரசிகமணி?"

"நாமக்கல் கவிஞர், ரசிகமணி வீட்டுக்கு வந்திருக்கார். அப்போ ரசிகமணி சொல்றார். தமிழ்க் கவிதாதேவிக்கு முன்னாலே பாரதி போய் நிக்கிறார். இந்தா கவிதைன்னு கவிதா தேவி பாரதிக்கு கவிதை தர்றாள். அப்புறம் தேசிக விநாயகம் பிள்ளை போய் நிக்கிறார். அப்போ இதோ கொஞ்சம் கவிதைன்னு அவருக்கும் கொடுக்கிறாள். கடைசியா நாமக்கல் கவிஞர் போய் நிக்கிறார்.

அப்பா நீ தாமதமா வந்துட்டே கவிதை தீர்ந்து போச்சு. இந்தா வசனம்னு வசனத்தைக் கொடுத்தாள். சரிதானேன்னு நாமக்கல்லாரையே கேட்டாராம் ரசிகமணி. நூற்றுக்கு நூறு சரின்னு சொன்னாராம் நாமக்கல்லார்."

"நாமக்கல் கவிஞரோட 'என் கதை' ரொம்ப அருமையான புத்தகம்" என்றார் இருளாண்டி.

"மெஸ் எப்படி நடக்கிறது?" என்றான் வைத்தி

"நடக்கிறது. சந்தோஷம் என்னவென்றால் அண்ணே, நம்ம மெஸ்ஸுக்கு எம். வி. வி. வர்றார். பிச்சமூர்த்தி வர்றார். கரிச்சான் குஞ்சு வர்றார். வெங்கட் சாமிநாதன் வர்றார்..."

மெஸ் இரண்டு வருஷங்களுக்கு மேல் நீடிக்கவில்லை. இருளாண்டி சொந்த ஊருக்கே திரும்பிவிட்டார் என்கிற தகவல் வந்தது. பிரகாஷ் சொன்னார்.

"என்ன செய்கிறார் இருளாண்டி?"

"இரண்டு எருமை மாடுகள் வைத்துக்கொண்டு பால் வியாபாரம் பண்றாராம்" என்றார். "தெரியுமா... கல்யாணம் பண்ணிக்கொண்டாராம்." என்று தொடர்ந்து சொன்னார்.

"எனக்கு அழைப்பு வரல்லையே..."

"எனக்கும்தான்..."

அவர்கள் நண்பர்கள் இருவர் செத்துப் போயிருந்தார்கள். உடன் படித்தவர்கள், நாற்பதையும்கூடத் தொடாமல் செத்துப் போயிருந்தார்கள். வைத்தியை சோகம் கப்பிக்கொண்டது. வரதராசன் பசியும் பட்டினியுமாகப் படித்தான். வேலைக்குப் போனான். கல்யாணம் பண்ணிக்கொண்டு இரண்டு பெண் குழந்தைகளைப் பெற்றான். கடுமையாக உழைத்துப் பணம் சேர்த்து வீடு கட்டினான். வீடு கிரகப் பிரவேசத்தன்று வாயிலுக்குச் சூட்ட மாலை வாங்கி வர கடைத்தெருவுக்குச் சென்றான். மாலை வாங்கிக்கொண்டு திரும்பும் வேளையில் மாரடைப்பு வந்து செத்துப் போனான். இன்னொருவன் பிரடரிக் சுந்தர்ராஜன். தூத்துக்குடியில் செத்துப் போனான், போதை தெளியாமலே.

"வாழவே தொடங்காதவர்கள் செத்துப் போவதுதான் துரதிருஷ்டம்" என்றான் வைத்தி.

"அதிலும் வாழ்க்கையை அதிகம் நேசித்தவர்கள். சின்ன வயதில் உதிர்வது அதை விடவும் சோகம்"

"ஒரு கை, நம் கண்களைச் சுற்றிக் கட்டுகிறது. ஒரு கை நம்மைச் சுற்றி விடுகிறது. எங்கோ அழைத்துப் போகிறது, திடுமென கண்களைத் திறந்து பார்த்தால் ஒரு காட்டில் நாம் நிற்கிறோம். திக்குத் தெரியாத காடு. நம்மை அப்படித்தான் வாழச் சொல்கிறது விதி."

வைத்தி, தன் புகைப்பட தொகுப்பை எடுத்துப் பார்த்தான். இருளாண்டி கடைசியாக வந்தபோது எடுத்துக்கொண்ட போட்டோ அதில் இருந்தது. ஒரு கோடைக்காலம் மாலை நேரத்தில் அவர் வந்தார். வைத்திக்கு அடையாளம் தெரியவில்லை. மட்டமான வெள்ளைத் துணியில் வேட்டியும், அதே துணியில் சட்டையும் அணிந்திருந்தார். காபி குடித்துக்கொண்டே அவர்கள் பேசினார்கள்.

"என்ன செய்யறீங்க?" என்றான் வைத்தி.

"பால் வியாபாரம் சரிப்படலை. என்ன காரணமோ ஒரு மாடு திடுமென செத்துப் போயிடுச்சு அண்ணே. அப்புறம் விவசாயம்தான். மழை இல்லை. காடு காயுது. ஏதோ ஒரு வகையில் வாழ்க்கை போயிட்டிருக்கு.

குடும்பம் குழந்தைகள்?

வைத்தியின் கேள்விக்கு அவர் பதிலொன்றும் பேசவில்லை. வேறு எதையோ பேசிக்கொண்டிருந்தார். அவர் வீட்டின் மூலையில் கூடு கட்டிய குருவிகளைப் பற்றி சுவாரஸ்யமாகப் பேசிக்கொண்டிருந்தார்.

இரவு இருவரும் குடித்தார்கள். இருளாண்டி நிறையவே குடித்தார்.

“அண்ணே, நான் இப்போ படிக்கிறதில்லை.”

“ஏன்?”

“அது, இந்தப் புத்தகச் சனியன் ரொம்ப இம்சை படுத்துது. குறைந்தபட்சத் தேவைகள்கூடப் பூர்த்தி ஆகலை எனக்கு. புத்தகம் படிக்கிறதுக்குக்கூட பணம் வேணும் அண்ணே! புத்தகம் என்ன சொல்லுது? அழகா இருன்னு சொல்லுது. என்னால அப்படி இருக்க முடியல்லை. பின்ன என்னத்துக்குப் படிக்கிறது?”

இருளாண்டி சொல்வது, சரி என்பதுபோல எனக்குத் தோன்றியது.

மறுநாளே இருளாண்டி விடைபெற்றார்.

“இருளாண்டி நாம் போட்டோ எடுத்துக்கொண்டால் என்ன?”

“அது எதுக்கு அண்ணே”

“பரவாயில்லை வாங்க”

வைத்தி ஒரு புகைப்பட நிலையத்துக்கு அழைத்துச் சென்று புகைப்படம் எடுத்துக்கொண்டான்.

“முகத்தைக் கழுவி, தலையைச் சீவி, பவுடர் போட்டுக்குங்க சார்.”

பேசினுக்குப் பக்கத்தில் மிகவும் அழுக்கடைந்த சீப்பு இருந்தது.

“வேணாம். இப்படியே இருக்கட்டும்” என்றார் இருளாண்டி.

“எனக்கும் ஒரு பிரதி அனுப்பி வையுங்க அண்ணே” என்றும் கேட்டுக்கொண்டார்.

“நிச்சயம்”

மறுநாள் படம் வாங்கச் சென்ற இடத்தில் அவனுக்கு ஏமாற்றமே காத்திருந்தது.

“சார்… ஏதோ தப்பு நடந்துடுச்சி” என்றபடி புகைப்படத்தை வைத்தியிடம் தந்தார் புகைப்படக்காரர்.

வைத்தியின் தோற்றம் தெளிவாக இருந்தது. பக்கத்தில் இருந்த இருளாண்டியின் முகம் சாம்பிராணிப் புகைக்குள் புதைந்ததுபோல் தெளிவின்றி இருந்தது. ஏதோ மறைந்து போன முகம்போல அல்லது கரைந்து போனது மாதிரி.

பிரகாஷ் வந்திருந்தார்.

அவரைப் பார்த்ததுமே வைத்தி சொன்னான்

“பிரகாஷ்… நாலைஞ்சு நாளா இருளாண்டி நினைவாகவே இருக்கு. சரியா சொல்லப் போனா ஞாயிற்றுக்கிழமை காலைலே இருந்து…”

பிரபஞ்சன் ✶ 437

"என்னைக்கு?"

"ஞாயிற்றுக்கிழமையிலிருந்து..."

"என்ன ஆச்சர்யம்?"

"என்ன?"

"போன ஞாயிற்றுக்கிழமைதான் இருளாண்டி செத்துப் போயிட்டார். காலை எட்டு மணிக்கு. ரெண்டு முறை நம்ம பேரை முணுமுணுத்து இருக்கார். ரெண்டு மூன்று நாட்களாகவே 'கோமா'விலே இருந்தாராம்."

புகைப்படத்தில் கலைந்து போன இருளாண்டியின் முகம் வைத்திக்கு நினைவில் வந்தது. சாம்பிராணிப் புகை, அறையைக் கமழ வைத்துவிட்டுக் காணாமல் போகிற சாம்பிராணி.

1995

சித்தன் போக்கு

அதை முதலில் பார்த்தது, அம்சவல்லி அத்தைதான். அவள்தான், ஊருக்குள் வந்து அந்த சமாசாரத்தைச் சொன்னாள். அத்தை, அதைப் பார்த்தது, இன்று மூன்றாம் நாள். தினம், விடிந்து நாலு நாழிகைக்களுக்குப் பிறகு, பொம்பிளைகள் குளிக்கிற படித்துறைக்கு, அந்தப் பக்கம், அரச மரத்தடியண்டைதான் அத்தை குடம் விளக்கி நீர் எடுப்பது. அந்த அரச மரத்துக்குக் கொஞ்ச தூரத்தில், நெட்டிலிங்கம் மரம் பக்கமாக இருக்கும். வெ. சித. சிங்கப்பூர் செட்டியின் கல்லறைப் பலகை மேல், அது உட்கார்ந்திருந்ததை அத்தை கவனித்திருக்கிறாள். 'அசலூர் மனுஷனாட்டம் இருக்கிறானே'என்று நினைத்தாளாம். முதல் நாள், தோளில், காசித்துண்டு மாதிரி ஒரு துண்டு. அரையில் என்ன நிறம் என்று அனுமானிக்க முடியாத ஒரு நிறத்தில் வேஷ்டி! ஓடும் தண்ணீரைப் பார்த்துக்கொண்டு அமர்ந்திருந்தது, அது. அத்தைக்கு, அதன் பார்வை அதிசயமாக இருந்ததாம். அது என்ன பத்திரிகைக் காகிதத்தைப் படிப்பார்களே, அது மாதிரி ஆற்று ஜலத்தைப் படித்துக்கொண்டிருக்குமோ, ஒரு மனுஷன்? படிக்கிறதுக்கு, அங்கு என்னதான் இருக்குமோ? சுத்த பைத்தியக்கார மனுஷனாட்டம் இருக்கும்போல என்று எண்ணி தண்ணீர் எடுத்துக்கொண்டு திரும்பினாளாம். ரெண்டாம் நாளும், ஏதோ அகஸ்மாத்தாகப் பார்த்தாளாம் அத்தை. நேற்று இந்த மாதிரி அச்சு அசலாகப் அப்படியே, நீரைப் பார்த்துக்கொண்டு உட்கார்ந்திருந்ததாம் அந்த மனுஷன்.

ஏதோ ஆவல் மீதூற, அத்தை, அந்த மனுஷனுக்கு அருகில் போய் பார்த்ததாம். பக்கவாட்டு முகம் மட்டும்தான், அத்தைக்குத் தெரிந்ததாம். பார்த்துக்கொண்டே இருந்ததாம். கத்தியின் முனை மாதிரி, இதென்னடியம்மா இப்படி ஒரு நாசி. ஜடை மாதிரி அலட்சியமாக வளர்ந்திருந்த தலைமுடி, காதுக்கும் கீழே, ஆல விழுது மாதிரி விழுந்தது. தோள் மேல் வந்து தாங்கியது. சாமியாராக இருக்குமோ என்று

தோன்றியதாம். என்றாலும், ஆள் அரவம் இல்லாத இடத்தில், அந்நிய மனுஷனுக்கு அருகில் எப்படி ஒரு பொம்பிளை போவாளாம்? இதை ஒருத்தியிடம் சொல்லப் போய், அத்தை வாங்கிக் கட்டிக்கொண்டாள்.

"அத்தை, உனக்கு என்ன வயசு? அம்பத்தைஞ்சுக்கும் மேலே. அப்புறம் என்ன பொம்பிளை? உன்னை பார்த்தால் என்ன செய்ய முடியும். என்னத்துக்கு உனக்கு பயம்?"

இந்தப் பெண்டுகளுக்குத்தான் வாய் என்ன அகலம்?

மூன்றாம் நாள், படுக்கையில் கண்ணைப் பிட்டுக்கொண்டபோதே அது ஞாபகம்தான் வந்ததாம். எதுக்கும் இருக்கட்டும் என்று சாமி மாடத்தில் இருந்த ரெண்டு வாழைப்பழங்களை எடுத்துக்கொண்டு போனதாம் அத்தை. குடத்தை, கரையில் வைத்துவிட்டு, மனசைத் தைரியப்படுத்திக்கொண்டு அதன் அருகில் போனதாம். என்ன ஆச்சர்யம். முந்தின இரண்டு நாட்களும் இருந்த மாதிரி இன்னும் இருந்ததாம் அது. அச்சு அசல் அப்படியே அந்தப் பக்கவாட்டு முகம். அதே கத்தி மூக்கு. ஒவ்வொரு அடியாக அதன் பக்கம் போய் நின்று, "சாமி" என்றாளாம் அத்தை. சாமியிடம் இருந்து. எந்தச் சலனமும் இல்லை. எட்டி, சாமி பார்க்கிற அதே தண்ணீரைத் தானும் பார்த்தாளாம் அத்தை. வெறும் தண்ணீர்தான் விசேஷமாகச் சாமிக்கென்று எதுவும் எழுதி இருக்கவில்லை.

"சாமி"

சாமியிடம் இருந்து எந்த எதிர் அசைவும் இல்லாமல் இருந்தது.

அத்தை, இரண்டு கைகளையும் பக்கவாட்டில் ஊன்றிக்கொண்டு, சம்மணம் போட்டு அமர்ந்திருந்த சாமியின் அருகாகச் சென்று, கொண்டு போயிருந்த இரண்டு வாழைப் பழங்களையும் சாமியின் காலண்டை வைத்தாளாம் அத்தை.

சாமி சற்று லேசாக அசைந்ததாம். பின்பு, பழங்களைப் பார்த்ததாம். அதன்பின் சற்றுத் திரும்பி அத்தையைப் பார்த்ததாம். அப்பா! என்ன கண். நெருப்புத் துண்டம், அம்மா அது! சட்டென்று, கண் குளிர்ந்ததாம். ஒரு குழந்தை, குழந்தையினதுபோல இருந்ததாம் அதன் முகம். தாடி, மீசை, சடை மாதிரி முடிகளூடே முகம், மேகங்களுக்கிடையே சிக்கிக்கொண்ட சந்திரன்போல! அத்தைக்குக் கும்பிடத் தோன்றியதாம். சாமி, இதழ் பிரிக்காமல், சிரித்ததாம். கண்ணால் சிரிக்கிற சிரிப்பு. அத்தைக்கு, முதல் முறையாகக் கண்ணாலும் சிரிக்க முடியும் என்கிறது தெரிந்திருக்கிறது. சாமி, பழத்தைத் தொட்டு, அப்புறம் அத்தையைப் பார்த்துச் சிரித்ததாம் மீண்டும்.

"சாமி மூணு நாளா சாப்பிட்டீங்களா? இருந்த இடத்திலேயே இருக்கீங்களே?" என்று கேட்டாளாம் அத்தை.

சாமி அதுக்கும் சிரித்ததாம். சாமிக்குக் காது கேட்கிறது என்பது உறுதியானது.

அத்தைதான் ஊருக்குள் வந்து, விஷயத்தைப் பரப்பினாள். முதலில், மணியக்காரர் மருமகள் அத்தையின் எதிரே வந்தாள். பிள்ளையாண்டிருந்தாள் அவள். அடுத்த மாசம் தாண்டாது, பெண்ணாய் இருக்கும். முகம் ஜிவுஜிவுக்கிறதே!

"சுந்தரி தெரியுமோ சேதி!" என்றுதான் பார்த்த சாமியாரைப் பற்றிச் சொன்னாள் அத்தை. எல்லாவற்றையும் அமைதியாகக் கேட்டுவிட்டு அந்தப் பெண் சொன்னாள்:

"அத்தை, முப்பது வருஷத்துக்கு முன்னாலே, ஓடிப் போய்ட்டாருன்னு சொன்னீங்களே, உங்க புருஷன். அவராக இருக்குமோ இந்தச் சாமியார்? நல்லா பாருங்கோ..."

குறும்புதான் இவளுக்கு!

சின்னி கோபால் முதலியார், சங்கர ரெட்டி என்று ஊர் முக்கியஸ்தர்கள் திரண்டு சாமியாரைப் பார்க்கப் போனார்கள். ஒரு விஷயம் அவர்களுக்குத் தெளிவாயிற்று. சாமியார், ஒரு மௌன சாமியார் என்பது முக்கியமான விஷயம், சாமியாரை, சாமியாராக அவர்கள் ஏற்றுக்கொண்டார்கள் என்பதுதான்.

சாமியாரின் ரிஷி மூலம் யாருக்கும் தெரியாதுதான். தெரிந்து கொள்ள வேண்டிய அவசியமும் இல்லைதானே? சாமி மிகவும் விசித்திரமான பேர் வழியாக இருந்தது. யாருடனும் பேசுவதில்லை. முத்துலக்கையின் உப்பு மண்டிக்குப் பின்னால் இருக்கிற பாறைக் கல்லில் வந்து உட்காரும். தரையைப் பார்க்க ஆரம்பித்தால் மணிக் கணக்காகப் பார்த்துக்கொண்டே இருக்கும். மேலே ஆகாயத்தை பார்த்தது என்றால், மணிக்கணக்காகப் பார்த்துக்கொண்டிருக்கும். யாராவது போய், "சாமி" என்று கூப்பிட்டு, உலுக்கி, "வாருங்க நம்ம வீட்டுலச் சாப்பாடு" என்று திரும்பத் திரும்பப் பத்து வாட்டியாவது கூப்பிட்டு வலுக்கட்டாயம் பண்ணினால், சாமி எழுந்திருக்கும்.

சாமியிடம் இன்னுமொரு விசேஷமான பழக்கம் இருந்தது. இலையில் போடப் போடச் சாப்பிட்டுக்கொண்டே இருக்கும். எதையும் மிச்சம் வைக்கக்கூடாது என்ற பிரமாணம் எடுத்தது மாதிரி சாப்பிட்டுக் கொண்டே இருக்கும். ஆரம்பத்தில் சமைத்ததையெல்லாம் சாமிக்குக் கொட்டி விதிர் விதிர்த்துப் போனார்கள் பெண்கள். போகப் போக அவர்களே ஒரு வரம்பை வைத்துக்கொண்டார்கள்.

ஆடை விஷயத்திலும் சாமி இப்படித்தான் இருந்தது. அழுக்கு, ஆடையாகும் வரைக்கும், கட்டினத் துணியை அவிழ்க்கும் பழக்கம் சாமிக்கு இல்லாமல் இருந்தது. அதுவே, பழம் மாதிரி இற்றுவிழ வேண்டும். தெரு ஆம்பிளைகள், சாமியைக்கொண்டு போய், ஆற்றில் முங்க வைத்து, யானையைக் குளிப்பாட்டுவது மாதிரி, தண்ணீரை வாரி அடித்துக் குளிப்பாட்டுவார்கள். சாமி குளிப்பாட்டுவது என்பது ஊரில், குழந்தைகளுக்கு மிகவும் விளையாட்டான விஷயமாகி இருந்தது. சாமி பின்னால், ஒரு படை கும்மாளம் இட்டுக்கொண்டு போகும். சாமி, புன்னகையோடு குழந்தைகளுடன் ஆற்றுக்குப் போகும். என்னவோ, குழந்தை என்றால் சாமிக்குக் கொள்ளைப் பிரியம்.

அத்தை, நாலு வீட்டில் பத்துப் பாத்திரம் தேய்த்து வாழ்கிற எளிய ஜீவனம்தான். என்ன காரணத்தாலோ, தினத்துக்கு வேலு நாடார் கடையில் இரண்டு பழம், கடன் சொல்லியாவது வாங்கி, சாமிக்குத் தருவாள். சாமி, அதில் உடனடியாக, ஒன்றை யாரேனும் குழந்தைக்குக் கொடுத்துவிடும்.

கண்ணில்பட்ட குழந்தைக்கு. குழந்தைகள் கண்ணில் தட்டுப்படவில்லை என்றால் தென்படும்வரை ஒன்றை வைத்துக்கொண்டே இருக்கும்.

சாமி, கோயிலுக்குப் போய் யாரும் பார்த்தது இல்லை. சாமி நாஸ்திகர் என்று யாரும் சொல்ல முடியாதுதான். ஏனோ போவதில்லை. யாராவது சம்சாரி குளிப்பாட்டிச் சுற்றி விடும் துணியோடு, தரையில் விழுந்து கிடக்கும், மண் தரையில், அழுக்கு பற்றிக் கொஞ்சமும் கவலைப்படாமல்.

சாமி என்றால் திருநீறு கொடுக்காமல் எப்படி? ஜனங்களுக்குத் துன்பம் ஏற்படுவது, பசி எடுப்பது மாதிரி ரொம்ப இயற்கையான விஷயமாக இருந்தது! ஆகவே அவர்கள், சாமிக்கு முன்னால் வந்து, தங்கள் குறைகளை விண்ணப்பித்துக்கொண்டிருந்தார்கள். அப்புறம் கையை நீட்டினார்கள். யாசகர்கள் மாதிரி நீட்டிக்கொண்டே இருந்தார்கள். சாமி, மண்ணைக் கொத்தாக எடுத்து நீட்டிய கைகளில் போட்டது. சந்தோஷமாக “சாமி வரம் கொடுத்துடுச்சு” என்றபடி போனார்கள்! மனத்துயரம் போனால் மற்ற துன்பங்கள் போனது மாதிரிதானே!

இன்னுமொரு சுவாரஸ்யமான பழக்கமும் சாமியிடம் இருந்தது. எப்பவாவது ஒரு நாளைக்கு, கண்ணில் பட்ட கடைக்குள் செல்லும். கடைக்காரர் பதறிப் போய் எழுந்து, “வாங்க சாமி, வாங்க” என்றபடி கல்லாப் பெட்டியைத் திறந்து வைப்பார். சாமி, தன் இடக்கையால் கொத்தாக அள்ளி எடுக்கும். அது ரூபாய் நோட்டுக்களாகவும் இருக்கும். சில்லறைகளாகவும் இருக்கும். அதைக்கொண்டு வந்து கண்ணில் வரும் ஏழைகள், பிச்சைக்காரர்களுக்குப் போட்டுவிட்டுப் போகும். சாமி, எந்தக் கடையில் புகுந்து காசை அள்ளுகிறதோ அந்தக் கடையின் வியாபாரம் செழித்தது என்று கடைக்காரர்கள் சொன்னார்கள். ஈ கரு மாவன்னாவின் கடைக்குப் போய், காசை எடுத்துப் பிச்சை போட்டதாம் சாமி. பாருங்கள், பல வருஷங்களாக இழுத்துக்கொண்டிருந்த கோர்ட் வியாஜ்ஜியம் முடிந்தது. மாவன்னாவுக்கு நாலு லட்சம் பெறுமான சொத்து வந்து சேர்ந்தது என்கிற சங்கதி, மார்க்கெட்டில் பரவியது.

பங்காரு அம்மாள் தலைப்பெண், சீதாலட்சுமி, ருதுவாகி, எட்டு வருஷங்கள் கல்யாணம் குதிராமல், ‘ஊசிப் போய்’ இருந்தாள். என்ன ஆச்சர்யம், சாமி மண் கொடுத்த மூன்றாம் நாள் வடக்கே இருந்து வரன் வந்து, கண் மூடிக் கண் திறப்பதற்குள் கல்யாணமும் ஆகி அத்தோடு சரியாகப் பத்தாவது மாசம் கொழுக் கொழுக்கென்று ஒரு பெண் பிள்ளையையும் பெற்றுக்கொண்டாள் என்கிற சங்கதியும் பரவப் பரவ மண்ணுக்கு மௌசு பெருகத் தொடங்கிற்று.

முதல் நாள், அந்த ஊருக்கு வந்தபோது, சாமி எப்படி இருந்ததோ அப்படியேதான், மூன்று வருஷங்கள் இருந்தது. ஆற்றங்கரை, உப்பு மண்டி பாறைக் கல், நாயக்கர் தோப்பு தென்னங்கொல்லை, தெரு வீட்டு வாசல், அத்தையின் குடிசைக்கு வெளித்தரை என்று கிடந்தது சாமி. சாப்பிடக் கூப்பிடாமல், ஜனங்கள் மறந்து போன நாட்களில், சாமி எத்தனை நாட்களானாலும் பட்டினி கிடக்கும். எவரிடமும் வாய் திறந்து கேட்காது.

அத்தை, மணியக்காரர் வீட்டில் சமையல் வேலை பார்த்தாள். இரண்டு வேளை சோறு போட்டுச் சம்பளம். நாலைந்து வீடுகளில் பண்டம் பாத்திரம்

கழுவி வயிறு வளர்த்தாள் அத்தை. அத்தையை வேலைக்காரி என்பதும் பொருந்தாது. வாழ்ந்து கெட்டவள், வீட்டு மனுஷி மாதிரி மதித்து வேலை வாங்கிக் கொள்கிறவர்கள் வீடுகளில் மட்டுமே அத்தை வேலைக்குப் போவாள்.

சாயங்காலம் வேலைகளை முடித்துக்கொண்டு, குடிசையில் வந்து விழுவாள். சமயங்களில், சாமி அவள் வீட்டு வாசலில் படுத்துக் கிடக்கும். அத்தைக்கு இதில் மகாப் பெருமை.

"அது சரி நீயும் எங்கேதான் போவே, பெரிய பெரிய மவராசன் மாரெல்லாம், மாடி மேல மாடி வெச்சு கட்டிக்கிட்டு உன்னை வந்து தங்குன்னு கூப்பிடறாங்க. நீ அடம் பிடிக்கிற குழந்தை மாதிரி, அங்கே போக மாட்டேங்கறே. இந்த ஒன்னும் இல்லாதவள், வீட்டு வேலை செஞ்சு வயிறு கழுவுகிறவள் வீட்டுல வந்து விழுந்து கிடக்கிறே. நான் உனக்கு என்னத்தைக் கொடுக்க? யார் பெத்த குழந்தையோ? என் வயிறு கிடந்து எரியுது. சாப்பிட்டையோ, இல்லையோ, எத்தனை நாளா சாப்பிடலையோன்னு எனக்கு மனசு அடிச்சிக்கிடுது. நீ வருவேன்னு சோறு எடுத்து வச்சா, வரமாட்டே, எடுத்து வச்சது கிடந்து நாறிக் கெடுது. வரமாட்டேன்னு, நாய்க்கு ஒழிச்சு போட்டா, அழும்பா... வந்து நிக்கறே. நான் என்ன பண்ணட்டும்?" என்று சலித்தபடி, இருப்பதை எடுத்துப் போகுவாள். இல்லையென்றாலோ, நாடார் கடைக்குப் போய் வாழைப்பழம் வாங்கி வந்து கொடுப்பாள்.

"முகத்தைப் பார்த்தா பால் வடியுது. தலையைக் கல் மேலயும் வைக்கமாட்டறே, சாமி. உனக்கு ரா முழுக்க தலையணை தச்சேன்" என்று ஒருநாள், தான் அரிதில் முயன்று தைத்த தலையணையைத் தந்தாள் அத்தை. வெறும் பழம் சாக்கை மடித்து, மேலே, பழந்துணி ஒன்றைக்கொண்டு உறை பண்ணி இருந்தாள்.

சாமி, அதைத் தன் முன் பார்த்ததும், அவளைப் பார்த்துச் சிரித்தது. அதே, உதடு பிரியாத சிரிப்பு. என்ன அழகான சிரிப்பு.

"இந்நேரம் நீ கல்யாணம் பண்ணிட்டு இருந்தா, நாலு புள்ளைகளைப் பெத்துக்கிட்டு இருப்பே. என்னத்துக்கு இந்த மாதிரி ஊர் சுமையைத் தோள்லே, போட்டுக்கிட்டு திரியறே, சாமி? எனக்குத் தெரியும். எதுக்கு மனுஷர் குடும்பத்தைத் துறக்கணும்?. பொண்டாட்டி, புள்ளை சுகத்தை இழக்கணும்? எனக்குத் தெரியும்—சாமியார்னு ஒரு மனுஷன் என்னத்துக்கு புறப்படணும்? எல்லாரையும் அன்பு பண்ணணும். பொண்டாட்டி புள்ளைன்னு ஆயிட்டா, எல்லாத்தையும் சமமா பார்க்க முடியாதே. அதான் வீட்டை விட்டு புறப்பட்டுட்டியாக்கும். அதுவும் சரிதான். சொல்ல மறந்துட்டேனே. சுப்புணி நேத்து என்னைக் கூப்பிட்டுவிட்டார். அதான் சாமி, ஸ்டோர்ஸ் வச்சிருக்காரே மொத்த வியாபாரி. ஊருல பெரிய கடை முதலாளி. அந்த ஆள்தான். என்னன்னு போய் கேட்டேன். உங்க சாமி, எல்லா கடைக்கும் போவுது, நம்ம கடைக்கு மாத்திரம் ஏன் வரல்லைன்னாரு... எனக்கென்ன தெரியும், சித்தன் போக்கு, சிவன் போக்குன்னு சொல்வாங்க. அது மாதிரி யாங்காட்டியும் இது அப்படின்னேன். நீ சொல்லு அத்தையம்மான்னு சொன்னார். "நீங்க சொல்றதுக்காக, நான் சாமிகிட்டே சொல்றேன். கேக்கறதும் கேக்காததும் அது இஷ்டம்"ன்னேன். சொல்லிட்டேன். போறதும் போகாததும் உன் ஜோலி..."

சுப்புணி பற்றி ஊருக்குத் தெரியும். பேசும், நேரில் பேசாது. பின்னால்தான். பணக்காரன், என்னத்துக்கு வம்பு என்கிற கோழைத்தனமான அபிப்பிராயம்தான். இப்போதெல்லாம் இதை நீக்கு போக்கு நாகரிகம் என்றும் சொல்வார்கள். சுப்புணி பாக்கு பருப்பு என்று பலதுக்கும் மொத்த வியாபாரி என்பது மட்டும் விஷயம் இல்லை. கொஞ்சம் கொஞ்சமாக வீட்டு பேரில், நிலத்தின் பேரில் பணம் கொடுத்து, சொந்தம் பண்ணிக் கொள்வார் என்றும் சொல்லப்படுவதுண்டு. வம்பு தும்பு எதுக்கும் அஞ்சாத மனுஷன் என்கிற பேர் உண்டு. ரெண்டும் கெட்டானாக ஒரு பிள்ளை உண்டு. அதுக்கு "ரதி" மாதிரி பெண் பார்த்துக் கல்யாணம் பண்ணினார். நடந்தது என்னவென்றால், அந்த ரதி, சுப்புணியைத்தான் மன்மதனாகக்கொண்டுள்ளாள் என்றும் ஊர் பேசும். சுப்புணி மாதிரி ஆண்கள்தான், கோயிலுக்கு டிரஸ்டியாக வருவார்கள். அந்தப்படி சிவன் கோயிலுக்கும், கிருஷ்ணன் கோயிலுக்கும் அவரே டிரஸ்டியாகவும் ஆனார். விளைவு, அம்பாளும், தாயாரும் கவரிங் நகை போடும் படியாயிற்று என்று ஊர் பேசும். எல்லாம் சரி. இதெல்லாம் கறிக்குதவாத பேச்சு. சுப்புணி நாளுக்கு நாள் மேலே மேலே என்று போய்க்கொண்டு இருந்தார்.

சுப்புணி, கல்லா அடியில் வந்து அமர்ந்தார். கடைக்குள் அனேகமாக எல்லா சாமிகளும், அவர்களுடைய தேவிமார்களுமாக இருந்த படம் மாட்டப்பட்டிருந்தது. எல்லாவற்றிற்கும் தினம் தினம் புஷ்பம் சார்த்தி, சூடம் கொளுத்த என்றே, ஒரு பிராமணரை நியமித்து இருந்தார் சுப்புணி.

அவரும் வந்து சேர்ந்து தன் கடமையை ஆற்றிவிட்டுச் சென்று விட்டிருந்தார். மாங்காட்டு வியாபாரிதான் முதல் போணியாக வந்திருந்தார். பாக்கு வியாபாரம் நடந்துகொண்டிருந்தது. சுப்புணி கல்லாப் பெட்டியைத் திறந்தார். சுகமான சாம்பிராணிப் புகை வெளியேறிற்று அதற்குள்ளிருந்து. வந்திருக்கிற வியாபாரி பழைய வாடிக்கைதான் என்றாலும் ராசிக்காரனா என்று தெரியில்லையே. இரவு வீட்டுக்கு எடுத்துச் சென்று சாமி படத்துக்கு முன் வைத்திருந்து, காலையில் கடை திறக்கும்போது, பணத்தைக்கொண்டு வந்து கல்லாவில் வைப்பது என்பது, அவர் வழக்கமாக இருந்தது. இன்றைக்கும் பணக்கட்டுகளை அவ்வாறே வைத்தார்.

வாசலில் சலசலப்பு எழுந்தது.

சாமி உள்ளே வந்துகொண்டு இருந்தது. அந்த பழசான அழுக்கு வேஷ்டியோடு யாரையும் கவனிக்காமல் உள்ளே நுழைந்தது சாமி.

சுப்புணி திடுக்கிட்டு, ஆனந்த அதிர்ச்சியோடு எழுந்து நின்று வரவேற்றார்.

"வாங்க சாமி வாங்க... வாங்க... எப்பவோ வந்திருக்கணும்... இப்போதான் வேளை வந்துச்சி. வரணும்... வரணும்..." என்றபடி கல்லாவைத் திறந்து வைத்து விட்டு ஒதுங்கி நின்றார். சாமி கல்லாவுக்கு முன் வந்து நின்று, ஒரு கணம் தயங்கியது.

"எடுங்க சாமி, எவ்வளவு சாமி நினைக்கோ, அந்த அளவு எடுங்கோ... பிச்சைக்காரங்களுக்குப் போடுங்கோ..."

கடை, விஷயங்கள், வாடிக்கையாளர்கள் எல்லோருமே, சாமியைப் பார்த்துக்கொண்டிருந்தார்கள்.

சாமி கொத்தாகப் பணத்தை அள்ளியது. இடது கையால்! சுப்புணியைப் பார்த்துச் சிரித்தது பல் தெரியாமல்! பணத்தைச் சுப்புணியிடம் நீட்டியது. தன்னை அறியாமல் கை நீட்டினார், சுப்புணி. தன் இடக்கையிலிருந்து, யாசகக் கையாக நீண்ட சுப்புணியின் கையில் பணத்தைப் போட்டது சாமி.

1995

தோழமை

இரத்தத்தைத் தோய்த்து அடித்தாற்போல சிவப்பும், அதன் ஊடே வெள்ளைக் கோடுகளுமாக, அந்த இருட்டிலும், காக்கைக் குஞ்சின் திறந்த வாய்போல இருந்தது அந்தக் கட்டடம். இப்படி ஒரு வண்ணக் கலவையைத் தேர்ந்தெடுத்து பூசி இருக்கிற அந்த மனிதர்களின் ரசனைக் குறைவு, வேலுவுக்கு அந்தச் சந்தர்ப்பத்திலும் சிரிப்பைத் தந்தது என்றாலும் ரசனை என்பது மனிதர்களின் தன்மையைப் பொறுத்தது என்கிற உண்மை நினைவுக்கு வர, காவல் நிலையத்தின் சுவர், அப்படி இருப்பதன் நியாயம் வேலுவுக்குப் புரிந்தது. ஒரு முரட்டுக் கை, அவன் பிடரியைப் பிடித்து, உந்தித் தள்ளியது. அவன் தடுமாறி விழ இருந்தான். என்றாலும் சுதாரித்துக்கொண்டான். வாசல் சுவரைப் பிடித்துக்கொண்டு விழாமல் தன்னை நிலை நிறுத்திக்கொண்டான். பின்னால் ஜீப்பை விட்டுத் "தொபு தொபு" என்று குதித்தவர்கள், அவனைச் சற்றேறக்குறைய இழுத்தபடி வராந்தாவின் இருட்டு மூலைக்குத் தள்ளிக்கொண்டு வந்தார்கள். வலப்பக்கம் அறைகள் பல இருந்தன. நடை, நேராகச் சென்று, சுவரில் மோதி நின்றது. கொத்தாக இருட்டு அங்கு குவிந்திருந்தது.

வேலுவின் கைகளில் இருந்த விலங்கு சரியாக இருக்கிறதா என்று ஒருவன் பரிட்சை செய்தான். பின், அவன் தோளைப் பற்றி அழுத்தினான். வேலுவை உட்காரச் சொல்கிறான் என்று புரிந்துகொண்டு, சுவரில் முதுகுத்தேய, அவன் அமர்ந்தான். பக்கத்தில் மனிதர் வாசனை வந்தது. இருட்டுக்குப் பழக்கப்பட்ட கண், இப்போது புற உலகைப் புரிந்து கொள்ளத் தொடங்கின். அவன் பக்கத்தில் ஒரு பெண் அமர்ந்திருந்தாள். அந்த இருளில், அவள் பல்வரிசை தெரிந்தது. ஓவியத்தின் வெளிக்கோடு மாதிரி, அவள் புருவம் தென்பட்டது.

ஜானகிதான்.

அப்பா! நிம்மதியாக இருந்தது, கடந்த மூன்று பகல்களும், இரவுகளும், அவளைப் பற்றியும் நினைத்துக்கொண்டிருந்தான் அவன்.

“ஜானகி” என்றான், ரகசியமாக, மூடப்பட்ட குரலில்.

“நான்தான்” என்றாள் ஜானகி.

சற்று நேரம் அமைதியாக இருந்தான். நிறையக் கேள்விகள் அவளிடம் கேட்க வேண்டியிருந்தது என்றாலும், “ரொம்ப துன்புறுத்தினாங்களோ” என்றான். அந்த இருளில், அவள் தொணைக் கூடுகள், ஏறி இறங்கியது அவனுக்குத் தெரிந்தது. ஒரு கணம்தான். அவள் தன் நிலைக்குத் திரும்பினாள். சிரித்தாள். அருகில் மிக அருகில் இருந்ததால், அவளிடமிருந்து கொய்யாக் காய் வாசனை இவனுக்கு வந்தது. அவள் சிரமப்பட்டுச் சொன்னாள்.

“எல்லாம் வழக்கப்படி நடக்கிறதுதானே, புதுசா?” என்றாள். இந்தச் சில வார்த்தைகளையும் அவள் மிகவும் சிரமப்பட்டே சொன்னாள். அவள் உதடுகள் வீங்கி இருந்ததும், கன்னங்களிலும், நெற்றியிலும், காயம் உலராத இரத்தக் கசிவையும் இருட்டு காரணமாக அவன் பார்த்திருக்கவில்லை என்பது அவளுக்கு ஆறுதலாக இருந்தது.

“என்ன கேட்டாங்க?” என்றான், மிகவும் மெல்லிய குரலில்.

“அப்பு இருக்கிற இடத்தை” என்றாள் ஜானகி, மிகவும் மெல்லிய குரலில்.

சற்று நேரம், அமைதியிலேயே சென்றது. பூட்ஸ் சப்தங்கள் ஏதோ பேசுகிற, சிரிக்கிற ஓசைகள் என்று கலவையாக வந்த வண்ணம் இருந்தது.

“சத்யா...” என்றான் வேலு சன்னமாக.

“போலீஸ்காரங்ககிட்டதான் இருக்கணும். நான் பார்க்கலை.”

குழந்தையை என்ன இம்சைக்கு உள்ளாக்கி இருக்கிறார்களோ என்று தோன்றியது அவனுக்கு. துக்கமும், விசாரமும் பொங்கிக்கொண்டு வந்தன. அடக்கிக்கொண்டான்.

ஒருத்தன், அவர்களை நோக்கி வருவது தெரிந்தது. சற்று தூரத்தில் நின்றபடி, “ஏய்... வேலு... வா, ஐயா கூப்பிடறாரு” என்றான்.

வேலு எழுந்தான். ஜானகி இருந்த பகுதியைப் பார்த்தான். பிறகு, நடந்தான். ஓர் அறைக்கு அழைத்து வரப்பட்டான். குறுக முடி வெட்டிய, முகத்தை மீசை இல்லாமல் முழுக்கவும் சவரம் செய்த ஒருவன் ஒரு நாற்காலியில் அமர்ந்திருந்தான். வெளிச்சம் கண்ணைக் கூசும்படியாக இருந்தது. மேசை மேல் சில காகிதங்கள், தடி, ஒரு பேனா, சிகரெட், தீப்பெட்டி ஆகியவை இருந்தன. அவனுக்குச் சரியாக, நேராக நிறுத்தப்பட்டான் வேலு. அவன், நீல நிற ஸ்டார் போட்ட பெட்டியில் இருந்து ஒரு சிகரெட்டை எடுத்துப் பற்ற வைத்துக்கொண்டு, வாயிலிருந்து புகை வழிய, வேலுவைக் கூர்மையாகப் பார்த்தான். எந்த உணர்வையும் வெளிப்படுத்தாத முகம் அவனுடையது. அவன் பேசினான்.

“வேலு... உங்க குழுவில் நீதான் அதிகம் படிச்சவன். நீதான் அவர்களுக்கு மூளையுமாக இருக்கிறே... உன்னை சேதப்படுத்த நான் விரும்பலை. ஒரு கேள்விதான், அதுக்குப் பதில் சொல்லிட்டு உன் பெண்டாட்டியையும் அழைச்சுக்கிட்டு நீ போயிடலாம், என்ன?”

வேலு சற்று சிரித்தபடி சொன்னான்:

"என் குழுவில் இருக்கிற எல்லாரும் படிச்சவங்க. விஷயம் தெரிஞ் சவங்கதான், எனக்கு மட்டும் என்ன தனியான கிரீடம் எல்லாம். தேவை இல்லை."

அவன் புகை விட்டான், குனிந்து மேசை மேல் கையை ஊன்றியபடி.

"சொல், அப்பு எங்கே இருக்கான்"

"தெரியாது"

"இல்லை, உனக்குத் தெரியும். அவனைத் தப்பிக்க விட்டது நீயும், ஜானகியும்தான். அக்டோபர் மாதம் 12, 13, 14 அதாவது போன வாரம் மூணு நாளும் அவன் உன் வீட்டுலதான் இருந்தான்."

"இல்லை"

"எங்களுக்குத் தெரியும். அவன் இருந்தான்."

வேலு, அமைதியாக விலங்குகளை முன் வைத்துக்கொண்டு நின்றான்.

"உனக்கு அதிகமாக சொல்லத் தேவை இல்லை. என்ன மரியாதையெல்லாம் கிடைக்கப் போவுதுன்னு உனக்குத் தெரியும். 18ஆம் தேதி, திருவாசகம் வர்றார். அதுக்குள்ளே எல்லாம் முடிவுக்கு வந்தாகணும். வேலு, யோசிச்சுப் பார். இதனால எல்லாம், சமூகத்தை மாற்றிவிட முடியும்னு நினைக்கிறியா...? காலம் பூரா, மறைஞ்சு வாழ்கிற வாழ்க்கை அகப்பட்டா மரண அடி, நீ மட்டுமா? உன் மனைவி, குழந்தை எங்க கஸ்ட்டியில். உன் மனைவியைக் கௌரவமா காப்பத்தறதாதானே கல்யாணம் பண்ணிக்கிட்டே. நாளைக்கு அவளை நிர்வாணப் படுத்தி நிறுத்தப் போறோம். என்ன பண்ண முடியும் உன்னால? மனைவி மானம் என்னாகும் யோசிச்சுப் பாரு. நான் ஒரு உறுதி தர்றேன். திருவாசகத்துக்கிட்டே சொல்லி, அரசாங்கத்துல வேலை வாங்கி வைக்கிறேன். கௌரவமா குடும்பம் நடத்தலாம்."

வேலு சொன்னான்:

"ஜானகி எனக்குத் தோழர். மனைவி இல்லை. மானம்கிறது நிர்வாணத்துல, காவல் நிலையத்துக்குள்ளே உங்களால் நிர்வாணப் படுத்தறதுல இல்லை. சமூகம் மாறுதா இல்லையாங்கறது, எதிர்காலக் கவலை, சமூகத்தோட மனச்சாட்சியைத் தொடறதுதான் எங்க லட்சியம்."

"அப்பு, தர்மபுரியிலதான் இருக்கான்.?"

"தெரியாது"

"இது என்ன தெரியுமா?"

"தடி"

"இதை உன் பொண்டாட்டி உள்ளே விடுவோம்"

அவன், இதைச் சொல்லிவிட்டு, வேலுவை அவதானித்தான்.

வேலுவின் முகம் சுருங்கவில்லை. உடம்பு அதிரவில்லை. வேலு, அவன் முகத்தைக் கூர்ந்து நோக்கினான். ஒரு வனவிலங்குக் கூடாரத்துக்குள் இருக்கிற

உணர்வில் அவன் இருந்தான். அதிகாரியின் முகம், நரி, நாய், புலி என்று மாறி மாறித் தோன்றியது.

சற்று நேரம், அவன் எதையோ எழுதிக்கொண்டிருந்தான். பின் நிமிர்ந்தான்.

"அப்பு எங்கே?"

வேலு தலையை அசைத்தான்.

வேலுவின் அலறல், ஜானகிக்குக் கேட்டது. அப்படிக் கேட்க வேண்டும் என்பதுதான், அவர்களின் நோக்கமாகவும் இருந்தது. கதறும் குரல், அவள் செவியை மோதி, வெறுமையாகத் திரும்பியது. தீனமான குரலுக்கு, அவள் செய்ய ஒன்றும் இல்லை. மனித குலமே பூண்டற்றுப் போன பிறகு, ஜீவிக்க நேர்ந்த அந்தக் கடைசி மனிதனின் அவலக் குரலாக அது இருந்தது. ஆனால், மனிதர்களுக்கு மத்தியில் இருந்தே அவன் அந்தக் குரலை எழுப்பிக்கொண்டிருந்தான். விட்டு விட்டு பல மணி நேரங்கள் அந்தக் குரல் கேட்டுக்கொண்டே இருந்தது.

இரண்டு பேர், ஜானகிக்கு முன் வந்து நின்றார்கள். கறுப்பு ஷூக்கள், தன் தலைக்கு முன் வந்து நின்றதைக் கண்டு, அவள் எழுந்து அமர்ந்தாள்.

"கேட்டியாடி உன் புருஷன் அலறியதை"

அவள் நிமிர்ந்து அவன் முகத்தைப் பார்த்தாள். அவர்கள் அமைதியாகச் சிரித்துக் கொண்டிருந்தார்கள்.

அவள் தலையைக் கவிழ்த்துக்கொண்டாள்.

"அடுத்தது உன் முறைதான். தயாரா இரு. ஒழுங்கு மரியாதையா, அப்பு எங்கிருக்கான்னு சொல்லிடு, இல்லை..."

அவர்கள் சென்றார்கள். உள்நாக்கு அவளுக்குக் கசந்தது. வேர்வையில் ஊறிய ஜாக்கெட் கசகசத்தது. குளித்து மூன்று நாளாகி இருந்தன. களைப்பும், உடம்பு வலியுமாக, அவள் மீண்டும் படுத்துக்கொண்டாள். லத்தியைத் தொடை மேல் வைத்து உருட்டியதில் அவள் இடுப்புக்கும் கீழே மரணாவஸ்தை ஏற்பட்டிருந்தது. சிறுநீர் இரத்தமாக வெளிப்பட்டிருந்தது. முதுகில் விழுந்த லத்தி அடிகளால், படுக்க முடியாமல் சிரமப்பட்டாள் ஜானகி.

மிகுந்த சிரமப்பட்டு ஒருக்களித்துப் படுத்தாள் ஜானகி.

ஜானகி விழித்துக் கொண்டிருந்தாள். சிம்னி விளக்கின் வெளிச்சத்தில், சுவர்களில் பூதாகாரமான நிழல் விழ, வேலுவும் அப்புவும் பேசிக்கொண்டிருந்தார்கள். அப்பு, அன்று வெளி வந்திருந்த பத்திரிகைகளைக் கையில் வைத்துக்கொண்டு, படிப்பதும் படித்த சங்கதிகளைப் பேசுவதுமாக இருந்தான்.

தீவிரவாதம் என்கிற விஷயமே, பேச்சின் பொருளாக இருந்தது. உண்மையான தேச பக்தர்களையும், மக்கள் நேயர்களையும் இப்படிப் பெயரிட்டு அழைப்பது இலாகாவின் வழக்கமாக இருந்தது. நாலு காணி நிலத்தை வெறும் நூறு ரூபாய்க் கடனுக்காகப் பிடுங்கிக்கொண்ட, விவசாயியை அவன் நிலத்திலிருந்து துரத்திய கோபால கிருஷ்ண நாயுடு, இலாகாவுக்கு நல்லவராகத் தோன்றினார். போன வாரம் கல்யாணமான பெண்ணை, அவள் கணவன் கண் முன்பாகவே பலாத்காரம் செய்த குற்றாலிங்க

முதலியார் இலாகாவுக்குச் சாதுவான மனிதர், தன்னை எதிர்த்தார்கள் என்கிற காரணத்தாலேயே, பொய்க் கொலைக் கேசு போட்டு, வீரம் பொருந்திய இளைஞர்களைக் கொலைகாரர்களாகச் சிறைக்கு அனுப்பிய வைத்தியநாத பிள்ளை, காந்தியவாதி, கம்மல்களை, அடமானம் வைத்துக்கொண்டு, மீட்க வரும்போது, இரும்புத் திருகாணி செய்து போட்டு கிராம மக்களின், தங்கத்தைக் களவாடிய கிஷன்சந்த் இலாகாவுக்கு மகாத்மா.

விளக்கு, சட்டென்று எகிறி எகிறி எரிந்துகொண்டிருந்தது. தூரத்தில் எங்கோ ஒரு நாய் குரைத்தது. சரசரவென்ற காலடிச் சத்தம், ஜானகிதான் முதலில் அதைக் கேட்டாள். அவர்களுக்குச் சைகை காட்டினாள். விளக்கை முதலில் ஊதி அணைத்தார்கள். ஜானகி, அப்புவிடம் பின் பக்க கதவைக் காட்டினாள். பிறகு, எழுந்து இருளில் மூடப்பட்ட சன்னலைச் சற்றே திறந்து வெளியே பார்த்தாள். வீட்டைச் சுற்றிக் காவலர்கள் நிற்பது தெரிந்தது. எல்லோரும் கையில் துப்பாக்கி பிடித்து இருந்தார்கள். வீட்டின் பின்பக்கம் வழியாக, அவர்கள் வரச் சாத்தியம் இல்லை.

அப்பு எழுந்தான். வேலுவுக்குக் கை கொடுத்தான். புறப்பட்டான். அதே நேரம் கதவு தட்டப்பட்டது. இயன்றவரை தாமதம் செய்ய வேண்டும் என்று அவள் நினைத்தாள்.

கதவு இப்போது இடிக்கப்பட்டது. அதிகாரக் குரல்கள், உள்ளே வந்து தரையில் விழுந்தன. ஜானகி, கதவின் உட்பக்கம் இருந்து அதை முட்டுக் கொடுப்பது மாதிரி நின்றாள். வேலு, அவள் உதவிக்கு வந்தான்.

"நீங்க போயிடுங்க" என்றாள் கறாராக ஜானகி. வேலு ஒரு நிமிஷம் தயங்கினான். பிறகு வேகமாக ஓடினான். அவன் ஓடிப் போனான் என்று தெரிந்ததும், அவள் கதவைத் தாங்குவதை நிறுத்தினாள். சத்தத்தில் விழித்துக்கொண்ட குழந்தை சத்யா அழத் தொடங்கியது.

கதவை அடைத்துக்கொண்டு, உள்ளே நுழைந்தது, பட்டாளம்.

"எங்கேடி அப்பு?..." என்றான் ஒரு காவலன்.

"தெரியாது." என்றாள் ஜானகி.

திடுமென பேய்த்தனமான அறை அவள் கழுத்தில் விழுந்தது.

நாலைந்து பேர் அவளைச் சுற்றி நின்றுகொண்டு, அவளைத் தாக்கினர். மனித கௌரவத்தைச் சிதைத்தார்கள். பயிற்சிப் பணியில் கற்றுக் கொடுக்கப்பட்டது அது.

குழந்தை வீரிட்டு அழுதது.

முதுகில் யாரோ உதைத்தார்கள். அவள் கண் திறந்து பார்த்தாள்.

"எந்திரி" என்றான் ஒருத்தன்.

அவளை, ஒரு அறைக்குத் தள்ளிக்கொண்டு வந்தான் ஒருவன்.

அங்கு ஏழெட்டுப் பேர் இருந்தார்கள். கையில் தடியோடு அதிகாரி என்று கருதப்பட்டவன் இருந்தான். அவன் 'உம்' என்று கட்டளை இட்டான். அப்போதுதான் வேலு கைகள் கட்டப்பட்டு நிர்வாணமாக நின்றுகொண்டிருப்பதை அவள் கண்டாள். இரண்டு பேர் முன் வந்து,

அவளைத் துகிலுரித்தார்கள். கைகள் கட்டப்பட்டிருந்த அவள் ஏதும் செய்ய முடியாமல் இருந்தது.

ஆபாசமாகப் பேசிக்கொண்டே அவள் உடம்பைச் சீண்ட ஆரம்பித்தார்கள். அவள் கொஞ்சம் கொஞ்சமாகத் தன்னை மரத்துப் போகப் பண்ணிக்கொண்டிருந்தாள்.

"ம்... சொல்லிடு. அப்பு இப்போ எங்கே? உங்களுக்குத் தெரியாமே இருக்காது"

"தெரியாது" என்றாள் ஜானகி.

அவள், கீழே படுக்க வைக்கப்பட்டாள்,

"சொல்லு"

அவள் தலையசைத்தாள்.

வேலுவுக்கு விழிப்புத் தட்டியது. கழுத்தின் கீழ், தரை சில்லென்றது. முகத்தில் இருந்து நாற்றம் கிளம்பியது. அவனை மீண்டும் மயக்கியது. மயங்கி விழும் முன்பாக "தண்ணி, தண்ணி" என்று அவன் இறைஞ்சியது நினைவுக்கு வந்தது. அப்போது ஒருவன் அவன் அருகில் வந்து, "தண்ணியா வேணும்" என்று கேட்டது நினைவுக்கு வந்தது. வேலு "ஆம்" என்று தலையை அசைத்ததும் அங்கே வந்தவன் கால் சட்டைப் பட்டனைக் கழற்றி, அவன் வாயில் மூத்திரம் பெய்தது நினைவுக்கு வந்தது. அவன் தலையைத் திருப்பிக்கொள்ளவும், மற்றும் ஒருவன் வந்து அவன் தலையை நேராகப் பிடித்ததும் அவன் நினைவுக்கு வந்தது. சற்று நேரத்துக்குப் பிறகு ஒருவன் வாயில் எதையோ பூசியதும், தான் துப்பியதும் நினைவுக்கு வந்தது.

கண்ணை அகலமாகத் திறந்தான். சற்று தூரத்தில், இடுப்புக்கு கீழே இரத்தம் கசிந்து பரவிக் கிடக்க, ஜானகி படுத்துக் கிடந்ததைப் பார்த்தான். அவளுக்கும் உணர்வு திரும்பி இருந்தது.

அதே நேரம் சிலர் உள்ளே வந்தார்கள். அவர்களைச் சுவர் ஓரமாக நிற்க வைத்தார்கள். நிற்க முடியாமல், ஜானகி சுவரில் சாய்ந்துகொண்டு கிடந்தாள். இரத்தம் காலடியில் வந்தபடியே இருந்தது. ஈரமும், வலியுமாக அவள் வேதனையில் முனகினாள்.

அந்தக் கிறக்கத்தையும் மீறி, "அம்மா" என்கிற அலறல், அவளை விழிப்படைய வைத்தது. சிரமப்பட்டு, கண்ணை விழித்தாள். குழந்தை சத்யாவைத் தலைகீழாக, மேலிருந்து தொங்கிய கயிறில் கட்டிக்கொண்டிருந்தான் ஒருவன்.

"அம்மா... அம்மா" என்று அலறியது குழந்தை. அம்மா, அப்பா முகத்தை மாறி மாறிப் பார்த்துக்கொண்டு இருந்தது அது. கால்களை உதைத்துக்கொண்டு தலை கீழாகக் கிடந்து கதறியது. அம்மா, வந்து கயிற்றை அவிழ்த்து விடுவாள் என்று எதிர்பார்த்தது போலும் குழந்தை. கடிகாரத்தின் பெண்டுலம்போல, அங்கும் இங்குமாகக் கயிற்றில் ஆடியது குழந்தை. குழந்தையைச் சுற்றி, கார் டயர் ஒன்று பொருத்தப்பட்டது. டயருக்குள் நின்றுகொண்டு, நீச்சலடிக்கும் பாவத்தில் இருந்தது சத்யா.

"ஏய்... நாயே... இப்ப உன் குழந்தை டயர்லே எரியப் போவுது. டயர்லே பெட்ரோல் ஊற்றி இருக்கோம். இப்ப சொல்லு... எங்கே அப்பு"

அவள் சொன்னாள்;

"தெரியாது"

அவர்கள் இருவரையும் இழுத்து வந்து ஒரு அறையில் தள்ளினார்கள். ஈரமும், சொத சொதப்புமாக இருந்தது அது. குழந்தையின் அலறல் விடாது கேட்டுக்கொண்டே இருந்தது. டயர் எரியும் வாசனை புகை எல்லாம் அவர்களை எட்டியது.

"ஐயோ குழந்தை" என்றான் வேலு. அழத் தொடங்கினான்.

"உஸ்." என்று அவனை அடக்கினாள், அவள்.

மறுநாள் காலை. ஒரு குடுவையில் சாம்பலைக்கொண்டு வந்து அவர்கள் முன் வைத்தான், ஒருவன்.

"குழந்தையின் சாம்பல்"

ஜானகி, அதைப் பார்த்தபடி இருந்தாள்.

சிறை வாசலில், தோழர் ஆறுமுகம் நின்றிருந்தார்.

ஜானகியைக் கண்டதும், "வணக்கம் தோழர்" என்றார்.

"வாங்க வீட்டுக்கு" என்றார் ஆறுமுகம்.

ரிக்ஷாவில், அவர்கள் ஆறுமுகம் வீட்டை அடைந்தார்கள்.

"பத்மா... தோழர் ஜானகி வந்துட்டாங்க, பார்."

பத்மா இடுப்பில் குழந்தையை வைத்துக்கொண்டு வெளியே வந்தாள்.

"வாங்க ஜானகி" என்றாள் பத்மா.

பத்மாவின் முழங்காலைப் பிடித்துக்கொண்டு நம்ப முடியாமல் அம்மாவின் முகத்தைப் பார்த்துக்கொண்டு நின்றிருந்தது சத்யா.

அதிர்ச்சி அடைந்தாள் ஜானகி.

அருகில் சென்று, குழந்தையை தூக்கி அணைத்துக்கொண்டாள்.

ஜானகிக்கு, வேலுவை நினைத்து அழுகை வந்தது.

பத்மா, தன் இடுப்புக் குழந்தையிடம் சொன்னாள்,

"அப்பு, அக்காவுக்கு வணக்கம் சொல்லு"

அப்பு சிரித்தது.

ஜானகி, சத்யாவை இறக்கி விட்டு, அப்புவைத் தூக்கிக்கொண்டாள்.

1995

பூக்களை மிதிப்பவர்கள்

குடுகுடுப்பைக்காரனின் சட்டை மாதிரி இருந்தது அந்த வண்ணத்துப் பூச்சி எல்லா வண்ணங்களையும் அழுந்தத் தேய்த்து, நடுவில் சிவப்புப் பொட்டு வைத்தாற் போன்ற இறக்கைகளைக்கொண்ட அந்தப் பூச்சி "ஏய்... எய்ந்திரு... விடியப் போகிறது" என்று லெச்சுமியின் காதில் சொல்லியது.

லெச்சுமி எழுந்து உட்கார்ந்தாள். இடுப்புக்கு கீழே வழிந்தது. பாவாடை கயிறை இறுக்கிக் கட்டிக்கொண்டாள். அம்மா, கையை மடக்கி, தலையணை ஆக்கிப் படுத்துக் கிடந்தாள். சற்றே திறந்த வாய், அவள் உறக்கத்தின் தன்மையைச் சொல்லியது. தான் கண்ட கனவைப் பற்றி அம்மாவிடம் சொல்ல வேண்டும்போல் இருந்தது அவளுக்கு.

"எம்மா... எம்மாவே..." என்றாள்.

"என்னடி சனியனே" என்று புரண்டு படுத்தாள் அவள்.

"எனக்கு ஒரு கனவு வந்துச்சு. என்ன தெரியுமோ?" என்று அம்மாவைத் தொட்டுக்கொண்டு சொல்ல முனைந்தாள், லெச்சுமி.

"தொணதொணங்காதடி என்னை. படு. விடிஞ்சதும் பேசலாம்" என்றாள். அப்படியே உறங்கியும் போனாள்.

லெச்சுமி, தெருக் கதவைத் திறந்து, மூடிவிட்டு, தெருவில் இறங்கினாள். தெரு இன்னும் போர்வையை விலக்கி இருக்கவில்லை. மைக்கறை பட்ட வெள்ளைக் காகிதம் மாதிரி, தெரு, கொஞ்சம் கொஞ்சம் வெளிச்சமும், நிறைய இருட்டுமாக இருந்தது. லெச்சுமி, கிழக்கைப் பார்த்து ஓடினாள். மகிழ மரத்தண்டை வந்து நின்றாள்.

பால்காரர்கள், மாடுகளை ஓட்டிக்கொண்டு, 'சப்சப்' என்று நடந்தபடி போய்க்கொண்டிருந்தார்கள். மற்றபடி மகிழ மரத்தடியில் யாருமே இல்லாதது, அவளுக்குச் சந்தோஷமாக இருந்தது. '3 சி' வகுப்பு வசந்தா என்கிற ஒருத்தி, அவள் மூஞ்சியும் முகரக் கட்டையும், சமயாசமயங்களில்,

லெச்சுமிக்கு முன்னாகவே வந்து ராத்திரியில் உதிர்ந்த மகிழம்பூக்களைப் பொறுக்கிக்கொண்டு போய் விடுவதுண்டு. ‘கடவுள் புண்ணியம்’ வசந்தா வந்திருக்கவில்லை. தாத்தா மாதிரித் தளர்ந்து, சாமி வந்த பெண் மாதிரித் தலை விரிந்து பம்மி ஆடிக்கொண்டிருந்தது மகிழ மரம்.

லெச்சுமிக்குச் சினேகம், மகிழமரம். சிட்டிக்கு அடுத்தபடியாக, மரம்தான். அவள் அதிகம் சினேகித்தது எத்தனை வருஷம்? சுமார் நாலு வருஷ ஸ்னேகம் எனலாமா? எனலாம். நாலு வயசுக் குழந்தையா இருந்ததில் இருந்தே, லெச்சுமி அங்கு வந்து பூ பொறுக்குவதை வழக்கமாகக் கொண்டவளாயிற்றே. இப்போ அவளுக்கு வயசு எட்டு, ஆக, நாலு வருஷப் பழக்கம் என்றாலும் சும்மாவா?

“வாடியம்மா லெச்சுமி, என்ன குழந்தையை காணமேன்னு இருந்தேன்” என்றது மரம்.

“இப்பத்தான் முழிச்சேன். ஒரு கனவு. என்ன மாதிரிக் கனவு?” அவள் சொல்லிவிட்டுச் சிரித்தாள். மரம், “உம்” கொட்டிக் கனவைக் கேட்கத் தயாராயிற்று.

“வண்ணத்துப் பூச்சி ஒன்று என்கிட்டே வந்துச்சா?”

“உம் வந்துச்சு.”

“ஏந்திருடி... என்கூட வான்னு சொல்லிச்சு. நானும் அதுவும் பறந்தோம். நெசமாகவே பறந்தோம். என் இடுப்புப் பக்கமாக இறக்கை முளைச்சது. பறந்து போனோம். ஏழு கடல் தாண்டி ஏழாவது கடலுக்கு மத்தியில, ஒரு குகையில் நாங்க போனோம். அங்க ஒரு ராட்சஸன் இருந்தான். எங்க கணக்கு சார் மாதிரி, உசரமா, மூஞ்சியை உம்முனு கடுப்பா வச்சுக்கிட்டு இருந்தான். நீங்க ரெண்டு பேரும் எங்கே வந்தீங்கன்னு அவன் கேட்டானா? கேட்டான். பொழுது போகலை, பூப்பறிக்க வந்தோம்னு நாங்க சொன்னோமா? சொன்னோம். பொய் சொல்றீங்களா? பொய் சொன்ன வாய்க்குப் போசனம் கிடைக்காதுன்னு, அவன் வாயை ‘ஆ’ன்னு திறந்தான். நாங்க உள்ளே புகுந்துக்கிட்டோம். வவுத்துக்குள்ளேயே நீச்சல் அடிச்சுட்டுக் கிடந்தோம். அப்புறம் காது வழியா, வெளியே வந்துட்டோம். எனக்கு ரொம்ப களைப்பா ஆயிடுச்சா? நான் தூங்கிட்டேன். அந்தப் பூச்சிதான் என்னை எழுப்பி விட்டுச்சி, யார் எழுப்பி விட்டுச்சு...

“பூச்சி” என்றது மரம்.

தரையில் விழுந்து கடந்த மலர்களைத் திரட்டினாள், லெச்சுமி. தன் பாவாடையைச் சுருட்டிப் பள்ளமாக்கி, அதில் திரட்டியப் பூக்களைப் போட்டுக்கொண்டாள்.

சிட்டிக்குப் பூக்கள் பிடிக்கும். கொத்துக் கொத்தாகப் பைக்குள் அள்ளிப் போட்டுக் கொள்வான். என்னமோ, அப்படி ஒரு பழக்கம் அவனுக்கு.

எட்ட சீக்கிரம் சீக்கிரமாகக் கிளம்பினாலும், முதல் மணி அடித்த பிறகுதான், பள்ளிக்கு வர முடிகிறது, லெச்சுமியால், கஷ்டம். முதல் வகுப்பு தமிழ். தமிழ் சார்தான் வருகைப் பதிவு எடுப்பார். லெச்சுமி என்கிற அவள் பெயர் வந்ததும், நிறுத்திக் கொள்வார். லெச்சுமியைக் கோபம் கொப்பளிக்க ஒரு பார்வை பார்ப்பார்.

“அது என்னடி லெச்சுமி? நிர்மூடம், இலக்குமி என்று அழகாக எழுதித் தொலைக்கிறதுக்கு என்ன?” என்று சீறி விழுவார்.

தமிழ் சார் உடையது அறக்கோபம். ஆனால், அவள் தகப்பன் செய்த பழிக்கு அவள் எப்படிப் பொறுப்பேற்க முடியும்?

லெச்சுமி தலைகவிழந்து நின்றாள். ஓரக்கண்ணால் சிட்டியைப் பார்த்தாள். மூன்றாவது பெஞ்ச்சில் அவன் இருந்தான். ‘பாவம்’ தோன்ற அவளைப் பார்த்தான். அது, லெச்சுமிக்குப் போதுமானதாக இருந்தது.

அடுத்த வகுப்பு கணக்கு சாருடையது. இன்னும் முக்கால் மணி நேரம் போனால்தான், ‘இண்டர்வெல்’ லெச்சுமி எழுந்தாள். கட்டை விரலை வாயில் வைத்துத் “தண்ணி” என்றாள். “போ” என்றார் சார். லெச்சுமி அவனைப் பார்த்தபடி வெளியே நடந்தாள். சிட்டியும் எழுந்தான்.

“என்ன” என்றார், சார் கரும்பலகையில் எழுதியபடி.

வலக்கட்டை விரலை வாயில் வைத்துக்கொண்டு “தண்ணி” என்றான் சிட்டி.

“உங்க ரெண்டு பேருக்கும் ஒன்னாத்தான் தாகம் எடுக்கும், ஒன்னாத்தான் ஒன்னுக்கும் வருமோடா?” என்றார்.

வகுப்பு சிரித்தது.

“போய்த் தொலை.”

சிட்டி வெளியே வந்தான்.

ஆசிரியர்களின் ஓய்வு அறைக்கு வெளியே, ஸ்டூல் போட்டு அதன் மேல் பெரிய மண்பானை வைக்கப்பட்டிருந்தது. அதன் அருகே நின்று கொண்டு, தண்ணீரை வாயில் ஊற்றிக்கொண்டே அது சட்டையிலும் பாவாடையிலும் ஒழுக, அவனைத் திரும்பிப் பார்த்தாள் லெச்சுமி. டம்ளரைத் தொங்கவிட்டு, பாவாடை நாடாவோடு சுருட்டி வைத்திருந்த ஒரு பென்சிலை எடுத்து நீட்டினாள் அவனிடம்.

“ஏது?” என்றான் சிட்டி ஆச்சர்யத்துடன்.

“மெட்ராஸ் மாமாகொண்டு வந்தாங்க...”

அழகாக, வித்தியாசமாக இருந்தது அந்தப் பென்சில். கொண்டையில், கிளி மூக்கு மாதிரி, சிவப்பு ரப்பர். உடம்பெல்லாம் சிங்கம், புலி சிறுத்தை, ஒட்டை என்று பல மிருகங்கள் படம். எவனும் இந்த ஊரில் பார்த்தும் இராத பென்சில் அது.

“எத்தனை பென்சில் கொடுத்தாங்க!”

“ஒன்றுதான். ஏன்டா?”

சிட்டியின் முகம் தொங்கிப் போய்விட்டது. இரண்டு பென்சில் என்றால், அவன் ஒன்று கேட்டிருப்பான். அவன் முகத்தைக்கொண்டு கண்டு பிடித்துவிட்டாள், லெச்சுமி.

“உனக்குத்தான் நீயே வச்சுக்கோ.”

“எனக்கேவா?”

“உனக்கே உனக்குத்தான்.”

"சத்தியமா?"

"சத்தியமா. உட்டேன், உட்டேன்,"

"காட் பிராமிஸ்"

"காட் பிராமிஸ்"

"திரும்பக் கேட்கவே மாட்டியே."

"மாட்டவே மாட்டேன்."

"உங்க வீட்டுல கேட்டா என்ன சொல்லுவே!"

"தொலைஞ்சுப் போச்சுன்னு சொல்லுவேன்."

"அடிப்பாங்களே."

"வாங்கிக்குவேன்."

லெச்சுமி தலையை வலப்பக்கம் சாய்த்து, "வாங்கிக்குவேன்"என்று சொன்ன விதம், பெரிய மனுஷித்தனமாகப் பட்டது சிட்டிக்கு. அவன் சிரித்தான். சிட்டி சிரித்தது, லெச்சுமிக்கு மிகவும் மகிழ்ச்சியைத் தந்தது.

பள்ளிக்கூடம் விடும்போது மழை பெய்துகொண்டிருந்தது. வயிற்று வலி, மாதிரி திடீரென்று வந்த பெய்த மழை, லெச்சுமியும் சிட்டியும் பள்ளிக்கு வெளியே கூரைக்குக் கீழே நின்றார்கள். தெருவோரம், தண்ணீர் தேங்கிக் குட்டையாகி இருந்தது. லெச்சுமிக்குக் கை பரபரத்தது. மார்போடு மழை நனைக்கா வண்ணம் சேர்த்துக் கட்டியிருந்த புத்தகப் பையிலிருந்து ஒரு நோட்டை எடுத்து, அதன் நடுவாத்திரத்தில், இரண்டு காகிதங்களைக் கிழித்தாள்.

"கப்பல் செய்வமா?" என்றபடி, ஒரு காகிதத்தை அவனிடம் தந்தாள். அவன், கத்திக்கப்பல் செய்தான். அவள் சாதாரணக் கப்பலே செய்தாள். குட்டையில், அந்தக் கப்பல்கள் மிதந்தன. தண்ணீரில் மிதக்கும் அந்தக் கப்பல்கள்தான் எத்தனை அழகானவை. ஒரு சரளைக் கல்லில் முட்டிக்கொண்டு, திரும்பி கனஜோராக விர்ரென்று செல்லும், தன் கப்பலைக் கைதட்டி ஊக்குவித்தாள் லெச்சுமி. கத்திக்கப்பல், என்ன காரணத்தாலோ, மிக நிதானமாகவே சென்றது. ஆனாலும், கத்திக்கப்பல் என்றால் அப்படித்தான், கடலுக்கடியில் எத்தனைத் திமிங்கலங்களை அது வெட்ட வேண்டியிருக்கும்? எத்தனை எதிரி நாட்டுக் கப்பல்களை, அது முன்னேறி ஜெயிக்க வேண்டியிருக்கும்? கப்பலின் உள் பகுதியில், இருந்து, ஒரு பலகைக் கதவு நறநறவென்று சத்தத்துடன் திறக்கவும், மிகவும் கூர்மையான, ஒரு ராட்சக் கத்தி தண்ணீரில் இறங்கியதும், ஒரே சமயத்தில், ஆயிரம் பென்சில்களைச் சீவித் தள்ளி விடலாம் என்னும் படியான கத்தி அது. கத்தி கீழே இறங்குவதற்கும், அசந்தர்ப்பமாக ஒரு திமிங்கலம் அதன் குறுக்காக வருவதற்கும் சரியாக இருந்தது. திமிங்கலம் என்பது, யானைகளை விழுங்கும் மீன்.

"ஷச்சரக்" என்றான் சிட்டி.

"என்னடா?"

"திமிங்கலம் குளோஸ்" என்றான் பல்லை நறநற என்று கடித்துக்கொண்டு, சிட்டி.

அது உண்மைதான். குட்டை பூராவும் திமிங்கலத்தின் இரத்தத்தால் நிரம்பியது. 'குபுக்'கென்று, மண்ணைப் பிளந்துகொண்டு, இரத்தம் பீய்ச்சடித்தது.

"ஐயோ பாவம்" என்றாள் லெச்சுமி.

அதே நேரம், எதிரி நாட்டு ஒற்றுக் கப்பல் ஒன்று, கத்திக் கப்பலை உடைத்து நொறுக்கும் நோக்கத்துடன், அதை நெருங்கியது. கத்திக் கப்பலோ, கண்ணிமைக்கும் நேரத்தில் திரும்பி, எதிரி நாட்டுக் கப்பலைத் துவம்சம் செய்து விட்டது.

"டட் டமால்" என்றான், சிட்டி.

"என்ன!" என்றாள் லெச்சுமி.

"ஸ்பை கப்பல் அவுட்"

என்ன சாமர்த்தியமான கப்பல் அது.

"ஏய், பள்ளிக்கூடம் விட்டு எத்தனை நாழியாச்சு, இங்க என்னடி வேலை!" என்றது ஒரு குரல்.

எல்லாம் கலைந்து, "தொபுகடீர்" என்று மண்ணில் வந்து விழுந்தார்கள் இருவரும். கணக்கு வாத்தியார் பூப்போட்ட லேடீஸ் குடையுடன் நின்றுகொண்டிருந்தார், அவர்களுக்கு முன்னால்.

"ஓடுங்க வீட்டுக்கு" என்றார். தொடர்ந்து "முளைச்சு மூணு இலை விடலை. அதுக்குள்ளேயும் சோடி சேர்ந்தாச்சா" என்றார் எகத்தாளமாக.

சிட்டி வீட்டில், ஓர் அலமாரி இருந்தது. தாத்தா வைத்திருந்த அலமாரி அது. முதுமை, அதன் பலகைகளில்கூட ஏறி இருந்தது. அலமாரிக் கதவைத் திறந்தான். தாத்தாவின் கை மாதிரி, அதுவும் நடுங்கும். பச்சை கற்பூரம், பழனி விபூதி, சந்தனம், எல்லாம் கலந்த வாசனை, அங்கு நிரந்தரமாகத் தங்கி இருக்கும். நினைக்கும்போதெல்லாம் அந்த அலமாரியைத் திறந்து, அதன் வாசனையை பிடிக்க வேண்டும் அவனுக்கு.

அந்த அலமாரி, ஒரு ரகசிய சுரங்கம். என்னென்னமோ இருந்தது அங்கு. அப்பாவின் வேட்டிகள், கழுத்து வழி போடும் சட்டைகள், அப்பா எழுதும் பிளாக் பேர்ட் பேனா, சில்லறைக் காசுகள், தங்க வாட்ச், தங்க சட்டை பித்தான்கள், வெள்ளிக் காது குறும்பி, கடைக் கொத்து சாவி, அத்தர், புனுகு, ஜவ்வாது, வெளிநாட்டு 'கதம்' சோப்புக் கட்டிகள் என்று பலதும் இருக்கும். கலயங்களைத் திறந்தால், பல வண்ணங்களில் மணிகள் இருக்கும். மோதிரங்களில் புதைத்துக் கொள்ளும் வெள்ளைச் சிவப்பு, நீலம், பச்சை என்று பல கற்கள்.

சிட்டி, அந்த நீலக் கல்லை எடுத்துக் கையில் வைத்துக்கொண்டு பார்த்தான். கரும் நீலம் அது. மயில்கண் நீலம் என்றும் சொல்லலாம். அதை, வெளிச்சத்தில் வைத்துப் பார்த்தான். நீலக் குழம்பைப் பொத்த விட்டு மூடியதுபோல இருந்தது அந்த நீலம். அதைப் பாக்கெட்டில் போட்டுக்கொண்டு பள்ளிக்குக் கிளம்பினான்.

நாகராஜன்தான், லெச்சுமியின் பக்கத்தில் அமர்வது வழக்கம். அதனாலேயே சீக்கிரமாகப் பள்ளிக்கூடம் வந்தவன், நாகராஜன் பக்கத்தில் அமர்ந்துகொண்டான். லெச்சுமிக்கு அதனால் சந்தோஷம்தான். அன்று

முதல் வகுப்பு கணக்காக இருந்தது. கணக்கு சார், கரும்பலகையில் கணக்குப் போட்டுக்கொண்டிருந்தார்.

"நாலு பேர் சேர்ந்து, எட்டு மணி நேரம் வேலை செய்தும்..."

சிட்டிக்கு லெச்சுமியிடம் சொல்ல எத்தனையோ செய்திகள் இருந்தன.

"லெச்சுமி"

கரும்பலகையின் மேல் வைத்த கண்களை எடுக்காமல், வெகு தீவிரமாகக் கவனிப்பதுபோல பாவனையோடு, லெச்சுமி கையை வாய்க்கு மேலாக வைத்துக்கொண்டு "என்ன" என்றாள்.

சிட்டியும், அதே பாவனையோடு, "என் கைக்குள் என்ன வச்சிருக்கேன், சொல்" என்றான்.

சிட்டி கையை மூடி இருந்தான்.

"என்னடா?"

"என்னன்னு சொல்லு"

"பல்லி முட்டை மிட்டாய்"

"இல்லை"

"சாக்லெட்"

"இல்லை"

"மாங்காய்"

"இல்லை"

"நீயே சொல்லு"

அவன் கையை விரித்தான். பளிச்சென்று மின்னியது நீலக்கல். "ஹை" என்றாள் லெச்சுமி.

"எந்த நாய், அங்கனே சத்தம் போடறது? செருப்படி விழும்" என்று கத்தினார், கணக்கு சார்.

பூகோள வகுப்பின்போதுதான், சிட்டியால் தொடர்ந்து அவளுடன் பேச முடிந்தது.

"நாளைக்குக் காலைல சுண்ணாம்பு வாய்க்காலுக்குப் போறேன் வரியா?"

"அம்மா எதனாச்சும் சொல்லும்"

"வேற எங்காச்சும் போறதா சொல்லிட்டு வந்துடு"

அவளுக்கு எரிச்சலாக இருந்தது. நினைத்தால் நினைத்த இடத்துக்கு அவனால் மட்டும் போக முடிகிறது. அவளால் முடியவில்லையே. எத்தனை வேலை. விடுமுறை நாட்களில் அவளுக்கென்று காத்துக்கொண்டிருக்கிறது.? புளி ஆய்ந்து வைப்பது முதலாக, ஒட்டடை அடித்துப் பெருக்குவதுவரை எத்தனை வேலை? சுண்ணாம்பு வாய்க்காலில் எத்தனை மீன் பிடிக்கலாம்?

லெச்சுமி, அங்கு போகாமல் இல்லை.

ஊர் எல்லையில் இருந்தது, சுண்ணாம்பு வாய்க்கால். மேட்டுப் பக்கம், சுண்ணாம்பு காளவாய் வேலை நடந்தபடி இருக்கும். காளவாய் மேட்டுக்கு

கீழே, சங்கு மாதிரி, வெட்டிக்கொண்டு ஒரு சரிவு, இளநீர் மாதிரி ஓர் ஓடை, கொஞ்சம் வயல்வெளி. இலந்தை, மற்றும் பூவரச மரங்கள் அடர்ந்த ஒரு தோப்பு.

ஓடை ஓர் அற்புதம். சின்னச் சின்ன பலப்பத்துண்டுகள் நீச்சல் அடிப்பது மாதிரி, மீன்கள், சிட்டி, ஹார்லிக்ஸ் பாட்டில் கொண்டு வந்திருந்தான். வெகு தூரத்துக்குப் பிறகு, ரெண்டு கெண்டை மீன் குஞ்சுகளை அவன் பிடித்துப் பாட்டிலில் போட்டான். அந்தப் பாட்டிலைப் பாதுகாப்பாக வைத்திருக்க வேண்டியது, லெச்சுமியின் பொறுப்பு.

சுண்ணாம்பு வாய்க்காலின் விசேஷமே, அங்கு கொக்குகளும், நாரைகளும் வருவதுதான். பச்சை வயல் வெளிகளுக்கு மத்தியில் வெள்ளைக் கொக்குகள், பரவசம். லெச்சுமிக்கு அலுக்காமல் சளைக்காமல், அவைகளை வேடிக்கை பார்க்கப் பிடிக்கும்.

பூவரசு மரத்தின் கீழ் நிழலுக்கு அவர்கள் அமர்ந்திருந்தார்கள். சம்மணம் இட்டு அமர்ந்துகொண்டு சற்றே வாய் திறந்தபடி, அந்த வெள்ளைப் பறக்கும் பஞ்சுகளை வேடிக்கை பார்த்துக்கொண்டிருந்தாள் லெச்சுமி.

சில கொக்குகள் ஓவியத்தில் எழுதியதுபோல, ஆடாமல் அசையாமல் முழங்கால் தண்ணீரில் நின்றன. ரிஷிகள் செய்கிற தவம். சில பம்மிப் பறந்து வேறொரு இடத்தில் நின்றன. இரண்டு கொக்குகள், யாரோ அழைத்ததுபோல, வேகமாகப் பறந்து போயின. கொக்குகள் பேசுமா? பேசும் போலத்தான் தெரிந்தது. ஏதோ ஒரு பாஷை. அவை அறிந்து வைத்திருக்கும். தான் பேசும், பாட்டும் பாடுமா? பாடும்! பாடா விட்டால் கொக்குகளால் பறக்க முடியாதே! பறக்க வேண்டும் என்றால் பாட வேண்டும். ஆடவும் வேண்டும். பாடவும், ஆடவுமான பாஷையை அவை ரகசியமாக வைத்திருக்கும் என்றுதான் தோன்றுகிறது.

திடுமென, லெச்சுமி திரும்பி, சிட்டியிடம் சொன்னாள்:

"சிட்டி, நான் செத்ததும், திரும்பவும் பிறப்பேன். பிறப்பேனா? பிறந்தால், பறக்கிற பட்சியாகப் பிறப்பேன். எவ்வளோ சந்தோஷம்"

சிட்டி அவளைப் பார்த்துச் சிரித்தான்.

"நான் பருந்தா பிறப்பேன்" என்றான் சிட்டி.

"ஏன்டா?"

"அப்பத்தான் ரொம்ப உயரத்தில் பறக்க முடியும்"

"நான் பச்சைக்கிளியா பிறப்பேன்."

"ஏன்டி!"

"என் மூக்கு சிவப்பா இருக்கும், உடம்பு பச்சையா அழகா இருக்கும். வெறும் பழமா தின்னுக்கிட்டு இருப்பேனே"

"பறவையாப் பிறந்தா பள்ளிக்கூடம் போக வேணாம்" லெச்சுமி, கைதட்டி, பள்ளிக்கூடம் இல்லாத மகிழ்ச்சியைக் கொண்டாடினாள்.

கணக்கு சார், ஒவ்வொரு நோட்டாகப் பார்த்துக்கொண்டு வந்தார்.

என்ன கஷ்டம்?

லெச்சுமி வீட்டுக் கணக்குப் போட்டுக்கொண்டு வந்திருக்கவில்லை. வீட்டுக் கணக்கு எழுதிக்கொண்ட ஞாபகம் இருக்கிறது. அந்தப் பக்கத்தை நோட்டில் காணோம். எங்கே போயிற்று அது?

கிழித்துக் கப்பல் விட்டாயிற்று.

லெச்சுமியின் நெஞ்சு 'திக்திக்' என்று அடித்துக்கொண்டது. ஒவ்வொரு நோட்டையும் பார்த்து, கையெழுத்து இட்டு வந்துகொண்டிருந்தார். கணக்கு சார். இவள் முறை வந்தது.

"எங்கடி கணக்கு?"

"போடலை"

"ஏன் போடலை?"

அவள் மௌனமாக இருந்தாள்.

கணக்கு சார், அவள் கன்னத்தைப் பார்த்து அறைந்தார்.

வெள்ளை வெள்ளையாக நட்சத்திரங்கள் மாதிரி, தெரிந்தன லெச்சுமிக்கு.

"இந்த வயசுலேயே உனக்கு ஆம்பிளை கேக்குதே? உனக்கு எப்படிடி கணக்குப் போட நேரம் கிடைக்கும்?"

மீண்டும் ஒரு முறை, இந்த முறை கழுத்தில்.

"முளைச்சு மூணு இலை விடலை. அதுக்குள்ளே ஆம்பிளை ஆம்பிளை வேணுமோடி உனக்கு?"

பக்கத்தில் பதைபதைப்போடு அமர்ந்திருந்த சிட்டிக்கும் ஓர் அறை விழுந்தது.

லெச்சுமிக்கு அழுகை அடைத்துக்கொண்டு வந்தது. சப்தம் இல்லாமல் அவள் அழுதாள். ஆனால் அவளுக்குப் புரியவில்லை.

"சொல்லு... ஆம்பிளை வேணுமோடி உனக்கு!"

மீண்டும் முதுகு, கன்னம் என்று அறைந்தார், கணக்கு சார். "சதா சர்வ காலமும் ஆம்பிளைப் பையனுங்ககூடவே சுத்தத் தெரியுது. கணக்கு போட மட்டும் நேரம் இல்லயோடி உனக்கு, ஆம்பிளைப் பைத்தியமே..."

கணக்கு சார், அகன்றார்.

விசித்து விசித்து அழுதுகொண்டே இருந்தாள் லெச்சுமி.

விளையாட்டு மணி அடித்தது.

லெச்சுமியும், சிட்டியும் தண்ணீர் குடித்தார்கள். லெச்சுமியின் கன்னத்தில் கண்ணீர் வழிந்து காய்ந்திருந்தது.

"ரொம்பத்தான் அடிக்கிறாரு கணக்கு சார்" என்றான் கனத்த மனசுடன், சிட்டி.

கண்களைத் துடைத்தபடி லெச்சுமி கேட்டாள்.

"சிட்டி, ஆம்பளை, ஆம்பளைன்னு சொன்னாரே கணக்கு சார், ஆம்பளைன்னா என்னடா அர்த்தம்?"

1995

அவலம்

“மரியாதைக்குரியீர், இதோ, தாங்கள் கேட்ட கோப்பு” என்ற படி, தன் இரு கைகளாலும் ஏந்தி, கோப்பைத் தன் மேல் அதிகாரியிடம் சமர்ப்பித்தான் கேசவன். விசுவாமித்திரரிடம் அவர் குழந்தையைச் சமர்பித்த மேனகை மாதிரி இருந்தான். அந்தக் கணத்தில் கேசவன், மேலதிகாரியிடம் பேசுகையில் முகத்தில் தென்பட்டாக வேண்டிய பணிவு, மரியாதை, நன்றி, அத்து அனைத்தும் பரிபூரணமாக அளவில் கலப்புண்டு, ஒரு ரோஜாப்பழம் போலவும், தாழம்பூ சற்று நீண்டு பழமாய்க் கனிந்த மாதிரியும் அவன் தன்னை வெளிக் காட்டினான். அது, அவன் போன்ற நாலாம்படிக் குமாஸ்தா, சன்னிதானங்களுக்கு முன் நடத்திக் காட்ட வேண்டிய மெய்ப்பாடு.

அதிகாரி, இடக்கையால் அதை வாங்கினார். தொப்பென்று தன்முன் போட்டுக் குனிந்தார். கோப்பு விழுந்த வேகமும், அவர் குனிந்த ஸ்திதியும் சற்றேறக் குறைய ஒரு நேரமானதால், கோப்பு கிளப்பிய காற்று, அவர் தலையில் இருந்த இரண்டே இரண்டு முடிகளையும் சற்றே அசைத்தது. வலது ஆட்காட்டி விரலால் கோப்பை அவர் புரட்டினார். குனிந்திருந்த அவரை ஒரு புதுக் கோணத்தில் கண்டான் கேசவன். நெற்றியில் இருமுனை அகலத்தை விடவும் அவரது கன்னங்கள் அகன்று இருந்ததை மிக ஆச்சரியமாகப் பார்த்தான். அதே நேரம் அதிகாரி தலை நிமிர்ந்தார்.

அவர், அடர்ந்த பூரான்போல் மேலும் கீழும் சிலப்பிக்கொண்டு நின்ற புருவத்தை உயர்த்தினார். அவன் அவரை நோக்கி, “ஐயா” என்றான்.

“இது என்ன?” என்றார், அதிகாரி.

அவன் அதீதமாக குனிந்து, அந்த இடத்தை நோக்கினான். அங்கே கோப்புதான் இருந்தது. கோப்பின்றி வேறு எதுவும் இல்லை. கோப்பு, கோப்பாகவன்றி வேறு எதுவாகவும் தோற்றமளித்து விடாதே என்கிற சம்சயம் ஏற்பட, மிகப் பணிவோடு “ஐயா” என்றான்.

“இது என்ன?” என்று முன்னர் கேட்ட அதே வினாவை, முன்னை விடவும் சற்று அழுத்தமாக வினாவினார், அதிகாரி.

கேசவன், ஒரு நாணலைப்போல மிக அதீதமான முறையில் குனிந்து அந்தக் கோப்பை அவதானித்தான். அவன் குனிந்த முறையில் அவன் மூக்கு, அதே கோப்பில் முட்டிவிடும் அபாயம் இருந்தது. கடவுள்தான் காப்பாற்றி இருக்க வேண்டும். அல்லது தினேதினே ஜாக்கெட்டில் இருந்து உருவி எடுத்து, மஞ்சள், மசாலை, வியர்வை மணக்கும் அவள் கண்களில் ஒற்றிக் கொள்ளும் நசநசத்த தாலிக் கயிற்றின் பாக்கியமாகவும் இருக்கலாம். அவ்வாறு அவனது குமாஸ்தா மூக்கு, கோப்பில் முட்டி எந்த விபரிதத்தையும் விளைவித்து விடவில்லை.

அது கோப்பு, கோப்பன்றி வேறு இல்லை. காப்போ, பாம்போ, பீடித் துண்டோ எதுவும் இல்லை. அவ்வாறெல்லாம் கோப்பு புது ஜனனம் எடுத்ததாக அவன் கண்கள் ருசு செய்யவில்லை. ஒரு குழந்தை மல்லாக்கப் பிரிந்து காலை விரித்துக் கிடப்பதுபோல கோப்பு, மிக யதார்த்தமாகப் படுத்துக் கிடந்தது. திடுமென அவனுக்குச் சிரிப்பு வந்தது. அதிகாரியானால் என்ன, அவருக்கும் தமாஷ் பண்ணுகிற மனநிலை இல்லாமலா போகும்.? தன் மேலதிகாரி தன்னிடம் தமாஷ் பண்ணுகிறார் என்று நினைத்துக்கொண்டான் கேசவன். தமாஷ் பண்ணுகிற அளவுக்கு அப்பேர்க் கொத்த மனுஷர் தம் அளவுக்கு இறங்கி வருவார், வந்து விட்டார் என்கிற நினைவே, அவன் உள்ளத்தைக் கிளர்த்தி, சந்தோஷத் திக்குமுக்காடலைச் செய்து, தத்தளிக்க வைத்து விட்டது. அந்த க்ஷண மனநிலை தந்த தீவிரத்தால், சற்றே பல் தெரியாமல் இதழ்களை மட்டுமே அனுமதிக்கப்பட்ட அளவுக்கு விரித்து சிரித்துக்கொண்டு, “ஐயா” என்றான், பரவசத்தோடு.

“இது என்ன, சொல்” என்றார் அதிகாரி.

திடுமென கேசவனுக்குப் பள்ளிக்கூடம் நினைவு வந்தது. இரண்டாம் வகுப்பின் ஞாபகம். ஆசிரியர் பிரம்பின் முனையால் சுட்டி, “இது என்ன, சொல்” என்கிறார். என்றதும், “இது ஒரு கதவு” என்று அவன் சொன்னது என்ன காரணத்தாலோ பிரக்ஞைக்குத் தோன்ற, “இது ஒரு கோப்பு” என்றான்.

அதிகாரியின் கண்கள் விரிந்தன. கண்ணாடிக் கதவுக்கு உள்ளே வெள்ளை விழிகள், நடுவில் கோலிக் குண்டு மாதிரிக் கண்கள். செவ்வரி படர்ந்த கண்கள், நல்ல உயர் ரக பிரேம். பொன்னால் ஆனதாக இருக்க வேண்டும். எப்படியும் இன்னி தேதியில் பத்தாயிரம் பெறும். அதிகாரியின் கண்கள் நிலைகுத்தியதும், பயமும் கிளர்ச்சியும் தோன்ற, அவனை அறியாமலேயே கையைக் கட்டிக்கொண்டு பழைய வகுப்பு தோரணையில், “திஸ் ஈஸ் ஏ ஃபைல்” என்றான்.

“முட்டாள், முட்டாளே நான் கேட்டது இந்தக் கோப்பையா?” என்றார் அதிகாரி. அவன் முட்டி தனியாகக் கழன்றது எனத் தோன்ற, அவன் உடம்பு கிடுகிடு என்று ஆடியது. ‘அதிகாரி பள்ளிக்கூடமாகத் தொடங்கி, பின் வேறு சில காரணங்களால், மனநோய் மருத்துவமனையாகத் திரிந்த கூட்டம் தொடர்பான கோப்புதான் அது’

“ஐயா அவர்கள் கேட்ட— மன்னிக்கவும் —உத்தரவு போட்ட கோப்புதான் அது” என்றான் கேசவன். இப்படியான பதில், ஒரு தர்மாவேசத்தில்

இருந்துதான் வரும். அவர் காலால் இட்ட வேலையை தலையால் செய்து முடித்த கர்மவீரன், என்னத்துக்கு அச்சம் கொள்வதாம்? தவிரவும் இது ஓர் அதிகாரி, அதிகாரி என்கிற ஹோதாவில், இடைநிலை குமாஸ்தாவுக்கு வைக்கிற பரீட்சையாக ஏன் இருக்கக்கூடாது. அவனது தெளிவுக்கு, தீர்க்கத்துக்கு வைக்கப்பட்ட பரீட்சை. எனவே இதை அவன் கணித்தான்.

“ஐயன்மீர், இது தாங்கள் உத்தரவிட்ட— அடியேனுக்கு உத்தரவு போட்ட அதே “பள்ளிக்கூடமாகத்” தொடங்கி பின் வேறு சில காரணங்களால்”

“சட்” என்றார் அதிகாரி சலிப்போடு, மிகுந்த சலிப்போடு.

குனிந்த தலையை தன் தூய்மையான அகன்ற கைகளால் தடவிக் கொடுத்தார். கறை படியாத வெண்ணெய்க் கரம். உருண்டை உருண்டையாக வாளிப்பான விரல்கள். ரோஜாத் துணுக்கு மாதிரி அழுக்குக் கீறல் அற்ற நகம். அப்படியே கண்களை மூடி ஒரு கணம் இருந்தார். கண்ணை மூடியதும் கண்ணுக்குள் என்ன வரும்? இருட்டு! நிறம் குழம்பிய வர்ண மத்தாப்பு...

அவர் கண்களைத் திறந்து, தன் வலது கையால் அந்தக் கோப்பை எடுத்து அவன் முகத்துக்கு நேராக வீசினார். கோழி இறகுகள் வானத்தில் இருந்து மெல்ல மெல்ல அங்கும் இங்கும் இடித்துக்கொண்டு அலுப்புண்டு மண்ணுக்கு வருவதுபோல, காகிதங்கள் திக்குகள் தோறும் துழாவிப் பறந்து தரையில் அழகிய சிவப்பு விரிப்பில் கவிந்து நிலைத்தன.

அடுத்து, அவன் செய்ய வேண்டிய கருமத்தில் மிகத் தெளிவாக இருந்தான் கேசவன். பேன்ட்டைச் சுருக்கிக்கொண்டு, தரையில் மண்டியிட்டு காகிதங்களைப் பொறுக்கத் தொடங்கினான். சோபாவுக்குக் கீழே ஆள் உயர மின் விசிறிக்குக் கீழே மேசையின் கீழே அதிகாரியின் ஷூக்கள் அணிந்திருந்த பாதத்துக்கு மிக அருகே ஒவ்வொன்றாகப் பொறுக்கிச் சேர்த்தான்.

மாட்டு லாடம்போலவும், மாதாக் கோயில் வாசல் வளைவு போலும் இருந்த மேசையின் நடுவந்தாரத்துப் பிளவில் அவன் மண்டி இட்டு அமர்ந்து, காகிதம் பொறுக்க எத்தனித்த அந்தக் கணத்தில், உண்மையில் கேசவன் திடுக்கிட்டுத்தான் போனான். அதிர்ச்சியில், ஒரு கங்காருக் குட்டி போன்று ஸ்திதியில் அமர்ந்து அந்தக் கறுத்த, பளபளத்த, ஷூக்களையே வைத்த கண் வாங்காமல் பார்த்தான். இப்படியும் ஒரு பிரகாசம், கேவலம் காலில் அணியும் ஒரு பொருளுக்கு இருக்க முடியும் என்பது அவன் யோசனையாகியது. இது போன்ற வெகு சுத்தஞ் சுத்தமான ஒரு பொக்கிஷத்தை காலில் போட்டுக்கொண்டு நடக்க எவ்வாறு மனம் வந்தது இந்த அதிகாரிக்கு என்கிற ஆச்சரியம் மேலோங்க, சுபாவத்தில் கலந்து போன பணிவு, “சே, ஐயாவைப் பற்றி அவ்விதமாக எல்லாம் நினைக்கக்கூடாது” என்கிற விழிப்பு வர, இப்படியாக் கொத்த காலணிகளை அணிந்து, குண்டூசி முனைத் தூசும் அழுக்கும் இன்றி அவைகளைப் பயன் கொள்ளும், அவருடைய நேர்த்தியை நினைத்து மனசுக்குள் மெச்சிக்கொண்டான்.

காகிதத்தின் ஒரு முனைப் பகுதி, அவருடைய காலணிகளின் ஒன்றின் மேல் முனை மடங்கிக் கிடந்தது. அது மடங்கிக்கொண்ட விதம், வெகு தமாஷாக இருந்தது. தாளின் ஒரு முனை தேள் கொடுக்குபோலவும், வறட்டியின் உடைந்த பகுதியைப்போலவும் துருத்தி இருக்க, அந்த முனைப் பகுதியைக் கட்டை, ஆள்காட்டி விரல்களைச் சேர்த்து, சின்முத்திரைபோலவும், பொடிச்

சிட்டிகை எடுப்பது மாதிரியும் பண்ணிக்கொண்டு தாளின் முனையைப் பற்றி எடுத்தான். அவ்வாறு எடுக்கையில், இரண்டு லட்சியங்களை அவன் கொண்டிருந்தான். ஒன்று, எந்த வகையிலும், தன் விரல், அந்தக் காலணிகள் மேல் பட்டு, அவை அழுக்காகி விடக்கூடாது. அதைவிடவும் முக்கியம், தான் ஐயாவைத் தொடுகிறோம் என்று அவர் அறிந்துவிடக்கூடாது. அது வரம்பு மீறல், அத்தழிப்பு, இரண்டு இலட்சியங்களையும் அவன் நிறைவேற்றி முடித்த தருணம், ஐயாவிடம் இருந்து அசைவொன்று எழுந்தது.

"அங்கே என்ன பண்ணுகிறாய்?"

அகல விரித்திருந்த தன் கால்களை மடக்கிக்கொண்டார் ஐயா.

"மனுஷன், மகா கூச்சக்காரன்" என்று நினைத்தான் கேசவன்.

"தாள் பொறிக்கிச் சேர்க்கிறேன், ஐயா" என்றான்.

"சீக்கிரம் தொலை. நான் கேட்டதைக் கொண்டு வா, புழுத்த முண்டமே" என்றார் ஐயா.

கேசவன், கோப்பை மார்போடு அணைத்துக்கொண்டு வெளியே வந்தான்.

"ஐயா என்ன சொன்னார்?" என்று கேசவனின் சகா ஒருத்தன் கேட்டான். அலுவலகத்தனி மேசை நாற்காலியுடன் பிரிவோ, பிளவோ படாதவர்களாக அமர்ந்திருந்த மற்றும் சில சகாக்கள் அவனை ஏறிட்டுத் தங்கள் காதுகளை மட்டும் அவன் பக்கமாகக் குவித்தனர்.

"புழுத்த முண்டம்" என்றான் கேசவன் சிரித்தபடி. பல் தெரியும் படிக்கு அவன் சிரித்தான். எல்லோரும் பல் தெரியும் படி, ஆனால் சப்தம் எழாமல் சிரித்தார்கள்.

"என்ன பிரச்சினை?" என்றான் சகா.

"அவர் கேட்ட கோப்பு இது இல்லை என்கிறார். பள்ளிக்கூடமாகத் தொடங்கி, பிறகு மனநோய்..."

"இந்த வகையில் மேலும் சில கோப்புகள் நம்மிடம் இருக்கின்றனவே, அதில் ஒன்றுதான் பள்ளிக்கூடம்— மனநோய் விடுதி கோப்பு. மற்றுமொரு கோப்பு— அதன் பெயர் மனநோய் மருத்துவமனையாகத் தொடங்கி, மன்றமாக — மக்கள் மன்றமாக மாற்றப்பட்ட கட்டடம் தொடர்பான கோப்பாக இருக்குமோ..."

"மிகச் சரி ரெண்டாவதாகச் சொன்னதுதான்."

"அது எப்படி அவ்வளவு சரியாக நிர்ணயிக்கிறாய்?"

"முதல் கோப்பு இல்லை என்றால் இரண்டாவதாகத்தானே இருக்க முடியும்—"

இருவரும் கோப்பு அறைக்குள் நுழைந்தார்கள். அந்த அறைக்கு மின்விளக்கு இல்லை, இருவருமே கண்களையே விளக்காக விரித்துக்கொண்டு கோப்பைத் தேடலானார்கள்.

கேசவன், ஆற்றங்கரை வழியாக வீடு திரும்பிக்கொண்டிருந்தான். ஆற்றில் தண்ணீர் ஒரு காலத்தில் இருந்ததாக அவனுக்கு ஞாபகம் இருந்தது. மாலையில், கரையில் திரேக சுத்தி பண்ணிக்கொண்ட ஞாபகம்கூட வருகிறது. அதுக்கும்

இப்போது தண்ணீர் இல்லை தான். மதகுச் சுவர்களில் வறட்டி, வட்ட வட்டமாக தின்ன முடியாத கேழ்வரகு அடை. அடையை நினைத்ததும் பசிக்குது ஐயாவுக்கு. இரண்டாவது கோப்பு கிடைத்ததில் மகிழ்ச்சி. அந்த மகிழ்ச்சியின் வெளிப்பாடாக, "ஜாக்கிரதை தொலைத்துப் போடுவேன்" என்றார். கேசவன், சிரித்துக்கொண்டான். பலமாகச் சிரித்தான். அவன் சிரிப்பு, மதில் சுவரை, காய்ந்த புளி மரத்தை அனாதையாகத் திரிந்துக்கொண்டிருக்கும் கோயில் மாட்டை மோதி அவனிடமே திரும்பி வந்தது. இருட்டு, அவன் முகம் தொடங்கி, உலகம் யாவையும் நிறைத்துக்கொண்டிருந்தது. ஆகவே அவன் சிரிக்கலாம். அவனை யாரும் எதுவும் செய்துவிட முடியாது.

"என்னை எவனும் அசைக்கவும் முடியாது, ஆட்டவும் முடியாது" என்றான் சத்தமாக. சட்டென்று ஒரு விசாரம், என்ன ஆயிற்று இந்த உலகத்துக்கு? கேவலம் சாராயத்துக்கு வந்த விலையேற்றம்? அதுவும் அந்தக் காலத்தில் எல்லாம் கொஞ்சம் காசில் சாராயம், உருளைக்கிழங்குப் பொரியல், விரும்பினால், சுறா புட்டு, இல்லை தலைக்கறி, இருக்கவே இருக்கு இரத்தப் பொரியல், எத்தனை வகை உல்லாசம். எத்தனை வகை தட்டுச் சொர்க்கம்? எல்லாம் போனது. உப்புச் சாரம் இழந்தால், எதனால் இட்டு நிரப்பலாம்? சாராயம் போனால், எதனால் இட்டு நிரப்புவது. முழுசாக, வெள்ளிப் பத்தை மாதிரி பத்து ரூபாய் கொடுத்தும் போதை இல்லை, தலை கிறுகிறுக்க வேண்டாமா? சுத்தி திருகி அடிக்க வேண்டாமா? சர்ரென்று, பாம்பு விஷம் மாதிரி ஜிவ்வென்று மேலே ஏற வேண்டாமா?

கேசவன் கோபம் கொண்டான். சாப்பிட்ட, பட்டை அதை விற்ற கடை முதலாளி, முதலாளியின் மனைவி மற்றும் மகள், அவனது பாட்டி, ஏழேழு தலைமுறைப் பெண்கள் அத்தனை பேரோடும் வார்த்தையால் படுத்து எழுந்தான்.

சட்டென்று, யாரோ அவனைத் தடுத்து நிறுத்தினாற்போல பின்னால் விழுந்தான். தடுத்து நிறுத்திய அந்த சக்தி எது என்பதை அவதானித்தான். மத்திய அரசு கிடங்குகளின் சுற்று மதிலில் மோதிக்கொண்டு அவன் விழுந்திருந்தான். பிரமாண்டமான மதில் அது. அத்தோடு இரும்பாலும் கல்லாலும் மண்ணாலும் ஆன கெட்டிப் பொருள் அது. ஆகவே, அந்த மதிலில் பெண்டாட்டியோடும், மகளோடும், தன்னை இணைத்து வசை பொழிந்தான். திடுமென்று ஏதோ அசைய, மனிதர்களோ என்று பயந்த விஷயம் அப்படியொன்றும் விபரீதம் அல்லவென்று, அந்தப் புது மனிதருக்கு நிரூபிப்பான் வேண்டி, அந்தக் கணத்தில் மனதில் தோன்றின பாடல் ஒன்றைப் பாடினான்.

"பூந்தோட்டக் காவல்காரா... பூப்பறிக்க இத்தனை நாளா... மாந்தோப்புக் காவல்காரா... மாம்பழத்தை மறந்து விட்டாயா..."

பாடியதாக நினைத்து, நிதானித்தான். குத்துச்செடி இருளில் இருந்து கன்னங்கரேலென்று பன்றி ஒன்று உருண்டு ஓடியது.

வீட்டுத் தெருமுனைத் திரும்பினான் கேசவன். தெருவின், நட்ட நடுவாக, சின்னஞ் சிறிய அம்மன் கோயில். அதைத் தாண்டி மிகக் கூர்மையாக, தன் வீட்டை நிதானித்தான்.

வாசலில், கதவைப் படுக்க வைத்தது மாதிரி, வெளிச்சம் தெருவில் விழுந்து கிடந்தது. அருகில் நெருங்கினான். அவன் மனைவி திண்ணைச் சுவரில் சாய்ந்து அமர்ந்திருந்தாள். திண்ணையில் காலைத் தொங்க விட்டுக்கொண்டு, அவனுடைய நாலு வயசுப் பையன் அமர்ந்திருந்தான். அவர்களுக்கு எதிரே, எதிர் வீட்டுக்காரியும், அவன் உறவுக்காரியுமான ஒருத்தியோடு, அவன் மனைவி பேசிக்கொண்டிருந்தாள். சிரிப்பு, காற்று மேல் கூரையைத் தூக்கும் படி வீசியது. அவன் படி ஏறினான்.

"தண்ணி வண்டி வந்தாச்சு" என்றாள், உறவுக்காரி. எல்லோரும் பொதுவாகச் சிரித்தார்கள். அவனும் சிரித்துக்கொண்டான். உள்ளே போய், கசகசத்த பேன்ட்டைக் கழற்றிப் போட்டு விட்டு, கைலியைச் சுற்றிக்கொண்டான். நாலு போர்ஷனுக்கும் பொதுவான குளியல் அறைக்குள் நுழைந்தான். சடாரென்று, அதைத் திறந்துகொண்டு வெளியே வந்தான்.

"ஏ... உன்னைத்தானே..." என்று இரைந்தான்.

"என்ன" என்றபடி, வாசலில் இருந்து எழுந்து உள்ளே வந்தாள். தெருவாசலில் இருந்து கோவணம் மாதிரி நீண்ட குளியல் அறையை நோக்கிச் சென்றது அந்தப் பாதை. அந்தப் பாதையில் நீளமாக நடந்து வந்தவளை நோக்கி "பாத்ரூமில் தண்ணி இல்லையே" என்றான்.

"ஆமாம், நான்கூட டேசனுக்குள்ளேதான் போய்ட்டு வந்தேன்."

"கொஞ்சம் தண்ணி அடிச்சு வச்சிருக்கப்படாதா"

"வந்தாதானே ரெண்டு எட்டு, ரயில் டேசனுக்குள்ளே போய்ட்டு வந்துருங்களேன்"

"அது எனக்குத் தெரியாதா? சும்மானாச்சும், தெருவில் உக்காந்துகிட்டு வம்பு பேசத்தான் தெரியும், முண்டமே"

அவன் அறைக்குள் வந்து சட்டையை உதறினான். அப்போதான், அது முதுகுப் பக்கம் நேராகக் கிழிந்திருந்தது, தெரிந்தது. கிழிந்த கிழிசல் வழியாக அவள், அவனைப் பார்ப்பது தெரிந்தது. அவன் கண்களில் லேசான இகழ்ச்சி தென்படுவதாக இவனுக்குப் பட்டது. கீழே விழுந்ததில் சட்டை கிழிந்திருக்கிறது.

"எப்படி கிழிஞ்சது?" என்றாள் மனைவி.

"கிழிஞ்சுது."

"புதுசா ரெண்டு தைச்சுக்கிறது"

"பணம் உங்க அப்பன் கொடுப்பானா?"

"நாயக்கர் கொடுப்பார்"

"எந்த நாயக்கர்"

"சாராயக் கடை நாயக்கர்"

"கொழுப்பா?"

அவன் குழந்தை, அவள் இடுப்பைக் கட்டிக்கொண்டு நின்றது.

"என்ன வச்சிருக்கே, தின்ன?"

"சோறு இருக்கு"

"குழம்பு.?"

"வைக்கலை. ரசம் கொஞ்சம் இருக்கு"

"தொட்டுக்க?"

"என்னைத்தான் தொட்டுக்கணும்."

விடைப்பான பதில் என்று நினைத்தான். உடம்பு, மனம் குரோதத்தில் பொங்கியது. சட்டையைத் தரையில் எறிந்து விட்டு, அவளை அறைந்தான்.

"புழுத்த முண்டமே" என்றான் ஆக்ரோஷமாக.

பல்ப் காற்றில் ஆடி நிழலைச் சுவருக்கும் தரைக்குமாக வாரி இறைத்தது. மனிதர்கள் சருகைப்போலப் பறந்து பறந்து மீண்டும் ஸ்திரப்பட்டார்கள். அவள், "துட்டு கொடுக்க வக்கில்லை. சோறு வேணுமா, சோறு, தூ..." என்றாள். அது அடி, வசை, வலி.

அவன், தன் பலம் இழந்தாற்போல உணர்ந்தான். சமயத்துக்கு உபயோகமாக இருக்கிற, சுவரில் சிம்னி விளக்கை எடுத்து வீசினான். அது சுக்கலாயிற்று. மண்ணெண்ணெய் நெடி பரவியது. குழந்தை மூத்திரம் போனாற்போலக் கொஞ்சமாகச் சிதறியது அந்த எண்ணெய். குழந்தை அலறியது. அதை இடுப்பில் தூக்கி வைத்துக்கொண்டு மேசை மேல் இருந்த எப்பவாவது பாடுகிற பழைய டிரான்சிஸ்டரை எடுத்து விசிறினான். அது மதில் சுவரில் பட்டு விழுந்து, மூடியும் பகுதியுமாக இரண்டாயிற்று. கைக்கு எட்டும் தூரத்தில் வேறு எதுவும் இருக்கவில்லை.

"புழுத்த முண்டம்" என்றான்.

சட்டென்று, தான் சுண்டல் காகிதம் மாதிரி, வழவழத்துப் போனாற்போல உணர்ந்தான். "புழுத்த முண்டமா?" என்றாள் மனைவி. அது, புது வசவாக இருந்தது அவளுக்கு. இதுவரை அவள் கேட்டிராத வசை அது. அதே நேரத்தில் காற்று குளிர்ச்சியாக எங்கிருந்தோ வந்து நிலவியது.

"யார் சொன்ன வார்த்தை இது?"

குளிர் வசப்பட்டிருந்த கேசவன் மகிழ்ச்சியுடன் சொன்னான்:

"எங்க ஐயா"

கணவன் மனைவி இருவரும் சிரித்தார்கள். அவர்களைப் பார்த்துக் குழந்தையும் சிரித்தது.

"புழுத்த முண்டம்" என்று சொன்னாள் மனைவி.

"புழுத்த முண்டம்" என்று சொன்னான் கணவன்.

"புய்த்த மிண்டம்" என்று சொன்னது குழந்தை.

ஒரு தமாஸ் வார்த்தையை கேட்ட மகிழ்ச்சியில் சிரித்தது குடும்பம்.

கேசவனுக்குள் ஒரு கவிஞன் இருப்பதை, அவனே கண்டுபிடிக்கும் சந்தர்ப்பம் இப்போது வாய்த்தது.

"புழுத்த முண்டம், பழுத்த முண்டம்" என்றான்.

“ஹை” என்று வியப்பு தெரிவித்தாள் மனைவி. உலகம், சண்டை அற்று, போர் மேகங்கள் விலகி, எல்லோர்க்கும் எல்லாம் என்கிற நிலை வந்து விட்டாற்போல இருந்தது.

வெளியே அரவம் கேட்டது. ரா மிட்டாய்க்காரன் அழைப்பு மணி, அது. இது, கோயில் மணி ஓசை மாதிரி இருக்காது. இரண்டுமே “அழைப்பை” நோக்கமாகக் கொண்டிருந்தாலும் தன்மையில் வேறு வேறானது. குழந்தை தெருவைப் பார்த்தாள்.

வாடிக்கை மிட்டாய்க்காரன், அம்மா கையில் காசு இருக்கும்போது வாங்கிக் கொள்வான். பஞ்சு மிட்டாய். பார்த்தால் ஒரு பந்து மாதிரி. கையில் வைத்து மூடினால் உள்ளங்கை காணாது. கொஞ்சம் கொஞ்சமாகப் பிய்த்துத் தின்ன வேண்டும். கால நீடிப்பு முக்கியம். அது சந்தோஷத்தை நீட்டிக்கும். பிய்த்து வாயில் வைக்கையில், சிலுப்பிக்கொண்டு, மீறி நிற்கும் மிட்டாய். வாயின் இரு புறங்களிலும் பூனை மீசை மாதிரி நீளும். பார்க்கவே வெகு தமாஷ் மிட்டாய் கூண்டு விளக்கு கொஞ்சம் கொஞ்சமாக நகர்ந்து குழந்தையை நோக்கி வந்துகொண்டிருக்கிறது.

குழந்தை, தூணைப் பிடித்துக்கொண்டு நின்றிருந்தது. எங்கிருந்தோ ஒரு பூச்சி அவன் கைகளில் வந்து அமர்ந்தது. பட்டாம்பூச்சி, வண்ணத்துப் பூச்சி? பொடி வண்ணத்தில் இருந்தது அது! வழி தவறி இருக்குமோ? காலம், சமயம் தவறி இருக்குமோ?

குழந்தை மிட்டாயை விட்டு பூச்சியைக் கவனித்தது. இப்போ பூச்சி தவ்வி, மரத்தில் இருந்தது. சின்ன நக அளவே ஆன இறக்கையைச் சிலுப்பிக்கொண்டது. அதையே பார்த்துக்கொண்டிருந்த குழந்தை தன் வலக்கையால், ஓங்கி அறைந்தான். பூச்சி தப்பித்து விட்டது. பூச்சி கூரைக்குச் சென்று அங்கிருந்து இழிந்து மீண்டும் திண்ணை விளிம்பில் வந்து அமர்ந்தது. எழுச்சி பெற்றவனாக குழந்தை பூச்சியை அறைந்தான். நல்ல வேளை, தப்பித்துக்கொண்டது. மிட்டாய், நெருங்கிக்கொண்டிருந்தது. அதற்குள் பூச்சியை கவனித்துவிட வேண்டும் என்று முடிவு பண்ணியவன்போல பூச்சியை அவதானித்தான் குழந்தை. அது இப்போது அவனிடமே அடைக்கலம் அடைந்ததுபோல அவன் புறங்கையின் மேல் வந்து அமர்ந்தது.

மிட்டாய் வண்டி வெகு அருகில் வந்துவிட்டது. எட்டி, வாங்க வேண்டும், அவ்வளவுதான். குழந்தை தன் புறங்கையின் மேல் இருந்த பூச்சியை அறைந்தான்.

மெல்லிய இறக்கைகள், உடம்பு, உறுப்புகள் எல்லாம் திரண்டு சின்னஞ் சிறு கடுகாய்ச் சுருங்கி உயிரை இழந்திருந்தது பூச்சி.

கையை உதறிய குழந்தை மகிழ்ச்சியோடு, மிட்டாய் வாங்க ஓடியது.

1995

பாயம்மா

அரவம் கேட்டு கண் விழித்தாள் பாயம்மா. சிம்னி விளக்கு வெளிச்சத்தல் யாசுமின், அடுப்படியில் டீ போட்டுக்கொண்டிருந்தது தெரிந்தது. முந்தின இரவு உறக்கம் வர, வெகு நேரம் பிடித்தது அவளுக்கு. சற்றுக் கண்ணயர்ந்து விட்டாள். அவளை முந்திக்கொண்டாள் யாசுமின்.

படுக்கையை விட்டு எழு முன், ஒரு நாளும் ஒவ்வொரு நாளும் அவள் சொல்லும் அந்தக் காலைப் பிரார்த்தனையைச் சொல்ல முற்பட்டாள். "யாரசூல், இன்றைய தினத்தை நல்ல நாளாக்கு, என் குட்டி யாசுமீனாளுக்கு நல்ல வழிகாட்டு, சடுதியில்" இவ்வளவுதான் அதுக்கு மேலும் கடவுளிடம் கேட்க அவளுக்கு ஒன்றும் இல்லை. எழுந்து, பாயைச் சுற்றிக் கட்டிலுக்கு அடியில் தள்ளினாள். அடுப்பறைக்கு வந்தாள்.

"மோளே... இன்னும் விடியக்காணமே. அதுக்குள்ளாக எழுந்தது என்னத்துக்கு. கொஞ்சம்போல உறங்கு. நான் எழுப்பித் தாரேன்" என்றாள், வாஞ்சையோடு.

"இருக்கட்டும், எழுந்தாச்சு... இன்னமும் உறக்கம் வராது. டீயை குடிப்போம்"

இரண்டு அலுமினிய டம்ளர்களில் டீயை வார்த்து ஒன்றை அம்மாவிடம் கொடுத்து, ஒன்றைத் தானும் எடுத்துக்கொண்டு வெளித் திண்ணைக்கு வந்தாள் யாசுமின். உடன் வந்த பாயம்மா மகளுக்கு முன், திண்ணையில் அமர்ந்துகொண்டாள்.

யாசுமின் அரிசி நிறைந்த பானை மாதிரி பூரித்து இருந்தாள். வரும் யானை மாதத்தில் அவள் வயசு இருபது நிறைந்து விடும். அதற்குள் அவளுக்குக் கல்யாணம்கூட வர வேணுமே... அல்லாவே... மனசுக்குள், குட்டிப் பூனை மாதிரி முட்டிக்கொண்டு தனக்குள் ஆழ்ந்திருந்தாள் பாயம்மா. மேற்குத் தெரு பள்ளிவாசலில் இருந்து பாங்கோசை எழுந்தது. தன்னை அறியாமல் அவள் முக்காட்டை எடுத்து தலையை மூடிக்கொண்டாள்.

உள்ளே கயிற்றுக் கட்டிலில், போர்த்திக்கொண்டு உறங்கிக்கொண்டிருந்தான் ரஷீது. புரண்டு படுத்தான். மகனைக் கண்டதும் அவள் மனம் இளகியது. காலை, எட்டு மணிக்குப் புறப்படுகிறவன், ராத்திரி கடை கட்டிக்கொண்டு, வீடு திரும்ப பத்து, பதினொன்று ஆகிவிடுகிறது. மாடாய் உழைக்கிறான். எல்லாம் சரியாக இருந்தால் யாசுமீனுக்கு அடுத்தபடியாக அவனுக்கும் 'நிக்காவை' முடித்துவிட வேண்டியதுதான்.

"என்ன ரொசனை?" என்றாள், யாசுமின் அம்மாவைப் பார்த்து.

"எனக்கு நீங்கள் ரெண்டு பேரையும் விட்டால், வேறு என்ன யோசனை? உனக்கு, வர்ற யானை மாசத்துக்குள் நிக்காவை முடிக்க வேணும்..."

"சித்தே சும்மா இரு... காலங் காலத்தாலே... நிக்காகு... மவுத்துன்னிட்டு..."

"அடீ... துக்கிரியாட்டம் பேசவேண்டாம். பொண்ணு கல்யாணம் அன்னியில, நான் வேறு என்னத்தைப் பேசணுமாம்?"

யாசுமின் எழுந்தாள்.

"ஆடு கத்திக்கிட்டு இருக்கு. ரெண்டு தழை ஒடிச்சுப் போடு. நான் ரஷீதுக்கு ரொட்டி சுடனுமாக்கும்" அச்சானியமாக, இந்தப் பெண் காலையில் இப்படிப் பேசியமைக்காக பாயம்மாவின் மனம், வருத்தமுற்றது. ஆடு கட்டியிருந்த மரத்தடிக்கு வந்தாள். அவளைக் கண்டு, தாயாடும் குட்டியாடும் பேய் கணக்காகக் கத்தின.

"சைத்தான் மக்களா! ஏன் இப்படிக் கத்தி என் உயிரை வாங்கிறியள்?" என்றபடி, தழைகளை உடைத்துப் போட்டாள்.

"கொஞ்சம் விடியட்டும். அவிழ்த்து விடறேன். அதுக்குள்ளாயும், பள்ளம், குளத்துல விழுந்து காலை, கீலை உடைச்சுட்டா என்ன பண்ணுவேன் நான்?" என்று தாயாட்டைப் பார்த்துக் கேட்டாள். பாயம்மா. அது, "மே... மே..." என்றது. அதைப் புரிந்துகொண்டவளாக, "ஓகோ... உனக்கு வழி தெரியும்னா சொல்றே. அவ்வளவு தூரத்துக்குப் பெரியவளாயிட்டியாக்கும். உனக்குப் பிரசவம் பார்த்தவளே, நானாக்கும் தெரிஞ்சுக்கோ. நூத்துக்கிழவி கணக்கா என்னண்டேயே சதாய்க்கிறியே!" என்று நீட்டி முழக்கினாள் பாயம்மா.

அடுப்பில் ரொட்டி சுட, தோசைக் கல்லை வைத்த யாசுமினுக்குச் சிரிப்பு வந்தது. அம்மாவுக்குத்தான் எத்தனை பாஷைகள் அத்துப்படியாகி இருந்தன. ஆடுகளோடு, மாடுகள், காக்காய்கள், மைனாக்கள், மரங்கொத்திகள், ராத்திரிகளில் அலறும் ஆந்தைகள் என்று எல்லாவற்றோடும் அம்மா, உரையாடுவது ஆச்சரியம்தான்.

ரஷீது உண்டு முடித்தான். கொடியில் இருந்த கைலியை எடுத்துக் கட்டிக்கொண்டான். ஆணியில் இருந்த சட்டையை எடுத்து, மூட்டைப் பூச்சியைத் தவிர்க்க உதறிக்கொண்டான். உதறிய உதறலில் சட்டையிலிருந்த பீடி கீழே விழுந்தது. அம்மா பார்ப்பதற்கு முன் சட்டெனக் குனிந்து, அதை எடுத்துப் பையில் போட்டுக்கொண்டான். பாயம்மா அதைப் பார்க்கத்தான் செய்தாள். சட்டெனத் தலையைத் திருப்பிக்கொண்டாள். வளர்ந்த பையன் அப்படியும், இப்படியுமாகத்தான் இருக்கும். இந்தக் காலத்துப் பையன்கள்.

ரஷீது, புறப்பட்டான். திண்ணைக்கு வந்தான்.

"மோனே!"

"என்னம்மா?"

"உன் தங்கைக்கு வயசு ஏறிக்கிட்டு இருக்குப்பா... வர்ற யானை மாசத்துக்குள்ளே, நிக்காவே முடிச்சுட்டா, நல்லது. மோனே. கூரை ஒழுகுது. அதை மாத்தோணும், கைச் செலவுக்குப் பணம் வேணும். மாப்பிள்ளை வீட்டுல நெருக்குறாக. நேற்றுகூட அந்த அகமது அண்ணன், கேட்டுட்டாக, பதிலைச் சொல்லாமே இருந்தா நல்லதா! நீ ரோசிக்கணும்."

"முதலாளிக்கிட்டே சந்தர்ப்பம் அறிஞ்சு பேசணும்மா. பார்க்கலாம், நிக்காவை முடிச்சுடலாம், சீக்கிரமே"

"அதோட, உனக்கும் வயசு ஏறுது. உனக்கும் பண்ணி வச்சுட்டா எனக்கு நிம்மதியாப் பூடும்."

"எனக்கென்ன அவசரம்?" என்றபடி, பூவரச மரத்தின் கீழ் நிறுத்தி இருந்த சைக்கிளை எடுத்துக்கொண்டு கிளம்பினான். ரஷீத் அவன் கடைக்குச் சென்று சேர்வதற்கும், முதலாளி வருவதற்கும் சரியாக இருந்தது. முதலாளியைக் கண்டதும், மடித்துக் கட்டி இருந்த கைலியை இறக்கி விட்டுக்கொண்டான். ரஷீது. மற்ற ஆட்களும் பவ்யமாக விலகி நின்று முதலாளிக்கு வழி விட்டனர். கதவை மூன்று முறை தட்டி விட்டு திறந்தார் முதலாளி. ரஷீது கடை வாசலைத் தொட்டுக் கும்பிட்டுக்கொண்டு உள்ளே நுழைந்தான். தன் செக்ஷனான மோதிரங்கள் பகுதியில் போய் நின்றுகொண்டான்.

வாடிக்கையாளர்கள் ஒருவர் பின் ஒருவராக வரத் தொடங்கினார்கள். நகரத்தில் பிரபலமான நகைக்கடை அது. எந்நேரமும் கும்பல் வழியும். ரஷீதுக்கு ரொம்ப ஆச்சர்யம். மனுஷர்கள், உப்பு, புளி, அரிசி வாங்குவது மாதிரி நகைகள் வாங்குகிறார்களே! அதுவும் காத்திருந்து, கடை திறந்தவுடனேயே அடித்துப் பிடித்துக்கொண்டு உள்ளே நுழைந்து... பணம் அந்த அளவுக்கு மக்களிடம் கொட்டிக் கிடக்கிறது.

அவனுக்கு முன்னால் வந்து நின்ற மனிதர்களின் விரல்கள் ஒல்லி, பருமன், நீளம், குட்டை எல்லாவற்றிலும் மோதிரங்கள் அணிவிக்கப்படுகின்றன. மோதிரம் அழகின் வெளிப்பாடு மட்டும் தானா? பணப் பகட்டும் அளவுகோலும் அதுதான்.

சிவப்பிரகாசம் அவனை அழைத்தார். முதலாளியின் தனி அறைக்கு அவன் சென்றான்.

"உன் செக்ஷன்லே ஆட்கள் அதிகமா, ரஷீத்"

"இல்லீங்க அய்யா, பரசுராமன் "அட்டெண்ட்" பண்ணிக்கிட்டு இருக்கார்."

"சரி, இந்தப் பணத்தை எண்ணி, பத்தாயிரம், பத்தாயிரமா கட்டு. இன்னிக்கு ஒரு பார்ட்டிக்குப் பணம் தர்றேன்னு சொல்லியிருக்கேன். நாணயத்தைக் காப்பாற்றணும்" என்றபடி, அவன் முன் ஒரு சின்ன பண நோட்டு மலையைக் குவித்தார் சிவப்பிரகாசம்.

"சாவகாசமா எண்ணு. ரெண்டு லட்சத்தை மட்டும் சூட்கேசில் வை. மற்றதை இந்தக் கலயத்துக்குள்ளே தள்ளிடு" என்றபடி அந்தப் பகுதியைக்

காட்டினார் அவர். அது அவர் நாற்காலிக்குப் பின்னால் இருந்த, ஒரு அறை. சட்டென்று யாராலும் கண்டுபிடிக்க முடியாத அறை அது. அதற்குள் வெடித்த பட்டாசுத் துணுக்குகள், மாதிரி குவியல் குவியலாக கிடந்தன நோட்டுகள்.

“அப்புறம், இன்னொரு நாளைக்கு, இந்த நோட்டுகளையும் கட்டி வைக்கணும். சரி, நான் ஸ்கூல் வரைக்கும் போய் வர்றேன். பிரின்ஸ்பல் மேடம் வரச் சொல்லி இருக்காங்க. டொனேஷன் எதிர் பார்க்கிறாங்கபோல. வரட்டுமா. பையனைக் கூப்பிட்டு டீ சொல்லிச் சாப்பிட்டுக்கோ” என்றபடி, அந்தத் தனியறையில் ரஷீதை வைத்துவிட்டு அகன்றார் சிவப்பிரகாசம்.

அறைக் கதவு தன்னால் சாத்திக்கொண்டது. சிவப்பிரகாசம் அவன் மேல் வைத்த நம்பிக்கை, அவனைக் கிளர்ச்சி அடையச் செய்தது. இவரிடம் அவன் வேலைக்கு அமர்ந்து மூன்று ஆண்டுகள் முடிந்துவிட்டன. ஒரு சூப்பர்வைசர் அளவுக்கு அவனை உயர்த்தியவர் அவர். ஒவ்வோர் உணவு இடைவேளையின்போதும், எல்லா ஊழியர்களும் பரிசோதிக்கப்படுவார்கள். ரஷீதுக்குச் சோதனை வேண்டாம் என்றவர், சிவப்பிரகாசம் வங்கிக்குச் சென்று பணம் போடுவது முதல், பணம் எடுப்பது வரையிலான சகல பொறுப்புகளையும் அவனிடம் தந்தவர் சிவப்பிரகாசம். எல்லாம் ஒன்றன் பின் ஒன்றாக அவன் நினைவில் வந்து போகத்தான் செய்தன.

அரைமணியில் வேலை முடிந்தது. இரண்டு லட்சங்களைத் தனியாக சூட்கேசில் வைத்தான். மற்றதைக் கவயத்துக்குள் தள்ளினான். ஐநூறு, ஆயிரம் நோட்டுகளாக ஐம்பதாயிரம் ரூபாயை மட்டும் எடுத்து தன் பனியனுக்குள் போட்டுக் கைலியை இறுக்கமாக முடிந்துக்கொண்டு வெளியே வந்தான். சட்டை உப்பிக்கொண்டிருந்தது. மோதிரம் செக்ஷனுக்குத் திரும்பினான், ரஷீத். பரசுராமன், “இன்னா விஷயம்பா!” என்றான்.

“நோட்டு எண்ணச் சொன்னார் முதலாளி”

“ஒன்னு ரெண்டை உருவு. தெரியவா போகுது சொட்டைத் தலைக்கு?”

“சீச்சீ...” என்றான் ரஷீத்.

முதலாளி திரும்பினார். தன் தனி அறைக்குள் சென்றார். மனம் கிடந்து அடித்துக்கொண்டது ரஷீதுக்கு. தப்பு செய்கிறவன் இருதயம், வித்தியாசமாகத் துடிக்கும் போலும். தனக்கு அழைப்பு வரும் என்று எதிர்பார்த்தான். மானேஜர் மட்டும் கண்ணாடிக் கதவைத் திறந்துகொண்டு, தனியறைக்குள் சென்றார். சற்று நேரம் கழித்து, இருவருமே வெளியே வந்தார்கள். முதலாளி, புறப்பட்டுச் சென்றார். பெட்டியுடன் வழி அனுப்பிவிட்டு வந்த மானேஜரிடம் “அண்ணே, முதலாளி ஏதாச்சும் சொன்னாங்களா?” என்றான்

“ஒன்றும் சொல்லலையே... மதுரை போறதாகச் சொன்னாக” என்றார் அவர்.

நிம்மதியாக இருந்தது அவனுக்கு.

“வயிறு சரியில்லை அண்ணே. அரை நாள் லீவு வேணும்.”

“பரசுராமன் கிட்டே, கணக்கை ஒப்படைச்சுட்டுப் போ...” என்றார் மானேஜர். கண்க்கை எழுதிக் கொடுத்துவிட்டு சைக்கிளை எடுத்துக்கொண்டு புறப்பட்டான் ரஷீது.

மறுநாள் ஆபீசுக்கு வருகையில் வேலையாட்கள் முகத்தில் சவக்களை இருந்தது. கண்ணாடியைக் துடைத்துக்கொண்டிருந்த அப்துல்லாவிடம், ":என்ன விஷயம்?" என்றான்.

"பரசுராமன், நாலு மோதிரத்தை, ஜட்டிக்குள்ளே வச்சிக் கடத்திட்டாரு. மாட்டிக்கிட்டாரு. மானேஜர், கேள்வி கேட்டுக்கிட்டு இருக்கிறபோதே, ஓடிட்டாரு. போலீசு, தேடிப் போயிருக்கு. இன்னிக்கு எல்லாரையும் போலீஸ் விசாரிக்க வர்றானுங்களாம்."

ரஷீது, சந்தோஷப்பட்டான். முதலாளி கவனம், சுத்தமாக அவன் பக்கம் திரும்ப நியாயம் இல்லை. புறப்படும்போது, அவன் ஒழுங்காகக் கணக்கைப் பரசுராமனிடம் ஒப்புக் கொடுத்திருந்தான். கவலையே இல்லை. வேலைக்குச் சேர்ந்த புதிதில், ஏதோ சின்னத் தப்புக்கு கழுத்தில் அறைந்தவன் பரசுராமன் ஒழியட்டும்.

உலகம் கெட்டுப் போய்விட்டது என்று நினைத்துக்கொண்டாள் பாயம்மா. இல்லையென்றால் இந்த வெயில் காலத்தில் மழை பெய்யுமா? பெய்தது. காலையிலே இருந்து மப்பும் மந்தாரமுமாக இருந்தது. மதியம், மழை கொட்டத் தொடங்கியது. அதுவும் ரஷீது படுக்கிற கட்டிலுக்கு மேல். பாவம் களைத்து வரும் குழந்தை படுக்கை நனைந்து விட்டால் என்ன ஆவது? ஏதேனும் செய்ய வேண்டுமே என்று நினைத்தாள். கட்டிலுக்கு எதிரில் வாப்பா செய்து போட்ட அலமாரி, குட்டை அலமாரி. அது மட்டும் நனையாமல் இருந்தது. அலமாரியை நகர்த்தி வைத்து விட்டால், படுக்கையைக் காப்பாற்றலாம் என்று தோன்றியது பாயம்மாவுக்கு. நகர்த்தினாள், முடியவில்லை. கொஞ்சம் சிரமப்பட்டு முயன்றாள். முடியவில்லை. அலமாரியில் அடர்த்தியாகி இருந்த பொருள்களைக் கீழிறக்கி வைத்துவிட்டு, அதை நகர்த்த முடியும் என்று அவளது அறிவு சொன்னது. ஒவ்வொன்றாய் எடுத்துக் கீழே வைத்தாள். மேல் தட்டில் ரஷீதின் சட்டைத் துணிமணிகள். இரண்டாவதில் யாசுமின் ஆடைகள், கீழ்தட்டில் சில கிழிசல்கள் மற்றும் அவளது துணிகள். அலமாரியை இப்போது நகர்த்த முடிந்தது. அலமாரிக்கும், கீழே கல் ஒன்று சற்று மேலெழும்பி இருந்தது. அது அப்படி இருக்கக் காரணம் இல்லை. கல்லைப் பெயர்த்தாள். கல்லின் அடியில், பச்சை உறையில் சுற்றப்பட்ட ஒரு கட்டு, கட்டைப் பிரித்தாள். நோட்டுக்கள்.

சப்—இன்ஸ்பெக்டர் ராஜகோபாலன் ரொம்ப சந்தோஷமாக இருந்தார். மதியம், ஒரு பார்ட்டி. மாமூல்காரன், கால் புட்டியும், தேவா ஓட்டலிலிருந்து அருமையான கோழி பிரியாணியும் வாங்கித் தந்திருந்தான். ருசித்தும் குடித்தும் தன் இருக்கைக்கு வந்திருந்தார். மாமூல் பார்ட்டி வாங்கிக்கொடுத்த 'கிங்ஸ்' சிகரெட்டைப் பற்ற வைத்துப் புகையை வெளியே விட்டார். அந்த நேரம் அவர் முன் ஒரு கிழவி வந்து நின்றாள்.

அவர் முன், பச்சைக் காகிதத்தில் சுற்றப்பட்ட நோட்டுக் கத்தையை வைத்தாள் பாயம்மா. ராஜகோபாலோ அதிர்ச்சியடைந்தார்.

"இது எங்க வீட்டுல கிடைச்ச பணம் அய்யா. புதைச்சு வைக்கப்பட்ட பணம். என் மகன் ரஷீதுதான், இந்தப் பணத்தை ஒளிச்சு வைச்சிருக்கணும்.

இவ்ளோ பணம், அவனுக்குத் தப்பு வழியில்தான் வந்திருக்கணும். அவன் முதலாளியைக் கேளுங்க"

ராஜகோபாலன், விவரங்களைக் கேட்டறிந்தார். முதலாளிக்குப் போன் செய்தார். சில நிமிஷங்களில் முதலாளி வந்து சேர்ந்தார். நோட்டைப் பார்த்தார். தம் பணமாக இருக்கலாம் என்று சந்தேகமாகச் சொன்னார். ரஷீது வரவழைக்கப்பட்டான். போலீஸ் நிலையத்தில் முதலாளியைப் பார்த்ததும் அவன் கை கால் நடுங்கின.

"இவன் ரொம்ப நல்ல பையன், ராஜகோபாலன், இந்தக் காரியத்தை அவன் செய்யமாட்டான்."

ரஷீது அழுதான். கணக்கில் வராத பணம் என்பதால் திருடினேன் என்று ஒப்புக்கொண்டான். கூரை மாற்ற, தங்கை கல்யாணம் முடிக்க... என்று காரணங்களை அடுக்கினான்.

ராஜகோபாலன், தன் பங்குக்கு நாலு அறை அறைந்தார்.

"நான் வழக்கு கொடுக்கலை. விட்டுவிடுங்கள்" என்றார் சிவப்பிரகாசம். குனிந்த தலையுடன் அமர்ந்திருந்தாள் பாயம்மா. முகம் மட்டும் வெளியே தெரிந்தது. தாரை தாரையாக அவள் கண்களில் இருந்து கண்ணீர் வழிந்தபடி இருந்தது.

பாயம்மா படுத்துக்கிடந்தாள். அவளுக்கு ஒரு வாரமாகவே சோறு செல்லவில்லை. "மனவிசாரம்"; என்றார் வைத்தியர். யாசுமின், அம்மைக்கு டீ போட்டுக்கொண்டிருந்தாள். அந்த நேரத்தில் முதலாளி காரில் வந்து சேர்ந்தார். முதலாளியைப் பார்த்ததும் எழுந்து போர்த்திக்கொண்டாள்.

"ஏட்டி... முதலாளிக்குத் தடுக்கு போடு."

தடுக்கில் அமர்ந்தார் முதலாளி.

"பாயம்மாவுக்கு மனசு சங்கடமாகத்தான் இருக்கும். ரஷீது திருந்திட்டான். மனசார மன்னிப்புக் கேட்டுக்கிட்டான். வேலையும் ஒழுங்காக செய்கிறான். அப்புறம் என்ன பாயம்மா நடந்ததை மறந்திட வேண்டியதுதானே.?"

பாயம்மா சிரமப்பட்டுப் பேசினாள்.

"முதலாளிக்கு ரொம்பப் பெரிய மனசு"

"அதொன்றும் இல்லை. மனுஷன் தவறுறது சகஜம். மறந்துடுங்க" முதலாளி அந்த அம்மாவுக்கு முன், ஒரு கட்டு வைத்தார்.

"என்னங்க முதலாளி?"

"கொஞ்சம் பணம். கூரையை மாத்துங்க. பாப்பா கல்யாணத்தை முடியுங்கோ..."

பாயம்மா அவரை ஆச்சர்யமுடன் பார்த்தாள்.

"எதுக்கு? வேணாம் முதலாளி. ரஷீதை ஆதரிக்கறதே பெரிசு"

"இருக்கட்டும், உங்க நல்ல குணத்துக்காக"

"அது என்ன அதிசயம். அல்லாவுக்கு முன்னால, நாம் அப்படித்தானே இருக்கணும்"

"இருப்பாங்க எத்தனை பேர்? ரொம்பக் கொஞ்சம் பேர்தானே? போகட்டும். பாப்பா கல்யாணத்தை இதை வச்சு முடியுங்க"

"வேணாம் முதலாளி. நல்ல காரியம், நல்ல வழியாத்தான் வரணும். என் மவன், உழைச்சு சம்பாரிச்சு அவன் தங்கை கடமையைச் செய்வான், மன்னிக்கோணும்."

கடைசி வரை, பாயம்மா, அந்தப் பணத்தை வாங்கவில்லை.

1995

பிராந்து

"**பி**ராந்து வந்திருக்கு சார்..." என்றார் என் உதவியாளர். எழுதிக்கொண்டிருந்த நான், "வரச் சொல்" என்றேன்.

அடுத்த நிமிஷம், அறையின் அரைக் கதவைத் திறந்துகொண்டு, பிராந்து உள்ளே வந்து அமர்ந்தது.

கர்ணனின் கவச குண்டலம்போல இணை பிரியாது இருக்கும் வெற்றிலைப் பெட்டி, கச்சல் தேகம், நகம் மாதிரி வெளுத்த தலை முடி, வட்ட வடிவிலான கண்ணாடி, எப்போதும் என்ன காரணம் என்று விளங்காதபடி முகத்தில் நிலை பெற்றிருக்கும் மந்தகாசம். இதுதான் பிராந்து.

ஒருமுறை பெயருக்கான விளக்கம் கேட்டபோது, "என் பெயர் பிரணவ தீர்த்தன். பிராணன் பற்றியோ, பிரணவம் பற்றியோ ஒரு மண்ணாங்கட்டியும் தெரியாத ஜடங்கள், பிரணவத்தை பிராந்து வாக்கின. என்ன பண்ண? அம்மணக்குண்டி ஊரில், கோவணம் அதிகப்படி என்கிற மாதிரி, நானும் பிராந்து என்கிற சிதிலத்தை ஏற்றுக்கொண்டேன். என்ன பண்ண, சொல்லுங்கோ" என்று மந்தகாசமாக புன்னகைத்து, பிராந்து தொடர்ந்து சொல்லியது.

"பேர்ல என்ன இருக்கிறது? என் கையிலே அல்லவா இருக்கிறது, என் ஜீவியம்" என்றது பிராந்து.

அது உண்மைதான். பிராந்துவின் ஜீவியம், அதன் கையில்தான் இருக்கிறது. பிராந்துவின் ஜீவியம் மாத்திரம் அல்ல, சமையல் கலையின் ஜீவியமேகூட அதன் கையில்தான் இருக்கிறது என்று தயங்காமல் சொல்லலாம். "பிராந்து சமையலா, அப்போ அது முதல் தரமான கல்யாணம்தான்" என்று பிராந்து சமையலை ருசித்தவர்கள் ஏகக் குரலில் சொல்வார்கள்.

பேனாவை மூடி வைத்தேன்.

"என்ன விசேஷம், பிராந்து?"

“என்ன விசேஷம், எனக்கெல்லாம் வரும்? பக்கத்துல கல்யாண மண்டபம் ஒன்று இருக்கோல்லியோ... அங்கு நமக்கு வேலை வந்திருக்கு... அதையும் பேசிட்டு, பக்கத்திலேயே இருக்கேளே, உங்களையும் பார்த்துட்டுப் போகலாம்னு வந்தேன்...”

“பார்ட்டி ஓ. கே ஆயிடுச்சா?”

“ஓ. கே பண்ணிட்டேன்”

பிராந்துவின் அணுகல் முறை இப்படி. அதாவது, கல்யாணப் பார்ட்டி இவரை ‘ஓ. கே’ பண்ணாதாம். இவர், கல்யாண பார்ட்டியை “ஓ. கே” செய்வாராம். கேட்டால் சொல்வார்.

“பின்னே என்ன சாமிநாது சார். பொங்கல் பண்ணணும் என்பான். சரி, படி நெய்யும், கிலோ முந்திரியும் வேணும்பேன். பேய் அறைஞ்சது மாதிரி ஆயிடுவான். “என்ன பிராந்து, நெய், விக்கிற வெலைலே, இத்தனை நெய்யாம்பான். அட, பிசுநாறி... பொங்கல்னா, அது நெய்யிலே வேகிற சமாசாரம்டா, பாலிலே உறுகுத்திற மாதிரி நெய்யை விட்டு பொங்கல் பண்ணணுமாமே, பொங்கல். அதும்பேரு பொங்கல் இல்லேடா, பொசுங்கல், ஐயா. இந்த ஜடங்களுக்கு முதல் தரம் தெரியலையே. சாமிநாது சார்...” என்பான்.

பிராந்துவை சந்தித்ததே அகஸ்மாத்தாக நடந்த காரியம்தான். என் வீட்டுக்கு நேர் எதிரேதான் பிராந்துவின் மகள் குடியிருந்தாள். உமாமகேஸ்வரி என்பது அவள் பெயர் என்று என் மனைவி மூலம் எனக்குத் தெரிந்திருந்தது. உமா, என் மனைவிக்கு சிநேகம். அவர்கள் ஒன்றாகக் கடைக்கும் சில வேளைகள் சினிமா போகவுமான சிநேகம் அவர்களுக்கு இருந்தது. அந்த வகையில், உமாவை என் வீட்டில் வைத்தே எனக்குப் பரிச்சயமாகியிருந்தது.

உமாவின் கணவர், தலைமைச் செயலகத்தில் என்னவோ வேலையில் இருந்தார் என்பது மட்டும் நான் அறிந்திருந்தேன். அவர், பக்கத்து, எதிர் வீட்டுக்கு, வந்து போகும் மனிதராக இல்லை என்பதால், அவர் எனக்குப் பரிச்சயம் இல்லாமல் இருந்தார்.

பிராந்து, என் வீட்டுக்கு வந்த அந்த முதல் நாள் காலை, நான் சவரம் செய்துகொண்டு, எரிச்சலில் இருந்தேன். வாசலில் பிராந்துவின் தலை தெரிந்தது.

“யார்?” என்றேன்.

“நான் பிராந்து. எதிர்த்த ஆத்துல இருக்கிற உமாவோட தோப்பனார். அவ ஆத்தில் இல்லை. எங்கோ வெளியே போயிருக்கா...”

என் மனைவி வெளியே வந்து “வாங்க... வாங்க...” என்று வரவேற்று உபசரித்து, உள்ளே சோபாவில் அமர வைத்தாள். காபி கொணர்ந்து கொடுத்தாள்.

“காலைலே, ஆபீசுக்கு புறப்படறச்சே உங்களுக்கு தொந்தரவா இருக்கேனோ” என்று கேட்டார் பிராந்து.

“அதெல்லாம் ஒன்றும் இல்லை. அப்படியொன்றும் பத்து மணிக்கெல்லாம் போக வேண்டிய வேலையிலும் நான் இல்லை”

“சாருக்கு என்ன வேலை?”

“பத்திரிகையிலே வேலை...” என்று, நான் வேலை செய்கிற பத்திரிகையை சொன்னேன்.

“பெரிய பத்திரிகைன்னா அது”

“அப்படித்தான் சொல்றாங்க”

“அப்பப்போ கிடைக்கறச்சே பார்க்கிறதுதான். அதென்ன சார்... அரையும் குறையுமா பொம்பளைக் குழந்தைகளோட... படத்தையெல்லாம் போடறேளே, என்னத்துக்கு இந்த ரசாபாசம்? நல்ல சித்திரங்களைப் போடப்படாதா?

அவர் நியாயமான கேள்வியை நான் கேட்டுக்கொண்டேன்.

“பத்திரிகையைச் சொல்லி என்ன? எல்லா இடத்திலேயும் ரசாபாசம் அதிகமாயிடுச்சு. சினிமாவில், பெண்கள் துணியோட இருக்கிறாள் என்கிறதுதான் ஆறுதல். கதையில, சந்தைக் கடையில சாப்பாட்டுக் கடையில, மேடைப் பேச்சுல எல்லா இடத்திலேயும் ரசாபாசம், என்ன பண்ண? ரசம் கெட்டு, சுரணை கெட்டு, மனுஷா ஹீணப்பட்டுப் போயாச்சு... என்ன பண்ண...?”

அவரிடத்தில் எனக்கு சுவாரஸ்யம் இருந்தது.

“என்ன பண்ணறீங்க?”

“சமையல். முக்கியமான கல்யாணங்கள்ளே சமையல் பண்ணி போடறதுதான் தொழில்” என்றார்.

எங்கள் சம்பாஷணை சமையலில் தொடங்கி சங்கீதம்வரை நீண்டது. பிராந்துவின் கவலை எனக்குப் புலப்பட்டது. அவரது கவலை, தரம் தரமான விஷயங்களை அனுபவிக்கிறது என்கிற அவரது லட்சியம். வாழ்க்கையின் எல்லா தளங்களிலும் உயர்தரம்... இது எனக்கு உடன்பாடுதான். பேசிக்கொண்டிருக்கும்போதே, என் மனைவி வந்து, உமா திரும்பி விட்டாள் என்று சேதி சொன்னாள்.

“அப்போ... நான் உத்தரவு வாங்கிக்கறேன்”, என்றபடி அவர் கரம் கூப்பி நமஸ்காரம் செய்தார்.

“அடிக்கடி வாங்க” என்று நான் உள்ளபடியே கேட்டுக்கொண்டேன். என் மனைவியிடமும் உத்தரவு வாங்கிக்கொண்டு அவர் எதிர் வீட்டுக்கு சென்றார்.

பிராந்துவிடம் எனக்கு சிநேகம் இப்படித்தான் தொடங்கியது.

ஒருநாள் என்னைத் தேடி ஆபீசுக்கே வந்துவிட்டார் பிராந்து.

“வாங்க... க்ஷேம லாபமெல்லாம் எப்படி?” என்றேன்.

“பரம சவுக்யம். லோகத்துல மாதம் மும்மாரி மழை பொழியறது. ராஜா, மந்திரி மாரெல்லாம் செங்கோல் வளையாமே ராப்பகலா தேச காவல் பண்ணுகின்றனர். தேசத்தில் இருக்கப்பட்ட பொம்மனாட்டிகள் எல்லாம் ஆம்மனாட்டிகள் எல்லாம் கற்போடு ஜீவனம் பண்ணுகிறார்கள். அப்புறம், நமக்கென்ன குறைச்சல்?”

என் செயலாளராக இருக்கும் ஸ்டெல்லா, அவரை வினோதமாகப் பார்த்தாள்.

"எங்கே வீட்டுப் பக்கமே காணோம் என்கிறதுக்கு என்ன பதிலையே காணோம்.?"

"அதுவா... அது அற்ப விஷயம். நம்ம பொண்ணு அந்தப் பக்கமே வரவேண்டாம்னுட்டாள்"

சொந்த விஷயம் என்று ஸ்டெல்லா நகரவும், பிராந்து தொடர்ந்தார். "விஷயம் பெரிசா ஒன்றும் இல்லை சார்... இப்போ குடியிருக்கிற ஆத்துச் சொந்தக்காரர் வீட்டை காலி பண்ணச் சொல்றார். அவரோட மகன் வரப்போறானாம். நியாயம்தானே, அதனால வீடு பார்க்க வேண்டிய அவசரம் ஏற்பட்டுடுத்து... உமா வீட்லேயே, ஒரு போர்ஷன் இருக்குன்னு யாரோ சொன்னா... ரொம்ப சவுகர்யம்னா அது."

"குழந்தைகூடவே இருந்துடலாம் ஒத்தாசைக்கு ஒத்தாசையாவும் இருக்கும். அதுக்காகத்தான் அங்கே வந்தேன். எனக்கு முன்னமேயே யாரோ வந்து பார்த்துட்டு போனதா குழந்தை சொன்னா. எதுக்கும் விசாரிச்சு வைன்னு சொல்லிவிட்டு வந்துட்டேன். அதன் பிறகு அங்கே வர தோதுப்படவில்லை..."

"என்னண்டை சொல்லியிருந்தா முடிச்சிருப்பேனே. வாங்களேன், சாயங்காலம் வீட்டண்டை... பேசி முடிச்சிப்பிடுவோம்."

"அதுலதான் சிக்கல்"

"என்ன சிக்கல்?"

"குழந்தையோட மாமியார் வந்து இருக்காளாம். நான் அடிக்கடி அங்கே வர்றதும், போறதும் அவளுக்கு பிடிக்காது போயிடுமோன்னு குழந்தை பயப்படறா. அதுவும் நியாயம்தானே... அதனால..."

நான் வெட்டிக்கொண்டு சொன்னேன்.

"என்னய்யா நியாயம் இது? ஒருத்தர் தன் பெண்ணைப் பார்க்க வரக்கூடாதுன்னு சொல்றது எந்த தர்மத்துல சேர்த்தி? பையனோட அம்மா, பையனோடயே இருப்பாளாம். பொண்ணோட அப்பா வந்து போகக்கூட மாட்டாதாமா?"

"சாமிநாது சார்... நீங்க, அப்பாவோட கோணத்துல விஷயத்தை பார்க்கறேள். நான், பொண்ணோட கோணத்துல பார்க்கிறேன். குழந்தை ரொம்பவும் புதுச் சூழல்லே வாழ்க்கைப் பட்டிருக்கா..."

"என்ன புதுச்சூழல்?"

"குழந்தை உமா, காதல் கல்யாணம் பண்ணிண்டா சார். உங்களுக்குத் தெரிஞ்சிருக்காது. அவளோட வீட்டுக்காரர் பேர் சிராஜுதீன். எப்படியோ காதல் ஆரம்பிச்சுடுத்து. இரண்டு பேரும் யாருக்கும் சொல்லாமல் கல்யாணம் செய்துகிட்டாங்க. இப்ப ஒரு குழந்தை இருக்கு... ஒரு ஸ்திரி, ஒரு புருஷனை சினேகிக்கிறதும் கல்யாணம் பண்ணிக்கிறதும் என்ன தப்பு? காதல், சாதி, மதம், குலம், கோத்திரம் பார்த்து வர்றதா? இல்லையேன்னு

சொன்னேன். அது மாதிரி, வித்தியாசமான சூழ்நிலையிலே வாழ்ந்துண்டு இருக்கிற பொண்ணு. புக்ககத்தார், என்னமாவது நினைச்சுடப் படாதுன்னு பயப்படறா, நியாயம்தானே.?"

நான் மிகவும் நெகிழ்ந்து போயிருந்தேன்.

"பெரிய மனுஷர் சார் நீங்க. ரொம்ப ரொம்ப ஆரோக்கியமா இருக்கீங்க. உங்களை மாதிரி உங்க சம்சாரமும், சிராஜுதீனை மருமகனா ஏத்துக்கிட்டாங்களா?"

பிராந்து, சற்று நேரம் அமைதியாக இருந்தார். அப்புறம் சொன்னார். "அவளுக்கு சித்தப் பிரமை. உமா பிறந்த மறுவருஷம் அப்படி ஆயிடுச்சு. விதி, வேறென்ன காரணம் சொல்ல முடியும். காரணம் தெரியாததுக்கு அதுதானே காரணமா சொல்ல முடியும். அப்போ, தொழிலு ரொம்ப பிரமாதமா நடந்துண்டிருந்த நேரம். நெறைய செலவு பண்ணித்தான் பார்த்தேன். முடியவில்லை.

நான் பேசாமல் இருந்தேன். அவர் உடனே தொடர்ந்தார்.

"வீட்டுக்காரர் காலி பண்ணச் சொல்லிட்டார். அந்த நேரத்துல, நம்ம பொண்ணு இருக்கிற வீட்டிலேயே, ஒரு போர்ஷன் காலியா இருக்குன்னா, ரொம்ப சவுகர்யமா இருக்குமேன்னு தோணித்து"

"பொண்ணு வீட்டுல இல்லேன்னாலும், பக்கத்துல இருக்கலாமேன்னு ஒரு ஆசை. அவ்வளவுதான். என்னால என் குழந்தைக்கு ஒரு சிரமமும் வரப்படாது... வராது. சாமிநாது சார். நீங்க தயவு பண்ணி என் பொண்ணு குடியிருக்கிற வீட்டுக்காரரோடு பேசி, அந்த போர்ஷன் காலியா இருந்தா முடிச்சுத் தரணும்."

"இது ஒரு விஷயமா, கவலையை விடுங்கோ, வீட்டுக்காரர் கை நீட்டி யாரிட்டையும் அட்வான்ஸ் வாங்கிடலைன்னா, நீங்க அங்க வர்றீங்க."

"ரொம்ப நன்றி சாமிநாது சார்..."

எழுந்து செல்லும் மனிதரையே பார்த்துக்கொண்டிருந்தேன் நான்.

இருட்டிய பிறகுதான் வீடு திரும்ப முடிந்தது. சந்து திருப்பத்துக்கு முன்னால் இருக்கும் பெட்டிக் கடையில் சிகரெட் வாங்கும்போது, உமாவின் வீட்டுச் சொந்தக்காரரைப் பார்த்தேன். மாலை பத்திரிகை படித்துக்கொண்டு நின்றிருந்தார்.

"உங்களைத்தான் பார்க்கணும்னு இருந்தேன் சார்" என்று பேச்சைத் தொடங்கினேன்.

"பார்க்கும்படியாவா இருக்கேன் நான்?" என்றார் அந்த கிண்டல்காரர்.

"உங்க வீட்டுல ஒரு போர்ஷன் காலி இருக்குன்னு கேள்விப்பட்டேனே"

"இருக்கு"

"இன்னும் யாரும் அதை முடிச்சுடலையே"

"இல்லை. ஒருத்தர் வந்து பார்த்துட்டு வர்றேன்னார். இன்னும் வரலை. யாருக்கு பார்க்கிறாப்போல?"

“உமா இருக்கில்லியா, அவளோட அப்பா, அம்மாவுக்கு ரெண்டே பேர். பொண்ணு பார்வையில இருக்க ஆசைப்படறார் அந்த மனுஷன், அவளோட அப்பா”

“உமா ஒன்றும் சொல்லவே இல்லையே என்கிட்டே”

எனக்கு ஆச்சரியமாக இருந்தது.

“சரி சார்... நான் சொன்னதா வச்சுக்கிடுங்கோ. நாளை மறுநாள் அட்வான்ஸ் வாங்கிக்கிடுங்க.”

“சரி, நீங்க சொன்னா சரிதான்.”

நான் வீட்டுப்படி ஏறுகையில், உள்ளே என் மனைவியோடு உமா பேசிக்கொண்டிருந்தது தெரிந்தது.

“உமா... உங்க அப்பாவைப் பார்த்தேன் இன்னிக்கு.”

“ஓ” என்றாள் அவள்.

“உன் பக்கத்து போர்ஷன் வேணும்ங்கிறார், உன் அப்பா. ரொம்ப தனிமைல இருக்கிற மாதிரி உணருகிறார். உன் பக்கத்துல இருக்கணும்னு விரும்பறார் அவர்.”

அவள் எங்கோ பார்த்துக்கொண்டே சொன்னாள், “வேணாம். தொல்லை. பைத்தியத்தைக் கட்டிக்கிட்டு யார் மாரடிக்கிறது?”

“அப்பா உன்கூட இருக்கணும்னு...”

“அதெல்லாம் சாத்தியப்படுமா மாமா. என் மாமனார், மாமியார், என் வீட்டுக்காரர் என்னை மதிக்க வேண்டாமா? அச்சுப் பிச்சுன்னு என்னத்தையாவது பேசிண்டு இருக்குமே, அந்த கிழம்? திரும்பவும் அதைப் பார்த்தீங்கன்னா போர்ஷன் காலி இல்லை, விட்டாச்சுன்னு தட்டிக் கழிச்சிடுங்கோ...”

அவள் போய் விட்டாள்.

அடுத்த நாள் காலை, நான் அலுவலகம் செல்லும்போது எனக்காக, என் அறையில் காத்துக்கொண்டு அமர்ந்திருந்தார் பிராந்து. அது அவருடைய அவசரத்தைக் காட்டுவதாக இருந்தது. வெற்றிலை தாம்பூலத்தை கழுத்தை உயர்த்தி ரசித்தபடி, ‘நமஸ்காரம்’ என்றார் பிராந்து.

“வந்து ரொம்ப நாழி ஆச்சோ?”

“விடிகாலமே ஏழு மணிக்கெல்லாம் கிளம்பியாச்சு. வீட்டுக்காரர் ரொம்ப அவசரப்படுத்தறார் சார். குழந்தை வீட்டுக்கு பக்கத்து போர்ஷன்லே என்னிக்கு பால் காய்ச்சி குடி போகலாம்ன்னு.”

“அதுல சிக்கல், பிராந்து சார்”

“என்ன சிக்கல்.?”

“போர்ஷன் விட்டாச்சாம்.”

அவர் அமைதியானார்.

"பரவாயில்லை. நம் பிராப்தம் அப்படி! குழந்தையோட முகம் பார்க்கிற பிராப்தம் நமக்கு இல்லை. குழந்தையோட சிசுருஷையை அனுபவிக்கிற பாக்யம் அவ அம்மாக்கு இல்லை... விடுங்கோ..."

வெறித்துப் பார்த்துக்கொண்டிருந்தவர் வெற்றிலை போட ஆரம்பித்தார்.

"குழந்தை வருத்தப்பட்டிருப்பாளே..."

நான் சிரித்தேன்.

"அப்போ உத்தரவு வாங்கிக் கிடறேன்..."

"சரி... அடிக்கடி வாங்க."

"ஆகா... எனக்கு உறவுன்னு யார் இருக்கா? என் பொண், அப்புறம் நீங்க..."

"நமஸ்காரம்... நான் வர்றேன்" என்றபடி அவர் நடந்தார். திடுமென, பிராந்துவுக்கு வயதுகூடியது மாதிரி, சற்றே கூன் போட்டு நடந்தார்.

1995

எலி, எருமை, வராத மழை!

சிவபூஷணம், பால்பூத்துக்கு வந்தபோது, ஒரு நீண்ட வரிசையை அவர் காண நேர்ந்தது. அனுமார்வால். அந்த வாலின் குஞ்சம்போல் அவரும் அதில் சேர்ந்து நின்றுகொண்டார். தோராயமாக அவருக்கு முன்னால், முப்பது பேருக்கு மேல் நின்றிருந்தார்கள். இன்னைக்கு என்ன தனக்கு முன்னாடியே இத்தனை பேர்? அவருக்கு ஆச்சர்யம். சாதாரணமாக, காலை நேரங்களில் அவர் அங்கு வருகிறபோது ரெண்டு மூன்று பேரே நிற்பார்கள். தணிக்கை அலுவலகத்தில் அவருடன் பணி ஆற்றி ஓய்வு பெற்ற வெங்கட், பதினேழாவது பிளாக் சங்கரலிங்கம் இவர்களே நிற்பார்கள். பேசிக்கொண்டே பாலைப் பிடித்துக்கொண்டு, வந்தது தெரியாமல் திரும்புவதுதான் அவர் வழக்கம். இன்னிக்கு என்ன கேடு?

இருட்டு இன்னும் இருக்கவே செய்தது. சிவம், தூங்கிப் போய் விடவில்லை. அலாரம் வைத்துக்கொண்டு அவர் படுப்பதில்லை. அவரே ஒரு அலாரம். சரியாக ஐந்து மணிக்கு உறக்கம் கலைந்து அவர் எழுந்து விடுவார். ஐந்து மணி என்றால், ஐந்து மணிதான். அது நான்கு ஐம்பத்தொன்பதாகவோ, ஐந்து ஒன்றாகக்கூட இருப்பதில்லை. அவர் உடம்பும், புத்தியும் அப்படி அத்துப்படி ஆகி இருந்தன. இன்றுகூட, சரியாக ஐந்துக்குத்தான் எழுந்தார். ரெண்டு நிமிஷம், படுக்கையில் அமர்ந்தபடியே, “ஏறு மயில் ஏறு”வை முணு முணுத்துக்கொண்டார். எழுந்து, அனுமானத்தில், இருட்டிலேயே நடந்து மேசை மேலிருந்த பால் தூக்கை எடுத்துக்கொண்டார். சில்லறை காசுகளையும் இடுப்பு வேஷ்டியில் முடிந்துகொண்டார். சத்தம் இல்லாமல் கதவைத் திறந்துகொண்டு சத்தம் இல்லாமல் மூடிவிட்டுத் தெருவில் இறங்கினார். வீடுகளின் வாசல்களில் வேட்டை நாய் மாதிரி, இருட்டு கட்டிக் கிடந்தது. நித்தம் நித்தம் பார்க்கிற காட்சிதான். அவர் தூங்கி எழும்போதெல்லாம, உலகம் தூங்கிக்கொண்டிருக்கும். சமயங்களில் அது,

அவருக்குச் சந்தோஷம் தருகிற எண்ணமாகக்கூட இருக்கும். உறங்கி விழிகிற உலகத்தின் முன், உறங்காத கர்மஞானிதான் என்கிற சந்தோஷம் இன்று, காலையில்கூட, அந்தச் சந்தோஷம் அவருக்கு ஏற்பட்டது. இது போன்ற சன்னதம் அவருக்கு ஏற்படும்போதெல்லாம், காலைத் தரையில் உதைத்துக்கொண்டு, கர்வம் மேலோங்க நடப்பார், நடந்தார். சத்தம் கேட்டு, எதிர் வீட்டுச் சாக்கடையிலிருந்து எலி ஒன்று பயந்து போய், திடுமெனத் தெருவைக் கடந்து, அவருக்குக் கர்வபங்கத்தை ஏற்படுத்தியது. சிவபூஷணம் திடுக்கிட்டுத் தாவிக் குதித்தார். தாவலில், எலியை மிதிக்காததுதான் குறை. என்ன, எழவு இது? எலி என்கிற பிராணியை, ராத்திரியில் உறங்காத, தெருவில் குறுக்கும் நெடுக்குமாக ஓடிக்கொண்டிருக்கும் ஜென்மாக்களை பகவான் என்னத்துக்குப் படைத்தார்? தமோ குணம் மேலோங்கி இருந்த ஒரு கணத்தில், இந்த அசூசைப் பிராணிகளைப் படைத்துப் போட்டிருப்பானோ, அவன்? உடனடியாக உள்ளுக்குள் இருந்து ஒரு எச்சரிக்கைக் குரல் எழுந்தது. கடவுளைப் பழிப்பதாவது? ஒரு பெரிய இரும்புச் சட்டியும், அது நிறைய சூடேறிப் போன எண்ணெயும், அதில் அவரைத் தூக்கி போடக் காத்திருக்கும் கிங்கரனும் என்று நரகக் காட்சி ஒன்று அவர் மனக்கண்ணில் விரிந்தது. நாத்தழும்பேறிய நாஸ்திகர்களுக்கான தண்டனை அது. கிலி அடித்துப் போனார், சிவம். பரபரவென்று தனக்குள் "சிவசிவ" என்றும், பஞ் சாட்சரத்தை ஓதியும், சிவபெருமானின் பேரேட்டில், தவறுதலாகப் பதிந்து போன சிவதூஷணையைப் பக்தி அழிப்பினால் அழித்துத் திருத்த முயன்றார்.

பால்பூத் வந்து சேர்கிறபோது, நீண்டிருந்த, என்றைக்கும் இல்லாத வரிசை, நிச்சயமாய், கடவுள் அளிக்கிற தண்டனை என்று எண்ணிக்கொண்டார்.

நின்ற இடத்தில் இருந்து, தலையை நீட்டி, முன்னால் நிற்கிறவர்களை ஆராய முற்பட்டார். வெங்கட், மூன்றாவது ஆளாக நின்றிருந்தார், என்று நம்பினார். இருள் முற்றும் விலகிவிடவில்லை. கருமுடிக்குள் இழையோடிய நரைமுடியென, சற்றே வெளுத்திருந்தது வைகறை. எதிரில் இருந்த மனிதர், வெற்று உடம்போடு இருந்தார். அவரின் முதுகுக்குப் பின் நிற்பது, கரும் பலகைக்கு முன் நிற்பதுபோல் தெரிந்தது. காலை நேரத்து உடம்பு, பச்சை வாசனையோடுகூட இருந்தது. தலையை, இடதுபுறமாகத் திருப்பினார். அறியாமையின் உருவமே போன்று, ஒரு எருமை, தன் நீண்ட கொம்புகளோடு தீனிமென்றுகொண்டிருந்தது. குளிர்மையான காற்றை வாங்கிக்கொண்டு, அந்த உருவத்தை வேடிக்கை பார்த்தார் சிவம். நெற்குதிர் மாதிரி மழை பெய்த தாரோட்டின் நிறம், பித்தளைப் போணி மாதிரி பால்மடி. கட்டை விரல் காம்பு. சிவம் வெகு பக்கத்தில் இருந்த எருமையை வாழ்வில் முதல் முறையாகப் பார்ப்பதுபோல அகலக் கண்கொண்டு பார்த்தார். எல்லாம் சரிதான், ஆனால், எருமை மூத்திரம் பெய்யாதவரை ரசிக்கத் தக்கதாகத்தான் இருக்கிறது. சிவம், அதைப் பார்த்துக்கொண்டிருக்கும்போதே, அந்தப் படிக்காத மிருகம், இவர் பக்கமாகத் திரும்பி, "லொட லொட" என்று பெரும் சத்தத்துடன், "மழைத் தாரை மாடியில் இருந்து விழுந்தால் அன்ன" மூத்திரம் பெய்தது. கணிசமான பகுதி இவர் கால், தொடை மற்றும் வேஷ்டியையும் நனைத்து விட்டது. "ஈஸ்வரா" என்றபடி சிவம், வரிசையை விட்டுத் தாண்டி, வெளியே வந்து நின்றார். என்ன சோதனை இது? காலையில் இருந்து,

எலியும் எருமையுமா அவருக்கு ஹிம்சை தருவது? வேஷ்டியை இடது கையால், கீழ்ப் பகுதியில் பிழிந்து விட்டுக்கொண்டார்.

"கர்மம் கர்மம்" என்று தலையில் அடித்துக்கொள்ளாத குறையாக அலுத்துக்கொண்டு, மீண்டும் அவரிடத்தில் வந்து நின்றுகொண்டார்.

வரிசை அநியாயத்துக்கு நீண்டுகொண்டிருப்பதாய் அவருக்குப் பட்டது. உலகில், எலிகளும், எருமைகளும், அவருக்கு முன்னதாகவே வந்து வரிசையில் நின்றுகொண்ட மனிதர்களும் ஏதோ சொல்லி வைத்துக்கொண்டு அவருக்கு எதிராக இயங்குவதாக அவருக்குப் பட்டது. கால் கடுப்பதாக அவர் உணர்ந்தார். ரொம்ப நேரத்துக்கு முன்னரே, வெங்கட், பாலை வாங்கிக்கொண்டு, இவரையும் பார்த்து, "என்ன ஓய், இன்னைக்கு லேட்? தூங்கிட்டீராக்கும்?" என்றபடி, பதிலுக்கும் காத்திராமல் போய்ச் சேர்ந்தார். இன்னேரம் வீட்டில் நிம்மதியாக, காலை நேரத்தை அனுபவித்த படியே காபி சாப்பிடுபவராய் இருக்கும்.

அவர் முறை வந்தது. இடுப்பில் முடிந்திருந்த சில்லறைகளை எடுத்துக்கொண்டு பாத்திரத்தை இடது கையில் பிடித்துக்கொண்டார். முன்னால் இருந்தவர் நகரவும், இவர் அவருடைய இடத்துக்குப் போகும் நேரத்தில்தான் அந்த உற்பாதம் நிகழ்ந்தது. எங்கிருந்தோ, ஒரு பலமான கை, அவரைப் பின்னுக்குத் தள்ளியது. தள்ளப்பட்ட வேகத்தில் அவர் விழ இருந்தார். ஈசன் செயல் அவ்வாறு நிகழவில்லை. ஓர் இளைஞன் பால் பிடித்துக்கொண்டான். அவனைத் தொடர்ந்து, இன்னும் சிலர், அவரை மேலும் பின்னுக்குத் தள்ளி, முன்னேறினார்கள். சிவம், அனேகமாக, வரிசையின் கடைசிப் பகுதிக்கே வந்து நின்றார். இந்த அலைக் கழிப்பில் அவர் கையில் இருந்த சில்லறை தவறிக் கீழே விழுந்தது திடுக்கிட்டு, அவற்றைப் பொறுக்கினார். தன்னைப் பின்னுக்குத் தள்ளியவனை ஆக்ரோஷமாக அவர் பார்த்தார். அவன் ஒரு ரௌடியைப்போல அவருக்குத் தோன்றினான். ஓங்கி, ஓர் அறை வைக்க வேண்டும் என்று நினைத்து, அவனை நோக்கி ஓர் அடி முன் வைத்தார்.

மனிதர்கள் நினைத்ததை எல்லாம் செய்ய முடியாது. ஏன் முடியாது எனில், காரணங்கள் இவை.

அ. சிவபூஷணம் பிறந்த பின், நாற்பது ஆண்டுகள் கழித்து மண்ணுக்கு வந்தவன் அவன்.

ஆ. நன்கு முறுக்கிவிடப்பட்ட மீசை வம்புக்குத் "தயார் தயார்" என்று சவால் விட்டது

இ. கட் பனியன் அணிந்திருந்த, அவனின் பலம், தோள், புஜம், மார்பு முதலான பல பகுதியில் வெளிப்பட்டது.

ஈ. அறுபத்திரண்டு வயதில், சிவபூஷணம் அடிதடியில் இறங்கி, பால்பூத்தில் கலாட்டா செய்தார் என்கிற அவப் பெயர் வந்தால், அவருடைய மருமகள்கள் என்ன நினைக்க மாட்டார்கள்?

எந்த வகையில் பார்த்தாலும் அவரை ஹிம்சைக்கு உள்ளாக்கியவனை, அவர் அறையவோ, மோதவோ முடியாது என்கிற யதார்த்தம், அவருக்குத் தெள்ளென விளங்கவே, பொருமிய மனத்தோடு வரிசையில் போய் சாதுவாக

நின்றுகொண்டார். இவ்வளவு ரகளைக்கும் காரணமான அவனோ, தூக்கிக் கட்டின கைலி வழி பிதுங்கும் துடைச் சதையை வெளிக் காட்டியபடி, சிவபூஷணம் என்கிற பிரகிதி இந்த மண்ணுலகிலேயே தோன்றவில்லை என்கிற பாவத்தோடு வெகு அலட்சியமாக நடந்தான். அவன் தன்னைக் கடக்கையில், அவனை ஓரக் கண்ணில் பார்த்த சிவபூஷணம், அவன் தன்னைக் கடந்து போனபின், அவன் வெகு தூரம் போய்விட்டான் என்பதை நிச்சயம் செய்துகொண்டு, காறித் "தூ" என்று துப்பினார். வரிசையில் இருந்த பலர் அவரை இரக்கம் தோன்றப் பார்த்து, அவரை மேலும் இம்சித்தார்கள். எங்கிருந்தோ பதினேழாம் பிளாக் சங்கரலிங்கம் பால் பாத்திரத்தோடு அவர் முன் தோன்றி, "நாட்டில் ரௌடித்தனம் அதிகமாயிடுச்சு... காலிகள், முரட்டு முட்டாள்களின் அராஜகம் நடக்கிறது. நாம் கிழங்கள் என்ன பண்ண!" என்றார் ஆறுதலாக.

தெருத் திருப்பத்திலேயே வீட்டு வாசலில், அவர் சகதர்மணி நிற்பதைப் பார்த்தார். அவரைத்தான் எதிர்பார்த்துக்கொண்டு நின்றாள் என்பது அவருக்குத் தெரிந்தது. அவள் அருகில் சென்றதும், நடந்ததைச் சொல்ல அவர் துடித்தார். எதையும், அவள் கேட்கும் நிலையில் இல்லை.

"என்ன இத்தனை தாமதம்? நல்லா தூங்கிட்டீங்களாக்கும். சங்கர் எழுந்து, காபி இல்லையான்னு நாலு வாட்டி கேட்டுட்டான்..." என்று அவர் கையிலிருந்த பாத்திரத்தைப் பிடுங்கினாள் அவள்.

"இன்னிக்கு பெரிய ரகளை..." என்று தொடங்கினார் சிவபூஷணம். இவர் பேச்சை, அவள் கேட்கத் தயார் இல்லை. அடுக்களைக்குள் சென்று மறைந்தாள். களைப்பு தீர திண்ணையில் அமர்ந்துகொண்டார்.

"போச்சு... எல்லாம் போச்சு... மரியாதை ஒழுங்கு, கட்டுப்பாடு, முதியோர்களுக்கு சௌகரியம் பண்ணுதல், சக மனுஷனை மதித்தல் எல்லாம் போச்சு. என்ன படிக்கிறார்கள் இவர்கள்? என்ன அதிகாரம் நடக்கிறது, இங்கே? தலைக்குத் தலை நாட்டாண்மையா?" என்று தனக்குள்ளே பொருமிக்கொண்டார். உடம்பு, திடுமென்று ரொம்ப உஷ்ணமானதுபோல இருந்தது. ஸ்நானம் பண்ண வேண்டும். போய்க் குளித்தார். விபூதியைக் குழைத்து, நெற்றி, மார்பு, புஜம் கை என்று வழக்கம்போலத் தரித்துக்கொண்டார். பூஜை அறைக்குள் நுழைந்து, மணைப் பலகையில் அமர்ந்தார். மந்திரம் சொல்ல முடியவில்லை. மூடிய கண்களுக்குள், முறுக்கிய மீசையே வந்து நின்றது.

சிவபூஷணம் உணவு உண்ண அமர்ந்தார். அவர் சாப்பிட்டு முடிக்கும் வரைக்கும் அவர் மனைவி, அவருக்கு முன் இருக்க வேண்டிய நிர்ப்பந்தம் இருந்தது. இதையே வாய்ப்பாகப் பயன்படுத்திக்கொண்டு, சிவம், காலையில் தனக்கு ஏற்பட்டதைச் சொன்னார். கூடுமானவரை, தன்பால் இரக்கம் தோன்றுமாறு கதையைச் சொன்னார். எல்லாவற்றையும் அமைதியாக கேட்டுக்கொண்டு இருந்து விட்டு, அந்த அம்மாள் சொன்னாள்.

"இந்த வயசில போய் உங்களுக்கு என்னத்துக்கு வம்பு தும்பு எல்லாம்? பால் வாங்கப் போனமா, வந்தமான்னு இருக்காமே, என்னத்துக்கு காலித்தனம்

எல்லாம் விலைக்கு வாங்கறது? அவன் ரெண்டு தட்டு தட்டினா, நீங்க தாரவாந்து போயிடுவீங்க... வயசான காலத்துல என்னத்துக்கு இந்தச் சில்லுண்டித்தனம்?"

சிவத்துக்கு உடம்பெல்லாம் எரிந்தது.

"நானா வம்புக்குப் போறேன்? சில்லுண்டித்தனம் பண்றேன்?" என்றார்.

"எனக்கென்ன தெரியும்? அந்தக் காலி உங்களை மடக்கிட்டு ரெண்டு போடு போட்டான்னா, அப்போ தெரியும் உங்க வீம்பு"

சிவம், கையை உதறிக்கொண்டு எழுந்தார்.

"மோர்?" என்றாள் அந்த அம்மாள். கையைக் கழுவிக்கொண்டு, தெருவில் இறங்கினார். தெரு காலை வெயிலில் பற்றி எரிந்தது. தெருவுக்கு இரண்டு சாரியிலும் இருக்கிற வீடுகளில் எல்லாம், எலிகள், எருமைகள், முறுக்கு மீசையும், முண்டா பனியனும் அணிந்த ரௌடிகள் மற்றும் மனுசர் பேசுவதைப் புரிந்து கொள்ளாத மனைவிமார்கள் என்னும் ஜடங்கள் ஆகியோர் வாழ்கிறார்களோ என்கிற ரீதியில் அவர் சிந்தனை ஓடியது. அரசமரத்தடி, பிள்ளையார் வட்டம், அல்லிக்குளம் எல்லாவற்றையும் கடந்து அவரது நெடுநாள் சிநேகிதரான வெங்கட்டைப் பார்க்க நடந்தார். வெங்கட் சாப்பிட்டு முடித்து தாம்பூலம் தரித்தவராக, "பால்கனியில்" அமர்ந்து பேப்பர் படித்துக்கொண்டிருந்தார்.

"வாடா சிவம்" என்றார் வெங்கட். வெற்றிலையைத் துப்பி விட்டு வந்தவர், சிவத்தின் முகத்தைப் பார்த்தார்.

"என்ன சொரத்தே இல்லை, என்ன சமாசாரம்? ஆத்துக்காரி ஏதாச்சும் சண்டை பிடிச்சாளோ?"

சிவர், காலையில் நிகழ்ந்த சமாசாரங்களைச் சொன்னார். எல்லாவற்றையும், அமைதியாகக் கேட்டுகொண்டிருந்து விட்டு, வெங்கட் கேட்டார்.

"அந்தப் பய எப்படி இருந்தான்னு சொல்றே? கட் பனியனும், லுங்கியும், முறுக்கிய மீசையுமா?"

"அவனேதான்"

"அந்த பேமானியைச் சும்மாவா விட்டே? ரெண்டு வைக்கிறதுக்கு என்ன? எனக்கு அந்த ரௌடியைத் தெரியும். சோடாக் காளின்னு பேர் அவனுக்கு. இந்த ஜில்லாவிலேயே பெரிய சோதான்னா அவன். அவனா உன்னண்டை வாலாட்டினான்.? அந்த படுவாப் பயலை என்னத்துக்கு சும்மா விட்டே. அங்கேயே செருப்பைக் கழற்றி நாலு சாத்து சாத்தறதுக்கு என்ன? அடடா, அவன் நல்ல நேரம் நான் இல்லியே அந்த நேரத்துல. இருந்திருந்தா, அவன் முழுசா வீடு போயிருப்பானா ராஸ்கோல்"

சிவத்துக்கு, ஆற்றலும், தைரியமும் வந்ததுபோல் இருந்தது. சிவம் சொன்னார்.

"நானும் நாலு சாத்து சாத்தலாம்னுதான் இருந்தேன். நிமிர்ந்து பார்க்கிறேன். அந்த பேமானி ஓடிக்கிட்டு இருக்கான். சரி ஓடுகிற கோழையை என்னத்துக்குத் துரத்தணும்னு நான் கம்முன்னு இருந்துட்டேன்..."

வெங்கட், தன் வெற்றிலைப் பெட்டியைத் திறந்தார். அது ஆட்டம் முடிந்த நாடகக் கொட்டாய் மாதிரி இருந்தது.

"பச்... சரி வாரும், வெற்றிலை சீவல் வாங்கிட்டு வருவோம்..."

அவர்கள், தெருவுக்கு வந்தார்கள். வெங்கட் சொன்னார்.

"தோ பாருடா சிவம், தீமைகள் எதனால் வளர்றதுன்னு நினைக்கிறாய். தீயவர்களை எதிர்த்து நாம் நிக்கறது இல்லை. ஒதுங்கி விடுகிறோம். அயோக்கியதை, அதர்மத்தைக் கண்ட மாத்திரத்தில் அதைக் கிள்ளி எறியணும். இல்லைன்னா, அதர்மம் என்கிற முள் மரம்தான் தழைக்கும்"

சிவத்துக்கு உள்ளபடியே, அவர் நடந்து செல்கிற குண்டும் குழியுமான நகரசைப் தெரு, குருக்ஷேத்ரமாக மாறியது. வெங்கட்டே கிருஷ்ணன், சிவமே அர்ச்சுனன்.

பகவான் கிருஷ்ணர் ஆணை இடுகிறார். "சிவபூஷணம் வீரம் கொள். உறவு, நட்பு என்கிற அஞ்ஞானத்தை விடு. எடு ஆயுதத்தை. அழி சோடாக் காளியை..." புல்லரித்தது சிவத்துக்கு. அவர்கள் வெற்றிலைப் பாக்குக் கடைக்கு வந்துவிட்டிருந்தார்கள். வெங்கட்டைக் கண்டதும், கடைக்காரர், பழக்கம் காரணமாக வெற்றிலைச் சீவல் பொட்டலம் கட்டத் தொடங்கினார். அர்ச்சுனன் ஆவேசம் அடங்காத சிவம் சொன்னார்.

"வெங்கட்டு, அந்த சோமாறிப் பயல், எப்போ என் முன்னே வந்தாலும் என் சோட்டைக் கழற்றி அடிக்கலைன்னா, நான் சிவம் இல்லை. பார்த்துக்கோ..."

எதிர்பாராத நபரிடம் இருந்தும், எதிர்பாராத நேரத்திலும் வந்த இந்த அறைக்கூவல், பொட்டலம் கட்டிக்கொண்டிருந்த கடைக்காரருக்குப் பெரிய அதிர்ச்சியைத் தந்தது.

"சாமி... யாரை?" என்றார் கடைக்காரர்.

"அந்த சோடாபாட்டிலோ, பிராந்தி பாட்டிலோ, காளின்னு ஒரு ரௌடி இருக்கானில்லையா, அந்த பேமானியை..."

கடைக்காரர் முகத்தில் கவலை, பயம் போன்ற குறிகள் தோன்றின.

"என்னத்துக்குப் போயி அவன் கிட்ட வம்பு?" என்ற கடைக்காரருக்கு, வெங்கட் சம்பவத்தை விளக்கினார். சொல்லி முடித்ததும், சன்னதம் அடங்காதவராகச் சிவம் உறுமினார்.

"இது என்ன மனுஷர் இல்லாத காடா? ஊர்ணா, சில ஒழுங்கு, முறை இருக்க வேணாமோ? நமக்கு எதுக்கு வம்புன்னு ஒதுங்கிப் போறதாலதான், இந்தப் பாம்புக் குட்டிகள் படம் எடுத்து ஆடுது. அந்தப் பாம்புக்கும், தடி ஒண்ணு இருக்குன்னு அவனுக்கு உணர்த்த வேண்டுமோ, இல்லையோ! ஒன்று இப்போ சொல்றேன். அதோ எரிஞ்சுக்கிட்டு போறானே, திகுதிகுன்னு அந்த சூரியன் சாட்சியா சொல்றேன், அந்த ரௌடிப் பயலை, எங்கே பார்த்தாலும் என்னடான்னு நாலு வார்த்தை கேட்டு, நாலு அறை விட்டாதான், என் மனசு ஆறும். எனக்காக இல்லை. லோக க்ஷேமத்துக்காக..."

வெங்கட், தான் வெகு நேரமாக, அமைதியாக இருப்பதை உணர்ந்தவராக முத்தாய்ப்பு மாதிரி தம் கருத்தைச் சொன்னார்.

அக்ரமங்கள், அநீதிகள் பெருகுகிற காலம் வந்தா பகவான் வருவதாகச் சொன்னாரில்லையா கலிகாலத்து பகவான் வரமாட்டார். சிவம் மாதிரி, என் மாதிரி மனுஷர்களால்தான் அநீதிகள் அழிக்கப்படணும். என்ன பண்றது?" என்று அந்த மேலான பொறுப்பின் கனம் தோளில் அழுத்திக்கொண்டிருக்கிற தொனியில் பேசினார் வெங்கட்.

வெங்கட்டின் வீட்டிலிருந்து திரும்பிக்கொண்டிருந்தார் சிவம். சற்று நேரத்துக்கு முன், வெங்கட் வெற்றிலை பாக்கு வாங்கிய கடையைக் கடந்துதான் அவர் வீடு திரும்பியாக வேண்டும். கடையை எதேச்சையாகப் பார்த்தார். "திக்"கென்றது. சோடாக் காளியும் கடைக்காரரும் பேசிக்கொண்டிருந்தார்கள். கடைக்காரர் மற்றும் காளியின் பார்வை வட்டத்துக்குள் விழுகிற தூரத்திலேதான் அவர் இருந்தார். பார்த்ததும் பார்க்காதது மாதிரி சிவம், அவர்களைப் பார்த்தார். கடைக்காரர் அவரைச் சுட்டிக்காட்டி ஏதோ சொல்வது மாதிரி இருந்தது. அவர் நடையை எட்டிப் போட்டார். ஏதோ நகரத் தயாராக இருக்கும் பஸ்ஸைப் பிடிக்கப் போகிறவர்போல அவர் அவசரமாக நடந்தார்.

"ஓய்" என்று அதட்டுகிற குரல் கேட்பது மாதிரி இருந்தது. சே வெறும் மனப் பிராந்திதான். எந்த நேரமும் காளி அவரை எட்டிப் பிடிப்பான் என்பது மாதிரி. இந்தக் கன்னத்திலும், அந்தக் கன்னத்திலும் நாலு அறை வைப்பான் என்பது மாதிரி அவர் எதிர்பார்த்தார். "என்னடா சொன்னாய்" என்று கேட்பானோ? "அநியாயத்தையும் அதர்மத்தையும் அழிக்க அவதாரம் எடுத்திருக்கிறாயாமே! எங்கே அழி" என்று சொல்லி முண்டா தட்டுவானோ?

எத்தனைச் சீக்கிரமாக அவர் வீடு வந்து சேர்ந்தார்! அவருக்கு மூச்சு இரைத்தது. வியர்த்துப் போயிற்று. திண்ணையில் சாய்ந்துகொண்டு அமர்ந்தார். தாகம் தொண்டையை வறளச் செய்திருந்தது.

"யார் அங்கே?" என்றார். பதில் இல்லை. கிழவி உறங்கிப் போயிருப்பாள். பாவம். தள்ளாத வயசு என்று நினைத்துக்கொண்டார். காளி அவரைத் தேடி வீட்டுக்கே வந்து விடுவானோ என்றும் நினைத்தார்.

"சிவமா, சவமா, எவன்டா அவன், என்னை அறைகிறேன் என்றது?" என்றால் என்ன செய்வது? பகீரென்றது. எல்லாம், இந்த வெங்கட்டால் வந்த வினை. அவன் தட்டிவிட்டாவிட்டால், நான் பேசி இருப்பேனா? ஏதோ, சிவபூஷணமா தங்கமான மனுஷனாச்சே, தான் உண்டு, தன் ஜோலி உண்டுன்னு அல்லவா இருப்பார் என்று இத்தனை வருஷம் இருந்துவிட்டு, காலம் போன காலத்தில், ஒரு ரௌடியிடம் அடிவாங்கி அழியறதாவது."

அவர் மனம் அலை பாய்ந்தது. காளி, வந்து விட்டால், என்ன சொல்றது.?

"வா தம்பி... உட்காரு... என்ன நடந்துச்சி தெரியுமோ காலைலே, எனக்கு ஏதோ அவசரம், பல ஜோலி இருக்கும் உனக்கு. எனக்குத் தெரியுமே அதனாலதான், எனக்கு முந்தி பாலை வாங்கிட்டுப் போயிட்டே... இதுல என்ன தப்பு. தப்பே இல்லை. இதைப் போயி, எந்த கோள் சொல்லியோ வெங்கட்டுகிட்டே ஓதி இருக்கு. அந்த வெறும் பயலும் அதைப் பெரிசா எடுத்துக்கிட்டு, என்னடா சங்கதின்னு கேட்டான். அது ஒண்ணுமில்லை. நம்ம தம்பிக்கும் எனக்கும் சம்பந்தப்பட்ட விவகாரம். எனக்கு என்னத்துக்கடா இந்தப் பிரச்சினைன்னு சொல்லிட்டேன். அத்தோட அது தீர்ந்து போச்சு.

அப்புறம் மகாபாரதக் கதை பேசிக்கிட்டோம். கிருஷ்ணன், அர்ச்சுனன்னு என்னவோ உளறிக்கிட்டு இருந்தான். நான் புறப்பட்டு வந்துட்டேன். என்ன தம்பி பிரச்சினை"— இப்படியாகத் திருப்பி விடுவது என்று யோசனை செய்தார். சிவம். தன் சாதுர்யத்தை நினைத்து, தானே மகிழ்ந்துகொண்டார். ஆனால், அவருடைய அந்தராத்மா அவரை அமைதியாக இருக்கவிடவில்லை.

"சரி, என்னை அறையப் போவதாகச் சொன்னீராமே! அந்தச் சோமாறிப் பயல் என் முன்னே வந்தால், சோட்டைக் கழற்றி அடிப்பேன்னு சொன்னீராமே... எங்கே அடியுமேன் பார்க்கலாம்..." என்று காளி, சண்டி பிடித்தால் என்ன செய்வாய் என்று கேட்டது அந்தராத்மா.

"அட கண்றாவியே! உன்னை இல்லைப்பா... (இந்த இடத்தில் சிரிக்க வேண்டும்) நான் ஒருத்தன்... சுத்த அசடாட்டம், பாண்டவாளுக்கு இத்தனை அவஸ்தை கொடுத்த துரியோதனப் பயலை அல்லவா அடிப்பேன்னு சொன்னேன்... என்ன காபி, டீ எது சாப்பிடறே...? — இப்படியாகப் பேசிச் சமாளிப்பது என்று முடிவு பண்ணிக்கொண்டார்.

சிவத்தின் நடவடிக்கை, அவர் மனைவிக்கு மிகவும் வித்தியாசமாக இருந்தது. என்னமோ, பேய் அறைந்தது மாதிரி இருந்தார். சாப்பாடு வேணாம் என்றார். செரிக்கவில்லை என்று காரணம் சொன்னார். அடிக்கடி வியர்வையை ஒற்றி எடுத்தார். மாலை, மயங்கிக்கொண்டு வந்தது. தினம், காப்பிக்குப் பிறகு, வெங்கட்டுடன் நடப்பது என்கிற பழக்கத்தை முன்னிட்டுப் புறப்பட்டார். வீதியில் எங்காவது ஒரு இடத்தில் காளி வெளிப்படுவானோ என்று இருந்தது. வெங்கட் உடன் இருந்தால், பிரச்சினை இல்லாமல் போகும். இரு சாரியிலும் மரங்கள் வளர்க்க முயற்சித்துக்கொண்டிருந்த அரசு. ஆடுகள், மேய்ந்துகொண்டிருந்தன. மனுஷ வாழ்க்கைக்கு எத்தனை எதிரிகள்! முதலில் எலி, அப்புறம் எருமை, அப்புறம் காளி, அப்புறம் ஆடு, பெட்டிக் கடையைக் கடக்கையில் அங்கு யாரும் இல்லாமல் இருந்தது மிக்க ஆறுதலாக இருந்தது. வெங்கட் வீட்டை அடைந்து அவருடன் உலாவப் புறப்படுகையில், மனம் நிம்மதி அடைந்தார் சிவம். உலாவல் என்பது கற்பகாம்பாள் கோயில் தொடங்கி அண்ணா சிலை வரை. அப்படியே புல்தரையில் கொஞ்ச நேரம் உட்கார்ந்து பேசல். அப்புறம் புறப்பட்டு வீடு திரும்பல், வெங்கட்டுக்குக் கொஞ்சம் நாளாக மூல பௌத்ரம் வந்து சிரமப்படுத்திக்கொண்டிருக்கிற விஷயம் தொடங்கி, மாகமகக் கோரம் வரையில் பேசிப் பகிர்ந்துகொண்டு அவர்கள் வந்துகொண்டிருந்தார்கள். குழந்தைகள் பூங்கா அருகில், இருவரும் பிரிய வேண்டும். இருட்டு கவிந்து விட்டிருந்தது. வளர்ப்பு நாய்க்குட்டி மாதிரி, இருள் அவர்களையும் உரசிக்கொண்டிருந்தது. பூங்காவில் இருந்து, கடைத்தெரு இரு சாரியிலும் கடைகள் ஒளி வெள்ளமாகப் பாயும் வீதி. பூங்கா மதிலுக்கு அருகில் நின்றுகொண்டார்கள்.

"அப்புறம்... நாளைக் காலையில் சீக்கிரமே வந்துடு... நானும் வந்துடுவேன்... நாளைக்கும் அந்த காளி பேமானி வந்தான்னு வச்சுக்கோ, சட்னிதான் அவன்..." என்றார் வெங்கட் சிரித்துக்கொண்டு. அந்தக் கணம்தான்... அதே நேரம்தான்... பூங்காவின் உள்ளே இருந்து, காளியும் போலீஸ்காரன் ஒருவனும் வெளிவந்தார்கள். அனேகமாக, வெங்கட் சொன்னதை அவர்கள் கேட்காமல்

இருக்க முடியாது. வந்தவர்கள், அவர்களுக்கு அருகிலேயே நின்றார்கள். காளி, சட்டை போட்டுக்கொண்டிருந்தான். கைலி மட்டும் அதேதான். அப்படியே ஓடலாமா என்று இருந்தது, சிவத்துக்கு. வெங்கட்டும் அதே உணர்வில்தான் இருந்தார். அவசரமாக "அப்போ நான் புறப்படறேன்" என்றபடி, பதிலையும் எதிர்பார்க்காமல், அவர் விடுவிடு என நடந்தார். தன்னந்தனியாக நின்ற சிவம் உடம்பு ஒடுங்க, ஓர் அடி எடுத்து வைத்தார்.

"யாரது... கொஞ்சம் நில்லு" என்றான் காளி. பாதி உயிர் போனவராக நின்றார் சிவம். அதற்குள், போலீஸ்காரனாக இருந்தவன், "அப்ப சரி காளி, நான் புறப்படறேன். மறந்துடாதே. உன்னை நம்பித்தான் பொண்ணு சடங்கை ஏற்பாடு பண்ணி இருக்கேன்... கை விட்டுறாதே..." என்றான் காளி அதற்கு, "நீ போப்பா... நான் பார்த்துக்கிடறேன். நீ கவலைப்படாதே..." என்றான்.

நின்றுகொண்டிருந்த, சிவம் பிரக்ஞை இழக்கும் நிலையில் இருந்தார். காளியைப் பார்த்து நட்பு தோன்றும் படியாகச் சிரித்தார். காளி இவர் அருகில் வந்தான்.

"வெங்கட்தான் அப்படிச் சொன்னான்... நானில்லை..." என்றார் சிவம். காளி குழப்பம்கொண்டவனாக, "தீப்பெட்டி இருக்கா, பெரியவரே..." என்றான்.

"ஹி... ஹி... இல்லை. நமக்கு அந்தப் பழக்கம் இல்லை. இருங்க... நான் போயி வாங்கி வரட்டுமா?" என்றார் வாயில்... இருந்து பீடியை எடுத்துக்கொண்டு "வேணாம். நீங்க எதுக்குப் போகணும்." என்றபடி அவன் நடந்தான்.

"மழை வர்ற மாதிரி இல்லை?" என்றார் சிவம். அவன் முதுகைப் பார்த்தபடி!

அவர் சொல்வதைக் கேட்க காளி இல்லை. அவன், இருட்டுக்குள் நடந்து மறைந்து போனான்.

1995

மனமயக்கம்

எல்லோரும் புறப்படத் தயாரானார்கள், வீட்டுக்குத்தான். வீடு என்பது அவர்களின் கூடு. அவர்களுக்கெல்லாம் மகிழ்ச்சி தந்து ஆசுவாசப்படுத்தி, களைப்பு நீக்கி, அடுத்த நாளுக்கான பலத்தையும் புத்துணர்ச்சியையும் தந்து வழி அனுப்பி வைக்கும் அன்பு குடியிருக்கும் இல்லம்.

மாலைக் காலத்துக்கே உரிய, அதுவும் வீட்டுக்கு புறப்படும் நேரத்துக்குரிய சப்தங்கள் எழத் தொடங்கியிருந்தன. இந்தச் சப்தம் ஒரு காலத்தில் செல்விக்கும் மகிழ்ச்சி தரும் சப்தங்களாகத்தான் இருந்தன. மேசை கவையத்தை இழுக்கும் சப்தம். "சார்..." அப்புறம் சாப்பாட்டுப் பெட்டியை எடுத்து "டக்" என்று மேசை மேல் வைக்கும் சப்தம். அதை எடுத்துப் பைக்குள் ஜிப்பை "ஸ்ஸ்" என்று இழுத்து, அதன் உள்ளே தள்ளும் சப்தம். அப்புறம் ஜிப்பை மூடும் சப்தம். கவையத்தைக் கடைசி தடவையாக நோட்டம் விட்டு சாத்தும் சப்தம். செருப்பை இழுத்துக் காலில் கோத்துக் கொள்ளும் சப்தம். நாற்காலியைப் பின்னுக்குத் தள்ளும் சப்தம். எழுந்து நின்று நடந்து, படி இறங்கி வெளியேறும் சப்தம்.

இந்தச் சத்தங்கள் எதன் பொருட்டும் மாறுபடுவதில்லை. எவ்வளவு இனிமையான சப்தம். விடுதலை உணர்வின் சப்தம் இது. செல்வியும் இதை அனுபவித்தவள்தான். ஒரு காலத்தில் அவள் மனசுக்குள் சந்தோஷம் இருந்தது. அஞ்சு மணியிலிருந்தே வாசல் கதவின் அருகில் வந்து நின்று, அவளை எதிர்பார்த்துக்கொண்டிருக்கும் அம்மாவின் உருவில், மாசு மருவற்ற விடுகதைகளை மனசில் வைத்துக்கொண்டு, அக்கா வந்தால் சொல்லலாம் என்று கூடைப் பூவைத் தலையில் கொட்டுகிற மாதிரி, அம்மாவுக்கு முன்னால் தெருமுனைக்கே வந்து நிற்கிற தங்கை இருந்தாள்.

இப்போது இருவரும் இருக்கத்தான் செய்கிறார்கள். ஆனால், அவள் மட்டும் புருஷன் வீட்டில் இருக்கிறாள்.

சோமுவை நினைத்ததுமே, அவள் மனம் மேலும் சுண்டக் காய்ச்சின பாலாட்டம் கொஞ்சம், கொஞ்சமாகச் சுருங்கியதும், செல்வியின் சக ஊழியக்காரி சுபா, புறப்பட்டு விட்ட ஆயத்தத்துடன் அவள் அருகில் வந்து நின்றாள்.

"என்ன, இன்னும் புறப்படலையா?" என்றாள் சுபா, செல்வியைப் பார்த்து.

"சுபா, ஜன்னல் வழியாகப் பார். எதிரே பஸ் ஸ்டாண்ட்ல சோமு நிற்கிறாரா, கவனி"

சுபா, ஜன்னலை நெருங்கிப் பார்த்தாள். எதிரே பஸ் ஸ்டாண்டின் இரும்புக் கம்பத்தில் இரண்டாவது கம்பம்போல நின்றிருந்தான் சோமு.

"நிக்கிறார்" என்றாள் சுபா. சொல்கிறபோதே சுபாவின் குரலிலும் வருத்தம் இழையோடிற்று.

"என்ன பண்ணப்போறே?"

"சம்பளப் பணத்துக்காகத்தான் நிற்கிறார். கொண்டு போய்க் கொடுத்துவிட்டு வந்துடறேன். இரு, தலையை வலிக்குது காபி சாப்பிடுவோம்."

பையைத் திறந்து, சம்பளக் கவரை எடுத்துக்கொண்டு படி இறங்கிக் கீழே வந்தாள். வாகனங்களுக்கெல்லாம் வழிவிட்டு தெருவைக் கடந்து சோமுவின் அருகில் வந்து நின்றாள்.

"இங்கே ஒரு வேலையா வந்தேன். அப்படியே உன்னையும் அழைச்சுக்கிட்டுப் போகலாம்னு வந்தேன்"

கல்யாணம் ஆகி இந்தப் பதின்மூன்று மாதங்களாகவே, மாதத்தின் கடைசி நாளான சம்பளம் தருகிற அன்று அவன் வருகிறான். சரியாக, அந்த நாளில்தான் அவனுக்கு ஏதோ வேலை வந்துவிடுகிறது.

பதிலே பேசாமல், சம்பளக் கவரை அவனிடம் நீட்டினாள்.

"நீ வரவில்லையா?" என்றான் அவன் பணத்தை வாங்கி பத்திரமாய் உள்சட்டைப் பைக்குள் வைத்தபடி

"எனக்கு வேலை இருக்கு, நான் புறப்பட இன்னும் ஒரு மணி நேரம் ஆகும்"

"சரி" என்று அவன் தன் புல்லட்டை நோக்கிச் சென்றான்.

"ஒரு அஞ்சு ரூபாய் கொடுங்களேன்! தலையை வலிக்குது, காபி சாப்பிடணும்"

அவன் பைக்குள் கையை விட்டான். சில்லறைகளை எடுத்தான், எண்ணினான்.

"காபிக்கு ரெண்டு ரூபாய் போதாதா?" என்றான்.

அவள் மௌனமாக நின்றாள்.

அவள் கையில் சில்லறைகளைக் கொடுத்து விட்டு, சப்தமும் புகையும் எழ, அவன் புல்லட்டைக் கிளப்பிக்கொண்டு சென்றான்.

செல்வி அலுவலகத்துக்குத் திரும்பினாள். காத்துக்கொண்டிருந்த சுபா, "போகலாமா" என்றாள் சுரணை இல்லாத குரலில். செல்வி, "காபிக்குச்

சில்லறை இல்லை, சுபா, என்கிட்டே ரெண்டு ரூபா பத்து பைசாதான் இருக்கு."

"பரவாயில்லையே, பத்து பைசா அதிகம் கொடுத்திருக்காரே உன் காதல் கணவர்."

"தெரியாம கொடுத்திட்டார்" என்றாள் செல்வி சிரித்துக்கொண்டே.

சுபாவால் சிரிக்க முடியவில்லை.

"சரி வா, காபி சாப்பிடுவோம்."

போகும்போதே சுபா ஒரு சாரிடான் மாத்திரையும் வாங்கினாள்.

இருளும், லேசான வெளிச்சமும் இதமான குளிரும் நிறைந்த அந்த சூழ்நிலை செல்விக்குப் புத்துணர்ச்சி ஊட்டியது. அங்கேயே இருந்துவிட வேண்டும்போல இருந்தது. காபி சாப்பிடும் இடத்தில் ஒருத்தி தங்க முடியுமா?

"என்ன உள்ளுக்குள்ளேயே சிரிப்பு!" என்று கேட்டாள் சுபா.

"திடீர்னு, வெள்ளம் வந்து, ஊரே முழுகிடணும். என் வீட்டுக்குப் போறதுக்கோ, அங்கிருந்து இங்கு என்னைத் தேடிக்கிட்டு யாரும் வர்றதுக்கோ முடியாம போயிடணும். வெள்ளம் வடிய பல நாள் ஆகும். அது வரைக்கும் நான் இங்கேயே இருந்துடலாம் இல்லையா?" என்று சொல்லிவிட்டுச் சிரித்தாள், செல்வி.

சுபாவால் சிரிக்க முடியவில்லை.

"பைத்தியம் மாதிரி பேசாதே, கிளம்பு."

"எதுக்கடி அவசரப்படறே. உனக்குப் புருஷன், மாமியார் இருக்காங்களா, உழைக்கும் மகளிர் விடுதியில நிம்மதியா இருக்கிற ஒண்டிக்கட்டை, எதுக்குப் பறக்கிறே?"

"சரிபோதும், கிளம்பு. அக்கரைக்கு இக்கரை பச்சை"

பஸ்ஸுக்கு நின்றாள். வழக்கம்போல அது தாமதமாகத்தான் வரும். வரட்டுமே. அதனால் நல்லதே தவிர தப்பில்லை. சீக்கிரமாக என்னத்துக்கு வீட்டுக்குப் போக வேண்டும். மாமியார், அடுக்களையில் இருந்து தடுமாறுவாள். தடுமாறட்டுமே, சம்பளம் வாங்குகிறவள் நான் என்றாலும் அதைத் தட்டிப் பறிப்பவள் அவள் அல்லவா? நல்லாவே தடுமாறட்டும். பதற்றத்தில் ஏதாவது சுவரில், கட்டையில் தட்டுமுட்டுச் சாமானில் இடித்துக்கொள்ளட்டும்.

"ஐயோ, உயிர் போச்சே" என்று கிழவி காலைப் பிடித்துக்கொண்டு அழுதுகொண்டிருக்கிறாள். பிரமைதான். சந்தோஷமான பிரமை.

செல்வி சிரித்தாள். பக்கத்தில் இரண்டாயிரம் ஆண்டு கவலையோடும், எண்ணெய் வடிகிற முகத்தோடும் நின்ற ஒரு பெண்மணி திடுக்கிட்டுப் போய்ச் செல்வியைப் பார்த்தாள்.

செல்வி, முகத்தைத் திருப்பிக்கொண்டு எதிர்புறம் போகும் பஸ்ஸை நோட்டம் விட்டாள். திடுமென பஸ்ஸில் அவள் அப்பா அமர்ந்திருப்பது தெரிந்தது.

"அப்பா" என்று தனக்குள் அழைத்தாள்,

அந்த உருவம் இவள் பக்கம் திரும்பியது. உண்மையில் அது அவள் அப்பா இல்லை. அப்பாவைப்போலவே இருக்கிற இன்னொரு நபர். உலகத்தில் ஒருத்தரைப்போலவே அச்சு அசலாக ஏழு பேர் இருப்பார்களாமே! ஆனால் இந்த பஸ்ஸில் பயணம் செய்ய முடியாது. எந்த பஸ்ஸிலும் பயணம் பண்ண முடியாது. ஏன் என்றால் அப்பா காலமாகி நான்கு மாதங்களாகி விட்டதே.

அப்பாவுக்கு ஏனோ, அரசு அலுவலர்கள், தனியார் கம்பெனி அலுவலர்கள் வெறுத்துப் போய் விட்டார்கள். அவருக்கு அவர்கள் மேல் பகையே இருந்தது. இதுக்கு என்ன மனோவியல் காரணம் என்று இந்த நிமிஷம் வரைக்கும் செல்விக்குத் தெரியவில்லை. அவர் அம்மாவிடம் சொன்னதை ஒருமுறை செல்வியும் கேட்க நேர்ந்தது.

"என் பொண்ணை ஒரு பாழும் கிணற்றுல பிடித்துத் தள்ளினாலும் தள்ளுவேனே தவிர, ஒரு கவர்மெண்ட் உத்தியோகஸ்தனுக்குத் தரமாட்டேன். அயோக்கியர்கள், நாங்கள் சிறைக்குப் போய் தடியடி பட்டு வாங்கிக் கொடுத்த சுதந்திரத்தை அனுபவிக்கிற பசங்கள். எங்களை மதிக்கலையே, என்ன அக்கிரமம். ஒரு பயலாவது வேலை செய்யறாங்கிறியா? ஜாடா, மேசையை, நாற்காலியைத் தேய்க்கிறானுங்க, மாசம் பிறந்தா சுளையா சம்பளம் வாங்கறோமே, வேலை செய்ய வேணாமா என்கிற மனசாட்சியே இல்லாத பசங்கள். தினம் மாடா, உழைச்சுக் கஞ்சி குடிக்கிற பயலுக்குத்தான், என் பொண்ணு" என்றார் அப்பா.

அப்பாவுக்கு ஏன் இந்தக் கோபம், தியாகி பென்ஷன் கேட்டு ஒரு ஐ. ஏ.எஸ். ஆபீசர் முன் போய் நின்று அப்பா அவருக்கே உரித்தான தமிழில் பேசத் தொடங்கி இருக்கிறார். மொழி புரியாத அந்நிய மாநிலத்தானாகிய அவன், ஏதோ ஊமைப்படம் பார்க்கிற மாதிரி அப்பாவைப் பார்த்து ஏதோ இந்தியில் பேசி இருக்கிறான். அவன் பேசுவது அப்பாவுக்குப் புரியவில்லை. பியூன் வந்து அப்பாவைக் கையைப் பிடித்து வெளியே அழைத்து வந்திருக்கிறான். கழுத்தில் கையை வைக்கவில்லை. நல்லவேளை அந்த நிமிஷம் தொடங்கி அரசாங்க உத்தியோகஸ்தர்களும், அவர்களைக் கட்டி மேய்க்கத் தவறிய அரசாங்கமும் அப்பாவுக்கு எதிரியாகி விட்டார்கள்.

அப்பா சொன்னதுபோல செல்வியை அரசாங்க உத்தியோகஸ்தருக்குக் கட்டிக் கொடுத்து அவளை கிணற்றில் தள்ளிவிடவில்லை. மாறாக ஒரு பலசரக்குக் கடை முதலாளிக்குக் கட்டிக் கொடுத்ததன் மூலம் மேற்படி காரியத்தைச் செய்து முடித்தார். பஸ் என்கிற சனியன் வந்து தொலைத்தது. ஏறி அமர்ந்தாள்.

"டிக்கெட்" என்றார் நடத்துனர்.

"எங்கே?" என்பதை முகத்தால் அவர் கேட்டார்.

"நரகத்துக்கு" என்றாள் செல்வி, மௌனமாய்,

"எங்கேம்மா?" என்றார் நடத்துனர்.

"ராதாபுரம்."

சீட்டை வாங்கிக்கொண்டு சாய்ந்து அமர்ந்தாள். காற்று முரட்டுத்தனமாக முகத்தில் மோதியது. காற்றும் எப்போது ஆம்பிளையாக மாறியது? அப்பா மாதிரி, சோமு மாதிரி. அப்பா சொன்னார்.

"மாப்பிள்ளை ரொம்ப சிக்கனம்மா... அனாவசியமா ஒரு காசு செலவு பண்ணமாட்டாராம். நல்லதுதானே? வாரி விட்டால் அப்புறம் கஷ்டம் என்று வந்தால் எவன் தாங்குவான்? நீ சவுகரியமாக இருப்பாய. எவ்வளவு பெரிய முதலாளி? துளி பந்தா, துளி அகங்காரம், துளி எடுத்தெறிகிற பேச்சு, பேசப்படாது. கொஞ்சம்கூட டாம்பீய்ம்? மூச்! லட்சாதிபதி, துவைச்ச சட்டையில்தான் வர்றார். பிசாத்து மாச சம்பள கவர்மெண்ட் உத்தியோகஸ்தன் சள்புள்னு கஞ்சி போட்ட சட்டையில வர்றான்" கல்யாணம் = அடக்கம்= துவைச்ச சட்டை என்றார் அப்பா. தாலி செல்வியின் கழுத்தைச் சுற்றி நெருக்கி, அவனுடன் படுத்து, கன்னிகழிந்து, மஞ்சள் பூசிக் குளித்து, இரத்தப் பாவாடையை ரகசியமாகத் துவைத்து அலுவலகம் போய்...

அப்பா அன்று அலுவலகம் வந்திருந்தார். கல்யாணத்துக்குப் பிறகு செல்வி கணவன் வீட்டுக்கு வந்த பிறகு முதல் முதலாகப் பார்க்க வந்திருக்கிறார். ஒரு பையைக்கொண்டு வந்திருந்தார். அதற்குள் ஏராளமான இனிப்புகள் பழங்கள் இருந்தன. வந்து சேர்ந்த நேரத்தில், பெண் அலுவலகத்தில்தான் இருப்பாள் என்கிற அனுமானத்தில் வந்து சேர்ந்திருக்கிறார்.

மணி ஐந்தானவுடன் ஒரு சடங்குபோல டிபன் பாக்ஸை எடுத்து பையின் ஜிப்பைத் திறந்து அதில் வைத்த அவள் அப்பாவுடன் புறப்பட்டு, வீட்டுக்குப் போக படி இறங்கினாள். பாதிப் படியில் சோமு எதிர்ப்பட்டான். அவன் முதன் முதலாக அலுவலகம் வந்திருக்கிறான். அவளுக்கே ஆச்சர்யம்.

"எங்க இப்படி?"

"இங்க ஒரு வேலை அப்படியே உன்னையும் அழைச்சுக்கிட்டுப் போக வந்தேன்" என்றவன், அப்பா பக்கம் திரும்பி, "வாங்க மாமா, எப்போ வந்தீங்க?" என்றான். அவர் பதிலை எதிர்பாராமல் இன்னிக்குச் சம்பளத் தேதி இல்லையோ?" என்றான்.

"ஆமாம்" என்றபடி சம்பளக் கவரை எடுத்து அவனிடம் தந்தாள். அவன் அவளைத் தனியாக அழைத்துப் போய் சொன்னான்.

"மாமா, சம்பளத்தை வாங்கிட்டுப் போக வந்திருக்காரா? நீ தரக்கூடாது செல்வி, கல்யாணத்துக்குப் பின்னால அது எனக்குத்தான் சேரணும்"

செல்வி அப்போதுதான் அவனை முதன் முதலாக அடையாளம் கண்டாள். அவளுக்கு டைரி எழுத வேண்டும்போல இருந்தது. எழுதிய பழக்கமும் இல்லை. டைரியும் இல்லை. அவளிடம் சின்னஞ்சிறிய டைரி ராகு, எமகண்டம், அரசு விடுமுறை தினங்கள் அச்சிட்ட சின்ன புத்தகம் இருந்தது. அதில், விரிவாகவும் எழுத முடியவில்லை. அதை அவன் பார்த்து விடக் கூடும். இடமும் இல்லை, இரண்டே வரிகளில்

> "குறிஞ்சி பூக்கும் என்று காத்திருந்தேன்."
> "நெருஞ்சி முள் முளைத்தது, நெஞ்சைக் கிழித்தது"

என்று எழுதி தேதியிட்டு கையெழுத்துப் போட்டு வைத்தாள்.

பஸ், ஏதோ டிராபிக்கில் சிக்கிக்கொண்டு நின்றது. முன்னாலும், பின்னாலும் வண்டிகள் நின்றன. களேபரமாக இருந்தது. பொறுமை இழந்து எல்லோரும் ஹார்ன் அடித்துக்கொண்டு முன்னால் இருக்கிற வண்டியை நெருக்கினார்கள். அவளுக்கு ஆச்சர்யம். இப்படி ஓடி ஓடிச்சேர எந்த இடம் அவர்களுக்கு

இருக்கிறது. புத்தகக் கடைக்கு நேராக பஸ் நின்றுகொண்டிருந்தது. ஒரு கணம் மனசு பரபரத்தது. இறங்கி புத்தகக் கடைக்குள் நுழைந்து புத்தகங்களைப் புரட்டலாம் என்று நினைவு ஓடியது. கல்யாணம் ஆகி சில மாதங்கள் ஆகியிருந்தன. இத்தனை மாதங்களும், ஏதோ வேலையாக அந்தப் பக்கம் வந்து சம்பளத்தை வாங்கிப் போய் இருந்தான் சோமு. கையில் நாலணாகூட இல்லையே!

மனம் குழம்பியது. மாதத்துக்கு நாலு புத்தகமாக வாங்குகிற பழக்கம் அவளுக்கு இருந்தது, கல்யாணத்துக்கு முன்னால். அந்தப் பழக்கம் காரணமாக ஒருமுறை புத்தகக் கடைக்குள் நுழைந்து அவளுக்குப் பிடித்த எழுத்தாளரின் புத்தகத்தை வாங்கிக்கொண்டாள். விலை நூறுக்குள்தான். எடுத்துக்கொண்டு வீட்டுக்குப் போனவள் சோமுவிடம் அதைக் காட்டினாள்.

"என்ன இது?" என்று செத்த எலியைப் பார்ப்பது மாதிரிக் கேட்டான்.

"தெரியலையா. புத்தகங்கள்" என்றாள் செல்வி சிரித்துக்கொண்டு, இது போன்ற சந்தர்ப்பங்களில் அவளுக்குச் சிரிக்கவே தோன்றியது.

"இது எதுக்குக் காசை வீணாக்கிட்டு, இதெல்லாம் கல்யாணத்துக்கு முன்னால் சரி, இப்போ சரியா வருமா?" என்றான் சோமு.

அவளை இரு கூறாக்கி விட்டான் சோமு. கல்யாணத்துக்கு முன் ஒரு செல்வி, கல்யாணத்துக்குப் பின் ஒரு செல்வி, அதாவது க. மு. செல்வி, க. பி. செல்வி. அன்று தொடங்கி புத்தகம் வாங்குவதை விட்டொழித்தாள். அன்று இரவு அவளுக்கு எழுத வேண்டும் என்று இருந்தது. அன்று இரவு அவள் எழுதினாள்.

> ''எழுத்தை விதைத்தால் எண்ணம் முளைக்கும்
> நகத்தைப் புதைத்தால் நாசமே செழிக்கும்.''

அவள் எழுதுவதை அவன் பார்த்தான்.

"என்ன அது?"

அவன் அதை எடுத்துப் படித்தான்.

"இதை பத்திரிகையில் போட்டால் காசு வருமே" என்றான் அவன்,

"காசு தருவார்கள் என்பதால்தான் நான் அனுப்புவதில்லை" என்று சொல்ல நினைத்தாள், சொல்லவில்லை.

சோப் தீர்ந்து போய் விட்டது. குடும்பம் முழுக்க ஒரு சோப்புதான். அவனிடம் சொன்னாள்.

"இன்னிக்கு தேதி 27 தானே. இன்னமும் மூன்று நாள் பொறுத்துக்கோ. சம்பளம் வந்திடும். சோப் வாங்கிடலாம்" என்றான்.

பாவாடைகள் கிழியத் தொடங்கி இருந்தன. பிரா, சின்னதாகி கொக்கி போடக் கஷ்டமாக இருந்தது. ஹேர் ரிமூவர் பயன் படுத்துதே நிறுத்தியாகி விட்டது. டூத் பேஸ்ட்டைகூட ஜாக்கிரதையாகப் பயன்படுத்த வேண்டியிருந்தது. புதுப் பாவாடைகள் வாங்கிப் பல மாதங்களாகி விட்டன. பஸ்ஸை விட்டு வீடு போய்ச் சேர்ந்தபோது அவளுக்கு ஆச்சர்யம் ஒன்று காத்திருந்தது. வீட்டுக்குப் புதுசாக ஒரு நாய் வந்திருந்தது. சோமு, அவளைப் பார்த்ததும் சந்தோஷமாய்ச் சொன்னான்.

“நாகராஜன், ராஜபாளையம் போய் இருந்தார். இதை எனக்காக வாங்கி வந்தார். சாதாரணமாக இந்த மாதிரி ஜாதி நாய்கள் ஆயிரம் ரூபாய் ஆகும். எனக்குச் சும்மா கொடுத்தார்”

நாய்க்கு அவன் சந்தோஷப்படவில்லை. அது சும்மா என்பது அவனுக்குச் சந்தோஷமாக இருந்தது அது. அவனுக்குச் சந்தோஷம் என்கிற அந்த ஒரே காரணத்துக்காகவே அந்த நாயை செல்வி வெறுக்கத் தொடங்கினாள். முதல் பார்வையிலேயே அதன் மேல் அவளுக்கு வெறுப்பு வந்து விட்டது.

“ரொம்ப உசந்த ஜாதி நாய், செல்வி” என்றான் சோமு.

“நாயில்கூடவா ஜாதி?” என்றபடி தன் அறைக்குப் புறப்பட்டாள்.

அது உடம்பை சிலிர்த்தது. உதறிக்கொண்டு அவளைப் பார்த்தது. ‘குட்டி’ என்று சொன்னார். ஆனால் சதைப் பிடிப்பற்ற உடம்போடு பலமும், உற்சாகமுமாக இருந்தது அது. அவளைப் பார்த்து அது வாலை ஆட்டியது. அதைக் கண்டு கொள்ளமால் அகன்றாள்.

“டாமி” என்று நாய்க்குப் பெயர் வைத்தான் சோமு. அது இருப்பதற்கு என்று செருப்பு விடும் இடத்தை ஒழித்துக் கொடுத்தான். ஆகவே, செருப்பு விடும் இடம் மாற்றப்பட்டது. அதைக் கட்டுவதற்கு எங்கோ போய் ஒரு சங்கிலியும் வாங்கி வந்தான். இலவசமாகத்தான்.

டாமிக்கு என்ன உணவு வைப்பது? கறி போட வேண்டும் என்று சொன்னார்கள். கறி வாங்க வேண்டும் என்கிற யோசனையே சோமுவுக்குக் கசப்பைத் தந்தது. கறி விக்கிற விலை என்ன? அவர்களே இரண்டு வாரத்துக்கு ஒருமுறைதான் கறி சாப்பிடுகிறார்கள். என்றால் நாய்க்குப் போய் அன்றாடம் கறி வாங்கிக் கட்டுப்படி ஆகுமா? ஆனாலும் நாய்க்கு அப்படித்தான் போட வேண்டும் என்றே முடிவாகியது. ஒரு பழைய வேட்டியை மடித்து டாமிக்குப் போட்டுப் படுக்கை ஆக்கினாள் மாமி.

செல்வி, டாமி இருக்கும் மூலையைத் திரும்பியும் பார்ப்பதில்லை என்கிற முடிவில் இருந்தாள். ஆனால் சோமு வேறு முடிவில் இருந்தான். வீட்டில் இருக்கும் நேரமெல்லாம் பெரும்பாலும் டாமியோடு இருந்தான். காலையில் கண் விழித்ததும், டாமி முகத்தில் விழித்தான். டாமியை அழைத்துக்கொண்டு “வாக்கிங்” போனான். அவனே அதைத் தினமும் குளிப்பாட்டினான். உண்ணி பிடிக்காமல் மருந்து, பவுடர் போட்டான். தான் சாப்பிடும்போது அதுக்கும் இட்லியைப் பிட்டுப் போட்டான்.

டாமி, செல்வியைப் பார்க்கும். அவள் மட்டும் தனக்கு எதுவும் போடுவதில்லையே என்று அது தன் கண்களாலேயே அவளைக் கேட்டது. அதை, அந்தக் கேள்வியை அலட்சியம் செய்தாள் செல்வி. “நீ யார், உனக்கும் எனக்கும் என்ன உறவு” என்று கேட்காமல் கேட்டாள் அவள். அந்தப் பதிலை அது புரிந்துகொண்டிருக்கும் என்று மனப்பூர்வமாக நம்பினாள் அவள். அது புண்பட்டுப் போகும் என்று நினைத்தாள். அந்த நினைவே அவளுக்குச் சந்தோஷமாக இருந்தது. அவள் சிரித்தாள்.

மிகக் குறைவாக சட்னியை வைத்துக்கொண்டு (தேங்காய் ஒன்று அஞ்சு ரூபாய்) சாப்பிட்டுக்கொண்டிருந்த சோமு திடுக்கிட்டு விழித்தான்.

“என்ன சிரிக்கிறே?”

“முன் ஜன்மத்துல, டாமியும் நீங்களும் அண்ணன் தம்பிகளாக இருந்திருப்பீங்கன்னு நினைக்கிறேன்”

அவன் பலமாகத் தலையை ஆட்டி அதை ஒப்புக்கொண்டான்.

“அது என்னமோ தெரியலை. இது மேல எனக்கு அன்பு உண்டாயிடுச்சு” என்றவன் தொடர்ந்து “ஏன் செல்வி, உனக்கு மிருகங்கள் பிடிக்காதோ?” என்றான். பிடிக்கும்... ஆனால் மனுஷர்களை விடவும் அதிகமாக பிடிக்காது. “முதலில் மனுஷர்கள் அப்புறம் மீதி இருந்தால்தான் மிருகம்”

“சீ... இதை மிருகம்னு சொல்லாதே” என்றான் செல்லமாக.

“நான் இதைச் சொல்லலே” என்றாள் செல்வி அவனைப் பார்த்துக்கொண்டு. தொளதொளவென்று தொங்கும் அவனது சதை, அவள் மனசில் விளைத்தது.

“டாமிக்கு தண்ணி வச்சியா?” என்று கேட்பான்.

“டாமி என்னமோ மாதிரி இருக்கே ஏன்?” என்று ஒருமுறை கேட்டான்.

“காஷ்மீர் எல்லையில் பாகிஸ்தான் உளவாளிகள் புகுந்துட்டாங்களோன்னு கவலையா இருக்கும்”

சோமு, அவளை முறைத்தான். என்ன பதில் சொல்வது என்று அவனுக்கு விளங்கவில்லை.

செல்வி கனவு கண்டாள்.

ஒரு திருமண மேடை. நிறைய கூட்டம், மாப்பிள்ளை சோமு, அவன் அருகில் டாமி. சோமு, அதன் காலை எடுத்துக் கங்கணம் கட்டுகிறான். அப்புறம் வேத கோஷம் முழங்கத் தாலி கட்டுகிறான். ரோஜா மாலையை மாற்றிக் கொள்கிறான். உறவுக்காரர்கள் மொய் எழுதுகிறார்கள். நண்பர்கள், பரிசு கொடுக்கிறார்கள். டாமி, ‘லொள்’ என்கிறது. அதுக்கு ‘தாங்க்ஸ்’ என்று அர்த்தம்.

“லொள் லொள்” என்கிறது. அது “ரொம்ப நன்றி”

திருமணம் முடிந்து மணமக்கள் பால், பழம் எலும்புத் துண்டு அருந்துகிறார்கள்.

முதலிரவு அறை மிகவும் அழகாக ஜோடித்து வைத்திருக்கிறது. அவன் சவுகரியத்துக்காக அட்டாச்டு பாத். டாமியின் சவுகரியத்துக்காக ஒரு தந்திக் கம்பம் நடப்பட்டிருக்கிறது.

நடு ராத்திரியில் எழுந்து உட்கார்ந்து “சிரி சிரி” என்று சிரித்தாள் செல்வி. எழுந்துகொண்ட சோமு விழித்தான். பயந்தான்.

“என்னம்மா?” என்றான்.

“ஒரு ஜோக்” என்றபடி, பெட்டியைத் திறந்து இரண்டு வரி எழுதினாள்.

> ‘‘மண்ணில் விதைத்தது பயிராய் விளைந்தது
> பாறையில் விதைத்தது பட்டுப் போச்சு’’

சோமுவுக்கு ஒரு சிக்கல். கல்கத்தாவில் இருந்து வரவேண்டிய வெங்காயம் கோதாவரி ஆற்றங்கரையில் தங்கிப் போயிற்று. அது அழுகிப் போகுமுன்பு எடுத்து வரவேண்டிய கட்டாயம். செய்தி வந்ததும், உடன் அவன் கேட்டான்.

"டாமியை யார் கவனிச்சுக்கிறது"

மாமி அந்தப் பொறுப்பை ஏற்றுக்கொண்டாள்.

அணா பைசா கணக்குப் பார்த்து அதுக்குத் தனியாகப் பணம் கொடுத்துச் சென்றான். மீண்டும், மீண்டும் சொன்னான்.

"அம்மா... டாமி பத்ரம்... டாமி பத்ரம்... டாமி பத்ரம்..."

டாமியை நெஞ்சில் வைத்துக்கொண்டு போய்ச் சேர்ந்தான். மாமியையும் குறை சொல்ல முடியாது. கண்ணும் கருத்துமாகத்தான் டாமியைக் கவனித்துக்கொண்டாள். எனினும் ஒருநாள் இரவு சங்கிலியிடம் இருந்து அது விடைபெற்று ஓடிப் போயிற்று. மாமி, மார்பில் அடித்துக்கொண்டு அழுதாள். டாமி ஓடிப் போய் விட்டதே என்பதுக்காக இல்லை. மாறாக, மகனுக்கு என்ன பதில் சொல்வது என்பதற்காகத்தான். அவள் பயம் நியாயம் என்று சோமு வந்ததும் நிரூபணம் ஆயிற்று. இடிந்து போனான். சோமு இரவும் பகலும் அலைந்து அதைப் பட்டியில் அம்பது ரூபாய் கொடுத்து மீட்டு வந்தான்.

கம்பீரமும், அலட்சியப் பார்வையும்கொண்ட டாமி, ஏதோ மிகவும் களைத்துப் போய் இருந்தது. பசியாக இருக்கும் என்று கூறி சமைத்துப் போட்டார்கள். அது சாப்பிடவில்லை. சோமு, இரவு பகலாக அதன் அருகேயே இருந்தான். டாக்டர் வந்து பார்த்து மருந்து கொடுத்தார். மிருக டாக்டர், மனிதர்போலத்தான் இருந்தார். என்ன செய்தும் பயன் இல்லை. அடுத்த மூன்றாம் நாள் டாமி இறந்தது. சிவலோகம், வைகுந்தம் மாதிரி நாய் லோகம் இருந்தால், அங்குப் போய்ச் சேர்ந்திருக்க வேண்டும்.

டாமிக்குப் பக்கத்தில் சோகமாக அமர்ந்து இருந்தான் சோமு.

நாய் படுத்துக் கிடந்தது.

செல்வி அதைப் பார்த்தாள்.

தூங்குவதுபோல இருந்தது.

உயிரோட்டம் மிகுந்த அதன் கண்கள் நிலைகுத்தியிருந்தது.

முதல் முறையாக அந்த டாமி மேல் இரக்கம் சுரந்தது.

"பாவம்" என்று தோன்றியது.

டாமியின் தலை அசைவதுபோல் இருந்தது.

மனப்பிரமைதான்.

டாமியின் தலை மாறி அந்த இடத்தில் சோமுவின் தலை இருந்தது. செல்வி, சோமுவைப் பார்த்தாள். அங்கு உடம்பு, கழுத்துவரை மட்டுமே இருந்தது. அந்த இரண்டு ஜென்மங்களும் மாறி, மாறி அவளுக்குக் காட்சியளித்தது. வாழ்வை இழந்து போன டாமியும் சோமுவும் பாவமாக இருந்தது செல்விக்கு. அவளுக்கு அழுகை வந்தது. அறைக்குள் சென்றாள். அழுதாள். எல்லார்க்குமாக, தனக்காகவும்கூட அவள் அழுதாள். எழுந்தாள், எழுத வேண்டும்போல இருந்தது. டைரியை எடுத்து எழுதத் தொடங்கினாள்.

1995

பிணையாழி

வடக்குத் திசையைப் பார்த்தது, தங்கம். வானம் வெள்ளையாக, சுவர்ச் சுண்ணாம்பு மாதிரி காட்சியளித்தது. வானம் திடுமெனக் கலங்கியது. அதன் கண்களுக்கு மோதிரம்போல ஒரு கருவட்டம். எங்கிருந்து வந்தது இந்த ஒற்றை மேகம் எனத் தெரியவில்லை. ஒரு புள்ளியாய் ஆரம்பித்தது, நீரோடையாக நீண்டு, அதன் பின், ஒரு பூமாலைபோல சுருண்டு, இப்போது பெரிய மோதிரம்போல தன் வாலைத் தின்னும் பாம்பின் தலை மாதிரி சுருண்டுகொண்டது.

தங்கசாமி, வெகு நேரமாக மேதிசையை வானத்தைப் பார்த்துக்கொண்டே நின்றிருந்தது. முட்டிவரை ஜலத்தில் நின்றிருந்தது அது. வராக நதியின் நீரோட்டம்கூட ஸ்தம்பித்துக்கொண்டிருந்தது. காலை ஸ்நானத்துக்கு எப்போது வந்து நின்றாலும், காலை மொத்தி மொத்தி லேசாகக் கடித்து விளையாடும் மீன்கள்கூட, இன்று தங்கத்தை ஒன்றும் செய்யவில்லை.

மோதிர வட்டத்தைக் கண்டு தங்கம், தனக்குள் சிரித்துக்கொண்டு, “பிணையாழி விட்டவர்க்குக் கணையாழி தோன்றும் என்றது. வானத்துக் கணையாழி அரை நாழிகை நேரம் அவருக்குக் காட்சியளித்தது. பின்பு லேசாகக் கரைந்து, பஞ்சு மிட்டாய் மாதிரி பிசிறுண்டு, பின்பு கலைந்தே போனது.

ஆற்றிலிருந்து கரையேறியது தங்கம். துவைத்து உலரப் போட்டிருந்த அரை வேட்டி இன்னும் காய்ந்திருக்கவில்லை. காயட்டுமே என்று கரைப்படியில் அமர்ந்தது. கோவணம், நீர் கோத்துக்கொண்டு அதீதமாகச் சில்லிட்டது. நிதானமாகக் கோவணத்தை அவிழ்த்துப் பிழிந்து, உதறி மீண்டும் கட்டிக்கொண்டது. பின்பு கரையில் அமர்ந்துகொண்டது.

கையைக் குவித்து, நமஸ்காரம் பண்ணிக்கொண்டது. எதிரே ஓடும், நாற்பது ஆண்டுகளாகத் தன் அழுக்கைப்

போக்கின வராக நதிக்கு, கரை வேம்புக்கு, அமர்ந்திருக்கும் படிக்கல்லுக்கு, எதிரே, தென்னஞ்சோலைக்கு அந்தப் புறமாகத் தன் உச்சியைக் காட்டிக்கொண்டு நிற்கிற கோபுரத்துக்கு என்று எல்லாவற்றுக்கும் சேர்த்து நமஸ்காரம் பண்ணிக்கொண்டது மாதிரி இருந்தது, அந்தச் செய்கை.

இருள் பிரியப் பிரிய ஆற்றங்கரையில் ஜன சந்தடிகூடத் தொடங்கியது.

“யாரு! சாமியா... ஸ்நானம் ஆச்சா?” என்றது, வேப்பங்குச்சியை மென்று சுவைத்த வாய் ஒன்று. தங்கசாமி, குரல் வந்த திசையை நோக்கியது.

“ஸ்நானம் ஆச்சு! ஆனா அழுக்குத்தான் போகலை” என்றது சாமி.

“ஹே... ஹே...” என்று கெக்கலி கொட்டிச் சிரித்துக்கொண்டு அப்பால் போனது, வேப்பங்குச்சி ஆத்மா.

ஆச்சு! நாற்பது வருஷம். மனுஷ ஜீவனத்தில், ஒரு செம்பாதி, உலகம் எனும் தொங்கும் கனவின் வயசுக்கு, அது ஒரு அற்பக் காலச்சுவடு. கோடிக்கணக்கான வயசுகொண்ட மண் உருண்டைக்கு முன் எழுபதேகொண்ட இதை சதைப் பிண்டம் கணக்கு பார்ப்பதாவது?

ஊரின் கடைக்கோடியில், வராக நதிக்குத் தென்னண்டை, புறம் போக்கில் திடுமென எழுந்து நின்ற குடிசையைக் கண்டு, ஊர் முதலில் புருவம் தூக்கியது. பின்பு கொஞ்சம் கொஞ்சமாக, குடிசைக்கு வெளியே நின்றுகொண்டு வேவு பார்த்தது. முப்பது வயசும் நிறையாத ஒரு இளைஞன், தன்னந்தனியாக அங்கு குடி வந்திருக்கிறது ஆச்சரியமாகப் பேசியது ஊர். அப்புறம், தைரியசாலியாகத் தென்பட்ட ஒருவர் மெல்ல அந்த இளைஞனை அணுகி, “யார், என்ன தகவல்?” என்றெல்லாம் விசாரிக்கத் தொடங்கினார். பெயர் சிதம்பரம், ஊர் மணல் மேடு, தெரிஞ்சது ஒன்றும் இல்லை. வைத்தியம் கொஞ்சம் வரும். சாப்பாடு, கோயில் மடைப்பள்ளியில் உண்டைக் கட்டை. சமயங்களில்தானே பொங்கிக்கொண்டு சாப்பிட்டது.

சிதம்பரம், வீட்டுக்கு முன் தோட்டம் போட்டான். ஏதோ காய்கறித் தோட்டம் போடுகிறான் பயல் என்று நினைத்துக்கொண்டது ஊர். பிழைக்கத் தெரிந்தவன் என்றும், சொல்லிக்கொண்டார்கள். அப்புறம்தான் தெரிந்தது அவன் பெயர் விளங்காத பல பச்சிலைச் செடிகளை, ஆற்றுக்கு அந்தப் பக்கமாக இருந்துகொண்டு வந்து பதியம் போட்டான். கத்தை கத்தையாகச் செடிகளைக்கொண்டு வந்து வைத்துக்கொண்டு கஷாயம் போட்டான். இரவு நேரங்களில் அவன் கூரையின் மேலிருந்து புகை எழுந்தது. அது மணத்தது. ஊரின் வீட்டுக் கூரைகளையும் அந்த தூமப் புகை தழுவிப் போர்த்தியது. இரவு முழுக்க, அவன் என்னதான் பண்ணுகிறான் என்று ஊருக்குள் பேச்சு எழுந்தது. அவனைச் சுற்றிலும் கொத்து கொத்தாக இருட்டு வளையமிட்டு இருப்பதாக ஊர் பேசியது. இனம் விளங்க முடியாத மனுஷன் என்றது. அவன், விளங்க முடியாதவன் என்பதில், ஊருக்கு அந்தரங்கத்தில் மகிழ்ச்சி இருக்கவே செய்தது. அவனைப் பற்றிப் பேசுவதில் உற்சாகம் கண்டது.

அவன் தங்கம் செய்கிறான் என்றது. அவனிடமே வந்து கேட்டது.

“சுவாமி தங்கம் பண்ணுகிறீர்களாமே?” என்றார் ஊர் பெரியதனக்காரர்.

“இல்லை. இல்லவே இல்லை” என்றது சுவாமி.

“சாமி பொய் சொல்லப்படாது. உங்களுக்குத் தங்கம் பண்ணத் தெரியும்.

“தெரியும் சுவாமி, ஆனால் எனக்கு அது தேவையில்லையே. ஆனால் உங்களுக்குத் தங்கம் தட்டுப்படாது”

சிதம்பரம், அதற்குப் பிறகுதான் தங்கசாமி ஆகி, தங்கம் ஆகி, சாமியாகவும் ஆனது. அந்தக் காலத்தில்தான் ஒரு நாள் சாமி, ரோட்டு வழி போய்க்கொண்டிருக்கையில், பக்கத்தில் களத்து மேட்டில், ஒருத்தி குழந்தைக்குப் பால் கொடுத்துக்கொண்டிருப்பதைக் கண்டது. குழந்தை, முலைக் காம்பைப் பற்றி குவித்த உதடுகளை அடிக்கடி எடுத்து, வாயால் சுவாசித்ததைக் கண்டது. குழந்தை வாயால் சுவாசிப்பதாகக் கிட்டே நெருங்கி, குழந்தையை அவதானித்தது சாமி.

“குழந்தைக்கு என்ன பிராண தோஷமா? எத்தனை நாளாய்?”

“சாமி, இது பிறந்த நாளாய் இப்படித்தான் இருக்கு. ராத்திரியிலே குழந்தை மூச்சு விடப் படற கஷ்டத்தைப் பார்த்தா தொண்டைக்குள்ளே சோறு இறங்கமாட்டுது சாமி.”

சாமி எங்கேயோ, போய், ஒரு கொத்துத் தழை பறித்துக்கொண்டு வந்து குழந்தையின் வாயிலும் மூக்கிலும் பிழிந்தது. மூணு வேளை தேடி தேடிப் போய் வைத்தியம் பார்த்தது. குழந்தை தெளிவுப்பட்டு போனது. சுவாசதோஷம், நீங்கி, குழந்தையின் மேனியும் பளபளத்துச் சொர்ணம் மாதிரி ஜொலித்தது.

சாமிக்கு வைத்தியம் தெரியும் என்று ஊருக்கு ஊர்ஜிதம் ஆனது. அன்றைக்குத்தான்.

வேட்டி காய்ந்து விட்டிருந்தது. கோமணத்துக்கு மேலே சுற்றிக்கொண்டது சாமி. தெரு மண்ணில்கால் வைத்தது. ஈரப் பாதங்களில் மண் ஒட்டிக்கொண்டு, மிதியடி மாதிரி காணப்பட்டது. சாமி நடந்தது. ஒருமுறை மேதிசையில் தெரிந்த மோதிர வட்டத்தை நினைவு கூர்ந்து, “பிணையாழி விட்டவர்க்குக் கணையாழி தோன்றும்” என்று தனக்குள் சொல்லிக் கொண்டது. நேராக கிழக்கு நோக்கி நடந்தது. அம்மணிக் கிழவி, குடிசைக்கு எதிராகச் சுருண்டு கிடந்தது. அதன் கால்மாட்டில் போய் அமர்ந்துகொண்டது சாமி. கிழவி புரண்டு படுத்தது. தனக்கு முன் ஏதோ உருவம் தோன்றுவது பிரக்ஞைக்கு வர விழித்துப் பார்த்து, திடுக்கிட்டு எழுந்து அமர்ந்தது.

“என்னடா சேம்பரம்?”

“ஒன்றும் இல்லை தாயி. சும்மா உன்னைக் காணனும்னுதான்”

“ரவ்வோண்டு சோறுயிருக்கு, திங்கறயா?”

“இல்லைதாயி, இன்னிக்கு விரதம்”

“உனக்கு சோறுகூட இப்பல்லாம் தள்ளிப்போச்சு. இன்னிக்கு என்னடா ரொம்ப புதுசா இருக்கு உன் மூஞ்சி. தகதகன்னு பிரகாசிக்குதே?”

“உனக்குத் தெரியுதா தாயி?”

“உள்ளங்கை மண் உருண்டை மாதிரி தெளிவா தெரியுதடா குழந்தை”

“நீ கொடுத்து வச்சவ தாயி. உனக்குக் கண் இருக்கு” சாமி அமைதியாக அமர்ந்திருந்தது. பிறகு சொன்னது:

“இந்த ஊருக்கு நான் காலடி வச்சப்போ, எனக்கு முதல் முதல்லே சோறு போட்டு பசி ஆத்தினவ நீ...”

“அதுக்கு என்ன இப்போ?”

சாமி சிரித்தது.

“அடி சிரிக்கிறியே... உன் சிரிப்பு நல்லா இருக்குடா... கெண்டை திரும்பிப் பார்க்கிற மாதிரி இருக்கு. என்னடா அது. சுட்டு விரலாலே என்னமோ காத்துல எழுதிக்கிட்டிருக்கியே. என்ன?

“அப்படியா செய்றேன். ஒன்றும் இல்லை. சிவாய நமன்னு எழுதிக்கிட்டு இருக்கேன் போலிருக்கு”

வெயில் உறைத்தது.

“வாயேன், குடிசைக்குள்ளாற போவோம்.”

“வெளியே போறவனுக்கு உள்ள எதுக்கு?”

“அடி செருப்பாலே... என்கிட்டயே அம்மாதிரிப் பேச்சு பேச ஆரம்பிச்சுட்டியா?”

சாமி சிரித்தது. சிரித்துக்கொண்டே இருந்தது. புரையேறும் வரைக்கும் சிரித்தது.

சிரித்து முடித்து, கிழவியைக் கையைக் குவித்து நமஸ்கரித்தது.

“என்னடா, இது புது மாதிரி?”

“இல்லை, ரொம்ப பழைய மாதிரி.”

சாமி எழுந்தது.

“எங்கே போறே?”

“போறேம்மா...”

“முண்டம், போய்ட்டு வரேன்னு சொல்லு.”

“எதுக்கு தாயி சும்மா வரணும்?”

சாமி நடந்தது. நிழல் தரையில் யாரோ பிடித்துத் தள்ளியது மாதிரி படுத்துக் கிடந்தது. வீடு வந்து சேர்ந்தது. தெருப்படலைத் திறந்து வைத்துக்கொண்டு உள்ளே சென்றது. கூரை எரவாணத்தில் இருந்த ஓலைச் சுவடிகளைக் கீழே இறக்கியது. தூசு, கொசுக் கூட்டம் மாதிரி பறந்தது. தட்டி ஒவ்வொரு சுவடியாக எடுத்து முதல் வரி வாசித்தது. அப்பால் வைத்தது. தன் ஜாதகக் கட்டை எடுத்தது வாசித்தது. கட்டம் கட்டமாகக் கிரகங்கள். அதன் சதுரப்பாடுகள் விரல்களை மடக்கிக் கணக்குப் பார்த்தது. மனசுக்குள் தேதி, கிழமை நாள் நட்சத்திரம் பார்த்தது. திடுமென அதன் முகத்தில் பிரகாசம் தோன்றியது.

“அப்படியாக்கும் சேதி” என்றது களிப்புடன். சுவடிகளை வாரிக் கட்டி மீண்டும் பரண்மேல் வைத்தது. வீட்டுக்குப் பின்னால் வந்து தோட்டத்தைத்

துழாவியது. ஒரு வேம்பு, ஓர் அரசு சலசலத்தது. சதா சப்தம் இட்டு, கவனத்தைச் சிதற அடித்து, கூர்மையை மழுங்கடிக்கும் அரச இலைகள். தள்ளி வேலி ஓரமாக வளர்ந்திருந்தது புற்று. நீண்டு, சங்குகளின் வாயில்கள்போல சந்துகளுடன்கூடிய புற்று.

மீண்டும் திரும்பித் திண்ணைக்கு வந்தது.

“சிவா” என்றபடி திண்ணையில் அமர்ந்தது. மூன்று நாட்களாகப் பட்டினி கிடந்த உடம்பு— படுக்கத் துடித்தது. வெறும் திண்ணயில் படுத்தது சாமி.

தெருவையே பார்த்துக்கொண்டு கிடந்தது சாமி.

விழிப்பு வருகையில், சாமிக்கு எதிரே கலியன் நின்றுகொண்டிருந்தான். எழுந்து உட்கார்ந்தது.

“சாமி”

“என்ன கலியா?”

அவன் தரையில் அமர்ந்தான். ஏதோ வலியால் அவன் முகம் சுருங்கியது. வயிறு, கர்ப்பஸ்திரீயினுடையது மாதிரி கிடந்தது.

“என்ன? கிட்டே வா”

சாமி அவன் நாடியைப் பிடித்துப் பார்த்தது. அது மிகவும் தெளிவாகப் பேசியது. சுகர் பேசினார். அகத்தியர் பேசினார்.

“நீர் எத்தனை நாளாகப் பிரியலை”

“மூன்று நாளாக சாமி”

“ஏன் உடனே வரல்லை?”

“எந்த முகத்தை வச்சுக்கிட்டு வர்றது?”

“இன்னும் மறக்கலையா நீ? போகட்டும். நான் காட்டுக்குள்ளே போகணும். இலை, அங்கதான் இருக்கு. சாயரட்சைக்கு மறுபடியும் வா. மருந்து தர்றேன். குணமாயிடும். கவலைப்படாதே”

“சாமி” என்றபடி அவன் தேம்பினான்.

“விசாலத்தோடு சேர்த்து உங்களை ரொம்ப அவமானப்படுத்திப்...”

“உஸ்... அதெல்லாம் வேண்டாமே. எனக்கு ரொம்பக் களைப்பா இருக்கு. நான் காட்டுக்குப் போகணும்”

சாமி எழுந்தது. தெருப்படலைச் சாத்தி வைத்து விட்டு நடந்தது. சாம்பிராணிப் புகை மாதிரி நீண்டு கிடந்தவராக நதியைக் கடந்து, காட்டுக்குள் நுழைந்தது சாமி.

என்னென்ன வாசனைகள், காட்டுக்குத்தான். பசியவை, காரமானவை, நெடி அடிப்பவை, நாயுருவிகள், குத்துச் செடிகள், படர் கொடிகள், பட்டை உரித்த மரங்கள் என்று பலதையும் பார்த்துக்கொண்டே நடந்தது. அதுக்கு அந்த நீர் இறக்கி முளைத்திருக்கும் இடம் தெரியும். அகலம் அகலமான விசித்திரமான இலைகளும் தண்டுகளும் நிறைந்த பிரதேசத்தையும் கடந்தது.

அமானுஷ்யமான இருள் சுற்றியது. திடுமென ஓசைகள் அடங்கிய இலைகளின் சலசலப்பு மட்டும் கேட்கும் இண்டு இடுக்குகளையும் கடந்தது. பாதை ஒழிந்து, மரங்களுக்கிடையே சருகுகளை மிதித்துக்கொண்டு நடந்தது பாதம், சருகுகளின் தடவலால் உரசலால் சில்லிட்டது. பாதத்தின் நடுவில், குழியில் படும் இலை ஈரம், சுகமாக இருந்தது. அதன் இலட்சியமான அந்த பத்திரம் தேடி அது நடந்தது. கொஞ்ச தூரம்தான். வாழைப் புதர்களைக் கடந்து வருகையில், கனிகளின் வாசம் ரம்மியமாக இருந்தது.

சட்டென சுண்டுவிரலில் நெருப்பை மிதித்த வலி. சுரீர் என இருந்தது. கீழே பார்த்தது. சரசர என்று நெளிந்தது. ஒரு நீள கரும் அசைவு.

"ஓ" என்றது சாமி.

"நீ தானா? சரி சரி! எப்படி வரும்னு இருந்துச்சு. இப்படித் தானா, ரொம்ப நல்லது" என்றபடி குனிந்து விரலைப் பார்த்தது இன்னும் ஒரு புள்ளி இருந்தால், சிவனின் முக்கண்களைப்போல இருக்குமே என்று தோன்றியது அதுக்கு. நிம்மதியாக இருந்தது மனசு.

பிணையாழி மறையும் நேரம் வந்தாயிற்றா? அதுதான் அந்தக் கணையாழியா? ரொம்ப சரி... இன்னும் கொஞ்சம் தூரம்தான். முட்டி கடுத்தது. நீர் இறக்கிச் செடி தலையசைத்தது. வா என்றது, ஒரு கொத்தை ஒடித்துக்கொண்டு திரும்பியது. கண்ணை இருட்டிக்கொண்டு வந்தது.

"பிரபோ... இன்னும் இரண்டு நாழிகை எனக்கு அருள் வரத்தானே போகிறேன். என்ன அவசரம். உனக்கு!" என்று மனசுக்குள் பிரலாபித்தது. நடையை வேகமாகப் போட்டது. இன்னும் ஒரு நாழிகை.

திண்ணையில் படுத்துக்கிடந்தான் கலியன். வயிறு வண்ணான் சால் மாதிரி பெருத்திருந்தது. இப்படியும் அப்படியுமாகப் புரண்டுகொண்டு கிடந்தான். தடுமாறிக்கொண்டு உள்ளே நுழைந்த சாமி, இலையை அம்மிக் கல்லில் வைத்து அரைத்தது. சாறும் பசையுமாக எடுத்துக்கொண்டு கலியனின் வாயில் ஊற்றித் தடவியது.

நிமிஷங்கள் கரைந்தன. கலியன் எழுந்து அமர்ந்தான். தூணைப் பிடித்துக்கொண்டு நின்றான். வீட்டுக்குப் பின்னால் சென்று திரும்பி வந்தான்.

"சாமி... நிம்மதி சாமி. நீர் வடிஞ்சுட்டது" என்றான்.

மருந்து இருந்த இலையை அவனிடம் தந்தது சாமி.

"மூன்று வேளை தின்னு. உதயாதிக்கு முன், உச்சி, அந்திக்குப் பிறகு சரியாயிடும்."

கலியன் தேம்பியபடி நெடுஞ்சாண் கிடையாக விழுந்தான்.

சாமி திண்ணையில் வடக்கை நோக்கிப் படுத்தது.

"கலியா?"

"சாமி"

"வைத்தியம் பண்ணு. காசு பண்ணாதே. அப்புறம், அதையும் விடு"

“புத்தி”

“கலியா”

“சாமி”

எரவாணத்தில் நிறைய சுவடிகள் இருக்கு. படி. பரீட்சை பண்ணு. அப்புறம் கொடு. காசு வாங்காதே”

“சாமி, புத்தி என்ன சாமி, வாயிலே நுரை தள்ளுதே”

கலியன்... அதன் அருகில் வந்து குனிந்து பார்த்தான்.

“சாமி விஷக்கடி மாதிரி இல்லே இருக்கு!”

“சத்தம் போடாதே. சத்தம் இல்லாமல் போகணும். விஷக்கடி இல்லை கலியா. விஷத்தை முறிக்கும் கடி. நாகாபரணன், அதை அனுப்பிச்சிருக்கான். என் வேஷ்டியை ஒழுங்கு பண்ணு, என் கைகளை அசைக்க முடியலை. இன்னிக்கு இரண்டாம் சாமத்துல என்னை எரிச்சுடு கலியா... கண் மங்குது நல்லா இரு...”

“சாமி” என்று கதறினான் கலியன்.

1995

நான் இருக்கிறேன் - 2

அம்மாவின் விரலைப் பிடித்துக்கொண்டு நடக்கையில், ஒரு பச்சை முருங்கையைப் பிடித்துக்கொண்டு நடப்பதாய் இருக்கும் எனக்கு. தம்பி, இடுப்பில் இருப்பான். நான் அம்மாவின் விரலைப் பிடித்துக்கொள்ள அம்மா நடக்கும். மாட்டின் மடிக்காம்பு மாதிரி இழுக்க இழுக்க நீளும் என்பதாய் எனக்கு பிரமைகளைத் தந்த விரல் அது. சுத்தமாக நகத்தைக் கடித்து மழமழ என்று வைத்திருக்கும். ஆகவே என் விரலை அது பிராண்டாது.

பொதுவாக மதியம் சாப்பிட்டு முடித்து, சற்று வெயில் தாழ்ந்த பின்னால், அம்மா தலைக்குக் குளித்து விட்டுப் புறப்படும். தலை ஈரம் உலராமல், வெயிலில் கருகரு என்று மின்னும். மயிர்க்கற்றைகள் முதுகைச் சொதசொத என்று நனைத்து விட்டிருக்கும். முகத்திலும் பாதங்களிலும் மஞ்சள் மினுக்கும். நான் அம்மாவின் கால்களைப் பார்த்தபடி நடப்பேன். என் கால்களுக்கு மஞ்சள் பூசாத அம்மாவின் மேல் லேசாகக் கோபம் மனசுக்குள் புரளும். ஒரு பாதம், மற்றொரு பாதத்தைத் துரத்திக்கொண்டு வருவது மாதிரி இருக்கும். தம்பி, அம்மாவின் இடுப்பில் உறங்கி வழிவான். அல்லது தோளில் தலை வைத்துத் தூங்குவான். அவன் நெற்றியை அடிக்கடி அம்மா தொட்டுப் பார்த்துக் கொள்ளும். சுரம் கூடுதலாகக் காய்ந்தால், அம்மா காலை எட்டிப் போட்டு நடக்கும். அம்மாவின் நடைக்கு ஈடு கொடுக்க முடியாமல் நான் ஓடும் படியாக இருக்கும்.

தம்பி பிறந்ததில் இருந்தே அம்மாவுக்கு அவஸ்தைதான். பிறந்ததில் இருந்தே அவன் நோஞ்சானாக இருந்தான். அடிக்கடி அவனுக்கு உடம்புக்கு வந்தது. மழைக்காலம் வருகிறது என்றால் அந்தப் பருவத்தில் பெய்கிற முதல் மழையின்போதே அவனுக்கு உடம்புக்கு வந்து விடும். பனி, வெயில் என்று காலம் தோறும் ஏதாவது ஒரு சீக்கு வந்தபடி இருக்கும். நன்றாகச் சிரித்து விளையாடிக்கொண்டே

இருப்பான். திடுமென குடித்த பாலை வாந்தி எடுப்பான். அப்புறம் அம்மா என்று சிணுங்குவான். சுருண்டு படுத்துக் கொள்வான். “என் கண்ணே” என்றபடி அம்மா அவனைத் தூக்கி மடியில் போட்டுக்கொண்டு தடவிக் கொடுக்கும். அம்மாவின் கண்களில் நீர் கோத்துக் கொள்ளும். விளிம்பில் ததும்பி, கோடு கிழித்துக்கொண்டு இறங்கும். தம்பி பட்ட அவஸ்தைக்குச் சற்றும் குறையாதது, அம்மாவின் அவஸ்தை, அதனினும் இது மீஸ்திரம்”

அன்றைக்கே, வெயில் தாழ்ந்த பிறகு நாங்கள் புறப்படுவோம். ஒரு பையில் முட்டை, மெழுகுவர்த்தி, கொஞ்சம் சாம்பிராணிப் பொட்டலம் ஆகியவற்றை ஒரு பையில் போட்டு அம்மா என் கையில் கொடுக்கும். பையை ஆடாமலும், எதன் மேலும் மோதாமலும்கொண்டு வருவது என் பொறுப்பு. அது மஞ்சள் வண்ணத்தில், அண்மையில் நடந்த ஏதாவது கல்யாணத் தாம்பூலப் பையாக இருக்கும். உள்ளே தேங்காய் நார் மிச்சம் காணும்படி இருக்கும். சில வேளைகளில் மடங்கிக் காய்ந்த வெற்றிலைச் சுருள் இருக்கும். என் கவனம் முழுக்க அந்தப் பையின் மேலேயே குவியும். எவ்வளவு ஜாக்கிரதையாக நடந்தாலும், என் காலின் மேலேயே அது மோதும். அம்மாவுக்கு இது எப்படியோ தெரிந்து போகும். குழந்தைகளின் மேல் காற்று மோதும்போதுகூட, அம்மாக்களுக்குச் சத்தம் கேட்டு விடும் போலும்.

“பத்திரம் தம்பி... முட்டை உடைஞ்சுடப் போகுது”

நான் அம்மாவைப் பார்த்தேன். காதுக்கு மேல் கன்னப் பொட்டில் வியர்வை முத்துக் கட்டிக்கொண்டு இருக்கும். பேருந்து நிறுத்தம் வழியாக ஒதியஞ்சாலை வந்து, அங்கிருந்து கூடலூர் சாலை வழியாக நாங்கள் நடப்போம். வழியில் செங்கியன் தோட்டம், பயம் காட்டும் கனவு மாதிரி, இருள் அடர்ந்து இருக்கும். வயசான திண்ணைத் தாத்தாக்களைப்போல, பெரிய உயரமான மரங்கள் பெருமூச்சு விட்டுக்கொண்டு நிற்கும். எனக்கு அது ஓர் அலுக்காத வேடிக்கை. நிச்சயமாக அந்தத் தோட்டத்துக்குள் நூறு பேய்களாவது இருக்கும் என்பது என் அனுமானமாக இருந்தது. ஒரு லட்சம் பாம்புகளாவது இருக்கும் என்பது என் ஊகம். லேசான பயம் காதோரம் விதிர்விதிர்க்க அதைக் கடந்து நடப்பது சுகம். சிவந்த, கரும்புள்ளிகளுடன்கூடிய, ஒன்றுடன் ஒன்று கோத்துக்கொண்டு நடக்கும் சிவப்புப் பூச்சிகளை ஏராளமாக அங்கே காண முடியும். மரவட்டைகள் கோடி. பாலம் ஏறி இறங்கினால், புற்று மாரியம்மன் கோயில் வரும். தென்னங்கீற்று வேய்ந்திருக்கும். ஒரு வளர்ந்த புற்றுதான் கோயில். எனக்கு நிரந்தரமான பயம் ஏற்படுத்திய விஷயங்களில் பிரதானமான ஒன்று இந்தப் புற்றுக் கோயில். ரெண்டு ஆள் உயரமான புற்று அது. ஏராளமான பொந்துகள், அதன் அடிவாரத்தில் இருந்து தொடங்கும். ஒரு மலை மாதிரி அடி பெருத்து, போகப் போகச் சுருங்கி, ஒரு சங்கைக் கவிழ்த்து வைத்தாற்போலக் காணும் புற்று. ஒவ்வொரு பொந்தும், ஒவ்வொரு பாம்பு வாழும் வீடு என்பது என் அனுமானமாக இருந்தது. அனேகமாக நூறு பொந்துகளாவது அந்தப் புற்றில் இருந்தது. அப்படியென்றால் நூறு பாம்புகளாவது அங்கு இருக்கும் என்று ஆகிறது. ஏற்கெனவே பிரார்த்தனை பண்ணிக்கொண்டவர்கள் வைத்து விட்டுப் போன முட்டைகள் அங்கு காணப்படும். பாம்புப் புற்று மாரியம்மனுக்கு முட்டை ரொம்ப விசேஷமான நிவேதனம். பூசாரி ஒருத்தர் இருந்தார். வயசாளி,

முடியும், தாடியும் மீசையும் கொத்துக் கொத்தாய் தொங்கி, அவற்றுக்கு ஊடாக இரண்டு கண்கள், ஒரு மூக்கு, ஒரு வாய் காணப்படும். எங்களைப் பார்த்ததும், "வாங்கம்மா, சௌக்யமா?" என்பார்.

"இருக்கேன் பூசாரி. குழந்தைக்குத்தான் காலைலே இருந்து உடம்பு கொதிக்குது. வாந்தி எடுக்கிறான். பாவம், சுருண்டு விழுந்துட்டான்... பாருங்க... கண்ணைத் திறக்கவே மாட்டேங்கறான்..." என்று அழுவதுபோலச் சொல்லும் அம்மா, தம்பியை அவர் பக்கமாக நீட்டும். பூசாரி, தம்பியின் வயிற்றில் பக்கமாக அழுத்தி பார்ப்பார். தலையை மேலும் கீழுமாக அசைப்பார். விளங்கிக்கொண்டதான அறிகுறி அவர் முகத்தில் காணப்படும்.

"சந்தேகம் என்ன, காற்றுக் கருப்புதான். மண்ணு திருஷ்டி பட்டாலும் மாற்றிப்பிடலாம். பொண்ணு திருஷ்டி பட்டாலும் பொசுக்கிப்பிடலாம். கண்ணு திருஷ்டி பட்டா மனுஷன் என்ன பண்ண முடியும்? மாரியாத்தாதான் மாற்ற முடியும். கவலைப் படாதீங்க அம்மா, முட்டையை வச்சுட்டுப் போங்க... மூணு நாழியில் குழந்தைக்கு குணம் வர்லேன்னா, என்னைக் கேளுங்க..."

அம்மா புற்றை நெருங்கி நின்றுக்கொண்டு, "குழந்தை... அந்த முட்டையை எடு" என்று கேட்கும். நான் முட்டையை எடுத்து அம்மாவின் கையில் கொடுத்து விட்டுத் தள்ளி நின்று கொள்வேன். பயத்தில் என் கண்கள், என் காலையே கவனித்துக்கொண்டிருக்கும். ஒரு பாம்பாவது வெளியே வராது என்பதுக்கு என்ன நிச்சயம்? அந்த நூறு பொந்துகளில் ஏதேனும் ஒன்றில் இருந்து, ஒரு பாம்பு என்னைப் பார்த்துக்கொண்டிருக்காது என்பதுக்கு என்ன ஆட்சேபம்? "என்னடா மூர்த்தி... ஓகோ" என்று தலையசைக்காது என்பதுக்கு என்ன மறுப்பு? வெடவெட என்று நடுங்கின படி நான் நின்றுகொண்டிருப்பேன். பூசாரி, தட்டில் கற்பூரம் ஏற்றிப் புற்றண்டை இருக்கும் கழுத்து மாத்திரம் உள்ள மாரியம்மை சிலைக்குக் காண்பிப்பார். மாரியம்மை இவ்வளவு பெரிசாகக் கண்ணை விழித்துப் பார்த்துக்கொண்டிருக்க அவசியம் என்ன என்பதுபோல இருக்கும். அம்மன் கழுத்துக்குப் பின் இருக்கும் சூரியக் கதிர்ப் பிரபையும் கற்பூர ஜோதி வெளிச்சத்தில் சேர்ந்து எரிவதாய் இருக்கும். நெருப்பின் ஜுவாலையே அகண்டு, உச்சியில் கூர்மையாகி, உரிந்த தேங்காய் மாதிரி வளர்ந்து, புற்றாகப் பரிமாணம் பெறுவதாக இருக்கும்.

அம்மாவுக்கு கொஞ்சம்கூட பாம்புகளிடம் பயம் இல்லை போலும், புற்றுக்கு வெகு அருகாமையில் நெருங்கி அதன் கீழ் முட்டையை வைக்கும். பாம்புகள் முட்டையை அருந்தி விடும் என்று எனக்குச் சொல்லப்பட்டிருந்தது. ஓட்டை உடைக்காமல் என்னவிதமாய் முட்டையை அவை அருந்தும் என்பது, எனக்கு அவிழ்க்க முடியாத முடிச்சாகவே வெகுநாள் இருந்தது. எரிகிற கற்பூரத்தில் ஆவி பிடித்து, மூன்று முறை தம்பியின் முகத்தில் தடவும் அம்மா. இப்போது முகத்தில் பூரண நிம்மதி பொலியும். தம்பிக்குப் பூரணமாய்க் குணமாகி விட்டதுபோல இருக்கும்.

சீக்கிரத்தில் அந்த இடத்தை விட்டு அகன்றுவிட மாட்டோமா என்கிற பதைப்பில் நான் இருப்பேன். பாம்புகள் எதுவும் வெளியே வந்து விடக்கூடாதே. அம்மா நிதானமாக முந்தானை முடிச்சை அவிழ்த்து பூசாரிக்குத் தட்டில் சில்லறைகள் போடும். பூசாரியின் முகத்தில் அலாதியான திருப்தியைத்

தோற்றுவிக்கும் தரத்தில், அந்த காசு இருக்கும். அப்புறம் அம்மா, திருநீறை எடுத்து குழ்ந்தையின் நெற்றியில் பூசும். சிதறி மூக்கிலும், கன்னத்தின் மேலும் விழுகிற திருநீறு துளிகளை "உஸ்" என்று வாயால் ஊதும்.

புற்று மாரியம்மன் கோயிலுக்கு அருகிலேயே ஆட்டுப்பட்டி அந்தோனியார் கோயில் இருக்கிறது. ஆட்டுப் பட்டியை நான் பார்த்தது இல்லை. ஒரு காலத்தில் அங்கு ஆட்டுப்பட்டி ஒன்று இருந்திருக்க வேண்டும். அந்தோணியார் கோயில் வாசலில் தொழுநோய்ப் பிச்சைக்காரர்கள், வழியும் சிவந்த இரத்தப் புண்ணைப் காட்டியபடி, அழுது கெஞ்சிப் பிச்சை எடுத்துக்கொண்டிருப்பார்கள். என்னை மிகவும் மருட்டியவை அந்தக் குரல்கள். அந்தக் குரல்களுக்குக் கைகள் நீளும். வளரும். அவை நம் சட்டையின் பின் பக்கத்தைத் தொட்டு இழுக்கும். அந்த வார்த்தைகளில் இரத்தத்தின் ஈரம் உலராமல் சொத சொதக்கும். அந்த யாசக வார்த்தைகளுக்கு வாசனைகூட இருக்கும்.

ஆஸ்பத்திரிக்குள், குறிப்பாக தம்பி பிறந்தபோது நான் சென்றிருந்த பிரசவ ஆஸ்பத்திரியின் வாசனை, அந்த வார்த்தைகளில் இருந்து நெடி அடிக்கும். தெருவையும் அந்தோணியார் கோயில் தெருக்கதவையும் பிரித்து இடைவெளிக்குள் குழுமி இருந்த இந்தப் பிச்சைக்காரர்களைக் கடந்து நான் கோயிலுக்குள் ஓடிச் சென்று புகுந்து கொள்வேன். வெள்ளை மணல் விரித்த பெரிய திறந்த வெளிக்குச் சற்று தூரத்தில் கோயில். கோயிலை ஒட்டிய வளாகத்தில் பாதிரியார் சாமியார்கள் அறையிருக்கும். வயசான பெரிய சாமியார் அறை வாசலில் அம்மா போய் நிற்கும். பெரும்பாலும், பெரிய சாமியார் சாய்வு நாற்காலியில் அமர்ந்தபடி, கைவிரல்களில் புகைந்த படி இருக்கும், சுருட்டுத் துண்டோடு கறுப்புத் தோல் அட்டை போட்ட புத்தகத்தில் தலையைக் குனிந்துகொண்டிருப்பார். வெள்ளை மண் மைதானத்தில் சிவந்த கொன்றைப் பூக்கள் மலர்ந்திருக்கும். இலைகளே இல்லாமல் வெறும் பூக்களாகவே காட்சியளிக்கும் அந்த மரம். வாசலில் நிழல் அலையத் தலை நிமிரும் பெரிய சாமியார், அம்மாவை அவதானிக்க சில நேரம் எடுத்துக் கொள்வார். அப்புறம் புரிந்துகொண்டவராக, "வா அம்மா... சௌக்யமா...?" என்பார்.

"ஸ்தோத்திரம் சாமி... நல்லா இருக்கோம். குழந்தைக்குத்தான் உடம்பு சுகம் இல்லை. காலையில நல்லாத்தான் விளையாடிக்கிட்டு இருந்தான். அப்புறம் "கொட கொடன்னு" பாலை வாந்தி எடுத்தான். உடம்பு தொட்டா காயுது. குழந்தை சோர்ந்து போய்ட்டான் சாமி."

அம்மாவின் குரல் அடைத்துக் கொள்ளும்.

"கவலைப்படாதே... வெறும் அஜீர்ணமா இருக்கும். சீக்கிரமே சொஸ்தமாயிடும்" என்றபடி பெரிய சாமியார் சிரமப்பட்டு எழுந்து அம்மா அண்டைக்கு வருவார். தம்பிக்குச் சிலுவைக் குறிபோடுவார்.

"சாயங்காலத்துக்குள் சொஸ்தமாயிடும். கவலை வேண்டாம். அந்தோணியாருக்கு வேண்டிக்குங்க சரியாயிடும்."

சாமியார் குரல், மெத்தை மாதிரி மெதுமெது என்று இருக்கும். சுருண்டு சுருண்டு வட்டம், நேர்க்கோடு என்று எழும் சுருட்டின் புகை மணம்

எனக்குச் சுகமாக இருக்கும். நான் அதை அனுபவித்துக்கொண்டு நிற்பேன். அந்த வயசான சாமியாரின் முதுமை, அவரது வெள்ளைத் தாடி வழியாக விரல்களை நீட்டியதுபோலக் காணப்படும். அந்த ஆதரவான வார்த்தைகளால் அம்மா, நிம்மதி அடையும். அப்புறம் நாங்கள் கோயிலுக்குள் நுழைவோம். குழந்தையை மடியில் ஏந்தி நிற்கும் கன்னிமரி அம்மையின் முன்னால் அம்மா குழைந்து போய் நிற்கும். தம்பி மாதிரி ஏசுக் குழந்தை எகிறி கண்ணாடியை உடைத்துக்கொண்டு வெளியே வருவது மாதிரி ஏசுக் குழந்தை காணப்படுவது, எனக்குப் பிடித்தது. கன்னிமரி அம்மையின் முகம்கூட அழகுதான். சாந்தம் பூசி மெழுகின முகம். "வா சாப்பிடு" என்று கூப்பிடுகிற முகம். அந்த அருள் மயமான சிலையைப் பார்க்கிறபோதே, எல்லா நோயும் சொஸ்தமானாற்போலக் காணும். இரவுகளில், என் கனவுகளில், அந்தத் தொழு நோய்ப் பிசைக்காரர்களே வருவார்கள். பெரிய சிலுவைகளை மார்பின் மேல் தொங்கவிட்டிருக்கிற தொழு நோயாளிகள். அந்தச் சிலுவைகள் ஆடி ஆடி, அதுவே மணியாக, கண்டாமணியாக ஊதிப் பருத்து, டமார் டமார் எனச் சத்தங்களை வாரி வீச்சடிக்கும். காது கிழியும் சப்தம். அம்மா, ஐயா, அண்ணன்மாரே, என்று ஆதரவு கோரி அலறுகிற ஈனக்குரலாக மாறும். எனக்கு வியர்த்துப் போய், படுக்கையை விட்டு எழுந்து அமர்வேன். வெகு நேரம் வரைக்கும் அந்தப் பேரோசை என் செவிச்சுவரைக் கிழிக்கும்.

"குழந்தை... அந்த மெழுகுவர்த்தியையும் சாம்பிராணியையும் எடு,"

பையில் இருந்து அவற்றை நான் எடுத்துக் கொடுப்பேன். மெழுகுவர்த்தியைப் பற்றவைத்து, சாம்பிராணியை அதுக்கென்று இருக்கும் குடுவையில் போட்டு விட்டு, அம்மா கண்ணை மூடிக்கொண்டு பிரார்த்தனை பண்ணிக்கொண்டு நிற்கும். பெண்கள் எல்லோரும் தலையைப் போர்த்திக்கொண்டு வேண்டிக்கொண்டு இருப்பார்கள். இரண்டுவாகாக மரப் பெஞ்சுகள் போட்டிருக்கும். ஆண்கள், பெண்களுக்குப் போலும். அந்தப் பெஞ்சின் சிவந்த பளபளப்பான வழவழப்பு என்னை மிகவும் கவர்ந்த ஒன்று. சாம்பிராணிப் புகையை அதிகம் அதிகமாக உள்ளே இழுத்து வெளியில் விட்டுக்கொண்டு நான் நிற்பேன். அம்மா, நிறைய நேரம் கண்ணை மூடிக்கொண்டு நிற்கும். அந்த நேரத்தில் நிலா வட்டத்துக்குள் அம்மாவின் முகத்தைப் புதைத்து வைத்ததுபோல இருக்கும். அதன்பின், அம்மா முகத்தைப் பெயர்த்துக்கொண்டு புறப்படும். நான் காலியான பையை இஷ்டம்போல அசைத்துக்கொண்டே அம்மாவைத் தொடர்வேன். அடுத்த படியாக லப்போர்த் பள்ளிக்கூடத்துக்கு அருகில் இருக்கும் மசூதிக்குப் போவோம். அந்த நேரத்தில் அங்கே ஒரு பக்கீர் நின்றுகொண்டு, மசூதி வாசலில் ஓதிக்கொண்டு நிற்பார். கையில் ஏந்திய தட்டில் குடுவையில் சாம்பிராணிப் புகை வெள்ளைத் துணியாகப் பரவ, கையில் நீளமான மயிர் தோகை இருக்கும். இத்தனை பெரிய தோகை, என்றைக்கும் எனக்கு ஆச்சர்யமான பொருளாகவே இருக்கும். பாடப் புத்தகத்தில் போட்டிருக்கிற மயிலின் படம் பார்த்திருந்தேன். ஒரு மயிலின் முழுத் தோகையையும் பிடுங்கிக்கொண்டு வந்தாற்போல இருந்தது எனக்கு.

அந்த பக்கீர், மந்திரம் ஓடி தம்பியின் முகத்தில் "பூ" என்று மூன்று முறை ஊதினார். மயில் தோகையால் தம்பியின் தலையைத் தடவிக் கொடுத்தார். முகம் முதல் கால்வரை தடவினார். தம்பி சிரித்தான். மசூதியிலிருந்து ஆண்கள் தலை மூடியபடியும், சுத்தமான கால் கையுடனும் வந்துகொண்டிருந்தார்கள்.

அம்மாவையும் என்னையும் கண்டு, மரியாதையாக ஒதுங்கிச் சென்றார்கள். “பாய்” ஒருத்தர் என் சட்டைப் பையைத் திறந்து எதையோ போட்டார். என்னைப் பார்த்து “என்ன படிக்கிறே” என்றார்.

“நாலாம் வகுப்பு”

“அண்ணி, என்ன இந்தப் பக்கம்?”

“குழந்தைக்கு உடம்புக்கு வந்துடுச்சு. ஓதிக்கிட்டு போகலாம்னு வந்திருக்கேன்.”

“ஓதியாச்சுங்களா?”

“ஆச்சு”

“அப்போ குழந்தைக்குச் சரியாயிடும். அண்ணன் சுகம் தானுங்களா?”

“நல்லா இருக்காங்க”

“அண்ணனை எனக்குத் தெரியும். காசிம்பாய்னு சொன்னா தெரியும். நான் ஏதாச்சும் செய்யனுங்களா?”

“இல்லீங்க”

“நான் வரங்க”

அவர் போன பிறகு, என் பாக்கெட்டைத் திறந்து, அதை வெளியே எடுத்தேன். ஒரு சாக்லெட். ஒஸ்தி சாக்லெட். அம்மா, முந்தானை முடிச்சைத் திறந்து ஓதியவர்க்கு காசு போட்டது

“அம்மா கவலைப்பட வேணாம். ஜுரம் சாயங்காலத்துக்குள்ளே ஓடிப் போயிடும்” என்றார் தீர்க்கமாக. அம்மாவுக்கு ரொம்ப சந்தோஷமாக இருந்தது. என்னால் அதைக் கண்டுபிடிக்க முடியும். நாங்கள் வீடு திரும்பினோம். புற்று மாரியம்மன், அந்தோணியார், மசூதிவாசல், மூன்று இடத்துக்கும் போய்த் திரும்பி வரும்போதுதான் அந்த நிகழ்ச்சி நடக்கும். எனக்கானது அது. நான் எதிர்பார்த்துக்கொண்டிருக்கும் நிகழ்ச்சி அது. மசூதி தெருவுக்குப் பக்கத்திலும், பாரதி வீதிக்கும் நடுவில் இருக்கும் பாயம்மா, வீட்டுக்கு நாங்கள் போவோம். பாயம்மா ரொம்ப நாளுக்கு முன் எங்கள் வீட்டில் குடி இருந்ததாக அம்மா சொன்னது எனக்கு இப்போதும் ஞாபகத்துக்கு இருந்தது. தன் பழைய சிநேகிதியைப் பார்த்தாற்போலவும், எனக்குத் தின்பண்டம் வாங்கித் தந்ததாகவும் இருக்கும். அருகாமையிலேயே அந்தக் கூரை வீடு இருந்தது. அம்மா வாசலில் நின்று, “பாயம்மா” என்று குரல் கொடுத்தது. சற்று நேரம் கழித்து பதில் வந்தது.

“ஆரு?”

“நான்தான் பார்வதி”

“அட வாங்க...” என்றபடி சாக்குப் படுதாவை நீக்கிக்கொண்டு பாயம்மா தலையை நீட்டியது.

நாங்கள் உள்ளே போனோம். பாயம்மா துணியை விரித்து எங்களை உட்கார வைத்தது. பாயம்மாவும் அம்மாவும் பேசிக்கொண்டிருந்தார்கள். தம்பியும் சுரம்

நீங்கினாற்போல, சிரித்து விளையாடினான். நான் எதிர்பார்த்துக்கொண்டிருந்த நேரமும் வந்தது. பாயம்மா முறுக்கு, எள்ளடைகளை தாளில் சுற்றி, என் கைக்குள் திணித்தது. எங்களுக்கு டீ போட்டுக் கொடுத்தது.

"யாசுமின் சுகம்தானே?" என்று கேட்டது அம்மா.

"பள்ளிக்கூடம் போயிருக்கா. நல்லா இருக்கா."

"வீட்டுக்கு ஒருக்கா வரச் சொல்லுங்க"

"சரி"

"இதுக்கு என்ன காசு?"

"இருக்கட்டும்"

"எண்ணெயும் அரிசியும் சும்மாவா வருது"

அம்மா கொடுத்த காசை பாயம்மா வாங்கிக் கொடடது. நான் முறுக்கைத் தின்றுகொண்டே அம்மாவுடன் வீடு திரும்பினேன். வீட்டில், அப்பா புறப்பட ரெடியாக இருந்தார். அம்மா அப்பாவுக்கு காபி போட்டு தானும் குடித்தது.

அப்பா, தம்பி நெற்றியிலும் தலை உச்சியிலும் கை வைத்துப் பார்த்தார்.

"சுரம் விட்டிருக்கு"

"சுரம் இறங்கி இருக்கு."

"இருக்கட்டும். தொக்தர் வீட்டுக்குப் போய்ட்டு வந்துடுவோம்"

"அப்பா நானும் வர்றேன்" என்றேன்.

"சரி வா."

நாங்கள் ரிக்ஷாவில் புறப்பட்டோம். கடைத் தெருவைத் தாண்டி, மிஷன் வீதியில் டாக்டரின் வீடு இருந்தது. தொக்தர் அப்பாவை வரவேற்றார்.

"உட்காருங்க"

அப்பா உட்கார, நாங்கள் நின்றோம். டாக்டரின் அறை எனக்கு ஓர் ஆச்சர்யம். எத்தனை விதமான, எத்தனை வண்ணமான, எத்தனை அளவிலான மாத்திரைகள், மேசை முழுக்க மாத்திரை மருந்துகள், தண்ணி மருந்துகள் அலமாரி முழுதும்.

"அப்புறம், முசியே ராஜாங்கம், சௌக்யம் எப்படி?"

"நல்லா இருக்கேன், தொக்தர். குழந்தைகளுக்குத்தான் காலைலே இருந்து ஜுரம்"

வெள்ளைத் தலை, வெள்ளை சட்டை, வெள்ளை பேன்ட் என்று வெள்ளையாக இருந்தார் தொக்தர். அவர் தம்பியை பரிசோதனை செய்தார். கண்ணைப் பிதுக்கிப் பார்த்தார். காதில் எதையோ அடைத்துக்கொண்டு தம்பியின் மேலே வைத்தார். தம்பி அதைப் பிடித்து இழுத்துக் குறும்புகள் எல்லாம் செய்தான்.

தொக்தர், சின்ன நோட்புக்கில் பொசியோன்*— எழுதிக் கொடுத்தார். தொக்தர் ரொம்ப பெரியவர் என்று அப்பா சொல்வதுண்டு. எந்த

---

* பொசியோன் - தண்ணீர் மருந்து, மிக்சர்.

வியாதியானாலும், தொக்தர் ரங்கநாதன் "பொசியோன்"தான் எழுதிக் கொடுப்பார். ரெண்டு வேளை சாப்பிட்டால் போதும். ஜுரம் பறந்து போய்விடும், என்பார் அப்பா.

அப்புறம் அப்பாவும் தொக்தரும் ஊர் அரசியல் பேசிக் கொள்வார்கள். அம்மாவும் நானும் வெளியே நாற்காலியில் அமர்ந்து கொண்டிருப்போம். நவசக்தி பேப்பர் போட்டிருக்கும். அதை அம்மா படித்துக்கொண்டிருக்கும். தம்பி, பேப்பரை இழுத்துக் கிழித்துக்கொண்டிருப்பான். அப்பா வந்ததும் புறப்படுவோம். மருந்துக் கடையில் பொசியோன் வாங்கிக்கொண்டு திரும்புவோம்.

மறுநாள் காலையில் தம்பியின் ஜுரம் விட்டிருக்கும். தம்பி விளையாடிக்கொண்டிருப்பான்.

"எல்லாம் அந்த புற்று மாரியாத்தா கருணைதான். நம் கையில் என்ன இருக்கு" என்றும், "அந்தோணியார் எப்பவும் கைவிட மாட்டார்" என்றும், "அல்லாசாமி சும்மா சொல்லக்கூடாது" என்றும், "நம்ம குடும்ப டாக்டர் கைராசிக்காரரப்பா" என்றும் மாற்றி மாற்றிச் சொல்லிக்கொண்டிருக்கும்.

வாசலில் ஸ்கூட்டரை நிறுத்தி விட்டுப் பூட்டினேன். படபடப்பாக வந்தது. அழைப்பு மணியை அழுத்தி, கதவு திறக்கும்வரை காத்திருப்பதுகூட எனக்கு முடியாததாக இருந்தது.

சுமதி கதவைத் திறந்ததும், "இங்கே பிரச்சினை ஒன்றும் இல்லையே" என்றேன். அவள் புருவம் மேலேற "என்ன பிரச்சினை?" என்றாள். "எங்க அலுவலகத்துல கல்வீச்சு நடந்துச்சு. ரகளை. நம்ம தெருவில் ஒன்றும் இல்லையே..."

"இல்லை" எனக்குப் படபடப்பு அடங்கியது.

"குழந்தைக்கு எப்படி இருக்கு. புறப்படேன், டாக்டர் வீட்டுக்குப் போயிட்டு வந்துடலாம்."

"மத்தியானம் ஜுரம் விட்டுடுச்சு. அத்தை குழந்தையைத் தூக்கிக்கிட்டு புற்று மாரியம்மன், அந்தோணியார், மசூதி கோயிலுக்கு போயிருந்தாங்க. எதுக்கு அத்தைன்னு சொன்னேன். அவங்க கேட்டாதானே..."

அம்மா என்னையும் தம்பியையும் தூக்கிக்கொண்டு கோயிலுக்குப் போனது நினைவுக்கு வந்தது.

"பரவாயில்லை. பகுத்தறிவு முக்கியம். அம்மா அதைவிட முக்கியம்... வரட்டும் போவோம்."

சுமதியும் நானும் காபி சாப்பிட்டுக்கொண்டிருக்கையில் அம்மா திரும்பி வந்தது. குழந்தையின் நெற்றி நிறைய விபூதி அப்பிக் கிடந்தது.

"தெருவில், தகராறு ஒன்றும் இல்லையாம்மா?"

களைப்பில் "ஈஸ்வரி" என்றபடி சோபாவில் உட்கார்ந்தது அம்மா.

சுமதி கொடுத்த காபியைக் குடித்தபடி "என்ன தகராறுப்பா" என்றது. நான் சொன்னேன்.

பிரபஞ்சன் ★ 515

"அதைச் சொல்றியா? போக்கத்த, பைத்தியக்காரப் பசங்க. வர்ற வழியில பாயம்மாவைப் பார்க்கப் போயிருந்தேன். கதவைத் திறக்கவே பயந்து கிடக்கு. பாவம், தனியா இருக்கிற பொம்பளை. ஆயிஷாவும் வேற இருக்கா. வீட்டுக்காரரோ துபாயில இருக்கார். என்ன வாச்சும் ஆகுமா அக்கான்னு கேட்டுச்சு. என்ன ஆகும். நாமென்ன தீவிலயா இருக்கோம். மனுசங்க மத்தியிலதானே இருக்கோம். ராத்திரி துணைக்கு நான் வந்து இருக்கேன்னுட்டு வந்திருக்கேன். நான் சித்தே இருந்துட்டு ஏழு மணிக்கா புறப்படறேன். நீ டாக்டர் வீட்டுக்கு புறப்படு" என்றது அம்மா.

"நீ எதுக்கும்மா தனியா, அதுவும் ராத்திரிக்கு அங்கே போகணும்?"

"இந்த நேரத்துலதானே நாம துணையா இருக்கோணும்"

அம்மா புறப்பட ஆயத்தம் செய்துகொண்டிருந்தது.

1995

பாலர்

தானு காலமாகிவிட்டதாக நண்பர் வந்து சொன்னார். நேற்று மதியம் வீட்டுக்குச் சோர்வாக வந்திருக்கிறார். சாயங்காலம் ஐந்து மணிக்கு வேலைக்காரம்மாள் வந்திருக்கிறாள். அப்போதும் தானு தூங்கிக் கொண்டிருந்தாராம். இடையில், எட்டு மணிபோல், ராமையர் கிளப்புக்குப் போய் ரெண்டு இட்லியும் காபியும் சாப்பிட்டிருக்கிறார். தெருவில் உலாவிக்கொண்டிருந்த வீட்டுக்காரர், தானுவிடம் "என்ன ஓய்! உம் அர்ஜுன் சிங்கம், கர்ஜிக்கும்னு சொன்னீர், மியாவ்னுகூட முனகக் காணமே…" என்று வம்புக்கு இழுத்தாராம். தானு சுரத்தில்லாமல் "ரொம்ப களைப்பா இருக்கு. நாளை பேசிக்குவோம்…" என்றபடி மாடிப்படி ஏறிப் போனாராம். மனுஷருக்கு என்ன வந்து விட்டது என்று அப்போதே நினைத்தாராம் வீட்டுக்காரர். விளைக்கை அணைத்துவிட்டுப் படுத்தாராம் தானு. பாய் உதறிப் போடும் சப்தம்கூடத் தனக்குக் கேட்டதாக வீட்டுக்காரர் சொல்கிறார். விடியற்காலை எட்டு, எட்டை ஆகியும் மாடிக் கதவு திறக்காததைக் கண்ட வீட்டுக்காரர் மாடி ஏறி (மாடி மொத்தம் முப்பத்திரண்டு படிகளைக்கொண்டது. வீட்டுக்காரர், கனபாரி உடம்புக்காரர். வயசு வேறு எழுபத்தியொன்று) கதவைத் தட்டி இருக்கிறார். ஓர் அரவத்தையும் காணோம். அரண்டு போன வீட்டுக்காரர் "யாரேனும் ஓடியாங்களேன்… விபரீதம் நடந்து போச்சு…" என்று அலறி இருக்கிறார். கதவு உடைக்கப்பட்டு, திபுதிபு என்று எல்லோரும் உள்ளே நுழைந்திருக்கிறார்கள். என்ன சொல்வது? தானு படுத்துக்கொண்டிருந்தார். உறக்கத்திலேயே கூடு விட்டு ஆவி பறந்து போயிருந்தது. நண்பர்களும் உறவினர்கள் சிலரும் காவல்துறை, டாக்டர்கள் என்று எல்லோருக்கும் அழ வேண்டியதை அழுது, தானு என்கிற சடலத்தை வீட்டுக்குக்கொண்டு வந்து இருக்கிறார்கள். நேற்றிருந்தார். மேலே வீற்றிருந்தார். இன்று கட்டையாகப் படுத்துக் கிடக்கிறார்.

மூர்த்தியும் நண்பரும் தானுவைப் பார்க்கப் புறப்பட்டார்கள். வீட்டின் கீழ்ப்பகுதியில் பந்தல் நிழலில் பெஞ்சில் கிடத்தியிருந்தார்கள் தானுவை. நாற்பத்திரண்டு வயதில் இறந்த மனிதரைப் பார்க்கையில் மூர்த்தியின் மனம் சங்கடப்பட்டது. அவரிடம் இருந்து பிரிந்து போன மனைவி வரக்கூடும் என்று சொன்னார் வீட்டுக்காரர்.

எதிர்வீட்டு நிழலில் போட்டிருந்த நாற்காலி ஒன்றில் அமர்ந்தார் மூர்த்தி. தானு என்று நண்பர்களால் அழைக்கப்படும் தனசேகரனை முதலில் சந்தித்த அந்த நிகழ்ச்சி அவர் ஞாபகத்துக்குள் வந்தது. நண்பரின் தங்கை கல்யாணத்தில் வைத்து தானுவை முதலில் சந்தித்தார். விசித்திரம்தான். வாழ்க்கையின் அவிழ்க்க முடியாத முடிச்சு இது. திருமணத்தில் சந்திப்பதும், மரணத்தில் கடைசி முறை பார்ப்பதும் நண்பர், மூர்த்தியை தானுவுக்கு அறிமுகப்படுத்தியதும் தானு அட்டகாசமாகச் சொன்னது இன்றும் நினைவில் நிற்கிறது.

"தெரியுமே, சாரை எனக்கு நல்லாவே தெரியும். புரளப் புரள வேஷ்டியும் மல்லிப்பூ ஜிப்பாவுமா பத்திரிகை ஆபீசுக்கு சைக்கிள் ரிக்ஷாவில் போவாரே. நான் பலமுறை பார்த்திருக்கிறேன். தேசத்துக்க தெரியுமே இவரை. கேவலம் எனக்குத் தெரியாதா? சூரியனைத் தெரியாதவர்கள் இருப்பார்களோ? சூரியனுக்குத்தான் நம்மைத் தெரியாது"

தானு, மூர்த்தியின் கைகளை மெல்லிசாகப் பற்றிக்கொண்டு வார்த்தைகளை வாரி விட்டதில், தான் அந்த அளவு பிரபலஸ்தனா என்று மூர்த்திக்கே சந்தேகம் வந்து விட்டது. "நீங்கள் அதிகம் புகழ்கிறீர்கள்" என்று வெட்கப்பட்டுக்கொண்டு சொன்னார் மூர்த்தி. "வெட்கமாவது, வெங்காயமாவது, மலைகளுக்கு அதன் சக்தி தெரியாது. மோதியவனுக்கல்லவா தெரியும்" என்று விட்டு அலாராகச் சிரித்தார் தானு.

கல்யாண ஜமக்காளத்தில் அமர்ந்திருந்த வேறு சிலர் இவர்களைக் கவனித்து, மூர்த்தியை விசேஷமாகப் பார்த்தார்கள். மூர்த்தி தலைகுனிந்துக்கொண்டார். ஆள் "அல்க்கா" பேர் வழியாக இருப்பாரோ என்கிற சம்சயம்கூட ஏற்பட்டது. ஆனால் அந்த வெள்ளைச் சிரிப்பு, புஷ்டியும், பாரியுமான கனத்த குழந்தை தொளதொள உடம்பு, சுண்ணாம்பை உலர்த்தித் தைத்த மாதிரி கதர்ச் சட்டை வேட்டி, தங்க பிரேம் போட்ட கண்ணாடி போன்றவை அந்த நினைப்பைத் தடுத்தது. சாப்பிடும்போதுதான் தானு வெளிப்பட்டார்.

"என்ன சாம்பார் இது?" என்று நண்பரைக் கேட்டார் தானு.

"ஏன், கத்தரிக்காய் சாம்பார்தான். மணக்குதே. நம் வெங்காச்சம் சமையல்தான். ஜில்லாவில், அவனுக்கு ஏது சார் நிகர்?"

"அது தெரியுது. இன்னிக்குப் போய் கத்தரி, வெண்டைன்னு பண்ணலாமோ? மாப்பிள்ளைக்கு முருங்கைக்காய் சாம்பார், முருங்கைக் கீரை கூட்டு, முருங்கப் பூ புட்டுன்னு, தானே பண்ணிப் போடணும்."

நண்பருக்கு இது விசித்திரமாகப் பட்டிருக்கும்போலும். வெள்ளையாக, "என்னத்துக்கு இத்தனை முருங்கை?" என்றார்.

"இங்க கொண்டு வாரும் காதை" என்றார். எனக்கும் தானுவுக்கும் நடுவாக நண்பர் தம் காதுகளைக்கொண்டு வந்தார்.

"என்ன ரகசியம் சொல்லப் போறீங்க தானு?"

"மாப்பிள்ளைக்கு முதல் இரவல்லவா? முருங்கக்காய்னா, கொஞ்சம் தெம்பா இருக்குமே"

"சே... போய்யா... இதுதான் உம்மகிட்டே..." என்றபடி நகர்ந்தார் நண்பர்.

மூர்த்திக்கு இது வேண்டாம்போல் இருந்தது. ஆனால், தானுவோ, மூர்த்தியின் காதுப்பக்கமாக நகர்ந்து "சார்... நாம் இதை சீரியசாக எடுத்துக்க வேண்டாமோ? முதல் இரவு, ஒருகால் சரியாக ஆகலைன்னு வெச்சுக்குவோம். என்ன ஆகும் வாழ்க்கை, யோசியுங்கோ... அதுக்கு மருந்து சொன்னா, இந்த மனுசன் எதுக்கு ஓடணும்? முருங்கையை லேசா நினைக்கலாமோ? அதுக்கு பிரம்ம விருட்சம்னு பேரு சார்... பிரும்மா என்ன பண்றார்? சிருஷ்டி பண்றார். அவர் உலகத்தை சிருஷ்டி பண்றார். மனுஷர், பிள்ளைகளை உற்பத்தி பண்ணறோம். சிருஷ்டிக்கு ரொம்ப பிரயோஜனமா இருக்கிறதாலே இதுக்கும் அந்த பெயர். முருங்கையை எவன் வெறுக்கிறானோ அவன் பிரும்மாவையே, பிரும்ம தத்துவத்தையே வெறுக்கிறவன்னுதான் அர்த்தம்..."

மூர்த்தி மோருக்கு முன்பே எழுந்து விட்டார்.

மனிதர்கள், லேசாகத் தட்டுப்படக்கூடியவர்களாக இருக்கிறார்கள். கை வைத்த இடத்தில் தட்டுப்படக்கூடிய டார்ச் லைட் மாதிரி அத்தனை வெளிப்படை இருந்தும் தானுவை மூர்த்தியால் விளக்கிக்கொள்ள முடியவில்லை. திருமணம் நடந்த மறுவாரம், காலையில் வந்து இருந்தார். ஒரு கூடை சிறு மலைப்பழம்கொண்டு வந்திருந்தார்.

"என்ன இது?" என்றார் மூர்த்தி.

"திண்டுக்கல் பக்கம் ஒரு உறவுக்காரர் கல்யாணம் போயிருந்தேன். பழம் ரொம்ப மலிவாகக் கிடைத்தது. உங்கள் ஞாபகம் வந்து வாங்கிட்டேன். பழம்னா பலம். சமஸ்கிருதத்திலே பலம்னே பழத்தைச் சொல்லுவாங்க. கூடையை உள்ளே எடுத்து வைக்கச் சொல்லுங்க..."

சற்றேறக்குறைய ஓர் உத்தரவு மாதிரியே இதைச் சொன்னார் தானு. அவரை அழைத்துக்கொண்டு மாடிக்கு வந்தார். மனசு உறுத்தியது மூர்த்திக்கு.

"என்னத்துக்கு செலவு?"

"கெக்கெக்கெ" என்று சிரித்தார் தானு. கொழுத்த உடம்பு குலுங்கியது. மார்புகள் திரண்டு, தனியாகக் குலுங்கின.

"என்ன செலவு, பிசாத்து செலவு. கழுதை காசு இன்னைக்கு வரும், நாளைக்குப் போகும். மனுஷா கிடைப்பாளோ, ஏதோ நிறைய கொடுக்கிறான், செலவு பண்றேன்..."

தானு அறையைச் சுற்றிக் கவனித்தார். புத்தகங்கள் நிறைய சுவரை அடைத்துக்கொண்டிருந்தன. எழுந்து அதன் அருகே சென்று நோட்டம் விட்டார்.

"அடடே... இந்தப் புத்தகம்கூட இருக்கிறதே..."

"எது?"

"செக்ஸ் சாமியார்னு சொல்லுவாங்களே, அவரோட புத்தகம்"

“அவர் செக்ஸ் சாமியார் இல்லை சார்... அவர் செக்சும் பேசி இருக்கிறார். நம்ம ஆளுகளுக்கு எப்படியோ, அப்படி அறிமுகம் ஆயிட்டார்.”

தானு, மூர்த்திக்கு முன் வந்து அமர்ந்தார்.

“தங்கபஸ்பம் சாப்பிட்டிருக்கிறீர்களா சார்?”

“இல்லை. என்னத்துக்கு அது?”

“அற்புதமான மருந்து சார் அது. வீரியத்தை கொடுக்கும். குதிரை சக்தி. அவ்வளவு பவர். ஆனா தங்கபஸ்பம்னு கடையில் விக்கிறதை வாங்கிடப்படாது. இதெல்லாம் தகரபஸ்பம். எனக்குத் தெரிந்த வைத்தியர் ஒருத்தர் இருக்கிறார், கண் இரண்டும் இல்லாத குருடர். அவர் கையாலே பண்ணித் தரணும். அதுக்குக் கொடுத்து வைச்சிருக்கணும் நீங்க. லேசில ஒத்துக்க மாட்டார். பண்ணித் தர்றேன்னு ஒத்துக்கிட்டார்னு வையுங்க, நீங்க அர்ஜுனன்தான் சார். அந்தக் காலத்துல ராஜாக்கள் இருநூறு, முன்னூறுன்னு பொண்டாட்டி வச்சுக்கிட்டு எப்படி சமாளிச்சாங்க. கேக்கறேன்? நம்மால, ஒன்றையே சமாளிக்க முடியல்லை! உங்களுக்கு ஸ்பெஷல் உயர்தர பஸ்பம் பண்ணித் தர்றேன்... அப்புறம் உங்க வீட்டு அம்மாளுக்குத்தான் அவஸ்தை...

“கெக்கெக்கெ” என்று சிரித்தார் தானு. மூர்த்திக்கும் பல விதமான பிரமைகள் வந்து சேர்ந்தன. அவர் மனைவிக்கு முன்னால், சமாளிக்க முடியாமல், நாணித் தலை கவிழ்ந்து நிற்கிற பரிதாப மூர்த்தி. தங்கபஸ்பம் சாப்பிட்டு, குதிரை மாதிரி கனைத்துக்கொண்டு பாய்ந்து ஓடுகிற மூர்த்தி.

சற்றேறக்குறைய அதே நேரம், மூர்த்தியின் மனைவி, தட்டில் இரண்டு டம்ளரில் காபி எடுத்துக்கொண்டு படி ஏறி வந்துகொண்டிருந்தாள். இப்படி இசகுபிசகான நேரமாக வந்து சேர்கிறாளே என்று இருந்தது மூர்த்திக்கு. அவசரமாக எழுந்து போய் காபியை வாங்கிக்கொண்டு, அவளை அனுப்பி விட்டு வந்து காபியைத் தானுவிக்கு தந்தார். காபிப் பருகிக்கொண்டே தானு சொன்னார்.

“தங்கபஸ்பம் சிங்கபஸ்பம்னு ஒரு பழமொழியே இருக்கு தெரியுமா? சிங்கம், காட்டுக்கு ராஜா. அது மாதிரி, நீங்க வீட்டுக்கு ராஜா ஆகிருவீங்க. வீரியம் பரம வைதுனம்னு பெரியவங்க சொல்லுவாங்க. அந்தக் காலத்துல காட்டுல சித்தர்கள் என்ன பண்ணிட்டுத் திரிஞ்சாங்க? லேகியம் சார். லேகியம் என்ன லேகியம். மேற்படி லேகியம்தான். லேகியத்தோட மகிமையைப் பற்றி அகத்தியரே சொல்லி இருக்கார் தெரியுமா?”

“தெரியாது”

“பார்யா சிலாக்யம், லேகியா சிலாக்யம்.”

“அப்படீன்னா?”

“லேகியம் எந்த அளவுக்கு சிலாக்கியமாக இருக்கிறதோ, அந்த அளவுக்கு தாம்பத்யம் சிலாக்கியமாக இருக்கும்.”

மூர்த்தி பஸ்பம், லேகியம் போன்ற எந்த வஸ்துவையும் பாவிப்பவர் இல்லை. தன் தாம்பத்யம் ஏதோ குறைபாடுடையதாக ஒரு மெல்லிசான எண்ணம் அவருக்கு ஏற்படுவதை அவரால் தவிர்க்க முடியவில்லை.

தானு நேரடியாக விஷயத்துக்கு வந்தார்.

"நீங்க என்ன உபயோகிக்கிறீங்க மூர்த்தி சார்?"

"உபயோகம்னா…"

"அதான் சார்… உங்களுக்கும் வயசு நாற்பதுக்கு இருக்குமே. இன்னும் லேகியம், பஸ்பம் சாப்பிடாமே எப்படி?"

மூர்த்தி வெட்கமாக சொன்னார்.

"நான் எதையும் உபயோகிக்கிறதில்லை…" என்றார் மென்று விழுங்கிக் கொண்டு.

தானு மூர்த்தியை நெருங்கி வந்தார். ரகசியம் பேசுவதுபோல் சொன்னார், கண்களைப் பார்த்தபடி.

இதுல வெட்கப்பட ஒன்றும் இல்லை சார். மரம்கூட வயசானா காய்ப்பை நிறுத்திடும் சார். மனுசனுக்கு என்ன கல்லுலயா ஆகி இருக்கு உடம்பு. தைரியமா சொல்லுங்க மூர்த்தி சார். சங்கடமா இருக்கில்லியா? இன்னும் கொஞ்சம் தெம்பு கூடினா நல்லா இருக்கும்னு நினைக்கிறீங்க இல்லையா? ஆமா, நீங்க நினைக்கிறீங்க. உங்க கண்ணைப் பார்த்தா எனக்குத் தெரியுதே. ஏதோ ஒரு வெறுமை. எதையோ பறிகொடுத்த உணர்வு, வாழ்க்கையிலே தோல்வி என்கிற பச்சாதாபம், எதையோ இழந்து போன மாதிரி தழதழப்பு எனக்குத் தெரியும் சார். நீங்க மேற்படி விஷயத்துல சந்தோஷமா இல்லை…"

மூர்த்தி "ஆம்" என்று சொல்கிற அளவுக்கு மெஸ்மரிசம் பண்ணப்பட்டார். சுதாரித்துக்கொண்டு தலையை வேகமாக அசைத்துக்கொண்டு மறுத்தார்.

தானுவைப் பற்றி முழுமையாக அறிந்து கொள்ளும் ஆவல் மூர்த்திக்கு இந்த நிகழ்ச்சிக்குப் பிறகு ஏற்பட்டது. நண்பரை அணுகினார். அவர் சொன்னார்.

தானு, லாரி புரோக்கராக இருக்கிறார். நல்ல வருமானம் ஒண்டிக்கட்டை, மனைவி இருந்தாள். கல்யாணத்துக்கு முன் அவள் யாரையோ காதலித்தாளாம். வற்புறுத்தி இவருக்குக் கல்யாணம் பண்ணி வைத்து விட்டார்களாம். முதலிரவின்போது அந்த விவகாரத்தை இவரிடம் சொல்லி அழுதாளாம். அந்தக் கணமே அவளை, அவள் விரும்பியபடி காதலனுடன் சேர்த்து வைத்து விட்டாராம். "தியாகி" என்றார் நண்பர். எல்லோரிடமும் ஒட்டிக்கொண்டு பழகுவார். அவ்வப்போது விபசாரிகள், வைப்பாட்டிகள் பழக்கம் உண்டாம். மற்றபடிக்கு நல்ல மனுசன் என்றார். மேலும் அந்த நண்பர். கதையைக் கேட்டதும் மூர்த்திக்கு பெருமூச்சு வந்தது.

"பாவம்" என்றார் மூர்த்தி.

"யார்? என்றார் நண்பர்.

"சந்தேகம் என்ன? நம் தானுதான்."

"எப்படிச் சொல்கிறீர்கள்? நான் அவர் மனைவி என்கிறேன்"

"அது எப்படி"

"இந்த மாதிரி தங்கபஸ்பமும் லேகியமும் தின்றுகொண்டு திரிகிற மனுஷனுக்கு வாழ்க்கைப் பட்டவள்… பாவம்தானே?"

நண்பர் சிரித்தார்.

பிரபஞ்சன்

தெரு இருட்டிவிட்டிருந்தது. குழந்தைகளின் டியூஷன் வாத்தியாரைப் பார்த்துச் சம்பளம் கொடுத்துவிட்டுத் திரும்பிக்கொண்டிருந்தார் மூர்த்தி. இருட்டை விலக்க முயற்சி பண்ணிக்கொண்டிருந்தன, எரிந்துகொண்டிருந்த ஒன்றிரண்டு நகரசபை விளக்குகள். நகரசபை விளக்குக்கே உரிய அழுகையுடன் அவை ஒளிர்ந்தன. உதவி கேட்டு வந்தவ்னைப் பார்த்துச் சிரிக்க மறுக்கும் கருமிகள் போன்று விளக்குக் கம்பத்தின் கீழே நின்றிருந்த தானுவை, மூர்த்தி கவனிக்க நியாயம் இல்லை.

"மூர்த்தி சார்... வாங்க இப்படி?" என்ற குரலைக் கேட்டுத் திரும்பினார், மூர்த்தி. தானுதான்.

"எங்க இப்படி?" என்றபடி அவரை நெருங்கிய மூர்த்தி தொடர்ந்தார்.

"காலைலே பலாப்பழம்கொண்டு வந்து கொடுத்தீர்களாமே எதுக்கு சார், செலவுதானே?"

வாரம் ஒரு முறையாவது இந்தத் திறையை, தானு செலுத்திக்கொண்டுதான் இருந்தார். குடமிளகாய் கொண்டு வருவார், கும்பகோணம் போய் வந்தேன் என்று, நேந்திரம் சிப்சும் செவ்வாழையும் வாங்கி வருவார், நாகர்கோயில் போய் வந்தேன் என்று. நிறைய காய்கறிகள் வாங்கி வருவார், பெங்களூர் போய் வந்தேன் என்று. மூர்த்தி இதைத் தொந்தரவாக உணர்ந்தார். காலை, வீட்டில் அவர் இல்லாமல் இருந்த வேளை பலாப்பழம்கொண்டு வந்து கொடுத்தார்.

"என்ன பிசாத்துச் செலவு, ஒரு பலாப்பழம்" என்றவர் "தண்டலம்கொண்டை முடி சாமியைத் தெரியுமா?" என்றார்

"தெரியாதே, என்ன விசேஷம்?"

"அஸ்வகந்தி லேகியம் பண்ணறதிலே அவர் மகான். அவரு கண்டுபிடிச்ச வழியில்தான் எல்லாப் பயலும் சிட்டுக்குருவி லேகியம் பண்ணுகிறான்கள்"

"சிட்டுக்குருவி லேகியமா?" என்று கண்களை விரித்தார் மூர்த்தி.

"ஆமா சார். சிட்டுக் குருவிகள்தான். மேற்படி விவகாரத்துல மன்னாதி மன்னன். தெரியுமோ அதை ஒரு மண்டலம் நாற்பத்து எட்டு நாள் சாப்பிட்டுப் பாருங்க. அதன் சக்தி அப்போதுதான் உங்களுக்குத் தெரியும். தெரியாத்தனமா அதை இரண்டு வருஷம் தின்னப்போயி, ரொம்ப அவஸ்தையாப் போச்சு."

"என்ன ஆச்சு?"

"எவளும் வரமாட்டேன்னுட்டா சாமி. உன் சங்காத்தமே வேணாம்னு சொல்லிட்டாளுக பாருங்க... பாரதியார்கூட..."

"யார் யார்?"

"அதான் சார், கவிஞர் பாரதியார்தான். என்ன சொன்னார்? விட்டுச் சிறகடிப்பாய்... அந்தச் சிட்டுக் குருவியைப்போலன்னு சொல்லலியா?"

"ஆமாம்... ஆனா, அதுக்கும் இதுக்கும்..."

"சிட்டுக்குருவியை எதுக்குச் சொன்னார்? கோழியை எதுக்குச் சொல்லலை? அதான் விஷயம் புரிஞ்சுக்கணும். என்ன படிக்கிறீங்க?":

மூர்த்தி சுற்றும் முற்றும் பார்த்தார். யாரும் இல்லை.

"தண்டலம்கொண்டை முடி சுவாமின்னு சொன்னீங்களே"

"அந்த மகானுடைய பாட்டு ஒண்ணு சொல்றேன் கேளுங்க..." என்றவர், கண்ணை மூடிக்கொண்டு நின்றார். யோசிக்கிறாராம். பிறகு, மந்தகாசமான முகத் தோற்றத்தோடு சொன்னார்.

"அந்திபோல், மந்திபோல் வாழக் கற்பாய்
அரிய ஒற்றைப் பூவாலே அகிலம் வெல்வாய்!
சந்தனம்போல் அரைத்துவிடு, பூண்டு தன்னை
சக்கையெனப் போக்கிவிடு; குரங்கைப் பற்றி
பசுமேலே போர்த்திவிடு; பாம்பைச் சுற்றி
பசும்புருஷன் பொடிபோல ஆக்கிப் போட்டு
பட்டாடை கட்டிவிடு; பரிவட்டம்போல்
பச்சோந்தி ஆயீடும்பார் பெருங்காயம்தான்..."

"அடடா... என்ன வாக்கு, என்ன க்யானம், காசு புசண்டர் வாக்கு மாதிரி இல்லை?"

"காசு புசண்டர் யாரு சார்?"

"என்னது காசு புசண்டரைத் தெரியாதா? என்ன மனுசர் சார் நீங்க? காசுப்புசண்டர் தம்பி காசுவாசிஷ்டரின் அண்ணன். இந்த மூன்று பேரும்தான் மேற்படி மருந்து வகையறாக்களுக்குத் தந்தை சுவாமி."

"எனக்கு யாரையுமே தெரியாது தானு. பாட்டு சொன்னீங்களே, அதுக்கு என்ன அர்த்தம்?"

"அப்படிக் கேளுங்க. ஓரிதழ் தாமரைன்னு மகாபத்ரம் ஒன்று இருக்கு. சாட்சாத் பார்வதி தேவி, அதைத் தைலம் பண்ணி, தெனமும் தலையில் அரச்சிக் குளிக்கிறதா தாத்பர்யம். அந்த ஓரிதழ் தாமரையை எப்படிப் புடம் போடறதுன்னு சொல்லுது ரிஷி! அந்தின்னா, காலையும் இரவும் கூடுற நேரம். அது மாதிரி, ஆணும் பெண்ணும் ஒருத்தர் கிட்டே ஒருத்தர் கரைஞ்சிடணும்னு சொல்லுது ரிஷி. மந்திபோல்னா, குரங்குப் பிடி, பிடிச்சா விடாது குரங்கு. தாம்பத்யத்தையும் அது மாதிரிப் பிடிச்சுக்க! அந்தப் பூவை சந்தனம் மாதிரி அரை! பூண்டுன்னா, கரை கடந்தான் இலை. அதையும் சேர்த்து அரைச்சிடு. குரங்குன்னா முகமுசுக்கை இலைன்னு அர்த்தம். அதையும் சேர்த்துக்க. பசுன்னா, பசுஞ்சாணம் மற்றும் கோமூத்திரம், அதைக் கோமியம்னு சொல்றது வழக்கு. பாம்புன்னா பசலைக் கொடி. பட்டுத் துணியில வேடு கட்டு, பச்சோந்தி மாதிரி. புது மனுஷனாயிடுவேன்னு சொல்றார் ரிஷி!

"அடடே... இவ்வளவு விஷயம் இருக்கா என்ன?" பாவம், செய்கிறவனைக் கண்டு மகான்கள் சிரிப்பது மாதிரி, மூர்த்தியை இரக்கம் தோன்ற பார்த்தார் தானு.

"தெனமும் சிவன் கோயில்லே எதைக் கும்பிடறீங்களோ, அது முக்கியம்னு ஏன் உங்களுக்குத் தோன்றலை சுவாமி?"

மூர்த்தி பிரமித்து நின்றார். அவ்வாறு மூர்த்தி நின்றதைச் சற்றுக் கணக்கெடுத்துக்கொள்ளாதவர் போன்று தானு தொடர்ந்தார்...

“கிட்டே... வாங்கோ... ரொம்ப முக்கிய சமாசாரம்...” என்றவர், தங்கள் தனிமையை உறுதிப்படுத்திக்கொண்டு சொன்னார்

“நம்ம கேசவன் சார்... அதான்யா ஆர். டி. ஓ கேசவன், அந்த ஆள் ஒரு நாள் எங்கிட்ட வந்து, ‘ஓ’ன்னு அழுதான். ஆசை இருக்கு மனசுக்குள்ளே. ஆனா முடியல்லை. இத்தனைக்கும் வயசு என்னமோ முப்பத்தி நாலுதான். கம்பராமாயணம் படிச்சிருப்பீங்களே... எடுத்தது கண்டார், இற்றது கேட்டார்னு... அதான் பிரச்சினை... பாவம் மனுசன் பயந்துட்டார். என்னண்டை வந்தார். சே... “இதுக்குப் போயி அழலாமா ஓய்னு” சொல்லி, உள்ளுக்கு ஜிகிர் தண்டா லேகியமும் மேலுக்கு தவளைக்கால் மசாலையும் கொடுத்து, ஒரு மண்டலம் பாவிக்கச் சொன்னேன். சரியா ஏழாம் நாள், மனுஷன் ஓடியாந்து என் கையைப் பிடிச்சுக்கிட்டு இது கையில்லை, காலுன்னு சொல்றான். ஏதோ இமயமலை உச்சியைப் பார்த்துட்ட டென்சிங் மாதிரி என்ன சந்தோஷம்கிறீங்க... வாயெல்லாம் அறுபத்து நாலு பல்லு...”

விஷவேளை என்பார்களே, அது இதுதான் போலும். ரொம்ப நாளாக உறுத்திக்கொண்டிருந்த பிரச்சினையை ரொம்பவும் தாழ்ந்த குரலில் சொல்லத் தொடங்கினார்.

“தானு சார்... எனக்கும்கூட பிரச்னைதான்... என்னன்னா...”

தானுவின் காதண்டை... தன் பிரச்சினையை விவரித்தார் மூர்த்தி. இருட்டு சாதகமாக இருந்தது.

அனைத்தையும் சாவதானமாகக் கேட்டுக்கொண்டு இருந்து விட்டு “பூ... இவ்வளவு தானா... இந்த மாதிரி எனக்கும் இருந்துதே... என் முப்பதாவது வயசில... நம்ம மாலாதான் எனக்கு குரு. அதான் சார் திருப்போரூர் மாலா... சொர்ணமாலா. அவதான் எனக்கு ஒரு கம்ப சூத்திரம் சொல்லிக் கொடுத்தா... அவள் என் குரு! பெருங்காயம் இருக்கில்லையா, அத்தோட ஆடாதொடை அரளிப்பூ அங்காணித் தண்டு இன்னும் சிலதுகளைச் சேர்த்து, லேகியம் பண்ணித் தந்தா... ஒண்ணு ரெண்டு ஆசனமும் பழகினா நல்லது... அவளையே பிரமிக்க அடிச்சுட்டேன்னா பார்த்துக்குங்க. கவலையே வேணாம்... நான் மருந்து பண்ணித் தர்றேன்...”

“மருந்துகூட செய்வீங்களா என்ன?”

“ரொம்ப வேண்டப்பட்ட மனுஷாளுக்கு மட்டும்... என்ன பண்றது சினேகிதம் முக்கியம் இல்லையோ...”

மூர்த்தி சந்தோஷத்துடன் விடை பெற்றார். நிம்மதியாகச் சாப்பிட்டார். பால்கனியில் அமர்ந்துகொண்டு நிலாவைப் பார்த்துக்கொண்டிருக்கையில் தானு சொன்ன கேசவன் விவகாரம் ஞாபகத்துக்கு வந்தது. ஐயோ பாவம் என்று இருந்தது. கூடவே இன்னொரு யோசனையும் ஓடியது. கேசவனைப் பற்றி தானு தம்மிடம் சொன்னதுபோல, தன் பிரச்சினை பற்றி தானு மற்றவர்களுடன் பேசமாட்டர் என்பதுக்கு என்ன தடை? விதிர்விதிர்த்துப் போனார் மூர்த்தி. அந்தக் குளிரிலும் அவருக்கு வியர்த்தது.

“பாவி கெடுத்துட்டானே” என்று தமக்குள் சொல்லிக்கொண்டார். தன் புத்தி ஈனத்துக்காக வருந்தினார். இந்த “சோட்டாப்” பயலிடம் போய் அதைச் சொல்லியிருக்க வேண்டுமா என்று தம்மையே நொந்துக்கொண்டார். பலவிதமான சித்திரங்கள் அவர் மனசுக்குள் ஓடின.

தானு, மூர்த்தியின் நண்பர்களிடம் எல்லாம் இதைத் தண்டோரா போடுகிறார். எல்லோரும் அவரைப் பாவம்போல் பார்க்கிறார்கள். அவர் முதுகுக்குப் பின்னால், வாழ்க்கை இழந்தவன் போகிறான் பார் என்கிறார்கள். “சின்ன வயசில் தெரிந்தோ தெரியாமலோ அறிந்தோ அறியாமலோ செய்த சில கெட்ட செய்கைகளினால் இன்று தவிக்கிறீர்களா? இரவிலே வீடு திரும்ப அச்சமா? உயர் தரம், மிக உயர் தரம், ஸ்பெஷல் மருந்துகளைச் சாப்பிடுங்கள். நீங்கள் மனிதர்களாக இருக்கமாட்டீர்கள். அசல் குதிரைகளாகவே மாறி விடுவீர்கள்” என்று வருகிற விளம்பர டாக்டர்களிடம் போகிற ஆள் என்று இளக்காரமாகப் பேசுகிறார்கள்.

இரவில் அவருக்கு உறக்கம் வரவில்லை. அரைத் தூக்கம், அரை விழிப்பு என்று அவஸ்தைப்பட்டார். அரைத் தூக்கத்திலும் அரைக் கனவிலும் வந்தன. காசுபுசுண்டர் வந்தார். குதிரைகள் கனைத்துக்கொண்டு ஓடுகின்றன. உலகமே மூர்த்தியைக் கைகொட்டிச் சிரிக்கிறது.

சொல்லி வைத்தாற்போல மறுநாளே மூர்த்தி, தானுவைச் சந்தித்தார். அந்த நேரம் தானு, சீனா என்கிற நண்பருடன் ராமையர் கிளப்புக்கு வெளியே நின்றுகொண்டு, வெற்றிலை போட்டபடி மகா உற்சாகத்துடன் பேசிக்கொண்டிருந்தார். மூர்த்தியைப் பார்த்ததும் தானு “வாங்கோ... மூர்த்தி சார்... நான் அடுத்த வாரம் வருகிறேன். மேற்படி விவகாரத்தோட வர்றேன்...” என்றார். சுருக்கென்றது மூர்த்திக்கு. மனம் ஒட்டாமல் அவர்களுடன் அவன் பேசிக்கொண்டு நின்றார். சீக்கிரம் விடை பெற வேண்டும் என்கிற எண்ணத்துடன் வெகு நேரம் பேசிக்கொண்டு நின்றார். புறப்படும்போது சீனு மூர்த்தியிடம் கேட்டார்.

“என்ன ஒரு மாதிரியா இருக்கீங்க?”

“அதெல்லாம் ஒன்றும் இல்லை. நல்லாத்தானே இருக்கேன்”

“இல்லை. ஏதோ ஒரு மாறுதல் தெரியுது. கண்ணுக்குக் கீழே கருவளையம். உறக்கம் வராதவர் மாதிரி இருக்கீங்க. உடம்பை பார்த்துக்கிடுங்க சார்...”

மூர்த்தி அவர்கள் பார்வையில் இருந்து அதி சீக்கிரம் மறைய வேண்டி, வேகம் வேகமாக நடந்தார். சீனுவிடம் தன் பிரச்சினையை தானு சொல்லி இருப்பார் என்று மூர்த்தி நினைத்துக்கொண்டார். இல்லையென்றால் தன் உடம்பைப் பற்றி சீனு பேசுவானேன்? அயோக்கிய ராஸ்கல், இனி இந்தப் பாவி முகத்தில் விழிப்பதில்லை என்று அந்தக் கணமே சங்கல்பம் செய்துகொண்டார்.

நண்பர் மகனுக்குக் காது குத்து விழா நடந்தது. மூர்த்தி போயிருந்தார். தயக்கத்துடன்தான் போனார். அங்கே தானு வருவாரே என்கிற தயக்கம் இருந்தது அவருக்கு. ஆனாலும் போனார். எதிர்பார்த்தாற்போல தானுவே அவரை அட்டகாசமாக வரவேற்றார்.

“என்ன மூர்த்தி சார்... தாமதம். நான் ஆறுமணிக்கே வந்துட்டேன். என்ன, என்னமோ மாதிரி இருக்கீங்க? மேற்படி சமாசாரம்தானே. விஷயத்தை என் தோளிலே இறக்கிட்டீங்க. அப்புறம் என்னத்துக்குக் கவலை?”

பக்கத்தில் இருந்தவர்கள் மூர்த்தியைத் திரும்பிப் பார்த்துச் சிரித்தார்கள். சாதாரணமான சிரிப்புதான். மூர்த்தி, அதுக்காகத்தான் சிரிப்பதாக நினைத்துக்கொண்டார்.

“தானு... இப்படி வாங்க...”

இருவரும் தூரமாக இருந்த புளி மரத்தடிக்கு வந்தார்கள். இருட்டு செளகர்யமாக இருந்தது. மூர்த்தி சொன்னார்.

“நான்... ஏதோ ஒரு பலவீனமான தருணத்தில் நான் என் பிரச்சினையை உம்ம கிட்டே சொல்லிட்டேன். அதை எத்தனை பேர்கிட்டே சொல்லியிருக்கீர்”

“சேச்சே மூர்த்தி சார்... நான் அப்படியாகக்கொண்ட ஆள் இல்லை. சத்தியமா சொல்றேன்”

“பின்னே அந்த சீனு உடம்பை பத்திரமாக பார்த்துக்கச் சொன்னது, என்னத்துக்கு?”

“காக்கை உக்காரப் பனம்பழம் விழுந்த கதை”

“எனக்குத் தோன்றுது, கேசவன் விஷயத்தை என்னண்டை சொன்னது மாதிரி, என் விஷயத்தை மற்றவங்க கிட்ட சொல்லி இருக்க மாட்டீங்கன்னு நான் எப்படி நம்பறது?”

“சத்தியமா... உட்டேன்... உட்டேன்... சொன்னது இல்லை மூர்த்தி சார்.”

மெளனம் நிலவியது. இருட்டு மேலும் இருண்டுகொண்டு வருவதாகத் தோன்றியது மூர்த்திக்கு. தானு சொன்னார்.

“மருந்து தயாராயிட்டது. நாளைக்கு வீட்டுக்கு வர்றேன்.”

“வேணாம் வீட்டுக்கு வர வேணாம்”

“வீட்டுல இருக்க மாட்டீங்களாக்கும். அதனால என்ன, உங்க சம்சாரத்துக்கிட்டே கொடுத்திடறேன்.”

“வேணாம். வீட்டுக்கே வர வேணாம்”

“அப்போ, நீங்க லாரி ஷெட்டுக்கு வாங்களேன்”

“வேணாம், இனி நாம் சந்திக்கவே வேணாம்”

“சார்”

“ஆமா, உம்ம கிட்ட பேசவே எனக்குப் பிடிக்கலை... வேணாம் உம்ம உறவே வேணாம்...”

இருட்டு, மேலும் இருகிக்கொண்டிருந்தது. நண்பர் வீட்டில் கூட்டம் அதிகமாகிக்கொண்டிருந்தது.

“சார்... மூர்த்தி சார்...”

“என்ன?”

"என்னைத் தப்பா நினைச்சுட்டீங்க... நான்... நான்..."

"வேணாம். நீங்க ஒன்றும் சொல்ல வேணாம். எனக்கு உங்களைப் பிடிக்கல்லை..."

தானுவைப் பார்த்தார் மூர்த்தி. அந்த இருட்டிலும் அவர் கண்கள் கலங்கியது தெரிந்தது.

"மூர்த்தி சார்... நான் உங்களை நல்ல சினேகிதரா இப்பவும் என்னைக்கும் நினைச்சுக்கிட்டிருப்பேன்... சார்... நான் ஒரு ஆம்பிளையே இல்லை சார்... நான்... ஒரு ரெண்டுங்கெட்டான்... அதனாலதான் என் பெண்டாட்டி எங்கிட்டேர்ந்து ஓடிப் போயிட்டா... நான் நான்தான் அப்படி ஆயிட்டேன்... என் சினேகிதர்கள் சந்தோஷமா இருக்கணும்னுதான்..."

தானு சொல்வதை முழுக்க மூர்த்தியால் வாங்கிக்கொள்ள முடியவில்லை. லேசாகப் புரிந்துகொள்ளத் தொடங்கிய நேரம், மனம் அதிர்ந்தது. என்ன பாவம் இது... மூர்த்தி சுதாரித்துக்கொண்டு நிலைப்படுகையில் தானு போய்விட்டிருந்தார்.

தானுவின் ஊர்வலம் புறப்பட்டது.

மனம் கனக்க தானுவைப்பின் தொடர்ந்தார் மூர்த்தி. எதிர் பார்த்த மாதிரி மனைவி வரவில்லை. ஏராளமான பேர் இறுதி ஊர்வலத்தில் திரண்டிருந்தனர்.

அருகில் நடந்து வந்த நண்பர் மூர்த்தியிடம் சொன்னார்.

"என்ன மாதிரி வாழ்ந்தார்... சதா சந்தோஷப் பிரகிருதி. எத்தனை பெண்கள், எத்தனை குஷாலான வாழ்க்கை, பாவம். சின்ன வயசில் துர்மரணம்" என்ற நண்பரைப் பார்த்து 'ஆம்' என்று தலையசைத்தார் மூர்த்தி.

1995

கண்

நாமதாரி வெகு தூரத்தில் வந்துகொண்டிருந்தார்.

தடுமாற்றம் கொஞ்சமும் இல்லாமல் கையில் தடிகூட இல்லாமல், வந்துகொண்டிருந்தார் அவர். பாதையில் இடது பக்கமாக, வெகு சீராக, ஒரு நிதானத்தில் வந்துகொண்டிருந்தார். பச்சைக் கட்டம் போட்ட கைலியும், பனியனாகவும் இல்லாமல், சட்டையாகவும் இல்லாமல் இரண்டும் கெட்டானாக ஒன்றை மேலே போட்டிருந்தார். வழுக்கைத் தலையையும் நெற்றியையும் இணைத்திருந்த நாமம். துலாம்பரமாகத் தெரிந்துகொண்டிருந்தது. நெற்றியில் தொடங்கி புருவம், இமை என்று இறங்கி முகத்தின் மேற்பகுதி முழுமையையும் ஆக்ரமித்துக்கொண்டிருந்தது அந்த நாமம். நாமதாரிக்கு அப்பெயர் வரக்காரணம் அதுதான். அவர் பிறவிப் பெயர் என்ன என்பதை நினைவில் யாரும்கொண்டிருப்பதாகத் தெரியவில்லை. ஏன் நாமதாரிக்கே தெரியுமா என்பதும் சம்சயமான விஷயம்தான். அவருடைய கடை நாமதாரி கடை என்றும் சமயங்களில் குருட்டு நாமக்காரன் கடை என்றும் அறியப்பட்டிருந்தது. வலது கையில் இருக்கும் சாவிக் கொத்தை இப்போது பார்க்க முடிந்தது.

கடை வீதியில் லட்சுமி காப்பிக்கு அடுத்த கடை நாமதாரியுடையது. வெங்குசாமியின் சர்பத் கடைக்கு மேற்புறம் சற்றுத் தள்ளி ஓர் அரைவை நிலையம். மிளகாய், கொத்தமல்லி என்று பலதும் அரைபட எழும் மணம், அந்த வட்டாரத்தை வாசனை மயமாக்கி இருந்தது. காபிக் கடை திறக்கப்பட்டுவிட்டது. எதிரே, குஞ்சுப்பிள்ளை பட்சணக் கடையிலிருந்து காரசேவு போடும் மணம் காற்றை நிறைக்கத் தொடங்கி விட்டது.

நாமதாரி, "இன்னிக்கு லேட்" என்று உணர்ந்துகொண்டார். குஞ்சுப்பிள்ளை பக்கவடாவை முடித்து காரசேவுக்கு வருகிறார் என்றால், மணி ஏழரைக்கும் கொஞ்சம்

கூடுதல் என்று நினைத்துக்கொண்டார். காபிப் பொடிக் கடையை அனுமானித்துக்கொண்டு வலப்புறம் திரும்பி, படியை மிதித்து ஏறி சரியாக நாலாம் படிக்கு வலது பக்கம், கடைப் பலகையில் கடைசிப் பூட்டைத் தொட்டார். சரியாக அதே நேரம், கடைப் பையன் பாண்டி வந்து, "சாவி கொடுங்கையா" என்று கேட்டு வாங்கிக்கொண்டான்.

நாமதாரி கடைத் தெருவில் ஓர் ஆச்சர்யமாக இருந்தார். பிறவிக் கண் குருடு என்பது இல்லை. ஏழெட்டு வயசில் ஏற்பட்ட அம்மை நோயால் நாமதாரி இழந்தவை அதிகம். அப்பா, அம்மா, தங்கை என்று குடும்பத்தையே வாரிக்கொண்டு போனாள் மாரியாத்தா. என்ன பண்ண? நாமதாரியின் கண்ணை மட்டும் எடுத்துக்கொண்டு உசுரை விட்டுப் போனாள் அவள். உறவுக்காரக் கடைச் சிப்பந்தியாக ஜீவனத்தைத் தொடங்கினார்.

நாமதாரிக்குக் கண்கள், விரல்களில் இருந்ததாக மக்கள் நம்பினார்கள். தகரக்குடுவையில் அம்பது கிராம் பொடி எடுத்துப் போட்டார் என்றால், அது அம்பது கிராம்தான் இருக்கும். நிறுவை அம்பத்தைஞ்சையோ, நாற்பதையோ காட்டியது இல்லை. நாளது வரைக்கும் பள்ளிக்கூடத்துப் பிள்ளைகள் தேனீக்களைப்போல மொய்த்து, ஏக காலத்தில் ஒருத்தன் பத்து பல்லி மிட்டாயும், ஒருத்தன் ஆரஞ்சு சுளை மிட்டாயும் கேட்பான். ஒவ்வொருத்தருக்கு ஒவ்வொரு ருசி, பதறாமல், சிதறாமல் கேட்டவர்க்குக் கேட்டவற்றை எடுத்துத் தருவார். யார் எந்தப் பக்கம் நின்று என்ன வாங்கினார்கள் என்பது அவருக்குப் புரியும். சில்லறைகளையும்கூட சரியாக வாங்கிக் கொள்வதும், சரியான மீதியையும் கொடுப்பதும், மார்க்கெட்டில் பிரசித்தம்.

நாமதாரி தன் ரப்பர் செருப்பை என்றைக்கும் விடும் அதே இடத்தில் விட்டார். தன் இருக்கையில் அமர்ந்தார். கையை முழுதுமாக நீட்டி ஊதுபத்தியை எடுத்தார். மேசை மேல் இருந்து தீப்பெட்டியையும் எடுத்துக் கொளுத்தி ஸ்டாண்டில் சொருகினார்.

"நாராயணா" என்று தனக்குள் ஒருமுறை சொல்லிக்கொண்டார்.

நாமதாரிக் கடைக்கு நேர் எதிரே இருந்தது கயிற்றுக் கடை. அது திறக்க காலை ஒன்பது மணிக்கு மேல் ஆகும். அதுவரை கடை வாசல், வீரப்புலி வசம் இருக்கும். வீரப்புலி ஏதோ சாகசம் செய்து வந்த பெயர் அல்ல; பெற்றவர்கள் வைத்த பெயர் அது. கடைத் தெருவுக்கு வருகிற லாரிகளில் இருந்து சரக்கை இறக்கியும், ஏற்றியும் பிழைக்க நேர்ந்த ஒருவனுக்கு அந்தப் பெயர் பொருந்தாது என்று அவன் பெற்றோர் அறிந்திருக்க நியாயம் இல்லைதான். அண்மையில் சீக்காளியாகிப்படுத்து, அண்மையில்தான் எழுந்து உட்கார்ந்திருந்தான்.

பசி, காலையில் இருந்து அவனைப் படுத்திக்கொண்டிருந்தது. பசியே வயிறு. வயிறும் கண்ணும் உடம்பும் கை கால்களும் என்று சகல அவயங்களும் பசியால் நிரம்பி இருந்ததாக அவன் நினைத்துக்கொண்டான். எழுந்து அமர்ந்ததும் கடை வாசலில் சிந்தியிருந்த இரண்டே இரண்டு வேர்கடலைத் துண்டுகள் அவன் கண்களில் பட்டன. என்ன ஆச்சர்யம், எடுத்து "லபக்"கென்று அதை வாயில் போட்டுக்கொண்டான். பசியை அது தூண்டி விட்டது. குஞ்சுப்பிள்ளைக் கடையில் இருந்து மிதந்து வந்த பக்கவடாவின் மனோகரமான வாசனை அவனை மேலும் அவஸ்தைக்கு உள்ளாக்கிற்று.

சுடச்சுட, எண்ணெய் வழியும் பக்கவடா. ரெண்டு ரூபாய்க்கு வாங்கித் தின்று தண்ணீர் குடித்தால்போதும். பசி மந்தித்துப் போகும் என்பது அவனுக்குத் தெரியும். ரெண்டு ரூபாய் இருந்தால் காலை, மதியம் வேளைகளை தள்ளிப் போடலாம். ராத்திரி பற்றி அப்புறம் பார்த்துக்கொள்ளலாம். முதலாளி இந்த நேரம் பார்த்து ஊரில் இல்லை. சோதனைதான். இருந்திருந்தால் பத்தோ, இருபதோ வாங்கிக்கொண்டிருக்கலாம். சட்டைப் பையில் கையை விட்டு பீடித்துண்டை எடுத்துப் பற்றவைத்தான். பீடிப்புகை பசியை மிகுதிப்படுத்தியது. தீப்பெட்டியைப் பையில் போடும்போது, அது தட்டுப்பட்டது. ஐந்து ரூபாய்தான். ஐந்து ரூபாய் போன்று குழந்தைகள் விளையாட்டுக்கென அச்சிட்டு வெளிப்படுத்தப்பட்ட நோட்டு. எந்த சந்தர்ப்பத்திலோ அவனிடம் வந்து தங்கி விட்டது அது. கையில் எடுத்துப் பார்த்தான் அவன். அச்சு அசல் ரூபாய் நோட்டாக இருந்தது அது. அந்தச் சமயம்தான் அந்த விபரீமதமான யோசனை அவனுக்கு ஏற்பட்டது.

நாமதாரி கடைக்கு வந்ததையும், உடனே கடைப் பையன் பாண்டி வந்து சேர்ந்ததையும் பார்த்தான். பாண்டி கடையை விட்டு அகலாமல் அவன் எண்ணம் பூர்த்தியாகாது. பாண்டி எந்த நிமிஷம் அங்கிருந்து அகலுவான் என்பது அவனுக்குத் தெரியும். சரியாகப் பத்து மணிக்கு பெரியம்மை ஆச்சி, பள்ளிக்கூட விளையாட்டு மணி அடித்ததும் நாமதாரிக்குக் காபி நினைப்பு தோன்றும். பாண்டி டம்ளரை எடுத்துக்கொண்டு புறப்படுவான். அதுதான் சரியான நேரம்.

கண்குத்திப் பாம்புபோல், கடையின் அசைவையே பார்த்துக்கொண்டு அமர்ந்திருந்தான் வீரப்புலி. உடம்பு, கை, கால் எல்லாம் வெலவெலத்துக்கொண்டு வந்தது. மணியை யூகித்துக்கொண்டு அமர்ந்திருந்தான். கயிற்றுக் கடையைத் திறந்தார்கள். அவன் அங்கிருந்து எழுந்து நேராக அரச மரத்தடிக்குப் போய் நின்றான். மாடு ஒன்றைக் கவிழ்த்துப் போட்டு "லாடம்" அடித்துக்கொண்டிருந்தான் பச்சை.

"என்ன வீரப்புலி, உடம்பு தாவலையோ?" என்றான் பச்சை.

"தாவலை"

பச்சை சிகரெட் புகைத்துக்கொண்டிருந்தான். ஒரு ஸ்ட்ராங் டீ குடித்து சிகரெட்டும் புகைத்தால் எவ்வளவு தெம்பாய் இருக்கும்?

கடையைக் கவனித்தவனுக்கு மகிழ்ச்சி ஏற்பட்டது. பாண்டி தம்ளரை எடுத்துக்கொண்டு, கடையை விட்டு இறங்கிக்கொண்டிருந்தான்.

வேகம் வேகமாகக் கடைக்குச் சென்று, நின்றான் வீரப்புலி.

"சாமி, ஒரு கட்டு சின்னப்பிடில் பீடி குடுங்க..." என்றான்.

"வீரப்புலியா?"

"ஆமாம் சாமி"

"உடம்பு தாவலையா?"

"ஏதோ பரவா இல்ல"

நாமதாரி, சீக்கிரமாகச் சில்லறை தரவேண்டுமே என்று பரபரப்பாக இருந்தது அவனுக்கு. அவர் கொடுத்த பீடிக்கட்டை வாங்கிக்கொண்டான்.

நோட்டைக் கொடுத்தார். நாமதாரி அதைத் தடவிப் பார்த்தார். மறுபடியும் அதைக் கையில் ஏந்தி பரீட்சை செய்தார்.

"சரி" என்று சொல்லியபடி மீதிச் சில்லறை நாலு ரூபாய் ஐம்பது காசை எண்ணிக் கொடுத்தார். மனம் மகிழ அவசரமாகத் திரும்பினான்.

"வீரப்புலி"

"என்ன சாமி?"

"வேலை இல்லாமே இருக்கையே, முதலாளி ஏதாச்சும் முன் பணம் கொடுத்தாரா?"

"இல்லைங்க சாமி. அய்யா ஊரில் இல்லை. நான் வரேனுங்க."

ஓட்டமும் நடையுமாக அகன்றான் வீரப்புலி. பாண்டி காபியுடன் திரும்பினான். நாமதாரி சிந்தாமல் காபியைக் குடித்து முடித்தார்.

"ஏலே பாண்டி?"

"ஐயா..."

"இதைப் பாரு..."

"ஐயோ... இது பிள்ளைகள் விளையாடற நோட்டுங்க..."

"தெரியும். என் பேத்திக்கு வாங்கி வச்சிருக்கேன். அச்சு அசலா ரூபா மாதிரி இல்லை?"

"ஆமாங்க ஐயா... நானே ஏமாந்துபுடுவேன் ஐயா..."

பக்கவடாவும் டீயும் முடித்து ஒரு தொப்பி சிகரெட்டையும் வாங்கிப் பற்ற வைத்துக்கொண்டு அரசமரத்தடிக்குத் திரும்பினான் வீரப்புலி. மனசு சங்கடமாக இருந்தது. வயிறு திருப்தியாக இருந்தது. போயும் போயும் ஒரு கண்ணில்லாத ஆசாமியை ஏமாற்றும்படி ஆயிற்றே என்று வருந்தினான் அவன். சீக்கிரமாகவே அதை மறந்து போனான். துண்டை விரித்துப் படுத்தான்.

யாரோ எழுப்பியதுபோல உணர்ந்தான் புலி. கண்ணைத் திறந்தான். அவனோடு வேலை செய்கிற குப்பன்.

"என்ன குப்பண்ணே?":

"முதலாளி வந்திருக்காரு. உன்னை எங்கேன்னு கேட்டாரு"

வீரப்புலி எழுந்து ஓட்டமும் நடையுமாக முதலாளி முன் வந்து நின்றான்.

முதலாளி வெள்ளை வெளேரென்று சட்டை அணிந்துகொண்டிருந்தார். கண்ணைப் பறிக்கிற வெள்ளை. அழுக்கின் துனியும் படாத சட்டையும் வேட்டியும். கடவுளே...! முதலாளிக்கு மட்டும் இந்த வெள்ளை எங்கிருந்து கிடைக்கிறது.?

"என்னடா புலி உடம்புக்கு என்ன?"

"சுகம் இல்லீங்க. காய்ச்சலு... ஜளிப்பு... உடம்பு வலி..."

"போதும்... சாப்பிடணும்டா... நல்லா சாப்பிடணும்... எங்கே சாப்பிடறீங்க...? குடிச்சே அழிக்கிறீங்க.! புத்திகெட்ட நாய்ங்க..."

புலி சிரித்தான். சிரிக்க முயன்றான். பல்லைக் காட்டினான். திடுமென நினைவு வந்தவனாக தலையைச் சொறிந்தான். ஒரு குறிப்பிட்ட இடத்தில் தலையைச் சொறிந்தான்.

முதலாளி ஒரு நோட்டை அவனைப் பார்த்து விசிறி எறிந்தார். இருபது ரூபாய் நோட்டு. திடுமென சந்தோஷம் பொங்கி வழிந்தது வீரப்புலிக்கு.

"படவா... கூலியில கழிச்சுக்குவேன். இது ஒன்றும் இனாம் இல்லை."

"சரிங்க ஐயா..."

அவன் முதலாளியிடம் இருந்து பின்வாங்கி நடந்தான். முதலாளிகளிடம் பின்புறத்தைக் காட்டக்கூடாது.

வீரப்புலி, பரவசமாக இருந்தான். பாட்டுப் பாடத் தோன்றியது அவனுக்கு...

"நான் ஆணையிட்டால்... அது நடந்துவிட்டால்..." என்று பாடினான். ஒரு சிகரெட் வாங்கிப் பற்ற வைத்துக்கொண்டு வானத்தைப் பார்த்துப் புகையை ஊதினான். நடந்தான். அரச மரத்தடி வந்து சேர்ந்தான். அவன் பார்வையில் நாமதாரிக் கடை வீழ்ந்தது.

பகீர் என்றது ஐயோ, பாவம்... ஒரு கண் தெரியாத மனிதனை எமாற்றி விட்டோமே என்று இருந்தது. மனம் வெட்கத்தால் சுருங்கியது புலிக்கு. உட்காரவோ, படுக்கவோ முடியவில்லை அவனால்.

நாமதாரியிடம் வந்தான்.

"சாமி"

"உம்... வீரப்புலியா...?"

"ஒண்ணுமில்லை சாமி... சில்லறை கொடுக்கும்போது அஞ்சு ரூபாயை அதிகமா சேர்த்துக் கொடுத்துட்டீங்க..."

"நானா?"

"ஆமாங்க..."

அவன் ஐந்து ரூபாயை அவரிடம் நீட்டினான்.

"ரொம்ப சந்தோஷம்டா வீரப்புலி. ரொம்ப சந்தோஷம். பணத்தை நீயே வச்சுக்கோ... உடம்பு முடியாமே கஷ்டப்படறியே..."

"வேணாம் சாமி..."

"வச்சுக்கடா... நான் சொல்றேன். வச்சுக்கோ... இதே தெருவில நானும் நீயும் ஒண்ணா வளர்ந்தவங்கடா. துக்கமோ, சுகமோ பகிர்ந்துக்குவோம் பணத்தை நீயே வச்சுக்கோ..."

"சாமி..." என்று நா தழுதழுத்து நின்றான் வீரப்புலி.

1995

சுந்தா மாமா

சுந்தா மாமா நாணாவின் பாட்டை, காதே உடம்பாகக் கேட்டுக்கொண்டிருந்தார். நெஞ்சு விம்ம, மேனி புளகாங்கிதம் உற, "நம்ம நாணாவா" என்று ஆச்சர்ய மூட்டையாய் இருந்தார் சுந்தா. நாணா, ஏணிப் படிகளில் செங்குத்தாக ஏறிக்கொண்டிருந்தான். முதலில் கணபதியைத் தொட்டான். அப்புறம், இந்தோளத்தில் முழுகி, சாமஜவர கமனாவில் நீந்தினான். அப்புறம் "வருவாரோ" என்று சாமாவைக் கேட்டான். மின்னல் தோரணையில் பிர்க்காக்கள். ஜரிகை மாதிரி கார்வை.

நாணாவைப் பாராட்ட வரது மேடை ஏறினார்.

வரதுவைப் பார்த்ததும் சுந்தாவின் மனசு அடித்துக் கொண்டது. விமர்சன சிம்மம் என்றார்கள் அவரை. சரியான கரிநாக்கு. குற்றம் குறை சொல்லாமல் அவரால் பேச முடியாது. சங்கீத உலகமே அவரைக் கண்டு நடுங்கவே செய்தது. "சனியன், இன்னி கச்சேரிக்கு அது வந்து தொலைக்கப்படாதே" என்று பாடகர்கள் நினைத்து நடுங்குவது அதிகம். அந்த வரது பேசியது வரதுவா?

"பெரியோர்களே... ரசிகர்களே... ஒன்றும் சொல்றதுக்கு இல்லை. பாடினது நாணாவா. நாரதனான்னு புரியவில்லை. இது மனுஷ சங்கீதம்னு எனக்குத் தோணலை. நானும், சுமார் எழுபது வருஷமா, இந்த சங்கீத சாகரத்துல காலை நனைச்சுண்டவன். நான் கேழ்க்காத பாட்டா? ஜிஜிலுன்னு ஜி.என்.பி. பாடினதைக் கேட்டிருக்கேன். மகாராஜபுரம் செங்கோல் ஏந்தி ஆட்சி பண்ணினதைக் கேட்டிருக்கேன். அரியக்குடி சபாரஞ்சகம் பண்ணினதைக் கேட்டிருக்கேன். சோமுவோட, ராமனாதனோட அற்புதங்களை தரிசனம் பண்ணி இருக்கேன். இந்தக் குழந்தை இப்படிப் பாடினதை என்ன சொல்றது. இது பாடாந்தரமா இல்லை. முன் ஜன்ம வாசனை கூடி வந்துருக்கு அவ்வளவுதான். நாணா, மகா வித்வான், வித்வான்களுக்கெல்லாம் வித்வான். பூச்சியோட அந்த சரகுணபாலிம்ப, அட்சரலட்சம் பெறும். அந்த நிரவல்,

கலபனை எல்லாம் அசல் தஞ்சாவூர் டிகிரி காப்பி. குழந்தை அமோகமா வாழணும். ஒன்று சொல்லணும். வித்வான் என்கிற தோரணையிலே இல்லை. வயசானவன், கிழம் என்கிற தோரணையிலே சொல்றேன். நாணா... ஜவ்வாது. பூசிக்கோ... ஆனா... மல்லிகை வாசனைக்கு மூக்கைப் பூட்டிக்கோ. ஜரிகை அங்கவஸ்திரம் போடு. ஆனா, அந்த "பானங்களைச்" சேவிக்காதே. உடம்பை அசுத்தப்படுத்திக்கிட்டு, தியாகராஜ சுவாமியை இப்போ பாடறவன்கள் பண்ணுகிற மாதிரி, கேவலப்படுத்தாதே. சங்கீதம் பெரிசு இல்லை. எந்த வித்தையுமே, பெரிசு இல்லை. உத்தமமான மனுசனா வாழறதுதான்ய்யா பெரிசு. நல்ல பாட்டு, கீதம். நல்ல ஜீவிதம், சங்கீதம். 'ச' என்றால் ரொம்ப உசத்தியனாதுன்னு அர்த்தம். நாணா! உன் பாட்டை விடவும் நீ உசந்தவனா இருக்கணும்"

சபை கரகோஷம் பண்ணியது. வரது, கண்ணில் நீர் மல்க மேடையை விட்டு இறங்கினார்.

எத்தனை பாராட்டுக்கள்! எத்தனை வாழ்த்துதல்கள்! நாணா சுற்றும் முற்றும் பார்த்தான். நீட்டின ஆட்டோ கிராப்பிலே கையெழுத்திடும்போதும், அந்த முகத்தையே தேடினான்.

தனியாக நின்றுகொண்டிருந்தான், நாணா.

"நாணா, யாரைத் தேடி..." என்றபடி அருகில் வந்து நின்றார் செகரடரி வைத்தி.

"மாமாவை" என்றான் நாணா.

"சுந்தாதானே... இங்கேதான் எங்கேயோ பார்த்தேனே... இருப்பார்... தோ வந்துட்டாரே..." என்று அவர் சொல்லிக்கொண்டிருக்கும்போதே, சுந்தா தோளில் போட்ட உத்தரீயத்தை ஒழுங்கு படுத்திக்கொண்டே வந்தார்.

"சுந்தா, எங்கே போனீர்... உன் மருமான் கால் கடுக்க கால்மணியா நின்னுண்டிருக்கான்"

"மாமா, எங்கே போயிட்டீங்க?"

"நம்ம ஷட்டகர் வந்திருந்தார். வண்டி பிடிச்சு ஏற்றிவிட தாமசம் ஆயிடுத்து."

செகரடரி சொன்னார்.

"பேசிண்டிருங்கோ... டாக்சிக்கு ஏற்பாடு பண்ணிட்டு வர்றேன்."

"வாத்தியக்காரர்கள் போயாச்சா சார்?"

"அப்பவே எல்லார்க்கும் சம்பாவனை பண்ணி கௌரவமா அனுப்பியாச்சு. உனக்குத்தான் டாக்சி பிடிக்கணும்"

"டாக்சி கிடைக்கலேன்னா பரவாயில்லை சார்... ஆட்டோபோதும்"

"தோ பார் நாணா, நீ பெரிய வித்வான்! எனக்கும் சுந்தாவுக்கும் வேணா நீ நாணா. மற்றவாளுக்கு நீ வித்வான் நாராயணன். அதை மறந்துடாதே. எதுக்காகவும், அந்தப் பெருமையை விட்டுக் கொடுத்துடாதே..."

சுந்தா சிரித்துக்கொண்டே சொன்னார்.

"செகரடரி, வைத்தி வாய் கொஞ்சம் அரட்டை. மற்றபடிக்கு ரொம்ப நல்ல மனுஷன். உன் மேல அவனுக்கு ரொம்பவும் பிரீதி..."

“மாமா, கச்சேரி எப்படின்னு சொல்லலையே...”

சுந்தா பரவசம் பொங்குகிற முகத்தோடு, நாணாவைப் பார்த்தார்.

“வரதுவே பாராட்டிட்டார் அப்புறம் என்ன? மனுஷன் இந்த ஐம்பது வருஷத்திலே, ஒரு பயலை “நன்னா இருக்குன்னு” சொல்லி இருக்கணுமே... படவா, கரி நாக்கு. வாழ்க்கையில முதல் முறையா உன்னைப் பாராட்டி இருக்கார்...”

“வரது சொன்னது இருக்கட்டும். எனக்கு உங்க மருந்துதான் முக்கியம்”

“ரொம்ப நல்லா இருந்ததுடா, நாணா சொல்லணுமா... உன் பாட்டை? ரொம்ப உசந்த சங்கீதம். காஞ்சீபுரம் பட்டு சேலை மாதிரி அழுத்தம், உழைப்பு. செய்நேர்த்தி கூடின சங்கீதம்”

நாணா மனம் நிறைந்தது. மாமாவும் பாராட்டுகிற விஷயத்தில் ஒரு வரதுதான். “ம்” என்றால், தேவலையே என்று அர்த்தம். “பரவா இல்லை” என்றால் “நல்லாவே இருக்கு” என்று அர்த்தம். அந்த மாமா, “ரொம்ப நல்லா இருக்கு” என்கிறார்.

வைத்தி வந்து சேர்ந்தார்.

“புறப்படலாம், டாக்சி ரெடி. சுந்தா நீர் கெலிச்சுட்டீரு. எப்டியும் மருமானை முதல் தரமான வித்வானா ஆக்கிப்பிடறதுன்னு சங்கல்பம் எடுத்துண்டீர். அதைச் செயல்படுத்திட்டீர்” என்றார் வைத்தி.

“என்கிட்டே என்ன இருக்கு. அவன் நடத்திக்கிட்டான். அவன் பாடுவித்தான்” என்றபடி வானத்தைக் காட்டினார் சுந்தா...

டாக்சியில், அவர்கள் ஏறி அமர்ந்ததும், வைத்தி நாணாவிடம் ஒரு கவரை அளித்தார்.

“நாணா, வச்சுக்கோ... இதுல ரெண்டாயிரம் இருக்கு. ரெண்டு இருபதா, லட்சமா, கோடியா பெருகட்டும்.”

வண்டி புறப்பட்டது.

“எங்கே போறது சார்?” என்றார் காரோட்டி.

“சுவாமி மலைக்கே போகட்டும்” என்றான் நாணா.

“அம்மாவைப் போய்ப் பார்க்க வேணும், நாணா” என்று மறுத்தார் சுந்தா மாமா.

“அம்மா என்னைக்கும் இருக்கவே இருக்கு. எனக்கு நீங்களும் மாமியும்தானே எல்லாம். முதல்லே மாமி. அப்புறம் அம்மா”

மாமா வெளியே வேடிக்கை பார்த்துக்கொண்டு வந்தார். வண்டி ஓடிக்கொண்டிருந்தது. இலேசாக மாமாவைத் திரும்பிப் பார்த்தான் நாணா. அவன் அம்மாவின் சாயல் அப்படியே இருந்தது. அம்மாவுக்குத் தம்பி என்பதால், முகச் சாயல் இருப்பதில் நியாயம் உண்டுதான். ஆனால், அம்மாவை நிகர்த்த அக்கறை, அன்பு எவ்வாறு ஏற்பட்டிருக்க முடியும். ஏதோ ஒரு பஜனையைக் கேட்டு, நாணா, அவனை அறியாமல் பாடின பாட்டைக் கேட்டு, மாமா அவனை அருகில் அழைத்தது ஞாபகத்துக்கு வருகிறது.

"குழந்தே, இப்போ பாடினயே, ஒரு பாட்டு, அதைப் பாடு"

அவன் திரும்பவும் பாடினான்.

"எங்கே கத்துக்கிட்டே"

"நேத்து பஜனை மண்டபத்துல, எல்லாரும் பாடினாங்களே"

"ரொம்ப நல்லா பாடினயே... உனக்குச் சங்கீதம் வரும்போல இருக்கே..."

அப்புறமாய் ஒருநாள், மாமா, வெற்றிலை, பாக்கு, பழம். புஷ்பத்துடன் அவன் கையைப் பிடித்து அழைத்துக்கொண்டு போய் சாமிநாதுவிடம் நிறுத்தினார்.

"யாருடா சுந்தா, பயல்?"

"என் அக்கா பையன், இங்கேதான் சுவாமி மலையில் என் ஜாகையில் தங்கிண்டு ஏழாம் கிளாஸ் படிக்கிறான். பாட்டு வரும்போலத் தோணுது. நீதான் குருவா இருந்து அவன் கண்ணைத் திறக்க வேணும். பிறந்ததுமே அப்பன் தவறிட்டான். அக்கா மட்டும், கும்மாணத்துல வயிறு வளர்த்துட்டு இருக்கா. ரொம்பக் கஷ்டக் குடும்பம் சாமிநாது. எனக்காக, ஒரு ஏழைக்கு அன்னம் போடு. பாத்திரம் பார். தகுதியானதா இருந்தா பிச்சை போடு. இல்லாட்டி வேணாம்..." என்று விட்டு, மாமா நாணாவிடம் சொன்னார்.

"விழுந்து சேவிச்சுக்கோடா"

நாணா விழுந்து சேவிச்சுக்கொண்டான்

"சுந்தா, இந்த சிஷ்யாளே வேணாம். என் வேஷ்டியை நானே துவைச்சுக்கிடலாம்னு முடிவெடுத்துக் கிட்டு இருக்கையிலே, உன் குடும்பத்துப் பையனைக்கொண்டாந்திருக்கே. உன் முகத்துக்காக ஒத்துக்கிறேன். பார்ப்போம். நல்ல சிஷ்யனா, அனுமான் மாதிரி இருந்தா சரி, வெறும் வேஷ்டி துவைத்துப் போடுவன்னா வேணாம். பயலே... ஒரு பாட்டுப் பாடு. தெரிஞ்ச பாட்டு..." என்றார் சாமிநாது.

நாணா உடனடியாகப் பாடினான்.

"அலை பாயுதே கண்ணா — மனம் மிக அலை பாயுதே. ஆனந்த மோகன வேணுகானமதில் அலைபாயுதே..."

அவன் பாடி முடியும் வரைக்கும் அமைதியாக இருந்த சுந்தா மாமா, அவரிடம் சொன்னார்.

"யாரிட்டையும் கத்துக்கிடலை. கேள்வி ஞானத்தால் பாடறான். பஜனை கோஷ்டி பாடறச்சே கேட்டுப் பாடறான்"

"அப்படின்னா பரவா இல்லை. சங்கீதம் கத்துக்கிறவனுக்கு காது திறக்கணும். அலை பாயுதேன்னு பாடினானே, எப்படி அலைபாயும்? குழலைக் கேட்டான். மனம் அலைபாய்ந்தது. நல்லா கேழ்க்கணும். கேட்டதை நல்லா பிடிச்சு வச்சுக்கிட்டு, அதைப் பாடி பாடி அழகு பண்ணனும். நம்மோட மனோதர்மத்தை அதன் மேல ஏத்தணும். பாட்டு இதோ வர்றேன்னுட்டு தாவிக்கிட்டு வந்துடாதா. சரி, பையன் தினம் வரட்டும். கேட்கட்டும். பிடிச்சுண்டானா சரி. அப்புறம் பகவான் விருப்பம்."

வெளியே வந்ததும் மாமா சொன்னார்.

"பெரிய சங்கீதக் கடல்டா அவர். நல்லா படிச்சுக்கோ. பெரிய ஆளா வருவே…"

விளையாட்டாய்த் தொடங்கியது வளர்ந்தது. நாணா சங்கீதத்தில் ஊன்றிக்கொண்டான்.

"வாடா, நாணா… ரொம்ப பிரமாதமா பாடினாயாமே… ஊஞ்சல்லே உட்கார்… என்று வரவேற்றாள் ரங்கா மாமி.

"எல்லாம் உங்கள் ஆசீர்வாதம். சித்தே இப்படி நில்லுங்கோ… மாமா இப்படி பக்கத்துல நில்லுங்கோ…"

கவரை, அவர்கள் பாதத்தில் வைத்து, சாஷ்டாங்கமாக வீழ்ந்து வணங்கினான்.

"நல்லா இரு…" என்றார் மாமா.

"இருடா… காபி போடட்டுமா… சாப்பிட்டுடறியா?"

சுந்தா மாமா சொன்னார்.

"வெளியில் டாக்சி காத்துட்டு இருக்குடி. அவன் அம்மாவைப் பார்க்க வேண்டாமோ… தாய் மனசு ஏங்கிட்டு இருக்கும்டி"

"அப்படியானா, இருடா… காபி தர்றேன். உனக்குத்தான் காபி பிடிக்குமே…"

மாமி அடுக்களை சென்றாள். கவரை மாமா நாணாவிடம் கொடுத்தார்.

"இதைக்கொண்டு போய் உன் தாயார் கிட்டே கொடு"

"என் முதல் சன்மானத்தை உங்களுக்குத்தான் தரணும்னு இருந்தேன்."

"நினைச்சயே, அதுவேபோதும். நியாயமா இது, பெத்தவளுக்குத் தாண்டா போகணும். என் கட்டளை. எடுத்து வை."

"சரி மாமா" இதற்கு மேல் என்ன செய்ய முடியும் என்று அமைதி அடைந்தான் நாணா. மாமி, காபிகொண்டு வந்து தந்தாள். காபி சாப்பிட்டவன், எதிர்த் தூண் மறைவில் நிழல் ஆடுவதைக் கண்டான்.

"அதாரது தூணுக்கு மறைவாக? ஜானகியோ… ஜானா, வெளியே வாயேன்."

ஜானா ஒரு கண்ணை மட்டும் காட்டிவிட்டு மறைந்துகொண்டாள்.

"வாயேண்டி… ஜானா… மாமா, கூப்பிட்டான் பாரு…" என்றாள் மாமி.

"நான் வரமாட்டேன் போ" என்றாள் ஜானா. தூணுக்கு மறைவில் இருந்துகொண்டே.

மாமி சிரித்தாள்.

"என்ன இருந்தாலும் முறைப் பையன் முன்னால் பெண்கள் வருமோ? அப்புறம், வெட்கம் என்னாவது?"

"அப்படியா, நாணா இன்னொரு நாளைக்கு வந்து ஜானா முகத்தைப் பார்க்கட்டும்"

நாணா புறப்பட்டான்.

அம்மா ஒரு சுற்று பருத்துதான் விட்டாள். அண்டை வீட்டு லட்சுமு அம்மாள்.

பிரபஞ்சன் ★ 537

“என்ன மாமி, நாணா திக்கெட்டிலும் ஜெயக்கொடி நாட்டிட்டு வர்றான். பாடாத மேடை இல்லை. கூப்பிடாத சபா இல்லைன்னு ஆயிட்டுது. எப்போ குழந்தைக்கு கல்யாணம் பண்ணப் போறீங்க?”

அம்மாவுக்குக் கவலை பிடித்துக்கொண்டது. பெண் பார்க்க வேணுமே. அன்றைக்கே நாணாவுடன் பேசினாள்.

“உனக்குத் தோனிச்சுன்னா ஏற்பாடு பண்ணும்மா”

“உனக்குப் பொருத்தமா உள்ளவ, நல்லா கவனிச்சுக்கிற மாதிரியான பொண்ணு கிடைக்கனுமேடா? அதுதான், கவலை”

“இது என்ன பேச்சு அம்மா? கையில வெண்ணை இருக்க நெய்யில்லைங்கறே?”

“என்ன சொல்றே?”

“பின் என்னம்மா? மாமா பெண் ஜானகி இருக்கையில், எனக்கு வேற இடம் என்னத்துக்கு?”

அம்மா மார்பு அடைத்துக்கொண்டது.

“குழந்தே, என்னடா சொல்றே?”

“அம்மா, நான் தின்னும் சோறு, உடுத்துகிற ஆடை, இந்த மரியாதை, தோளுக்கு மாலை எல்லாம் யாராலே அம்மா. அந்த மாமாவுக்கு, நான் என்ன கைம்மாறு செய்ய முடியும். தவிரவும் அந்தப் பெண் எல்லோரையும்போல இருந்தாலும் பரவாயில்லை. இல்லையே... ஜானாவைக் கட்டிக்கறேன், மாமாவோட பேசும்மா...”

ஜானாவுக்கு மாறுகண்... இரண்டு கண்களும் இருவேறு திக்கைக் காணுமே. அத்தோடு, இடது கால் சற்றே விந்தி விந்தி நடக்கிற நடை.

“என்னம்மா, எதற்கு அழறே?”

“அழலேடா, குழந்தே, ஆனந்தப்படறேன்... என்ன பெரிய மனசு உனக்கு. ரொம்ப உசத்தியான குழந்தைடா நீ... எனக்குப் பிள்ளையா பிறந்தியே... என் பிறவி சாபல்யம் அடைஞ்சுட்டதுடா...”

“இதுல என்னம்மா கீர்த்தி இருக்கு? என் மாமன் மகளை நான் கட்டிக்கிறேன்... அவ்வளவுதானே?”

அம்மா மறுநாளே தம்பி வீட்டுக்குப் பெண் கேட்டுப் போனாள்.

“என்ன அக்கா... என்ன தடபுடல், வெற்றிலை, பழம், பாக்குன்னு?” என்று சந்தேகம் கேட்டார், சுந்தா மாமா.

“எல்லாம் மங்கள காரியம்தாண்டா... மணி என்ன ஆறது... பத்தரை, பன்னிரண்டு ராகு போகட்டுமே. சொல்றேன்”

ரங்கா மாமிக்கு புரிந்து போயிற்று. ஜானகியைப் பார்த்து... “முகம் கழுவிட்டு, பட்டுப் புடவையை எடுத்துக் கட்டிக்கோடி... உனக்கு விடிஞ் சாச்சு... நல்ல காலம் வந்தாச்சு... கொடுத்து வச்சவ நீ...”

ஜானகி, புளகாங்கிதம் அடைந்தாள். மாமி கொஞ்சம் கேசரி, வாழைக்காய் பஜ்ஜியும் பண்ணி முடித்தாள். மணியும் ஆயிற்று.

“தம்பி, இப்படி வா, இங்க ஜமக்காளம் விரிச்சு உட்காரு...”

அப்படியே ஆயிற்று.

"என்ன அக்கா?"

"சுபம். என் மகன் நாராயணனுக்கு உன் பெண் ஜானகியைக் கல்யாணம் பண்ணிக் கொடுக்க வேணும்"

ரங்கா மாமி கண்ணில் நீர் வடியச் சொன்னாள்.

"அக்கா... உனக்குத்தான் எங்கள் மேல் எவ்வளவு அன்பு? நாணாவுக்கு பெரிய பெரிய இடங்களில் இருந்தெல்லாம் பெண் கொடுக்க நான், நீன்னு போட்டு போட்டுண்டு வரார்கள். அதை யெல்லாம் விட்டு என் பெண்ணுக்கு விளக்கேற்றி வைக்கறயே..."

ஜானகியும் விசும்பினாள்.

அம்மா, சுந்தா முகத்தைப் பார்த்தாள்.

"என்ன தம்பி, பேசாமே இருக்கையே..."

மாமா உத்தரத்தைப் பார்த்துக்கொண்டு சொன்னார்.

"என்னை க்ஷமிக்கணும் அக்கா. உன் சம்பந்தம் வேணாம். நாணாவுக்கு வேற இடம் பார்ப்போம்"

"என்னடா சொல்றே!"

"ஐயோ... என்ன வார்த்தை பேசறேங்க... என் பொண்ணை என்ன செய்ய இருக்கீங்க?" என்று அலறினாள் ரங்கா மாமி.

"உஸ், பேசாமே இருடி. எனக்குத் தெரியும். அக்கா நமக்குள்ளே இரத்த பந்தம் இருக்கே அதுபோதும். இந்தக் கல்யாண சம்பந்தம் வேணாம்"

பிரமை பிடித்தாற்போல இருந்தாள் அம்மா.

"குழந்தை சொல்லித்தான் வந்தேன். என் மனசு சரியில்லை. அடுத்த பஸ்ஸுக்குப் புறப்படறேன்"

"சரிக்கா. என்னை மன்னிச்சுடு"

அம்மா புறப்பட்டதும், ரங்கா மாமி பிலுபிலுவென்று பிடித்துக்கொண்டாள்.

"ரொம்ப நல்லா இருக்கு. எத்தனை நாளா இப்படி மனசுக்குள்ளே வஞ்சம் வச்சுட்டு இருந்தது. என் பெண் தலையிலே கல்லை போடணும்னு எத்தனை நாளா திட்டம் போட்டது? இப்போ சந்தோஷம்தானே? நல்லா இருங்கோ. நானும் என் பொண்ணும், சாரங்கபாணி கோயில் குளத்துல இறங்கிடறோம்... பாவி, பாவி மகாபாவி..."

சுந்தா மாமா... உத்தரத்தைப் பார்த்தவாறே அமர்ந்திருந்தார்.

நாணாவுக்கு அதிர்ச்சியாக இருந்தது.

"மாமாவா அப்படிச் சொன்னார்."? என்றான் நாணா. மீண்டும் மீண்டும்.

"அவன் மனசு கல்லாச்சுடா. அப்படித்தான் சொன்னான்."

"அம்மா... மாமாவை நானே நேரா கேட்கறேன். மாமா மறுக்கிறார்னா, வேற காரணம் இருக்கு"

நாணா புறப்பட்டான். அவன் சென்ற வேளை, வாசலில் ஜானகி அவனை எதிர்பட்டாள்.

“ஜானா”

ஜானகி சிரித்துக்கொண்டே அவனை வரவேற்க அருகில் வந்தவள் என்ன நினைத்தாளோ, அப்படியே நின்று முகத்தை மூடிக்கொண்டு அழுதாள்.

“ஜானா என்னத்துக்கு அழறே. எனக்குப் புரியுது. எல்லாம் நல்லபடியா நடக்கும். கவலைப்படாதே. இந்தப் பிறவியில் நீதான் என் மனைவி. மாமா எங்கே?”

“பொடிக்கடைக்குப் போனாங்க”

“வர்றேன்”

வழியிலேயே மாமாவைச் சந்தித்தான் நாணா.

“வாடா... எப்போ வந்தே...”

“இப்பத்தான்... ஆமாம் என்ன மாமா இது... இப்படிப் பண்ணிட்டீங்களே...” மாமா அவன் தோளைத் தொட்டு “வா கோயில் பக்கம் போகலாம்” என்றார். படி ஏறி, முதல் பிராகாரத்தில் சந்தடி இல்லா இடத்தில் அவர்கள் அமர்ந்தார்கள். மாமா சொன்னார்.

“குழந்தே, என் பொண்ணுக்கு உன்னை விடவும் ஒரு சிறந்த மாப்பிள்ளை கிடைப்பானோடா? ஒருக்காலும் கிடைக்க மாட்டான். இருந்தாலும் நான் ஏன் வேண்டாங்கறேன்? குழந்தை நீ நன்றி காரணமா ஜானாவைக் கட்டிக்க தயாராயிட்டே. அது தப்பு. கல்யாணம் நன்றியினால சுகப்படாது. நீ ரொம்ப பெரிய ஆளா வருவே. ஜாஜ்வல்யமா. ஜெகஜ்ஜோதியா பிரகாசிக்கப் போற கலைஞன். நீ இந்தியா முழுக்க, ஏன் லோகப் பிரசித்தம் ஆகப் போறே. அமெரிக்கா, பிரான்சுன்னு போகப் போறே. அங்கெல்லாம் இந்தக் கண் சரியில்லாத, கால் விந்தி நடக்கிற பெண்ணையா கூப்பிட்டுப் போக முடியும். என்னிக்காவது ஒரு நிமிஷம் ஐயோ இதைப் பண்ணிட்டேனேன்னு நீ நினைக்காமே இருப்பியோ. அது நான் உனக்கு செய்த துரோகம் ஆயிடாதா? நீயும் என் குழந்தை இல்லையோ? நீதானேடா என் முதல் குழந்தை. உனக்கப்புறம்தான் எனக்கு என் குழந்தை. உனக்கு நான் சந்தோஷத்தை தவிர வேற ஒன்னைத் தருவேனா? உனக்கு என்னடா ராஜா, உனக்கு எத்தனை குபேரன், மகாலட்சுமி மாதிரி பொண் கொடுக்க முன் வர்றான்? எனக்கே தெரியுமே? குழந்தை. எல்லா விதத்திலும் உனக்குப் பொருத்தமான பொண்ணைக் கட்டிட்டு நீ ஆயிரம் வருஷம் சந்தோஷமா இருக்கணும்டா... ஜானகிக்கு என்ன? அவள் தலைவிதிப்படி நடக்கட்டும்... என் குழந்தை... என் குழந்தை...”

மாமா பேச முடியாமல் வாயைத் துண்டால் புதைத்துக்கொண்டு குலுங்கி அழுதார்.

ஸ்தம்பித்துப் போய் அமர்ந்திருந்தான் நாணா.

1995

அம்மாவுக்கு மட்டும்

நாலரைக்கு அலாரம் வைத்து விட்டுப் படுத்தவள் சாந்தா. அலாரம் அதன் கடமையை ஒழுங்காகச் செய்தது. எழுந்து அதை நிறுத்தினாள். முகம் கழுவிக்கொண்டு மீண்டாள். சித்து எழுந்து படுக்கையில் அமர்ந்தான்.

"அம்மா, எனக்குத் தூக்கம் வரலை" என்றான் சித்து. அப்போதுதான் பறித்த வெள்ளைத் தாமரைபோல இருந்தது, அந்தக் குழந்தையின் கண்கள்.

"என்னது, தூக்கம் வரல்லையா?"

"உம்"

"மணி நாலரைதானே ஆகிறது. குழந்தைகள் அதற்குள் எழுந்து கொள்ளக்கூடாது. இன்னும் கொஞ்சம் நேரம் தூங்கு.

"நீ மட்டும் இத்தனை மணிக்கு எழுந்திருக்கலாமா?"

சாந்தா சிரித்தாள்.

"நான் பெரியவள்"

சித்து எழுந்து, அவள் பக்கத்தில் நெருக்கிக்கொண்டு நின்றான். சாந்தாவின் இடுப்புக்கு அவன் வளர்ந்திருந்தான். அவன் எவ்வளவு வளர்ந்து விட்டான்?

"நானும்தான் வளர்ந்து விட்டேன். நானும்தான் பெரியவன்"

சாந்தாவுக்குச் சிரிப்பு வந்தது. உரக்கச் சிரிக்கக்கூடாது. சேகர் அயர்ந்து உறங்கிக்கொண்டு இருந்தான். சாந்தா கள்ளக்குரலில் சித்துவுக்கு மட்டும் கேட்கும் விதமாகச் சொன்னாள்.

"லூட்டி பண்ணாதே. அப்பா தூங்கறாங்க. பேசாமே, படுத்துத் தூங்கு"

"எனக்குத் தூக்கம் வரலையே அம்மா"

"கண்ணை மூடிக்கோ. தூக்கம் வரும்"

“கண்ணை மூடிக்கிட்டா, இருட்டுதான் வருது”

இனிமேலும் பேசிக்கொண்டு நிற்கக்கூடாது என்று தோன்றிற்று சாந்தாவுக்கு. அவளுக்கு நிறைய வேலை இருந்தது. நாளெல்லாம் ஒழியாத வேலை. அதிகாலையில் வீட்டு வாசலில் தண்ணீர் தெளிப்பதில், தெருக்கூட்டுவதில் இருந்து அவள் ஒரு நாள் வாழ்க்கை தொடங்குவதாக இருந்தது.

சித்து, அம்மா நீர் தெளிப்பதைப் பார்த்துக்கொண்டு நின்றான். தெரு, கன்னங்கரேல் என்று இருண்டு கிடந்தது. பயமாகக்கூட இருந்தது. அம்மாகூட இல்லையென்றால், சித்து அங்கே நின்று இருக்கமாட்டான். நிச்சயமாக அங்கு பேய் இல்லாமல் இருக்காது. இருட்டு என்றால் பேய். ‘பரட் பரட்’ என்று அம்மா தெரு பெருக்குவதை, சப்தம் ரூபமாகக் கேட்டுக்கொண்டு நின்றிருந்தான். பெருக்கி முடித்து, கோலம் போடத் தொடங்கினாள் சாந்தா.

“அம்மா தேர்க்கோலம் போடு”

“ஐயோ... அதெல்லாம் முடியாது அதுக்குள்ளே விடிஞ்சுடும்.” சின்னதாக ஒரு பூக்கோலம் போட்டாள், சாந்தா. அவசரம் அவள் கைகளுக்கு அசாதாரணமான வேகத்தைக் கொடுத்தது. கோலம் போட்டு உள்ளே வந்தவள், அடுப்பைப் பற்ற வைத்துப் பால் காய்ச்சி, காபிக்கு ஆயத்தமானாள். சித்துவுக்குப் பால், மற்றவர்களுக்குக் காபி.

காபிக் கடை முடிந்ததும், சமையல் காலைப் பலகாரம், இட்லி. இட்லி என்றால் சும்மாவா? மல்லிகைப் பூவாய் இருக்க வேண்டும் சேகருக்கு. அதைச் சுற்றி முட்டை முட்டையாகக் குறைந்த பட்சம் இரண்டு வகை சட்னிகளாவது வேணும். தேங்காய் கட்டாயம். மற்றபடி கறிவேப்பிலை, வெங்காயம், காரம் என்று ஒரு நாளைக்கு ஒரு சட்னி. இதல்லாமல் மிளகாய்ப் பொடி, எண்ணெய் நிரந்தரமாக டைனிங் டேபிளில் மேல் இருந்தாக வேண்டும்.

இட்லிகளை எடுத்துப் போட்ட தட்டில் இருந்து, சாம்பிராணிப் புகை மாதிரி, குப்பென்று எழுந்தது. ஆவி, பாலைக் குடித்த சித்து, பள்ளிக்கூடம் புறப்பட தயாரிகிக்கொண்டான். பிளாஸ்டிக் பையை எடுத்துக்கொண்ட சாந்தா காய்கறிக் கடைக்குக் கிளம்பினாள். தெரு முனையில் இருந்தது காய்கறிக் கடை. நேற்றைய காய்கறிகள். கடைக்காரன் பேச்சு மாத்திரம், பசுமையாக இருந்தது. விலை, யானை குதிரை விலை. “தபாலுக்குத்தான் ஸ்டிரைக். வெங்காயத்துக்கும் பூசணிக்குமா ஸ்டிரைக்!” “தபால் வண்டிகளில்தானே காய்கறியும் வருகிறது” என்றான் காய்கறிக்காரன். என்ன சாமர்த்தியம் பண்ணுகிறார்கள், வியாபாரிகள்?

வீட்டுக்கு வந்து சமையலைத் தொடங்கினாள், சாந்தா. வெளியே புல் தரையில் அமர்ந்து, காலைக் காற்றை அனுபவித்துக்கொண்டு, பேப்பர் வாசித்துக்கொண்டிருந்தான், சேகர். சித்து, இட்லியைச் சாப்பிட்டுப் பள்ளிக்குக் கிளம்பினான். சேகர் குளித்து அவசரம் தோன்றச் சாப்பிட்டான்.

“என்ன அவசரம். சாப்பிடக்கூட? நிதானமாகத்தான் சாப்பிடுங்களேன்”

“உனக்கு என்ன தெரியும்? அஞ்சு நிமிஷம் தாமதமானால்கூட, மானேஜர் முகத்தைப் பார்க்க வேணுமே. ஜாலியாக வீட்டில் இருந்து விட்டு, பொழுதை போக்கறே, நான் படுற அவஸ்தை யாருக்குத் தெரியும்” என்றான் சேகர்.

சாப்பிட்டுப் புறப்படும்போது, சேகருடைய அலுவலக நண்பர் வந்தார். முதல் முதலாக வருகிறவர்.

சாந்தா காபிகொண்டு வந்து கொடுத்தாள்.

"என் மனைவி" என்று அறிமுகம் செய்து வைத்தான் சேகர்.

காப்பியை உறிஞ்சியபடி நண்பர் கேட்டார்.

"வேலைக்குப் போறாங்களா?"

"இல்லை வீட்டுல சும்மாத்தான் இருக்கா" என்றான் சேகர்.

சேகர் அலுவலகம் சென்றான். மலையாகக் குவிந்திருக்கும் அழுக்குத் துணிகளை எடுத்துக்கொண்டு, கிணற்றடிக்குச் சென்றாள் சாந்தா.

மாலை ஏழு மணிக்குத் திரும்பி இருந்தான், சேகர்.

காலைப் பத்திரிகையை விட்ட இடத்திலிருந்து படிக்கத் தொடங்கினான், அவன்.

காபி எடுத்துக்கொண்டு வந்து அவனிடம் தந்தாள், சாந்தா,

சித்து வீட்டுப்பாடம் எழுதிக்கொண்டிருந்தான்.

"சட்டைப்பையில் சம்பளக் கவர் இருக்கு, எடுத்துக்கோ,"

"சரி"

"கொஞ்சம் சிக்கனம் வேணும் சாந்தா. மாசக் கடைசியில் கடன் வாங்கும்படியா, இந்த மாசமும் வச்சுடாதே. இதுக்காக, நான் எவ்வளவு கஷ்டப்பட வேண்டியிருக்கு தெரியுமா? வீட்டுல வேலையே இல்லாம "ஹாய்யா" உட்கார்ந்திருக்கிற உனக்கு அதெல்லாம் தெரியாது.

சாந்தா சிரித்துக்கொண்டு சொன்னாள்.

"எதிர்பாராமே, போன மாசம், விருந்தாளிகள் வந்துட்டாங்க இல்லீங்களா? அதான் கூடுதல் செலவு. இந்த மாசம், அந்தக் கவலை வேணாம்"

"கொஞ்சம் சிக்கனமா இருக்கக் கத்துக்கணும் சாந்தா"

"வேலைக்காரியையும் நிறுத்திட்டேன். மேலும் என்ன சிக்கனம் பண்ணணும். தெரியலை. முயற்சி பண்றேங்க"

"ஆபீஸ்ல நாலு ஆள் வேலையை நான் செய்யறேன். இடுப்பு ஒடியுது. ரொம்பக் களைப்பா ஆயிடுது... வீட்டுல சும்மா இருக்கிற உனக்கு எங்க கஷ்டம் விளங்காது."

"ராத்திரிக்கு என்ன சமைக்கட்டும்"?

"கெட்டியா வத்தக் குழம்பு வை. உருளைக்கிழங்கு இருக்கா. இருந்தா காரமா, பொரியல் பண்ணு"

"சரி"

இரவு சாப்பிட்டுக்கொண்டிருக்கும்போது, சேகர் கவனித்தான்.

"என்ன சாந்தா, நீ வத்தக் குழம்பு போட்டுக்கலையா?"

"இல்லைங்க. உங்களுக்கு மட்டும்தான் குழம்பும், பொரியலும். நானும் சித்துவும் காலை சாம்பாரையே போட்டுக்கிட்டோம். ஊறுகாய்

தொட்டுக்கிட்டோம். காலையிலே மிஞ்சினதை என்னத்துக்கு வேஸ்ட் பண்ணனும்னுதான்."

சேகர், அதை ஏற்றுக்கொண்டிருந்தான். மறுபேச்சில்லாமல் கொஞ்ச நாழிகை டி. வி. பார்த்துக்கொண்டிருந்தான். உறக்கம் கண்ணைச் சுற்றிக்கொண்டிருந்தது.

"எனக்குத் தூக்கம் வருது. நான் படுக்கப் போறேன். சித்து, உனக்குத் தூக்கம் வரலை."

"இல்லப்பா"

"உங்களுக்கென்ன? அம்மா, வீட்டுக்குள்ள மகாராணியா இருக்கா. நீ படிக்கிறே. உங்களுக்கு உடம்புக் கஷ்டம் எங்கே தெரியப் போவுது. காலைலே, பஸ்சுல நசுங்கி, நடந்து, ஆபீஸ்லே கஷ்டப்பட்டு, வீடு வந்து சேர்றதுக்குள்ளே, நான் படற கஷ்டம், எனக்குத்தான் தெரியும்"

சாந்தா சிரித்துக்கொண்டு சொன்னாள்

"பால் சுட வைக்கட்டுமா?"

"சரி"

சாந்தா அடுப்பறைக்குப் போனாள்.

"அப்பா" என்றான் சித்து

"என்னடா?"

"எதுக்கப்பா இத்தனை கஷ்டப்படறே?"

சேகர் சிரித்தான்.

"கஷ்டப்படலேன்னா, சம்பளம் சுளையா மூவாயிரம் யார் கொடுப்பா.?"

"அப்பா?"

"என்னடா, சொல்லு"

"உனக்கு ஆபீசுல சம்பளம் கொடுக்கிறாங்க. அம்மாவுக்கு யாருப்பா சம்பளம் கொடுப்பா?"

"அம்மாவுக்கு சம்பளமா?"

"அம்மாவும்தானே வேலை செய்யறாங்க? காலையிலே உனக்கு முந்தே எழுந்திருச்சிருக்காங்க. தெரு பெருக்கி, காபி போடறாங்க, சோறு ஆக்குறாங்க. துணி துவைக்கிறாங்க. வீடு கழுவி விடறாங்க. ராத்திரியும் சோறு ஆக்கிறாங்க. இதுக்கெல்லாம் சம்பளம் தர வேணாமாப்பா, நீ? ஆபீசுல நீ வேலை பார்க்கிறதுக்கு உனக்கு சம்பளம். வீட்டுல வேலை பார்க்கிறதுக்கு அம்மாவுக்கு யார் சம்பளம் கொடுப்பா?"

பதில் சொல்லத் தோன்றாமல் அமர்ந்திருந்தார் சேகர்.

1995